Paramahansa Yogananda

ปรมหังสา โยคานันทะ
(5 มกราคม ค.ศ. 1893–7 มีนาคม ค.ศ.1952)
เปรมาวตาร "องค์อวตารแห่งความรัก" (ดูหน้า 431.1)

อัตชีวประวัติของ

โยคี

โดย

ปรมหังสา โยคานันทะ

พร้อมด้วยคำนิยม

โดย ดับเบิลยู. วาย. อีวานส์–เวนทซ์ M.A., D.Litt., D.Sc.

"ถ้าพวกท่านไม่เห็นหมายสำคัญและการอัศจรรย์ ท่านก็จะไม่เชื่อ"

—ยอห์น 4:48

Self-Realization Fellowship
FOUNDED 1920
Paramahansa Yogananda

ต้นฉบับภาคภาษาอังกฤษจัดพิมพ์โดย
Self-Realization Fellowship, ลอสแองเจลิส (แคลิฟอร์เนีย)
Autobiography of a Yogi

ISBN-13: 978-0-87612-083-5
ISBN-10: 0-87612-083-4

แปลเป็นภาษาไทยโดย Self-Realization Fellowship
สงวนลิขสิทธิ์ © 2011 Self-Realization Fellowship

สงวนลิขสิทธิ์ทั้งหมด ยกเว้นคำอ้างอิงสั้นๆ ในบทวิจารณ์หนังสือ ห้ามคัดลอกเนื้อหาและภาพส่วนใดจากหนังสือ *อัตชีวประวัติของโยคี* (*Autobiography of a Yogi*) รวมทั้งห้ามคัดลอก พิมพ์ใหม่ เก็บสะสม ถ่ายทอด แสดง เปิดเผย ในรูปแบบใด หรือดัดแปลงแต่อย่างใด (โดยทางอิเล็กทรอนิกส์ ทางเครื่อง หรือประการอื่น) ซึ่งใช้ในปัจจุบันหรืออุปกรณ์อย่างอื่นในอนาคต รวมทั้งถ่ายสำเนา แถบบันทึกเสียง วิดีโอ เทปโทรทัศน์ ภาพยนตร์ และการเก็บข้อมูลด้วยระบบต่างๆ โดยไม่ได้รับอนุญาตเป็นลายลักษณ์อักษรจาก Self-Realization Fellowship
Self-Realization Fellowship, 3880 San Rafael Ave., Los Angeles, California 90065-3219, U.S.A.

Autobiography of a Yogi ได้รับการตีพิมพ์ ในภาษาเหล่านี้คือ เบงกาลี เดนมาร์ก เนเธอร์แลนด์ อังกฤษ ฟินแลนด์ ฝรั่งเศส เยอรมัน กรีก คุชราต ฮินดี อิตาเลียน ญี่ปุ่น กันนาดา มาลายาลัม มราฐี เนปาลี โอริยา ทมิฬ โปแลนด์ โปรตุเกส รัสเซีย สเปน เตลูกู และอูรดู

 ได้รับอนุญาตให้ใช้ได้จากสภาการพิมพ์ภาคภาษาต่างประเทศ
Self-Realization Fellowship

ชื่อ *Self-Realization Fellowship* และสัญลักษณ์ (ข้างบนนี้) ปรากฏในหนังสือ แถบบันทึกเสียงวิดีโอ และสิ่งตีพิมพ์อื่นๆ ของเอสอาร์เอฟทั้งหมด เพื่อยืนยันต่อผู้อ่านว่างานชิ้นนั้นผลิตโดยองค์กรซึ่งได้รับการก่อตั้งโดย ท่านปรมหังสา โยคานันทะ และได้สืบสานงานสอนของท่านอย่างเที่ยงตรง

พิมพ์ภาษาไทยครั้งที่ 1 โดย Self-Realization Fellowship พ.ศ. 2554
First edition in Thai from Self-Realization Fellowship, 2011

ISBN-13: 978-0-87612-128-3
ISBN-10: 0-87612-128-8
1013-j2066

พิมพ์ที่ บริษัทอมรินทร์พริ้นติ้งแอนด์พับลิชชิ่ง จำกัด (มหาชน) ประเทศไทย
Printed in Thailand by Amarin Printing and Publishing Public Company Limited

มรดกทางจิตวิญญาณของ
ท่านปรมหังสา โยคานันทะ

งานเขียนทั้งหมด งานบรรยาย และข้อสนทนาแบบไม่เป็นทางการ

ท่านปรมหังสา โยคานันทะก่อตั้งสมาคมเซลฟ์ รีอะไลเซชั่น เฟลโลว์ชิพ (Self-Realization Fellowship) ขึ้นเมื่อปี 1920 มีวัตถุประสงค์เพื่อเผยแผ่คำสอนของท่านออกไปยังทั่วโลก และเพื่อรักษาความบริสุทธิ์และครบถ้วนบริบูรณ์ของคำสอนเหล่านั้นเอาไว้เพื่อคนรุ่นต่อไป ท่านเป็นนักเขียนและนักบรรยายที่มีผลงานมากมายตั้งแต่ช่วงปีแรกๆ ที่เข้ามาพำนักอยู่ในสหรัฐอเมริกา โดยผลิตงานเขียนชิ้นใหญ่และมีชื่อเสียงว่าด้วยศาสตร์แห่งการฝึกสมาธิตามหลักโยคะ ศิลปะในการทำชีวิตให้สมดุล รวมไปถึงเอกภาพที่เป็นรากฐานรองรับศาสนาสำคัญๆ ของโลกเอาไว้ ปัจจุบัน มรดกทางจิตวิญญาณอันโดดเด่นและมีอิทธิพลอย่างลึกซึ้งกว้างขวางของท่านยังได้รับการสืบสานต่อมา โดยเป็นแรงบันดาลใจให้กับผู้แสวงหาสัจธรรมหลายล้านคนทั่วโลก

เพื่อสืบสานปณิธานของท่านมหาคุรุท่านนี้ ทางสมาคมเซลฟ์ รีอะไลเซชั่น เฟลโลว์ชิพ (SRF) จึงได้ดำเนินการรวบรวมและตีพิมพ์ผลงานชุด *The Complete Works of Paramahansa Yogananda* ออกมาอย่างต่อเนื่องไม่ให้ขาดตอน โดยประกอบด้วยหนังสือทั้งหมดที่ท่านตีพิมพ์ออกมาในขณะมีชีวิตอยู่ และผลงานใหม่ๆ อีกหลายเล่ม ซึ่งเป็นผลงานที่ยังไม่ได้ตีพิมพ์ในช่วงที่ท่านละสังขารไปเมื่อปี 1952 หรือมิเช่นนั้นก็เป็นบทความที่ท่านเขียนลงเป็นตอนๆ ในนิตยสารของทางสมาคมเซลฟ์ รีอะไลเซชั่น เฟลโลว์ชิพ (SRF) รวมไปถึงปาฐกถาและข้อสนทนาอย่างไม่เป็นทางการที่เป็นแรงบันดาลใจให้อย่างลึกซึ้งในวาระต่างๆ อีกหลายร้อยชิ้นงาน ซึ่งได้รับการบันทึกเอาไว้ แต่ไม่เคยนำออกมาตีพิมพ์ก่อนหน้าที่ท่านจะละสังขารไป

ท่านปรมหังสา โยคานันทะได้คัดเลือกและฝึกอบรมคณะศิษย์ผู้เข้ามาทำหน้าที่เป็นคณะกรรมการสำนักพิมพ์เซลฟ์ รีอะไลเซชั่น เฟลโลว์ชิพ (SRF) ด้วยตัวท่านเอง และได้สั่งความเรื่องการตระเตรียมและจัดพิมพ์คำสอนของท่านเอาไว้เป็นการจำเพาะ สมาชิกในคณะกรรมการสำนักพิมพ์เอสอาร์เอฟ (ชื่อย่อ SRF) (ประกอบด้วยสวามีและภคินีผู้ปฏิญาณตนว่าจะสละซึ่งทางโลกและจะทำงานเพื่อส่วนรวมไปจนชั่วชีวิต) ได้ปฏิบัติตามคำแนะนำของท่านอย่างเคร่งครัด เพื่อให้คำสอนสำหรับคนทั้งโลกของท่านมหาคุรุอันเป็นที่รักได้รับการสืบสานต่อไปอย่างมีพลังและครบถ้วนบริบูรณ์ โดยไม่มีการดัดแปลงแก้ไขใด ๆ

สัญลักษณ์ของสมาคมเซลฟ์ รีอะไลเซชั่น เฟลโลว์ชิพ (SRF) (ดูหน้าที่ผ่านมา) นั้น ท่านปรมหังสา โยคานันทะเป็นผู้ออกแบบด้วยตนเองเพื่อสื่อถึงสมาคมที่ไม่มุ่งหากำไร ซึ่งท่านก่อตั้งขึ้นเป็นแหล่งเผยแพร่คำสอนของท่านโดยมีอำนาจเต็มตามที่ได้รับมอบหมายมา ชื่อและสัญลักษณ์ เอสอาร์เอฟ ซึ่งปรากฏอยู่บนหนังสือ สิ่งพิมพ์ และบันทึกเสียงและภาพของทางสมาคมเอสอาร์เอฟ ทั้งหมดจะทำให้ผู้อ่านแน่ใจได้ว่าเป็นของแท้จากองค์กรที่ท่านปรมหังสา โยคานันทะก่อตั้งขึ้นจริง และเป็นการถ่ายทอดคำสอนของท่านตามความตั้งใจที่ท่านได้สั่งเสียไว้ทุกประการ

— *สมาคมเซลฟ์ รีอะไลเซชั่น เฟลโลว์ชิพ* (SRF)

อุทิศด้วยความระลึกถึง

ลูเธอร์ เบอร์แบงก์

"โยคีอเมริกัน"

คำขอบคุณจากผู้เขียน

ข้าพเจ้าขอขอบคุณ มิสแอล. วี. แพร็ต (ตารมาตา) อย่างสุดซึ้งที่กรุณาสละเวลาอันยาวนานและเหนื่อยหนักมาตรวจทานต้นฉบับหนังสือเล่มนี้ ขอขอบคุณ มร.ซี. ริชาร์ด ไรต์ที่อนุญาตให้นำเนื้อความบางตอนในบันทึกการเดินทางในอินเดียมาใช้ และขอขอบคุณ ดร.ดับเบิลยู. วาย. อีวานส์–เวนทซ์ ที่กรุณาเขียนคำนำ ตลอดจนให้คำแนะนำและกำลังใจแก่ข้าพเจ้า

ปรมหังสา โยคานันทะ

28 ตุลาคม 1945

สารบัญ

คำนิยม โดย ดับเบิลยู. วาย. อีวานส์-เวนทซ์ .... (14)
ความนำ .... (16)
กฎแห่งความถูกต้องเที่ยงธรรมอันเป็นนิรันดร์ .... (28)
แนะนำการใช้หนังสือ–สัญลักษณ์ต่าง ๆ .... (30)

บทที่

1 พ่อแม่และชีวิตวัยเยาว์ 1
2 การจากไปของแม่และเหรียญลึกลับ 17
3 โยคีสองร่าง 26
4 การหนีไปหิมาลัยและการติดตามขัดขวาง 35
5 "โยคีน้ำหอม" แสดงปาฏิหาริย์ 52
6 สวามีพยัคฆ์ 62
7 โยคีเหาะได้ 73
8 ชคทิส จันทร โบส นักวิทยาศาสตร์ผู้ยิ่งใหญ่ของอินเดีย 81
9 สาวกผู้เปี่ยมสุขและความรักภักดีที่มีต่อพระเป็นเจ้า 94
10 ข้าพเจ้าพบอาจารย์ ท่านศรียุกเตศวร 106
11 เด็กชายกระเป๋าแห้งสองรายในเมืองพฤนทาพัน 123
12 ช่วงชีวิตในอาศรมท่านอาจารย์ 135
13 โยคีผู้ไม่เคยหลับ 175
14 ประสบการณ์ในการเข้าถึงจิตสำนึกแห่งจักรวาล 185
15 โจรขโมยดอกกะหล่ำ 197
16 การเอาชนะลิขิตจากดวงดาว 212
17 สสีกับไพลินสามเม็ด 227
18 ผู้วิเศษมุสลิม 236
19 อาจารย์ที่กัลกัตตาแยกร่างมาปรากฏตัวที่เซรัมปอร์ 243
20 อดไปแคชเมียร์ 248
21 ไปเยือนแคชเมียร์ 256
22 หัวใจแห่งเทวรูปหิน 270
23 ข้าพเจ้าเรียนจบได้รับปริญญาบัตร 278
24 ข้าพเจ้าบวชเข้าสำนักสวามี 287

25	พี่นันตะกับน้องนลินี	298
26	ศาสตร์แห่งกริยาโยคะ	306
27	ก่อตั้งโรงเรียนสอนโยคะในรานจี	320
28	กาศีกับการกลับชาติมาเกิดและตามตัวจนพบ	331
29	รพินทรนาถ ฐากุรกับข้าพเจ้าถกกันเรื่องโรงเรียน	338
30	ครรลองแห่งปาฏิหาริย์	345
31	การสนทนากับแม่ครู	362
32	รามฟื้นจากความตาย	375
33	ท่านบาบาจี โยคีผู้เป็นทูตสวรรค์แห่งอินเดียยุคใหม่	387
34	เนรมิตเวียงวังกลางหิมาลัย	399
35	ชีวิตดุจทูตสวรรค์ของท่านลาหิริ มหัสยะ	416
36	ความสนใจที่ท่านบาบาจีมีต่อโลกตะวันตก	433
37	ข้าพเจ้าไปอเมริกา	446
38	ลูเธอร์ เบอร์แบงก์ นักบุญกลางดงกุหลาบ	462
39	เทเรเซ นอยมันน์ ชาวคาทอลิกผู้มีสัญลักษณ์รอยแผลศักดิ์สิทธิ์แห่งพระคริสต์	470
40	ข้าพเจ้ากลับอินเดีย	481
41	ท่องไปในแดนใต้	493
42	วันเวลาช่วงสุดท้ายกับอาจารย์	512
43	ท่านคุรุศรียุกเตศวรฟื้นคืนชีพ	534
44	เข้าพบท่านมหาตมา คานธีที่วารธา	561
45	"พระแม่เกษมสุข" แห่งเบงกอล	586
46	โยคินีผู้ไม่กินข้าวปลาอาหาร	593
47	ข้าพเจ้ากลับสู่โลกตะวันตก	608
48	ที่เอนซินิตัสในแคลิฟอร์เนีย	616
49	ปี 1940–1951	623

ปรมหังสา โยคานันทะ: โยคีแท้แม้เมื่อละสังขาร	648
แสตมป์ที่ระลึกซึ่งรัฐบาลอินเดียจัดทำขึ้นเพื่อเป็นเกียรติแก่ท่านปรมหังสา โยคานันทะ	649
การสืบสายของบรรดาคุรุ	654
เป้าหมายและอุดมการณ์ของเซลฟ์ รีอะไลเซชั่น เฟลโลว์ชิพ (SRF)	655

สารบัญภาพประกอบ

ผู้ประพันธ์ (ตรงข้ามหน้าแรก) .... (2)
คุรรุ (คยานประภา) โฆษ มารดาของท่านโยคานันทะ 5
ภคพาตี จรัญ โฆษ บิดาของท่านโยคานันทะ 5
ท่านโยคานันทะเมื่ออายุได้ 6 ปี 5
อุมา พี่สาวท่านโยคานันทะ 5
พี่น้องท่านโยคานันทะ โรมาพี่สาวคนโต (ซ้าย) และนลินีน้องสาว 7
อนันตะ พี่ชายท่านโยคานันทะ 7
บ้านท่านโยคานันทะที่กัลกัตตา 20
สวามีปราณพานันทะ "โยคีสองร่าง" แห่งเมืองพาราณสี 29
สวามีเกพลานันทะ อาจารย์สอนภาษาสันสกฤตของท่านโยคานันทะ 48
นาเคนทรนาถ ภทุรี "โยคีเหาะได้" 76
ชคทิส จันทร โบส นักวิทยาศาสตร์ผู้ยิ่งใหญ่ของอินเดีย 88
พระโลกมาตา 95
ท่านอาจารย์มหัสยะ (มเหนทรนาถ คุปตะ) 101
ท่านสวามีคยานนันทะ และท่านโยคานันทะ 110
ท่านศรียุกเตศวร คุรุของท่านโยคานันทะ 115
ท่านโยคานันทะ ในปี 1915 (นั่งซ้อนท้ายมอเตอร์ไซค์) 117
จิเตนทร มาซุมดาร์ เพื่อนร่วมทางในเมืองพฤนทาพัน 117
พระภควานกฤษณะ องค์อวตารที่รักยิ่งของอินเดีย 130
ท่านโยคานันทะ ที่ทัชมาฮาล เมืองอัคระ ปี 1936 133
รามโคปาล มูซุมดาร์ "โยคีผู้ไม่เคยหลับ" 179
สวามีศรียุกเตศวรขณะนั่งในท่าขัดสมาธิเพชร 186
อารามริมทะเลของท่านศรียุกเตศวร เมืองปุรี แคว้นโอริสสา 186
ท่านโยคานันทะ เมื่ออายุได้ 16 ปี 245
พระศิวะ "กษัตริย์ของโยคี" 252
ศรีราชารสีชนกานันทะ อดีตประธานของเซลฟ์ รีอะไลเซชั่น เฟลโลว์ชิพ (SRF)/
โยโคทะสัตสังคะแห่งอินเดีย ระหว่างปี 1952–1955 260
ศรีทยมาตา อดีตประธานของเซลฟ์ รีอะไลเซชั่น เฟลโลว์ชิพ (SRF)/
โยโคทะสัตสังคะแห่งอินเดีย ระหว่างปี 1955–2010 260

ศรีมฤณลินีมาตา ประธานของเซลฟ์ รีอะไลเซชั่น เฟลโลว์ชิพ (SRF)/
    โยโคทะสัตสังคะแห่งอินเดีย 260
สำนักงานใหญ่ของเซลฟ์ รีอะไลเซชั่น เฟลโลว์ชิพ (SRF)/
    สมาคมโยโคทะสัตสังคะแห่งอินเดีย 263
ศรีชคัทคุรุศรีศังกราจารย์ ณ สำนักงานใหญ่ของ
    เอสอาร์เอฟ/วายเอสเอส 1958 275
ประภาส จันทร โฆษ ญาติของท่านโยคานันทะ 281
ศรียมาตาขณะดื่มด่ำเป็นหนึ่งเดียวกับพระเป็นเจ้า 302
ชาวตะวันตกผู้ดื่มด่ำในสมาธิ ราชาร์สีชนกานันทะ (เจมส์ เจ. ลินน์) 316
โยโคทะมัฐ สาขาและอารามที่รานจี 326
กาศิ นักเรียนที่โรงเรียนรานจี 332
รพินทรนาถ ฐากุร 343
โยคินีศังการ มาอี ชีว ศิษย์ของสวามีไตรลังคะ 349
ลาหิริ มหัสยะ 382
บาบาจี มหาวตาร ครุของท่านลาหิริ มหัสยะ 390
ลาหิริ มหัสยะ ครุของท่านศรียุกเตศวร 421
ปัญจานน ภัฏฏาจารย์ ศิษย์ของท่านลาหิริ มหัสยะ 421
ถ้ำของท่านบาบาจี ที่พำนักชั่วครั้งคราวของมหาวตารบาบาจี 421
ท่านโยคานันทะ ภาพที่ใช้ในหนังสือเดินทาง ปี 1920 451
ผู้แทนผู้เข้าร่วมประชุมสภาศาสนา ที่เมืองบอสตัน ปี 1920 451
ชั้นเรียนโยคะ ที่เดนเวอร์ 455
ชั้นเรียนโยคะ ลอสแองเจลิส 455
พิธีสวดในเช้าตรู่ของวันอีสเตอร์ จัดขึ้นที่สำนักงานใหญ่นานาชาติ
    เอสอาร์เอฟ/วายเอสเอส ปี 1925 456
ท่านโยคานันทะ วางหรีดดอกไม้ ณ สถานที่ฝังศพ จอร์จ วอชิงตัน ปี 1927 ... 456
ท่านโยคานันทะ ที่ทำเนียบขาว 457
ฯพณฯ เอมิลิโอ ปอร์เตส กิล ประธานาธิบดีเม็กซิโก กับท่านโยคานันทะ ... 458
ท่านโยคานันทะ ที่ทะเลสาบโซซีมิลโก ประเทศเม็กซิโก ปี 1929 458
ท่านโยคานันทะในเคบินเรือเดินสมุทรขณะเดินทางข้ามทวีปไปอาลาสกา
    ในฤดูร้อน ปี 1924 458
ลูเธอร์ เบอร์แบงก์ กับ ท่านโยคานันทะ ที่ซานตาโรซา ปี 1924 467
เทเรเซ นอยมันน์, ซี. ริชาร์ด ไรต์ และท่านโยคานันทะ 474
โรงเรียนโยโคทะสัตสังคะ ที่รานจี 488

ขบวนแห่ครูและนักเรียนที่รานจี ปี 1938	488
ชั้นเรียนโยคะ ที่กัลกัตตา ปี 1935	489
โรงเรียนโยโคทะสัตสังคะสำหรับเด็กชายที่รานจี	489
โยโคทะมัฐ ที่ทักษิเณศวร อินเดีย	492
ท่านศรียุกเตศวรและท่านโยคานันทะ ในขบวนแห่พิธีทางศาสนา ปี 1935	494
ท่านโยคานันทะ ที่โรงเรียนสำหรับเด็กหญิงพื้นเมือง ปี 1936	507
ท่านโยคานันทะและคณะล่องเรือไปตามแม่น้ำมุนา ที่เมืองมถุรา ปี 1935	507
กลุ่มศิษย์กับท่านศรียุกเตศวรในลานหน้าอารามที่เซรัมปอร์ ปี 1935	517
ท่านโยคานันทะ ที่เมืองทาโมธร อินเดีย ปี 1935	517
ท่านศรีรามณะมหาฤษี และท่านโยคานันทะ	517
บริเวณรับประทานอาหารที่ระเบียงชั้นสอง ณ อารามเมืองเซรัมปอร์ ปี 1935	518
สวามีกฤษณานันทะ และนางสิงห์เชื่อง ที่งาน*กุมภเมลา*	518
สวามีเกศพานันทะ, ท่านโยคานันทะ และ ซี. ริชาร์ด ไรต์ เลขานุการของท่านโยคานันทะ ที่ เมืองพฤนทาพัน ปี 1936	526
สวามีศรียุกเตศวรสมาธิเทวาลัย เซรัมปอร์	529
เทวาลัยรำลึกศรียุกเตศวร ที่เมืองปุรี	529
ท่านศรียุกเตศวรและท่านโยคานันทะ ที่กัลกัตตา ปี 1935	536
ท่านมหาตมา คานธี และท่านโยคานันทะ ที่อารามเมืองวารธา ปี 1935	563
ท่านอนันทะโมยีมา "พระแม่เกษมสุข" กับท่านโยคานันทะ	588
ท่านคีรีพละโยคินีผู้ไม่กินข้าวปลาอาหาร แห่งเบงกอล	602
ท่านปรมหังสา โยคานันทะ และท่านราชาสีชนกานันทะ ปี 1933	610
ท่านปรมหังสา และท่านศรีทยมาตา ปี 1939	614
ท่านโยคานันทะ ที่เนินสูงบริเวณอาศรมเอสอาร์เอฟ เอนซินิตัส ปี 1940	618
อาศรมเซลฟ์ รีอะไลเซชั่น เฟลโลว์ชิพ (SRF) ที่เอนซินิตัส แคลิฟอร์เนีย	618
ท่านโยคานันทะ ที่เอนซินิตัส แคลิฟอร์เนีย ปี 1950	619
ท่านปรมหังสา โยคานันทะ ในงานเปิดเอสอาร์เอฟ เลคไรน์ ปี 1950	632
เซลฟ์ รีอะไลเซชั่น เฟลโลว์ชิพ (SRF) เลคไรน์ และอนุสรณ์สถานสันติโลกคานธี	638
มิสเตอร์กูดวิน เจ. ไนต์ รองผู้ว่าราชการรัฐแคลิฟอร์เนีย กับท่านโยคานันทะ ในงานเปิดศูนย์อินเดีย ปี 1951	643
อารามเซลฟ์ รีอะไลเซชั่น เฟลโลว์ชิพ (SRF) ที่ฮอลลีวูด แคลิฟอร์เนีย	643
เอกอัครราชทูตอินเดียประจำสหรัฐอเมริกา ฯพณฯ พินัย รันชัน เสน ที่สำนักงานใหญ่นานาชาติเอสอาร์เอฟ	644
ท่านโยคานันทะ หนึ่งชั่วโมงก่อนที่ท่านจะเข้าสู่มหาสมาธิ วันที่ 7 มีนาคม 1952	647

คำนิยม

โดย ดับเบิลยู. วาย. อีวานส์-เวนทซ์ M.A., D.Litt., D.Sc.
จีซัสคอลเลจ อ็อกซ์ฟอร์ด

นักเขียนและผู้แปลหนังสือว่าด้วยโยคะและภูมิปัญญาแห่งโลกตะวันออก อาทิ
Tibetan Yoga and Secret Doctrines, Tibet's Great Yogi Milarepa และ
The Tibetan Book of the Dead

    หนังสือ *Autobiography* ของท่านปรมหังสา โยคานันทะทวีคุณค่ายิ่งขึ้นเมื่อพิจารณาจากข้อเท็จจริงที่ว่า นี่เป็นหนึ่งในหนังสือภาษาอังกฤษเพียงไม่กี่เล่มที่เขียนถึงประดาผู้ทรงปัญญาแห่งอินเดียจากปลายปากกาของชาวอินเดียผู้ได้รับการอบรมบ่มเพาะมาจากครูบาอาจารย์ชาวอินเดียด้วยกันเอง มิใช่โดยสื่อมวลชนหรือคนต่างชาติ กล่าวโดยสรุปคือ เป็นหนังสือเกี่ยวกับโยคีที่โยคีเป็นผู้เขียนขึ้นเอง ในฐานะบันทึกจากผู้ที่ได้ประสบพบเห็นอำนาจและชีวิตอันพิสดารของประดาโยคีฮินดูในยุคสมัยของอินเดียมากับตาตนเอง หนังสือเล่มนี้จึงมีความสำคัญ คือถูกจังหวะ กาละ และจะอยู่ต่อไปชั่วกาล สำหรับท่านผู้ประพันธ์ผู้มีชื่อเสียงและเป็นที่รักใคร่ท่านนี้ ผมมีโอกาสได้รู้จักทั้งในอินเดียและอเมริกา และเชื่อว่าผู้อ่านจะต้องชื่นชอบและซาบซึ้งในงานเขียนของท่านอย่างแน่นอน อัตชีวประวัติอันไม่ธรรมดาของท่านนับเป็นการเผยจิตและใจของชาวฮินดู รวมไปถึงความรุ่มรวยทางจิตวิญญาณของอินเดียอย่างลึกซึ้งที่สุดเท่าที่เคยตีพิมพ์มาในโลกตะวันตก

    ตัวผมเองมีวาสนาได้พบกับท่านศรียุกเตศวรคีรี...หนึ่งในสวามีที่มีเรื่องราวชีวิตปรากฏอยู่ในหนังสือเล่มนี้ด้วย หนังสือเรื่อง *Tibetan Yoga and Secret Doctrines*[1] ของผมก็มีภาพเหมือนของท่านพิมพ์ไว้เป็นส่วนหนึ่งในภาพตรงข้ามหน้าแรกเช่นกัน ผมได้พบกับท่านที่เมืองปุรี แคว้นโอริสสาบนอ่าวเบงกอล ตอนนั้น ท่านปกครองดูแลอาศรมอันเงียบสงบใกล้ๆ กับชายทะเล และมุ่งมั่น

---

1   Oxford University Press, 1958

ให้การสั่งสอนอบรมทางด้านจิตวิญญาณแก่ศิษย์รุ่นเล็กกลุ่มหนึ่ง ท่านแสดงความสนใจในสวัสดิภาพของผู้คนในสหรัฐฯในทวีปอเมริกาและในอังกฤษ ไต่ถามถึงกิจกรรมในแดนไกล โดยเฉพาะกิจกรรมที่มลรัฐแคลิฟอร์เนียของท่านปรมหังสา โยคานันทะผู้เป็นศิษย์รัก ซึ่งท่านส่งมาเป็นทูตแทนตัวท่านยังโลกตะวันตก

ท่านศรียุกเตศวรมีใบหน้าและน้ำเสียงอ่อนโยน อากัปกิริยาน่าชื่นชม สมแล้วที่บรรดาลูกศิษย์ลูกหาต่างพากันเคารพเทิดทูนท่าน ทุกคนที่ได้รู้จักท่าน...ไม่ว่าจะอยู่ในแวดวงของท่านหรือไม่...ล้วนให้ความเคารพต่อท่านเป็นอย่างสูงทั้งสิ้น ผมยังจดจำภาพท่านยืนต้อนรับผมอยู่ที่ประตูทางเข้าอาศรมได้อย่างแจ่มชัด ท่านมีร่างสูงโปร่ง ตั้งตรง ครองผ้ากาสายะสีส้มอมแดงเยี่ยงผู้สละแล้วซึ่งความทะเยอทะยานในทางโลก ผมของท่านยาวหยักศก ใบหน้ามีหนวดเครา เรือนกายท่านดูแข็งแกร่งด้วยกล้ามเนื้อ แต่ผอมได้สัดส่วน อากัปกิริยาการก้าวย่างดูทรงพลัง ท่านเลือกเมืองปุรีอันศักดิ์สิทธิ์เป็นที่พำนักบนโลก มองไปทางใดก็เห็นแต่ชาวฮินดูผู้มีศรัทธาปสาทะจากทั่วทุกแว่นแคว้นของอินเดียมาแสวงบุญยังเทวาลัยชคันนาถ ("ผู้เป็นที่พึ่งของโลก") กันไม่เว้นตะละวัน และที่เมืองปุรีนี้เองที่ท่านศรียุกเตศวรได้ปิดตาแห่งความเป็นมรรตัยชนของท่าน สลัดภาพการดำรงอยู่อย่างชั่วคราวนี้ทิ้งไป พ้นผ่านชาตินี้ไปโดยรู้ดีว่าการมาเกิดในโลกมนุษย์ของท่านครั้งนี้ได้เสร็จสิ้นสมบูรณ์แล้วด้วยชัยชำนะ

ผมยินดีอย่างยิ่งที่มีโอกาสได้เขียนถึงบุคลิกลักษณะอันสูงส่งและความศักดิ์สิทธิ์ของท่านศรียุกเตศวร ด้วยปรารถนามุ่งหาความสันโดษ พอใจในความวิเวกร้างห่างจากผู้คน ท่านสละตัวเองอย่างปราศจากข้อกังขาใด ๆ เลือกที่จะใช้ชีวิตในอุดมคตินั้นอย่างสุขสงบ...ชีวิตซึ่งท่านปรมหังสา โยคานันทะศิษย์ของท่านได้นำมาเล่าขานไว้ ณ ที่นี้ให้เป็นที่รับรู้กันต่อไปชั่วกาล

ความนำ

"ประสบการณ์ในการพบปะกับท่านปรมหังสา โยคานันทะเป็นหนึ่งใน ความทรงจำที่ผมจะไม่มีวันลืมเลยในชั่วชีวิตนี้... ขณะที่พินิจดูใบหน้าท่าน ตาผมเหมือนจะพร่าไปเพราะรังสีอันเรืองรอง หรือจะเรียกอีกอย่างว่ารัศมีแห่งจิต วิญญาณที่ฉายส่องออกมาจากตัวท่านก็ได้ ความสุภาพอ่อนโยนของท่าน ความ เมตตากรุณาของท่าน โอบล้อมผมเอาไว้เหมือนแสงอาทิตย์อันอบอุ่น... ผมมอง ออกว่าแม้ท่านจะเป็นตัวแทนจากพระเจ้า แต่ท่านก็มีความเข้าใจลึกซึ้งในปัญหา ของมนุษย์ไม่ว่าจะธรรมดาที่สุดเพียงใด ในทรรศนะของผมท่านเป็นทูตที่แท้จริง ของอินเดีย ผู้นำแก่นแท้ทางภูมิปัญญาของอินเดียในยุคโบราณออกไปเผยแพร่ให้ ผู้คนทั้งโลกได้รู้จัก"

—ดร.พินัย อาร์. เสน อดีตเอกอัครราชทูต
อินเดียประจำสหรัฐอเมริกา

สำหรับผู้ที่รู้จักคุ้นเคยกับท่านโยคานันทะเป็นการส่วนตัว ชีวิตและตัวตน ของท่านนับเป็นหลักฐานอันเชื่อถือได้ในการยืนยันถึงพลังอำนาจและการ มีอยู่จริงของภูมิปัญญาจากยุคโบราณที่ท่านนำมาเปิดเผยให้โลกได้รับรู้กัน ผู้อ่านหนังสือชีวประวัติของท่านจำนวนนับไม่ถ้วนล้วนยืนยันว่าแต่ละหน้า ของหนังสือเล่มนี้มีพลังแห่งจิตวิญญาณแผ่ออกมาดุจเดียวกับรัศมีที่ฉายส่อง ออกมาจากตัวท่าน เมื่อแรกตีพิมพ์ออกมาเมื่อหกสิบปีก่อน หนังสือเล่มนี้ได้ รับการยกย่องให้เป็นผลงานชิ้นเอกที่ไม่เพียงนำเสนอเรื่องราวชีวิตอันยิ่งใหญ่ อย่างที่ใครๆ ก็ไม่อาจมองข้ามไปได้เท่านั้น แต่ยังเผยให้เห็นถึงแนวคิดทาง จิตวิญญาณอันน่าอัศจรรย์ของโลกตะวันออก...โดยเฉพาะศาสตร์อันพิเศษสุด ที่เอื้อให้มนุษย์แต่ละรูปแต่ละนามเข้าถึงและเป็นหนึ่งเดียวกับพระเป็นเจ้า... เป็นการเปิดทรรศนะของชาวตะวันตกให้ได้ก้าวล่วงเข้าไปสู่อาณาจักรของ ความรู้ที่ก่อนหน้านี้รู้กันเฉพาะในวงจำกัด

ปัจจุบัน *Autobiography of a Yogi* ได้รับการยอมรับทั่วโลกว่าเป็นงานเขียน ชั้นเลิศทางด้านจิตวิญญาณ ในบทความนำนี้ จึงใคร่บอกเล่าถึงความเป็นมาอัน

พิเศษพิสดารของหนังสือเล่มนี้ไว้สักเล็กน้อย

❖ ❖ ❖

การประพันธ์หนังสือเล่มนี้เคยมีการทำนายเอาไว้ล่วงหน้าเป็นเวลานาน กล่าวคือ ท่านลาหิริ มหัสยะ ครูบาอาจารย์ผู้ควรค่าแก่การเคารพแห่งศตวรรษที่ 19 และเป็นหนึ่งในบุคคลสำคัญผู้ผลักดันให้เกิดการฟื้นฟูศาสตร์แห่งโยคะขึ้นในยุคปัจจุบัน ได้ทำนายว่า "หลังเราละสังขารไปได้ราวห้าสิบปี จะมีผู้เรียงร้อยเรื่องราวชีวิตของเรานี้เป็นตัวอักษร เมื่อโลกตะวันตกเริ่มหันมาสนใจศึกษาศาสตร์แห่งโยคะกันอย่างจริงจัง สาระสำคัญของวิชาโยคะจะแพร่หลายไปทั่วโลก และจะช่วยสถาปนาภราดรภาพขึ้นในหมู่มวลมนุษย์เป็นเอกภาพอันเกิดจากการที่มนุษย์สามารถหยั่งรู้ได้ด้วยตนเองว่าเรามีพระบิดาเจ้าเป็นองค์เดียวกัน"

หลายปีต่อมา ท่านสวามีศรียุกเตศวร ศิษย์ผู้บรรลุธรรมของท่านลาหิริ มหัสยะได้เล่าคำทำนายนี้ให้กับท่านศรีโยคานันทะฟัง "เธอจะต้องทำหน้าที่ในส่วนของเธอ จงเผยแผ่คำสอนของท่านออกไป และจงเขียนชีวประวัติอันศักดิ์สิทธิ์ของท่านขึ้นเถิด"

ปี 1945 ห้าสิบปีหลังจากท่านลาหิริ มหัสยะละสังขารไป ท่านปรมหังสา โยคานันทะได้เขียนหนังสือ *Autobiography of a Yogi* สำเร็จเสร็จสมบูรณ์ ถือเป็นการกระทำตามคำสั่งของท่านผู้เป็นคุรุได้ครบถ้วนบริบูรณ์ทั้งสองประการ ไม่ว่าจะเป็นการนำเสนอชีวประวัติอันโดดเด่นของท่านลาหิริ มหัสยะเป็นภาษาอังกฤษเป็นครั้งแรก หรือการนำศาสตร์แห่งจิตวิญญาณอันเก่าแก่ของอินเดียมาเผยแพร่ไปสู่ผู้คนทั้งหลายในโลก

❖ ❖ ❖

หนังสือ *Autobiography of a Yogi* เป็นโครงการระยะยาวที่ต้องใช้เวลาหลายปีกว่าที่ท่านปรมหังสา โยคานันทะจะประพันธ์ได้แล้วเสร็จ ท่านศรีทยา-มาตา หนึ่งในศิษย์รุ่นแรกสุดและเป็นศิษย์ใกล้ชิดกับท่านที่สุด[1] ได้เล่าให้ฟังว่า

---

1 ท่านศรีทยมาตาได้เข้าร่วมสำนักสวามีที่ท่านปรมหังสา โยคานันทะก่อตั้งขึ้นบนยอดเขา

"ตอนฉันมาที่เมาต์วอชิงตันเมื่อปี 1931 ท่านปรมหังสาได้เริ่มลงมือเขียนหนังสือ *Autobiography* แล้ว ครั้งหนึ่ง ขณะเข้าไปรับใช้ช่วยทำงานเป็นเลขานุการให้ท่านในห้องหนังสือ ฉันมีวาสนาได้เห็นงานเขียนบทแรก ๆ ของท่านบทหนึ่ง บทที่เขียนถึง 'สวามีพยัคฆ์' ท่านปรมหังสาเรียกให้ฉันเก็บงานเขียนบทนั้นไว้ โดยบอกว่าจะรวมมันไว้ในหนังสือเล่มที่ท่านกำลังเขียนอยู่ เนื้อหาส่วนใหญ่ของหนังสือเล่มนี้ท่านมาเขียนขึ้นในภายหลัง ช่วงปี 1937 ถึง 1945"

จากเดือนมิถุนายน ค.ศ.1935 ถึงตุลาคม ค.ศ.1936 ท่านศรีโยคานันทะได้เดินทางกลับมายังอินเดีย (ผ่านยุโรปและปาเลสไตน์) เป็นการกลับมาเยี่ยมคารวะท่านศรียุกเตศวร คุรุของท่านเป็นครั้งสุดท้าย ระหว่างอยู่ที่อินเดีย ท่านได้เก็บรวบรวมข้อมูลข้อเท็จจริงมากมายมาไว้เพื่อเขียนหนังสือ *Autobiography* นี้โดยเฉพาะ รวมไปถึงเรื่องราวของโยคีและสวามีอีกหลายท่านที่ท่านเคยรู้จักและได้นำชีวิตของท่านเหล่านั้นมาพรรณนาไว้ในหนังสือได้อย่างน่าประทับใจ "ข้าพเจ้าไม่เคยลืมคำสั่งของท่านอาจารย์ศรียุกเตศวร เรื่องที่จะให้เขียนชีวประวัติของท่านลาหิริ มหัสยะ" ท่านเขียนไว้ในเวลาต่อมา "ระหว่างกลับไปเยือนอินเดีย ข้าพเจ้าหาโอกาสติดต่อศิษย์และญาติโดยตรงของท่านผู้เป็นองค์โยคาวตารทุกครั้งที่ทำได้ จดบันทึกเรื่องราวที่ได้สนทนากับท่านเหล่านั้นเอาไว้มากมาย ตรวจสอบข้อเท็จจริงและวันเวลา ตลอดจนเก็บรวบรวมภาพถ่ายจดหมาย และเอกสารเก่า ๆ เอาไว้ด้วย"

เมื่อกลับถึงสหรัฐอเมริกาในปลายปี 1936 ท่านเริ่มใช้เวลาอยู่ที่อาศรมซึ่งสร้างขึ้นที่เอนซินิตัสบนชายฝั่งทางตอนใต้ของแคลิฟอร์เนียในระหว่างที่ท่านไม่อยู่ อาศรมแห่งนี้สร้างขึ้นเพื่อท่านโดยเฉพาะ และดูเหมือนจะเป็นสถานที่ที่เหมาะแก่การสำรวมความคิดในการเขียนหนังสือที่ท่านเริ่มไว้ตั้งแต่เมื่อหลายปีก่อนให้สำเร็จเสร็จสมบูรณ์อย่างแท้จริง

"ฉันยังจำวันเวลาที่อาศรมอันสุขสงบแห่งนั้นได้แม่นยำ" ท่านศรีทยมาตาเล่า "ท่านมีงานในความรับผิดชอบมากเสียจนกระทั่งไม่อาจปลีกตัวมาเขียน

เมาต์วอชิงตัน เหนือตัวเมืองลอสแองเจลิสในปี 1931 และเข้ารับหน้าที่ประธานสมาคมเซลฟ์รีอะไลเซชั่น เฟลโลว์ชิพ (SRF) ตั้งแต่ปี 1955 จนกระทั่งมรณภาพในปี 2010

หนังสือ *Autobiography* ได้ทุกวัน แต่ก็หาเวลาช่วงเย็นๆ ค่ำๆ และทุกครั้งที่มีเวลาว่างมาเขียนทีละนิดทีละหน่อย จนราวปี 1939 หรือ '40 ท่านจึงค่อยมีเวลามาทุ่มเทให้กับหนังสือเล่มนี้อย่างเต็มที่ และที่ว่าเต็มที่นี้คือ...จากรุ่งเช้าวันนี้ไปถึงรุ่งเช้าวันพรุ่งจริงๆ! โดยมีพวกเราเหล่าลูกศิษย์กลุ่มเล็กๆ...ตารมาตา อานันทมาตาน้องสาวของฉัน ศรัทธมาตา และตัวฉัน...คอยอยู่รับใช้ช่วยงานท่าน หลังจากที่พิมพ์แต่ละบทแต่ละตอนจบ ท่านจะส่งงานเหล่านั้นให้กับตารมาตาผู้ทำหน้าที่เป็นบรรณาธิการ

"ความทรงจำเหล่านั้นช่างล้ำค่าอะไรเช่นนี้! ระหว่างที่นั่งเขียนไป ท่านก็หวนคิดถึงประสบการณ์ทางจิตวิญญาณอันศักดิ์สิทธิ์ที่ท่านได้จารจำไว้ จุดมุ่งหมายอันสูงส่งของท่านคือการเผื่อแผ่ความสุขและความจริงที่ได้ประสบพบมาในระหว่างที่ได้อยู่ร่วมกับโยคีและครูบาอาจารย์ผู้ยิ่งใหญ่และในระหว่างที่ตัวท่านเองได้เข้าถึงองค์พระเป็นเจ้าให้กับผู้อื่นด้วย บ่อยครั้งที่ท่านจะหยุดมือเป็นพักๆ เหลือบตามองขึ้นเบื้องบน ร่างนิ่งสนิท จิตตั้งมั่นอยู่ในสมาธิที่หยั่งลึกจนเป็นหนึ่งเดียวกับพระเป็นเจ้า ห้องทั้งห้องจะอบอวลไปด้วยรัศมีแห่งความรักของพระเป็นเจ้าที่ทรงพลังอย่างยิ่ง สำหรับเราเหล่าสานุศิษย์ แค่ได้อยู่ร่วมกับท่านในช่วงเวลาดังกล่าว ก็เหมือนกับจิตสำนึกของเราได้รับการยกระดับให้สูงขึ้นแล้ว

"ท้ายที่สุด ในปี 1945 วันที่หนังสือเล่มนี้เสร็จสมบูรณ์ก็มาถึง ท่านปรมหังสาจรดปลายปากกาเขียนประโยคสุดท้ายว่า 'ข้าแต่พระเป็นเจ้า ทรงประทานครอบครัวอันใหญ่ยิ่งให้กับสวามีผู้นี้โดยแท้' แล้ววางปากกาลงพร้อมบอกด้วยความยินดีว่า

"'เสร็จหมดแล้ว หนังสือเล่มนี้จะเปลี่ยนชีวิตคนนับล้านๆ คน และจะเป็นผู้ส่งสารแทนตัวผมในยามที่ผมจากโลกนี้ไปแล้ว'"

❖ ❖ ❖

จากนั้นก็เป็นหน้าที่ของท่านตารมาตาที่จะต้องหาผู้จัดพิมพ์ ท่านปรมหังสาโยคานันทะได้พบกับท่านตารมาตาขณะไปบรรยายและเปิดชั้นสอนโยคะที่ซานฟรานซิสโกเมื่อปี 1924 ท่านตารมาตามีญานหยั่งรู้ทางจิตวิญญาณที่หาได้

ยากยิ่ง และได้กลายมาเป็นหนึ่งในกลุ่มสานุศิษย์เพียงไม่กี่คนที่มีความก้าวหน้าในทางธรรมอย่างสูงยิ่ง ท่านโยคานันทะยกย่องความสามารถในการทำหน้าที่เป็นบรรณาธิการของเธอเป็นอย่างสูง และเคยบอกด้วยว่าเธอเป็นหนึ่งในผู้มีสติปัญญาฉลาดหลักแหลมที่สุดเท่าที่ท่านเคยได้พบมา ท่านชื่นชมความรอบรู้และความเข้าใจที่เธอมีต่อภูมิปัญญาในคัมภีร์ต่าง ๆ ของทางอินเดีย ถึงกับครั้งหนึ่งเคยตกปากว่า "นอกจากท่านศรียุกเตศวรอาจารย์ของผมแล้ว เห็นจะไม่มีใครที่ผมคุยเรื่องปรัชญาอินเดียด้วยได้อย่างออกรสเหมือนคุยกับตารมาตาอีกแล้ว"

ท่านตารมาตานำต้นฉบับไปยังนิวยอร์ก แต่ผู้ที่จะพิมพ์หนังสือให้ใช่จะหากันได้ง่าย ๆ ก็อย่างที่เห็นกันอยู่บ่อย ๆ ว่าความสำเร็จของผลงานอันยิ่งใหญ่มักไม่ค่อยสะดุดตาผู้คนที่มีความคิดค่อนข้างติดอยู่กับแบบแผนเดิม ๆ ถึงยุคปรมาณูใหม่ ๆ หมาด ๆ จะช่วยขยายขอบเขตความรับรู้โดยรวมของมนุษยชาติด้วยการเพิ่มพูนความรู้ความเข้าใจในเรื่องเอกภาพอันละเอียดอ่อนของสสาร พลังงานและความคิด แต่สำนักพิมพ์ในยุคนั้นก็ยากจะทำใจให้พร้อมไปกับเรื่องราวในงานเขียนหลายบทของท่าน เช่น บท "เนรมิตเวียงวังกลางหิมาลัย" และ "สวามีสองร่าง"! เป็นต้น

ท่านตารมาตาต้องอาศัยอยู่ในแฟล็ตซอมซ่อ ไม่มีน้ำร้อนอยู่นานเป็นปีในขณะที่เที่ยวเวียนไปติดต่อตามสำนักพิมพ์ต่าง ๆ สุดท้าย เธอก็ส่งโทรเลขมาบอกข่าวดีจนได้ นั่นคือ สำนักพิมพ์ฟีโลโซฟิคอลไลบรารี สำนักพิมพ์มีชื่อของนิวยอร์กรับจะพิมพ์หนังสือ *Autobiography* ให้ "สิ่งที่เธอทำให้กับหนังสือเล่มนี้ผมไม่รู้ว่าจะเริ่มต้นบรรยายอย่างไรดี..." ท่านโยคานันทะว่า "ถ้าปราศจากเธอหนังสือเล่มนี้คงไม่ได้พิมพ์"

ไม่กี่วันก่อนถึงวันคริสต์มาสของปี 1946 หนังสือที่พวกเราเฝ้ารอมาเป็นเวลานานก็มาถึงเมาต์วอชิงตัน

❖ ❖ ❖

หนังสือเล่มนี้ได้รับการต้อนรับจากผู้อ่านและสื่อสารมวลชนทั่วโลกโดยมีคำชื่นชมตามติดมาอย่างล้นหลาม "ไม่เคยมีอะไรก่อนหน้านี้ ไม่ว่าจะเขียนเป็นภาษาอังกฤษหรือภาษาในภาคพื้นยุโรปอื่นใด ที่จะเหมือนกับหนังสือซึ่ง

นำเสนอเรื่องของโยคะเล่มนี้" นี่คือข้อความที่ทางโคลัมเบียยูนิเวอร์ซิตี้เพรส ลงไว้ใน Review of Religions ข้าง The New York Times ก็ชื่นชมว่าเป็น "เรื่องเล่าที่หาได้ยากยิ่ง" Newsweek รายงานว่า "หนังสือของท่านโยคานันทะเป็นชีวประวัติของจิตวิญญาณมากกว่าจะเป็นชีวประวัติของตัวบุคคล...น่าทึ่งและเป็นการศึกษาวิถีชีวิตทางศาสนาที่มีคำอธิบายประกอบชัดเจน บอกเล่าเรียบง่ายตรงไปตรงมาในลีลาที่งามหรูของโลกตะวันออก"

ต่อไปนี้เป็นข้อความที่ตัดตอนมาจากบทวิจารณ์ของสื่อต่างๆ

San Francisco Chronicle "เขียนได้น่าอ่าน...ท่านโยคานันทะนำเสนอเรื่องของโยคะที่ชวนให้เชื่อ ทำให้พวกที่ตั้งใจมา 'หัวเราะเยาะ' ต้องหันกลับไป 'สวดภาวนา' แทน"

United Press "ท่านโยคานันทะให้อรรถาธิบายในสิ่งที่เรียกกันว่าหลักการซึ่งรู้แต่เฉพาะคนวงในของโลกตะวันออกอย่างเปิดเผยและมีอารมณ์ขัน เป็นหนังสือที่อ่านแล้วได้ความสุขทางใจไปกับเรื่องราวชีวิตอันเต็มเปี่ยมไปด้วยการผจญภัยทางจิตวิญญาณ"

The Times of India "หนังสือชีวประวัติของสวามีท่านนี้เป็นหนังสือที่อ่านแล้วจับใจ"

Saturday Review "...นักอ่านชาติตะวันตกต้องประทับใจและสนใจอย่างแน่นอน"

Grandy's Syndicated Book Reviews "อ่านเพลิน ให้แรงบันดาลใจ และเป็น 'วรรณกรรม หายาก'!"

West Coast Review of Books "ไม่ว่าจะนับถือศาสนาใด คุณก็จะรู้สึกได้ว่า Autobiography of a Yogi ช่วยยืนยันถึงอำนาจแห่งจิตวิญญาณของมนุษย์ได้อย่างน่ายินดีนัก"

News-Sentinel, Fort Wayne, Indiana "เปิดหูเปิดตา ดีและสนุกอย่างเหลือเชื่อ...เรื่องราวของมนุษย์ที่ให้ความรู้สึกจริงจังแรงกล้า...น่าจะช่วยเผ่าพันธุ์มนุษย์ให้เข้าใจตัวเองดีขึ้น...อัตชีวประวัติที่ดีมากที่สุดแล้ว...น่าทึ่ง...เล่าได้อย่างหลักแหลม ให้ความบันเทิง จับใจในความจริงใจ...มีเสน่ห์ชวนติดตามราวกับนวนิยาย"

Sheffield Telegraph, England "...ผลงานอันยิ่งใหญ่"

เมื่อมีผู้นำหนังสือเล่มนี้ไปแปลเป็นภาษาต่างๆ ก็ยิ่งมีบทวิจารณ์ทยอยออกมาปรากฏให้เห็นตามหน้าหนังสือพิมพ์และหนังสือรายปักษ์ รายเดือน รายสัปดาห์ต่างๆ มากยิ่งขึ้น

Il Tempo del Lunedi, Rome "ผู้อ่านจะต้องรู้สึกจับใจ เพราะเนื้อความสื่อถึงความปรารถนาและความถวิลหาที่หลับใหลอยู่ในหัวใจของมนุษย์ทุกรูปทุกนาม"

China Weekly Review, Shanghai "เนื้อหาที่ไม่ธรรมดา...โดยเฉพาะกับชาวคริสต์ในยุคสมัยนี้ที่มักผลักไสปาฏิหาริย์ประดามีไปเป็นเรื่องของสมัยโบราณนานมาเสียจนติดเป็นนิสัย...มีเนื้อความทางด้านปรัชญาที่น่าสนใจอย่างยิ่ง ท่านโยคานันทะบรรลุภูมิแห่งจิตวิญญาณที่อยู่เหนือความแตกต่างทางศาสนาทั้งปวง...เป็นหนังสือที่ควรค่าน่าอ่าน"

Haagsche Post, Holland "...ส่วนหนึ่งของภูมิปัญญาที่ลึกซึ้งจนทำให้รู้สึกเหมือนต้องมนต์ ยังความซาบซึ้งให้ตลอดกาล"

Welt und Wort, German literary monthly "น่าประทับใจอย่างที่สุด...คุณค่าอันโดดเด่นของ *Autobiography of a Yogi* คือการที่โยคีผู้หนึ่งยอมเปิดเผยประสบการณ์ทางจิตวิญญาณของโยคีออกมาเป็นครั้งแรกในหนังสือเล่มนี้ เมื่อก่อนเรื่องราวทำนองนี้คงมีแต่คนคิดกังขา แต่สถานการณ์ของโลกในปัจจุบันจะเป็นปัจจัยบีบให้คนต้องยอมรับคุณค่าของหนังสือในลักษณะนี้...จุดประสงค์โดยรวมของผู้เขียนมิได้หมายจะเอาศาสตร์แห่งโยคะมาต่อกรกับคำสอนในคริสต์ศาสนา แต่หวังจะเป็นพันธมิตร...เสมือนหนึ่งเพื่อนร่วมทางซึ่งมุ่งหวังจะไปให้ถึงเป้าหมายอันยิ่งใหญ่ที่เดียวกัน"

Eleftheria, Greece "เป็นหนังสือที่ผู้อ่าน...จะได้เห็นขอบข่ายความคิดของตนขยายวงกว้างออกไปไม่มีที่สิ้นสุด และตระหนักได้ว่าหัวใจของตนยังสามารถเต้นระรัวเพื่อหมู่มวลมนุษย์ โดยไม่มีสีผิวหรือชาติพันธุ์มาเป็นอุปสรรค เป็นหนังสือที่กล่าวได้ว่าเป็นแรงบันดาลใจอันดีเยี่ยม"

Neue Telta Zeitung, Austria "หนึ่งในสารที่ลึกซึ้งและสำคัญที่สุดในศตวรรษนี้"

La Paz, Bolivia "นักอ่านในยุคปัจจุบันคงหาหนังสือที่สวยงาม ลึกซึ้ง และจริงใจอย่าง *Autobiography of a Yogi* ได้ไม่ง่ายนัก...เต็มไปด้วยความรู้มากมายด้วยประสบการณ์เฉพาะตัว...เนื้อความตอนที่น่าพิศวงและน่าติดตาม

ที่สุดคือบทที่ว่าด้วยความลี้ลับของชีวิตหลังความตาย"

Schleswig-Holsteinische Tagespost, Germany "ด้วยพลังและความชัดแจ้งที่หาเทียบไม่ได้ หน้ากระดาษเหล่านี้เผยถึงชีวิตที่น่าสนใจยิ่ง เรื่องราวตั้งแต่ต้นจนจบทำให้ผู้อ่านทึ่งจนแทบลืมหายใจในความมีตัวตนจริงของมหาบุรุษที่เราไม่เคยรู้จักมาก่อน...เราคงต้องยกย่องหนังสือชีวประวัติอันสำคัญเล่มนี้ว่ามีพลังที่ก่อให้เกิดการปฏิวัติทางจิตวิญญาณ"

การพิมพ์หนังสือ Autobiography of a Yogi ฉบับตีพิมพ์ครั้งที่สองมีการเตรียมการอย่างรวดเร็ว จนมีฉบับตีพิมพ์ครั้งที่สามตามมาในปี 1951 นอกจากการปรับปรุงต้นฉบับ ตัดทอนข้อความในส่วนที่กล่าวถึงกิจกรรมและแผนงานของทางสมาคมที่ไม่มีอยู่อีกแล้วออกไป ท่านปรมหังสา โยคานันทะยังได้เพิ่มเติมบทสุดท้ายเข้าไป...เป็นหนึ่งในบทที่ยาวที่สุดในหนังสือ...โดยเป็นเรื่องราวในช่วงปี 1940-51 และได้บอกไว้ในเชิงอรรถว่า "เนื้อหาในบทที่ 49 นี้เพิ่มเติมมาในฉบับตีพิมพ์ครั้งที่สาม (ปี 1951) เหตุเพราะมีผู้อ่านหลายท่านที่เคยอ่านฉบับตีพิมพ์สองครั้งแรกไปแล้วได้เขียนมาถามคำถามมากมาย ข้าพเจ้าจึงถือโอกาสตอบคำถามเหล่านั้นผ่านทางเนื้อหาบทนี้ ทั้งเรื่องเกี่ยวกับอินเดีย โยคะ และปรัชญาพระเวท"[1]

---

[1] บทแก้ไขปรับปรุงจากท่านปรมหังสา โยคานันทะมีรวบรวมไว้ในฉบับตีพิมพ์ครั้งที่เจ็ด (ปี 1956) ดังปรากฏความอยู่ในหมายเหตุผู้จัดพิมพ์ว่า

"หนังสือฉบับตีพิมพ์ในอเมริกาปี 1956 มีการแก้ไขปรับปรุงเนื้อหาตามที่ท่านปรมหังสา โยคานันทะได้ทำไว้เมื่อปี 1949 สำหรับตีพิมพ์ที่กรุงลอนดอน ประเทศอังกฤษ และมีการแก้ไขเพิ่มเติมจากท่านผู้ประพันธ์อีกครั้งในปี 1951 'ในหมายเหตุฉบับตีพิมพ์ที่กรุงลอนดอน' ลงวันที่ 25 ตุลาคม ค.ศ.1949 นั้น ท่านปรมหังสา โยคานันทะได้บันทึกเอาไว้ว่า 'การตระเตรียมงานสำหรับฉบับตีพิมพ์ที่ลอนดอนทำให้ข้าพเจ้ามีโอกาสได้ปรับปรุงแก้ไข และเพิ่มเนื้อหาเข้าไปในหนังสือเล่มนี้อีกเล็กน้อย นอกจากเนื้อหาใหม่ในบทสุดท้ายแล้ว ข้าพเจ้ายังได้เพิ่มเชิงอรรถเพื่อตอบคำถามที่ท่านผู้อ่านฉบับตีพิมพ์ในอเมริกาได้เคยเขียนจดหมายมาถามเอาไว้อีกด้วย'

"การแก้ไขเพิ่มเติมภายหลังที่ท่านผู้เขียนทำขึ้นในปี 1951 นั้น เดิมท่านมุ่งหวังจะให้ปรากฏในฉบับตีพิมพ์ครั้งที่ 4 ที่อเมริกา (ปี 1952) ขณะนั้นลิขสิทธิ์ของ Autobiography of a Yogi ยังเป็นของสำนักพิมพ์ในนิวยอร์ก ซึ่งในปี 1946 ที่นิวยอร์กนั้น หนังสือแต่ละหน้าจะถูกนำไปทำเป็นเพลตแบบอิเล็กโตรไทพ์ ผลที่ตามมาคือหากจะเพิ่มเครื่องหมายจุลภาคเข้าไปสักตัว เพลตของทั้งหน้าก็จะต้องถูกตัดออก เพื่อจะเพิ่มบรรทัดใหม่ที่มีเครื่องหมายตามต้องการเข้าไป ความยุ่งยากทางเทคนิคดังกล่าว ซึ่งทำให้ต้องใช้เพลตมากขึ้นมีผลต่อค่าใช้จ่าย ดังนั้น สำนักพิมพ์นิวยอร์กจึง

❖ ❖ ❖

"ข้าพเจ้าซาบซึ้งใจนัก" ท่านศรีโยคานันทะเขียนไว้ในหมายเหตุผู้ประพันธ์ฉบับตีพิมพ์ปี 1951 "ที่ได้รับจดหมายจากผู้อ่านหลายพันท่าน ข้อคิดเห็นของท่านเหล่านี้ รวมไปถึงข้อเท็จจริงที่ว่ามีการนำหนังสือเล่มนี้ไปแปลเป็นภาษาต่าง ๆ หลายภาษา ทำให้ข้าพเจ้าเกิดความเชื่อมั่นว่าโลกตะวันตกคงจะได้พบคำตอบที่แน่ชัดต่อคำถามมากมายที่มีจากเนื้อความในหนังสือเล่มนี้ 'ศาสตร์แห่งโยคะมีคุณค่าพอที่จะเป็นส่วนหนึ่งในชีวิตของผู้คนยุคปัจจุบันหรือไม่?'"

หลายปีที่ผ่านมา จาก "ผู้อ่านเรือนพันเรือนหมื่น" ได้กลายมาเป็นเรือนล้าน และเสน่ห์ดึงดูดใจอันเป็นสากลและไม่มีวันเสื่อมคลายของ *Autobiography of a Yogi* นับวันมีแต่จะเพิ่มขึ้นอย่างเห็นชัดได้ นับแต่การตีพิมพ์ครั้งแรกเวลาก็ผ่านไปถึงหกสิบปีแล้ว แต่หนังสือเล่มนี้ยังคงเป็นหนังสือขายดีในหมวดหนังสืออภิปรัชญาและหมวดหนังสือที่เป็นแรงบันดาลใจให้กับผู้คนอยู่เช่นเดิม นับเป็นปรากฏการณ์ที่หาได้ยากยิ่ง! และเพราะมีฉบับแปลอยู่หลายภาษาปัจจุบัน สถาบันการศึกษาระดับวิทยาลัยและมหาวิทยาลัยหลายแห่งในโลกจึงได้นำหนังสือเล่มนี้ไปใช้ในการเรียนการสอนวิชาศาสนาและปรัชญาตะวันออกไล่เรื่อยไปถึงวิชาวรรณคดีอังกฤษ จิตวิทยา สังคมวิทยา มานุษยวิทยา ประวัติศาสตร์ และกระทั่งวิชาบริหารธุรกิจ และเป็นดังเช่นที่ท่านลาหิริ มหัสยะเคยได้ทำนายเอาไว้เมื่อกว่าร้อยปีก่อน สารจากศาสตร์แห่งโยคะและหลักการปฏิบัติสมาธิอันเก่าแก่นี้ได้แพร่หลายครอบคลุมไปทั่วโลกอย่างแท้จริง

ไม่ได้รวมการแก้ไขเพิ่มเติมของท่านผู้เขียนในปี 1951 เข้าไว้ในฉบับตีพิมพ์ครั้งที่ 4

"ช่วงปลายปี 1953 ทางสมาคมเซลฟ์ รีอะไลเซชั่น เฟลโลว์ชิพ (SRF) ได้ซื้อลิขสิทธิ์ของหนังสือ *Autobiography of a Yogi* กลับคืนมาจากสำนักพิมพ์นิวยอร์กทั้งหมด และพิมพ์หนังสือออกมาอีกครั้งในปี 1954 และ 1955 (ฉบับตีพิมพ์ครั้งที่ห้าและหก) แต่ช่วงสองปีนั้น กองบรรณาธิการของเอสอาร์เอฟมีภาระหน้าที่อื่นมากมายจนไม่อาจจะรวมส่วนการแก้ไขเพิ่มเติมของท่านผู้เขียนลงบนอิเล็กโตรไทพ์เพลตได้ ด้วยว่าเป็นงานที่เกินกำลังและความเชี่ยวชาญเต็มที แต่กระนั้น งานก็ยังเสร็จออกมาทันสำหรับฉบับตีพิมพ์ครั้งที่ 7"

หลังปี 1956 ได้มีการแก้ไขปรับปรุงหนังสือกันใหม่อีกตามคำชี้แนะที่ท่านตารมาตาได้รับมาจากท่านปรมหังสา โยคานันทะก่อนที่ท่านจะละสังขาร

"บางที จุดเด่นของหนังสือ Autobiography of a Yogi ที่เป็นแรงบันดาลใจให้กับผู้คนนับล้านๆ คนบนโลกนี้" นี่คือบทความที่ลงไว้ในนิตยสารด้านอภิปรัชญา New Frontier (ฉบับเดือนตุลาคม ค.ศ.1986) "อาจจะอยู่ตรงที่ท่านปรมหังสา โยคานันทะได้นำเอาหลักทางจิตวิญญาณเข้ามาสู่กระแสสังคมดุจเดียวกับท่านคานธี และถ้าจะกล่าวว่าท่านโยคานันทะมีส่วนอย่างมากในการผลักดันให้คำว่า 'โยคะ' เข้ามาตีตำแหน่งแห่งที่ในคลังศัพท์ของเรายิ่งกว่าผู้ใด ก็คงจะไม่ผิดนัก"

ดร.เดวิด ฟรอลีย์ ผู้อำนวยการสถาบันพระเวทศึกษาแห่งอเมริกา ได้เขียนเอาไว้ในนิตยสาร Yoga International (ฉบับเดือนตุลาคม/พฤศจิกายน 1996) ซึ่งตีพิมพ์ออกมาทุกสองเดือนว่า "อาจกล่าวได้ว่าท่านโยคานันทะเป็นบิดาแห่งวิชาโยคะในโลกตะวันตก...ไม่ใช่แค่การฝึกโยคะเพื่อผลทางร่างกายที่เป็นที่นิยมกันมาก แต่เป็นโยคะทางจิตวิญญาณ เป็นศาสตร์ที่จะช่วยให้ตระหนักรู้ในตนซึ่งเป็นความหมายอันแท้จริงของคำว่าโยคะ"

ศาสตราจารย์อศุทศ ทาส Ph.D., D.Litt. แห่งมหาวิทยาลัยกัลกัตตาประกาศว่า "Autobiography of a Yogi นี้ถือเป็นคัมภีร์อุปนิษัทแห่งยุคสมัยใหม่...สามารถตอบสนองความกระหายทางจิตวิญญาณของผู้แสวงหาสัจธรรมในทั่วทุกมุมโลกได้ ด้วยความทึ่งและอัศจรรย์ใจ พวกเราที่อยู่ในอินเดียต่างเฝ้ามองปรากฏการณ์ที่ผู้คนทั่วโลกหันมาสนใจเรื่องราวของโยคีและปรัชญาอินเดียกันมากขึ้นเพราะความนิยมในหนังสือเล่มนี้เป็นเหตุ เรารู้สึกพอใจและภาคภูมิใจที่หยาดน้ำอมฤตแห่ง*สนาตนธรรม* หรือกฎแห่งสัจธรรมอันเป็นนิรันดร์ของอินเดีย ได้รับการเก็บรักษาเอาไว้เป็นอย่างดีในถ้วยทองคำของหนังสือ *Autobiography of a Yogi*"

แม้กระทั่งในอดีตสหภาพโซเวียต หนังสือเล่มนี้ก็สร้างความประทับใจให้กลุ่มคนหยิบมือเดียวที่มีช่องทางจะแสวงหามาอ่านได้ภายใต้การควบคุมอันเข้มงวดของรัฐบาลคอมมิวนิสต์ ท่านผู้พิพากษาวี. อาร์. กฤษณะ อิเยร์ อดีตผู้พิพากษาศาลฎีกาของอินเดียได้เล่าถึงการไปเยือนเมืองเล็กๆ แห่งหนึ่งที่อยู่ไม่ไกลจากเซนต์ปีเตอร์สเบิร์ก (สมัยนั้นเรียกเมืองเลนินกราด) โดยท่านได้ซักถามคณาจารย์ของเมืองนั้นว่า "เคยคิดบ้างหรือไม่ว่าจะเกิดอะไรขึ้นเมื่อตาย

ไป...อาจารย์ท่านหนึ่งเดินกลับเข้าไปข้างในเงียบๆ แล้วกลับออกมาพร้อมหนังสือ Autobiography of a Yogi ผมแปลกใจมาก ในประเทศที่ปกครองด้วยหลักปรัชญาของมาร์กซ์และเลนินเช่นนี้ แต่กลับมีเจ้าหน้าที่ของหน่วยงานรัฐบาลเอาหนังสือของท่านโยคานันทะออกมาอวดผมได้! 'ขอความกรุณาท่านได้รับรู้ไว้ด้วยว่าเรื่องจิตวิญญาณของอินเดียนั้นไม่ใช่เรื่องแปลกประหลาดอะไรสำหรับพวกเรา' เขาบอก 'เรายอมรับความจริงแท้ของทุกสิ่งที่บันทึกไว้ในหนังสือเล่มนี้'"

"ในบรรดาหนังสือนับพันๆ เล่มที่ตีพิมพ์ออกมาในแต่ละปี" บทความบทหนึ่งใน India Journal (ฉบับวันที่ 21 เมษายน 1995) ให้ข้อสรุป "มีทั้งหนังสือที่มุ่งให้ความบันเทิง ให้การศึกษา และให้การสอนสั่งเพื่อพัฒนาจิตใจ และถ้าผู้อ่านท่านใดพบหนังสือที่ให้ทั้งสามประการนี้ในเล่มเดียวได้ ก็นับเป็นโชคอย่างมหาศาล ยิ่ง Autobiography of a Yogi ด้วยแล้ว ยิ่งหาได้ยากยิ่ง...เพราะเป็นหนังสือที่ช่วยเปิดหน้าต่างของทั้งจิตใจและจิตวิญญาณ"

ในช่วงไม่กี่ปีที่ผ่านมา หนังสือเล่มนี้ได้รับคำยกย่องชมเชยจากทั้งผู้จำหน่าย นักวิจารณ์ และนักอ่านในฐานะที่เป็นหนึ่งในหนังสือที่ทรงอิทธิพลและให้แรงบันดาลใจทางด้านจิตวิญญาณมากที่สุดแห่งยุคสมัยใหม่ ในทำเนียบนักเขียนและนักปราชญ์ของฮาร์เปอร์คอลลินส์ปี 1999 หนังสือ Autobiography of a Yogi ได้รับเลือกให้เป็นหนึ่งใน "หนังสือทางจิตวิญญาณ 100 เล่ม ที่ดีที่สุดแห่งศตวรรษ" และในหนังสือ 50 Spiritual Classics ซึ่งตีพิมพ์ออกมาในปี 2005 ทอม บัตเลอร์–บาวเดนได้เขียนชมว่า Autobiography of a Yogi "ควรค่าแก่การยกย่องให้เป็นหนึ่งในหนังสือทางจิตวิญญาณที่ให้ทั้งความสว่างทางปัญญาและความเพลิดเพลินในการอ่านมากที่สุดเท่าที่เคยมีมา"

ในบทสุดท้ายของหนังสือเล่มนี้ ท่านปรมหังสา โยคานันทะได้เขียนข้อยืนยันอันลึกล้ำที่นักบุญและนักปราชญ์ในทุกศาสนาของโลกได้ให้การรับรองสืบต่อกันมาทุกยุคทุกสมัยว่า

"พระเป็นเจ้าคือความรัก การสรรค์สร้างสรรพสิ่งของพระองค์ก็อุบัติขึ้นจาก

ความรักเพียงประการเดียวเท่านั้น ก็สิ่งที่ปลอบปลุกใจมนุษย์ได้คือความคิดอันเรียบง่าย หาใช่การยกเหตุผลแบบผู้ทรงภูมิมาว่ากล่าวกันไม่ หรือมิใช่? โยคีผู้ปฏิบัติจนเข้าถึงแก่นแห่งความจริงได้พิสูจน์ให้เห็นแล้วว่า แผนการรังสรรค์จักรวาลของพระเป็นเจ้ามีอยู่จริงและเป็นแผนที่งดงามและนำมาซึ่งความสุขอันบริบูรณ์"

ในขณะที่ *Autobiography of a Yogi* ยังแพร่หลายต่อไปในครึ่งศตวรรษหลัง เราก็หวังเหลือเกินว่าทุกท่านที่ได้อ่านงานเขียนอันให้แรงบันดาลใจเล่มนี้...ทั้งท่านที่อ่านเป็นครั้งแรก และท่านที่ถือเอาหนังสือเล่มนี้เป็นเพื่อนในยามก้าวย่างไปบนเส้นทางชีวิตมานานนักหนาแล้ว...จะพบว่าวิญญาณของท่านได้เปิดรับศรัทธาอันลึกล้ำในสัจธรรมอันสูงส่งซึ่งดำรงอยู่ในใจกลางของสิ่งที่ดูเหมือนจะเป็นปริศนาความลี้ลับแห่งชีวิต

สมาคมเซลฟ์ รีอะไลเซชั่น เฟลโลว์ชิพ (SRF)

ลอสแองเจลิส แคลิฟอร์เนีย
กรกฎาคม 2007

กฎแห่งความถูกต้องเที่ยงธรรม อันเป็นนิรันดร์

ธงชาติของประเทศอินเดียหลังได้รับเอกราช (ปี 1947) ประกอบด้วยริ้วสีส้มอมเหลือง ขาว และเขียวเข้ม ตรงกลางเป็นรูปธรรมจักร ("วงล้อของกฎแห่งจักรวาล") สีกรมท่า ซึ่งลอกเลียนมาจากสัญลักษณ์บนเสาศิลาที่เมืองสารนาถที่พระเจ้าอโศกโปรดฯให้สร้างขึ้นในศตวรรษที่ 3 ก่อนคริสตกาล

ธรรมจักรได้รับเลือกมาใช้เป็นสัญลักษณ์แทนกฎแห่งความถูกต้องเที่ยงธรรมอันเป็นนิรันดร์ และเพื่อเป็นการเฉลิมพระเกียรติกษัตริย์ผู้มีชื่อเสียงเกริกไกรที่สุดพระองค์หนึ่งของโลก "รัชสมัยอันยาวนานถึงสี่สิบปีของพระองค์ไม่มียุคสมัยใดในประวัติศาสตร์มาเทียบเปรียบได้" เอช. จี. รอว์ลินสันนักประวัติศาสตร์ชาวอังกฤษเขียนไว้ "ทรงถูกนำไปเปรียบกับมาร์คุส เอาเรลิอุส เซนต์ปอล และคอนสแตนตินหลายต่อหลายครั้ง...250 ปีก่อนพระคริสต์ประสูติ พระเจ้าอโศกได้สำแดงความน่าสะพรึงกลัวของพระองค์ให้โลกได้ประจักษ์ ดุจเดียวกับความสำนึกเสียพระทัยที่ได้เห็นผลจากสงครามซึ่งพระองค์เป็นฝ่ายรบชนะ ถึงขนาดประกาศเลิกใช้การทำสงครามเป็นนโยบายหลัก"

อาณาจักรของพระเจ้าอโศกครอบคลุมประเทศอินเดีย เนปาล อัฟกานิสถาน และบาลูจิสถาน ทรงเป็นกษัตริย์พระองค์แรกที่มีความเป็น "นานาชาติ" โดยได้ทรงส่งคณะทูตไปเผยแผ่ศาสนาและวัฒนธรรมยังพม่า ศรีลังกา อียิปต์ ซีเรีย และมาซีโดเนีย พร้อมของขวัญและมิตรไมตรีอย่างล้นเหลือ

"พระเจ้าอโศกทรงเป็นกษัตริย์ลำดับที่สามแห่งราชวงศ์เมารยะ และเป็นหนึ่ง...ในกษัตริย์นักปรัชญาที่ยิ่งใหญ่ที่สุดในประวัติศาสตร์" นักวิชาการ พี. มาซง อูเซลตั้งข้อสังเกตว่า "ไม่มีผู้ใดจะสามารถผสานพละกำลังเข้ากับความ

เมตตากรุณา ผสานความยุติธรรมเข้ากับการสงเคราะห์ผู้อื่นได้อย่างที่พระองค์ทรงกระทำ พระองค์คือตัวแทนที่มีชีวิตแห่งยุคสมัยของพระองค์เอง และภาพของพระองค์ที่ปรากฏให้เราเห็นคือภาพของคนยุคใหม่ ตลอดเวลาอันยาวนานในการครองราชย์ พระองค์ทรงทำสิ่งซึ่งสำหรับพวกเราแล้วคงเป็นแค่การสร้างวิมานในอากาศได้สำเร็จ นั่นคือ ทรงเป็นผู้ครองอำนาจทางวัตถุอันมากมายใหญ่ยิ่งที่สุดเท่าที่จะเป็นไปได้ ขณะที่ทรงสามารถจัดการให้เกิดความสงบสุขได้ในเวลาเดียวกัน นอกเหนือไปจากอาณาจักรอันไพศาลของพระองค์แล้วยังทรงทำความฝันของศาสนาบางศาสนาให้เป็นจริง กล่าวคือ ทรงจัดระเบียบอันเป็นสากล...ระเบียบซึ่งโอบรัดมนุษยชาติเข้าไว้ด้วยกัน"

"*ธรรม* (กฎแห่งจักรวาล) เป็นเครื่องยังประโยชน์สุขให้แก่สรรพสัตว์ทั้งปวง" บนหลักศิลาและเสาศิลาที่ทรงสร้างขึ้นและเหลือรอดมาจนถึงปัจจุบันนั้น พระเจ้าอโศกได้จารึกโองการสั่งสอนอาณาประชาราษฎร์ในทั่วทุกแว่นแคว้นของพระองค์ว่า ความสุขย่อมบังเกิดจากการมีศีลมีธรรม ดำเนินชีวิตในทางที่ถูกที่ควร และเคารพเชื่อฟังพระเป็นเจ้า

ประเทศอินเดียในปัจจุบันมุ่งหวังจะฟื้นฟูชื่อเสียงเกียรติภูมิและความมั่งคั่งรุ่งเรืองให้กลับคืนมาเหมือนเมื่อหลายพันปีก่อน จึงใช้ธงใหม่นี้เป็นสัญลักษณ์แทนความเคารพเทิดทูนและรำลึกถึงพระเจ้าอโศก กษัตริย์ผู้เป็น "ที่รักของปวงเทพ"

แนะนำการใช้หนังสือ-สัญลักษณ์ต่างๆ

หนังสือ *อัตชีวประวัติของโยคี* ได้รับการแปลจากต้นฉบับภาษาอังกฤษของท่านปรมหังสา โยคานันทะทุกถ้อยคำ โดยมีการเรียบเรียงที่ยังคงสำนวนภาษาอังกฤษโบราณที่ท่านนำมาประพันธ์ในรูปแบบของภาษาไทยยุคเก่า เพื่อให้ได้อรรถรสในการอ่านสมยุคสมัยของหนังสือ

ความหมายของคำในภาษาสันสกฤตที่ท่านใช้และเนื้อหาซึ่งเกี่ยวข้องกัน ท่านได้อธิบายเพิ่มเติมในเชิงอรรถท้ายหน้าเพื่อให้ผู้อ่านเข้าใจอย่างละเอียด ดังนั้นการอ่านเชิงอรรถประกอบ จะช่วยให้เข้าใจคำศัพท์และเรื่องราวต่าง ๆ ที่ท่านต้องการสื่อได้ชัดเจนยิ่งขึ้น

เชิงอรรถในบางหน้าจะมีมากกว่า 1 เชิงอรรถ จึงใช้เป็นลำดับเลขกำกับ บางเชิงอรรถมีต่อหน้าถัดไป สังเกตได้โดยหน้าที่มีเชิงอรรถต่อเนื่องมา จะมีเส้นทึบขีดคั่นตลอดไว้เหนือเชิงอรรถนั้น

การอ้างอิงให้ดูเรื่องราวเดียวกันจากหน้าอื่นประกอบ จะระบุไว้ดังตัวอย่าง เช่น (ดูหน้า 209), (ดูหน้า 303 และ 540), (ดูหน้า 548-51)

หากการอ้างอิงนั้นอยู่ในเชิงอรรถจากหน้าอื่นประกอบ จะระบุหน้าและมีลำดับเลขของเชิงอรรถประกอบอยู่ด้วย ตัวอย่างเช่น (ดูหน้า 303.3) หมายถึง ดูหน้าอ้างอิงที่หน้า 303 เชิงอรรถลำดับที่ 3

การอ้างอิงพระคัมภีร์ได้นำเนื้อความภาษาไทยจาก พระคริสตธรรมคัมภีร์ไทย-อังกฤษ สงวนลิขสิทธิ์โดยสมาคมพระคริสตธรรมไทย ใช้โดยได้รับอนุญาต

สัญลักษณ์ประโยคคำพูดในหนังสือแปลเล่มนี้ ได้ดัดลอกมาจากต้นฉบับภาษาอังกฤษทุกประการ เป็นการสะท้อนว่าผู้เขียนต้องการสื่อว่าใครเป็นผู้พูดตามแต่บทสนทนาต่าง ๆ ดังนี้

สัญลักษณ์ "..." แสดงถึง คนที่ 1 กำลังสนทนากับคนที่ 2 และจบการสนทนาในประโยคนั้นหรือย่อหน้าเดียวกัน ตัวอย่างเช่น "ลูกเอ๋ย ที่นี่ยินดีต้อนรับเจ้า มา! ขึ้นมาข้างบนกัน"

สัญลักษณ์ "...เป็นการแสดงให้ผู้อ่านทราบว่า การสนทนานั้น เป็นการเล่าเรื่องที่ยังไม่จบในย่อหน้าเดียว และมีต่อไปในย่อหน้าอื่น ๆ ท้ายประโยค

ในย่อหน้าต่อ ๆ ไปนั้นจะยังไม่ปิดด้วยเครื่องหมายคำพูด จนกระทั่งบุคคลนั้นพูดจบแล้ว จึงจะปิดด้วยเครื่องหมาย ..." ตอนท้ายประโยคในย่อหน้าสุดท้าย ตัวอย่างเช่น

"แม่เห็นสามีของแม่นั่งขัดสมาธิเพชร ลอยอยู่กลางอากาศที่กลางห้อง ท่ามกลางวงล้อมของเหล่าเทพยดา ผู้ประนมกรสักการะท่านดุจมีศักดิ์ต่ำกว่ากระนั้น (ตรงนี้ยังไม่ปิด เพราะคนที่ 1 ยังเล่าต่อในย่อหน้าต่อไป ซึ่งต้องเริ่มด้วย "...)

"แม่ประหลาดใจจนเหลือจะกล่าว คิดว่าตนเองคงจะยังไม่ตื่นจากความฝัน" (คนที่ 1 เล่าจบ จึงปิดประโยค)

สัญลักษณ์ "'...'" แสดงให้ทราบว่า คนที่ 1 เล่าให้คนที่ 2 ฟังว่า คนที่ 3 พูดว่าอะไรและจบลงในประโยคเดียวกัน หรือย่อหน้าเดียวกัน ตัวอย่างเช่น

"'ภคินี เจ้ามิได้ฝันไปดอก จงตื่นเสียจากการหลับใหลให้ได้ตลอดกาลและชั่วนิรันดร์กาล'"

สัญลักษณ์ "'...' แสดงให้ทราบว่า คนที่ 3 ยังพูดไม่จบในประโยคหรือในย่อหน้านั้น หรือคนที่ 1 พูดแทรก ตัวอย่างเช่น

"'จงเพ่งจิตสำนึกของเจ้าผ่านดวงดาวเข้าสู่อาณาจักรแห่งพระเป็นเจ้า' (คนที่ 3 พูดถึงตอนนี้ ปิดท้ายประโยคด้วย ...' จากนั้นคนที่ 1 เล่าต่อในย่อหน้าเดียวกัน) น้ำเสียงของท่านคุรุเปลี่ยนไป กลายเป็นแผ่วเบาเหมือนเสียงดนตรีที่ดังแว่วมาแต่ไกล ๆ' (ไม่ต้องมีเครื่องหมาย "... หน้าประโยค เพราะยังอยู่ในย่อหน้าเดียวกัน และปิดท้ายด้วย...' เพราะยังไม่จบ ถ้าจบแล้วจะปิดด้วย...'")

สัญลักษณ์ '...' แสดงให้ทราบว่า เป็นคำพูดของอีกคนซ้อนอยู่ในประโยค ตัวอย่างเช่น

"ท่านพยุงแม่ลุกขึ้นอย่างอ่อนโยน 'ดวงวิญญาณศักดิ์สิทธิ์ จงลุกขึ้นเถิด เรารับเจ้าไว้แล้ว' (ถ้าจบเรื่องในประโยคนี้จะปิดด้วย ..." เพิ่มไปด้วย)

ทั้งหมดนี้เพื่อให้ท่านผู้อ่านได้อ่านหนังสือภาคภาษาไทยฉบับนี้เสมือนหนึ่งอ่านจากภาคภาษาอังกฤษโดยตรง ตามเจตนารมณ์ของท่านปรมหังสา โยคานันทะ

(เป็นแผนที่ก่อนปี ค.ศ.1947 ปัจจุบันบางส่วนที่อยู่ทางภาคตะวันตกเฉียงเหนือคือ ปากีสถาน และส่วนที่อยู่ทางตะวันออกเฉียงเหนือได้รวมกันเป็นบังคลาเทศ)

อัตชีวประวัติของโยคี

บทที่ 1

พ่อแม่และชีวิตวัยเยาว์

วัฒนธรรมอินเดียเรามีลักษณะจำเพาะนับเนื่องมาแต่เบื้องบรรพ์อยู่สองประการ หนึ่งคือการแสวงหาสัจธรรมสูงสุด อีกหนึ่งคือความเกาะเกี่ยวผูกพันระหว่างศิษย์กับผู้เป็นคุรุ[1]

มรรคาชีวิตชักนำข้าพเจ้าให้ได้พบกับนักบวชผู้เข้าถึงซึ่งพระเจ้าแล้ว ชีวิตอันงามพร้อมของท่านได้รับการสลักเสลามาเพื่อให้สอดรับกับทุกยุคทุกสมัย ท่านเป็นหนึ่งในบรมครูผู้ทรงคุณค่าของอินเดีย บุคคลเช่นดังท่านนี้มีปรากฏขึ้นทุกชั่วอายุคน และได้ปกป้องชาติให้รอดพ้นจากการล่มสลายดังเช่นที่อาณาจักรโบราณอย่างอียิปต์และบาบิโลนเคยประสบมาแล้ว

ความทรงจำแรกเริ่มของข้าพเจ้าเต็มไปด้วยภาพอันผิดยุคแผกสมัยในอดีตชาติ ข้าพเจ้าจดจำได้อย่างแจ่มชัดว่า ตนเองเคยเป็นโยคี[2] บำเพ็ญธรรมอยู่ท่ามกลางหิมะแห่งภูผาหิมาลัย และด้วยความเชื่อมโยงบางประการที่อยู่เหนือขอบข่ายของมิติทั้งปวง การเห็นอดีตนี้ได้ยังให้ข้าพเจ้าเห็นไกลไปถึงอนาคตด้วย

จำได้ว่า ตอนเป็นทารกช่วยเหลือตัวเองไม่ได้นั้น ข้าพเจ้าขัดเคืองใจนักเมื่อตระหนักว่าตนเองไม่สามารถเดินเหินหรือพูดจาได้อย่างใจคิด จึงได้แต่พร่ำสวดภาวนาอยู่ในใจ และระบายความอึดอัดคับข้องออกมาเป็นภาษาต่าง ๆ หลายภาษาผสมปนเปกันอยู่ภายในใจ แต่ไม่นาน ข้าพเจ้าก็เริ่มคุ้นกับเสียงพูดคุยภาษาเบงกาลีของพวกเรา ผู้ใหญ่ทั่วไปมักคิดว่าเด็กสนใจแต่เพียงของเล่นหรือเล่นนิ้วเท้าตัวเองเท่านั้น ทั้ง ๆ ที่ทารกแบเบาะคนหนึ่งสามารถคิดอะไรอยู่ในใจได้มากมายกว่านั้นนัก!

ความอึดอัดขัดเคืองกับร่างกายที่ทำอะไรไม่ได้ดั่งใจ ทำให้ข้าพเจ้าแผด

---

1 ผู้ให้การอบรมทางด้านจิตวิญญาณ คัมภีร์ *คุรุคีตา* (วรรค 17) ให้คำนิยามว่า คุรุ คือ "ผู้ขจัดซึ่งความมืด" (จาก *คุ* แปลว่า "ความมืด" และ *รุ* แปลว่า "ผู้ซึ่งกำจัด")

2 ผู้ปฏิบัติโยคะ "ผสานเป็นหนึ่ง" โยคะเป็นศาสตร์โบราณในการบำเพ็ญสมาธิเพื่อเข้าถึงพระผู้เป็นเจ้า (ดูบทที่ 26 "ศาสตร์แห่ง*กริยาโยคะ*")

เสียงร้องชนิดที่ใครทำอย่างไรก็ไม่หยุดอยู่บ่อยครั้ง ทำเอาคนทั้งบ้านจับต้นชนปลายกันไม่ถูก แต่ข้าพเจ้าก็มีความทรงจำอันแสนสุขอยู่เช่นกัน อย่างยามอยู่ในอ้อมกอดของแม่ เวลาหัดพูดได้เป็นคำแรก หรือหัดเดินได้เป็นก้าวแรก ความสำเร็จเบื้องต้นเหล่านี้แม้จะถูกลืมเลือนไปอย่างรวดเร็ว แต่มันก็เป็นปัจจัยทางธรรมชาติที่เกื้อหนุนให้มนุษย์เราเกิดความเชื่อมั่นในตนเอง

การจดจำอดีตชาติได้ไม่ใช่เรื่องแปลก และไม่ได้เกิดกับข้าพเจ้าแต่เพียงผู้เดียว ยังมีโยคีอีกหลายท่านที่คงสำนึกในอัตตาแห่งตนเอาไว้ได้โดยที่การเปลี่ยนชาติเปลี่ยนภพจากการ "เกิด" และ "ตาย" มิได้มีผลกระทบใด ๆ ต่อสำนึกนั้น ถ้ามนุษย์เป็นเพียงร่างอันประกอบขึ้นจากเนื้อหนัง เมื่อร่างดับสลายไปอัตตาของเขาย่อมสิ้นสูญไปด้วย แต่ถ้าสิ่งที่ปวงศาสดาตลอดหลายพันปีที่ผ่านมาเอ่ยอ้างไว้เป็นความจริง แก่นแท้ของมนุษย์ก็คือวิญญาณอันไร้รูปกายและท่องไปได้ในทุกที่ทุกเวลา

แม้จะเป็นเรื่องแปลก แต่การที่คนเราจดจำช่วงเวลาที่เป็นทารกได้อย่างแจ่มชัดก็ไม่ใช่สิ่งที่พบเห็นได้ยากนัก ขณะท่องเที่ยวไปในต่างแดน ข้าพเจ้าเคยได้ยินได้ฟังจากปากของผู้คนที่ดูน่าเชื่อถือ ทั้งหญิงและชาย ว่าพวกเขาจดจำเรื่องราวในยามแรกเกิดได้

ข้าพเจ้าเกิดเมื่อวันที่ 5 มกราคม ค.ศ.1893 ณ เมืองโครักขปุระ ทางภาคตะวันออกเฉียงเหนือของอินเดีย ใกล้กับเทือกเขาหิมาลัย และได้ใช้ชีวิตแปดปีแรกอยู่ที่นี่ เรามีกันอยู่แปดคนพี่น้อง ชายสี่หญิงสี่ ข้าพเจ้าชื่อมุกุณฑะลาล โฆษ[1] เป็นบุตรชายคนที่สอง และเป็นลูกคนที่สี่

พ่อแม่ของข้าพเจ้าเป็นชาวเบงกอล *วรรณะกษัตริย์*[2] ท่านทั้งสองเป็นบุคคลที่ซื่อสัตย์ ดีพร้อมอย่างหาที่ติมิได้ ความรักที่ท่านมีให้กันนั้น สงบเย็น จริงจังน่ายกย่องและไม่เคยแสดงออกมาในทางเหลาะแหละ ความรักใคร่ปรองดองของพวกท่านคือหลักอันมั่นคงในท่ามกลางความโกลาหลวุ่นวายของลูก ๆ ทั้งแปด

พ่อชื่อภคพาตี จรัญ โฆษ เป็นคนใจดี แต่เคร่งขรึม และมีดุบ้างเป็นบางครั้ง

---

1 ข้าพเจ้าได้ฉายาว่าโยคานันทะในปี 1915 หลังบวชเข้าสำนักสวามีอันเก่าแก่ ครั้นถึงปี 1935 ท่านอาจารย์จึงประกาศเลื่อนสถานะของข้าพเจ้าขึ้นเป็น*ปรมหังสา* (ดูหน้า 289 และ 514)

2 วรรณะที่สองในวรรณะสี่ เป็นวรรณะของผู้ปกครองและนักรบ

ลูก ๆ ถึงจะรักท่านมาก แต่ก็ขออยู่ห่าง ๆ ด้วยความยำเกรง พ่อเก่งด้านคณิตศาสตร์และตรรกะ ท่านดำเนินชีวิตโดยใช้ปัญญาเป็นเครื่องกำกับ ส่วนแม่นั้นคือคนที่กุมหัวใจเราไว้ทั้งบ้าน ท่านใช้ความรักในการอบรมสั่งสอนพวกเรา หลังแม่ลาโลกไป พ่อจึงแสดงความอ่อนโยนออกมามากขึ้น ข้าพเจ้าสังเกตเห็นแววตาที่ท่านจ้องมองมาเหมือนแววตาของแม่ไม่มีผิด

ตอนแม่ยังอยู่ พวกเราลูก ๆ ได้เริ่มเรียนรู้พระคัมภีร์ต่าง ๆ ด้วยวิธีการแบบหวานปนขม กล่าวคือ เมื่อพวกเรากระทำความผิด แม่จะยกเอาเรื่องราวใน*มหากาพย์มหาภารตะ*และ*รามายณะ*[1] ตอนที่สอดคล้องกับสถานการณ์ในเวลานั้นมาสั่งสอนและตักเตือนพวกเราไปพร้อม ๆ กัน

แม่จะให้เกียรติพ่อด้วยการดูแลลูก ๆ ให้อาบน้ำแต่งตัวให้สะอาดเรียบร้อยในช่วงบ่ายเพื่อรอต้อนรับพ่อกลับจากทำงานทุกวัน พ่อทำงานให้กับบริษัทเดินรถไฟเบงกอล-นาคปุระ เป็นบริษัทใหญ่แห่งหนึ่งของอินเดีย ในตำแหน่งเทียบเท่ารองประธานบริษัท งานของท่านทำให้ท่านต้องเดินทางอยู่เรื่อย ๆ ตอนที่ข้าพเจ้ายังเด็ก ครอบครัวของเราจึงอยู่ไม่ค่อยเป็นที่เป็นทาง ต้องย้ายจากเมืองนั้นไปเมืองนี้อยู่บ่อย ๆ

แม่เป็นคนใจบุญ ชอบช่วยเหลือคนขัดสนจนยาก พ่อก็เช่นกัน แต่นอกจากหลักกฎหมายและระเบียบวินัยแล้ว พ่อยังยึดหลักมัธยัสถ์ในการใช้จ่ายด้วย ครั้งหนึ่งแม่ใช้เงินมากกว่าเงินเดือนของพ่อทั้งเดือนกับการเลี้ยงดูคนยากจนภายในเวลาเพียงสองสัปดาห์เท่านั้น

พ่อถึงกับออกปากวิงวอนว่า "ฉันขอแต่เพียงว่า จะช่วยเหลือเจือจานใครก็ให้ทำแต่พอเหมาะพอควร" แม้จะเป็นแค่คำทักท้วงอ่อน ๆ จากสามี แต่แม่ก็เสียอกเสียใจนัก กระนั้น ท่านก็ไม่คิดจะทะเลาะกับพ่อให้พวกเราเห็น จึงได้แต่เรียกรถรับจ้างมา

"ลาก่อน ฉันจะกลับไปอยู่บ้านแม่ละ" เป็นการยื่นคำขาดตามธรรมเนียมโบราณแท้!

---

[1] มหากาพย์โบราณอันเป็นขุมคลังทางประวัติศาสตร์ ตำนานเทพปกรณัม และปรัชญาของอินเดีย

พวกเราเด็ก ๆ พากันร้องไห้กระจองอแงด้วยความไม่เข้าใจ โชคดีที่ลุงซึ่งเป็นญาติข้างแม่แวะมาหาได้จังหวะพอดี ท่านกระซิบบอกกลเม็ดเคล็ดลับที่ใช้ได้ผลมาทุกยุคทุกสมัย หลังพ่อเอ่ยคำงอนง้อขอโทษไปไม่กี่คำ แม่ก็บอกเลิกรถรับจ้างด้วยใบหน้ายิ้มแย้ม ปัญหาขัดแย้งระหว่างพ่อกับแม่ที่ข้าพเจ้าเคยเห็นเพียงครั้งเดียวจึงได้ยุติลง แต่ข้าพเจ้าก็จำได้ว่าพวกท่านเคยต่อล้อต่อเถียงกันครั้งหนึ่งด้วย

"คุณคะ ฉันขอเงินสิบรูปีให้ผู้หญิงเคราะห์ร้ายที่เพิ่งมาถึงหน้าบ้านเราด้วยค่ะ" แม่ยิ้มอย่างที่ทำให้ใครต่อใครต้องใจอ่อน

"ทำไมตั้งสิบรูปี? รูปีเดียวก็น่าจะพอแล้ว" พ่อท้วง แล้วให้เหตุผลต่อไปว่า "ตอนที่พ่อกับปู่ย่าของฉันลาโลกไปอย่างกะทันหัน ฉันได้ลิ้มรสชาติความยากจนเป็นครั้งแรก มีแค่กล้วยใบเดียวให้กินเป็นมื้อเช้าก่อนเดินไปโรงเรียนที่อยู่ไกลออกไปตั้งหลายไมล์ พอเข้ามหาวิทยาลัย ฉันขัดสนมาก ต้องบากหน้าไปหาผู้พิพากษาฐานะดีคนหนึ่งขอให้เขาช่วยเหลือฉันสักเดือนละหนึ่งรูปี แต่เขาปฏิเสธไม่ยอมช่วย บอกว่าถึงจะแค่รูปีเดียวก็มีค่า"

"คุณช่างจำเรื่องสะเทือนใจที่ขอความช่วยเหลือแม้แต่รูปีเดียวก็ยังไม่ได้นั้นได้ดีนัก!" หัวใจอันการุณของแม่หาเหตุผลอ้างต่อได้ในทันที "แล้วคุณอยากให้หญิงคนนี้มีความทรงจำอันขมขื่นเพราะคุณปฏิเสธไม่ยอมให้เงินเธอสิบรูปีทั้งที่เธอเดือดร้อนมาก อย่างนั้นหรือคะ?"

"เธอชนะ!" พ่อเปิดกระเป๋าเงินด้วยทีท่าของสามีผู้พ่ายแพ้อย่างหมดรูป "เอ้านี่เงินสิบรูปี เอาไปให้ผู้หญิงคนนั้น แล้วนำความปรารถนาดีของฉันไปให้เธอด้วย"

เวลาเจอกับข้อเสนอหรือข้อเรียกร้องใหม่ ๆ พ่อมักบอก "ไม่" เอาไว้ก่อน ท่าทีของท่านต่อคนแปลกหน้าที่มาเรียกความสงสารจากแม่เป็นการแสดงออกซึ่งความรอบคอบ ท่านไม่เคยยอมรับอะไรง่าย ๆ โดยไม่ไตร่ตรองให้ดีก่อน พ่อเป็นคนมีเหตุผล และใช้ดุลยพินิจได้อย่างเหมาะควรอยู่เสมอ หากข้าพเจ้าสามารถยกเหตุผลดี ๆ ขึ้นมากล่าวอ้างได้สักข้อสองข้อ ท่านก็จะเสาะหาสิ่งที่ข้าพเจ้าต้องประสงค์มาให้จนได้ ไม่ว่าจะเป็นการไปเที่ยวหรือจักรยานยนต์คันใหม่ก็ตาม

ตอนยังเด็ก พ่อเข้มงวดเรื่องวินัยกับพวกเรามาก แต่ท่านยังเคร่งครัดกับ

คุรรุ (คยานประภา) โฆษ (1868–1904) มารดาของท่านโยคานันทะ ศิษย์ของท่านลาหิริ มหัสยะ

ภคพาตี จรัญ โฆษ (1853–1942) บิดาของท่านโยคานันทะ ศิษย์ของท่านลาหิริ มหัสยะ

ท่านโยคานันทะเมื่ออายุได้ 6 ปี

ภาพวัยเด็กของอุมา พี่สาวของท่านโยคานันทะที่เมืองโครักขปุระ

ตนเองยิ่งกว่า ท่านใช้ชีวิตเรียบง่าย ไม่คำนึงถึงความสะดวกสบายแม้แต่น้อย พ่อไม่เคยไปดูหนังดูละคร แต่จะหาความสุขจากการปฏิบัติธรรมและศึกษาคัมภีร์ภควัทคีตา[1] ท่านหลีกเลี่ยงความฟุ้งเฟ้อทุกอย่าง สวมรองเท้าอยู่คู่เดียวจนกว่ามันจะเก่าจนใช้การไม่ได้อีกต่อไป พอคนหันมานิยมใช้รถยนต์ส่วนตัว ลูกชายของท่านต่างซื้อรถยนต์มาใช้กัน แต่พ่อกลับพอใจที่จะนั่งรถรางไปทำงานเหมือนเดิมทุกวี่วัน

พ่อไม่สนใจจะกอบโกยเงินทองมาเสริมสร้างอำนาจบารมี ครั้งหนึ่ง ท่านเคยช่วยก่อตั้งธนาคารกัลกัตตาเออร์บันแบงก์จนสำเร็จ แต่กลับปฏิเสธไม่ยอมรับหุ้นที่ทางธนาคารเสนอให้เป็นการตอบแทน ท่านแค่หวังจะช่วยเหลือสังคมในยามว่างบ้างเท่านั้น

หลายปีหลังพ่อเกษียณออกมารับบำนาญ สมุห์บัญชีของบริษัทเดินทางจากอังกฤษมาอินเดีย เพื่อตรวจสอบบัญชีของบริษัทเดินรถไฟเบงกอล-นาคปุระ เขาถึงกับตะลึงเมื่อพบว่าพ่อไม่เคยยื่นขอโบนัสตามที่ท่านควรได้

“เขาทำงานหนักเท่ากับคนสามคน!” สมุห์บัญชีรายงานต่อบริษัท “เขาควรได้รับเงินตอบแทนย้อนหลัง 125,000 รูปี ($41,250)” ฝ่ายการเงินจึงได้ส่งเช็คจำนวนดังกล่าวมาให้พ่อผู้ไม่เห็นเรื่องนี้เป็นเรื่องใหญ่ ท่านถึงกับลืมเล่าให้ลูก ๆ ฟังด้วยซ้ำ หลังจากนั้นมานานพอสมควร พิษณุ น้องชายคนสุดท้องไปพบรายการเงินฝากเข้าบัญชีก้อนนี้ จึงได้มาถามความเอากับพ่อ

“ทำไมต้องตื่นเต้นกับสมบัตินอกกายกันนัก?” พ่อย้อนถาม “ผู้มุ่งแสวงหาความสงบทางจิตย่อมไม่ยินดีกับลาภผล และไม่เป็นทุกข์เมื่อสูญเสีย ด้วยตระหนักดีว่ามนุษย์มาสู่โลกนี้ด้วยตัวเปล่า และยามจากไป ก็เอาไปไม่ได้แม้แต่รูปีเดียว”

หลังแต่งงานกันใหม่ ๆ พ่อกับแม่ได้ฝากตัวเป็นศิษย์ของคุรุผู้ยิ่งใหญ่แห่งเมืองพาราณสี นามว่าท่านลาหิริ มหัสยะ ทำให้พ่อผู้เคร่งในการปฏิบัติธรรม

---

1 ร้อยกรองภาษาสันสกฤต ว่าด้วยเรื่องปรัชญาอันสูงส่งนี้ เป็นส่วนหนึ่งของ*มหากาพย์มหาภารตะ* และเป็นเสมือนหนึ่งคัมภีร์ไบเบิลของชาวฮินดู มหาตมา คานธี ได้ประพันธ์ไว้ว่า “ผู้สำรวมจิตศึกษาคัมภีร์ภควัทคีตาอย่างแน่วแน่จริงจัง ย่อมได้รับความปีติและความหมายใหม่ ๆ จากคัมภีร์นี้ทุกครั้งไป ในโลกนี้ไม่มีปัญหาอันเกี่ยวเนื่องกับจิตวิญญาณใดที่ภควัทคีตาจะไขไม่ได้”

พ่อแม่และชีวิตวัยเยาว์ 7

โรมาพี่สาวคนโต (ซ้าย) และนลินีน้องสาว
ถ่ายภาพร่วมกับท่านโยคานันทะ เมื่อปี 1935
ณ บ้านที่พำนักในวัยเยาว์ที่กัลกัตตา

ท่านโยคานันทะ (ยืน) เมื่อครั้งยังเป็นนักเรียน
มัธยมฯ ถ่ายภาพร่วมกับอนันตะพี่ชาย

อยู่แล้ว เข้มงวดกับตนเองหนักขึ้นไปอีก ครั้งหนึ่ง แม่เคยเอ่ยปากยอมรับกับพี่โรมา พี่สาวคนโตของข้าพเจ้าว่า "พ่อกับแม่หลับนอนกันฉันสามีภรรยาปีละครั้งเพื่อการมีลูกเท่านั้น"

พ่อได้พบและรู้จักกับท่านลาหิริ มหัสยะ ผ่านการชักนำของอพินาศบาบู[1] ผู้เป็นพนักงานประจำอยู่ที่สาขาของบริษัทเดินรถไฟเบงกอล-นาคปุระ ตอนอยู่ที่โครักขปุระ อพินาศบาบูชอบเล่าเรื่องราวอันน่าทึ่งของประดาโยคีผู้วิเศษในอินเดียให้ข้าพเจ้าฟังตั้งแต่ยังเล็ก และจะลงเอยด้วยการกล่าวสรรเสริญความยิ่งใหญ่ของอาจารย์ของเขาทุกครั้งไป

"เคยมีใครเล่าให้คุณหนูฟังรึเปล่า ว่ามีเหตุพิสดารอันใดทำให้คุณพ่อคุณหนูได้ไปฝากตัวเป็นศิษย์ท่านลาหิริ มหัสยะ?"

จำได้ว่าตอนนั้นเป็นช่วงบ่ายในฤดูร้อนที่ชวนให้เกียจคร้านเป็นกำลัง ข้าพเจ้านั่งอยู่กับอพินาศบาบูในเขตบริเวณบ้านเมื่อเขาส่งคำถามล่อใจออกมา ข้าพเจ้าส่ายหน้าปฏิเสธ พร้อมยิ้มอย่างอยากรู้

"เมื่อหลายปีมาแล้ว ก่อนที่คุณหนูจะเกิด ผมขอหัวหน้า . . . ก็คุณพ่อคุณหนูนั่นล่ะ . . . ลาหยุดหนึ่งสัปดาห์เพื่อไปคารวะท่านอาจารย์ที่เมืองพาราณสี แต่หัวหน้ากลับหัวเราะเยาะผม"

"'เกิดจะคลั่งศาสนาขึ้นมาหรือไง?' หัวหน้าว่า 'ถ้าอยากก้าวหน้าละก็ สนใจเรื่องงานจะดีกว่านะ'

"วันนั้นผมเดินคอตกกลับบ้าน ขณะผ่านแนวชายป่า ก็พบหัวหน้านั่งเกี้ยวผ่านมาพอดี ท่านลงจากเกี้ยว สั่งคนรับใช้หามเกี้ยวกลับไปก่อน แล้วเดินไปเป็นเพื่อนผม พยายามปลอบใจผม โดยชี้ให้เห็นผลดีของการดิ้นรนเพื่อความสำเร็จในทางโลก ผมก็ได้แต่ฟังไปแกนๆ ในใจเอาแต่ร่ำร้องว่า 'ท่านลาหิริ มหัสยะ! กระผมอยู่ไม่ได้ถ้าไม่ได้ไปพบท่าน'

"ทางเดินสายนั้นพาเราผ่านไปถึงปลายทุ่งอันเงียบสงบ แสงแดดยามบ่ายคล้อยทอทาบลงบนยอดหญ้าป่า เราสองคนจึงหยุดชื่นชมความงามนั้น

---

1 บาบู (นาย) เป็นสร้อยท้ายชื่อบุคคลในภาษาเบงกาลี

จู่ ๆ อาจารย์ของผมก็ปรากฏร่างขึ้นที่กลางทุ่ง ห่างจากเราไปไม่กี่หลา![1]

"'ภคพาตี เจ้าเข้มงวดกับลูกน้องมากไป!' เสียงของท่านก้องอยู่ในหูท่ามกลางความงงงวยของเรา แล้วท่านก็หายวับไปอย่างลึกลับเช่นเดียวกับตอนขามา ผมคุกเข่าลงพร่ำขานนามท่านซ้ำไปซ้ำมา 'ท่านลาหิริ มหัสยะ! ท่านลาหิริ มหัสยะ!' คุณพ่อคุณหนูนิ่งงันไปครู่หนึ่ง

"'อพินาศ ฉันไม่เพียงแต่จะยอมให้เธอลางาน ตัวฉันเองก็จะลาด้วย พวกเราไปพาราณสีกันวันพรุ่งนี้เลย ฉันต้องไปกราบคารวะท่านลาหิริ มหัสยะ ผู้นี้ให้ได้ ท่านหายตัวมาที่นี่เพื่ออนุเคราะห์เธอ! ฉันจะพาภรรยาไปด้วย และจะขอให้ท่านรับเราเป็นศิษย์ศึกษาธรรมจากท่าน เธอช่วยพาเราไปพบท่านหน่อยได้ไหม?'

"'ได้แน่นอนครับ' หัวใจผมท่วมท้นไปด้วยความปีติที่ท่านอาจารย์ตอบรับคำสวดอ้อนวอนของผมอย่างน่าอัศจรรย์ ทำให้เหตุการณ์เปลี่ยนไปในทางที่ดีขึ้น

"เย็นวันถัดมา คุณพ่อคุณแม่ของคุณหนูกับผมก็ขึ้นรถไฟไปพาราณสีด้วยกัน เราไปถึงพาราณสีในวันรุ่งขึ้น ต้องนั่งรถม้าต่อไปอีกพักหนึ่ง ก่อนลงเดินเท้าตามทางแคบ ๆ เข้าไปยังบ้านซึ่งตั้งอยู่อย่างโดดเดี่ยวของท่านอาจารย์ หลังเข้าในห้องรับรองเล็ก ๆ เราก็ก้มลงกราบคารวะท่านอาจารย์ผู้นั่งขัดสมาธิเพชรอยู่ตามความเคยชิน ท่านกระพริบตาอันมีประกายกล้าจ้องไปที่คุณพ่อคุณหนู 'ภคพาตี เจ้าเข้มงวดกับลูกน้องมากเกินไป!' ท่านเอ่ยขึ้นด้วยประโยคเดียวกันกับที่เคยพูดไว้ที่กลางทุ่งเมื่อสองวันก่อน และกล่าวเสริมว่า 'เราดีใจที่เจ้าอนุญาตให้อพินาศมาหาเรา และเจ้ากับภรรยาก็มากับเขาด้วย'

"ท่านรับคุณพ่อคุณแม่ของคุณหนูเป็นศิษย์และชี้แนวทางการปฏิบัติธรรมด้วย*กริยาโยคะ*ให้[2] สร้างความยินดีให้กับทั้งสองท่านมาก คุณพ่อคุณหนูกับผมจึงกลายเป็นศิษย์ร่วมสำนักและเป็นมิตรสนิทกันนับจากวันที่ได้เห็นภาพนิมิตอันยากจะลืมนั้น ท่านอาจารย์ให้ความสนใจกับการเกิดของคุณหนูมาก ชีวิตของคุณหนูผูกพันอยู่กับท่านอย่างไม่ต้องสงสัย พรที่ท่านประสาทให้ไม่เคยเสื่อม"

---

1 อ่านอรรถาธิบายเกี่ยวกับอิทธิฤทธิ์อำนาจของคุรุทั้งหลายได้ในบทที่ 30 "ครรลองแห่งปาฏิหาริย์"

2 โยควิธีที่ท่านลาหิริ มหัสยะเป็นผู้นำมาเผยแพร่ โดยมุ่งเน้นให้ผู้ปฏิบัติสำรวมกาย มิให้รับรู้รูป รส กลิ่น เสียง และสัมผัส เพื่อให้มนุษย์บรรลุถึงความเป็นหนึ่งเดียวกับจิตสำนึกแห่งจักรวาลยิ่งขึ้นตามลำดับ (ดูบทที่ 26)

ท่านลาหิริ มหัสยะ ละสังขารจากโลกนี้ไปหลังข้าพเจ้าเกิดได้ไม่นานนัก ภาพถ่ายของท่านที่ครอบครัวเราใส่กรอบไว้จะถูกเชิญขึ้นตั้งไว้บนหิ้งบูชาของบ้านหลังใหม่ทุกครั้งที่พ่อต้องโยกย้ายไปตามคำสั่งของทางบริษัท ข้าพเจ้ากับแม่มักจะนำดอกไม้จุ่มกระแจะจันทน์เข้าไปถวาย และนั่งสมาธิอยู่เบื้องหน้าหิ้งบูชาอยู่บ่อยครั้งทั้งเช้าและเย็น เราสักการบูชาพระเป็นเจ้าผู้สำแดงองค์ผ่านร่างท่านลาหิริ มหัสยะ ด้วยกำยาน เครื่องหอม และศรัทธาอันมั่นคงไม่คลอนคลาย

ภาพถ่ายของท่านมีอิทธิพลต่อชีวิตของข้าพเจ้าอย่างใหญ่หลวง ยิ่งโตขึ้นความคิดนึกของข้าพเจ้าก็ยิ่งเกาะเกี่ยวผูกพันอยู่กับท่านมากขึ้น เวลานั่งสมาธิข้าพเจ้ามักเห็นรูปท่านลอยออกมาจากกรอบอันเล็กนั้น แล้วขยายใหญ่กลายเป็นร่างอันสมบูรณ์ไปด้วยเลือดเนื้อ นั่งอยู่เบื้องหน้าข้าพเจ้า ครั้นข้าพเจ้าเอื้อมมือไปหมายจะสัมผัสเท้าของร่างอันเรืองรอง ร่างนั้นก็พลันแปรเปลี่ยนกลับกลายไปเป็นเพียงรูปภาพเหมือนเดิม พอโตขึ้นมาอีกหน่อย ภาพของท่านในใจของข้าพเจ้าก็เปลี่ยนจากภาพถ่ายเล็ก ๆ ในกรอบรูปมาเป็นบุคคลที่มีชีวิตและเป็นประทีปส่องนำทางให้กับข้าพเจ้า ในยามทุกข์ท้อหรือสับสน ข้าพเจ้ามักสวดภาวนาถึงท่าน แล้วทางออกก็จะสว่างวาบขึ้นในใจของข้าพเจ้าเอง

เมื่อแรกนั้น ข้าพเจ้าเสียใจนักที่ท่านได้ล่วงลับไปเสียก่อนแล้ว แต่เมื่อค้นพบว่าท่านยังดำรงอยู่อย่างเร้นลับในทุกสถานและทุกกาล ข้าพเจ้าก็ไม่โศกเศร้าเสียใจอีกต่อไป ท่านลาหิริ มหัสยะ มักเขียนถึงสานุศิษย์ผู้ดิ้นรนจะมาพบท่านให้จงได้ว่า "เจ้าจักดั้นด้นมาดูกองเนื้อกองกระดูกของเราไปไย ในเมื่อเราอยู่ในวิสัยที่เจ้าจักเห็นได้ด้วย*ตาธรรม* (ตาที่สามตรงกึ่งกลางหน้าผาก) อยู่แล้ว?"

ตอนอายุได้ราวแปดขวบ ท่านลาหิริ มหัสยะ ได้แผ่บารมีผ่านภาพถ่ายของท่านมาปกปักรักษาให้ข้าพเจ้าหายจากความเจ็บไข้ได้อย่างน่าอัศจรรย์ ประสบการณ์ครั้งนี้ทำให้ข้าพเจ้ายิ่งรักเคารพท่านมากขึ้นเป็นร้อยเท่าทวีคูณ ตอนนั้นพวกเราพักอยู่ที่บ้านของเราเองที่เมืองอิชาปุระ แคว้นเบงกอล ข้าพเจ้าป่วยเป็นอหิวาตกโรค อาการหนักถึงขั้นหมดหวัง หมอคนไหนก็ช่วยอะไรไม่ได้ แม่ผู้เฝ้าอยู่ข้างเตียงมือไม้สั่นงันงก ทำท่าให้ข้าพเจ้ามองไปยังภาพถ่ายของท่านลาหิริ มหัสยะ ที่แขวนอยู่บนผนังห้องฝั่งหัวนอนของข้าพเจ้า

"น้อมจิตคารวะท่านในใจสิลูก!" แม่รู้ดีว่าข้าพเจ้าไร้เรี่ยวแรงแม้แต่จะยกมือขึ้นประณตน้อม "แสดงให้ท่านเห็นว่าลูกศรัทธาในตัวท่านอย่างแท้จริง นึกภาพว่าตัวลูกกำลังคุกเข่าอยู่ต่อหน้าท่าน แล้วลูกจะรอด!"

ข้าพเจ้าเพ่งมองไปที่ภาพถ่ายนั้น แล้วเห็นแสงอันเจิดจ้าแผ่ออกมาห่อหุ้มร่างของตนเองกับห้องทั้งห้องเอาไว้ อาการคลื่นเหียนและความไม่สบายกายทั้งหลายก็พลันปลาสนาการไปสิ้น ข้าพเจ้ากลับมาสบายดีทุกอย่าง และรู้สึกมีกำลังวังชาขึ้นถึงขนาดโน้มกายลงแตะเท้าแม่ได้ด้วยสำนึกบุญคุณในศรัทธาปสาทะที่ท่านมีต่ออาจารย์ของท่านอย่างหาที่สุดมิได้ แม่น้อมศีรษะแนบลงกับภาพถ่ายใบน้อยนั้นซ้ำแล้วซ้ำเล่า

"โอ ท่านอาจารย์ผู้สถิตอยู่ในทุกที่ ลูกกราบขอบพระคุณที่ท่านเมตตาแผ่แสงทิพย์มารักษาบุตรชายของลูก!"

ข้าพเจ้าตระหนักได้ในทันทีว่า แม่เองก็เห็นแสงเจิดจ้าที่ช่วยให้ข้าพเจ้าหายจากโรคร้ายได้ในพริบตาด้วยเช่นกัน

สมบัติล้ำค่าชิ้นหนึ่งของข้าพเจ้าคือภาพถ่ายใบเดียวกันนี้ เป็นภาพถ่ายที่ท่านลาหิริ มหัสยะมอบให้พ่อกับมือ ในภาพมีพลังศักดิ์สิทธิ์แฝงอยู่ แม้แต่ความเป็นมาของภาพก็เป็นเรื่องอัศจรรย์เช่นกัน ข้าพเจ้าได้ยินได้ฟังเรื่องนี้มาจากศิษย์ร่วมสำนักของพ่อ ชื่อกาลี กุมาร รอย

ดูเหมือนว่าท่านลาหิริ มหัสยะจะไม่ชอบให้ใครถ่ายรูปท่าน แต่ถึงท่านจะไม่อนุญาต ครั้งหนึ่งก็ยังมีคนดื้อดึงไปถ่ายภาพท่านกับสานุศิษย์กลุ่มหนึ่งซึ่งมีคุณกาลี กุมาร รอยรวมอยู่ด้วยเข้าจนได้ แล้วเจ้าตัวก็ต้องตกตะลึงเมื่อพบว่าภาพที่อัดออกมามีรูปสานุศิษย์ครบทุกคน แต่ตรงกึ่งกลางที่ควรจะมีภาพของท่านคุรุปรากฏให้เห็นกลับว่างเปล่า เหตุอัศจรรย์ครั้งนี้จึงกลายเป็นเรื่องที่ผู้คนโจษจันกันไปทั่ว

คงคา ธารบาบู ผู้เป็นทั้งนักศึกษาและช่างภาพมือดีพอรู้เรื่องเข้า ก็คุยโวว่าท่านไม่มีวันหนีพ้นฝีมือการถ่ายภาพของเขาไปได้แน่ เช้าวันรุ่งขึ้น ขณะที่ท่านคุรุนั่งขัดสมาธิเพชรอยู่บนตั่งไม้โดยมีฉากกั้นอยู่ทางด้านหลัง คงคา ธารบาบูก็หอบกล้องมาถึง เขาถ่ายภาพท่านเผื่อไว้ถึงสิบสองภาพด้วยความพิถีพิถันอย่างยิ่งยวด แต่สุดท้ายก็ถ่ายได้แค่ภาพตั่งไม้กับฉากกั้นโดยไม่มีภาพท่าน

ลาหิริ มหัสยะติดอยู่เลยแม้สักภาพ

ช่างภาพมือดีน้ำตาตก ซมซานกลับมากราบพบท่านอย่างหมดท่า และต้องอดทนรออยู่หลายชั่วโมงกว่าที่ท่านจะยอมเอ่ยปากไขความอันเต็มไปด้วยความหมาย

"เราคือดวงวิญญาณ กล้องของเจ้าจักจับภาพอณูแห่งพระเป็นเจ้าอันบุคคลไม่อาจมองเห็นด้วยตาเนื้อได้กระนั้นหรือ?"

"กระผมเห็นแล้วว่าทำไม่ได้! แต่ท่านอาจารย์ผู้วิเศษขอรับ กระผมปรารถนาจะได้ภาพของร่างท่านจริง ๆ เมื่อก่อนกระผมมีตาแต่ไร้แวว จนวันนี้จึงได้รู้แน่แก่ใจว่าพระเป็นเจ้าสถิตอยู่ในตัวท่านโดยสมบูรณ์แล้ว"

"ถ้าเช่นนั้น จงกลับมาที่นี่พรุ่งนี้เช้า เราจะอนุญาตให้เจ้าถ่ายภาพได้"

คงคา ธารบาบูจึงได้ตั้งกล้องอีกครั้ง ครั้งนี้ มีภาพร่างอันศักดิ์สิทธิ์ปรากฏชัด ไม่ได้ล่องหนหายไปอย่างลึกลับเหมือนครั้งก่อน ๆ หลังจากนั้น ท่านก็ไม่เคยให้ใครถ่ายภาพอีกเลย อย่างน้อย ข้าพเจ้าก็ไม่เคยเห็นภาพไหนอีก

ภาพถ่ายดังกล่าว ข้าพเจ้าได้นำมาตีพิมพ์ลงในหนังสือเล่มนี้ด้วย[1] ท่านลาหิริ มหัสยะมีรูปลักษณะดี ดูเข้ากันได้กับทุกเชื้อชาติ จึงยากจะชี้ชัดลงไปว่าท่านเป็นเผ่าพันธุ์ใดกันแน่ ความปีติจากการเข้าถึงพระเป็นเจ้าปรากฏให้เห็นราง ๆ ในรอยยิ้มอันเป็นปริศนา ดวงตาท่านหรี่ปรือลงครึ่งหนึ่ง มิได้ปิดสนิทไปเลย แสดงให้เห็นว่าท่านยังให้ความสนใจกับโลกภายนอกอยู่บ้าง แต่ในขณะเดียวกัน ท่านก็ดื่มด่ำกำซาบอยู่กับความปีติสุขภายในใจด้วย ท่านไม่ไยดีกับสิ่งล่อใจในทางโลก และพร้อมจะไขปัญหาทางจิตวิญญาณให้กับผู้คนที่มุ่งหน้ามาขอพึ่งท่านอยู่ตลอดเวลา

หลังจากหายป่วยด้วยอำนาจจากภาพถ่ายของท่านได้ไม่นาน ข้าพเจ้าก็ได้

---

1 หน้า 382 สำเนาภาพถ่ายนี้ได้มาจากสำนักงานใหญ่ เซลฟ์ รีอะไลเซชั่น เฟลโลชิพ (เอสอาร์เอฟ) (Self-Realization Fellowship หรือชื่อย่อ SRF) ดูภาพท่านลาหิริ มหัสยะอีกภาพหนึ่งได้ที่หน้า 421 (ภาพบน) ขณะพำนักอยู่ในอินเดียช่วงปี 1935–36 ท่าน ปรมหังสา โยคานันทะได้มอบหมายให้จิตรกรชาวเบงกอลผู้หนึ่งเขียนภาพท่านลาหิริ มหัสยะขึ้นโดยใช้ภาพถ่ายเป็นต้นแบบ และกำหนดให้ทางเอสอาร์เอฟใช้ภาพนี้ในการตีพิมพ์เผยแพร่ภาพท่านลาหิริ มหัสยะอย่างเป็นทางการ (ภาพต้นฉบับแขวนอยู่ในห้องรับรองของท่านปรมหังสา โยคานันทะ ที่เมาต์วอชิงตัน) (*ผู้จัดพิมพ์*)

นิมิตซึ่งส่งผลกระทบต่อจิตวิญญาณของตนเองโดยตรง เช้าวันนั้น ข้าพเจ้านั่งสมาธิอยู่บนเตียง จิตสงบจนเข้าสู่ห้วงภวังค์อันลึกล้ำเหมือนฝัน

"เบื้องหลังความมืดมิดภายใต้ม่านตาที่ปิดสนิทนี้ มีสิ่งใดอยู่หนอ?" ความสงสัยปะทุขึ้นในใจ ทันใดนั้น ก็มีแสงอันเรืองโรจน์สว่างวาบขึ้นในนิมิต มีภาพกายทิพย์ของเหล่าโยคีที่นั่งเข้าฌานอยู่ตามเถื่อนถ้ำกลางขุนเขาปรากฏให้เห็นเหมือนย่อส่วนภาพยนตร์มาฉายลงบนจอตรงกึ่งกลางหน้าผากของข้าพเจ้า

"พวกท่านเป็นใครกัน?" ข้าพเจ้าร้องถาม

"พวกเราคือโยคีแห่งแดนหิมาลัย" เสียงสวรรค์ที่ตอบกลับมานั้น สุดที่จะบรรยายออกมาเป็นคำพูดได้ ใจข้าพเจ้าเต้นรัว

"อา...กระผมอยากจะไปยังหิมาลัยและบวชเป็นโยคีเช่นดังพวกท่านบ้าง!" ภาพนิมิตเลือนหายไป แต่ลำแสงสีเงินยวงนั้นกลับแผ่รัศมีออกไปไม่มีที่สิ้นสุด

"แสงอันโอภาสนี้คือสิ่งใดกันหนอ?"

"เราคืออิศวร[1] เราคือแสง" เสียงทิพย์นั้นดังแผ่วดุจเสียงกระซิบจากหมู่เมฆ

"ข้าแต่พระไกรลาสนาถ ข้าพระบาทอยากเป็นหนึ่งเดียวกับพระองค์เหลือเกิน!"

เมื่อปีติสุขจากการเข้าถึงพระเป็นเจ้าค่อย ๆ สลายหายไป ข้าพเจ้าก็บังเกิดความปรารถนาอย่างแรงกล้าที่จะออกแสวงหาพระเป็นเจ้า "พระองค์คือความสุขอันเป็นนิรันดร์!" แม้เมื่อหลังผ่านพ้นวันแห่งความปลื้มปีตินั้นมาแล้ว ความทรงจำนี้ก็ยังติดตรึงอยู่ในใจข้าพเจ้าตราบนานเท่านาน

ยังมีเรื่องราวในวัยเด็กอีกเรื่องหนึ่งที่ข้าพเจ้าจำได้แม่นและยังทิ้งรอยแผลเป็นติดตัวข้าพเจ้ามาจนตราบเท่าทุกวันนี้ เรื่องมีอยู่ว่า เช้าวันหนึ่ง ข้าพเจ้ากับพี่สาวชื่อพี่อุมานั่งอยู่ด้วยกันที่ใต้ต้นสะเดาในบริเวณบ้านที่โครักขปุระ พี่อุมากำลังช่วยสอนวิชาภาษาเบงกาลีขั้นพื้นฐานให้กับข้าพเจ้า เป็นเวลาที่ข้าพเจ้าละสายตาที่มองนกแก้วจิกกินลูกสะเดาสุกอย่างเพลิดเพลิน

พี่อุมาบ่นเรื่องฝีบนขา และคว้ากระปุกขี้ผึ้งยาออกมา ข้าพเจ้าเลยควักเอา

---

1 พระนามพระเป็นเจ้าในภาคแห่งผู้ปกครองโลก มาจากธาตุ *อิศ* แปลว่า ปกครอง ทรงปรากฏชื่ออยู่ในคัมภีร์ของทางฮินดูหลายพันชื่อ แต่ละชื่อมีความหมายในเชิงปรัชญาแตกต่างกันไป พระนามที่เรียกขานกันว่าพระอิศวรนี้ หมายถึงพระเป็นเจ้าผู้สร้างโลก ผู้ยังโลกให้ดำเนินไปตามครรลอง และผู้ทำลายโลก

ขี้ผึ้งนั้นมาทาที่ท้องแขนของตัวเองบ้างนิดหนึ่ง

"เธอจะทายาไปทำไม แขนไม่เห็นเป็นอะไรสักหน่อย?"

"ผมรู้สึกว่าพรุ่งนี้ผมจะเป็นฝี เลยเอาขี้ผึ้งของพี่มาลองยาตรงที่ฝีจะขึ้นนี่ไง"

"เด็กขี้ปด!"

"อย่ามาว่าผมปดนะ รอดูพรุ่งนี้เช้าก่อนเถอะน่า" ข้าพเจ้าชักจะเคือง ๆ

แต่พี่อุมาไม่สนใจ สบประมาทข้าพเจ้าซ้ำถึงสามครั้งสามครา ข้าพเจ้าจึงตอบกลับไปช้า ๆ ด้วยน้ำเสียงอันเด็ดเดี่ยวมั่นคงว่า

"ด้วยอำนาจแห่งเจตจำนงในตัวผม ผมขอประกาศว่าพรุ่งนี้จะมีฝีหัวโตขึ้นบนท้องแขนผมตรงจุดนี้ แล้วฝีของพี่จะโตกว่าเดิมอีกเท่าตัว!"

เช้าวันรุ่งขึ้น มีฝีหัวเขื่องปูดขึ้นบนท้องแขนของข้าพเจ้าตรงจุดที่ระบุไว้จริง แล้วฝีของพี่อุมาก็ใหญ่ขึ้นสองเท่าอย่างที่ข้าพเจ้าพูดเอาไว้ด้วย พี่อุมากรีดร้องเสียงดังลั่นขณะวิ่งไปหาแม่ "มุกุณฑะกลายเป็นพ่อมดหมอผีไปแล้ว!" แม่ตำหนิและสั่งห้ามเป็นคำขาดไม่ให้ข้าพเจ้าใช้วาจาสิทธิ์ทำร้ายใครอีก ข้าพเจ้าจดจำคำสอนของท่าน และปฏิบัติตามเรื่อยมา

ส่วนฝีนั้น ข้าพเจ้าต้องไปผ่าออก จนกระทั่งทุกวันนี้ บนท้องแขนขวาของข้าพเจ้าก็ยังมีรอยแผลเป็นจากคมมีดหมอเหลือไว้ให้เห็นเป็นเครื่องเตือนใจให้นึกถึงพลังอำนาจอันเกิดจากคำพูดล้วน ๆ

ถ้อยคำที่กล่าวกับพี่อุมา แม้จะเป็นคำพูดธรรมดา ไม่น่าจะเป็นพิษเป็นภัยกับใครได้ แต่เมื่อเอ่ยออกไปด้วยสมาธิจิตอันแน่วแน่ คำพูดนั้นย่อมมีพลังแฝงเร้นรุนแรงราวระเบิดอันยังให้เกิดผลกลายเป็นจริงได้ แม้ว่าจะในทางร้ายก็ตาม ข้าพเจ้ามาเข้าใจในภายหลังว่าพลังสั่นสะเทือนแห่งคลื่นเสียงนี้ ถ้าเรารู้จักนำมาใช้ในทางที่ถูกที่ควร ก็จะช่วยเหลือใครหลายคนให้พ้นจากความทุกข์ยากนานาในชีวิตโดยที่ไม่ก่อให้เกิดบาดแผลหรือคำตำหนิติเตียนใด ๆ[1]

---

[1] พลังอำนาจอันไร้ขีดจำกัดของเสียง มาจากคำว่า *โอม* ซึ่งเป็นปฐมบทแห่งสรรพสิ่ง เป็นแรงสั่นสะเทือนที่อยู่เบื้องหลังพลังงานของอณูทั้งปวงในจักรวาล คำพูดซึ่งบุคคลกล่าวออกมาด้วยความตระหนักรู้และด้วยสมาธิจิตอันแน่วแน่ ย่อมบันดาลให้บังเกิดผลเป็นจริงได้ อนึ่ง การกล่าวคำภาวนาซ้ำ ๆ ไม่ว่าจะเป็นการกล่าวด้วยเสียงอันดังหรือแม้แต่เพียงคิดอยู่ในใจ ล้วนมีผลต่อกระบวนการสะกดจิตตนเองและกระบวนการทางจิตบำบัดซึ่งมีขั้นตอนคล้ายคลึงกัน กุญแจ

ครอบครัวของเราย้ายมาอยู่ที่เมืองละฮอร์ในแคว้นปัญจาบ ที่นี่ ข้าพเจ้าได้ภาพพระโลกมาตาในภาคพระแม่กาลี[1] มาภาพหนึ่ง จึงอัญเชิญขึ้นไว้บนหิ้งบูชาเล็กๆ ตรงระเบียงบ้าน ถึงจะไม่ใช่หิ้งบูชาหลัก แต่ภาพพระแม่ก็ทำให้หิ้งนี้ดูศักดิ์สิทธิ์ขึ้นอีกอักโข ข้าพเจ้าเชื่อมั่นโดยไม่มีข้อกังขาว่าถ้ามาสวดอ้อนวอนต่อพระแม่หน้าหิ้งบูชานี้จะทรงประทานทุกสิ่งให้ข้าพเจ้าตามคำขอ

วันหนึ่ง ขณะยืนอยู่กับพี่อุมาบนระเบียงบ้าน ข้าพเจ้าเฝ้ามองว่าวสองตัวลอยลมอยู่เหนือหลังคาบ้านสองหลัง ซึ่งตั้งอยู่ตรงข้ามกับบ้านของเราโดยมีตรอกแคบๆ ขวางอยู่ตรงกลาง คนเล่นคือเด็กชายสองคนทางเบื้องล่าง

"ทำไมถึงเอาแต่นิ่งเงียบ?" พี่อุมาผลักข้าพเจ้าเป็นเชิงเย้า

"ผมกำลังคิดว่าช่างดีเสียจริงๆ ที่ผมขอทุกอย่างจากพระแม่ได้"

"งั้นพระแม่ก็คงจะประทานว่าวสองตัวนั่นให้เธอด้วยสินะ!" พี่อุมายิ้มเยาะ

"ทำไมจะไม่ล่ะ?" ข้าพเจ้าเริ่มสวดขอว่าวสองตัวนั้นในใจ

การเล่นว่าวในอินเดียนั้น เราจะใช้กาวทาสายป่าน แล้วนำไปคลุกกับเศษแก้วป่นก่อนนำมาแข่งกัน โดยแต่ละฝ่ายจะพยายามชักว่าวไปเกี่ยวตัดสายป่านของฝ่ายตรงข้ามให้ได้ ว่าวที่ขาดจะลอยคว้างอยู่เหนือหลังคาให้เด็กๆ วิ่งไล่ตามเก็บกันอย่างสนุกสนาน สำหรับพี่อุมากับข้าพเจ้าผู้ยืนในช่องระเบียงซึ่งมีหลังคาคลุมอยู่เช่นนี้ ดูแล้วไม่น่าจะเป็นไปได้เลยที่ว่าวจะลอยมาให้คว้าเก็บเอาไว้ได้ เพราะสายป่านน่าจะห้อยระอยู่เหนือหลังคามากกว่า

คู่เล่นทั้งสองฝ่ายที่ตรอกฝั่งตรงข้ามเริ่มการแข่งขัน ว่าวของฝ่ายหนึ่งถูกอีกฝ่ายเกี่ยวตัดสายป่านขาด และลอยละลิ่วตรงมาทางข้าพเจ้าทันที จู่ๆ ลมก็เกิดเปลี่ยนทิศทำให้ว่าวตัวนั้นลอยค้างอยู่กลางอากาศชั่ววูบหนึ่ง และวูบนั้นเองที่สายป่านว่าวไปเกี่ยวเข้ากับหนามต้นตะบองเพชรบนหลังคาบ้านฝั่งตรงข้าม ยังผลให้ตัวว่าวหมุนคว้างเป็นวงลงมาให้ข้าพเจ้าคว้าจับไว้ได้พอดี ข้าพเจ้ายื่นว่าวตัวนั้นส่งให้พี่อุมา

"ก็แค่เรื่องบังเอิญสุดขีด ใช่ว่าพระแม่ประทานว่าวให้ตามคำขอของเธอเสีย

สำคัญของกระบวนการดังกล่าวคือการเร่งแรงสั่นสะเทือนในจิตให้สูงขึ้นนั่นเอง

1 พระแม่กาลีเป็นสัญลักษณ์ของพระเป็นเจ้าในแง่ของธรรมชาติที่เป็นผู้ให้กำเนิดแก่ทุกสรรพสิ่ง

ที่ไหน ถ้าเธอได้ว่าวอีกตัวมาสิ พี่ถึงจะเชื่อ" พี่อุมายังปากแข็ง แต่ดวงตาดำ ขลับนั้นบ่งบอกความอัศจรรย์ใจอย่างเห็นได้ชัด ข้าพเจ้าหันกลับมาคร่ำเคร่ง สวดภาวนาต่อ แรงกระตุกอย่างแรงจากฝ่ายหนึ่งทำให้ว่าวของฝ่ายตรงข้ามขาด ลอยคว้างตามสายลมตรงมาทางข้าพเจ้า แล้วเจ้าตะบองเพชรผู้ช่วยที่แสนดีของ ข้าพเจ้าก็ทำหน้าที่เกี่ยวเอาสายป่านไว้อีกครั้ง ก่อนที่ว่าวจะหมุนเป็นวงกลมมา ให้ข้าพเจ้าคว้าเอาไว้ได้อีก ข้าพเจ้าส่งว่าวตัวที่สองให้พี่อุมา

"จริงด้วย พระโลกมาตาทรงรับฟังคำขอของเธอ! แต่มันน่าขนลุกเกินไป สำหรับพี่!" ว่าแล้ว พี่สาวของข้าพเจ้าก็ผละหนีไปเหมือนลูกกวางที่ตื่นตระหนก

บทที่ 2

การจากไปของแม่และเหรียญลึกลับ

ความปรารถนาสูงสุดของแม่คือการได้เห็นพี่ชายคนโตของข้าพเจ้าได้แต่งงานเป็นฝั่งเป็นฝา "ได้เห็นหน้าภรรยาอนันตะเมื่อใด แม่คงเหมือนกับได้ขึ้นสวรรค์ทั้งเป็นเมื่อนั้น!" ข้าพเจ้ามักได้ยินวาจาอันสะท้อนถึงสำนึกในการสืบทอดวงศ์ตระกูลตามแบบฉบับของชาวอินเดียจากปากแม่อยู่บ่อยครั้ง

ข้าพเจ้าอายุราวสิบเอ็ดปีตอนที่พี่อนันตะหมั้น แม่อยู่ที่กัลกัตตา มีความสุขเต็มเปี่ยมกับการตระเตรียมงานแต่ง พ่อกับข้าพเจ้ารั้งอยู่ที่บ้านในเมืองบาเรลลีทางตอนเหนือของอินเดีย ที่ซึ่งพ่อถูกย้ายมาหลังประจำอยู่ที่ละฮอร์ได้สองปี

ข้าพเจ้าเคยเข้าร่วมพิธีแต่งงานอันสวยงามของพี่สาวทั้งสอง คือพี่โรมากับพี่อุมามาก่อนแล้ว แต่พี่อนันตะเป็นลูกชายคนโตของบ้าน รายละเอียดการเตรียมงานจึงต้องประณีตพิถีพิถันยิ่งขึ้นไปอีก ในแต่ละวัน แม่ต้องคอยต้อนรับเหล่าญาติมิตรจากเมืองไกลที่ทยอยกันเดินทางมาถึงกัลกัตตาตัวเป็นเกลียว ท่านจัดให้พวกเขาเข้าพักอย่างสะดวกสบายในบ้านเลขที่ 50 ถนนแอมเฮิร์สต์ ซึ่งเป็นบ้านหลังใหม่ที่ครอบครัวเราเพิ่งซื้อเอาไว้ จัดเป็นบ้านที่ใหญ่โตโอ่โถงพอดูทุกสิ่งพร้อมสรรพสำหรับงานแต่ง ไม่ว่าจะเป็นอาหารเลิศรสสำหรับจัดเลี้ยงแขกเหรื่อ เสลี่ยงหลังงามสำหรับให้พี่อนันตะนั่งไปรับว่าที่เจ้าสาว ไฟประดับหลากสี ขบวนช้างและอูฐที่ทำขึ้นจากกระดาษแข็ง วงดนตรีอังกฤษ วงปี่สก๊อต วงมโหรีอินเดีย นักแสดงมืออาชีพ และเหล่าพราหมณาจารย์ที่จะมาประกอบพิธีกรรมตามธรรมเนียมโบราณให้

พ่อกับข้าพเจ้ากะการกันด้วยใจเบิกบาน ว่าจะไปร่วมพิธีแต่งให้ทันเวลาพร้อมหน้ากันทั้งครอบครัว แต่เมื่อวันงานใกล้เข้ามา ข้าพเจ้ากลับได้นิมิตบอกถึงเค้าลางอันเลวร้ายที่บาเรลลีตอนเที่ยงคืน ขณะหลับอยู่ข้างกายพ่อบนระเบียงบ้านพัก ข้าพเจ้าตื่นขึ้นเพราะได้ยินเสียงมุ้งที่คลุมอยู่เหนือเตียงส่ายแปลก ๆ พอประตูมุ้งถูกแหวกออกข้าพเจ้าก็มองเห็นร่างของแม่ผู้เป็นที่รัก

"ปลุกพ่อของเจ้า!" เสียงแม่แผ่วหวิว "จับรถไฟขบวนแรกตอนตีสี่พรุ่งนี้เช้า

รีบมากัลกัตตา ถ้าลูกอยากพบหน้าแม่!" แล้วร่างอันเหมือนเจตภูตนั้นก็จาง หายไป

"พ่อครับ พ่อ! แม่กำลังจะตาย!" ความหวาดผวาในน้ำเสียงของข้าพเจ้าปลุก พ่อให้ตื่นขึ้นในทันที ข้าพเจ้าสะอื้นฮักขณะเล่าข่าวร้ายให้พ่อฟัง

"มันก็แค่ภาพหลอนเท่านั้น" พ่อปฏิเสธเอาไว้ก่อนเหมือนกับทุกครั้งที่ ต้องเผชิญหน้ากับสถานการณ์ใหม่ๆ "แม่ของลูกมีสุขภาพแข็งแรงดี ถ้ามีอะไร ไม่ชอบมาพากล เราค่อยไปกัลกัตตากันวันพรุ่งนี้ก็ได้"

"พ่อจะไม่มีวันให้อภัยตัวเองเลยที่ไม่เตรียมตัวออกเดินทางเสียตั้งแต่ เดี๋ยวนี้!" ความกลัดกลุ้มทำให้ข้าพเจ้าโพล่งตามออกไปด้วยความขุ่นเคืองว่า "แล้วผมก็จะไม่ยกโทษให้พ่อเหมือนกัน!"

เช้าอันหมองมัวมาถึงพร้อมกับข้อความอันกระจ่างชัดในโทรเลข "แม่ ป่วยหนัก เลื่อนงานแต่ง รีบมาด่วน"

พ่อกับข้าพเจ้าออกเดินทางด้วยใจว้าวุ่นเป็นกังวล ลุงคนหนึ่งมาดักพบเรา ระหว่างทางตอนเปลี่ยนขบวนรถ ขณะที่รถไฟวิ่งตะบึงมาหาเราด้วยเสียงดัง กึกก้อง ยิ่งใกล้เข้ามา ขบวนรถก็ยิ่งใหญ่ขึ้น ใจข้าพเจ้าร้อนรนจนนึกอยากจะ กระโดดลงไปขวางอยู่กลางรางรถไฟ ตอนนั้น ข้าพเจ้ารู้สึกเหมือนได้สูญเสีย แม่ไปเรียบร้อยแล้ว โลกทั้งโลกช่างเวิ้งว้างว่างเปล่าสุดจะทนทานได้ ข้าพเจ้ารัก แม่เสมือนแม่เป็นมิตรรักสนิทยิ่งกว่าผู้ใดในโลก ดวงตาดำขลับของท่านเป็นสิ่ง ปลอบขวัญและเป็นที่พึ่งพิงทุกครั้งที่ข้าพเจ้ามีเรื่องให้ขุ่นข้องหมองใจในวัยเด็ก

"แม่ยังอยู่ใช่ไหมครับ ลุง?" นั่นเป็นคำถามสุดท้ายที่ข้าพเจ้าหยุดถามลุง แค่มองมาปราดเดียว ลุงก็อ่านความสิ้นหวังในสีหน้าข้าพเจ้าออก "ยังอยู่สิ!" แต่ข้าพเจ้าไม่เชื่อลุงสักนิด

เมื่อกลับมาถึงบ้านที่กัลกัตตา สิ่งที่รอพวกเราอยู่คือปริศนาแห่งความตาย อันน่าฉงน ข้าพเจ้าล้มพับไปเหมือนคนใกล้ตาย กว่าจะทำใจได้ก็ต้องใช้เวลา นานหลายปี หลังดิ้นรนค้นหาไปทุกสวรรค์ชั้นฟ้า ในที่สุด พระโลกมาตาก็ ตอบรับเสียงคร่ำครวญของข้าพเจ้า ถ้อยดำรัสของพระองค์ช่วยรักษาแผล กลัดหนองในใจข้าพเจ้าจนหายสนิท

"แม่เองที่เฝ้าปกปักรักษาเจ้าชาติแล้วชาติเล่า ผ่านทางมารดาผู้ให้กำเนิด

หลายต่อหลายคนที่เฝ้าถนอมกล่อมเกลี้ยงเลี้ยงดูเจ้า จงมองดูตาของแม่ แล้วเจ้าจะเห็นดวงตาดำขลับคู่งามที่ห่างร้างไป ตาคู่ที่เจ้าเฝ้าตามหาอยู่อย่างไรเล่า!"

หลังเผาศพแม่เสร็จเรียบร้อย ข้าพเจ้ากับพ่อก็กลับมาที่บาเรลลี พอฟ้าสางข้าพเจ้าจะต้องออกมาเดินเล่นอยู่ใต้ต้น*ชิโอลี*ใหญ่ด้วยใจอาดูรเป็นประจำทุกวัน *ชิโอลี*ต้นนี้ยืนต้นอยู่หน้าบ้านพักของเรา แผ่ร่มเงาปกคลุมสนามหญ้าสีเขียวแกมทอง บางครั้งข้าพเจ้าก็เกิดอารมณ์กวี คิดเพ้อไปว่าดอก*ชิโอลี*สีขาวเหล่านั้นยอมเสียสละตัว ปลิดปลิวจากต้น โปรยปรายลงมาเป็นเครื่องบูชาบนแท่นอันเขียวขจีด้วยใจยินดี เมื่อมองฝ่าม่านน้ำตากับหยาดน้ำค้างออกไป ข้าพเจ้ามักสังเกตเห็นแสงอันพิศวงเรื่อเรืองออกมาจากเวิ้งฟ้าในยามอรุโณทัย ความโหยหาในองค์พระเป็นเจ้าถั่งโถมโจมจู่เข้าใส่ข้าพเจ้าซ้ำแล้วซ้ำเล่า เสียงเพรียกจากหิมาลัยเหมือนจะทวีมนต์ขลังมากขึ้นทุกที

ญาติของข้าพเจ้าคนหนึ่งเพิ่งเดินทางกลับมาจากการไปเยือนเทือกเขาศักดิ์สิทธิ์นั้น และได้แวะมาเยี่ยมพวกเราที่บาเรลลี ข้าพเจ้าฟังเขาเล่าถึงขุนเขาอันเป็นที่พำนักของบรรดาโยคีและสวามี[1] ทั้งหลายอย่างใจจดใจจ่อ

"เราหนีไปหิมาลัยกันเถอะ" วันหนึ่ง ข้าพเจ้าออกปากชวนทวารกะ ประสาท ลูกชายตัวน้อยของเจ้าของบ้านที่เราเช่าในบาเรลลี แต่เขาไม่เคยแยแสสักนิด ซ้ำร้าย ยังเอาแผนการนี้ไปเล่าให้พี่อนันตะที่แวะมาหาพ่อพอดีฟังเสียอีก แล้วแทนที่จะนึกเอ็นดูความคิดฝันแบบเด็ก ๆ พี่อนันตะกลับหยิบเอาเรื่องนี้มาล้อข้าพเจ้าเสียเป็นเรื่องเป็นราว

"แล้วผ้ากาสายะของเธอล่ะ? ถ้าไม่มี จะบวชเป็นสวามีอย่างไรได้!"

แต่คำถากถางเหล่านั้นกลับทำให้ข้าพเจ้าตื่นเต้นเป็นสุขอย่างบอกไม่ถูก ข้าพเจ้านึกเห็นภาพตนเองออกบวชเป็นสันนยาสี เที่ยวจาริกไปทั่วอินเดีย บางทีคำพูดของพี่คงจะไปปลุกเร้าความทรงจำในอดีตชาติให้ฟื้นตื่นขึ้นกระมัง ถึงอย่างไรข้าพเจ้าก็รู้แน่แก่ใจอยู่ลึก ๆ ว่าตนเองจะสวมใส่อาภรณ์นักบวชในสำนักอันเก่าแก่มาแต่ครั้งโบราณได้อย่างสบาย ๆ

---

1 *สวามี* เป็นคำศัพท์ภาษาสันสกฤต โดยรากศัพท์แล้วหมายถึง "บุคคลผู้เป็นหนึ่งเดียวกับวิญญาณแห่งตน (*สว*)" (ดูบทที่ 24)

บ้านที่กัลกัตตาของท่านปรมหังสา โยคานันทะ ซึ่งท่านพำนักอยู่
ก่อนบวชเข้าสำนักสวามีในเดือนกรกฎาคม 1915

เช้าวันหนึ่ง ขณะคุยเล่นอยู่กับทวารกะ จู่ๆ ความรักในองค์พระเป็นเจ้าก็โถมถั่งพรั่งพรูขึ้นมาในใจของข้าพเจ้า ผู้เป็นเพื่อนคุยไม่ได้ใส่ใจกับน้ำคำของข้าพเจ้าสักเท่าใดนัก แต่ตัวข้าพเจ้าเองนั้นเอาใจจดจ่อเกาะเกี่ยวอยู่กับคำพูดของตนทุกคำ

บ่ายวันนั้น ข้าพเจ้าหนีออกจากบ้าน มุ่งไปทางเมืองไนนิตัลตรงเชิงเขาหิมาลัย พี่อนันตะไล่ตามไปอย่างไม่ลดละ ข้าพเจ้าถูกลากตัวกลับมาที่บาเรลลีอย่างไม่เต็มใจ นับจากนั้น ข้าพเจ้าก็ได้รับอนุญาตให้ออกมาแสวงบุญได้ไกลสุดแค่ที่ต้น*ชิโอลี*ซึ่งเป็นกิจวัตรที่ข้าพเจ้ากระทำเป็นปกติวิสัยในยามเช้าตรู่อยู่แล้ว หัวใจข้าพเจ้าหลั่งน้ำตาถวิลหามารดาผู้จากไปไกลทั้งสองท่าน ท่านหนึ่งเป็นมนุษย์ปุถุชน อีกท่านคือพระโลกมาตา

มรณกรรมของแม่ทิ้งรอยบากลึกที่ไม่มีวันจะเติมเต็มได้เอาไว้เบื้องหลัง พ่อไม่ยอมแต่งงานใหม่ตลอดเกือบสี่สิบปีของชีวิตที่เหลืออยู่ เมื่อต้องทำหน้าที่เป็นทั้งพ่อและแม่ให้กับลูก ๆ ท่านจึงเปลี่ยนมาเป็นพ่อที่อ่อนโยนมากขึ้น เข้าหาได้ง่ายขึ้นอย่างเห็นได้ชัด ทุกครั้งที่มีปัญหาเกิดขึ้นภายในครอบครัวท่านจะรับมือกับปัญหานั้นด้วยความสุขุมเยือกเย็นและด้วยสายตาอันยาวไกล หลังกลับจากทำงาน พ่อจะเก็บตัวอยู่แต่ในห้องราวกับพระมุนีผู้เคร่งตบะ เอาแต่ปฏิบัติ *กริยาโยคะ* ด้วยจิตที่สงบนิ่ง หลายปีหลังจากที่แม่จากเราไป ข้าพเจ้าตั้งใจจะว่าจ้างพยาบาลชาวอังกฤษให้มาช่วยดูแลพ่อในเรื่องเล็ก ๆ น้อย ๆ พอให้พ่อได้สบายขึ้นบ้าง แต่พ่อปฏิเสธ

“สิ้นแม่ของลูกแล้ว การปรนนิบัติทั้งหลายก็สิ้นสุดลงด้วย” แววตาของพ่อเหม่อลอยไปกับความรักความหลัง “พ่อจะไม่ยอมรับการดูแลจากผู้หญิงคนไหนอีก”

หลังแม่ลาโลกไปแล้วสิบสี่เดือน ข้าพเจ้าจึงได้รู้ว่าท่านทิ้งจดหมายสั่งเสียเอาไว้ให้ ตอนนั้นพี่อนันตะเฝ้าอยู่ข้างกายแม่และเป็นผู้จดบันทึกถ้อยคำของท่านเอาไว้ แม่สั่งให้พี่เอาจดหมายให้ข้าพเจ้าในอีกหนึ่งปีให้หลัง แต่พี่อนันตะกลับยืดเวลาออกไปนานกว่านั้น ถึงตอนนี้ พี่จะต้องจากบ้านไปกัลกัตตาเพื่อแต่งงานกับหญิงสาวที่แม่เลือกเอาไว้ให้ในอีกไม่กี่วันข้างหน้า[1] เย็นวันหนึ่งพี่จึงเรียกข้าพเจ้าไปนั่งข้าง ๆ

“มุกุณฑะ พี่หลีกเลี่ยงไม่ยอมบอกเรื่องเหตุการณ์อันประหลาดนี้กับเธอมาโดยตลอด” น้ำเสียงนั้นบ่งบอกว่าผู้พูดยอมถอดใจในที่สุด “พี่กลัวว่ามันจะไปกระตุ้นให้เธอคิดจะทิ้งบ้านไปอีก แต่เธอก็ยังมีใจจดจ่อแน่วแน่ในพระเป็นเจ้าอยู่ดี เมื่อเธอหนีไปหิมาลัยคราวก่อน แล้วพี่ตามไปเอาตัวเธอกลับมา ตอนนั้นพี่ก็ตัดสินใจได้แล้วว่าจะต้องทำตามสัญญาที่ให้ไว้กับแม่เสียที” พี่อนันตะยื่นกล่องเล็ก ๆ กับจดหมายสั่งเสียของแม่ส่งให้ข้าพเจ้า

“มุกุณฑะลูกรัก ขอให้ถ้อยร้อยวาจาต่อไปนี้เป็นดั่งคำพรที่แม่จะให้ไว้กับลูกเป็นครั้งสุดท้าย!” แม่กล่าวอารัมภบท “บัดนี้ ถึงเวลาแล้วที่แม่จะต้องพูดถึงเหตุ

---

1 ในอินเดียมีประเพณีว่าพ่อแม่จะเป็นผู้เลือกคู่สมรสให้กับลูก ประเพณีดังกล่าวยังเป็นที่ยึดถือปฏิบัติท้าทายกาลเวลาสืบมาจนถึงทุกวันนี้ แล้วคู่สามีภรรยาชาวอินเดียก็มีชีวิตคู่ที่เป็นสุขในอัตราที่สูงมาก

อัศจรรย์หลายอย่างที่บังเกิดขึ้นหลังลูกถือกำเนิดมา แม่รู้ว่าเส้นทางชีวิตของลูกได้ถูกลิขิตเอาไว้แล้วตั้งแต่ลูกยังเป็นแค่ทารกน้อย ๆ ในอ้อมแขนของแม่ ตอนนั้นแม่อุ้มลูกไปหาท่านลาหิริ มหัสยะที่เมืองพาราณสี แม่เข้าไปนั่งอยู่เบื้องหลังสานุศิษย์กลุ่มใหญ่ มองแทบไม่เห็นท่านอาจารย์ที่นั่งเข้าฌานอยู่ทางด้านหน้า

"เวลานั้น แม่ได้แต่ตบก้นกล่อมลูกไปพลาง ในใจก็สวดภาวนาขอให้ท่านอาจารย์หันมาเห็นและประสาทพรให้กับเราแม่ลูก เมื่อแรงภาวนาของแม่ทวีกระแสแรงกล้าท่านอาจารย์ก็ลืมตาขึ้น พยักหน้าเรียกให้แม่เข้าไปหา สานุศิษย์คนอื่น ๆ พากันหลีกทางให้แม่ แม่ก้มตัวลงคารวะที่แทบเท้าท่าน ท่านอุ้มลูกขึ้นไว้บนตัก แล้ววางมือลงบนหน้าผากลูกในลักษณาการของการประสาทพร

"'เยาวมาตาเอ๋ย บุตรชายของเจ้าจักบวชเป็นโยคี เขาจักเป็นผู้นำทางจิต-วิญญาณนำพาดวงวิญญาณจำนวนมากให้ก้าวล่วงเข้าสู่อาณาจักรของพระเป็นเจ้า'

"หัวใจแม่พองโตด้วยความยินดีที่ท่านอาจารย์ตอบรับคำสวดภาวนาของแม่ ก่อนหน้าที่ลูกจะเกิดไม่นาน ท่านก็เคยได้บอกแม่เอาไว้แล้วว่าลูกจะดำเนินรอยตามท่าน

"ต่อมา แม่กับพี่โรมาของลูกยังได้เป็นประจักษ์พยานถึงนิมิตแห่งแสงทิพย์ที่บังเกิดขึ้นกับลูกในขณะที่เราทั้งสองเฝ้ามองดูลูกนั่งนิ่งไม่ไหวติงอยู่บนเตียงจากห้องข้าง ๆ ใบหน้าน้อย ๆ ของลูกฉายรัศมีเรืองรอง เสียงของลูกยามเอ่ยถึงการไปแสวงหาพระเป็นเจ้ายังเทือกเขาหิมาลัยก็มีกังวานหนักแน่นนัก

"ลูกรัก ด้วยเหตุเหล่านี้ แม่จึงได้ตระหนักว่าเส้นทางของลูกมิได้ตั้งอยู่ในวิถีทางโลก นอกจากนี้ ยังมีเหตุการณ์สำคัญที่แม่ได้ประสบมาด้วยตนเองอีกเหตุการณ์หนึ่งซึ่งตอกย้ำให้แม่มั่นใจยิ่งขึ้น ทั้งยังเป็นเหตุผลที่ผลักดันให้แม่ต้องทิ้งจดหมายสั่งเสียเอาไว้ให้ลูกก่อนที่แม่จะสิ้นลมด้วย

"เหตุการณ์ที่ว่านี้ คือการได้พบปะกับสาธุรูปหนึ่งในรัฐปัญจาบ ช่วงนั้นครอบครัวเราพำนักอยู่ที่เมืองละฮอร์ เช้าวันหนึ่ง หญิงรับใช้เข้ามาในห้องแม่บอกว่า 'คุณนายคะ มีสาธุ[1] ท่าทางแปลก ๆ มาหา ยืนกรานจะ "พบแม่ของมุกุณฑะ" ให้ได้'

---

1 นักบวชผู้ถือสันโดษ อุทิศตนให้กับการบำเพ็ญพรต และถือวินัยทางศาสนาอย่างเคร่งครัด

"คำพูดธรรมดาเหล่านั้นกระทบใจแม่อย่างจัง แม่รีบออกไปต้อนรับอาคันตุกะท่านนี้ ขณะที่ก้มตัวลงแตะเท้าท่านเพื่อแสดงความคารวะ แม่ก็สำเหนียกได้ในทันทีว่า บุรุษผู้ยืนอยู่เบื้องหน้าแม่นี้เป็นผู้เข้าถึงพระเป็นเจ้าอย่างแท้จริง

"'เจ้าผู้เป็นมารดาเอ๋ย' ท่านกล่าว 'บรรดาอาจารย์ใหญ่ทั้งหลายประสงค์ให้เรามาแจ้งแก่เจ้าว่า เจ้าจะมีชีวิตอยู่บนโลกนี้อีกไม่นาน ความเจ็บป่วยครั้งต่อไปของเจ้าจะเป็นครั้งสุดท้าย'[1] ความเงียบเข้ามาครอบงำ แต่แม่ไม่ได้นึกตระหนกรู้สึกถึงแต่กระแสแห่งความสงบอย่างยิ่ง สุดท้าย ท่านก็พูดกับแม่ต่อ

"'เจ้าได้รับมอบหมายให้เป็นผู้รักษาเหรียญเงินชิ้นหนึ่ง เราจะยังไม่มอบเหรียญให้กับเจ้าในตอนนี้ เพื่อพิสูจน์ว่าวาจาของเราเป็นสัจ เครื่องรางชิ้นนี้จะปรากฏขึ้นในมือเจ้าขณะเข้าสมาธิในวันพรุ่ง เมื่อถึงคราวที่เจ้าจะจากโลกนี้ไป จงสั่งอนันตะ บุตรชายคนโตของเจ้าให้เก็บรักษาเหรียญเครื่องรางไว้หนึ่งปี เมื่อครบกำหนดแล้ว ให้เขาส่งมอบให้กับบุตรชายคนที่สองของเจ้า มุกุณฑะจะเข้าใจความหมายของเหรียญจากท่านอาจารย์ใหญ่ทั้งหลายเอง เขาควรจะได้รับมันเมื่อเขาพร้อมจะสละชีวิตในทางโลก และเริ่มต้นออกค้นหาพระเป็นเจ้าอย่างจริงจัง หลังครอบครองเหรียญเครื่องรางไว้นานปี และหลังจากที่เหรียญได้ทำหน้าที่ของมันโดยสมบูรณ์แล้ว มันจะอันตรธานหายไปเอง ไม่ว่าจะเก็บซ่อนไว้ดีแค่ไหน เหรียญนั้นก็ยังจะกลับไปสู่แหล่งกำเนิดของมันอยู่ดี'

"แม่ถวายทาน[2] ท่าน และก้มตัวลงแตะเท้าท่านด้วยความเคารพอย่างสูงแต่ท่านไม่รับของถวาย ได้แต่ให้พรแม่และเดินจากไป เย็นวันถัดมา ขณะที่แม่นั่งสมาธิโดยประสานมือไว้ด้วยกัน เหรียญเครื่องรางก็ปาฏิหาริย์มาปรากฏขึ้นในอุ้งมือแม่ตรงตามที่ท่านสาธุได้บอกไว้ทุกประการ แม่รู้สึกได้ในทันทีจากผิวที่เย็นและเรียบลื่นของมัน แม่เก็บรักษาเหรียญนี้ไว้กับตัวด้วยความหวงแหนนานกว่าสองปี และเวลานี้ก็จะส่งมอบภาระนี้ต่อไปยังอนันตะ อย่าโศกเศร้ากับการจากไปของแม่ ท่านอาจารย์จะนำพาไปสู่อ้อมพระกรของพระเป็นเจ้า ลาก่อน

---

1 ถ้อยคำเหล่านี้บอกข้าพเจ้าว่า แม่รู้ตัวดีว่าท่านจะอายุสั้น ข้าพเจ้าจึงเข้าใจได้เป็นครั้งแรกว่าทำไมท่านจึงยืนกรานจะรีบจัดงานแต่งงานให้พี่อนันตะ ถึงแม่จะเสียชีวิตไปก่อนงานแต่งแต่ด้วยความปรารถนาตามธรรมชาติของคนที่เป็นแม่ อย่างน้อยก็ขอให้ได้เห็นพิธี

2 เป็นการแสดงออกซึ่งความเลื่อมใสศรัทธาในตัวสาธุตามธรรมเนียมโบราณ

ลูกรัก พระโลกมาตาจะปกปักรักษาเจ้า”

การได้ครอบครองเหรียญนำความสว่างกระจ่างแจ้งหลายประการมาสู่ตัวข้าพเจ้า เมื่อความทรงจำที่หลับใหลอยู่ในส่วนลึกถูกปลุกให้ตื่นขึ้นมาใหม่ ตัวเหรียญเป็นรูปวงกลม มีลักษณะสวยงามแบบเหรียญโบราณ และมีข้อความจารึกเอาไว้ด้วยอักขระสันสกฤต ข้าพเจ้าตระหนักรู้ได้ว่ามันมาจากบรรดาครูบาอาจารย์ในอดีตชาติ ผู้คอยชี้นำทางให้กับข้าพเจ้าโดยมิได้แสดงตัว ความจริงเหรียญนี้ยังมีความหมายสำคัญมากกว่าที่ได้กล่าวมาแล้ว แต่เราไม่อาจเปิดเผยเบื้องลึกของมันออกมาได้ทั้งหมด[1]

เรื่องราวที่เหรียญได้หายไปในท่ามกลางมรสุมชีวิตครั้งยิ่งใหญ่ของข้าพเจ้า และการหายไปของมันได้ชักนำข้าพเจ้าให้ไปพบกับท่านอาจารย์ได้อย่างไรนั้น ข้าพเจ้ายังไม่อาจเล่าให้ท่านทั้งหลายฟังได้ในบทนี้

แต่เด็กชายตัวน้อยผู้ถูกขัดขวางไม่ให้หนีไปยังหิมาลัยได้ในทุกวิถีทาง ก็อาศัยอำนาจจากเหรียญเครื่องรางช่วยให้ตนเองท่องไปในแดนไกลได้ไม่เว้นแต่ละวัน

---

1 เหรียญเครื่องรางเป็นวัตถุธาตุที่อุบัติขึ้นจากอำนาจเบื้องบน สร้างมาให้สลายไปได้ด้วยตัวของมันเอง วัตถุธาตุเช่นนี้ย่อมอันตรธานไปจากโลกของเราในที่สุด (ดูบทที่ 43)

บนเหรียญจะมี*มนตร*หรือบทสวดอันศักดิ์สิทธิ์จารึกไว้ ในโลกนี้ไม่มีชาติใดจะศึกษาค้นคว้าพลังอำนาจแห่งเสียงและ*วาจ*ได้ลึกซึ้งยิ่งไปกว่าในอินเดีย พลังสั่นสะเทือนของคำว่า*โอม*ที่สะท้านไปทั่วจักรวาล (“พระวาทะ” หรือ “เสียงน้ำจำนวนมาก” ในพระคัมภีร์ไบเบิล) มี*คุณ*หรือการสำแดงออกซึ่งอำนาจอยู่สามประการ ได้แก่ อำนาจในการสร้างสรรค์ อำนาจในการปกปักรักษา และอำนาจในการทำลายล้าง (*ไตตติรียอุปนิษัท* I:8) ในแต่ละครั้งที่มนุษย์เราเปล่งเสียงพูดออกมา เขาได้สำแดงอำนาจหนึ่งในสามประการของ*โอม*นี่คือเหตุผลเบื้องลึกที่ทำให้คัมภีร์ศักดิ์สิทธิ์ต่าง ๆ ตราบทบัญญัติให้มนุษย์พูดแต่ความจริง

มนตร ภาษาสันสกฤตที่ปรากฏอยู่บนเหรียญ เมื่อร่ายออกมาอย่างถูกต้องตรงตามหลักการออกเสียงในอักขรวิธีแล้ว ย่อมจะก่อให้เกิดพลังสั่นสะเทือนอันเอื้อประโยชน์ต่อจิตวิญญาณโดยตรง อักขระสันสกฤตเป็นระบบการเขียนที่มีความสมบูรณ์พร้อม ประกอบด้วยอักษรห้าสิบตัว แต่ละตัวมีหลักการออกเสียงที่เคร่งครัดตายตัว จอร์จ เบอร์นาร์ด ชอว์เขียนความเรียงที่สะท้อนถึงความรอบรู้และคารมอันคมคายเอาไว้บทหนึ่ง เป็นความเรียงว่าด้วยความขาดแคลนสัญลักษณ์แทนเสียงในระบบการเขียนของภาษาอังกฤษที่พัฒนามาจากภาษาละติน ทั้งนี้ เพราะภาษาอังกฤษมีอักษรอยู่เพียง 26 ตัว ไม่พอที่จะใช้แทนเสียงที่มีอยู่ทั้งหมดได้ ด้วยคำพูดโผงผางไม่เกรงใจใครตามแบบฉบับของท่าน (“ถ้าเสนอให้มีตัวอักษรเพิ่มเข้ามาในภาษาอังกฤษอีกสักตัวแล้วมันถึงขนาดจะเกิดสงครามกลางเมืองล่ะก็…ผมก็ไม่ว่าอะไรนะ”) มิสเตอร์ชอว์สนับสนุนให้ใช้อักขระชุดใหม่ ซึ่งมี

อักษรเพิ่มขึ้นมาเป็น 42 ตัว (ดูคำนำที่ท่านเขียนให้กับวิลสัน ในหนังสือเรื่อง *The Miraculous Birth of Language*, Philosophical Library, N.Y.) มากพอที่จะใช้แทนเสียงที่มีอยู่ได้สมบูรณ์แทบจะเท่า ๆ กับชุดอักขระสันสกฤต ซึ่งใช้อักษรมากถึงห้าสิบตัวเพื่อป้องกันความผิดพลาดในการออกเสียง

การค้นพบตราประทับในแถบลุ่มแม่น้ำสินธุ ยังผลให้ผู้รู้จำนวนหนึ่งผละหนีจากทฤษฎีที่เชื่อถือกันอยู่ในปัจจุบัน ว่าอินเดีย "หยิบยืม" อักขระสันสกฤตมาจากพวกเซมไมต์ เมื่อไม่นานมานี้ มีการขุดพบซากเมืองขนาดใหญ่ทั้งที่โมหันโช–ทโฑและหะรัปปา เป็นหลักฐานอันแน่ชัดว่าเคยมีวัฒนธรรมที่รุ่งเรือง "ถือกำเนิดขึ้นบนแผ่นดินอินเดียในอดีตกาลอันไกลโพ้น ไกลจากยุคสมัยของเรามากเสียจนเราทำได้ก็แต่เพียงคาดเดากันไปต่าง ๆ นานาเท่านั้น" (เซอร์จอห์น มาร์แชล, Mohenjo-Daro and the Indus Civilization, ปี 1931)

ชาวฮินดูอ้างตนว่าเป็นต้นกำเนิดของอารยธรรมที่เก่าแก่ที่สุดในโลก ถ้าคำกล่าวอ้างนี้เป็นความจริง เราก็พอจะยกเหตุผลมาอธิบายได้ว่าเหตุใดภาษาที่*โบราณ*ที่สุดในโลกอย่างภาษาสันสกฤตจึงเป็นภาษาที่สมบูรณ์แบบที่สุดด้วย (ดูหน้า 107.1) เซอร์วิลเลียม โจนส์ ผู้ก่อตั้งสมาคมเอเชียติกกล่าวว่า "ภาษาสันสกฤต ไม่ว่าจะมีอายุเก่าแก่มาแต่สมัยใดก็ต้องนับเป็นภาษาที่มีโครงสร้างอันน่าอัศจรรย์มาก กล่าวคือสมบูรณ์แบบกว่าภาษากรีก รุ่มรวยกว่าภาษาละติน ตลอดจนประณีตสละสลวยกว่าทั้งภาษากรีกและภาษาละตินด้วย"

สารานุกรม *Encyclopedia Americana* ระบุว่า "นับแต่มีการหันกลับไปศึกษาตำรับตำราและภูมิปัญญาของคนยุคโบราณ ก็ไม่มีการค้นพบทางวัฒนธรรมครั้งใดจะสำคัญไปกว่าการที่ปราชญ์ทางตะวันตกได้ค้นพบภาษาสันสกฤตในปลายศตวรรษที่ 18 การถือกำเนิดของวิชาภาษาศาสตร์ไวยากรณ์เปรียบเทียบ เทววิทยาเปรียบเทียบ หรือกระทั่งศาสนวิทยา... ล้วนแล้วแต่เป็นผลพวงมาจากการค้นพบภาษาสันสกฤต หรือได้รับอิทธิพลมาจากการศึกษาภาษาสันสฤตทั้งสิ้น"

บทที่ 3
โยคีสองร่าง

"พ่อครับ ถ้าผมสัญญาว่าจะกลับบ้านโดยไม่บิดพลิ้ว พ่อจะอนุญาตให้ผมไปเที่ยวเมืองพาราณสีไหมครับ?"

นิสัยรักการเดินทางท่องเที่ยวของข้าพเจ้า พ่อไม่เคยเห็นเป็นปัญหา ขนาดตอนยังเด็กเล็กอยู่ ท่านยังเคยอนุญาตให้ข้าพเจ้าไปเที่ยวเมืองใหญ่กับสถานที่แสวงบุญมานักต่อนักแล้ว โดยปกติ ข้าพเจ้าจะมีเพื่อนร่วมเดินทางไปด้วยอย่างน้อยก็หนึ่งคนเสมอ พ่อจะจัดหาตั๋วรถไฟชั้นหนึ่งให้พวกเราได้เดินทางกันอย่างสะดวกสบาย พวกชีพจรลงเท้าในครอบครัวเราจึงชอบใจกันมากที่พ่อทำงานในบริษัทเดินรถไฟ

พ่อสัญญาว่าจะพิจารณาคำขอของข้าพเจ้าตามความเหมาะสม วันรุ่งขึ้นท่านเรียกข้าพเจ้าไปพบ แล้วยื่นตั๋วรถไฟไป-กลับ บาเรลลี-พาราณสีให้ พร้อมเงินหลายรูปีกับจดหมายอีกสองฉบับ

"พ่อมีข้อเสนอเรื่องงานให้เพื่อนที่พาราณสี เขาชื่อเกทาร นาถบาบู แย่หน่อยที่พ่อทำที่อยู่ของเขาหาย แต่ถ้าไปหาท่านสวามีปราณพานันทะซึ่งเป็นเพื่อนของทั้งเขาและพ่อ ลูกก็น่าจะเอาจดหมายไปส่งถึงมือเขาได้ ท่านสวามีเป็นศิษย์ร่วมอาจารย์เดียวกันกับพ่อ ท่านบรรลุธรรมขั้นสูงแล้ว ลูกจะได้ประโยชน์จากการไปพบท่าน จดหมายฉบับที่สองนี้เป็นจดหมายแนะนำตัวลูก"

ดวงตาพ่อเป็นประกายวิบ ๆ เมื่อกล่าวเสริมว่า "แต่บอกไว้ก่อนนะ อย่าคิดหนีออกจากบ้านอีก!"

ข้าพเจ้าออกเดินทางด้วยใจเบิกบานตามประสาเด็กอายุสิบสอง (แต่ถึงเวลาจะผ่านไป ข้าพเจ้าก็ยังเพลิดเพลินกับทัศนียภาพและดวงหน้าแปลก ๆ ของผู้คนอยู่เหมือนเดิม) พอมาถึงพาราณสีก็ตรงไปยังบ้านท่านสวามีทันที เห็นประตูหน้าบ้านเปิดทิ้งไว้ ข้าพเจ้าจึงถือวิสาสะตรงดิ่งขึ้นไปยังห้องโถงยาวบนชั้นสอง พบชายร่างกำยำล่ำสัน นุ่งผ้าโธตี นั่งขัดสมาธิเพชรอยู่บนยกพื้นเตี้ย ๆ ท่านโกนศีรษะและหนวดเคราบนใบหน้าอันอิ่มเอิบไร้รอยเหี่ยวย่นจนเกลี้ยงเกลา

ริมฝีปากมีรอยยิ้มเยี่ยงผู้ถึงแล้วซึ่งความสงบ ทำให้ข้าพเจ้านึกละอายที่ได้บุกรุกเข้ามาเหมือนคนไร้มารยาท แต่ท่านก็ปัดเป่าความคิดนั้นไปด้วยการทักทายข้าพเจ้าราวกับเป็นเพื่อนเก่ากันมานาน

"*บาบาอานันท์* (ขอพรอันประเสริฐจงบังเกิดแก่เธอ)" เสียงต้อนรับขับสู้ด้วยความจริงใจของท่านมีกังวานใสคล้ายเสียงเด็ก ข้าพเจ้าคุกเข่าลงแตะเท้าท่านเป็นการคารวะ

"ท่านสวามีปราณพานันทะหรือครับ?"

ท่านพยักหน้า "เธอคือลูกชายของท่านภคพาตีกระมัง?" ท่านเอ่ยถามก่อนที่ข้าพเจ้าจะทันควักเอาจดหมายของพ่อออกมาเสียด้วยซ้ำ ข้าพเจ้าส่งจดหมายแนะนำตัวให้กับท่านอย่างงง ๆ แต่จดหมายฉบับนั้นดูจะกลายเป็นสิ่งที่เกินความจำเป็นไปเสียแล้ว

"ฉันจะช่วยตามตัวเกทาร นาถบาบูมาให้เธอ" ญาณทิพย์ของท่านนำความประหลาดใจมาสู่ข้าพเจ้าอีกครั้ง ท่านกวาดสายตาอ่านจดหมายปราด ๆ แล้วเอ่ยถึงพ่อด้วยความนิยมรักใคร่

"รู้ไหมว่าฉันกินบำนาญสองแห่ง หนึ่งคือบำนาญที่พ่อของเธอทำเรื่องยื่นขอให้สมัยที่ฉันยังทำงานอยู่กับบริษัทเดินรถไฟ อีกหนึ่งเป็นบำนาญที่องค์พระปิตามหะทรงประทานให้ ฉันสละชีวิตหน้าที่การงานในทางโลกออกมาบำเพ็ญเพียรก็ด้วยสำนึกในพระเมตตาของพระองค์"

ข้าพเจ้าไม่เข้าใจความหมายของท่านเลย "องค์พระผู้เป็นเจ้าประทานบำนาญแบบไหนให้ท่านครับ? ทรงทิ้งเงินลงมาบนตักท่านหรือครับ?"

ท่านหัวเราะ "บำนาญนั้นหมายถึงความสงบอย่างยิ่ง ... เป็นรางวัลจากการคร่ำเคร่งปฏิบัติสมาธินานปี ตอนนี้ฉันไม่ปรารถนาทรัพย์สินเงินทองใด ๆ อีกแล้ว ชีวิตจะต้องการปัจจัยอะไรนักหนา เท่าที่มีอยู่ก็นับว่าเกินพอแล้ว ภายหน้าเธอจะเข้าใจความหมายของบำนาญแบบที่สองนี้เองแหละ"

จู่ ๆ ท่านก็ยุติการสนทนาลง แล้วนั่งนิ่งไม่ติงกายด้วยท่าทีน่าเกรงขาม บรรยากาศรอบตัวท่านให้ความรู้สึกเร้นลับชอบกลอยู่ ตอนแรก ดวงตาท่านเปล่งประกายคล้ายกำลังจ้องมองสิ่งที่น่าสนใจ แต่แล้วก็อ่อนแสงมัวซัวลง การนิ่งไปของท่านทำให้ข้าพเจ้ารู้สึกกระอักกระอ่วน แล้วท่านก็ยังไม่ได้บอก

ว่าจะหาตัวเพื่อนของพ่อได้ที่ไหน ข้าพเจ้าสอดส่ายสายตาไปรอบห้องอัน ว่างเปล่ามีแต่เราสองคนอย่างกระสับกระส่ายนิด ๆ ก่อนไปสะดุดลงที่รองเท้าไม้ ใต้ยกพื้นที่ท่านนั่งอยู่

"พ่อหนุ่มน้อย[1] อย่ากังวลไปเลย ผู้ที่เธอต้องการพบจะมาหาเธอภายใน ครึ่งชั่วโมงนี้แหละ" ท่านสวามีอ่านใจข้าพเจ้าออก...ซึ่งก็ไม่ใช่เรื่องยากอะไร ในสภาวะเช่นนั้น!

แล้วท่านก็เงียบไปโดยไม่มีต้นสายปลายเหตุอีกครั้ง จนเข็มนาฬิกาข้อมือ ของข้าพเจ้าเดินผ่านไปแล้ว 30 นาที ท่านจึงได้ลืมตาขึ้น

"ดูท่า เกทาร นาถบาบูคงใกล้จะมาถึงประตูเต็มทีแล้ว" ท่านว่า

ข้าพเจ้าได้ยินเสียงฝีเท้าคนเดินขึ้นบันไดมา ก็ให้รู้สึกมึนงงนัก สมองของ ข้าพเจ้าขบคิดด้วยความว้าวุ่นสับสน "เพื่อนของพ่อจะมาที่นี่โดยไม่มีใครไป บอกได้อย่างไร? ตัวท่านสวามีเองก็ยังไม่ได้พูดกับใครเลยตั้งแต่เรามาถึงที่นี่!"

ข้าพเจ้าผุดลุกออกจากห้องไปโดยไม่คำนึงถึงมารยาท พอลงบันไดมาได้ ครึ่งทาง ก็พบกับชายร่างผอมเพรียว ผิวผ่อง สูงขนาดปานกลางเข้าคนหนึ่ง ท่าทางดูรีบร้อนมาก

"เกทาร นาถบาบูใช่ไหมครับ?" ข้าพเจ้าถามด้วยน้ำเสียงที่ฟ้องถึงความตื่นเต้น

"ใช่ เธอเป็นลูกชายท่านภคพาตีที่มาคอยพบฉันกระมัง?" เขาส่งยิ้มให้อย่าง เป็นมิตร

"แต่คุณครับ คุณมาที่นี่ได้อย่างไรครับ?" ข้าพเจ้ารู้สึกฉงน และออกจะขุ่นใจ อยู่ครามครันที่หาคำตอบไม่ได้ว่าเขามาถึงนี่ได้อย่างไร

"วันนี้อะไร ๆ ช่างดูลึกลับไปเสียทั้งนั้น! เมื่อไม่ถึงหนึ่งชั่วโมงก่อน ฉัน เพิ่งเสร็จจากการลงอาบน้ำในแม่น้ำคงคา พอขึ้นจากน้ำก็เห็นท่านสวามี ปราณพานันทะตรงรี่เข้ามาหา ฉันไม่รู้ด้วยซ้ำว่าท่านรู้ได้อย่างไรว่าฉันอยู่ที่นั่น

"'ลูกชายท่านภคพาตีมารอคุณอยู่ที่บ้านฉัน' ท่านว่า 'คุณจะมากับฉันหน่อย ได้ไหม?' ฉันรับปากท่านด้วยความยินดี แต่แปลกจริง ๆ ตอนเดินจูงมือกันมา ท่านสวามีกลับเดินล้ำหน้าฉันไปได้ทั้ง ๆ ที่ท่านสวมแค่รองเท้าไม้ในขณะที่ฉัน

---

[1] โยคีอินเดียจำนวนไม่น้อยที่เรียกขานข้าพเจ้าว่า *โชโต มหัสยะ* แปลว่า "ท่านองค์น้อย"

สวามีปราณพานันทะ
"โยคีสองร่าง" แห่งเมืองพาราณสี

สวมรองเท้าสำหรับเดินโดยเฉพาะแท้ๆ

"'คุณกะว่าอีกนานไหมกว่าจะเดินถึงบ้านฉัน?' จู่ๆ ท่านก็ชะงักฝีเท้าลง แล้วหันมาถามฉัน

"'ก็คงจะสักครึ่งชั่วโมงล่ะครับ'

"'ตอนนี้ฉันมีธุระอย่างอื่นต้องไปทำ' ท่านมองฉันด้วยสายตาอันเป็นปริศนา 'คงต้องทิ้งให้คุณเดินไปเองคนเดียวแล้ว เอาเป็นว่าฉันกับลูกชายท่านภคพาตีจะรอคุณอยู่ที่บ้านก็แล้วกัน'

"ก่อนที่ฉันจะทันได้ทักท้วงอะไรออกไป ท่านก็หายลับไปในฝูงชนเสียแล้ว ฉันเลยรีบจ้ำอ้าวตามมาที่นี่ยังไงล่ะ"

คำอธิบายนี้ยิ่งทำให้ข้าพเจ้านึกฉงนสนเท่ห์หนักขึ้นไปอีก ข้าพเจ้าซักต่อว่าเขารู้จักท่านสวามีมานานเท่าใดแล้ว

"เราเจอกันไม่กี่ครั้งเมื่อปีที่แล้ว แต่ระยะหลังๆ นี้ไม่ได้เจอกันเลย ฉันดีใจจริงๆ ที่วันนี้ได้พบท่านอีกครั้งที่ ฆาฏ (ท่าน้ำ)"

"ผมไม่อยากจะเชื่อหูตัวเองเลย! ดูท่าผมคงเสียสติไปแล้วกระมังนี่? คุณเห็นภาพนิมิตของท่านหรือคุณเห็นตัวท่านจริง ๆ คุณได้จับมือท่านหรือเปล่า? ได้ยินเสียงฝีเท้าของท่านบ้างไหม?"

"ฉันไม่รู้ว่าเธอมีเจตนาอะไร!" เขาหน้าแดงด้วยความโกรธ "ฉันไม่ได้โกหก เธอไม่ลองตรองดูบ้าง ถ้าไม่ใช่ท่านสวามีไปบอก ฉันจะรู้ได้อย่างไรว่าเธอมารอพบฉันอยู่ที่นี่?"

"แต่ตั้งแต่ผมมาถึงที่นี่เมื่อหนึ่งชั่วโมงก่อน ท่านสวามีปราณพานันทะก็อยู่ในสายตาของผมมาโดยตลอด" ว่าแล้วข้าพเจ้าก็เล่าเรื่องทั้งหมดให้เขาฟังทันที ทั้งยังทวนบทสนทนาระหว่างท่านสวามีกับตัวเองแถมท้ายให้ด้วย

เกทาร นาถบาบูเบิกตาโพลง "นี่เราอยู่ในโลกแห่งความจริงหรือความฝันกันแน่? ฉันไม่เคยคิดมาก่อนเลยว่าชีวิตนี้จะได้พบกับเรื่องปาฏิหาริย์ทำนองนี้! แต่ก่อนฉันคิดว่าท่านสวามีผู้นี้เป็นแค่คนธรรมดาอย่างเรา ๆ แต่ตอนนี้ฉันกลับพบว่าท่านสำแดงร่างเพิ่มมาได้อีกร่าง แถมยังทำอะไรต่อมิอะไรได้ดั่งใจเสียอีก!" เรากลับเข้าไปในห้องของท่านสวามีด้วยกัน เกทาร นาถบาบูชี้นิ้วไปที่รองเท้าไม้ใต้ยกพื้นที่ท่านนั่งอยู่

"นั่นไง รองเท้าไม้คู่ที่ท่านสวมไปที่ท่าน้ำ" เขากระซิบ "ท่านนุ่งแต่ผ้าโธตีแบบเดียวกับที่เห็นอยู่เดี๋ยวนี้ล่ะ"

ขณะที่ผู้มาเยือนทรุดตัวลงคารวะ ท่านสวามีก็หันมาทางข้าพเจ้าพร้อมรอยยิ้มกึ่งขันกึ่งอยากซักไซ้

"เธอจะมาอัศจรรย์ใจกับเรื่องแบบนี้ไปไย? มีหรือที่โยคีที่แท้จริงจะค้นหาเอกภาพอันลี้ลับในโลกแห่งผัสสะนี้ไม่พบ ฉันสามารถไปพบปะพูดคุยกับศิษย์ที่อยู่ไกลถึงกัลกัตตาได้ในอึดใจ พวกเขาเองก็เอาชนะอุปสรรคในโลกแห่งวัตถุธรรมได้ดั่งใจนึกเช่นเดียวกัน"

ว่าแล้ว ท่านก็เล่าถึงอำนาจในการสื่อสารทางกระแสจิตที่เหมือนกับการรับ-ส่ง คลื่นวิทยุโทรทัศน์ทิพย์[1] ของท่านให้ฟัง คงเพราะท่านอยากจะกระตุ้น

---

1 วิทยาศาสตร์เองได้พิสูจน์แล้วว่า กฎซึ่งโยคีค้นพบผ่านศาสตร์ทางจิตเป็นเรื่องถูกต้องเป็นจริง ยกตัวอย่างเช่น เมื่อวันที่ 26 พฤศจิกายน ค.ศ.1934 มีการจัดการสาธิตว่ามนุษย์มีอำนาจในการสื่อเป็นกระแสคลื่นขึ้นที่มหาวิทยาลัยรอยัล ยูนิเวอร์ซิตี้แห่งโรม "ดร.จูเซปเป กัลลีการิส ศาสตราจารย์

อารมณ์ที่จดจ่ออยู่กับเรื่องทางจิตวิญญาณในอกของเด็กชายตัวน้อยให้เริงโรจน์ขึ้นมาอีกครั้งกระมัง แต่แทนที่จะกระตือรือร้นสนใจ ข้าพเจ้ากลับรู้สึกหวาดหวั่นพรั่นพรึงอยู่เพียงถ่ายเดียว เหตุเพราะข้าพเจ้าถูกกำหนดมาให้ก้าวเดินไปบนเส้นทางแห่งพระเป็นเจ้า ภายใต้การอบรมสั่งสอนของอาจารย์ท่านหนึ่งแต่เพียงผู้เดียวคือ ... ท่านศรีศรียุกเตศวร ผู้ซึ่งข้าพเจ้ายังไม่ได้พบ ... ข้าพเจ้าจึงไม่มีจิตคิดจะฝากตัวเป็นศิษย์ท่านปราณพานันทะอยู่แม้เท่ากิ่งก้อย หนำซ้ำ ยังชำเลืองมองท่านอย่างไม่มั่นใจ ไม่รู้ว่าที่เห็นอยู่ตรงหน้าเป็นตัวจริง หรือเป็นเพียงร่างจำลองกันแน่

แต่ท่านสวามีก็ลบล้างความว้าวุ่นนั้นด้วยแววตาปลอบปลุก ทั้งยังเล่าถึงคุรุของท่านให้ฟังได้อย่างน่าเลื่อมใส

“ท่านลาหิริ มหัสยะเป็นโยคีที่ยิ่งใหญ่ที่สุดเท่าที่ฉันเคยรู้จักมา ท่านคือพระเป็นเจ้าในรูปกายเนื้อโดยแท้”

ข้าพเจ้าคิดในใจว่า ขนาดลูกศิษย์ยังแบ่งร่างได้ แล้วยังจะมีปาฏิหาริย์ใดที่ผู้เป็นอาจารย์จะกระทำไม่ได้?

“ฉันจะบอกเธอว่าความช่วยเหลือของอาจารย์นั้นล้ำค่าหาที่เปรียบมิได้ เรื่องมีอยู่ว่าเมื่อก่อนฉันเคยนั่งสมาธิกับเพื่อนร่วมสำนักคนหนึ่งคราวละประมาณแปดชั่วโมงทุกคืน ช่วงกลางวันเราต้องไปทำงานให้บริษัทเดินรถไฟ ฉันอยากจะอุทิศเวลาทั้งหมดให้กับพระเป็นเจ้า ซึ่งทำให้มีปัญหาในการทำหน้าที่เสมียนของฉัน ฉันพากเพียรทำสมาธิคราวละครึ่งค่อนคืนนานถึงแปดปีเต็ม ผลที่ได้รับคือฌานของฉันแก่กล้าขึ้นอย่างน่าอัศจรรย์ กระนั้น ก็ยังมีม่าน

ด้านจิตประสาทวิทยาเอามือกดลงตามจุดต่างๆ บนร่างของตัวอย่างการทดลอง ผู้เป็นตัวอย่างการทดลองจะตอบสนองด้วยการบรรยายถึงรูปร่างลักษณะของคนหรือสิ่งของที่อีกด้านหนึ่งของผนังห้องได้อย่างละเอียด ดร.กัลลีการิสได้อรรถาธิบายต่อเหล่าคณาจารย์ว่า เมื่อผิวหนังบริเวณหนึ่งถูกกระตุ้น ตัวอย่างการทดลองจะได้รับแรงกดที่ศูนย์กลางระบบรับสัมผัสซึ่งมีความไวสูงกว่าธรรมดา ทำให้เขาสามารถมองเห็นสิ่งของที่ปกติไม่น่าจะมองเห็นได้ ในการทำให้ตัวอย่างการทดลองมองเห็นสิ่งของที่อยู่อีกฟากหนึ่งของผนังห้องนั้น ดร.กัลลีการิสจะใช้วิธีกดจุดทางด้านขวาของหน้าอกค้างไว้สิบห้านาที ดร.กัลลีการิส กล่าวว่า เมื่อจุดบางจุดบนร่างกายได้รับการกระตุ้น ตัวอย่างการทดลองจะสามารถมองเห็นสิ่งของที่อยู่ไกลๆ ได้ ไม่ว่าเขาจะเคยเห็นของสิ่งนั้นมาก่อนหรือไม่ก็ตาม”

บาง ๆ ขวางกั้นฉันออกจากพระเป็นเจ้าอยู่ดี ถึงฉันจะคร่ำเคร่งทำสมาธิชนิดที่เหลือวิสัยที่มนุษย์ธรรมดาจะพึงกระทำได้ ฉันก็ยังไม่อาจบรรลุถึงความเป็นหนึ่งเดียวกับพระเป็นเจ้า เย็นวันหนึ่ง ฉันจึงไปกราบพบท่านลาหิริ มหัสยะ ขอให้ท่านเมตตา ช่วยอธิษฐานจิตให้ฉัน ฉันเฝ้ารบเร้าท่านอยู่ทั้งคืนโดยไม่ยอมหยุด

"'ท่านอาจารย์ขอรับ จิตของกระผมรุ่มร้อนทุรนทุราย กระผมมีชีวิตอยู่ต่อไปไม่ได้ถ้าไม่สามารถเข้าเฝ้าต่อเบื้องพระพักตร์พระเป็นเจ้า!'

"'เราจักทำอันใดได้? เจ้าต้องเข้าสมาธิให้ลึกกว่าที่เป็นอยู่'

"'กระผมกราบวิงวอน โอ้ พระเป็นเจ้า พระผู้ทรงเป็นบรมครูของข้าพระบาท ทรงสำแดงพระองค์ในรูปกายมนุษย์ให้ข้าพระบาทได้เห็นแล้ว ขอทรงโปรดประทานพรให้ข้าพระบาทได้มองเห็นพระองค์ในรูปของพระมหาเทวะด้วยเถิดพระเจ้าข้า!'

"ท่านลาหิริ มหัสยะยื่นมือออกมาประสาทพรให้กับฉัน 'จงกลับไป แล้วจงทำสมาธิ เราได้ช่วยอ้อนวอนพระพรหม[1]ให้กับเจ้าแล้ว'

"ฉันกลับบ้านด้วยใจที่พองฟู และในการปฏิบัติสมาธิในคืนนั้น ฉันก็ได้บรรลุถึงความปรารถนาสูงสุดในชีวิต ทุกวันนี้ ฉันก็ยังดื่มด่ำอยู่กับบำนาญทางจิตวิญญาณโดยไม่สะดุดหยุดยั้ง นับจากวันนั้น องค์พระปิตามหะก็ไม่เคยห่างหายไปจากสายตาของฉัน และไม่มีม่านมายาใดจะมาบดบังพระองค์เอาไว้ได้อีกเลย"

ใบหน้าของท่านปราณพานันทะอิ่มเอิบไปด้วยราศี ศานติจากอีกโลกหนึ่งหลั่งไหลเข้าสู่ภายในใจของข้าพเจ้า ความหวาดกลัวก็พลอยสลายหายไปจนหมดสิ้น กระนั้นท่านสวามียังสร้างความเชื่อมั่นให้กับข้าพเจ้าต่อ

"หลายเดือนต่อมา ฉันกลับไปคารวะท่านลาหิริ มหัสยะอีกครั้งเพื่อขอบพระคุณที่ท่านได้มอบของขวัญอันประเสริฐสุดให้กับฉัน แล้วฉันก็มีอีกเรื่อง

---

1 พระเป็นเจ้าในภาคของพระผู้สร้าง มาจากธาตุ *พริห* ในภาษาสันสกฤต แปลว่า เจริญขึ้น พอกพูนขึ้น เมื่อบทกวี *"Brahma"* (พระพรหม) ของอีเมอร์สันได้รับการตีพิมพ์ลงในนิตยสาร *Atlantic Monthly* เมื่อปี 1857 ผู้อ่านต่างงุนงง ไม่เข้าใจกันเป็นส่วนใหญ่ อีเมอร์สันหัวเราะหึ ๆ บอกว่า "ไปบอกพวกเขาไป๊ ว่าตรงไหนที่เขียนว่า 'พรหม' ก็ให้อ่านเป็น 'ยะโฮวาห์' เสีย จะได้ไม่งงเป็นไก่ตาแตกกันอีก"

ที่ต้องกราบขอคำแนะนำจากท่านด้วย

"'ท่านอาจารย์ขอรับ กระผมไม่อาจจะทนทำงานต่อไปได้อีกแล้ว ขอท่านโปรดช่วยปลดปล่อยกระผมด้วยเถิดขอรับ เพราะในใจกระผมมีแต่องค์พระปิตามหะเท่านั้น'

"'เจ้าก็ทำเรื่องขอเกษียณเสียสิ'

"'กระผมจะยกเหตุผลอะไรไปอ้างได้ล่ะขอรับ อายุงานก็ยังไม่ครบเลย?'

"'เจ้ารู้สึกอย่างไรก็บอกเขาไปอย่างนั้น'

"วันรุ่งขึ้น ฉันทำเรื่องขอเกษียณ แล้วมีหมอมาซักถามสาเหตุที่ต้องขอเกษียณก่อนกำหนด

"'เวลาทำงาน ผมรู้สึกว่ามีกระแสบางอย่างแปลบขึ้นมาตามแนวกระดูกสันหลังแล้วแผ่ซ่านไปทั่วร่าง มันรุนแรงเสียจนผมไม่สามารถปฏิบัติงานในหน้าที่ได้'[1]

"หมอไม่ถามอะไรต่อ แต่เสนอความเห็นว่าฉันควรเกษียณอย่างยิ่ง แล้วไม่นานบริษัทก็อนุมัติเรื่องลงมา ฉันรู้ว่าเป็นเพราะท่านลาหิริ มหัสยะส่งกระแสจิตมาชี้นำหมอกับเจ้าหน้าที่ของทางบริษัท รวมทั้งพ่อของเธอด้วย พวกเขาจึงตอบรับการดลใจจากท่านอาจารย์ผู้ยิ่งใหญ่โดยอัตโนมัติ ทำให้ฉันได้รับอิสรภาพได้อุทิศชีวิตเพื่อการบรรลุถึงความเป็นหนึ่งเดียวกับพระเป็นเจ้าโดยไม่ขาดช่วง"

---

1 ในการเข้าสมาธิระดับลึก ประสบการณ์แรกของพระเป็นเจ้าอยู่ ณ ตำแหน่งจักรในกระดูกสันหลัง และจากนั้นในสมอง ปีติสุขที่เกิดขึ้นจะรุนแรงเหมือนสายน้ำอันเชี่ยวกรากและล้นหลาก แต่โยคีจะเรียนรู้ที่จะควบคุมไม่ให้ปีตินี้สำแดงออกมาสู่ภายนอก

ตอนที่พบกันนั้น ท่านปราณพานันทะเป็นอาจารย์ผู้บรรลุธรรมโดยสมบูรณ์แล้ว แต่การหันหลังให้กับชีวิตในทางโลกของท่านเกิดขึ้นตั้งแต่เมื่อหลายปีก่อน และตอนนั้น ท่านยังไม่ได้บรรลุฌานขั้น *นิรพิกัลปสมาธิ* (ดูหน้า 310, 537.1) ซึ่งเป็นสมาธิขั้นสูงสุด จิตสำนึกจะบรรลุถึงความสงบนิ่ง และมีความแน่วแน่เป็นที่ตั้ง ในสภาวะของจิตสำนึกอันสมบูรณ์และหนักแน่นดังกล่าว โยคีจะสามารถปฏิบัติกิจทางโลกของตนได้อย่างง่ายดาย

หลังเกษียณออกจากงาน ท่านปราณพานันทะได้ประพันธ์หนังสือเรื่อง *ปราณพคีตา* ขึ้นอรรถาธิบายความในคัมภีร์ภควัทคีตา ซึ่งสามารถหาอ่านได้ทั้งฉบับภาษาฮินดีและเบงกาลี

ความสามารถในการสำแดงร่างได้มากกว่าหนึ่งร่าง เรียกว่า*สิทธิ* (อำนาจแห่งโยคะ) มีกล่าวถึงใน คัมภีร์*โยคสูตร*ของท่านปตัญชลี (ดูหน้า 310.1) การปรากฏตัวได้พร้อมกันในสองที่เป็นปรากฏการณ์ที่บังเกิดขึ้นในชีวิตของนักบุญจำนวนมากนับเนื่องมาแต่ครั้งโบราณกาล ในหนังสือ *The Story of Therese Neumann* (Bruce Pub. Co.) เอ. พี. ชิมแบร์กได้เล่าถึงเรื่องราวที่นักบุญในคริสต์ศาสนาท่านนี้แสดงปาฏิหาริย์ไปปรากฏร่างพบปะพูดคุยกับผู้ที่ต้องการความช่วยเหลือจากท่านในสถานที่อันห่างไกลอยู่หลายครั้งด้วยกัน

หลังเปิดเผยเรื่องราวอันน่าอัศจรรย์จบลง ท่านสวามีก็กลับคืนสู่ความเงียบอันยาวนานอีกครั้ง ขณะที่ข้าพเจ้าเข้าไปแตะเท้าท่านเพื่อกราบลานั้น ท่านได้ให้พรว่า "ชีวิตของเธอต้องหันหลังให้กับทางโลก และก้าวเดินไปบนเส้นทางแห่งโยคะภายภาคหน้า ฉันยังจะได้พบเธออีกครั้ง พร้อมทั้งพ่อของเธอด้วย" หลายปีต่อมา คำทำนายของท่านก็ปรากฏเป็นจริง[1]

เกทาร นาถบาบูกับข้าพเจ้าเดินเคียงกันมาท่ามกลางความมืดที่ครอบคลุมอยู่รอบด้าน ข้าพเจ้าส่งจดหมายจากพ่อให้ เขาเปิดอ่านมันโดยอาศัยแสงสว่างจากเสาไฟริมถนน

"พ่อเธอเสนอตำแหน่งงานในสำนักงานที่กัลกัตตาให้ฉัน ถ้าได้รับบำนาญแบบที่ท่านปราณพานันทะได้รับอยู่ก็คงจะดีไม่น้อย! แต่มันก็เป็นไปไม่ได้เพราะฉันไม่คิดจะไปจากพาราณสี ทำไงได้ ฉันยังแบ่งร่างไม่ได้นี่นา!"

---

1 ดูบทที่ 27

บทที่ 4

การหนีไปหิมาลัยและการติดตามขัดขวาง

“นายหาข้ออ้างสักข้อออกจากห้องเรียนมาให้ได้ แล้วจ้างรถม้าไปจอดรอในตรอกตรงมุมลับตาคนในบ้านของฉันหน่อย”

นี่คือคำนัดแนะสุดท้ายที่ข้าพเจ้าให้ไว้กับอมาร์ มิตเตอร์ เพื่อนนักเรียนมัธยมผู้วางแผนจะหนีไปหิมาลัยด้วยกัน พวกเราตัดสินใจจะหนีกันวันพรุ่งนี้เลย แต่แผนการทุกอย่างต้องรอบคอบระมัดระวังอย่างที่สุด เพราะพี่อนันตะคอยจับตาดูข้าพเจ้าอยู่ พี่เชื่อว่าข้าพเจ้ายังฝังใจจะหนีไปหิมาลัยให้จงได้ และตั้งใจจะขัดขวางข้าพเจ้าให้ถึงที่สุด แต่เหรียญเครื่องรางก็เปรียบเสมือนเชื้อหมักที่กำลังทำหน้าที่ของมันอยู่ภายในใจของข้าพเจ้าอย่างเงียบเชียบ ข้าพเจ้าวาดหวังว่าในท่ามกลางหิมะแห่งแดนหิมาลัยตนเองจะได้พบกับครูบาอาจารย์ผู้ซึ่งดวงหน้าของท่านปรากฏให้เห็นในนิมิตอยู่บ่อยครั้ง

เวลานี้ ครอบครัวของเราพำนักอยู่ที่กัลกัตตา ที่ซึ่งพ่อถูกย้ายมาประจำอยู่เป็นการถาวร พี่อนันตะได้พาภรรยาเข้ามาอยู่ในบ้านตามธรรมเนียมการสืบสายตระกูลข้างพ่อของทางอินเดียเรา ในบ้านมีห้องใต้หลังคาเล็ก ๆ ที่ข้าพเจ้าได้อาศัยเป็นที่นั่งสมาธิเป็นประจำทุกวันเพื่อเตรียมจิตให้พร้อมสำหรับการออกแสวงหาพระเป็นเจ้า

เช้าของวันแห่งความทรงจำมาถึงพร้อมกับสายฝน ดูช่างไม่เป็นมงคลเอาเสียเลย ทันทีที่ได้ยินเสียงรถม้าของอมาร์ดังกุบกับมาจากถนน ข้าพเจ้าก็คว้าเอาผ้าห่ม รองเท้า ผ้าโธตีสองผืน สายประคำ ภาพถ่ายท่านลาหิริ มหัสยะ และคัมภีร์ภควัทคีตามามัดรวมกันเป็นห่อ แล้วโยนออกจากหน้าต่างชั้นสามของบ้าน ตัวเองก็วิ่งพรวดพราดลงบันไดมาเจอเข้ากับลุงที่กำลังยืนซื้อปลาอยู่หน้าประตูพอดี

“นั่นจะรีบร้อนไปไหนน่ะ?” ลุงกวาดสายตามองข้าพเจ้าอย่างสงสัย

ข้าพเจ้ายิ้มตอบแบบขอไปที แล้วเดินออกจากบ้านเข้าไปในตรอก เมื่อเก็บห่อของได้แล้ว ก็ตรงไปสมทบกับอมาร์ตามแผนที่วางเอาไว้ เรานั่งรถม้าไป

ศูนย์การค้าจันทนีเชาก์ ใช้เงินค่าขนมที่เก็บออมมาหลายเดือนซื้อเสื้อผ้าแบบชาวอังกฤษ เพราะรู้ดีว่าพี่ชายผู้แสนจะปราดเปรื่องของข้าพเจ้าอาจหันมาจับบทนักสืบเอาได้ง่าย ๆ เราจึงคิดจะตบตาเขาด้วยการแต่งกายแบบคนยุโรป

ระหว่างทางไปสถานีรถไฟ เราแวะรับญาติของข้าพเจ้าคนหนึ่ง ชื่อโชติณโฆษ แต่ข้าพเจ้าเรียกเขาว่าชติณทะ เป็นคนที่เพิ่งหันมาเลื่อมใสศรัทธาและปรารถนาจะได้ฝากตัวเป็นศิษย์โยคีในหิมาลัยสักท่านหนึ่ง เราเอาเสื้อผ้าที่ตระเตรียมไว้ออกมาให้เขาเปลี่ยน หวังใจว่าคงจะปลอมตัวกันได้แนบเนียนพอ! คิดแล้วก็อดจะนึกกระหยิ่มยิ้มย่องไม่ได้

"ทีนี้ก็เหลือแต่รองเท้าผ้าใบเท่านั้น" ข้าพเจ้านำขบวนเข้าไปในร้านที่มีรองเท้าพื้นยางวางขายอยู่ "ข้าวของที่ทำด้วยหนังเป็นของที่ได้มาจากการฆ่าสัตว์ตัดชีวิต ไม่สมควรนำติดตัวไปในการแสวงบุญครั้งนี้ด้วย" ข้าพเจ้าแวะเข้าข้างทาง ถอดปกหนังออกจากคัมภีร์ภควัทคีตา แล้วปลดสายหนังคาดหมวกทรงอังกฤษทิ้งไปเสียด้วยกัน

ที่สถานีรถไฟ เราซื้อตั๋วไปเบิร์ดวาน เพราะได้วางแผนกันไว้แล้วว่าจะเปลี่ยนรถไปเมืองหรทวารตรงเชิงเขาหิมาลัยกันที่นี่ ทันทีที่รถไฟทะยานออกจากสถานีเหมือนกับที่เราเผ่นหนีมา ข้าพเจ้าก็วาดภาพที่หวังเอาไว้อย่างสวยงามให้เพื่อนร่วมขบวนการฟังเสียเป็นตุเป็นตะ

"ลองนึกดูสิ!" ข้าพเจ้าพูดโพล่งออกมา "เราจะได้เป็นศิษย์ของครูบาอาจารย์เหล่านั้น ได้ฝึกสมาธิจนบรรลุฌานอันแก่กล้า เลือดเนื้อเราจะกำซาบไปด้วยพลังจิต สามารถสะกดสัตว์ป่าในหิมาลัยให้เชื่องลงได้เมื่อพวกมันเข้ามาใกล้เรา แม้แต่เสือร้ายก็จะกลายเป็นแค่แมวบ้านที่รอให้เราไปลูบหัวลูบหางให้!"

คำพูดดังกล่าวเป็นการวาดหวังที่ข้าพเจ้าเห็นว่าน่าหลงใหลได้ปลื้ม ทั้งในแง่ของการอุปมาอุปไมยและในความหมายที่ตรงตามคำพูดทุกคำ อมาร์ยิ้มรับอย่างกระตือรือร้น ในขณะที่ชติณทะเบือนสายตาออกไปยังนอกหน้าต่าง มองทิวทัศน์ข้างทางที่ผ่านตาไปอย่างรวดเร็ว

"เรามาแบ่งเงินออกเป็นสามส่วนดีกว่า" หลังจากที่นิ่งเงียบไปนาน ชติณทะก็เอ่ยข้อเสนอขึ้นมา "พอไปถึงเบิร์ดวานก็แยกกันซื้อตั๋ว คนที่สถานีรถไฟจะได้ไม่สงสัยว่าเราหนีมาด้วยกัน"

ข้าพเจ้าเห็นพ้องโดยไม่นึกระแวงแคลงใจ รถไฟของเราเข้าจอดเทียบชานชาลาที่เมืองเบิร์ดวานตอนพลบค่ำ ชติณทะเดินหายเข้าไปในห้องขายตั๋วในขณะที่อมาร์กับข้าพเจ้านั่งรอกันอยู่ที่ชานชาลา สิบห้านาทีให้หลัง เราก็ออกตามตัวชติณทะ แต่ก็เสียแรงเปล่า ถึงจะค้นหาไปทั่วทุกทิศทาง ตะโกนเรียกชื่อเขาด้วยความร้อนรนสักแค่ไหน แต่ก็ดูเหมือนว่าเขาได้หายไปในความมืดที่รายล้อมอยู่รอบสถานีเล็ก ๆ แห่งนี้เสียแล้ว

ข้าพเจ้าใจฝ่อ ได้แต่ยืนตัวชาด้วยความตกใจ ไม่เข้าใจเลยว่าพระเป็นเจ้าทรงยอมให้เรื่องเลวร้ายเช่นนี้เกิดขึ้นได้อย่างไร! การออกแสวงหาพระเป็นเจ้าในครั้งแรกของข้าพเจ้าถูกทำลายลงอย่างโหดร้ายทั้ง ๆ ที่เราได้วางแผนกันไว้อย่างแยบยล

"อมาร์ เราต้องกลับบ้าน" ข้าพเจ้าสะอื้นฮักเหมือนเด็ก ๆ "การที่ชติณทะทิ้งเราไปอย่างไม่ไยดีถือเป็นลางร้าย การเดินทางครั้งนี้มีแต่จะล้มเหลว"

"นี่นะที่นายบอกว่ารักพระเป็นเจ้า? กะอีแค่พระองค์ทรงทดสอบเราผ่านทางไอ้เพื่อนทรยศนั่น นายก็ทนรับไม่ได้แล้วเหรอ?"

คำพูดของอมาร์ที่บอกว่านี่คือบททดสอบจากพระเป็นเจ้าทำให้ข้าพเจ้ากลับมามีขวัญกำลังใจดีขึ้น เราแวะเติมพลังด้วยขนมหวานขึ้นชื่อของเบิร์ดวาน ทั้ง *ศีตโภค* (อาหารของเทพธิดา) และ*โมตีฌูร์* (ไข่มุกหวาน) หลังจากนั้นไม่กี่ชั่วโมงเราก็ขึ้นรถไฟไปหรทวารโดยใช้เส้นทางผ่านบาเรลลี วันรุ่งขึ้น ขณะยืนรอเปลี่ยนรถอยู่ที่ชานชาลาของเมืองมุฆัลเซราย เราก็หยิบยกเรื่องสำคัญขึ้นมาถกกัน

"อมาร์ ไม่ช้าก็เร็ว เราคงถูกพนักงานรถไฟซักถามเข้าจนได้ ฉันจะไม่มองข้ามความสามารถของพี่ชายฉัน เขาฉลาดเป็นกรด! และไม่ว่าผลที่ตามมาจะเป็นอย่างไร ฉันจะไม่พูดปดเป็นอันขาด"

"เออน่ะ ฉันขอแค่ให้นายอยู่เฉย ๆ ก็พอมุกุณฑะ แล้วตอนฉันพูด อย่าเผลอปล่อยก๊ากหรือหลุดยิ้มออกมาเชียว"

คุยกันถึงตรงนี้ ก็มีเจ้าพนักงานชาวยุโรปของทางสถานีเดินตรงมาหาข้าพเจ้าพอดี เขาโบกโทรเลขซึ่งข้าพเจ้าเดาข้อความออกได้ในทันที

"เธอหนีออกจากบ้านมาเพราะความโมโหใช่ไหม?"

"ไม่ใช่!" ข้าพเจ้านึกดีใจอยู่ครามครันที่เขาเลือกใช้คำถามในแบบที่ทำให้

ข้าพเจ้าสามารถตอบกลับไปได้อย่างเต็มปากเต็มคำ พฤติกรรมนอกคอกของข้าพเจ้าในครั้งนี้ไม่ได้เกิดจากความโมโห แต่เกิดจาก “ความอาดูรโหยหาในองค์พระเป็นเจ้า” ต่างหาก

เจ้าพนักงานเปลี่ยนเป้าหมายไปที่อมาร์ การชิงไหวชิงพริบที่ตามมาระหว่างคนทั้งคู่ทำให้ข้าพเจ้าต้องพยายามแทบตายที่จะตีหน้าเฉยตามที่ตกลงกันไว้

“แล้วพวกเธออีกคนอยู่ที่ไหน?” ชายคนนั้นทำเสียงเคร่งให้ฟังดูน่าเกรงขาม “บอกความจริงมาเดี๋ยวนี้เลย!”

“คุณครับ คุณเองก็สวมแว่นตาอยู่แท้ ๆ ไม่เห็นหรือยังไงว่าเรามากันแค่สองคน” อมาร์ยิ้มอย่างอวดดี “ผมไม่ใช่นักมายากลนี่ จะได้เนรมิตเด็กอีกคนมาให้คุณได้”

เห็นได้ชัดว่าเจ้าพนักงานคงจะนึกเสียท่าอยู่ไม่น้อยที่บุ่มบ่ามถามความจนถูกเด็กตอกกลับมาเสียหน้าหงาย เขาจึงเปลี่ยนแนวโจมตีใหม่ “เธอชื่ออะไร?”

“ใคร ๆ เขาก็เรียกผมว่าโทมัส แม่ผมเป็นคนอังกฤษ พ่อเป็นคนอินเดียที่เปลี่ยนไปนับถือคริสต์”

“แล้วเพื่อนเธอล่ะ?”

“ผมเรียกเขาว่าทอมป์สัน”

ถึงตอนนี้ ข้าพเจ้าสุดที่จะกลั้นยิ้มไว้ได้อีกต่อไป จึงไม่คำนึงถึงมารยาทรีบผละไปขึ้นรถไฟซึ่งได้จังหวะเปิดหวูดเรียกผู้โดยสารพอดี อมาร์เดินตามมาพร้อมกับเจ้าพนักงานผู้หลงเชื่อเขาเสียสนิท แถมยังมีน้ำใจช่วยเป็นธุระพาเราไปนั่งที่ตู้สำหรับชาวยุโรปเสียด้วย เห็นได้ชัดว่าเขาทนดูดายให้เด็กชายลูกครึ่งอังกฤษสองคนเดินทางไปในตู้สำหรับคนพื้นเมืองไม่ได้ หลังเขาลาจากไปอย่างสุภาพ ข้าพเจ้าก็เอนหลังพิงพนักระเบิดเสียงหัวเราะออกมางอหาย อมาร์เองก็หน้าระรื่น ชอบใจที่หลอกเจ้าพนักงานชาวยุโรปผู้มากด้วยประสบการณ์ได้เป็นผลสำเร็จ

ตอนที่อยู่ชานชาลา ข้าพเจ้าแอบเหลือบตาอ่านโทรเลขจากพี่อนันตะ ได้ความว่า “เด็กชาวเบงกอลสามคน แต่งตัวแบบคนอังกฤษ หนีออกจากบ้านมุ่งไปหรทวารผ่านทางมุฆัลเซราย กรุณาคุมตัวพวกเขาไว้จนกว่าผมจะไปถึง มีรางวัลตอบแทนความช่วยเหลือของท่านอย่างงาม”

"อมาร์ ฉันบอกนายแล้วไม่ให้ทิ้งตารางการเดินทางไว้ที่บ้าน" สายตาข้าพเจ้าส่อแววตำหนิ "พี่อนันตะคงไปเจอเข้าที่นั่นแน่เลย"

เพื่อนข้าพเจ้ายอมรับผิดแต่โดยดี ขบวนรถของเราหยุดแวะที่บาเรลลีชั่วประเดี๋ยวหนึ่ง ที่นี่ ทวารกะ ประสาท[1] มายืนรอเราอยู่แล้วพร้อมกับโทรเลขของพี่อนันตะ เขาพยายามจะรั้งเราเอาไว้ แต่ข้าพเจ้ากล่อมเขาจนยอมเชื่อว่าเราไม่ได้หนีมาเล่นๆ ไม่ได้เอาแต่ความสนุกเพียงชั่วแล่น ครั้นข้าพเจ้าชวนเขาให้ไปกับเรา เขาก็ปฏิเสธเหมือนกับที่เคยปฏิเสธมาก่อนหน้านี้แล้ว

ขณะที่รถไฟเข้าจอดที่สถานีรายทางในคืนนั้น ระหว่างที่ข้าพเจ้ากำลังอยู่ในภาวะครึ่งหลับครึ่งตื่น อมาร์ก็ถูกเจ้าพนักงานปลุกขึ้นมาซักอีกครั้ง แต่เจ้าพนักงานคนนั้นก็ตกเป็นเหยื่อความน่าเอ็นดูของลูกครึ่ง "โทมัส" กับ "ทอมป์สัน" อีกเช่นเคย สุดท้ายรถไฟก็พาเรามาถึงหรทวารในยามฟ้าสางจนได้ เทือกเขาอันใหญ่เยี่ยมเทียมฟ้าที่มองเห็นได้แต่ไกลเหมือนจะเชิญชวนเราอยู่ในที ข้าพเจ้ากับอมาร์วิ่งถลาออกจากสถานีไปปะปนอยู่กับฝูงชนภายในเมือง สิ่งแรกที่ต้องทำคือเปลี่ยนกลับมาสวมชุดพื้นเมือง เพราะพี่อนันตะรู้เรื่องที่เราปลอมตัวเป็นลูกครึ่งยุโรปเสียแล้ว แต่ถึงจะเปลี่ยนชุดแล้วข้าพเจ้าก็ยังสังหรณ์ใจว่าจะถูกจับได้อยู่ดี

เราทั้งคู่เห็นควรว่าจะต้องออกจากหรทวารในทันที จึงพากันไปซื้อตั๋วเพื่อขึ้นเหนือไปยังเมืองฤษีเกศ อันเป็นดินแดนที่มีรอยจาริกของบรรดาครูบา-อาจารย์ประทับอยู่เต็มไปหมด ตัวข้าพเจ้านั้นขึ้นไปนั่งอยู่บนรถไฟเรียบร้อยแล้ว เหลือแต่อมาร์ที่ยังเอ้อระเหยอยู่ที่ชานชาลา จู่ๆ เขาก็ถูกตำรวจคนหนึ่งเรียกให้หยุด แล้วผู้พิทักษ์ที่ไม่ได้รับเชิญก็คุมตัวพวกเราไปยังสถานีตำรวจ แถมยังยึดเงินเราไปเสียด้วย เขาชี้แจงอย่างสุภาพว่าเป็นหน้าที่ของเขาที่จะต้องกักตัวเราเอาไว้จนกว่าพี่ชายของข้าพเจ้าจะมาถึง

พอได้รู้ว่าจุดหมายปลายทางของเด็กหนีออกจากบ้านอย่างพวกเราคือเทือกเขาหิมาลัย ตำรวจคนนั้นจึงได้เล่าเรื่องประหลาดให้เราฟัง

"ที่แท้พวกเธอคลั่งไคล้เรื่องนักบุญนี่เอง! แต่เธอไม่มีวันจะได้เจอสาวก

---

1 เคยกล่าวถึงแล้วในหน้า 19

แห่งพระเป็นเจ้าคนใดที่ยิ่งใหญ่ไปกว่าคนที่ฉันได้เจอเมื่อวานนี้แน่ ความจริงฉันกับเพื่อนตำรวจอีกคนหนึ่งได้เจอท่านครั้งแรกเมื่อห้าวันก่อนตอนเราออกตระเวนหาฆาตกรคนหนึ่งตามริมฝั่งแม่น้ำคงคา โดยได้รับคำสั่งให้จับตัวให้ได้ ไม่ว่าจะจับเป็นหรือจับตาย ว่ากันว่ามันปลอมตัวเป็นสาธุคอยดักปล้นผู้มาแสวงบุญ มองไปข้างหน้าไม่ไกลนัก เราเห็นคนที่มีรูปพรรณสัณฐานคล้ายกับคนร้าย เราร้องบอกให้เขาหยุด แต่เขาไม่ยอมหยุด เราจึงวิ่งไล่ตามจนทัน พอเข้าถึงด้านหลัง ฉันก็จามขวานใส่สุดแรงเกิด ทำเอาแขนขวาเขาขาดห้อยร่องแร่งจะหลุดมิหลุดแหล่

"แต่เขากลับไม่ร้องสักแอะ ไม่แม้แต่จะชายตามองบาดแผลฉกรรจ์นั้น ซ้ำยังเดินรุดหน้าต่อไปได้อย่างน่าประหลาดใจ ครั้นเรากระโจนเข้าไปขวางหน้า เขาก็บอกมาอย่างสงบว่า

"'เราไม่ใช่ฆาตกรที่พวกเจ้ากำลังตามหา'

"ฉันใจหายวาบเมื่อรู้ว่าได้ทำร้ายนักบวชผู้น่าเลื่อมใสเข้าให้เสียแล้ว จึงทรุดตัวลงแทบเท้าท่าน วิงวอนขอให้ท่านยกโทษให้ แล้วปลดผ้าโพกหัวออกมาหมายจะใช้ห้ามเลือดที่ไหลทะลักออกมาไม่หยุด

"'ลูกเอ๋ย เราเข้าใจดีว่ามันเป็นเพียงความผิดพลาดที่เจ้าไม่เจตนา' ท่านมองฉันด้วยสายตาปรานี 'ไปทำงานต่อเถอะ และอย่าโทษตัวเองอีกเลย พระโลกมาตาจะทรงดูแลเราเอง' ว่าแล้วท่านก็ดันแขนส่วนที่ห้อยร่องแร่งขึ้นไปประกบกับโคนแขน แล้วดูเอาเถิด! มันติดเข้าที่ แม้แต่เลือดก็หยุดไหลได้อย่างไรก็ไม่รู้

"'อีกสามวันมาพบกับเราที่ใต้ต้นไม้ต้นโน้น แล้วเจ้าจะเห็นว่าเราหายสบายดีทุกอย่าง เจ้าจะได้ไม่ต้องเฝ้าแต่ตำหนิตัวเองอีกต่อไป'

"เมื่อวานนี้ ฉันกับเพื่อนย้อนกลับไปพบท่าน ณ จุดนัดหมาย ท่านรออยู่ที่นั่นแล้วและอนุญาตให้เราตรวจดูบาดแผลได้ แต่แขนท่านไม่มีร่องรอยการถูกทำร้ายหลงเหลืออยู่แม้แต่น้อย!

"'เราจาริกผ่านมาทางฤษีเกศเพื่อไปแสวงหาความวิเวกต่อยังเทือกเขาหิมาลัย' ท่านสาธุให้พรเราแล้วเดินจากไปอย่างรวดเร็ว ฉันรู้สึกว่าบารมีของท่านจะช่วยให้ชีวิตฉันดีขึ้นแน่ ๆ"

คุณตำรวจจบเรื่องลงด้วยคำพูดที่บ่งชัดถึงศรัทธาปสาทะ ประสบการณ์ใน

ครั้งนี้ทำให้เขามีทัศนคติเปลี่ยนไปจากเดิม เขายื่นรายงานข่าวที่ตัดเก็บไว้จากหนังสือพิมพ์ให้ข้าพเจ้าดูด้วยทีท่าน่าประทับใจ โดยปกติแล้ว หนังสือพิมพ์ส่วนใหญ่ (ไม่เว้นแม้แต่ในอินเดีย) มักชอบโหมประโคมข่าวให้เกินจริง และในข่าวนี้ก็เขียนเกินเลยไปถึงขนาดกล่าวอ้างว่าท่านสาธุถูกฟันเสียคอเกือบขาด!

อมาร์กับข้าพเจ้าบ่นเสียดายที่ไม่มีโอกาสได้พบกับโยคีผู้ยิ่งใหญ่ ขนาดยอมอภัยให้กับผู้ที่ทำร้ายตนเองได้แบบเดียวกับพระเยซูเจ้า อินเดียในช่วงสองร้อยปีที่ผ่านมานี้แม้จะยากไร้ในทางวัตถุ แต่เราก็มีทุนรอนในทางจิตวิญญาณให้ตักตวงได้ไม่มีวันหมด "ตึกระฟ้า" ทางจิตวิญญาณของเรายังพอมีปรากฏให้เห็นแม้ตามข้างทาง กระทั่งปุถุชนผู้มากด้วยกิเลสอย่างนายตำรวจผู้นี้ก็ยังมีโอกาสได้พบเจอ

เราขอบคุณคุณตำรวจที่เล่าเหตุการณ์อันแสนวิเศษให้เราฟัง ช่วยให้หายเบื่อไปได้มากโข บางที เขาอาจจะกำลังบอกเราเป็นนัย ๆ ว่าเขาโชคดีกว่าเราอยู่ ๆ ก็ได้พบกับนักบุญผู้บรรลุธรรมโดยไม่ลำบาก ผิดกับเราที่ออกดิ้นรนค้นหาแทบตาย นอกจากจะไม่ได้พบสมความตั้งใจแล้ว ยังต้องมาจบเห่ลงที่สถานีตำรวจโทรม ๆ นี้อีกต่างหาก!

หิมาลัยที่อยู่ใกล้แค่เอื้อม แต่เมื่อต้องมาถูกกักตัวไว้เช่นนี้ ก็ดูไกลราวกับอยู่สุดหล้าฟ้าเขียว ข้าพเจ้าบอกกับอมาร์ว่ามันเหมือนแรงกระตุ้นที่ยั่วยุให้ข้าพเจ้าคิดไขว่คว้าหาอิสรภาพมากขึ้นเป็นทวีคูณ

"พอสบช่อง เราหาทางหนีกันเถอะ เมืองฤษีเกศอยู่ใกล้แค่นี้เอง เราเดินเท้าไปก็ได้" ข้าพเจ้ายิ้มให้กำลังใจ

แต่ทันทีที่เงินของเราถูกตำรวจริบไปจนหมด กำลังใจของอมาร์ก็หายหดไม่เหลือ

"ถ้าเราเดินเท้าบุกป่ารกชัฏนั่นไปใช่แต่จะไปไม่ถึงเมืองฤษีเกศเท่านั้น ยังจะไปลงเอยเอาในท้องเสือเสียด้วยล่ะไม่ว่า!"

สามวันต่อมา พี่อนันตะกับพี่ชายของอมาร์ก็เดินทางมาถึง อมาร์ทั้งดีใจและโล่งใจที่ได้เห็นหน้าพี่ชาย แต่ข้าพเจ้าไม่ดีด้วย สิ่งที่พี่อนันตะได้รับจากข้าพเจ้าคือการต่อว่าต่อขานอย่างรุนแรง

"พี่เข้าใจว่าเธอรู้สึกอย่างไร" พี่อนันตะปะเหลาะ "พี่ขอแค่ให้เธอไปพาราณสีพบบัณฑิตท่านหนึ่งกับพี่ แล้วกลับไปหาพ่อที่กัลกัตตาสักสองสามวันพอให้ท่าน

หายโศก จากนั้น จะกลับมาตามหาอาจารย์อีก พี่ก็ไม่ว่า"

อมาร์เข้ามาแทรกการสนทนาระหว่างเรา โดยบอกว่าเขาจะไม่กลับมาหรทวารกับข้าพเจ้าอีก เขากำลังเป็นสุขกับความรักความอบอุ่นในครอบครัว แต่ข้าพเจ้านั้นรู้ตัวดีว่าจะไม่มีวันล้มเลิกการแสวงหาอาจารย์เป็นอันขาด

คณะของเราขึ้นรถไฟไปพาราณสี ที่นี่ ข้าพเจ้าได้สวดภาวนาขอคำชี้ขาดจากพระเป็นเจ้า และพระองค์ก็ทรงตอบรับคำวิงวอนของข้าพเจ้าในทันที

เรื่องมีอยู่ว่า พี่อนันตะได้เตรียมแผนอันแยบยลเอาไว้ล่วงหน้า ก่อนไปรับข้าพเจ้ามาจากหรทวาร พี่ได้แวะมาที่พาราณสีเพื่อขอความช่วยเหลือจากผู้เชี่ยวชาญด้านคัมภีร์ท่านหนึ่ง บัณฑิตผู้นี้กับลูกชายของเขาสัญญากับพี่ว่าจะเกลี้ยกล่อมข้าพเจ้าให้ล้มเลิกความคิดที่จะออกบวชเป็น*สันนยาสี*[1] ให้จงได้

พี่อนันตะพาข้าพเจ้ามายังบ้านของพวกเขา ข้าพเจ้าได้รับการต้อนรับจากลูกชายของท่านบัณฑิตที่ลานบ้าน เขาเป็นชายหนุ่มท่วงท่าคล่องแคล่วกระตือรือร้น และชวนข้าพเจ้าสนทนาเรื่องปรัชญาเสียยืดยาว นอกจากนี้ยังอ้างตัวว่ามีตาทิพย์ มองเห็นอนาคตของข้าพเจ้าได้แจ่มแจ้งแทงตลอด จึงไม่เห็นด้วยที่ข้าพเจ้าคิดจะออกบวช

"เธอจะประสบแต่เรื่องร้าย ๆ และจะไม่มีวันได้พบกับพระเป็นเจ้าถ้าเธอคิดแต่จะละทิ้งหน้าที่ความรับผิดชอบในชีวิตเช่นนี้ เธอจะลบล้างกรรมเก่า[2] ให้หมดไปไม่ได้ถ้าไม่ใช้ชีวิตในทางโลกเสียก่อน"

ข้าพเจ้าโต้ตอบเขากลับด้วยอมฤตธรรมจากคัมภีร์ภควัทคีตา[3] "'แม้ผู้ประกอบกรรมอันต่ำทราม หากมุ่งทำสมาธิต่อเราอย่างแน่วแน่ ก็ย่อมจะลบล้างผลกรรมในอดีตได้โดยพลัน เขาชอบที่จะกลายเป็นผู้มีจิตวิญญาณตั้งอยู่ในธรรม ย่อมที่จะได้รับศานติอันเป็นนิรันดร์ พึงตระหนักรู้เถิดว่า สาวกผู้ศรัทธามั่นต่อเราย่อมไม่มีวันถึงซึ่งความเสื่อม!'"

แม้กระนั้น คำทำนายอย่างฉะฉานของเจ้าหนุ่มนั่นก็ทำให้ข้าพเจ้าอดที่จะหวั่นไหวไม่ได้ จึงสำรวมจิตสวดอ้อนวอนต่อพระเป็นเจ้าอยู่ในใจ

---

1 แปลว่า "ผู้สละ" มาจากรากศัพท์ภาษาสันสกฤตที่แปลว่า "ละหรือเลิก"

2 ผลจากกรรมในอดีต ทั้งในชาตินี้และชาติก่อน มาจากธาตุ*กริ* แปลว่า "ทำ"

3 อัธยายะที่ 9 บทที่ 30–31

"ข้าแต่พระผู้เป็นเจ้า ขอทรงโปรดไขข้อข้องใจ ประทานคำตอบให้แก่ข้าพระบาท ณ ที่นี้และในบัดนี้ด้วยเถิดว่า ทรงมีพระประสงค์จะให้ข้าพระบาทก้าวเดินไปบนเส้นทางแห่งนักบวช หรือจะโปรดให้รั้งอยู่ในโลกียวิสัย!"

ตอนนั้นเองที่ข้าพเจ้าเหลือบไปเห็นสาธุท่าทางน่าเลื่อมใสท่านหนึ่งยืนอยู่ที่นอกบ้าน ดูท่าทางท่านคงจะได้ยินบทสนทนาโต้ตอบอันเปี่ยมด้วยพลังและความมุ่งมั่นระหว่างข้าพเจ้ากับผู้อุปโลกน์ตนเองขึ้นเป็นหมอดูตาทิพย์เข้า ท่านจึงเรียกข้าพเจ้าเข้าไปหา ข้าพเจ้ารับรู้ถึงพลังอันกล้าแข็งที่แผ่พุ่งออกมาจากดวงตาอันสงบนิ่งของท่าน

"ลูกเอ๋ย อย่าไปฟังคำพูดของคนเขลา พระเป็นเจ้าทรงรับรู้ถึงคำภาวนาของเจ้า จึงส่งเรามายืนยันกับเจ้าว่า เส้นทางชีวิตของเจ้าคือการสละซึ่งทางโลกเท่านั้น"

ข้าพเจ้ายิ้มร่าด้วยความปีติ ทั้งพิศวงทั้งตื่นตันต่อคำชี้ขาดที่เบื้องบนประทานลงมาให้

"ออกมาให้พ้นจากผู้ชายคนนั้น!" เจ้า "คนเขลา" ส่งเสียงเรียกข้าพเจ้ามาจากลานบ้าน ท่านผู้นำสารจากเบื้องบนยกมือขึ้นให้พรแก่ข้าพเจ้าแล้วเดินจากไปอย่างช้า ๆ

"ตาสาธุนั่นก็เสียสติพอ ๆ กับเธอนั่นล่ะ" ผู้ออกความเห็นอันแสนจะเสนาะโสตนี้คือตาบัณฑิตผมหงอกขาว สองพ่อลูกมองข้าพเจ้าอย่างสลดใจ "ฉันได้ยินมาว่า เขาเองก็ทิ้งบ้านทิ้งช่อง ออกร่อนเร่หาพระเจ้าอย่างเลื่อนลอยเหมือนกัน"

ข้าพเจ้าหันหน้าหนี และบอกกับพี่อนันตะว่าจะไม่ยอมพูดคุยกับเจ้าบ้านทั้งสองอีกต่อไปแล้ว พี่ชายผู้ท้อแท้ของข้าพเจ้าจึงยอมออกจากบ้านหลังนั้นทันทีต่อมา เราก็มาขึ้นรถไฟกลับกัลกัตตากัน

"คุณนักสืบขอรับ คุณรู้ได้อย่างไรว่ากระผมหนีไปกับเพื่อนอีกสองคน?"

ข้าพเจ้าระบายอารมณ์เข้าใส่พี่อนันตะด้วยความอยากรู้ในระหว่างที่เดินทางกลับบ้าน พี่อนันตะยิ้มกริ่ม

"พี่ไปดูที่โรงเรียนของเธอ เลยได้รู้ว่าอมาร์ออกจากห้องเรียนก่อนหมดชั่วโมง แล้วหายจ้อยไปเลย เช้าวันรุ่งขึ้น พี่ไปที่บ้านของเขาแล้วเจอตารางเดินรถที่พวกเธอทำเครื่องหมายกาเส้นทางเอาไว้ พ่อของอมาร์กำลังจะนั่ง

รถม้าออกไปพอดี พี่ได้ยินเขาพูดกับคนขับรถว่า

"'เช้านี้ลูกชายฉันไม่ติดรถไปโรงเรียนด้วย ไม่รู้ว่าเขาหายตัวไปไหน!' ผู้เป็นพ่อคร่ำครวญ

"ข้างคนขับรถม้าก็ตอบกลับมาว่า 'ผมได้ยินมาจากคนขับรถม้าอีกคันว่าลูกชายคุณกับเพื่อนอีกสองคนแต่งตัวแบบคนยุโรปไปขึ้นรถไฟที่สถานีฮาวราห์ พวกเขายกรองเท้าหนังให้คนขับรถเสียด้วยนา'

"พี่จึงได้เงื่อนงำสามอย่างด้วยกัน คือ ตารางเดินรถไฟ เด็กชายสามคน กับเสื้อผ้าแบบคนอังกฤษ"

ข้าพเจ้าฟังพี่อนันตะเปิดเผยขั้นตอนการสืบสวนอย่างชื่นชมระคนกับความเดือดดาล รู้อย่างนี้ ไม่ใจดีให้รองเท้ากับเจ้าคนขับรถม้านั่นเสียก็ดี!

"แน่ล่ะ พี่รีบส่งโทรเลขไปตามสถานีรถไฟในเมืองที่อมาร์ขีดเส้นใต้เอาไว้ทุกแห่ง เห็นเขาขีดเส้นใต้เมืองบาเรลลี พี่ก็โทรเลขถึงทวารกะเพื่อนของเธอทันที หลังถามความจากเพื่อนบ้านที่กัลกัตตา พี่จึงได้รู้ว่าชติณทะหายตัวไปคืนหนึ่ง แต่เช้าวันรุ่งขึ้น เขาก็กลับมาในชุดแบบคนยุโรป พี่ตามเขาจนเจอแล้วชวนมากินข้าวเย็นด้วยกัน เขารับปากโดยไม่นึกระแวงเพราะเห็นพี่ดีกับเขามาก ระหว่างเดินมาด้วยกัน พี่ล่อเขาเข้าไปในโรงพักโดยที่เขาไม่ทันได้ตั้งตัว แล้วให้ตำรวจที่พี่เลือกเอาไว้แล้วว่าหน้าตาโหดเข้าขั้นมาล้อมวงเขา ถูกตำรวจหน้าเหี้ยมรุมจ้องกันเป็นโขยงอย่างนั้น สุดท้ายเขาก็ต้องยอมคายเรื่องออกมาจนได้

"'ผมออกเดินทางไปหิมาลัยด้วยใจเบิกบาน เต็มเปี่ยมไปด้วยศรัทธา' เขาเล่า 'หวังอย่างยิ่งว่าจะได้พบกับเกจิอาจารย์ทั้งหลาย แต่ทันทีที่มุกุณฑะพูดว่า "ระหว่างที่พวกเราเข้าฌานอยู่ในถ้ำกลางเทือกเขาหิมาลัย พวกเสือจะถูกมนต์สะกด แล้วเข้ามานั่งล้อมพวกเราไว้เหมือนแมวเชื่อง ๆ" ผมก็ตัวเย็นวาบ เหงื่อผุดขึ้นรอบคิ้ว "แล้วไงล่ะ?" ผมนึก "ถ้าอำนาจฌานของเราไม่สามารถเปลี่ยนสัญชาตญาณอันดุร้ายของเสือได้มันจะยังเชื่องกับเราเหมือนแมวที่บ้านไหม?" ผมนึกเห็นภาพตัวเองตกเป็นเหยื่อเข้าไปนอนกองอยู่ในท้องเสือ ... ไม่ได้เข้าไปทั้งตัวในคราวเดียวกันหรอกนะ แต่ถูกเขมือบเข้าไปทีละชิ้น ๆ!'"

ความโกรธขึ้งที่มีต่อชติณทะละลายหายไปกับเสียงหัวเราะ เหตุผลที่มาจากเรื่องคุยกันบนรถไฟนี้น่าขันและคุ้มค่ากับความทุกข์ร้อนที่เขาได้ก่อไว้ให้กับ

ข้าพเจ้า แต่ต้องขอสารภาพว่าข้าพเจ้าแอบสะใจอยู่หน่อย ๆ ที่เขาต้องไปจบเห่เอวังอยู่กับตำรวจเหมือนกัน!

"พี่อนันตะ[1] พี่นี่ยอดนักสืบแท้ ๆ!" ข้าพเจ้าเหลือบมองพี่ด้วยอารมณ์ขันปนเคือง "แล้วผมจะบอกชติณทะว่าดีใจที่เขาหนีมาเพราะสัญชาตญาณรักตัวกลัวตาย ไม่ได้หนีมาเพราะมีจิตใจคิดคดทรยศเพื่อนอย่างที่เห็น"

เมื่อกลับมาถึงบ้านที่กัลกัตตา พ่อขอร้องให้ข้าพเจ้าเพลา ๆ เรื่องการไปนั่นมานี่ลงเสียบ้าง อย่างน้อยก็จนกว่าจะเรียนจบชั้นมัธยม ระหว่างที่ข้าพเจ้าหนีไปท่านได้เตรียมการบางอย่างเอาไว้ให้ข้าพเจ้าด้วยความรัก โดยขอให้ท่านสวามีเกพลานันทะบัณฑิตผู้มีจิตบริสุทธิ์เยี่ยงนักบวชแวะมาที่บ้านเป็นประจำ

"บัณฑิตผู้นี้จะช่วยสอนวิชาภาษาสันสกฤตให้กับลูก" พ่อบอกอย่างมั่นใจ

พ่อหวังจะสนองศรัทธาปสาทะในทางศาสนาของข้าพเจ้าด้วยการเชิญนักปรัชญาผู้ทรงภูมิความรู้จริง ๆ มาสอนให้เสียเลย แต่แผนการของท่านกลับให้ผลในทางตรงกันข้าม แทนที่จะสอนวิชาการอันแห้งแล้ง ไร้ซึ่งจิตวิญญาณให้อาจารย์คนใหม่กลับกระพือความปรารถนาที่จะค้นหาพระเป็นเจ้าของข้าพเจ้าให้เร่าร้อนยิ่งขึ้น พ่อไม่รู้มาก่อนเลยว่าท่านสวามีก็เป็นศิษย์ผู้บรรลุธรรมของท่านลาหิริ มหัสยะ ท่านคุรุผู้เป็นเอกอุในทางธรรมมีสานุศิษย์อยู่หลายพันคน ซึ่งล้วนแล้วแต่ถูกบารมีของท่านดึงดูดให้เข้ามาหาอย่างไม่อาจจะต้านทานได้ ข้าพเจ้ามาทราบเอาในภายหลังว่าท่านลาหิริ มหัสยะมักเปรียบท่านเกพลานันทะว่าเป็นเสมือนหนึ่งฤษีหรือมุนีผู้มีปัญญาสว่างกระจ่างแจ้งแล้ว[2]

ท่านสวามีมีใบหน้าหล่อเหลา หนวดเคราดกหนา ดวงตาของท่านดำสนิทเปิดเผยและสุกใสไร้มายาเหมือนดวงตาทารก ท่านมีรูปร่างผอมบาง ทุกอิริยาบถการเคลื่อนไหวให้ความรู้สึกสงบและผ่อนคลาย ดูอ่อนโยนและมากด้วยเมตตา

---

1 ข้าพเจ้ามักเรียกพี่ว่าอนันตะ-ดา *ดา* เป็นปัจจัยที่ใช้ต่อท้ายชื่อพี่ชายคนโตเพื่อแสดงความเคารพ

2 ตอนที่เราพบกัน ท่านเกพลานันทะยังไม่ได้บวชเข้าสำนักสวามี และใช้ชื่อ "ศาสตรี มหัสยะ" เป็นหลัก แต่เพื่อไม่ให้สับสนกับชื่อท่านลาหิริ มหัสยะและอาจารย์มหัสยะ (บทที่ 9) ข้าพเจ้าจึงใช้ชื่อสวามีเกพลานันทะที่ท่านได้มาหลังบวชเข้าสำนักแล้วแทน หนังสืออัตชีวประวัติของท่านได้รับการตีพิมพ์ในภาษาเบงกาลีเมื่อเร็ว ๆ นี้ ท่านเกิดเมื่อปี 1863 ในเมืองขูลณา แคว้นเบงกอล และละสังขารที่เมืองพาราณสีเมื่ออายุได้ 68 ปี ชื่อสกุลของท่านคือ อศุทศ ชัตเตอร์จี

ตามแบบฉบับของผู้มีจิตเข้าถึงพระเป็นเจ้าอย่างแน่วแน่มั่นคงแล้ว

เราใช้เวลาหลายชั่วโมงฝึกสมาธิตามแนวทาง*กริยาโยคะ*ร่วมกันอย่างเป็นสุข

ท่านสวามีเกพลานันทะเป็นผู้เชี่ยวชาญด้าน*ศาสตร* (คัมภีร์) โบราณที่มีชื่อเสียงเป็นที่ยอมรับกันทั่วไป ความรู้อันแตกฉานทำให้ท่านได้รับสมญาว่า "ศาสตรี มหัสยะ" และผู้คนก็มักเรียกขานท่านด้วยชื่อนี้จนติดปาก แต่ความรู้ด้านภาษาสันสกฤตของข้าพเจ้ากลับไม่ก้าวหน้าไปถึงไหนเพราะข้าพเจ้าจ้องแต่จะหาช่องออกนอกเรื่องไปให้ไกลจากไวยากรณ์อันน่าเบื่อ แล้วชวนอาจารย์คุยเรื่องโยคะกับเรื่องท่านลาหิริ มหัสยะแทน วันหนึ่ง ท่านสวามีก็ให้ความกรุณาแก่ข้าพเจ้าด้วยการเล่าเรื่องชีวิตบางบทบางตอนของท่านกับท่านลาหิริ มหัสยะให้ฟัง

"เป็นโชคดีที่หาได้ยากยิ่งที่ครูได้อยู่ใกล้ชิดท่านลาหิริ มหัสยะนานถึงสิบปี บ้านของท่านที่เมืองพาราณสีเป็นสถานที่แสวงบุญของครูเป็นประจำทุกค่ำคืน ท่านคุรุจะลงมาอยู่ที่ห้องโถงชั้นล่างตรงหน้าบ้านเสมอ ตัวท่านจะนั่งขัดสมาธิเพชรอยู่บนตั่งไม้ไร้พนักพิงหลัง โดยมีบรรดาสานุศิษย์นั่งรายล้อมเป็นครึ่งวงกลม ดวงตาท่านเป็นประกายแจ่มจ้าด้วยปีติสุขจากการเข้าถึงพระเป็นเจ้า เปลือกตาท่านหลุบลงครึ่งหนึ่ง เหมือนตัวท่านกำลังเพ่งผ่านตาในลึกเข้าไปในอาณาจักรแห่งความปีติสุขของพระเป็นเจ้า ท่านคุรุไม่ชอบพูดพร่ำ บางครั้งท่านจะมองไปยังลูกศิษย์คนที่กำลังทุกข์ร้อน แล้ววาจาอันเปรียบประดุจโอสถทิพย์ก็พรั่งพรูตามมาเหมือนแสงอันส่องสว่าง

"ศานติอันยากจะบรรยายเบ่งบานขึ้นในใจครูทุกครั้งที่สายตาท่านเหลือบมองมา ครูซึมซ่านไปกับกลิ่นหอมละไออวลเหมือนกลิ่นดอกบัวทิพย์ของท่าน การได้อยู่ร่วมกับท่าน ต่อให้ไม่ได้พูดจากันเลยนานหลายวัน ก็ยังถือเป็นประสบการณ์ที่ยังความเปลี่ยนแปลงให้เกิดแก่ตัวครูอย่างลึกซึ้ง เมื่อใดก็ตามที่ครูพบกับอุปสรรคในการปฏิบัติสมาธิ ครูจะไปนั่งสมาธิที่แทบเท้าท่านแล้วครูก็จะบรรลุถึงสภาวะจิตอันละเอียดอย่างยิ่งได้อย่างง่ายดาย ครูไม่เคยหยั่งจิตลงได้ลึกเช่นนี้ในยามที่ฝึกปฏิบัติกับอาจารย์ที่มีภูมิธรรมด้อยกว่า ท่านคุรุเปรียบเสมือนเทวาลัยแห่งพระเป็นเจ้าในมนุษยโลก และประตูอันเร้นลับของเทวาลัยหลังนี้ก็พร้อมจะเปิดรับสานุศิษย์ผู้ภักดีต่อพระเป็นเจ้าเสมอ

"ท่านลาหิริ มหัสยะไม่ใช่อาจารย์ที่เอาแต่ตีความคัมภีร์ตามตัวอักษร แต่ตัวท่านเป็นหนึ่งเดียวกับ 'บรรณาลัยทิพย์' ได้โดยไม่ต้องใช้ความพยายามแม้เพียงเศษเสี้ยว พรายฟองแห่งคำสอนและแนวคิดของท่านผุดพรายออกมาจากสายธารแห่งความรู้อันลึกล้ำ ท่านมีกุญแจมหัศจรรย์ที่สามารถไขหลักปรัชญาอันลึกซึ้ง ซึ่งแฝงเร้นอยู่ในคัมภีร์พระเวท[1] มาตั้งแต่ครั้งบรรพกาล เมื่อมีผู้มาขอความกระจ่างเรื่องระดับต่าง ๆ ของจิตสำนึกที่มีกล่าวถึงในคัมภีร์โบราณ ท่านจะตอบรับอย่างยิ้มแย้มว่า

"'เราจะเข้าสู่สภาวะเหล่านั้น แล้วจะมาบอกให้เดี๋ยวนี้ว่าได้รู้เห็นสิ่งใดมาบ้าง' ด้วยเหตุนี้ ท่านจึงแตกต่างจากอาจารย์ที่เอาแต่ท่องจำคัมภีร์ แล้วสอนแต่เรื่องนามธรรมที่ตนเองก็ไม่ได้รู้จริงอย่างสิ้นเชิง

"'ลองอธิบายความหมายในโศลกเหล่านี้ตามที่เธอเข้าใจให้ฟังหน่อยสิ' ท่านคุรุผู้พูดน้อยมักสั่งศิษย์ผู้อยู่ใกล้ตัวเช่นนี้ 'เราจะคอยนำทางความคิดของเธอ เพื่อให้เธอตีความได้อย่างถูกต้อง' และด้วยวิธีนี้ บรรดาสานุศิษย์จึงบันทึกญาณทรรศนะของท่านเอาไว้ โดยมีอรรถกถาตามมาอีกมากมาย

"ท่านอาจารย์ไม่เคยสอนให้หลับหูหลับตาเชื่อ 'คำพูดเป็นเพียงเปลือกนอก' ท่านกล่าวไว้ 'จงพิสูจน์ความมีอยู่จริงของพระเป็นเจ้าด้วยการติดต่อกับพระองค์ในสมาธิ'

"ไม่ว่าลูกศิษย์ของท่านจะประสบปัญหาใด ท่านจะแนะนำให้ใช้*กริยาโยคะ*เป็นทางแก้เสมอ

---

1 คัมภีร์พระเวททั้งสี่ที่เป็นฉบับแท้แต่ครั้งโบราณนั้น มีหลงเหลืออยู่กว่า 100 เล่ม ในหนังสือ *Journal* อีเมอร์สันได้กล่าวยกย่องทรรศนะในพระเวทว่า "สูงส่งและบริสุทธิ์ประดุจความร้อนแห่งเปลวเพลิง ความมืดมิดแห่งราตรี และความสงบนิ่งแห่งห้วงมหรรณพ คัมภีร์พระเวทประมวลทรรศนะทางศาสนาเอาไว้ทุกทรรศนะ เช่นเดียวกับหลักจริยศาสตร์สำคัญที่ผลิบานอยู่ในใจของกวีทุกรูปทุกนาม...เป็นเรื่องไร้ประโยชน์ที่จะนำพระคัมภีร์ไปเก็บวางไว้ที่เดิม เพราะถ้าข้าพเจ้าฝากชีวิตไว้กับป่าเขาลำเนาไพร หรือในเรือที่ลอยอยู่เหนือผิวน้ำ ธรรมชาติก็อาจทำให้ข้าพเจ้าเป็น *พราหมณ์* ได้ในขณะนั้น นั่นคือความเที่ยงแท้อันเป็นนิรันดร์ คือการถ่วงดุลที่ดำรงอยู่เป็นนิตย์ คืออำนาจอันลึกล้ำจนสุดจะหยั่งถึง คือความเงียบที่ไม่มีวันจะถูกทำลายลงได้...นี่คือหลักความเชื่อซึ่งบอกแก่ข้าพเจ้าว่า ศานติ ความบริสุทธิ์ และการปล่อยวางจากทุกสิ่งเท่านั้นที่จะไถ่ถอนบาปกรรมทั้งปวง และนำเราไปสู่ความปีติสุขแห่งองค์เทพทั้งแปดได้"

สวามีเกพลานันทะ
อาจารย์สอนภาษาสันสกฤตที่ท่านโยคานันทะรักยิ่ง

"'โยควิธีของเราจะไม่มีวันเสื่อมผลแม้หลังจากที่เราลาละสังขารไม่อยู่นำทางให้กับพวกเจ้าอีกต่อไป พึงรู้เถิดว่าโยควิธีนี้มิใช่สิ่งที่จะนำมาจัดรวมเล่มหรือเก็บเข้าแฟ้มเข้ากรุ แล้วถูกหลงลืมไปเช่นแนวคิดข้อเขียนที่เป็นแรงบันดาลใจในเชิงทฤษฎีทั่ว ๆ ไปได้ ขอพวกเจ้าจงพากเพียรก้าวเดินไปสู่ความหลุดพ้นด้วย *กริยาโยคะ* ซึ่งจะบังเกิดผลได้ก็ด้วยการปฏิบัติเท่านั้น'

"ตัวครูเองก็ยึดถือว่า*กริยาโยคะ*เป็นเครื่องมือที่ทรงประสิทธิภาพที่สุดที่จะนำพามนุษย์ไปสู่ความหลุดพ้น โดยอาศัยความมานะพยายามเฉพาะตัว ซึ่งจะวิวัฒน์พัฒนาขึ้นเรื่อย ๆ ในระหว่างการดิ้นรนค้นหาพระเป็นเจ้าของมนุษย์แต่ละรูปและนาม" แล้วท่านเกพลานันทะก็สรุปลงด้วยคำยืนยันอย่างบริสุทธิ์ใจว่า "ด้วยโยควิธีนี้พระเป็นเจ้าผู้ทรงพลานุภาพอันไพศาล ผู้ทรงแฝงเร้นอยู่ในตัวมนุษย์ทั้งหลาย จึงสำแดงพระองค์ให้เห็นผ่านทางกายเนื้อของท่านลาหิริมหัสยะและสานุศิษย์ของท่านอีกจำนวนหนึ่ง"

ครั้งหนึ่ง ท่านลาหิริ มหัสยะเคยแสดงปาฏิหาริย์ให้ท่านเกพลานันทะได้ประจักษ์แก่ตนเอง ไม่ต่างจากปาฏิหาริย์แห่งองค์พระเยซูเจ้าเลย ท่านเล่าเรื่องนี้ให้ข้าพเจ้าฟังในวันหนึ่งด้วยดวงตาที่เหม่อลอยไปไกลจากตำราภาษาสันสกฤตที่วางอยู่บนโต๊ะตรงหน้าเรา

"มีศิษย์ร่วมสำนักคนหนึ่ง ชื่อรามู เขาตาบอด ทำให้ครูนึกสงสารจับใจ ควรแล้วหรือที่แสงสว่างจะถูกพรากไปจากดวงตาของเขาในเมื่อเขาเฝ้าปรนนิบัติรับใช้ท่านอาจารย์ผู้ซึ่งรัศมีแห่งพระเป็นเจ้าได้ทาบทับร่างท่านแล้วโดยสมบูรณ์ เช้าวันหนึ่ง ครูหาจังหวะจะคุยกับรามู แต่ก็ไม่สบช่อง เพราะเขาเอาแต่ถือพัดใบตาลนั่งโบกลมให้ท่านอาจารย์อย่างอดทนอยู่หลายชั่วโมง จนเขาออกจากห้องมา ครูจึงได้เดินตามเขาไป

"'รามู เธอตาบอดมานานแค่ไหนแล้ว?'

"'ก็ตั้งแต่เกิดล่ะครับ! บอดไม่เห็นแสงเดือนแสงตะวันมาตั้งแต่ไหนแต่ไรแล้ว'

"'ท่านอาจารย์เป็นผู้ทรงจิตตานุภาพของเราช่วยเธอได้นะ ลองขอให้ท่านช่วยดูสิ'

"วันรุ่งขึ้น รามูเข้าไปหาท่านลาหิริ มหัสยะอย่างประหม่า ท่าทางเขาเหมือนละอายใจที่จะเอ่ยปากขอความช่วยเหลือทางกายเพิ่มเติมจากทางจิตวิญญาณที่ท่านอาจารย์ได้ให้เขาจนล้นเหลือแล้ว

"'ท่านอาจารย์ขอรับ พระผู้ยังความสว่างให้กับจักรวาลทรงสถิตอยู่ในตัวท่าน กระผมกราบวิงวอน ขอท่านโปรดนำแสงสว่างแห่งพระเป็นเจ้าบรรจุลงในดวงตากระผม เพื่อให้กระผมได้มองเห็นแสงตะวันรอนบ้างเถิดขอรับ'

"'รามู มีใครบางคนคบคิดกันทำให้เราต้องลำบากใจเสียแล้ว เราหามีอำนาจจะรักษาใครได้ไม่'

"'แต่ท่านอาจารย์ขอรับ พระเป็นเจ้าที่สถิตอยู่ในตัวท่านต้องสามารถรักษากระผมได้อย่างแน่นอน'

"'ในกรณีนั้นก็ถือเป็นอีกเรื่องหนึ่ง รามูพลานุภาพของพระเป็นเจ้าย่อมไร้ขีดจำกัด! พระองค์ยังความสุกสกาวให้กับดวงดาวและจุดประกายชีวิตอันลี้ลับให้กับอณูในร่างของมนุษย์เราได้ฉันใด ก็ย่อมยังแสงสว่างให้กับดวงตาของเจ้าได้ฉันนั้น' ท่านอาจารย์แตะมือลงที่หน้าผากของรามู ตรงกึ่งกลาง

ระหว่างคิ้วทั้งสองข้าง[1]

"'เพ่งจิตของเจ้าไว้ตรงจุดนี้ แล้วสวดสรรเสริญพระนามพระราม[2] อยู่เสมอในช่วงเจ็ดวันนี้ แล้วแสงอันเรืองรองของพระสูรยเทพจะเริ่มปรากฏให้เจ้าเห็นเอง'

"แล้วดูเอาเถิด! หลังหนึ่งสัปดาห์ผ่านพ้นไป เหตุการณ์ก็เป็นไปดังท่านว่าจริง ๆ เป็นครั้งแรกในชีวิตที่รามูสามารถมองเห็นความงดงามของธรรมชาติ ท่านอาจารย์ผู้วิเศษได้ชี้ทางสว่างให้กับศิษย์ของท่านอย่างถูกต้อง โดยให้เขาสวดสรรเสริญพระราม ผู้เป็นองค์เทพที่ท่านนับถือบูชายิ่งกว่าเทพองค์ใด ศรัทธาของรามูเปรียบได้กับดินร่วนซุยเที่ยงที่จะยังเมล็ดพืช ซึ่งก็คือพลานุภาพในการรักษาเยียวยาของท่านอาจารย์ให้เจริญงอกงามขึ้นมาได้" ท่านเกพลานันทะเงียบเสียงไปครู่หนึ่ง แล้วสรรเสริญอาจารย์ของท่านต่อไปว่า

"เป็นที่ประจักษ์ชัดว่า ปาฏิหาริย์ทุกอย่างที่ท่านอาจารย์ลาหิริ มหัสยะได้สำแดงไว้นั้น ท่านไม่เคยปล่อยให้ความถือดีในอัตตา[3] มาอ้างตนว่าเป็นพลานุภาพที่บันดาลให้เกิดปาฏิหาริย์ทั้งหมดขึ้นมาเลยแม้สักครั้ง การที่ท่าน

---

1 ตำแหน่งของ "ตาที่สาม" หรือตาทิพย์ เวลาจะตาย จิตสำนึกของมนุษย์จะถูกดึงไปอยู่ตรงจุดศักดิ์สิทธิ์นี้ ดังจะเห็นอยู่เสมอ ๆ ว่า คนตายจะเหลือกตาขึ้น

2 หมายถึงพระราม ซึ่งเป็นตัวเอกในมหากาพย์สันสกฤตเรื่อง*รามายณะ*

3 เรียกอีกอย่างว่า*อหังการ* (แปลว่า "ตนเอง") อหังการเป็นมูลเหตุให้เกิดทวิภาวะ หรือสภาวะเสมือนว่ามนุษย์กับพระเป็นเจ้าเป็นสองสิ่งที่เป็นเอกเทศจากกัน และเป็นปัจจัยนำมนุษย์ให้หลงวนเวียนอยู่ในห้วงแห่ง*มายา* (ความหลงผิดในสากล) หลงคิดไปว่าตนเอง (อัตตา) มีตัวตน และคิดว่าตนนั้นแลเป็นผู้สร้างตนขึ้นมา (ดูหน้า 53.1, 346–8, 360.1)

ผู้รู้กระจ่าง สว่างในธรรม ย่อมเป็นอกรรม ในกรรมที่มี
เขานั้นย่อมตรึก รำลึกได้ดี โลกล้วนอินทรีย์ เสวยซึ่งอารมณ์ (อัธยายะที่ 5:8–9)

สรรพสิ่งที่เห็น ล้วนเป็นไปตาม ครรลองแห่งธรรม ตามโลกวิสัย
หาใช่ตัวเรา ฤๅเขาฤๅใคร ดลให้เป็นไป แต่อย่างใดเลย (อัธยายะที่ 13:29)

แม้เราประเสริฐ ไม่เกิดไม่ตาย ไม่วอดไม่วาย ด้วยสิ่งใดใด
แม้นสถิตเป็นเจ้า เหนือเหล่ามรรตัย ยังรังสฤษฏ์กาย ให้จุติมา
ด้วยมายามนต์ ดลให้ไคลคลา ไปไปมามา มามาไปไป (อัธยายะที่ 4:6)

ยากนักจักฝ่า ม่านมายาการ แห่งเทพบรรหาน หุ้มห่อแม้เรา
แต่ผู้จ่อจิต สุจริตต่อเรา ย่อมฝ่าพ้นเงา แห่งม่านมายา (อัธยายะที่ 7:14)

—*ภควัทคีตา* (*บทแปลของอาร์โนลด์*)

ยอมมอบกายถวายชีวิตให้กับพลานุภาพในการเยียวยารักษาของพระเป็นเจ้าโดยไม่มีข้อแม้ ทำให้พลังดังกล่าวไหลผ่านตัวท่านได้โดยสะดวก

"ท่านอาจารย์เคยรักษาผู้คนมากมายให้หายจากโรคภัยไข้เจ็บได้อย่างน่าอัศจรรย์ แต่สุดท้าย สังขารของผู้คนเหล่านั้นก็หนีไม่พ้นเปลวไฟในเชิงตะกอน แต่การปลุกจิตวิญญาณที่หลับใหลให้ฟื้นตื่นขึ้น กับการอบรมบ่มเพาะสานุศิษย์ให้เข้าถึงพระเป็นเจ้าได้ต่างหากที่เป็นปาฏิหาริย์แท้จริงของท่านไปตราบเท่ากัลปาวสาน"

ข้าพเจ้าไม่มีหวังจะได้เป็นผู้เชี่ยวชาญด้านภาษาสันสกฤตกับใครเขา สิ่งที่ท่านเกพลานันทะสอนข้าพเจ้าคือวิธีผูกตนเองไว้กับพระเป็นเจ้า หาใช่วิธีผูกประโยคให้ถูกต้องตามหลักไวยากรณ์ไม่

บทที่ 5
"โยคีน้ำหอม" แสดงปาฏิหาริย์

"มีฤดูกาลสำหรับทุกสิ่งและมีวาระสำหรับเรื่องราวทุกอย่างภายใต้ฟ้าสวรรค์"[1]

ตอนนั้น ข้าพเจ้าไม่ได้มีคติพจน์อันเฉียบคมของพระเจ้าโซโลมอนดังว่านี้เอาไว้ปลอบใจตน ทุกครั้งที่ออกมาไกลบ้าน ข้าพเจ้าจะสอดส่ายสายตามองหาไปรอบตัวด้วยหวังจะได้เห็นดวงหน้าของผู้ที่ฟ้าลิขิตมาเป็นคุรุของตน แต่มรรคาชีวิตของเราก็ไม่เคยตัดมาบรรจบพบกันจนกระทั่งข้าพเจ้าเรียนจบชั้นมัธยม

สองปีหลังหนีไปหิมาลัยกับอมาร์ ท่านคุรุศรียุกเตศวรจึงได้ก้าวเข้ามาในชีวิตของข้าพเจ้า ในระหว่างนั้น ข้าพเจ้าได้พบกับนักบวชและผู้รู้อีกหลายท่าน ไม่ว่าจะเป็น "ท่านโยคีน้ำหอม" "ท่านสวามีพยัคฆ์" ท่านนาเคนทรนาถ ภทุรี ท่านอาจารย์มหัสยะ และท่านชคทิส จันทร โบส นักวิทยาศาสตร์ผู้มีชื่อเสียงของเบงกอลเรา

การพบกับท่าน "โยคีน้ำหอม" นั้น พอจะเกริ่นนำได้สองแง่ แง่หนึ่งเป็นความสอดคล้องกลมกลืน อีกแง่หนึ่งเป็นความสนุกสนานน่าขบขัน

"พระเป็นเจ้านั้นเรียบง่าย สรรพสิ่งทั้งหลายสิซับซ้อน ในโลกที่ธรรมชาติทั้งปวงล้วนเกี่ยวข้องสัมพันธ์กันเช่นนี้ พึงอย่าได้คิดเสาะหากฎหรือหลักการอันสมบูรณ์แบบจากที่ใดเลย"

ข้อคิดในเชิงปรัชญาอันเป็นที่สุดนี้ดังแว่วมาเข้าหูในขณะที่ข้าพเจ้ายืนนิ่งอยู่เบื้องหน้าเทวรูปพระแม่กาลีในเทวาลัย[2] พอหันหลังกลับมา ก็พบกับชายร่างสูงคนหนึ่งดูจากผ้าพันกายที่มีอยู่น้อยชิ้น ก็รู้ได้ทันทีว่าท่านเป็นสาธุผู้ร่อนเร่

---

1 ปัญญาจารย์ 3:1

2 พระแม่กาลีเป็นสัญลักษณ์แทนกฎแห่งธรรมชาติอันอยู่เหนือกาลเวลา มักสร้างรูปเคารพเป็นสตรีมีสี่กร ประทับยืนโดยพระบาทเหยียบอยู่บนร่างของพระศิวะผู้ทรงไว้ซึ่งความไม่สิ้นสุดที่ทอดองค์ลงรองรับ เพราะความเป็นไปแห่งธรรมชาติหรือปรากฏการณ์ต่างๆ ล้วนบังเกิดขึ้นจากพระเป็นเจ้าซึ่งแฝงเร้นอยู่ภายในทั้งสิ้น กรทั้งสี่เป็นสัญลักษณ์แทนลักษณะพื้นฐานสี่ประการ คือ สองกรสร้าง สองกรทำลาย เป็นภาวะคู่ที่จะขาดเสียมิได้ในสรรพสิ่งหรือการสร้าง

ไร้หลักแหล่ง

"ท่านช่างพูดได้ตรงกับความสับสนภายในใจของกระผมนัก!" ข้าพเจ้ายิ้มให้ท่านอย่างขอบคุณ "ความการุณและโหดร้ายของธรรมชาติที่สำแดงผ่านองค์พระแม่กาลีนั้น อย่าว่าแต่ตัวกระผมเลย แม้แต่ผู้มีปัญญาปราดเปรื่องกว่าก็ยังยากจะหยั่งรู้ความนัยที่แฝงอยู่ได้!"

"น้อยคนนักที่จะไขความลี้ลับของพระแม่ได้! ความดีกับความชั่วเป็นปริศนาท้าทายที่ชีวิตบรรจงวางเอาไว้ต่อหน้าผู้มีปัญญาทั้งหลายอย่างลี้ลับ เมื่อไขปริศนาหาคำตอบไม่ได้ มนุษย์ส่วนใหญ่มักต้องชดใช้ด้วยชีวิต เป็นบทลงโทษที่ไม่ได้ต่างกันเลย ไม่ว่าจะในสมัยนี้ หรือสมัยนครธีบิสเมื่อครั้งโบร่ำโบราณ แต่ทั่วทุกหัวระแหงยังมีบุคคลผู้ยืนหยัดอยู่โดยลำพัง ไม่เคยที่จะยอมแพ้ จนค้นพบความจริงแห่งเอกภาพอันมิอาจแยกออก จากในท่ามกลาง*มายา*[1] แห่งทวิภาวะได้ในที่สุด"

"ท่านช่างพูดได้อย่างเชื่อมั่นเหลือเกินนะขอรับ"

"เราพากเพียรภาวนา พิจารณาจิตของตนตามความเป็นจริงมานานนักหนา เป็นวิธีเข้าหาปัญญาที่เจ็บปวดอย่างเหลือแสน การสำรวจตนเองอย่างละเอียดตามติดความคิดของตนอย่างไม่ลดละ นับเป็นประสบการณ์ในการบดขยี้และตีแผ่ตัวตนของเราอย่างหมดเปลือก กระทั่งอัตตาที่แข็งแกร่งที่สุดก็ยังถูกบดทำลายลงจนเป็นผุยผง แต่การวิเคราะห์จำแนกแยกแยะตนที่ทำอย่างละเอียดตามแบบแผนขั้นตอนย่อมก่อให้เกิดผู้รู้ผู้เห็นการณ์ภายหน้า ส่วนการแสดงออกซึ่งความรู้สึกนึกคิดของตน การยอมรับเห็นดีเห็นงามกับความเป็นปัจเจกชน

---

1 สิ่งลวงตาในทางโลก แปลตรงตัวว่า "ผู้ทำหน้าที่วัด" *มายา* คืออำนาจวิเศษในการสร้างสรรค์ โดยที่ข้อจำกัดและการแบ่งแยกทั้งปวงนั้น มีอยู่ในองค์พระเป็นเจ้าผู้มิอาจวัดหรือแบ่งแยกได้

อีเมอร์สันประพันธ์บทร้อยกรองว่าด้วย*มายา* (เขาสะกดเป็น *Maia*) เอาไว้ว่า

ลวงล่อแลล่อลวง มิอาจล่วง ฤๅ ฝ่าไป
ทอถักแลชักใย หมื่นแสนสายยิ่งพรายระยับ
ภาพเธอสิงดงาม วะวาววามงามจิตจับ
ม่านร้อยทยอยสลับ ก็ทบก็ทับยิ่งนับทวี
ผู้ร่ายซึ่งมนตรา แห่งมายาอันมากมี
กังขา บ่ มีที่ ผู้กระหายใคร่ถูกลวง

นำมาซึ่งความถือดี เชื่อมั่นว่าตนแตกฉาน ถือสิทธิ์ส่วนตัวในการตีความเกี่ยวกับพระเป็นเจ้าและจักรวาล”

“สัจธรรมย่อมไม่ปรากฏกับผู้ที่มีความยโสโอหังในกมลสันดานเช่นนั้นอยู่แล้ว” ข้าพเจ้าต่อข้อสนทนากับท่านอย่างออกรส

“มนุษย์ไม่มีวันเข้าถึงสัจธรรมอันแท้จริงได้หากไม่ละเสียซึ่งมารยา จิตของเราเปิดรับกิเลสตัณหามานานนับศตวรรษ พอกพูนด้วยโมหจริตจากมายาในทางโลก ช่างเป็นชีวิตที่น่าเดียดฉันท์นัก การฟาดฟันกับข้าศึกในสมรภูมิรบหรือจะสาหัสสากรรจ์เท่าการต่อกรกับศัตรูภายในใจของเราเอง ก็มนุษย์หน้าไหนเล่าจะหาญเป็นปฏิปักษ์กับศัตรูผู้ยิ่งด้วยอำนาจ! สามารถสร้างความเจ็บปวดทรมานให้เราได้อย่างเหลือแสน เป็นศัตรูที่ตามติดเราไปทุกหนแห่ง จู่โจมเราไม่เคยว่างเว้น แม้กระทั่งยามหลับ พรั่งพร้อมไปด้วยอาวุธอันอาบด้วยพิษร้าย ใช้ทั้งตัณหาและอวิชชาเข้าเข่นฆ่าสังหารเราไม่มีเว้นแม้สักรายเดียว กระนั้น มนุษย์ก็ยังไร้หัวคิด ยอมละทิ้งอุดมการณ์ ปล่อยชีวิตให้ล่องลอยไปตามยถากรรมเช่นนี้แล้ว ถ้าไม่เรียกว่าอ่อนแอ เฉยชา และน่าอดสูยังจะเรียกอย่างไรได้อีก?”

“ท่านสาธุ ท่านไม่คิดสงสารมวลมนุษย์ผู้หลงทางบ้างเลยหรือขอรับ?”

ท่านเงียบไปครู่หนึ่ง ก่อนตอบเลี่ยง ๆ ว่า

“การที่จะรักทั้งพระเป็นเจ้าซึ่งจับต้องไม่ได้ แต่ทรงเปี่ยมไปด้วยคุณความดีทั้งปวง รักทั้งมนุษย์ที่มีตัวตน แต่ไร้ซึ่งคุณความดี นับเป็นเรื่องที่ชวนให้ปวดหัวจริง ๆ! แต่ความคิดเป็นเฉกเดียวกับเขาวงกต การพิจารณาจิตตนอย่างถ่องแท้จะเผยให้เห็นลักษณะร่วมประการหนึ่งในจิตใจของมนุษย์ทั้งปวง นั่นคือแรงกระตุ้นจากความเห็นแก่ตัวที่ยึดโยงมนุษย์เข้าไว้ด้วยกันอย่างเหนียวแน่นอย่างน้อยที่สุด ความเป็นภราดรภาพของมนุษย์ก็สำแดงออกมาอย่างเด่นชัดผลพวงจากความตื่นตะลึงในการค้นพบดังกล่าวคือความอ่อนน้อมถ่อมตนซึ่งจะพัฒนาไปเป็นความเมตตาต่อพวกพ้องผู้มองไม่เห็นศักยภาพในการรักษาเยียวยาของจิตวิญญาณที่ยังรอคอยให้เจ้าตัวเข้าไปค้นหา”

“นักบุญจากทุกกาลสมัยต่างสลดใจกับโลกไม่ต่างไปจากท่าน”

“มีแต่คนตื้นเขินเท่านั้นที่จะเพิกเฉยมึนชาต่อความทุกข์ยากของผู้อื่น ขณะจ่อมจมอยู่กับความทุกข์อันน้อยนิดของตน” ความเคร่งขรึมแห่งสีหน้าของ

ท่านคลายลงอย่างเห็นได้ชัด "และมีแต่บุคคลผู้พากเพียรตนอย่างถ่องแท้ในทุกแง่มุมแล้วเท่านั้นที่จะเข้าถึงกระแสความเมตตาอันไพศาลแห่งจักรวาล เขาจะได้รับการปลดปล่อยจากเสียงร้องต้องการอันกึกก้องของอัตตาแห่งตน ความรักของพระเป็นเจ้างอกงามอยู่บนดินประเภทนี้ สุดท้าย มนุษย์เราก็ต้องหวนคืนสู่พระผู้สร้าง แม้จะเพียงเพื่อร้องร่ำคร่ำครวญเอากับพระองค์ว่า 'ข้าแต่พระเป็นเจ้า ทำไม? เพราะอะไร?' ก็ตาม ความเจ็บปวดทรมานที่รุมเร้าจะบีบให้มนุษย์ต้องหันมาพึ่งพระองค์ทั้ง ๆ ที่แค่ความงามแห่งพระรูปพระโฉมก็ควรจะดึงดูดมนุษย์เราได้แล้ว"

ท่านสาธุกับข้าพเจ้าอยู่ในเทวาลัยกาลีฆาฏแห่งเมืองกัลกัตตาด้วยกัน ข้าพเจ้าได้เดินชมความงามอันเป็นที่เลื่องลือของที่นี่จนถ้วนทั่วแล้ว แต่อากัปกิริยาโดยรวมของท่านผู้เป็นเพื่อนร่วมทางโดยบังเอิญของข้าพเจ้าดูเหมือนจะมิได้ให้ความสำคัญกับความวิจิตรตระการตาของเทวาลัยเท่าใดนัก

"เศษอิฐเศษปูนจะส่งเสียงใดให้เราได้ยินได้ หัวใจย่อมเปิดรับเฉพาะเสียงสวดภาวนาของมนุษย์เท่านั้น"

เราเดินตรงไปหาแสงแดดยังประตูที่มีสาธุชนเข้าออกไม่ขาดสาย

"เจ้าอายุยังน้อย" สายตาที่ท่านมองมามีแววครุ่นคิด "อินเดียก็ยังอ่อนเยาว์นัก ฤษี[1] ทั้งหลายในครั้งโบราณได้วางแบบแผนชีวิตในทางธรรมเอาไว้ให้เราอย่างมั่นคง บทบัญญัติอันเก่าแก่ของพวกท่านยังตอบสนองต่อแผ่นดินของเราได้จนแม้ทุกวันนี้ ยังไม่ตกยุคตกสมัย ยังทันต่อเล่ห์เหลี่ยมกลลวงของโลกแห่งวัตถุนิยม และยังหล่อหลอมอินเดียเราอยู่ทั้งหลักคำสอนและวัตรปฏิบัติ คัมภีร์พระเวทของพวกเราได้พิสูจน์คุณค่าผ่านกาลเวลาแห่งความคลางแคลงใจมานานนับพัน ๆ ปี นานจนนักวิชาการผู้เสียหน้าเองก็ไม่ใส่ใจที่จะคำนวณหาเวลาที่แท้จริง จงรับสืบทอดพระเวทไว้เป็นมรดกตกทอดของเจ้าเถิด"

ขณะกราบลาท่านสาธุผู้มีโวหารอันจับใจ ท่านได้เอ่ยคำทำนายให้ฟังว่า

"วันนี้ หลังออกไปจากที่นี่ เจ้าจะได้พบเห็นเรื่องแปลก ๆ บางอย่าง"

---

1 ฤษี แปลตรงตัวว่า "ผู้เห็น" หมายถึง ผู้รจนาคัมภีร์พระเวทในครั้งโบราณกาลอันเนิ่นนานจนไม่อาจกำหนดเวลาที่แน่นอนลงไปได้

ข้าพเจ้าออกจากเขตเทวาลัย แล้วเดินเตร่ไปอย่างไร้จุดหมาย พอถึงตรงหัวมุมถนน ก็ให้บังเอิญเลี้ยวไปเจอคนคุ้นเคยกันมาแต่เดิม เป็นคนจำพวกพูดพล่ามไม่รู้จักจบจักสิ้น

"ฉันจะไม่รั้งตัวนายไว้นานหรอก" เขาสัญญา "ถ้านายยอมเล่าให้ฟังว่าหลายปีที่เราไม่ได้เจอกัน นายไปทำอะไรมาบ้าง"

"ที่นายพูดนี่มันขัดกันสิ้นดี! ฉันต้องไปเดี๋ยวนี้แล้ว"

แต่เขาคว้ามือข้าพเจ้าเอาไว้ คาดคั้นจะให้เล่าให้ฟังให้ได้ ข้าพเจ้านึกขันในใจ เขาดูเหมือนสุนัขป่าที่หิวโซ ยิ่งข้าพเจ้าพร่ำรำพันให้ฟังมากเท่าใด เขาก็ยิ่งตะกรุมตะกรามอยากรู้ข่าวมากขึ้นเท่านั้น ข้าพเจ้าสวดอ้อนวอนต่อพระแม่กาลีในใจขอให้ทรงประทานหนทางให้ปลีกตัวไปได้โดยไม่น่าเกลียด

จู่ ๆ เพื่อนคนนี้ก็บอกลาข้าพเจ้าเอาดื้อ ๆ ข้าพเจ้าถอนใจอย่างโล่งอก เร่งฝีเท้าให้เร็วขึ้นเพราะออกจะสยองว่าอาจต้องเจอกับพ่อคนช่างจ้อนี้อีกครั้ง พอได้ยินเสียงฝีเท้ากวดตามหลังมาติด ๆ ข้าพเจ้าก็ยิ่งสาวเท้าเร็วขึ้น ไม่กล้าแม้แต่จะหันกลับไปมอง แต่แค่กระโดดพรวดเดียว เขาก็เข้าถึงตัว คว้าไหล่ข้าพเจ้าไว้พลางยิ้มร่า

"ฉันลืมบอกนายเรื่องคันธะบาบา ('โยคีน้ำหอม') อาศรมท่านอยู่ทางโน้นแน่ะ" เขาชี้ไปยังเรือนที่อยู่ห่างไปไม่กี่หลา "ไปพบท่านให้ได้นะ ท่านน่าสนใจจริง ๆ นายอาจจะได้พบเห็นเรื่องแปลก ๆ ก็ได้ ไปละนะ" คราวนี้เขาจากไปจริง ๆ

คำทำนายแบบเดียวกันของท่านสาธุที่เทวาลัยกาลีฆาฏผุดขึ้นมาในใจข้าพเจ้า ด้วยความอยากรู้ ข้าพเจ้าจึงเข้าไปในอาศรม มีคนมาพาเข้าไปในห้องโถงอันกว้างขวาง ในห้องนั้นมีคนไม่น้อยนั่งอยู่กับพื้นแบบที่คนตะวันออกนิยมนั่งกัน ตรงนั้นบ้างตรงนี้บ้างบนพรมสีส้ม ข้าพเจ้าได้ยินเสียงพวกเขากระซิบกระซาบกันอย่างตื่นเต้นว่า

"ดูท่านคันธะบาบาที่นั่งอยู่บนหนังเสือดาวนั่นสิ ท่านเสกดอกไม้ที่ไร้กลิ่นให้มีกลิ่นหอมของดอกไม้ชนิดใดก็ได้ เสกดอกไม้ที่เหี่ยวเฉาให้กลับมาเป็นดอกไม้สดก็ได้ แม้แต่ผิวคนท่านก็เสกให้หอมฟุ้งได้เหมือนกัน"

ข้าพเจ้ามองตรงไปยังท่านโยคีผู้กวาดสายตาปราดไปทั่วห้องก่อนมาหยุดลงที่ข้าพเจ้า ท่านเป็นคนร่างท้วม มีหนวดเคราครึ้ม ผิวคล้ำ ดวงตาโตเป็นประกาย

"ลูกเอ๋ย พ่อดีใจที่ได้เจอเจ้า บอกซิว่าเจ้าต้องการอะไร อยากได้น้ำหอมไหม?"

"จะอยากได้ไปทำไมครับ?" ข้าพเจ้าคิดในใจว่าคำถามของท่านราวกับเด็กไม่ประสาก็ไม่ปาน

"เจ้าจะได้เสพกลิ่นด้วยปาฏิหาริยวิธีอย่างไรเล่า"

"ด้วยการเคี่ยวเข็ญพระเป็นเจ้าให้ทรงบันดาลกลิ่นนั้นขึ้นมาหรือครับ?"

"แล้วไงล่ะ? ถึงอย่างไรพระองค์ก็ทรงรังสรรค์น้ำหอมขึ้นมาอยู่แล้ว"

"ใช่ครับ แต่ทรงบรรจุน้ำหอมนั้นลงในกลีบดอกไม้อันบอบบางให้เราได้ใช้กันสด ๆ ใช้เสร็จก็ทิ้งไป แล้วท่านเสกดอกไม้ได้หรือเปล่าครับ?"

"ได้ แต่ปกติแล้วพ่อจะเสกแต่น้ำหอมเสียล่ะมาก"

"แบบนี้โรงงานผลิตน้ำหอมมิต้องเจ๊งกันไปหมดหรือครับ?"

"พ่อไม่ทำถึงขั้นนั้นหรอกน่า จุดประสงค์ของพ่อก็เพียงแค่แสดงอานุภาพของพระเป็นเจ้าให้เห็นเป็นประจักษ์เท่านั้น"

"แต่เราจำเป็นจะต้องพิสูจน์พระเป็นเจ้าด้วยหรือครับ พระองค์มิได้ทรงแสดงปาฏิหาริย์ให้เราประจักษ์ในสรรพสิ่งและทุกหนแห่งอยู่แล้วหรอกหรือครับ?"

"ก็ใช่ แต่บางครั้งเราก็ควรเสกสิ่งที่พระองค์ทรงสรรค์สร้างขึ้นมาเองบ้าง"

"ท่านใช้เวลาเล่าเรียนวิชานี้นานแค่ไหนครับ?"

"สิบสองปี"

"เพียงเพื่อให้เสกน้ำหอมได้นี่นะ! ท่านโยคีครับ กะอีน้ำหอมที่หาซื้อได้จากร้านดอกไม้ด้วยเงินไม่กี่รูปี ถึงกับใช้เวลาไปนับสิบปี ออกจะน่าเสียดายอยู่นะครับ"

"กลิ่นหอมย่อมจางหายไปพร้อมกับดอกไม้"

"แต่ความหอมก็จางหายไปพร้อมกับความตายเหมือนกัน แล้วผมจะต้องการสิ่งปรุงแต่งสังขารของตนไปไย?"

"พ่อนักปรัชญาใหญ่ช่างพูดได้ถูกใจพ่อนัก เอาล่ะ ยื่นมือขวาของเจ้าออกมา" ท่านยกมือขึ้นในท่าประสาทพร ข้าพเจ้าอยู่ห่างจากท่านสองสามฟุต และไม่มีใครอยู่ใกล้พอจะถูกตัวได้ ข้าพเจ้ายื่นมือออกไป แต่ท่านโยคีไม่ได้สัมผัสจับต้องมือนั้นเลย

"เจ้าต้องการกลิ่นอะไร?"

"กลิ่นกุหลาบครับ"

"จงเป็นดังนั้น"

กลิ่นกุหลาบหอมฟุ้งกำจายออกจากใจกลางฝ่ามือ สร้างความประหลาดใจให้กับข้าพเจ้านัก ข้าพเจ้ายิ้ม ๆ ขณะหันไปคว้าเอาดอกไม้สีขาวที่ไร้กลิ่นดอกใหญ่มาจากแจกันใกล้ตัว

"ท่านเสกดอกไม้ไร้กลิ่นดอกนี้ให้มีกลิ่นหอมของดอกมะลิได้ไหมครับ?"

"จงเป็นดังนั้น"

กลิ่นมะลิรำเพยออกมาจากกลีบดอกไม้นั้นทันควัน ข้าพเจ้าขอบคุณท่านโยคีแล้วทรุดตัวลงนั่งข้างศิษย์ของท่านคนหนึ่ง เขาเล่าให้ข้าพเจ้าฟังว่าท่านคันธะบาบามีชื่อจริงว่าวิสุทธานันทะ ท่านศึกษาวิชาโยคะอันลี้ลับมาจากอาจารย์ในทิเบตหลายอย่างด้วยกัน เขายืนยันกับข้าพเจ้าว่าโยคีทิเบตท่านนั้นมีอายุมากกว่าพันปี

"ท่านคันธะบาบาไม่ได้เสกกลิ่นหอมให้ใครง่าย ๆ อย่างที่เห็นเมื่อครู่หรอกนะ" ผู้เป็นศิษย์บอกกล่าวด้วยน้ำเสียงที่แสดงถึงความภาคภูมิใจในตัวผู้เป็นอาจารย์ "ท่านมีกรรมวิธีร้อยแปด ขึ้นอยู่กับจริตของแต่ละบุคคล ท่านวิเศษมากจริง ๆ แม้แต่นักวิชาการจากกัลกัตตาก็ยังมาฝากตัวเป็นศิษย์ท่านตั้งหลายคน"

ข้าพเจ้าบอกกับตัวเองในใจว่าจะไม่ขอเป็นหนึ่งในนั้นแน่ อาจารย์ที่เป็นผู้ "วิเศษ" ตรงตามศัพท์บัญญัติเกินไปแบบนี้ไม่อยู่ในวิสัยที่ข้าพเจ้าจะเลื่อมใสศรัทธาได้ ข้าพเจ้าขอบคุณท่านคันธะบาบาอย่างสุภาพก่อนลาจากไป ระหว่างเดินทอดน่องกลับบ้าน ก็เอาแต่ครุ่นคิดถึงบุคคลทั้งสามที่ข้าพเจ้าได้ประสบพบพานในวันนี้

พอก้าวเข้าประตูบ้าน พี่อุมาก็เดินสวนออกมาพอดี

"ชักจะสำอางใหญ่แล้วนะ หัดใช้น้ำหอมเสียด้วย!"

ข้าพเจ้าไม่พูดอะไร ได้แต่ยื่นมือไปให้พี่ดม

"กลิ่นกุหลาบหอมจัง! หอมแรงผิดปกติ!"

เมื่อคิดขึ้นมาว่ามัน "ผิดปกติอย่างแรง" จริง ๆ ข้าพเจ้าจึงจ่อดอกไม้ที่ได้กลิ่นหอมมาด้วยอิทธิวิธีเข้าที่ใต้จมูกพี่โดยไม่ปริปากว่าอะไร

"โอ พี่ชอบมะลิ!" ว่าแล้วก็ฉวยเอาดอกไม้นั้นไป สีหน้าของพี่ดูสับสนจนน่าหัวเราะขณะตั้งหน้าตั้งตาสูดกลิ่นมะลิจากดอกไม้ที่ตัวพี่เองก็รู้ดีว่าไร้กลิ่น

ซ้ำแล้วซ้ำเล่า ท่าทางของพี่อุมาทำให้ข้าพเจ้าหายแคลงใจว่าท่านคันธะบาบาอาจใช้อำนาจจิตสะกดให้ข้าพเจ้าคิดไปเองว่าได้กลิ่นหอม เพราะถ้าท่านทำเช่นนั้น ก็ต้องมีแต่ตัวข้าพเจ้าเท่านั้นที่ได้กลิ่นเหล่านั้น

ภายหลัง เพื่อนคนหนึ่ง ชื่ออาฬกานันทะ ได้เล่าให้ข้าพเจ้าฟังว่า "ท่านโยคีน้ำหอม" มีอำนาจซึ่งข้าพเจ้าปรารถนาจะให้ผู้คนที่อดอยากนับล้าน ๆ คนในโลกใบนี้มีบ้าง

"ฉันไปเป็นแขกพร้อมกับคนอื่นอีกนับร้อยที่เรือนของท่านในเมืองเบิร์ดวาน" เขาว่า "ไปกินเลี้ยงกันน่ะ เพราะเคยได้ยินกิตติศัพท์ว่าท่านมีอำนาจเสกของออกมาจากอากาศธาตุได้ ฉันเลยนึกสนุก ขอให้ท่านเสกส้มนอกฤดูให้สักหน่อย ทันใดนั้น แผ่นแป้ง*ลูชี*[1] ที่วางอยู่บนใบตองตรงหน้าของพวกเราก็พองขึ้น ๆ พอบิดูก็เห็นส้มที่ปอกเปลือกเรียบร้อยแล้วอยู่ข้างใน ฉันลองชิมดูแบบกล้า ๆ กลัว ๆ แต่ปรากฏว่ามันอร่อยดีทีเดียว"

หลายปีต่อมาข้าพเจ้าจึงมีฌานแก่กล้าพอที่จะเข้าใจได้ว่าท่านคันธะบาบาเสกของเหล่านั้นได้อย่างไร แต่อนิจจา! มันเป็นวิธีซึ่งชนชาวโลกผู้อดอยากหิวโหยยากจะเอื้อมถึง

การรับรู้เมื่อเกิดมีสิ่งต่าง ๆ มากระทบกับผัสสะของเรา ไม่ว่าจะเป็นรูป รส กลิ่น เสียง หรือสัมผัส ล้วนเกิดขึ้นจากความผันแปรของแรงสั่นสะเทือนในอิเล็กตรอนและโปรตรอน แรงสั่นสะเทือนดังกล่าวอยู่ภายใต้การควบคุมของ*ปราณ* "ไลฟ์ตรอน" อันหมายถึงพลังชีพที่ละเอียดอย่างยิ่ง กระทั่งยังละเอียดกว่าพลังปรมาณู และยังผสานเข้ากับประสาทสัมผัสทั้งห้าอย่างเฉียบคมเสียด้วย

ท่านคันธะบาบาใช้โยควิธีอย่างหนึ่งปรับตนเองให้เป็นหนึ่งเดียวกับพลังปราณ จนสามารถเปลี่ยนโครงสร้างแรงสั่นสะเทือนของพลังปราณและทำให้เกิดสสารที่ท่านต้องประสงค์ได้ สิ่งที่ท่านเสก ไม่ว่าจะเป็นกลิ่นหอม ผลไม้ และปาฏิหาริย์อื่น ๆ ล้วนก่อรูปก่อร่างขึ้นมาจากคลื่นความสั่นสะเทือนในโลกนี้ มิได้เกิดจากการสะกดจิตให้คนคิดไปเองแต่อย่างใด

แพทย์ได้นำเอาการสะกดจิตมาใช้ในการผ่าตัดเล็กแทนการใช้ยาสลบกับ

---

1 แป้งจี่แบบอินเดีย เป็นแผ่นกลม ๆ แบน ๆ

คนไข้ที่มีปัญหากับยาชา แต่ถ้าใช้วิธีนี้บ่อย ๆ ก็อาจก่ออันตรายให้กับผู้ถูกสะกดจิตได้ เพราะจะส่งผลให้การจัดเรียงตัวของเซลล์สมองผิดปกติไปในภายหลัง การสะกดจิตถือเป็นการบุกรุกล่วงล้ำเข้าไปในจิตสำนึกของผู้อื่น[1] ผลที่เกิดขึ้นเพียงชั่วครั้งชั่วคราวของมันต่างจากปาฏิหาริย์ที่สำแดงโดยผู้เข้าถึงพระเป็นเจ้าแล้วอย่างสิ้นเชิง เมื่อตระหนักรู้ในองค์พระเป็นเจ้าโยคีแท้ย่อมสร้างความเปลี่ยนแปลงให้แก่โลกแห่งมายาได้ด้วยเจตจำนงที่สอดคล้องต้องกันกับพระประสงค์ของพระผู้สร้าง[2]

ปาฏิหาริย์ดังที่ท่าน "โยคีน้ำหอม" แสดง แม้จะน่าตื่นตาตื่นใจ แต่กลับไร้ประโยชน์ต่อจิตวิญญาณอย่างสิ้นเชิง นอกจากให้ความเพลิดเพลินเล็ก ๆ น้อย ๆ แล้ว ก็มีแต่จะทำให้คนหลงทาง ห่างหายจากการค้นหาพระเจ้าอย่างจริงจัง

ครูบาอาจารย์ทั้งหลายไม่เคยเห็นดีเห็นงามกับการโอ้อวดอิทธิปาฏิหาริย์ ครั้งหนึ่งผู้วิเศษชาวเปอร์เซียนามว่าอาบู ไซอิด เคยหัวเราะเยาะ *ฟาคีร์* (นักบวชมุสลิม) ผู้หลงทะนงในอำนาจอาคมที่ตนมีเหนือท้องน้ำ ผืนฟ้า และอากาศ

"กบก็อยู่ในน้ำได้!" ท่านว่าให้อ้อม ๆ "อีกากับนกแร้งก็บินอยู่กลางอากาศเป็นปกติวิสัย มารร้ายก็ปรากฏตัวในโลกตะวันตกและตะวันออกได้ในเวลาเดียวกัน คนที่เป็นคนเต็มคนคือคนที่ดำรงตนอยู่ในคุณงามความดีท่ามกลางหมู่พวกพ้อง เขาอาจต้องทำมาหากิน ต้องค้าต้องขายอยู่ แต่ก็ไม่เคยลืมพระเจ้าเลยแม้สักขณะจิต"[3]

---

1 การศึกษาสภาวะจิตสำนึกของนักจิตวิทยาตะวันตกจะพุ่งเป้าไปที่จิตใต้สำนึกกับโรคทางจิตที่ใช้ศาสตร์ด้านจิตเวชและจิตวิเคราะห์รักษาได้เป็นหลัก การศึกษาเรื่องต้นกำเนิดและพื้นฐานของสภาวะจิตปกติ ตลอดจนการแสดงออกซึ่งอารมณ์และความต้องการมีอยู่น้อยกว่าน้อย ต่างจากแวดวงปรัชญาของทางอินเดียที่ให้ความสนใจกับหัวข้อเหล่านี้เป็นพิเศษ ปรัชญา *สางขยะ* และ*โยคะ* ถึงขนาดแยกแยะการเปลี่ยนแปลงของสภาวะจิตปกติออกเป็นระดับขั้นต่าง ๆ ที่เชื่อมโยงถึงกันไว้อย่างละเอียด เช่นเดียวกับหน้าที่เฉพาะของ*พุทธิ* (ปัญญาแยกแยะ) *อหังการ* (ความยึดติดในตน) และ*มนัส* (จิตธาตุ)

2 "จักรวาลย่อมแฝงอยู่ในทุกอณูของสรรพสิ่ง และสรรพสิ่งก็ย่อมกอปรขึ้นจากสิ่งแฝงเร้นสิ่งหนึ่งเสมอ โลกแฝงตนอยู่ในหยาดน้ำค้าง... หลักคำสอนที่ว่าพระเป็นเจ้าทรงดำรงอยู่ทุกหนทุกแห่งมาจากแนวคิดที่ว่า ทรงแฝงเร้นอยู่ในสรรพสิ่ง กระทั่งตะไคร่น้ำและใยแมงมุมก็คืออณูหนึ่งของพระองค์นั่นเอง"—*อีเมอร์สัน* ใน *"Compensation"*

3 "จงค้าจงขาย แต่อย่าได้ลืมพระเจ้า!" หลักใหญ่ใจความคือร่างกายและหัวใจต้องทำงานสอดคล้องกลมกลืนกัน นักเขียนชาวตะวันตกบางคนมักกล่าวอ้างว่าเป้าหมายของศาสนาฮินดูคือ

และมีอีกครั้งหนึ่งที่อาจารย์ใหญ่ท่านนี้ให้หลักธรรมในการดำเนินชีวิตเอาไว้ว่า "จงละเสียซึ่งสิ่งที่อยู่ในหัวของท่าน (ความปรารถนาและความทะยานอยากแบบเห็นแก่ตัว) จงเจือจานสิ่งที่ตนมี และจงอย่าสยบยอมต่อชะตากรรมอันเลวร้าย!"

แต่ไม่ว่าจะเป็นสาธุผู้มีใจเป็นธรรมที่เทวาลัยกาลีฆาฏ หรือโยคีผู้ร่ำเรียนวิชามาจากทิเบต ล้วนไม่ใช่คุรุที่ข้าพเจ้าเฝ้าถวิลหา หัวใจของข้าพเจ้ารู้ได้โดยไม่ต้องให้ใครมาบอก และอาจเปล่งเสียงไชโยกังวานก้องออกมาได้โดยไม่ต้องมีใครกระตุ้น เพราะใจดวงนี้มิได้ถูกดึงรั้งให้ออกมาจากความเงียบงันบ่อยนัก ครั้นข้าพเจ้าได้พบกับท่านในท้ายที่สุด ท่านอาจารย์ก็สอนให้ข้าพเจ้าได้รู้จักความเป็นคนเต็มคนด้วยการปฏิบัติตนให้ข้าพเจ้าเห็นเป็นแบบอย่างอันประเสริฐ

"การหลบหนี" แบบคนขลาด ไม่ยอมทำอะไร เอาแต่หันหลังให้กับสังคม กระนั้น หลักอาศรมสี่ในคัมภีร์พระเวทก็ถือเป็นขั้นตอนการใช้ชีวิตที่สมดุลที่สุดเท่าที่มนุษย์จะพึงมีได้ โดยจัดสรรเวลาครึ่งชีวิตให้กับการศึกษาเล่าเรียนและการทำหน้าที่ของผู้ครองเรือน อีกครึ่งชีวิตที่เหลือใช้ในการศึกษาธรรมปฏิบัติสมาธิเพื่อสร้างความเจริญให้แก่จิต (ดูหน้า 321.1)

ความวิเวกเป็นสิ่งจำเป็นในการบำเพ็ญเพียรเพื่อให้หยั่งรู้ว่าตนนั้นคือวิญญาณ หลังจากนั้นครูบาอาจารย์เหล่านี้ก็จะกลับออกมาทำหน้าที่ช่วยเหลือโลก กระทั่งโยคีที่เปลือกนอกมิได้เกี่ยวข้องกับทางโลกเลย แต่กระแสความคิดและกระแสจิตของท่านสามารถยังประโยชน์ให้แก่โลกได้มากกว่าปุถุชน ผู้ไม่ได้บรรลุธรรมแต่ทุ่มเทแรงกายแรงใจช่วยเหลือเพื่อนมนุษย์อย่างสุดความสามารถหลายเท่านัก แม้จะถูกต่อต้านอย่างรุนแรง ทุกท่านก็ยังทุ่มเทความพยายามสร้างแรงบันดาลใจและยกระดับจิตใจของสานุศิษย์ทั้งหลายตามวิถีทางของตน หลักปฏิบัติของศาสนาฮินดู ไม่ว่าจะในทางธรรมหรือทางโลก ไม่มีข้อใดเลยที่จะสอนให้คนเอาแต่ปฏิเสธโลก หลัก*อหิงสา* (การไม่เบียดเบียนผู้อื่น) ที่เรียกว่า*สากะโลธรรมา* (ธรรมะอันเป็นสากล) ใน*มหากาพย์มหาภารตะ*นั้น ถือได้ว่าเป็นหลักคำสอนที่เอื้อประโยชน์ต่อโลก ถ้าดูจากแนวคิดที่ว่า การไม่ช่วยเหลือผู้อื่นก็เท่ากับการทำร้ายผู้อื่นนั่นเอง

คัมภีร์ภควัทคีตา (อัธยายะที่ 3:4–8) ชี้ให้เห็นว่าการกระทำกรรม (การประกอบกิจต่าง ๆ) เป็นธรรมชาติของมนุษย์อยู่แล้ว "การไม่กระทำกรรม" จึงกล่าวได้ง่าย ๆ ว่าเป็นความเกียจคร้านนั่นเอง

ผล ฤๅ จะผลิ แม้มิมีกรรม แม้มิกระทำ กรรม ฤๅ จะสิ้น
นรย่อมทำ กรรมเป็นอาจิณ มิจบมิสิ้น แม้มิยินดี
ด้วยเป็นวิสัย ไฉนจะมี ปุรุษที่ มิทำกิจใด
ผู้ระวังกาย ไม่ระวังใจ เที่ยงที่จะได้ ชื่อว่าโฉดเขลา
ผิ ประกอบกิจ คุมจิตเรา มิคิดหวังเอา ผลใดใด
ปุรุษนี้ ควรที่ใครใคร จะประณตไหว้ ให้ได้ยลยิน
จงประกอบกิจ เป็นนิจสิน ให้ลุแลสิ้น เถิดอรชุน!
(*จากบทแปลของอารโนลด์*)

บทที่ 6

สวามีพยัคฆ์

“ฉันได้ที่อยู่ของท่านสวามีพยัคฆ์มาแล้ว พรุ่งนี้พวกเราไปกราบคารวะท่านกันเถอะ”

คำชักชวนอันน่าสนใจนี้ดังออกมาจากปากจันฑี เพื่อนนักเรียนมัธยมของข้าพเจ้า ข้าพเจ้ากระหายใคร่จะได้พบกับท่านสวามีผู้นี้ยิ่งนัก ได้ยินมาว่าก่อนออกบวช ท่านเคยจับเสือและปราบเสือด้วยมือเปล่ามานักต่อนัก ข้าพเจ้าจึงอดที่จะกระตือรือร้นสนใจตามประสาเด็กผู้ชายไม่ได้

เช้าวันรุ่งขึ้นอากาศหนาวจับจิต แต่จันฑีกับข้าพเจ้ายังออกจากบ้านมาด้วยใจเบิกบาน หลังตระเวนหาอาศรมของท่านในเขตโภวนีปุระที่นอกเมืองกัลกัตตาอยู่เป็นนาน ในที่สุดเราก็มาถูกที่จนได้ เห็นประตูอาศรมมีห่วงเหล็กคล้องอยู่คู่หนึ่ง ข้าพเจ้าจึงตรงเข้าไปคว้ามันกระแทกเข้าใส่กันเสียงดังแสบแก้วหู กระนั้นคนรับใช้ก็ยังค่อย ๆ เดินลอยชายออกมาอย่างสบายอารมณ์ ริมฝีปากมีรอยยิ้มเยาะที่บอกเป็นนัยว่าไม่ว่าผู้มาเยือนจะส่งเสียงอึกทึกสักแค่ไหน ก็ไม่อาจทำลายความสงบในอาศรมแห่งนี้ลงได้

จันฑีกับข้าพเจ้าสำเหนียกได้ถึงการตำหนิอย่างเงียบเชียบของอีกฝ่าย จึงออกจะซาบซึ้งใจที่ฝ่ายเจ้าบ้านยังยอมเชื้อเชิญเราทั้งคู่เข้าไปในห้องรับแขก ที่นี่เรานั่งรอกันอยู่นานจนชักจะเริ่มเป็นกังวล แต่อินเดียมีกฎที่ไม่ได้ตราเอาไว้เป็นลายลักษณ์อักษรว่า ผู้แสวงหาสัจธรรมจำต้องมีความอดทน เพราะครูบาอาจารย์อาจต้องการทดสอบว่าผู้มาขอพบมีความจริงใจสักแค่ไหน ดูเหมือนแพทย์และทันตแพทย์ในประเทศตะวันตกเองก็ชอบใช้วิธีนี้ลองใจคนไข้กันให้เกร่อเช่นกัน!

ในที่สุด คนรับใช้ก็ออกมาเชิญเราเข้าไปในห้องนอนของท่านสวามีโสหง[1] ผู้เรืองนาม ตัวท่านสวามีนั้นนั่งอยู่บนเตียง แต่เรือนกายอันกำยำและใหญ่โตของท่านเป็นสิ่งที่เราคาดไม่ถึง จึงได้แต่ยืนปากอ้าตาค้างมองท่านจนตาแทบจะถลน

---

1 *โสหง* เป็นฉายาทางธรรมของท่าน แต่คนจะรู้จักท่านในนาม “สวามีพยัคฆ์” มากกว่า

ออกมานอกเบ้า จันฑีกับข้าพเจ้าไม่เคยเห็นใครมีแผงอกใหญ่โตมโหฬารและมีกล้ามแขนโตราวกับลูกฟุตบอลมาก่อน ลำคอของท่านทั้งใหญ่ทั้งหนา ใบหน้าดุแต่ดูสงบ มีปอยผมห้อยระลงมาเป็นกระจุก และมีหนวดเครารกครึ้ม ดวงตาดำสนิทของท่านฉายประกายดุดันประหนึ่งตาเสือร้าย แต่ก็มีแววบริสุทธิ์อ่อนโยนประดุจตานกพิราบเช่นกัน ท่านสวามีไม่ได้สวมเสื้อผ้า มีแต่หนังเสือพันอยู่รอบเอวหนา ๆ แค่ผืนเดียวเท่านั้น

พอหายประหลาดใจ เราทั้งคู่จึงก้มตัวลงคารวะท่าน และเรียนท่านว่าเราชื่นชมความอาจหาญของท่านในการต่อสู้กับเสือร้ายกลางสนามประลองกันแค่ไหน

“ท่านสวามีขอรับ ท่านจะไม่กรุณาเล่าให้เราฟังบ้างหรือว่าท่านใช้มือเปล่าสยบเสือโคร่งเบงกอลได้อย่างไร?”

“ลูกเอ๋ย การสู้กับเสือไม่ใช่เรื่องใหญ่สำหรับพ่อเลย กระทั่งวันนี้พ่อก็ยังทำได้ถ้าจำเป็น” ว่าแล้วท่านก็หัวเราะเหมือนเด็ก ๆ “พวกเจ้ามองเสือว่าเป็นเสือ แต่พ่อเห็นมันเป็นแค่แมวเชื่อง ๆ เท่านั้น”

“ท่านสวามีขอรับ กระผมคิดว่าคงจะพอหลอกตัวเองให้เชื่อได้ว่าเสือเป็นแค่แมวเชื่อง ๆ แต่กระผมจะทำให้เสือมันเชื่อเช่นนั้นได้ล่ะหรือขอรับ?”

“แน่ล่ะ พละกำลังก็เป็นสิ่งจำเป็นด้วย! เราจะหวังชัยชนะด้วยการให้ทารกคิดเอาว่าเสือเป็นแค่แมวบ้านคงไม่ได้ อาวุธสำคัญของพ่อก็คือมืออันทรงพลังคู่นี้”

ท่านให้เราตามออกไปยังลานอาศรม แล้วใช้หมัดซัดโครมเข้าที่ขอบกำแพงอิฐก้อนหนึ่งแตกเป็นเศษเล็กเศษน้อยร่วงกระจายลงบนพื้น ทำให้กำแพงมีรูโหว่จนมองออกไปเห็นท้องฟ้าได้อย่างชัดเจน ข้าพเจ้าถึงกับผงะไปด้วยความประหลาดใจ นึกได้แต่ว่า ลงใช้หมัดเดียวชกอิฐที่สอปูนอย่างแน่นหนาให้หลุดจากกำแพงได้ ก็ต้องใช้หมัดเดียวกันนี้ถอนเขี้ยวออกจากปากเสือได้เช่นกัน!

“มีคนไม่น้อยที่มีพละกำลังเช่นเดียวกับพ่อ แต่ขาดความสุขุมเชื่อมั่น คนร่างใหญ่แต่ใจขลาดเช่นนี้ แค่เห็นเสือตระเวนไพรอยู่ในป่าก็อาจหวาดกลัวจนลมจับเอาได้ง่าย ๆ เสือที่อยู่ในป่าตามธรรมชาติย่อมมีความดุร้ายตามสัญชาตญาณป่าต่างจากเสือที่ถูกมอมด้วยยาฝิ่นในคณะละครสัตว์มากมายนัก!

“ถึงจะเป็นคนที่แข็งแรงและทรงพลังอย่างยิ่ง แต่เมื่อต้องมาเผชิญหน้ากับ

เสือโคร่งเบงกอล ก็ยังอดที่จะกลัวจนมือเท้าอ่อนปวกเปียกไม่ได้ ด้วยเหตุนี้ เสือจึงทำให้มนุษย์ตกอยู่ในความหวาดกลัวไม่ต่างไปจากแมวน้อยตัวหนึ่ง แต่บุคคลผู้มีร่างกายแข็งแรงและเต็มเปี่ยมไปด้วยความมุ่งมั่น ย่อมสามารถพลิกสถานการณ์ของเสือให้กลับตาลปัตร และบีบให้มันรู้สึกไร้ทางสู้ราวกับเป็นแค่แมวตัวหนึ่ง แล้วพ่อก็ทำเช่นนั้นมานักต่อนักแล้ว!"

ใจข้าพเจ้าเองก็อยากจะเชื่ออยู่แล้วว่าชายร่างยักษ์ที่ตรงหน้าสามารถกำราบเสือให้เชื่องเหมือนแมวได้จริง และดูเหมือนว่าตัวท่านเองก็กำลังอยู่ในอารมณ์ที่ต้องการสอนสั่ง จันทีกับข้าพเจ้าจึงตั้งใจฟังท่านอย่างเคารพนบนอบ

"จิตคือตัวควบคุมการทำงานของกล้ามเนื้อ แรงเหวี่ยงของค้อนจะรุนแรงแค่ไหนย่อมขึ้นอยู่กับพลังที่ใช้ พละกำลังทางกายที่มนุษย์แสดงออกก็ขึ้นอยู่กับความมุ่งมั่นตั้งใจและความกล้าของบุคคลเป็นสำคัญ กล่าวได้ว่ากายก่อเกิดจากจิตและคงอยู่ได้ด้วยจิต และพึ่งพาอาศัยแรงกดดันจากสัญชาตญาณจากอดีตชาติ เป็นผลก่อให้เกิดความแข็งแรงหรือความอ่อนแอ ซึ่งจะค่อย ๆ แทรกซึมเข้าไปในจิตสำนึกของมนุษย์โดยจะแสดงออกมาทางอุปนิสัย และหล่อหลอมร่างกายให้ดูเข้มแข็งหรืออ่อนแอตามนั้น ความอ่อนแอของร่างกายมีรากฐานมาจากจิตใจ และในทางกลับกัน ร่างกายที่ยึดโยงอยู่กับอุปนิสัยความเคยชินก็เป็นอุปสรรคต่อจิตใจเช่นกัน ถ้าผู้เป็นนายยอมปล่อยให้บ่าวทาสมาชี้นิ้วบงการ ฝ่ายหลังก็จะกลายเป็นนายแทนในท้ายที่สุด จิตก็ตกเป็นทาสของกายได้ในลักษณะเดียวกันนี้"

เราทั้งคู่อ้อนวอนจนท่านใจอ่อน ยอมรับปากจะเล่าเรื่องราวชีวิตบางช่วงให้ฟัง

"ตอนยังหนุ่ม พ่อใฝ่ฝันจะเป็นนักสู้เสือ ความฝันของพ่อยิ่งใหญ่ แต่ร่างกายกลับอ่อนแอ"

ข้าพเจ้าหลุดเสียงอุทานออกมาด้วยความประหลาดใจ เพราะมันยากจะเชื่อว่าชายผู้บัดนี้มี "ไหล่หนาบ่ากว้าง พร้อมแบกรับน้ำหนักมหาศาลได้ดุจเดียวกับแอตลาส" จะเคยเป็นคนอ่อนแอไร้เรี่ยวแรงมาก่อน

"เพราะมุ่งมั่นจะมีสุขภาพแข็งแรง สมบูรณ์ด้วยพละกำลังให้จงได้ พ่อจึงสามารถเอาชนะอุปสรรคทางกาย ทั้งนี้ ต้องยกความดีให้กับพลังใจที่เด็ดเดี่ยว

ไม่ยอมแพ้และจิตใจเช่นนี้เองที่ทำให้เอาชนะเสือโคร่งเบงกอลได้”

“ท่านสวามีขอรับ ท่านคิดว่ากระผมจะมีวันสู้กับเสือได้บ้างไหมขอรับ?” นั่นเป็นครั้งแรกและครั้งสุดท้ายที่ข้าพเจ้าริอ่านมีความใฝ่ฝันอันอุตริเช่นนี้!

“ต้องได้สิ” ท่านยิ้ม “แต่เสือนั้นมีอยู่ด้วยกันหลายประเภท บางประเภทก็ออกตระเวนไปในพงไพรแห่งกิเลสตัณหาของมนุษย์ การปราบเสือภายนอกหรือจะมีคุณต่อจิตวิญญาณเฉกเช่นการกำราบเสือร้ายภายในใจของเราเอง”

“ท่านจะกรุณาเล่าให้เราฟังได้ไหมขอรับ ว่าท่านเปลี่ยนจากนักปราบเสือมาเป็นผู้กำราบกิเลสตัณหาในใจตนได้อย่างไร?”

ท่านสวามีนิ่งเงียบ ดวงตาท่านเหม่อลอยกลับไปหาอดีตสมัยเมื่อหลายปีก่อน ดูท่าท่านคงคิดหนักว่าควรจะยอมตามคำขอของข้าพเจ้าหรือไม่ สุดท้าย ท่านก็ยิ้มแบบยอมจำนน

“เมื่อชื่อเสียงพ่อโด่งดังถึงขีดสุด พ่อก็หลงทะนงตน และตัดสินใจว่าจะไม่เพียงแค่สู้กับเสืออีกต่อไป แต่จะเปิดแสดงกลวิธีในการปราบเสือให้คนดูด้วย ความมุ่งหมายของพ่อคือจะต้องกำราบเจ้าสัตว์ร้ายเหล่านี้ให้เชื่องเหมือนแมวบ้านให้ได้ พ่อจึงเริ่มเปิดแสดงความสามารถให้คนชม และประสบความสำเร็จอย่างสูง

“เย็นวันหนึ่ง พ่อของพ่อก็เข้ามาหาด้วยสีหน้าเป็นทุกข์

“‘ลูกพ่อ พ่ออยากจะเตือนเจ้า พ่อจะช่วยเจ้าให้ได้รอดพ้นจากความเจ็บไข้เพราะกฎแห่งกรรมที่จะตามเจ้าทันในเร็ววันนี้’

“‘นี่พ่อเชื่อเรื่องพรหมลิขิตด้วยหรือ? นี่ฉันควรจะยอมให้ความเชื่อเรื่องโชคลางมาเป็นอุปสรรคขัดขวางความสำเร็จของตัวเองอย่างนั้นหรือ?’

“‘พ่อไม่ได้งมงายเรื่องโชคลาง แต่พ่อเชื่อในเรื่องกฎแห่งกรรมตามคำสอนในคัมภีร์ สรรพสัตว์ในป่ากำลังโกรธแค้นเจ้า และอาจนำเคราะห์กรรมมาสู่เจ้าก็เป็นได้’

“‘พ่อทำเอาฉันอึ้งไปเลยนะนี่! พ่อก็รู้ว่าเสือมันเป็นอย่างไร สวยงามแต่ดุร้าย! ใครจะไปรู้? หมัดของฉันอาจทำให้หัวทึบ ๆ ของมันมีเหตุมีผลขึ้นมาบ้างก็เป็นได้ ฉันเป็นครูใหญ่ในโรงเรียนฝึกมารยาทสังคมประจำป่า มีหน้าที่อบรมให้พวกมันสุภาพอ่อนโยน!

“‘โธ่เอ๋ย พ่อจ๋า พ่อก็คิดเสียว่าฉันเป็นนักฝึกเสือ อย่ามองว่าเป็นคนฆ่าเสือ ก็ฉันทำความดี แล้วมันจะมีผลร้ายอะไรกับตัวฉันได้? ฉันขอล่ะพ่อ อย่าบังคับให้ฉันต้องเปลี่ยนวิถีชีวิตของตัวเองเลย’”

จันฑีกับข้าพเจ้านิ่งฟังอย่างใจจดใจจ่อ ด้วยรู้ซึ้งถึงความลำบากใจของท่านในขณะนั้นได้เป็นอย่างดี ในอินเดีย ลูกจะต้องทำตามความประสงค์ของพ่อแม่โดยไม่อาจบิดพลิ้ว ท่านสวามีพยัคฆ์เล่าต่อว่า

“พ่อของพ่อนิ่งฟังคำโต้แย้งนั้นด้วยความอดทน แต่หลังฟังจบ ท่านก็บอกกล่าวด้วยน้ำเสียงเคร่งขรึมจริงจังว่า

“‘ลูกเอ๋ย เจ้าบีบให้พ่อต้องเปิดเผยเรื่องคำทำนายที่ไม่เป็นมงคลจากปากสาธุนักบุญท่านหนึ่งให้เจ้าได้รู้เสียแล้ว ท่านมาหาพ่อเมื่อวานขณะที่พ่อนั่งสมาธิอยู่ที่ระเบียงบ้านเหมือนกับทุก ๆ วัน

“‘ภารดา เรามาเพื่อฝากข่าวไปถึงบุตรชายผู้ชอบเบียดเบียนสัตว์ของท่าน จงบอกเขาให้หยุดการกระทำอันป่าเถื่อนนั้นเสีย มิเช่นนั้น การสู้เสือครั้งต่อไปจะทำให้เขาได้รับบาดเจ็บสาหัส และต้องล้มป่วยปางตายนานถึงหกเดือน หลังจากนั้น เขาจะละทางโลกเข้าสู่ทางธรรม’”

“พ่อไม่ใส่ใจกับเรื่องที่พ่อเล่าสักนิด แถมยังคิดว่าท่านเชื่อคนง่าย เห็นจะตกเป็นเหยื่อนักต้มตุ๋นหลอกลวงมาเป็นแน่”

ท่านสวามีสารภาพด้วยทีท่าที่เหมือนจะหงุดหงิดกับความคิดโฉดเขลาในอดีตของตน ก่อนนิ่งเงียบไปพักใหญ่ ราวกับลืมไปว่ายังมีเรานั่งอยู่กับท่านด้วย แล้วจู่ ๆ ท่านก็หันกลับมาเล่าเรื่องราวต่อด้วยน้ำเสียงที่เยือกเย็นลง

“หลังได้รับคำเตือน พ่อก็เดินทางไปเยือนราชธานีของแคว้นคุชเบฮาร์ ดินแดนอันสวยงามแห่งนี้เป็นสถานที่แปลกใหม่สำหรับพ่อ พ่อหวังว่ามันจะเป็นการเปลี่ยนบรรยากาศที่ดี แต่ที่นี่มีสิ่งหนึ่งที่ไม่ต่างไปจากที่อื่น ๆ นั่นคือตามถนนหนทางจะมีผู้คนสนใจใคร่รู้ตามติดพ่อไปทุกหนทุกแห่ง พร้อมเสียงกระซิบกระซาบทำนอง

“‘คนนี้นี่ไงที่เป็นนักปราบเสือ’

“‘นั่นมันขาหรือท่อนซุงกันแน่นะ?’

“‘ดูหน้าเขาสิ! เขาต้องเป็นพญาเสือกลับชาติมาเกิดแน่เลย!’

"เจ้าก็รู้ พวกเด็กผู้ชายซนๆ ในหมู่บ้านก็คือตัวกระจายข่าวเราดีๆ นี่เอง! พอเรื่องไปถึงหูพวกแม่บ้าน ข่าวก็แพร่ไปเร็วเสียยิ่งกว่าไฟลามทุ่ง! ผ่านไปแค่ไม่กี่ชั่วโมง คนทั้งเมืองก็พากันตื่นเต้นกับการมาถึงของพ่อไม่มีเว้นแม้สักรายเดียว

"ขณะที่พ่อกำลังพักผ่อนอยู่เงียบๆ ในตอนเย็น ก็ได้ยินเสียงฝีเท้าม้าควบตะบึงมาหยุดอยู่หน้าที่พัก แล้วราชบุรุษกลุ่มหนึ่งก็พากันเดินเข้ามา แต่ละคนล้วนสูงใหญ่และโพกผ้าเอาไว้บนศีรษะทั้งนั้น

"พ่องันไปชั่วขณะ คิดในใจว่า 'ทุกสิ่งล้วนเป็นไปได้ทั้งสิ้นสำหรับผู้คุมกฎหมายมนุษย์พวกนี้ ราชบุรุษเหล่านี้จะเล่นงานเราด้วยเรื่องอะไรก็สุดรู้' แต่พวกราชบุรุษกลับโค้งคำนับพ่ออย่างนอบน้อมผิดปกติ

"'ท่านขอรับ เจ้าชายแห่งแคว้นคุชเบฮาร์มีรับสั่งให้พวกกระผมมาเชิญท่านไปเยือนพระราชวังของพระองค์ในวันพรุ่งขอรับ'

"พ่อคิดใคร่ครวญอยู่ครู่หนึ่ง ไม่รู้เพราะอะไรจึงได้รู้สึกหมองใจนักที่การเดินทางมาพักผ่อนเงียบๆ ครั้งนี้มีคนมารบกวนให้ต้องสะดุดหยุดลง แต่มารยาทอันอ่อนน้อมของเหล่าราชบุรุษทำให้พ่อออกจะเห็นใจ จึงตกปากรับคำพวกเขาไป

"เช้าวันรุ่งขึ้น พ่อต้องประหลาดใจอีกครั้งเมื่อพบว่ามีขบวนมารับตัวพ่อจากหน้าประตูไปขึ้นรถอันหรูหรา เทียมม้าถึงสี่ตัว มีคนรับใช้คอยถือกลดงามๆ ไว้บังแดดอันแผดจ้าให้ พ่อเพลิดเพลินกับการนั่งรถผ่านตัวเมืองและชายป่ารอบนอกออกไป ที่ประตูวัง พระยุพราชทรงรอต้อนรับพ่ออยู่ด้วยพระองค์เอง ทรงประทานพระเก้าอี้ปักดิ้นทองประจำพระองค์ให้พ่อนั่ง ก่อนเสด็จเลยไปประทับบนเก้าอี้ธรรมดาด้วยพระพักตร์ยิ้มแย้มแจ่มใส

"'ลงต้อนรับกันถึงขนาดอย่างนี้ ไม่มีเบื้องหน้าก็ต้องมีเบื้องหลังอะไรสักอย่างแน่!' พ่อนึกกังขามากขึ้นเรื่อยๆ หลังมีพระปฏิสันถารกับพ่อในเรื่องทั่วไปไม่กี่คำ เจ้าชายก็ทรงเปิดเผยพระประสงค์ออกมาให้ได้รู้

"'ได้ยินคนเขาโจษกันทั้งเมืองว่าท่านสามารถสู้กับเสือได้ด้วยมือเปล่า เป็นจริงดังนั้นหรือไม่?'

"'จริงพระเจ้าข้า'

"'ข้าไม่อยากจะเชื่อเลย! ท่านเป็นคนเบงกอลจากเมืองกัลกัตตาที่

กินข้าวขัดขาวแบบชาวเมืองทั่วไป ช่วยบอกความจริงกับข้าที เสือที่ท่านสู้เป็นเสือที่ถูกมอมยาฝิ่นจนสิ้นเรี่ยวแรงแล้วใช่หรือไม่?' เจ้าชายตรัสถากถางด้วยเสียงอันดัง มีสำเนียงพื้นเมืองเจืออยู่ในรับสั่งนั้น

"พ่อคิดว่าจะเป็นการดีกว่าที่จะไม่ตอบคำถามอันเยาะหยันนั้น

"'ข้าขอท้าให้ท่านสู้กับราชาเบคุม[1] เสือที่ข้าเพิ่งจับมาได้ใหม่ ๆ ถ้าท่านปราบมันให้สิ้นฤทธิ์ จับมันล่ามโซ่ และเดินกลับออกมาจากกรงของมันได้ด้วยตัวเองข้าจะยกเสือตัวนี้ให้กับท่าน! พร้อมด้วยเงินหลายพันรูปีและของกำนัลอื่น ๆ อีกมากมาย แต่ถ้าท่านไม่ยอมรับคำท้า ข้าจะเอาชื่อท่านไปประจานให้รู้กันทั่วเมืองว่าท่านมันก็แค่นักต้มตุ๋นหลอกลวงเท่านั้น!'

"วาจาหมิ่นแคลนของเจ้าชายเหมือนกระสุนห่าใหญ่สาดใส่ตัวพ่อ ทำให้พ่อเลือดขึ้นหน้า ตอบรับคำท้าไปในทันที เจ้าชายผู้โน้มองค์ขึ้นมาจากเก้าอี้ที่ประทับด้วยความตื่นเต้นทรงทิ้งองค์กลับลงไปอีกครั้ง พระโอษฐ์แสยะยิ้มราวคนจิตวิปริต ทำให้พ่อนึกถึงจักรพรรดิโรมันผู้หาความสำราญจากการส่งชาวคริสต์ลงไปสู้กับสัตว์ป่าในสนามประลองขึ้นมาไร ๆ พระองค์รับสั่งว่า

"'การประลองนี้จะจัดขึ้นในอีกเจ็ดวันข้างหน้า ข้าเสียใจที่ก่อนการประลองจะยอมให้ท่านเห็นเสือตัวนี้ก่อนไม่ได้'

"จะเป็นเพราะพระองค์กลัวว่าพ่อจะหาหนทางสะกดจิตเสือหรือแอบเอาฝิ่นให้มันกินหรืออย่างไรก็สุดรู้

"พ่อออกจากวังมา ออกจะน่าขันอยู่สักหน่อยที่ขากลับ ทั้งกลดทั้งรถม้าพากันหายไปหมด

"ช่วงสัปดาห์ถัดมา พ่อตระเตรียมกายใจสำหรับการต่อสู้ที่ใกล้เข้ามาอย่างเป็นขั้นเป็นตอน และได้เจ้าคนรับใช้ตัวดีคอยรายงานเรื่องราวพิลึก ๆ จากภายนอกให้ฟัง ไม่รู้ว่าคำทำนายที่โยคีนักบุญเคยบอกกับพ่อของพ่อหลุดรอดออกไปได้อย่างไร แต่มันถูกแต่งเติมและแพร่สะพัดไปทั่วเมือง มีชาวบ้านไม่น้อยที่เชื่อว่าราชาเบคุมคือวิญญาณชั่วร้ายที่เทพเจ้าสาปสรรไว้กลับชาติ

---

[1] "เจ้าชายเจ้าหญิง"—ที่ตั้งชื่อเช่นนี้ก็เพื่อบอกเป็นนัยว่าเสือตัวนี้มีความดุร้ายของทั้งเสือตัวผู้และเสือตัวเมียรวมกัน

มาเกิด พอตกกลางคืนจะกลายร่างเป็นปีศาจ แต่พอวันรุ่งก็จะกลับมาเป็นเสือลายพลาดกลอนอย่างเดิม ว่ากันว่าเจ้าเสือสมิงนี้ถูกส่งลงมาเกิดเพื่อกำราบพ่อโดยเฉพาะ

"นอกจากนี้ ยังมีนิยายเล่าลือกันอีกเรื่องว่า สรรพสัตว์ในป่าพากันสวดอ้อนวอนต่อแดนสุขาวดีของเหล่าพยัคฆา เบื้องบนจึงส่งราชาเบคุมลงมาเกิดเพื่อลงโทษพ่อ... สัตว์สองเท้าที่บังอาจไปหยามหมิ่นศักดิ์ศรีของเผ่าพันธุ์เสือทั้งมวล! มนุษย์ที่ไร้ขนไร้เขี้ยวเล็บ แต่หาญกล้ามาท้าทายกรงเล็บและขาอันทรงพลังของพญาเสือ! ชาวบ้านลือกันว่าความเคียดแค้นของเสือทุกตัวที่ถูกเหยียบย่ำศักดิ์ศรีได้รวมกันเป็นแรงอาฆาตที่กล้าแข็งพอจะบันดาลความพ่ายแพ้ให้แก่กับนักปราบเสือจอมทระนงได้

"คนรับใช้ยังบอกอีกว่า เจ้าชายทรงดูแลการจัดงานประลองระหว่างมนุษย์กับเสือร้ายนี้ด้วยพระองค์เอง ทรงมีรับสั่งให้สร้างปะรำขนาดใหญ่ที่กันพายุลมฝนได้เพื่อรองรับผู้ชมเรือนพัน ราชาเบคุมจะถูกขังไว้ในกรงเหล็กขนาดใหญ่ตรงกึ่งกลางปะรำ รอบนอกรายล้อมด้วยห้องป้องกันภัย เจ้าเสือร้ายที่สิ้นอิสรภาพแผดเสียงคำรามชนิดที่ชวนให้ขนพองสยองเกล้าออกมาเป็นระยะคนเลี้ยงให้อาหารมันกินแค่พอกันตาย ความหิวจะทำให้มันดุร้ายยิ่งขึ้น ดูท่าเจ้าชายคงอยากให้พ่อตกเป็นเหยื่ออันโอชะของมันเสียเต็มประดา!

"ผู้คนจากในเมืองและนอกเมืองพากันแห่มาซื้อบัตรตามเสียงรัวกลองแจ้งให้ทราบถึงการประลองที่ไม่ธรรมดานี้ ในวันประลองมีคนนับร้อยต้องผิดหวังกลับไปเพราะที่นั่งเต็มหมดแล้ว หลายคนไม่ยอมแพ้ แอบเข้ามาตามรอยต่อของเต็นท์ หรือไม่ก็เบียดเสียดกันจนเต็มที่ตามทางเดินข้างล่าง"

ยิ่งเรื่องที่ท่านเล่าขยับเข้าใกล้ตอนที่เร้าใจที่สุด ข้าพเจ้าก็ยิ่งตื่นเต้น จันฑีเองก็นิ่งฟังอย่างใจจดใจจ่อเช่นกัน

"ท่ามกลางเสียงคำรามกึกก้องของราชาเบคุมและเสียงอึงอลของฝูงชนที่เฝ้าดูอยู่ด้วยใจระทึก พ่อเดินออกมาเงียบ ๆ ทั้งตัวมีผ้าเตี่ยวพันท่อนล่างอยู่แค่ผืนเดียว ที่เหลือเปลือยเปล่า พ่อถอดสลักประตูห้องป้องกันภัย ก้าวเข้าไปในห้อง แล้วสอดสลักกลับเข้าที่ของมันอย่างเยือกเย็น เจ้าเสือร้ายได้กลิ่นเหยื่อก็โถมร่างเข้ากระแทกใส่ลูกกรงเหล็กเสียงดังสนั่น พร้อมแยกเขี้ยวคำรามเป็น

การต้อนรับ ผู้ชมพากันเงียบกริบด้วยความสยดสยองและเวทนาพ่อไปพร้อม ๆ กัน ในสายตาของพวกเขา พ่อคงดูเหมือนลูกแกะตัวน้อยที่ยืนอยู่ต่อหน้าพญาเสือร้าย

"ในชั่วพริบตาเดียว พ่อก็เข้ามาอยู่ในกรง ราชาเบคุมกระโจนเข้าถึงตัวพ่อก่อนที่ประตูจะกระแทกปิดดีเสียด้วยซ้ำ มือขวาของพ่อถูกตะกุยเป็นแผลฉกรรจ์ เลือดสด ๆ ไหลอาบลงมาเป็นสาย ยั่วน้ำลายเจ้าเสือร้ายได้ดีเสียยิ่งกว่าอะไรทั้งหมด คำทำนายของโยคีนักบุญท่านนั้นเหมือนจะกลายเป็นจริงในอีกไม่กี่อึดใจข้างหน้านี้

"นั่นเป็นครั้งแรกที่พ่อได้รับบาดเจ็บสาหัสขนาดนั้น แต่พ่อก็สลัดความตกใจทิ้งไปในทันที เอามือข้างที่เจ็บซุกไว้ใต้ขอบชายผ้าเตี่ยว แล้วเหวี่ยงกำปั้นซ้ายใส่มันเสียงดังพลั่ก เจ้าตัวร้ายเซกลับไปเดินวนอยู่ที่ท้ายกรง แล้วพุ่งทะยานเข้ามาอีกครั้งด้วยกำลังแรง พ่อกระแทกหมัดเด็ดเข้าที่หัวมันอย่างจัง

"แต่ราชาเบคุมได้ลิ้มรสเลือดแล้ว ทีท่าของมันไม่ต่างจากคอเหล้าที่เพิ่งได้ลิ้มรสไวน์หลังอดอยากปากแห้งมานาน การโจมตีของมันทวีความรุนแรงยิ่งขึ้น สลับกับเสียงคำรามกราดเกรี้ยว พ่อเหลือมือให้สู้ได้เพียงมือเดียว ไม่พอที่จะต่อกรกับเขี้ยวเล็บของมันได้เลย แต่พ่อก็ยังเอาคืนได้ เราต่างก็เลือดสาดด้วยกันทั้งคู่ กระนั้นก็ยังฟาดฟันเหมือนจะให้ตายกันไปข้าง ในกรงมีแต่ความสับสนโกลาหลด้วยเลือดที่สาดกระเซ็นไปทั่วทิศ เสียงคำรามอย่างเจ็บปวดเคล้าความกระหายใคร่เห็นความตายดังมาจากลำคอของเจ้าเสือร้าย

"'ยิงมันเลย!' 'ฆ่ามัน!' เสียงผู้ชมกรีดร้องกันระงม แต่ทั้งเสือและคนก็เคลื่อนไหวกันปุบปับฉับไวจนกระสุนจากทหารองครักษ์พลาดเป้า พ่อรวบรวมพลัง แผดเสียงดังสนั่นหวั่นไหว ก่อนปล่อยหมัดไม้ตายครั้งสุดท้ายออกไปสุดแรงเกิด เจ้าเสือร้ายล้มคว่ำลงไปนอนแน่นิ่ง"

"เหมือนเป็นแค่แมวตัวหนึ่งเลย!" ข้าพเจ้าออกอุทาน

ท่านสวามีหัวเราะอย่างพึงพอใจ ก่อนเล่าต่อว่า

"ในที่สุด ราชาเบคุมก็ถูกพิชิตลงจนได้ กระนั้น พ่อก็ยังเหยียบย่ำศักดิ์ศรีของมันต่อด้วยการใช้มือที่ฉีกขาดและอาบเลือดง้างปากของมันให้อ้าออกอย่างไม่เกรงกลัวและในเสี้ยววินาทีอันเร้าใจนั้น พ่อก็แหย่หัวเข้าไปในปากอันน่า

สะพรึงกลัวด้วยคมเขี้ยวโง้งชั่วครู่หนึ่ง ก่อนหันกลับมามองหาโซ่ พอคว้าโซ่บนพื้นมาได้เส้นหนึ่ง พ่อก็เอาโซ่นั้นคล้องคอมัน แล้วเอาปลายอีกด้านมัดไว้กับซี่ลูกกรง จากนั้น พ่อก็เดินตรงไปยังประตูกรงเยี่ยงผู้ชนะ

"แต่เจ้าปีศาจกลับชาติมาเกิดนั้นก็ทรหดสมกับกำพืดของมัน มันกระชากโซ่หลุดแล้วกระโจนมายังหลังพ่อด้วยพละกำลังอันเหลือเชื่อ ก่อนฝังเขี้ยวงับไหล่พ่อไว้แน่น พ่อล้มคะมำลงกับพื้นอย่างแรง แต่ในอึดใจนั้นก็พลิกตัวขึ้นไปคร่อมมันเอาไว้ได้ แล้วกระหน่ำกำปั้นเข้าใส่มันอย่างไม่ปรานีปราศรัยจนเจ้าสัตว์หน้าขนยืนไม่ติด คราวนี้พ่อจัดการมัดมันไว้อย่างแน่นหนา ก่อนเดินออกจากกรงช้า ๆ

"ผู้คนต้อนรับพ่อด้วยเสียงโห่ร้องดังกระหึ่ม คราวนี้เป็นเสียงแห่งความยินดีที่ดังกึกก้องราวกับเปล่งออกมาจากคอยักษ์ ถึงจะบาดเจ็บสาหัส แต่พ่อก็ทำได้ครบเงื่อนไขทั้งสามประการ คือ เอาชนะเสือได้ จับมันล่ามโซ่ได้ และเดินออกจากสนามประลองได้ด้วยขาของตัวเอง นอกจากนั้น พ่อยังเล่นงานมันอย่างหนักจนมันกลัว ยอมมองข้ามโอกาสงาม ๆ ตอนที่พ่อแหย่หัวเข้าไปในปากมัน!

"หลังบาดแผลได้รับการดูแลเรียบร้อยแล้ว พ่อก็ได้รับการยกย่องเชิดชูเกียรติ ได้รับการคล้องพวงมาลัย และมีการนำทองมากองไว้แทบเท้าพ่อเป็นจำนวนมาก ผู้คนออกมาเฉลิมฉลองกันทั้งเมือง ทั่วทุกทิศทางมีแต่เสียงเล่าลือถึงชัยชนะที่พ่อมีเหนือเสือโคร่งตัวใหญ่ที่สุดและดุร้ายที่สุดเท่าที่เคยมีมา พ่อได้ราชาเบคุมมาครอบครองตามสัญญา แต่กลับไม่รู้สึกยินดีเลยแม้แต่น้อย ความเปลี่ยนแปลงทางจิตวิญญาณได้เกิดขึ้นกับพ่อแล้ว มันดูราวกับว่าเมื่อพ่อก้าวเท้าออกจากกรงนั้นมา พ่อได้ปิดประตูแห่งความทะเยอทะยานอยากในทางโลกลงด้วย

"ช่วงเวลาแห่งเคราะห์กรรมตามติดมาในทันที พ่อล้มป่วยเพราะโลหิตเป็นพิษนานถึงหกเดือนเต็ม แทบจะเอาชีวิตไม่รอดเสียด้วยซ้ำ ทันทีที่แข็งแรงขึ้นพ่อก็ออกจากคุชเบฮาร์มุ่งหน้ากลับมายังบ้านเกิดทันที

"'ตอนนี้ฉันรู้แล้วจ้ะพ่อ ว่าครูของฉันก็คือท่านสาธุนักบุญที่ฝากคำเตือนมากับพ่อ' พ่อสารภาพอย่างสิ้นความถือดี 'ทำอย่างไรหนอฉันถึงจะได้พบท่านอีกสักครั้ง!' นั่นเป็นความปรารถนาอย่างจริงใจของพ่อ วันหนึ่ง ท่านนักบุญสาธุก็

มาปรากฏตัวอย่างเงียบ ๆ

"'พอกันทีสำหรับการปราบเสือ' ท่านบอกอย่างหนักแน่นและเยือกเย็น 'มากับเรา เราจะสอนให้เจ้าสยบตัวอวิชชาที่วนเวียนอยู่ในจิตของมนุษย์ไม่ยอมห่าง เจ้าเคยชินต่อการแสดงฝีมือให้คนดู ต่อไปนี้จงให้สรวงสวรรค์เป็นเวที และให้เหล่าเทพยดาทั้งหลายได้เพลิดเพลินกับความสามารถในการปฏิบัติโยคะของเจ้าแทนเถิด!'

"ท่านนักบุญคุรุของพ่อเป็นผู้ชักนำพ่อให้ก้าวเดินไปบนเส้นทางธรรม ท่านเป็นผู้เปิดทางสว่างทางจิตวิญญาณให้กับพ่อ ทั้ง ๆ ที่ประตูบานนั้นมันฝืดและมีสนิมขึ้นเกรอะเพราะเจ้าของปิดทิ้งไว้เสียนาน ไม่กี่วันหลังจากนั้น พ่อก็ตามท่านอาจารย์ออกเดินทางไปศึกษาธรรมยังเทือกเขาหิมาลัย"

จันฑีกับข้าพเจ้าทรุดตัวลงแตะเท้าท่านสวามีแสดงความเคารพด้วยความซาบซึ้งใจที่ท่านยอมเล่าเรื่องราวชีวิตแต่หนหลังให้ฟัง เราทั้งคู่รู้สึกว่าการรอคอยอันยาวนานในห้องรับแขกอันหนาวเย็นนั้นช่างคุ้มค่าเสียนี่กระไร!

บทที่ 7

โยคีเหาะได้

"เมื่อคืนตอนไปสนทนาธรรม ฉันเห็นโยคีเหาะได้ ลอยอยู่สูงจากพื้นตั้งหลายฟุตแน่ะ" เพื่อนชื่ออุเปนทร โมหัน เชาธุรีเล่าให้ข้าพเจ้าฟังด้วยน้ำเสียงที่บอกให้รู้ว่าเจ้าตัวยังประทับใจไม่หาย

ข้าพเจ้ายิ้มอย่างต้องใจ "ให้เดาไหม? ท่านภาทุรี มหัสยะที่ถนนวงแหวนสายบนล่ะสิท่า?"

อุเปนทรพยักหน้ารับ ออกจะผิดหวังนิด ๆ ที่ข่าวของตนไม่ใช่ข่าวล่ามาแรงอย่างที่คิด เป็นที่รู้กันดีในหมู่เพื่อนฝูงว่าข้าพเจ้าสนใจใคร่รู้จักเหล่านักบุญมากขนาดไหน พวกเขาชอบหาข้อมูลใหม่ ๆ มาให้ข้าพเจ้าเสมอ

"ท่านพำนักอยู่ละแวกบ้านฉัน ฉันถึงได้ไปกราบพบท่านอยู่บ่อย ๆ" คำพูดนี้ทำให้อุเปนทรสนใจอย่างออกนอกหน้า ข้าพเจ้ายืนยันต่อไปว่า

"ฉันเคยเห็นอำนาจฌานอันน่าทึ่งของท่านมาหลายครั้งแล้ว ท่านเชี่ยวชาญการทำสมาธิแบบ*ปราณายามะ*[1] ตามหลักราชโยคะแปดประการที่ท่านปตัญชลี[2] ได้รจนาไว้ ครั้งหนึ่งท่านสาธิตการเข้าสมาธิแบบ*ภัสตริก ปราณายามะ* ให้ฉันได้ชมเป็นบุญตา มันรุนแรงราวกับมีพายุของจริงก่อตัวขึ้นในห้อง! แล้วท่านก็ดับลมหายใจอันอึงอลนั้นลง ก่อนดิ่งลงสู่ฌานขั้นอภิจิตสำนึก[3] กระแส

---

1 วิธีควบคุมพลังชีพ (*ลมปราณ*) ผ่านการควบคุมลมหายใจ *ภัสตริก* ("ปอด") *ปราณายามะ* จะช่วยให้จิตนิ่ง

2 ผู้ประพันธ์ตำราว่าด้วยโยคะที่มีชื่อเสียงที่สุดในสมัยโบราณ

3 ศาสตราจารย์ฌูลส์-บัวแห่งมหาวิทยาลัยซอร์บอนกล่าวไว้ในปี 1928 ว่า นักจิตวิทยาฝรั่งเศสได้ศึกษาและยอมรับการมีอยู่ของอภิจิตสำนึก ซึ่งยิ่งใหญ่และ "อยู่ตรงข้ามกับจิตใต้สำนึกในทรรศนะของฟรอยด์ ทั้งยังประกอบไปด้วยปัญญาซึ่งทำให้มนุษย์เป็นมนุษย์ที่แท้จริง มิใช่เป็นแค่สัตว์ที่เหนือกว่าสัตว์อื่นเท่านั้น" ปราชญ์ชาวฝรั่งเศสอธิบายว่าการปลุกจิตสำนึกที่สูงขึ้นนี้เป็น "คนละเรื่องกับการสั่งจิตและการสะกดจิต แวดวงปรัชญายอมรับการมีอยู่ของสภาวะอภิจิตสำนึกมานานแล้ว ที่เห็นเป็นจริงเป็นจังก็คือสภาวะเหนือวิญญาณ ซึ่งอีเมอร์สันกล่าวถึง แต่แวดวงวิทยาศาสตร์เพิ่งจะมายอมรับกันเมื่อไม่นานนี้" (ดูหน้า 161.1)

อีเมอร์สันเขียนไว้ใน "The Over-Soul" ว่า "มนุษย์คือเปลือกนอกของเทวาลัยอันเป็นที่สถิต

ศานติธรรมที่บังเกิดขึ้นหลังพลังอันปั่นป่วนรุนแรงนั้น แจ่มชัดเกินกว่าที่ใครๆ จะสามารถหลงลืมได้"

"ได้ยินมาว่าท่านไม่เคยย่างเท้าออกจากตัวอาศรมเลย" น้ำเสียงอุเปนทรส่อความกังขานิดๆ

"ก็ไม่เคยจริงๆ นั่นล่ะ! ท่านอยู่แต่ในตัวอาศรมตลอดยี่สิบปีที่ผ่านมา แต่เวลามีงานเทศกาลทางศาสนา ท่านก็จะผ่อนคลายกฎที่ตั้งไว้กับตัวเองลงนิดหน่อย โดยจะออกมาที่บาทวิถีหน้าบ้าน พวกขอทานจะมาออกันอยู่ที่นั่น เพราะรู้กิตติศัพท์ความใจบุญของท่านดี"

"ท่านลอยตัวอยู่กลางอากาศ ฝืนแรงดึงดูดของโลกได้อย่างไรกัน?"

"การเข้าสมาธิแบบ*ปราณายามะ* จะทำให้ร่างอยู่ในสภาวะไร้น้ำหนักได้ โยคีจึงเหาะหรือกระโดดตัวลอยเหมือนกบได้ แม้แต่นักบวชที่ไม่ได้ปฏิบัติโยคะอย่างถูกต้องตามแบบแผนก็ยังลอยตัวขึ้นได้ในขณะเข้าถึงพระเป็นเจ้า"

"ฉันอยากรู้เรื่องของท่านภทุรีมากกว่านี้ นายไปร่วมการสนทนาธรรมตอนเย็นที่อาศรมของท่านหรือเปล่า?" ดวงตาอุเปนทรเป็นประกายด้วยความอยากรู้

"ไปสิ ไปบ่อยด้วย ฉันชอบเชาวน์ปัญญาของท่าน บางครั้งฉันก็หัวเราะเอาๆ จนแทบจะทำให้เสียบรรยากาศของการสนทนาธรรมไปเลย ตัวท่านภทุรีไม่ถือสาอะไร แต่ศิษย์ท่านขบเขี้ยวเคี้ยวฟันจ้องฉันเสียตาแทบถลน!"

ระหว่างทางกลับบ้านหลังเลิกเรียนบ่ายวันนั้น ข้าพเจ้าเดินผ่านอาศรมของท่านเลยคิดว่าน่าจะเข้าไปกราบท่านสักหน่อย โดยปกติคนทั่วไปจะมาขอพบท่านตามใจชอบไม่ได้ เพราะชั้นล่างของตัวอาศรมจะมีศิษย์เฝ้าอยู่คนหนึ่ง คอยดูแลไม่ให้ใครมารบกวนความเป็นส่วนตัวของท่าน แล้วศิษย์คนนี้ก็ติดจะเคร่งระเบียบเสียด้วย เขาถามข้าพเจ้าอย่างเป็นการเป็นงานว่าได้ "นัด" ไว้ก่อนหรือไม่ แต่อาจารย์ของเขาก็ปรากฏตัวขึ้นทันเวลาพอดี ข้าพเจ้าจึง

ของปัญญาและคุณความดีทั้งปวง สิ่งที่เราเรียกกันเป็นปกติวิสัยว่ามนุษย์...มนุษย์ที่กิน ที่ดื่ม ที่ทำไร่ หรือที่นับเลขอย่างที่เรารู้จัก ไม่ใช่การแสดงออกซึ่งตัวตนที่แท้จริง แต่เป็นตัวตนที่บิดเบือน ตัวเขาเราไม่เคารพนบไหว้ แต่วิญญาณที่อยู่ในร่างเขา ถ้าเขายอมให้มันสำแดงออกมาให้เห็นผ่านทางการกระทำ ก็ย่อมทำให้เราพร้อมยอมคุกเข่าให้...กล่าวคือ ในแง่หนึ่ง เราพร้อมยอมรับความลึกซึ้งของธรรมชาติแห่งจิตวิญญาณ ยอมรับทุกสิ่งที่เป็นคุณลักษณะของพระเจ้า"

ไม่ถูกไล่กลับไปอย่างที่ควรจะเป็น

"ให้มุกุณฑะเข้าพบฉันได้ทุกเมื่อ" ดวงตาท่านเป็นประกาย "การถือสันโดษของฉันมิได้เป็นไปเพื่อตัวเอง แต่เป็นไปเพื่อผู้อื่น ฆราวาสส่วนใหญ่ไม่ชอบสิ่งที่เปิดเผยตรงไปตรงมา เพราะมันจะทำลายมายาคติของเขาลงจนสิ้น ฤษีโยคีผู้บรรลุธรรมไม่เพียงหายาก แต่ยังเข้าใจได้ยาก กระทั่งในพระคัมภีร์ก็ยังมีคำกล่าวอ้างถึงนักบุญ ที่ชวนให้อึดอัดใจอยู่เหมือนกัน!"

ข้าพเจ้าตามท่านภทุรี มหัสยะขึ้นไปยังที่พำนักอันเรียบง่ายของท่านที่ชั้นบน ห้องซึ่งท่านมักไม่จากไปไหน ครูบาอาจารย์ส่วนใหญ่มักไม่สนใจรับรู้ภาพใหญ่ซึ่งฉายความเป็นไปในทางโลก ที่รางเลือนแลเห็นได้ไม่ชัดจนกว่าจะปรับจัดภาพนั้นให้ตรงกับยุคสมัย เพื่อนร่วมรุ่นของปราชญ์จึงมิได้จำกัดวงแคบอยู่แต่เฉพาะผู้ที่ปรากฏอยู่ในปัจจุบันเท่านั้น

"ท่านมหาฤษีครับ[1] ท่านเป็นโยคีที่อยู่แต่ในอาศรมคนแรกที่ผมรู้จัก"

"บางครั้ง พระเป็นเจ้าก็ทรงเพาะพืชพันธุ์นักบวชของพระองค์ไว้ในดินที่ใคร ๆ ก็คาดไม่ถึง เพื่อป้องกันไม่ให้มนุษย์หลงผิด คิดว่าจะสามารถตีกรอบล้อมพระองค์ได้!"

ว่าแล้วท่านก็ทรุดตัวลงนั่งในท่าขัดสมาธิเพชร แม้จะสูงวัยถึงเจ็ดสิบปี แต่ท่านกลับไม่มีสัญญาณส่อถึงความชราหรือการที่ต้องใช้ชีวิตติดอยู่กับที่ปรากฏให้เห็นเลย เรือนกายท่านยังกำยำ หลังเหยียดตรงไม่ว่าจะมองจากมุมไหนก็ดูสง่างามไปหมด ใบหน้าท่านคือใบหน้าของฤษีตามที่มีพรรณนาไว้ในคัมภีร์โบราณ ศีรษะตั้งตรง มีหนวดเคราดกหนา ท่านจะนั่งหลังตรงแน่วเสมอ แววตาอันสงบจับจ้องอยู่แต่องค์พระเป็นเจ้าเท่านั้น

เราทั้งคู่นั่งสมาธิด้วยกัน หลังผ่านไปหนึ่งชั่วโมง ท่านก็เอ่ยขึ้นด้วยเสียงอ่อน ๆ ว่า

"เธอมักดิ่งจิตลงสู่ความสงบได้อยู่เรื่อย เมื่อไหร่จะขยับเข้าหา*อนุภาวะ*บ้าง?"[2] ท่านเตือนข้าพเจ้าให้รักพระเป็นเจ้ามากกว่าการเข้าสมาธิ "ระวัง อย่าหลงเอามรรควิธีขึ้นมาแทนที่เป้าหมาย"

---

1 "ฤษีผู้ยิ่งใหญ่"

2 การรับรู้ในองค์พระเป็นเจ้าอย่างแท้จริง

นาเคนทรนาถ ภาทุรี
"โยคีเหาะได้"

ท่านยื่นมะม่วงให้ แล้วเอ่ยขึ้นด้วยอารมณ์ขันทั้ง ๆ ที่ท่านเป็นคนเคร่งขรึมจริงจัง ทำให้ข้าพเจ้าออกจะชื่นชมท่านอยู่มาก "คนส่วนใหญ่ชอบ*ชลโยคะ* (เป็นหนึ่งเดียวกับอาหาร) มากกว่า*ธยานโยคะ* (เป็นหนึ่งเดียวกับพระเจ้า)"

คำวิจารณ์ศาสตร์แห่งโยคะที่แปลความหมายได้สองนัยของท่านทำให้ข้าพเจ้าต้องระเบิดเสียงหัวเราะดังลั่นอย่างกลั้นไม่อยู่

"เธอช่างหัวเราะได้เต็มที่ดีแท้!" ดวงตาท่านฉายแววเมตตา ดวงหน้าอันเคร่งขรึมอยู่เป็นนิจมีรอยยิ้มแห่งความปีติฉาบอยู่บาง ๆ ดวงตาโตงามดุจกลีบบัวของท่านซ่อนเสียงหัวเราะแห่งทิพยโลกเอาไว้

"จดหมายพวกนี้ส่งมาจากประเทศอเมริกาอันไกลโพ้น" ท่านชี้ไปที่กองจดหมายปึกหนาบนโต๊ะ "ฉันติดต่อกับองค์กรของที่นั่นบางองค์กรที่มีสมาชิกสนใจศาสตร์แห่งโยคะ พวกเขาค้นพบอินเดียอีกครั้งด้วยสำนึกรู้ในเรื่องทิศ

เรื่องทางที่ดีกว่าโคลัมบัส! ฉันเองก็ยินดีจะช่วยเหลือพวกเขา ศาสตร์แห่งโยคะก็เป็นเช่นเดียวกับแสงสว่างที่ผู้ต้องการสามารถรับไปได้โดยไม่ต้องซื้อหา

"มรรควิธีที่ฤษีทั้งหลายมองว่าเป็นเส้นทางที่จะนำมนุษย์ไปสู่ความหลุดพ้นนั้น เราต้องไม่ผ่อนปรนหรือทำให้ง่ายลงสำหรับชาวตะวันตก แม้ประสบการณ์ภายนอกจะต่างกัน แต่จิตวิญญาณของผู้คนไม่ว่าจะในโลกตะวันตกหรือตะวันออกล้วนเป็นเฉกเช่นเดียวกัน และไม่มีวันจะพัฒนาขึ้นมาได้ถ้าไม่ปฏิบัติโยคะให้ถูกต้องตามระเบียบแบบแผนอย่างเคร่งครัด"

ดวงตาอันสงบเยือกเย็นของท่านจับจ้องมาที่ข้าพเจ้า แต่ข้าพเจ้ากลับไม่รู้เลยว่าถ้อยวาจาทั้งหมดนี้คือการชี้แนะที่แฝงนัยแห่งคำพยากรณ์เอาไว้ จนถึงตอนนี้ ตอนที่นั่งเขียนคำพูดเหล่านี้ออกมา ข้าพเจ้าจึงได้เข้าใจความหมายที่ซ่อนอยู่ภายใต้บทสนทนาระหว่างเราได้อย่างถ่องแท้ ว่าวันหนึ่งข้าพเจ้าจะได้นำความรู้จากอินเดียไปเผยแพร่ยังอเมริกา

"ท่านมหาฤษีครับ กระผมอยากให้ท่านเขียนตำราว่าด้วยโยคะ เพื่อจะได้เป็นประโยชน์แก่โลกต่อไป"

"ฉันกำลังฝึกลูกศิษย์ลูกหาอยู่ พวกเขาและศิษย์รุ่นต่อ ๆ ไปจะทำหน้าที่เป็นตำราที่มีชีวิต เป็นบทพิสูจน์ที่จะยืนหยัดท้าทายความไม่จีรังแห่งกาลเวลาและการตีความแบบผิด ๆ ของนักวิจารณ์ทั้งหลาย"

ข้าพเจ้ารั้งอยู่กับท่านจนกระทั่งสานุศิษย์ของท่านมารวมตัวกันในตอนเย็น จากนั้น ท่านภาทุรี มหัสยะจึงได้เริ่มเทศนาธรรมอันจับใจยากจะหาใดเหมือนดุจสายน้ำที่รินไหลชะล้างจิตอันไม่บริสุทธิ์ของผู้ฟังให้หมดมลทินและพัดพาพวกเขาเข้าหาพระเป็นเจ้า ท่านใช้ภาษาเบงกาลีแสดงการอุปมาอุปไมยอันน่าประทับใจได้อย่างไร้ที่ติ

เย็นวันนี้ ท่านได้หยิบยกเอาชีวิตของมีรไพมาอรรถาธิบายให้เห็นถึงหลักปรัชญาในหลากหลายแง่มุม มีรไพเป็นเจ้าหญิงในวงศ์ราชปุตของเมื่อครั้งโบราณ นางสละชีวิตอันสุขสบายในเวียงวังด้วยหวังจะได้ออกบวชและแสวงธรรมในสำนักของครูบาอาจารย์ทั้งหลาย *สันนยาสี* ใหญ่ในยุคนั้น นามว่าสนาตนะโคสวามีปฏิเสธไม่ยอมรับนางไว้ในสำนักเพราะเหตุที่นางเป็นสตรีเพศ แต่คำโต้ตอบของนางก็ทำให้ท่านต้องยอมคุกเข่าให้

"จงกลับไปเรียนท่านอาจารย์เถิด" นางกล่าว "ว่าข้าไม่เคยรู้เลยว่าในจักรวาลนี้นอกจากพระเป็นเจ้าแล้ว จะยังมีบุรุษอื่นใดอีก เมื่ออยู่ต่อเบื้องพระพักตร์พวกเราล้วนมิใช่อิตถีเพศหรืออย่างไร?" (พระคัมภีร์กล่าวว่าพระเป็นเจ้าทรงเป็นธาตุมูลแห่งพลังการสร้างสรรค์ในเชิงบวกเพียงหนึ่งเดียว และสิ่งที่พระองค์ทรงสร้างขึ้นก็คือ*มายา* ที่ถือว่าเป็นศูนย์ สงบนิ่ง และไร้ซึ่งพลังใด ๆ)

มีรไพได้ประพันธ์คีตาอันยังความปีติสุขให้แก่จิตใจของผู้ได้สดับเอาไว้มากมายและยังถือเป็นสมบัติล้ำค่าของอินเดียอยู่จนถึงทุกวันนี้ ข้าพเจ้าใคร่ขอยกคีตาของนางมาแปลไว้ ณ ที่นี้สักบทหนึ่ง คือ

แม้นลงสรงสนานทุกวันจักทำให้เข้าถึงพระเป็นเจ้า
ไม่ช้าข้าคงกลายเป็นวาฬในท้องสมุทร
ถ้าเพียงกินรากไม้แลผลไม้จักทำให้รู้จักพระองค์
ข้าคงเลือกเกิดเป็นแพะด้วยใจยินดี
หากนับลูกประคำจักทำให้พบพระองค์ได้
ข้าจักใช้ประคำยักษ์สวดนับภาวนา
หากก้มกรานเบื้องหน้ารูปสลักหินจักทำให้ทรงเผยพระองค์
ข้าจักไปนบนอบบูชาขุนเขาทะมึน
ถ้าดื่มนมแล้วจักดูดซับพระองค์ได้
ลูกโคแลทารกคงรู้จักพระองค์กันหมด
แม้นการละทิ้งภรรยาจักเรียกหาพระองค์ลงมาโปรด
มีหรือผู้คนจะมิยอมเป็นขันทีกันหมด?
มีรไพรู้แน่แก่ใจจักพบพระองค์ได้
ก็ด้วยความจงรักภักดีเท่านั้น

มีสานุศิษย์หลายคนเอาเงินใส่ไว้ในรองเท้าแตะที่วางอยู่ข้าง ๆ ท่านภาทุรีผู้นั่งอยู่ในท่าอาสนะตามหลักโยควิธี การถวายคุรุทักษิณาให้กับครูบาอาจารย์ด้วยจิตสักการะเช่นนี้เป็นธรรมเนียมที่ปฏิบัติกันทั่วไปในอินเดีย บ่งนัยว่าผู้เป็นศิษย์ได้ละวางทรัพย์ศฤงคารของตนไว้ ณ แทบเท้าผู้เป็นคุรุ มิตรผู้รู้คุณนั้น แท้จริง

คือพระเป็นเจ้าจำแลงกายมาเพื่อทรงดูแลผู้ภักดีต่อพระองค์นั่นเอง

"ท่านอาจารย์ขอรับ ท่านช่างประเสริฐเลิศนัก!" ศิษย์ผู้กำลังจะลุกลาจากไปจับจ้องมองท่านผู้เฒ่าด้วยความชื่นชมโสมนัส "ยอมสละความมั่งคั่งและสุขสบายในทางโลกออกมาแสวงหาพระเป็นเจ้า แล้วยังอุตสาหะมาอบรมสั่งสอนพวกเราให้เกิดปัญญา!" เป็นที่รู้กันดีว่าครอบครัวของท่านร่ำรวยมหาศาล แต่ท่านก็ละทิ้งทรัพย์สมบัติมุ่งสู่มรรคาแห่งโยคาวจรด้วยใจมุ่งมั่นตั้งแต่ยังเยาว์

"เธอช่างพูดกลับขาวเป็นดำไปเสียได้!" สีหน้าท่านส่อแววตำหนิเล็กน้อย "ฉันละทิ้งเงินอันด้อยค่า ทิ้งความสุขสำราญอันน้อยนิดเพื่อเข้าสู่อาณาจักรแห่งความปีติสุขอันไม่มีที่สิ้นสุด เช่นนี้แล้ว จะกล่าวว่าฉันสละละวางสิ่งใดได้? ฉันเป็นสุขที่แบ่งปันทรัพย์สมบัติกับผู้อื่น นั่นเรียกว่าการสละกระนั้นหรือ? ผู้สละที่แท้จริงคือปุถุชนที่มองเห็นแต่ประโยชน์เฉพาะหน้า! พวกเขายอมละเสียซึ่งทิพยสมบัติอันประมาณค่ามิได้เพียงเพื่อแลกกับความสุขเล็ก ๆ น้อย ๆ ในทางโลกเท่านั้น"

ข้าพเจ้าหัวเราะหึ ๆ ต่อทรรศนะอันพิลึกพิลั่นของท่านว่าด้วยการสละซึ่งทางโลก ... ทรรศนะซึ่งสวมมงกุฎของจอมราชันผู้รุ่มรวยมั่งคั่งให้ขอทานเปี่ยมคุณธรรม ขณะเดียวกับที่เปลี่ยนสถานะของเหล่าเศรษฐีเงินล้านให้กลับกลายเป็นเพียงผู้เสียสละโดยมิรู้เนื้อรู้ตัว

"พระเป็นเจ้าทรงจัดวางอนาคตของเราไว้อย่างชาญฉลาดเสียยิ่งกว่าบริษัทประกันใด ๆ" ข้อสรุปของท่านคือบัญญัติแห่งศรัทธาอันชัดแจ้ง "โลกนี้เต็มไปด้วยผู้คนที่มีศรัทธาอันคลอนแคลน ยึดติดอยู่แต่กับความมั่นคงภายนอก ความคิดที่มีแต่ความขมขื่นคับข้องปรากฏอยู่บนหน้าผากของพวกเขาเหมือนรอยแผลเป็นที่บาดลึก พระผู้ทรงประทานอากาศให้เราหายใจ ประทานนมให้เราดื่มนับแต่ลมหายใจเฮือกแรกย่อมทรงทราบดีว่าจะทรงตระเตรียมวิถียังชีพในแต่ละวันให้กับผู้ภักดีต่อพระองค์เช่นไร"

ข้าพเจ้ายังแวะไปที่อาศรมท่านภทุรีหลังเลิกเรียนอยู่เสมอ ๆ ท่านคอยเอาใจใส่ชี้แนะจนการปฏิบัติธรรมของข้าพเจ้าก้าวหน้าไปถึงขั้น*อนุภาวะ* แต่แล้ววันหนึ่ง ท่านก็ย้ายจากละแวกบ้านข้าพเจ้าไปอยู่ที่ถนนราม โมหัส รอย เพราะ

เหล่าสานุศิษย์ได้สร้างอาศรมใหม่ให้ท่าน เรียกว่านาเคนทรมัฐ[1]

แม้จะเป็นการเล่าเรื่องล้ำหน้าไปหลายปี แต่ข้าพเจ้าก็อยากจะนำคำสอนสุดท้ายที่ท่านภทุรี มหัสยะมีให้แก่ข้าพเจ้ามาบอกเล่าไว้ ณ ที่นี้ กล่าวคือ ก่อนหน้าที่ข้าพเจ้าจะออกเดินทางไปประเทศตะวันตกไม่นาน ข้าพเจ้าได้แวะไปหาท่านเพื่อกราบขอพร

"ลูกเอ๋ย เธอจงไปอเมริกา จงใช้เกียรติภูมิของอินเดียแต่ครั้งโบร่ำโบราณเป็นเกราะป้องกันตัว ชัยชนะถูกจารึกเอาไว้บนหน้าผากของเธอแล้ว หมู่ชนผู้ประเสริฐในแดนไกลจะต้อนรับเธอด้วยดี"

---

1 ชื่อเต็มของท่านคือนาเคนทรนาถ ภทุรี คำว่า *มัฐ* นั้นความจริงหมายถึงอารามหรือสำนักนักบวช แต่ก็มีใช้กันในความหมายของอาศรมด้วย

เซนต์โยเซฟแห่งกูแปร์ตีโน (ศตวรรษที่ 17) เป็นหนึ่งใน "นักบุญเหาะได้" ในคริสต์ศาสนา และมีผู้คนมากมายรู้เห็นเป็นประจักษ์พยานยืนยันถึงความสามารถนี้ของท่าน เซนต์โยเซฟอาจแสดงให้เห็นถึงความหลงลืมทางโลก แต่แท้ที่จริงแล้ว มันคือความมีสติรำลึกรู้ได้ในพระผู้เป็นเจ้า บรรดาบาทหลวงร่วมสำนักไม่อาจยอมให้ท่านทำหน้าที่เดินโต๊ะอาหารรวมได้เพราะเกรงว่าท่านจะลอยขึ้นไปชนเพดานพร้อมถ้วยชามในมือ และจริง ๆ แล้ว ท่านก็ไม่เหมาะจะทำงานใดในทางโลกเพราะเหตุที่ไม่สามารถยึดเท้าให้อยู่ติดกับพื้นโลกได้นานพอ! ปกติ แค่ได้เห็นรูปสลักพระคริสต์หรือรูปสลักนักบุญท่านอื่น เซนต์โยเซฟก็เกิดปีติจนตัวลอย ปรากฏเป็นภาพสองนักบุญหนึ่งเป็นรูปสลักหิน อีกหนึ่งเป็นคนจริง ๆ ลอยวนกันอยู่กลางอากาศ

เซนต์เทเรซ่าแห่งอาบีลาเป็นหนึ่งในนักบุญที่จิตวิญญาณก้าวล่วงเข้าสู่ระดับสูงแล้ว และเห็นว่าการลอยขึ้นจากพื้นได้เป็นเรื่องที่ชวนปวดหัวยิ่งนัก ท่านมีงานการต้องทำมากมาย จึงทำทุกอย่างที่จะป้องกันไม่ให้ตนเอง "บังเกิดความปีติจนตัวลอย" แต่ก็ไร้ผล "จะระวังอย่างไรก็ไร้ประโยชน์" ท่านบันทึกไว้ "ถ้านั่นคือพระประสงค์ของพระผู้เป็นเจ้า" ซากสังขารของเซนต์เทเรซ่าได้รับการเก็บรักษาเอาไว้ที่โบสถ์แห่งหนึ่งในเมืองอัลบา ประเทศสเปน แม้จะผ่านไปนานถึงสี่ร้อยปีก็ไม่เคยเน่าเปื่อย ทั้งยังมีกลิ่นหอมของดอกไม้กรุ่นกำจายอยู่ตลอดเวลา และมีปาฏิหาริย์เกิดขึ้นที่นี่บ่อยครั้งจนนับไม่ถ้วน

บทที่ 8

ชคทิส จันทร โบส
นักวิทยาศาสตร์ผู้ยิ่งใหญ่ของอินเดีย

"อาจารย์ชคทิส จันทร โบสคิดค้นอุปกรณ์ไร้สายได้ก่อนมาร์โกนีตั้งนาน"

ได้ยินข้อสนทนาที่ทำให้หูผึ่งได้เช่นนี้ ข้าพเจ้าจึงสาวเท้าเข้าหาเหล่าคณาจารย์ที่ยืนถกเรื่องวิทยาศาสตร์กันบนบาทวิถีทันที หากการเข้าร่วมวงสนทนาของข้าพเจ้ามีความภาคภูมิใจในเชื้อชาติเป็นแรงกระตุ้น ข้าพเจ้าก็ต้องขออภัยด้วย แต่ถ้ามีหลักฐานชี้ชัดว่าอินเดียใช่จะมีบทบาทสำคัญเฉพาะในแวดวงอภิปรัชญา แต่ยังเป็นผู้นำในการพัฒนาศาสตร์ด้านฟิสิกส์ด้วย ข้าพเจ้าก็สุดจะห้ามใจไม่ให้อยากรู้ได้อีกต่อไป

"อาจารย์พูดถึงอะไรครับ?"

ท่านศาสตราจารย์อธิบายให้ฟังว่า "อาจารย์ชคทิสเป็นคนแรกที่คิดประดิษฐ์เครื่องรับสัญญาณวิทยุแบบไร้สายกับอุปกรณ์วัดค่าการหักเหของคลื่นไฟฟ้า แต่ท่านไม่ได้นำประดิษฐกรรมของตนไปใช้หาเงินหาทอง ไม่นานหลังจากนั้น ท่านก็เบนความสนใจจากโลกของสิ่งไม่มีชีวิตมาสู่โลกของสิ่งมีชีวิต ความรู้ใหม่ๆ ที่ท่านค้นพบในฐานะผู้เชี่ยวชาญด้านสรีระของพืชถือเป็นการค้นพบขั้นปฏิวัติวงการ ทั้งยังก้าวไปไกลกว่าผลงานอันยอดเยี่ยมสมัยเมื่อครั้งที่ท่านยังเป็นนักฟิสิกส์เสียอีก"

ข้าพเจ้ากล่าวขอบคุณท่านศาสตราจารย์ที่กรุณาให้ความกระจ่าง ท่านจึงบอกต่อมาอีกว่า "นักวิทยาศาสตร์ผู้ยิ่งใหญ่ท่านนี้สอนอยู่ที่เดียวกับครูที่เพรสซิเดนซีคอลเลจ"

วันรุ่งขึ้น ข้าพเจ้าจึงไปเยือนอาจารย์ชคทิสที่บ้านของท่าน ซึ่งอยู่ไม่ไกลจากบ้านข้าพเจ้า ข้าพเจ้าเฝ้าชื่นชมท่านห่างๆ มานานแล้ว นักพฤกษศาสตร์ผู้เคร่งขรึมและเกษียณจากงานแล้วท่านนี้ได้ให้การต้อนรับข้าพเจ้าเป็นอย่างดี ในวัยห้าสิบเศษ ท่านยังดูดีและแข็งแรงอยู่มาก ผมดกหนา หน้าผากกว้าง มีแววตาลุ่มลึกเยี่ยงคนช่างฝัน และพูดจามีจังหวะจะโคนชัดถ้อยชัดคำตามวิสัย

ของผู้ทำงานเป็นนักวิทยาศาสตร์มาชั่วชีวิต

"ครูเพิ่งกลับจากการไปร่วมประชุมสมาคมนักวิทยาศาสตร์ของโลกตะวันตก พวกเขาสนใจเครื่องมือที่ครูประดิษฐ์คิดค้นได้เป็นอย่างมาก อุปกรณ์นี้ค่อนข้างซับซ้อน แต่สามารถแสดงให้เห็นถึงเอกภาพอันแบ่งแยกมิได้แห่งสรรพชีวิต[1] เรียกว่าเครื่องโบสเครสโกกราฟ มีกำลังขยายมหาศาลถึงสิบล้านเท่า กล้องไมโครสโคปที่มีกำลังขยายแค่ไม่กี่พันเท่ายังนำแรงกระตุ้นสำคัญมาสู่วงการชีววิทยาของเราได้ ดังนั้น เครื่องเครสโกกราฟของครูย่อมช่วยเปิดทางไปสู่ความรู้ใหม่ ๆ อีกนับไม่ถ้วนเช่นกัน"

"อาจารย์มีส่วนสำคัญมากเลยนะครับในการใช้วิทยาศาสตร์อันซึ่งเป็นสากลดึงโลกตะวันออกกับตะวันตกมาบรรจบเข้าด้วยกัน"

"ครูเรียนจบจากเคมบริดจ์ สิ่งที่น่าชื่นชมของโลกตะวันตกคือวิธีการที่พวกเขานำเอาทฤษฎีทั้งหมดมาพิสูจน์ผ่านการทดลองอย่างละเอียดรอบคอบจนได้ผลยืนยันเป็นที่แน่นอน! กระบวนการด้านการทดลองดังกล่าวเข้ากันได้ดีกับพรสวรรค์ด้านการย้อนคิดพิจารณาไตร่ตรองที่ครูได้รับเป็นมรดกตกทอดมาจากโลกตะวันออกของเราเมื่อนำมาใช้ควบคู่กัน ครูจึงสามารถแยกแยะสิ่งซึ่งเคยเป็นความเงียบในอาณาจักรแห่งธรรมชาติออกมาได้ ทั้ง ๆ ที่ในอดีตกาลอันเนิ่นนาน มันไม่สามารถสื่อความหมายใด ๆ ถึงเราได้เลย แผนภาพแสดงผลจากเครื่องเครสโกกราฟ[2] ของครูพิสูจน์ให้เห็นชัดว่าพืชเองก็มีระบบประสาทที่ไวต่อการรับรู้และมีการแสดงออกซึ่งอารมณ์ที่หลากหลายไม่ต่างจากสัตว์ ทั้งรัก ชัง เป็นสุข หวาดกลัว ยินดี เจ็บปวด ตื่นเต้น มึนงง และมีปฏิกิริยาตอบสนองต่อสิ่งเร้าอื่น ๆ อีกนับไม่ถ้วน"

"ก่อนการค้นพบของอาจารย์ จังหวะโลดเต้นของชีวิตอันเป็นเอกลักษณ์

---

[1] "วิทยาศาสตร์ทุกแขนง คือประสบการณ์หรือแนวคิดที่ก้าวล้ำนำหน้า เหนือความรู้ความเข้าใจและประสบการณ์ของมนุษย์ หาไม่แล้ว ก็จะเลือนหายไปในที่สุด เวลานี้วิชาพฤกษศาสตร์กำลังได้ทฤษฎีที่ถูกต้องมารองรับ...อวตารแห่งพระพรหมจะกลายเป็นตำราว่าด้วยภูมิหลังด้านธรรมชาติวิทยาในอีกไม่นานนี้"–อีเมอร์สัน

[2] มาจากรากศัพท์ *เครเซเร* (crescere) ในภาษาละติน แปลว่า เพิ่ม–ขยาย จากผลงานการประดิษฐ์เครื่องเครสโกกราฟและอุปกรณ์อื่น ๆ อีกหลายอย่าง ชคทิส จันทร โบสจึงได้รับแต่งตั้งให้เป็นอัศวินในปี 1917

ในสิ่งมีชีวิตทั้งหลายเห็นจะเป็นได้เพียงภาพจินตนาการในงานวรรณกรรมเท่านั้น! สมัยก่อนผมเคยรู้จักนักบวชท่านหนึ่งที่ไม่ยอมเด็ดดอกไม้เลยสักครั้ง 'เราควรปล้นความภาคภูมิใจในความงามมาจากต้นกุหลาบหรืออย่างไร? เราควรหยามศักดิ์ศรีมันด้วยการพรากดอกจากต้นอย่างป่าเถื่อนหยาบคายกระนั้นหรือ?' การค้นพบของอาจารย์ช่วยรองรับเมตตาธรรมในคำพูดของนักบวชท่านนั้นได้ดีเหลือเกิน"

"กวีใกล้ชิดกับสัจธรรม ในขณะที่นักวิทยาศาสตร์ยังเงอะงะงุ่มง่ามอยู่ที่ไหนก็ไม่รู้ วันไหนว่างก็แวะมาที่แล็บฯ ของครูสิ จะได้เห็นข้อพิสูจน์อันแจ่มชัดจากเครื่องเครสโกกราฟกับตา"

ข้าพเจ้าตอบรับคำเชิญด้วยความยินดีก่อนลาจากมา ภายหลัง ข้าพเจ้าจึงได้ข่าวว่าท่านลาออกจากเพรสซิเดนซีคอลเลจ และมีแผนจะตั้งศูนย์วิจัยขึ้นในกัลกัตตา

เมื่อสถาบันโบสอินสติทิวต์ทำพิธีเปิด ข้าพเจ้าได้ไปร่วมงานพร้อมกับผู้คนอีกหลายร้อยที่พากันเดินชมสถานที่อย่างกระตือรือร้นสนใจ สัญลักษณ์ทางศิลปะและจิตวิญญาณของสถาบันวิทยาศาสตร์แห่งใหม่นี้มีเสน่ห์จับใจข้าพเจ้าโขอยู่ ประตูหน้าของสถาบันเป็นของเก่ากว่าร้อยปีที่ได้มาจากเทวาลัยอันห่างไกลแห่งหนึ่ง ท้ายสระบัว[1] มีรูปปั้นสตรีถือคบเพลิงอยู่รูปหนึ่ง บ่งนัยว่าอินเดียเคารพสตรีในฐานะผู้ถือคบเพลิงผู้เป็นนิรันดร์ เทวาลัยเล็ก ๆ ในสวนเหมือนจะประกาศให้รู้ว่าเป็นเขตศักดิ์สิทธิ์ที่สถิตแห่งพระเป็นเจ้าผู้ทรงอยู่เหนือปรากฏการณ์ทั้งปวง และไม่ว่าจะมองไปทางไหน ก็ไม่ปรากฏเห็นเทวรูปแม้สักองค์ สะท้อนให้เห็นถึงคติความเชื่อที่ว่าพระเป็นเจ้าทรงไร้ซึ่งรูปกาย

สุนทรพจน์ของอาจารย์ชคทิสในวาระอันสำคัญนี้อาจเป็นถ้อยคำที่ฤษีผู้เปี่ยมไปด้วยแรงบันดาลใจในครั้งโบราณเคยได้กล่าวเอาไว้แล้ว

"วันนี้ ผมขออุทิศสถาบันแห่งนี้ให้เป็นทั้งห้องทดลองและเทวาลัยไปพร้อมกัน" ความเคร่งขรึมน่าเลื่อมใสของท่านคลี่คลุมห้องประชุมที่แน่นขนัดไปด้วย

---

1 ดอกบัวเป็นสัญลักษณ์ศักดิ์สิทธิ์ในอินเดียมาแต่ครั้งโบราณ กลีบบัวที่คลี่บานหมายถึงความไพศาลแห่งจิตวิญญาณ ความงามทั้ง ๆ ที่ถือกำเนิดจากโคลนตมบ่งนัยว่าจิตวิญญาณของมนุษย์เรามีโอกาสที่จะพัฒนาขึ้นสู่ระดับสูงได้เหมือนกันหมด

ผู้คนประหนึ่งเสื้อคลุมวิเศษที่ใครๆ ไม่อาจมองเห็น "ในขณะดำเนินงานวิจัย ค้นคว้า ผมถูกชักนำมายังเส้นแบ่งพรมแดนระหว่างฟิสิกส์กับสรีรศาสตร์โดยไม่รู้ตัว และผมก็ต้องประหลาดใจที่พบว่าเส้นแบ่งนั้นหายไป แล้วเกิดจุดเชื่อมต่อระหว่างโลกของสิ่งมีชีวิตกับโลกของสิ่งไม่มีชีวิตขึ้นมาแทนที่ อนินทรียสารนั้นเห็นได้ว่ามิได้อยู่อย่างนิ่งเฉย เมื่อตกอยู่ภายใต้การกระทำที่มีพลังกดดันมากมาย คลื่นอารมณ์อย่างฉับพลันทันทีจะปรากฏให้เห็น

"ปฏิกิริยาแห่งจักรวาลดูราวกับจะกำหนดให้โลหะ พืช และสัตว์ตกอยู่ภายใต้กฎเดียวกัน ทั้งหมดล้วนแสดงออกซึ่งความอ่อนล้าและความเครียด มีศักยภาพที่จะฟื้นตัวและพัฒนาตนเองขึ้นโดยลำดับ และเมื่อตายไปก็สูญเสียการตอบสนองทั้งมวลไปเป็นการถาวรเหมือนๆ กัน ผมรู้สึกทึ่งกับความเหมือนกันน่าพิศวงนี้ยิ่งนัก และด้วยความหวังอันเปี่ยมล้น ผมจึงได้นำผลงานของตนไปแถลงต่อทางรอยัลโซไซตี้…เป็นผลงานที่มีการค้นคว้าวิจัยรองรับ แต่พวกนักสรีรศาสตร์ที่มาร่วมฟังกลับบอกให้ผมมุ่งวิจัยเฉพาะงานด้านฟิสิกส์ซึ่งมีความสำเร็จรออยู่เบื้องหน้าเป็นที่แน่นอนอยู่แล้ว แทนการเข้าไปยุ่มย่ามในสายงานของพวกเขาเช่นนี้ เห็นได้ชัดว่าผมได้ก้าวล่วงเข้าไปในอาณาจักรของระบบชั้นวรรณะที่ตนเองไม่คุ้นเคยโดยไม่ตั้งใจ ทั้งยังไปทำผิดธรรมเนียมมารยาทของพวกเขาเข้าอย่างจังเสียด้วย

"นอกจากนี้ ยังมีอคติทางศาสนาที่แฝงเร้นอยู่โดยที่เราไม่รู้ตัวด้วยเช่นกัน อคตินี้ทำให้เราสับสน มองเห็นอวิชชาเป็นศรัทธาไปโดยใช่ที่ มนุษย์เรามักหลงลืมไปว่าพระผู้ทรงสรรค์สร้างความลี้ลับแห่งการสร้างสรรค์ที่วิวัฒน์พัฒนาขึ้นนี้ ยังได้ทรงปลูกฝังความปรารถนาที่จะหาคำตอบและความต้องการที่จะเข้าใจสิ่งต่างๆ เอาไว้ในตัวเราด้วย ตลอดหลายปีที่ผ่านมา มีผู้คนมากหลายที่เข้าใจผมผิด ทำให้ผมตระหนักว่าชีวิตของผู้อุทิศตนให้กับวิทยาศาสตร์ย่อมต้องประสบกับอุปสรรคนานาไม่จบไม่สิ้นและไม่อาจหลีกเลี่ยงได้ และมีแต่ตัวเขาเท่านั้นที่จะกำหนดบทบาทชีวิตของตนเอาไว้ในฐานะของผู้ให้ที่แท้จริงได้โดยไม่หวั่นไหวต่อผลได้ ผลเสีย ความสำเร็จ หรือความล้มเหลวใดๆ

"สุดท้าย องค์กรวิทยาศาสตร์ชั้นนำของโลกต่างก็ยอมรับทฤษฎีและผลงานของผมเช่นเดียวกับที่ยอมรับว่าอินเดียมีคุณูปการอันสำคัญต่อวงการ

วิทยาศาสตร์[1] สติปัญญาของอินเดียจะยอมพอใจอยู่กับของเล็กๆ น้อยๆ หรือสิ่งที่ถูกตีวงจำกัดไว้ได้กระนั้นหรือ? ด้วยขนบประเพณีที่สืบทอดต่อกันมาและพลังในการฟื้นคืนสู่ความกระปรี้กระเปร่าอีกครั้ง ดินแดนแห่งนี้ได้ปรับเปลี่ยนตนเองไปครั้งแล้วครั้งเล่า ชาวอินเดียเราเคยยืนหยัดขึ้นมาใหม่ได้เสมอ เราพร้อมจะละทิ้งผลประโยชน์เฉพาะหน้าไปแสวงหาสัจธรรมสูงสุดในชีวิต...มิใช่ด้วยการวางเฉยหรือหันหลังให้กับโลก แต่ด้วยการดิ้นรนค้นหาอย่างกระตือรือร้น คนอ่อนแอผู้ไม่ยอมเผชิญกับปัญหาย่อมไม่อาจหวังผลอันใด และไม่มีสิ่งใดเหลือให้เขาสละละเลิกได้ มีแต่คนที่มานะบากบั่นจนได้รับชัยชนะมาเท่านั้นที่จะสร้างเสริมคุณค่าให้กับโลกได้ด้วยการแบ่งปันดอกผลจากประสบการณ์แห่งความสำเร็จนั้น

"งานวิจัยที่ทางสถาบันโบสได้ดำเนินการศึกษาค้นคว้าไปแล้วในเรื่องที่ว่าด้วยปฏิกิริยาของสสารและข้อเท็จจริงอันเหนือความคาดหมายที่พบอยู่ในชีวิตของพืช ได้ขยายขอบเขตในการศึกษาค้นคว้าออกไปอย่างกว้างไกล ทั้งในศาสตร์ด้านฟิสิกส์ สรีรวิทยา การแพทย์ เกษตรกรรม และแม้กระทั่งจิตวิทยา ปัญหาซึ่งมาจนถึงสมัยนี้ยังถูกมองว่าหาคำตอบไม่ได้ ก็กลับนำมาศึกษาค้นคว้าทดลองได้ในปัจจุบัน

"แต่ความสำเร็จในระดับสูงจะเกิดขึ้นไม่ได้ถ้าไร้ซึ่งความถูกต้องแม่นยำชนิดที่ต้องเข้มงวดกันในทุกขั้นตอน ด้วยเหตุนี้ จึงเกิดเป็นเครื่องมือและอุปกรณ์ที่มีความละเอียดสูงนานาชนิดของผม ซึ่งในวันนี้ได้นำมาจัดแสดงให้ทุกท่านชมตรงโถงทางเข้า สิ่งประดิษฐ์เหล่านี้บ่งบอกถึงความพยายามที่จะเจาะทะลุภาพลวงตาภายนอกเข้าไปสู่ความจริงที่เรายังไม่เคยได้รู้เห็นมาก่อน บอกถึงการทุ่มเททำงานหนักอย่างต่อเนื่อง ความบากบั่นไม่ย่อท้อ และการดึงเอาทรัพยากร

---

1 "เราเชื่อ...ว่าไม่มีแผนกใด โดยเฉพาะในคณะมนุษยวิทยา ในมหาวิทยาลัยใหญ่ๆ แห่งไหนจะมีความพร้อมอย่างเต็มที่ถ้าปราศจากซึ่งผู้เชี่ยวชาญที่ได้รับการฝึกอบรมทางภารตวิทยามาเป็นอย่างดี และเรายังเชื่ออีกว่าสถาบันการศึกษาทุกแห่งที่มุ่งมั่นจะเตรียมบัณฑิตให้พร้อมแก่การทำงานที่ต้องใช้สติปัญญาในโลกอันเป็นที่อาศัยของพวกเขาด้วยนั้น จะขาดนักวิชาการที่มีความเชี่ยวชาญในด้านอารยธรรมอินเดียอย่างแท้จริงเสียมิได้"—ตัดตอนมาจากบทความของศาสตราจารย์ดับเบิลยู. นอร์แมน บราวน์แห่งมหาวิทยาลัยเพนซิลวาเนีย ตีพิมพ์ออกเผยแพร่ในเดือนพฤษภาคม 1939 ในหนังสือ *Bulletin* โดย American Council of Learned Societies, Washington, D.C.

ทั้งหมดที่มีมาใช้เพื่อเอาชนะข้อจำกัดของมนุษย์ลงให้ได้ นักวิทยาศาสตร์ผู้เปี่ยมไปด้วยพลังในการสร้างสรรค์ย่อมตระหนักดีว่า ห้องทดลองที่แท้จริงก็คือจิต ซึ่งมีกฎแห่งสัจธรรมรอคอยพวกเขาอยู่เบื้องหลังมายาทั้งปวง

"การบรรยาย ณ ที่นี้มิใช่แค่การนำเอาความรู้เก่าของคนอื่นมาพูดซ้ำพูดซาก แต่เป็นการค้นพบใหม่ ๆ ที่จะประกาศและสาธิตให้พวกท่านได้ชมเป็นครั้งแรกในห้องประชุมแห่งนี้ ผลงานทางวิทยาศาสตร์ของอินเดียจะได้รับการตีพิมพ์เผยแพร่ไปทั่วโลกผ่านทางสารนิพนธ์ของทางสถาบันอย่างสม่ำเสมอถือเป็นสมบัติส่วนรวม และจะไม่มีการสงวนลิขสิทธิ์แต่อย่างใด แก่นแท้แห่งวัฒนธรรมอินเดียปลูกฝังไม่ให้เราทำลายคุณค่าอันศักดิ์สิทธิ์ของวิชาความรู้จากการใช้ความรู้นั้นหาประโยชน์ใส่ตัวแต่เพียงถ่ายเดียว

"ผมยังหวังต่อไปอีกว่า เครื่องมือเครื่องใช้ที่มีอยู่ในสถาบันแห่งนี้จะเป็นประโยชน์แก่ผู้ประสงค์จะมาทำงานค้นคว้าวิจัยจากทุกประเทศทั่วโลก โดยผมจะพยายามสืบสานประเพณีอันเก่าแก่ของชาติเราต่อไป ให้เป็นเฉกเช่นเดียวกันกับเมื่อ 2,500 ปีก่อน สมัยที่อินเดียได้ต้อนรับนักปราชญ์จากทั่วโลกให้เข้ามาศึกษาในมหาวิทยาลัยเก่าแก่อย่างนาลันทาและตักสิลา

"ถึงวิทยาศาสตร์จะเป็นศาสตร์สากล ไม่ใช่ศาสตร์ที่จำเพาะเจาะจงว่าจะต้องเป็นของตะวันตกหรือตะวันออกเท่านั้น กระนั้น อินเดียก็มีคุณสมบัติที่เหมาะจะสร้างคุณูปการให้กับแวดวงวิทยาศาสตร์เป็นพิเศษ[1] จินตนาการอันเริงโรจน์ของอินเดียสามารถกลั่นกรองเอาระบบระเบียบใหม่ออกมาจากข้อเท็จจริงที่มีอยู่มากมายและขัดแย้งกันอย่างเห็นได้ชัด แต่เราก็มีสมาธิจิตคอยกำกับอยู่เสมอ การมีสมาธิกำกับอยู่เช่นนี้เอื้อให้เรามีอำนาจควบคุมจิตให้จดจ่ออยู่กับการติดตามค้นหาความจริงด้วยขันติอันยิ่งยวด"

1 โครงสร้างอะตอมของสสารไม่ใช่เรื่องใหม่สำหรับชาวฮินดูในสมัยโบราณ ในระบบปรัชญาหกทรรศนะของอินเดียมีสำนัก*ไวเศษิกะ* รวมอยู่ด้วย ชื่อสำนักมาจากรากศัพท์ *วิเศษะ* ในภาษาสันสกฤต แปลว่า "ลักษณะเฉพาะ (ของอะตอม/อณู)" หนึ่งในผู้เขียนคัมภีร์อรรถาธิบายปรัชญา*ไวเศษิกะ* ที่ได้รับการยอมรับกันมากที่สุดคือเอาลุกยะ ผู้มีอีกชื่อหนึ่งว่า กณาทะ แปลว่า "ผู้เสพอณู" มีชีวิตอยู่เมื่อราว 2,800 ปีก่อน

บทความของตารมาตาในนิตยสาร *East–West* ฉบับเดือนเมษายน 1934 ได้สรุปความรู้ใน

บทสรุปของท่านทำเอาข้าพเจ้าน้ำตาคลอ ก็ "ขันติ"คำนี้มิใช่หรือที่มีความหมายแทบจะเป็นหนึ่งเดียวกับอินเดีย ที่สร้างความงวยงงและประหลาดใจให้ได้ไม่ว่าจะเป็นพระกาลหรือนักประวัติศาสตร์ก็ตาม?

หลังวันทำพิธีเปิดผ่านพ้นไป ข้าพเจ้าได้ไปเยือนศูนย์วิจัยแห่งนี้อีกครั้ง ท่านนักพฤกษศาสตร์ผู้ยิ่งใหญ่ยังจำคำสัญญาที่ให้ไว้ได้ ท่านพาข้าพเจ้าไปยังห้องทดลองอันเงียบสงบของท่าน

"ครูจะนำเครื่องเครสโกกราฟไปเชื่อมเข้ากับเฟิร์นต้นนี้ แรงขยายของมันมีมากมายมหาศาล ถ้านำไปใช้กับหอยทากด้วยกำลังขยายเท่ากันล่ะก็ เจ้าตัวจ้อยจะกลายเป็นเหมือนขบวนรถด่วนเลยทีเดียว!"

ด้วยความอยากรู้อยากเห็น ข้าพเจ้าจ้องหน้าจอแสดงภาพเงาต้นเฟิร์นที่ถูกขยายให้ใหญ่ขึ้นตาไม่กระพริบ เวลานี้ สัญญาณแห่งชีวิตอันบางเบาได้ปรากฏให้เห็นได้อย่างชัดเจน ข้าพเจ้าเห็นเฟิร์นต้นนี้ค่อย ๆ เติบโตขึ้นอย่าง

เชิงวิทยาศาสตร์ของสำนัก*ไวเศษิกะ* เอาไว้ดังนี้ "ถึงแม้ 'ทฤษฎีว่าด้วยอะตอม' ในยุคสมัยใหม่จะเป็นที่ยอมรับโดยทั่วไปว่าเป็นความก้าวหน้าในวงการวิทยาศาสตร์ แต่ในครั้งโบราณ กณาทะหรือ 'ผู้เสพอณู' ก็เคยเขียนตำราว่าด้วยแนวคิดนี้เอาไว้อย่างพิสดารเช่นกัน คำว่า *อณู* ในภาษาสันสกฤตแปลตรงตัวว่า 'อะตอม' ซึ่งในภาษากรีกปัจจุบัน จะมีนัยว่า 'ยังไม่ได้ตัด' หรือแบ่งแยกไม่ได้แฝงอยู่ด้วย อรรถาธิบายเชิงวิทยาศาสตร์อื่น ๆ ที่มีปรากฏอยู่ในคัมภีร์ของทาง*ไวเศษิกะ*ยุคก่อนคริสตกาล ประกอบด้วย (1) การเคลื่อนที่ของเข็มเข้าหาแม่เหล็ก (2) การไหลเวียนของน้ำในต้นพืช (3) อากาศธาตุที่ไร้ทั้งพลังและโครงสร้างอันเป็นปัจจัยสำคัญในการถ่ายเทพลังอันละเอียดอ่อน (4) เปลวไฟจากดวงอาทิตย์ในฐานะที่เป็นต้นกำเนิดของความร้อนทุกรูปแบบ (5) ความร้อนอันเป็นเหตุให้โมเลกุลเกิดการเปลี่ยนแปลง (6) กฎแรงโน้มถ่วงอันเกิดจากธาตุมูลในอะตอมของโลก ทำให้โลกมีพลังดึงดูดหรือดึงสิ่งต่าง ๆ ลงมาได้ (7) ธรรมชาติการเคลื่อนไหวของพลังงานทั้งหมด ซึ่งเกิดจากการใช้พลังงานหรือการปรับเปลี่ยนการเคลื่อนไหวเสียใหม่ (8) การสูญสลายของจักรวาลอันเกิดจากการที่อะตอมแยกตัวออกจากกัน (9) การแผ่รังสีความร้อนและแสงสว่างในรูปอนุภาคเล็ก ๆ ที่มีอยู่มากมายจนนับไม่ถ้วน พุ่งไปยังทุกทิศทางด้วยความเร็วราวปาฏิหาริย์ (ทฤษฎี 'รังสีจักรวาล' ในปัจจุบัน) (10) สัมพัทธภาพของเวลากับระยะทาง

"*ไวเศษิกะ* ระบุว่าโลกกำเนิดขึ้นจากอณู (อะตอม) ซึ่งมีลักษณะพิเศษเฉพาะอยู่หลายอย่าง อาทิ อณูนั้นเที่ยงแท้และมีอยู่ตลอดไปไม่มีที่สิ้นสุด *ไวเศษิกะ* เชื่อว่าอณูมีการเคลื่อนไหวและสั่นสะเทือนอยู่ตลอดเวลา...การค้นพบว่าอะตอมคือระบบสุริยะขนาดจิ๋วเมื่อเร็ว ๆ นี้ไม่ใช่ข่าวใหม่สำหรับนักปรัชญา *ไวเศษิกะ* ในยุคโบราณ พวกเขากระทั่งยังย่อเวลาลงมาเป็นแนวคิดทางคณิตศาสตร์ที่ก้าวหน้าที่สุด โดยอ้างถึงหน่วยที่เล็กที่สุดของเวลา (*กาล*) ว่าเท่ากับเวลาที่อณูใช้ในการเคลื่อนที่ผ่านอากาศธาตุในหน่วยของมันเอง"

ชคทิส จันทร โบส นักฟิสิกส์และนักพฤกษศาสตร์ผู้ยิ่งใหญ่
ของอินเดีย และเป็นผู้ประดิษฐ์เครื่องเครสโกกราฟ

เชื่องช้ากับตาตนเอง ครั้นอาจารย์ใช้แท่งโลหะเล็กๆ แตะที่ยอดต้นเฟิร์น ภาพวิวัฒนาการอันไร้เสียงก็สะดุดหยุดลงทันที แต่เมื่อดึงแท่งโลหะออก ท่วงทำนองของวิวัฒนาการอันน่าทึ่งนั้นก็หวนคืนมาอีกครั้ง

"เธอคงเห็นแล้วนะว่า การรบกวนแม้เพียงน้อยนิดจากภายนอกก็ส่งผลต่อเนื้อเยื่ออันละเอียดอ่อนได้อย่างรุนแรง" อาจารย์ให้ข้อสังเกต "ดูนี่นะ คราวนี้ครูจะหยดคลอโรฟอร์ม แล้วค่อยให้ยาแก้ทีหลัง"

ผลของยาสลบทำให้การเจริญเติบโตทั้งหมดหยุดลง ในขณะที่ยาแก้ช่วยทำให้มันกลับฟื้นคืนมามีชีวิตชีวาเหมือนเดิม ท่วงท่าของวิวัฒนาการที่ปรากฏให้เห็นบนจอภาพตรึงความสนใจของข้าพเจ้าได้ยิ่งกว่าภาพยนตร์ใดๆ

เจ้าบ้านของข้าพเจ้า (คราวนี้สวมบทผู้ร้าย) เอาปลายมีดคมๆ ทิ่มใส่บางส่วนของต้นเฟิร์น ต้นเฟิร์นนั้นก็สั่นไหวและหดเกร็ง แสดงออกชัดถึงความเจ็บปวดที่

มันได้รับ และเมื่ออาจารย์เปลี่ยนมาใช้คมมีดกรีดลงบนก้านใบ เงาภาพบนจอก็สั่นเทิ้มอย่างรุนแรง ก่อนแน่นิ่งไปเมื่อความตายได้เข้าครอบงำ

"ครั้งแรกที่ทดลองใช้คลอโรฟอร์มกับต้นไม้ใหญ่ ครูย้ายมันไปปลูกไว้อีกที่หนึ่งได้เป็นผลสำเร็จ ปกติแล้ว ต้นไม้ใหญ่ขนาดนั้นถ้าถูกขุดขึ้นไปปลูกยังที่ใหม่ ก็มักจะอยู่ได้ไม่นาน" อาจารย์ยิ้มอย่างเป็นสุขขณะเล่าถึงกรรมวิธีการช่วยชีวิตที่ท่านได้ค้นพบ "ภาพกราฟที่ได้จากเครื่องมืออันทรงประสิทธิภาพของครูได้พิสูจน์แล้วว่าต้นไม้ก็มีระบบการไหลเวียนของของเหลวเช่นกัน การไหลเวียนของยางไม้ก็เป็นเช่นเดียวกับระบบความดันโลหิตในร่างกายของสัตว์ การสูบฉีดยางไม้ขึ้นไปตามกิ่งก้านสูง ๆ นั้นไม่สามารถอธิบายได้อย่างง่าย ๆ ด้วยหลักกลไกพื้น ๆ ที่ล้ำหน้าอยู่แล้วอย่างเช่นเรื่องของแรงที่ทำให้ของเหลวไหลขึ้นไปตามท่อแคบ ๆ แต่เครื่องเครสโกกราฟทำให้ปรากฏการณ์ดังกล่าวเผยโฉมออกมาในลักษณะการเคลื่อนไหวของเซลล์ที่มีชีวิต ท่อซึ่งทอดยาวจากส่วนยอดลงมาจรดโคนต้นแลจะหดและคลายตัวเป็นจังหวะอย่างต่อเนื่อง ทำหน้าที่เหมือนกับเป็นหัวใจจริง ๆ! ยิ่งมองลึกลงไปมากเท่าไร หลักฐานก็ยิ่งชี้ชัดว่าสรรพสิ่งในธรรมชาติอันหลากหลายนี้มีรูปแบบที่เป็นหนึ่งเดียวกัน"

ท่านนักวิทยาศาสตร์ผู้ยิ่งใหญ่ชี้ไปที่สิ่งประดิษฐ์ของท่านอีกชิ้นหนึ่ง

"เดี๋ยวครูจะทดลองกับแผ่นดีบุกให้ดู พลังชีวิตในโลหะจะตอบสนองต่อสิ่งเร้าสองทาง ไม่ทางลบก็ทางบวก เส้นกราฟจะบันทึกผลตามปฏิกิริยาที่มีต่างกันไป"

ข้าพเจ้าเฝ้าดูเส้นกราฟแสดงคลื่นโครงสร้างอะตอมในรูปแบบต่าง ๆ ด้วยความสนใจอย่างยิ่งยวด เมื่ออาจารย์หยดคลอโรฟอร์มลงไปที่แผ่นดีบุก เส้นกราฟแสดงความสั่นสะเทือนก็หยุดนิ่ง และกลับมาทำงานอีกครั้งเมื่อเจ้าแผ่นโลหะนั้นค่อย ๆ ฟื้นคืนสู่สภาวะปกติอีกครั้ง จากนั้น อาจารย์ก็หยดสารเคมีที่เป็นพิษราดลงไป เข็มบันทึกเส้นกราฟแสดงผลการตายออกมาในจังหวะเดียวกับอาการสั่นไหวที่หยุดลงของแผ่นดีบุก ท่านจึงสรุปให้ฟังว่า

"เครื่องมือโบสที่ครูคิดค้นขึ้นพิสูจน์ได้ว่าโลหะต่าง ๆ อย่างเหล็กที่ใช้ทำกรรไกรหรือเครื่องจักรนั้น เมื่อใช้ไปนาน ๆ เข้าก็จะเกิดอาการอ่อนล้า และถ้าได้พักสักระยะก็จะกลับมามีประสิทธิภาพดังเดิม สัญญาณชีพในโลหะจะได้รับ

อันตรายอย่างร้ายแรงหรือแม้กระทั่งยุติลงโดยสิ้นเชิงถ้าถูกช็อตด้วยไฟฟ้าหรือเจอเข้ากับแรงดันอันหนักหน่วง"

ข้าพเจ้ากวาดตามองสิ่งประดิษฐ์ต่าง ๆ ที่วางอยู่เต็มห้อง พวกมันเป็นหลักฐานยืนยันถึงมันสมองอันหลักแหลมและไม่รู้จักเหน็ดจักเหนื่อยของนักประดิษฐ์ท่านนี้ได้ดียิ่งกว่าอะไรทั้งหมด

"น่าเสียดายจริง ๆ นะครับ ถ้าไร่นาขนาดใหญ่ในภาคการเกษตรนำสิ่งประดิษฐ์ชั้นยอดของอาจารย์ไปใช้ให้เกิดประโยชน์สูงสุด ก็น่าจะพัฒนาให้ก้าวหน้าไปได้เร็วกว่าที่เป็นอยู่ในขณะนี้ ไม่ยากอะไรไม่ใช่หรือครับถ้าจะเอาเครื่องมือพวกนี้ไปใช้ในการทดลองสั้น ๆ เพื่อหาข้อสรุปว่าปุ๋ยแต่ละชนิดส่งผลกับการเจริญเติบโตของพืชอย่างไรบ้าง?"

"เธอพูดถูกทีเดียว ผู้ที่จะนำสิ่งประดิษฐ์ของครูไปใช้ให้เกิดประโยชน์ในด้านต่าง ๆ ก็คงต้องเป็นคนรุ่นหลังนั่นล่ะ ดอกผลจากการทำงานนั้นมีนักวิทยาศาสตร์น้อยคนนักที่จะได้เก็บเกี่ยวในตอนที่ยังมีชีวิตอยู่ จะได้ก็แต่ความสุขจากการคิดค้นสิ่งต่าง ๆ เท่านั้น"

ข้าพเจ้ากราบขอบคุณท่านนักปราชญ์ผู้มุ่งมั่นทำงานอย่างไม่รู้จักเหน็ดเหนื่อยด้วยความซาบซึ้ง ขณะลาจากมา ข้าพเจ้าอดคิดไม่ได้ว่า "อัจฉริยภาพอันมากล้นของท่านจะมีวันหมดสิ้นไปบ้างหรือไม่หนอ?"

แต่มันก็ไม่เคยลดน้อยถอยลงแม้เวลาจะล่วงเลยมาอีกหลายปี ท่านไม่เพียงประดิษฐ์เครื่องบันทึกการเต้นของหัวใจ "เรโซแนนต์ คาร์ดิโอกราฟ" อันซับซ้อนขึ้นมาได้ แต่ยังนำพันธุ์ไม้นานาชนิดของอินเดียมาทำการศึกษาวิจัยอย่างครอบคลุมกว้างขวาง จนค้นพบสรรพคุณทางยาที่คาดไม่ถึงอีกนับไม่ถ้วน เครื่องบันทึกการเต้นของหัวใจนี้สร้างขึ้นให้มีความถูกต้องแม่นยำอย่างที่สุด ขนาดที่เศษหนึ่งส่วนร้อยวินาทีก็ยังบันทึกออกมาบนกราฟ สามารถตรวจจับได้แม้แต่สัญญาณชีพจรที่บางเบาที่สุดในโครงสร้างของพืช สัตว์ และมนุษย์ นักพฤกษศาสตร์ผู้ยิ่งใหญ่ท่านนี้ได้คาดการณ์เอาไว้ว่า เครื่องบันทึกการเต้นของหัวใจที่ท่านประดิษฐ์ขึ้นจะนำไปสู่การนำพืชมาผ่าศึกษาทางกายวิภาคแทนสัตว์

"การศึกษาผลกระทบจากการให้ยาในพืชและสัตว์ที่ดำเนินไปพร้อม ๆ กันให้ผลออกมาเหมือนกันอย่างน่าอัศจรรย์" ท่านว่า "ทุกสิ่งในตัวมนุษย์ล้วนมี

สัญญาณบ่งบอกอยู่แล้วในพืช การทำการทดลองกับพืชจะช่วยลดความทุกข์ทรมานในมนุษย์และสัตว์ลงได้”

หลายปีต่อมา ผลการวิจัยที่อาจารย์ชคทิสได้บุกเบิกเอาไว้ก็ได้รับการพิสูจน์ยืนยันจากนักวิทยาศาสตร์ท่านอื่นๆ โดยมีงานวิจัยปี 1938 ที่มหาวิทยาลัยโคลัมเบียปรากฏเป็นข่าวในหนังสือพิมพ์ *The New York Times* ดังนี้

> เราได้ข้อยุติเมื่อไม่กี่ปีที่ผ่านมาว่า ขณะที่เซลล์ประสาททำหน้าที่เป็นตัวกลางในการสื่อสารระหว่างสมองกับอวัยวะส่วนอื่นของร่างกาย จะเกิดคลื่นไฟฟ้าที่มีขนาดเล็กมาก แต่สามารถตรวจวัดได้ด้วยเครื่องวัดคลื่นไฟฟ้าที่มีความละเอียดสูงกับทั้งยังขยายได้หลายล้านเท่าด้วยเครื่องขยายความถี่คลื่นอันทันสมัย ปัจจุบันยังไม่พบวิธีใดที่ให้ผลเป็นที่น่าพอใจในการศึกษาการเดินทางของคลื่นไฟฟ้าผ่านเส้นใยประสาทในตัวมนุษย์หรือสัตว์เพราะคลื่นไฟฟ้าเหล่านี้เดินทางด้วยความเร็วสูงอย่างยิ่ง
>
> ดร.เค. เอส. โคล และ ดร.เอช. เจ. เคอร์ติส รายงานถึงการค้นพบว่า นิเทลลาซึ่งเป็นพืชน้ำจืดแบบที่มีเซลล์ยาวเซลล์เดียวอย่างที่นิยมใส่ในตู้ปลาทองนั้น มีลักษณะเหมือนพวกเส้นใยประสาทเซลล์เดี่ยวราวกับพิมพ์เดียวกัน ยิ่งไปกว่านั้นยังพบอีกว่าเมื่อถูกกระตุ้น เส้นใยของนิเทลลาจะส่งคลื่นไฟฟ้าออกมาเหมือนกับเส้นใยประสาทของมนุษย์และสัตว์ทุกประการ จะต่างกันก็แต่ความเร็วเท่านั้นคลื่นไฟฟ้าในเซลล์ประสาทของพืชจะเดินทางช้ากว่าในสัตว์มาก เจ้าหน้าที่ของมหาวิทยาลัยโคลัมเบียจึงนำการค้นพบครั้งนี้มาปรับใช้ในการถ่ายภาพการเดินทางของคลื่นไฟฟ้าในระบบประสาทแบบสโลว์โมชั่น
>
> ด้วยเหตุนี้ จึงอาจเป็นไปได้ที่ต้นนิเทลลาจะเป็นเสมือนหลักศิลาโรเซ็ตตาที่จะไขไปสู่ความลับที่ถูกปกปิดซ่อนเร้นมาช้านาน เป็นความลับ ณ เส้นแบ่งระหว่างโลกแห่งวัตถุและจิตที่อยู่ใกล้กันแค่เอื้อม

กวีเอกชาวเบงกอล รพินทรนาถ ฐากุร กัลยาณมิตรของนักวิทยาศาสตร์ผู้เป็นแบบอย่างอันดีเลิศของอินเดียท่านนี้ ได้ประพันธ์บทร้อยกรองมอบให้แก่ท่านดังมีใจความ ดังนี้

โอ ฤษี ท่านเรียกขานด้วยถ้อย
ในโศลกโบราณแห่ง *สามเวท* “จงตื่น! แลลุกขึ้นเถิด!”
มาเถิด ท่านผู้อ้างตนว่ารอบรู้ในพระเวท
จากวิวาทะอันว่างเปล่า อวดรู้ คร่ำครึ แลหาประโยชน์อันใดมิได้
มาเถิด จอมโวผู้โง่เขลา จงก้าวออกมา
สู่ธรรมชาติ สู่โลกอันกว้างใหญ่ไพศาล
แลกู่ก้องร้องเรียกผองปราชญ์ของท่านออกมา
รายล้อมกองกูณฑ์แห่งยัชญะ
จงมาชุมนุมประชุมกัน เพื่ออินเดียของเรา
แดนดินแต่เบื้องบรรพ์ของเรา จักได้หวนคืน
สู่กิจแห่งศรัทธาอันมั่นคง
สู่หน้าที่แลการอุทิศตน สู่ภวังค์
แห่งสมาธิอันแน่วแน่ ให้นางได้หวนคืน
สู่ความสงบ ไร้โลภ ไร้เกรี้ยวโกรธโกรธา แลกลับมาพิสุทธิ์อีกครา
โอ อีกวาระหนึ่งเถิดหนา เหนือบัลลังก์แห่งศักดิ์แลศรีอันสูงส่ง
ขออินเดียจงคงความเป็นครูแห่งหมู่ดินแดนทั้งปวง[1]

---

1 แปลจากต้นฉบับภาษาเบงกาลีของรพินทรนาถ ฐากุร ในนิตยสาร *The Visvabharati Quarterly* มหาวิทยาลัยศานตินิเกตัน ประเทศอินเดียโดยมันโมหัน โฆษ

“สามเวท” ในบทร้อยกรองของรพินทรนาถ ฐากุรคือคัมภีร์สามเวทในพระเวททั้งสี่ร่วมกับฤคเวท ยชุรเวท และอาถรรพเวท คัมภีร์พระเวทพรรณนาถึงธรรมชาติของพรหม (พระผู้สร้าง) ผู้แฝงตนอยู่ในมนุษย์ทั้งหลายในรูปของ*อาตมัน* (วิญญาณ) คำว่า พรหมมีรากศัพท์มาจากคำกริยา *พริห* แปลว่า เจริญขึ้น พอกพูนขึ้น บ่งถึงแนวคิดในคัมภีร์พระเวทว่าด้วยทิพยอำนาจแห่งการเจริญขึ้นได้ด้วยตนเอง จนพัฒนาไปสู่กิจกรรมการสร้างสรรค์สรรพสิ่ง จักรวาลอันเปรียบได้กับใยแมงมุมนี้ กล่าวกันว่าวิวัฒน์ (*วิกูรุเต*) มาจากองค์พระเป็นเจ้า นัยทั้งหมดของพระเวทมีหลักใหญ่ใจความอยู่ที่การที่*อาตมัน* กลับไปรวมเป็นหนึ่งเดียวกับพรหมันนั่นคือวิญญาณผสานรวมกับพระเป็นเจ้า อาจกล่าวได้ว่าเป็นความสำคัญทั้งหมดของพระเวท

คัมภีร์*เวทานตะ* (อุปนิษัท) เป็นบทสรุปหรือตอนท้ายสุดของคัมภีร์พระเวท และเป็นแรงบันดาลใจให้กับนักคิดคนสำคัญ ๆ ของทางตะวันตกหลายท่าน วิกตอร์ กูแซ็ง นักประวัติศาสตร์ชาวฝรั่งเศสกล่าวว่า “เมื่อเราตั้งใจอ่านหลักปรัชญาอันยิ่งใหญ่ของโลกตะวันออก…ที่โดดเด่นที่สุดคือหลักปรัชญาของทางอินเดีย…ก็จะค้นพบสัจธรรมนานาที่ลึกซึ้งเสียจน…เราจำต้องยอมคุกเข่าให้ จำต้องมองลึกเข้าไปในอู่อารยธรรมของเผ่าพันธุ์มนุษย์ ในดินแดนอันเป็นต้นกำเนิดของปรัชญา

อันสูงส่งที่สุดแห่งหนึ่งในโลก" ชเลเกลตั้งข้อสังเกตว่า "กระทั่งปรัชญาที่สูงส่งที่สุดของยุโรป นั่นคือแนวคิดเรื่องการใช้เหตุผลที่ก่อกำเนิดขึ้นโดยนักปรัชญาของกรีก เมื่อนำมาเปรียบเทียบกับความมีชีวิตชีวาและพละกำลังอันเปี่ยมล้นของระบบปรัชญาในโลกตะวันออกแล้ว ก็เหมือนกับเอาคบเพลิงอันริบหรี่ของโปรมีเธียสมาแข่งกับแสงอันเจิดจ้าของดวงอาทิตย์กระนั้น"

ในแวดวงวรรณคดีอันรุ่มรวยของอินเดีย คัมภีร์พระเวท (มาจากธาตุ *วิทฺ* แปลว่า รู้) ถือเป็นงานเขียนเพียงหนึ่งเดียวที่ไม่ปรากฏชื่อผู้แต่ง คัมภีร์ฤคเวท (10: 90, 9) นั้นว่ากันว่ากำเนิดขึ้นจากเทพเจ้า เป็นประมวลบทสวดสรรเสริญในรูปของโศลก และมีข้อความบอกเอาไว้ (3:39, 2) ว่าตกทอดมาตั้งแต่ "ครั้งโบราณ" โดยปรับเปลี่ยนภาษาเสียใหม่ให้เข้าใจได้ง่ายขึ้น ด้วยเหตุที่ได้รับการเปิดเผยจากเทพเจ้ามาสู่เหล่าฤษียุคแล้วยุคเล่า พระเวทจึงทรงไว้ซึ่ง*นิตยาตวะ* กล่าวคือ "ความเป็นที่สุดซึ่งไร้กาลเวลา"

พระเวทคือความรู้ขั้น*ศรุติ* ที่เหล่าฤษีได้ "สดับมาจากเทพเจ้าโดยตรง" (*ศรุติ* แปลว่า ดังได้สดับมา) โดยเนื้อแท้แล้วเป็นวรรณคดีประเภทบทสวดที่ท่องจำต่อกันมา รวมเป็นโศลกราว 100,000 บท และไม่มีการบันทึกลงเป็นลายลักษณ์อักษรมานานนับพัน ๆ ปี โดยพวกพราหมณ์จะถ่ายทอดด้วยการท่องจำกันมาแบบปากต่อปาก ด้วยถือว่ากระดาษและหินย่อมสูญสลายไปตามกาลเวลาเฉกเช่นเดียวกัน การที่พระเวทยังยืนหยัดผ่านกาลเวลาอันยาวนานมาได้ก็เพราะเหล่าฤษีต่างเข้าใจดีว่าจิตในฐานะสื่อกลางในการถ่ายทอดอันเหมาะสม ย่อมเหนือกว่าวัตถุธาตุด้วยประการทั้งปวง ก็จะมีสิ่งใดเล่าที่จะประเสริฐเลิศกว่า "จารึกที่จารไว้ในหัวใจ"?

ด้วยการรักษาลำดับคำทางฉันทลักษณ์ (*อนุปูรวี*) ในพระเวท ประกอบกับหลักเกณฑ์การใช้ศาสตร์แห่งระบบเสียงที่ว่าด้วยการรวมเสียง (*สนธิ*) ตลอดจนความเชื่อมโยงของอักขระ (*สนาตนะ*) และด้วยการพิสูจน์ความถูกต้องของเนื้อความซึ่งท่องจำสืบต่อกันมา ด้วยวิธีการที่ถูกต้องตามแบบแผนขั้นตอน พวกพราหมณ์จึงสามารถรักษาความบริสุทธิ์แห่งพระเวทนับแต่ครั้งโบราณอันรางเลือนเอาไว้ได้อย่างไม่มีใครทำได้เสมอเหมือน อนึ่ง ถ้อยคำในพระเวทแต่ละพยางค์ (*อักษร*) นั้น ล้วนได้รับการประสิทธิ์ประสาทไว้ด้วยความขลังและด้วยนัยอันสำคัญยิ่ง (ดูหน้า 427–8)

บทที่ 9

สาวกผู้เปี่ยมสุขและความรักภักดีที่มีต่อพระเป็นเจ้า

"ท่านองค์น้อย เชิญนั่งลงก่อน ฉันกำลังสนทนากับพระโลกมาตาอยู่"

ข้าพเจ้าก้าวเข้าไปในห้องอย่างเงียบเชียบและออกจะยำเกรงอยู่มาก รูปลักษณ์อันงามสง่าดั่งเทพยดาของท่านอาจารย์มหัสยะทำเอาข้าพเจ้าตาพร่าพราย หนวดเคราราวไหมสีเงินยวงกับดวงตาโตเป็นประกายทำให้ท่านดูราวกับเป็นองค์อวตารแห่งความบริสุทธิ์ คางที่เชิดสูงและมือที่ซ้อนทับกันบอกให้ข้าพเจ้ารู้ว่าการมาเยือนครั้งแรกของข้าพเจ้าเป็นการเข้ามาขัดจังหวะการปฏิบัติสมาธิของท่าน

คำทักทายอันเรียบง่ายของท่านกระทบใจข้าพเจ้าหน่วงหนักอย่างไม่เคยรู้สึกมาก่อน ความทุกข์ระทมจากการสูญเสียแม่ไปก็สาหัสสากรรจ์เหลือจะทานทนอยู่แล้ว เมื่อคิดขึ้นมาว่าตอนนี้ยังต้องมาพรากจากพระโลกมาตาอีก จิตวิญญาณของข้าพเจ้าก็ปวดร้าวรอนรานจนสุดที่จะสรรหาถ้อยวาจาใดมาเทียบเปรียบได้ จึงได้แต่ฟุบหน้าลงร่ำไห้กับพื้นห้อง

"ท่านองค์น้อย อย่าได้ร้องไห้อีกเลย!" ท่านอาจารย์มหัสยะเวทนาข้าพเจ้าจนพลอยรันทดไปด้วย

ความรู้สึกอ้างว้างเหมือนถูกปล่อยให้ลอยคออยู่กลางมหาสมุทรเพียงลำพังทำให้ข้าพเจ้าคว้าเท้าท่านกำไว้แน่น ราวกับมันเป็นแพกู้ชีพที่มีอยู่เพียงลำเดียว

"ท่านโยคีผู้ประเสริฐ กรุณาช่วยกระผมด้วย! กรุณาทูลขอพระโลกมาตาให้กระผมได้เข้าเฝ้าต่อเบื้องพระพักตร์ที!"

แต่การเป็นตัวกลางในเรื่องอันพ้นวิสัยของมนุษย์ปุถุชนเช่นนี้มิใช่จะรับปากกันได้ง่าย ๆ ท่านจึงยังนิ่งเงียบอยู่

ข้าพเจ้าเชื่อมั่นโดยไม่คิดกังขาแม้แต่น้อย ว่าท่านอาจารย์มหัสยะกำลังสนทนาอยู่กับพระโลกมาตา และรู้สึกอดสูใจนักเมื่อนึกขึ้นมาว่าตนเองไม่อาจมองเห็นพระแม่ได้ทั้ง ๆ ที่ประทับสำแดงองค์ต่อสายตาอันไร้มลทินของโยคี

พระโลกมาตาคือพระผู้รังสรรค์ ด้วย*ศักติ*หรือทิพยภาพขององค์ชคันมาตรีผู้ทรงอยู่เหนือทุกสิ่ง พระองค์เป็นที่รู้จักในหลายพระนาม ขึ้นอยู่กับคุณลักษณะที่พระองค์แสดงออกมา ณ ที่นี้ พระหัตถ์ข้างหนึ่งยกขึ้นในท่าที่แสดงถึงการประสาทพรเพื่อคุ้มครองจักรวาล อีกสามหัตถ์ที่เหลือ ทรงประคำที่ใช้ในการบริกรรมภาวนาบ่งบอกถึงความศรัทธา พระคัมภีร์บางส่วนอันเป็นสัญลักษณ์ของสติปัญญาและการเรียนรู้ และคนโทงดงามวิจิตรแทนการทำให้บริสุทธิ์

ท่านนี้อยู่ชั่วขณะแท้ๆ ข้าพเจ้ายึดกุมเท้าท่านไว้อย่างไม่อายและไม่ฟังเสียงป้องปรามอ่อนๆ ของท่าน เฝ้าแต่อ้อนวอนให้ท่านช่วยเป็นสื่อกลางให้ซ้ำแล้วซ้ำเล่า

"เอาเถิด ฉันจะนำคำวิงวอนของเธอไปทูลต่อพระแม่เอง" ท่านมหัสยะยอมจำนนพร้อมยิ้มน้อยๆ อย่างมากด้วยเมตตา

คำพูดเพียงไม่กี่คำนี้ช่างมีอำนาจ ถึงกับช่วยปลดปล่อยตัวตนของข้าพเจ้าให้เป็นอิสระจากความรู้สึกเหมือนถูกลอยแพท่ามกลางมรสุม

"ท่านรับปากแล้วนะขอรับ! แล้วกระผมจะรีบกลับมาฟังข่าว" ข้าพเจ้าคาดคั้นเสียงใส ทั้งๆ ที่เมื่อครู่ยังร้องไห้สะอึกสะอื้นด้วยความเศร้าเสียใจอยู่แท้ๆ

ขณะก้าวลงบันไดยาว ความทรงจำเก่าๆ ก็หลั่งไหลกลับคืนมา อาศรมของท่านอาจารย์มหัสยะในปัจจุบันคือบ้านเลขที่ 50 บนถนนแอมเฮิร์สต์ในเมืองกัลกัตตา ซึ่งเคยเป็นบ้านพักของครอบครัวเราในอดีต แม่เสียชีวิตลงในบ้านหลังนี้ บ้านหลังที่หัวใจซึ่งมีเลือดมีเนื้อเยี่ยงมนุษย์ปุถุชนของข้าพเจ้าแหลกสลายเพราะการจากไปของแม่ และในวันนี้ก็ที่นี่อีกเช่นกันที่จิตวิญญาณของข้าพเจ้าติดตรึงอยู่กับความรวดร้าวเพราะไม่อาจพบกับพระแม่ได้ ผนังกำแพงศักดิ์สิทธิ์เอ๋ย! เจ้าคือพยานเงียบที่รับรู้ในความเจ็บปวดระทมทุกข์และการได้รับการเยียวยาในที่สุดของข้า

ข้าพเจ้าเร่งฝีเท้ากลับบ้าน แล้วตรงดิ่งขึ้นไปยังห้องเล็กใต้หลังคา ปลีกวิเวกนั่งทำสมาธิอยู่จนกระทั่งสี่ทุ่ม ทันใดนั้น ค่ำคืนอันอบอุ่นและมืดมิดของอินเดียก็ปรากฏนิมิตอันงามระยับจับตาสว่างวาบขึ้น

พระโลกมาตาทรงประทับยืนอยู่เบื้องหน้าข้าพเจ้าในท่ามกลางรัศมีอันเรืองรองดวงพักตร์พร้อมรอยแย้มพระสรวลอ่อนโยนทรงไว้ซึ่งความงามอันพิสุทธิ์ล้ำ

"แม่รักเจ้าเสมอ! และจะรักเจ้าตลอดไป!"

ตรัสจบก็ทรงหายวับไป แต่ทิพยสำเนียงนั้นยังดังก้องกังวานอยู่ในอากาศ

เช้าวันรุ่งขึ้น ข้าพเจ้าตรงไปกราบคารวะท่านอาจารย์มหัสยะซ้ำเป็นคำรบสองตั้งแต่ตะวันยังไม่ทันจะโผล่พ้นขอบฟ้าดี ในบ้านที่แฝงไว้ด้วยความทรงจำอันปวดร้าว ข้าพเจ้าเดินขึ้นบันไดตรงไปยังห้องพักของท่านบนชั้นสี่ เห็นประตู

ที่ปิดอยู่มีผ้าพันลูกบิดเอาไว้ ข้าพเจ้าก็คิดเอาว่านั่นคงเป็นการบอกใบ้ว่าท่านต้องการความเป็นส่วนตัว ขณะที่ยืนลังเลอยู่ที่ชานบันได ท่านก็เปิดประตูออกมา ข้าพเจ้าคุกเข่าลงแทบเท้าท่าน ในใจนึกสนุก จึงแสร้งตีหน้าขรึม ซ่อนความลิงโลดยินดีจากนิมิตที่ได้รับเอาไว้อย่างมิดชิด

"กระผมยอมรับว่า... มาเช้าเกินไป... เพื่อถามข่าว พระแม่ทรงตรัสถึงกระผมว่าอย่างไรบ้างขอรับ?"

"ท่านองค์น้อยจอมซน!"

ท่านว่า แล้วไม่เอ่ยอะไรอีก เห็นได้ชัดว่าทีท่าเคร่งขรึมของข้าพเจ้ามิได้ส่งผลใดต่อท่านเลย

"ทำไมจะต้องลึกลับ หลบ ๆ เลี่ยง ๆ ด้วย? ผู้เป็นโยคีแท้ต้องไม่พูดจาเรียบง่ายตรงไปตรงมากระนั้นหรือ?" ข้าพเจ้ารู้สึกเหมือนถูกยั่วยุอยู่นิด ๆ

"เธอต้องทดสอบฉันให้ได้หรืออย่างไร?" ดวงตาอันสงบนิ่งของท่านเต็มไปด้วยความเข้าใจ "หรือยังต้องให้ฉันย้ำถ้อยดำรัสที่พระโลกมาตาผู้ยิ่งด้วยสิริโฉมทรงประทานแก่เธอเมื่อคืนนี้ตอนสี่ทุ่มให้เธอฟังซ้ำในเช้าวันนี้อีก?"

ท่านช่างมีอำนาจเหนือการข่มจิตข่มใจของข้าพเจ้าเสียจริง ๆ ข้าพเจ้าอดไม่ได้ ต้องทรุดกายลงคารวะที่แทบเท้าท่านอีกครั้ง แต่ครั้งนี้ น้ำตาที่เอ่อออกมาเป็นน้ำตาแห่งความปีติสุข ไม่ใช่ทุกข์ระทมเหมือนเมื่อคราวก่อน

"เธอคิดหรือว่าพระผู้ทรงความเมตตาอันไร้ที่สิ้นสุดจะมิทรงรับรู้ถึงความภักดีของเธอ? พระเป็นเจ้าในภาคของมารดาผู้การุณที่เธอเฝ้ากราบไหว้บูชาทั้งในร่างของมนุษย์และในร่างของเทพเบื้องบนมีหรือจะทรงนิ่งเฉย ไม่ตอบรับต่อเสียงเพรียกหาของเธอ"

ใครหนอคือโยคีผู้สมถะเรียบง่ายท่านนี้? โยคีผู้ที่คำร้องขอต่อพระเป็นเจ้าเพียงน้อยนิด ก็ยังได้รับการสนองตอบด้วยความโปรดปรานยิ่ง หน้าที่การงานในทางโลกของท่านแม้มิได้ยิ่งใหญ่ แต่ก็เหมาะสมกับบุรุษผู้อ่อนน้อมและยิ่งใหญ่ที่สุดเท่าที่ข้าพเจ้าเคยได้พบมาเยี่ยงท่าน ท่านอาจารย์มหัสยะ[1] ใช้อาศรม

---

1 เป็นชื่อที่คนทั่วไปเรียกขานท่านเพื่อยกย่องจนกลายเป็นธรรมเนียมไป ชื่อจริงของท่านคือ มเหนทรนาถ คุปตะ ส่วนในงานเขียนนั้น ท่านจะเซ็นแค่ตัว "M" เท่านั้น

บนถนนแอมเฮิร์สต์หลังนี้เปิดเป็นโรงเรียนมัธยมเล็ก ๆ สำหรับเด็กผู้ชาย คำดุด่าไม่เคยหลุดรอดออกมาจากปากท่าน ท่านไม่เคยตรากฎข้อบังคับหรือนำการลงโทษมาใช้ในการปลูกฝังระเบียบวินัย ห้องเรียนแม้จะธรรมดา แต่ก็มีการเรียนการสอนวิชาคณิตศาสตร์ระดับสูง พร้อมวิชาเคมีแห่งความรักที่ไม่มีปรากฏอยู่ในตำราเล่มใดทั้งสิ้น

ท่านถ่ายทอดปัญญาโดยอาศัยสื่อสัมพันธ์ซึ่งแพร่ต่อทางจิตวิญญาณมากกว่าที่จะสั่งสอนด้วยกฎเกณฑ์ซึ่งมิอาจซึมซ่านผ่านเข้าสู่ผู้ฟังได้ ในใจท่านมีแต่ความรักภักดีอันบริสุทธิ์ต่อองค์พระโลกมาตา จึงมิได้ปรารถนาความเคารพหรือการนับหน้าถือตาจากสังคมอีกต่อไป

"ฉันไม่ใช่คุรุของเธอ ผ่านไปอีกสักระยะหนึ่ง ท่านจะมาพบกับเธอเอง" ท่านบอกข้าพเจ้า "และด้วยการอบรมสั่งสอนของท่าน ความรักและภักดีที่เธอมีต่อพระเป็นเจ้าเสมอมาจะได้รับการพัฒนาให้เป็นดวงปัญญาอันลึกล้ำดั่งห้วงมหรรณพ"

พอตกบ่ายแก่ ๆ ข้าพเจ้าเป็นต้องไปที่ถนนแอมเฮิร์สต์ทุกวันเพื่อดื่มด่ำอมฤตธรรมจากแก้วทิพย์ของท่าน ซึ่งเต็มเปี่ยมจนล้นหลากซึมซาบลงมาสู่ตัวตนของข้าพเจ้าวันแล้ววันเล่า ข้าพเจ้าไม่เคยค้อมศีรษะคารวะผู้ใดด้วยความเคารพนับถือจนหมดใจได้เฉกเช่นนี้มาก่อน ถึงตอนนี้ เพียงแค่ได้ก้าวเดินไปบนพื้นดินที่รอยเท้าของท่านเคยก้าวย่างผ่านไปก่อน ข้าพเจ้าก็ถือเป็นเกียรติแก่ตนอย่างล้นเหลือ

"ท่านโยคีขอรับ ขอได้โปรดกรุณาสวมมาลัยดอกจำปาที่กระผมตั้งใจร้อยมาเพื่อท่านโดยเฉพาะด้วยเถิดขอรับ" เย็นวันหนึ่ง ข้าพเจ้ามาถึงอาศรมของท่านพร้อมมาลัยดอกไม้ในมือ แต่ท่านกลับขยับออกห่างอย่างเก้อเขิน ปากก็พร่ำปฏิเสธไม่ยอมรับเกียรติที่ข้าพเจ้ามอบให้ไม่ได้หยุดจนข้าพเจ้าออกจะเสียใจ เมื่อเห็นดังนั้น ท่านจึงได้ยิ้มรับในท้ายที่สุด

"เอาเถิด เราทั้งคู่ต่างเป็นสาวกผู้ภักดีต่อพระแม่ เธอจะคล้องมาลัยให้กับร่างอันเปรียบเสมือนเทวาลัยร่างนี้ก็ย่อมได้ เพราะเท่ากับเธอถวายสักการะแด่พระแม่ผู้สถิตอยู่ภายในนั่นเอง" จิตใจอันยิ่งใหญ่ไพศาลของท่านไม่มีที่ให้ความถือดีในอัตตาใด ๆ เข้ามายึดครองเป็นเจ้าเรือนได้เลยแม้สักน้อย

“พรุ่งนี้เราไปเยือนเทวาลัยพระแม่กาลีที่ตำบลทักษิเณศวรกันเถอะ คุรุของฉันเคารพบูชาเทวาลัยแห่งนี้เสมอมา” คุรุของท่านคือท่านศรีรามกฤษณะปรมหังสาผู้เป็นเสมือนทูตสวรรค์จากพระเป็นเจ้า

เช้าวันรุ่งขึ้น เราลงเรือล่องแม่น้ำคงคามาเป็นระยะทางสี่ไมล์ ก่อนก้าวเท้าเข้าไปในเทวาลัยพระแม่กาลีซึ่งสร้างเป็นปรางค์เก้ายอด ภายในประดิษฐานเทวรูปพระโลกมาตากับพระศิวะเจ้า ประทับอยู่กลางดอกบัวเงินพันกลีบที่ขัดขึ้นเงาจนวาววับ กลีบบัวมีการสลักเสลาไว้ด้วยฝีมืออันวิจิตร ท่านอาจารย์มหัสยะแย้มยิ้มด้วยความปลื้มปีติและตั้งอกตั้งใจถวายความภักดีแด่พระแม่อย่างไม่รู้จักเหน็ดเหนื่อย ระหว่างที่ท่านสวดสรรเสริญพระนามของพระแม่อยู่นั้น หัวใจอันสุขล้นของข้าพเจ้าก็เหมือนจะแตกผลิออกเป็นพันเสี่ยงดุจบัวพันกลีบกระนั้น

หลังจากนั้น เราจึงเดินเที่ยวจนทั่วบริเวณเทวาลัยอันศักดิ์สิทธิ์ และมาหยุดพักที่ดงต้นทามาริสก์ น้ำหวานของไม้พันธุ์นี้ที่ซึมออกมาเป็นสัญลักษณ์ของกระยาหารทิพย์ที่ท่านอาจารย์มหัสยะเผื่อแผ่เจือจานออกไป การสวดภาวนาของท่านยังไม่ยุติ ข้าพเจ้าจึงนั่งนิ่งไม่ติงกายอยู่บนผืนหญ้า ท่ามกลางดอกทามาริสก์สีชมพูที่เบาฟูดุจขนนก ชั่วขณะจิตนั้น จิตข้าพเจ้าก็หลุดลอยออกจากร่าง ละลิ่วขึ้นไปยังเบื้องบน

นี่เป็นครั้งแรกที่ข้าพเจ้ามาแสวงบุญยังทักษิเณศวรกับครูบาอาจารย์ท่านนี้ และยังจะมีตามมาอีกหลายครั้ง ข้าพเจ้าได้เรียนรู้ถึงความอ่อนหวานของพระเป็นเจ้าในภาคของมารดา หรือพระโลกมาตาผู้ทรงไว้ซึ่งความเมตตา ท่านอาจารย์มหัสยะมีจริตค่อนไปในทางเป็นเด็ก จึงไม่นิยมพระเป็นเจ้าในภาคของบิดา หรือพระผู้ทรงไว้ซึ่งความเที่ยงธรรมนักเพราะความเที่ยงธรรมอันถูกต้องเคร่งครัด และเข้มงวดไม่ต้องกับอุปนิสัยอันอ่อนโยนของท่านนั่นเอง

“ท่านนับเป็นต้นแบบของเทพยดาบนพื้นพิภพโดยแท้!” ข้าพเจ้านึกขึ้นด้วยความชื่นชมขณะเฝ้ามองท่านสวดภาวนาในวันหนึ่ง ท่านพินิจพิเคราะห์โลกโดยไม่ติเตียนหรือวิพากษ์วิจารณ์ ด้วยสายตาที่คุ้นเคยกับพระบริสุทธิคุณอันเป็นองค์ปฐมมาเนิ่นนานแล้ว ท่านมีกาย ใจ วาจา และการกระทำสอดรับกับความเรียบง่ายในวิญญาณแห่งตนโดยไม่ต้องใช้ความพยายามเลยแม้แต่น้อย

"อาจารย์ของฉันเคยสอนฉันไว้" ท่านไม่ชอบอวดอ้างตัว จึงมักตบท้ายการให้คำชี้แนะอันปราดเปรื่องด้วยประโยคข้างต้นนี้แทบทุกครั้งไป ความเกาะเกี่ยวผูกพันที่ท่านมีต่อท่านศรีรามกฤษณะนั้น ลึกซึ้งเสียจนท่านไม่คิดเห็นว่าความคิดของท่านเป็นของตนเองอีกต่อไป

เย็นวันหนึ่ง ท่านอาจารย์มหัสยะจูงมือข้าพเจ้าเดินไปตามช่วงตึกอันเป็นที่ตั้งโรงเรียนของท่าน ความเบิกบานใจของข้าพเจ้าลดฮวบลงเมื่อไปเจอคนรู้จักที่เย่อหยิ่งอวดดีเข้าคนหนึ่ง เขาชวนเราคุยยืดเยื้อไม่ยอมหยุด

"ฉันรู้แล้วว่าเธอรำคาญชายคนนี้" ท่านอาจารย์มหัสยะกระซิบกับข้าพเจ้าเบา ๆ ไม่ให้เจ้าคนหลงตนเองที่เอาแต่พูดพล่ามอยู่ฝ่ายเดียวได้ยินด้วย "ฉันทูลพระแม่เรื่องนี้แล้ว พระองค์ทรงรับรู้ถึงภาวะกลืนไม่เข้าคายไม่ออกอันน่าเศร้าของเรา ทันทีที่เราเดินไปถึงบ้านสีแดงหลังโน้น ทรงสัญญาว่าจะบันดาลให้เขานึกถึงธุระที่ต้องไปทำอย่างรีบด่วนขึ้นมาได้"

ข้าพเจ้าจับตามองไปยังบ้านอันเป็นทางรอด ทันทีที่เดินมาถึงประตูสีแดงหน้าบ้านชายคนนี้ก็หันรีหันขวางแล้วผละจากไปโดยที่ยังพูดไม่ทันจบประโยคและไม่กล่าวคำอำลาแม้แต่คำเดียว บรรยากาศที่เสียไปจึงกลับคืนสู่ความสงบสุขอีกครั้ง

อยู่มาอีกวันหนึ่ง ข้าพเจ้ากำลังเดินเรื่อยเปื่อยไปคนเดียวแถว ๆ สถานีรถไฟฮาวราห์แล้วมาหยุดยืนอยู่ข้าง ๆ เทวาลัยแห่งหนึ่ง ในใจก็นึกตำหนิคนกลุ่มเล็ก ๆ ที่กำลังตีกลองตีฉาบ สวดสรรเสริญพระนามพระเป็นเจ้าเสียอึกทึกครึกโครม

"ช่างไม่รู้ความควรไม่ควรเสียจริง นำพระนามพระเป็นเจ้ามาตะโกนโหวกเหวกซ้ำซากอยู่ได้อย่างไรกัน" ข้าพเจ้าคิด แล้วก็ต้องประหลาดใจที่จู่ ๆ ก็ได้เห็นท่านอาจารย์มหัสยะเดินตรงมาหาอย่างเร่งรีบ

"ท่านมาอยู่ที่นี่ได้อย่างไรขอรับ?"

ท่านไม่ตอบสิ่งที่ข้าพเจ้าถาม แต่ไพล่ไปตอบสิ่งที่ข้าพเจ้าคิด "ท่านองค์น้อยพระนามพระเป็นเจ้านั้น ไม่ว่าจะเรียกขานจากปากของผู้ใด จะคนเขลาหรือมากด้วยปัญญา ก็ล้วนไพเราะไม่แตกต่างกันมิใช่หรือ?" ว่าแล้ว ท่านก็โอบกอดข้าพเจ้าไว้ด้วยความเมตตารักใคร่ ข้าพเจ้ารู้สึกตัวเบาเหมือนท่านมี

สาวกผู้เปี่ยมสุขและความรักภักดีที่มีต่อพระเป็นเจ้า 101

ท่านอาจารย์มหัสยะ
"สาวกผู้เปี่ยมสุข"

พรมวิเศษพาข้าพเจ้าลอยขึ้นไปเฝ้าพระเป็นเจ้าได้กระนั้น

"อยากดูหนังไบโอสโคปไหม?" ท่านถามขึ้นมาในบ่ายวันหนึ่ง ทำให้ข้าพเจ้าออกจะฉงน เพราะรู้ว่าท่านรักความสันโดษมากกว่าออกสังคม คำว่าไบโอสโคปในอินเดียยุคนั้นหมายถึงภาพยนตร์เคลื่อนไหว ข้าพเจ้าตอบตกลงเพราะชอบไปไหนมาไหนกับท่านเป็นทุนเดิมอยู่แล้ว เราเดินไปที่สวนหน้ามหาวิทยาลัยกัลกัตตากันอย่างกระฉับกระเฉง เพื่อนร่วมทางของข้าพเจ้าชี้ไปที่ม้านั่งใกล้ๆ กับสระน้ำ

"เรานั่งพักกันที่นี่สักครู่เถอะ อาจารย์ของฉันบอกให้ทำสมาธิทุกครั้งที่เห็นท้องน้ำอันกว้างใหญ่ ความเงียบสงบของที่นี่เตือนให้เรานึกถึงความสงบนิ่งอันประมาณมิได้ของพระเป็นเจ้า ผิวน้ำสามารถสะท้อนเงาของสรรพสิ่งได้ฉันใด

จิตแห่งพระเป็นเจ้าก็ย่อมสะท้อนภาพของจักรวาลทั้งหมดได้ฉันนั้น คุรุเทวะ[1] ของฉันมักจะบอกอย่างนี้เสมอ”

หลังจากนั้นไม่นาน เราก็เข้ามายังห้องประชุมของทางมหาวิทยาลัยซึ่งกำลังมีการบรรยายอยู่ แต่น่าเบื่อเป็นที่สุด แม้ว่าจะมีการฉายสไลด์สลับเป็นระยะ แต่ก็ไม่น่าสนใจพอกัน

“ว้า! นี่หรือหนังที่ท่านอยากให้เรามาดู!” ข้าพเจ้านึกอย่างหน่าย ๆ ไม่แสดงออกทางสีหน้าเพราะไม่อยากให้ท่านโยคีเสียน้ำใจ แต่ท่านกลับเอนตัวมากระซิบกระซาบว่า

“ฉันรู้แล้ว ท่านองค์น้อย ว่าเธอไม่ชอบหนังแบบนี้ ฉันทูลพระโลกมาตาแล้ว ทรงเห็นใจเราทั้งสองมาก ทรงบอกกับฉันว่าจะทำให้ไฟดับเดี๋ยวนี้ และจะไม่ให้ติดขึ้นมาอีกจนกว่าเราจะออกจากห้องไปแล้ว”

สิ้นเสียงกระซิบของท่าน ห้องประชุมนั้นก็ตกอยู่ในความมืดทันที เสียงห้าว ๆ ของอาจารย์ผู้บรรยายเงียบหายไปครู่หนึ่งด้วยความแปลกใจ ก่อนดังขึ้นใหม่ว่า “เอ...ระบบไฟในห้องประชุมเห็นจะเสียละกระมัง” ถึงตอนนี้ท่านอาจารย์มหัสยะกับข้าพเจ้าก็ก้าวพ้นประตูห้องออกมาเรียบร้อยแล้ว เมื่อหันหลังมองย้อนกลับมาจากทางเดิน ข้าพเจ้าก็เห็นแสงไฟในห้องกลับมาส่องสว่างอีกครั้ง

“ท่านองค์น้อย ถึงเธอจะไม่ชอบหนังแบบข้างในนั้น แต่ฉันว่าเธอจะต้องชอบหนังแบบนี้แน่” ตอนนั้น ท่านโยคีกับข้าพเจ้ายืนอยู่บนบาทวิถีที่หน้าอาคารมหาวิทยาลัย ท่านตบอกตรงหัวใจข้าพเจ้าเบา ๆ

เสียงรอบตัวข้าพเจ้าเงียบหายไปหมด เหมือนภาพยนตร์ “มีเสียง” สมัยใหม่กลายเป็นภาพเคลื่อนไหวที่ไร้เสียงเมื่อระบบเสียงไม่ทำงาน ดุจเดียวกับที่หัตถ์เบื้องบนหยุดสรรพสำเนียงเสียงเซ็งแซ่บนโลกเอาไว้ด้วยปาฏิหาริยวิธีบางอย่าง ทั้งคนเดินถนน รถลาก รถยนต์ เกวียนเทียมวัว และรถม้าล้อเหล็ก ล้วนเคลื่อนไหวไปรอบตัวข้าพเจ้าโดยปราศจากเสียง ตัวข้าพเจ้านั้นราวกับมีตาทิพย์

---

1 “คุรุเทวะ” เป็นศัพท์ภาษาสันสกฤตที่ใช้เรียกครูบาอาจารย์ทางจิตวิญญาณกันตามธรรมเนียมปฏิบัติ คำว่า *เทวะ* (“เทพ”) เมื่อนำมาสนธิกับ*คุรุ* (“ครูผู้รู้ธรรม”) จะแสดงถึงความเคารพนับถืออย่างยิ่งยวด ข้าพเจ้านำมาใช้ในภาษาอังกฤษอย่างเรียบ ๆว่า “มาสเตอร์”

เพราะมองเห็นภาพฉากเหตุการณ์ต่าง ๆ ทั้งเบื้องหลังและรอบข้างตนเองได้อย่างง่ายดายราวกับอยู่ตรงหน้า กระนั้นภาพกิจกรรมทั้งหมดในมุมเล็ก ๆ ของเมืองกัลกัตตามุมนี้ได้เคลื่อนผ่านสายตาข้าพเจ้าไปโดยไร้เสียง เป็นภาพในมุมกว้างที่มีแสงเรือง ๆ แผ่ปกคลุม ประหนึ่งไฟจากถ่านที่แดงวาบขึ้นมาให้เห็นราง ๆ ภายใต้พื้นผิวขี้เถ้าอันเบาบาง

ตัวข้าพเจ้าเหมือนเป็นเงาหนึ่งในบรรดาเงาทั้งหลาย แม้จะไม่ไหวติงเหมือนคนอื่น ๆ ที่เคลื่อนไหวไปมาโดยไร้สุ้มเสียงก็ตาม เด็กชายหลายคนที่เป็นเพื่อนกับข้าพเจ้าเดินตรงมาหาแล้วผ่านเลยไป แม้สายตาจะมองตรงมาที่ข้าพเจ้า แต่กลับไม่มีวี่แววว่ามองเห็นหรือจดจำข้าพเจ้าได้

ภาพยนตร์ไร้เสียงอันแปลกประหลาดนี้ทำให้ข้าพเจ้าสุขล้นจนยากจะบรรยายออกมาเป็นคำพูด เฝ้าแต่เคลิบเคลิ้มดื่มด่ำอยู่กับต้นตอแห่งความปีติสุขนั้น เมื่อท่านอาจารย์มหัสยะตบเข้าที่อกข้าพเจ้าเบา ๆ โดยไม่ได้บอกกล่าวอีกครั้ง เสียงเอะอะโกลาหลของโลกแห่งความเป็นจริงก็ดังเซ็งแซ่จู่โจมเข้าใส่โสตประสาทที่ไม่พร้อมรับ ข้าพเจ้าซวนเซเหมือนถูกกระชากให้ตื่นจากความฝันอันเบาหวิว น้ำโสมทิพย์อันเลิศรสถูกพรากไปไกลเกินกว่าที่ข้าพเจ้าจะเอื้อมถึงเสียแล้ว

“ท่านองค์น้อย ฉันว่าหนังไบโอสโคป[1] แบบหลังนี้ต้องใจเธอมากกว่าแบบแรกนะ” ท่านอาจารย์มหัสยะว่ายิ้ม ๆ ข้าพเจ้าย่อตัวหมายจะคุกเข่าลงขอบพระคุณท่าน “ตอนนี้เธอทำอย่างนั้นกับฉันไม่ได้แล้วนะ” ท่านบอก “เธอก็รู้ว่าพระเป็นเจ้าทรงสถิตอยู่ในตัวของเธอเช่นกัน! ฉันจะปล่อยให้พระโลกมาตามาสัมผัสเท้าฉันผ่านทางมือของเธอไม่ได้เป็นอันขาด!”

ถ้าตอนนั้นมีใครมองเราอยู่ ขณะที่ท่านอาจารย์ผู้อ่อนน้อมถ่อมตนกับข้าพเจ้าค่อย ๆ เดินออกจากบาทวิถีอันแออัดไปด้วยผู้คน เขาจะต้องนึกสงสัยว่าเรากำลังมึนเมาอยู่เป็นแน่ ข้าพเจ้ารู้สึกว่าสนธยาที่คลี่คลุมลงมาในเย็นวันนั้นช่างดื่มด่ำกำซาบไปด้วยพลานุภาพแห่งพระเป็นเจ้าเสียจริง ๆ

---

1 พจนานุกรม *Webster's New International Dictionary* (ปี 1934) ให้คำจำกัดความคำว่าไบโอสโคปไว้ว่า “ภาพของชีวิต; สิ่งซึ่งให้ภาพดังว่านั้น” การเลือกใช้คำของท่านอาจารย์มหัสยะจึงถูกต้องเหมาะสมอย่างไม่น่าเชื่อ

ความกรุณาของท่านอาจารย์มหัสยะนั้น ไม่มีถ้อยร้อยวาจาใดจะนำมาเอ่ย อ้างให้เสมอเหมือนได้ ข้าพเจ้าอดสงสัยไม่ได้ว่าท่านอาจารย์มหัสยะกับโยคี อีกหลายท่านที่ผ่านเข้ามาในชีวิตของข้าพเจ้าจะรู้หรือไม่ว่าในอีกหลายปีต่อมา ข้าพเจ้าจะนำเรื่องราวของพวกท่านในฐานะสาวกผู้เข้าถึงพระเป็นเจ้ามาเขียน เป็นหนังสือไว้ในประเทศตะวันตกแห่งหนึ่ง และหากว่าพวกท่านรู้ได้ล่วงหน้า ข้าพเจ้าก็จะไม่ประหลาดใจเลย และหวังว่าท่านผู้อ่านซึ่งติดตามข้าพเจ้ามา จนถึงตอนนี้จะไม่นึกประหลาดใจเช่นกัน

นักบวชในทุกศาสนาล้วนเข้าถึงพระเป็นเจ้าโดยผ่านทางแนวคิดอันเรียบ ง่ายที่ว่าด้วยความจงรักภักดีต่อพระองค์ทั้งสิ้น ด้วยเหตุที่พระองค์ทรงเป็น *นิรคุณ* คือ "กำหนดคุณลักษณะใดๆ มิได้" และทรงเป็น*อจิณไตย* คือ "อยู่ เหนือความคิดจนมิอาจคาดเดาได้" ความนึกคิดและใฝ่ฝันหาจึงผลักดันให้ มนุษย์สร้างรูปลักษณ์ของพระเป็นเจ้าขึ้นมาในรูปมารดาแห่งจักรวาล การ หลอมรวมศรัทธาในเชิงเทวนิยมของบุคคลเข้ากับหลักปรัชญาอันว่าด้วย พระเป็นเจ้าผู้เป็นองค์สัมบูรณ์จึงนับเป็นผลสำเร็จของแนวคิดฮินดูในสมัย โบราณดังปรากฏอรรถาธิบายอยู่ในคัมภีร์พระเวทและคัมภีร์ภควัทคีตา "การ ผสานสิ่งที่ตรงข้ามกันเข้าด้วยกัน" เช่นนี้ย่อมสนองตอบได้ทั้งหัวใจและสมอง *ภักติ* (ความภักดี) และ *ญาณะ* (ปัญญา) โดยเนื้อแท้แล้วก็เป็นหนึ่งเดียวกัน โดยมี*ประปัตติ* (การยึดเอาพระเป็นเจ้าเป็นที่พึ่ง) และ *สรณคติ* (การยึดเอา พระเมตตาแห่งพระเป็นเจ้าเป็นที่ตั้ง) เป็นหนทางไปสู่ปัญญาอันสูงสุด

ท่านอาจารย์มหัสยะและนักบุญท่านอื่นๆ ทั้งหมดยึดมั่นในหลักความ อ่อนน้อมถ่อมตนก็ด้วยตระหนักดีว่า ตนเองต้องพึ่งพา (*เสศัตวะ*) พระเป็นเจ้า อย่างเต็มที่ในฐานะที่ทรงเป็นชีวิตอันศักดิ์สิทธิ์และผู้ทรงความเที่ยงธรรมอัน ศักดิ์สิทธิ์แต่เพียงพระองค์เดียว ด้วยเหตุที่ธรรมชาติของพระเป็นเจ้าคือความ ปีติสุข มนุษย์ผู้กระทำความเพียรเพื่อเข้าให้ถึงพระองค์จึงย่อมประสบกับ ความสุขอันยั่งยืนไม่มีที่สิ้นสุด "ความมุ่งมาดปรารถนาอย่างแรกสุดของวิญญาณ และของความมุ่งมั่นทั้งปวง คือความปีติสุข"[1]

---

1 เซนต์จอห์น ออฟ เดอะครอสเป็นนักบุญที่ชาวคริสต์เคารพรักกันมาก ท่านสิ้นชีวิตลงในปี

ผู้ภักดีในทุกยุคทุกสมัยเข้าถึงพระแม่ได้ก็ด้วยจิตวิญญาณอันบริสุทธิ์ดุจทารก พวกเขายืนยันว่าพระแม่เองก็โปรดที่จะหยอกล้อเล่นหัวกับพวกเขาเสมอมา ในชีวิตของท่านอาจารย์มหัสยะก็มีหลายครั้งที่พระแม่เสด็จมาหยอกล้อท่าน ทั้งในวาระสำคัญและไม่สำคัญ ในสายพระเนตรของพระเป็นเจ้าไม่มีสิ่งใดใหญ่ไม่มีสิ่งใดเล็ก หากไม่ทรงรังสรรค์อณูอันน้อยนิดขึ้นด้วยความพิถีพิถัน บนท้องฟ้าจะมีดาวอันสุกสว่างที่สุดในซีกโลกเหนืออย่างดวงดาวในกลุ่มดาวพิณได้ล่ะหรือ? ความแตกต่างระหว่างสิ่งที่ "สำคัญ" และ "ไม่สำคัญ" ไม่เคยปรากฏแก่พระเป็นเจ้า มิฉะนั้น เพียงดึงหมุดเล่มเดียวออกมาจักรวาลก็อาจถึงกาลพินาศได้!

1591 ครั้นถึงปี 1859 จึงมีการขุดซากสังขารของท่านขึ้นมา แต่ปรากฏว่าร่างของท่านมิได้เน่าเปื่อยไปแต่ประการใด

เซอร์ฟรานซิส ยังฮัสแบนด์ (นิตยสาร *Atlantic Monthly* ฉบับเดือนธันวาคม 1936) ได้เล่าถึงประสบการณ์ในการเข้าถึงปีติแห่งจักรวาลว่า "ความรู้สึกที่เป็นยิ่งกว่าความอิ่มเอมใจหรือเบิกบานใจบังเกิดขึ้นกับข้าพเจ้า ข้าพเจ้าตื่นเต้นจนสุดจะควบคุมตนเองได้ด้วยความปีติอันท่วมท้นและพร้อมกับความสุขอันยากจะบรรยายและยากจะทานทนได้ คุณธรรมซึ่งจะขาดเสียมิได้จากโลกใบนี้ก็ถูกเปิดเผยออกมา ข้าพเจ้าเชื่อมั่นเหนือคำโต้แย้งใด ๆ ว่าโดยเนื้อแท้แล้ว มนุษย์ล้วนมีความดีงามในหัวใจ และความชั่วร้ายในตัวพวกเขาก็เป็นแต่เพียงเปลือกนอกเท่านั้น"

บทที่ 10

ข้าพเจ้าพบอาจารย์ ท่านคุรุศรียุกเตศวร

"ศรัทธาในองค์พระเป็นเจ้าบันดาลปาฏิหาริย์ได้ทุกสิ่ง ยกเว้นสิ่งเดียว... สอบผ่านโดยไม่ท่องหนังสือ" ข้าพเจ้าปิดหนังสือประเภทให้ "แรงกระตุ้น" ที่หยิบขึ้นมาอ่านแก้เบื่อลงอย่างไม่ชอบใจ

"ข้อยกเว้นนี้บอกชัดเลยว่าคนเขียนไม่มีศรัทธาแม้สักกระผีก" ข้าพเจ้าคิด "น่าเวทนาพี่แกแท้ๆ เอาแต่นั่งท่องหนังสืออยู่จนดึกดื่นค่อนคืน!"

ข้าพเจ้าสัญญากับพ่อว่าจะเรียนให้จบชั้นมัธยม แต่ไม่อาจเสแสร้งแกล้งทำเป็นขยันเรียนได้ หลายเดือนที่ผ่านมา ข้าพเจ้าโดดเรียนไปหมกตัวอยู่ตามมุมสงบตามท่าน้ำต่างๆ ในเมืองกัลกัตตาเสียเป็นส่วนใหญ่ ติดกับท่าน้ำคือเขตเชิงตะกอนสำหรับเผาศพซึ่งจะน่ากลัวเป็นพิเศษในตอนกลางคืน แต่พวกโยคีกลับชอบแวะเวียนมาไม่ได้ขาด หากประสงค์จะเสาะหาพระผู้ทรงเป็นแก่นของความไม่ตาย บุคคลจะมามัวสะดุ้งกลัวหัวกะโหลกอันไม่น่าพิสมัยแค่ไม่กี่หัวอย่างไรได้ ความไม่สมบูรณ์พร้อมของมนุษย์ปรากฏชัดในกองกระดูกอันน่าสังเวช กองกันอยู่เกลื่อนกลาด กิจกรรมในยามเที่ยงคืนของข้าพเจ้าจึงต่างจากกิจกรรมของนักเรียนโดยทั่วไปอย่างสิ้นเชิง

สัปดาห์การสอบไล่ปลายภาคที่โรงเรียนมัธยมฮินดูใกล้เข้ามาทุกที ช่วงเวลาแห่งการสอบนี้เหมือนการหลอกหลอนอันน่าสะพรึงกลัวของปีศาจตรงที่สามารถนำความหวาดผวามาให้อย่างที่รู้ๆ กันดีอยู่ แต่ข้าพเจ้าหาได้วิตกกังวลแต่อย่างใดไม่ การเผชิญหน้ากับเหล่าภูตผีทำให้ข้าพเจ้าได้มาซึ่งความรู้ที่หาไม่ได้ในห้องเรียน แต่ข้าพเจ้าไม่มีอิทธิฤทธิ์อย่างท่านปราณพานันทะที่ปรากฏร่างพร้อมกันได้ในสองที่ ข้ออ้างของข้าพเจ้า (แม้หลายคนจะบอกว่าฟังดูเหลวไหลสิ้นดี) คือความเชื่อมั่นที่ว่าพระเป็นเจ้าจะทรงเล็งเห็นว่าข้าพเจ้าเข้าตาจนแล้วและจะทรงประทานทางรอดให้อย่างแน่นอน ความเชื่ออันไร้เหตุผลเช่นนี้บังเกิดขึ้นได้ก็เพราะเหล่าสาวกผู้ภักดีเคยได้รับความช่วยเหลือจากพระองค์ในยามคับขันในลักษณะที่หาเหตุผลมาอธิบายไม่ได้มานักต่อนักแล้ว

"ไง มุกุณฑะ! พักนี้ไม่ค่อยเห็นหน้าค่าตาเลยนะ!" เพื่อนร่วมชั้นเข้ามาทักข้าพเจ้าที่ถนนคุรปาร์ในบ่ายวันหนึ่ง

"ไง นันตุ! ดูเหมือนการไม่โผล่หน้าไปโรงเรียนจะทำให้ฉันตกที่นั่งลำบากเสียด้วยสิ" ข้าพเจ้าสารภาพอย่างเปิดอกเพราะสายตาที่เขามองมาอย่างเป็นมิตร

นันตุเป็นพวกเด็กเรียน เขาหัวเราะชอบใจ ถึงอย่างไร ภาวะเข้าตาจนของข้าพเจ้าก็ยังพอจะเรียกเสียงหัวเราะได้บ้าง

"นายไม่ได้ท่องหนังสือเตรียมตัวสอบเลยสิท่า!" เขาว่า "มา! ฉันช่วยนายเอง"

คำพูดง่าย ๆ ที่ดังมากระทบโสตคือคำมั่นสัญญาที่เบื้องบนประทานมาโดยแท้ ข้าพเจ้าไปหานันตุที่บ้านอย่างกระตือรือร้น เขาช่วยแนะแนวทางการตอบคำถามต่าง ๆ ที่คาดว่าพวกอาจารย์จะนำมาออกเป็นข้อสอบให้กับข้าพเจ้าอย่างจริงใจ

"คำถามพวกนี้เป็นกลลวงในข้อสอบ ล่อให้นักเรียนที่หลงเชื่อติดกับ จำคำตอบของฉันไว้ แล้วนายจะรอดพ้นจากหลุมพรางไปได้ด้วยดี"

คืนนั้นกว่าข้าพเจ้าจะออกจากบ้านของนันตุก็ดึกโขแล้ว หัวสมองข้าพเจ้าอัดแน่นไปด้วยความรู้ล้วน ๆ ข้าพเจ้าสวดภาวนาด้วยศรัทธาปสาทะ ขอให้จดจำมันไว้ได้จนกว่าจะสอบเสร็จในอีกไม่กี่วันข้างหน้า นันตุติวข้อสอบให้ข้าพเจ้าหลายวิชา แต่เพราะมีเวลาไม่มาก จึงได้ลืมวิชาภาษาสันสกฤตไปวิชาหนึ่ง ข้าพเจ้าสวดวิงวอนขอพระเป็นเจ้าให้ทรงช่วยวิชาที่พลาดไปอย่างร้อนใจเต็มที

เช้าวันรุ่งขึ้น ข้าพเจ้าออกมาเดินเล่น พลางทบทวนความรู้ใหม่ให้เข้ากับจังหวะฝีเท้าของตนเอง ขณะที่ใช้ทางลัดเดินตัดดงวัชพืชอันรกเรื้อบนที่ดินแปลงที่อยู่ติดกับหัวมุมถนนไป สายตาข้าพเจ้าก็บังเอิญเหลือบไปเห็นกระดาษสองสามแผ่นตกอยู่บนพื้น ข้าพเจ้าฉวยมันขึ้นมาถือไว้อย่างลิงโลด บนกระดาษมีโศลกภาษาสันสกฤตพิมพ์อยู่หลายบท! ข้าพเจ้าแล่นไปหาท่านผู้รู้ให้ช่วยแปลความหมายที่ข้าพเจ้าไม่ค่อยจะเข้าใจในทันที ท่านร่ายโศลกภาษาโบราณ[1]

1 *สันสกฤต* แปลว่า "สละสลวย สมบูรณ์แบบ" สันสกฤตเป็นภาษาในตระกูลอินโด-ยุโรเปียนที่เก่าแก่กว่าภาษาอื่นในตระกูลเดียวกันทั้งหมด ส่วนภาษาเขียนนั้นจะใช้อักษร*เทวนาครี* แปลตรงตัวว่า "ที่อยู่ของเทวดา" ปาณินี นักนิรุกติศาสตร์ผู้ยิ่งใหญ่ของอินเดียในสมัยโบราณได้วางรูปแบบและหลักเกณฑ์ทางไวยากรณ์เอาไว้อย่างรัดกุม ทำให้ภาษาสันสกฤตบรรลุถึงความสมบูรณ์พร้อม "ผู้ใดรู้หลักไวยากรณ์ของข้าพเจ้า ผู้นั้นย่อมเข้าถึงพระเป็นเจ้า" ผู้สาวรอยภาษาสันสกฤตกลับไปจนถึงต้นกำเนิดได้ สุดท้ายต้องกลายเป็นสัพพัญญูอย่างแน่นอน

อันสละสลวย อ่อนหวาน และไพเราะด้วยน้ำเสียงอันนุ่มนวล

"แต่โศลกอันไพเราะเหล่านี้คงช่วยเรื่องการสอบวิชาภาษาสันสกฤตของเธอไม่ได้หรอกนะ" ท่านผู้รู้แย้งอย่างแคลงใจ

กระนั้น การศึกษาทำความคุ้นเคยกับโศลกพวกนี้ก็ช่วยให้ข้าพเจ้าสอบผ่านวิชาสันสกฤตในวันถัดมา และเพราะได้นันตุช่วยติวข้อสอบให้ ข้าพเจ้าจึงสอบผ่านทุกวิชาไปได้ด้วยคะแนนขั้นต่ำสุด

พ่อดีใจมากที่ข้าพเจ้ารักษาคำพูด สามารถเรียนจบชั้นมัธยมมาจนได้ ข้าพเจ้าซาบซึ้งในพระกรุณาแห่งองค์พระเป็นเจ้า ด้วยรู้แน่แก่ใจว่าทั้งหมดเป็นการชี้นำของพระองค์แต่เพียงผู้เดียว ทั้งการไปติวข้อสอบที่บ้านนันตุและการไปเดินเล่น แล้วให้บังเอิญเลือกใช้ทางลัดที่เต็มไปด้วยกองขยะทั้ง ๆ ที่ปกติไม่เคยใช้เส้นทางนี้เลย ทรงล้อข้าพเจ้าเล่นด้วยการใช้วิธีการที่ต่างกันสองวิธีช่วยข้าพเจ้าไว้ได้ทันท่วงที

ข้าพเจ้าบังเอิญเหลือบไปเห็นหนังสือที่วางทิ้งไว้ เล่มที่คนเขียนบอกว่าพระเป็นเจ้าทรงช่วยเราไม่ได้ในห้องสอบ อดไม่ได้ต้องหัวเราะหึ ๆ ออกมา พลางคิดว่า

"หมอนี่คงสับสนหนักขึ้นไปอีกแน่ถ้าไปบอกพี่แกว่าการไปนั่งสมาธิถวายพระเป็นเจ้าท่ามกลางซากศพเป็นทางลัดสู่ประกาศนียบัตรชั้นมัธยม!"

ในเมื่อเรียนจบแล้ว ตอนนี้ข้าพเจ้าจึงวางแผนจะออกจากบ้านไปอย่างเปิดเผยโดยมีเพื่อนรุ่นน้องชื่อจิเตนทร มาซุมดาร์[1] ร่วมทางไปด้วย เราตัดสินใจจะไปเข้าอาศรมศรีภารตธรรมามหามณฑลในเมืองพาราณสี[2] ฝากตัวเป็นศิษย์ศึกษาธรรมด้วยกัน

วันหนึ่ง เมื่อคิดขึ้นมาว่าจะต้องจากครอบครัวไป ข้าพเจ้าก็อดที่จะรู้สึกอ้างว้างแกมรันทดไม่ได้ นับแต่แม่ลาโลกไป ข้าพเจ้าก็รักใคร่ผูกพันกับน้องชายทั้งสอง คือสานันทะและพิษณุ ตลอดจนทามูผู้เป็นน้องสาวคนเล็กมากขึ้น

---

1 เขาไม่ใช่ชติณทะ (โชติณ โฆษ) ผู้เปลี่ยนใจไม่ไปกับเราเพราะกลัวเสืออย่างที่ทุกท่านคงจดจำเรื่องราวได้

2 หลังได้รับเอกราช อินเดียก็หันกลับมาสะกดชื่อสถานที่หลายแห่งตามแบบเดิมแทนแบบอังกฤษที่เคยใช้กันในสมัยที่ตกเป็นอาณานิคม เมืองเบนาเรส (Banaras) จึงเปลี่ยนกลับมาสะกดเป็นพาราณสี/ วาราณสี (Varanasi) หรือไม่ก็ใช้ว่ากาสี (Kashi) อันเป็นชื่อที่ใช้กันในสมัยโบราณ

ข้าพเจ้าผลุนผลันขึ้นไปยังห้องเล็กใต้หลังคาที่ตนเองมักใช้เป็นที่สงบใจหลายครั้งที่เกิดสับสนว้าวุ่นขึ้นบนมรรคา*สาธนะ*[1] หลังร้องไห้อยู่สองชั่วโมงเต็ม ความรู้สึกของข้าพเจ้าก็เปลี่ยนไปเหมือนถูกแปรธาตุกระนั้น ความผูกพัน[2] ทั้งหลายหายสูญ การตัดสินใจออกแสวงหาพระผู้เป็นมหามิตรเหนือมิตรทั้งปวงกลับมาแน่วแน่มั่นคง

"พ่อขอเป็นครั้งสุดท้าย" ท่าทางพ่อหม่นหมองในขณะที่ข้าพเจ้าเข้าไปขอพรจากท่าน "อย่าทิ้งพ่อ ทิ้งพี่น้องที่เศร้าโศกเสียใจของลูกไปเลย"

"พ่อผู้เป็นที่รักและบูชาของลูก ผมต้องบอกอย่างไรพ่อจึงจะรู้ว่าผมรักพ่อมากแค่ไหน? แต่นั่นยังเทียบไม่ได้กับความรักที่ผมมีต่อองค์พระบิดาเจ้า ทรงประทานพ่อผู้ประเสริฐสุดให้กับผมบนโลกใบนี้ พ่ออนุญาตให้ผมไปเถอะนะครับ เพื่อว่าวันหนึ่งข้างหน้า ผมจะได้กลับมาด้วยปัญญาอันกระจ่างในธรรมยิ่งขึ้น"

หลังจากที่พ่อยอมอนุญาตอย่างไม่เต็มใจ ข้าพเจ้าก็ออกเดินทางไปหาจิเตนทรที่ไปรออยู่ที่อาศรมในเมืองพาราณสีเป็นที่เรียบร้อยแล้ว เมื่อไปถึงก็ได้รับการต้อนรับอย่างมีไมตรีจิตจากหัวหน้าสวามีหนุ่ม นามว่าทยานันทะ ท่านมีรูปร่างผอมสูง ทีท่าเอื้ออาทร ทำให้ข้าพเจ้าออกจะชอบท่านอยู่ไม่น้อย ดวงหน้าของท่านสะอาดสะอ้าน ดูสงบคล้ายพระพักตร์ของพระพุทธรูป

ข้าพเจ้าดีใจที่บ้านใหม่แห่งนี้มีห้องใต้หลังคาให้หลบมาทำสมาธิในยามฟ้าสางไล่เลยไปจนตลอดช่วงเช้า แต่สมาชิกคนอื่น ๆ ในอาศรมไม่ค่อยเป็นประสาในเรื่องการปฏิบัติสมาธิ และคิดว่าข้าพเจ้าควรอุทิศเวลาทั้งหมดช่วยการงานในอาศรมมากกว่า ครั้นข้าพเจ้าเข้าไปช่วยงานธุรการที่สำนักงานในช่วงบ่ายพวกเขาก็ชมเชยข้าพเจ้าเป็นการใหญ่

"อย่ารีบไล่ไขว่คว้าหาพระเป็นเจ้าเร็วนักเลย!" คำยั่วเยาะนี้หลุดออกมาจากปากเพื่อนร่วมอาศรมคนหนึ่งเมื่อข้าพเจ้าละจากงานในสำนักงานแต่หัววันเพื่อ

---

1 มรรคาหรือหนทางเบื้องต้นเพื่อการเข้าถึงพระเป็นเจ้า

2 คัมภีร์ในศาสนาฮินดูสอนไว้ว่า ความผูกพันต่อครอบครัวเป็นมายาถ้ามันเป็นอุปสรรคขัดขวางไม่ให้ผู้ศรัทธาออกแสวงหาพระผู้ยังประโยชน์ทั้งปวงแก่สรรพสิ่ง ไม่เว้นกระทั่งความรักใคร่ผูกพันต่อเครือญาติ หรือความรักชีวิตของตน พระเยซูก็ทรงมีคำสอนในทำนองเดียวกัน คือ "ผู้ใดที่รักบิดามารดายิ่งกว่ารักเราก็ไม่มีค่าควรกับเรา"—มัทธิว 10:37

ท่านโยคานันทะ และท่านสวามีคยานนันทะคุรุของท่านสวามีทยานันทะ ที่อาศรมมหามณฑล ในเมืองพาราณสี เมื่อ 7 กุมภาพันธ์ 1936 ท่านโยคานันทะแสดงความเคารพต่อท่านคยานนันทะผู้เป็นผู้นำทางจิตวิญญาณของอาศรมแห่งนี้ด้วยการนั่งอยู่แทบเท้าของท่าน เมื่อครั้งยังเป็นเด็ก ท่านโยคานันทะเคยมาฝากตัวเป็นศิษย์อยู่ที่นี่ก่อนที่จะได้พบคุรุของท่านคือท่านศรียุกเตศวรในปี 1910

ไปปฏิบัติสมาธิในห้องใต้หลังคา ข้าพเจ้าตรงไปหาท่านทยานันทะผู้ทำงานง่วนอยู่ในห้องบูชาเล็ก ๆ ที่ยื่นออกไปหาแม่น้ำคงคา

"สวามีจี[1] กระผมไม่เข้าใจว่าที่นี่หวังสิ่งใดจากตัวกระผม กระผมมาแสวงหาหนทางเข้าถึงพระเป็นเจ้าโดยตรง หากไร้ซึ่งพระองค์ท่านเสียแล้ว การได้รับการยอมรับจากผู้คนในอาศรม การศึกษาคัมภีร์ หรือหน้าที่การงานใด ๆ ก็หามีความหมายใดต่อกระผมไม่"

ท่านนักบวชในผ้ากาสายะสีส้มตบหลังข้าพเจ้าอย่างเอ็นดู แล้วแสร้งทำทีว่ากล่าวศิษย์คนอื่น ๆ ที่อยู่แถว ๆ นั้นว่า

---

1 จี เป็นปัจจัยที่เติมเข้าไปท้ายคำเรียกหาเพื่อแสดงความเคารพ เช่น *สวามีจี* (ท่านสวามี) *คุรุจี* (ท่านครู) และ*ศรียุกเตศวรจี* (ท่านศรียุกเตศวร) เป็นต้น

"อย่าไปรบกวนมุกุณฑะเขา เดี๋ยวเขาก็เรียนรู้แนวทางของพวกเราได้แหละ"

ข้าพเจ้าไม่อยากเสียมารยาท จึงได้แต่เก็บความสงสัยไว้ในใจ ศิษย์คนอื่น ๆ พากันเลี่ยงออกจากห้องไปโดยไม่มีทีท่าสลดต่อคำตำหนิของท่านแต่อย่างใด ในขณะที่ตัวท่านเองก็ยังไม่จบเรื่องกับข้าพเจ้า

"มุกุณฑะ ฉันเห็นพ่อส่งเงินมาให้เธอใช้เป็นประจำ เอาเงินนั้นส่งคืนพ่อเธอไปเสียเถิด เพราะที่นี่เธอไม่จำเป็นต้องใช้เงิน และวินัยอีกข้อที่เธอต้องถือปฏิบัติก็คือเรื่องอาหาร ต่อให้หิวอย่างไรก็ห้ามเอ่ยปากออกมาอย่างเด็ดขาด"

แววตาข้าพเจ้าฟ้องว่าตนเองอดอยากหิวโหยหรืออย่างไรก็สุดรู้ แต่ที่ข้าพเจ้ารู้แน่ ๆ คือตัวเองหิวมากจริง ๆ อาหารมื้อแรกของอาศรมแห่งนี้จะมีให้กินตอนเที่ยงตรง แต่สมัยที่ยังอยู่ที่บ้าน ข้าพเจ้าเคยชินกับการกินอาหารเช้ามื้อใหญ่ตอนเก้าโมง

ช่วงเวลาที่ต่างกันถึงสามชั่วโมงนับวันก็ดูจะยาวนานออกไปทุกที คืนวันในกัลกัตตาที่ข้าพเจ้าสามารถโวยวายกับคนครัวได้ในฐานที่ตั้งโต๊ะช้าไปแค่สิบนาทีจะไม่มีวันหวนกลับคืนมาอีกแล้ว ถึงตอนนี้ ข้าพเจ้าต้องควบคุมความหิวของตนเองให้ได้ จึงตัดสินใจอดอาหารเป็นเวลายี่สิบสี่ชั่วโมงเต็ม และต้องใช้ความอดทนเพิ่มขึ้นเป็นสองเท่าในการรอคอยเวลาเที่ยงของวันถัดไป

"รถไฟขบวนของท่านทยานันทะเสียเวลา มาถึงช้ากว่ากำหนด เราจะรอจนท่านมาถึง จึงจะกินอาหารกัน" จิเตนทรนำข่าวร้ายนี้มาแจ้งแก่ข้าพเจ้า เพื่อต้อนรับท่านสวามีผู้จากไปนานถึงสองสัปดาห์กลับอาศรม จึงมีการตระเตรียมอาหารหลายอย่างเอาไว้พร้อมสรรพ กลิ่นอาหารที่หอมฟุ้งอยู่ในอากาศช่างยั่วน้ำลายได้ดีแท้ แต่นอกจากสูดดมกลิ่นแล้ว ยังจะมีสิ่งใดให้ข้าพเจ้ากลืนลงท้องได้นอกจากศักดิ์ศรีจากการอดอาหารตั้งแต่เมื่อวานนี้?

"ข้าแต่พระเป็นเจ้า ขอทรงบันดาลให้รถไฟรีบ ๆ มาถึงด้วยเถิดพระเจ้าข้า!" คิดว่าสิ่งที่ท่านทยานันทะห้ามไม่ให้ข้าพเจ้าเอ่ยปากพูดถึงนั้น คงไม่รวมพระนามของพระผู้ให้เอาไว้ด้วยหรอกนะ อย่างไรก็ดี ดูเหมือนว่าพระเป็นเจ้าจะทรงมีสิ่งอื่นให้สนพระทัยมากกว่า เข็มนาฬิกาอันเชื่องช้ากระดิกผ่านไปหลายชั่วโมงแล้ว จนความมืดโรยตัวลง ท่านผู้นำของเราจึงได้ก้าวผ่านประตูเข้ามา ข้าพเจ้าต้อนรับการกลับมาของท่านด้วยความยินดีเป็นที่สุด

“ท่านทยานันทะจะอาบน้ำและทำสมาธิก่อน เราจึงจะยกอาหารออกมาเสิร์ฟได้” จิเตนทรมาหาข้าพเจ้าอีกครั้งราวกับเป็นนกอัปมงคลกระนั้น

ข้าพเจ้าจวนเจียนจะประคองตัวไม่อยู่อยู่แล้ว กระเพาะอันอ่อนเยาว์ของข้าพเจ้ายังไม่เคยคุ้นกับการไม่ได้รับอาหาร จึงส่งเสียงประท้วงดังโครกคราก ภาพคนตายเพราะความอดอยากที่ข้าพเจ้าเคยเห็นผ่านเข้ามาในความคิดคำนึงเหมือนเจตภูต

“ศพต่อไปในพาราณสีจะตายเพราะขาดอาหารที่อาศรมแห่งนี้เป็นแน่” ข้าพเจ้าคิดแต่อวสานที่ใกล้เข้ามาก็มีอันต้องห่างหายไปในเวลาสามทุ่มด้วยเสียงเรียกไปกินอาหารทิพย์แท้ ๆ ทีเดียว! ข้าพเจ้ายังจดจำอาหารค่ำมื้อนั้นได้อย่างแจ่มชัดในฐานะที่เป็นช่วงเวลาแสนสุขครั้งหนึ่งในชีวิต

แต่ถึงจะเอร็ดอร่อยกับอาหารสักแค่ไหน ข้าพเจ้าก็ยังสังเกตเห็นว่าท่านทยานันทะฉันอาหารอย่างใจลอย ดูเหมือนว่าท่านจะล่องลอยอยู่เหนือระดับความสุขแบบพื้น ๆ ตามประสาของข้าพเจ้า

“ท่านสวามี ท่านไม่หิวหรือขอรับ?” ข้าพเจ้าอยู่กับท่านสวามีตามลำพังในห้องทำงานของท่าน และแสนที่จะเป็นสุขกับการได้กินจนอิ่มท้อง

“หิวสิ!” ท่านตอบ “สี่วันที่ผ่านมาไม่มีข้าวน้ำตกถึงท้องเลย ฉันไม่เคยกินอาหารบนรถไฟซึ่งเต็มไปด้วยกระแสพลังอันไม่บริสุทธิ์ของปุถุชนจากหลากชั้นวรรณะ ฉันเคร่งในวินัยของนักบวชตามที่มีระบุไว้ใน*ศาสุตร*[1]ของนิกายเรามาก

“ฉันมีปัญหาบางอย่างเกี่ยวกับงานของอาศรมค้างคาใจ เลยไม่สนใจอาหารค่ำที่อาศรมคืนนี้ จะรีบกินไปทำไมกัน? พรุ่งนี้ค่อยกินให้เป็นเรื่องเป็นราวก็ยังไม่สาย” ว่าแล้วท่านก็หัวเราะอย่างร่าเริง

---

1 วินัยนี้ถือเป็นส่วนหนึ่งของ*ศาสุตร* หรือ *“คัมภีร์ศักดิ์สิทธิ์”* อันแบ่งออกได้เป็นสี่หมวด คือ *ศฺรุติ สฺมฤติ ปุราณะ* และ *ตันตระ* ประกอบด้วยคำสอนที่ครอบคลุมทุกแง่มุมของชีวิตในทางโลกและทางธรรม รวมไปถึงความรู้ทางด้านกฎหมาย การแพทย์ สถาปัตยกรรม ศิลปะ และอื่น ๆ อีกมากมาย *ศฺรุติ* เป็นคำสอนในพระเวทที่ “ได้ยิน” หรือ “ได้รับการเปิดเผยจากพระเป็นเจ้าโดยตรง” หมายถึงพระเวททั้งสี่ *สฺมฤติ* คือคัมภีร์ที่มนุษย์ “จดจำ” ปฏิบัติต่อ ๆ กันมาจนสุดท้าย จึงได้มีการบันทึกไว้เป็นลายลักษณ์อักษรในรูปของมหากาพย์ที่ยาวที่สุดในโลก คือ*มหากาพย์มหาภารตะ*และ*มหากาพย์รามายณะ* ส่วน*ปุราณะ*นั้นมีอยู่ด้วยกันสิบแปดเล่ม หมายถึง เรื่องราวที่มีมาแต่ “โบราณ” และหมวดสุดท้ายคือ*ตันตระ* ซึ่งหมายถึง “พิธี” หรือ “พิธีกรรม” เป็นหมวดคำสอนที่ว่าด้วยสัจธรรมอันลึกซึ้ง นำเสนอผ่านทางสัญลักษณ์อันมีรายละเอียดปลีกย่อยมากมาย

ข้าพเจ้ารู้สึกละอายจนจุกอก แต่ไม่อาจลืมความทรมานในวันวานไปได้ง่าย ๆ จึงเสี่ยงถามท่านต่อไปว่า

"ท่านสวามีขอรับ กระผมมีข้อที่ไม่เข้าใจในการทำตามคำสั่งของท่าน สมมติว่าผมไม่เคยเอ่ยปากขออาหาร และไม่มีใครให้อาหารกระผมเลย กระผมมิต้องอดตายล่ะหรือขอรับ?"

"ก็ให้มันตายไปเลย!" คำชี้แนะอันน่าตระหนกนี้ดังแทรกเข้ามาในโสตประสาท "ถ้ามันจะต้องตาย ก็ต้องยอมตาย มุกุณฑะ! อย่าได้ยอมเชื่อว่าเธออยู่ได้ด้วยอำนาจแห่งอาหาร ไม่ใช่ด้วยอำนาจแห่งพระเป็นเจ้า พระผู้ทรงสรรค์สร้างโภชนานานาชนิด พระผู้ทรงประทานความเจริญอาหารให้กับเราย่อมไม่อยู่นิ่งเฉย ต้องทรงช่วยหาทางให้ผู้ภักดีต่อพระองค์ได้รับอาหารพอให้ยังชีพอยู่ต่อไปได้อย่างแน่นอน อย่าคิดว่าเธอยังชีวิตอยู่ได้ด้วยข้าว หรือเงิน หรือมนุษย์หน้าไหนที่ให้ความช่วยเหลือเธอ สิ่งเหล่านี้จะช่วยอะไรเธอได้ถ้าพระเป็นเจ้าพรากลมหายใจไปจากเธอ พวกเขาเป็นแค่เครื่องมือของพระองค์เท่านั้น ถามนิดเถิดว่า เป็นทักษะของตัวเธอเองล่ะหรือที่ทำให้อาหารย่อยได้ในกระเพาะ จงใช้อำนาจในการแยกแยะที่เธอมี มุกุณฑะ! ใช้มันตัดผลที่เป็นเพียงปลายเหตุออก แล้วมองให้เห็นพระผู้เป็นเอกองค์ปฐมบทแห่งสรรพสิ่ง!"

ข้าพเจ้ารู้สึกว่าคำพูดอันแจ่มชัดตรงประเด็นของท่านทะลวงลึกเข้าถึงแก่นแกนกระดูก มายาคติที่หลงยึดติดมาแต่เล็กแต่น้อยว่าความจำเป็นทางกายเอาชนะวิญญาณได้ก็มลายหายไป ในชั่วขณะจิตนี้ ข้าพเจ้ารู้สึกและลิ้มรสได้ถึงความเพียงพอในทุกสิ่งซึ่งพระเป็นเจ้าประทานให้ไม่รู้ว่าสักกี่ครั้งกี่หนขณะเดินทางไปตามบ้านเมืองแปลก ๆ อย่างไม่หยุดหย่อนในช่วงหลังของชีวิตที่มีเหตุให้ข้าพเจ้าได้พิสูจน์คุณค่าของบทเรียนซึ่งได้รับจากอาศรมในเมืองพาราณสีแห่งนี้!

สมบัติชิ้นเดียวที่ข้าพเจ้านำติดตัวมาจากกัลกัตตาคือเหรียญเงินเครื่องรางของท่านสาธุที่แม่ส่งมอบต่อมาให้กับข้าพเจ้า ข้าพเจ้าเก็บรักษามันไว้เป็นอย่างดีนานปี และตอนนี้ก็ได้ซ่อนมันเอาไว้ที่ห้องพักในอาศรมอย่างระมัดระวัง เช้าวันหนึ่ง ข้าพเจ้าเปิดกล่องที่ปิดล็อกไว้ออกเพื่อชื่นชมเหรียญเครื่องรางที่เป็นเสมือนเครื่องยืนยัน รอยปิดยังผนึกแน่น ไม่ปรากฏร่องรอยว่ามีใครมาแตะต้อง

ทว่า! เหรียญเครื่องรางได้หายไปแล้ว ข้าพเจ้าน้ำตาร่วง ฉีกซองออกสำรวจทุกซอกทุกมุมให้แน่ใจ มันอุบัติขึ้นจากอากาศธาตุและหายไปกับอากาศธาตุตรงตามที่ท่านสาธุได้เคยบอกเอาไว้ไม่มีผิด

ความสัมพันธ์ระหว่างข้าพเจ้ากับสานุศิษย์ของท่านทยานันทะนับวันมีแต่จะเลวร้ายลงเรื่อย ๆ คนทั้งอาศรมตีตัวออกห่างเพราะไม่พอใจที่ข้าพเจ้าไม่ยอมปรับตัวเข้าหา ทั้งยังมุ่งมั่นปฏิบัติสมาธิเพื่อเข้าให้ถึงพระผู้ทรงเป็นเป้าหมายสูงสุดอย่างแน่วแน่ ให้สมกับที่ยอมทิ้งบ้านทิ้งความทะเยอทะยานในทางโลกมาแสวงหาพระองค์ แต่การกระทำดังกล่าวกลับนำมาซึ่งเสียงวิพากษ์วิจารณ์อันตื้นเขินจากคนรอบด้าน

วันหนึ่ง ความกลัดกลุ้มท้อแท้ที่กัดกินจิตวิญญาณผลักดันให้ข้าพเจ้าเข้าไปหมกตัวอยู่ในห้องใต้หลังคาตั้งแต่รุ่งสาง ตั้งใจว่าจะสวดภาวนาไปจนกว่าจะได้รับคำตอบ

“ข้าแต่พระโลกมาตาผู้ทรงเมตตา หากมิเสด็จมาประทานคำสอนผ่านทางนิมิตด้วยพระองค์เอง ก็ขอได้โปรดประทานคุรุมาให้กับข้าพระบาทด้วยเถิด”

ข้าพเจ้าสวดวิงวอนทั้งน้ำตาโดยไม่มีคำตอบตอบกลับมาอยู่หลายชั่วโมง จู่ ๆ ก็รู้สึกเหมือนตัวเองลอยละลิ่วขึ้นไปยังเบื้องบนอันเวิ้งว้างไร้ขอบเขต

“คุรุของเจ้าจะมาในวันนี้!” เสียงทิพย์อันอ่อนหวานดังกังวานมาจากรอบด้าน

แต่ประสบการณ์ทิพย์ก็ถูกขัดจังหวะด้วยเสียงตะโกนจากคนในอาศรมคนหนึ่ง นักบวชหนุ่มชื่อฮาบูร้องเรียกข้าพเจ้ามาจากห้องครัวที่ชั้นล่าง

“มุกุณฑะ เลิกทำสมาธิได้แล้ว! เธอต้องออกไปช่วยซื้อของข้างนอกกับฉัน”

ถ้าเป็นวันอื่น ข้าพเจ้าคงสวนกลับด้วยความหงุดหงิดเป็นแน่ แต่ตอนนี้ข้าพเจ้าได้แต่เช็ดน้ำตาออกจากหน้าที่บวมช้ำ และยอมทำตามคำสั่งแต่โดยดี เราเดินไปยังตลาดที่อยู่ไกลออกไปในย่านชุมชนชาวเบงกอลของเมืองพาราณสี ดวงอาทิตย์ร้อนแรงของอินเดียยังแผดแสงไม่เต็มที่ในระหว่างที่เราเดินจ่ายของกันอยู่ เราเดินเบียดเสียดกับผู้คน ทั้งแม่บ้านที่แต่งกายด้วยสีสันอันสดใส มัคคุเทศก์ นักบวช แม่ม่ายในเครื่องนุ่งห่มเรียบ ๆ ไร้สีสัน พราหมณ์ผู้สูงส่ง และสัตว์ศักดิ์สิทธิ์อย่างวัวที่มีให้เห็นอยู่ทั่วไป ในขณะที่ฮาบูกับข้าพเจ้ามุ่งตรงไปข้างหน้า ข้าพเจ้าหันไปมองดูตรอกแคบ ๆ ที่ดูไม่สะดุดตาด้วยประการทั้งปวง

ศรียุกเตศวร (1855–1936)
ญาณาวตารหรือ "องค์อวตารแห่งปัญญา" ศิษย์ของท่านลาหิริ มหัสยะ
คุรุของท่านโยคานันทะ บรมคุรุของสานุศิษย์*กริยาโยคะ*ของ SRF–YSS

ที่ท้ายตรอกมีชายผู้หนึ่งยืนนิ่งไม่ติงกาย เขาห่มผ้ากาสายะแบบสวามีทั้งหลาย และมีลักษณะน่าเลื่อมใสประหนึ่งพระเยซูก็ไม่ปาน เขาดูคุ้นตาขึ้นมาในฉับพลันทันใด และคล้ายกับเคยคุ้นกันมาแต่ปางบรรพ์ ชั่วพริบตานั้น ข้าพเจ้าเพ่งมองไปยังชายผู้นั้นอย่างจริงจัง แต่แล้วก็เกิดไม่แน่ใจขึ้นมา

"เราคงสับสน สันนยาสีท่านนี้คงมีหน้าตาเหมือนกับใครบางคนที่เราเคยรู้จักเป็นแน่" ข้าพเจ้าคิด "เจ้าคนฝันเฟื่องเอ๊ย ไปต่อได้แล้ว"

หลังผ่านไปสิบนาที ข้าพเจ้ารู้สึกว่าเท้าทั้งสองหนักชาราวกับกลายเป็นหินไม่อาจพาร่างข้าพเจ้าย่างก้าวต่อไปได้ ครั้นฝืนกายหันกลับมาทางเก่า เท้าของข้าพเจ้าก็กลับขยับได้เป็นปกติ แต่พอหันหน้ากลับไปยังทิศตรงข้าม เท้ามันก็หนักจนขยับไม่ไหวอย่างไร้สาเหตุอีกครั้ง

"โยคีท่านนั้นกำลังส่งกระแสจิตดึงดูดเราให้ไปหาท่านแน่เลย!" พอความคิดนี้แวบเข้ามา ข้าพเจ้าก็เอาห่อของทั้งหมดใส่มือฮาบู ผู้เฝ้ามองท่วงท่าการขยับเท้าอันพิลึกพิลั่นของข้าพเจ้าด้วยความขบขันจนต้องระเบิดเสียงหัวเราะออกมาอย่างกลั้นไม่อยู่

"ไม่สบายรึไง? หรือว่าบ้าไปแล้ว?"

อารมณ์อันว้าวุ่นทำให้ข้าพเจ้าไม่คิดจะตอกกลับ ได้แต่เร่งฝีเท้าหนีมาเงียบ ๆ

ข้าพเจ้าย้อนกลับมายังตรอกสายนั้นตามทางเก่าเร็วราวติดปีก พอถึงก็มองปราดไปยังร่างที่ยืนอยู่เงียบ ๆ เจ้าของร่างจ้องตรงมาทางข้าพเจ้าอย่างสุขุมเยือกเย็น เพียงสาวเท้าต่อไปไม่กี่ก้าว ข้าพเจ้าก็ได้มาอยู่ ณ แทบเท้าท่าน

"คุรุเทวะ!" ใบหน้าอันควรค่าแก่การบูชานั้นคือใบหน้าเดียวกับที่ข้าพเจ้าเคยเห็นในนิมิตนับพันครั้ง ท่านมีศีรษะคล้ายราชสีห์ หนวดเคราตวัดชี้ และมีปอยผมทิ้งระลงมา ดวงตาสงบสุขคู่นั้นมักจ้องมองผ่านเข้ามาในจินตนาการยามวิกาลของข้าพเจ้าอยู่บ่อยครั้ง และในแววตานั้นก็มีคำมั่นสัญญาที่ข้าพเจ้าเข้าใจได้เพียงบางส่วนแฝงอยู่ด้วย

"ศิษย์เอ๋ย ในที่สุดเธอก็มาหาครูจนได้!" คุรุของข้าพเจ้าพร่ำพูดประโยคข้างต้นนี้ในภาษาเบงกาลีซ้ำแล้วซ้ำเล่า น้ำเสียงของท่านสั่นสะท้านด้วยความปลื้มปีติ "ครูเฝ้ารอเธอมาเนิ่นนานปีเหลือเกิน!"

เราทั้งคู่หลอมรวมเป็นหนึ่งเดียวกันในความเงียบ คำพูดดูจะกลายเป็นสิ่ง

ข้าพเจ้าพบอาจารย์ ท่านคุรุศรียุกเตศวร 117

ท่านโยคานันทะ ในปี 1915 นั่งซ้อนท้ายมอเตอร์ไซค์ ซึ่งบิดาของท่านมอบให้ "ข้าพเจ้าใช้ในการเดินทางไปทุกที่" ท่านกล่าว "โดยเฉพาะอย่างยิ่ง เมื่อเวลาไปกราบเยี่ยมอาจารย์ศรียุกเตศวร ที่อารามเซรัมปอร์"

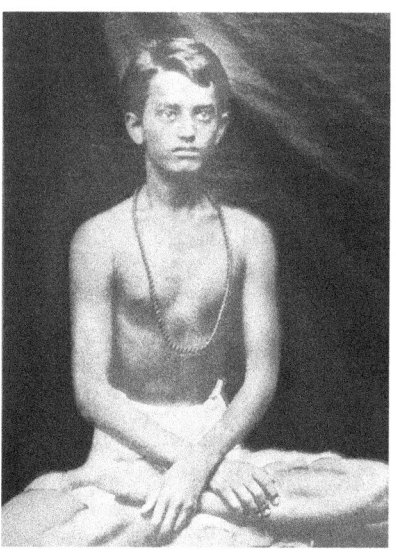

จิเตนทร มาซุมดาร์ เพื่อนร่วมทางของท่านโยคานันทะในเมืองพฤนทาพัน (บทที่ 11)

ฟุ้มเฟือยเกินไปในยามนี้ ถ้อยวาจาอันไพเราะพรั่งพรูเป็นบทสวดสรรเสริญอันไร้เสียงผ่านจากหัวใจของผู้เป็นคุรุสู่ศิษย์ ด้วยอำนาจในการตระหนักรู้ที่มี ข้าพเจ้ารู้สึกได้ในทันทีว่าท่านอาจารย์ได้เข้าถึงแล้วซึ่งพระเป็นเจ้า และท่านจะนำพาข้าพเจ้าให้บรรลุถึงพระองค์ได้เช่นกัน สิ่งซึ่งยากเกินจะเข้าใจในชีวิตนี้เลือนหายไปในทันทีที่ความทรงจำก่อนการถือกำเนิดได้ก่อตัวขึ้น เวลาอันแสนมหัศจรรย์ดุจละคร! ที่มีอดีต ปัจจุบัน และอนาคต เป็นฉากซึ่งคอยสลับสับเปลี่ยนเวียนหมุน นี่คงไม่ใช่รุ่งอรุณแรกที่ข้าพเจ้าได้มาคุกเข่าอยู่แทบเท้าอันศักดิ์สิทธิ์คู่นี้แน่!

อาจารย์จูงมือพาข้าพเจ้ากลับไปยังที่พักชั่วคราวของท่านที่ย่านรานามาฮาลภายในเมือง ท่านมีรูปร่างแบบนักกีฬา มีท่วงท่าการก้าวย่างที่มั่นคง เรือนกายสูงโปร่ง ตั้งตรงและด้วยวัยราวห้าสิบห้าปีในเวลานี้ ท่านยังดูคล่องแคล่วกระฉับกระเฉงราวกับชายฉกรรจ์ก็ไม่ปาน ดวงตาท่านโต มีสีเข้ม และงดงามด้วยปัญญาอันลึกล้ำ ผมท่านหยักศกน้อย ๆ ช่วยให้ดวงหน้าอันทรงอำนาจนั้นดูอ่อนโยนลง เป็นความแข็งแกร่งที่ผสานเข้ากับความนุ่มนวลได้อย่างน่าพิศวง

ขณะที่เดินออกไปยังระเบียงหินของบ้านที่หันออกหาแม่น้ำคงคา ท่านได้เอ่ยขึ้นด้วยความรักและอาทรว่า

“ครูจะยกอาศรมทั้งหลายกับสมบัติทั้งหมดที่มีให้กับเธอ”

“อาจารย์ขอรับ กระผมมาเพื่อแสวงหาปัญญาและการเข้าถึงพระเป็นเจ้า สมบัติของท่านที่กระผมต้องประสงค์ก็คือสิ่งเหล่านี้!”

กว่าที่อาจารย์จะเอ่ยปากขึ้นอีกครั้ง แสงสนธยาแห่งอินเดียได้คลี่คลุมลงกว่าครึ่ง ดวงตาของท่านฉายแววเมตตาอย่างลึกซึ้ง

“ครูจะรักเธอโดยปราศจากเงื่อนไข”

ช่างเป็นวาจาอันล้ำค่านัก! และเวลาก็ล่วงเลยไปอีกยี่สิบห้าปีกว่าที่ข้าพเจ้าจะได้สดับฟังข้อพิสูจน์จากใจในความรักของท่านอีกครั้ง ปกติแล้วท่านจะไม่พูดจาแสดงอารมณ์หรือความรักออกมาอย่างโจ่งแจ้ง ความเงียบนั้นดูจะเหมาะกับจิตใจอันไพศาลปานมหาสมุทรของท่านเสียมากกว่า

“แล้วเธอเล่า จะให้ความรักอันปราศจากเงื่อนไขเฉกเช่นเดียวกันนี้กับครูได้หรือไม่?” ท่านมองข้าพเจ้าด้วยความเชื่อมั่นไม่ต่างจากแววตาของเด็กน้อย

“กระผมจะรักเคารพท่านตลอดไปขอรับ คุรุเทวะ!”

"ความรักของมนุษย์ปุถุชนคือความเห็นแก่ตัวที่ฝังรากอยู่ในกามตัณหาและความพึงพอใจอันมืดมิด ความรักของพระเป็นเจ้าเป็นความรักที่ปราศจากเงื่อนไข ไร้ขอบเขต และไม่มีวันแปรเปลี่ยนกลับกลาย เมื่อได้สัมผัสและติดตรึงอยู่กับความรักอันบริสุทธิ์นี้ ความหวั่นไหวในใจมนุษย์จะมลายหายสูญไปชั่วกาล" แล้วท่านก็กล่าวเสริมอย่างถ่อมตนว่า "เมื่อใดก็ตามที่เธอพบว่าครูพลัดออกจากกระแสแห่งการเข้าถึงพระเป็นเจ้า สัญญานะ ว่าเธอจะช่วยประคับประคองครูไว้ และจะช่วยพาครูกลับคืนสู่ความเป็นหนึ่งเดียวกับพระผู้ทรงเป็นที่รักและบูชาของเราทั้งสอง"

จากนั้น ท่านก็ลุกขึ้นท่ามกลางความมืดที่รายล้อม แล้วเดินนำข้าพเจ้ากลับเข้าไปยังห้องด้านใน ขณะที่เรากินมะม่วงกับขนมถั่วอัลมอนด์ด้วยกัน ท่านก็ค่อย ๆ สานเรื่องราวส่วนตัวของข้าพเจ้าเข้ามาเป็นส่วนหนึ่งในบทสนทนาได้อย่างไม่ยากเย็น ทำให้ข้าพเจ้าทั้งพิศวงทั้งเคารพในความสูงส่งแห่งปัญญาและความนอบน้อมถ่อมตนที่ท่านมี

"อย่าอาลัยอาวรณ์เหรียญเครื่องรางของเธอเลย มันได้ทำหน้าที่ของมันโดยสมบูรณ์แล้ว" เห็นได้ชัดว่าท่านอาจารย์หยั่งรู้ความเป็นไปทั้งหมดในชีวิตของข้าพเจ้าได้กระจ่างแจ้งราวกับส่องดูจากกระจกวิเศษกระนั้น

"อาจารย์ขอรับ การปรากฏตัวของท่านนำความสุขมาให้กระผมยิ่งกว่าเครื่องรางหรือสัญลักษณ์ใด ๆ"

"ถึงเวลาที่จะต้องเปลี่ยนแปลงแล้ว ชีวิตอันไร้สุขในอาศรมของเธอก็เช่นกัน"

ข้าพเจ้าไม่ได้เล่าถึงชีวิตของตนเอง เพราะถึงตอนนี้ คงไม่มีความจำเป็นใด ๆ จะต้องกระทำเช่นนั้นแล้ว ดูจากทีท่าสบาย ๆ ไม่มีการเน้นย้ำถ้อยคำใดของท่าน ข้าพเจ้าก็พอจะเข้าใจได้ว่าท่านไม่ปรารถนาจะโอ้อวดญาณทิพย์อันน่าอัศจรรย์ของตน

"เธอควรจะกลับไปกัลกัตตา ทำไมต้องกีดกันญาติมิตรออกจากความรักที่เธอมีต่อหมู่มวลมนุษย์ด้วย?"

คำแนะนำของท่านทำเอาข้าพเจ้าสะดุ้งเฮือก ทางครอบครัวเคยหมายหัวข้าพเจ้าเอาไว้แล้วว่าวันหนึ่งข้าพเจ้าต้องซมซานกลับไปแน่ แม้ว่าที่ผ่านมาข้าพเจ้าจะเมินเฉยต่อคำขอร้องวิงวอนให้กลับไปในจดหมายหลายต่อหลาย

ฉบับก็ตาม "ปล่อยเจ้าลูกนกขนอ่อนให้บินร่อนไปกลางเวิ้งฟ้าแห่งอภิปรัชญาอันลึกล้ำสักพัก" พี่อนันตะว่า "รอจนปีกมันล้าเพราะต้องบินฝ่าแรงดันอากาศอันหน่วงหนักไปเสียก่อน ถึงตอนนั้น เราคงได้เห็นมันถลากลับมาบ้าน เก็บปีกเก็บหาง ซุกรังนอนอย่างเสงี่ยมเจียมตัวเองแหละ" คำอุปมาที่ชวนให้ท้อใจทำนองนี้ยังฝังแน่นอยู่ในใจ ทำให้ข้าพเจ้าตกลงใจว่าหัวเด็ดตีนขาดก็จะไม่มีวัน "บินถลา" กลับไปทางกัลกัตตาแน่

"ท่านอาจารย์ขอรับ กระผมจะไม่กลับบ้าน แต่จะขอติดตามท่านไปทุกหนทุกแห่ง ขอได้โปรดบอกที่อยู่และนามของท่านให้กระผมได้ทราบด้วยเถิดขอรับ"

"ครูคือสวามีศรียุกเตศวรคีรี อาศรมใหญ่ของครูอยู่ในเมืองเซรัมปอร์ตั้งอยู่ที่ตรอกราอีฆาฏ ครูมาเยี่ยมแม่ที่นี่แค่ไม่กี่วันเท่านั้น"

ข้าพเจ้านึกอัศจรรย์ใจในแผนการอันซับซ้อนที่พระเป็นเจ้าทรงเล่นตลกกับสาวกของพระองค์เสียจริง เซรัมปอร์อยู่ห่างจากกัลกัตตาแค่สิบสองไมล์เท่านั้น แต่ในรัศมีอันจำกัดนี้ ข้าพเจ้ากลับไม่เคยได้พบเห็นท่านอาจารย์แม้สักแวบเดียว ซ้ำร้าย เราทั้งคู่ยังต้องเดินทางมาไกลถึงเมืองโบราณกาสี (พาราณสี) เพื่อที่จะได้พบหน้ากันในเมืองที่เต็มไปด้วยความทรงจำเกี่ยวกับตัวท่านลาหิริ มหัสยะ และก็ผืนแผ่นดินของเมืองนี้อีกเช่นกันที่พระพุทธเจ้า ท่านศังกราจารย์[1] และโยคีผู้เป็นเสมือนตัวแทนของพระเจ้าอีกหลายต่อหลายท่านเคยก้าวย่างผ่านไป

---

1 ศังกราจารย์ (ศังกร) เป็นหนึ่งในนักปรัชญาที่ยิ่งใหญ่ของอินเดีย เป็นศิษย์ของท่านโควินทชาตีกับท่านคุรุเคาทปาทะผู้เป็นศิษย์ของท่านโควินทชาตีมาก่อน งานเขียนที่มีชื่อของศังกราจารย์คืออรรถกถาอธิบายคำสอนในคัมภีร์*มันฑุคยา การิกะ* ของเคาทปาทะ ด้วยเหตุผลอันหักล้างมิได้และด้วยภาษาอันงดงามจับใจ ศังกราจารย์ได้ตีความหลักปรัชญาในคัมภีร์*เวทานตะ* ตามความเชื่อของทาง*อไทฺวตะ* (ไม่ใช่สอง เป็นชื่อของลัทธิฝ่ายเอกนิยมลัทธิหนึ่ง) ปราชญ์ผู้ยิ่งใหญ่ของทาง*อไทฺวตะ* ท่านนี้ยังได้ประพันธ์บทกวีว่าด้วยความรักที่ทุ่มเททุกสิ่งให้โดยไม่มีข้อแม้ ชื่อ *Prayer to the Divine Mother for Forgiveness of Sins* โดยมีบทร้องรับว่า "แม้บุตรชั่วจะมีอยู่มากมายแต่มารดาชั่วนั้นหาไม่ได้แม้รายเดียว"

สานันทนะ ศิษย์ผู้หนึ่งของศังกราจารย์ได้แต่งบทอรรถาธิบายคัมภีร์*พรหมสูตร* (ปรัชญาเวทานตะ) ขึ้นเล่มหนึ่ง แต่สูญไปเพราะไฟไหม้ ศังกราจารย์ผู้เคยอ่านผ่านตาเพียงครั้งเดียวจึงท่องข้อความทั้งหมดให้เจ้าตัวฟังแบบคำต่อคำ อรรถกถาดังกล่าวเป็นที่รู้จักกันในนามคัมภีร์*ปัญจปาทิกะ* ซึ่งนักปราชญ์ทั้งหลายยังนำมาศึกษากันอยู่จนถึงทุกวันนี้

สานันทนะได้รับชื่อใหม่หลังเกิดเหตุพิสดารขึ้นเหตุการณ์หนึ่ง เล่ากันว่า วันหนึ่งท่านนั่งอยู่

"เธอจะกลับมาหาครูภายในสี่สัปดาห์" นี่เป็นครั้งแรกที่ท่านเสียงแข็งใส่ข้าพเจ้า "ในเมื่อครูบอกแล้วว่าจะมอบความรักอันเป็นนิรันดร์ให้กับเธอ แสดงให้เธอเห็นแล้วว่าครูเป็นสุขแค่ไหนที่ได้พบกับเธอ แต่หากเธอไม่นำพาต่อความประสงค์ของครู ครั้งหน้าที่เราพบกัน เธอจะกลายเป็นฝ่ายที่ต้องมาเรียกร้องความสนใจจากครู ครูจะไม่ยอมรับเธอเป็นศิษย์โดยง่ายอีก เว้นแต่เธอจะยอมละทิฐิ ยอมเชื่อฟังคำอบรมสั่งสอนอันเข้มงวดของครูทุกประการเท่านั้น"

ข้าพเจ้ายังนิ่งเงียบอย่างดื้อดึง แต่อาจารย์ก็มองความลำบากยากใจของข้าพเจ้าออกในทันที

"เธอกลัวว่าญาติพี่น้องเขาจะหัวเราะเยาะเอาหรืออย่างไร?"

"กระผมจะไม่กลับ"

ที่ริมแม่น้ำ และได้ยินเสียงศังกราจารย์เรียกหาจากฝั่งตรงข้าม จึงลุกขึ้นก้าวลงน้ำไปอย่างไม่รีรอ ศังกราจารย์จึงบันดาลให้มีดอกบัวผุดขึ้นรองรับศรัทธาและเท้าของผู้เป็นศิษย์จนสามารถข้ามผ่านแม่น้ำอันเชี่ยวกรากมาได้ นับจากนั้น ผู้คนจึงเรียกขานท่านว่าปัทมปาทะ แปลว่า "เท้าดอกบัว"

ในคัมภีร์*ปัญจปาทิกะ* ปัทมปาทะได้อ้างถึงอาจารย์ผู้เป็นที่เคารพรักอยู่หลายครั้งด้วยกัน ตัวศังกราจารย์เองก็เขียนบทกวีสรรเสริญคุณของครูบาอาจารย์เอาไว้ความว่า "ในไตรภพนี้หามีสิ่งใดเทียบเทียมครูที่แท้จริงได้ไม่ มาตรว่าแก้วสารพัดนึกมีจริงแล้วไซร้ แก้วนั้นก็ทำได้แค่เพียงเปลี่ยนเหล็กให้เป็นทอง มิอาจเปลี่ยนให้เป็นแก้วสารพัดนึกอีกดวงได้ แต่ครูผู้ควรแก่การเคารพบูชาย่อมสามารถสอนศิษย์ผู้มาขอพึ่งร่มใบบุญให้เก่งกาจเสมอกับตัวครูได้ ด้วยเหตุนี้ จะหาสิ่งใดในโลกประเสริฐเลิศดีเท่ากับครูจึงไม่มีอีกแล้ว" (*Century of Verses*, 1)

ท่านศังกราจารย์มีความเป็นนักบวช นักปราชญ์ และนักปฏิบัติรวมอยู่ในตัวคนคนเดียวอย่างหาได้ยากยิ่ง ท่านมีชีวิตอยู่เพียงสามสิบสองปี โดยใช้เวลาส่วนใหญ่จาริกไปสั่งสอนหลักธรรมของสำนักอไทฺวตะยังทั่วทุกภูมิภาคของอินเดีย และมีผู้คนหลายล้านคนที่มารวมตัวกันเพื่อฟังคำสอนจากนักบวชหนุ่มเท้าเปล่าท่านนี้

ผลงานด้านการปฏิรูปศาสนาของศังกราจารย์ยังรวมไปถึงการก่อตั้งคณะนักบวชขึ้นอีกคณะหนึ่ง คือสำนักสวามีอันเก่าแก่ (ดูหน้า 289.2, 290–1) และได้ก่อตั้ง*มัฐ* (ศูนย์กลางการศึกษาของคณะนักบวช) ขึ้นอีกสี่แห่ง คือที่เมืองศรินเครีในภาคใต้ เมืองปุรีในภาคตะวันออก เมืองทวารกาในภาคตะวันตก และเมืองพัทรีนาถในเขตหิมาลัยในภาคเหนือ

สถานศึกษาธรรมทั้งสี่แห่งของท่านได้รับการอุปถัมภ์จากทั้งเจ้านายและสามัญชนโดยเปิดสอนไวยากรณ์สันสกฤต ตรรกะ และปรัชญาเวทานตะให้แก่กุลบุตรโดยไม่คิดเงิน การที่ท่านก่อตั้งสถานศึกษาธรรมขึ้นในสี่ภาคของอินเดียก็เพื่อส่งเสริมศาสนาและความเป็นเอกภาพของชาติให้งอกงามขึ้นในดินแดนอันกว้างใหญ่ไพศาลนี้ ปัจจุบันก็ยังมีที่พักบนเส้นทางแสวงบุญให้ชาวฮินดูผู้มีศรัทธาปสาทะเข้าพักและกินอาหารได้โดยไม่ต้องเสียค่าใช้จ่ายเช่นเดียวกับในสมัยโบราณ ทั้งนี้ก็ด้วยอาศัยการอุปถัมภ์จากบรรดาผู้ใจบุญทั้งหลายเป็นหลัก

"เธอจะกลับภายในสามสิบวัน"

"ไม่มีทางขอรับ"

ความขัดแย้งของเราไม่อาจคลี่คลายลงได้ ข้าพเจ้าได้แต่ก้มตัวลงคารวะท่านที่แทบเท้าแล้วถอยกลับออกมา ขณะเดินฝ่าความมืดในยามเที่ยงคืนกลับไปยังอาศรม ข้าพเจ้าได้แต่เฝ้าสงสัยว่าทำไมการพบกันราวปาฏิหาริย์ของเราจึงได้จบลงด้วยความไม่เข้าใจกันเช่นนี้ หรือมายาจะต้องมีสองหน้าอยู่ร่ำไป เมื่อมีสุขก็ต้องมีทุกข์ตามมาให้เสมอหน้ากัน หัวใจอันอ่อนเยาว์ของข้าพเจ้ายังไม่พร้อมจะยอมหลอมตนให้อ่อนนุ่มพอที่จะให้ท่านอาจารย์ใช้มือปั้นแต่งให้งดงามได้ดังใจ

เช้าวันรุ่งขึ้น ข้าพเจ้าสังเกตเห็นท่าทีของเพื่อนร่วมอาศรมทวีความไม่เป็นมิตรหนักข้อยิ่งขึ้น พวกเขาแสดงทีท่าก้าวร้าวหยาบคายใส่ข้าพเจ้าไม่เว้นแต่ละวัน จนสามสัปดาห์ผ่านไป ท่านทยานันทะมีเหตุให้ต้องจากอาศรมไปร่วมประชุมที่บอมเบย์ นรกก็ตกใส่หัวคนดวงตกอย่างข้าพเจ้าในทันที

"มุกุณฑะนี่มันกาฝากชัดๆ ดีแต่แบมือรับประโยชน์ทุกอย่างจากอาศรม แต่ไม่รู้จักตอบแทนบุญคุณข้าวแดงแกงร้อนแม้สักกระผีก" ข้าพเจ้าได้ยินคำกล่าวหานี้โดยไม่ตั้งใจ ทำให้นึกเสียใจขึ้นมาเป็นครั้งแรกว่าไม่น่ายอมทำตามคำสั่งท่านทยานันทะ ส่งเงินคืนไปให้พ่อเลย ด้วยหัวใจอันหนักอึ้ง ข้าพเจ้าหันหน้าไปหาเพื่อนที่มีอยู่แค่คนเดียว คือจิเตนทร

"ฉันจะไปจากที่นี่ เมื่อท่านทยานันทะกลับมา ฝากกราบขอโทษท่านแทนฉันด้วยก็แล้วกัน"

"ฉันก็จะไปเหมือนกัน! การปฏิบัติสมาธิของฉันที่นี่ไม่ได้ก้าวหน้าดีไปกว่าของนายเลย" จิเตนทรบอกด้วยน้ำเสียงเด็ดขาด

"ฉันได้พบกับสันนยาสีผู้น่าเลื่อมใสราวกับพระเยซูก็ไม่ปาน พวกเราไปกราบคารวะท่านที่เซรัมปอร์กันเถอะ"

ด้วยเหตุนี้ "เจ้าลูกนกขนอ่อน" จึงเตรียมจะ "ถลา" ร่อนลงเฉียดกัลกัตตาชนิดที่ห่างไปแค่ไม่กี่องคุลี!

บทที่ 11

เด็กชายกระเป๋าแห้งสองราย ในเมืองพฤนทาพัน

"มุกุณฑะ! ถ้าพ่อจะตัดเธอออกจากกองมรดก มันก็สมควรอยู่หรอกนะ ใครจะโง่เหมือนเธอ ปล่อยชีวิตให้ล่องลอยไร้จุดหมายไปวันๆ" พี่ชายคนหัวปีตั้งกัณฑ์เทศน์กรอกหูข้าพเจ้า

หลังลงจากรถไฟมาสดๆ (ก็แค่พูดตามสำนวนที่คนเขาพูดกัน จริงๆ แล้วเราเลอะฝุ่นมอมแมมไปทั้งตัว) จิเตนทรกับข้าพเจ้าก็มุ่งตรงมายังบ้านพี่อนันตะทันที พี่เพิ่งย้ายจากกัลกัตตามาอยู่ที่เมืองโบราณอัคระเมื่อเร็วๆนี้ โดยเข้ารับตำแหน่งผู้ตรวจการบัญชีในกรมโยธาธิการของทางภาครัฐ

"พี่อนันตะ พี่ก็รู้ดีว่ามรดกที่ผมต้องการคือมรดกจากพระบิดาเจ้าเท่านั้น"

"เงินมาก่อน พระเป็นเจ้าไว้ค่อยทีหลังก็ได้! ชีวิตอาจยืนยาวมาก ใครจะรู้ได้ล่ะ?"

"พระเป็นเจ้าต้องมาก่อน เงินทองคือข้าทาสของพระองค์! ชีวิตอาจสั้นนัก ใครจะบอกได้เล่า?"

ข้าพเจ้าโต้กลับไปตามเรื่อง ไม่ใช่เพราะสังหรณ์ใจสิ่งใดล่วงหน้า (อนิจจา ชีวิตของพี่มิได้ยืนยาวสักเท่าใดเลย)[1]

"อะฮ้า! ปัญญาที่ร่ำเรียนมาจากอาศรมสิท่า แต่ก็เห็นๆ กันอยู่ เธอจากพาราณสีมาแล้ว" ดวงตาของพี่เป็นประกายด้วยความพึงพอใจ พี่ยังวาดหวังจะริดปีกหางเก็บข้าพเจ้าเอาไว้ในรวงรังของครอบครัวอยู่

"การไปอยู่พาราณสีของผมไม่ได้สูญเปล่า! ผมได้พบสิ่งที่หัวใจร่ำร้องรอคอยจนได้ และขอให้พี่มั่นใจเถอะว่าไม่ใช่ตาบัณฑิตเฒ่าหรือลูกชายแกแน่!"

พี่อนันตะอดไม่ได้ ต้องหัวเราะไปกับข้าพเจ้าเมื่อนึกถึงความหลังขึ้นมา รู้ตัวดีว่า "หมอดูตาทิพย์" ที่พี่เลือกเป็นตัวเลือกที่ไม่ได้เรื่องเป็นที่สุด

---

1 ดูบทที่ 25

"แล้วเธอมีแผนอะไรอีกล่ะ พ่อนกขมิ้นเหลืองอ่อน?"

"จิเตนทรชวนผมไปอัคระ ไปชมความงามของทัชมาฮาล[1] กัน" ข้าพเจ้าแจกแจง "จากนั้น เราจะไปหาคุรุที่ผมเพิ่งรู้จัก ท่านมีอาศรมอยู่ที่เซรัมปอร์"

พี่อนันตะจัดการดูแลให้พวกเราได้รับความสะดวกสบายทุกอย่าง แต่เย็นวันนั้นมีอยู่หลายครั้งที่ข้าพเจ้าสังเกตเห็นพี่จับตามองมาอย่างครุ่นคิด

"มาอีกแล้ว" ข้าพเจ้าคิด "ลงมองมาแบบนี้ ต้องมีแผนอะไรอีกแน่เลย!"

แล้วพี่ก็ทำให้ข้าพเจ้าสิ้นข้อสงสัยระหว่างนั่งกินมื้อเช้ากันวันรุ่งขึ้น

"เอาเป็นว่า เธอไม่คิดจะพึ่งเงินทองของพ่อเลยสิท่า" พี่มองมาตาใสซื่อขณะที่สานต่อบทสนทนาที่นำมาซึ่งความขัดแย้งในวันวาน

"ผมสำนึกในพระเป็นเจ้าว่าคือที่พึ่งของผม"

"พูดน่ะมันพูดง่าย! ชีวิตเธอไม่เคยลำบากมาตั้งแต่เกิด ลองนึกสภาพดูว่าถ้าเธอถูกสถานการณ์บังคับให้ต้องร้องขอข้าวน้ำกับที่ซุกหัวนอนจากหัตถ์ที่มองไม่เห็นจะเป็นอย่างไร! พี่ว่าไม่ช้าเธอต้องไปถือกะลาขอทานตามข้างถนนแน่"

"ไม่มีวัน! มีหรือที่ผมจะเชื่อมั่นในความเมตตาของคนเดินถนนมากกว่าพระเมตตาของพระเป็นเจ้า! ทรงมีวิธีช่วยเหลือผู้ภักดีร้อยแปดพันอย่างโดยไม่ต้องพึ่งกะลาขอทานด้วยซ้ำ"

"มาอีกแล้ว คำพูดสวยหรู! แล้วถ้าพี่เสนอให้เอาปรัชญาที่เธอคุยโวมาทดสอบกันในโลกแห่งความเป็นจริงล่ะ?"

"ผมก็ต้องเห็นด้วยอยู่แล้ว! พี่คิดว่าพระเป็นเจ้าทรงมีอยู่แต่ในความนึกคิดกับทฤษฎีหรือไง?"

"แล้วเราจะได้รู้กัน วันนี้เป็นโอกาสของเธอแล้วที่จะเปิดโลกทัศน์ให้กับพี่หรือไม่อีกที เราก็จะได้ข้อพิสูจน์กันเสียทีว่าพี่คิดถูก" ว่าแล้วพี่ก็นิ่งไปนิดหนึ่งอย่างชวนให้ใจระทึกก่อนพูดต่อช้า ๆ ด้วยน้ำเสียงจริงจัง

"ข้อเสนอของพี่คือ เช้านี้พี่จะส่งเธอกับจิเตนทร เพื่อนร่วมอาศรมของเธอไปยังเมืองพฤนทาพันที่อยู่ใกล้ ๆ นี้ และห้ามเธอมีเงินติดตัวไปแม้แต่รูปีเดียว โดยมีข้อแม้ว่าเธอจะต้องไม่ขออาหารหรือเงินทองจากคนอื่น จะต้อง

---

1 สุสานชื่อก้องโลก

ไม่บอกสภาพอับจนสิ้นหนทางของตนกับใคร แต่เธอต้องได้กินอาหาร และต้องไม่ติดค้างอยู่ที่พฤนทาพันด้วย ถ้าเธอกลับมาถึงบ้านพี่ได้ก่อนเที่ยงคืนวันนี้ โดยไม่ทำผิดกฎข้อใดเลย ทั่วทั้งอัคระนี้ จะหาใครอัศจรรย์ใจไปยิ่งกว่าพี่คงไม่มีแน่!"

"ผมตกลงรับคำท้า" ข้าพเจ้าตกปากรับคำอย่างไม่ลังเลหรือหวั่นใจใด ๆ เรื่องราวความช่วยเหลือที่พระเป็นเจ้าเคยประทานให้แต่หนหลังสว่างวาบขึ้นมาในความทรงจำ ทั้งคราวที่ตนเองรอดตายจากอหิวาตกโรคได้เพราะการวอนขอจากภาพถ่ายของท่านลาหิริ มหัสยะ คราวที่พระแม่ประทานว่าวสองตัวจากหลังคาบ้านในเมืองละฮอร์ ไหนจะเรื่องที่ได้เหรียญเครื่องรางมาในยามที่กำลังทุกข์ท้อตอนอยู่บาเรลลี ไหนจะคำตอบที่เบื้องบนประทานลงมาผ่านทางท่านสาธุที่ยืนอยู่นอกรั้วบ้านของตาบัณฑิตเฒ่าในเมืองพาราณสี นิมิตที่พระโลกมาตาเสด็จมาประทานคำมั่นยืนยันถึงความรักที่ทรงมีให้ กระทั่งความอดสูใจเล็ก ๆ น้อย ๆ ของข้าพเจ้าก็ยังทรงประทานพระเมตตาผ่านมาทางท่านอาจารย์มหัสยะอย่างรวดเร็ว ความช่วยเหลือในนาทีสุดท้ายที่ทำให้ข้าพเจ้าสอบผ่านได้ประกาศนียบัตรชั้นมัธยม และพระกรุณาอันเหนือสิ่งอื่นใดก็คือทรงประทานคุรุที่ข้าพเจ้าเฝ้าฝันหามาชั่วชีวิต จะให้ข้าพเจ้ายอมรับว่า "ปรัชญา" ของตัวเองสู้การแก่งแย่งแข่งขันในโลกอันเต็มไปด้วยความลำบากยากแค้นไม่ได้น่ะหรือ ไม่มีวันเสียล่ะ!

"ความสมัครใจของเธอดูน่าเลื่อมใสดีงั้นพี่จะพาเธอไปขึ้นรถไฟเดี๋ยวนี้เลย" พี่อนันตะว่า

จากนั้น จึงหันไปทางจิเตนทรที่อ้าปากค้างฟังอยู่ "เธอต้องไปด้วย . . . ไปเป็นพยานและดูท่าแล้วก็เป็นไปได้มากว่าจะต้องกลายเป็นเหยื่อร่วมชะตากรรมเดียวกันด้วย!"

ครึ่งชั่วโมงต่อมา จิเตนทรกับข้าพเจ้าก็ได้ตั๋วรถไฟเที่ยวเดียวมาถือไว้ในมือ เรายอมตามพี่ไปยังมุมปลอดคนภายในสถานี แล้วปล่อยให้พี่ค้นตัวได้ตามสบาย ใช้เวลาไม่นานพี่ก็ออกทีท่าพอใจว่าเราไม่ได้แอบเอาอะไรติดตัวไป ผ้า*โธตี*[1] ของ

1 *โธตี* คือผ้านุ่งแบบอินเดีย ยาวกรอมเท้า นุ่งโดยพันรอบเอว แล้วขมวดปมไว้ไม่ให้หลุด

เราใช้ปกปิดได้เฉพาะสิ่งที่ควรปกปิด ไม่มีที่ให้ซุกซ่อนอะไรไปได้มากกว่านั้น

ในขณะที่ศรัทธารุกล้ำเข้าไปในอาณาจักรของเงินตราที่ไม่น่านำมาล้อเล่น สหายของข้าพเจ้าก็เปิดปากท้วงขึ้นมา "พี่อนันตะ ยังไงก็ให้เงินผมติดตัวไว้สักรูปีสองรูปีเผื่อเหนียว เกิดเรื่องอะไรขึ้นมาผมยังโทรเลขหาพี่ได้"

"จิเตนทร!" ข้าพเจ้าขวางลำตำหนิเสียงเข้ม "ถ้านายจะเอาเงินติดตัวไปเผื่อเหนียว ฉันจะล้มเลิกการทดสอบนี้ทันที"

"โธ่ ติดไปสักรูปีสองรูปีแค่พอให้อุ่นใจแค่นั้นเอง" จิเตนทรหยุดเสียงงึมงำทันทีที่เห็นสายตาเอาเรื่องของข้าพเจ้า

"มุกุณฑะ พี่ไม่ใช่คนใจไม้ไส้ระกำ" น้ำเสียงพี่ส่อความเอื้ออาทรออกมาอย่างปิดไม่มิด บางทีมโนสำนึกอาจกำลังเล่นงานพี่อยู่ ทำให้รู้สึกผิดที่คิดส่งเด็กสองคนไปต่างเมืองโดยไม่มีเงินติดตัวเลยแม้แต่รูปีเดียว หรือไม่อีกทีก็คงเป็นเพราะศรัทธาอันง่อนแง่นของตัวพี่เอง "ถ้าเธอผ่านการทดสอบกลับมาจากพฤนทาพันได้เป็นผลสำเร็จ ไม่ว่าจะด้วยเหตุบังเอิญหรือด้วยพระเมตตาแห่งพระเป็นเจ้า พี่จะยอมมอบตัวเป็นศิษย์ของเธอ"

นี่นับเป็นคำมั่นสัญญาที่ผิดปกติวิสัย ซึ่งก็เหมาะสมดีกับวาระที่ไม่ธรรมดาเช่นนี้ ในครอบครัวของชาวอินเดียเรา พี่ชายคนโตไม่มีทางยอมก้มหัวให้กับน้อง ๆ ซึ่งต้องเคารพและเชื่อฟังเขาเป็นที่สองรองจากพ่อ แต่ข้าพเจ้าไม่มีเวลาเหลือให้โต้ตอบอะไรได้เพราะขบวนรถของเราต้องเคลื่อนออกจากสถานีแล้ว

จิเตนทรยังนั่งทำหน้าเศร้า ไม่ยอมปริปากพูดอะไรสักคำแม้ขบวนรถจะวิ่งมาไกลหลายไมล์แล้ว แต่ท้ายสุด เขาก็รวบรวมความกล้าเอนตัวมาหา แล้วหยิกข้าพเจ้าเข้าตรงบริเวณที่เนื้ออ่อนที่สุด

"ฉันไม่เห็นแววว่าพระเป็นเจ้าจะทรงประทานอาหารมื้อต่อไปให้กับเราเลย!"

"เงียบน่า นายโทมัสขี้สงสัย พระเป็นเจ้ากำลังหาทางให้เราอยู่"

"ช่วยบอกพระองค์ให้ทรงรีบหน่อยจะได้ไหม? แค่นึกว่าจะต้องเจอกับอะไรบ้าง ฉันก็รู้สึกเหมือนตัวเองอดตายไปเรียบร้อยแล้ว ฉันจากพาราณสีมาก็หวังจะมาชมสุสานทัชมาฮาล ไม่ได้คิดจะลงไปนอนอยู่ในสุสานเสียเอง!"

"ทำใจดี ๆ ไว้น่า จิเตนทร! เรากำลังจะไปชมสิ่งมหัศจรรย์อันศักดิ์สิทธิ์ของ

พฤนทาพัน[1] กันเป็นครั้งแรกไม่ใช่รึ? แค่คิดว่าจะได้เดินตามรอยบาทพระกฤษณะ ฉันก็แสนจะยินดีแล้ว"

พูดถึงตอนนี้ ประตูห้องของเราก็เปิดออก ชายสองคนเดินเข้ามานั่ง สถานีหน้าที่รถไฟจะเข้าจอดเป็นสถานีสุดท้ายแล้ว

"หนุ่มน้อย พวกเธอมีเพื่อนในพฤนทาพันกันรึเปล่า?" คนแปลกหน้าที่นั่งอยู่ตรงข้ามกับข้าพเจ้าดูจะสนใจพวกเราเกินเหตุ

"แล้วคุณมายุ่งอะไรด้วย!" ข้าพเจ้าเบือนหน้าหนีอย่างไม่คิดจะรักษามารยาท

"พวกเธออาจหนีจากครอบครัวมาเพราะต้องมนต์ของพระผู้ทรงขโมยหัวใจ[2] ฉันเองก็อยู่ในอารมณ์อยากทำกุศล ดังนั้น ฉันจะถือเป็นหน้าที่อันพึงกระทำในการดูแลให้พวกเธอมีอาหารกิน มีที่ให้หลบแดดอันแผดกล้านี้"

"ไม่ต้องหรอกครับคุณ ปล่อยเราไปตามเรื่องเถอะ คุณกรุณามาก แต่คุณเข้าใจผิดถนัดที่คิดว่าเราเป็นพวกเด็กหนีออกจากบ้าน"

แล้วเราก็ไม่ได้พูดคุยอะไรกันอีก พอรถไฟเข้าจอด จิเตนทรกับข้าพเจ้าก็ก้าวลงไปยืนที่ชานชาลา เพื่อนร่วมทางโดยบังเอิญของเราเอาแขนคล้องแขนเราไว้ แล้วหันไปเรียกรถม้ามาคันหนึ่ง

พวกเราลงรถที่หน้าอาศรมอันใหญ่โตโอ่อ่าท่ามกลางหมู่แมกไม้เขียวครึ้ม และสนามหญ้าที่ได้รับการดูแลเป็นอย่างดี ผู้ทำกุศลแก่เราทั้งสองดูจะคุ้นเคยกับที่นี่อย่างเห็นได้ชัด เด็กหนุ่มคนหนึ่งยิ้มแย้มนำเราเข้าไปในห้องรับแขกโดยไม่ไถ่ถามว่ากระไร ไม่นานก็มีหญิงสูงวัยท่วงท่าภูมิฐานเข้ามาพบกับพวกเรา

"เคารีมา พวกเจ้าชายเสด็จมาไม่ได้" ชายหนึ่งในสองคนนั้นแจ้งแก่เจ้าบ้าน "ผิดแผนเอานาทีสุดท้ายเลยครับ พวกท่านฝากขอโทษมาด้วย แต่เราพาแขกอื่นมาสองคน ทันทีที่พบกันบนรถไฟ พวกเขาก็ดึงความสนใจผมไปในฐานะที่เป็นสาวกขององค์พระกฤษณะ"

"ไปละนะ หนุ่ม ๆ" ทั้งคู่เดินตรงไปที่ประตู "เราคงได้พบกันอีกถ้าพระเป็นเจ้าทรงประสงค์เช่นนั้น"

---

1 พฤนทาพันตั้งอยู่ริมฝั่งแม่น้ำยมุนา ถือเป็นกรุงเยรูซาเล็มของชาวฮินดู เป็นที่ซึ่งพระกฤษณะซึ่งเป็นองค์อวตารของพระนารายณ์แสดงอิทธิฤทธิ์ช่วยมวลมนุษย์เอาไว้

2 หริคือพระนามหนึ่งของพระกฤษณะ (พระนารายณ์)

"ยินดีต้อนรับจ้ะ" รอยยิ้มของเคารีมาอบอุ่นเหมือนรอยยิ้มของแม่ทั้งหลาย "พวกเธอมาได้จังหวะพอดีทีเดียว ฉันกำลังรอต้อนรับเจ้านายสองพระองค์ที่ทรงให้การอุปถัมภ์อาศรมแห่งนี้ ถ้าอาหารที่เตรียมไว้ต้องเป็นม่าย คงน่าเสียดายมากทีเดียว!"

รู้สึกว่าจิเตนทรจะซาบซึ้งกับมธุรสวาจานี้มาก ถึงขนาดน้ำตาร่วงพรู สิ่งที่เขาคิดว่าจะต้องเจอในพฤนทาพันกลายเป็นความสุขดั่งราชา ทำให้ปรับตัวปรับใจไม่ทัน เจ้าบ้านของเรามองเขาอย่างฉงน แต่ก็ไม่ปริปากว่ากระไร เธอคงชินกับพฤติกรรมประหลาด ๆ ของเด็กวัยรุ่นอยู่บ้างกระมัง

อาหารกลางวันพร้อมแล้ว เคารีมาเดินนำพวกเราไปยังระเบียงห้องอาหารซึ่งหอมฟุ้งไปด้วยกลิ่นเครื่องเทศและกลิ่นอาหารที่ชวนให้น้ำลายสอ จากนั้นเธอก็หายเข้าไปในครัวที่อยู่ติดกัน

ข้าพเจ้าได้ไตร่ตรองไว้ก่อนแล้วเพื่อการณ์นี้ จึงถือโอกาสเลือกจุดเหมาะ ๆ บนร่างของจิเตนทร แล้วหยิกเขาให้แรงเท่ากับที่เขาหยิกข้าพเจ้าบนรถไฟ

"ว่าไง ตาโทมัสขี้สงสัย พระเป็นเจ้าทรงช่วยเราแล้ว... อย่างรวดเร็วทันใจเสียด้วย!"

เคารีมากลับเข้ามาพร้อมกับพัดใบลานสำหรับโบกลมให้ตามธรรมเนียมตะวันออกในขณะที่เรานั่งขัดสมาธิอยู่บนพรมผืนงาม ศิษย์ในอาศรมเดินเข้า ๆ ออก ๆ นำอาหารมาเสิร์ฟราวสามสิบอย่างได้ นี่ไม่ใช่แค่ "ข้าวมื้อหนึ่ง" แต่ควรจะเรียกว่า "งานเลี้ยงอันหรูหรา" มากกว่า ตั้งแต่เกิดมา จิเตนทรกับข้าพเจ้ายังไม่เคยได้กินอาหารเลิศรสเช่นนี้มาก่อน

"คุณแม่ขอรับ นี่นับเป็นอาหารสำหรับเจ้านายท่านโดยแท้! ผมนึกไม่ออกจริง ๆ ว่าท่านทรงติดราชกิจเร่งด่วนอันใด ถึงขนาดยอมพลาดอาหารมื้อนี้ไปได้ คุณแม่ได้มอบความทรงจำอันแสนสุขให้อย่างที่เราคงไม่อาจลืมได้ในชั่วชีวิตนี้!"

เพราะต้องปฏิบัติตามข้อตกลงที่ให้ไว้กับพี่อนันตะ เราจึงไม่อาจชี้แจงให้สตรีผู้แสนดีทราบได้ว่า พระคุณครั้งนี้ของเธอช่วยเราเอาไว้ถึงสองทอด แต่อย่างน้อยความจริงใจของเราก็เป็นเรื่องจริงโดยมิได้เสแสร้ง ตอนเราบอกลา เธอได้ให้พรและเชื้อเชิญเราให้กลับมาเยือนอาศรมแห่งนี้อีกครั้ง

อากาศข้างนอกร้อนระอุ จิเตนทรกับข้าพเจ้าต้องเข้าไปหลบร้อนอยู่ใต้

ร่มเงาของต้นคาดัมบาใหญ่ตรงหน้าประตูอาศรม ความรู้สึกหวาดหวั่นเข้ารบกวนใจจิเตนทรอีกครั้ง เขาจึงหันมาจับบทต่อว่าต่อขานซ้ำเป็นคำรบสอง

"นายหาเรื่องซวยให้ฉันแท้ ๆ! มื้อกลางวันของพวกเรามันก็แค่โชคช่วยเท่านั้น! เราจะไปเที่ยวชมเมืองได้อย่างไรในเมื่อไม่มีเงินกันแม้แต่เก๊เดียว? แล้วนายจะเอาปัญญาที่ไหนมาพาฉันกลับไปให้ถึงบ้านพื่อนันตะ หา?"

"พอท้องอิ่มปุ๊บ นายก็ลืมพระเป็นเจ้าปั๊บเชียวนะ" ถ้อยคำของข้าพเจ้าถือเป็นการกล่าวหา ไม่ใช่หาเรื่อง มนุษย์เราช่างลืมเลือนพระกรุณาแห่งพระเป็นเจ้าได้รวดเร็วเสียนี่กระไร! ในโลกนี้ไม่มีมนุษย์หน้าไหนที่สวดภาวนาต่อพระองค์แล้วจะไม่ได้รับการสนองตอบ แม้จะไม่ใช่ทุกครั้งไปก็ตาม

"แต่ฉันไม่มีทางลืมเรื่องที่ตัวเองโง่เง่า ยอมออกมาตกระกำลำบากกับคนไม่มีหัวคิดอย่างนายแน่!"

"เงียบไปเลย จิเตนทร! พระเป็นเจ้าองค์เดียวกับที่ทรงประทานอาหารให้กับเราจะต้องประทานหนทางให้เราได้เที่ยวชมเมืองพฤนทาพันและส่งเรากลับถึงอัคระแน่"

พูดถึงตรงนี้ก็มีชายหนุ่มร่างสูงโปร่งหน้าตาดีก้าวเท้าตรงมาทางเราอย่างเร่งรีบ เขาหยุดเท้าลงใต้ต้นไม้ที่เรายืนหลบแดดกันอยู่ แล้วค้อมศีรษะให้กับข้าพเจ้า

"เพื่อนรัก คุณกับเพื่อนคงไม่ใช่คนที่นี่ โปรดอนุญาตให้ผมได้ทำหน้าที่เป็นเจ้าบ้านพาพวกคุณเที่ยวชมเมืองด้วยเถิด"

มันแทบจะเป็นไปไม่ได้เลยที่คนอินเดียเราจะหน้าขาวซีด แต่หน้าของจิเตนทรก็ซีดเผือดลงทันตาเห็น ข้าพเจ้าปฏิเสธข้อเสนอนั้นอย่างสุภาพ

"คุณคงไม่ไล่ผมไปนะครับ?" ถ้าอยู่ในสถานการณ์อื่น ทีท่าวิตกทุกข์ร้อนของชายแปลกหน้าผู้นี้คงดูน่าขันดี

"ทำไมรึ?"

"ก็คุณเป็นคุรุของผม" ตาเขามองสบตาข้าพเจ้าด้วยความเชื่อมั่นไว้วางใจ "เที่ยงวันนี้ ระหว่างที่นั่งสมาธิอยู่ องค์พระกฤษณะได้เสด็จมาสำแดงองค์ให้เห็นในนิมิต ทรงบันดาลให้ผมมองเห็นภาพคนสองคนถูกทิ้งให้ยืนอยู่ใต้ต้นไม้ต้นนี้ และดวงหน้าหนึ่งในสองคนนั้นคือดวงหน้าของคุณ อาจารย์ของผม! ผมมักเห็นหน้าอาจารย์ในสมาธิบ่อย ๆ และผมคงเป็นสุขมากถ้าอาจารย์จะยอมให้

พระภควานกฤษณะ องค์อวตารที่รักยิ่งของอินเดีย

ผมได้รับใช้เล็ก ๆ น้อย ๆ ก็ยังดี!"

"ผมก็ยินดีเหลือเกินที่คุณหาผมพบจนได้ ไม่ว่าพระเป็นเจ้าหรือมนุษย์ต่างก็ไม่ทอดทิ้งเรา!" ถึงข้าพเจ้าจะยืนนิ่ง แย้มยิ้มให้กับคนตรงหน้าที่มองจ้องมาด้วยความหวัง แต่ในใจนั้น ข้าพเจ้ากำลังก้มตัวลงสักการะแทบเบื้องพระบาทพระเป็นเจ้า

"คุณทั้งสองจะกรุณาให้เกียรติไปเป็นแขกที่บ้านผมได้หรือไม่?"

"คุณช่างมีน้ำใจนัก แต่เราคงทำเช่นนั้นไม่ได้ ตอนนี้เราเป็นแขกบ้านพี่ชายผมที่เมืองอัคระ"

"อย่างน้อยก็ให้ผมได้มีความทรงจำดี ๆ ว่าเคยพาคุณเที่ยวเมืองพฤนทาพัน"

ข้าพเจ้าตอบรับด้วยความยินดี ชายหนุ่มผู้นี้บอกว่าตนเองชื่อประตาปชัตเตอร์จี เขาเรียกรถม้ามาคันหนึ่ง แล้วพาเราไปเยือนเทวาลัยมัทนโมหันกับ

เทวาลัยที่สร้างถวายพระกฤษณะอีกหลายแห่ง กว่าการเที่ยวชมศาสนสถานจะยุติลง ฟ้าก็มืดแล้ว

"ผมขอตัวไปซื้อ*สันเทศ*[1] สักประเดี๋ยว" ประตาปเดินหายเข้าไปในร้านใกล้สถานีรถไฟ จิเตนทรกับข้าพเจ้าเดินเตร่ไปตามถนนสายกว้างที่คลาคล่ำไปด้วยผู้คนเพราะอากาศเริ่มเย็นลงแล้ว เพื่อนของเราหายไปพักใหญ่ แต่สุดท้ายก็กลับมาพร้อมด้วยขนมหวานนานาชนิดสำหรับเป็นของฝาก

"กรุณาอนุญาตให้ผมได้ทำบุญด้วยเถอะครับ" ประตาปวอนยิ้ม ๆ ขณะยื่นธนบัตรรูปีให้เราปึกหนึ่งพร้อมตั๋วรถไฟกลับอัคระที่เพิ่งซื้ออีกสองใบ

ข้าพเจ้าน้อมรับสิ่งที่พระหัตถ์อันมองไม่เห็นทรงหยิบยื่นให้ แม้จะถูกพี่อนันตะเย้ยหยันไว้ แต่น้ำพระทัยที่ประทานให้พวกเราก็กว้างขวางเหลือล้นเกินจำเป็นมิใช่หรือ?

พวกเราหามุมสงบและปลอดคนใกล้ ๆ กับสถานีรถไฟได้ที่หนึ่ง

"ประตาป ผมจะสอนหลัก*กริยาโยคะ*ของท่านลาหิริ มหัสยะให้กับคุณ ท่านเป็นโยคีที่ยิ่งใหญ่ที่สุดในยุคสมัยใหม่ โยควิธีของท่านจะเป็นคุรุให้กับคุณเอง"

การถ่ายทอดขั้นตอนปฏิบัติจบลงในครึ่งชั่วโมง "*กริยาโยคะ*จะเป็นแก้วจินตามณี[2] ของคุณ" ข้าพเจ้าบอกศิษย์ที่เพิ่งรับไว้หมาด ๆ "โยควิธีนี้ ก็อย่างที่คุณเห็นนั่นล่ะ เป็นวิธีที่เรียบง่าย แต่ครอบคลุมศาสตร์ที่จะช่วยให้มนุษย์สามารถพัฒนาจิตวิญญาณของตนได้รวดเร็วยิ่งขึ้น คัมภีร์ฮินดูสอนว่าการเวียนว่ายตายเกิดทำให้มนุษย์เราหลงยึดติดในอัตตา จะหลุดพ้นจากมายาได้ก็ต้องใช้เวลานับล้านปี แต่*กริยาโยคะ*จะช่วยร่นเวลาให้สั้นลงได้อย่างมากมายมหาศาล เราสามารถเร่งการเติบโตของต้นไม้ให้เร็วกว่าอัตราปกติเช่นที่อาจารย์ชคทิส จันทร โบสเคยสาธิตเอาไว้ได้ฉันใด ก็ย่อมสามารถใช้ศาสตร์ความรู้ต่าง ๆ เร่งการพัฒนาของสภาวะจิตมนุษย์ได้ฉันนั้น ขอเพียงคุณพากเพียรปฏิบัติไปโดยไม่ย่อท้อ คุณย่อมมีวันเข้าถึงพระผู้ทรงเป็นบรมครูแห่งคุรุทั้งปวงได้อย่างแน่นอน"

---

1 ขนมหวานของอินเดีย

2 แก้วสารพัดนึกในตำนาน สามารถขอสิ่งใดก็ได้ นอกจากนี้ ยังเป็นพระนามหนึ่งของพระเป็นเจ้าด้วย

"ผมถูกชักนำให้มาพบกับกุญแจไขไปสู่โยควิธีที่เฝ้าค้นหามานาน!" ประตาปพูดด้วยท่าทีจริงจังและครุ่นคิด "ผลจากการฝึก*กริยาโยคะ*จะทำให้ผมปลดพันธนาการแห่งการยึดติดและก้าวขึ้นไปสู่มิติที่สูงยิ่งขึ้นไปได้ นิมิตแห่งพระกฤษณะเจ้าในวันนี้ตีความได้เพียงอย่างเดียว ว่าหมายถึงความดีสูงสุดที่จะบังเกิดแก่ตัวผม"

เรานั่งกันอยู่อีกครู่หนึ่งด้วยความเข้าใจโดยไม่ต้องอาศัยคำพูดใด ๆ จากนั้นจึงเดินช้า ๆ กลับไปที่สถานี ข้าพเจ้าขึ้นไปนั่งบนรถไฟอย่างเป็นสุข แต่วันนี้ดูจะเป็นวันบ่อน้ำตาตื้นของจิเตนทรเสียจริง ๆ ข้าพเจ้าบอกลาประตาปด้วยความอาลัย แต่กลับเป็นการเรียกเสียงสะอื้นให้จากคนทั้งคู่ และในระหว่างการเดินทางกลับ จิเตนทรก็ท่อน้ำตาแตกอีกครั้ง ครั้งนี้ไม่ใช่เพราะสงสารตัวเองแต่เป็นเพราะโกรธตัวเองมากกว่า

"ศรัทธาของฉันช่างตื้นเขินนัก หัวใจก็กระด้างราวกับหินผา! นับจากนี้ไปฉันจะไม่คิดกังขาพระเมตตาของพระเป็นเจ้าอีกเป็นอันขาด"

อีกไม่นานก็จะเที่ยงคืนแล้ว ในที่สุด สอง "ซินเดอเรลลา" ผู้ถูกส่งให้ไปเผชิญโลกโดยไม่มีเงินติดกระเป๋าเลยแม้แต่รูปีเดียวก็เข้ามาปรากฏตัวในห้องนอนของพี่อนันตะ ทำเอาพี่ตะลึงลานไปด้วยความคาดไม่ถึงดังเช่นที่เจ้าตัวเคยหลุดปากพูดเอาไว้ ข้าพเจ้าโปรยธนบัตรรูปีลงบนโต๊ะโดยไม่พูดอะไร

"จิเตนทร บอกความจริงมา!" พี่ทำเสียงล้อ "เด็กคนนี้ไปจี้ปล้นใครเขามารึเปล่า?"

แต่เมื่อเรื่องราวเปิดเผยออกไป สีหน้าพี่ก็เปลี่ยนเป็นจริงจังขึ้น จนสุดท้ายกลายเป็นเคร่งขรึม

"ดูท่าในมิติเหนือโลกเองก็มีกฎของอุปสงค์และอุปทานเช่นกัน" พี่อนันตะพูดด้วยความกระตือรือร้นสนใจต่อเรื่องทางจิตวิญญาณอย่างที่ไม่เคยแสดงออกเช่นนี้มาก่อน "พี่เพิ่งเข้าใจเป็นครั้งแรกว่าทำไมเธอจึงวางเฉย ไม่อยากได้ใคร่ดีในทรัพย์สินเงินทองอย่างที่มนุษย์ปุถุชนเขานิยมทำกัน"

แม้จะดึกมากแล้ว แต่พี่อนันตะก็ยังยืนกรานให้ข้าพเจ้าทำพิธี*ทีกษา*[1] รับ

---

1 พิธีขึ้นครู-รับศิษย์ทางจิตวิญญาณ มาจากรากศัพท์คำกริยาภาษาสันสกฤต *ทีกษ* แปลว่า "การมอบตน การอุทิศตน"

ท่านปรมหังสา โยคานันทะ และคณะแวะเยือนทัชมาฮาล
"ความฝันที่รังสรรค์จากหินอ่อน" แห่งเมืองอัคระ ปี 1936

พี่เป็นศิษย์ ศึกษา*กริยาโยคะ*ให้ได้ "คุรุ" มุกุณฑะจึงต้องแบกรับภาระ รับ "ศิษย์" ที่ตนเองไม่ได้เรียกร้องต้องการถึงสองคนในคืนเดียว

อาหารเช้าวันรุ่งขึ้นดำเนินไปท่ามกลางความกลมเกลียวที่หาไม่ได้ในเช้าวันวาน

ข้าพเจ้ายิ้มให้จิเตนทร "ฉันจะไม่ผิดคำพูดเรื่องทัชมาฮาลกับนายหรอก เราแวะไปเที่ยวชมก่อนออกเดินทางไปเซรัมปอร์ก็แล้วกันนะ"

หลังบอกลาพี่อนันตะ ไม่นานเราก็มายืนอยู่เบื้องหน้าทัชมาฮาล โบราณสถานอันล้ำค่าของอัคระ หินอ่อนสีขาวที่เปล่งประกายอยู่ท่ามกลางแสงแดดจ้า รูปลักษณ์ที่มีสัดส่วนสอดรับกันอย่างสมบูรณ์แบบ ชัยภูมิที่ตั้งเป็นดงสนไซเปรส สนามหญ้าสีเขียวและสระน้ำอันสงบนิ่ง ภายในมีลวดลายละเอียดอ่อนช้อยดุจลายลูกไม้ฝังด้วยอัญมณีมีค่า ลายพวงมาลัยกับลายขดที่สลักเสลาขึ้นจากแผ่นหินอ่อนดูวิจิตรและงดงามด้วยสีน้ำตาลกับสีม่วง ยอดโดมมีช่องให้

ลำแสงส่องลงมาต้องหีบพระศพจำลองของจักรพรรดิชาห์จะฮานกับพระนางมุมตัช ไอ มาฮาล ราชินีคู่อาณาจักรและคู่พระทัยของพระองค์

เที่ยวกันพอแล้ว! ข้าพเจ้าอยากไปพบอาจารย์เต็มที จิเตนทรกับข้าพเจ้าจึงนั่งรถไฟลงใต้ไปทางเบงกอล

"มุกุณฑะ ฉันไม่ได้เจอคนในครอบครัวมาหลายเดือนแล้ว ฉันเปลี่ยนใจดีกว่า ไว้คราวหน้าฉันค่อยไปกราบคารวะอาจารย์ของนายที่เซรัมปอร์ก็แล้วกัน"

เพื่อนคนนี้ของข้าพเจ้าช่างมีจิตใจโลเล หาความแน่นอนไม่ได้เสียจริง ๆ เขาแยกจากข้าพเจ้าที่กัลกัตตา ข้าพเจ้าจึงขึ้นขบวนรถธรรมดาไปเซรัมปอร์ซึ่งอยู่ถัดขึ้นไปทางเหนือเพียงสิบสองไมล์เท่านั้น

ข้าพเจ้าใจระทึกด้วยความพิศวงเมื่อคิดขึ้นมาได้ว่าเวลาได้ผ่านไปยี่สิบแปดวันแล้วนับจากที่ได้พบกับอาจารย์ที่พาราณสี "เธอจะกลับมาหาครูภายในสี่สัปดาห์" แล้วตอนนี้ ข้าพเจ้าก็มาแล้วจริง ๆ ยืนใจเต้นระรัวอยู่กลางสนามหญ้าหน้าอาศรมในตรอกราอีฆาฏอันเงียบสงบ นี่เป็นครั้งแรกที่ข้าพเจ้าย่างเท้าเข้ามาในอาศรมที่ตนเองจะได้ใช้ชีวิตช่วงที่ดีที่สุดสิบปีนับจากนี้ไปกับองค์ญาณาวตาร หรือ "องค์อวตารแห่งปัญญา" ของอินเดีย

บทที่ 12

ช่วงชีวิตในอาศรมท่านอาจารย์

"มาแล้วรึ" ท่านศรียุกเตศวรผู้นั่งอยู่บนหนังเสือบนพื้นห้องนั่งเล่นติดกับระเบียงทักข้าพเจ้า น้ำเสียงท่านเย็นชา กิริยาเฉยเมยไม่ส่ออารมณ์ใด ๆ

"ขอรับ อาจารย์ กระผมมาที่นี่เพื่อขอติดตามท่านขอรับ" ข้าพเจ้าคุกเข่าลงแตะเท้าท่าน

"จะเป็นไปได้อย่างไร? เธอเมินเฉยต่อความประสงค์ของครู"

"กระผมจะไม่ทำเช่นนั้นอีกแล้วขอรับ กระผมจะถือเอาความประสงค์ของท่านเป็นกฎที่ต้องถือปฏิบัติตามอย่างเคร่งครัด"

"ค่อยยังชั่วหน่อย! นับแต่นี้ครูจะเป็นผู้รับผิดชอบชีวิตของเธอเอง"

"กระผมยินดีมอบชีวิตให้อาจารย์จัดการทุกอย่างตามแต่จะเห็นสมควรขอรับ"

"ถ้าเช่นนั้น ความประสงค์แรกของครูก็คือ เธอจะต้องกลับบ้านไปหาครอบครัว ครูต้องการให้เธอเข้าศึกษาต่อที่วิทยาลัยกัลกัตตา เธอควรจะได้รับการศึกษาสูงกว่านี้"

"ได้ขอรับ" ข้าพเจ้าเก็บงำความยุ่งยากใจเอาไว้ในอก นี่เราจะหนีตำราเรียนในหลายปีนี้ไม่พ้นจริง ๆ หรือ? สมัยก่อนมีพ่อคอยเคี่ยวเข็ญ ตอนนี้ยังมีท่านอาจารย์ศรียุกเตศวรอีก!

"วันหนึ่งข้างหน้า เธอจะได้เดินทางไปยังโลกตะวันตก ถึงผู้คนที่นั่นจะมองครูชาวฮินดูแปลก ๆ แต่ถ้าครูผู้นั้นมีปริญญาจากมหาวิทยาลัยห้อยท้าย พวกเขาก็จะยอมเปิดใจรับภูมิปัญญาของอินเดียเราได้ง่ายขึ้น"

"อาจารย์ขอรับ อาจารย์ย่อมรู้ดีว่าสิ่งใดดีต่อกระผมที่สุด" ความห่อเหี่ยวใจของข้าพเจ้าจางหาย การเอ่ยอ้างถึงโลกตะวันตกเป็นเรื่องน่าฉงนและไกลตัวเกินไป การเอาใจอาจารย์ด้วยการเชื่อฟังท่านต่างหากที่เป็นเรื่องจำเป็นเร่งด่วนในเวลานี้

"ถ้าอยู่ที่กัลกัตตาก็จะใกล้กันนิดเดียว ว่างเมื่อไหร่ เธอก็มาที่นี่ได้ทุกเมื่อ"

"ถ้าเป็นไปได้ กระผมจะมาทุกวันเลยขอรับ อาจารย์! กระผมน้อมรับอำนาจสิทธิ์ขาดที่ท่านมีเหนือชีวิตกระผมในทุก ๆ ประการ... โดยมีข้อแม้อย่างเดียว"

“อะไรรึ?”

“อาจารย์ต้องสัญญาว่าจะเผยองค์พระเป็นเจ้าให้กระผมได้เห็น!”

เราถกเรื่องนี้กันนานเป็นชั่วโมง ผู้เป็นคุรุนั้น เมื่อพูดคำไหนต้องเป็นคำนั้น จึงตกปากรับคำกันพล่อย ๆ ไม่ได้ ผลผูกพันจากคำมั่นดังกล่าวจะเปิดไปสู่มิติทางอภิปรัชญาอันลึกซึ้งและไพศาล คุรุผู้นั้นต้องมีความใกล้ชิดเป็นหนึ่งเดียวกับพระผู้สร้าง มิเช่นนั้นย่อมไม่อาจเรียกร้องให้ทรงสำแดงพระองค์ได้! ข้าพเจ้ารู้สึกได้ว่าท่านคุรุศรียุกเตศวรได้บรรลุถึงความเป็นหนึ่งเดียวกับพระเป็นเจ้าแล้ว ในฐานะศิษย์ของท่าน ข้าพเจ้าจึงตัดสินใจใช้วิธีรุกเร้าเอาให้ได้

“เธอช่างเรียกร้องจะเอาให้ได้เสียจริง ๆ” ท่านว่า แต่ก็ยอมจำนนด้วยความเมตตาในท้ายที่สุด

“เอาเถิด ความปรารถนาของเธอก็คือความประสงค์ของครู”

เงามืดที่ครอบคลุมมาชั่วชีวิตปลิดปลิวไปจากใจข้าพเจ้า เมื่อได้มาอยู่ภายใต้ร่มใบบุญของคุรุที่แท้จริง การค้นหาแบบสะเปะสะปะไปทางนั้นทีทางนี้ทีของข้าพเจ้าก็ถึงคราวสิ้นสุดลงเสียที

“มาเถอะ ครูจะพาเธอไปดูอาศรม” อาจารย์ลุกจากพรมหนังเสือ ข้าพเจ้ากวาดสายตาไปรอบ ๆ แล้วสังเกตเห็นบนผนังห้องมีภาพซึ่งคล้องมาลัยดอกมะลิเอาไว้เป็นเครื่องบูชา

“ท่านลาหิริ มหัสยะนี่!” ข้าพเจ้าออกอุทานอย่างประหลาดใจ

“ใช่ ท่านคุรุเทวะของครูเอง” กังวานเสียงอาจารย์ศรียุกเตศวรบอกถึงความเคารพเทิดทูน “ท่านเป็นมนุษย์และโยคีที่ยิ่งใหญ่กว่าอาจารย์ท่านใดที่ครูเคยได้พบมาในชั่วชีวิตนี้”

ข้าพเจ้าค้อมศีรษะลงเบื้องหน้าภาพถ่ายที่เคยคุ้นเงียบ ๆ ส่งจิตคารวะต่อท่านคุรุผู้ประเสริฐเลิศล้ำ ผู้แผ่บารมีมาปกป้องคุ้มครองข้าพเจ้าตั้งแต่ยังเล็กและได้ชี้นำทางให้กับข้าพเจ้าเรื่อยมาตราบจนถึงชั่วขณะจิตนี้

อาจารย์พาข้าพเจ้าเดินดูจนทั่วตัวอาศรมและอาณาบริเวณโดยรอบ อาศรมหลังนี้กว้างขวางใหญ่โต เก่าแก่ และก่อสร้างด้วยความพิถีพิถัน มีระเบียงเสาขนาดมหึมารายล้อมอยู่รอบลานกว้าง กำแพงด้านนอกมีตะไคร่น้ำจับ เหนือหลังคาแบนราบสีเทาขึ้นไปมีฝูงนกพิราบตีปีกอยู่พึ่บพั่บ พวกมันยึดเอาพื้นที่

ส่วนหนึ่งของอาศรมเป็นที่พักพิงโดยไม่ต้องบอกกล่าวแก่ผู้ใด ส่วนท้ายอาศรม
ร่มรื่นด้วยต้นขนุน มะม่วง และพืชจำพวกกล้วย ห้องหับชั้นบนมีระเบียงราว
ลูกกรงยื่นออกมาหาลานบ้านจากสามด้าน ห้องโถงชั้นล่างกว้างขวาง เพดาน
สูง รองรับด้วยเสาต้นใหญ่เรียงเป็นแถวยาว อาจารย์บอกว่าโดยหลัก ๆ แล้ว
จะเข้ามาใช้ห้องนี้เฉพาะในช่วงงาน*ทุรคาบูชา*[1] ซึ่งเป็นเทศกาลประจำปีเท่านั้น
แล้วท่านก็พาข้าพเจ้าขึ้นบันไดแคบ ๆ ไปยังห้องนั่งเล่นของท่าน ซึ่งมีระเบียง
เล็ก ๆ หันออกไปทางถนน อาศรมแห่งนี้ตกแต่งแบบเรียบ ๆ ทุกอย่างดูธรรมดา
แต่สะอาดและเหมาะกับประโยชน์ใช้สอย เก้าอี้ ม้านั่ง และโต๊ะแบบตะวันตกก็
มีให้เห็นอยู่หลายตัว

อาจารย์ชวนข้าพเจ้าให้ค้างคืนที่นี่ อาหารค่ำวันนี้คือแกงกะหรี่ผัก ผู้ยกมา
คือศิษย์รุ่นเยาว์สองคนที่เข้ามาฝึกตนอยู่ในอาศรมแห่งนี้

"อาจารย์ขอรับ ถ้าอาจารย์จะกรุณา กระผมอยากรู้เรื่องราวชีวิตของอาจารย์
บ้าง" ข้าพเจ้านั่งอยู่บนเสื่อฟางใกล้พรมหนังเสือของท่าน หลังระเบียง ดวงดาว
ทอแสงสุกสกาวราวอยู่ใกล้เพียงแค่เอื้อม

"ชื่อสกุลของครูคือปรียา นาถ การาร ครูเกิด[2]ที่นี่ ในเมืองเซรัมปอร์นี้ พ่อ
ของครูเป็นพ่อค้ามีฐานะ ท่านทิ้งคฤหาสน์ของบรรพบุรุษเอาไว้ให้กับครู ซึ่ง
ครูเปิดใช้เป็นอาศรมในเวลานี้ ครูเข้ารับการศึกษาในระบบแค่นิด ๆ หน่อย ๆ
เพราะเห็นว่ามันช้าและตื้นเขินนัก สมัยยังหนุ่ม ครูได้ทำหน้าที่ของคฤหัสถ์
แล้วโดยสมบูรณ์ และมีลูกสาวคนหนึ่ง ซึ่งตอนนี้ก็ออกเรือนไปเรียบร้อยแล้ว
ครั้นล่วงเข้าวัยกลางคน ครูก็ได้รับการชี้แนะจากท่านลาหิริ มหัสยะ หลังภรรยา
ตายจาก ครูจึงบวชเข้าสำนักสวามี และได้รับฉายาว่าศรียุกเตศวรคีรี[3] นี่คือ

---

[1] "พิธีบูชาองค์ทุรคาเทวี" เป็นงานเทศกาลสำคัญบนหน้าปฏิทินของแคว้นเบงกอล ส่วนใหญ่
นิยมจัดกันนานเก้าวันในช่วงเดือนอัสวีณา (กันยายน-ตุลาคม) ทุรคา แปลว่า "ผู้ไม่อาจเข้าถึง
ได้" เป็นพระนามหนึ่งของพระอุมา ทรงเป็นศักติหรือพลังการสร้างสรรค์ในรูปของอิตถีภาวะ และ
มีข้อความในคัมภีร์กล่าวว่าทรงเป็นผู้กำราบอสูรและปีศาจร้ายทั้งปวง
[2] คุรุศรียุกเตศวรเกิดเมื่อวันที่ 10 พฤษภาคม ค.ศ.1855
[3] ยุกเตศวร แปลว่า "เป็นหนึ่งเดียวกับพระอิศวร" คีรี เป็นสร้อยที่ระบุถึงสาขาหนึ่งในสิบสาขา
ของสำนักสวามีอันเก่าแก่ ศรี แปลว่า "ศักดิ์สิทธิ์ ดี งาม" ไม่ใช่ชื่อ แต่เป็นคำเรียกหาเพื่อแสดง
ความเคารพ

เรื่องราวชีวิตที่เรียบง่ายของครู"

อาจารย์มองสีหน้ากระหายใคร่รู้ของข้าพเจ้ายิ้ม ๆ แต่นี่ก็เหมือนกับการเล่าชีวประวัติแบบคร่าว ๆ โดยทั่วไปที่ให้เฉพาะข้อเท็จจริงอันเป็นเปลือกนอก มิได้เผยให้เห็นถึงตัวตนที่อยู่ภายในแม้สักน้อย

"อาจารย์ขอรับ แล้วเรื่องราวสมัยที่ท่านยังเป็นเด็กอยู่ล่ะขอรับ"

"ครูจะเล่าให้ฟังสักสองสามเรื่องก็แล้วกัน... แต่ละเรื่องมีคติสอนใจให้ด้วยนะ!" ดวงตาท่านเป็นประกายวาวขึ้นพร้อม ๆ กับคำเตือนนั้น "ครั้งหนึ่งแม่ของครูพยายามจะหลอกให้ครูกลัว จึงเล่าเรื่องผีในห้องมืดให้ฟัง ครูตรงไปที่ห้องนั้นทันที แล้วกลับมาบ่นกับแม่เสียยกใหญ่เพราะผิดหวังที่ไม่เจอผีเลยสักตัว นับจากนั้นมา แม่ก็ไม่เล่าเรื่องสยองขวัญให้ครูฟังอีกเลย เรื่องราวครั้งนี้ให้ข้อคิดว่า จงเผชิญหน้ากับความกลัว แล้วความกลัวนั้นจะไม่มีอิทธิพลเหนือเราอีกต่อไป

"อีกเรื่องนั้น จำได้ว่าตอนยังเด็ก เพื่อนบ้านของครูมีลูกหมาหน้าตาน่าเกลียด แต่ครูก็อยากได้มันมาก ถึงขนาดตามเซ้าซี้คนทั้งบ้านอยู่หลายสัปดาห์ไม่ยอมเลิก จะเอาเจ้าลูกหมานั้นให้ได้ หลายคนบอกว่าจะหาลูกหมาที่น่ารักกว่ามาให้ แต่ครูก็ไม่ยอมฟัง ข้อคิดจากเรื่องนี้คือ ความยึดมั่นอันเนื่องมาจากกิเลสย่อมทำให้มนุษย์ตามืดบอด มองสิ่งที่ตนปรารถนาว่าสวยงามน่าพึงใจไปหมดสุดแท้แต่จินตนาการจะพาไป

"เรื่องที่สามเป็นเรื่องของการปลูกฝังค่านิยมให้กับเด็ก ครูเคยได้ยินแม่พูดอยู่บ่อย ๆ ว่า 'คนที่ยอมทำงานอยู่ใต้อำนาจคนอื่นก็คือทาสเราดี ๆ นี่เอง' ครูฝังใจกับคำพูดนี้จนไม่ยอมเข้าทำงานในตำแหน่งใด ๆ แม้หลังแต่งงานแล้ว แต่ก็หาเลี้ยงครอบครัวได้ด้วยการนำเอาทุนรอนของครอบครัวไปลงทุนทำธุรกิจที่ดิน คติสอนใจ การให้คำชี้แนะที่ดีและมีคุณประโยชน์ควรกระทำตั้งแต่ยังเด็ก เพราะเด็กรับรู้ได้ไว และจะจารจำสิ่งที่ได้รับการปลูกฝังไปตราบชั่วชีวิต"

เล่าจบ อาจารย์ก็เงียบเสียงไป ราวเที่ยงคืนท่านพาข้าพเจ้าไปที่เตียงเล็ก ๆ คืนแรกภายใต้ชายคาของอาจารย์ ข้าพเจ้านอนหลับสนิทและเป็นสุขอย่างที่สุด

ท่านอาจารย์ศรียุกเตศวรเลือกเช้าวันรุ่งขึ้นเป็นวันถ่ายทอด*กริยาโยคะ*ให้กับข้าพเจ้า ถึงแม้ข้าพเจ้าจะเคยได้เรียนรู้โยควิธีนี้จากพ่อและท่านเกพลานันทะ

ผู้เป็นศิษย์ของท่านลาหิริ มหัสยะมาแล้ว แต่อาจารย์ทรงไว้ซึ่งพลังในการถ่ายทอด เพียงได้รับสัมผัสจากท่าน ข้าพเจ้าก็รู้สึกถึงแสงที่ทะลุทะลวงเข้าหาสว่างจ้าราวกับมีดวงอาทิตย์นับพันมาแข่งกันสาดแสงใส่ ใจข้าพเจ้าท่วมท้นไปด้วยปีติสุขอันยากจะบอก มันหลากล้นซึมซ่านเข้าไปไม่เว้นแม้ในซอกมุมที่ลึกที่สุด

กว่าข้าพเจ้าจะตัดใจไปจากอาศรมได้ก็ล่วงเข้าบ่ายแก่ ๆ ของวันถัดมา

"เธอจะกลับภายในสามสิบวัน" ขณะก้าวเท้ากลับเข้าบ้านที่กัลกัตตา คำทำนายอันแม่นยำของอาจารย์ก็ผุดขึ้นมาในใจ ข้าพเจ้าเคยนึกกลัวว่าตัวเองคงไม่แคล้วต้องถูกญาติพี่น้องเย้ยหยันการบินกลับรังของ "เจ้าวิหคร่อนลม" เป็นแน่ แต่กลับไม่มีใครในบ้านเอ่ยวาจาเสียดแทงใจข้าพเจ้าอย่างที่คิด

ข้าพเจ้าขึ้นไปยังห้องเล็กใต้หลังคาของตนเอง กวาดสายตามองไปรอบ ๆ ด้วยความสนิทเสน่หา เหมือนหนึ่งมองสิ่งมีชีวิตก็ไม่ปาน "ห้องน้อยเอ๋ย เจ้าเคยเห็นฉันทั้งในยามฝึกปฏิบัติสมาธิ ในยามโศกเศร้า และในยามที่ถูกมรสุมรุมเร้าบนเส้นทางแห่งการแสวงหาพระเป็นเจ้า ตอนนี้ ฉันได้มาถึงฝั่งฝัน ได้พบกับผู้เป็นคุรุเทวะของฉันแล้ว"

"ลูกรัก พ่อดีใจกับเราทั้งคู่" พ่อกับข้าพเจ้านั่งอยู่ด้วยกันในยามเย็นอันเงียบสงบ "ลูกได้พบกับคุรุของลูกราวปาฏิหาริย์ ไม่ต่างจากตอนที่พ่อได้พบกับอาจารย์ของพ่อ ท่านลาหิริ มหัสยะยังยื่นมือมาปกปักรักษาเราอยู่ ไม่ได้ห่างหายไปไหน ก็อย่างที่เห็นกันอยู่ว่าอาจารย์ของลูกไม่ใช่โยคีผู้ปลีกวิเวกอยู่ในหิมาลัยอันห่างไกล แต่อยู่ใกล้ ๆ เรานี่เอง พ่อเฝ้าสวดอ้อนวอนพระเป็นเจ้า ขออย่าทรงพรากลูกไปไกลตาแม้ในยามที่ลูกออกแสวงหาพระองค์ก็ตาม ในที่สุด พระองค์ก็ทรงตอบรับคำสวดอ้อนวอนของพ่อ"

พอรู้ว่าข้าพเจ้าจะกลับเข้ารับการศึกษาในระบบอีกครั้ง ท่านก็ยิ่งดีใจขึ้นไปอีก รีบจัดการทุกอย่างให้จนเรียบร้อย วันถัดมา ข้าพเจ้าก็ได้มาลงทะเบียนเรียนที่วิทยาลัยสก๊อตติชเชิร์ชใกล้ ๆ บ้านในกัลกัตตา

เวลาแห่งความสุขผ่านไปเดือนแล้วเดือนเล่า ไม่ต้องสงสัยเลยว่าท่านผู้อ่านคงจะเดาได้เองด้วยปัญญาอันเฉียบแหลมว่าข้าพเจ้ามักขาดเรียนเป็นปกติวิสัย อาศรมที่เซรัมปอร์มีเสน่ห์ดึงดูดใจเกินกว่าที่ข้าพเจ้าจะต้านทานได้ ข้าพเจ้า

จะโผล่หน้ามาบ่อยแค่ไหน อาจารย์ก็ไม่เคยเอ่ยปากท้วงติงแต่ประการใด ทั้งยังไม่พาดพิงถึงเรื่องการเล่าเรียนในวิทยาลัยด้วย ทำให้ข้าพเจ้ารู้สึกโล่งใจเป็นอันมาก และถึงแม้จะเห็นกันอยู่ชัดๆ ว่า ข้าพเจ้าไม่เหมาะจะเป็นนักวิชาการด้วยประการทั้งปวง กระนั้น ข้าพเจ้าก็เอาตัวรอดสอบผ่านชนิดเฉียดเส้นยาแดงผ่าแปดมาได้ทุกครั้งไป

ชีวิตในอาศรมดำเนินไปเหมือนๆ กันในทุกๆ วัน น้อยครั้งนักที่จะมีสิ่งใดผิดแผกไปจากเดิม อาจารย์จะตื่นนอนก่อนฟ้าสาง เข้าสมาธิ[1] บนเตียงทั้งๆ ที่ยังนอนราบอยู่ แต่บางครั้งก็ลุกขึ้นนั่งให้เป็นกิจจะลักษณะ ถ้าอยากรู้ว่าท่านตื่นนอนแล้วหรือยัง ก็สังเกตได้ง่ายมาก กล่าวคือ ถ้าเสียงกรน[2] สนั่นหวั่นไหวเงียบลงก็แสดงว่าท่านตื่นแล้ว จากนั้นท่านจะหายใจออกแรงๆ สักครั้งสองครั้งไม่ก็ขยับตัวเล็กน้อย แล้วนิ่งเงียบไปจนจับลมหายใจไม่ได้ หยั่งจิตลงสู่ห้วงปีติสุขอันลึกล้ำบนเส้นทางแห่งโยคาวจร

สิ่งที่ตามมาหลังจากนั้นไม่ใช่อาหารเช้า แต่เป็นการเดินเลาะริมฝั่งแม่น้ำคงคาเป็นระยะทางไกลๆ ภาพการเดินเล่นกับอาจารย์ในยามเช้าในวันเวลาเหล่านั้นยังแจ่มชัดอยู่ในความทรงจำราวกับเป็นเหตุการณ์จริงกระนั้น! เมื่อคิดขึ้นมาทีไร ข้าพเจ้าเป็นต้องนึกเห็นภาพตัวเองอยู่ที่ข้างกายท่านทุกครั้งไป อาทิตย์ยามรุ่งอรุณสาดแสงอันอบอุ่นลงบนแม่น้ำขณะที่เสียงอันก้องกังวานของอาจารย์เผยให้เห็นถึงปัญญาอันแท้จริงของท่าน

หลังลงอาบน้ำเสร็จ เราจะกินอาหารกันในตอนเที่ยงวัน การตระเตรียมอาหารนั้น อาจารย์จะมีคำสั่งลงมาในแต่ละวัน โดยมีศิษย์รุ่นเยาว์สองคนคอยรับผิดชอบดูแลด้วยความพิถีพิถัน อาจารย์ฉันอาหารมังสวิรัติ แต่ก่อนออกบวชท่านก็เคยกินไข่กินปลามาก่อน อาจารย์มักแนะนำศิษย์ให้กินอาหารง่ายๆ ซึ่งเหมาะกับร่างกายของแต่ละคน

---

[1] แปลว่า "การมุ่งเข้าด้วยกัน" *สมาธิ* คือสภาวะอภิจิตสำนึก มีปีติเป็นเครื่องหล่อเลี้ยง เมื่อจิตบรรลุถึงสภาวะดังกล่าว โยคีจะตระหนักรู้ว่าวิญญาณของแต่ละบุคคล แท้จริงก็เป็นอันหนึ่งอันเดียวกับพระเป็นเจ้าแห่งจักรวาลนั่นเอง

[2] การกรนในทรรศนะของนักสรีรศาสตร์ ถือเป็นเครื่องบ่งชี้ว่าผู้กรนอยู่ในภาวะผ่อนคลายอย่างแท้จริง

ตัวอาจารย์เองนั้นฉันน้อย ปกติท่านจะฉันข้าวหุงกับขมิ้น หรือน้ำซึ่งคั้นจากหัวบีทหรือผักโขม พรมด้วย*ฆี* หรือเนยใสที่ได้จากนมกระบือเล็กน้อย บางวันอาจเปลี่ยนไปฉันแกงถั่วที่เรียกว่า*ดาล* หรือแกงกระหรี่ผักที่เรียกว่า*ชานนะ*[1] แทน ส่วนของหวานนั้น ถ้าไม่ใช่มะม่วงหรือส้มกับข้าวยาคู ก็ต้องเป็นน้ำขนุนคั้น

แขกเหรื่อจะเริ่มทยอยมากันในยามบ่าย หลั่งไหลจากโลกภายนอกเข้ามายังอาศรมอันสุขสงบกันไม่ขาดสาย อาจารย์จะต้อนรับผู้มาเยือนด้วยความสุภาพและมากด้วยเมตตาเสมอหน้ากัน ท่านคือครูบาอาจารย์ผู้ตระหนักรู้ว่าตนนั้นคือวิญญาณอันไม่ขึ้นต่อกาลเวลาและสถานที่ หาใช่สังขารหรืออัตตา ท่านจึงมองทะลุไปเห็นถึงแก่นแท้ที่ไม่ต่างกันของมนุษย์ทั้งหลายได้อย่างชัดแจ้ง

ความไร้ซึ่งอคติของโยคีผู้บรรลุธรรมบังเกิดขึ้นจากปัญญาญาณ โฉมหน้าที่ผันแปรไปไม่มีที่สิ้นสุดของมายาไม่อาจลวงตาพวกท่านได้อีกต่อไป ความชื่นชอบและชิงชังที่ทำให้วิจารณญาณของปุถุชนผู้มืดบอดไขว้เขวก็หามีอำนาจครอบงำพวกท่านได้ไม่ ท่านศรียุกเตศวรไม่เคยให้ความสำคัญกับผู้มีอำนาจ มีเงินตรา หรือมีความสำเร็จมากเป็นพิเศษ ในขณะเดียวกัน ท่านก็ไม่เคยดูถูกดูแคลนผู้ยากจนหรือด้อยการศึกษา ถ้าเป็นถ้อยคำอันจริงใจ แม้ออกมาจากปากเด็กน้อยที่ไร้เดียงสา ท่านก็ยังฟังอย่างตั้งใจ และมีบ้างบางครั้งที่ท่านแสดงให้เห็นชัด ๆ ว่าเมินเฉยต่อการอวดรู้ของพวกบัณฑิตที่ถือดี

พอถึงสองทุ่มจะเป็นเวลาอาหารค่ำ แต่บางครั้งก็มีแขกบางคนที่ยังอ้อยอิ่งไม่ยอมลากลับ อาจารย์จะไม่ปลีกตัวไปฉันอาหารแต่โดยลำพัง และจะไม่ยอมให้แขกกลับจากอาศรมไปทั้งที่ท้องหิวหรือไม่พอใจเป็นอันขาด ท่านไม่เคยอับจนหรือระย่อต่อแขกที่มาเยือนอย่างกะทันหัน ภายใต้การสั่งการด้วยความรอบรู้สานุศิษย์ของท่านจึงสามารถดัดแปลงอาหารที่มีอยู่เพียงน้อยนิดให้เพียงพอที่จะเลี้ยงคนจำนวนมากได้ ตัวอาจารย์เองก็ยึดหลักในการใช้อย่างมัธยัสถ์ โดยใช้เงินอันน้อยนิดให้ได้ประโยชน์สูงสุด "จงใช้จ่ายอย่างพอตัว" ท่านมักจะสอนเช่นนี้ "การใช้จ่ายเกินตัวจะทำให้ตัวเองเดือดร้อนในภายหลัง" ไม่ว่าจะเป็นการ

---

1 *ดาล* คือแกงถั่วข้น ๆ ทำจากถั่วซีกหรือถั่วชนิดอื่นก็ได้ *ชานนะ* คือเนยแข็งที่ทำจากนมสด ปั่นให้ข้นแข็ง บ่มให้ออกรสเปรี้ยว มักหั่นเป็นก้อนสี่เหลี่ยม ใช้แกงใส่มันฝรั่ง

จัดงานรื่นเริงในอาศรม การปลูกสร้าง การซ่อมแซม หรือการงานด้านอื่นๆ อาจารย์จะดูแลจัดการรายละเอียดทั้งหมดอย่างสร้างสรรค์อันเป็นคุณลักษณะเฉพาะตัวของท่าน

ในยามค่ำอันเงียบสงบ อาจารย์มักหยิบยกธรรมขึ้นมาแสดงให้พวกเราฟัง เป็นดังหนึ่งขุมทรัพย์ที่ทรงคุณค่าเหนือกาลเวลา ทุกถ้อยร้อยคำของท่านกลั่นกรองออกมาจากปัญญา วิธีการพูดของท่านมีเอกลักษณ์ที่ฉายชัดถึงความเชื่อมั่นในตนเองด้วยจิตอันบริสุทธิ์ ท่านอธิบายธรรมได้อย่างที่ข้าพเจ้าไม่เคยเห็นใครทำได้เช่นนี้มาก่อน สิ่งที่ท่านคิด ท่านจะต้องนำมาชั่งน้ำหนักตรึกตรองอย่างรอบรอบแล้ว จึงจะยอมพูดออกไป สาระสำคัญของสัจธรรมที่ครอบคลุมในทุกแง่มุม ไม่เว้นแม้กระทั่งในแง่สรีรศาสตร์ หลั่งไหลออกมาจากปากของท่านประหนึ่งสุคนธรสที่แผ่กำจายออกมาจากวิญญาณของท่าน กระนั้น ข้าพเจ้ารู้สำนึกอยู่ตลอดเวลาว่าตนเองได้มาอยู่กับองค์อวตารแห่งพระเป็นเจ้า ทิพยบารมีของท่านทำให้ข้าพเจ้าต้องน้อมศีรษะลงสักการะโดยอัตโนมัติ

ถ้ามีใครมองออกว่าท่านเริ่มหยั่งจิตเข้าหาพระเป็นเจ้า อาจารย์จะรีบชวนเขาผู้นั้นสนทนากันในเรื่องอื่นเสีย เรื่องจะวางมาดโอ้อวดว่าตนเองเข้าถึงพระเป็นเจ้าได้นั้นท่านทำไม่เป็น และตัวท่านก็เป็นหนึ่งเดียวกับพระเป็นเจ้าตลอดเวลาอยู่แล้ว จึงไม่จำเป็นต้องขอเวลานอกเพื่อสื่อสารกับพระองค์ ครูบาอาจารย์ผู้เข้าถึงพระเป็นเจ้าแล้วย่อมละเสียซึ่งขั้นตอนในการทำสมาธิได้ ดังคำที่ว่า "เมื่อผลบังเกิด ดอกไม้ย่อมโรยรา" แต่พวกท่านก็มักเกาะเกี่ยวอยู่กับแบบแผนขั้นตอนในการพัฒนาจิตวิญญาณเป็นขั้นๆ ด้วยหวังจะทำตัวให้เป็นแบบอย่างแก่บรรดาสานุศิษย์

พอใกล้เที่ยงคืน อาจารย์อาจผล็อยหลับไปเหมือนเด็กเล็กๆ โดยไม่มาจู้จี้จุกจิกเรื่องที่หลับที่นอน ท่านมักเอนกายลงนอนบนเก้าอี้นวมยาวตัวแคบๆ ทางด้านหลังพรมหนังเสือที่ท่านใช้นั่งอยู่เป็นประจำ ไม่มีแม้กระทั่งหมอนรองศีรษะ

การเสวนาเรื่องปรัชญากันตลอดทั้งคืนก็ไม่ใช่เรื่องผิดปกติวิสัย ศิษย์ทุกคนสามารถหยิบยกหัวข้อที่ตนสนใจจริงๆ ขึ้นมาถกกับอาจารย์ได้ ได้ฟังการสนทนาธรรมเยี่ยงนี้ทีไรข้าพเจ้าจะไม่รู้สึกเหน็ดเหนื่อยหรือง่วงนอนเลย แค่ได้

ฟังคำพูดจากปากอาจารย์ก็เหลือจะพอ "อ้าว ฟ้าสางแล้ว! พวกเราไปเดินเล่นที่แม่น้ำคงคากันเถอะ" การเล่าเรียนธรรมในยามวิกาลของข้าพเจ้ามักจบลงในลักษณะนี้อยู่บ่อยครั้ง

บทเรียนที่ถือว่าเป็นที่สุดในการมาใช้ชีวิตอยู่กับอาจารย์ในช่วงเดือนแรก ๆ คือบทเรียนเรื่อง "วิธีเอาชนะยุงเจ้าปัญหา" ตอนอยู่บ้าน ครอบครัวเราจะกางมุ้งเพื่อป้องกันยุงกัดในตอนกลางคืนเสมอ ข้าพเจ้าออกจะสยองอยู่ไม่น้อยเมื่อพบว่าอาศรมในเมืองเซรัมปอร์เพิกเฉยต่อมาตรการในการป้องกันตัวเช่นที่ว่า แถมยุงยังชุมมากอีกต่างหาก ตัวข้าพเจ้าถูกยุงกัดตั้งแต่ศีรษะจรดปลายเท้าจนอาจารย์อดที่จะนึกเวทนาไม่ได้

"ไปหาซื้อมุ้งให้ตัวเองสักหลังไป๊ แล้วซื้อเผื่อครูอีกหลังด้วย" อาจารย์หัวเราะแล้วเสริมต่อว่า "ขืนซื้อของเธอมาแค่หลังเดียว ครูคงไม่แคล้วถูกยุงแห่มาสูบเลือดกันทั้งฝูงแน่!"

ข้าพเจ้าปฏิบัติตามคำสั่งของท่านด้วยใจยินดี ทุกคืนที่ข้าพเจ้ามาค้างที่เซรัมปอร์อาจารย์จะไหว้วานให้ข้าพเจ้ากางมุ้งให้ท่านก่อนเข้านอนเสมอ

คืนหนึ่ง ฝูงยุงแห่กันออกมาล้อมเราไว้รอบด้านแล้ว แต่อาจารย์ก็ยังไม่บอกให้ข้าพเจ้าไปกางมุ้งให้เหมือนเคยเสียที ข้าพเจ้านิ่งฟังเสียงยุงบินหึ่ง ๆ อย่างร้อนใจ ขณะล้มตัวลงนอน ข้าพเจ้าได้แต่แผ่เมตตาให้กับพวกมันไปทั่วทุกทิศทาง ผ่านไปครึ่งชั่วโมง ข้าพเจ้าก็แสร้งกระแอมกระไอ หวังจะเรียกความสนใจจากอาจารย์ คิดแต่ว่าตัวเองเห็นจะถูกยุงรุมกัดจนต้องคลุ้มคลั่งไปเป็นแน่ แล้วไหนจะเสียงหึ่ง ๆ ที่ดังอยู่ข้างหูตอนพวกมันกำลังสูบเลือดเอาอีกเล่า

แต่อาจารย์ก็ไม่มีปฏิกิริยาตอบสนองใด ๆ ข้าพเจ้าจึงย่องเข้าไปดูท่าน ระวังไม่ให้เกิดเสียงรบกวน แต่ปรากฏว่าท่านไม่หายใจ นี่เป็นครั้งแรกที่ข้าพเจ้าได้เห็นท่านในยามหยั่งจิตลงสู่โยคฌาน ทำเอาข้าพเจ้าสะดุ้งตกใจทำอะไรไม่ถูกไปเลย

"รึอาจารย์จะหัวใจวายตายไปแล้ว!" ข้าพเจ้าคว้าเอากระจกมารอไว้ใต้จมูกของท่าน แต่ไม่มีไอจากลมหายใจจับผิวกระจกแม้สักกระผีก เพื่อให้แน่ใจเป็นสองเท่า ข้าพเจ้าถึงกับเอานิ้วปิดปากปิดจมูกท่านไว้ตั้งหลายนาที ร่างท่านเย็นเฉียบและแน่นิ่ง ข้าพเจ้าหันขวับไปทางประตู หมายจะไปเรียกคนมาช่วย

"ไง! พ่อนักทดลองอ่อนหัด! น่าเวทนาจมูกฉันเสียจริง!" อาจารย์ว่าด้วย

น้ำเสียงกลั้วหัวเราะ "แล้วทำไมถึงไม่หลับไม่นอน? โลกทั้งโลกมันจะยอมเปลี่ยนให้เธอรึก็เปล่า เธอต่างหากที่ต้องปรับเปลี่ยนตัวเอง เลิกสนใจกับยุงพวกนี้เสียที"

ข้าพเจ้ากลับไปนอนอย่างเชื่องเชื่อ คราวนี้ไม่มียุงหน้าไหนเฉียดเข้าใกล้ตัวอีก จึงได้ถึงบางอ้อว่าที่อาจารย์ยอมให้ไปซื้อหามุ้งมาใช้นั้นก็เพื่อจะเอาใจข้าพเจ้า ตัวท่านเองมิได้กลัวยุงเลย ด้วยอำนาจแห่งโยคะที่มี ท่านสามารถป้องกันไม่ให้พวกมันเข้าถึงตัวหรือจะใช้วิธีเข้าฌานหนีความรำคาญจากการถูกยุงกัดไปเสียเลยก็ย่อมได้

"ท่านจงใจแสดงให้เราดู" ข้าพเจ้าคิด "นั่นเป็นสภาวธรรมที่เราต้องพากเพียรพยายามไปให้ถึงให้จงได้" โยคีแท้ต้องสามารถผ่านเข้าสู่สภาวะอภิจิตสำนึก และคงสภาวะนั้นไว้ได้แม้จะต้องเผชิญกับปัจจัยอันนำมาซึ่งความฟุ้งซ่านในทางโลกอย่างไม่มีที่สิ้นสุด รวมทั้งเสียงยุงเสียงแมลง หรือกระทั่งแสงสว่างในยามกลางวันก็ตาม! การเข้าสู่*สาพิกัลปสมาธิ*ขั้นแรกนั้น ผู้ปฏิบัติจะต้องสำรวมกายมิให้รับรู้ถึงรูป รส กลิ่น เสียง และสัมผัสจากภายนอก หากกระทำได้ดังนั้น ก็จะได้ยินเสียงและได้ยลภาพในอาณาจักรแห่งจิตที่พิสุทธิ์ยิ่งกว่าสวนอีเดน[1] เมื่อครั้งสร้างโลกเสียอีก

นอกจากนี้แล้ว เจ้ายุงฝูงนี้ยังเป็นแบบเรียนบทต้น ๆ ให้กับข้าพเจ้าอีกบทหนึ่ง วันนั้นเป็นยามโพล้เพล้ อากาศเริ่มเย็นลง อาจารย์กำลังแสดงอรรถกถาเนื้อความในคัมภีร์โบราณให้ฟังอย่างลึกซึ้ง ยากที่จะหาใครทำได้เสมอเหมือน ข้าพเจ้านั่งอยู่ที่แทบเท้าท่าน รู้สึกสงบและเป็นสุขอย่างที่สุด จู่ ๆ เจ้ายุงมารยาททรามก็บุกรุกเข้ามาทำลายบรรยากาศ หันเหความสนใจของข้าพเจ้าไปจนได้ ขณะที่มัน "ฝังเข็มเข้าใต้ผิวหนัง" ตรงต้นขาของข้าพเจ้า มือข้าพเจ้าก็ยกขึ้นหมายเอาคืนโดยอัตโนมัติ แต่ยังไม่ทันจะลงมือสังหารโหด ข้าพเจ้าก็ให้นึกถึงคำสอนเรื่อง*อหิงสา*[2] (การไม่เบียดเบียนผู้อื่น) ของท่านปตัญชลีขึ้นมาได้ในจังหวะนั้นพอดี

---

1 อำนาจอันมีอยู่ทุกหนแห่งของโยคี ไม่ว่าจะเป็นการรับรู้รูป รส กลิ่น เสียง และสัมผัสโดยไม่จำเป็นต้องใช้อายตนะภายนอกนั้น มีกล่าวไว้ในคัมภีร์*ไตตติรียะอารัณยกะ* ความว่า "ตาบอดเจาะมุก นิ้วกุดสอดด้าย ไร้คอสวมใส่ เจ้าใบ้กล่าวชม"

2 "ที่ใดมีบุคคลผู้พากเพียร กระทำ*อหิงสากรรม* (การไม่เบียดเบียนผู้อื่น) ให้เต็มเปี่ยมบริบูรณ์ที่นั่น ความเป็นปฏิปักษ์ (ในหมู่สรรพสัตว์) ย่อมไม่บังเกิด"—*โยคสูตร* 2:35

"ทำไมไม่ตบมันให้รู้แล้วรู้รอดไปเลยล่ะ?"

"อาจารย์! นี่ท่านสอนให้กระผมฆ่าสัตว์ตัดชีวิตหรือขอรับ?"

"เปล่า แต่เมื่อพิจารณาจากจิตของเธอ เธอได้ตบยุงตัวนี้ตายไปเรียบร้อยแล้ว"

"กระผมไม่เข้าใจขอรับ"

"คำว่าอหิงสานั้น ท่านปตัญชลีหมายถึงการถ่ายถอนความปรารถนาที่จะฆ่า" อาจารย์อ่านความคิดข้าพเจ้าออกทุกขั้นทุกตอนเหมือนเปิดหนังสืออ่านกระนั้น "โลกใบนี้ถูกสร้างสรรค์มาให้ปฏิบัติตามหลักอหิงสาได้ยากยิ่ง มนุษย์เราอาจถูกบีบให้ต้องกำจัดสัตว์ที่เป็นอันตรายทิ้งให้สิ้นซาก แต่ใช่ว่าเขาจะตกอยู่ในสภาวะที่ถูกบีบคั้นให้รู้สึกโกรธเกลียดเคียดแค้น สรรพชีวิตทั้งหลายย่อมมีสิทธิ์เท่าเทียมกันภายในอาณาจักรแห่งมายานี้ โยคีผู้เข้าถึงความลับแห่งการสร้างสรรค์ย่อมปฏิบัติตนให้สอดคล้องเข้ากับปรากฏการณ์อันน่าพิศวงของธรรมชาติได้ทุกรูปแบบ ถ้าก้าวข้ามความต้องการทำลายล้างไปได้ มนุษย์ทั้งหลายก็อาจจะเข้าถึงสัจธรรมข้อนี้ได้"

"อาจารย์ขอรับ เช่นนี้แล้ว เราควรจะเสียสละตนเองแทนที่จะฆ่าสัตว์กระนั้นหรือขอรับ?"

"ไม่ใช่ สังขารของมนุษย์ถือเป็นของล้ำค่า ด้วยคุณค่าแห่งวิวัฒนาการอันสูงสุดในรูปของสมองและศูนย์จักรบนกระดูกสันหลังอันเป็นเอกลักษณ์ผิดจากสัตว์ทั้งปวง ทำให้ผู้ปฏิบัติธรรมขั้นสูงสามารถเข้าใจซึ้งและแสดงออกซึ่งแง่มุมอันสูงส่งของทิพยอำนาจได้อย่างเต็มที่ สัตว์อื่นๆ หาได้มีความสามารถเช่นที่ว่ามานี้ไม่ เป็นความจริงที่ว่าเมื่อมนุษย์ถูกบีบให้ต้องฆ่าสัตว์หรือสิ่งมีชีวิตประเภทอื่น เขาได้ก่อหนี้เวรหนี้กรรมขึ้น แต่พระคัมภีร์ศักดิ์สิทธิ์ก็สอนเอาไว้เช่นกันว่าการไม่รักษาไว้ซึ่งร่างกายของตน ปล่อยให้สูญเสียไปโดยใช่ที่ ย่อมถือเป็นความผิดบาปอันร้ายแรง"

ข้าพเจ้าถอนใจอย่างโล่งอก คำสอนที่สนับสนุนให้มนุษย์เราป้องกันตัวเองตามสัญชาตญาณนั้นใช่จะมีปรากฏให้เห็นในพระคัมภีร์ได้ง่ายๆ

เท่าที่รู้มา อาจารย์ไม่เคยเผชิญหน้ากับเสือดาวหรือเสือโคร่ง แต่งูเห่านั้นเคยเจอมาครั้งหนึ่ง ซึ่งท่านได้ใช้ความรักพิชิตมันลงอย่างราบคาบ เรื่องราวครั้งนั้นเกิดขึ้น ณ เมืองปุรีที่อาศรมริมทะเลของท่าน ตอนนั้นผู้อยู่ข้างกายท่านคือ

ประฟุลลา ศิษย์รุ่นเยาว์ที่ท่านรับไว้ในอีกหลายปีให้หลัง

"เรานั่งอยู่ข้างนอก ใกล้ ๆ กับตัวอาศรม" ประฟุลลาเล่าให้ข้าพเจ้าฟัง "แล้วมีงูเห่าตัวหนึ่งเลื้อยผ่านมา ตัวมันยาวตั้งสี่ฟุต มฤตยูของจริงเลยล่ะ มันแผ่แม่เบี้ยอย่างเกรี้ยวโกรธขณะเลื้อยปราดเข้ามาหาเรา แต่อาจารย์กลับหัวเราะหึ ๆ ให้มันเหมือนหัวเราะให้เด็กยังไงยังงั้น เห็นอาจารย์เอาแต่ตบมือเป็นจังหวะ[1] ผมงี้อกสั่นขวัญหายหมด คิดดูสิ! อาจารย์กำลังสร้างความบันเทิงเริงใจให้กับแขกที่น่าสยดสยองตัวนี้! ผมได้แต่นั่งตัวแข็งในใจสวดภาวนาเร็วปรื๋อ เจ้างูตัวนั้นเข้าไปใกล้อาจารย์มากแล้ว แต่มันกลับนิ่งเหมือนต้องมนต์สะกดจากการประเล้าประโลมของท่าน พังพานอันน่ากลัวค่อย ๆ หดลง แล้วมันก็เลื้อยผ่านลอดหว่างเท้าของอาจารย์หายลับไปในพงไม้

"ทำไมอาจารย์ถึงโบกมือไปมา แล้วทำไมเจ้างูเห่านั้นถึงไม่ฉกอาจารย์ ผมก็ไม่รู้" ประฟุลลาสรุป "สิ่งที่ผมรู้แน่นับแต่วินาทีนั้นคืออาจารย์ของพวกเราไม่กลัวอันตรายจากสัตว์หน้าไหนทั้งนั้น"

ช่วงไม่กี่เดือนแรกที่ข้าพเจ้าเข้ามาอยู่ในอาศรม มีอยู่บ่ายวันหนึ่งที่อาจารย์จ้องมาที่ข้าพเจ้าราวกับจะมองให้ทะลุ

"เธอผอมเกินไปนะ มุกุณฑะ"

คำพูดของท่านจี้ใจดำข้าพเจ้า ตาลึกโหลกับรูปร่างผอมแห้งเป็นปมด้อยของข้าพเจ้ามาแต่ไหนแต่ไร ข้าพเจ้ามีปัญหาอาหารไม่ย่อยเรื้อรังมาตั้งแต่ยังเล็ก ห้องของข้าพเจ้าที่บ้านมีขวดยาบำรุงตั้งเรียงอยู่บนชั้นสารพัด แต่ไม่มียาขนานใดช่วยได้ บางครั้งข้าพเจ้าก็อดที่จะถามตัวเองเศร้า ๆ ไม่ได้ว่าชีวิตนี้คุ้มค่าไหมกับสุขภาพที่ไม่แข็งแรงอย่างนี้

"ยาย่อมมีข้อจำกัดของมันอยู่ แต่พลังชีพที่รังสรรค์จากเบื้องบนหามีข้อจำกัดเช่นนั้นไม่ จงเชื่อเช่นนั้น แล้วเธอจะมีสุขภาพสมบูรณ์และแข็งแรงอย่างแน่นอน"

คำพูดของอาจารย์สร้างความเชื่อมั่นให้กับข้าพเจ้าได้ในทันทีว่า ข้าพเจ้า

---

1 งูเห่าจะฉกสิ่งที่เคลื่อนไหวอยู่ในรัศมีของมันทันที ส่วนใหญ่แล้ว การอยู่ให้นิ่งที่สุดอาจช่วยให้รอดพ้นจากการถูกงูกัดได้

งูเห่าเป็นสัตว์ที่คนในอินเดียกลัวกันมาก และในแต่ละปีจะมีคนถูกงูกัดตายในอินเดียมากถึงห้าพันรายเลยทีเดียว

สามารถนำเอาสัจธรรมข้อนี้มาใช้กับชีวิตของตนได้ ไม่เคยมีแพทย์คนไหน (ข้าพเจ้าไปหามาหลายคนมาก) สามารถกระตุ้นให้ข้าพเจ้าเกิดศรัทธาปสาทะได้เช่นนี้เลย

สุขภาพของข้าพเจ้าดีวันดีคืน กำลังวังชาก็มีมากกว่าแต่ก่อน ด้วยบารมีของอาจารย์สองสัปดาห์ที่ผ่านมา น้ำหนักตัวข้าพเจ้าเพิ่มขึ้นอย่างที่ไม่เคยทำได้มาก่อน ปัญหาเรื่องกระเพาะอาหารก็หายเป็นปลิดทิ้งด้วย

ภายหลังยังมีอีกหลายครั้งที่ข้าพเจ้ามีวาสนาได้เห็นอาจารย์ใช้ทิพยอำนาจรักษาผู้คนที่เจ็บป่วยเป็นโรคเบาหวาน โรคลมบ้าหมู วัณโรค หรือกระทั่งอัมพาต

"เมื่อหลายปีก่อน ครูก็เคยดิ้นรน อยากเพิ่มน้ำหนักให้กับตัวเองเหมือนกัน" อาจารย์บอกหลังจากที่ช่วยรักษาข้าพเจ้าจนหายได้ไม่นาน "ระหว่างพักฟื้นหลังจากล้มป่วยหนัก ครูได้ไปกราบคารวะท่านลาหิริ มหัสยะที่เมืองพาราณสี

"'อาจารย์ขอรับ' ครูเรียนท่าน 'กระผมป่วยหนักมานาน น้ำหนักตัวลดไปหลายปอนด์เลยขอรับ'

"'เข้าใจล่ะ ยุกเตศวร[1] เจ้าทำให้ตัวเองล้มป่วย แล้วตอนนี้ก็มาคิดว่าตัวเองผอม'

"นี่ไม่ใช่คำตอบที่ครูหวังจะได้รับ แต่อาจารย์ท่านก็ปลอบปลุกใจเสริมมาว่า

"'ไหนดูซิ เรามั่นใจว่าพรุ่งนี้เจ้าต้องรู้สึกดีขึ้นแน่'

"จิตที่พร้อมรับของครูรับเอาถ้อยคำของท่านมา โดยคิดเห็นว่ามันเป็นการบอกเป็นนัยว่าท่านจะช่วยรักษาครูอย่างเร้นลับ เช้าวันถัดมา ครูรีบมาหาท่านและออกอุทานอย่างดีอกดีใจ 'อาจารย์ขอรับ วันนี้กระผมรู้สึกค่อยยังชั่วขึ้นมากเลย'

"'จริงด้วย! วันนี้เจ้าทำให้ตัวเองแข็งแรงมีชีวิตชีวาขึ้นมากจริง ๆ'

"'มิใช่เช่นนั้นขอรับ อาจารย์!' ครูท้วง 'อาจารย์ต่างหากที่ช่วยกระผมไว้ นี่เป็นครั้งแรกในหลายสัปดาห์เลยที่กระผมรู้สึกมีกำลังวังชาเช่นนี้'

"'นั่นสินะ! อาการของเจ้ามันหนักเอาเรื่อง ร่างกายรึก็ยังอ่อนแออยู่ ใครจะไปรู้ว่าพรุ่งนี้จะทรงหรือจะทรุด?'

---

1 จริง ๆ แล้วท่านลาหิริ มหัสยะเรียกอาจารย์ว่า "ปรียา" (ชื่อแรกของอาจารย์) ไม่ใช่ "ยุกเตศวร" (ฉายาทางธรรม แต่ตอนที่ท่านลาหิริ มหัสยะยังมีชีวิตอยู่ อาจารย์ยังไม่ได้ออกบวชด้วยซ้ำ) (ดูหน้า 137) ในที่นี้และอีกหลาย ๆ ที่ ข้าพเจ้าเลือกใช้ชื่อ "ยุกเตศวร" แทนเพื่อป้องกันไม่ให้ผู้อ่านสับสน

"ความคิดที่ว่าตัวเองจะกลับไปอ่อนเปลี้ยเพลียแรงอีกทำเอาครูกลัวจนตัวสั่น เช้าวันรุ่งขึ้น ครูแทบจะลากสังขารมากราบท่านลาหิริ มหัสยะไม่ไหว

"'อาจารย์ขอรับ กระผมป่วยอีกแล้วขอรับ'

"ท่านมองครูแปลก ๆ 'นั่นไง! เจ้าทำตัวเองป่วยอีกแล้ว'

"ความอดทนของครูสิ้นสุดลง 'อาจารย์ขอรับ' ครูว่า 'ตอนนี้กระผมรู้แล้วว่าที่ผ่านมาท่านเอาแต่ล้อกระผมเล่น กระผมไม่เข้าใจเลยจริง ๆ ทำไมอาจารย์ถึงไม่เชื่อคำพูดอันเป็นสัจของกระผม'

"'เราพูดจริง ๆ สิ่งที่ทำให้เจ้าป่วยแล้วหายสบายดีสลับกันอยู่แบบนี้คือความคิดของเจ้าเอง' ดวงตาของท่านฉายแววเมตตา 'เจ้าก็เห็นแล้วว่าสุขภาพของเจ้ามันดีขึ้นและเลวลงตามความคาดหวังที่อยู่ในจิตใต้สำนึก ความคิดคือพลังดุจเดียวกับกระแสไฟฟ้าหรือแรงโน้มถ่วงของโลก จิตมนุษย์คือตัวจุดประกายของจิตสำนึกอันทรงไว้ซึ่งพลานุภาพอันไพศาลแห่งพระเป็นเจ้า เราสามารถแสดงให้เจ้าเห็นเป็นประจักษ์ได้ว่า ถ้าจิตอันกล้าแข็งของเจ้าเชื่อว่าจะเกิดสิ่งใดขึ้นโดยไม่มีข้อกังขา สิ่งนั้นก็จะบังเกิดขึ้นตามนั้นทันที'

"ด้วยรู้ดีว่าท่านลาหิริ มหัสยะไม่เคยพูดจาไร้สาระ ครูจึงเรียนถามท่านด้วยความยำเกรงและซาบซึ้งในพระคุณว่า 'อาจารย์ขอรับ ถ้ากระผมคิดว่าตัวเองแข็งแรงและกลับมาหนักเท่าเดิมแล้ว มันจะเป็นไปตามที่กระผมคิดใช่ไหมขอรับ?'

"'ใช่สิ เริ่มตั้งแต่ชั่วขณะจิตนี้เลย' ท่านตอบด้วยน้ำเสียงจริงจัง ตามองสบตาครูตรง ๆ

"ครูรู้สึกขึ้นมาในทันทีว่า ไม่เพียงจะมีกำลังวังชาขึ้นเท่านั้น กระทั่งน้ำหนักตัวก็เพิ่มตามมาติด ๆ ท่านลาหิริ มหัสยะกลับคืนสู่ความเงียบเหมือนเดิม หลังนั่งอยู่ ณ แทบเท้าท่านได้ไม่กี่ชั่วโมง ครูก็กลับไปบ้านแม่ซึ่งครูใช้เป็นที่พักเวลามาเยือนพาราณสี

"'ลูกแม่! เกิดอะไรขึ้น? ทำไมถึงได้อ้วนขึ้นราวกับเป็นโรคบวมน้ำอย่างนี้?' แม่ของครูแทบจะไม่เชื่อสายตาตัวเอง ตอนนี้ตัวครูกลับมามีเนื้อหนังสมบูรณ์กำยำเหมือนสมัยที่ยังไม่ได้ล้มป่วยยังไงยังงั้น

"ครูลองชั่งน้ำหนักดู ปรากฏว่าภายในวันนั้นเพียงวันเดียว น้ำหนักครูขึ้นมาถึงห้าสิบปอนด์ แล้วมันก็คงอยู่อย่างนั้นเป็นการถาวร ญาติมิตรที่เคยเห็นครูตอน

ผอมแห้งแรงน้อยต่างประหลาดใจไปตาม ๆ กัน หลายคนเปลี่ยนวิถีชีวิตและมาฝากตัวเป็นศิษย์ท่านลาหิริ มหัสยะเพราะผลจากปาฏิหาริย์ในครั้งนี้

"คุรุของครูเป็นผู้ตระหนักรู้ในองค์พระเป็นเจ้าแล้ว ท่านรู้ว่าโลกนี้เป็นเพียงความฝันที่พระผู้สร้างทรงรังสรรค์ขึ้น และเพราะรู้ดีว่าตัวท่านเป็นหนึ่งเดียวกับพระผู้ทรงไว้ซึ่งทิพยสุบิน ท่านอาจารย์ลาหิริ มหัสยะจึงสามารถบันดาลสิ่งหนึ่งสิ่งใดให้ปรากฏหรืออันตรธานไปได้ และถ้าท่านประสงค์ ก็ย่อมทำได้แม้กระทั่งเปลี่ยนแปลงอณูแห่งความฝันในโลกแห่งผัสสะ[1]นี้

"สรรพสิ่งทั้งปวงย่อมต้องมีครรลองของมัน" ท่านคุรุศรียุกเตศวรกล่าวสรุป "กฎซึ่งขับเคลื่อนจักรวาลเบื้องนอกนั้น นักวิทยาศาสตร์ย่อมสามารถค้นพบได้ เราเรียกมันว่ากฎธรรมชาติ แต่ยังมีกฎอันซับซ้อนละเอียดอ่อนยิ่งกว่าคอยขับเคลื่อนมิติทางจิตวิญญาณและเบื้องลึกแห่งจิตสำนึก จะรู้จักกฎเหล่านี้ได้ต้องอาศัยศาสตร์แห่งโยคะ มีแต่ครูบาอาจารย์ผู้ตระหนักรู้ว่าตนนั้นคือวิญญาณ จึงจะเข้าใจธรรมชาติอันแท้จริงของสรรพสิ่งได้ หาใช่นักฟิสิกส์ไม่ และด้วยความรู้ดังกล่าว พระคริสต์จึงสามารถช่วยให้คนรับใช้มีหูกลับคืนมาใหม่หลังจากที่ถูกสาวกผู้หนึ่งของพระองค์ตัดมันขาดไป"[2]

อาจารย์ของข้าพเจ้าเป็นผู้ตีความพระคัมภีร์ได้ลึกซึ้งอย่างยากจะหาผู้ใดทำได้เสมอเหมือน ความทรงจำอันแสนสุขของข้าพเจ้ามักเกาะเกี่ยวอยู่กับคำสอนสั่งของท่าน แต่ทรรศนะอันพิสุทธิ์ประดุจเพชรน้ำงามของท่านต้องไม่สูญเปล่าไปกับความไม่ใส่ใจหรือความโง่เขลา เพียงข้าพเจ้าขยุกขยิกหรือเผลอใจลอยไปหน่อยเดียว อาจารย์ก็จะหยุดการสอนนั้นทันที

"เธอไม่ได้ฟังครูเลยนี่" บ่ายวันหนึ่ง อาจารย์ละจากการสอนแล้วตั้งข้อสังเกตขึ้น ท่านมักกวดขันให้ข้าพเจ้าเอาใจใส่ต่อบทเรียนอยู่เป็นนิจ

"อาจารย์ขอรับ!" ข้าพเจ้าท้วง "กระผมยังไม่ได้ขยับตัวสักนิดเลยนะขอรับ

---

1 "ขณะเมื่อท่านจะอธิษฐานพระเจ้าขอสิ่งใด จงเชื่อว่าได้รับและท่านจะได้รับสิ่งนั้น"–มาระโก 11:24. ครูบาอาจารย์ผู้เป็นหนึ่งเดียวกับพระเป็นเจ้าย่อมสามารถถ่ายทอดทิพยญาณให้กับผู้ฝึกจิตจนแก่กล้าแล้ว ดังเช่นที่ท่านลาหิริ มหัสยะกระทำต่อท่านศรียุกเตศวรในวาระนี้

2 "มีคนหนึ่งในเหล่าสาวกได้ฟันทาสคนหนึ่งของมหาปุโรหิตประจำการถูกหูข้างขวาขาด แต่พระเยซูตรัสว่า "พอเสียทีเถอะ" แล้วพระองค์ทรงถูกต้องใบหูคนนั้นและให้เขาหาย"—ลูกา 22: 50–51

กระทั่งตาก็ยังไม่ได้กระพริบ จะให้กระผมทวนคำพูดของท่านทุกคำ กระผมก็ทำได้!"

"ถึงอย่างนั้น ใจเธอก็ไม่ได้อยู่กับครูทั้งหมด ในเมื่อเธอไม่ยอมรับ ครูก็จำต้องดึงเอาความคิดของเธอออกมายันกัน ในใจเธอวาดภาพตัวเองกำลังสร้างสถาบันขึ้นสามแห่ง แห่งหนึ่งอยู่บนที่ราบท่ามกลางดงไม้ อีกหนึ่งอยู่บนยอดเขา และแห่งสุดท้ายอยู่ริมมหาสมุทร"

ในใจข้าพเจ้ามีความคิดอันซ้ำซากและรางเลือนนี้ปรากฏอยู่จริง เหมือนกับเป็นจิตใต้สำนึกกระนั้น ข้าพเจ้าชำเลืองมองท่านอย่างสำนึกผิด

"เออหนอ กระผมจะทำอย่างไรกับอาจารย์เช่นนี้ดี . . . อาจารย์ผู้หยั่งรู้แม้กระทั่งสิ่งที่ศิษย์คิดขึ้นมาแค่แวบ ๆ"

"เธอให้สิทธิ์นั้นแก่ครูเอง สิ่งที่ครูกำลังอธิบายให้เธอฟังคือสัจธรรมอันลึกซึ้งยิ่ง ถ้าเธอไม่ตั้งใจฟังจริง ๆ ก็จะไม่สามารถเข้าใจได้ หากไม่จำเป็น ครูจะไม่ล่วงล้ำเข้าไปทำลายความเป็นส่วนตัวในจิตของผู้อื่นเป็นอันขาด มนุษย์เราย่อมมีสิทธิอันชอบธรรมที่จะท่องไปในความคิดของตนโดยไม่ต้องเปิดเผยความคิดนั้นให้ใครได้รู้ แม้แต่พระเป็นเจ้าก็มิปรารถนาจะล่วงล้ำเข้าไปโดยมิได้รับเชิญ ตัวครูเองก็ไม่คิดจะบุกรุกเข้าไปเช่นกัน"

"แต่กระผมยินดีให้อาจารย์เข้ามาดูความคิดของกระผมนี่ขอรับ!"

"ความฝันจะสร้างนั่นสร้างนี่ของเธอจะเป็นจริงในภายภาคหน้า แต่ตอนนี้เป็นเวลาที่ต้องศึกษาความรู้!"

จากเหตุการณ์ในครั้งนี้ ท่านอาจารย์ได้เผยให้ข้าพเจ้าเห็นด้วยทีท่าง่าย ๆ ว่าท่านรู้เห็นอนาคตของข้าพเจ้า รู้ว่าจะเกิดเหตุการณ์สำคัญสามเหตุการณ์ขึ้นในชีวิตของข้าพเจ้า ตั้งแต่ย่างเข้าวัยรุ่น ข้าพเจ้ามักเห็นภาพอาคารสามหลังปรากฏขึ้นในหัวโดยไม่ทราบต้นสายปลายเหตุอยู่บ่อยครั้ง อาคารแต่ละหลังตั้งอยู่ในสถานที่ต่าง ๆ กันไป ไล่ลำดับตรงตามที่อาจารย์ว่าไว้ไม่มีผิด สุดท้าย ภาพนิมิตเหล่านี้ก็กลายเป็นจริง อาคารหลังแรกคือโรงเรียนโยคะสำหรับเด็กชายที่ข้าพเจ้าก่อตั้งขึ้นบนที่ราบในเมืองรานจี ตามมาด้วยสำนักงานใหญ่ในอเมริกาบนยอดเขาของนครลอสแองเจลิส ปิดท้ายด้วยอาศรมริมมหาสมุทรแปซิฟิกที่เมืองเอนซินิตัส มลรัฐแคลิฟอร์เนีย

อาจารย์ไม่เคยโอ้อวดว่า "ฉันขอทำนายไว้เลยว่าจะเกิดเหตุการณ์อย่างนี้อย่างนี้!" แต่มักจะเปรยเป็นนัย ๆ ว่า "เธอไม่คิดหรือว่ามันอาจจะเกิดเหตุการณ์แบบนี้ขึ้น?" ถ้อยคำอันเรียบง่ายของท่านทรงไว้ซึ่งอานุภาพอันไพศาล และเมื่อพูดออกจากปากแล้วก็ไม่เคยถอนคำคืน คำทำนายของท่านไม่เคยผิดพลาด แม้จะบอกแค่เป็นนัย ๆ ก็ตาม

ท่านคุรุศรียุกเตศวรเป็นคนสงวนปากคำและวางตัวเรียบง่าย ไม่มีความคลุมเครือหรือขี้เล่นปรากฏให้เห็น เท้าท่านติดแน่นอยู่กับแผ่นดิน แต่ศีรษะอยู่ภายใต้ร่มเงาแห่งสรวงสวรรค์ นักปฏิบัติที่อยู่กับความเป็นจริงคือคนประเภทที่ท่านชื่นชม "ความใฝ่รู้ทางธรรมมิใช่ความโง่หรือบ้าใบ้! การสำเหนียกในพระเป็นเจ้าก็มิได้ทำให้ผู้ใดอ่อนแอทุพพลภาพ!" ท่านกล่าว "คุณงามความดีที่แสดงออกมาอย่างเต็มที่แข็งขันนั่นสิ คือบ่อเกิดของความฉลาดแหลมคมอย่างที่สุด"

อาจารย์ไม่ชอบถกเรื่องมิติเหนือโลก รัศมีอัน "น่าอัศจรรย์" เพียงหนึ่งเดียวของท่านคือความเรียบง่ายอย่างไร้ที่ติ ในการสนทนา ท่านจะเลี่ยงไม่พาดพิงถึงเรื่องที่ทำให้คนต้องปากอ้าตาค้าง แต่จะแสดงออกอย่างเต็มที่ในทางปฏิบัติ มีครูบาอาจารย์หลายท่านที่ชอบพูดถึงปาฏิหาริย์ แต่ไม่สามารถสำแดงให้เห็นเป็นที่ประจักษ์ได้ ท่านคุรุศรียุกเตศวรไม่ค่อยเอ่ยถึงกฎแห่งมิติอันลี้ลับซับซ้อน แต่กลับขับเคลื่อนมันได้ดั่งใจประสงค์โดยไม่ได้เปิดเผยให้ผู้คนได้รับรู้ด้วยซ้ำ

"ผู้ตระหนักรู้แล้วจะไม่แสดงปาฏิหาริย์ใด ๆ โดยไม่ได้รับความเห็นชอบจากจิตอันประภัสสร" อาจารย์อธิบาย "พระเป็นเจ้าย่อมไม่ประสงค์ให้ความลับในการสร้างสรรค์สรรพสิ่งถูกเปิดเผยโดยพร่ำเพรื่อ[1] กับทั้งมนุษย์ทั้งหลายในโลกย่อมมีสิทธิ์จำเพาะในอิสระแห่งความคิดของตน ผู้เป็นโยคีย่อมไม่ล่วงละเมิดอิสระนั้น"

อุปนิสัยของอาจารย์มักเงียบขรึมอยู่เป็นนิจ ทั้งนี้ ก็เพราะท่านมีญาณหยั่งถึงองค์พระเป็นเจ้าอย่างลึกซึ้ง เวลาในการ "เปิดเผยพระเป็นเจ้า" ที่ครูบาอาจารย์ผู้ยังไม่บรรลุอย่างแท้จริงมักทำกันไม่รู้จบสิ้นได้สิ้นสุดลงแล้ว พระคัมภีร์ของ

---

1 "อย่าให้ของประเสริฐแก่สุนัขอย่าโยนไข่มุกให้แก่สุกรเกลือกว่ามันจะเหยียบย่ำเสียและจะหันกลับมากัดตัวท่าน"—มัทธิว 7:6

ทางฮินดูมีภาษิตบทหนึ่งกล่าวไว้ว่า "ในจิตอันตื้นเขิน ความคิดอันน้อยนิดย่อมนำมาซึ่งความโกลาหลวุ่นวายอย่างใหญ่หลวง ในจิตอันลึกล้ำดั่งห้วงมหรรณพ แม้แรงบันดาลใจอันยิ่งใหญ่ก็ยังยากจะก่อให้เกิดแรงกระเพื่อมได้"

ด้วยเหตุที่อาจารย์วางตัวเหมือนคนธรรมดาทั่ว ๆ ไป จึงมีผู้คนที่อยู่ร่วมยุคสมัยเดียวกันกับท่านเพียงไม่กี่คนซึ่งรู้ว่าท่านเป็นคนเหนือคน ภาษิตที่ว่า "คนโง่ย่อมปิดบังปัญญาของตนไม่มิด" นั้น ไม่อาจนำมาใช้กับอาจารย์ผู้เงียบขรึมและลุ่มลึกของข้าพเจ้าอย่างเด็ดขาด

แม้จะเกิดมาเยี่ยงมรรตัยชนทั้งหลาย แต่ท่านศรียุกเตศวรก็บรรลุถึงความเป็นหนึ่งเดียวกับพระผู้เป็นใหญ่เหนือกาลเวลาและจักรวาล สำหรับท่านแล้วไม่มีอุปสรรคใดจะขัดขวางมิให้มนุษย์เข้าถึงพระเป็นเจ้าได้ ต่อมาข้าพเจ้าจึงได้เข้าใจว่าอุปสรรคเช่นที่ว่านี้ไม่มีอยู่ จะมีก็แต่กับผู้ที่ไม่ยอมเสี่ยงก้าวย่างเข้ามาบนเส้นทางแห่งจิตวิญญาณเท่านั้น

ข้าพเจ้าใจเต้นรัวทุกครั้งที่ได้ก้มตัวลงสัมผัสเท้าอันศักดิ์สิทธิ์ของท่าน เมื่อผู้เป็นศิษย์สัมผัสตัวอาจารย์ด้วยใจที่เปี่ยมไปด้วยความเคารพ จิตวิญญาณของเขาจะเหมือนกับถูกสะกด กระแสอันละเอียดอ่อนจะบังเกิด กลไกทางจิตที่หล่อหลอมให้เกิดอุปนิสัยอันไม่พึงปรารถนาในสมองของศิษย์จะถูกขจัดออกไป ความนิยมยินดีกับความสุขในทางโลกจะถูกขัดเกลาให้ลดน้อยถอยลง ซึ่งนับเป็นคุณกับตัวผู้เป็นศิษย์เอง อย่างน้อยที่สุด ม่าน*มายา*อันลี้ลับอาจถูกเลิกขึ้นให้เขาได้พบกับปีติสุขอันแท้จริงแม้จะเพียงชั่วขณะจิตหนึ่ง ร่างกายของข้าพเจ้าจะตอบรับแสงเรื่อเรืองที่นำไปสู่อิสระแห่งจิตนี้ทุกครั้งที่มีโอกาสได้คุกเข่าลงคารวะอาจารย์ตามธรรมเนียมของทางอินเดียเรา

"ท่านลาหิริ มหัสยะนั้น ไม่ว่าจะในยามที่ท่านนิ่งเงียบ" อาจารย์เล่า "หรือในยามสนทนาเรื่องอื่นที่ไม่เกี่ยวข้องกับศาสนา ครูก็ยังรู้สึกอยู่ดีว่าท่านได้ถ่ายทอดกระแสความรู้อันยากจะบรรยายได้มาสู่ตัวครู"

ท่านศรียุกเตศวรเองก็มีอิทธิพลต่อข้าพเจ้าในทำนองเดียวกัน เมื่อใดที่ข้าพเจ้าเดินเข้าอาศรมมาโดยมีความวิตกกังวลติดค้างอยู่ในใจ หรือด้วยความเมินเฉยไม่ใส่ใจต่อสิ่งใด ทรรศนะดังกล่าวจะเปลี่ยนไปโดยที่ข้าพเจ้าเองก็ไม่ได้รู้ตัว ใจข้าพเจ้าจะสงบลงเพียงเพราะได้เห็นท่าน แต่ละวันที่ได้อยู่กับท่าน

คือประสบการณ์ใหม่อันนำมาซึ่งความสุข ศานติ และปัญญา ไม่เคยมีสักครั้งที่ท่านจะมีพฤติกรรมเสแสร้งตบตาหรือหลงมัวเมาอยู่กับโลภะ โทสะ หรืออุปาทานเยี่ยงปุถุชนโดยทั่วไปให้ข้าพเจ้าได้เห็น

"ความมืดบอดแห่งมายากำลังคืบคลานเข้ามาโดยไม่ให้สุ้มให้เสียง เราพึงเร่งฝึกฝนจิตเพื่อกลับคืนสู่บ้านของเรากันเถิด" ถ้อยคำที่แฝงนัยแห่งการตักเตือนนี้ อาจารย์มักใช้เพื่อสะกิดให้สานุศิษย์ทั้งหลายตระหนักถึงความสำคัญของการปฏิบัติกริยาโยคะอยู่เป็นนิจ บางครั้งจะมีศิษย์ใหม่ที่แสดงทีท่าไม่มั่นใจ คิดว่าตนเองไม่มีค่าคู่ควรกับศาสตร์แห่งโยคะนี้

"จงลืมอดีตเสียเถิด" อาจารย์จะปลอบปลุก "ชีวิตที่ผ่านพ้นไปในแต่ละวันของคนเราล้วนแปดเปื้อนไปด้วยความผิดบาปอันน่าละอาย ขึ้นชื่อว่าความประพฤติของมนุษย์ปุถุชนย่อมถือเป็นที่หวังมิได้ เว้นแต่มนุษย์ผู้นั้นจะพบที่พักพิงในองค์พระเป็นเจ้าแล้วเท่านั้น อนาคตของเธอจะดีขึ้นถ้าเธอเริ่มก้าวย่างไปบนเส้นทางธรรมเสียตั้งแต่เดี๋ยวนี้"

อาจารย์มักรับศิษย์รุ่นเยาว์เอาไว้ในอาศรมเสมอ โดยท่านจะใส่ใจสอนสั่งพวกเขาทั้งทางด้านพุทธิปัญญาและด้านจิตวิญญาณไปจนชั่วชีวิตของท่าน แม้ก่อนท่านจะลาโลกไปไม่นาน ท่านได้รับเด็กชายวัยหกขวบสองคนกับเด็กหนุ่มวัยสิบหกปีอีกคนหนึ่งเข้าไว้ในอาศรม เด็กที่อยู่ในความดูแลของท่านจะได้รับการอบรมสั่งสอนด้วยความเอาใจใส่ คำว่า "ศิษย์" และ "วินัย" จึงมีความเชื่อมโยงกันทั้งในแง่นิรุกติศาสตร์และในแง่ของการปฏิบัติ

ทุกคนในอาศรมเคารพรักและยำเกรงอาจารย์มาก เพียงท่านตบมือเบาๆ พวกเขาจะกระวีกระวาดมาอยู่ข้างกายท่าน ยามท่านเงียบขรึมไม่พูดไม่จา ก็จะไม่มีศิษย์คนไหนกล้าปริปากพูดขึ้นก่อน และเมื่อท่านหัวเราะอย่างรื่นเริง พวกเด็กเล็กเด็กน้อยก็จะมองท่านเป็นเหมือนเพื่อนในวัยเดียวกัน

อาจารย์ไม่เคยขอให้ใครมาดูแลรับใช้ท่านในเรื่องส่วนตัว แม้แต่กับลูกศิษย์ลูกหาท่านก็ไม่ยอมรับความช่วยเหลือถ้าเจ้าตัวไม่ออกปากอาสาด้วยความสมัครใจอย่างแท้จริง อาจารย์จะซักเสื้อผ้าเองถ้าศิษย์ในอาศรมลืมทำหน้าที่ที่ใครๆ ต่างก็ถือกันว่าเป็นเกียรตินักหนาที่ได้ทำ

ปกติแล้ว อาจารย์จะนุ่งห่มผ้าย้อมฝาดสีส้มอมแดงเยี่ยงผู้ออกบวชเป็น

สวามีทั้งหลาย ถ้าอยู่ในอาศรม ท่านจะสวมรองเท้าแตะแบบไม่มีสายรัดส้น ทำจากหนังเสือหรือหนังกวางตามธรรมเนียมที่โยคียึดถือปฏิบัติกันมาแต่เดิม

อาจารย์พูดภาษาอังกฤษ ฝรั่งเศส เบงกาลี และฮินดีได้คล่อง ภาษาสันสกฤตก็พูดได้ดีพอใช้ เวลาสอนลูกศิษย์รุ่นเยาว์ ท่านจะใจเย็นมากและจะใช้วิธีลัดที่ท่านคิดค้นขึ้นมาอย่างแยบคายในการเรียนการสอนวิชาภาษาอังกฤษและภาษาสันสกฤต

อาจารย์ไม่ได้พะวงหลงติดอยู่กับสังขาร แต่ท่านก็เอาใจใส่ดูแลมันตามสมควรโดยให้เหตุผลว่า การสำแดงองค์ของพระเป็นเจ้าจะสมบูรณ์ได้ก็ต้องอาศัยร่างกายและจิตใจที่สมบูรณ์พร้อม ท่านไม่สนับสนุนการกระทำแบบสุดโต่งในทุกรูปแบบ ครั้งหนึ่ง มีศิษย์คนหนึ่งแสดงความประสงค์จะอดอาหารเป็นเวลานาน อาจารย์หัวเราะแล้วบอกว่า “ไม่เลาะกระดูกโยนให้หมาเสียเลยล่ะ?”[1]

อาจารย์มีสุขภาพดีเยี่ยม ข้าพเจ้าไม่เคยเห็นท่านล้มป่วยเลยสักครั้ง[2] แต่ท่านก็ให้เกียรติต่อธรรมเนียมปฏิบัติในทางโลก โดยอนุญาตให้ศิษย์ไปรักษาอาการเจ็บป่วยกับแพทย์แผนปัจจุบันได้ถ้าพวกเขาประสงค์เช่นนั้น “แพทย์ทั้งหลาย” ท่านว่า “ควรปฏิบัติหน้าที่ในการรักษาผู้ป่วยผ่านกฎอันว่าด้วยวัตถุธาตุของพระเป็นเจ้า” แต่ท่านก็สรรเสริญการรักษาจิตว่าประเสริฐกว่า และย้ำอยู่เสมอว่า “ปัญญาคือยาล้างพิษขนานเอก” อาจารย์บอกกับสานุศิษย์ว่า

“สังขารคือเพื่อนทรยศ จงเอาใจใส่มันแต่พอเหมาะพอควร ทุกข์-สุขนั้นหาความจีรังยั่งยืนมิได้ จงตั้งรับทั้งเรื่องดีและเรื่องร้ายอย่างมีสติ ในขณะเดียวกันก็ต้องพยายามถ่ายถอนตนให้พ้นจากอำนาจของมันด้วย ความคิดคำนึงคือประตูที่เปิดรับทั้งโรคร้ายและการรักษา หากเราไม่เชื่อว่าตัวเราป่วยจริงแม้ในขณะที่เราป่วยอยู่ เจ้าโรคร้ายที่เราไม่ให้การต้อนรับก็จะต้องเผ่นหนีไปในที่สุด!”

อาจารย์มีศิษย์เป็นแพทย์อยู่หลายคน “ผู้ศึกษาสรีรศาสตร์ควรก้าวต่อไปให้ไกล ค้นให้ลึกลงไปถึงศาสตร์แห่งจิตวิญญาณ” ท่านว่า “โครงสร้างทาง

---

1 อาจารย์ยอมรับการอดอาหารในแง่ที่เป็นวิธีล้างพิษตามธรรมชาติที่ดีเยี่ยม แต่ศิษย์คนดังกล่าวติดจะหมกมุ่นกับร่างกายของตนจนเกินเหตุ

2 อาจารย์เคยล้มป่วยครั้งหนึ่งที่แคว้นแคชเมียร์ตอนนั้นข้าพเจ้าไม่ได้อยู่กับท่าน (ดูหน้า 264)

จิตวิญญาณอันซับซ้อนนั้นซ่อนอยู่เบื้องหลังกลไกทางร่างกายของเรานี่เอง”[1]

ท่านแนะให้สานุศิษย์ดำรงตนเป็นผู้ประสานคุณธรรมของทางตะวันตกและตะวันออกเข้าด้วยกัน ตัวท่านเองนั้นเปลือกนอกนิยมธรรมเนียมปฏิบัติของทางตะวันตก แต่จิตวิญญาณมั่นคงอยู่ในวิถีของทางตะวันออก ท่านยกย่องความเจริญ ความรอบรู้ และสุขอนามัยตามวิถีตะวันตก ในขณะเดียวกันก็สรรเสริญแนวคิดทางศาสนาที่แผ่รัศมีอันเรืองรองออกมาจากทางโลกตะวันออกนานนับร้อยๆ ปี

ระเบียบวินัยไม่ใช่เรื่องใหม่สำหรับข้าพเจ้า ที่บ้านมีพ่อคอยเข้มงวด พี่อนันตะก็คอยกวดขันอยู่บ่อยๆ แต่การอบรมสั่งสอนของอาจารย์นั้น ต้องเรียกว่าเป็นที่สุดของความเข้มงวดกวดขันเลยทีเดียว เพราะปรารถนาจะให้ศิษย์ดีพร้อม อาจารย์จึงมักว่ากล่าวพวกเราเหล่าลูกศิษย์อยู่เป็นนิจ ทั้งเรื่องความผิดเฉพาะหน้าและความประพฤติที่ไม่เหมาะไม่ควรทั่วๆ ไป

“มารยาทดีแต่ไร้ความจริงใจก็เปรียบเสมือนหญิงงามที่ตายไปแล้ว” ครั้งหนึ่งท่านเคยเปรียบเปรยตามเหตุที่เกิดขึ้น “ตรงเกินไปจนไร้อัธยาศัยไมตรีก็เหมือนกับมีดหมอได้ผลแต่ก็สร้างบาดแผลอันเจ็บปวด วาจาจริงใจแต่ให้เกียรติจึงจะเป็นประโยชน์และเป็นที่นิยมชมชอบ”

ความก้าวหน้าทางจิตวิญญาณของข้าพเจ้าดูจะเป็นที่พอใจของท่านอาจารย์อย่างเห็นได้ชัด เพราะท่านแทบจะไม่เคยเอ่ยพาดพิงถึงเลย แต่กับเรื่องอื่นๆ

---

1 นายแพทย์ผู้กล้าหาญท่านหนึ่ง นามว่าชาร์ลส์ โรเบิร์ต รีเชต ผู้ได้รับรางวัลโนเบลสาขาสรีรศาสตร์ ได้เขียนข้อคิดเอาไว้ดังนี้ “อภิปรัชญายังไม่ได้รับการยอมรับอย่างเป็นทางการให้เป็นศาสตร์แขนงหนึ่ง แต่ในอนาคตต้องได้เป็นแน่... ที่เอดินเบิร์ก ผมได้ยืนยันต่อผู้เชี่ยวชาญทางด้านสรีรศาสตร์ 100 ท่านว่า ประสาทสัมผัสทั้งห้าของเรามิใช่หนทางเดียวที่จะช่วยให้เราได้มาซึ่งความรู้และบางครั้ง เราก็ต้องใช้หนทางอื่นในการค้นหาเศษเสี้ยวของความจริงที่ขาดหายไป...เพราะข้อเท็จจริงที่หาได้ยากยิ่งมิได้หมายความว่ามันจะไม่มีอยู่ และเพียงเพราะเรื่องนี้ทำการศึกษาค้นคว้าได้ยาก เราจึงเพิกเฉย ไม่ยอมไปศึกษาทำความเข้าใจกับมันกระนั้นหรือ?...ผู้โจมตีอภิปรัชญาว่าเป็นศาสตร์ลึกลับควรละอายแก่ใจไม่ต่างพวกที่กล่าวหาวิชาเคมี โดยอ้างว่าการเล่นแร่แปรธาตุเพื่อให้ได้มาซึ่งทองหรือแก้วสารพัดนึกเป็นเรื่องหลอกลวง...ถ้าจะว่ากันในเรื่องของกฎแล้ว ก็เห็นมีแต่กฎของลาวัวซีเยร์ โคลด แบร์นาร์ และปาสเตอร์เท่านั้น...นั่นคือ*การทดลอง*มีอยู่ในทุกที่และตลอดเวลา ฉะนั้น ขอต้อนรับศาสตร์แขนงใหม่ซึ่งจะช่วยเปลี่ยนแนวความคิดของมนุษย์ไปสู่ทิศทางใหม่ๆ”

ที่เหลือ ข้าพเจ้าเป็นต้องถูกดุว่าไม่เว้นแต่ละวัน ข้อเสียหลักๆ ของข้าพเจ้าคือ ชอบใจลอย ซึมเศร้าเป็นพักๆ ไม่ปฏิบัติตามกติกามารยาทบางประการ และบางครั้งก็ชอบทำอะไรแบบไม่มีแบบแผน ไม่เป็นขั้นเป็นตอน

"ดูพ่อของเธอเป็นตัวอย่างสิ ท่านจะทำสิ่งใดก็เป็นระบบระเบียบ มีเหตุมีผลอันเหมาะควร" อาจารย์ยกตัวอย่าง ไม่นานหลังจากที่ข้าพเจ้าได้มาเยือนอาศรมที่เซรัมปอร์เป็นครั้งแรก ศิษย์ทั้งสองของท่านลาหิริ มหัสยะก็ได้มาพบหน้ากัน พ่อกับอาจารย์ต่างชื่นชมซึ่งกันและกันอย่างลึกซึ้ง พวกท่านต่างก็พัฒนาจิตอันประภัสสรขึ้นบนฐานรากทางจิตวิญญาณอันแข็งแกร่งดั่งหินแกรนิตที่ไม่มีวันจะแตกสลายไปตามกาลเวลา

สมัยยังเด็ก ข้าพเจ้าได้ซึมซับเอาสิ่งไม่ถูกไม่ควรจากครูท่านหนึ่งที่ผ่านเข้ามาในชีวิต ท่านสอนข้าพเจ้าว่า ผู้เป็นศิษย์ไม่จำเป็นต้องใส่ใจกระทำกิจในทางโลกอย่างแข็งขันนักก็ได้ และเมื่อข้าพเจ้าละเลยหรือทำงานในหน้าที่อย่างขอไปที ท่านก็ไม่ได้ว่ากล่าวหรือลงโทษข้าพเจ้าแต่อย่างใด วิสัยมนุษย์นั้นย่อมจะเห็นดีเห็นงามกับคำสอนทำนองนี้ได้โดยง่าย กระนั้น ภายใต้การขัดเกลาอย่างเข้มงวดของอาจารย์ ข้าพเจ้าสลัดนิสัยไม่มีความรับผิดชอบออกไปจากตัวได้ภายในเวลาไม่นานนัก

"ผู้ที่ดีเกินไปสำหรับโลกนี้ ล้วนประดับอยู่ในโลกอื่น" อาจารย์เอ่ยขึ้นในวันหนึ่ง "ตราบใดที่เรายังหายใจเอาอากาศในโลกนี้เข้าไปฟรีๆ เราก็ย่อมมีหน้าที่ต้องตอบแทนคุณให้แก่โลก มีแต่ผู้เข้าถึงสภาวะดับลมหายใจได้[1]เท่านั้น จึงจะเป็นอิสระจากเงื่อนไขนี้ของจักรวาลได้" แล้วท่านก็กล่าวเสริมมาอย่างไร้อารมณ์ว่า "ไว้เธอบรรลุถึงสมาธิจิตขั้นนั้นได้เมื่อไหร่ ครูจะเป็นคนบอกกับเธอเอง"

อาจารย์ของข้าพเจ้าไม่ใช่คนที่ใครจะมาติดสินบนได้ แม้สินบนนั้นจะมาในรูปของความรักก็ตาม ท่านไม่เคยผ่อนปรนให้กับคนที่มาฝากตัวเป็นศิษย์ด้วยความยินยอมพร้อมใจเฉกเช่นเดียวกันกับข้าพเจ้า ไม่ว่าอาจารย์กับ

---

[1] *สมาธิ* หมายถึงจิตที่เข้าสู่สภาวะ*อภิจิตสำนึก* หรือจิตสำนึกระดับสูง นั่นคือความปีติด้วยจิตสำนึกที่ดื่มด่ำเป็นหนึ่งเดียวกับพระเป็นเจ้าอันเป็นผลจากการปฏิบัติสมาธิอย่างลึกล้ำ

ข้าพเจ้าจะอยู่ในท่ามกลางสานุศิษย์คนอื่น ๆ ท่ามกลางแขกเหรื่อที่แวะเวียนมาคารวะ หรืออยู่ด้วยกันตามลำพัง ท่านก็จะพูดตรง ๆ และว่ากล่าวข้าพเจ้าอย่างไม่ไว้หน้าเสมอ ความผิดพลั้งเล็ก ๆ น้อย ๆ เพราะความไม่รู้จักคิดหรือความกลับกลอกเป็นต้องถูกท่านตำหนิทุกครั้งไป การอบรมขัดเกลาด้วยการบดขยี้อัตตาให้แหลกละเอียดเป็นผุยผงเช่นนี้เป็นเรื่องยากที่จะทนรับได้ แต่ข้าพเจ้าได้ตัดสินใจเด็ดขาดแล้วที่จะให้ท่านคุรุศรียุกเตศวรกำจัดสิ่งไม่ดีไม่งามในอุปนิสัยใจคอให้หมดสิ้นไป และในขณะที่ท่านเพียรพยายามจะปั้นแต่งข้าพเจ้าให้งามพร้อมด้วยความเหนื่อยยาก ก็มีอยู่หลายครั้งที่ข้าพเจ้าสะท้านหวั่นไหวไปกับน้ำหนักของฆ้อนแห่งระเบียบวินัยที่ท่านกระหน่ำเข้าใส่โดยไม่ยั้งมือ

"ถ้าเธอไม่พอใจคำพูดของครู เธอก็สามารถไปจากที่นี่ได้ทุกเมื่อ" อาจารย์กล่าวยืนยันกับข้าพเจ้า "ครูไม่ได้ต้องการอะไรจากเธอ แค่อยากให้เธอประเสริฐเลิศดี ถ้าคิดว่าอยู่แล้วจะเป็นคุณแก่ตัวก็อยู่ต่อไป"

การที่อาจารย์ช่วยขจัดความยโสโอหัง ทำให้ข้าพเจ้ารู้จักอ่อนน้อมถ่อมตนลงได้ นับเป็นพระคุณอันสุดล้นพ้นประมาณ ความรู้สึกของข้าพเจ้าในบางครั้งนั้น อุปมาเหมือนดังท่านได้ค้นพบและถอนรากถอนโคนของฟันฟางทุกซี่ที่ผุกร่อนออกจากขากรรไกรของข้าพเจ้ารากเหง้าของความอหังการนั้นยากนักจะขุดรากถอนโคนออกมาได้ เว้นแต่จะกระทำกันแบบไม่ปรานีปราศรัยเท่านั้น และเมื่อกำจัดมันออกไปได้หมด ช่องทางที่จะเปิดรับพระเป็นเจ้าได้อย่างราบรื่นก็จะปรากฏขึ้น มาตรแม้นจิตใจยังแข็งกระด้างด้วยความเห็นแก่ตนเป็นที่ตั้ง ก็ย่อมไม่มีช่องทางใดให้กระแสจากเบื้องบนไหลผ่านเข้ามาได้

ญาณหยั่งรู้ของอาจารย์นั้นแหลมคมนัก ท่านมักตอบโต้ความคิดในใจของคนที่ไม่ใส่ใจในธรรมที่ท่านกำลังแสดง คำพูดที่ออกจากปากกับสิ่งที่ใจคิดจริง ๆ นั้นอาจแตกต่างกันอย่างสิ้นเชิง "จงใช้ความสุขุมเยือกเย็น" ท่านว่า "หยั่งให้ซึ้งถึงความคิดที่อยู่เบื้องหลังความสับสนวกวนในคำพูดของผู้คน"

การแสดงทิพยญาณให้แจ้งมักแสลงหูปุถุชน อาจารย์จึงไม่เป็นที่นิยมชมชอบของสานุศิษย์ที่มีความคิดอันตื้นเขิน แต่ผู้เจริญด้วยปัญญา ซึ่งมีอยู่น้อยกว่าน้อย จะเคารพเลื่อมใสในตัวท่านอย่างลึกซึ้ง

ข้าพเจ้ากล้าพูดได้เลยว่า ถ้าคำพูดของอาจารย์ไม่ตรงไปตรงมาและจี้ใจดำ

คนได้ถึงขนาด ท่านจะต้องเป็นคุรุที่มีคนแห่มาฝากตัวเป็นศิษย์มากที่สุดในอินเดียแน่

"ครูจะเข้มงวดกับคนที่มาฝากตัวเป็นศิษย์ให้ครูอบรมสั่งสอน" ท่านยอมรับกับข้าพเจ้า "นั่นเป็นแนวทางของครู รับได้ก็อยู่ รับไม่ได้ก็ไป ครูจะไม่ยอมย่อหย่อนอ่อนข้อให้เป็นอันขาด แต่เธอจะผ่อนปรนให้กับลูกศิษย์ลูกหามากกว่าครู นั่นเป็นแนวทางของเธอ ครูจะใช้แต่ความเข้มงวดกวดขันในการขัดเกลาพวกเธอ คนที่จะผ่านพ้นมันไปได้คือคนที่มีขันติมานะอย่างยิ่งยวด การใช้ความรักความเมตตาก็สามารถขัดเกลาคนให้ดีได้เช่นกัน ถ้ามีปัญญากำกับ จะใช้ไม้อ่อนหรือไม้แข็งก็ได้ผลเหมือนกันทั้งนั้น" แล้วท่านก็กล่าวเสริมเพิ่มเติมมาว่า "เธอจะต้องไปอยู่ยังต่างแดน ในที่ซึ่งผู้คนไม่ชอบให้ใครมาโจมตีอัตตาของตนอย่างเถรตรง ผู้เป็นครูย่อมไม่สามารถนำภูมิปัญญาแห่งอินเดียไปเผยแพร่สู่โลกตะวันตกได้หากไร้เสียซึ่งความอดทนอดกลั้นในการปรับตัว อะลุ้มอล่วยให้แก่กันและกัน" (ข้าพเจ้าไม่ขอบอกว่ารำลึกถึงคำพูดนี้ของอาจารย์บ่อยแค่ไหนในอเมริกา!)

จริงอยู่ ถ้อยวาจาอันเถรตรงทำให้อาจารย์มีศิษย์อยู่ไม่มากนักในยามที่ท่านยังมีชีวิตอยู่ กระนั้น จำนวนสานุศิษย์ที่ศึกษาคำสอนของท่านอย่างจริงจังก็มีเพิ่มขึ้นอย่างต่อเนื่อง จิตวิญญาณของท่านจึงยังได้รับการสืบสานต่อมาจนถึงยุคปัจจุบัน ขุนศึกอย่างพระเจ้าอเล็กซานเดอร์มหาราชแสวงหาอำนาจเหนือดินแดน แต่ครูบาอาจารย์เช่นท่านคุรุศรียุกเตศวรกลับทรงไว้ซึ่งอำนาจอันยิ่งใหญ่กว่า นั่นคือ อำนาจเหนือจิตวิญญาณมนุษย์

แม้จะเป็นเพียงข้อบกพร่องธรรมดา เล็ก ๆ น้อย ๆ อาจารย์ก็มักจะว่ากล่าวพวกเราเหล่าลูกศิษย์อย่างจริงจังจนเป็นปกติวิสัย วันหนึ่ง พ่อแวะมาเยี่ยมอาจารย์ที่เซรัมปอร์และหวังจะได้ยินอาจารย์กล่าวชมเชยลูกชายตามวิสัยของพ่อทั้งหลาย แต่อาจารย์กลับตำหนิข้าพเจ้าให้พ่อฟังเป็นกระบุงโกย ทำเอาพ่อผิดคาด รีบรุดมาหาข้าพเจ้าทันที

"ฟังอาจารย์ของเจ้าเล่า พ่อนึกว่าเจ้าจะเหลือแต่ซากเสียแล้ว!" น้ำเสียงพ่อกึ่งขันกึ่งสะอื้นพิกลอยู่

สาเหตุเพียงประการเดียวที่ทำให้อาจารย์ไม่พอใจในตอนนั้นคือ ข้าพเจ้า

พยายามโน้มน้าวชายคนหนึ่งให้หันมาสู่ทางธรรมทั้ง ๆ ที่อาจารย์เคยพูดห้ามไว้เป็นนัย ๆ แล้ว

ฟังพ่อว่า ข้าพเจ้าก็รุดไปหาอาจารย์ด้วยความขุ่นเคือง ท่านมองข้าพเจ้าตาละห้อยเหมือนรู้ตัวว่าผิด นั่นเป็นครั้งเดียวที่ข้าพเจ้าได้เห็นพญาสีหราชผู้ทรงไว้ซึ่งความศักดิ์สิทธิ์ยอมสยบให้ต่อหน้า ข้าพเจ้าดื่มด่ำกับชั่ววินาทีอันแสนจะพิเศษพิสดารนั้นอย่างเต็มที่

"อาจารย์ขอรับ เหตุใดท่านจึงกล่าวโทษกระผมเสียยกใหญ่ ทำจนพ่อใจเสียไปเช่นนี้? ทำอย่างนั้นมันยุติธรรมแล้วหรือขอรับ?"

"ครูจะไม่ทำอย่างนั้นอีก" น้ำเสียงท่านเหมือนจะขอโทษอยู่กราย ๆ

ความขุ่นเคืองของข้าพเจ้าปลาสนาการไปในทันที บุรุษผู้ยิ่งใหญ่ช่างพร้อมยอมรับผิดได้ง่ายกระไรเช่นนี้! นับจากนั้น ท่านก็ไม่พูดอะไรให้พ่อต้องวิตกกังวลถึงข้าพเจ้าอีก แต่ท่านก็ยังชำแหละข้าพเจ้าออกเป็นชิ้น ๆ อย่างไม่ปรานีปราศรัยในทุกเวลาและทุกสถานที่ที่ท่านเห็นสมควรอยู่เช่นเดิม

ลูกศิษย์หน้าใหม่มักเอาอย่างอาจารย์ เที่ยววิพากษ์วิจารณ์คนอื่นเสียถ้วนทั่ว ช่างปราดเปรื่องเหมือนคุรุของพวกเขาเสียนี่กระไร! แต่ละคนนับเป็นแบบอย่างของการรู้จักแยกแยะสิ่งผิดสิ่งถูกได้อย่างแม่นยำโดยแท้! แต่คนที่ชอบโจมตีคนอื่นก็ต้องระวังแนวรับของตนให้ดีด้วย ศิษย์ที่ชอบหาเรื่องจับผิดคนอื่นนั้น พอถูกอาจารย์ว่ากล่าววิพากษ์วิจารณ์เอาบ้าง บางคนทนไม่ไหวถึงกับหนีไปก็มี

"พวกที่มีใจหวั่นไหวไม่มั่นคง ทนรับไม่ได้แม้กระทั่งการตำหนิติเตียนเล็ก ๆ น้อย ๆ ก็เปรียบเสมือนร่างกายส่วนที่เป็นแผลฝีหนอง ถึงจะจับต้องเบามือแค่ไหน ก็เป็นต้องสะดุ้งถอยหนีทุกทีไป" อาจารย์เปรียบเปรยถึงพวกที่มีใจโลเลเอาไว้ได้อย่างน่าขัน

ศิษย์หลายคนมีภาพผู้เป็นคุรุในใจเอาไว้ก่อน แล้วเอาภาพนั้นมาเป็นเกณฑ์ในการตัดสินคำพูดและการกระทำของท่าน คนประเภทนี้มักบ่นว่าเสมอว่าพวกเขาไม่เข้าใจท่านศรียุกเตศวรเสียเลย

"ถึงพระเจ้าพวกคุณก็ไม่เข้าใจเหมือนกันนั่นแหละ!" ข้าพเจ้าย้อนให้ในวาระหนึ่ง "หากผู้เข้าถึงแล้วซึ่งพระเป็นเจ้าเข้าใจได้ง่ายขนาดนั้น คุณคงกลายเป็นหนึ่งในนั้นไปนานแล้ว!" ในท่ามกลางความลี้ลับนับอเนกอนันต์ แม้แต่อากาศ

ที่หายใจเข้าออกอยู่ทุกขณะจิตก็ยังหาเหตุผลมาอธิบายไม่ได้ เช่นนี้แล้ว ยังจะมีคนอวดกล้ามาเรียกร้องต้องการเข้าใจธรรมชาติวิสัยอันลึกล้ำเหลือจะหยั่งของครูบาอาจารย์แบบทันควันได้อย่างไรกัน?

ผู้ที่เข้ามาฝากตัวเป็นศิษย์ ส่วนใหญ่มักทนอยู่ได้ไม่นาน พวกมักง่ายอยากได้หนทางที่ราบรื่นสะดวกดาย... อยากได้ความเห็นอกเห็นใจ อยากให้ครูบาอาจารย์เห็นค่าในคุณความดีของตนโดยง่าย... ไม่มีวันพบหนทางนั้นในอาศรมแห่งนี้ อาจารย์ท่านให้ที่พักพิงและยอมตัวเป็นประทีปนำทางให้ศิษย์ไปตราบชั่วกัลปาวสาน กระนั้น ก็ยังมีศิษย์จอมงกอีกไม่น้อยที่เรียกร้องต้องการการเอาอกเอาใจด้วย สุดท้าย พวกเขาจึงจากไปด้วยพึงใจในชีวิตที่แปดเปื้อนไปด้วยความอดสูนานามากกว่าการยอมลงให้กับอาจารย์ รัศมีอันเจิดจ้าของท่านอาจารย์ศรียุกเตศวรคือดวงปัญญาที่ฉายฉาน ประหนึ่งแสงอาทิตย์ที่แผดกล้า เริงแรงเกินกว่าที่จิตวิญญาณอันกระเสาะกระแสะของพวกเขาจะทานทนได้ พวกเขาจึงต้องหันไปหาครูบาอาจารย์ที่ด้อยกว่า ครูบาอาจารย์ที่ประเล้าประโลมพวกเขาด้วยคำพูดหวานหู และยอมให้พวกเขาหลับใหลอยู่ในอวิชชาได้เป็นครั้งคราว

ช่วงเดือนแรก ๆ ที่เข้ามาอยู่กับอาจารย์ ข้าพเจ้ากลัวการตำหนิจากท่านมากจนเข้าขั้นหวาดระแวง ผ่านไปไม่นาน ข้าพเจ้าก็มองออกว่าคำว่ากล่าวตักเตือนอันเฉือดเฉือนของท่านมีไว้สำหรับลูกศิษย์ที่เข้ามาฝากตัวขอให้ท่านอบรมบ่มนิสัยให้เท่านั้น ซึ่งข้าพเจ้าก็ถือเป็นหนึ่งในนั้นด้วย ถ้ามีศิษย์นอกคอกคนไหนเถียงท่าน ท่านก็จะเงียบไปแต่มิใช่เพราะขุ่นเคืองแต่อย่างไร ท่านไม่เคยใช้คำพูดโกรธเกรี้ยว แต่จะแสดงออกด้วยวาจาที่เรียบเฉย ไร้อารมณ์ ซึ่งแฝงไว้ด้วยปัญญา

คำตำหนิของท่านไม่เคยพุ่งเป้าไปยังแขกเหรื่อผู้มาเยือนทั่ว ๆ ไป กับคนเหล่านี้ท่านแทบจะไม่เคยเอ่ยพาดพิงถึงข้อเสียของพวกเขา ไม่ว่ามันจะเห็นเด่นชัดสักเพียงใดก็ตาม แต่กับลูกศิษย์ลูกหาที่ตั้งใจมาให้ท่านสอนสั่ง ท่านจะรู้สึกว่ามันเป็นความรับผิดชอบของท่านโดยตรง การเข้าไปแบกรับหน้าที่ในการเปลี่ยนตัวตนอันดิบเถื่อนและอาบอิ่มไปด้วยความยึดมั่นในอัตตาของมนุษย์เช่นนี้ นับเป็นความกล้าหาญของผู้เป็นครูบาอาจารย์โดยแท้! ความหาญกล้า

ดังกล่าวตั้งมั่นอยู่บนความเมตตาที่มีต่อปุถุชนผู้หลงวนเวียนอยู่ในโลกแห่ง*มายา*ประดุจคนตาบอดที่ล้มลุกคลุกคลานอยู่ในโลกกระนั้น

หลังจากข้าพเจ้าสลัดความขุ่นเคืองออกไปจากใจได้ อาจารย์ก็ดุว่าข้าพเจ้าน้อยลงอย่างเห็นได้ชัด ท่านกระทั่งยังแสดงความปรานีต่อข้าพเจ้าแบบไม่ให้ใครจับความรู้สึกได้ ไม่นาน ข้าพเจ้าก็ทลายปราการแห่งการหาเหตุผลเข้าข้างตนเองและความคิดที่สงวนไว้ในจิตใต้สำนึก[1] ซึ่งมนุษย์ใช้เป็นโล่กำบังตัวตนที่แท้จริงของตนลงได้เป็นผลสำเร็จ รางวัลที่ได้รับคือข้าพเจ้าเริ่มเข้ากับอาจารย์ได้โดยไม่ต้องใช้ความพยายามแต่อย่างใด ถึงตอนนี้ ข้าพเจ้าจึงมองออกว่าท่านเป็นผู้ที่ควรค่าแก่การเชื่อถือไว้วางใจ มีความเห็นอกเห็นใจต่อผู้อื่น และถ้ารักใครก็จะรักเงียบ ๆ อยู่ในใจ อาจารย์ไม่ชอบเผยความรู้สึกออกมาให้ใครเห็น และการกล่าววาจาแสดงความรักใคร่ก็มิใช่วิสัยของท่าน

จริตของข้าพเจ้าโน้มเอียงไปข้างการถวายความรักและภักดีต่อพระเป็นเจ้าเป็นหลัก เมื่อแรกนั้น ข้าพเจ้าออกจะอึดอัดขัดใจอยู่มากเพราะรู้สึกว่าอาจารย์มุ่งเน้น*ญาณมรรค* จนทำให้*ภักติมรรค*ดูแร้นแค้นเต็มที[2] จะพูดจะทำสิ่งใดก็ต้องเป็นไปตามหลักธรรมอันถูกต้องตายตัว ไม่มีอารมณ์ความรู้สึกเข้ามาข้องเกี่ยว แต่เมื่อปรับตัวให้เข้ากับท่านได้การณ์กลับกลายเป็นว่าความรักและภักดีที่ข้าพเจ้ามีต่อองค์พระเป็นเจ้ามีแต่จะเพิ่มพูนขึ้น มิได้ลดน้อยถอยลงแต่ประการใด ครูบาอาจารย์ผู้หลุดพ้นแล้วย่อมมีความสามารถอย่างเต็มเปี่ยมในอันที่จะชี้แนะแนวทางให้กับศิษย์โดยเลือกเฟ้นให้เหมาะสมกับจริตของแต่ละคน

---

1 "จิตสำนึกและจิตใต้สำนึกของเราอยู่ภายใต้อภิจิตสำนึก" แรบไบ อิสราเอล เอช. เลวินธาลเคยบรรยายไว้ที่นิวยอร์ก "เมื่อหลายปีก่อน นักจิตวิทยาชาวอังกฤษ เอฟ. ดับเบิลยู. เอช. ไมเยอร์สได้ตั้งข้อสังเกตว่า 'สิ่งที่ซ่อนเร้นอยู่ในตัวตนของเรามีทั้งปฏิกูลกองใหญ่และคลังสมบัติล้ำค่า' ศาสตร์ด้านจิตวิทยาจะพุ่งเป้าการศึกษาค้นคว้าไปที่จิตใต้สำนึกในธรรมชาติวิสัยของมนุษย์ ต่างกับจิตวิทยาใหม่อันว่าด้วยเรื่องอภิจิตสำนึกซึ่งทุ่มเทศึกษาสิ่งที่เปรียบได้กับคลังสมบัติล้ำค่า... เป็นขอบข่ายเดียวที่อธิบายได้ว่ามนุษย์เรากระทำสิ่งยิ่งใหญ่ ไม่เห็นแก่ตัว และถือเป็นวีรกรรมได้ด้วยเหตุใด"

2 *ญาณมรรค* คือเส้นทางแห่งปัญญา *ภักติมรรค* คือเส้นทางแห่งความภักดี ทั้งสองประการนี้ถือเป็นเส้นทางสายหลักในการเข้าถึงพระเป็นเจ้า

ข้าพเจ้ากับอาจารย์ไม่ค่อยได้พูดจากันมากนัก แต่จิตเราสื่อถึงกันได้โดยไม่ต้องอาศัยคำพูดใด ข้าพเจ้ามักรับรู้ถึงความประสงค์ของท่านได้ทางความคิด คำพูดจึงกลายเป็นสิ่งไม่จำเป็น ขณะนั่งเงียบอยู่ข้างกายท่าน ข้าพเจ้าจะรู้สึกถึงกระแสแห่งความเมตตาที่แผ่ออกมาจากตัวท่านซึมซาบเข้าสู่ตัวตนของข้าพเจ้า

ในช่วงปิดภาคเรียนฤดูร้อนของปีการศึกษาแรกในวิทยาลัยของข้าพเจ้า อาจารย์ได้แสดงให้เห็นถึงความยุติธรรมอันเที่ยงตรงของท่าน ตอนนั้น ข้าพเจ้าตั้งตารอช่วงเวลาหลายเดือนต่อเนื่องที่จะได้ไปอยู่กับอาจารย์ที่เซรัมปอร์อย่างใจจดใจจ่อ

"ครูขอมอบหมายให้เธอดูแลอาศรม" เห็นข้าพเจ้ารีบแจ้นมาหาอาจารย์ก็ยินดีนัก "หน้าที่ของเธอคือคอยต้อนรับแขกและดูแลศิษย์คนอื่น ๆ ให้ทำงานในหน้าที่ให้เรียบร้อย"

ผ่านไปสองสัปดาห์ อาจารย์ก็รับเด็กจากหมู่บ้านในเขตเบงกอลตะวันออกคนหนึ่งเข้ามาศึกษาธรรมที่อาศรม เขาชื่อกุมาร เป็นเด็กเฉลียวฉลาด จึงกลายเป็นที่เอ็นดูของอาจารย์อย่างรวดเร็ว และไม่รู้ว่าเพราะเหตุผลกลใด อาจารย์จึงไม่ค่อยออกปากดุด่าว่ากล่าวลูกศิษย์หน้าใหม่คนนี้ให้ใครได้ยินเลย

"มุกุณฑะ ครูจะให้กุมารทำหน้าที่ของเธอ ส่วนตัวเธอก็เอาเวลาไปปัดกวาดและทำกับข้าวแทนก็แล้วกัน" อาจารย์มีคำสั่งลงมาหลังศิษย์ใหม่เข้ามาอยู่กับเราได้ครบเดือน

พอได้ขึ้นเป็นหัวหน้า กุมารก็แสดงตนเป็นทรราชประจำอาศรมในทันที ศิษย์คนอื่น ๆ แสดงการขัดขืนอย่างเงียบ ๆ ด้วยการนำปัญหาที่ประสบในแต่ละวันมาปรึกษากับข้าพเจ้าเช่นที่เคยทำมา หลังเหตุการณ์ดำเนินไปในลักษณะนี้นานสามสัปดาห์ ข้าพเจ้าก็บังเอิญไปได้ยินบทสนทนาระหว่างกุมารกับอาจารย์ความว่า

"มุกุณฑะน่ะเหลือเกินจริง ๆ ขอรับ!" เด็กชายฟ้อง "อาจารย์ตั้งให้กระผมเป็นหัวหน้า แต่พอมีปัญหาขึ้นมา ทุกคนเป็นต้องวิ่งไปหาเขาทุกที แถมเขาพูดอะไรก็ทำตามเขาไปหมด"

"นั่นคือเหตุผลที่ครูสั่งให้เขาไปทำงานในครัว และให้เธอมาดูแลห้องรับแขก ...เผื่อเธอจะตระหนักขึ้นมาได้ว่าคนที่จะเป็นผู้นำคนนั้น ต้องมีจิตพร้อมช่วย

เหลือให้บริการแก่ผู้อื่น ไม่ใช่ชอบใช้อำนาจข่มเหงผู้อื่น" น้ำเสียงเย้ยหยันของอาจารย์เป็นสิ่งที่กุมารไม่เคยได้ยินได้ฟังมาก่อน "เธออยากได้ตำแหน่งของมุกุณฑะ แต่พอได้ไปก็รักษามันไว้ไม่ได้เพราะขาดคุณธรรมในการเป็นผู้นำ เพราะฉะนั้น จงกลับไปทำหน้าที่เป็นลูกมือในห้องครัวตามเดิมนับแต่บัดนี้"

หลังการว่ากล่าวเล็ก ๆ น้อย ๆ ในครั้งนี้ผ่านไป อาจารย์ก็กลับมาเอ็นดูรักใคร่ตามใจกุมารอย่างผิดวิสัยของท่านเช่นเดิม ยามเมื่อคนเราเกิดถูกชะตากันขึ้นมา ใครจะบอกได้เล่าว่าความถูกชะตานั้นอุบัติขึ้นจากเหตุใด? ในกรณีของกุมาร อาจารย์พบขุมเสน่ห์ในตัวเขา . . . แต่สิ่งนี้มิได้ยังความสดชื่นรื่นรมย์ให้กับสานุศิษย์ของท่านด้วย ถึงเจ้าเด็กหน้าใหม่จะก้าวขึ้นมาเป็นคนโปรดของอาจารย์อย่างเห็นได้ชัด แต่ข้าพเจ้าก็มิได้หวั่นไหวแต่อย่างใด มนุษย์เรามักมีลักษณะนิสัยเฉพาะตนที่ส่งผลให้รูปแบบของชีวิตซับซ้อนยิ่งขึ้นไม่เว้นแม้แต่กับเหล่าครูบาอาจารย์ ธรรมชาติวิสัยของข้าพเจ้านั้นไม่ใส่ใจกับเรื่องหยุมหยิม สิ่งที่ข้าพเจ้าต้องประสงค์จากท่านศฺรุศรียุกเตศวรนั้น ทรงคุณและสูงค่ากว่าแค่การยกย่องสรรเสริญมากนัก

วันหนึ่ง กุมารกล่าวคำผรุสวาทใส่ข้าพเจ้าโดยไม่มีเหตุอันควร ทำให้ข้าพเจ้าเจ็บช้ำน้ำใจนัก

"เธอทำตัวกร่างราวกับอึ่งอ่างที่พองตัวโดยไม่รู้จักประมาณ!" แล้วข้าพเจ้าก็พ่วงคำเตือนที่จิตตนหยั่งรู้ได้ว่าจะต้องบังเกิดขึ้นแน่ ๆ ว่า "ถ้าเธอไม่ปรับปรุงตัวเสียใหม่ สักวันจะต้องถูกไล่ไปจากอาศรมนี้แน่"

กุมารหัวเราะเยาะหยันข้าพเจ้า แล้วเก็บเอาคำพูดของข้าพเจ้าไปฟ้องอาจารย์ผู้เดินเข้ามาในห้องในจังหวะนั้นพอดี ข้าพเจ้าคาดว่าตนเองต้องไม่แคล้วถูกท่านตำหนิแน่ จึงเดินตัวลีบเลี่ยงไปยังมุมห้อง

"บางที มุกุณฑะอาจจะพูดถูกก็ได้" คำตอบของอาจารย์เย็นชาผิดไปจากปกติ

หนึ่งปีต่อมา กุมารออกจากอาศรมกลับไปเยี่ยมบ้านเกิดโดยที่อาจารย์ไม่เห็นชอบทั้ง ๆ ที่ท่านไม่เคยใช้อำนาจบาตรใหญ่เข้าควบคุมการไปนั่นมานี่ของสานุศิษย์เลย ผ่านไปสองสามเดือน เด็กชายก็กลับมายังเซรัมปอร์พร้อมกับความเปลี่ยนแปลงที่เห็นแล้วชวนให้ใจหายนัก กุมารผู้มีสง่าราศีด้วยใบหน้าอิ่มเอิบได้หายไป เหลือไว้แต่เด็กชาวบ้านธรรมดามายืนอยู่ตรงหน้า ซ้ำยังเป็น

เด็กที่ไปเรียนรู้และรับเอานิสัยไม่ดีมาอีกหลายอย่างเสียด้วย

อาจารย์เรียกข้าพเจ้าไปพบ และปรารภถึงความจริงที่ว่าเวลานี้ เด็กชายไม่เหมาะจะใช้ชีวิตอยู่ในอาศรมอีกต่อไปแล้ว ท่าทางท่านดูเสียใจมาก

"มุกุณฑะ ช่วยไปบอกกุมารให้ออกไปจากอาศรมวันพรุ่งนี้ที ครูทำใจไปบอกเขาเองไม่ได้!" อาจารย์น้ำตาคลอ แต่ท่านก็ควบคุมตนเองได้อย่างรวดเร็ว "เจ้าเด็กคนนี้คงไม่ถลำตัวลึกถึงเพียงนี้ถ้ายอมฟังคำห้ามปรามของครู ไม่กลับบ้านไปมั่วสุมกับเพื่อนที่ฉุดรั้งกันไปในทางเสื่อม กุมารปฏิเสธการปกป้องคุ้มครองจากครู ด้วยเหตุนี้ เขาจึงต้องออกไปหาบทเรียนจากโลกอันแล้งน้ำใจเอาด้วยตัวเอง"

การจากไปของกุมารมิได้ทำให้ข้าพเจ้าตื่นเต้นยินดี ตรงกันข้าม กลับรู้สึกสลดใจและอดนึกสงสัยไม่ได้ว่า คนที่มีอำนาจทำให้อาจารย์เอื้อเอ็นดูได้ถึงขนาดนี้ทำไมจึงปล่อยตัวปล่อยใจไปกับสิ่งล่อลวงในทางโลกได้ง่ายดายถึงเพียงนั้น วิสัยมนุษย์นั้นชื่นชอบในสุราและกามตัณหาอยู่แล้ว จึงเสพซ้องอบายเหล่านี้ได้โดยไม่ต้องอาศัยความพยายามอันใด ขึ้นชื่อว่า รูป รส กลิ่น เสียง และสัมผัสแล้ว ก็เปรียบได้กับต้นยี่โถที่มีใบเขียวสดใสอยู่ชั่วนาตาปี และมีดอกสีชมพูที่ส่งกลิ่นหอมจรุงใจ แต่ทุกส่วนของต้นกลับเต็มไปด้วยพิษร้าย[1] ดินแดนที่จะเยียวยารักษาพิษร้ายได้อยู่ภายในใจของเรา เป็นดินแดนที่เรืองรองด้วยรัศมีแห่งความสุข แต่ผู้คนที่มืดบอดกลับไล่ตามถามหามันอย่างสะเปะสะปะไปทั่วทุกสารทิศเสียได้

"ปัญญาอันหลักแหลมก็เปรียบได้กับดาบสองคม" ครั้งหนึ่ง อาจารย์เคยเอ่ยพาดพิงถึงความฉลาดเฉลียวของกุมาร "สามารถนำมาใช้ได้ทั้งในทางสร้างสรรค์และทำลาย เช่นเดียวกับที่เราจะใช้มีดเล่มหนึ่งตัดรากเหง้าแห่งอวิชชาก็ได้ หรือจะใช้มันตัดหัวเราเองก็ได้อีกเช่นกัน มนุษย์เราจะสามารถนำปัญญาของตนมาใช้ได้อย่างถูกต้องก็ต่อเมื่อจิตของเขายอมรับแล้วว่ากฎแห่งกรรมนั้นมิใช่สิ่งที่ใครจะหลีกลี้หนีได้"

---

1 "มนุษย์ในยามตื่นอยู่จะดิ้นรนแสวงหาความสุขในทางกามคุณไปไม่มีที่สิ้นสุด เมื่ออินทรีย์ที่ทำหน้าที่รับรู้รูป รส กลิ่น เสียง และสัมผัสอ่อนล้า เขาจะลืมแม้กระทั่งความสุขที่อยู่ตรงหน้าและหลับใหลไปเพื่อพักผ่อนอยู่กับวิญญาณซึ่งเป็นธรรมชาติอันแท้จริงของตน" ศังกราจารย์ อาจารย์ใหญ่ทางเวทานตะได้รจนาไว้ "ความปีติสุขที่อยู่เหนือผัสสะจึงเป็นสิ่งที่หาได้ง่าย และประเสริฐเลิศกว่าความสุขที่ได้รับจากผัสสะซึ่งมักจะจบลงด้วยความน่ารังเกียจในท้ายที่สุด"

อาจารย์ของข้าพเจ้าเข้ากันได้กับศิษย์ทุกคน ไม่มีแบ่งหญิงหรือชายท่านปฏิบัติต่อพวกเขาราวกับเป็นลูกหลาน มองทะลุถึงวิญญาณของพวกเขาว่าเท่าเทียมกันหมดไม่เคยทำให้พวกเขารู้สึกถึงการแบ่งแยกแตกต่าง และไม่มีการเลือกที่รักมักที่ชัง

"ในยามหลับ เธอไม่รู้หรอกว่าตัวเองเป็นชายหรือหญิง" ท่านว่า "แค่ผู้ชายแกล้งปลอมเป็นผู้หญิงไม่อาจทำให้เขากลายเป็นผู้หญิงได้ ฉันใดก็ฉันนั้น วิญญาณที่สมมติตนว่าเป็นชายและหญิงก็ยังเป็นวิญญาณอยู่นั่นเอง วิญญาณของเราคือร่างจำลองแห่งพระเป็นเจ้า เป็นร่างที่เปลี่ยนแปลงไม่ได้และไร้รูปร่าง"

อาจารย์ไม่เคยเลี่ยงการพบปะกับศิษย์สตรี และไม่เคยกล่าวโทษสตรีเพศว่าเป็นสาเหตุแห่ง "ความเสื่อมของบุรุษ" ท่านชี้ให้เห็นว่าสตรีเองก็ต้องรับมือกับความเย้ายวนของเพศตรงข้ามเช่นกัน ครั้งหนึ่ง ข้าพเจ้าเคยถามอาจารย์ว่าทำไมโยคีผู้ยิ่งใหญ่ในสมัยโบราณท่านหนึ่งจึงตราหน้าสตรีเพศว่าเป็น "ประตูสู่นรก"

"แสดงว่าสมัยยังหนุ่ม คงจะมีเด็กสาวมาสร้างความทุกข์ใจให้กับเขามิใช่น้อย" อาจารย์ตอบแบบเหน็บแนมนิด ๆ "เพราะถ้าไม่เช่นนั้น แทนที่จะประณามสตรีเพศเช่นที่ว่ามา เขาน่าจะกล่าวโทษตนเองมากกว่าที่ไม่สามารถควบคุมจิตใจของตนได้อย่างที่ควรจะเป็น"

ถ้ามีผู้มาเยือนคนใดกล้านำเรื่องหยาบโลนมาเล่าในอาศรม อาจารย์จะนิ่งเฉย ไม่แสดงปฏิกิริยาโต้ตอบ "อย่าปล่อยตัวปล่อยใจ ยอมให้ใบหน้าสวย ๆ มาทำให้เราหวั่นไหวได้" ท่านเตือนบรรดาสานุศิษย์ "บุคคลผู้ตกเป็นทาสของกามตัณหามีหรือจะหาความสุขในโลกได้? รสอันละเมียดละไมของมันจะผละจากไปในขณะที่เขาลดตัวลงเกลือกกลั้วกับปลักตมแห่งโลกียะ ผู้มัวเมาในตัณหาราคะย่อมรักษาปัญญาแยกแยะผิดชอบชั่วดีเอาไว้กับตัวมิได้"

กับศิษย์ผู้หาหนทางจะปลดเปลื้องตนเองออกจากการครอบงำของกามารมณ์ที่มี*มายา*เป็นตัวชี้นำ อาจารย์จะสอนสั่งและชี้แนะเขาด้วยความอดทนและเข้าใจ

"ความหิวนั้นเป็นความต้องการที่ชอบด้วยเหตุผล ต่างจากความโลภ สัญชาตญาณทางเพศก็เป็นเฉกเช่นเดียวกัน ธรรมชาติสรรค์สร้างสรรพสัตว์ให้มีความต้องการทางเพศก็เพื่อวัตถุประสงค์ในการสืบเผ่าพันธุ์ มิใช่เพื่อ

จุดไฟปรารถนาให้สัตว์เร่าร้อนไปด้วยความไม่รู้จักอิ่มไม่รู้จักพอ” อาจารย์ว่า “จงทำลายตัณหาในทางที่ผิดลงเสียแต่เดี๋ยวนี้ มิฉะนั้น มันจะเกาะติดอยู่กับวิญญาณเราไม่ยอมหนีไปไหน แม้หลังจากที่ปราณกายละจากสังขารแล้วก็ตาม ถึงสังขารเราจะอ่อนแอ แต่ใจเราต้องมั่นคง แข็งขืนต้านทานมันไว้ให้ได้ เมื่อใดที่กิเลสรุกเร้าเราด้วยกำลังแรง จงเอาชนะด้วยการหยิบยกกิเลสนั้นขึ้นมาพิจารณาให้เห็นแจ้งในธรรมด้วยจิตที่มุ่งมั่นไม่ยอมแพ้ ขึ้นชื่อว่ากิเลสอันอยู่ในวิสัยของมนุษย์แล้วไม่มีที่เราจะควบคุมบังคับมันไม่ได้

“จงรักษาพละของตนไว้ ให้รองรับความกระหายในผัสสะได้ดุจมหาสมุทรรองรับน้ำจากแม่น้ำทุกสายได้อย่างเยือกเย็น ความใฝ่หาในผัสสะจะคอยกัดเซาะความสงบในใจเราไม่เว้นแต่ละวัน เหมือนเปิดประตูเขื่อนปล่อยน้ำอันทรงคุณค่าลงสู่ทะเลทรายแห่งความลุ่มหลงในวัตถุธรรมโดยไร้ประโยชน์ กิเลสตัณหาฝ่ายต่ำนั้นเป็นภัยอันยิ่งใหญ่ต่อความสุขของมนุษย์ จงท่องไปในโลกให้เหมือนกับพญาราชสีห์ที่รู้จักควบคุมตนเอง อย่าปล่อยให้ความฝักใฝ่ในผัสสะมาฉุดกระชากลากถูเราไปได้ตามใจชอบ!”

ผู้ภักดีต่อพระเป็นเจ้าย่อมเป็นอิสระจากแรงกระตุ้นตามสัญชาตญาณทั้งปวงได้ในท้ายที่สุด เขาจะเปลี่ยนความปรารถนาในความรักความใคร่เยี่ยงปุถุชนทั้งหลายไปเป็นความมุ่งมาดปรารถนาในองค์พระเป็นเจ้าเพียงอย่างเดียว . . . รักในความสงบเงียบสันโดษ เพราะพระองค์ทรงมีอยู่ทุกที่และทุกกาล

แม่ของท่านอาจารย์ศรียุกเตศวรอาศัยอยู่ในเขตรานามาฮาลของเมืองพาราณสี ที่ซึ่งข้าพเจ้าได้ไปกราบคารวะอาจารย์เป็นครั้งแรก ท่านเป็นสตรีที่น่ารักใจดี และมั่นคงในความคิดของตนเป็นอย่างยิ่ง วันหนึ่ง ข้าพเจ้ายืนอยู่บนระเบียงบ้านท่าน มองลงมาเห็นท่านกับอาจารย์กำลังยืนคุยกันอยู่สองคนแม่ลูก ท่าทางอาจารย์บอกให้รู้ว่าท่านกำลังชักเหตุผลมาเปลี่ยนใจแม่ของท่านในบางเรื่อง แต่ดูท่าคงไม่สำเร็จ เพราะแม่ของท่านเอาแต่ส่ายหน้าลูกเดียว

“ไม่ ๆ ไม่ล่ะ จะไปไหนก็ไปเถอะไป๊! เก็บคำสอนของเจ้าเอาไว้เทศนาคนอื่นเถิด แม่ไม่ใช่ลูกศิษย์ลูกหาของเจ้าสักหน่อย!”

อาจารย์ล่าถอยไปโดยไม่ต่อล้อต่อเถียง ราวกับเด็กที่ถูกผู้ใหญ่ดุว่ากระนั้น

ความเคารพที่ท่านมีให้แม่อย่างสูงทั้ง ๆ ที่แม่ของท่านถือเอาอารมณ์มาเป็นใหญ่เหนือเหตุผลทำให้ข้าพเจ้าทวีความศรัทธาในตัวท่านยิ่งขึ้น แม่ของท่านมองท่านเป็นเพียงลูกเล็ก ๆ มิได้มองว่าเป็นสวามีผู้ทรงภูมิธรรมแต่อย่างใด เหตุการณ์เล็ก ๆ น้อย ๆ ในครั้งนี้เป็นที่จับใจข้าพเจ้าในแง่ที่มันแสดงให้เห็นถึงตัวตนที่ต่างไปจากปกติวิสัยของท่าน กล่าวคือ ภายนอกท่านเหมือนจะยอมหักไม่ยอมงอ แต่ภายในมีแต่ความอ่อนน้อมถ่อมตน

วินัยของผู้ออกบวชกำหนดให้สวามีตัดข้อผูกพันในทางโลกออกให้หมดหลังออกบวชอย่างเป็นทางการแล้ว สวามีจะประกอบพิธีกรรมในครอบครัวอันเป็นหน้าที่โดยตรงของคฤหัสถ์ไม่ได้ แต่ท่านศังกราจารย์ผู้ปรับปรุงและฟื้นฟูสำนักสวามีอันเก่าแก่ขึ้นมาใหม่ไม่สนใจกฎข้อห้ามนี้ หลังมารดาผู้เป็นที่รักของท่านเสียชีวิตลง ท่านได้ประกอบพิธีฌาปนกิจศพให้กับนางด้วยไฟทิพย์ที่เสกขึ้นจากมือของท่านเอง

อาจารย์ของข้าพเจ้าก็ไม่ใส่ใจกับข้อห้ามเหล่านี้เช่นเดียวกัน . . . แต่การกระทำของท่านมิได้มีสิ่งใดให้ตื่นตาตื่นใจเหมือนในกรณีของท่านศังกราจารย์ กล่าวคือ เมื่อแม่ของอาจารย์ลาโลกไป ท่านได้จัดพิธีฌาปนกิจศพให้ที่ริมฝั่งแม่น้ำคงคาในเมืองพาราณสี มีการทำบุญเลี้ยงอาหารเหล่าพราหมณาจารย์และการประกอบพิธีตามธรรมเนียมคฤหัสถ์อีกหลายอย่าง

ข้อห้ามในคัมภีร์โบราณนั้นมีไว้เพื่อช่วยให้สวามีทั้งหลายก้าวข้ามความยึดติดกับตัวตนไปได้ ท่านศังกราจารย์กับท่านศรียุกเตศวรได้ประสานจิตวิญญาณเข้าเป็นหนึ่งเดียวกับพระเป็นเจ้าโดยสมบูรณ์แล้ว จึงไม่จำเป็นต้องอาศัยข้อห้ามเป็นเครื่องเตือนตน และยังมีอีกบางคราวที่ครูบาอาจารย์บางท่านจงใจเลี่ยงวินัยบางข้อเพื่อรักษาไว้ซึ่งหลักการ เพราะหลักการย่อมสูงส่งและเป็นอิสระเหนือรูปแบบทั้งปวง ด้วยเหตุนี้ พระคริสต์จึงทรงเด็ดฝักข้าวโพดในวันสะบาโต และทรงสะกดเสียงวิพากษ์วิจารณ์เอาไว้ด้วยการให้เหตุผลว่า "วันสะบาโตนั้นทรงตั้งไว้เพื่อมนุษย์มิใช่ทรงสร้างมนุษย์ไว้สำหรับวันสะบาโต"[1]

นอกจากพระคัมภีร์แล้ว อาจารย์อ่านหนังสืออื่นน้อยมาก แต่ท่านก็รอบรู้

---

1 มาระโก 2:27

เรื่องราวการค้นพบใหม่ ๆ ทางวิทยาศาสตร์และความก้าวหน้าทางวิทยาการ ทุกแขนง[1] ท่านเป็นคู่สนทนาที่ปราดเปรื่อง พูดคุยและแลกเปลี่ยนทรรศนะกับแขกเหรื่อได้ทุกเรื่อง ไหวพริบปฏิภาณและเสียงหัวเราะของท่านสร้างความครึกครื้นให้กับวงสนทนาได้ทุกครั้งไป อาจารย์เป็นคนเคร่งขรึม แต่ไม่เคยหม่นหมอง "มนุษย์เราไม่จำเป็นต้อง 'ปั้นหน้า' ในการแสวงหาพระเจ้า" ท่านจะยกข้อความจากคัมภีร์ไบเบิล[2]มากล่าวอ้าง "พึงระลึกอยู่เสมอว่าการค้นพบพระเจ้าหมายถึงอวสานแห่งทุกข์โศกทั้งปวง"

ในบรรดานักปรัชญา คณาจารย์ นักกฎหมาย และนักวิทยาศาสตร์ที่มาเยือนอาศรมของเรา มีอยู่บางคนที่มาถึงในครั้งแรกพร้อมกับทรรศนะที่ว่าจะต้องได้พบกับนักบวชหัวโบร่ำโบราณ บางครั้งจะมีรอยยิ้มอันทะนงตนหรือสายตาส่อแววขบขันที่ปิดไม่อยู่ บ่งให้รู้ว่าผู้มาใหม่เหล่านี้มิได้คาดหวังสิ่งใดมากไปกว่าคำเทศนาอันซ้ำซากจำเจสักประโยคสองประโยค แต่หลังจากที่ได้สนทนากับอาจารย์ และพบว่าท่านมีความรู้ความเข้าใจในสาขาความรู้ที่พวกเขาเชี่ยวชาญเป็นอย่างดี พวกเขาก็จะติดอกติดใจจนไม่อยากจะลากลับ

ปกติแล้ว อาจารย์ของข้าพเจ้าจะสุภาพอ่อนโยนต่อแขกเหรื่อ ให้การต้อนรับพวกเขาด้วยอัธยาศัยไมตรีอันดียิ่ง แต่พวกแก่อัตตาในกมลสันดานก็อาจต้องเจอะเจอกับเรื่องที่ทำให้หน้าม้านกลับไปได้เช่นกัน เมื่ออาจารย์วางเฉยไม่ให้ความสนใจ หรือไม่ก็ตอบโต้ชนิดที่ใครก็เถียงกลับไม่ได้ ไม่เย็นชาเป็นน้ำแข็งก็แกร่งเข้าใส่เหมือนเหล็ก!

ครั้งหนึ่งมีนักเคมีผู้มีชื่อเสียงมาประฝีปากกับอาจารย์ เขาไม่ยอมรับการมีอยู่ของพระเป็นเจ้าเพราะเครื่องมือทางวิทยาศาสตร์ตรวจหาพระองค์ไม่พบ

"แสดงว่าการทดลองของคุณล้มเหลว ถึงได้แยกอำนาจแห่งพระเป็นเจ้าในหลอดทดลองออกมาไม่ได้!" อาจารย์จ้องเขาด้วยสายตาแข็งกร้าว "ฉันขอ

---

[1] ถ้าต้องการ อาจารย์สามารถปรับจิตของท่านให้อยู่ในกระแสเดียวกับจิตของผู้อื่น (อำนาจวิเศษเหนือธรรมชาติอันเกิดจากการปฏิบัติโยคะตามที่กล่าวไว้ในคัมภีร์โยคสูตร 3: 19 ของท่านปตัญชลี) พลังจิตอันทำหน้าที่เหมือนเครื่องรับคลื่นวิทยุของท่านและธรรมชาติของความคิดมีอธิบายอยู่ในหน้า 199–200

[2] มัทธิว 6:16

แนะนำให้คุณทดลองด้วยวิธีใหม่ นั่นคือ จงกลับไปพิจารณาความคิดของคุณอย่างไม่หยุดยั้งติดต่อกันยี่สิบสี่ชั่วโมง คุณจะได้ไม่สงสัยอีกต่อไปว่าพระเป็นเจ้าไม่ทรงมีอยู่จริง”

นักวิชาการชื่อดังก็ถูกตอกหน้ากลับไปในทำนองเดียวกัน เรื่องเกิดขึ้นในการมาเยือนอาศรมครั้งแรกของเขา พอมาถึง เขาก็ยกเอาโศลกจาก*มหากาพย์-มหาภารตะ*บ้าง *คัมภีร์อุปนิษัท*[1] บ้าง *บทภาสยะ* (อรรถกถา) ของท่านศังกราจารย์บ้าง มาท่องให้อาจารย์ฟังเหมือนนกแก้วนกขุนทอง

“ฉันรอฟังคุณอยู่” น้ำเสียงอาจารย์แสดงความอยากรู้อยากเห็นเหมือนไม่ได้ยินข้อความที่ตาบัณฑิตแกท่องให้ฟังเลยแม้แต่ประโยคเดียว ตะแกจึงได้แต่ทำหน้าเหรอ

“คำที่จำคนอื่นเขามาพูดนั้นมีอยู่มากจนเหลือจะฟังแล้ว” ถ้อยคำของอาจารย์ทำให้ข้าพเจ้าต้องกลั้นหัวเราะด้วยความขบขันขณะนั่งหลบมุมห่างจากแขกของเราไปพอสมควร “คุณมีข้อคิดความเห็นที่เป็นของตัวเองจริง ๆ มาบอกเล่าให้ฉันฟังบ้างไหมล่ะ? เรื่องราวชีวิตของคุณที่มันพิเศษพิสดารไปจากชาวบ้านเขาน่ะ? คุณศึกษาพระคัมภีร์เล่มไหน? แล้วได้แต่งคัมภีร์อะไรขึ้นมาเองบ้างหรือเปล่า? สัจธรรมอันอยู่เหนือกาลเวลาเหล่านี้ช่วยให้คุณปรับปรุงตัวเองให้ดีขึ้นในแง่ไหนบ้าง? หรือคุณพอใจที่จะเป็นแค่นกแก้วนกขุนทองที่จำแต่ขี้ปากคนอื่นเขามาพูด?”

“กระผมยอมแพ้แล้วขอรับ!” น้ำเสียงโทมนัสของตะแกฟังดูน่าหัวเราะ “จิตกระผมหาได้แจ้งในธรรมอันใดไม่”

บางที นั่นอาจเป็นครั้งแรกที่เขาเข้าใจอย่างถ่องแท้ว่าการรู้จักเลือกใส่เครื่องหมายวรรคตอนในประโยคให้ถูกที่นั้น เป็นคนละเรื่องและไม่อาจชดเชยให้กับการจัดวรรคตอนทางจิตวิญญาณได้

---

1 *คัมภีร์อุปนิษัท* หรือ*เวทานตะ* (แปลว่า “ที่สุดแห่งพระเวท”) ซึ่งปรากฏอยู่ในตอนท้ายสุดของคัมภีร์พระเวททั้งสี่ เป็นบทสรุปหลักใหญ่ใจความที่ประกอบกันขึ้นเป็นหลักคำสอนของศาสนาฮินดู โชเปนฮาวเออร์ ยกย่อง*เวทานตะ*ว่าเป็น “แนวคิดที่ละเอียดอ่อนเป็นแก่นแท้ดั้งเดิม และลึกซึ้งยิ่ง” และกล่าวด้วยว่า “การเข้าถึงพระเวท (ผ่าน*คัมภีร์อุปนิษัท*ฉบับแปล) ในทรรศนะของข้าพเจ้าถือเป็นเกียรติยศอันยิ่งใหญ่ของศตวรรษนี้ที่อาจกล่าวได้ว่าเหนือกว่าศตวรรษที่ผ่านมาทั้งหมด”

"พวกอวดรู้เยิ่นเย้อไร้ความรู้สึก สนใจแต่เรื่องกฎเรื่องรายละเอียดมากจนเกินเหตุ" อาจารย์ออกปากหลังบัณฑิตผู้นั้นจากไปพร้อมบทเรียนที่ได้รับ "พวกเขามองปรัชญาว่าเป็นแบบฝึกหัดง่าย ๆ ในการขัดเกลาปัญญา ความคิดอันดูเหมือนสูงส่งของพวกเขาจะถูกกันออกไปอย่างแยบคาย ไม่ให้เข้ามาเกี่ยวโยงกับความหยาบของพฤติกรรมภายนอกหรือวินัยภายในตนที่มีแต่จะนำความพินาศมาให้!"

นอกจากนี้ อาจารย์ยังเน้นย้ำอยู่หลายครั้งว่าการเล่าเรียนด้วยการท่องจำจากตำราหาได้มีคุณประโยชน์อันใดไม่

"อย่าเข้าใจผิดคิดว่าการรู้คำศัพท์หรู ๆ คือความเข้าใจ" อาจารย์ให้ข้อคิด "งานเขียนทางศาสนามีคุณประโยชน์ในแง่ที่เป็นปัจจัยกระตุ้นให้บุคคลปรารถนาที่จะรู้แจ้งในจิตแห่งตนในกรณีที่เขาศึกษาและซึมซับรับเอาความหมายของโศลกบทหนึ่งอย่างค่อยเป็นค่อยไป หากศึกษาไปแบบเรื่อยเปื่อยอาจนำมาซึ่งความมัวเมา ความหลงตน และความรู้ที่ไม่ได้แยกแยะให้แจ่มแจ้ง"

ว่าแล้ว อาจารย์ก็เล่าเรื่องราวในการศึกษาคัมภีร์ที่ท่านประสบมากับตัวเองให้พวกเราฟัง เหตุการณ์ครั้งนั้นเกิดขึ้นที่อาศรมกลางป่าในเขตเบงกอลตะวันออก โดยอาจารย์ได้มาศึกษากรรมวิธีการสอนของอาจารย์ผู้มีชื่อเสียงท่านหนึ่ง ชื่อทาพรุ พัลลวะ วิธีการสอนของท่านทาพรุเป็นวิธีการสอนที่พบได้ทั่วไปในอินเดียสมัยโบราณ จะว่าง่ายก็ง่าย จะว่ายากก็ยาก

เริ่มจากท่านทาพรุ พัลลวะเรียกศิษย์มานั่งล้อมวงท่านในดงไม้อันวิเวก มีคัมภีร์ภควัทคีตาเปิดอยู่ตรงหน้าพวกเขา ทั้งหมดตั้งใจอ่านคัมภีร์ตอนหนึ่งนานครึ่งชั่วโมง จากนั้นก็หลับตาลงทบทวนข้อความในคัมภีร์อีกครึ่งชั่วโมง ก่อนฟังท่านทาพรุอธิบายความให้ฟังแต่เพียงสั้น ๆ แล้วนั่งสมาธิอีกหนึ่งชั่วโมง สุดท้ายท่านทาพรุก็ถามขึ้นว่า

"ตอนนี้ พวกเธอเข้าใจความหมายในโศลกแล้วหรือยัง?"

"เข้าใจแล้วขอรับ" ศิษย์คนหนึ่งหาญตอบรับ

"ยัง ยังเข้าใจได้ไม่ทั้งหมด จงค้นให้พบพลังแห่งจิตวิญญาณที่ทำให้ถ้อยคำเหล่านี้มีอำนาจในการฟื้นฟูอินเดียให้กลับคืนคงมาได้ไม่ว่าเวลาจะผ่านไปกี่ร้อยปีก็ตาม" อีกหนึ่งชั่วโมงผ่านไปในความเงียบ หลังอนุญาตให้ศิษย์ของท่านกลับไปได้ ท่านทาพรุก็หันมาหาอาจารย์ศรียุกเตศวร

"เธอเล่า แจ้งในภควัทคีตาหรือไม่?"

"ไม่ขอรับ ยังไม่ทั้งหมด แม้ว่ากระผมจะได้เคยอ่านผ่านสายตา ได้ยกขึ้นมาทบทวนในใจจนนับครั้งไม่ถ้วนแล้วก็ตาม"

"ร้อยคนก็ตอบต่างกันไปร้อยอย่าง!" ท่านสันนยาสีผู้ยิ่งใหญ่ยิ้มให้อาจารย์อย่างมากด้วยความเมตตา "ถ้าคนเราเอาใจไปจดจ่ออยู่กับเปลือกนอกของคัมภีร์ แล้วจะเอาเวลาที่ไหนดำลงไปเก็บมุกล้ำค่าที่ซ่อนอยู่ในเบื้องลึกของจิตวิญญาณเราได้เล่า?"

อาจารย์ศรียุกเตศวรก็สอนศิษย์ทั้งหลายโดยใช้วิธีการพุ่งเป้าไปที่จุดเดียวเช่นกัน "ปัญญาไม่อาจซึมซับได้ด้วยนัยน์ตา แต่ซึมซับได้ด้วยอณู" ท่านว่า "เมื่อใดที่พวกเธอมิได้เชื่อในสัจธรรมโดยใช้เพียงแค่สมอง แต่เชื่อด้วยความเป็นตัวตนทั้งหมดที่มี เมื่อนั้นเธอย่อมสามารถยืนยันและรับประกันความถูกต้องของความหมายนั้นได้โดยไม่ต้องเขินอายใคร" ท่านไม่สนับสนุนให้ศิษย์คิดเห็นว่าความรู้ในตำราเป็นก้าวย่างที่จำเป็นต่อการมุ่งไปสู่ความรู้แจ้งในธรรม

"ข้อความเพียงประโยคเดียวที่พระมุนีทั้งหลายรจนาขึ้น มีความหมายลึกซึ้งเสียจนประดานักปราชญ์ต้องมานั่งตีความกันรุ่นแล้วรุ่นเล่า" อาจารย์กล่าว "การโต้เถียงในเชิงอักษรศาสตร์อย่างไม่รู้จบสิ้นนี้ เป็นเรื่องราวของพวกเกียจคร้านเฉื่อยชา อะไรเล่าที่จะสามารถปลดปล่อยความคิดให้เป็นอิสระได้เร็วเท่าคำถามที่ว่า 'พระเป็นเจ้าคือ'…ไม่ใช่สิ ต้องตั้งกระทู้เพียงคำเดียวว่า 'พระเป็นเจ้า'?"

แต่มนุษย์มีหรือจะยอมหวนกลับไปสู่ความเรียบง่ายอย่างง่ายดาย ปัญญาชนทั้งหลายแทบจะไม่เคยเอ่ยถึง "พระเป็นเจ้า" มีแต่จะคุยโวโอ้อวดกันในเรื่องวิชาการเพื่อสนองอัตตาว่าตนนั้นเป็นผู้คงแก่เรียนอย่างแท้จริง

บุคคลผู้หลงมัวเมาอยู่กับเงินตราและยศถาบรรดาศักดิ์ในทางโลก เมื่อได้มาพบกับท่านอาจารย์ ก็มักจะเหมาเอาว่าผู้อื่นควรจะต้องนอบน้อมต่อตนราวกับความนอบน้อมนั้นเป็นสมบัติอีกชิ้นหนึ่งของตนก็ไม่ปาน ครั้งหนึ่ง มีผู้พิพากษาท่านหนึ่งมาขอพบอาจารย์ที่อาศรมริมทะเลในเมืองปุรี เป็นที่รู้กันทั่วว่าผู้พิพากษาท่านนี้ไม่เคยปรานีใครและท่านก็มีอำนาจจะยึดอาศรมของเราไปเมื่อใดก็ได้ ข้าพเจ้าปรารภความจริงข้อนี้ให้ท่านอาจารย์รับรู้ แต่อาจารย์กลับนั่งเฉยแบบไม่ยอมอ่อนข้อ ไม่ยอมแม้แต่จะลุกขึ้นต้อนรับอีกฝ่ายเสียด้วยซ้ำ

ข้าพเจ้าเป็นกังวลนิด ๆ จึงนั่งแอบอยู่ข้าง ๆ ประตู อาจารย์ไม่ยอมสั่งข้าพเจ้าให้ยกเก้าอี้มาให้ผู้พิพากษานั่ง ท่านจึงต้องนั่งลงบนลังไม้อย่างจำใจ เห็นได้ชัดว่าผู้พิพากษาคาดหวังว่าตนเองจะต้องได้รับการต้อนรับอย่างสมเกียรติตามประสาผู้มียศถาบรรดาศักดิ์ทั้งหลาย แต่น่าเสียดายที่ท่านต้องผิดหวัง

เมื่อการสนทนาธรรมเริ่มขึ้น ผู้มาเยือนก็ตีความพระคัมภีร์แบบเข้ารกเข้าพงไปเรื่อย ๆ ครั้นพลาดบ่อยเข้า โทสะก็เข้ามาเป็นเจ้าเรือน

"ท่านรู้ไหมว่าผมสอบมหาบัณฑิตได้เป็นอันดับหนึ่งเชียวนะ?" เมื่อหาเหตุผลมาเถียงไม่ได้ ท่านก็ใช้เสียงเข้าข่มแทน

"ท่านผู้พิพากษา ท่านคงจะลืมไปกระมังว่าที่นี่ไม่ใช่ห้องพิจารณาคดีของท่าน" อาจารย์ตอบด้วยเสียงราบเรียบ "ดูจากคำพูดที่เหมือนเด็กไม่ประสาของท่าน ก็ทายได้เลยว่าผลการเล่าเรียนของท่านคงไม่ได้ความไปด้วย และไม่ว่าจะมองในแง่ไหนปริญญาจากมหาวิทยาลัยก็ไม่ได้ทำให้คนเรารู้แจ้งในพระเวทได้ ใช่ว่าผู้บรรลุธรรมจะจบออกมาเป็นรุ่น ๆ ในทุก ๆ ภาคการศึกษาแบบนักการบัญชีรึก็เปล่า"

ผู้มาเยือนของเรานิ่งงันไปเพราะคาดไม่ถึงอยู่อึดใจหนึ่ง ก่อนระเบิดเสียงหัวเราะออกมาเต็มเสียง

"นี่เป็นครั้งแรกที่กระผมได้เผชิญหน้ากับผู้พิพากษาจากเบื้องบนจริง ๆ" ท่านว่า ภายหลังท่านยังได้ทำเรื่องร้องขอมาอย่างเป็นทางการ โดยใช้สำบัดสำนวนแบบนักกฎหมายที่กลายเป็นหนึ่งเดียวกับตัวตนของท่านมาเนิ่นนานแล้ว ให้อาจารย์กรุณารับท่านเป็นศิษย์ใน "ขั้นทดลอง" ด้วย

ท่านอาจารย์ศรียุกเตศวรมีประการหนึ่งที่คล้ายคลึงกับท่านลาหิริ มหัสยะ กล่าวคือ ท่านไม่สนับสนุนให้ศิษย์ที่ "ยังไม่พร้อม" บวชเข้าสำนักสวามี "การคลองผ้ากาสายะทั้ง ๆ ที่เรายังไม่ตระหนักรู้ในองค์พระเป็นเจ้าถือเป็นการหลอกลวงสังคม" อาจารย์ทั้งสองท่านกล่าวไว้เหมือน ๆ กัน "จงอย่าใส่ใจกับการบวชที่เป็นเพียงสัญลักษณ์อย่างหยาบของการสละซึ่งทางโลก เพราะมันจะล่อลวงให้เธอหลงทะนงตนจนเกิดเป็นผลร้ายแก่ตัวเธอเองได้ สิ่งใดก็ไม่สำคัญเท่ากับการพัฒนาจิตวิญญาณของตนด้วยความวิริยะอุตสาหะอยู่เป็นนิจ และเครื่องมือที่เธอจะใช้ได้ในการนี้ก็คือ*กริยาโยคะ*นั่นเอง"

ผู้บรรลุธรรมจะมีหลักเกณฑ์ที่หลากหลายในการวัดคุณค่าของตน ซึ่งแน่นอนว่าจะต้องต่างจากมาตรวัดในทางโลกโดยสิ้นเชิง หมู่มวลมนุษย์นั้นกระทั่งในสายตาของพวกเดียวกันเองก็ยังแตกต่างกันจนสุดคณานับ แต่ในสายตาของครูบาอาจารย์ทั้งหลาย มนุษย์นั้นแบ่งออกได้เป็นสองพวก พวกหนึ่งลุ่มหลงมัวเมาอยู่ในอวิชชาและไม่คิดจะออกแสวงหาพระเป็นเจ้า อีกพวกหนึ่งคือพวกมีปัญญาและคิดจะติดตามหาพระองค์

อาจารย์ของข้าพเจ้าจะเข้าไปดูแลและบริหารจัดการทรัพย์สินของท่านด้วยตัวเองและมีอยู่หลายครั้งที่มีคนไร้ยางอายคิดหมายจะมาฮุบที่ดินซึ่งปู่ย่าตาทวดของท่านเพียรสั่งสมมา แต่อาจารย์ก็จัดการกับคนเหล่านี้ได้ด้วยความมุ่งมั่น แม้บางครั้งจะถึงขั้นต้องฟ้องร้องเป็นคดีความกันก็ตาม เหตุผลที่ท่านยอมลำบากยากกายยากใจถึงเพียงนี้ก็เพราะท่านไม่ปรารถนาจะร้องขอความเมตตาจากใคร และไม่ต้องการจะเป็นภาระให้กับบรรดาสานุศิษย์

การที่ท่านมีฐานะทางการเงินมั่นคง ไม่ต้องพึ่งพาอาศัยใคร ทำให้อาจารย์ของข้าพเจ้าเป็นคนพูดจาเถรตรงและใช้เล่ห์เหลี่ยมทางการทูตไม่เป็น ครูบาอาจารย์คนอื่นๆ ต้องคอยยกยอปอปั้นผู้ให้การอุปถัมภ์ทางด้านการเงิน แต่อาจารย์ของข้าพเจ้าไม่เคยหวั่นไหวไปกับอำนาจเงินตราของผู้ใด ไม่ว่าจะในทางเปิดเผยหรือทางลับ ข้าพเจ้าไม่เคยได้ยินท่านเอ่ยปากหรือแสดงทีท่าเพื่อขอรับบริจาคเงินจากใครไม่ว่าจะในกรณีใด แม้แต่การรับศิษย์เข้ามาศึกษาอยู่ในอาศรม ท่านก็มิได้เรียกร้องค่าคุรุทักษิณาใดๆ ทั้งสิ้น

วันหนึ่งมีเจ้าหน้าที่ศาลแวะมายังอาศรมที่เซรัมปอร์เพื่อยื่นหมายเรียกตัวอาจารย์ไปขึ้นศาล ข้าพเจ้ากับศิษย์ในอาศรมอีกคนหนึ่งชื่อกะไนจึงเชิญเขาเข้ามาพบอาจารย์

แต่เขากลับแสดงทีท่าหยาบคายกับอาจารย์ "ได้โผล่ออกจากอาศรมไปสูดอากาศที่มีแต่ความซื่อสัตย์ในศาลน่าจะเป็นผลดีกับตัวคุณนะ" เขาเอ่ยวาจาโอหังได้อย่างน่าชังนัก

ข้าพเจ้าข่มใจไม่อยู่ "ขืนพูดจาจาบจ้วงอาจารย์แบบนี้อีกแค่คำเดียว นายได้ลงไปนอนกองอยู่กับพื้นแน่!" พูดจบข้าพเจ้าก็ย่างสามขุมเข้าไปหา

กะไนเองก็ตะเบ็งเสียงใส่ว่า "เจ้าคนถ่อย กล้าดียังไงถึงได้มาพูดจาสามหาว

ในอาศรมอันศักดิ์สิทธิ์แห่งนี้?"

แต่อาจารย์ก้าวเข้ามาขวางพวกเราเอาไว้ "จะมาเอาเรื่องเอาราวอะไรกับเรื่องไม่เป็นเรื่อง ผู้ชายคนนี้ก็แค่มาทำตามหน้าที่เท่านั้น"

เจ้าหน้าที่ศาลมึนไปกับการต้อนรับที่ต่างกันแบบหน้ามือกับหลังมือ จึงรีบกล่าวขออภัยอาจารย์อย่างมีสัมมาคารวะ แล้วแจ้นกลับไปในทันที

ข้าพเจ้าออกจะประหลาดใจอยู่ครามครันที่คนแข็งกร้าวอย่างอาจารย์มีความสงบเยือกเย็นได้ถึงเพียงนี้ ท่านช่างเหมาะสมที่จะเป็นสาวกแห่งพระเป็นเจ้าตามคำนิยามในพระเวทโดยแท้ "อ่อนโยนนิ่มนวลยิ่งกว่าบุปผาในยามเมตตา แข็งแกร่งยิ่งกว่าสายฟ้าในยามพิทักษ์หลักการ"

ในโลกนี้มีคนประเภทที่บราวนิ่งเรียกว่าเป็นพวก "หลีกลี้แสงสว่างไปหมกตัวไม่ให้ใครรู้จัก" อยู่เสมอ บางครั้ง จะมีคนนอกที่หลงเชื่อเรื่องโกหกพกลมจากปากคำของคนอื่น ถึงขนาดมาอาละวาดเอากับอาจารย์ อาจารย์ผู้ใจเย็นของข้าพเจ้าก็จะนิ่งฟังอย่างมีมารยาทและพิจารณาตนเองไปพร้อม ๆ กันว่ากระทำผิดจริงตามที่เขาด่าว่ามาหรือไม่ ภาพเหตุการณ์เหล่านี้ทำให้ข้าพเจ้าต้องนึกถึงข้อคิดเห็นที่ท่านเคยกล่าวไว้ได้อย่างน่าฟังว่า "คนบางคนยอมตัดหัวคนอื่นเพื่อความยิ่งใหญ่ของตน!"

ความสงบสำรวมของโยคีผู้บรรลุธรรมนั้น ประเสริฐเลิศกว่าการเทศนาธรรมทั้งปวง "บุคคลผู้โกรธช้าก็ดีกว่าคนมีกำลังมาก และบุคคลผู้ปกครองจิตใจของตนเองก็ดีกว่าผู้ที่ตีเมืองได้"[1]

ข้าพเจ้ามักคิดอยู่เสมอว่า ถ้าเพียงแต่อาจารย์มีจิตปรารถนาในชื่อเสียงหรือความสำเร็จในทางโลก ท่านก็สามารถก้าวขึ้นเป็นพระจักรพรรดิหรือขุนศึกผู้สร้างความสะท้านสะเทือนให้แก่โลกได้ง่ายเหมือนพลิกฝ่ามือ แต่ท่านกลับเลือกที่จะบุกทะลวงป้อมปราการแห่งโทสะและความยึดมั่นถือมั่นในอัตตา และเมื่อใดที่ป้อมปราการดังกล่าวถูกทลายราบลง เมื่อนั้นมนุษย์ย่อมจะสูงส่งขึ้นอย่างแน่นอน

---

1 สุภาษิต 16:32

บทที่ 13

โยคีผู้ไม่เคยหลับ

"กรุณาอนุญาตให้กระผมไปหิมาลัยด้วยเถิดขอรับ กระผมหวังว่าความวิเวกไร้ซึ่งสิ่งรบกวน จะช่วยให้กระผมรวมเป็นหนึ่งเดียวกับพระเป็นเจ้าได้โดยไม่ขาดตอน"

ครั้งหนึ่ง ข้าพเจ้าเคยเอ่ยขอกับอาจารย์เสมือนหนึ่งเป็นคนเนรคุณ สาวกแห่งพระเป็นเจ้าอาจถูกมายาอันไม่อาจคาดเดาเข้าครอบงำได้ในบางครั้ง เช่นเดียวกับข้าพเจ้าในเวลานี้ที่รู้สึกร้อนรน ทนการทำหน้าที่ของตนในอาศรมและทนการเล่าเรียนในมหาวิทยาลัยไม่ได้อีกต่อไป เหตุบรรเทาโทษอันแสนจะอ่อนด้วยเหตุผลมีอยู่เพียงประการเดียวคือ คำขอนี้ออกจากปากข้าพเจ้าหลังได้รู้จักกับท่านอาจารย์ศรียุกเตศวรเพียงหกเดือน อันเป็นช่วงเวลาที่ข้าพเจ้ายังไม่ได้ตระหนักรู้อย่างลึกซึ้งถึงสถานะอันโดดเด่นเหนือผู้อื่นใดของท่าน

"มีผู้คนอาศัยอยู่ตามป่าเขาในเขตหิมาลัยมากมาย กระนั้น พวกเขาก็มิได้เข้าถึงพระเป็นเจ้า" อาจารย์ให้คำตอบง่าย ๆ ด้วยน้ำเสียงอันเนิบนาบ "ปัญญานั้นควรหาจากมนุษย์ผู้ตระหนักรู้ในธรรมแล้ว ไม่ใช่ไปหาเอากับภูเขาที่ไม่มีชีวิตจิตใจ"

นัยของอาจารย์บอกชัดอยู่แล้วว่าท่านต่างหากที่เป็นคุรุของข้าพเจ้า หาใช่ขุนเขาอันใดไม่ แต่ข้าพเจ้าก็ไม่ใส่ใจ ยังขืนรบเร้าท่านอยู่ต่อไป คราวนี้อาจารย์นิ่งเงียบ ไม่ตอบคำใดกลับมาอีก ข้าพเจ้าจึงถือเอาว่าการเงียบของท่านคือคำอนุญาต . . . เป็นการตีความที่ออกจะล่อแหลมอันตราย แต่ก็เป็นการเปิดทางสะดวกให้กับตัวเองเช่นกัน

เย็นนั้น ในบ้านที่กัลกัตตา ข้าพเจ้าง่วนอยู่กับการตระเตรียมตัวออกเดินทาง ตอนมัดข้าวของเครื่องใช้ใส่ไว้ในผ้าห่ม ข้าพเจ้าอดคิดถึงห่อของคล้าย ๆ กันนี้ที่เคยแอบโยนลงจากหน้าต่างห้องใต้หลังคาเมื่อหลายปีก่อนไม่ได้ เลยทำให้นึกสงสัยขึ้นมาตงิด ๆ ว่า หรือนี่จะเป็นลางไม่ดีในการหนีไปหิมาลัยอีกครั้งกระมัง ตอนแรกข้าพเจ้าตื่นเต้นดีใจเป็นที่สุด แต่พอตกกลางคืน เมื่อคิดขึ้นได้ว่าตนเองได้ทิ้งอาจารย์มา สติรู้ผิดรู้ชอบก็กลุ้มรุมเล่นงานข้าพเจ้าอย่างหนัก

เช้าวันรุ่งขึ้น ข้าพเจ้าตรงไปหาท่านบัณฑิตพิหารี ผู้เป็นอาจารย์สอนวิชาภาษาสันสกฤตของข้าพเจ้าที่วิทยาลัยสก๊อตติชเชิร์ช

"อาจารย์ครับ อาจารย์เคยบอกผมว่าอาจารย์รู้จักกับศิษย์เอกท่านหนึ่งของท่านลาหิริ มหัสยะ อาจารย์พอจะให้ที่อยู่ของท่านกับผมได้ไหมครับ?"

"เธอหมายถึงท่านรามโคปาล มูซุมดาร์กระมัง ครูเรียกท่านว่า 'โยคีผู้ไม่เคยหลับ' ท่านตื่นอยู่ในสภาวะจิตอันเปี่ยมไปด้วยความปีติสุขตลอดเวลา บ้านของท่านอยู่ที่หมู่บ้านรานพัชปุระ ใกล้กับเมืองตารเกศวร"

ข้าพเจ้าขอบคุณท่านบัณฑิต แล้วขึ้นรถไฟตรงไปตารเกศวรทันที ข้าพเจ้าหวังจะดับความหวั่นใจของตนด้วยการขอท่าน "โยคีผู้ไม่เคยหลับ" ให้อนุญาตให้ข้าพเจ้าได้ปลีกวิเวกปฏิบัติธรรมอยู่ในหิมาลัยกับท่านด้วย ท่านบัณฑิตพิหารีบอกข้าพเจ้าว่าท่านรามโคปาลได้บรรลุธรรมหลังพากเพียรปฏิบัติ*กริยาโยคะ*อยู่ในหมู่ถ้ำอันโดดเดี่ยวในเบงกอลอยู่หลายปี

ที่เมืองตารเกศวร ข้าพเจ้าได้แวะไปเยือนเทวาลัยอันเลื่องชื่อ ชาวฮินดูนับถือบูชาเทวาลัยแห่งนี้ไม่ต่างจากที่ชาวคาทอลิกมีศรัทธาต่อวิหารที่เมืองลูร์ดในประเทศฝรั่งเศส เพราะมีคนมากมายหายจากโรคภัยที่เบียดเบียนได้ด้วยปาฏิหาริย์ที่เกิดขึ้น ณ เทวาลัยตารเกศวรแห่งนี้ หนึ่งในนั้น มีกรณีของญาติผู้ใหญ่คนหนึ่งของข้าพเจ้ารวมอยู่ด้วย

"ป้านั่งอยู่ที่เทวาลัยนั่นตั้งอาทิตย์หนึ่งเต็ม ๆ" ป้าใหญ่เคยเล่าให้ฟัง "อดอาหารอย่างเคร่งครัดและสวดภาวนาขอให้ลุงสารทะของเธอหายจากโรคเรื้อรังที่เป็นอยู่ พอถึงวันที่เจ็ดเกิดปาฏิหาริย์มีสมุนไพรมาปรากฏขึ้นที่กลางฝ่ามือของป้า! ป้าเลยเอาใบไปต้มให้ลุงเขากิน โรคลุงก็หายไปเป็นปลิดทิ้ง และไม่เคยกลับมาเป็นอีกเลย"

ข้าพเจ้าเข้าไปในตัวเทวาลัย บนแท่นบูชาไม่มีสิ่งอื่นนอกจากหินกลม ๆ เพียงแผ่นเดียวเท่านั้น เส้นรอบวงของหินนี้ไม่มีจุดเริ่มต้นและไม่มีที่สิ้นสุด เหมาะจะใช้สื่อความหมายถึงพระเป็นเจ้าด้วยประการทั้งปวง ในอินเดียเรา แม้แต่ชาวไร่ชาวนาผู้ไร้การศึกษาก็ยังเข้าใจความหมายของสัญลักษณ์อันเกี่ยวเนื่องกับจักรวาลได้เป็นอย่างดี จนถึงขนาดที่ทำให้ชาวตะวันตกกล่าวหาเราได้ในบางครั้งว่าเอาแต่ใช้ชีวิตอยู่กับนามธรรมที่จับต้องไม่ได้!

ตัวข้าพเจ้าในยามนั้นอยู่ในอารมณ์แก่หลักการจนไม่สมัครใจจะก้มตัวลงกราบไหว้สัญลักษณ์ที่เป็นเพียงหินก้อนหนึ่ง ในใจก็คิดว่าเราควรแสวงหาพระเป็นเจ้าจากภายในจิตวิญญาณของเราเท่านั้น

ข้าพเจ้าออกจากเทวาลัยโดยมิได้คุกเข่าลงสักการะ แล้วเร่งฝีเท้าไปยังหมู่บ้านรานพัชปุระที่ตั้งอยู่ทางรอบนอก แต่เพราะไม่รู้เส้นทาง จึงหยุดถามทางกับชาวบ้านที่เดินผ่านมา คำถามของข้าพเจ้าทำเอาเขาต้องหยุดคิดไปครู่ใหญ่

"พอถึงสี่แยก ต้องเลี้ยวขวา แล้วตรงไปเรื่อย ๆ" สุดท้ายเขาก็บอกทางให้อย่างคลุมเครือเต็มที

เพราะทำตามคำบอกนั้นอย่างเคร่งครัด ข้าพเจ้าจึงเดินเลาะริมคลองสายหนึ่งไปเรื่อย ๆ พอตะวันตกดิน เขตราวป่าของหมู่บ้านป่าก็ดูมีชีวิตชีวาด้วยแสงระยิบระยับของหิ่งห้อยกับเสียงเห่าหอนของฝูงหมาในที่อาศัยอยู่ในละแวกนั้น ถึงจะมองไม่ค่อยเห็นทางเพราะแสงจันทร์คืนนั้นอ่อนมาก ข้าพเจ้าก็ยังย่ำเท้าโซซัดโซเซต่อไปอีกสองชั่วโมงเต็ม

แล้วเสียงกระดึงจากคอวัวก็ดังแว่วมา! ข้าพเจ้าส่งเสียงร้องตะโกนซ้ำ ๆ กันหลายครั้ง จนสุดท้าย ชาวบ้านคนหนึ่งก็ออกมาดูจนได้

"ผมมาหาท่านรามโคปาลครับ"

"หมู่บ้านเราไม่มีคนชื่อนี้" ชายผู้นั้นตอบด้วยน้ำเสียงไม่เป็นมิตร "นายเป็นพวกนักสืบมาหลอกถามอะไรพวกเรากระมัง"

เพราะหวังจะทำให้เขาคลายความหวาดระแวงเรื่องการเมือง ข้าพเจ้าจึงบอกเล่าสถานการณ์เข้าตาจนของตนให้ฟังจนเขาเห็นใจพาข้าพเจ้าไปที่บ้าน และให้การต้อนรับอย่างอบอุ่น

"รานพัชปุระอยู่ไกลจากที่นี่โขอยู่" เขาบอก "พ่อต้องเลี้ยวซ้ายตรงสี่แยก ไม่ใช่เลี้ยวขวา"

ข้าพเจ้านึกอย่างเศร้าใจว่า คนบอกทางคนแรกนั้นนับเป็นภัยคุกคามต่อคนเดินทางโดยแท้ หลังกินมื้อค่ำอันแสนอร่อย ทั้งข้าวที่ขัดสีอย่างหยาบ ๆ แกงดาลและแกงกะหรี่ใส่มันฝรั่งกับกล้วยดิบเสร็จเรียบร้อยแล้ว ข้าพเจ้าก็ไปพักยังกระท่อมเล็ก ๆ ที่อยู่ติดกับลานบ้าน หูแว่วเสียงชาวบ้านร้องเพลงประกอบเสียง

กลอง*มฤทังคะ*[1] กับฉิ่งฉาบดังมาแต่ไกล ข้าพเจ้าไม่ใส่ใจกับการนอนหลับพักผ่อนในคืนนี้ เอาแต่สวดภาวนาอย่างแน่วแน่ ขอให้ได้พบกับท่านโยคีรามโคปาลผู้ถือสันโดษเสียที

ทันทีที่ฟ้าแจ้งเห็นเป็นแสงสว่างอยู่ตามช่องแตก ๆ ของกระท่อม ข้าพเจ้าก็ออกเดินทางไปรานพัชปุระอีกครั้ง ต้องเดินตัดท้องนาอันขรุขระ เหยียบย่ำไปบนตอหนามและมูนดินที่แห้งแล้งและแตกระแหง นาน ๆ จะเห็นคนเดินสวนทางมาทุกคนบอกกับข้าพเจ้าเหมือน ๆ กันว่าจุดหมายปลายทางของข้าพเจ้าอยู่ห่างไป "แค่*โกรษะ*เดียว" (สองไมล์) เท่านั้น หกชั่วโมงผ่านไป ดวงอาทิตย์โคจรจากเส้นขอบฟ้าขึ้นสู่จุดสูงสุดที่กลางเวิ้งฟ้าแล้ว แต่ข้าพเจ้าก็ยังอยู่ห่างจากรานพัชปุระอีกหนึ่ง*โกรษะ*อยู่ดี

ล่วงเข้ายามบ่ายแก่ ๆ รอบตัวข้าพเจ้ายังมีแต่ท้องไร่ท้องนาที่แผ่ไกลไปสุดลูกหูลูกตาเช่นเดิม บนฟ้าแสงแดดยังแผดกล้า ไร้เมฆมาบดบัง ร้อนเสียจนข้าพเจ้าแทบจะเป็นลมอยู่รอมร่อ ตอนนั้นเองที่ข้าพเจ้าเห็นชายผู้หนึ่งเดินตรงมาทางข้าพเจ้าด้วยทีท่าสบาย ๆ ไม่รีบร้อน ข้าพเจ้าไม่กล้ากระทั่งจะเอ่ยปากถามทาง เพราะเกรงจะได้คำตอบว่า "แค่*โกรษะ*เดียว"

ชายแปลกหน้าเข้ามาหยุดยืนอยู่ข้าง ๆ เขาเป็นคนร่างเตี้ยเล็ก ไม่มีส่วนไหนเด่นสะดุดตา ยกเว้นดวงตาสีเข้มและคมกริบคู่นั้น

"ฉันวางแผนจะไปจากรานพัชปุระ แต่เพราะเธอมีความตั้งใจดี ฉันจึงได้อยู่รอ" เขาว่า แล้วกระดิกนิ้วชี้มาที่หน้างง ๆ ของข้าพเจ้า "คิดว่าฉลาดนักรึ? นึกยังไงถึงจะมาหาฉันโดยไม่บอกกล่าวกันล่วงหน้า? เจ้าบัณฑิตพิหารีนั่นก็ไม่มีสิทธิ์ที่จะเอาที่อยู่ของฉันไปบอกกับใครต่อใครอย่างนี้"

คิดดูแล้ว การแนะนำตัวต่อครูบาอาจารย์ท่านนี้คงเป็นการกระทำที่เกินความจำเป็น ข้าพเจ้าจึงได้แต่ยืนนิ่ง พูดอะไรไม่ออก ติดจะใจเสียด้วยซ้ำที่ได้รับการต้อนรับเช่นนี้ ท่านโยคียังตั้งกระทู้จู่โจมข้าพเจ้าต่อไป

"บอกมาซิ เธอคิดว่าพระเป็นเจ้าสถิตอยู่ที่ใด?"

---

1 กลองชนิดหนึ่ง ใช้มือตี ปกติใช้ตีประกอบการร้องเพลงสวดสรรเสริญพระเป็นเจ้า (*กีรตาน*) ในขบวนแห่และงานพิธีทางศาสนา

รามโคปาล มูซุมดาร์
"โยคีผู้ไม่เคยหลับ"

"อ้าว พระองค์ก็สถิตอยู่ในตัวกระผมและทุกหนทุกแห่งสิขอรับ" ไม่ต้องสงสัยเลยว่าหน้าตาข้าพเจ้าจะดูงงเป็นไก่ตาแตกไม่ต่างจากความรู้สึกภายในใจ "ทุกหนทุกแห่งงั้นรึ?" ท่านโยคีหัวเราะหึๆ "งั้นทำไม ท่านองค์น้อย ทำไมเมื่อวันวานเธอจึงไม่ทรุดตัวลงสักการะพระเป็นเจ้าผู้ทรงสถิตอยู่ในแท่นหินที่เทวาลัยตารเกศวร?[1] ความทะนงตนทำให้เธอถูกลงโทษให้ต้องหลงทางจากคำบอกเล่าของชาวบ้านผู้ไม่ใส่ใจว่าทางไหนซ้ายทางไหนขวา กระทั่งวันนี้ เธอก็ต้องเผชิญกับความลำบากมิใช่น้อยเช่นกัน!"

---

1 "บุคคลผู้ไม่ยอมค้อมหัวให้สิ่งใด ย่อมไม่สามารถแบกรับภาระรับผิดชอบในตนเองได้เช่นกัน"
—ดอสตอยเยฟสกี้, *The Possessed*

ข้าพเจ้าเห็นด้วยกับท่านอย่างหมดใจ และอดที่จะรู้สึกทึ่งต่อทิพยจักษุญาณที่แฝงเร้นอยู่ในร่างของชายผู้ดูแสนจะธรรมดาที่ยืนอยู่ตรงหน้าไม่ได้ กระแสพลังที่แผ่ซ่านออกมาจากตัวท่านยังผลให้ข้าพเจ้ารู้สึกสดชื่นขึ้นทั้ง ๆ ที่ยืนอยู่กลางทุ่งที่ร้อนเป็นไฟเช่นนี้

"สาวกแต่ละคนต่างก็คิดว่าหนทางของตนเป็นหนทางเดียวที่นำไปสู่พระเป็นเจ้าได้" ท่านว่า "โยควิธีเป็นหนทางให้เราค้นพบพระเป็นเจ้าได้จากภายใน และเป็นวิถีทางที่สูงส่งที่สุดดังเช่นที่ท่านลาหิริ มหัสยะเคยได้บอกเอาไว้อย่างไม่ต้องสงสัย แต่เมื่อพบพระเป็นเจ้าที่ภายในแล้วไม่ช้าเราจะมองเห็นพระองค์ที่ภายนอกด้วย เทวาลัยศักดิ์สิทธิ์ที่เมืองตารเกศวรหรือที่อื่นใดย่อมควรค่าแก่การสักการะในฐานะที่เป็นศูนย์กลางเล็ก ๆ ของพลังทางจิตวิญญาณ"

การจ้องจับผิดยุติลง แววตาของท่านเปลี่ยนเป็นอ่อนโยนและมากด้วยเมตตา ท่านตบบ่าข้าพเจ้า

"โยคีน้อย ฉันรู้ว่าเธอหนีอาจารย์มา ท่านมีทุกอย่างที่เธอต้องประสงค์ จงกลับไปหาท่านเสียเถิด" แล้วท่านก็กล่าวเสริมว่า "ภูเขาเป็นครูให้กับเธอไม่ได้หรอกนะ"

... เป็นทรรศนะเดียวกับที่ท่านศรียุกเตศวรบอกกับข้าพเจ้าเมื่อสองวันก่อน

"หาได้มีกฎระเบียบใดในจักรวาลกำหนดเอาไว้ไม่ ว่าครูบาอาจารย์จะต้องพำนักอยู่ตามภูเขาเท่านั้น" แววตาท่านมีประกายขบขัน "เทือกเขาหิมาลัยในอินเดียและทิเบตไม่ได้เป็นที่เดียวที่มีผู้บรรลุธรรมหรอกนะ สิ่งที่คนเราไม่ยอมคิดเห็นเป็นธุระว่าจะต้องมาค้นหาจากภายในจิตของตน ต่อให้ถ่อสังขารไปร้อยเอ็ดเจ็ดย่านน้ำก็ไม่มีทางหาพบ เมื่อใดที่ผู้ภักดีในพระเป็นเจ้ามุ่งมั่นที่จะดั้นด้นไปจนสุดขอบโลกเพื่อแสวงหาความสว่างให้แก่จิตวิญญาณของตน เมื่อนั้นคุรุของเขาจะปรากฏตัวอยู่ไม่ใกล้ไม่ไกล"

ข้าพเจ้าเห็นด้วยกับท่านอยู่ในใจ นึกถึงเมื่อครั้งที่ตนเองสวดภาวนาอยู่ที่อาศรมในเมืองพาราณสี จนได้มาพบกับท่านคุรุศรียุกเตศวรในตรอกที่คลาคล่ำไปด้วยผู้คน

"เธอพอจะหาห้องเล็ก ๆ สักห้องให้ปิดประตูอยู่คนเดียวได้ไหมล่ะ?"

"ได้ขอรับ" ข้าพเจ้าคิดในใจว่าโยคีท่านนี้ช่างเปลี่ยนหัวข้อสนทนาจากเรื่องทั่วไปมาเป็นเรื่องใกล้ตัวได้เร็วจนน่าอึดอัดใจ

"นั่นล่ะถ้ำของเธอละ" ท่านมองข้าพเจ้าด้วยแววตาของผู้ถึงแล้วซึ่งความสว่างอย่างที่ข้าพเจ้าจะไม่มีวันลืมได้ "นั่นล่ะขุนเขาศักดิ์สิทธิ์ของเธอ นั่นล่ะที่ซึ่งเธอจะได้ค้นพบอาณาจักรแห่งพระเป็นเจ้า"

คำพูดง่าย ๆ ของท่านช่วยขจัดความหมกมุ่นที่ข้าพเจ้ามีต่อเทือกเขาหิมาลัยมาชั่วชีวิตให้ปลาสนาการไปในฉับพลัน ในท่ามกลางท้องถิ่นอันร้อนระอุ ข้าพเจ้าจึงได้ตื่นจากการเฝ้าฝันหาแต่เทือกเขาที่มีหิมะปกคลุมอยู่ชั่วนาตาปีด้วยประการฉะนี้

"ท่านองค์น้อย ความกระหายใคร่เข้าให้ถึงองค์พระเป็นเจ้าของเธอนั้นน่าสรรเสริญนัก ฉันรู้สึกได้ถึงความรักอันยิ่งใหญ่สำหรับเธอ" ท่านรามโคปาลจับมือจูงข้าพเจ้าไปยังหมู่บ้านเล็ก ๆ ที่ราวป่า เป็นหมู่บ้านที่งามแปลกตาแบบโบราณ บ้านเรือนปลูกสร้างด้วยอิฐดินตากแห้ง หลังคามุงด้วยใบตอง และมีการปลูกไม้ดอกเมืองร้อนไว้เหนือประตูตามอย่างบ้านในชนบททั่วไป

ท่านโยคีพาข้าพเจ้าไปนั่งที่ชานไม้ไผ่ซึ่งต่อออกมาจากตัวกระท่อมหลังเล็ก ๆ ของท่าน ดูมีร่มเงาน่าเย็นสบายดี หลังส่งแก้วน้ำมะนาวกับน้ำตาลกรวดให้กับข้าพเจ้าแล้วเราก็เข้าไปยังลานบ้าน ทรุดตัวลงนั่งในท่าขัดสมาธิเพชรเข้าสมาธิกันจนเวลาผ่านไปสี่ชั่วโมงเต็ม ตอนข้าพเจ้าลืมตาขึ้นมาอีกครั้ง ร่างที่อาบด้วยแสงจันทร์ของท่านยังนั่งนิ่งไม่ไหวติง ขณะที่ข้าพเจ้าคร่ำเคร่งเตือนกระเพาะของตนว่าคนเรามิได้อยู่ได้ด้วยอาหารเท่านั้น ท่านรามโคปาลก็ลุกขึ้นจากที่นั่งของท่าน

"หิวแล้วสิท่า" ท่านว่า "รออีกเดี๋ยวก็ได้กินแล้ว"

ท่านก่อไฟในเตาดินเหนียวตรงลานบ้าน ไม่นาน เราก็นั่งกินข้าวกับแกงดาลบนใบตองแผ่นโต เจ้าบ้านของข้าพเจ้าปฏิเสธด้วยมารยาทอันดี ไม่ยอมให้ข้าพเจ้าเข้าไปช่วยงานใดในครัวเลย "ผู้มาเยือนคือพระเจ้า" ภาษิตฮินดูบทนี้เป็นที่ยึดถือปฏิบัติกันอย่างเคร่งครัดในอินเดียมาแต่ครั้งบรรพกาล ภายหลังเมื่อได้ท่องไปในโลกกว้าง ข้าพเจ้าชื่นใจนักที่ได้พบว่าผู้คนในชนบทของหลาย ๆ ประเทศก็ยึดถือธรรมเนียมที่คล้ายคลึงกัน ผิดกับคนในเมืองที่ไม่นิยมยินดีกับการต้อนรับคนแปลกหน้าซึ่งมีอยู่ล้นหลาม

หมู่บ้านป่าเล็ก ๆ อันเปลี่ยวร้างแห่งนี้อยู่ห่างไกลจากผู้คนมาก ข้าพเจ้านั่งอยู่

ข้างกายท่านโยคี ในกระท่อมมีแสงสลัวดูลี้ลับเลือนราง ท่านรามโคปาลหาผ้าห่มขาด ๆ มาปูรองพื้นไว้ให้ข้าพเจ้าใช้เป็นที่นอน แล้วท่านก็เดินเลี่ยงไปนั่งลงบนเสื่อฟาง ข้าพเจ้าติดใจในอำนาจฌานของท่านนัก จึงทำใจกล้าเรียนขอต่อท่านว่า

"ท่านโยคีขอรับ ท่านจะถ่ายทอด*สมาธิญาณ*ให้กับกระผมบ้างได้ไหมขอรับ?"

"เด็กเอ๋ย ไม่มีสิ่งใดจะทำให้ฉันยินดียิ่งไปกว่าการได้ถ่ายทอดญาณในการติดต่อกับพระเป็นเจ้าให้แก่เธอ แต่ฉันไม่อยู่ในฐานะจะกระทำเช่นนั้นได้" ท่านมองมาที่ข้าพเจ้าด้วยตาที่หรี่ปรือ "อาจารย์ของเธอจะถ่ายทอดสมาธิญาณให้แก่เธอในเร็ววันนี้ล่ะ เพียงแต่เวลานี้ ร่างกายของเธอยังไม่ได้รับการปรับให้พร้อม หลอดไฟดวงเล็กที่ได้รับกระแสไฟแรงสูง ฟิวส์ย่อมขาดหลอดย่อมแตกฉันใด ระบบประสาทของเธอก็ยังไม่พร้อมรับกระแสพลังแห่งจักรวาลฉันนั้น หากถ่ายทอดสมาธิญาณให้กับเธอในยามนี้ เธอจะร้อนรุ่มราวกับเซลล์ทุกเซลล์กำลังติดไฟอยู่กระนั้น

"เธอปรารถนาญาณทิพย์จากฉัน" ท่านยังคงรำพึงอยู่ต่อไป "ในขณะที่ฉันยังสงสัยอยู่เลยว่า . . . ตัวฉันเองก็ไม่ใช่คนสลักสำคัญอะไร สมาธิก็ปฏิบัติได้น้อยเต็มที . . . ถ้าฉันทำให้พระเป็นเจ้าทรงโปรดปรานได้จริง เมื่อวาระสุดท้ายมาถึง ฉันจะมีคุณค่าสักแค่ไหนในสายพระเนตรหนอ"

"แต่ท่านก็มุ่งมั่นแสวงหาพระเป็นเจ้ามานานแล้วไม่ใช่หรือขอรับ?"

"แต่ที่ฉันทำยังไม่ถือว่ามากพอ พิหารีคงจะเล่าเรื่องราวชีวิตของฉันให้เธอฟังบ้างแล้ว ฉันใช้เวลายี่สิบปีอยู่ในถ้ำที่ไม่มีใครรู้จัก ทำสมาธิวันละสิบแปดชั่วโมง จากนั้นก็ย้ายไปยังถ้ำที่เข้าออกได้ยากยิ่งขึ้น ใช้ชีวิตอยู่ที่นั่นยี่สิบห้าปีเต็มปฏิบัติโยคะทุกวัน วันละยี่สิบชั่วโมง การนอนหลับพักผ่อนไม่จำเป็นสำหรับฉันเพราะฉันอยู่กับพระเป็นเจ้าตลอดเวลา เมื่อเข้าสู่สมาธิขั้นอภิจิตสำนึกแล้วร่างกายจะได้รับการพักผ่อนอย่างเต็มที่ดียิ่งกว่าการพักผ่อนตามการสั่งการของจิตใต้สำนึกเสียอีก

"ในยามหลับ กล้ามเนื้อของเราจะผ่อนคลาย แต่หัวใจ ปอด และระบบการไหลเวียนของกระแสโลหิตยังคงทำงานอยู่อย่างต่อเนื่อง ไม่ได้พักตามไปด้วย ในภาวะอภิจิตสำนึก อวัยวะภายในทั้งหมดจะหยุดนิ่งไปชั่วคราว โดยได้รับกระแสพลังจากจักรวาลมาหล่อเลี้ยงเอาไว้ ด้วยวิธีดังกล่าว ฉันจึงไม่จำเป็น

ต้องพักผ่อนหลับนอนเลยตลอดหลายปีมานี้” ท่านกล่าวเสริมอีกว่า “สักวันหนึ่งข้างหน้า การนอนก็จะไม่จำเป็นสำหรับเธอเช่นกัน”

“โอ้โห! ท่านปฏิบัติสมาธิมาเป็นสิบ ๆ ปี ขนาดนี้ยังไม่แน่ใจว่าพระเป็นเจ้าจะโปรดปราน” ข้าพเจ้าออกอุทานอย่างประหลาดใจ “แล้วมรรตัยชนอย่างเรา ๆยังจะมีความหวังอะไรเหลือได้อีก?”

“ลูกเอ๋ย เธอก็รู้มิใช่หรือว่าพระเป็นเจ้าทรงเป็นนิรันดร์? การเหมาเอาว่าเราจะตระหนักรู้ในพระองค์ได้ถ่องแท้ทุกแง่มุมจากการปฏิบัติสมาธิเพียงสี่สิบห้าปีนั้น จะไม่ฟังดูน่าขันไปหน่อยหรือ กระนั้น ท่านบาบาจีก็เคยยืนยันกับพวกเราว่า การทำสมาธิแม้เพียงน้อยนิด ก็ช่วยเราให้พ้นจากความหวาดกลัวต่อมรณภัยและสภาวะหลังความตายได้ อย่าเอาอุดมการณ์ในการแสวงธรรมไปผูกไว้กับภูเขาเล็ก ๆ แต่จงเกี่ยวมันไว้กับทิพยสมาบัติที่เธอยังไปไม่ถึง ถ้าเธอมุ่งมั่นพากเพียร สักวันจะต้องบรรลุถึงเป้าหมายนั้นอย่างแน่นอน”

ถ้อยปลอบปลุกให้เห็นถึงความหวังในวันข้างหน้าทำให้ข้าพเจ้าติดใจ จึงขอให้ท่านให้ความสว่างแก่ข้าพเจ้าต่อไป ท่านก็กรุณาเล่าเรื่องราวอันน่าอัศจรรย์เมื่อครั้งที่ท่านได้พบกับท่านบาบาจี[1] ผู้เป็นคุรุของท่านลาหิริ มหัสยะเป็นครั้งแรกให้ฟัง ราวเที่ยงคืนท่านรามโคปาลก็เงียบเสียงลง ส่วนข้าพเจ้าก็ล้มตัวลงนอนบนผ้าห่มของตน แต่ทั้ง ๆ ที่ตาปิดอยู่ ข้าพเจ้ากลับเห็นแสงเป็นสายสว่างจ้า โพรงว่างอันกว้างใหญ่ในตัวข้าพเจ้าเหมือนเป็นห้องที่มีแสงวิ่งวนเป็นเส้นสายตัดกันเต็มไปหมด และแม้เมื่อลืมตาขึ้น ก็ยังมองเห็นแสงอันเจิดจ้าพร่าตาเหล่านั้นอยู่เช่นเดิม ห้องทั้งห้องกลายเป็นส่วนหนึ่งของเวิ้งฟ้าอันไร้ขอบเขตที่ปรากฏแก่ตาในของข้าพเจ้าอยู่ในขณะนี้

ท่านโยคีออกปากถามว่า “ทำไมถึงยังไม่นอน?”

“ท่านขอรับ กระผมจะนอนหลับได้อย่างไรในเมื่อรอบตัวกระผมมีแต่แสงแปลบปลาบอยู่เต็มไปหมด? จะหลับตาหรือลืมตาก็ยังเห็นอยู่นั่นเอง”

“ประสบการณ์ครั้งนี้นับเป็นบุญวาสนาของเธอ การแผ่กระแสทิพยรังสีเช่นนี้มิใช่สิ่งที่ใครจะเห็นกันได้ง่าย ๆ” ท่านโยคีกรุณาบอกให้รู้ด้วยความเอ็นดู

---

1 ดูหน้า 395–7

ตอนฟ้าสาง ท่านส่งน้ำตาลกรวดให้กับข้าพเจ้า แล้วบอกให้ข้าพเจ้ากลับไป ข้าพเจ้ากล่าวคำอำลาอย่างฝืนใจเต็มที น้ำตาเจ้ากรรมก็พาลไหลพรากลงทั้งสองข้างแก้ม

"ฉันจะไม่ให้เธอจากไปมือเปล่าหรอกนะ" ท่านพูดอย่างอ่อนโยน "ฉันจะทำอะไรให้เธอสักอย่าง"

ท่านยิ้มแล้วจับสายตามองมายังข้าพเจ้าอย่างแน่วแน่ ข้าพเจ้าขยับเขยื้อนไม่ได้เหมือนงอกรากติดอยู่กับพื้นดิน กระแสแห่งศานติแผ่ซ่านออกมาจากร่างท่าน ซึมซาบเข้าสู่ตัวข้าพเจ้า อาการปวดหลังที่สร้างความทรมานให้กับข้าพเจ้ามาเป็นพักๆ ตลอดหลายปีที่ผ่านมาก็พลันหายไปเป็นปลิดทิ้ง

ข้าพเจ้าสดชื่นและดื่มด่ำกับความสุขอันเรืองรองจนน้ำตาหยุดไหลไปเอง หลังจากก้มตัวลงกราบลาท่านรามโคปาลที่แทบเท้า ข้าพเจ้าก็ออกเดินตัดป่าฝ่าดงไม้เมืองร้อนอันรกเรื้อ ข้ามทุ่งนาหลายต่อหลายแห่งมาจนถึงเมืองตารเกศวร

ที่นี่ ข้าพเจ้าแวะเข้าไปแสวงบุญยังเทวาลัยซ้ำเป็นคำรบสอง และได้ก้มกายลงสักการะแท่นศิลาที่อยู่ตรงหน้าด้วยหัวใจทั้งหมด จิตข้าพเจ้ามองเห็นนิมิตเป็นภาพแท่นหินขยายใหญ่ขึ้นๆ จนกลายเป็นห้วงจักรวาลอันประกอบด้วยวงที่ซ้อนกันอยู่วงแล้ววงเล่า มณฑลแล้วมณฑลเล่า ทั้งหมดล้วนสืบทอดสภาวะและคุณสมบัติอันศักดิ์สิทธิ์ของพระเป็นเจ้า

หนึ่งชั่วโมงให้หลัง ข้าพเจ้าก็ขึ้นรถไฟกลับกัลกัตตาอย่างเป็นสุข การเดินทางของข้าพเจ้าสิ้นสุดลง ไม่ใช่ในเทือกเขาสูงเหยียดเสียดฟ้า แต่เป็นที่หิมาลัยในตัวอาจารย์ของข้าพเจ้าเอง

บทที่ 14

ประสบการณ์ในการเข้าถึงจิตสำนึกแห่งจักรวาล

"กระผมกลับมาแล้วขอรับ อาจารย์" สีหน้าละอายใจของข้าพเจ้าดูจะบอกความในใจได้ดีกว่าคำพูด

"งั้นเดี๋ยวเราเข้าครัวไปหาอะไรกินกัน" ทีท่าของอาจารย์ยังปกติดีเหมือนข้าพเจ้าหายหน้าไปแค่ไม่กี่ชั่วโมงแทนที่จะเป็นหลายวันเช่นที่ผ่านมา

"อาจารย์ขอรับ กระผมคงทำให้ท่านผิดหวังมากที่จู่ๆ ก็ละทิ้งหน้าที่ไปเช่นนี้ กระผมนึกว่าอาจารย์จะโกรธกระผมเสียอีก"

"ครูจะโกรธเธอไปทำไมกัน! ความโกรธนั้นอุบัติขึ้นจากความต้องการที่ไม่ได้รับการตอบสนอง ครูไม่เคยคาดหวังสิ่งใดจากผู้อื่น การกระทำของพวกเขาจึงทำให้ครูผิดหวังไม่ได้ ครูไม่มีวันจะเอาเธอมาใช้เป็นเครื่องมือเพื่อให้บรรลุวัตถุประสงค์ใดๆ ของตนเอง ครูจะเป็นสุขก็ต่อเมื่อเธอมีความสุขอย่างแท้จริงเท่านั้น"

"อาจารย์ขอรับ เวลาได้ยินใครเอ่ยอ้างถึงความรักอันสูงส่ง มันช่างฟังดูเลื่อนลอยนัก แต่วันนี้ กระผมได้เห็นตัวอย่างของความรักเช่นนั้นอย่างมิพักต้องสงสัยใดๆ อีกจากตัวอาจารย์ผู้ประเสริฐประดุจเทพยดาของกระผมนี่เองในโลกนี้ แม้แต่พ่อบังเกิดเกล้าก็ยังยากจะให้อภัยกับลูกในไส้ได้โดยง่าย หากลูกทอดทิ้งกิจธุระของพ่อไปโดยไม่ยอมบอกกล่าว แต่อาจารย์กลับไม่มีทีท่าขุ่นเคืองตัวกระผมเลยแม้สักน้อย ทั้งๆ ที่กระผมทิ้งงานค้างไว้ตั้งมากมาย ทำให้อาจารย์ต้องยุ่งยากลำบากโดยใช่ที่แท้ๆ"

เราศิษย์อาจารย์มองตากันพร้อมน้ำตาที่เอ่อขึ้นมาขังคลอ ข้าพเจ้าสัมผัสได้ถึงกระแสแห่งความปีติอันหลากล้น ตระหนักแน่อยู่แก่ใจว่าพระเป็นเจ้าในร่างของอาจารย์ทรงประทานพระเมตตาขยายขอบเขตความรักอันท่วมท้นในใจของข้าพเจ้าให้ลอยล่องไปสัมผัสกับความรักอันไพศาลแห่งทิพยสถานเบื้องบน

หลังจากนั้นไม่กี่วัน ข้าพเจ้าได้เข้าไปในห้องนั่งเล่นอันโล่งโถงของอาจารย์ในตอนเช้า ตั้งใจจะทำสมาธิอยู่ที่นี่ แม้เป้าประสงค์จะประเสริฐ แต่ความคิด

สวามีศรียุกเตศวรขณะนั่งในท่าขัดสมาธิเพชร

อารามริมทะเลของท่านศรียุกเตศวรที่เมืองปุรี แคว้นโอริสสา
ใกล้อ่าวเบงกอล (ดูภาพล่าง หน้า 529 เพิ่มเติม)

อันดื้อแพ่งกลับไม่เป็นใจ คิดแส่ส่ายเรื่อยไปเหมือนฝูงนกที่บินฉวัดเฉวียนอยู่ต่อหน้านายพรานกระนั้น

"มุกุณฑะ!" เสียงเรียกของอาจารย์ดังมาจากระเบียงที่อยู่ห่างออกไป

ความรู้สึกของข้าพเจ้าในยามนั้นเต็มไปด้วยความพยศพอ ๆ กับความคิดอันแส่ส่าย "อาจารย์ชอบบอกให้เราทำสมาธิอยู่เสมอ ๆ นี่นา" ข้าพเจ้าว่างึมงำกับตัวเอง "ท่านไม่น่ามารบกวนทั้ง ๆ ที่รู้ดีว่าเราเข้ามาทำอะไรในห้องท่าน"

อาจารย์เรียกซ้ำอีกครั้ง แต่ข้าพเจ้ายังนิ่งเงียบอย่างดื้อแพ่ง อาจารย์จึงเรียกซ้ำมาเป็นคำรบสาม คราวนี้เสียงแข็งมาทีเดียว

"อาจารย์ขอรับ กระผมกำลังทำสมาธิอยู่" ข้าพเจ้าตะโกนตอบกลับไปแบบขัดใจเต็มแก่

"ครูรู้หรอกว่าเธอทำสมาธิแบบไหน" อาจารย์ร้องตอบ "จิตส่ายเสียอย่างกับใบไม้ที่ปลิวว่อนไปตามแรงพายุอย่างนั้น! มาหาครูที่นี่เสียดี ๆ"

เถียงไปก็ไม่ชนะ แถมยังถูกท่านเปิดโปงเสียอีก ข้าพเจ้าจึงได้แต่เดินไปหาอาจารย์อย่างเงื่องหงอย

"เด็กเอ๋ย ภูเขาก็ให้ในสิ่งที่เธอต้องการไม่ได้" น้ำเสียงท่านทั้งปลอบโยนและปลอบปลุก ดวงตาที่จ้องมองมาก็สงบและลึกซึ้งจนสุดจะหยั่งได้ "ครูจะให้ในสิ่งที่ใจเธอปรารถนา"

อาจารย์ไม่เคยพูดให้คิดเป็นปริศนาเช่นนี้มาก่อน ขณะที่ข้าพเจ้าได้แต่ยืนงงท่านก็ยื่นมือมาตบหน้าอกข้าพเจ้าเบา ๆ ตรงเหนือหัวใจพอดี

ร่างของข้าพเจ้าติดตรึงอยู่กับที่ ขยับเขยื้อนเคลื่อนไหวไม่ได้ ลมหายใจเหมือนถูกดูดออกจากปอดด้วยแม่เหล็กยักษ์ จิตและวิญญาณหลุดพ้นจากพันธนาการแห่งกายหยาบในฉับพลันประหนึ่งแสงที่ไหลพวยพุ่งออกมาจากทุกรูขุมขน เลือดเนื้อเหมือนเหือดแห้งตายไป แต่ข้าพเจ้ากลับมีสติระลึกรู้อยู่พร้อมสรรพว่าตนเองไม่เคยมีพลังชีวิตอันเต็มเปี่ยมสมบูรณ์เยี่ยงนี้มาก่อน สำนึกในตัวตนมิได้ถูกจำกัดให้อยู่ในกรอบอันคับแคบของร่างกายอีกต่อไป แต่แทรกซึมเข้าไปถึงทุกอณูที่รายล้อมอยู่โดยรอบ ผู้คนบนท้องถนนที่อยู่ไกลออกไปดูราวกับกำลังเคลื่อนไหวอย่างเนิบนาบอยู่ทางรอบนอก รากเหง้าของพืชพันธุ์ไม้ก็มองทะลุผ่านผืนดินที่โปร่งใสลงไปเห็นได้ กระทั่งยางไม้ที่ไหลเวียนอยู่ภายในลำต้น

ก็ยังไม่อาจรอดพ้นจากสายตาของข้าพเจ้า

อาณาบริเวณในละแวกใกล้เคียงทั้งหมดปรากฏอยู่ต่อหน้าข้าพเจ้า จักษุประสาทที่เคยเห็นแต่เฉพาะภาพที่อยู่เบื้องหน้า บัดนี้เปลี่ยนไปเห็นได้รอบด้านในรัศมีอันกว้างไกล และเห็นภาพเหตุการณ์ทุกอย่างได้พร้อมกันในคราวเดียว ข้าพเจ้ามองทะลุท้ายทอยของตัวเองออกไปเห็นผู้คนเดินขวักไขว่อยู่ในตรอกราอีฆาฏ และเห็นวัวสีขาวตัวหนึ่งกำลังก้าวย่างตรงมาทางอาศรมอย่างเชื่องช้า พอมาถึงหน้าประตูอาศรมที่เปิดอยู่ ข้าพเจ้าก็พินิจพิศดูมันราวกับใช้สองตาแท้ๆ ของตนก็ไม่ปาน จนมันเดินผ่านไปทางด้านหลังกำแพงอิฐของลานอาศรมแล้วข้าพเจ้าก็ยังมองเห็นมันได้อย่างชัดเจนอยู่นั่นเอง

สรรพสิ่งทั้งหลายที่อยู่ภายในรัศมีการมองเห็นของข้าพเจ้าสั่นไหวและเต้นระริกเหมือนภาพที่เคลื่อนไหวอย่างรวดเร็วบนจอภาพยนตร์ ร่างกายของข้าพเจ้า ของอาจารย์ ลานอาศรมที่มีระเบียงเสาล้อมรอบ เครื่องเรือนของพื้นห้อง แมกไม้กับแสงแดดไหวกระเพื่อมอย่างรุนแรงเป็นพักๆ จนกระทั่งถูกกลืนหายเข้าไปในทะเลแสงอันเรืองรอง คล้ายโยนผลึกน้ำตาลลงในแก้วน้ำ แล้วเขย่าจนน้ำตาลนั้นละลายกลายเป็นหนึ่งเดียวกับน้ำ แสงอันทรงไว้ซึ่งเอกภาพปรากฏให้เห็นสลับกับภาพวัตถุธาตุนานาเป็นปรากฏการณ์ที่เผยให้เห็นถึงกฎของเหตุและผลจากการสร้างสรรค์

ความสุขอันลึกซึ้งและไพศาลดุจมหาสมุทรสาดซัดเข้าหาวิญญาณของข้าพเจ้า ซึ่งเปรียบเสมือนชายฝั่งอันสงบนิ่งและกว้างไกลสุดลูกหูลูกตา ข้าพเจ้าตระหนักได้ในชั่วขณะจิตนั้นว่า ธรรมชาติแห่งองค์พระเป็นเจ้าคือความปีติสุขที่ตักตวงได้ไม่มีวันหมดสิ้น พระกายแห่งพระองค์คือประกายแสงระยิบระยับนับอเนกอนันต์ แสงอันโชติช่วงภายในตัวของข้าพเจ้าเริ่มขยายวงออกครอบคลุมเมืองต่างๆ ทวีปทั้งหลาย โลก ระบบสุริยะและดาวบริวาร กลุ่มหมอกฝุ่นก๊าซและจักรวาลอนันตจักรวาลที่ลอยตัวอยู่อย่างอิสระ จักรวาลที่สว่างเรืองด้วยแสงอันนวลตาเหมือนเมืองที่มองเห็นอยู่ไกลๆ ในยามค่ำคืนส่องแสงเลือนรางอยู่ภายในตัวตนอันไร้ขอบเขตของข้าพเจ้า พ้นแนวขอบโลกอันคมชัดออกไป แสงอันพร่างพรายบริเวณรอบนอกสุดจะอ่อนละมุนลงเล็กน้อย ณ ที่นั้นข้าพเจ้าเห็นรัศมีอันเย็นตาแผ่ออกเป็นวงกว้างไกลไม่มีที่สิ้นสุด มันเป็นแสง

ที่ละเอียดอ่อนเกินกว่าจะอธิบายเป็นคำพูดได้ ภาพต่างๆ บนโลกใบนี้ล้วนก่อเกิดขึ้นจากแสงที่มีอณูใหญ่กว่าทั้งสิ้น[1]

พรายแสงเหล่านี้พวยพุ่งออกมาจากแหล่งกำเนิดอันเป็นอนันตกาล ปะทุแตกออกเป็นกาแล็กซี่น้อยใหญ่ ห่อหุ้มด้วยรัศมีอันงดงามสุดพรรณนา ข้าพเจ้าเห็นแสงต้นกำเนิดควบรวมกันเป็นกลุ่มดาว แล้วสลายกลายเป็นไฟอันโปร่งใสและบางเบาซ้ำแล้วซ้ำเล่า ในทางกลับกัน พิภพนับโกฐแสนล้านก็เปลี่ยนกลับไปเป็นแสงเพลิงอันรุ่งโรจน์โชติช่วง ก่อนที่เปลวเพลิงนั้นจะแปรสภาพไปเป็นเวิ้งฟ้าหลังคาสวรรค์

ข้าพเจ้ารับรู้ได้ว่าศูนย์กลางของสวรรค์ชั้นสูงสุดนั้นคือจุดรับญาณในใจของข้าพเจ้า ประกายแสงอันรุ่งโรจน์ถูกปล่อยจากแกนร่างของข้าพเจ้า ทอทาบสู่โครงสร้างทุกส่วนของจักรวาล น้ำอมฤตอันนำมาซึ่งความเกษมสันต์แผ่ซ่านไปทั่วร่างของข้าพเจ้าในรูปของของเหลวที่เหมือนกับปรอท รอบตัวได้ยินแต่พระสุรเสียงแห่งการสร้างสรรค์กังวานเป็นคำว่า*โอม*[2] อันเป็นแรงสั่นสะเทือนของแรงขับเคลื่อนแห่งจักรวาลดังสะเทือนเลื่อนลั่น

ทันใดนั้น ลมหายใจก็หวนคืนสู่ปอด ข้าพเจ้าผิดหวังจนแทบจะทนไม่ไหวเมื่อได้ตระหนักว่าตนเองได้สูญเสียความเป็นนิรันดร์อันมโหฬารหาขอบเขตที่สิ้นสุดมิได้ไป และต้องกลับมาติดแหงกอยู่ในร่างอันเปรียบเสมือนกรงขังแห่งความอัปยศที่ไม่เอื้ออำนวยต่อการรองรับองค์พระเป็นเจ้าเลยจริงๆ เปรียบไปแล้วข้าพเจ้าก็เหมือนกับเด็กใจแตกที่หนีออกจากบ้านหลังใหญ่โตโอ่โถงอย่างจักรวาลอันไพศาล มาขังตัวเองอยู่ในร่างของมนุษย์อันเล็กกระจ้อยร่อย

เห็นอาจารย์ยืนนิ่งอยู่ต่อหน้า ข้าพเจ้าจึงทรุดตัวลงกราบคารวะท่านที่แทบเท้าด้วยความซาบซึ้งในพระคุณที่ท่านกรุณาช่วยเหลือให้ข้าพเจ้าได้มีโอกาสเข้าถึงจิตสำนึกแห่งจักรวาลอย่างที่ร่ำร้องต้องการมานาน ท่านประคองข้าพเจ้าให้ลุกขึ้นแล้วบอกด้วยเสียงอันราบเรียบว่า

"เธอต้องไม่ข้องติดอยู่กับปีติสุขนี้จนสลัดไม่หลุด ในโลกนี้ยังมีกิจการงาน

---

1 แสงในฐานะที่เป็นปัจจัยสำคัญในการสร้างสรรค์ มีอรรถาธิบายอยู่ในบทที่ 30

2 "ในปฐมกาลพระวาทะดำรงอยู่ และพระวาทะทรงสถิตอยู่กับพระเจ้า และพระวาทะทรงเป็นพระเจ้า"—ยอห์น 1:1

รอให้เธอไปทำอีกมากมาย มาเกิด ไปกวาดระเบียง จากนั้น ค่อยออกไปเดินเล่นที่แม่น้ำคงคา”

ข้าพเจ้าหยิบไม้กวาดมาอย่างขมีขมัน ในใจรู้ดีว่าอาจารย์กำลังสอนเคล็ดลับในการใช้ชีวิตอย่างสมดุลให้ วิญญาณต้องเดินทางข้ามผ่านช่วงเวลายาวนานของปลักการก่อกำเนิดจักรวาลและสรรพสิ่ง ขณะที่ร่างกายปฏิบัติภาระหน้าที่ไปในแต่ละวัน

แม้เมื่ออาจารย์กับข้าพเจ้าออกเดินกันมา ข้าพเจ้าก็ยังดื่มด่ำอยู่กับปีติอันยากจะพรรณนา มองเห็นร่างของเราทั้งคู่เป็นร่างทิพย์สองร่างลอยเลื่อนไปตามถนนเลียบริมแม่น้ำซึ่งปรากฏให้เห็นเป็นเพียงแสงเท่านั้น

“สรรพสิ่งและสรรพกำลังทั้งหลายในจักรวาลนี้ ล้วนมีพลานุภาพแห่งพระเป็นเจ้าคอยผดุงและค้ำจุนไว้ทั้งสิ้น กระนั้น พระองค์ก็ทรงอยู่เหนือโลกวิเวกอยู่ในความว่างอันอุบัติขึ้นด้วยตนเองและเป็นมูลฐานของปีติสุขอันยิ่งใหญ่ พ้นจากปรากฏการณ์ของพลังสั่นสะเทือนและกระแสแห่งวิสัยโลกทั้งปวง”[1] อาจารย์อธิบาย “ผู้บรรลุธรรมในยามมีชีวิตสามารถดำรงอยู่ในโลกนี้ได้ในสองสภาวะพร้อมกัน กล่าวคือ แม้ในขณะประกอบกิจการงานทางโลกอยู่ด้วยสติอันรู้พร้อม จิตของพวกเขาก็ยังดื่มด่ำอยู่กับปีติอันลึกซึ้งจากภายใน

---

1 “เพราะว่าพระบิดามิได้ทรงพิพากษาใครแต่พระองค์ได้ทรงมอบการพิพากษาทั้งสิ้นไว้กับพระบุตร”—ยอห์น 5:22 “ไม่มีใครเคยเห็นพระเจ้าเลย พระบุตรองค์เดียวผู้ทรงสถิตอยู่ในพระทรวงของพระบิดา พระองค์ได้ทรงสำแดงพระเจ้าแล้ว”—ยอห์น 1:18 “พระเจ้า...ผู้สร้างสารพัดทั้งปวงผ่านทางพระเยซูคริสต์”—เอเฟซัส (3:9) “ผู้ที่วางใจในเราจะกระทำกิจการซึ่งเราได้กระทำนั้นด้วยและเขาจะกระทำกิจที่ยิ่งใหญ่กว่านั้นอีก เพราะว่าเราจะไปถึงพระบิดาของเรา”—ยอห์น 14:12 “แต่องค์ผู้ช่วยคือพระวิญญาณบริสุทธิ์ซึ่งพระบิดาจะทรงใช้มาในนามของเรานั้น จะทรงสอนท่านทั้งหลายทุกสิ่งและจะให้ท่านระลึกถึงทุกสิ่งที่เราได้กล่าวไว้แก่ท่านแล้ว”—ยอห์น 14:26

ข้อความเหล่านี้คัดลอกมาจากพระคัมภีร์ไบเบิล และแสดงถึงการเปิดเผยพระองค์ของพระเจ้าเป็นตรีเอกานุภาพ คือ พระบิดา พระบุตร และพระจิต (เทียบได้กับ*สัต ตัต โอม* ในคัมภีร์ของทางฮินดู) พระบิดาคือพระเจ้าในภาคที่เป็นองค์สัมบูรณ์ ไม่ปรากฏรูปกายให้เห็น และทรงอยู่เหนือกระแสในการสร้างสรรค์สรรพสิ่งทั้งปวง พระบุตรคือจิตสำนึกของพระเจ้าที่ส่งออกมาและดำรงอยู่ภายในทุกสรรพสิ่ง ดั่งเช่นปัญญาของพระเป็นเจ้าที่ให้กับคน (พระพรหม หรือ *กุตัสถะ ไจตนิยะ*) ทรงอยู่ในกระแสพลังสั่นสะเทือนของการสร้างสรรค์สรรพสิ่ง *กุตัสถะ ไจตนิยะ* นี้คือการแสดงออกของพระเป็นเจ้าในธรรมชาติของพระองค์เอง ปรากฏในสรรพสิ่งที่ทรงรังสรรค์

"พระเป็นเจ้าทรงสร้างหมู่มวลมนุษย์ขึ้นจากปีติอันไพศาลไร้ขีดจำกัดแห่งพระองค์เอง ถึงมนุษย์จะถูกพันธนาการเอาไว้ด้วยกายหยาบ แต่พระเป็นเจ้าก็ยังทรงคาดหวังว่า มนุษย์ที่ทรงสร้างขึ้นในรูปของพระองค์เองจะสามารถทะยานพ้นจากความข้องติดในกามคุณทั้งปวง และหวนกลับมารวมเป็นหนึ่งเดียวกันกับพระองค์ได้อีกครั้ง"

การนิมิตเห็นภาพจักรวาลในครั้งนี้ยังทิ้งบทเรียนที่ข้าพเจ้าจดจำได้ฝังใจเอาไว้อีกหลายบท การฝึกควบคุมความคิดไม่ให้แส่ส่ายในทุก ๆ วัน ยังผลให้ข้าพเจ้าปลดเปลื้องความยึดมั่นถือมั่นผิด ๆ ที่ว่าร่างกายของตนประกอบขึ้นจากเลือดเนื้อและกระดูกลงจนสามารถข้ามพ้นธาตุภูมิแห่งวัตถุธรรมมาเสียได้ ข้าพเจ้ามองว่าลมหายใจที่ไม่สม่ำเสมอและจิตที่แส่ส่ายก็เปรียบได้กับพายุที่พัดกระหน่ำเข้าใส่ทะเลแสงให้ปั่นป่วนและผันแปรไปเป็นกระแสคลื่นประกอบกันขึ้นเป็นวัตถุธาตุหลากหลายรูปลักษณ์ อาทิ แผ่นดิน ผืนฟ้า มนุษย์สรรพสัตว์ นก และต้นไม้นานา หากสยบพายุเหล่านี้ให้สงบลงไม่ได้ เราก็ไม่มีทางมองเห็นพระเป็นเจ้าในรูปของแสงอันเป็นเอกภาพได้

ยิ่งควบคุมลมหายใจและความคิดให้นิ่งได้มากเท่าใด ข้าพเจ้าก็ยิ่งมองเห็นกระแสแห่งวัตถุธาตุนานาหลอมละลายกลายเป็นทะเลแสงอันสว่างไสวมากขึ้นเท่านั้น ดุจเดียวกับเกลียวคลื่นในมหาสมุทรที่ย่อมคลี่คลายกลายเป็นผืนน้ำอันสงบนิ่งผืนเดียวกันหลังพายุอันอึงอลผ่านพ้นไป

ครูบาอาจารย์จะให้ศิษย์ได้รับญาณทิพย์ของจิตสำนึกแห่งจักรวาลได้เมื่อศิษย์นั้นได้ฝึกสมาธิจนจิตกล้าแข็งพอที่จะรองรับภาพนิมิตอันไพศาลได้โดยไม่ตกเป็นฝ่ายที่ถูกนิมิตนั้นครอบงำเสียเอง แค่ความใฝ่รู้อันกอปรไปด้วยปัญญาหรือทรรศนะที่เปิดกว้างยังไม่อาจนับว่าเพียงพอได้ มีแต่ต้องขยายขอบข่ายของจิตให้เจริญขึ้นด้วยโยคมรรคและ*ภักติ*มรรคอย่างเพียงพอแล้วเท่านั้น บุคคลจึง

สิ่งซึ่งเป็นพยานในการสำแดงปรากฏของ*กุตัสถะ ไจตนิยะ*ในทุกที่ทุกกาลนั้น (วิวรณ์ 3:14) คือ *โอม* (พระวาทะ หรือพระจิต) เป็นทิพยอำนาจอันมองไม่เห็น เป็นผู้กระทำเพียงหนึ่งเดียว เป็นพลังก่อเกิดและกระตุ้นซึ่งจรรโลงสรรพสิ่งไว้ด้วยแรงสั่นสะเทือน *โอม*อันเป็นเครื่องปลุกปลอบใจให้เกิดปีติคือเสียงที่ได้ยินในขณะปฏิบัติสมาธิ และเป็นเสียงที่เผยสัจธรรมอันสูงสุดให้ปรากฏแก่ผู้ศรัทธา โดยนำมาซึ่งการ "ระลึกถึง…ทุกสิ่งขึ้นมาได้"

จะพร้อมรับพลังการปลดปล่อยอันรุนแรงที่ประดังเข้ามาจากทั่วทุกสารทิศได้

ญาณทิพย์เช่นที่ว่านี้เป็นที่หวังได้แก่สาวกผู้มีความภักดีต่อพระเป็นเจ้าด้วยใจบริสุทธิ์เป็นที่แน่นอนและเป็นปกติวิสัยอยู่แล้ว ความมุ่งมาดปรารถนาอันแน่วแน่ของเขาจะดึงดูดพระองค์ให้เข้ามาด้วยกำลังอันยากจะต้านทานได้ พระเป็นเจ้าในรูปของนิมิตแห่งจักรวาลย่อมถูกดึงเข้าหาศรัทธาอันแรงกล้าในขอบข่ายแห่งวิถีจิตของผู้ที่ใฝ่หาพระองค์อยู่เป็นนิจ

ผ่านไปอีกหลายปี ข้าพเจ้าได้ประพันธ์บทกวีอันว่าด้วยเรื่อง *"สมาธิ"* ด้วยความมุ่งมั่นพยายามจะถ่ายทอดคุณอันวิเศษแม้เพียงเศษเสี้ยวของความปีติอันเป็นผลที่ได้รับในการฝึกปฏิบัติสมาธิให้เป็นที่ประจักษ์

ฉากบังแสงเงาอันตรธาน
เปิดม่านระเหยไอหมอกแห่งความเศร้า
รุ่งอรุณของความสุขชั่วครั้งคราวคล้อยเคลื่อน
ภาพลวงตาแห่งผัสสะเลือนสลาย
รัก ชัง อโรคะ โรคร้าย ตาย อยู่
เงาลวงบนจอภาพสองขั้วสองคู่ล้วนพินาศ
ด้วยคทาศักดิ์สิทธิ์แห่งสัญชาตญาณลึกล้ำ
ชักนำพายุมายาให้สงบงัน
อดีต ปัจจุบัน อนาคตหมดแล้วสำหรับข้า
เหลือแต่ข้าที่จะปรากฏตลอดไป ล่องลอยเรื่อยไปในทุกที่ทุกกาล

ทั้งดาวเคราะห์ ละอองดาว ดารา โลก
ภูเขาไฟพิโรธ กลียุคสุดโศก วันสิ้นโลกสิ้นวาร
เตาหลอมหล่อพิมพ์ของสรรพสิ่งที่ถูกสร้างสรรค์
กระแสอิเล็กตรอนอันเผาไหม้
สายธารไหลยะเยียบของลำแสงเอ็กซเรย์
ความคิดปนเปของผู้คนทั้งอดีต ปัจจุบัน อนาคต
ทุกใบหญ้า ตัวข้า มนุษยชาติทั้งหมด

แต่ละอณูฝุ่นจักรวาล
ทั้งความโกรธ โลภ ดี เลว ตัณหาราคะ ความเป็นอิสระจากอบาย
ข้าจะกลืนกินและแปลงทั้งหมดทั้งหลาย
ลงสู่มหาสมุทรเลือดกว้างใหญ่ในตัวตนของข้าอันเป็นหนึ่งเดียว

ความสุขที่คุอยู่ภายในและเพิ่มขึ้นได้จากการเข้าฌาน
เริ่มบังม่านตารื้นน้ำตาของข้า
ระเบิดออกมาเป็นไฟอมตะแห่งความปีติ
กลืนกินน้ำตา กลืนร่างของข้า กลืนทั้งหมดโดยเด็ดขาด
พระองค์คือข้าพระบาท ข้าพระบาทคือพระองค์
รู้ ผู้รู้ สิ่งที่รู้ ดำรงคงเป็นหนึ่งเดียว!
ความสงบเย็น ความซาบซ่านมิขาดสาย
การใช้ชีวิตนิรันดร์ ศานติอันมีเติมให้ใหม่เสมอ
ความรื่นรมย์เลิศเลอเกินจินตนาการหรือความคาดฝัน
นั่นคือ *สมาธิ* คือสภาวะความปีติ!
ซึ่งมิใช่สภาวะไม่รู้สึกตน
มิใช่การวางยาสลบทางจิต ปิดกั้นมิให้ดื้อดึงกลับมา
แต่ *สมาธิ* จักขยายอาณาเขตจิตสำนึกของข้า
ไปไกลเกินกว่าข้อจำกัดของกายมนุษย์
สู่สุดแดนนิรันดร์ไกลโพ้น
ที่ซึ่งข้าผู้เป็นทะเลจักรวาล
จะคอยเฝ้าดูเจ้าอัตตาตัวน้อยล่องลอยอยู่ในตัวข้าเอง
เสียงคราเครงเคลื่อนไหวของเหล่าอะตอมมีมาให้ได้ยิน
โลกมืด ภูผา หุบเขากว้าง ระวังนั่น!
ของเหลวร้อนหลอมละลาย
ทะเลที่รี่ไหลเปลี่ยนเป็นละอองไอเนบิวลา!

เสียง*โอม*เป่าผ่านไอระเหยเผยม่านมหัศจรรย์ออกมา

เห็นมหาสมุทร อิเล็กตรอนฉายแสงแรงกล้าส่องสว่าง
กระทั่งเมื่อสิ้นเสียงสุดท้ายของพลังสั่นสะเทือนนั้น[1]
แสงหยาบใหญ่ก็พลันสลายหายไปในลำแสงนิรันดร์
ของความปีติสุขอันแผ่ซ่านกำจาย

ข้ามาจากความปีติ ข้าจักอยู่เพื่อความปีติ
และจักหลอมละลายอยู่ในความสุขศักดิ์สิทธิ์
ในมหาสมุทรแห่งจิต ข้าจักดื่มคลื่นของสรรพชีวิตที่ถูกสร้างสรรค์
ม่านทั้งสี่จะพลันเผยออกอย่างถูกต้อง
ทั้งของแข็ง ของเหลว แสง ไอ
ข้าจักอยู่ในสรรพสิ่ง สิงอยู่ในสภาวะอันยิ่งใหญ่และศักดิ์สิทธิ์ของตัวข้า
เงาแห่งความทรงจำของความเป็นมนุษย์ที่แวบมาให้เห็น จักพลันหายไปชั่วกาล
ฟากฟ้าแห่งจิตวิญญาณของข้าบริสุทธิ์ใสไร้ตำหนิ
ทั้งเบื้องบน เบื้องล่าง และข้างหน้า
ความเป็นนิรันดร์และตัวข้าคือลำแสงหนึ่งเดียว

จากหนึ่งพรายฟองน้อยของเสียงสำรวลสรวลเส
ข้าพลันกลายเป็นทะเลแห่งความปีติรื่นรมย์

อาจารย์สอนวิธีเข้าฌานหยั่งจิตลงสู่ทิพยสภาพได้ตามใจปรารถนาแก่ข้าพเจ้า และยังสอนวิธีถ่ายทอดญาณทิพย์นี้ให้กับบุคคลอื่น[2] ซึ่งพัฒนาจิตจนถึงขั้นพร้อมเปิดรับได้แล้ว

หลังประสบการณ์เข้าถึงสภาวะปีติสุขได้เป็นครั้งแรก ข้าพเจ้ายังเข้าฌานต่อมาอีกหลายเดือน และซาบซึ้งแก่ใจเพิ่มขึ้นทุกวันว่าเหตุใดคัมภีร์อุปนิษัทจึงกล่าวว่าพระเป็นเจ้าคือ *รส* ซ้ำยังเป็น *รส* ที่ "โอชะเหนือรสทั้งปวง" อย่างไรก็ดี

---

[1] *โอม คือพลังสั่นสะเทือนของเสียงอันเป็นปฐมบทของสรรพสิ่ง*

[2] *ข้าพเจ้าได้ถ่ายทอดญาณทิพย์นี้ให้แก่ผู้ปฏิบัติกริยาโยคะในโลกตะวันออกและตะวันตกหลายท่าน หนึ่งในนั้นคือ มิสเตอร์เจมส์ เจ. ลินน์ ที่มีภาพถ่ายในท่านั่งสมาธิปรากฏอยู่ในหน้า 316*

เช้าวันหนึ่งข้าพเจ้าได้หอบเอาปัญหาไปถามอาจารย์

"อาจารย์ขอรับ กระผมใคร่รู้ว่า... เมื่อไหร่กระผมจะได้พบพระเป็นเจ้าเสียที?"

"เธอก็ได้พบพระองค์แล้วนี่"

"โอ ยังเลยขอรับอาจารย์ กระผมว่ายังไม่ได้พบเลย!"

อาจารย์ยิ้ม "ครูเชื่อว่าเธอคงไม่วาดหวังจะได้เห็นภาพพระผู้ควรค่าแก่การสักการบูชาประทับอยู่เหนือพระแท่นรัตนบรรยงก์ในที่อันสะอาด ปราศจากเชื้อโรค ณ มุมหนึ่งมุมใดของจักรวาลแน่! แต่ครูก็รู้ด้วยว่าในมโนภาพของเธอ การได้ครอบครองทิพยอำนาจถือเป็นเครื่องพิสูจน์ว่าบุคคลได้พบพระเป็นเจ้าแล้ว ซึ่งไม่จริงเลย คนบางคนอาจมีอำนาจควบคุมจักรวาลได้ทั้งจักรวาล... แต่ก็ยังเข้าไม่ถึงพระเป็นเจ้าอยู่ดี จิตวิญญาณอันเจริญในธรรมนั้นมิอาจวัดได้ด้วยการแสดงอิทธิปาฏิหาริย์ให้ผู้อื่นเห็นเป็นประจักษ์ แต่ต้องวัดจากการเข้าสมาธิว่าเขาสามารถหยั่งจิตให้ดิ่งลงสู่ปีติได้ลึกแค่ไหน

"*พระเป็นเจ้าคือปีติสุขที่บังเกิดขึ้นใหม่ในทุกขณะจิต* พระองค์คือความสุขที่ตักตวงได้ไม่มีวันหมดสิ้น ในขณะที่เราพากเพียรทำสมาธิติดต่อกันปีแล้วปีเล่า พระองค์จะทรงคิดประดิษฐ์นานาสารพัดสิ่งมาทำให้เราเพลิดเพลิน แต่สาวกผู้พบหนทางเข้าถึงพระองค์แล้วอย่างตัวเธอเองย่อมไม่มีความคิดจะเอาพระองค์ไปแลกกับความสุขอื่นใดทั้งสิ้น ทรงมีพลังดึงดูดใจเราอย่างไม่มีสิ่งใดจะมาเทียบได้

"ดูเอาเถิดว่าเราช่างเบื่อหน่ายความสุขในทางโลกได้ง่ายดายนัก! มนุษย์มีความอยากได้ใคร่มีไม่มีที่สิ้นสุด ไม่เคยรู้จักพออย่างแท้จริง มีแต่จะดิ้นรนไขว่คว้า ได้สิ่งนั้นมาแล้วก็ยังต้องการสิ่งอื่นต่อไปอีก 'สิ่งอื่น' ที่เขาแสวงหาคือพระเป็นเจ้า ซึ่งเป็นเพียงผู้เดียวที่จะประทานความสุขอันเป็นนิรันดร์ให้กับเขาได้

"ความปรารถนาในสมบัตินอกกายเป็นปัจจัยผลักดันให้เราละทิ้งแดนสุขาวดีที่อยู่ภายในใจของเราเอง สิ่งที่มันหยิบยื่นให้กับเราคือความสุขจอมปลอมที่ลอกเลียนแบบมาจากความสุขที่แท้จริงในจิตวิญญาณ การเจริญสมาธิจะช่วยให้เราได้สรวงสวรรค์ที่สูญหายไปกลับคืนมาได้อย่างรวดเร็ว และด้วยเหตุที่พระเป็นเจ้าทรงเป็นความแปลกใหม่ที่อยู่เหนือความคาดคิดในทุกขณะจิต เรา

จึงไม่มีวันเบื่อหน่ายในพระองค์ ขึ้นชื่อว่าความปีติสุขที่แปรเปลี่ยนได้เรื่อยไป ไม่มีที่สิ้นสุดเป็นที่น่าอัศจรรย์เช่นนี้ เราจะมีวันอิ่มวันหน่ายในปีตินั้นได้ฉันใด?”

“กระผมเข้าใจแล้วขอรับอาจารย์ ว่าเหตุใดโยคีผู้บรรลุธรรมจึงยกย่องพระเป็นเจ้าให้เป็นพระผู้ทรงความลึกล้ำจนสุดจะหยั่งได้ แม้ชีวิตจะยืนยาวจนถึงขนาดไม่มีวันตาย ก็ยังไม่พอที่จะให้เราหยั่งซึ้งถึงความลึกล้ำของพระองค์ได้”

“จริงแท้ทีเดียว แต่พระองค์ก็ทรงอยู่ใกล้เราและทรงรักเรายิ่งนัก เมื่อเราปฏิบัติ*กริยาโยคะ*จนขจัดอุปสรรคอันเนื่องมาจากประสาทสัมผัสทั้งห้าออกไปจากจิตได้แล้ว การเจริญสมาธิย่อมนำมาซึ่งข้อพิสูจน์เกี่ยวกับองค์พระเป็นเจ้าถึงสองประการด้วยกัน ความสุขซึ่งบังเกิดขึ้นในทุกขณะจิตคือหลักฐานยืนยันถึงการดำรงอยู่ของพระเป็นเจ้าที่ทุกอณูในกายเราสามารถรับรู้ได้ กับทั้งในขณะเจริญสมาธิ เราจะรับรู้การชี้แนะจากพระองค์ได้โดยพลัน ไม่ว่าเราจะพบอุปสรรคหรือความทุกข์ยากใด ๆ จะประทานความช่วยเหลือให้ตามสมควรทุกครั้งไป”

“กระผมเข้าใจแล้วขอรับ อาจารย์ช่างไขข้อข้องใจของกระผมได้กระจ่างนัก” ข้าพเจ้ายิ้มด้วยความสำนึกในพระคุณ “จนถึงตอนนี้ กระผมจึงแจ้งใจว่าตนเองได้พบพระเป็นเจ้าแล้ว เมื่อใดก็ตามที่ปีติจากการปฏิบัติสมาธิหวนคืนสู่จิตใต้สำนึกในขณะที่กระผมกำลังจดจ่อต่องานที่ทำ นั่นหมายความว่าพระองค์ทรงชี้นำกระผมให้ก้าวเดินไปบนเส้นทางที่ถูกต้องในทุกเรื่อง ไม่เว้นแม้กระทั่งเรื่องเล็ก ๆ น้อย ๆ”

“ชีวิตมนุษย์มีแต่จ่อมจมอยู่กับความทุกข์ จะสิ้นทุกข์ได้ก็ต่อเมื่อรู้วิธีปรับจิตให้เข้ากับพระประสงค์แห่งพระเป็นเจ้า แต่ ‘หนทางที่ถูกต้อง’ ของพระองค์ก็มักจะสร้างความงุนงงให้กับปัญญาที่ถือเอาอัตตาเป็นใหญ่อยู่เป็นนิจ” อาจารย์ว่า

“มีเพียงพระเป็นเจ้าเท่านั้นที่ประทานคำปรึกษาให้เราได้โดยไม่ผิดพลาด ก็ใครเล่าจะแบกรับภาระอันหนักอึ้งของจักรวาลเอาไว้ได้ หากมิใช่พระองค์?”

บทที่ 15

โจรขโมยดอกกะหล่ำ

"อาจารย์ขอรับ กระผมมีของมาฝาก! ดอกกะหล่ำหัวโตๆ หกหัวนี้กระผมปลูกเองกับมือคอยรดน้ำพรวนดินให้มันค่อยๆ เติบโตขึ้นอย่างทะนุถนอมราวกับแม่คอยดูแลลูกเชียวนะขอรับ" ข้าพเจ้ายื่นตะกร้าผักส่งให้ท่านด้วยทีท่าโอ้อวดและเต็มไปด้วยพิธีรีตอง

"ขอบใจ!" รอยยิ้มของอาจารย์ดูอบอุ่นด้วยความอิ่มเอมใจ "แต่ช่วยเก็บไว้ในห้องเธอก่อนก็แล้วกัน พรุ่งนี้ครูจะใช้มันทำอาหารค่ำมื้อพิเศษ"

ข้าพเจ้าเพิ่งมาถึงเมืองปุรี[1] เพื่อใช้วันหยุดภาคฤดูร้อนอยู่กับอาจารย์ที่อาศรมริมทะเล ซึ่งอาจารย์กับสานุศิษย์อีกหลายคนช่วยกันสร้างขึ้น ลักษณะเป็นอาคารสองชั้นหลังเล็กๆ สวยงาม หันหน้าออกหาอ่าวเบงกอล

วันรุ่งขึ้น ข้าพเจ้าตื่นแต่เช้า รู้สึกสดชื่นจากลมทะเลที่พัดโชยมา อาศรมก็ดูสวยงามและเงียบสงบ เสียงเรียกของอาจารย์ดังกังวานก้อง ข้าพเจ้าหันไปหาดอกกะหล่ำที่ตนเองเฝ้าทะนุถนอมดูแลมา แล้วเอามันเก็บซ่อนไว้ใต้เตียงจนเรียบร้อยดี

"มา! เรามาเดินไปที่ชายหาดกัน" อาจารย์ออกเดินนำ ศิษย์รุ่นเล็กๆ กับข้าพเจ้าเดินกระจายกันเป็นกลุ่มเล็กๆ สะเปะสะปะตามท่านไป อาจารย์หันมาดู แล้วติงขึ้นว่า

"ชาวตะวันตกนั้นเวลาไปไหนมาไหน พวกเขาจะเดินไปด้วยกันอย่างพร้อมเพรียงและเป็นระเบียบอยู่เป็นนิจ ไหน ช่วยจัดแถวเป็นสองแถวซิ แล้วเวลาเดินก็คอยดูจังหวะการก้าวเท้าให้พร้อมเพรียงกันด้วยล่ะ" อาจารย์จับตาดูขณะที่พวกเราปฏิบัติตามคำสั่งนั้น แล้วร้องเป็นเพลง "เด็กชายเดินไป เด็กชายเดินมา เป็นแถวงามตา ท่วงท่างามดี" ข้าพเจ้าอดที่จะชื่นชมอาจารย์ไม่ได้ที่ท่าน

---

[1] เมืองปุรีตั้งอยู่ทางตอนใต้ของกัลกัตตา ห่างลงมา 310 ไมล์ เป็นสถานที่แสวงบุญที่มีชื่อเสียงในหมู่สาวกของพระกฤษณะ ในแต่ละปีจะมีงานเทศกาลสำคัญสองงาน จัดขึ้นเพื่อบูชาพระกฤษณะ ได้แก่เทศกาล*สนานยาตรา* และเทศกาล*รถยาตรา*

ยังกระฉับกระเฉงแข็งแรง เดินทันศิษย์รุ่น ๆ ได้โดยไม่มีทีท่าว่าจะเหนื่อยแรง

"หยุดก่อน!" อาจารย์หันมาสบตากับข้าพเจ้า "เธอได้ปิดประตูหลังของอาศรมเรารึเปล่า?"

"คิดว่าปิดแล้วขอรับ"

อาจารย์นิ่งเงียบไปชั่วครู่ แล้วรอยยิ้มจาง ๆ ก็ปรากฏขึ้นบนริมฝีปากของท่าน "ไม่หรอก เธอลืมปิด" ในที่สุดท่านก็เอ่ยปากพูดขึ้นอีกครั้ง "เธอจะยกเอาการเข้าฌานเจริญสมาธิมาเป็นข้ออ้างในความประมาทเลินเล่อต่อกิจทางโลกไม่ได้ เธอบกพร่องต่อหน้าที่ในการดูแลรักษาอาศรม เธอจึงต้องถูกลงโทษ"

ข้าพเจ้ายังคิดว่าท่านล้อข้าพเจ้าเล่นเสียด้วยซ้ำตอนที่ท่านบอกต่อมาว่า "ไอ้ดอกกะหล่ำหกหัวของเธอจะเหลือแค่ห้าหัวในชั่วประเดี๋ยวนี้นี่แหละ"

พวกเรากลับหลังหันตามคำสั่งอาจารย์ แล้วเดินย้อนกลับมาตามทางเดิมจนเหลืออีกไม่กี่ก้าวก็จะถึงอาศรมอยู่แล้ว

"พักสักเดี๋ยวเถอะ มุกุณฑะ มองไปฝั่งตรงข้ามกับอาศรมทางซ้ายซิ สังเกตถนนทางโน้นให้ดี ประเดี๋ยวจะมีผู้ชายคนหนึ่งเดินผ่านมา เขาจะเป็นตัวแทนในการลงโทษเธอ"

ข้าพเจ้าซ่อนความคับข้องต่อถ้อยคำที่ตนเองฟังไม่รู้เรื่องไว้แต่ในใจ ไม่ช้าก็เห็นชาวบ้านคนหนึ่งเดินมาตามถนน เขากำลังเต้นระบำด้วยท่วงท่าพิลึกกึกกือ แกว่งแขนปัดซ้ายป่ายขวาอย่างปราศจากความหมาย ข้าพเจ้ายืนตัวชาด้วยความฉงนสนเท่ห์ตามองจ้องภาพที่บังเกิดขึ้นตรงหน้าแบบไม่ยอมให้คลาดสายตา พอชายผู้นั้นเดินไปเต้นไปจนถึงจุดที่เขาจะหายลับไปจากสายตาของพวกเรา อาจารย์ก็พูดขึ้นว่า "เขาจะย้อนกลับมาในอึดใจนี้ล่ะ"

จู่ ๆ ชาวบ้านคนนั้นก็เปลี่ยนทิศทาง วกไปยังด้านหลังของอาศรม เดินข้ามทางเดินที่มีแต่ดินทรายหายลับเข้าไปในตัวอาศรมทางประตูหลัง ข้าพเจ้าลืมปิดประตูไว้อย่างที่อาจารย์ว่าจริง ๆ ไม่นาน ชายคนนั้นก็เดินกลับออกมามือถือดอกกะหล่ำที่ข้าพเจ้าหวงแหนเป็นนักหนาติดมาด้วยหัวหนึ่ง ถึงตอนนี้เขาก็เปลี่ยนมาเดินก้าวยาว ๆ เป็นปกติ ทีท่าออกจะกระหยิ่มใจมิใช่น้อยที่ได้ดอกกะหล่ำหัวนั้นมาครอบครอง

เรื่องตลกที่ค่อย ๆ คลี่คลายให้ได้เห็นนี้ แม้ข้าพเจ้าจะตกที่นั่งเป็นเหยื่อ

ผู้ไม่รู้อิโหน่อิเหน่อันใด แต่นั่นไม่ได้ทำให้ข้าพเจ้างุนงงจนถึงกับไม่คิดจะตามไปจับตัวเจ้าหัวขโมยด้วยความเดือดดาล ข้าพเจ้าออกวิ่งตามไปได้ครึ่งทางแล้วตอนที่อาจารย์ร้องตามและเรียกให้ข้าพเจ้ากลับมา ท่านหัวเราะเสียหัวสั่นหัวคลอน

"เจ้าคนไม่เต็มเต็งนั่นน่าสงสารออก เขาก็แค่อยากได้ดอกกะหล่ำสักหัวเท่านั้น" อาจารย์อธิบายพลางหัวเราะพลาง "ครูเลยนึกว่าถ้าเขาได้ของเธอไปสักหัวหนึ่งคงจะดี ก็เธออยากสะเพร่าลืมปิดประตูไว้เอง!"

ฟังอาจารย์ว่าดังนั้น ข้าพเจ้าก็แจ้นกลับไปที่ห้องของตัวเองทันที เห็นได้ชัดว่าเจ้าหัวขโมยนั่นมุ่งแต่จะขโมยดอกกะหล่ำเพียงอย่างเดียวเท่านั้น ไม่ได้สนใจกับแหวนทอง นาฬิกา และเงินที่วางแบหราอยู่บนผ้าห่มเลยแม้แต่น้อย ถึงกับลงทุนคุกเข่าคลานเข้าไปใต้เตียง ที่ซึ่งข้าพเจ้าซุกตะกร้าดอกกะหล่ำเก็บไว้อย่างมิดชิดชนิดที่ใครก็มองไม่เห็น แต่การกลับกลายเป็นว่ามันเป็นสิ่งที่ใจเขามุ่งมาดปรารถนาไปเสียได้

เย็นวันนั้น ข้าพเจ้าขอให้อาจารย์อธิบายต้นสายปลายเหตุของเรื่องราวที่เกิดขึ้นให้ฟัง (ข้าพเจ้าคิดว่ามีอยู่หลายประเด็นที่ตัวเองไม่เข้าใจเอาเลยจริง ๆ)

อาจารย์ผงกศีรษะช้า ๆ "สักวันหนึ่งเธอจะเข้าใจได้เอง วิทยาศาสตร์จะค้นพบกฎหลาย ๆ อย่างที่ซ่อนอยู่เบื้องหลังเรื่องราวในครั้งนี้ในเร็ววันนี้ล่ะ"

หลายปีต่อมา เมื่อความมหัศจรรย์ของวิทยุสร้างความตื่นตะลึงให้กับคนทั้งโลก ข้าพเจ้าก็นึกถึงคำทำนายของอาจารย์ขึ้นมาทันที แนวคิดเรื่องเวลาและระยะทางที่เชื่อกันมาแต่ครั้งโบร่ำโบราณถูกทำลายลงจนสิ้นซาก ไม่มีบ้านของใครคนไหนที่จะคับแคบเกินกว่าที่ลอนดอนหรือกัลกัตตาจะแทรกเข้าไปไม่ได้! ความฉลาดที่ดูเหมือนจะทึ่มที่สุดนี้เผยให้เห็นข้อพิสูจน์ที่เถียงไม่ได้ถึงความเป็นผู้อยู่ได้ทุกที่ทุกกาล อันเป็นอีกคุณลักษณะหนึ่งของมนุษย์

"พล็อต" หรือเค้าโครงเรื่องโจรขโมยดอกกะหล่ำอันน่าขันนี้ หากนำไปเปรียบกับวิทยุ[1] ก็อาจจะเข้าใจได้ง่ายขึ้น อาจารย์ของข้าพเจ้าเป็นวิทยุในร่างของมนุษย์

---

1 เครื่องรับคลื่นวิทยุขนาดจิ๋วที่ประดิษฐ์ขึ้นในปี 1939 นับเป็นการเปิดเผยปรากฏการณ์ใหม่ของคลื่นรังสีที่ยังไม่เป็นที่รู้จักกันในยุคก่อนหน้านี้ สำนักข่าว *Associated Press* รายงานว่า "ตัวมนุษย์เองนั้นก็ไม่ต่างไปจากวัตถุธาตุทั้งหลายที่สมมติกันว่าไม่มีชีวิตในแง่ที่มีการปล่อยคลื่นรังสีต่าง ๆ ที่เครื่องมือนี้สามารถ 'มองเห็น' ได้ออกมาอย่างต่อเนื่อง จากคำประกาศในข้างต้นนี้ บรรดาผู้ที่เชื่อในเรื่อง

ได้อย่างสมบูรณ์แบบ ความคิดก็เป็นเพียงแค่คลื่นความสั่นสะเทือนอันบางเบาเคลื่อนที่ไปในอากาศธาตุ เฉกเช่นเดียวกับที่เราสามารถใช้วิทยุหมุนหาคลื่นเพื่อฟังรายการเพลงจากสถานีหนึ่งได้จากหลายพันสถานีในทั่วทุกทิศทาง ท่านคุรุศรียุกเตศวรก็เปิดรับคลื่นความคิดที่ตรงกันบางกระแสได้ (อย่างความคิดของนายคนไม่เต็มเต็งที่อยากได้ดอกกะหล่ำแค่หัวเดียว) จากกระแสคลื่นความคิดจำนวนนับไม่ถ้วนที่ส่งออกมาจากจิตของผู้คนบนโลกนี้ ขณะเดินไปยังชายหาดอาจารย์ก็รับกระแสความคิดของชาวบ้านคนนั้นได้ว่าเขาอยากได้อะไร และท่านก็ยินดีที่จะทำให้ความปรารถนาของเขาเป็นจริง ตาทิพย์ของอาจารย์มองเห็นชายผู้นี้เต้นร่ามาตามถนนก่อนที่พวกเราเหล่าลูกศิษย์จะทันได้เห็นเขากับตาของตัวเองเสียด้วยซ้ำ ความหลงลืมไม่ได้ปิดล็อกประตูอาศรมให้เรียบร้อยของข้าพเจ้าทำให้อาจารย์มีข้ออ้างในการลิดรอนดอกกะหล่ำของข้าพเจ้าดอกหนึ่งไปใช้ได้อย่างสะดวกดาย

หลังทำหน้าที่เสมือนเป็นเครื่องรับคลื่นความคิดเรียบร้อยแล้ว อาจารย์ก็ใช้อำนาจจิตเป็นเครื่องมือส่งคลื่นความคิดของท่านออกไปบ้าง[1] และในบทบาทนี้ท่านได้ชี้นำให้ชาวบ้านผู้นั้นเดินย้อนกลับมา และเข้าไปในห้องของข้าพเจ้าเพื่อ

โทรจิต ตาใน และการมองเห็นได้ด้วยญาณทิพย์จึงได้ข้อพิสูจน์ทางวิทยาศาสตร์มาช่วยยืนยันเป็นครั้งแรกว่าคลื่นรังสีที่มองไม่เห็นนั้นมีอยู่จริง และสามารถเดินทางจากบุคคลหนึ่งไปยังอีกบุคคลหนึ่งได้ วิทยุนั้นความจริงคือเครื่องตรวจจับสัญญาณคลื่นความถี่วิทยุ มันทำอย่างเดียวกันนี้กับวัตถุที่เย็นตัวและไม่เรืองแสง ซึ่งเครื่องวิเคราะห์แถบคลื่นการสั่นทางไฟฟ้าแม่เหล็กกระทำเมื่อมันสามารถเปิดเผยให้เห็นถึงชนิดของอะตอมที่ประกอบกันขึ้นมาเป็นดวงดาว...นักวิทยาศาสตร์ข้องใจกันมานานหลายปีแล้วว่าคลื่นรังสีที่แผ่ออกมาจากตัวมนุษย์และสิ่งมีชีวิตทั้งหลายนั้นมีอยู่จริงหรือไม่ วันนี้นับเป็นครั้งแรกที่มีข้อพิสูจน์จากผลการทดลองว่ามันมีอยู่จริง การค้นพบครั้งนี้แสดงให้เห็นว่าอะตอมและโมเลกุลทั้งหลายในธรรมชาติคือสถานที่ส่งสัญญาณคลื่นวิทยุที่ทำงานอย่างต่อเนื่องไม่มีวันหยุด... ดังนั้น แม้หลังจากที่ตายไปแล้ว สิ่งที่ประกอบกันขึ้นเป็นร่างกายก็ยังคงแผ่คลื่นรังสีอ่อน ๆ ออกมาอยู่นั่นเอง ความยาวคลื่นของรังสีเหล่านี้มีตั้งแต่ที่สั้นกว่าคลื่นที่ใช้ส่งกระจายเสียงกันในปัจจุบันไปจนถึงความยาวสูงสุดของคลื่นวิทยุ คลื่นเหล่านี้ปะปนกันอยู่มากมายอย่างเหลือเชื่อนับเป็นจำนวนได้หลายล้านคลื่น โมเลกุลขนาดใหญ่หนึ่งโมเลกุลอาจส่งคลื่นที่มีความยาวต่างกันนับล้านคลื่นออกมาได้ในเวลาเดียวกัน คลื่นที่มีความยาวคลื่นสูงกว่าจะเดินทางได้ง่ายและเร็วไม่ต่างจากคลื่นวิทยุ... คลื่นวิทยุชนิดใหม่นี้มีความแตกต่างจากคลื่นรังสีที่เราคุ้นเคยกันอย่างคลื่นแสงอยู่ประการหนึ่ง ซึ่งน่าอัศจรรย์ใจมาก กล่าวคือ มันจะเป็นเวลายืดเยื้อยาวนานหลายพันปีทีเดียวที่คลื่นวิทยุเหล่านี้จะถูกส่งอย่างต่อเนื่องออกมาจากวัตถุหรือสารซึ่งไม่ถูกรบกวน"

1 ดูหน้า 334.1

เอาดอกกะหล่ำไปหนึ่งหัว

การรับรู้ด้วยญาณคือการชี้นำของวิญญาณ ซึ่งจะบังเกิดขึ้นกับมนุษย์เราอย่างฉับพลันทันใดในขณะที่จิตสงบ มนุษย์แทบทุกคนต้องเคยผ่านประสบการณ์อันหาเหตุผลมาอธิบายไม่ได้ในกรณีที่ตนเกิดมี "ลางสังหรณ์" อันแม่นยำ หรือในกรณีที่สามารถส่งต่อความคิดของตนไปให้ผู้อื่นมาแล้วแทบทั้งสิ้น

จิตมนุษย์เมื่อเป็นอิสระจากความสับสนว้าวุ่นหรือ "คลื่นรบกวน" แล้ว ก็ย่อมมีกำลังมากพอที่จะกระทำหน้าที่แทนกลไกวิทยุอันซับซ้อนได้ทุกอย่างโดยทำหน้าที่รับ-ส่งคลื่นความคิดตลอดจนปิดรับคลื่นอันไม่พึงประสงค์ได้ สถานีจะส่งกระจายเสียงคลื่นวิทยุได้ดีเพียงใดก็ขึ้นอยู่กับว่าได้รับกระแสไฟฟ้ามากน้อยแค่ไหน การรับ-ส่งคลื่นความคิดของมนุษย์จะมีประสิทธิภาพได้ก็ต้องอาศัยอำนาจจิตอันกล้าแข็งของแต่ละบุคคลเป็นสำคัญเช่นกัน

คลื่นความคิดทั้งมวลย่อมสั่นสะเทือนอยู่ในจักรวาลเป็นนิรันดร์กาล การสำรวมจิตในระดับลึกจะช่วยให้ครูบาอาจารย์ทั้งหลายหยั่งถึงความคิดของมนุษย์แต่ละคนได้ ไม่ว่าจะเป็นผู้ที่ยังมีชีวิตอยู่หรือตายไปแล้ว ความคิดจึงเป็นสิ่งสากลมิใช่เป็นของบุคคลใดบุคคลหนึ่ง สัจธรรมนั้นมิใช่สิ่งที่จะสร้างขึ้นมาได้เป็นแต่รับรู้กันได้เท่านั้น ความคิดผิด ๆ ของมนุษย์เป็นผลพวงมาจากความเข้าใจหรือการคิดวิเคราะห์ของเขามีความบกพร่องไม่มากก็น้อย เป้าหมายของการปฏิบัติโยคะคือการทำให้จิตสงบ จิตนิ่ง เพราะจิตที่ไม่ถูกบิดเบือนอาจรับรู้ถึงคำชี้แนะอันถูกต้องจากพระเป็นเจ้าผู้สถิตอยู่ในตัวเขาเองได้

วิทยุกับโทรทัศน์ช่วยนำเอาเสียงและภาพของผู้คนจากที่ไกล ๆ เข้ามาสู่ครัวเรือนของผู้คนหลายล้านได้ในพริบตา นับเป็นการบอกด้วยนัยทางวิทยาศาสตร์เป็นครั้งแรกว่ามนุษย์คือจิตวิญญาณที่แผ่ซ่านครอบคลุมอยู่ในที่ทั้งปวง ถึงแม้อัตตาจะเข้ากดขี่ครอบงำเขาเอาไว้เป็นทาสอย่างป่าเถื่อนที่สุด แต่มนุษย์ก็ไม่ใช่กายสังขารที่ถูกจองจำอยู่ ณ ที่หนึ่งที่ใดในอวกาศ โดยเนื้อแท้แล้ว มนุษย์คือวิญญาณที่สถิตอยู่ในทุกหนแห่ง

"ปรากฏการณ์ที่แปลกประหลาดอย่างยิ่ง น่าอัศจรรย์อย่างยิ่ง และดูไม่น่าเป็นไปได้อย่างยิ่งอาจอุบัติขึ้นได้ และเมื่อมีปรากฏให้เห็นบ่อยครั้งเข้า เราก็จะ

ไม่รู้สึกพิศวงไปกับมันมากไปกว่าที่รู้สึกทึ่งกับความรู้ทั้งหลายที่ได้จากการศึกษาวิทยาศาสตร์ในช่วงศตวรรษที่ผ่านมา" ชาร์ลส์ โรเบิร์ต รีเชต[1] ผู้ได้รับรางวัลโนเบลสาขาสรีรวิทยากล่าวไว้ "เราอนุมานกันเอาเองว่า ปรากฏการณ์ที่เรายอมรับกันเป็นปกติวิสัยในปัจจุบัน ไม่สามารถสร้างความตื่นเต้นประหลาดใจให้กับเราได้อีก เพราะเราเข้าใจปรากฏการณ์นั้นแล้ว แต่นั่นไม่ใช่ประเด็น การที่เราไม่นึกแปลกใจกับมันอีก ไม่ใช่เพราะเราเข้าใจมัน แต่เป็นเพราะเราคุ้นเคยกับมัน ถ้าจะถือเอาว่าเหตุเพราะเราไม่เข้าใจ เราจึงประหลาดใจต่อสิ่งนั้น เช่นนี้แล้ว เราก็ควรจะต้องประหลาดใจต่อทุกสิ่ง...อย่างเช่น หิน ที่โยนขึ้นฟ้าแล้วตกลงมา ลูกโอ๊กซึ่งกลายเป็นต้นโอ๊ก ปรอทที่ขยายตัวเมื่อถูกความร้อนหรือแม่เหล็กที่ดูดเหล็ก

"วิทยาศาสตร์ในปัจจุบันเป็นเรื่องธรรมดา...ความจริงอันน่าอัศจรรย์ที่ลูกหลานเราจะค้นพบในอนาคตล้วนอยู่รอบตัวเราแล้วทั้งสิ้น เรียกได้ว่าเห็นกันตำตาอยู่แล้วทั้งนั้น กระนั้น เรากลับมองมันไม่ออก และจะบอกแค่ว่ามองไม่ออกก็ยังไม่ใช่ จริงๆ แล้วต้องบอกว่าเราไม่คิดจะมองให้เห็นมากกว่า...เพราะทันทีที่มีเรื่องไม่คาดฝันและไม่เคยคุ้นเกิดขึ้น เราก็จะหาทางจับมันมาใส่ไว้ในกรอบของความรู้ที่เรายอมรับและเคยชินกับมัน ถ้ามีใครหาญไปศึกษาค้นคว้าให้ลึกลงไปยิ่งกว่านั้น เราก็จะเดือดดาลกันเป็นการใหญ่"

ไม่กี่วันหลังดอกกะหล่ำของข้าพเจ้าถูกขโมยไปได้อย่างไม่น่าเชื่อ ก็เกิดเหตุการณ์ตลกๆ ขึ้นอีกครั้งหนึ่ง ตะเกียงน้ำมันก๊าดของพวกเราหายไปดวงหนึ่งหาอย่างไรก็ไม่เจอ ประกอบกับข้าพเจ้าเพิ่งได้รู้เห็นญาณทิพย์ของอาจารย์ผ่านมาหยกๆ ข้าพเจ้าจึงคิดว่าท่านน่าจะสาธิตการหาตะเกียงให้พวกเราดูได้ว่าเป็นเรื่องง่ายๆ เหมือนเด็กเล่นขายของ

อาจารย์อ่านความคิดของข้าพเจ้าออก จึงทำทีซักถามผู้คนในอาศรมอย่างขึงขังจริงจังเกินเหตุ ศิษย์รุ่นๆ คนหนึ่งสารภาพว่าตนเองใช้ตะเกียงส่องทางไปบ่อน้ำในสวนท้ายอาศรม

อาจารย์จึงหันมาบอกเสียงเคร่งว่า "ไปหาแถวๆ บ่อน้ำสิ"

---

1 ผู้เขียนหนังสือเรื่อง *Our Sixth Sense* (London: Rider & Co.)

ข้าพเจ้ารีบแจ้นไปดูที่นั่นทันที แต่ก็ยังหาตะเกียงไม่เจออยู่ดี! จึงได้แต่เดิน คอตกกลับมาหาอาจารย์ผู้กำลังนั่งหัวร่อเสียงอหาย โดยไม่รู้สึกผิดกับการที่ท่าน ทำให้ข้าพเจ้าต้องผิดหวังเพราะการไม่เป็นไปอย่างที่คิด

"แย่หน่อยนะที่ครูบอกไม่ได้ว่าตะเกียงมันอยู่ที่ไหน ก็ครูไม่ใช่หมอดูนี่!" ตาอาจารย์เป็นประกายวิบ ๆ เมื่อกล่าวเสริมมาอีกว่า "เป็นเชอร์ล็อก โฮล์มส์ ระดับแค่พอใช้ยังไม่ได้เลย!"

ข้าพเจ้าจึงได้รู้ว่าอาจารย์ไม่มีวันนำอำนาจของท่านออกแสดงให้เห็นทั้งใน กรณีที่ถูกท้าทายและในกรณีที่ไม่เป็นแก่นสารสาระ

หลายสัปดาห์แห่งความสุขผ่านไปไวเหมือนติดปีก อาจารย์วางแผนจะจัด ขบวนแห่ในงานพิธีทางศาสนา ท่านสั่งข้าพเจ้าให้นำขบวนสานุศิษย์แห่ข้าม ตัวเมืองและชายหาดในวันงาน (ตรงกับวันครีษมายัน) ดวงอาทิตย์แผดแสง แรงกล้า อากาศร้อนระอุจนสุดจะทานทน

"อาจารย์ขอรับ กระผมจะพาพี่น้องร่วมอาศรมเดินเท้าเปล่าฝ่าผืนทรายที่ ร้อนเป็นไฟไปได้อย่างไร?" ข้าพเจ้าถามอย่างท้อใจเต็มที

"ครูจะบอกความลับให้" อาจารย์ว่า "พระเป็นเจ้าจะทรงส่งเมฆมาบังแดดให้ พวกเธอจะเดินกันได้สบายเลยทีเดียว"

ข้าพเจ้าจัดเตรียมขบวนอย่างรื่นเริง คณะของเราเริ่มออกเดินจากอาศรม พร้อมกับธงสัตสังคะ[1] ที่อาจารย์ศรียุกเตศวรออกแบบด้วยตนเองเป็นรูปดวงตา เดี่ยว ๆ[2] ที่กวาดตามองไปยังทุกที่ด้วยญาณหยั่งรู้

ทันทีที่เราก้าวเท้าพ้นอาศรมออกมา เวิ้งฟ้าก็มีหมู่เมฆลอยมาปกคลุมราว ปาฏิหาริย์ ท่ามกลางเสียงร้องอุทานด้วยความพิศวงจากผู้เห็นเหตุการณ์ ฝนเม็ด

---

[1] สัต แปลว่า "คงอยู่" อันหมายรวมถึง "แก่นแท้ สัจธรรม และความเป็นจริง" สังคะ คือ "องค์กร หมู่คณะ หรือพลพรรค" ท่านคุรุศรียุกเตศวรเรียกองค์กรอาศรมของท่านว่าสัตสังคะแปลว่า "เป็น พลพรรคกับสัจธรรม"

[2] "ตาเป็นประทีปของร่างกายเหตุฉะนั้นถ้าตาของท่านปกติ (มองเห็นสัจธรรม) ทั้งตัวก็พลอย สว่างไปด้วย"—มัทธิว 6:22 เมื่อจิตดิ่งลึกลงสู่สมาธิ ตาในหรือตาธรรมจะปรากฏขึ้นในกึ่งกลาง หน้าผาก ดวงตาหยั่งรู้นี้มีกล่าวถึงในคัมภีร์ทางศาสนาด้วยคำเรียกหาต่าง ๆ กันไป ทั้งตาที่สาม ดวงดาราแห่งตะวันออก ตาใน นกพิราบที่โบยบินมาจากแดนสรวง ดวงเนตรพระศิวะ และ ตาทิพย์ เป็นต้น

เล็ก ๆ ก็โปรยปรายลงมา ทำให้ถนนหนทางและชายหาดคลายความร้อนระอุลง สายฝนอันฉ่ำเย็นนี้ตกพรำอยู่ตลอดสองชั่วโมงที่ขบวนแห่ของพวกเราเคลื่อนตัวไปบนเส้นทาง และเมื่อคณะของพวกเราย้อนกลับมาถึงอาศรม ทั้งเมฆและฝนก็อันตรธานหายไปในทันที

"เห็นรึยังล่ะว่าพระเป็นเจ้าทรงเมตตาเราแค่ไหน" อาจารย์บอกเมื่อข้าพเจ้าเข้าไปขอบพระคุณท่าน "ทรงตอบรับคนทั้งปวง และทรงช่วยเหลือคนทั้งผองดุจเดียวกับที่ประทานฝนลงมาให้ตามคำร้องขอของครู พระองค์จะทรงตอบสนองความปรารถนาอย่างบริสุทธิ์ใจของสาวกทั้งหลายเช่นเดียวกัน แต่มนุษย์มักไม่ค่อยรู้ว่าพระเป็นเจ้าทรงรับฟังคำสวดภาวนาของพวกเขา พระองค์มิได้โปรดใครเป็นพิเศษ ทรงสดับรับฟังทุกคนที่เข้ามาหาพระองค์ด้วยความไว้วางใจ เราผู้เป็นบุตรของพระองค์ควรที่จะเชื่อมั่นศรัทธาในพระกรุณาและความรักของพระบิดาผู้ทรงไว้ซึ่งพลานุภาพอันไพศาลอย่างไม่มีข้อกังขา"[1]

ท่านคุรุศรียุกเตศวรจะเป็นเจ้าบ้านในการจัดงานเทศกาลทางศาสนาปีละสี่ครั้ง ในวันวสันตวิษุวัต วันศารทวิษุวัต วันเหมายัน และวันครีษมายัน เมื่อลูกศิษย์ลูกหามุ่งหน้ามาจากทั่วทุกสารทิศทั้งใกล้และไกล พิธีเฉลิมฉลองวันเหมายันนั้นจะจัดขึ้นที่เซรัมปอร์ ความรู้สึกอิ่มบุญจากการเข้าร่วมงานครั้งแรกยังตราตรึงอยู่ในใจข้าพเจ้าจนตราบเท่าทุกวันนี้

พิธีเฉลิมฉลองเริ่มขึ้นในตอนเช้าด้วยการตั้งริ้วขบวนเดินเท้าเปล่าไปตามท้องถนน สานุศิษย์นับร้อยร่วมกันขับขานคีตาอันไพเราะ นักดนตรีเป่าขลุ่ยผสานไปกับเสียงกลองและฉาบ ชาวเมืองที่ออกมาดูขบวนแห่พากันโปรยดอกไม้ไว้ตามทาง พอได้ยินเสียงสวดสรรเสริญพระนามพระเป็นเจ้าของพวกเรา ต่างก็ยินดีละจากงานอันน่าเบื่อออกมาทันที เส้นทางแห่แหนอันยาวไกลของเรามาสิ้นสุดลงที่ลานหน้าอาศรม ที่ซึ่งพวกเรานั่งล้อมกันเป็นวงอยู่รอบ ๆ ตัวอาจารย์ ในขณะที่สานุศิษย์บนระเบียงชั้นบนพากันโปรยดอกดาวเรืองลงมาใส่พวกเราที่ข้างล่าง แขกเหรื่อหลายคนจะขึ้นบันไดไปรับของหวานกับส้ม ข้าพเจ้าเดินแหวก

---

[1] "พระองค์ผู้ทรงปลูกหู พระองค์จะไม่ทรงได้ยินหรือ พระองค์ผู้ทรงปั้นตา พระองค์จะไม่ทรงเห็นหรือ...พระองค์ผู้ทรงสอนความรู้ให้มนุษย์ พระองค์จะไม่ทรงทราบหรือ"—เพลงสดุดี 94:9–10

ผู้คนไปหาพี่น้องร่วมอาศรมรับทำหน้าที่เป็นพ่อครัวในวันนี้ อาหารสำหรับผู้คนจำนวนมากถึงขนาดนี้จำเป็นต้องหุงหากันกลางแจ้งในหม้อใบมหึมา เตาอิฐที่ใช้ฟืนเป็นเชื้อเพลิงก็ก่อกันขึ้นเดี๋ยวนั้นส่งควันโขมง เล่นเอาแสบตาจนน้ำตาไหลพรากไปตาม ๆ กัน แต่พวกเราก็ยังทำงานไปพลางหัวเราะไปพลางอย่างเบิกบานใจ งานเทศกาลทางศาสนาในอินเดียนั้นไม่มีใครเห็นเป็นเรื่องน่าเบื่อหน่ายรำคาญใจ ศาสนิกชนแต่ละคนต่างยินดีเข้าไปมีส่วนร่วมตามแต่กำลังความสามารถของตน มีเงินช่วยเงิน มีข้าวช่วยข้าว มีผักช่วยผัก มีแรงก็เอาแรงมาช่วยทำงานสารพัดสารพัน

ไม่ช้า อาจารย์ก็ตามมาร่วมวงกับพวกเรา คอยควบคุมดูแลรายละเอียดต่าง ๆ ของงานเลี้ยง ท่านมีงานให้ทำยุ่งวุ่นวายอยู่ตลอดเวลา แต่ก็ยังกระฉับกระเฉงคล่องแคล่วไม่แพ้ศิษย์รุ่นหนุ่ม ๆ ที่มีกำลังวังชาดีเลยไม่แต่น้อย

ชั้นบนของอาศรมมีการร้องเพลง*สันกีรตาน* (บทสวดสรรเสริญพระเป็นเจ้าที่ร้องกันเป็นกลุ่ม) ร่วมกับการบรรเลงหีบเพลงและตีกลองอินเดียให้จังหวะ อาจารย์เงี่ยหูฟังอย่างซาบซึ้ง ท่านมีโสตประสาทที่ไวต่อระดับเสียงเป็นพิเศษ

"ผิดคีย์เสียแล้ว!" อาจารย์กระวีกระวาดออกจากโรงครัวตรงไปร่วมวงกับเหล่านักดนตรี แล้วเสียงดนตรีก็ดังขึ้นอีกครั้ง คราวนี้ไม่ผิดเพี้ยนเหมือนเมื่อก่อนหน้านี้อีกแล้ว

งานเขียนเกี่ยวกับศาสตร์ด้านคีตศิลป์ที่เก่าแก่ที่สุดในโลกมีปรากฏอยู่ในคัมภีร์สามเวท ในอินเดีย ศิลปะการดนตรี การวาดภาพ และการละครได้รับยกย่องให้เป็นทิพยศิลปะ องค์ตรีมูรติอันประกอบไปด้วยพระพรหม พระวิษณุ และพระศิวะ ทรงได้ชื่อว่าเป็นนักดนตรีท่านแรกของโลกตามความในพระคัมภีร์นั้น กล่าวกันว่าท่วงทำนองจังหวะการร่ายรำของพระศิวะในภาคพระนาฏราช (ราชาแห่งการร่ายรำ) สอดประสานกับครรลองโลก แสดงให้เห็นถึงตั้งแต่การสร้างโลก การดูแลรักษาโลก ไปจนถึงการทำลายโลก ในขณะที่พระธาดาพรหมกับพระวิษณุทรงทำหน้าที่ให้จังหวะ องค์แรกทรงฉิ่ง องค์หลังทรงกลอง*มฤทังคะ* หรือกลองศักดิ์สิทธิ์

พระสรัสวตีเทวีแห่งปัญญาก็ทำรูปเคารพเป็นเทพสตรีถือ*วีณา* ทรงได้รับการยกย่องให้เป็นมารดาแห่งเครื่องสาย พระกฤษณะผู้เป็นองค์อวตารของพระวิษณุ

ก็มักปรากฏรูปให้เห็นในงานศิลปะแขนงต่าง ๆ ของทางฮินดู โดยมีขลุ่ยถือติดพระหัตถ์อยู่เสมอ ทรงใช้ขลุ่ยเลานี้เป่าเพลงที่ชวนให้เคลิบเคลิ้ม ทำให้วิญญาณของมนุษย์ที่ระเหเร่ร่อนอยู่ในห้วงแห่ง*มายา* หวนนึกถึงบ้านที่แท้จริงของตน

ดนตรีฮินดูมีรากฐานมาจากระดับเสียงที่กำหนดไว้ตายตัว เรียกว่า*ระคะ* มีที่ถือกันว่าเป็นระคะหลักอยู่หกระดับ จากหกระดับนี้ยังแตกแยกย่อยออกเป็น *ราคิณี* (ภรรยา) และ*ปุตร* (บุตร) อีก 126 ระดับ ระคะหนึ่ง ๆ จะประกอบด้วยโน้ตเสียงอย่างน้อยห้าตัว ได้แก่ โน้ตนำ (*วาที* หรือกษัตริย์) โน้ตรอง (*สมวาที* หรืออัครมหาเสนาบดี) โน้ตรับ (*อนุวาที* หรือเสนาบดี) และโน้ตขัด (*วิวาที* หรือศัตรู)

ระคะหลักทั้งหกมีธรรมชาติสอดคล้องกับโมงยาม ฤดูกาล และเทพเจ้าผู้ทรงอิทธิฤทธิ์ต่าง ๆ กันไป ด้วยเหตุนี้ 1) *ฮินโดเลระคะ* จะมีให้ฟังเฉพาะในช่วงรุ่งสางของฤดูใบไม้ผลิเพื่อปลุกเร้ากระแสความรักของจักรวาล 2) *ทีปกระคะ* ในยามเย็นของฤดูร้อนใช้กระตุ้นความเมตตากรุณา 3) *เมฆระคะ* ในยามเที่ยงวันของวสันตฤดูใช้เรียกความกล้าหาญ 4) *ไภรวระคะ* ใช้บรรเลงในยามเช้าของเดือนสิงหาคม กันยายน และ ตุลาคม เพื่อให้เกิดความสงบ 5) *ศรีระคะ* จะสงวนไว้สำหรับยามพลบค่ำของฤดูใบไม้ร่วงเพื่อให้ได้มาซึ่งความรักอันบริสุทธิ์ 6) *มัลโกอุนสระคะ* ที่บรรเลงในยามเที่ยงคืนของฤดูหนาวใช้เรียกความอาจหาญ

ฤษีในสมัยโบราณได้ค้นพบหลักเกณฑ์ที่ว่า ธรรมชาติกับมนุษย์สามารถเกื้อกูลกันได้โดยใช้เสียงเป็นสื่อกลาง เนื่องจากธรรมชาติอุบัติขึ้นจากเสียง*โอม* อันเป็นปฐมบทแห่งสรรพสิ่งหรือเป็นคลื่นความสั่นสะเทือนแห่งจักรวาล มนุษย์จึงสามารถควบคุมปรากฏการณ์ทางธรรมชาติทั้งหลายได้ด้วย *มนตฺร* หรือบทสวด[1] บางอย่าง บันทึกทางประวัติศาสตร์กล่าวอ้างถึงอำนาจอันโดดเด่นของ

---

1 นิทานพื้นบ้านของชนทุกชาติล้วนเอ่ยอ้างถึงการร่ายเวทมนตร์คาถาเพื่อควบคุมธรรมชาติ ชาวอินเดียนแดงในอเมริกาได้พัฒนาพิธีกรรมซึ่งอาศัยเสียงเรียกลมฝนได้อย่างมีประสิทธิภาพ ตันเสน นักดนตรีหลวงชาวฮินดูผู้ยิ่งใหญ่ก็สามารถดับไฟได้ด้วยอานุภาพจากเสียงเพลงของเขา

ชาร์ลส์ เคลล็อก นักธรรมชาติวิทยาชาวแคลิฟอร์เนีย เคยสาธิตผลจากแรงสั่นสะเทือนที่โทนเสียงมีต่อไฟให้พนักงานดับเพลิงในกรุงนิวยอร์กกลุ่มหนึ่งชมเมื่อปี 1926 "เมื่อเขาใช้คันชักซึ่งเหมือนกับคันสีไวโอลินขนาดใหญ่สีอย่างรวดเร็วที่แท่งอะลูมินัมสองขา ซึ่งใช้สำหรับตั้งเสียงเครื่องดนตรี ก็เกิดเสียงเอี๊ยดอ๊าดเหมือนเสียงคลื่นรบกวนในวิทยุ ทันใดนั้น เปลวไฟแก๊สสีเหลืองที่อยู่ใน

นักดนตรีหลวงยุคศตวรรษที่ 16 ในราชสำนักของพระเจ้าอักบาร์มหาราช นามว่า มิยัน ตันเสน พระเจ้าอักบาร์มีรับสั่งให้เขาร้องเพลงโดยใช้ระคะสำหรับยามค่ำ ในขณะที่พระอาทิตย์ลอยสูงอยู่เหนือศีรษะ ตันเสนจึงร่ายมนตร์ ทำให้เขตพระราชวังทั้งหมดมืดมิดลงในฉับพลัน

ดนตรีอินเดียแบ่งเสียงอ็อกเทฟว์ (เสียงคู่แปด) ออกเป็นเสียงกึ่งเซมิโทนยี่สิบสองเสียง เรียกว่าศรุติ เสียงไมโครโทนที่เพิ่มแทรกเหล่านี้ช่วยให้ดนตรีอินเดียมีท่วงทำนองที่สอดคล้องนุ่มนวลอย่างที่สเกลดนตรีซึ่งมีเซมิโทนสิบสองเสียงของทางตะวันตกไม่มีวันทำได้ โน้ตพื้นฐานทั้งเจ็ดตัวในแต่ละอ็อกเทฟว์ล้วนมีความเชื่อมโยงกับสีและเสียงร้องตามธรรมชาติของนกและสัตว์ตามเทพนิยายของทางฮินดูทั้งสิ้น *โด* เป็นโน้ตของสีเขียวกับนกยูง *เร* คือสีแดงกับนกกระจาบฝน *มี* คือสีทองกับแพะ *ฟา* คือสีขาวนวลกับนกกะสา *ซอล* คือสีดำกับนกไนติงเกล *ลา* คือสีเหลืองกับม้า *ซี* คือทุกสีรวมกัน และสัตว์ประจำโน้ตตัวนี้ก็คือช้าง

ดนตรีอินเดียมี 72 สเกล นักดนตรีมีโอกาสใช้ความสร้างสรรค์ได้อย่างไม่มีที่สิ้นสุดในการคิดแต่งเพลงสดๆ จากทำนองเพลงดั้งเดิมหรือระคะ โดยมุ่งเน้นไปที่อารมณ์ความรู้สึกของโครงสร้างแนวเพลง แล้วถักร้อยให้สอดรับกับขอบข่ายความคิดริเริ่มของตนเอง นักดนตรีฮินดูจะไม่บรรเลงโดยอ่านจากโน้ตที่บันทึกไว้ตายตัว ในการบรรเลงแต่ละครั้ง เขาจะแต่งแต้มสีสันใหม่ๆ ให้กับระคะหลัก โดยส่วนใหญ่จะจำกัดตัวเองไว้กับท่วงทำนองเพียงชุดเดียว แต่จะเล่นเสียงไมโครโทนกับจังหวะให้ซับซ้อนและหลากหลายต่างกันไปในแต่ละครั้ง

บาคเป็นหนึ่งในคีตกวีชาวตะวันตกที่เข้าใจเสน่ห์และพลังอำนาจของเสียงที่เปล่งออกมาซ้ำๆ ซ้อนๆ โดยใช้กรรมวิธีอันซับซ้อนให้เกิดความแตกต่างกันเพียงเล็กน้อยได้ร้อยแปด

ในวรรณคดีสันสกฤตมีการกล่าวถึง*ตาละ* หรือจังหวะเอาไว้ 120 ตาละด้วยกัน ผู้ให้กำเนิดศิลปะการดนตรีของทางฮินดูคือพระภรตมุนี เล่ากันว่าท่าน

หลอดแก้วกลวงก็พุ่งสูงขึ้นสองฟุต แล้วลดระดับลงเหลือหกนิ้ว และอ่อนแรงกลายเป็นเปลวสีฟ้าวอบแวบ เมื่อทดลองสีอีกครั้งและเกิดเสียงเอี๊ยดอ๊าดระคายหูอีกครั้ง ไฟก็ดับ"

ได้แยกตาละออกจากเสียงร้องของนกลาร์กได้ถึง 32 แบบ ตาละหรือจังหวะนี้มีต้นกำเนิดมาจากการเคลื่อนไหวของมนุษย์ เช่น การก้าวย่างที่ใช้เวลาเป็นสองเท่า การหายใจที่ใช้เวลาเป็นสามเท่าในยามหลับ โดยลมหายใจเข้าจะยาวเป็นสองเท่าของลมหายใจออก

อินเดียยกย่องเสียงมนุษย์ว่าเป็นอุปกรณ์ที่สมบูรณ์แบบที่สุดในการทำเสียงแบบต่าง ๆ ดนตรีฮินดูจึงมักจำกัดเสียงให้อยู่ในวงของสามอ็อกเทฟว์เท่านั้น และด้วยเหตุผลเดียวกันนี้ จึงเน้นทำนอง (ความสัมพันธ์ของโน้ตไล่ไปตามลำดับ) มากกว่าความกลมกลืน (ความสัมพันธ์ของโน้ตในแง่องค์รวม)

ดนตรีฮินดูเป็นอัตวิสัย จิตวิญญาณ และศิลปะอันเป็นปัจเจก มิได้มีเป้าประสงค์อยู่ที่การเล่นประสานเสียงร่วมกันเป็นวงใหญ่ให้เป็นที่เอิกเกริก แต่มุ่งเน้นให้จิตของผู้บรรเลงสอดประสานกลมกลืนเข้ากับพระวิญญาณสูงสุด บทเพลงที่โด่งดังของอินเดียล้วนเป็นผลงานการประพันธ์ของสาวกแห่งองค์พระเป็นเจ้าทั้งสิ้น "นักดนตรี" ในภาษาสันสกฤตเรียกว่า*ภควาถาร* แปลว่า "บุคคลผู้ขับเพลงสรรเสริญพระเป็นเจ้า"

สันกีรตาน หรือการประชุมร้องเพลงบรรเลงดนตรีเป็นโยคะหรือการฝึกจิตที่ทรงประสิทธิภาพรูปแบบหนึ่ง ซึ่งจำเป็นต่อการสร้างเสริมสมาธิให้กล้าแข็งและเป็นการดูดซับเมล็ดพันธุ์แห่งความคิดและเสียง เหตุเพราะตัวมนุษย์เองนั้นถือเป็นหนึ่งในสรรพสิ่งที่อุบัติขึ้นจากพระวาทะรังสรรค์ เสียงที่ได้ยินจึงมีผลต่อมนุษย์ในฉับพลันทันที บทเพลงทางศาสนาอันยิ่งใหญ่ทั้งในโลกตะวันออกและตะวันตก ล้วนนำความเกษมสุขมาสู่มนุษย์ เพราะมันก่อคลื่นความสั่นสะเทือนชั่วคราวจากเสียงเพลงไปปลุกจักร[1] ซึ่งแฝงอยู่ในแนวกระดูกสันหลังให้ตื่นขึ้น

---

1 เป้าหมายสำคัญของโยคีคือการปลุกจักร (ศูนย์รวมแห่งพลังจิตบนแนวกระดูกสันหลังมีทั้งหมดเจ็ดจุด เรียกว่าดอกบัวทิพย์ก็มี) ให้ตื่นขึ้น ผู้เชี่ยวชาญด้านการแปลของทางตะวันตกยังไม่เข้าใจว่า พระคัมภีร์ใหม่ในบทพระธรรมวิวรณ์นั้น มีอรรถาธิบายศาสตร์แห่งโยคะในเชิงสัญลักษณ์เอาไว้ โดยพระคริสต์ทรงสอนศาสตร์ดังกล่าวให้กับเซนต์จอห์นและสานุศิษย์ผู้ใกล้ชิดด้วยพระองค์เอง เซนต์จอห์นกล่าว (วิวรณ์ 1:20) ถึง "ความลึกลับของดวงดาวทั้งเจ็ดดวง" และ "คริสตจักรทั้งเจ็ด" เอาไว้ สัญลักษณ์เหล่านี้หมายถึง "ดอกบัวทิพย์ทั้งเจ็ด" ที่มีกล่าวไว้ในตำราโยคะในฐานะที่เป็น "ประตูที่ถูกปิดเอาไว้" เจ็ดบานบนเส้นแนวกระดูกสันหลัง ด้วย "ทางออก" ที่เบื้องบนได้จัดสรรไว้ให้ทั้งเจ็ดจุดนี้ โยคีจึงสามารถอาศัยศาสตร์แห่งการปฏิบัติสมาธิช่วยให้ตนเอง

ไม่จักรใดก็จักรหนึ่ง และในชั่วขณะจิตแห่งปีตินี้เขาจะรำลึกขึ้นได้อย่างเลือนราง ว่ากำเนิดของตนก็มาจากพระเป็นเจ้านั่นเอง

เพลง*สันกีรตาน*ที่บรรเลงจากห้องนั่งเล่นของอาจารย์บนชั้นสองของอาศรมในวันงาน สร้างพลังใจให้แก่ประดาพ่อครัวที่ทำงานอยู่ท่ามกลางไอร้อนจากหม้อข้าวหม้อแกงได้เป็นอย่างดี พวกเราศิษย์พี่น้องร่วมอาศรมต่างร้องคลอเป็นลูกคู่และเคาะมือเป็นจังหวะตามด้วยความเบิกบานใจยิ่ง

พออาทิตย์ลับขอบฟ้า พวกเราก็นำข้าวหุงผสมกับถั่ว แกงกะหรี่ผัก และขนมข้าวยาคูมาเสิร์ฟให้กับแขกจำนวนหลายร้อยคน เราปูผ้าห่มที่ทอจากผ้าฝ้ายลงบนลานหน้าอาศรม ไม่นาน ผู้คนก็ทยอยกันเข้ามานั่งโดยมีเวิ้งฟ้าเป็นหลังคาที่พร่างพรายไปด้วยแสงแห่งดวงดาว ทุกคนต่างสงบปากสงบคำ ตั้งใจฟังการแสดงธรรมอันนำมาซึ่งปัญญา จากปากของท่านศรียุกเตศวร อาจารย์เน้นย้ำให้พวกเราเห็นถึงคุณค่าของ*กริยาโยคะ* และการใช้ชีวิตด้วยการรู้จักเคารพตนเอง มีสติ มีความมุ่งมั่น กินอยู่เรียบง่าย และออกกำลังกายสม่ำเสมอ

จากนั้น ศิษย์รุ่นเด็ก ๆ ก็ออกมาขับโศลกอันศักดิ์สิทธิ์บางบท การชุมนุมจบลงด้วยการร่วมกันร้องเพลง*สันกีรตาน*ด้วยศรัทธาเปี่ยมล้น จากนั้น ศิษย์ทุกคนในอาศรมจึงได้ช่วยกันเก็บล้างหม้อกับกระทะ และเก็บกวาดลานหน้าอาศรมตั้งแต่สี่ทุ่มจนถึงเที่ยงคืนจึงแล้วเสร็จ อาจารย์เรียกข้าพเจ้าไปข้างกาย

หลุดพ้นจากการถูกจองจำอยู่ภายในกายสังขาร และกลับสู่เอกลักษณ์ที่แท้จริงของตนคือการเป็นส่วนหนึ่งของพระเป็นเจ้าได้ (ดูบทที่ 26)

จักรที่เจ็ดนั้นอยู่ในสมอง เรียกว่า*จักรสหัสราระ* แปลว่า "บัวพันกลีบ" ถือเป็นตำแหน่งของจิตสำนึกสูงสุดเมื่อจิตหยั่งลงสู่ฌาน โยคีจะสามารถมองเห็นพระพรหม หรือพระผู้สร้างในภาคพระปัทมาชะ หมายถึง "พระผู้ทรงกำเนิดจากดอกบัว"

ท่านั่งขัดสมาธิเพชรนั้น เรียกเป็นภาษาสันสกฤตว่าท่า*ปัทมาสนะ* แปลว่า "ท่าดอกบัว" และที่เรียกเช่นนี้เพราะขณะเข้าสมาธิในท่าอาสนะดังกล่าว โยคีจะมองเห็นจักรเป็นรูปบัว (*ปัทมะ*) หลากสีตามจุดต่าง ๆ บนเส้นแนวกระดูกสันหลัง บัวของแต่ละจักรจะมีจำนวนกลีบและรังสีอันประกอบขึ้นจากพลังปราณแตกต่างกันไป คำว่า*ปัทมะ*ยังหมายถึงจักรหรือวงล้ออีกด้วย

การนั่งในท่า*ปัทมาสนะ*นั้น กระดูกสันหลังต้องเหยียดตรง ขาทั้งสองข้างขัดกันไว้อย่างแน่นหนา เพื่อป้องกันไม่ให้ผู้นั่งล้มโงกลงข้างหน้า หรือหงายผลึ่งไปข้างหลังได้ในขณะเข้าสู่ภวังค์แห่งสมาธิ (*สาพิกัลปสมาธิ*) จึงนับเป็นท่าอาสนะที่โยคีนิยมใช้ในการนั่งสมาธิกันมาก อย่างไรก็ดี ท่า*ปัทมาสนะ*อาจยากเกินไปสำหรับผู้เริ่มหัดใหม่ และไม่ใช่ท่าที่ใครจะนำมาฝึกเองได้ การฝึกนั่งในท่า*ปัทมาสนะ*จำเป็นต้องมีผู้เชี่ยวชาญด้าน*หัฐโยคะ*คอยควบคุมดูแลและให้คำชี้แนะ

"ครูพอใจเหลือเกินที่เธอช่วยเป็นธุระดูแลการงานต่าง ๆ ในวันนี้ให้กับครูด้วยจิตอันเบิกบาน แล้วไหนจะการเตรียมงานตลอดหนึ่งสัปดาห์ก่อนหน้านี้อีก ครูอยากให้เธอมาอยู่ข้าง ๆ ตัว คืนนี้จึงอนุญาตให้เธอมานอนเตียงเดียวกับครูได้"

นี่นับเป็นเกียรติอันสูงส่งอย่างที่ข้าพเจ้าไม่เคยคิดฝันเลยว่าตนเองจะมีวาสนาถึงเพียงนี้ เราศิษย์อาจารย์นั่งสมาธิอยู่ด้วยกันครู่ใหญ่ หลังล้มตัวลงนอนได้ราวสิบนาที อาจารย์ก็ลุกขึ้น คว้าเอาเสื้อผ้ามาสวมใหม่

"มีอะไรหรือขอรับ?" ความสุขที่ได้นอนอยู่ข้าง ๆ อาจารย์ดูเหมือนกลายเป็นเรื่องไม่จริงขึ้นมาในทันที

"ครูคิดว่าศิษย์บางคนที่ตกรถไฟจะมาถึงที่นี่ในไม่ช้านี้แหละ เราไปเตรียมกับข้าวกับปลาเอาไว้ต้อนรับพวกเขากันดีกว่า"

"อาจารย์ขอรับ ตั้งตีหนึ่งแล้ว ยังจะมีใครแวะมาอีก!"

"เธอนอนเสียเถอะ ทำงานเหนื่อยมาทั้งวัน เดี๋ยวครูเข้าครัวเอง"

ได้ยินอาจารย์ยืนกรานอย่างนั้น ข้าพเจ้าจึงลุกจากที่นอน ตามท่านไปยังครัวเล็กที่เราใช้หุงหาอาหารประจำวันกันที่ชั้นบน ติดกับระเบียงด้านใน ไม่ช้าข้าวกับแกงดาลก็เดือดปุด ๆ อยู่ในหม้อ

อาจารย์ยิ้มให้ข้าพเจ้าด้วยเอ็นดูนัก "คืนนี้ เธอเอาชนะได้ทั้งความเหนื่อยล้าและความขยาดงานหนัก ในอนาคตข้างหน้าสิ่งเหล่านี้จะไม่เป็นปัญหากวนใจเธอได้อีก"

ขณะท่านกล่าวคำอำนวยพรอันเป็นมงคลให้กับชีวิตของข้าพเจ้า เราทั้งคู่ก็ได้ยินเสียงฝีเท้าดังมาจากลานอาศรม ข้าพเจ้าวิ่งลงบันไดไปต้อนรับศิษย์คณะหนึ่ง

"ภารดา" หนึ่งในนั้นกล่าวขึ้น "พวกเราเกรงใจเหลือเกิน ไม่อยากมารบกวนอาจารย์ในยามดึกดื่นค่อนคืนอย่างนี้เลย! เราจำเวลารถออกผิดไป แต่เราทำไม่ได้ที่จะกลับบ้านโดยไม่ได้พบหน้าอาจารย์"

"อาจารย์ก็รอพบพวกคุณอยู่เช่นกัน ตอนนี้ท่านกำลังหุงหาข้าวปลาให้พวกคุณด้วยซ้ำ"

เสียงอาจารย์ร้องรับออกมาจากข้างใน ข้าพเจ้าพาแขกเหรื่อผู้มีสีหน้าประหลาดใจเข้าไปในครัว อาจารย์หันมาหาข้าพเจ้าแล้วขยิบตาให้

"ในเมื่อถามไถ่กันเรียบร้อยแล้ว เธอคงแน่ใจได้เสียทีนะว่าแขกของเราตกรถไฟกันจริง ๆ!"

ครึ่งชั่วโมงให้หลัง ข้าพเจ้าก็ตามท่านกลับเข้าไปในห้องนอน รู้สึกเป็นเกียรติเสียจริง ๆ ที่ได้เอนกายลงนอนข้าง ๆ ท่านผู้เป็นคุรุเทวะของตนเช่นนี้

บทที่ 16

การเอาชนะลิขิตจากดวงดาว

"มุกุณฑะทำไมถึงไม่หากำไลเครื่องรางมาใส่ต้นแขนไว้?"

"ต้องด้วยหรือขอรับ อาจารย์? กระผมไม่เชื่อเรื่องโหราศาสตร์สักหน่อย"

"เชื่อหรือไม่มันไม่ใช่ประเด็น ไม่ว่าจะเป็นเรื่องใด สิ่งที่เธอควรตั้งคำถามตามหลักวิทยาศาสตร์คือมันเป็นความจริงหรือไม่ กฎของแรงโน้มถ่วงทำงานอย่างเต็มประสิทธิภาพมาตั้งแต่ก่อนนิวตันเกิด และยังคงทำต่อไปแม้หลังนิวตันตายไปแล้ว ถ้าครรลองของธรรมชาติต้องทำงานโดยขึ้นอยู่กับความเชื่อของมนุษย์แล้วล่ะก็ จักรวาลของเราคงจะปั่นป่วนอลเวงพิลึก

"ศาสตร์แห่งดวงดาวที่มีมาแต่โบร่ำโบราณต้องเสื่อมเสียชื่อเสียงเช่นที่เป็นอยู่ในปัจจุบันนี้ก็เพราะพวกหมอดูกำมะลอแท้ ๆ โหราศาสตร์มีขอบข่ายกว้างขวางทั้งในแง่ของการคิดคำนวณเลขผานาที[1] และในแง่ของหลักปรัชญา จึงมิใช่ศาสตร์ที่คนทั่วไปจะรู้แจ้งแทงตลอดได้อย่างถูกต้อง เว้นแต่ผู้ที่มีความเข้าใจอย่างลึกซึ้งเท่านั้น ถ้าจะมีคนเขลาเบาปัญญาอ่านสารที่เบื้องบนสื่อลงมาผิดไป มองเห็นคัมภีร์เป็นแค่ตัวหนังสือยึกยือ ก็ถือเป็นธรรมดาของโลกอันไม่สมบูรณ์แบบใบนี้ ฉะนั้น พึงอย่าใช้ความอวดรู้มาบอกปัดสิ่งที่เป็น 'ภูมิปัญญา'

---

1 ข้อมูลทางด้านดาราศาสตร์ในวรรณคดีอินเดียยุคโบราณ เป็นปัจจัยสำคัญที่ทำให้ผู้เชี่ยวชาญระบุวันเวลาหรือยุคสมัยของผู้ประพันธ์ได้ ความรู้ทางวิทยาศาสตร์ของพระฤษีมุนีเหล่านี้กล่าวได้ว่ายิ่งใหญ่มาก คัมภีร์*เกาษิตกิพราหมณะ*มีความรู้ทางด้านดาราศาสตร์ที่ถูกต้องเที่ยงตรงปรากฏอยู่หลายบทหลายตอน บ่งชัดว่าเมื่อราว 3,100 ปีก่อนคริสตกาล ชาวฮินดูมีความรอบรู้ทางด้านดาราศาสตร์ก้าวล้ำนำหน้าไปไกลมากและสามารถนำความรู้เหล่านี้มาคำนวณหาฤกษ์มงคลในการประกอบพิธีทางโหราศาสตร์ได้ด้วย บทความของตารมาตาในนิตยสาร *East–West* ฉบับเดือนกุมภาพันธ์ ค.ศ.1934 กล่าวถึงคัมภีร์*ชโยติษ*ซึ่งเป็นเนื้อความส่วนหนึ่งในพระเวทที่รวบรวมความรู้ทางด้านดาราศาสตร์เอาไว้ ความว่า "พระเวทบทนี้มีความรู้ทางด้านวิทยาศาสตร์ที่ทำให้อินเดียดำรงความเป็นผู้นำเหนือชาติทั้งหลายในสมัยโบราณเอาไว้ได้ และกลายเป็นศูนย์กลางที่เหล่านักปราชญ์ราชบัณฑิตต่างมุ่งหน้ามาแสวงหาความรู้กัน คัมภีร์*พรหมคุปต์*ซึ่งเป็นหมวดหนึ่งในคัมภีร์*ชโยติษ*ถือเป็นตำราดาราศาสตร์ว่าด้วยเรื่องวงโคจรของดาวเคราะห์โดยมีดวงอาทิตย์เป็นศูนย์กลางในระบบสุริยะของเรา องศาของการเกิดคราส รูปทรงสัณฐานที่เป็นทรงกลมของโลก

"สรรพสิ่งทั้งหลายที่พระเป็นเจ้าทรงรังสรรค์ขึ้น ล้วนเชื่อมโยงถึงกัน และส่งอิทธิพลต่อกัน ท่วงทำนองที่สอดรับกันของจักรวาลจึงมีรากฐานมาจากการพึ่งพิงอิงอาศัยกัน" อาจารย์กล่าวต่อ "ในฐานะมนุษย์คนเราต้องต่อสู้กับพลังสองอย่างด้วยกัน...อย่างแรกคือความวุ่นวายสับสนของจิตภายในตัว ซึ่งเกิดจากการผสมปนเปกันของธาตุดิน น้ำ ไฟ ลม และอากาศธาตุ อย่างหลังคือพลังของธรรมชาติที่คอยกัดกร่อนอยู่ภายนอก ตราบใดที่มนุษย์ยังต้องดิ้นรนต่อสู้กับความไม่เป็นอมตะของตน เขาย่อมต้องได้รับผลกระทบจากนานาสารพันความเปลี่ยนแปลงของสวรรค์และพื้นพิภพอยู่ต่อไป

"โหราศาสตร์เป็นการศึกษาว่ามนุษย์มีการตอบสนองต่อดวงดาวในฐานะที่เป็นสิ่งเร้าอย่างไรบ้าง ดวงดาวไม่มีความรู้สึกเป็นมิตรหรือเป็นปฏิปักษ์กับใคร พวกมันแค่แผ่คลื่นรังสีที่เป็นพลังบวกและลบออกมา ดวงดาวเองนั้นให้คุณให้โทษกับมนุษย์ไม่ได้ เป็นแต่เพียงช่องทางตามครรลองธรรมชาติให้กฎแห่งกรรมที่มนุษย์แต่ละรูปแต่ละนามเคยทำมาในอดีตได้ทำงานไปตามฟันเฟืองของมัน

"เด็กคนหนึ่งเกิดในวันและเวลาที่รังสีจากดวงดาวสอดรับกับกรรมของตนอย่างสอดคล้องกลมกลืน จะมีแผนภูมิการผูกดวงที่ท้าทาย แสดงให้เห็นถึงอดีตที่เปลี่ยนแปลงไม่ได้ และผลที่อาจเกิดขึ้นในอนาคต แต่ผู้ที่จะตีความแผนภูมิดวงชะตาดังกล่าวให้ถูกต้องได้ก็ต้องมีปัญญาญาณกำกับ และคนเช่นที่ว่านี้ก็มีอยู่น้อยกว่าน้อย

"ข้อความที่ลงตราประทับเอาไว้อย่างเด่นชัดบนผืนฟ้าในวินาทีที่คนเราถือกำเนิดมามิได้มีไว้เพื่อกำหนดชะตา...อันเป็นผลมาจากบาปบุญในอดีตชาติ

แสงสะท้อนจากดวงจันทร์ การที่โลกหมุนรอบตัวเองทุกวันอยู่บนแกนโลก ตำแหน่งของดวงดาวต่าง ๆ บนทางช้างเผือก กฎแรงโน้มถ่วง และข้อเท็จจริงทางวิทยาศาสตร์อื่น ๆ ที่โลกตะวันตกเพิ่งจะมาเริ่มค้นพบเอาในยุคสมัยของโคเปร์นิคุสกับนิวตัน"

ตัวเลข "อาระบิก" ที่มีคุณูปการอันใหญ่หลวงต่อการพัฒนาวิชาคณิตศาสตร์ในโลกตะวันตกนั้น ยุโรปรับมาจากอินเดียผ่านทางอาหรับในศตวรรษที่ 9 โดยได้มีการรวบรวมและวางระบบการจดบันทึกไว้แต่ครั้งโบราณ ผู้สนใจสามารถหาความกระจ่างเรื่องมรดกทางวิทยาศาสตร์อันมากหลายของอินเดียได้จากหนังสือ *History of Hindu Chemistry* ของเซอร์พี. ซี. รอย *Positive Sciences of the Ancient Hindus* ของ บี. เอ็น. ซีล *Hindu Achievements in Exact Science* และ *The Positive Background of Hindu Sociology* ของ บี. เค. สารการ และ *Materia Medica of the Hindus* ของ ยู. ซี. ดัตต์

ของคนผู้นั้น...แต่เพื่อกระตุ้นให้มนุษย์เกิดความมุ่งมั่นที่จะดิ้นรนให้พ้นจากการตกเป็นทาสภายใต้อิทธิพลของจักรวาล สิ่งที่เขากระทำลงไปแล้ว เขาย่อมสามารถแก้ไขได้ ก็ตัวเขาเองนั่นแลที่เป็นผู้ก่อเหตุแห่งผลที่ตนกำลังได้รับอยู่ในปัจจุบันชาติ เขาก็ชอบที่จะเอาชนะข้อจำกัดทุกสิ่งอันได้เพราะเขาเป็นผู้ก่อผลขึ้นมาจากการกระทำของตนตั้งแต่ต้น ประกอบกับตัวเขาเองมีขุมพลังแห่งจิตวิญญาณอันไม่ตกอยู่ภายใต้อำนาจอิทธิพลของดวงดาวใด ๆ

"ความเชื่อเรื่องดวงชะตาอย่างงมงายทำให้คนเรากลายเป็นหุ่นยนต์ไร้ความคิด ต้องพึ่งพาการชี้นำจากโหราศาสตร์ราวกับเป็นทาสก็ไม่ปาน ผู้มีปัญญาย่อมเอาชนะดวงดาว...หรืออดีต...ได้ด้วยการถ่ายเทความสวามิภักดิ์ที่มีต่อวัตถุธาตุซึ่งพระเป็นเจ้าทรงรังสรรค์ขึ้นไปไว้ที่พระผู้สร้าง ยิ่งเขาตระหนักถึงความเป็นหนึ่งเดียวกับพระองค์มากขึ้นเท่าใด วัตถุธาตุก็ยิ่งครอบงำเขาได้น้อยลงเท่านั้น วิญญาณย่อมเป็นอิสระอยู่ชั่วกาล เมื่อไม่มีการเกิด ก็ย่อมไม่มีการแตกดับ ใช่ว่าจะอยู่ภายใต้อาณัติของดวงดาวรึก็เปล่า

"มนุษย์คือวิญญาณ มีกายสังขารเป็นที่พักอาศัย เมื่อเขารู้จักตัวตนที่แท้จริงของตน เขาจะหลุดพ้นจากพันธนาการทั้งปวง แต่ตราบใดที่เขายังสับสนอยู่ในวิสัยโลก จดจำจิตวิญญาณอันแท้จริงของตนไม่ได้ ตราบนั้นเขาก็ยังจะต้องตกอยู่ภายใต้พันธนาการของกฎแห่งธรรมชาติอยู่ต่อไป

"พระเป็นเจ้าคือความสอดคล้องกลมกลืน ผู้ภักดีที่ปรับตนจนเข้าสู่กระแสแห่งพระเป็นเจ้าได้แล้วจะไม่มีวันกระทำความผิดพลาดอีกต่อไป การประกอบกิจของเขาจะดำเนินไปอย่างถูกต้องแก่กาลอันสอดคล้องกับหลักทางโหราศาสตร์เป็นปกติวิสัย หลังการสวดภาวนาและเข้าสมาธิจนจิตนิ่งสนิทแล้ว เขาจะได้สัมผัสกับจิตสำนึกแห่งวิญญาณของตน ไม่มีสิ่งใดจะทรงอานุภาพยิ่งไปกว่าพลังปกป้องจากภายในจิตเราอีกแล้ว"

"อาจารย์ขอรับ ถ้าเช่นนั้น ทำไมท่านจึงประสงค์ให้กระผมใส่กำไลเครื่องรางด้วยล่ะขอรับ" ข้าพเจ้าทำใจกล้า ย้อนถามท่านหลังนิ่งเงียบกันไปพักใหญ่เรื่องของเรื่องคือข้าพเจ้าพยายามจะทำความเข้าใจให้แจ่มแจ้งในความรู้ที่อาจารย์เพิ่งจะเปิดเผยให้ได้ทราบ สำหรับข้าพเจ้าแล้ว มันเป็นแนวคิดที่ใหม่เอี่ยมอย่างยิ่ง

"คนเดินทางนั้น ถ้ายังไปไม่ถึงจุดหมายปลายทาง ก็หาควรทิ้งแผนที่ในมือไม่

ด้วยในแผนที่มีเส้นทางลัดที่สะดวกรวดเร็วให้เขาเลือกใช้ได้ตามใจชอบ บรรดาพระมุนีในสมัยโบราณได้ค้นพบหนทางที่จะช่วยลดทอนระยะเวลาที่มนุษย์ต้องเวียนว่ายอยู่ในห้วงแห่งมายาหลายหนทางด้วยกัน กฎแห่งกรรมนั้นมีรูปแบบกลไกอันจำเพาะบางประการที่อาจใช้ปัญญาเข้าไปแก้ไขจัดการได้อย่างแยบคาย

"โรคภัยของมนุษย์ทั้งหลายอุบัติขึ้นจากการละเมิดกฎของจักรวาล พระคัมภีร์ชี้ให้เห็นอยู่แล้วว่ามนุษย์จะต้องกระทำตามกฎธรรมชาติ และในขณะเดียวกันก็ต้องไม่ทำให้พลานุภาพแห่งพระเป็นเจ้าต้องเสื่อมเสีย ที่เขาควรกล่าวคือ 'ข้าแต่พระเป็นเจ้า ข้าพระบาทเชื่อมั่นศรัทธาในพระองค์ และตระหนักดีว่าพระองค์สามารถช่วยเหลือข้าพระบาทได้ แต่ข้าพระบาทจะพยายามแก้ไขความผิดพลาดที่ได้กระทำให้สุดความสามารถของตนเองเสียก่อน' ด้วยวิธีการต่างๆ นานา... ด้วยการสวดภาวนา ด้วยอำนาจแห่งความมุ่งมั่น ด้วยการปฏิบัติสมาธิตามโยควิธี ด้วยการปรึกษาท่านผู้บรรลุธรรม หรือด้วยการใส่กำไลเครื่องราง...เราย่อมสามารถลดทอนผลกรรมแต่ปางก่อน หรือแม้กระทั่งทำให้ผลแห่งกรรมนั้นหมดไปได้

"ก็เหมือนกับที่เราติดสายล่อฟ้าไว้ที่บ้านเพื่อป้องกันฟ้าผ่า เราย่อมใช้วิธีการบางอย่างป้องกันรักษาร่างกายอันเปรียบประดุจเทวาลัยนี้เอาไว้ได้เช่นกัน

"ในจักรวาลของเรามีคลื่นรังสีไฟฟ้าและคลื่นรังสีแม่เหล็กไหลเวียนอยู่อย่างต่อเนื่อง รังสีเหล่านี้ส่งผลกระทบต่อร่างกายของมนุษย์ทั้งในเชิงบวกและเชิงลบ ในครั้งอดีตกาลพระฤษีมุนีของพวกเราได้คิดหาหนทางรับมือกับผลกระทบจากอิทธิพลอันลี้ลับซับซ้อนของจักรวาล พวกท่านค้นพบว่าโลหะบริสุทธิ์สามารถแผ่รังสีทิพย์ออกมาต้านพลังในด้านลบของดวงดาวได้อย่างเป็นผล ต้นไม้หลายชนิดรวมกันก็สามารถนำมาใช้เพื่อการนี้ได้ แต่ถ้าจะให้ได้ผลดีที่สุด ต้องใช้อัญมณีที่ไร้ตำหนิ น้ำหนักต้องไม่ต่ำกว่าสองกะรัต

"การนำหลักโหราศาสตร์มาใช้ประโยชน์ในการป้องกันตัวนี้ นอกจากในอินเดียแล้วชาติอื่นๆ แทบจะไม่มีการศึกษาศาสตร์แขนงนี้กันอย่างจริงจังเลย ข้อเท็จจริงประการหนึ่งที่ไม่ค่อยมีคนรู้กันคือ อัญมณีบางอย่าง โลหะบางชนิด และพืชบางประเภท แม้จะผ่านการตระเตรียมอย่างถูกต้องแล้ว แต่ถ้าน้ำหนักไม่ตรงตามเกณฑ์ หรือผู้ใช้มิได้สวมใส่ให้สัมผัสกับผิวหนังโดยตรง ก็จะไร้ซึ่งประสิทธิภาพโดยสิ้นเชิง"

"อาจารย์ขอรับ กระผมจะทำตามคำแนะนำของท่าน หากำไลต้นแขนมาใส่ กระผมชอบความคิดที่จะเอาชนะอิทธิพลของดวงดาวนี้จริง ๆ!"

"ถ้าเป็นการป้องกันทั่ว ๆ ไป ครูแนะนำให้ใช้กำไลที่ทำจากทอง เงิน และ ทองแดง แต่ในกรณีจำเพาะเจาะจง ครูว่าเธอหากำไลเงินกับตะกั่วมาใช้จะดีกว่า" อาจารย์บอกเสริมเพิ่มมาให้อย่างรอบคอบ

"อาจารย์ขอรับ 'กรณีจำเพาะเจาะจง' ที่อาจารย์ว่านี่ หมายความว่าอย่างไร หรือขอรับ?"

"ดวงดาวกำลังจะทำมุม 'ไม่เป็นมิตร' กับเธอ มุกุณฑะ แต่อย่ากลัวไปเลย เธอ จะได้รับการปกป้องแน่ อีกราวเดือนหนึ่งข้างหน้า ตับเธอจะมีปัญหาอย่างหนัก ความจริงครั้งนี้เธอมีกำหนดว่าจะต้องล้มป่วยนานหกเดือนเต็ม แต่กำไล เครื่องรางที่เธอสวมติดตัวจะช่วยทอนเวลาให้สั้นลง เหลือแค่ยี่สิบสี่วัน"

วันรุ่งขึ้น ข้าพเจ้าไปพบช่างอัญมณี และได้กำไลมาสวมในอีกไม่กี่วันต่อมา สุขภาพของข้าพเจ้าสมบูรณ์แข็งแรงเสียจนคำทำนายของอาจารย์เลือนหาย ไปจากใจอย่างรวดเร็ว แล้วอาจารย์ก็มีเหตุให้ต้องจากเซรัมปอร์ไปพาราณสี สามสิบวันหลังจากเราสนทนาเรื่องนี้กัน ข้าพเจ้าก็รู้สึกปวดท้องตรงตับขึ้นมา อย่างกะทันหัน หลายสัปดาห์ที่ตามมาคือความเจ็บปวดทรมานไม่ผิดอะไรกับ ฝันร้าย ข้าพเจ้าไม่อยากจะรบกวนอาจารย์ และคิดเอาว่าตนเองน่าจะแบกรับ การทดสอบอันทุกข์ทนนี้ไปได้อย่างกล้าหาญโดยลำพังตัว

แต่ความทรมานตลอดยี่สิบสามวันทำให้ความตั้งใจของข้าพเจ้าคลอนคลาย ข้าพเจ้าขึ้นรถไฟไปพาราณสี อาจารย์ต้อนรับข้าพเจ้าอย่างอบอุ่นผิดวิสัย แต่ ท่านก็ไม่ได้เปิดโอกาสให้ข้าพเจ้าได้บอกเล่าความทุกข์ของตนให้ท่านฟังเป็นการ ส่วนตัว วันนั้นท่านมีสานุศิษย์มากราบคารวะมากเหลือเกิน แม้จะมาแค่หวังบุญ จาก*ทรรศัน*[1] ก็ตาม ข้าพเจ้าทรุดตัวลงนั่งแอบอยู่มุมห้อง รู้สึกเหมือนถูกทอดทิ้ง ทั้ง ๆ ที่ไม่สบายอยู่ กว่าแขกเหรื่อจะกลับกันไปหมด เวลาอาหารค่ำก็ผ่านพ้นไป แล้ว อาจารย์เรียกข้าพเจ้าเข้าไปหาที่ระเบียงทรงแปดเหลี่ยมของตัวบ้าน

"เธอต้องมาเพราะปัญหาที่ตับเป็นแน่" อาจารย์เหลือบสายตามองไปทาง

---

[1] บุญที่เกิดจากการได้เห็นผู้บรรลุธรรม

อื่นขณะเดินกลับไปกลับมา บดบังแสงจันทร์เป็นระยะ ๆ “ไหนดูทีรึ เธอไม่สบายมายี่สิบสี่วันแล้วใช่ไหม?”

“ใช่ขอรับ”

“ไหนลองบริหารท้องตามวิธีที่ครูเคยสอนไว้สักหน่อยซิ”

“อาจารย์ขอรับ ถ้าอาจารย์รู้ว่ากระผมปวดแค่ไหนล่ะก็ อาจารย์ต้องไม่บอกให้ผมบริหารท้องแน่” กระนั้น ข้าพเจ้าก็ยังพยายามทำตามคำท่านอย่างอ่อนเปลี้ยเต็มที

“เธอบอกว่าเธอปวด ครูบอกว่าเธอไม่ปวด เรามาขัดแย้งกันอย่างนี้ได้อย่างไรนะ?” อาจารย์มองข้าพเจ้าเหมือนกังขาเต็มแก่

ข้าพเจ้าติดจะงง ๆ แต่แล้วก็รู้สึกปลอดโปร่งโล่งไปหมด ไม่รู้สึกถึงความเจ็บปวดที่คอยรุมเร้าจนแทบจะข่มตาหลับลงไม่ได้ในหลายสัปดาห์ที่ผ่านมาอีกต่อไป อาจารย์บอกมายังไม่ทันจะขาดคำ ความทุกข์ทรมานของข้าพเจ้าก็อันตรธานหายไปราวกับไม่เคยเกิดขึ้นมาก่อนกระนั้น

ข้าพเจ้าตั้งท่าจะคุกเข่าที่ปลายเท้าของท่านด้วยหมายจะขอบพระคุณ แต่อาจารย์ก็ปรามไว้ทันควัน

“อย่าทำเป็นเด็ก ๆ ไปหน่อยเลย ลุกขึ้นมาชมความงามของดวงจันทร์เหนือสายน้ำพระคงคากันดีกว่า” แต่ตาของอาจารย์เป็นประกายด้วยความสุขขณะที่ข้าพเจ้ายืนเคียงท่านอยู่ในท่ามกลางความเงียบ ข้าพเจ้าเข้าใจเจตนาของท่านดีว่าท่านประสงค์ให้ข้าพเจ้ารู้สึกว่าผู้รักษาข้าพเจ้าคือพระเป็นเจ้า หาใช่ตัวท่านเองไม่

กระทั่งเดี๋ยวนี้ ข้าพเจ้าก็ยังสวมกำไลต้นแขนขอนหนักที่ทำจากเงินและตะกั่วอยู่เพื่อเป็นเครื่องเตือนใจให้รำลึกถึงเหตุการณ์ในวันนั้น... แม้จะผ่านมานาน แต่ข้าพเจ้าก็ยังถนอมรักษาไว้ไม่มีวันลืมเลือน... นับเป็นอีกครั้งที่ข้าพเจ้าได้ประจักษ์แน่แก่ใจว่าบุคคลที่ตนได้อยู่รับใช้ใกล้ชิดเป็นคนเหนือคนโดยแท้ ภายหลังยังมีอีกหลายครั้งที่ข้าพเจ้าพาผองเพื่อนมาให้อาจารย์ช่วยรักษาให้ ท่านก็จะแนะนำให้ใช้อัญมณีหรือกำไลต้นแขน[1] ทุกครั้งไป โดยยกย่องการใช้ประโยชน์จากสิ่งเหล่านี้ว่าเป็นภูมิปัญญาจากวิชาโหราศาสตร์

1 ดูหน้า 305.1

ตัวข้าพเจ้านั้นมีอคติกับวิชาโหราศาสตร์มาตั้งแต่ยังเด็ก ส่วนหนึ่งเป็นเพราะได้พบเห็นผู้คนมากมายหลงงมงายอยู่กับมันอย่างไม่ลืมหูลืมตา อีกส่วนหนึ่งเป็นเพราะคำทำนายที่หมอดูประจำครอบครัวเราเคยบอกเอาไว้ว่า "เธอจะแต่งงานสามครั้ง ตกพุ่มม่ายสองครั้ง" ข้าพเจ้าเก็บเอาเรื่องนี้มาเป็นกังวลอยู่นาน รู้สึกเหมือนตัวเองเป็นแพะ รอให้คนเขามาฉุดลากไปบูชายัญยังหน้าเทวาลัยแห่งวิวาหการซ้ำซ้อนถึงสามรอบ

"ยอมรับชะตากรรมเสียเถอะน่า" พี่อนันตะว่า "แผ่นผูกดวงของเธอระบุว่าเธอจะหนีออกจากบ้านไปหิมาลัยตอนยังเด็ก แต่จะถูกลากตัวกลับมา แล้วไงมันก็เป็นอย่างนั้นจริง ๆ คำทำนายเรื่องการแต่งงานมันก็ต้องเป็นจริงตามนั้นเหมือนกัน"

แต่มีอยู่คืนหนึ่ง ข้าพเจ้าเกิดญาณหยั่งรู้ขึ้นมาได้เองว่าคำพยากรณ์นั้นเป็นเรื่องเหลวไหลทั้งเพ ข้าพเจ้าจึงนำม้วนกระดาษที่บันทึกดวงชะตาของตนมาเผาทิ้ง แล้วเอาขี้เถ้าใส่ถุงกระดาษ หาปากกามาเขียนไว้บนถุงนั้นว่า "เมล็ดพันธุ์แห่งกรรมในอดีตย่อมไม่สามารถงอกงามขึ้นมาได้ หากเราใช้ไฟแห่งทิพยปัญญาเผามัน" ข้าพเจ้านำถุงนั้นไปวางไว้ในที่อันเห็นได้เด่นชัด พี่อนันตะอ่านข้อความที่แสดงการต่อต้านของข้าพเจ้าทันที

"เธอจะกำจัดความจริงทิ้งไปง่าย ๆ เหมือนการเผาม้วนกระดาษนี้ไม่ได้หรอกนะ" พี่หัวเราะเยาะ

แล้วมันก็เป็นความจริงที่ก่อนหน้าที่ข้าพเจ้าจะโตเป็นหนุ่ม ครอบครัวเราเคยพยายามจะจัดการหมั้นหมายให้ข้าพเจ้าถึงสามครั้งด้วยกัน แต่ละครั้ง ข้าพเจ้าไม่เคยสมยอมด้วยเลย[1] เพราะรู้ดีว่าความรักภักดีที่มีถวายพระเป็นเจ้านั้นมากล้นเกินกว่าคำทำนายของหมอดูหน้าไหนในอดีตจะมาทำให้แปรเปลี่ยนกลับกลายได้

"ยิ่งบุคคลตระหนักรู้ในวิญญาณแห่งตนลึกซึ้งเพียงใด อิทธิพลที่เขามีต่อ

---

1 หนึ่งในเด็กหญิงที่ครอบครัวเลือกเอาไว้ หมายจะให้เป็นเจ้าสาวของข้าพเจ้า ภายหลังได้แต่งงานกับญาติของข้าพเจ้า ชื่อประภาส จันทร โฆษ (ดูรูปหน้า 281) [ศรีโฆษเป็นรองประธานสมาคมโยโคทะสัตสังคะแห่งอินเดีย (ดูหน้า 486–92) ตั้งแต่ปี 1936 จวบจนเสียชีวิตลงในปี 1975 (*หมายเหตุผู้พิมพ์*)]

จักรวาลผ่านทางกระแสจิตอันละเอียดอ่อนก็จะยิ่งทวีขึ้นมากเพียงนั้น และในขณะเดียวกัน กระแสความเปลี่ยนแปลงในโลกก็ส่งผลกระทบต่อเขาได้น้อยลงไปด้วย" คำพูดเหล่านี้ของอาจารย์มักย้อนกลับมาเป็นแรงใจให้ข้าพเจ้าอยู่บ่อยครั้ง

มีบ้างบางครั้งที่ข้าพเจ้าทดลองให้หมอดูระบุช่วงเวลาที่ข้าพเจ้าดวงตกที่สุดจากการโคจรของดวงดาว กระนั้น ข้าพเจ้าก็ยังทำงานที่ตั้งใจไว้สำเร็จอยู่ดี แม้จะเป็นความจริงที่ความสำเร็จในช่วงเวลาเหล่านั้นมักมีอุปสรรคอันยากยิ่งนำหน้ามาก่อน แต่ความเชื่อมั่นอย่างแรงกล้าของข้าพเจ้าก็ได้รับการพิสูจน์ว่าถูกต้องทุกครั้งไป นั่นคือ ศรัทธาย่อมได้รับการปกป้องคุ้มครองจากเบื้องบนและความมุ่งมั่นที่พระเป็นเจ้าประทานไว้ให้กับมนุษย์ ถ้ารู้จักนำไปใช้ในทางที่ถูก ก็จะทรงพลังยิ่งกว่าอิทธิพลของดวงดาวบนฟากฟ้าเสียอีก

ด้วยเหตุนี้ ข้าพเจ้าจึงได้เข้าใจว่า ลิขิตแห่งดวงดาวในยามตกฟากของคนเรามิได้หมายความว่าเราจะต้องตกเป็นหุ่นให้อดีตชักเชิดได้ตามใจชอบ แต่ลิขิตนั้นน่าจะมีไว้เพื่อปลุกเร้าศักดิ์ศรีของเรามากกว่า เพราะเบื้องบนต้องหาทางกระตุ้นให้มนุษย์มุ่งมั่นที่จะปลดปล่อยตนเองให้เป็นอิสระจากข้อจำกัดทั้งมวลอยู่แล้ว พระเป็นเจ้าทรงสร้างมนุษย์แต่ละรูปแต่ละนามให้เป็นวิญญาณและประทานความเป็นปัจเจกให้ มนุษย์จึงเป็นองค์ประกอบที่จะขาดเสียมิได้ในโครงสร้างของจักรวาล ไม่ว่าบทบาทเพียงชั่วครู่ชั่วยามของเขาจะเป็นบทของเสาหลักหรือบทของกาฝากก็ตาม อิสระของเขาจะเป็นที่สุดและมีผลในทันทีถ้าเขาประสงค์เช่นนั้น แต่เขาต้องได้มาซึ่งชัยชนะจากภายในก่อน หาใช่ชัยชนะจากภายนอกใด ๆ ไม่

ท่านคุรุศรียุกเตศวรคำนวณได้ว่าวัฏจักรของโลกเราในยุคปัจจุบันมีอายุ 24,000 ปี[1] โดยแบ่งออกได้เป็นมหายุคของฝ่ายเจริญและฝ่ายเสื่อมฝ่ายละ 12,000 ปีเท่า ๆ กัน แต่ละมหายุคจะแบ่งออกเป็นสี่ยุคย่อย เรียกว่า*กลียุค* *ทวาปรยุค* *เตรตายุค* และ*สัตยยุค* เทียบได้กับยุคเหล็ก ยุคสำริด ยุคเงิน และยุคทองของชาวกรีก

---

1 วัฏจักรเหล่านี้มีอธิบายอยู่ในภาคแรกของหนังสือ *The Holy Science* ของท่านศรียุกเตศวร [ตีพิมพ์โดยเซลฟ์ รีอะไลเซชั่น เฟลโลว์ชิพ (SRF)]

อาจารย์กำหนดได้ด้วยการคำนวณจากหลาย ๆ วิธี ว่ายุคล่าสุดของฝ่ายเจริญอันหมายถึง*กลียุค*หรือยุคเหล็ก เริ่มต้นขึ้นในราว ค.ศ.500 ถือเป็นยุคแห่งวัตถุนิยมซึ่งจะกินเวลานาน 1,200 ปี และจะสิ้นสุดลงในราว ค.ศ.1700 จากนั้นจะเริ่มเข้าสู่ช่วง*ทวาปรยุค*ซึ่งจะดำรงอยู่นาน 2,400 ปี ยุคนี้จะมีพัฒนาการทางด้านพลังงานไฟฟ้า พลังงานปรมาณู โทรเลข วิทยุ เครื่องบิน และสงครามอวกาศ

*เตรตายุค*มีอายุ 3,600 ปี เริ่มตั้งแต่ ค.ศ.4100 ยุคนี้เป็นยุคแห่งการสื่อสารกันทางโทรจิตและการใช้เครื่องทำลายกาลเวลา ส่วน*สัตยยุค*นั้นมีเวลายาวนาน 4,800 ปี ถือเป็นยุคสุดท้ายของมหายุคฝ่ายเจริญ ปัญญาของมนุษย์จะได้รับการพัฒนาไปสู่ระดับสูง ยังผลให้สามารถประกอบกิจต่าง ๆ ได้อย่างสอดคล้องกลมกลืนกับพระประสงค์แห่งพระเป็นเจ้า

มหายุคฝ่ายเสื่อมมีอายุ 12,000 ปี เริ่มจากยุคทองที่เสื่อมลงอย่างต่อเนื่องตลอดระยะเวลา 4,800 ปี จากนั้น โลกจะเริ่มต้นวัฏจักรใหม่ (ใน ค.ศ.12500) มนุษย์จะค่อย ๆ จ่อมจมลงสู่อวิชชา เป็นวัฏจักรที่ถูกครอบงำด้วย *มายา* อันเป็นนิรันดร์กาล ทั้งในเชิงของการเทียบเคียงเพื่อให้เห็นความผิดแผกและในเชิงสัมพัทธภาพของจักรวาลแห่งปรากฏการณ์[1] เมื่อใดที่ตระหนักรู้ว่าตนเองเป็นหนึ่งเดียวกับพระผู้สร้างอย่างไม่อาจแบ่งแยกได้ เมื่อนั้น มนุษย์จะหลุดพ้นจากโซ่ตรวนแห่งทวิภาวะที่ครอบงำสรรพสิ่งเอาไว้ได้ คนแล้วคนเล่า

---

1 คัมภีร์ของทางฮินดูระบุว่าโลกยุคปัจจุบันอยู่ในช่วง*กลียุค*ของวัฏจักรแห่งจักรวาลซึ่งยาวนานกว่าวัฏจักร 24,000 ปีที่ท่านศรียุกเตศวรได้ให้ความสนใจและคำนวณไว้มากนัก วัฏจักรของโลกตามความในพระคัมภีร์จะกินเวลา 4,300,560,000 ปีมนุษย์ ซึ่งเท่ากับหนึ่งพรหมวาร (หนึ่งวันของพระพรหม) ตัวเลขมโหฬารนี้มีพื้นฐานมาจากความสัมพันธ์ระหว่างความยาวของปีทางสุริยคติและผลคูณของ*ไพ* หรือ pi (3.1416 ซึ่งก็คืออัตราส่วนของเส้นรอบวงกลมหารด้วยเส้นผ่าศูนย์กลาง)

พระมุนีในสมัยโบราณกล่าวอ้างว่าจักรวาลทั้งหมดมีอายุ 314,159,000,000,000 ปีมนุษย์ เท่ากับเวลาหนึ่งกัลป์ หรือ "อายุของพรหมองค์หนึ่ง"

คัมภีร์ของทางฮินดูกล่าวไว้ว่า โลกดังเช่นโลกของเรานี้จะสิ้นสุดลงก็ด้วยเหตุผลหนึ่งในสองประการ คือ ถ้ามนุษย์ไม่ดีพร้อมกันโดยถ้วนทั่วก็ชั่วกันหมดทั้งโลก เมื่อถึงเวลานั้น จิตของโลกจะก่อพลังขึ้นปลดปล่อยอณูที่เกาะเกี่ยวกันของโลกให้แตกกระจายออก

บางครั้ง จะมีการตีพิมพ์ข่าวสารข้อความอันน่ากลัวออกมาเตือนในเรื่อง "อวสานโลก" ที่คืบคลานใกล้เข้ามา กระนั้น วัฏจักรแห่งดวงดาวก็ยังดำเนินอยู่ต่อไปตามแบบแผนครรลองของเบื้องบน ไม่ปรากฏการแตกดับให้เห็น ด้วยโลกที่เราเห็นกันอยู่ในทุกวันนี้ยังต้องผ่านมหายุคแห่งความเจริญและความเสื่อมอีกหลายคาบครานัก

สิ่งที่อาจารย์ช่วยไขความกระจ่างให้มิได้มีเพียงวิชาโหราศาสตร์เท่านั้น แต่ยังรวมไปถึงเนื้อความในพระคัมภีร์หลายต่อหลายฉบับในโลก เพียงนำคัมภีร์ศักดิ์สิทธิ์มาวางลงบนจิตอันพิสุทธิ์ไร้มลทินของท่าน อาจารย์ก็สามารถใช้ปัญญาญาณอันแหลมคมของท่านวิเคราะห์เนื้อความในคัมภีร์นั้นได้ทะลุปรุโปร่ง กับทั้งยังแยกแยะข้อผิดพลาดและการเสริมแต่งเนื้อความของพวกนักปราชญ์นักวิชาการออกจากข้อความที่แท้จริงที่บรรดาศาสดาพยากรณ์ทั้งหลายได้รจนาเอาไว้ตั้งแต่แรก

"จงเพ่งสายตาไว้ที่ปลายจมูก" การแปลความคัมภีร์ภควัทคีตา[1] ประโยคนี้เป็นการแปลความอย่างไม่ถูกต้อง แต่ก็ได้รับการยอมรับกันอย่างแพร่หลายในหมู่บัณฑิตโลกตะวันออกและนักแปลในโลกตะวันตก อาจารย์ถึงกับตกปากวิพากษ์วิจารณ์เอาไว้อย่างน่าขันว่า

"เส้นทางแห่งโยคาวจรเองก็ทั้งแปลกทั้งประหลาดพออยู่แล้ว" อาจารย์ว่า "ยังจะไปยุคนเขาให้ทำตาเหล่เพื่ออะไรอีก? ความหมายที่แท้จริงของนาสิกครัม คือ 'จุดกำเนิดของจมูก' ไม่ใช่ 'ปลายจมูก' แล้วจมูกก็เริ่มต้นจากจุดกึ่งกลางระหว่างคิ้วทั้งสองข้าง หรือตำแหน่งที่ตั้งของตาธรรม[2] นั่นเอง"

ปรัชญาสางขยะ[3] มีคำพังเพยอยู่ประโยคหนึ่งว่า *อิศวระ อะสิทเธ*[4] ("พระผู้สร้างนั้นยากจะคาดเดาได้" หรือ "พระเป็นเจ้านั้นไม่สามารถพิสูจน์ได้") และเพราะเนื้อความจากประโยคนี้แท้ๆ นักวิชาการส่วนใหญ่จึงลงความเห็นว่าปรัชญาสางขยะเป็นปรัชญาที่เชื่อว่าพระเป็นเจ้าไม่มีอยู่จริง

"โศลกบทนี้ใช่ว่าจะไม่เชื่อในพระเป็นเจ้า" อาจารย์อธิบาย "ความหมายของมันก็คือ สำหรับปุถุชนผู้ยังไม่บรรลุธรรม ยังต้องอาศัยแต่ผัสสะในการรับรู้

---

1 บทที่ 6:13
2 "ตาเป็นประทีปของร่างกาย เหตุฉะนั้น เมื่อตาของท่านดี (มองเห็นสัจธรรม) ทั้งตัวก็เต็มไปด้วยความสว่างแต่เมื่อตาของท่านชั่ว ทั้งตัวของท่านก็เต็มไปด้วยความมืด เหตุฉะนั้น จงระวังอย่าให้ความสว่างซึ่งอยู่ในตัวท่านกลายเป็นความมืด"—ลูกา 11:34–35
3 หนึ่งในปรัชญาหกระบบของทางฮินดู ปรัชญา *สางขยะ* สอนว่าการจะหลุดพ้นได้ในที่สุดต้องอาศัยหลักการที่เป็นพื้นฐานของโลก 25 อย่าง เริ่มจาก*ประกฤติ* (ธรรมชาติ) ไปสิ้นสุดลงที่*ปุรุษะ* (วิญญาณ)
4 คำพังเพยจากปรัชญาสางขยะ 1:92

ถึงการมีอยู่ของสรรพสิ่ง เขาจึงไร้สิ้นหนทางที่จะพิสูจน์ถึงการมีอยู่ของพระเป็นเจ้า ด้วยเหตุนี้ พระเป็นเจ้าจึงไม่มีสำหรับเขา แต่สำหรับผู้ศรัทธาในปรัชญาสางขยะอย่างแท้จริง และบรรลุถึงแล้วซึ่งญาณอันแก่กล้าจากการปฏิบัติสมาธิ เขาย่อมเข้าใจได้แล้วว่าพระเป็นเจ้านั้นไม่เพียงมีอยู่จริง แต่ยังสามารถทำความรู้จักและเข้าถึงพระองค์ได้ด้วย”

อาจารย์อธิบายความในพระคัมภีร์ไบเบิลของทางคริสต์ศาสนาได้อย่างแจ่มแจ้งและงดงาม และจากคุรุชาวฮินดูที่ไม่มีชื่อปรากฏอยู่ในบัญชีนักบุญของทางศาสนาคริสต์ท่านนี้นี่เองที่ข้าพเจ้าได้เรียนรู้ที่จะเข้าใจอมฤตธรรมในไบเบิลและเข้าใจสัจธรรมในพระดำรัสของพระคริสต์...เป็นพระดำรัสที่น่าสนใจและชวนให้เกิดความเชื่อมั่นที่สุดเท่าที่เคยตรัสมา... ความว่า “ฟ้าและดินจะล่วงไป แต่ถ้อยคำของเราจะสูญหายไปหามิได้เลย”[1]

ครูบาอาจารย์ผู้ยิ่งใหญ่ของอินเดียได้หล่อหลอมชีวิตของพวกท่านด้วยแบบอย่างอันดีเลิศของพระเป็นเจ้าพระองค์เดียวกับที่ทรงประทานพระคริสต์ลงมาให้กับพวกเรา พวกท่านคือพี่น้องเครือญาติอันเผยตนของพระคริสต์ ดังพระดำรัสที่ว่า “ด้วยว่าผู้ใดจะกระทำตามพระทัยพระบิดาของเรา ผู้ทรงสถิตในสวรรค์ ผู้นั้นแหละเป็นพี่น้องชายหญิงและมารดาของเรา”[2] “ถ้าท่านทั้งหลายดำรงอยู่ในคำของเรา” พระคริสต์ทรงตรัสไว้อย่างแน่ชัด “ท่านก็เป็นสาวกของเราอย่างแท้จริง ท่านทั้งหลายจะรู้จักความจริง และความจริงนั้นจะทำให้ท่านทั้งหลายเป็นไท”[3] โยคีแห่งอินเดียผู้เข้าถึงพระเป็นเจ้าก็เป็นบุคคลที่เป็นไท เป็นพระเจ้าของตนเอง และเป็นส่วนหนึ่งของภราดรภาพอันเป็นนิรันดร์ พวกท่านคือผู้บรรลุถึงแล้วซึ่งดวงปัญญาแห่งเอกองค์พระบิดาอันนำมาซึ่งความหลุดพ้น

“แต่กระผมไม่เข้าใจเรื่องของอาดัมกับอีฟเลย!” ข้าพเจ้าหยิบยกหัวข้อนี้ขึ้นมาถกอย่างขึงขังจริงจังในวันหนึ่ง ซึ่งในเวลานั้น ข้าพเจ้ายังไม่แจ่มแจ้งกับ

---

1 มัทธิว 24:35

2 มัทธิว 12:50

3 ยอห์น 8:31–32 เซนต์จอห์นยืนยันว่า “แต่ส่วนบรรดาผู้ที่ต้อนรับพระองค์ ผู้ที่เชื่อในพระนามของพระองค์ พระองค์ก็ทรงประทานสิทธิให้เป็นบุตรของพระเจ้า (คือคนทั้งหลายที่ถูกสร้างขึ้นมาจากพระบิดาผู้ดำรงอยู่ได้ในทุกที่ทุกกาล)”—ยอห์น 1:12

ความหมายของอุปมาอุปไมยที่แฝงอยู่ในเรื่องราวต่าง ๆ นัก "ทำไมพระเจ้าจึงไม่ลงโทษแค่พวกเขาสองคนในเมื่อพวกเขาต่างหากที่เป็นคนทำผิด ทำไมลูกหลานที่ยังไม่ได้เกิดเลยด้วยซ้ำถึงต้องมาพลอยฟ้าพลอยฝนถูกลงโทษไปด้วยล่ะขอรับ?"

แทนที่จะขบขันในความด้อยปัญญาของข้าพเจ้า อาจารย์กลับเห็นทีท่าเป็นเดือดเป็นแค้นของข้าพเจ้าน่าหัวร่อมากกว่า "พระธรรมปฐมกาลนั้นเต็มไปด้วยสัญลักษณ์อันลึกซึ้ง และไม่อาจจะเข้าใจได้ด้วยการตีความตามตัวอักษร" ท่านชี้แจงให้ฟัง "'ต้นไม้แห่งชีวิต'ที่มีกล่าวไว้ก็คือร่างกายของมนุษย์เราลำกระดูกสันหลังก็เปรียบได้กับต้นไม้กลับหัว มีผมเผ้าของเราเป็นราก มีเส้นประสาทรับ-ส่งความรู้สึกต่าง ๆ เป็นกิ่งก้านสาขา ต้นไม้อันประกอบขึ้นจากระบบประสาทเช่นนี้ย่อมมีผลเลิศรสดกดื่น เปรียบไปก็ได้แก่ผัสสะทั้งหลาย ไม่ว่าจะเป็นรูป รส กลิ่น เสียง หรือสัมผัส มนุษย์อาจปล่อยใจให้หลงเพลินไปกับสิ่งเหล่านี้ได้โดยไม่เป็นความผิดแต่อย่างใด แต่การมีเพศสัมพันธ์นั้นเป็นสิ่งต้องห้ามซึ่งในพระคัมภีร์ได้แสดงไว้ในรูปของ 'ผลแอปเปิ้ล' ที่กึ่งกลางกาย ('กลางสวน')[1]

"'อสรพิษ' คือพลังงานในกระดูกสันหลังที่ขดซ้อนกันเป็นวง และเป็นตัวกระตุ้นอารมณ์ทางเพศ 'อาดัม' คือเหตุผล 'อีฟ' คือความรู้สึก เมื่ออารมณ์หรือวิญญาณของอีฟในตัวมนุษย์ตกอยู่ภายใต้อำนาจของสัญชาตญาณทางเพศสำนึกในเหตุผลหรืออาดัมก็จะพลอยถูกครอบงำไปด้วย[2]

"พระเจ้าทรงสร้างเผ่าพันธุ์มนุษย์ โดยรังสรรค์ร่างกายของชาย-หญิงขึ้นมาด้วยอำนาจแห่งพระประสงค์ ทรงประทานอำนาจในการให้กำเนิดบุตรด้วยวิธีการอัน 'ไร้มลทิน' ในวิถีทางเดียวกับเบื้องบน[3] ให้แก่เผ่าพันธุ์ใหม่นี้ ก่อนหน้านั้นการสำแดงพระองค์ในวิญญาณแต่ละดวงล้วนเป็นพวกสิงสาราสัตว์ที่ตกอยู่

1 "ผลของต้นไม้ต่าง ๆ ในสวนนี้เรากินได้ เว้นแต่ผลของต้นไม้ที่อยู่กลางสวนนั้น พระเจ้าตรัสห้ามว่า อย่ากินหรือถูกต้องเลย มิฉะนั้นจะตาย"—ปฐมกาล 3:2–3

2 "หญิงที่พระองค์ประทานให้อยู่กินกับข้าพระองค์นั้น ส่งผลไม้นั้นให้ข้าพระองค์ ข้าพระองค์จึงรับประทาน…หญิงนั้นทูลว่า งูล่อลวงข้าพระองค์ ข้าพระองค์จึงได้รับประทาน"—ปฐมกาล 3:12–13

3 "พระเจ้าจึงทรงสร้างมนุษย์ขึ้นตามพระฉายาของพระองค์ ตามพระฉายาของพระเจ้านั้นพระองค์ทรงสร้างมนุษย์ขึ้น และได้ทรงสร้างให้เป็นชายและหญิง พระเจ้าทรงอวยพระพรแก่มนุษย์ตรัสแก่เขาว่า จงมีลูกดกทวีมากขึ้นจนเต็มแผ่นดิน จงมีอำนาจเหนือแผ่นดิน"—ปฐมกาล 1:27–28

ภายใต้การครอบงำของสัญชาตญาณ ไร้ซึ่งศักยภาพในการใช้เหตุผลทั้งสิ้นทั้งปวง พระเจ้าจึงทรงสร้างร่างของมนุษย์คู่แรกขึ้น แล้วเรียกชื่อเป็นสัญลักษณ์ว่าอาดัมกับอีฟ เพื่อให้วิวัฒนาการที่เกิดขึ้นแก่ทั้งคู่นี้เป็นไปในทางที่เป็นคุณและสูงส่งขึ้น พระองค์จึงทรงถ่ายโอนวิญญาณหรือแกนหลักอันศักดิ์สิทธิ์ของสัตว์สองตัวให้[1] ในอาดัมหรือบุรุษเพศจะมีเหตุผลเป็นใหญ่ ส่วนในอีฟหรือสตรีเพศจะมีอารมณ์เป็นเจ้าเรือน แสดงให้เห็นถึงทวิภาวะหรือขั้วตรงข้ามที่คอยค้ำจุนโลกแห่งปรากฏการณ์เอาไว้ เหตุผลกับอารมณ์ย่อมดำรงอยู่ร่วมกันอย่างเป็นสุขได้ตราบเท่าที่จิตของมนุษย์ยังไม่ถูกพลังขับดันทางเพศตามสัญชาตญาณของสัตว์โลกล่อลวง

"ด้วยเหตุนี้ ร่างกายของมนุษย์จึงมิได้เป็นแค่ผลพวงจากวิวัฒนาการของสัตว์ แต่ยังเป็นผลงานที่พระเจ้าบรรจงสร้างขึ้นมาเป็นพิเศษ ร่างกายของสัตว์นั้นหยาบเกินกว่าที่จะรองรับการสำแดงทิพยอำนาจได้โดยสมบูรณ์ แต่มนุษย์นั้นต่างไป เพราะไม่เพียงแต่จะมีจักร 'สหัสราระ-ดอกบัวพันเกษร' ในสมองเป็นช่องทางเปิดไปสู่การหยั่งรู้สัจธรรมอันสูงสุด ตามแนวเส้นสันหลังยังมีจักรอื่น ๆ แฝงเร้นอยู่อีกหลายจักร ซึ่งถ้ามนุษย์สามารถปลุกจักรเหล่านี้ให้ตื่นขึ้นมาได้ก็จะทรงไว้ซึ่งศักยภาพอันเฉียบคมยิ่ง

"พระเจ้าหรือวิญญาณศักดิ์สิทธิ์ที่สำแดงองค์อยู่ภายในตัวของมนุษย์คู่แรกที่ทรงสร้างขึ้น ทรงแนะให้พวกเขาหาความสุขจากประสาทสัมผัสทั้งหมดที่มียกเว้นประการเดียวคือ ความสุขจากกามารมณ์[2] ซึ่งทรงห้ามเอาไว้เพื่อมิให้มนุษย์เอาตัวไปหลงติดอยู่กับวิธีอันต่ำทรามในการสืบเผ่าพงศ์พันธุ์เยี่ยงเดรัจฉาน แต่คำเตือนมิให้ปลุกเร้าความทรงจำตามวิสัยสัตว์ในจิตใต้สำนึกให้ฟื้นตื่นขึ้นกลับไม่ได้รับการใส่ใจจำ เมื่อคนทั้งคู่หันมาสมสู่กันเพื่อสืบลูกหลาน อาดัมกับอีฟจึงตกจากทิพยสภาวะอันเป็นธรรมชาติของมนุษย์ผู้สมบูรณ์พร้อมมาแต่เดิม เมื่อ 'พวกเขารู้ว่าตนเองเปลือยกายอยู่' จิตสำนึกแห่งความเป็น

---

1 "พระเจ้าทรงปั้นมนุษย์ด้วยผงคลีดิน ระบายลมปราณเข้าทางจมูก มนุษย์จึงเป็นผู้มีชีวิต" —ปฐมกาล 2:7

2 "ในบรรดาสัตว์ป่าที่พระเจ้าทรงสร้างนั้น งู (แรงกระตุ้นทางเพศ) ฉลาดกว่าหมด" (การรับรู้ทางสัมผัสในรูปแบบอื่น ๆ)—ปฐมกาล 3:1

ผู้ไม่ตายก็สูญสลายไปเช่นที่พระเจ้าทรงเตือนเอาไว้ ทั้งสองทำให้ตนเองต้องตกมาอยู่ภายใต้กฎธรรมชาติที่ว่า เมื่อมีเกิดก็ต้องมีตาย

"ความรู้เรื่อง 'ความดีและความชั่ว' ที่ 'งู' สัญญาว่าอีฟจะได้รับมา ก็คือประสบการณ์ในลักษณะของทวิภาวะและสิ่งตรงข้ามกัน เป็นสองขั้วที่มนุษย์ผู้ตกอยู่ภายใต้อำนาจแห่ง*มายา*จะต้องประสบพบเจอ การจ่อมจมลงสู่ห้วงแห่ง*มายา*เพราะใช้อารมณ์และเหตุผล... หรือใช้จิตสำนึกของความเป็นอีฟและอาดัม... ไปในทางที่ผิด ก็เท่ากับว่ามนุษย์ได้สละสิทธิ์ที่จะได้เข้าไปอยู่ในสวนสวรรค์อันเป็นทิพย์และสมบูรณ์พร้อมในทุกประการ[1] มนุษย์แต่ละคนจึงมีหน้าที่ที่จะต้องกอบกู้ 'พ่อแม่' หรือธรรมชาติแห่งทวิภาวะของตนให้กลับคืนไปสู่เอกภาพความกลมกลืนหรือสวนอีเดนอีกครั้งให้จงได้"

เมื่ออรรถาธิบายของอาจารย์ยุติลง ข้าพเจ้าจึงได้เหลือบมองพระคัมภีร์หมวดพระธรรมปฐมกาลด้วยความนับถืออย่างที่ไม่เคยรู้สึกมาก่อน

"อาจารย์ขอรับ" ข้าพเจ้ากล่าว "นี่เป็นครั้งแรกที่กระผมรู้สึกถึงพันธะหน้าที่ที่มีต่ออาดัมกับอีฟในฐานะที่เป็นลูกหลานคนหนึ่ง!"[2]

---

1 "พระเจ้าทรงปลูกสวนแห่งหนึ่งไว้ที่เอเดน ทางทิศตะวันออก และให้มนุษย์ที่พระองค์ทรงปั้นมานั้นอยู่ที่นั่น"—ปฐมกาล 2:8 "เพราะเหตุนั้นพระเจ้าจึงทรงขับไล่เขาออกไปจากสวนเอเดน ให้ไปทำไร่ทำสวนในที่ดินที่ตัวถือกำเนิดมานั้น"—ปฐมกาล 3:23 มนุษย์ที่พระเจ้าทรงสร้างขึ้นเมื่อแรกนั้น มีสติจับนิ่งอยู่ที่ตาธรรมตรงกึ่งกลางหน้าผาก (หันไปทางทิศตะวันออก) อันเป็นศูนย์รวมของอำนาจในการสร้างสรรค์ตามแต่ใจจะปรารถนา แต่อำนาจสร้างสรรค์ทั้งหมดของเขาที่มาจากตำแหน่งตาธรรมนั้นก็สูญสลายไป เมื่อเขาเริ่ม "ใช้แรงกาย" จากร่างตามธรรมชาติของเขานั้น

2 ตำนาน "อาดัมกับอีฟ" ของทางฮินดูมีปรากฏอยู่ในคัมภีร์*ปุราณะ*อันเก่าแก่ ชื่อคัมภีร์*ศรีมัทภควตา* บุรุษ-สตรีคู่แรก (สิ่งมีชีวิตที่มีร่างกาย มีเลือดมีเนื้อจริง ๆ) นั้น บุรุษมีนามว่า *สวยัมภูวมนู* (แปลว่า "มนุษย์ผู้กำเนิดจากพระผู้สร้าง") สตรีมีนามว่า*ศตรูป* (แปลว่า "ร้อยรูป") ทั้งคู่มีบุตรีห้านาง ซึ่งล้วนแล้วแต่วิวาห์กับ*พระประชาบดี* (เทพผู้สามารถเนรมิตตนให้มีกายเนื้อได้) ด้วยกันทั้งสิ้น และจากครอบครัวเทพครอบครัวแรกนี้ มนุษยชาติจึงได้ถือกำเนิดขึ้น

ไม่ว่าในโลกตะวันออกหรือโลกตะวันตก ข้าพเจ้าไม่เคยได้ยินใครอธิบายความในพระคัมภีร์ของทางคริสต์ศาสนาด้วยความเข้าใจซึ้งถึงจิตวิญญาณได้เช่นท่านศรียุกเตศวรเลย "นักศาสนวิทยาได้ตีความถ้อยดำรัสของพระคริสต์ผิดไป" อาจารย์ว่า "อย่างคำสอนที่ว่า 'เราเป็นทางนั้น เป็นความจริง และเป็นชีวิต ไม่มีผู้ใดมาถึงพระบิดาได้ นอกจากจะมาทางเรา' (ยอห์น 14:6) พระคริสต์ทรงหมายความว่าพระบุตรของพระเจ้ามิได้มีแต่พระองค์ แต่ไม่มีใครที่จะบรรลุถึงระดับของพระเจ้าในภาคที่เป็นองค์สัมบูรณ์ เป็นพระบิดาผู้อยู่เหนือกระแสในการสร้างสรรค์ทั้งปวง

จนกว่าเขาผู้นั้นจะสามารถทำให้เกิด 'พระบุตร' หรือปลุกจิตสำนึกของพระเจ้าที่ส่งออกมาและดำรงอยู่ภายในสรรพสิ่งให้ได้เสียก่อน พระเยซูผู้ทรงบรรลุความเป็นหนึ่งเดียวกับพระเจ้าได้ด้วยจิตสำนึกแห่งพระบิดานั้นสามารถพิสูจน์พระองค์เองได้ด้วยเหตุที่อัตตาของพระองค์นั้นได้หมดสิ้นไปนานแล้ว (ดูหน้า 190.1)

เมื่อเซนต์ปอลเขียนว่า "พระเจ้า... ผู้ทรงสร้างสารพัดทั้งปวงผ่านทางพระเยซูคริสต์" (เอเฟซัส 3:9) และเมื่อพระเยซูตรัสกับเขาว่า "เราดำรงอยู่ก่อนอับราฮัมเกิด" (ยอห์น 8:58) สาระสำคัญในถ้อยคำเหล่านี้คือการไม่ยึดติดกับตัวตน

ความขลาดเขลาในทางธรรมชักนำให้ปุถุชนจำนวนมากเชื่อเอาโดยง่ายว่า มีบุรุษเพียงหนึ่งเดียวที่เป็นพระบุตรของพระเจ้า "พระเจ้าทรงสร้างพระคริสต์มาให้ประเสริฐเลิศกว่าคนทั้งปวง" พวกเขาให้เหตุผล "แล้วคนธรรมดา ๆ มีเกิดมีตายอย่างเรา ๆ จะไปเทียบเทียมท่านได้อย่างไรกัน?" แต่มนุษย์ทั้งหลายก็ถือกำเนิดขึ้นจากการสร้างสรรค์ของพระเจ้า แล้วไม่วันใดก็วันหนึ่ง เขาจะต้องปฏิบัติตามพระดำรัสของพระคริสต์ที่ว่า "เหตุฉะนี้ท่านทั้งหลายจงเป็นคนดีรอบคอบ เหมือนอย่างพระบิดาของท่าน ผู้ทรงสถิตในสวรรค์เป็นผู้ดีรอบคอบ" (มัทธิว 5:48) "จงดูเถิดพระบิดาทรงโปรดประทานความรักแก่เราทั้งหลายเพียงไร ที่เราจะได้ชื่อว่าเป็นบุตรของพระเจ้า" (I ยอห์น 3:1)

การเข้าใจกฎแห่งกรรมและผลที่ตามมาในรูปของการเวียนว่ายตายเกิด (ดูหน้า 335.1, 416–8 และบทที่ 43) มีปรากฏอยู่ในข้อความหลายบทหลายตอนของพระคัมภีร์ไบเบิล เช่น "ผู้ใดทำให้โลหิตของมนุษย์ไหล ผู้อื่นจะทำให้ผู้นั้นโลหิตไหล" (ปฐมกาล 9:6) ถ้าฆาตกรทุกคนต้องถูก "คนอื่น" สังหารเป็นผลตามมา ก็เห็นได้ชัดว่ามีหลายกรณีที่ต้องใช้เวลามากกว่าชาติหนึ่งกว่าที่กรรมจะตามมาส่งผลได้ เพราะตำรวจในยุคสมัยที่เกิดเรื่องนั้นทำงานได้ไม่เร็วพอ!

ศาสนาคริสต์ในยุคต้น ๆ ยอมรับหลักคำสอนเรื่องการเวียนว่ายตายเกิด ซึ่งได้มีการอธิบายให้รายละเอียดไว้โดยเหล่าผู้เชื่อในลัทธิที่ว่าความรู้เป็นทางนำไปสู่สุคติ และโดยบาทหลวงอีกหลายรูป อาทิ เคลเมนต์แห่งอเล็กซานเดรีย นักธรรมโอริเจนผู้มีชื่อเสียง (อยู่ในศตวรรษที่ 3 ทั้งคู่) และเซนต์เจโรม (ศตวรรษที่ 5) ครั้นถึง ค.ศ.553 สภาที่สองแห่งคอนสแตนติโนเปิลจึงได้ประกาศให้หลักคำสอนนี้เป็นแนวคิดนอกรีตเป็นครั้งแรก ในตอนนั้นมีชาวคริสต์จำนวนมากที่คิดว่าหลักคำสอนเรื่องการเวียนว่ายตายเกิดทำให้มนุษย์มีเวลาและโอกาสมากเกินกว่าที่จะคิดดิ้นรนเพื่อให้หลุดพ้นในชาตินี้ แต่การปิดบังความจริงยิ่งสร้างความสับสนและผิดพลาดให้มากยิ่งขึ้น มนุษย์หลายล้านคนไม่ได้ใช้ชีวิตที่มีอยู่เพียง "ชาติหนึ่งชาติเดียว" ไปติดตามถามหาพระเจ้า แต่กลับใช้มันไปไขว่คว้าหาความสุขในทางโลก... อันเป็นชัยชนะที่ได้มาอย่างพิเศษ แต่อยู่ได้ไม่นานก็จะสูญเสียมันไปตลอดกาล! ความจริงก็คือ มนุษย์ย่อมต้องเวียนว่ายตายเกิดไปจนกว่าเขาจะตระหนักรู้และกลับคืนสู่สถานะบุตรแห่งพระเจ้า

บทที่ 17

สสีกับไพลินสามเม็ด

"เห็นเธอกับลูกชายของฉันเทิดทูนสวามีศรียุกเตศวรนัก ฉันเลยว่าจะไปเจอเขาสักครั้ง" น้ำเสียง ดร.นารายัณ ซันเดอร์ รอย บอกเป็นนัยว่าต้องยอมเออออไปทั้งที่รู้ว่าเป็นเรื่องโง่ ๆ ข้าพเจ้าซ่อนความขุ่นใจเอาไว้ตามแบบฉบับของคนที่พยายามชักชวนผู้อื่นให้เปลี่ยนมามีศรัทธาเช่นตนจะพึงทำ

คู่สนทนาของข้าพเจ้าเป็นศัลยแพทย์สัตว์ผู้เชื่อฝังหัวว่าพระเจ้าไม่มีอยู่จริง บุตรชายวัยหนุ่มของเขาชื่อสันทศได้มาขอร้องข้าพเจ้าให้เป็นธุระเรื่องพ่อเขาให้หน่อย แต่เท่าที่ผ่านมา พ่อเขาดูจะไม่เห็นคุณค่าความช่วยเหลือของข้าพเจ้าเลยแม้สักน้อย

วันรุ่งขึ้น ดร.รอย ตามข้าพเจ้าไปอาศรมที่เซรัมปอร์ หลังการสนทนาสั้น ๆ กับอาจารย์ โดยต่างฝ่ายต่างนิ่งเงียบกันแบบทนได้ทนไปเสียเป็นส่วนใหญ่ ผู้มาเยือนของเราก็ผลุนผลันจากไป

"เธอพาคนตายมาที่อาศรมทำไม?" อาจารย์หันมาถามข้าพเจ้าอย่างข้องใจในทันทีที่คุณหมอจากกัลกัตตาผู้ไม่ยอมเชื่ออะไรง่าย ๆ หายลับไปจากประตู

"อาจารย์! คุณหมอเขายังอยู่ดีมีสุขอยู่เลยนะขอรับ!"

"ก็คงจะอยู่ดีมีสุขไปได้อีกไม่กี่เพลาหรอก"

ข้าพเจ้าตะลึง "อาจารย์ขอรับ ลูกชายเขาคงทำใจยอมรับเรื่องเลวร้ายครั้งนี้ไม่ไหวแน่ สันทศรู้ว่าพ่อเขาเป็นพวกหลงติดกับวัตถุ แต่ก็ยังไม่วายหวังว่าเวลาจะช่วยให้พ่อเขาเปลี่ยนทรรศนะที่มีได้ กระผมขอความกรุณาอาจารย์ได้โปรดช่วยชายผู้นี้ด้วยเถิดขอรับ"

"เอาเถิด... เห็นแก่ที่เธอออกหน้าขอร้องแทน" สีหน้าอาจารย์เรียบเฉยไร้ความรู้สึก "เจ้าหมอม้าจองหองนั่นเป็นเบาหวานอาการเกินเยียวยาแล้ว แต่เจ้าตัวไม่ได้รู้ตัวหรอกอีกสิบห้าวันเขาจะป่วยขนาดล้มหมอนนอนเสื่อ หมอไหน ๆ ก็ส่ายหน้าเพราะเห็นว่าไม่มีหวัง ความจริงเขาต้องลาโลกไปในหกสัปดาห์นับจากวันนี้ แต่เพราะเธอขอร้องแทนเขา ดังนั้น ในวันที่เขาควรต้องตาย อาการ

เขาจะดีขึ้น แต่ครูมีข้อแม้อย่างหนึ่ง คือ เธอต้องบอกให้เขาสวมกำไลเครื่องราง ติดต้นแขนไว้ ซึ่งแน่ละ เขาต้องค้านหัวชนฝาไม่ผิดกับม้าของเขาเองก่อนที่จะถูกจับผ่าตัด” อาจารย์หัวเราะหึ ๆ

เราเงียบเสียงลงครู่ใหญ่ ในใจข้าพเจ้าเฝ้าสงสัยว่าตนเองกับสันทศจะใช้ลูกล่อลูกชนแบบไหนไปกล่อม ดร.รอย ให้ยอมเห็นพ้องด้วยได้ สักพัก อาจารย์ก็เผยคำทำนายต่อ

“หลังเขาหายดีแล้ว เธอต้องเตือนเขาให้เลิกกินเนื้อสัตว์ แต่เขาจะไม่ใส่ใจกับคำเตือนของเธอหรอก หกเดือนหลังจากนั้น ในขณะที่เขารู้สึกแข็งแรงกระปรี้กระเปร่าอย่างที่สุด เขาจะตายอย่างกะทันหัน” แล้วอาจารย์ก็กล่าวเสริมมาว่า “ที่ยืดเวลาออกไปได้อีกหกเดือนก็เหตุเพราะเธอขอเอาไว้เท่านั้น”

วันรุ่งขึ้น ข้าพเจ้าแนะสันทศให้ไปสั่งทำกำไลต้นแขนกับช่างทำเครื่องประดับเสีย ครบสัปดาห์ช่างก็ทำเสร็จ แต่ ดร.รอย ยืนกรานไม่ยอมสวมกำไลนั้นอย่างเด็ดขาด

“ฉันแข็งแรงดีทุกอย่าง เธออย่าหมายจะเอาเรื่องดวงชะตาไร้สาระพวกนี้มาฝังหัวฉันหน่อยเลย” สายตาที่คุณหมอจ้องมายังข้าพเจ้าบอกความเป็นปรปักษ์เต็มที่

ข้าพเจ้านึกขึ้นมาขัน ๆ อาจารย์ช่างเอาชายผู้นี้ไปเปรียบกับม้าพยศได้อย่างเหมาะเหม็งนัก เจ็ดวันผ่านไป คุณหมอล้มป่วยอย่างกะทันหัน จึงจำยอมสวมกำไลขอนนั้นแต่โดยดี สองสัปดาห์ต่อมา แพทย์ผู้ดูแลก็บอกกับข้าพเจ้าว่าคนไข้รายนี้ไม่มีหวังแล้ว ทั้งยังร่ายยาวสารพัดผลพวงอันเกิดจากโรคเบาหวานให้ฟังอย่างละเอียดและน่าขนลุกยิ่ง

ข้าพเจ้าส่ายหัว “คุรุของผมบอกว่าหลังนอนป่วยได้ครบเดือน ดร.รอย จะหายเป็นปกติ”

แพทย์ผู้นั้นมองข้าพเจ้าอย่างไม่ให้ความเชื่อถือ ผ่านไปสองสัปดาห์ เขาก็มาหาข้าพเจ้าด้วยทีท่าเหมือนจะขอโทษอยู่กราย ๆ

“ดร.รอย หายดีแล้ว!” เขาประกาศ “ตั้งแต่เป็นหมอมาก็มีรายนี้แหละที่น่าทึ่งที่สุด ผมไม่เคยเห็นคนใกล้ตายรายไหนฟื้นตัวได้อย่างไม่รู้สาเหตุเช่นนี้มาก่อน คุรุของคุณต้องเป็นศาสดาพยากรณ์ด้านการบำบัดแน่เลย!”

ขณะมาเยี่ยมเยียนและสนทนากับ ดร.รอย ครั้งหนึ่ง ข้าพเจ้าแนะให้เขาเลิกกินเนื้อสัตว์ตามที่อาจารย์เคยสั่งความไว้ จากนั้น เราก็ไม่ได้เจอหน้ากันอีกเลยนานถึงหกเดือนเต็ม แล้วเย็นวันหนึ่ง ขณะที่ข้าพเจ้านั่งเล่นอยู่บนเฉลียงหน้าบ้าน ดร.รอย ก็แวะมาหยุดยืนคุยด้วย

"ฝากบอกอาจารย์ของเธอด้วยว่าฉันกินเนื้อสัตว์เป็นประจำ จึงได้กลับมาแข็งแรงได้เหมือนเดิมอย่างนี้ ที่อาจารย์เธอบอกให้กินแต่ผักแต่หญ้านั่นมันเหลวไหลทั้งเพ ยังไงฉันก็ทำใจให้เชื่อตามไม่ได้หรอก" ดร.รอย ดูมีสุขภาพสมบูรณ์แข็งแรงดีจริง ๆ เสียด้วย

แต่วันรุ่งขึ้น สันทศกลับวิ่งโร่จากบ้านที่อยู่ถัดไปแค่ช่วงตึกเดียวมาหาข้าพเจ้า "เช้านี้คุณพ่อฉันสิ้นบุญเสียแล้ว!"

กรณีนี้ถือเป็นหนึ่งในประสบการณ์ที่แปลกประหลาดที่สุดที่ข้าพเจ้าได้รู้เห็นจากตัวอาจารย์ ท่านยอมรักษานายสัตวแพทย์ผู้อวดดีทั้ง ๆ ที่เจ้าตัวไม่ได้มีศรัทธาปสาทะเลยแม้สักน้อย นอกจากนี้ ยังยอมต่อชีวิตเขาให้ยืนยาวออกไปอีกถึงหกเดือนเพียงเพราะเห็นแก่คำขอร้องจากใจจริงของข้าพเจ้า ความเมตตาของอาจารย์ช่างมากล้นพ้นประมาณ ท่านไม่เคยเมินเฉยต่อคำวิงวอนขอของศิษย์ท่านเลย

ข้าพเจ้ารู้สึกเป็นเกียรตินักหนาที่ได้นำเพื่อนนักศึกษาร่วมวิทยาลัยมากราบคารวะท่าน หลายคนจะละวางเปลือกนอกของปัญญาชนที่มองศาสนาเป็นเรื่องงมงายตามสมัยนิยมลงชั่วขณะ...อย่างน้อยก็ในระหว่างที่เข้ามาในอาศรม!

เพื่อนคนหนึ่งชื่อ สสี เคยแวะเวียนมาใช้เวลาช่วงสุดสัปดาห์อยู่ที่อาศรมในเมืองเซรัมปอร์อย่างเป็นสุขอยู่หลายครั้ง อาจารย์เอ็นดูเขามาก และออกจะโทมนัสใจอยู่ไม่น้อยที่เห็นเขาใช้ชีวิตหลงระเริงโดยขาดการยับยั้งชั่งใจและไร้ระเบียบ

"สสี ถ้าเธอไม่กลับตัวกลับใจเสียตั้งแต่เดี๋ยวนี้ อีกหนึ่งปีให้หลัง โรคภัยมันจะเล่นงานเธอจนอยู่หมัด" อาจารย์มองเพื่อนของข้าพเจ้าด้วยความเมตตาและขุ่นเคืองระคนกัน "มุกุณฑะช่วยเป็นพยานให้ที ถึงตอนนั้นจะมาว่าครูไม่เตือนเธอไม่ได้นะ"

สสีหัวเราะ "อาจารย์ขอรับ เรื่องการขอพระเมตตาจากพระเป็นเจ้านั้น

กระผมเห็นจะต้องปล่อยให้ท่านเป็นธุระให้ล่ะขอรับ ตัวกระผมมันน่าสังเวช! ถึงจะอยากกลับตัว แต่ใจคอมันไม่มั่นคง คอยแต่จะเพริดไปเรื่อย อาจารย์เป็นเพียงผู้เดียวในโลกนี้ที่จะช่วยกระผมได้ กระผมหาได้ศรัทธาในสิ่งอื่นใดนอกเหนือไปจากตัวท่านไม่"

"อย่างน้อยเธอก็น่าจะหาไพลินสีน้ำเงินเม็ดละสองกะรัตมาสวมติดตัวไว้ จะได้ช่วยผ่อนหนักเป็นเบาได้"

"กระผมไม่มีปัญญาซื้อหามาหรอกขอรับ อีกอย่างนะขอรับ ท่านอาจารย์ ถ้าเกิดเคราะห์หามยามร้ายขึ้นมาจริง ๆ กระผมก็เชื่อมั่นอย่างเต็มเปี่ยมเลยว่า ท่านจะปกปักรักษากระผมได้"

"ครบปีเมื่อไหร่เธอจะเอาไพลินสามเม็ดกลับมาหาครู" อาจารย์โต้กลับ "แต่ถึงตอนนั้นมันก็ช่วยอะไรเธอไม่ได้แล้ว"

ข้าพเจ้าได้ยินคำสนทนาทำนองนี้อยู่บ่อยครั้ง "กระผมจนปัญญาจะแก้ไขปรับปรุงตัวเอง!" สสีมักบอกด้วยทีท่าสิ้นหวังแบบติดตลกนิด ๆ "แล้วตัวกระผมเองก็เห็นว่าศรัทธาที่กระผมมีต่ออาจารย์นั้นสูงค่ายิ่งกว่าเพชรนิลจินดาใด ๆ!"

หนึ่งปีผ่านไป วันหนึ่ง ข้าพเจ้าได้ไปกราบเยี่ยมอาจารย์ที่กัลกัตตา ณ บ้านพักของศิษย์ผู้หนึ่ง ชื่อนเรนบาบู ราวสิบโมงเช้าขณะที่อาจารย์กับข้าพเจ้านั่งกันอยู่ในห้องนั่งเล่นบนชั้นสอง ข้าพเจ้าได้ยินเสียงใครบางคนเปิดประตูหน้าบ้าน อาจารย์เหยียดหลังตรงขึง

"สสีแน่" อาจารย์เอ่ยเสียงเคร่งขรึม "ครบปีแล้ว ปอดทั้งสองข้างของเขาก็ไม่เหลือแล้วเช่นกัน เขาไม่ใส่ใจกับคำเตือนของครู ไปบอกเขาทีว่าครูไม่ต้องการพบเขาอีก"

ข้าพเจ้าออกจะประหลาดใจต่อทีท่าแข็งขึงไม่ยอมผ่อนปรนของอาจารย์ จึงรีบรุดลงบันไดไป พบสสีกำลังเดินขึ้นมาพอดี

"โอ มุกุณฑะ! หวังว่าอาจารย์จะอยู่ที่นี่นะ ฉันมีลางสังหรณ์ว่าท่านต้องอยู่ที่นี่แน่"

"อยู่ แต่ท่านไม่ต้องการให้ใครขึ้นไปรบกวน"

สสีน้ำตาร่วง วิ่งถลันผ่านข้าพเจ้าขึ้นไปทรุดตัวหมอบคู้อยู่แทบเท้าอาจารย์ แล้วล้วงเอาไพลินน้ำงามออกมาวางสามเม็ด

“ท่านอาจารย์ผู้มีญาณหยั่งรู้ หมอคนไหน ๆ ต่างก็บอกเป็นเสียงเดียวกันว่ากระผมเป็นวัณโรคปอด และจะอยู่ได้อีกแค่สามเดือน! กระผมกราบวิงวอนท่านขอได้โปรดช่วยกระผมด้วย กระผมรู้ว่าอาจารย์รักษากระผมได้!”

“มานึกรักชีวิตเอาตอนนี้จะไม่สายไปหน่อยรึ? เอาไพลินของเธอกลับไปเสียเถิด ล่วงเลยมาถึงขนาดนี้แล้ว ยังจะหาประโยชน์อันใดจากมันได้อีก?” ว่าแล้ว อาจารย์ก็นั่งนิ่งไม่ยอมปริปากว่ากระไร ทีท่าดูจะไม่หวั่นไหวไปกับเสียงคร่ำครวญขอความเมตตาที่ดังขึ้นเป็นพัก ๆ ของสสีเลยสักนิด

ข้าพเจ้านึกรู้ได้ด้วยญาณ มั่นใจว่าอาจารย์แค่กำลังทดสอบศรัทธาที่สสีมีต่ออำนาจในการเยียวยาของพระเป็นเจ้า จึงไม่ประหลาดใจเลยที่หลังจากหนึ่งชั่วโมงอันน่าอึดอัดผ่านพ้นไป อาจารย์ก็เบนสายตามามองเพื่อนผู้นั่งหมอบคู้ของข้าพเจ้าด้วยความสงสารและเห็นใจ

“ลุกขึ้นเสียที สสี ดูทีรึ มาทำบ้านคนอื่นเขาปั่นป่วนวุ่นวายไปหมดแล้ว! เอาไพลินสามเม็ดนี่กลับไปคืนพ่อค้าพลอยไป๊ เอามันมาใช้ตอนนี้ก็ไม่มีประโยชน์ไปหากำไลเครื่องรางมาใส่ติดต้นแขนไว้แทนก็แล้วกัน อย่ากลัวไปเลย อีกไม่กี่สัปดาห์เธอจะหายเป็นปกติแน่”

รอยยิ้มของสสีสว่างวาบขึ้นบนใบหน้าที่เลอะคราบน้ำตาดุจดวงตะวันสอดแสงลงบนแผ่นดินที่ชุ่มน้ำอย่างฉับพลันทันใด “ท่านอาจารย์ที่รัก แล้วกระผมต้องกินยาตามที่หมอบอกหรือเปล่าขอรับ?”

“ก็ตามใจสิ... จะกินหรือไม่กินก็มีค่าเท่ากัน เธอไม่มีวันตายเพราะวัณโรคเหมือนกับที่พระอาทิตย์กับพระจันทร์สลับที่กันไม่ได้นั่นล่ะ” แล้วอาจารย์ก็บอกต่อทันทีทันควันว่า “ไปเสียแต่เดี๋ยวนี้ ก่อนที่ครูจะเปลี่ยนใจ!”

เพื่อนของข้าพเจ้าก้มศีรษะคารวะอาจารย์อย่างเงอะงะ ก่อนลุกลี้ลุกลนจากไป ช่วงไม่กี่สัปดาห์ต่อมา ข้าพเจ้าไปเยี่ยมเขาหลายครั้ง แล้วก็ได้แต่อกสั่นขวัญหายที่เห็นอาการของเขาแย่ลงเรื่อย ๆ

“สสีคงอยู่ไม่พ้นคืนนี้แน่” คำบอกกล่าวของแพทย์กับสภาพผ่ายผอมเหลือแต่หนังหุ้มกระดูกของเขาที่ข้าพเจ้าเห็นอยู่ตำตาทำให้ข้าพเจ้าต้องรุดกลับมาที่เซรัมปอร์อย่างไม่รอช้า อาจารย์ฟังข้อรายงานอันน่าพรั่นพรึงของข้าพเจ้าอย่างเฉยเมย

"มันเรื่องอะไรถึงได้กลับมารบกวนครูถึงที่นี่? เธอก็ได้ยินครูบอกไปแล้วเป็นมั่นเหมาะว่า สสีจะหายดีแน่"

ข้าพเจ้าก้มตัวลงกราบคารวะท่านอย่างยำเกรง แล้วล่าถอยออกไปทางประตู อาจารย์ไม่กล่าวอำลาแม้สักคำ ท่านเอาแต่นั่งนิ่ง ดวงตาหลุบลงครึ่งหนึ่ง แววตาก็เลื่อนลอยเหมือนท่องไปยังอีกมิติหนึ่งกระนั้น

ข้าพเจ้าย้อนกลับไปยังบ้านสสีที่กัลกัตตาทันที แล้วก็ต้องประหลาดใจที่ได้เห็นเพื่อนคนนี้กำลังนั่งดื่มนมอยู่

"โอ มุกุณฑะ! ปาฏิหาริย์ของจริงแท้ทีเดียว! เมื่อสี่ชั่วโมงก่อน ฉันรู้สึกได้ว่าอาจารย์ท่านมาหาฉันถึงในห้อง แล้วอาการป่วยอันทุกข์ทรมานของฉันก็หายเป็นปลิดทิ้งในทันที เพราะความเมตตาของท่านแท้ๆ ฉันถึงหายดีได้อย่างนี้"

ใช้เวลาแค่ไม่กี่สัปดาห์ สสีก็กลับมามีเรี่ยวแรง มีสุขภาพดีกว่าเมื่อก่อนเสียอีก[1] แต่ทีท่าที่เขามีต่อการหายป่วยของตนกลับค่อนไปในทางอกตัญญูเสียได้ กล่าวคือ เขากลับไปกราบคารวะอาจารย์น้อยครั้งมาก! สสีบอกกับข้าพเจ้าในวันหนึ่งว่า เขาเสียใจกับการใช้ชีวิตแบบหลงระเริงในสมัยก่อนมากจนไม่กล้าสู้หน้าอาจารย์

ข้าพเจ้าสรุปได้แต่เพียงว่าความป่วยไข้ของเขาในครั้งนี้ก่อให้เกิดผลในทางตรงข้าม กล่าวคือ ทำให้เกิดความเข้มแข็งมุ่งมั่นที่จะกลับตัวกลับใจเพิ่มขึ้น ขณะที่มารยาทกลับเสื่อมทรามลง

หลักสูตรสองปีแรกที่วิทยาลัยสก๊อตติชเชิร์ชของข้าพเจ้าใกล้จบลงแล้ว เวลาเรียนของข้าพเจ้าหวิดจะไม่พออยู่รอมร่อ ที่ยอมเข้าเรียนอยู่บ้างก็เพื่อเลี่ยงไม่ให้มีเรื่องกับทางบ้านเท่านั้น ครูสอนพิเศษสองท่านแวะเวียนมาที่บ้านข้าพเจ้าอย่างสม่ำเสมอ แต่ข้าพเจ้าก็หนีเรียนเป็นประจำ ข้าพเจ้ามองว่าอย่างน้อยนี่ก็เป็นกิจวัตรอย่างหนึ่งที่ตนเองปฏิบัติได้อย่างเสมอต้นเสมอปลายตลอดเวลาที่เป็นนักศึกษาอยู่!

ในอินเดีย การเรียนจบหลักสูตรสองปีในวิทยาลัยหมายถึงผู้เรียนจะได้รับอนุปริญญาสาขาศิลปศาสตร์ จากนั้น นักศึกษาจะเรียนต่ออีกสองปีเพื่อให้ได้

---

[1] เมื่อปี 1936 ข้าพเจ้าได้ข่าวจากเพื่อนคนหนึ่งว่าสสียังมีสุขภาพสมบูรณ์แข็งแรงดี

ปริญญาตรีอีกหรือไม่ก็ได้

การสอบไล่ก่อนจบหลักสูตรอนุปริญญาใกล้เข้ามาอย่างน่าวิตก ข้าพเจ้าแล่นไปเมืองปุรีหาอาจารย์ผู้ไปพักผ่อนอยู่ที่นั่นสองสามสัปดาห์ ข้าพเจ้าเรียนอาจารย์ว่าตัวเองไม่พร้อมเข้าสอบ ในใจแอบหวังให้ท่านตอบกลับมาว่าข้าพเจ้าไม่จำเป็นต้องไปสอบ

แต่อาจารย์กลับยิ้มปลอบ "เธอทุ่มเทปฏิบัติภาระหน้าที่ทางจิตวิญญาณจึงอาจต้องละเลยการเล่าเรียนในวิทยาลัยไปบ้างเป็นธรรมดา สัปดาห์หน้าทั้งสัปดาห์ขอให้ใส่ใจท่องตำราด้วยความขยันหมั่นเพียร แล้วเธอจะผ่านบททดสอบในครั้งนี้ไปได้ด้วยดี"

ข้าพเจ้าย้อนกลับไปกัลกัตตา แม้จะนึกกังขาขึ้นมาตามหลักตรรกวิสัยเป็นครั้งคราว ข้าพเจ้าก็พยายามระงับความรู้สึกนั้นไว้อย่างมั่นคง ครั้นเมื่อมองสำรวจตำราที่กองกันเป็นภูเขาเลากาอยู่บนโต๊ะ กลับรู้สึกไม่ผิดอะไรกับคนที่หลงทางอยู่กลางป่า

การฝึกปฏิบัติสมาธิมาอย่างต่อเนื่องยาวนานทำให้ข้าพเจ้าเกิดความคิดที่จะประหยัดพลังงานในการท่องตำรา ข้าพเจ้าเปิดหนังสือแต่ละเล่มขึ้นอย่างเดาสุ่ม แล้วอ่านเฉพาะหน้าที่เปิดเจอเท่านั้น หลังตั้งหน้าตั้งตาดูหนังสือด้วยวิธีดังกล่าววันละสิบแปดชั่วโมงนานหนึ่งสัปดาห์เต็ม ข้าพเจ้าก็ถือเอาว่าตัวเองเป็นผู้เชี่ยวชาญในศาสตร์แห่งการเตรียมสอบแบบ "เร่งรุด" กับเขาได้คนหนึ่ง

การสอบในช่วงหลายวันต่อมาพิสูจน์ให้เห็นว่าการท่องตำราแบบตามบุญตามกรรมของข้าพเจ้ามิได้สูญเปล่า ข้าพเจ้าสอบผ่านมาได้อย่างหวุดหวิดทุกวิชา การแสดงความยินดีของญาติมิตรทั้งหลายก็ล้วนแล้วแต่น่าขัน ทุกคนออกอุทานเผยความรู้สึกไม่อยากจะเชื่อว่าข้าพเจ้าจะสอบผ่านได้ออกมาอย่างปิดไม่มิด

ครั้นกลับมาจากปุรี อาจารย์ก็มีเรื่องดี ๆ มาบอกให้ข้าพเจ้าประหลาดใจอีก

"เธอจบการศึกษาที่กัลกัตตาแล้ว" ท่านว่า "คราวนี้ครูจะเป็นธุระให้เธอได้เรียนต่อสองปีสุดท้ายในมหาวิทยาลัยที่เซรัมปอร์นี้เอง"

ข้าพเจ้านึกสนเท่ห์ "อาจารย์ขอรับ ที่นี่ไม่มีหลักสูตรปริญญาตรีศิลปศาสตร์นี่ขอรับ" วิทยาลัยเซรัมปอร์ซึ่งเป็นสถาบันการศึกษาระดับสูงเพียงแห่งเดียวของเมืองนี้เปิดสอนแค่หลักสูตรอนุปริญญาทางด้านศิลปศาสตร์เท่านั้น

อาจารย์ยิ้มอย่างมีเลศนัย "ครูก็แก่เฒ่าเกินกว่าจะไปเที่ยวเดินเรี่ยไรเงินมาเปิดหลักสูตรปริญญาตรีให้กับเธอได้ เห็นที ครูจะต้องหาคนมาเป็นธุระจัดการเรื่องนี้แทนเสียแล้ว"

สองเดือนต่อมา ศาสตราจารย์ฮาวเวลส์ อธิการบดีของวิทยาลัยเซรัมปอร์ ได้แถลงอย่างเป็นทางการว่าท่านประสบความสำเร็จในการเรี่ยไรเงินทุนเพื่อเปิดหลักสูตรสี่ปีที่วิทยาลัยแห่งนี้ วิทยาลัยเซรัมปอร์จะเป็นวิทยาเขตในสังกัดของมหาวิทยาลัยกัลกัตตาข้าพเจ้าเป็นหนึ่งในนักศึกษารุ่นแรกที่สมัครเข้าเรียนต่อหลักสูตรปริญญาตรีของที่นี่

"อาจารย์ขอรับ ท่านช่างเมตตากระผมนัก! กระผมอยากย้ายออกจากกัลกัตตามาอยู่ใกล้ ๆ ท่านที่เซรัมปอร์ทุกวันมาตั้งนานแล้ว ศาสตราจารย์ฮาวเวลส์คงคิดไม่ถึงแน่ว่าตัวเองเป็นหนี้บุญคุณอาจารย์ที่คอยช่วยเหลือท่านอยู่เงียบ ๆ มากมายขนาดไหน!"

อาจารย์มองมาทางข้าพเจ้า แล้ววางมาดให้เคร่งขรึม "ทีนี้เธอก็ไม่ต้องนั่งรถไฟมาที่นี่ให้เสียเวลาครั้งละหลายชั่วโมงอีกแล้ว คงมีเวลาท่องตำราเพิ่มขึ้นอีกมากโข! จะได้เลิกตะลุยดูหนังสือเอานาทีสุดท้ายก่อนสอบ แล้วหันมาเอาดีทางด้านการเล่าเรียนเหมือนนักศึกษาจริง ๆ เสียที"

แต่ให้อย่างไร น้ำเสียงของท่านก็ฟังดูไม่มั่นอกมั่นใจเอาเสียเลย[1]

---

[1] ท่านคุรุศรียุกเตศวรก็เหมือนกับนักปราชญ์อีกหลายท่านที่โทมนัสกับระบบการศึกษาสมัยใหม่ซึ่งโน้มเอียงไปทางด้านวัตถุนิยม มีโรงเรียนน้อยแห่งนักที่สอนหลักธรรมอันจะนำจิตวิญญาณไปพบกับความสุขอันแท้จริง หรือสอนว่าปัญญาเกิดจากการใช้ชีวิตด้วยความ "ยำเกรงในพระเป็นเจ้า" กล่าวอีกนัยหนึ่งคือ ด้วยความยำเกรงในพระผู้สร้างของตน

คนหนุ่มสาวสมัยนี้ได้รับการสอนสั่งในสถาบันการศึกษาระดับมัธยมและอุดมศึกษาว่า มนุษย์เป็นเพียง "สัตว์ชั้นสูง" พวกเขาจึงไม่นับถือพระเป็นเจ้าไม่พยายามค้นให้ลึกเข้าไปในวิญญาณของตน และไม่แม้กระทั่งมองตัวตนอันแท้จริงของตนว่าเป็น "ฉายาของพระเป็นเจ้า" อีเมอร์สันตั้งข้อสังเกตว่า "มีเพียงสิ่งซึ่งเรามีอยู่ภายในเท่านั้นที่ทำให้เรามองเห็นภายนอกได้ การที่เราไม่พบเห็นพระเจ้าองค์ไหน ๆ ก็เพราะในใจของเราไม่มีพระเจ้าอยู่นั่นเอง" บุคคลผู้มองว่าธรรมชาติของสัตว์โลกเป็นตัวตนที่แท้จริงเพียงหนึ่งเดียวของตนย่อมถูกตัดขาดจากความปรารถนาในทิพยสภาวะ

ระบบการศึกษาใดไม่สอนสั่งว่าพระเจ้าคือความจริงอันเป็นหลักใหญ่ใจความของการดำรงอยู่ของมนุษย์ ระบบการศึกษานั้นกำลังส่งเสริมให้เกิด*อวิทยา* หรือความไม่รู้ "เพราะเจ้าพูดว่า 'เรา

เป็นคนมั่งมี ได้ทรัพย์สมบัติทวีมากขึ้น และเราไม่ต้องการสิ่งใดเลย' เจ้าไม่รู้ว่าเจ้าเป็นคนแร้นแค้น เข็ญใจ เป็นคนขัดสน เป็นคนตาบอด และเปลือยกายอยู่" (วิวรณ์ 3:17)

  การศึกษาของเยาวชนในอินเดียสมัยโบราณเป็นการศึกษาในอุดมคติ เมื่ออายุครบเก้าขวบ ครูจะรับศิษย์ผู้นั้นเข้าสู่คุรุกุล (บ้านอันเป็นที่พำนักของครอบครัวผู้เป็นครูและใช้เป็นที่ศึกษาเล่าเรียนด้วย) ในฐานะ "เสมือนเป็นบุตรชายคนหนึ่ง" ของครู "เด็กสมัยนี้ใช้เวลาหนึ่งในแปดส่วน (ต่อปี) อยู่ที่โรงเรียน ในขณะที่เด็กอินเดียยุคโบราณใช้เวลาทั้งหมดที่มีอยู่ที่นั่น" ศาสตราจารย์ เอส. วี. เวนกาเตศวร เขียนไว้ในหนังสือ *Indian Culture Through the Ages* (Vol. I; Longmans, Green & Co.) "ในสำนักอาจารย์แต่ละท่านจะมีความรู้สึกเป็นน้ำหนึ่งใจเดียวกัน มีสำนึกในความรับผิดชอบ และมีโอกาสมากมายให้ศิษย์เรียนรู้ที่จะพึ่งตนเองและเป็นตัวของตัวเอง นอกจากนี้ ยังมีมาตรฐานที่สูงมากในแง่ของวัฒนธรรม การปฏิบัติตามระเบียบวินัย ความเคร่งครัดในหน้าที่ ความไม่เห็นแก่ตัว การเสียสละ การเคารพตนเอง การให้เกียรติผู้อื่น มาตรฐานการศึกษาระดับสูง และสำนึกใน...ความสูงส่งและเป้าหมายอันยิ่งใหญ่ของชีวิตมนุษย์"

บทที่ 18

ผู้วิเศษมุสลิม

"เมื่อหลายปีมาแล้ว ในห้องที่กลายมาเป็นห้องพักของเธอในตอนนี้ เคยมีผู้วิเศษมุสลิมคนหนึ่งแสดงปาฏิหาริย์ให้ครูเห็นกับตาถึงสี่ครั้ง!"

อาจารย์เอ่ยเรื่องนี้ขึ้นในขณะที่มาเยือนที่พำนักแห่งใหม่ของข้าพเจ้าเป็นครั้งแรกทันทีที่เข้าเรียนวิทยาลัยเซรัมปอร์ได้ ข้าพเจ้าก็มาเช่าห้องที่หอพักเรียกว่าปัณฑี[1]ในละแวกใกล้เคียงทันที หอพักแห่งนี้เป็นคฤหาสน์ทรงโบราณ ก่อด้วยอิฐและหันหน้าออกหาแม่น้ำคงคา

"ช่างบังเอิญเสียจริง! ผนังที่ตกแต่งใหม่พวกนี้ยังเต็มไปด้วยความทรงจำครั้งเก่า ๆ อยู่จริงหรือขอรับ?" ข้าพเจ้ามองไปรอบ ๆ ห้องพักที่ตกแต่งอย่างเรียบง่ายของตนเองด้วยความสนใจใคร่รู้ขึ้นมาทันที

"เรื่องมันยาว" อาจารย์ยิ้มเหมือนจะนึกย้อนไปถึงคืนวันเก่าก่อน "*ฟาคีร์*[2] คนนั้นชื่ออัฟซัล ข่าน เขาได้อำนาจวิเศษมาจากโยคีฮินดูที่ประสบพบกันโดยบังเอิญท่านหนึ่ง

"'ลูกเอ๋ย เรากระหายน้ำเหลือเกิน ขอน้ำดื่มสักหน่อยจะได้ไหม?' *สันนยาสี* ร่างอาบไปด้วยฝุ่นผงธุลีดินท่านหนึ่งเอ่ยปากขอต่ออัฟซัลในวันหนึ่ง สมัยที่เขายังเป็นเพียงเด็กชายตัวน้อยในหมู่บ้านเล็ก ๆ ทางตะวันออกของแคว้นเบงกอล

"'ท่านขอรับ กระผมเป็นมุสลิม ส่วนท่านเป็นฮินดู เช่นนี้แล้ว ท่านจะดื่มน้ำจากมือของกระผมได้หรือขอรับ?'

"'ความซื่อสัตย์ของเจ้ายังความพอใจให้เรานัก เด็กเอ๋ย เราหาได้ถือวัตรปฏิบัติอันชั่วร้ายในการแบ่งเขาแบ่งเราไม่ ไปเถิด ไปหาน้ำมาให้เราดื่มเร็ว'

"อัฟซัลกุลีกุจอทำตามคำสั่งท่านด้วยความเคารพ จึงได้รับสายตาเอื้อเอ็นดูจากท่านโยคีเป็นการตอบแทน

---

1 หอพักสำหรับนักศึกษา มาจากคำศัพท์ว่า *ปัณโฑ* แปลว่า คนพเนจรผู้แสวงหาความรู้

2 นักบวชมุสลิม มาจากภาษาอาหรับว่า *ฟากูอี* แปลว่า ยากจน เดิมใช้เรียกพวกนักบวชเดอร์วิชผู้ปฏิญาณตนว่าจะใช้ชีวิตสมถะเยี่ยงคนยากคนจน

"'เจ้ามีกุศลผลบุญจากชาติปางก่อนเกื้อหนุน' ท่านกล่าวด้วยทีท่าเคร่งขรึมจริงจัง 'เราจะสอนโยคะแก่เจ้าสักวิธีหนึ่งซึ่งจะช่วยให้เจ้ามีอำนาจเหนือมิติอันพ้นวิสัยที่มนุษย์ธรรมดาจะมองเห็นได้ อำนาจอันยิ่งใหญ่ซึ่งเจ้าจะได้ไว้ในครอบครองนี้ต้องนำไปใช้ในทางที่ถูกที่ควร อย่าได้นำไปใช้หาประโยชน์ใส่ตัวเป็นอันขาด! อนิจจา! เรายังรู้เห็นอีกเช่นกันว่าเจ้าได้นำเมล็ดพันธุ์แห่งกมลสันดานอันเป็นโทษจากอดีตชาติติดตัวมาด้วย อย่ารดน้ำพรวนดินให้มันแตกหน่องอกงามขึ้นมาด้วยการประกอบกรรมชั่ว กรรมเก่าของเจ้าซับซ้อนเหลือหลายเจ้าต้องใช้ชีวิตในชาตินี้ประสานความสำเร็จทางด้านโยคะของเจ้าให้สอดคล้องเข้ากับเป้าหมายสูงสุดของการสงเคราะห์ช่วยเหลือเพื่อนมนุษย์ผู้ยากไร้'

"หลังถ่ายทอดโยควิธีอันซับซ้อนให้กับเด็กชายผู้พิศวงงงงวยแล้ว สันนยาสีผู้เป็นอาจารย์ก็จากไป

"อัฟซัลพากเพียรปฏิบัติโยคะตามแนวทางที่ท่านถ่ายทอดให้อย่างถูกต้องตามหลักเกณฑ์ทุกประการนานถึงยี่สิบปี อำนาจอันน่าอัศจรรย์ของเขากลายเป็นที่สนใจของผู้คนในวงกว้าง ดูเหมือนว่าเขาจะมีวิญญาณอันไร้ร่างที่เขาเรียกว่า 'ฮัซรัต' คอยติดตามรับใช้อยู่ตลอดเวลา เจ้าวิญญาณที่ใคร ๆ ไม่อาจมองเห็นนี้สามารถสนองตอบความต้องการของ*ฟาคีร์*ผู้เป็นนายได้ทุกสิ่ง

"อัฟซัลละเลยคำเตือนของผู้เป็นอาจารย์ และเริ่มนำอำนาจที่มีไปใช้ในทางที่ผิด ของสิ่งใดที่เขาหยิบจับ แม้จะวางลงที่เดิมแล้ว ของสิ่งนั้นก็ยังจะอันตรธานหายไปอย่างไร้ร่องรอยในไม่ช้าไม่นาน เหตุการณ์อันชวนให้ไม่สบายใจและอาจเกิดขึ้นได้ทุกเมื่อนี้ ส่งผลให้อัฟซัลกลายเป็นแขกที่ไม่พึงปรารถนาของผู้คนทั้งหลาย!

"เขาแวะเวียนไปตามร้านจำหน่ายอัญมณีเจ้าใหญ่ ๆ ในกัลกัตตาเป็นพัก ๆ โดยแสดงทีท่าว่าตั้งใจจะมาเลือกซื้อเครื่องเพชรเครื่องทอง พอเขาก้าวออกจากร้านไป เครื่องประดับชิ้นที่เขาเคยหยิบจับขึ้นมาก็จะพลอยอันตรธานหายตามไปด้วย

"อัฟซัลมักมีลูกศิษย์ลูกหาหลายร้อยคนรุมล้อมอยู่รอบกายด้วยหวังจะได้เรียนรู้เคล็ดลับจากเขา บางครั้ง เขาก็เชิญคนเหล่านี้ให้เดินทางไปตามที่ต่าง ๆ กับเขา ตอนไปซื้อตั๋วที่สถานีรถไฟ อัฟซัลจะหาวิธีให้ตัวเองได้หยิบจับม้วนตั๋วกับมือ จากนั้น เขาจะผลักตั๋วเหล่านั้นคืนกลับไปให้พนักงานพร้อมบอกว่า

'ฉันเปลี่ยนใจแล้ว ยังไม่ซื้อดีกว่า' แต่พอขึ้นรถไฟไปกับผู้ติดตามอีกโขยงใหญ่ เขาเป็นต้องมีตั๋วอยู่ในมือทุกครั้งไป[1]

"การหลอกลวงเอารัดเอาเปรียบเช่นนี้กลายเป็นข่าวที่ผู้คนโจษจันกันด้วยความขุ่นเคือง เจ้าของร้านจำหน่ายอัญมณีและคนขายตั๋วรถไฟในเบงกอลต่างประสาทเสียด้วยความอกสั่นขวัญหาย! ตำรวจที่หาทางจับอัฟซัลก็จนแต้ม เพราะ*ฟาคีร์*ผู้นี้สามารถกำจัดหลักฐานที่มัดตัวเขาได้ง่าย ๆ แค่สั่งว่า 'ฮัซรัต เอานี่ไปทิ้งที' เท่านั้น"

อาจารย์ลุกจากเก้าอี้ เดินไปที่ระเบียงซึ่งยื่นออกหาแม่น้ำคงคา ข้าพเจ้าตามท่านไปติด ๆ เพราะคิดอยากฟังเรื่องราวอันยุ่งเหยิงและน่าฉงนของฟาคีร์มุสลิมผู้นี้ต่อ

"หอพักนักศึกษาแห่งนี้ เดิมเป็นสมบัติของเพื่อนคนหนึ่งของครู เขารู้จักมักคุ้นกับอัฟซัล จึงเชิญอัฟซัลมาที่นี่ และเชิญเพื่อนบ้านมาอีกราวยี่สิบคน รวมทั้งตัวครูด้วย ตอนนั้นครูยังหนุ่ม จึงรู้สึกอยากรู้อยากเห็นเรื่องของ*ฟาคีร์*ชื่อฉาวผู้นี้มาก" อาจารย์หัวเราะ "แต่ครูก็ระวังตัวไว้ ไม่ยอมใส่ของที่มีราคาติดตัวมาแม้แต่ชิ้นเดียว! อัฟซัลกวาดสายตาสำรวจตัวครูเสียถ้วนทั่ว ก่อนบอกมาว่า

"'คุณมีมือที่ทรงพลัง จงลงไปในสวนข้างล่าง หาหินผิวเรียบ ๆ มาสักก้อนหนึ่ง แล้วเอาชอล์กเขียนชื่อตัวเองลงบนนั้น จากนั้น ขว้างมันออกไปกลางแม่น้ำคงคาให้ไกลที่สุดเท่าที่จะทำได้'

"ครูทำตาม ทันทีที่หินก้อนนั้นหายลับไปภายใต้ระลอกคลื่นกลางน้ำ ผู้วิเศษมุสลิมก็ออกคำสั่งกับครูอีกครั้ง

"'เอาหม้อไปตักน้ำในแม่น้ำคงคาแถว ๆ หน้าบ้านมาที'

"เมื่อครูย้อนกลับมาอีกครั้งพร้อมหม้อน้ำ เขาจึงร้องสั่งว่า 'ฮัซรัต เอาหินก้อนนั้นมาใส่ในหม้อน้ำ!'

"หินนั้นก็ปรากฏให้เห็นในหม้อน้ำทันที ครูหยิบมันขึ้นมาดู เห็นชื่อที่เขียนไว้ชัดเจนเหมือนกับตอนที่เพิ่งเขียนเสร็จใหม่ ๆ

---

1 ภายหลัง พ่อบอกกับข้าพเจ้าว่าบริษัทเดินรถไฟเบงกอล-นาคปุระที่ท่านทำงานอยู่ก็ตกเป็นเหยื่อรายหนึ่งของอัฟซัล ข่านเช่นกัน

"บาบู[1] เพื่อนคนหนึ่งในห้อง สวมนาฬิกาทองของเก่าพร้อมสายคล้องเรือนโต อัฟซัลพินิจพิศดูด้วยความชื่นชมจนชวนให้หายใจไม่ทั่วท้อง ไม่นาน นาฬิกาเจ้ากรรมกับสายคล้องก็หายไป!

"'อัฟซัล กรุณาคืนมรดกตกทอดอันล้ำค่าชิ้นนี้ให้ผมด้วย!'บาบูน้ำตาจะหยดมิหยดแหล่

"ผู้วิเศษมุสลิมนิ่งเงียบเหมือนไร้ความรู้สึกไปครู่ใหญ่ ก่อนตอบกลับมาว่า 'คุณมีเงินห้าร้อยรูปีเก็บอยู่ในตู้เซฟ ไปเอาเงินนั้นมาให้ฉัน แล้วฉันจะบอกให้ว่าจะไปหานาฬิกาคืนมาได้จากที่ไหน'

"บาบูผู้วิตกกังวลอย่างสุดแสนรีบแจ้นกลับบ้าน แล้วย้อนกลับมาที่นี่อย่างไม่รอช้าเขายื่นเงินห้าร้อยรูปีให้แก่อัฟซัล

"'ไปที่สะพานเล็ก ๆ ใกล้บ้านคุณ' นักบวชมุสลิมบอก 'แล้วร้องบอกฮัซรัตให้คืนนาฬิกากับสายคล้องให้คุณ'

"บาบูรีบรุดไปตามคำบอก ไม่นานก็เดินยิ้มกลับมาอย่างโล่งอก แต่คราวนี้เจ้าตัวไม่สวมเครื่องประดับใด ๆ ติดตัวมาอีกเลย

"'ตอนที่ผมสั่งฮัซรัตตามที่ท่านฟาคีร์บอกไว้' เขาเล่า 'นาฬิกาของผมก็หล่นจากกลางอากาศลงมาอยู่ในมือขวาของผม! และขอให้พวกคุณแน่ใจเถอะว่าผมเอามันล็อกเก็บไว้ในตู้เซฟอย่างแน่นหนาก่อนกลับมาหาพวกคุณที่นี่!'

"เพื่อน ๆ ของบาบูผู้รู้เห็นการรีดไถเงินมาเป็นค่าไถ่นาฬิกาที่ทั้งน่าขันและน่าเศร้าในครั้งนี้ต่างถลึงตาจ้องอัฟซัลด้วยความโกรธขึ้ง ฟาคีร์มุสลิมจึงเอ่ยขึ้นอย่างเอาใจว่า

"'ทุกท่านโปรดบอกมาว่าอยากดื่มอะไร เดี๋ยวฮัซรัตจะเสกมาให้เอง'

"หลายคนสั่งนม ที่เหลือสั่งน้ำผลไม้ ครูไม่ประหลาดใจนักที่บาบูผู้เสียขวัญร้องขอวิสกี้! เมื่อฟาคีร์มุสลิมออกคำสั่ง ฮัซรัตผู้ว่าง่ายก็บันดาลให้ขวดบรรจุเครื่องดื่มที่มีฝาปิดแน่นหนาหล่นลงมาสู่พื้นดังตุ๊บ ทุกคนต่างได้รับเครื่องดื่มตรงตามที่ตนต้องการ

---

[1] ข้าพเจ้าจำชื่อเพื่อนท่านอาจารย์ศรียุกเตศวรไม่ได้ จึงเรียกเขาเอาง่าย ๆ ว่า "บาบู" เทียบได้กับคำว่า "มิสเตอร์" ในภาษาอังกฤษ

"การแสดงอิทธิฤทธิ์ครั้งที่สี่ในวันนั้นยังความพอใจอันใหญ่หลวงให้กับเจ้าภาพของเราอย่างไม่ต้องสงสัย เมื่ออัฟซัลเสนอตัวจะเป็นผู้จัดหาอาหารมื้อเที่ยงให้ทุกคนอย่างรวดเร็วทันใจ!

"'เรามาสั่งอาหารที่แพงที่สุดกินกันเถอะ' บาบูผู้ช้ำใจอย่างที่สุดเสนอแนะ 'ฉันต้องการอาหารมื้อหรูให้คุ้มเงินห้าร้อยรูปีที่เสียไป อาหารทุกอย่างต้องเสิร์ฟมาบนจานทอง!'

"ทันทีที่แต่ละคนบอกรายการอาหารที่ตนต้องการเสร็จ ฟาคีร์มุสลิมก็ออกคำสั่งต่อฮัซรัตผู้พร้อมรับใช้อย่างไม่รู้จักเหน็ดเหนื่อย เสียงเคร้งคร้างดังรัวขึ้น แล้วจานชามที่ทำจากทองคำแท้ก็ปรากฏขึ้น ณ แทบเท้าเราจากที่ไหนก็ไม่รู้ ภายในบรรจุแกงกะหรี่ ขนมปังลูชีร้อน ๆ และผลไม้นอกฤดูกาลที่จัดแต่งไว้อย่างประณีต ทุกอย่างล้วนเลิศรส เราใช้เวลากินเลี้ยงกันหนึ่งชั่วโมง แล้วจึงเริ่มแยกย้ายกันกลับบ้าน ตอนนั้นเองที่มีเสียงดังสนั่นเหมือนมีคนกำลังเก็บจานชามซ้อนกันเป็นกองสูง ทำเอาเราต้องหันกลับมามองกันเป็นแถว แล้วดูเอาเถิด! ไม่มีจานชามสีทองสุกปลั่งหรือเศษอาหารเหลือให้เห็นแม้เพียงเศษเสี้ยว"

"อาจารย์ขอรับ" ข้าพเจ้าขัดขึ้น "ถ้าอัฟซัลเรียกเอากระทั่งจานทองคำมาได้ง่ายดายถึงเพียงนี้ แล้วทำไมเขาจึงยังโลภ อยากได้ทรัพย์ของผู้อื่นอยู่อีกล่ะขอรับ?"

"จิตวิญญาณของ*ฟาคีร์*ผู้นี้ยังพัฒนาไปได้ไม่ถึงไหน" อาจารย์ชี้แจง "แต่ความที่พากเพียรปฏิบัติโยคะอย่างหนึ่งมาจนเชี่ยวชาญ เขาจึงสามารถเข้าถึงภูมิทิพย์ซึ่งสามารถบันดาลให้สิ่งที่ปรารถนาทั้งปวงปรากฏเป็นวัตถุธาตุขึ้นมาได้ อัฟซัลอาศัยฮัซรัตซึ่งดำรงอยู่ในทิพยสภาวะเป็นตัวแทน จึงสามารถกระตุ้นอณูในอากาศธาตุให้มารวมตัวกันก่อรูปเป็นวัตถุธาตุต่าง ๆ ได้ด้วยอำนาจจิตอันกล้าแข็ง แต่วัตถุธาตุซึ่งอุบัติขึ้นจากทิพยอำนาจนี้มีโครงสร้างที่ละเอียดอย่างยิ่งจึงไม่อาจคงรูปอยู่ได้นาน[1] ทรัพย์สมบัติในทางโลกจึงยังเป็นที่หลงใหลใฝ่ฝันของอัฟซัลอยู่ ถึงจะได้มายากและลำบากกว่า แต่มันก็จีรังยั่งยืนกว่ากันเยอะ"

---

1 ดุจเดียวกับที่เหรียญเครื่องรางของข้าพเจ้า ซึ่งอุบัติขึ้นจากทิพยอำนาจ ได้อันตรธานหายไปจากโลกนี้ในที่สุด (โลกทิพย์มีอรรถาธิบายอยู่ในบทที่ 43)

ข้าพเจ้าหัวเราะ "แต่บางครั้งมันก็อันตรธานหายไปโดยไม่รู้สาเหตุได้เหมือนกัน"

"อัฟซัลไม่ใช่คนที่เข้าถึงพระเป็นเจ้า" อาจารย์อธิบายต่อ "ผู้บรรลุธรรมที่แท้จริงย่อมสำแดงปาฏิหาริย์อันยั่งยืนถาวรและเป็นคุณได้ เพราะพวกท่านสามารถปรับจิตเข้าสู่กระแสแห่งพลานุภาพอันยิ่งใหญ่ของพระผู้สร้างได้ อัฟซัลเป็นเพียงปุถุชนผู้มีอำนาจเอื้อให้ตนเองเข้าไปในมิติอันเป็นทิพย์ ซึ่งมนุษย์เดินดินทั่ว ๆ ไปไม่อาจเข้าไปได้เว้นแต่จะตายลงเสียก่อน"

"ตอนนี้กระผมเข้าใจแล้วขอรับอาจารย์ ชีวิตหลังความตายเองก็ดูเหมือนจะมีสิ่งดี ๆ ที่น่าพึงใจอยู่ไม่น้อยเหมือนกัน"

อาจารย์เห็นด้วย "หลังจากวันนั้น ครูก็ไม่เคยเห็นอัฟซัลอีกเลย แต่ไม่กี่ปีต่อมาบาบูได้มาหาครูที่บ้าน เอาหนังสือพิมพ์ที่ลงข่าวคำสารภาพผิดต่อสาธารณชนของฟาคีร์ผู้นี้มาให้ดู ครูจึงได้รู้ข้อเท็จจริงต่าง ๆ ที่นำมาเล่าให้เธอฟังเรื่องที่มีคุรุชาวฮินดูถ่ายทอดวิชาให้กับอัฟซัลเมื่อครั้งที่เขายังเด็กอยู่นั่นไง"

หลักใหญ่ใจความของคำสารภาพช่วงท้าย ๆ ในหนังสือพิมพ์ตามที่อาจารย์ท่านจำได้มีดังต่อไปนี้ "ข้าพเจ้าอัฟซัล ข่าน เขียนถ้อยคำเหล่านี้ขึ้นเพื่อสารภาพผิดและเพื่อเป็นอุทาหรณ์แก่คนทั้งหลายที่ใฝ่ฝันอยากจะมีอำนาจวิเศษ หลายปีมานี้ ข้าพเจ้าได้นำอำนาจวิเศษที่พระเป็นเจ้าและอาจารย์มอบให้ด้วยความเมตตาไปใช้ในทางที่ผิด หลงมัวเมาอยู่กับอัตตาแห่งตน เข้าใจผิดคิดไปว่าตนเองอยู่เหนือกฎเกณฑ์ทางศีลธรรมทั่วไป แล้ววันหนึ่ง เวรกรรมก็ตามข้าพเจ้าทันจนได้

"เมื่อไม่นานมานี้ ข้าพเจ้าเจอชายแก่คนหนึ่งที่ข้างถนนนอกเมืองกัลกัตตา ตะแกเดินขากะโผลกกะเผลกอย่างเจ็บปวดไปตามทาง ในมือถือของที่ส่องประกายสุกปลั่งคล้ายทองคำ ข้าพเจ้าจึงเข้าไปทักด้วยใจละโมบ

"'ฉันคืออัฟซัล ข่าน ฟาคีร์ผู้ยิ่งใหญ่ นั่นพ่อเฒ่าถืออะไรอยู่ในมือน่ะ?'

"'ก็ทองก้อนที่เป็นสมบัติเพียงชิ้นเดียวของกระผมน่ะสิ แต่นักบวชอย่างท่านจะมาสนใจอะไรกับสมบัตินอกกาย กระผมกราบวิงวอนท่าน ช่วยรักษาขาให้กระผมด้วยเถิด'

"ข้าพเจ้ายื่นมือไปแตะทองของตะแก แล้วเดินจากมาโดยไม่พูดอะไร ตาแก่นั่นยังลากขาเป๋ ๆ กระย่องกระแย่งตามมา สักครู่ตะแกก็ร้องขึ้น 'ทองของฉันหายไปไหนแล้ว!'

“ครั้นข้าพเจ้าเมินเฉยไม่สนใจ เขาก็เปลี่ยนมาพูดด้วยเสียงอันดังกึกก้องอย่างไม่น่าจะเป็นเสียงที่ดังมาจากร่างอันทรุดโทรมนั้นได้

“‘เจ้าจำเราไม่ได้เลยรึ?’

“ข้าพเจ้าพูดไม่ออก ได้แต่ยืนตะลึง อกสั่นขวัญหายกับความจริงที่เพิ่งมาค้นพบเอาเมื่อสายไปเสียแล้วว่า ชายชราขาพิการที่ดูธรรมดาสามัญอย่างเหลือแสนผู้นี้ แท้จริงคือโยคีผู้ถ่ายทอดโยควิธีให้กับข้าพเจ้าเมื่อเนิ่นนานมาแล้ว ท่านยืดตัวขึ้น แล้วร่างของท่านก็เปลี่ยนเป็นแข็งแรงและอ่อนเยาว์ขึ้นในทันที

“‘ดูทีรึ!’ สายตาท่านลุกวาวด้วยเพลิงโทสะ ‘เราได้เห็นกับตาตนเองจนได้ว่าแทนที่จะช่วยเหลือผู้คนที่ตกทุกข์ได้ยาก เจ้ากลับนำอำนาจที่มีไปเที่ยวฉกชิงทรัพย์ของผู้อื่นไม่ผิดกับโจรขโมยทั่วไป! เราขอถ่ายถอนอำนาจนั้นคืน นับจากนี้ฮัซรัตจักเป็นอิสระจากเจ้า ผู้คนในเบงกอลจะได้เลิกหวาดหวั่นพรั่นพรึงเจ้าเสียที!’

“ข้าพเจ้าร้องเรียกฮัซรัตด้วยน้ำเสียงหวั่นวิตก และเป็นครั้งแรกที่ตาในของข้าพเจ้าไม่อาจมองเห็นเขาได้อีก แต่ม่านอวิชชาอันดำมืดนั้นก็ถูกเลิกขึ้นด้วย ข้าพเจ้าจึงมองเห็นได้อย่างแจ่มแจ้งว่าตนเองใช้ชีวิตอย่างหมิ่นแคลนศาสนาสักปานใด

“‘อาจารย์ขอรับ กระผมขอบพระคุณท่านที่มาขจัดความหลงผิดที่กระผมติดข้องอยู่กับมันมานาน’ ข้าพเจ้าทรุดตัวลงร่ำไห้อยู่แทบเท้าท่าน ‘กระผมสัญญาว่าจะละทิ้งความทะยานอยากในทางโลกไปบำเพ็ญสมาธิแต่ผู้เดียวในขุนเขาถวายพระเป็นเจ้าเพื่อถ่ายถอนความผิดบาปในอดีต’

“อาจารย์มองข้าพเจ้าเงียบ ๆ แต่มากด้วยเมตตา ‘เราสัมผัสได้ถึงความจริงใจของเจ้า’ ท่านเอ่ยขึ้นในที่สุด ‘เห็นแก่ที่เจ้าเชื่อฟังเราอย่างเคร่งครัดในช่วงหลายปีแรก และเจ้าก็สำนึกผิดแล้ว เราจะให้พรแก่เจ้าข้อหนึ่ง แม้อำนาจอื่น ๆ ของเจ้าจะสิ้นสูญไป แต่เมื่อใดที่เจ้าต้องการอาหารและเสื้อผ้า เจ้าจะยังสั่งฮัซรัตให้หามาให้เจ้าได้ จงทุ่มเทพยายามเข้าให้ถึงพระเป็นเจ้าในท่ามกลางความวิเวกแห่งขุนเขาเถิด’

“แล้วคุรุของข้าพเจ้าก็หายตัวไป ทิ้งข้าพเจ้าไว้กับหยาดน้ำตาและความสะทกสะท้อนใจ ลาแล้วโลกียวิสัย! ข้าพเจ้าจะออกแสวงหาพระเป็นเจ้าเพื่อขอให้พระองค์ทรงอภัยให้กับความผิดบาปที่ได้เคยก่อมา”

บทที่ 19

อาจารย์ที่กัลกัตตาแยกร่างมาปรากฏตัวที่เซรัมปอร์

"มีอยู่บ่อยครั้งที่ฉันอดนึกกังขาแบบพวกที่ไม่เชื่อในพระเป็นเจ้าไม่ได้ กระนั้น การคาดเดาอันแสนทรมานใจก็คอยหลอกหลอนฉันอยู่เรื่อย อย่างเช่น ความเป็นไปได้ของวิญญาณที่แฝงเร้นจะมีอยู่จริงหรือไม่? ถ้ามนุษย์เราละเลยไม่ยอมศึกษาความเป็นไปได้เหล่านั้นให้ถ้วนถี่ เขาจะไม่พลาดพรหมลิขิตที่แท้จริงของตนล่ะหรือ?"

ถ้อยคำเหล่านี้หลุดออกมาจากปากของทิเจนบาบู เพื่อนร่วมห้องของข้าพเจ้าที่หอพักปัณฑีหลังข้าพเจ้าชักชวนเขาไปกราบคารวะท่านอาจารย์

"ท่านคุรุศรียุกเตศวรจะรับนายเป็นศิษย์ถ่ายทอด*กริยาโยคะ*ให้" ข้าพเจ้าตอบ "มันจะทำให้จิตของนายเชื่อมั่นว่าพระเป็นเจ้าทรงมีอยู่จริงแท้แน่นอน ความสับสนอันเนื่องมาจากมายาแห่งทวิภาวะจะได้บรรเทาเบาบางลง"

เย็นวันนั้น ทิเจนตามข้าพเจ้ามาที่อาศรม การได้พบกับท่านอาจารย์ยังผลให้จิตวิญญาณของเพื่อนผู้นี้บังเกิดศานติสุขเปี่ยมล้นจนเจ้าตัวกลายมาเป็นแขกประจำของอาศรมไปอย่างรวดเร็ว

สิ่งที่คนเราหมกมุ่นครุ่นคิดถึงในแต่ละวันของชีวิตไม่อาจสนองตอบความจำเป็นที่อยู่ในก้นบึ้งจิตใจของเราได้ เพราะปัญญาเป็นสิ่งที่มนุษย์โหยหามาแต่กำเนิดเช่นกัน ด้วยการสอนสั่งของอาจารย์ ทิเจนจึงได้รับการกระตุ้นและปลูกฝังให้พยายามค้นลึกเข้าไปภายใน หาตัวตนที่จริงแท้ยิ่งกว่าอัตตาอันตื้นเขินซึ่งอุบัติขึ้นจากการเวียนว่ายตายเกิดอันหาความจีรังยั่งยืนมิได้

ทิเจนกับข้าพเจ้าเล่าเรียนสาขาศิลปศาสตร์อยู่ที่วิทยาลัยเซรัมปอร์เหมือน ๆ กัน หลังเลิกเรียน เราจะเดินไปอาศรมด้วยกันจนติดเป็นนิสัย อาจารย์มักยืนอยู่ที่ระเบียงชั้นบน ยิ้มรับพวกเราที่เดินใกล้เข้ามา

บ่ายวันหนึ่ง กะไน ศิษย์รุ่นเล็กผู้อาศัยอยู่ในอาศรมได้ออกมารับหน้าทิเจนกับข้าพเจ้าเพื่อแจ้งข่าวอันน่าผิดหวังให้ทราบ

"อาจารย์ไม่อยู่แล้วครับ ท่านได้รับจดหมายด่วน บอกให้รีบไปกัลกัตตาทันที"

วันรุ่งขึ้น ข้าพเจ้าได้รับไปรษณียบัตรจากอาจารย์ "ครูจะกลับจากกัลกัตตาเช้าวันพุธ" ท่านเขียนบอกว่า "รถไฟจะมาถึงเก้านาฬิกา มารับครูพร้อมทิเจน"

เช้าวันพุธราวแปดโมงครึ่ง ข้อความที่อาจารย์ส่งมาทางกระแสจิตก็ผุดวาบขึ้นในใจข้าพเจ้า "ครูติดธุระ จะกลับมาช้ากว่ากำหนด ยังไม่ต้องมารับตอนเก้าโมง"

ข้าพเจ้าแจ้งคำสั่งล่าสุดของอาจารย์ให้ทิเจนทราบ เขาแต่งตัวพร้อมออกไปสถานีรถไฟเรียบร้อยแล้ว

"นายกับญาณทิพย์ของนายนี่นะ!" น้ำเสียงเพื่อนข้าพเจ้าเฉือดเฉือนและหมิ่นแคลน "ฉันว่าฉันเชื่อลายมือของอาจารย์บนไปรษณียบัตรจะดีกว่า"

ข้าพเจ้ายักไหล่และนั่งลงเงียบ ๆ เป็นการยื่นคำขาดอยู่ในที ทิเจนบ่นงึมงำแสดงอาการฮึดฮัดขัดใจ เดินออกประตูไปแล้วกระแทกประตูปิดเสียงดังปังใหญ่

ในห้องค่อนข้างมืด ข้าพเจ้าขยับไปนั่งใกล้หน้าต่างที่มองออกไปเห็นถนนทางเบื้องล่าง จู่ ๆ แสงแดดอ่อน ๆ ก็แปรเปลี่ยนเป็นเจิดจ้าพร่าตาจนมองไม่เห็นลูกกรงเหล็กที่ติดอยู่กับหน้าต่างอีก แล้วร่างอันเต็มไปด้วยเลือดเนื้อของท่านอาจารย์ศรียุกเตศวรก็ปรากฏขึ้นในท่ามกลางแสงอันสว่างจ้านั้น!

ข้าพเจ้างุนงงจนเข้าขั้นตระหนก ขยับลุกขึ้นจากเก้าอี้ไปคุกเข่าลงตรงหน้าท่าน ยื่นมือไปแตะเท้าท่านแสดงความคารวะเช่นที่เคยทำมาเป็นปกติวิสัย รองเท้าที่มือข้าพเจ้าจับต้องทำจากผ้าใบย้อมสีส้ม พื้นเป็นเชือกถัก ผ้ากาสายะสีส้มอมแดงของท่านปัดระอยู่ข้างตัวข้าพเจ้า สิ่งที่ข้าพเจ้าสัมผัสรับรู้ได้มิได้มีแต่เพียงเนื้อผ้ากาสายะ แต่ยังมีผิวนอกของรองเท้าที่ทั้งหยาบและสาก รวมถึงรอยนูนจากนิ้วเท้าที่อยู่ภายในด้วย ข้าพเจ้าอัศจรรย์ใจจนพูดอะไรไม่ออก ได้แต่ยืนขึ้นและจ้องมองท่านอย่างไม่เชื่อสายตาตัวเอง

"ครูดีใจที่เธอรับข้อความที่ครูส่งมาทางกระแสจิตได้" น้ำเสียงของท่านสงบ ไม่มีสิ่งใดผิดไปจากปกติ "ตอนนี้ครูทำธุระที่กัลกัตตาเสร็จแล้ว และจะกลับถึงเซรัมปอร์ด้วยรถไฟเที่ยวสิบโมง"

ขณะที่ข้าพเจ้าได้แต่เบื้อใบ้จ้องมองท่าน อาจารย์ก็กล่าวต่อว่า "นี่ไม่ใช่ผีสางที่ไหนแต่เป็นร่างที่มีเลือดมีเนื้อของครูจริง ๆ ครูได้รับทิพยบัญชาให้มอบ

อาจารย์ที่กัลกัตตาแยกร่างมาปรากฏตัวที่เซรัมปอร์   245

ท่านโยคานันทะ เมื่ออายุได้ 16 ปี

ประสบการณ์ในครั้งนี้ให้กับเธอ เป็นประสบการณ์ที่น้อยคนบนโลกจะมีวาสนาได้รู้เห็น ไปพบครูที่สถานีรถไฟ เธอกับทิเจนจะเห็นครูเดินมาหา นุ่งห่มผ้าแบบที่ใส่อยู่ในตอนนี้ และจะมีเด็กชายตัวน้อย โดยสารมากับรถไฟขบวนเดียวกันนี้ ถือคนโทเงินเดินนำหน้าครูมา"

อาจารย์วางมือทั้งคู่ลงบนศีรษะข้าพเจ้า แล้วพึมพำประสาทพรให้ขณะที่ท่านจบลงที่คำว่า "ตะเพ อสิ"[1] ข้าพเจ้าได้ยินเสียงแปลก ๆ ดังสะท้อนสะท้านไปมา[2] แล้วร่างของท่านก็ค่อย ๆ เลือนหายไปในท่ามกลางแสงอันโชตนาการนั้น

---

1   คำว่า "ลาก่อน" ในภาษาเบงกาลี แต่เป็นคำพูดที่ขัดกันกับความหมายแท้จริงซึ่งให้ความหวังเมื่อแปลตรงตัวได้ว่า "แล้วฉันมา"
2   เป็นเสียงอันมีเอกลักษณ์เมื่ออณูที่รวมกันขึ้นเป็นร่างกาย กระจายหรือสลายตัวออกจากกัน

เริ่มจากเท้าและขา ไล่ขึ้นไปยังลำตัวและศีรษะ เหมือนภาพม้วนที่ค่อย ๆ ถูกม้วนเก็บ จนวินาทีสุดท้าย ข้าพเจ้าก็ยังรู้สึกถึงน้ำหนักของนิ้วมือท่านที่วางลงบนเรือนผมของข้าพเจ้าแต่เพียงเบา ๆ แสงอันเจิดจ้าพลันจางหายไป เหลือไว้แต่เพียงหน้าต่างติดลูกกรงกับแสงแดดอ่อน ๆ ตรงหน้าเท่านั้น

ข้าพเจ้ายังมึนไม่หาย เฝ้าแต่สงสัยว่าตนเองประสาทหลอนไปเองหรือไม่ ไม่นานทิเจนก็กลับเข้าห้องมาอย่างเงื่องหงอย

"อาจารย์ไม่ได้มารถเที่ยวเก้าโมงหรือกระทั่งเก้าโมงครึ่ง" เขาบอกด้วยทีท่าเหมือนจะขอโทษอยู่กราย ๆ

"มาเถอะ ฉันรู้ว่าท่านจะมารถเที่ยวสิบโมง" ข้าพเจ้าคว้ามือทิเจนลากเขามาด้วยกันโดยไม่ฟังเสียงโวยวายประท้วง ราวสิบนาทีให้หลัง เราก็เดินเข้าไปในสถานี ทันเห็นขบวนรถไฟวิ่งพ่นควันเข้ามาจอดที่ชานชาลาพอดี

"รถขบวนนี้เต็มไปด้วยรัศมีอันสว่างไสวของอาจารย์! ท่านต้องอยู่บนนั้นแน่!" ข้าพเจ้าออกอุทานอย่างเบิกบานใจ

"ฝันไปรึเปล่า?" ทิเจนหัวเราะเยาะ

"เรารอกันตรงนี้แหละ" ข้าพเจ้าบอกเขาว่าอาจารย์จะลงมาหาเราอย่างไรในทุกรายละเอียด พูดยังไม่ทันจะขาดคำดี สายตาก็เหลือบไปเห็นอาจารย์ ท่านสวมเสื้อผ้าชุดเดียวกับที่ข้าพเจ้าเห็นเมื่อครู่นี้ สาวเท้าก้าวเดินช้า ๆ ตามหลังเด็กชายตัวจ้อยที่ถือคนโทเงินไว้ในมือ

ชั่วขณะจิตนั้น ข้าพเจ้ารู้สึกตัวเย็นวาบเมื่อนึกถึงปรากฏการณ์พิสดารอย่างเหลือเชื่อที่ได้ประสบมากับตัวเอง เหมือนโลกแห่งวัตถุธาตุในยุคศตวรรษที่ 20 สูญสลายหายไปต่อหน้าต่อตา นี่ข้าพเจ้าย้อนเวลากลับมาอยู่ในยุคสมัยที่พระคริสต์เสด็จมาสำแดงพระองค์ให้เซนต์ปีเตอร์เห็นบนเกลียวคลื่นกลางท้องทะเลหรืออย่างไร?

ขณะที่ท่านคุรุศรียุกเตศวรผู้เป็นดั่งทูตสวรรค์ในร่างโยคีแห่งยุคสมัยนี้เดินเข้ามาใกล้เราที่ยืนเป็นเบื้อใบ้อยู่ทั้งคู่ อาจารย์ก็ยิ้มให้กับทิเจนและบอกด้วยว่า

"ครูส่งข่าวถึงเธอด้วย แต่เธอรับไม่ได้เอง"

ทิเจนสงบปากคำไว้ แต่ไม่วายส่งสายตาขุ่นเขียวมาทางข้าพเจ้าอย่างแคลงใจ หลังติดตามไปส่งอาจารย์ถึงที่อาศรมเสร็จเรียบร้อยแล้ว เราก็เลยไปที่วิทยาลัย

เดินมาได้สักหน่อย ทิเจนก็หยุดเท้าลงกลางทาง ทีท่าเหมือนโกรธเสียควันออกหู

"ไง! อาจารย์ส่งข่าวถึงฉันด้วย! แต่นายไม่ยอมบอกฉันสักคำ! อธิบายเหตุผลมาเลยนะ!"

"ฉันจะไปมีปัญญาทำอะไรได้ถ้าจิตของนายแส่ส่ายไปทางนั้นทีทางนี้ทีจนรับคำสั่งที่อาจารย์ส่งมาทางกระแสจิตไม่ได้" ข้าพเจ้าโต้กลับ

ความโกรธเคืองปลาสนาการไปจากใบหน้าของทิเจน "ฉันรู้แล้วว่านายหมายความว่าอย่างไร" เขาว่าอย่างสำนึกผิด "แต่ช่วยบอกฉันหน่อยว่านายรู้ว่าจะมีเด็กถือคนโทเดินนำหน้าอาจารย์มาได้อย่างไร"

กว่าข้าพเจ้าจะเล่าเรื่องที่อาจารย์มาสำแดงร่างให้เห็นที่หอพักในเช้าวันนี้จบ ทิเจนกับข้าพเจ้าก็เดินมาถึงวิทยาลัยพอดี

"เรื่องอำนาจอิทธิฤทธิ์ของอาจารย์ที่ฉันได้ยินจากปากนายวันนี้" ทิเจนว่า "ทำให้ฉันรู้สึกว่ามหาวิทยาลัยทั้งหลายในโลกก็เป็นแค่โรงเรียนอนุบาลเราดี ๆ นี่เอง"[1]

1 "สิ่งทั้งหลายที่มาปรากฏต่อหน้าเรา ทำให้เราประจักษ์แล้วว่า เรื่องราวทั้งหมดที่เราได้เคยเขียนไว้ ล้วนหาได้มีคุณค่าเกินไปกว่าฟางหญ้าไม่"

นี่คือคำพูดที่ เซนต์โทมัส อากวีนัส ผู้ได้ชื่อว่าเป็น "เจ้าแห่งปวงปราชญ์" ตอบต่อผู้ช่วยที่มาเร่งเร้าให้ท่านรีบเขียนหนังสือ *Summa Theologiae* ให้จบวันหนึ่งของปี 1273 ระหว่างพิธีมิสซาในโบสถ์ที่เมืองเนเปิลส์ เซนต์โทมัสจิตดิ่งลงสู่ฌานอันลึกล้ำ ปีติจากทิพยปัญญาที่บังเกิดขึ้นท่วมท้นใจท่านมากเสียจนนับจากนั้น ท่านก็ไม่ให้ความสนใจกับงานด้านวิชาการอีกเลย

เทียบเคียงได้กับถ้อยวาจาของโซเครตีส (ในหนังสือ *Phaedrus* ของพลาโต) ที่ว่า "ส่วนตัวข้าพเจ้านั้น ทั้งหมดที่ข้าพเจ้ารู้คือข้าพเจ้าไม่รู้อะไรเลย"

บทที่ 20

อดไปแคชเมียร์

"พ่อครับ ผมอยากเชิญอาจารย์กับเพื่อนอีกสี่คนไปเที่ยวแถบเชิงเขาหิมาลัย ตอนปิดเทอมหน้าร้อน ผมขอตั๋วรถไฟหกใบไปแคชเมียร์กับเงินไว้ใช้จ่ายตามรายทางได้ไหมครับ?"

พ่อหัวเราะออกมาเต็มเสียงเหมือนที่ข้าพเจ้าคาดไว้ไม่มีผิด "นี่นับเป็นครั้งที่สามแล้วนะที่ลูกเอาเรื่องเหลวไหลไม่มีมูลมาพูดกับพ่อ หน้าร้อนปีที่แล้วกับปีก่อนหน้านั้นเจ้าก็ขอพ่อแบบนี้ไม่ใช่รึ? แต่พอถึงนาทีสุดท้าย ท่านศรียุกเตศวรก็ปฏิเสธไม่ยอมไปเอาดื้อ ๆ ทุกที"

"ก็จริงอยู่หรอกครับ ผมก็ไม่รู้เหมือนกันว่าทำไมอาจารย์ท่านถึงไม่ยอมรับปากจะไปแคชเมียร์กับผมให้เป็นมั่นเป็นเหมาะเสียที[1] แต่ถ้าผมเรียนท่านว่าผมได้ตั๋วรถไฟจากพ่อมาเรียบร้อยแล้ว ท่านคงไม่ปฏิเสธผมซ้ำในครั้งนี้"

ตอนนั้นพ่อแสดงทีท่าไม่เห็นด้วย แต่วันถัดมา หลังพูดจาสัพยอกข้าพเจ้าเล่นอย่างเห็นขัน ท่านก็ยื่นตั๋วรถไฟหกใบกับธนบัตรสิบรูปีให้อีกปึกหนึ่ง

"พ่อไม่เห็นว่าการวางแผนไปเที่ยวในครั้งนี้ของเจ้าจะเป็นไปได้ แล้วตั๋วกับเงินเหล่านี้เจ้าก็คงจะไม่ได้ใช้หรอก" ท่านบอก "แต่ก็เอาเถอะเอ้า เอาไป"

บ่ายวันนั้น ข้าพเจ้านำตั๋วและเงินที่ได้จากพ่อไปให้อาจารย์ดู ท่านยิ้มขันความกระตือรือร้นจนออกนอกหน้าของข้าพเจ้า แต่ก็ยังไม่ยอมตกปากรับคำให้แน่นอนลงไป "ครูเองก็อยากไป แล้วค่อยว่ากันอีกทีก็แล้วกัน" ตอนข้าพเจ้าชวนกะไนที่เป็นศิษย์ก้นกุฏิรุ่นเล็กไปกับเราด้วยก็ไม่เห็นอาจารย์จะติติงว่าอย่างไร นอกจากนี้ ข้าพเจ้ายังชวนเพื่อนไปด้วยอีกสามคน คือ ราเชนทร นาถ มิตระ โชติณ โอดดี้ และเด็กหนุ่มอีกคนหนึ่ง เรามีกำหนดจะเดินทางในวันจันทร์สัปดาห์ถัดไป

---

1 ถึงอาจารย์จะไม่เคยบอกเหตุผล แต่ที่ท่านรีรอไม่ยอมไปเที่ยวแคชเมียร์ในฤดูร้อนของสองปีก่อนหน้านั้นอาจเป็นเพราะท่านหยั่งรู้ได้ด้วยญาณว่ายังไม่ถึงเวลาที่ท่านจะไปล้มป่วยอยู่ที่นั่น (ดูหน้า 264–9)

สุดสัปดาห์นั้น ข้าพเจ้ารั้งอยู่ที่กัลกัตตาเพื่อร่วมงานแต่งของญาติคนหนึ่งซึ่งจัดขึ้นที่บ้านของเรา แล้วหอบหิ้วกระเป๋าสัมภาระทั้งหมดจับรถไฟมาถึงเซรัมปอร์ในเช้าตรู่ของวันจันทร์ ราเชนทรดักรอข้าพเจ้าอยู่ที่ประตูอาศรม

"อาจารย์ออกไปเดินเล่น ท่านปฏิเสธไม่ยอมไปกับพวกเรา"

ข้าพเจ้าเสียใจพอ ๆ กับที่นึกรั้นขึ้นมา "ฉันจะไม่ยอมเปิดโอกาสให้พ่อได้หัวเราะเยาะฉันซ้ำเป็นคำรบสามเพราะแผนจะไปเที่ยวแคชเมียร์ล้มเหลวไม่เป็นท่าอีกครั้งเด็ดขาด ยังไง ๆ พวกเราที่เหลือก็จะต้องได้ไป"

ราเชนทรเห็นพ้อง ข้าพเจ้าจึงออกจากอาศรมไปเที่ยวหาคนรับใช้ไปกับเราสักคนหนึ่ง เพราะรู้แก่ใจดีว่าถ้าอาจารย์ไม่ไป กะไนก็ไม่มีทางไปด้วยแน่ แล้วพวกเราก็ต้องมีใครสักคนคอยดูแลจัดการเรื่องกระเป๋าสัมภาระให้ ใจข้าพเจ้านั้นนึกถึงพิหารีซึ่งเคยทำงานรับใช้อยู่ในครอบครัวเรามาก่อน แต่ตอนนี้เปลี่ยนไปทำงานให้กับอาจารย์ใหญ่ท่านหนึ่งในเซรัมปอร์ ขณะที่ข้าพเจ้าก้าวเท้ายาว ๆ ไปตามทาง ก็พบกับอาจารย์ตรงหน้าโบสถ์คริสต์ละแวกที่ทำการศาลสถิตยุติธรรมของเมืองเซรัมปอร์เข้าพอดี

"จะไปไหนรึนั่น?" ใบหน้าอาจารย์ไม่ยิ้มแย้มเอาเสียเลย "อาจารย์ขอรับกระผมได้ยินมาว่าอาจารย์กับกะไนจะไม่ไปเที่ยวกับเรา แต่เราวางแผนกันเอาไว้แล้ว กระผมเลยว่าจะไปหาพิหารี อาจารย์คงจำได้นะขอรับว่าปีกลายนี้เขาอยากไปเที่ยวแคชเมียร์มาก ถึงกับเสนอตัวจะติดตามรับใช้พวกเราโดยไม่เอาค่าแรงด้วยซ้ำ"

"จำได้สิ แต่ถึงกระนั้น ครูก็ไม่คิดว่าพิหารีจะยอมไปด้วยหรอกนะ"

ข้าพเจ้าเหลือจะอด เถียงกลับไปว่า "เขาเฝ้ารอโอกาสนี้มาอย่างใจจดใจจ่อนะขอรับ!"

อาจารย์ออกเดินต่อโดยไม่ปริปากว่ากระไรอีก ไม่นาน ข้าพเจ้าก็มาถึงบ้านครูใหญ่ท่านนั้น พิหารีอยู่ที่สนามหญ้า เขายิ้มแย้มต้อนรับข้าพเจ้าด้วยความยินดี แต่ความยินดีนั้นก็ปลาสนาการไปในทันทีที่ข้าพเจ้าเอ่ยถึงการไปเยือนแคชเมียร์ หลังพึมพำขอโทษ คนรับใช้เก่าก่อนก็ปลีกตัวจากข้าพเจ้าเดินกลับเข้าไปในบ้านนายจ้างคนใหม่ ข้าพเจ้ารออยู่ครึ่งชั่วโมงด้วยความกระสับกระส่าย ได้แต่ปลอบใจตัวเองว่าที่พิหารีหายไปนานขนาดนี้ต้องเป็นเพราะเขากำลังไปเก็บของเตรียม

ออกเดินทางแน่ สุดท้าย ข้าพเจ้าก็อดรนทนไม่ไหว ต้องไปเคาะเรียกที่ประตูบ้าน

“พิหารีออกไปทางบันไดหลังได้สามสิบนาทีแล้ว” ชายคนหนึ่งบอกกับข้าพเจ้า ริมฝีปากระบายด้วยรอยยิ้มจางๆ

ข้าพเจ้าเดินคอตกจากมา เฝ้าแต่สงสัยว่าตนเองอาจใช้คำพูดบีบบังคับเขามากไปหรือไม่อีกที อาจารย์คงใช้อำนาจสอดแทรกเข้ามาโดยไม่ให้ใครรู้เห็นกระมัง ขณะเดินผ่านโบสถ์คริสต์หลังเดิม ข้าพเจ้าก็เห็นอาจารย์เดินช้าๆ มาหาอีกครั้ง และยังไม่ทันที่ข้าพเจ้าจะเอ่ยปากเล่าความให้ฟัง ท่านก็ร้องออกมาก่อนว่า

“พิหารีไม่ยอมไปด้วยล่ะสิ! แล้วเธอจะทำอย่างไรล่ะทีนี้?”

ข้าพเจ้ารู้สึกเหมือนตัวเองเป็นลูกดื้อผู้ฝังใจแล้วว่าจะต้องแข็งขืนท้าทายพ่อผู้ทรงอำนาจให้ได้ “อาจารย์ขอรับ กระผมจะไปขอยืมตัวลาล ธารี คนรับใช้ของลุงดูขอรับ”

“ถ้าอยากจะไปก็ลองไปดู” อาจารย์ตอบพร้อมหัวเราะหึๆ “แต่ครูไม่คิดว่าเธอจะชอบใจการไปหาลุงครั้งนี้หรอก”

ถึงใจจะหวั่นวิตก แต่ความรู้สึกต่อต้านก็มีอยู่มาก ข้าพเจ้าจึงผละจากอาจารย์ เดินมุ่งหน้าเข้าไปในที่ทำการศาลสถิตยุติธรรมเมืองเซรัมปอร์ ลุงสารทะ โฆษเป็นญาติข้างพ่อของข้าพเจ้า ท่านเป็นอัยการอยู่ที่นี่ แล้วท่านก็ต้อนรับข้าพเจ้าอย่างรักใคร่เอ็นดู

“วันนี้ผมจะออกเดินทางไปแคชเมียร์กับเพื่อนๆ ครับลุง” ข้าพเจ้าบอก “ผมตั้งตารอวันที่จะได้ไปเที่ยวแถบหิมาลัยมาตั้งหลายปีแล้ว”

“ดีใจด้วยนะ มุกุณฑะ มีอะไรที่ลุงพอจะช่วยให้การเดินทางของเธอสะดวกสบายขึ้นบ้างไหม?”

ถ้อยคำอันมากไปด้วยความกรุณาทำให้ข้าพเจ้าใจกล้าขึ้น “ลุงครับ” ข้าพเจ้าออกปาก “ลุงพอจะให้ผมยืมตัวลาล ธารี คนรับใช้ของลุงไปด้วยได้ไหมครับ?”

คำขออันแสนจะธรรมดาของข้าพเจ้าส่งผลรุนแรงราวเกิดแผ่นดินไหว ลุงกระโดดผึงขึ้นอย่างแรง ทำเอาเก้าอี้หงายหลังล้มเค้เก้ เอกสารบนโต๊ะปลิวกระจัดกระจายไป๊ป๋ยาสูบก้านยาวๆ ที่ทำจากไม้มะพร้าวก็หล่นลงมากระแทกกับพื้นห้องดังโครมใหญ่

"เธอมันพูดเอาแต่ได้" ลุงตะโกนเสียงดังลั่น ปากคอสั่นด้วยเพลิงโทสะ "ช่างไม่มีหัวคิดเสียบ้างเลย! ถ้าเธอเอาคนของฉันไปรับใช้ในขณะที่ตัวเองไปเที่ยวสำเริงสำราญแล้วใครจะมาดูแลปรนนิบัติฉัน?"

ข้าพเจ้าซ่อนความประหลาดใจเอาไว้พร้อมความคิดที่ว่า ความเปลี่ยนแปลงอย่างฉับพลันของลุงผู้แสนดีก็เป็นแค่ปริศนาอีกประการหนึ่งในวันอันเต็มไปด้วยเรื่องราวที่ข้าพเจ้าสุดจะเข้าใจได้ ข้าพเจ้าปรูดออกมาจากที่ทำการศาลสถิตยุติธรรมด้วยความเร็วที่ห่างไกลจากคำว่าสง่าผ่าเผยมากมายนัก

ครั้นย้อนกลับมาถึงอาศรมที่พวกเราใช้เป็นที่นัดหมายให้มารวมตัวกัน ข้าพเจ้าก็มั่นใจขึ้นมาว่าจะต้องมีเหตุผลบางประการแอบแฝงอยู่เบื้องหลังท่าทีของอาจารย์อย่างแน่นอน ถึงจะไม่รู้ว่าเหตุผลนั้นคืออะไร แต่เชื่อว่าต้องเป็นเหตุผลที่ดีพอแน่ คิดขึ้นมาได้เช่นนี้ ข้าพเจ้าก็ชักจะรู้สึกผิดที่ตนเองเอาแต่ตั้งแง่คิดจะฝ่าฝืนความประสงค์ของอาจารย์อยู่เพียงถ่ายเดียว

"มุกุณฑะ จะไม่อยู่กับครูต่ออีกสักครู่หรือ?" อาจารย์ถาม "ให้ราเชนทรกับคนอื่นล่วงหน้าไปรอเธอที่กัลกัตตาก่อนก็แล้วกัน ยังเหลือเวลาอีกถมเถให้เธอจับรถไฟเที่ยวสุดท้ายจากกัลกัตตาไปแคชเมียร์ในค่ำวันนี้"

"อาจารย์ขอรับ กระผมไม่อยากไปโดยไม่มีท่านไปด้วย" ข้าพเจ้าจับบทโศก

เพื่อน ๆ ไม่ใส่ใจกับคำพูดของข้าพเจ้าสักนิด พวกเขาเรียกรถม้าและจากไปพร้อมหีบห่อสัมภาระทั้งหมด กะไนกับข้าพเจ้านั่งอยู่แทบเท้าอาจารย์อย่างเงียบงัน หลังผ่านไปครึ่งชั่วโมง อาจารย์ก็ลุกจากที่นั่ง เดินขึ้นไปยังระเบียงชั้นบนที่เราใช้เป็นที่รับประทานอาหารกัน

"กะไนแน่ะ ไปหาข้าวหาปลาให้มุกุณฑะกินที อีกเดี๋ยวรถไฟเขาก็จะออกแล้ว"

ข้าพเจ้าขยับลุกขึ้นจากที่นั่งของตัว แล้วซวนทรุดลงด้วยความรู้สึกคลื่นเหียนและปวดมวนท้องขึ้นมาอย่างกะทันหัน มันปวดร้าวรุนแรงเสียจนข้าพเจ้ารู้สึกเหมือนตัวเองถูกเหวี่ยงลงสู่ขุมนรกโลกันต์กระนั้น ข้าพเจ้าหลับตาคลำทางไปหาอาจารย์และล้มฟุบลงตรงหน้าท่าน แสดงอาการของโรคร้ายอย่างอหิวาต์ออกมาอย่างครบถ้วนทุกประการ อาจารย์กับกะไนช่วยกันหิ้วปีกข้าพเจ้าเข้ามายังห้องรับรองแขก

ข้าพเจ้าร้องครวญครางด้วยความทุกข์ทรมานแสนสาหัส "อาจารย์ขอรับ

พระศิวะ ในอิริยาบถบำเพ็ญพรต พระศิวะทรงเป็นตัวแทนของการสร้างและทำลาย อันเป็นส่วนหนึ่งขององค์สามตามธรรมชาติของพระเป็นเจ้า (ผู้สร้าง ผู้รักษา ผู้ทำลาย) เพื่อให้เป็นไปตามสัญลักษณ์ของความเป็นผู้อยู่เหนือธรรมชาติของพระองค์ ภาพที่ปรากฏนี้จึงเป็นภาพที่พระองค์ทรงดื่มด่ำอยู่ในสมาธิ ณ เทือกเขาหิมาลัย งูที่พันรอบพระศอ (นาค กุณฑล) และรอบพระพาหาของพระองค์นั้นชี้ให้เห็นถึงพลังในการสร้างสรรค์และความมีชัยชำนะเหนือมายาของพระองค์

กระผมขอมอบชีวิตไว้ในกำมือท่าน" ตอนนั้น ข้าพเจ้าเชื่อเอาจริง ๆ ว่าชีวิตของตนกำลังจะหลุดลอยออกจากร่าง

อาจารย์ประคองศีรษะข้าพเจ้าวางลงบนตักของท่าน มือลูบหน้าผากข้าพเจ้าด้วยความเอื้ออาทรและอ่อนโยน

"คราวนี้คงรู้แล้วสินะว่าจะเกิดอะไรขึ้นถ้าเธอไปสถานีรถไฟพร้อมกับเพื่อน ๆ"

อาจารย์ว่า "ครูต้องใช้วิธีพิลึก ๆ แบบนี้ในการปกปักรักษาเธอ ก็เพราะเธอแคลงใจในวิจารณญาณของครู เรื่องที่ครูไม่ยอมไปเที่ยวแคชเมียร์ในระยะนี้"

สุดท้าย ข้าพเจ้าจึงได้แจ้งใจ ครูบาอาจารย์ผู้ควรค่าแก่การเคารพบูชาย่อมไม่คิดเห็นว่าการแสดงอำนาจอย่างเปิดเผยเป็นสิ่งที่เหมาะควร ผู้มองเหตุการณ์ในวันนี้แต่เพียงผิวเผินจะเห็นว่ามันเป็นเรื่องที่ธรรมดาอย่างยิ่ง การเข้ามาแทรกแซงของอาจารย์กระทำได้แนบเนียนเกินกว่าที่ใครจะจับได้ไล่ทัน ท่านส่งกระแสจิตไปดลใจพิหารี ลุงสารทะ ราเชนทร และคนอื่น ๆ โดยไม่ให้เป็นที่ผิดสังเกต บางทีนอกจากตัวข้าพเจ้าแล้ว คนอื่นที่เหลืออาจคิดว่าทั้งหมดนี้เป็นเหตุการณ์ที่ปกติและสมเหตุสมผลดีอยู่แล้วก็เป็นได้

ธรรมเนียมปฏิบัติทางสังคมเป็นสิ่งที่อาจารย์ไม่เคยขาดตกบกพร่อง ท่านสั่งกะในให้ไปตามหมอ และให้ไปแจ้งข่าวแก่ลุงของข้าพเจ้าด้วย

"อาจารย์ขอรับ" ข้าพเจ้าท้วง "มีแต่อาจารย์เท่านั้นที่จะรักษากระผมได้ อาการของกระผมเหลือมือหมอเสียแล้ว"

"เด็กเอ๋ย พระโลกมาตาทรงปกปักรักษาเธอ อย่าไปเป็นกังวลเรื่องมดหมอเลย หมอจะไม่เห็นเธอในสภาพนี้ เธอได้รับการเยียวยาให้หายเป็นปกติแล้ว"

สิ้นคำพูดของอาจารย์ ความเจ็บปวดจนแทบจะแดดิ้นก็ปลาสนาการไปในทันที ข้าพเจ้าลุกขึ้นนั่งอย่างอ่อนแรง ไม่นาน หมอก็มาถึงและตรวจอาการของข้าพเจ้าอย่างละเอียด

"ดูเหมือนจะผ่านช่วงวิกฤตมาได้แล้วนะ" หมอว่า "เดี๋ยวหมอจะเอาตัวอย่างกลับไปตรวจที่แล็บฯ"

เช้าวันรุ่งขึ้น หมอก็รีบรุดกลับมาอีกครั้ง ข้าพเจ้ากำลังนั่งอยู่อย่างสบายอารมณ์

"อะฮ้า! อยู่ที่นี่เอง นั่งยิ้มแย้มพูดคุยได้ราวกับไม่เคยเฉียดเข้าใกล้ความตายมาก่อนอย่างนั้นแหละ" หมอตบหลังมือข้าพเจ้าเบา ๆ "พอผลตรวจออกมาว่าคุณเป็นอหิวาตกโรค หมอไม่คิดด้วยซ้ำว่าจะยังเห็นคุณมีชีวิตรอดอยู่ได้ คุณโชคดีจริง ๆ พ่อหนุ่ม ที่มีอาจารย์ผู้ทรงไว้ซึ่งทิพยอำนาจในการเยียวยารักษาโรคเช่นนี้! หมอเชื่ออย่างนั้นจริง ๆ!"

ข้าพเจ้าเห็นด้วยจนหมดใจ ขณะที่หมอเก็บล่วมยาจะลากลับ ราเชนทรกับ

โอดดี้ก็ปรากฏตัวขึ้นที่ประตู สีหน้าขุ่นเคืองของพวกเขาเปลี่ยนเป็นสงสารและเห็นใจในทันทีที่เห็นหมอ ไล่เลยมาถึงหน้าตาอันซีดเซียวของข้าพเจ้า

"พวกเราโมโหมากเลยที่นายไม่มาพบที่ขบวนรถกัลกัตตาตามที่นัดกันไว้ นายไม่สบายหรือ?"

"อึมม์" ข้าพเจ้าอดหัวเราะไม่ได้ที่เห็นผองเพื่อนพากันยกกระเป๋าสัมภาระกลับมาวางไว้ยังมุมเดียวกันกับเมื่อวานนี้ เลยยกอาขยานมาท่องว่า

"เรือไปสเปนล่องออกจากท่า ยังไม่ถึงที่หมายก็ต้องย้อนกลับมา!"

อาจารย์เดินเข้ามาในห้อง ข้าพเจ้าถือสิทธิ์ที่ตนเองยังต้องพักฟื้นจากความป่วยไข้ยึดมือท่านไว้ด้วยความรัก

"อาจารย์ขอรับ" ข้าพเจ้าว่า "กระผมพยายามจะไปหิมาลัยให้ได้มาตั้งแต่อายุครบสิบสองปี พยายามหลายครั้งหลายคราก็ไม่เคยประสบผลสำเร็จสักที ถึงตอนนี้กระผมเชื่อแล้วว่าถ้าไม่อาศัยบารมีของอาจารย์ พระแม่ปารวตี[1] คงจะไม่ทรงยอมต้อนรับกระผมแน่!"

---

1 แปลตรงตัวว่า "แห่งขุนเขา" ตำนานเล่าว่าพระแม่ปารวตีทรงเป็นธิดาของท้าวหิมวันต์ผู้ครองแว่นแคว้นอยู่ในเทือกเขาหิมาลัย (หิมาลัยแปลว่า "ที่อยู่ของหิมะ") โดยเชื่อกันว่าน่าจะเป็นยอดเขาลูกหนึ่งตรงพรมแดนทิเบต หลังเลาะผ่านเบื้องล่างยอดเขาซึ่งไม่มีใครปีนขึ้นได้ถึงยอดนี้แล้ว นักเดินทางผู้เต็มไปด้วยความอัศจรรย์ใจจะมองเห็นหิมะทับถมกันเป็นรูปทรงคล้ายปราสาทราชวังอันประกอบไปด้วยยอดโดมและหอคอยที่เป็นน้ำแข็งทั้งหมด

ปารวตี กาลี ทุรคา อุมา และพระเทวีในภาคอื่น ๆ ล้วนเป็นปางหนึ่งขององค์ชคันมาตรี (พระโลกมาตา) ทั้งสิ้น แต่ที่ทรงใช้พระนามต่างกันไปก็เพื่อแสดงให้รู้ว่าทรงมีภาระหน้าที่จำเพาะในทางใดเท่านั้น พระเป็นเจ้าหรือพระศิวะ (ดูหน้า 384.1) ในส่วนของความเป็นผู้ทรงอยู่เหนือธรรมชาติทั้งปวง พระองค์จะไม่ข้องเกี่ยวในเรื่องการสืบทอดเผ่าพันธุ์ พลานุภาพในส่วนนี้ของพระองค์จะถูกส่งต่อไปให้แก่ผู้เป็น*คู่* (ศักติ) ของพระองค์ ซึ่งก็คือพลังของเพศหญิงในการสรรค์สร้างให้กำเนิดและทำให้บังเกิดสิ่งต่าง ๆ ตามมาในจักรวาลนี้อย่างมิรู้จบสิ้น

ตำนานในคัมภีร์*ปุราณะ*อ้างว่าเทือกเขาหิมาลัยเป็นที่ประทับของพระศิวะ คงคาเทวีเสด็จจากสวรรค์ลงมาเป็นเทพีประจำแม่น้ำซึ่งกำเนิดขึ้นจากหิมาลัย จึงมีบทกวีเล่าขานว่าสายพระคงคาไหลจากสรวงสวรรค์ลงมาสู่มนุษยโลกผ่านทางมุ่นพระเกศาแห่งพระศิวะเจ้า ผู้ทรงพระนามว่าพระโยเคศวร (ผู้เป็นใหญ่ในหมู่โยคี) ทรงเป็นผู้ล้างโลกและผู้กำจัดอุปสรรคในตรีมูรติ กาลิทาส "เชกสเปียร์ของอินเดีย" พรรณนาว่าหิมาลัยคือ "เสียงสรวลอันกึกก้องแห่งองค์พระศิวะ" เอฟ. ดับเบิลยู. โทมัสเขียนไว้ในหนังสือ *The Legacy of India* (อ็อกซ์ฟอร์ด) ว่า "ผู้อ่าน

อาจจินตนาการเห็นภาพฟันสีขาวขนาดมหึมาเรียงกันเป็นระเบียบได้ ทว่า เขาก็อาจจะยังไม่เข้าถึงแนวคิดอันเป็นหลักใหญ่ใจความ เว้นเสียแต่ว่าเขาจะตระหนักและสังเกตเห็นองค์พระโยเคศวรประทับอยู่เหนือบัลลังก์ในโลกแห่งขุนเขาอันใหญ่เยี่ยมเทียมฟ้าตราบชั่วนิรันดร์กาล โลกแห่งขุนเขาที่พระคงคาเสด็จจากแดนสรวงผ่านลงมาทางมวยมุ่นพระเกศาแห่งพระผู้ทรงจันทร์เสี้ยวเป็นปิ่น" (ดูภาพถ่ายพระศิวะที่หน้า 252)

พระศิวะในงานศิลปะของทางฮินดูมักห่มหนังกวางสีดำเป็นมันวาว สื่อนัยถึงความมืดและความลี้ลับแห่งราตรีกาล...เป็นภูษาอาภรณ์เพียงชิ้นเดียวของพระผู้*ทิคัมพร* ("ห่มฟ้า") สาวกไศวนิกายบางกลุ่มจะไม่สวมเสื้อผ้าเลยเพื่อเป็นการสรรเสริญองค์พระเป็นเจ้าผู้ไร้ซึ่งสรรพสิ่ง...และทรงไว้ซึ่งสรรพสิ่ง

หนึ่งในโยคีผู้บรรลุธรรมแห่งแคชเมียร์ยุคศตวรรษที่ 14 คือ ลาลลา โยคิศวรี ("นางผู้เป็นใหญ่ในโยคะ") ก็เป็นสาวกผู้ "นุ่งลมห่มฟ้า" ตามองค์พระศิวะเจ้า ครั้นพวกที่ชอบใช้ปากกระรานผู้อื่นถามท่านว่าทำไมจึงเปลือยกายไม่สวมใส่เสื้อผ้า ท่านก็ตอบกลับไปด้วยเสียงอันเฉือดเฉือนว่า "ทำไมจะเปลือยไม่ได้ล่ะ? เราไม่เห็นว่าแถวนี้จะมีบุรุษอยู่แม้สักผู้เดียว" ในทรรศนะอันเข้มงวดจริงจังของลาลลา บุคคลผู้เข้าไม่ถึงซึ่งองค์พระเป็นเจ้าย่อมไม่คู่ควรแก่คำเรียกหาว่า "บุรุษ" โยควิธีที่ท่านปฏิบัติมีความคล้ายคลึงกับ*กริยาโยคะ*และได้ประพันธ์โคลงสี่สรรเสริญคุณแห่งโยควิธีดังกล่าวเอาไว้มากมาย ซึ่งข้าพเจ้าได้ยกมาแปลไว้ที่นี่บทหนึ่ง ความว่า

สรรพโศกข้าดื่มลิ้ม มาหมด
เวียนเกิดตายเกินจด นับได้
ถ้วยข้าน้ำทิพย์รส เลิศเปี่ยม เต็มเฮย
กลืนกระหน่ำได้ด้วยใช้ ศาสตร์ป้องลมปราณ

ท่านมิได้ลาโลกไปด้วยเหตุธรรมชาติ แต่ใช้เตโชธาตุเผาตนจนสูญสลายไป ภายหลังจึงได้มาสำแดงกายให้ชาวเมืองที่โศกเศร้าอาลัยถึงท่านได้เห็นโดยสวมใส่อาภรณ์สีทอง...สุดท้าย ท่านก็สวมใส่เสื้อผ้าปกปิดกาย!

บทที่ 21

ไปเยือนแคชเมียร์

"ตอนนี้เธอแข็งแรงพอจะเดินทางได้แล้ว ครูจะไปเที่ยวแคชเมียร์กับเธอ" อาจารย์บอกสองวันหลังข้าพเจ้าหายป่วยจากอหิวาตกโรคราวปาฏิหาริย์

ค่ำวันนั้น คณะพรรคทั้งหกของเราก็โดยสารรถไฟขึ้นเหนือ และแวะเที่ยวกันแบบสบาย ๆ ไม่รีบร้อนที่ซิมลา เมืองอันโอ่อ่าเยี่ยงราชินีประทับอยู่บนบัลลังก์แห่งหิมาลัยบรรพต พวกเราเดินเล่นไปตามถนนอันลาดชัน ชื่นชมวิวทิวทัศน์อันงดงามตระการตา

"สตรอเบอรี่อังกฤษจ้า" เสียงแม่เฒ่าผู้นั่งยอง ๆ อยู่ในตลาดสดร้องขายสตรอเบอรี่

อาจารย์สนใจเจ้าผลไม้สีแดงลูกเล็ก ๆ หน้าตาแปลก ๆ นี้มาก ถึงกับซื้อมาตะกร้าใหญ่ และยื่นส่งมาให้กะไนกับข้าพเจ้าที่ยืนอยู่ใกล้ ๆ ลองชิมดู ข้าพเจ้าหยิบมาใส่ปากลูกหนึ่ง แล้วต้องรีบถ่มทิ้งลงพื้นอย่างรวดเร็ว

"อาจารย์ เปรี้ยวจี๊ดเลยขอรับ! กระผมเห็นจะไม่มีวันชอบสตรอเบอรี่ได้แน่!"

อาจารย์หัวเราะ "โอ เธอต้องชอบมันแน่...ที่อเมริกา ที่นั่นตอนนั่งกินมื้อค่ำกันในเย็นวันหนึ่ง เจ้าของบ้านจะทำสตรอเบอรี่ราดครีมกับน้ำตาลมาขึ้นโต๊ะ และใช้ส้อมบี้สตรอเบอรี่ให้ เธอจะตักเข้าปากแล้วร้องอุทานว่า 'ช่างเป็นสตรอเบอรี่ที่อร่อยนัก!' แล้วเธอจะนึกถึงเหตุการณ์ในวันนี้ที่ซิมลาขึ้นมาได้"

(ข้าพเจ้าลืมคำทำนายของอาจารย์ไปเสียสนิทใจ และมาจำได้อีกครั้งในอีกหลายปีจากนั้น หลังมาถึงอเมริกาได้ไม่นานนัก ข้าพเจ้าได้รับเชิญให้ไปรับประทานอาหารค่ำที่บ้านมิสซิสอลิส ที. แฮสซี [ซิสเตอร์โยคมาตา] ที่เมืองเวสต์ซอมเมอร์วิล มลรัฐแมสซาชูเซตส์ เมื่อสตรอเบอรี่ที่เป็นรายการของหวานถูกนำมาเสิร์ฟขึ้นโต๊ะ เจ้าของบ้านก็หยิบส้อมขึ้นมากดบี้สตรอเบอรี่ในจานของข้าพเจ้า แล้วราดครีมโรยน้ำตาลให้ "ผลไม้ชนิดนี้มีรสค่อนข้างเปรี้ยว ดิฉันคิดว่าท่านน่าจะชอบมันถ้าทำแบบนี้" เธอว่า ข้าพเจ้าตักเข้าปาก แล้วออกอุทานว่า "ช่างเป็นสตรอเบอรี่ที่อร่อยนัก!" พูดจบ คำทำนายของอาจารย์ที่เมือง

ซิมลาก็ผุดขึ้นมาจากก้นบึ้งแห่งความทรงจำอันมืดมิด ข้าพเจ้าก็ให้ยำเกรงนัก เมื่อตระหนักขึ้นมาว่า จิตที่สื่อถึงพระเป็นเจ้าของอาจารย์สามารถตรวจพบความเป็นไปแห่งกรรมในวาระต่าง ๆ ที่ซ่านซึมอยู่ในทุกซอกมุมของช่องว่างแห่งอนาคตกาลได้ตั้งแต่เมื่อนานมาแล้ว)

ไม่ช้า คณะของเราก็ขึ้นรถไฟออกจากซิมลามายังเมืองราวัลปิณฑี ที่นี่ เราเช่ารถม้าติดประทุนคันใหญ่ เทียมด้วยม้าสองตัวเพื่อเดินทางไปยังศรีนคร เมืองเอกของแคว้นแคชเมียร์ซึ่งต้องใช้เวลาเดินทางทั้งสิ้นเจ็ดวัน วันที่สองของการเดินทางขึ้นเหนือ ภาพทิวเขา ณ ใจกลางหิมาลัยอันกว้างใหญ่ไพศาลก็ปรากฏแก่สายตา ในขณะที่ล้อเหล็กของรถม้าบดเคลื่อนไปตามถนนปูพื้นด้วยก้อนหินและระอุไปด้วยไอร้อน พวกเราก็ได้เพลิดเพลินไปกับทัศนียภาพอันตระการตาและแปรเปลี่ยนไปไม่มีที่สิ้นสุดของทิวเขาอันอลังการเหล่านั้น

"อาจารย์ขอรับ"โอดดี้กล่าวกับอาจารย์ "มีท่านมาด้วยเช่นนี้ ทิวทัศน์อันแสนวิเศษของที่นี่ก็ยิ่งงามจับตากระผมนัก"

ในฐานะเจ้าภาพ ข้าพเจ้าแสนจะยินดีที่โอดดี้ดูจะพึงพอใจกับการเดินทางในครั้งนี้มาก อาจารย์รู้ทันความคิดของข้าพเจ้า จึงโน้มตัวมาหาและกระซิบว่า

"อย่าเป็นปลื้มไปหน่อยเลย โอดดี้ไม่ได้หลงใหลได้ปลื้มไปกับวิวทิวทัศน์เท่ากับที่ใจจดใจจ่อรอโอกาสที่จะปลีกตัวออกไปจากหมู่คณะได้นานพอที่จะสูบบุหรี่สักมวนหนึ่งหรอก"[1]

ข้าพเจ้าสะดุ้งตกใจ "อาจารย์ขอรับ" ข้าพเจ้าขัดท่านด้วยเสียงต่ำ ๆ "กรุณาอย่าพูดสิ่งใดที่จะทำให้เสียบรรยากาศเลย กระผมยากจะเชื่อได้จริง ๆ ว่าโอดดี้กำลังอยากบุหรี่" ข้าพเจ้าออกจะวิตก แต่ทำได้แค่มองหน้าอาจารย์ผู้ปกติแล้วจะดูสุขสดชื่นอยู่เป็นนิจ

"เอาเถอะ ครูจะไม่ว่าอะไรโอดดี้หรอก" อาจารย์หัวเราะหึ ๆ "แต่ในไม่กี่อึดใจนี้เมื่อรถม้าหยุดจอด เธอก็จะได้เห็นเองล่ะว่าเขาคว้าโอกาสเอาไว้เร็วแค่ไหน"

รถม้าของเรามาถึงคาราวานเซราย (ที่พักกองคาราวาน) เล็ก ๆ แห่งหนึ่ง

---

1 ในอินเดีย การสูบบุหรี่ต่อหน้าผู้อาวุโสกว่าทั้งในด้านวัยวุฒิและคุณวุฒิถือเป็นพฤติกรรมไร้มารยาทอย่างยิ่ง

ระหว่างที่คนงานเอาม้าของเราไปให้น้ำ โอดดี้ก็เอ่ยขึ้นมาว่า "อาจารย์ขอรับ กระผมขอไปนั่งกับคนขับสักครู่ได้ไหม? กระผมอยากออกไปสูดอากาศข้างนอกบ้าง"

อาจารย์อนุญาต แต่หันมาพูดกับข้าพเจ้าว่า "ที่เขาต้องการสูดคือควันบุหรี่ ไม่ใช่อากาศบริสุทธิ์อะไรหรอก"

ครั้นรถม้าของเรากลับมาวิ่งกุบกับไปตามทางฝุ่นตลบอีกครั้ง อาจารย์ก็สั่งข้าพเจ้าด้วยตาเป็นประกาย "ไหนลองเยี่ยมหน้าออกนอกประตูรถไปดูหน่อยซิ จะได้เห็นไงว่าโอดดี้สูดอากาศบริสุทธิ์ไปถึงไหนแล้ว"

ข้าพเจ้าปฏิบัติตาม แล้วต้องสะดุ้งตกใจเมื่อเห็นโอดดี้กำลังพ่นควันปุ๋ย ข้าพเจ้าชำเลืองมองอาจารย์แบบขอโทษ

"อาจารย์พูดถูกเหมือนเคยขอรับ โอดดี้กำลังดูดบุหรี่พลางชมวิวพลาง" ข้าพเจ้าเดาเอาว่าเขาคงได้บุหรี่เป็นของกำนัลจากคนขับรถม้า เพราะข้าพเจ้ารู้ว่าเขาไม่ได้พกบุหรี่ติดมาจากกัลกัตตาแน่

พวกเรายังมุ่งหน้าต่อไปตามเส้นทางอันวกวนเหมือนหนึ่งเขาวงกต ชื่นชมความงามของภูมิประเทศทั้งที่เป็นแม่น้ำ หุบเขา ผาชัน และทิวเขาสูงต่ำเหลื่อมล้ำกันเป็นหลากหลายระดับ พอตกค่ำ พวกเราจะแวะเข้าไปค้างแรมกันในโรงเตี๊ยมพื้น ๆ แบบที่พบอยู่ทั่วไปในชนบท และหุงหาอาหารกินกันเอง อาจารย์จะเอาใจใส่ดูแลอาหารการกินของข้าพเจ้าเป็นพิเศษ ท่านยืนกรานให้ข้าพเจ้าดื่มน้ำมะนาวทุกมื้อ ข้าพเจ้ายังไม่แข็งแรงดีนัก แต่ก็มีกำลังวังชาเพิ่มขึ้นทุกวัน แม้ว่าเจ้ารถม้าที่วิ่งเป็นจังหวะรัวเร็วนี้ดูเหมือนจะออกแบบมาเพื่อให้นั่งไม่สบายโดยเฉพาะ

หัวใจของพวกเราเบิกบานและเปี่ยมไปด้วยความคาดหวังเมื่อเข้าใกล้ใจกลางแคว้นแคชเมียร์ที่เป็นสรวงสวรรค์แห่งบึงบัว สวนลอยน้ำ เรือที่ใช้เป็นที่พักอาศัย มีกำบังสีสดแขวนประดับอยู่ด้านบน แม่น้ำเฌลุมที่มีสะพานทอดข้ามหลายสาย และทุ่งหญ้าซึ่งมีดอกไม้ป่าขึ้นปกคลุม ทั้งหมดที่กล่าวมานี้ล้วนอยู่ภายในอ้อมโอบแห่งภูผาหิมาลัยทั้งสิ้น

เส้นทางที่พวกเราใช้เข้าเมืองศรีนครเป็นถนนที่ปลูกไม้สูงเอาไว้เป็นทิวแถว โรงแรมที่เลือกพักเป็นโรงแรมสองชั้น มองเห็นวิวเทือกเขา แต่ไม่มีน้ำประปา

ให้ใช้ เราต้องไปตักน้ำจากบ่อในละแวกใกล้เคียงกันเอง หน้าร้อนของที่นี่อากาศกำลังดี กลางวันอุ่นสบาย กลางคืนหนาวเล็กน้อย

พวกเราไปแสวงบุญกันที่เทวาลัยศรีนครอันเก่าแก่และสร้างถวายท่านศังกราจารย์โดยเฉพาะ ขณะเงยหน้าขึ้นมองไปยังอาศรมบนยอดเขาที่เห็นเด่นชัดตัดกับเวิ้งฟ้า จิตข้าพเจ้าก็ดิ่งลึกลงสู่ภวังค์แห่งปีติ ปรากฏเห็นเป็นภาพนิมิตของคฤหาสน์บนยอดเขาในดินแดนอันไกลโพ้น เทวาลัยศังกราจารย์ในศรีนครแปรสภาพไปเป็นตึกรามอันโอ่โถง ที่ซึ่งข้าพเจ้าได้ก่อตั้งสำนักงานใหญ่ขององค์กรเซลฟ์ รีอะไลเซชั่น เฟลโลว์ชิพ (SRF) ขึ้นในอเมริกาในอีกหลายปีต่อมา (ครั้งแรกที่ข้าพเจ้าไปเยือนลอสแองเจลิสและเห็นตึกหลังใหญ่บนยอดเขาเมาต์วอชิงตัน ข้าพเจ้าก็จำมันได้ในทันทีเพราะเคยนิมิตเห็นมันตั้งแต่เมื่อนานมาแล้วหลายครั้งครา ทั้งที่แคชเมียร์และที่อื่น ๆ)

เราใช้เวลาอยู่ที่ศรีนครสองสามวัน ก่อนมุ่งหน้าต่อไปยังคุลมารค (“เส้นทางบุปผาแห่งขุนเขา”) ซึ่งอยู่สูงขึ้นไปแปดพันห้าร้อยฟุต ที่นี่ ข้าพเจ้าได้ทดลองขี่ม้าพันธุ์ใหญ่เป็นครั้งแรก ราเชนทรเลือกม้าพันธุ์เล็ก แต่ใจมันคึก คอยแต่จะวิ่งนำหน้าคนอื่นเขาอยู่ตลอด เราบุกบั่นต่อไปยังเส้นทางขิลันมารคอันลาดชันอย่างยิ่ง เส้นทางสายนี้ตัดทะลุป่าทึบอันมีเห็ดขึ้นอยู่ตามต้นไม้ต่าง ๆ เต็มไปหมด เส้นทางเล็ก ๆ ที่แยกย่อยออกไปมีหมอกลงหนาทึบ จึงค่อนข้างอันตรายแก่ผู้เดินทางสัญจร เจ้าม้าน้อยของราเชนทรไม่ยอมเปิดโอกาสให้ม้าข้าพเจ้าที่ตัวโตกว่าได้พักหายใจบ้างเลย กระทั่งช่วงหัวโค้งที่อันตรายที่สุดก็ไม่เว้น มันรุดหน้าไปอย่างไม่รู้จักเหน็ดเหนื่อย ไม่สนใจสิ่งรอบกาย ใจจดใจจ่ออยู่กับการแข่งความเร็วกับม้าตัวอื่นเท่านั้น

การเร่งเดินทางด้วยความบากบั่นของเรามีทิวทัศน์อันน่าตื่นตาตื่นใจเป็นรางวัล เป็นครั้งแรกในชีวิตที่ข้าพเจ้ามองไปรอบทิศ แล้วเห็นแค่เหลี่ยมยอดที่ปกคลุมไปด้วยหิมะสีขาวโพลนของหิมาลัยรายล้อมอยู่รอบด้านเช่นนี้ ยอดเขาต่าง ๆ แซมสลับซ้อนทับกันขึ้นไปชั้นแล้วชั้นเล่า ดูราวกับเป็นเงาทึบของหมีขั้วโลกตัวมหึมา ภาพทิวเขาน้ำแข็งที่แผ่ไกลไปสุดสายตา ตัดกับเวิ้งฟ้าสีน้ำเงินเจิดจ้ายังความนิยมยินดีให้กับสายตาข้าพเจ้ายิ่งนัก

ข้าพเจ้ากลิ้งตัวเล่นบนเนินหิมะสีขาวที่สะท้อนแสงเป็นประกายร่วมกับ

ผู้สืบทอดต่อจากท่านปรมหังสา โยคานันทะ

(*ซ้ายไปขวา*) ศรีราชารสีชนกานันทะ ผู้นำทางจิตวิญญาณและประธานของเซลฟ์ รีอะไลเซชั่น เฟลโลชิพ (SRF)/โยโคทะสัตสังคะแห่งอินเดีย ระหว่างปี 1952–1955 ท่านศรีทยมาตาเป็นประธานสืบต่อหลังจากท่านศรีราชารสีชนกานันทะในเดือนกุมภาพันธ์ 1955 ท่านปฏิบัติหน้าที่อยู่นานกว่า 55 ปี จนกระทั่งถึงแก่มรณภาพในปี 2010 จากนั้น ศิษย์ผู้ใกล้ชิดอีกท่านหนึ่ง ซึ่งได้รับการเลือกสรรและฝึกฝนโดยท่านอาจารย์ผู้ยิ่งใหญ่ เป็นหนึ่งในผู้นำงานสอนของท่านหลังจากท่านละสังขารไปแล้ว คือท่านศรีมฤนลินีมาตา เข้ารับหน้าที่เป็นประธานและผู้นำจิตวิญญาณของ SRF/YSS คนปัจจุบัน

เพื่อนรุ่นเดียวกันอย่างสนุกสนาน เราสวมเสื้อโค้ทกันหนาวกันทุกคน ขากลับลงเขา เราทอดสายตามองออกไปไกล ๆ เห็นดอกไม้สีเหลืองขึ้นอยู่เป็นทุ่งราวกับพรมผืนมหึมาแต้มแต่งขุนเขาอันอ้างว้างและเยือกเย็นให้ดูมีชีวิตชีวาขึ้นได้มากโข

รายการท่องเที่ยวลำดับถัดไปของเราคือ "สวนสำราญ" ของจักรพรรดิชาหังคีร์ที่ชาลิมาร์และนิษาทพัฆ พระราชวังโบราณที่นิษาทพัฆสร้างอยู่เหนือน้ำตกธรรมชาติที่ถาโถมลงมาจากทิวเขา กระแสน้ำอันรุนแรงได้รับการชะลอกำลังลงด้วยวิธีการอันชาญฉลาด โดยทำอัฒจันทร์ขวางทางน้ำลดหลั่นลงมาเป็นชั้น ๆ ก่อนพุ่งออกมาเป็นน้ำพุ ท่ามกลางแปลงดอกไม้นานาพันธุ์ นอกจากนี้ธารน้ำยังไหลผ่านหมู่ห้องหับในพระราชวังอีกหลายห้อง ก่อนหยาดหยดลงสู่ทะเลสาบเบื้องล่างในลักษณาการที่ไม่ผิดอะไรกับภาพในเทพนิยาย หมู่สวนอันกว้างใหญ่ไพศาลเหล่านี้ดูละลานตาไปด้วยสีสันอันหลากหลายของกุหลาบ มะลิ ลิลลี่ ลิ้นมังกร แพนซี ลาเวนเดอร์และป๊อปปี้ รายล้อมทางรอบนอกด้วยสีเขียวมรกตของต้นสน*ชีนาร์*[1] สนไซเปรส และต้นเชอร์รี่ที่ปลูกเรียงเป็นแถวเรียบระเบียบงาม ไกลออกไปคือเทือกเขาหิมาลัยสีขาวโพลน ไร้ซึ่งเครื่องตกแต่งทั้งปวง

องุ่นแคชเมียร์ถือเป็นผลไม้ที่หากินได้ยากในกัลกัตตา ราเชนทรพูดไม่หยุดปากว่าที่แคชเมียร์จะต้องมีองุ่นพันธุ์นี้ให้เรากินกันอย่างจุใจแน่ แต่เมื่อพบว่าที่นี่ไม่มีไร่องุ่นขนาดใหญ่อยู่แม้สักแห่งเดียว เขาก็ต้องผิดหวังอย่างหนัก ข้าพเจ้ามักหยิบยกเอาความหวังลม ๆ แล้ง ๆ ในเรื่องนี้มาล้อเลียนเขาเป็นพัก ๆ

"โอย...ฉันสวาปามองุ่นเข้าไปจนอิ่มแปล้ เดินก็จะไม่ไหวแล้วนะนี่!" ข้าพเจ้าจะแหย่เขาทำนองนี้ "แล้วเจ้าองุ่นล่องหนพวกนี้คงกำลังบ่มเป็นเหล้าอยู่ในตัวฉันแน่เลย!" ภายหลังจึงมีคนบอกพวกเราเอาบุญว่าองุ่นหวาน ๆ เหล่านั้นมีปลูกกันมากที่เมืองคาบุลทางตะวันตกของแคชเมียร์ เราเลยต้องปลอบใจตัวเองด้วยไอศกรีมที่ทำด้วย*ราบรี* (นมข้น) เพิ่มรสชาติด้วยถั่วพิสตาชิโอทั้งเม็ด

พวกเราลงนั่งเรือ*ศิกระ*...เรือลำเล็ก ใช้ผ้าสีแดงปักลวดลายละเอียดทำเป็นหลังคาและกำบัง...ล่องเที่ยวชมทางน้ำอันคดเคี้ยวของทะเลสาบดาล ซึ่ง

---

1 ต้นโอเรียนทัลเพลนทรี

ประกอบขึ้นจากคูคลองที่สลับซับซ้อนเหมือนใยแมงมุมหลายครั้งด้วยกัน ที่นี่มีสวนลอยน้ำหลายแห่ง ทำขึ้นอย่างง่าย ๆ โดยไม่ต้องมีแบบแผนอะไร อุปกรณ์ก็มีแค่ขอนไม้กับดิน สร้างความทึ่งแกมพิศวงให้กับผู้มาเยือนได้ด้วยภาพที่ขัดกับความรู้สึกเมื่อแรกเห็นผักและแตงผลิดอกออกผลย้อยห้อยระอยู่กลางผืนน้ำอันกว้างใหญ่ นานครั้ง ๆ จะเห็นชาวสวนผู้ไม่นิยม "รากงอกติดอยู่กับที่" ใช้เชือกลากดึง "ที่ดิน" แปลงสี่เหลี่ยมจัตุรัสของตนไปไว้ยังทำเลใหม่ในทะเลสาบที่แตกแยกย่อยออกเป็นหลายร่องหลายสาย

หุบเขาเลื่องชื่อแห่งนี้มีตัวอย่างอันเลอเลิศของความงามทั้งปวงในพื้นพิภพให้ได้ยล องค์เทวีแห่งแคชเมียร์ทรงภูเขาเป็นมงกุฎ ทรงทะเลสาบเป็นมาลัยและทรงดอกไม้เป็นรองพระบาท อีกหลายปีต่อมา หลังจากที่ข้าพเจ้าได้ท่องไปในหลายประเทศแล้ว ข้าพเจ้าจึงได้เข้าใจว่าเหตุใดผู้คนจึงมักเรียกแคชเมียร์ว่าเป็นดินแดนที่มีทิวทัศน์ตระการตาที่สุดในโลก แคชเมียร์มีเสน่ห์บางอย่างที่คล้ายคลึงกับเทือกเขาแอลป์ในสวิตเซอร์แลนด์ ล็อคโลมอนด์ในสก๊อตแลนด์ และทะเลสาบอันงดงามอีกหลายแห่งในอังกฤษ นักเดินทางชาวอเมริกันผู้หนึ่งในแคชเมียร์บอกว่าที่นี่มีหลายสิ่งหลายอย่างที่ทำให้เขาอดคิดถึงความมลังเมลืองของเทือกเขาในอลาสกาและยอดเขาไพค์พีกละแวกเมืองเดนเวอร์ไม่ได้

บนเวทีแข่งขันความงาม หากไม่มอบรางวัลที่หนึ่งให้กับทิวทัศน์อันบรรเจิดเพริดแพร้วของโซชีมิลโกในเม็กซิโก ที่ซึ่งผืนฟ้า ขุนเขา และดงสนป๊อปล่าร์ปรากฏเงาสะท้อนอยู่เหนือผิวทะเลสาบที่มีอยู่เหลือคณานับ ท่ามกลางฝูงปลาที่แหวกว่ายกันอยู่อย่างเริงร่า ข้าพเจ้าก็ต้องมอบให้กับหมู่ทะเลสาบในแคชเมียร์ซึ่งเปรียบได้กับสาวงามผู้ไร้เดียงสาผู้อยู่ภายใต้การอารักขาอย่างไม่ยอมให้คลาดสายตาของเทือกเขาหิมาลัย สถานที่สองแห่งนี้แจ่มชัดอยู่ในความทรงจำของข้าพเจ้าในแง่ที่เป็นสถานที่ที่สวยงามที่สุดในโลก

กระนั้น ข้าพเจ้าก็อัศจรรย์ใจนักที่ได้เห็นสารพันความน่าพิศวงภายในเขตอุทยานแห่งชาติเยลโลว์สโตนกับแกรนด์แคนยอนในมลรัฐโคโลราโดและอลาสกา เยลโลว์สโตนอาจเป็นสถานที่เพียงแห่งเดียวในโลกที่มีน้ำพุร้อนปะทุพุ่งออกมาเป็นลำสูงกลางอากาศให้ชมได้มากมายถึงเพียงนี้ ทั้งยังมีเวลาในการปะทุที่ค่อนข้างเที่ยงตรงราวกับนาฬิกาก็ไม่ปาน ภายในภูมิประเทศแบบภูเขาไฟ

อาคารอำนวยการ ที่สำนักงานใหญ่ของเซลฟ์ รีอะไลเซชั่น เฟลโลว์ชิพ (SRF) (สมาคมโยโคทะสัตสังคะแห่งอินเดีย) ก่อตั้งโดยท่านโยคานันทะ เมื่อปี 1925 บนยอดเมาต์วอชิงตัน ในนครลอสแองเจลิส รัฐแคลิฟอร์เนีย สหรัฐอเมริกา

แถบนี้ ธรรมชาติได้ทิ้งร่องรอยของการสร้างสรรค์ในยุคแรก ๆ เอาไว้หลากหลายรูปแบบ ทั้งบ่อน้ำร้อนที่อุดมไปด้วยกำมะถัน แอ่งน้ำสีมุกดาและไพลิน น้ำพุร้อนที่มีกำลังปะทุอันรุนแรง ตลอดจนหมี สุนัขป่า ไบซัน และสัตว์ป่าอื่น ๆ ที่ตระเวนไพรอยู่ในธรรมชาติ ขณะนั่งรถไปตามถนนหนทางในรัฐไวโอมิงไปชมหม้อสีปีศาจ "เดฟวิลส์เพนต์พ็อต" ที่เป็นบ่อโคลนเดือดปุดเป็นฟอง ได้ทัศนาธารน้ำร้อนไหลโกรก เห็นน้ำพุร้อนพวยพุ่งขึ้นจากพื้นโลก ดูบ่อน้ำร้อนที่มีไอระเหยขึ้นปกคลุม ใจข้าพเจ้าก็เอนเอียงไปในข้างที่ว่าเยลโลว์สโตนน่าจะได้รางวัลพิเศษในแง่ของอัตลักษณ์ที่โดดเด่นเหนือใคร

อุทยานโยเซมิทีในแคลิฟอร์เนียมีป่าสนโบราณ เหยียดหยัดลำต้นมหึมาขึ้นไปหาท้องฟ้าเบื้องบน ถือเป็นมหาวิหารแห่งธรรมชาติอันเขียวขจีที่รังสรรค์ขึ้นจากหัตถ์อันชาญศิลป์ของเทพเจ้าโดยแท้ ถึงโลกตะวันออกเราจะมีน้ำตกสวย ๆ อยู่หลายแห่ง แต่ไม่มีแห่งใดที่จะเทียบกับความงามที่ถั่งโถมลงมาด้วยกำลังแรงของน้ำตกไนแองการาของมลรัฐนิวยอร์กตรงพรมแดนแคนานาได้ ถ้ำแมมมอธ

ในมลรัฐเคนตักกีและหมู่ถ้ำคาร์ลสบาดในนิวเม็กซิโกก็แปลกประหลาดราวกับเป็นแดนสนธยาก็ไม่ปาน หินย้อยแท่งยาวห้อยระลงมาจากเพดานถ้ำ ปรากฏเงาสะท้อนอยู่บนผิวน้ำของธารน้ำใต้ดิน ดูราวกับเป็นอีกโลกหนึ่งที่มนุษย์คิดจินตนาการไปตามอารมณ์

ชาวแคชเมียร์มีชื่อเลื่องลือไปทั่วโลกว่ามีรูปโฉมโนมพรรณงามนักหนา คนส่วนใหญ่มีผิวขาวพอ ๆ กับชาวยุโรป หน้าตาและโครงร่างก็คล้ายคลึงกันมาก หลายคนมีตาสีฟ้า และผมสีบลอนด์ ถ้าจับไปสวมเสื้อผ้าแบบชาวตะวันตกก็จะดูไม่ต่างไปจากชาวอเมริกันเลย ความหนาวเย็นของหิมาลัยทำให้ชาวแคชเมียร์ไม่ต้องเผชิญกับแสงแดดอันเริงแรง ผิวอันขาวผ่องจึงไม่หมองคล้ำ แต่ถ้าเดินทางลงใต้ไปยังบริเวณที่เป็นเขตร้อนของอินเดียจะพบว่าผู้คนมีสีผิวคล้ำลงเรื่อย ๆ

หลังใช้เวลาอันแสนสุขอยู่ในแคชเมียร์ได้หลายสัปดาห์ ข้าพเจ้าก็ต้องเก็บของเตรียมตัวกลับเบงกอลเพราะภาคเรียนฤดูใบไม้ร่วงของวิทยาลัยเซรัมปอร์ใกล้ถึงกำหนดเปิดเทอมเต็มทีแล้ว อาจารย์ กะไน และโอดดี้จะยังรั้งอยู่ที่ศรีนครต่อไปอีกสักพัก ก่อนที่ข้าพเจ้าจะจากมา อาจารย์พูดเปรยให้ได้ยินว่าสังขารท่านจะต้องเผชิญกับโรคภัยไข้เจ็บที่แคชเมียร์นี้

"อาจารย์ยังดูแข็งแรงดีอยู่เลยขอรับ" ข้าพเจ้าท้วง

"ครูอาจจากโลกนี้ไปด้วยซ้ำ"

"อาจารย์ขอรับ!" ข้าพเจ้าทรุดตัวลงแทบเท้าท่านด้วยท่าทีวิงวอน "กรุณาสัญญากับกระผมว่าท่านจะยังไม่ละสังขารไปในยามนี้ กระผมยังไม่พร้อมที่จะก้าวเดินต่อไปโดยไม่มีท่านจริง ๆ"

อาจารย์ไม่ตอบ แต่ยิ้มให้อย่างมากด้วยเมตตาจนข้าพเจ้ารู้สึกใจชื้นขึ้น ข้าพเจ้าจากท่านมาอย่างไม่เต็มใจเป็นที่สุด

"อาจารย์ป่วยหนัก" โอดดี้โทรเลขบอกมา หลังข้าพเจ้ากลับถึงเซรัมปอร์ได้ไม่นาน

"อาจารย์ขอรับ" ข้าพเจ้าส่งโทรเลขกลับไปหาอาจารย์ด้วยความกลัวจนเกือบจะคลุ้มคลั่ง "อาจารย์สัญญาแล้วว่าจะไม่ทิ้งกระผมไป กรุณารั้งอยู่ในกายสังขารต่อไปมิเช่นนั้นกระผมจะต้องตายตามท่านไปเป็นแน่"

"ครูจะทำตามที่เธอขอร้องไว้" อาจารย์ตอบกลับมาจากแคชเมียร์

สองสามวันให้หลัง จดหมายของโอดดี้ก็มาถึง แจ้งให้ทราบว่าอาจารย์อาการดีขึ้นแล้ว สองสัปดาห์ต่อมา อาจารย์ก็กลับมาถึงเซรัมปอร์ เห็นท่านผ่ายผอมลงจากเดิมตั้งครึ่งค่อนหนึ่ง ข้าพเจ้าก็ให้เสียใจนัก

เป็นโชคดีของสานุศิษย์อย่างเรา ๆ นักที่อาจารย์ใช้พิษไข้อันร้ายแรงที่ท่านได้รับในแคชเมียร์เผาผลาญความผิดบาปของพวกเราไปตั้งมากหลาย การถ่ายโอนความเจ็บไข้ทางกายด้วยวิธีเหนือธรรมชาติอันพิสูจน์ไม่ได้นี้มีแต่โยคีผู้ทรงฌานในระดับสูงยิ่งเท่านั้นที่จะกระทำได้ คนแข็งแรงช่วยคนอ่อนแอแบกหามของหนักได้ฉันใด คุรุผู้มีจิตประภัสสรก็ย่อมช่วยลดทอนความทุกข์ของศิษย์ ทั้งทุกข์ทางกายและทุกข์ทางใจได้ด้วยการแบกรับผลกรรมบางส่วนแทนศิษย์ อุปมาดังหนึ่งเศรษฐีผู้มีทรัพย์ยอมสละเงินทองใช้หนี้ก้อนโตแทนบุตรชายผู้ใช้จ่ายทรัพย์อย่างสุรุ่ยสุร่าย ผู้เป็นบุตรชายจึงไม่ต้องรับผลร้ายจากพฤติกรรมอันโง่เขลาของตน ครูบาอาจารย์ก็พร้อมยอมสละความสมบูรณ์แห่งสังขารบางส่วนเพื่อช่วยบรรเทาเคราะห์กรรมให้กับศิษย์เช่นเดียวกัน[1]

ด้วยโยควิธีอันลี้ลับ โยคีจึงสามารถเชื่อมจิตและกายทิพย์ของตนเข้ากับจิตและกายทิพย์ของผู้ที่กำลังประสบกับทุกข์โศกโรคภัย โรคร้ายจะถูกถ่ายโอนมาสู่ร่างของโยคีโดยอาจจะเป็นทั้งหมดหรือแค่บางส่วนก็ได้ สังขารเปรียบได้กับท้องทุ่ง พระเป็นเจ้าคือพืชผลอันงอกงาม เมื่อเก็บเกี่ยวพืชผลจากท้องทุ่งได้ดังนี้แล้ว ครูบาอาจารย์ย่อมไม่ไปหลงพะวักพะวงกับสังขารอีก ถึงจะยอมให้สังขารป่วยไข้ทรุดโทรมเพื่อช่วยเหลือผู้อื่น แต่จิตอันไร้ซึ่งมลทินแปดเปื้อนของพวกท่านหาได้ถูกคุกคามจากการนี้ไม่ พวกท่านกลับคิดเห็นว่าตนเองช่างโชคดีนักที่สามารถช่วยเหลือผู้อื่นได้เช่นนี้ การหลุดพ้นและบรรลุถึงพระเป็นเจ้าได้ในท้ายที่สุด แท้จริงแล้วก็คือการได้รู้ว่ากายสังขารมนุษย์ของเรานี้ได้ทำหน้าที่ของมันอย่างสมบูรณ์แล้ว ครูบาอาจารย์จึงใช้ร่างของตนตามที่เห็นว่าสมควร

ภาระหน้าที่ของเหล่าครูบาอาจารย์ในโลกนี้คือการบรรเทาทุกข์ให้กับมวล

---

1 มีนักบุญในศาสนาคริสต์หลายท่าน รวมทั้งเทเรเซ นอยมันน์ (ดูหน้า 476) ที่รับเอาโรคภัยไข้เจ็บของผู้อื่นมาไว้ที่ตนเองแทนด้วยวิธีการเชิงอภิปรัชญา

มนุษย์โดยผ่านทางจิตวิญญาณ การให้คำปรึกษาอันเหมาะควร หรือการถ่ายโอนโรคภัยไข้เจ็บมาไว้ที่ตัวท่านแทน และด้วยเหตุที่สามารถหยั่งจิตลงสู่สภาวะอภิจิตสำนึกได้ดั่งใจปรารถนา พวกท่านจึงไม่สะดุ้งสะเทือนกับความเจ็บไข้นั้น แต่ก็มีบ้างบางครั้งที่พวกท่านเลือกที่จะแบกรับความทุกข์ทรมานทางกายโดยไม่ปริปากบ่นเพื่อหวังจะเป็นเยี่ยงอย่างให้กับศิษย์ การรับเอาโรคภัยของผู้อื่นมาใส่ตนเช่นนี้ทำให้โยคีสามารถชดเชยหรือเติมเต็มหลักของกฎแห่งกรรมได้ กฎแห่งกรรมนี้เป็นกฎที่มีผลโดยอัตโนมัติและถูกต้องแม่นยำ แต่บุคคลผู้ทรงไว้ซึ่งปัญญาญาณย่อมสามารถปรับเปลี่ยนกระบวนการทำงานของมันได้โดยอาศัยทักษะความชำนาญที่มี

กฎทางจิตวิญญาณมิได้เรียกร้องต้องการว่าครูบาอาจารย์จะต้องป่วยไข้ทุกครั้งที่พวกท่านรักษาโรคให้กับผู้อื่น โดยปกติแล้ว โยคีจะใช้วิธีต่าง ๆ ที่ท่านรู้รักษาผู้อื่นให้หายจากโรคภัยอย่างฉับพลันโดยไม่ก่อให้เกิดผลร้ายใด ๆ แก่ตนเอง กระนั้นก็มีบ้างนาน ๆ ครั้งที่ครูบาอาจารย์ผู้หวังให้ศิษย์ก้าวหน้าอย่างรวดเร็วจะยอมสละความสมบูรณ์แข็งแรงแห่งสังขารของตนลดทอนกรรมให้กับศิษย์อย่างถึงขนาด

พระเยซูทรงประกาศว่าพระองค์คือผู้ไถ่บาปให้กับมวลมนุษย์ ด้วยทิพยอำนาจ[1] ที่มี ไม่ว่าจะอย่างไรพระองค์ก็ไม่มีทางถูกตรึงกางเขนจนสิ้นพระชนม์ได้ถ้าไม่มีพระประสงค์จะปฏิบัติภาระหน้าที่ที่มีให้สอดคล้องกับกฎแห่งกรรม ด้วยเหตุนี้ พระองค์จึงทรงใช้ร่างของพระองค์รับผลกรรมแทนผู้อื่น โดยเฉพาะแทนสานุศิษย์ของพระองค์เอง ด้วยวิธีนี้พวกเขาจึงได้รับการชำระล้างบาปจนบริสุทธิ์พอที่จะรับจิตสำนึกของพระเป็นเจ้าอันมีอยู่ทุกหนแห่ง หรือ*โอม*ซึ่งเสด็จลงมาสถิตอยู่กับตัวพวกเขาในกาลต่อมาได้[2]

มีเพียงครูบาอาจารย์ผู้ตระหนักรู้ว่าตนนั้นคือวิญญาณเท่านั้นที่จะถ่ายโอนพลังชีพของตนให้กับผู้อื่นได้ หรือถ่ายโอนโรคภัยของผู้อื่นเข้ามาไว้ในร่างของ

---

1 พระคริสต์ตรัสก่อนที่พระองค์จะถูกนำไปตรึงกางเขนว่า "ท่านคิดว่าเราจะขอพระบิดาของเราไม่ได้หรือ และในครู่เดียวพระองค์จะประทานทูตสวรรค์แก่เรากว่าสิบสองกอง แต่ถ้าเช่นนั้นพระคัมภีร์ที่ว่า จำจะต้องเป็นอย่างนี้ จะสำเร็จได้อย่างไร"—มัทธิว 26:53–54

2 กิจการ 1:8, 2:1–4

ตนได้ ปุถุชนคนธรรมดาไม่สามารถรักษาผู้อื่นด้วยวิธีทางโยคะได้ และไม่ควรริทำเช่นนั้นด้วย เพราะร่างกายที่ไม่สมบูรณ์พร้อมย่อมเป็นอุปสรรค ทำให้ไม่อาจหยั่งจิตลงสู่สมาธิขั้นลึก คัมภีร์ของทางฮินดูสอนว่าหน้าที่สำคัญของมนุษย์คือการรักษาสุขภาพร่างกายให้สมบูรณ์แข็งแรงอยู่เป็นนิจ มิฉะนั้น จิตของเขาจะไม่สามารถตั้งมั่นอยู่ในสมาธิได้

อย่างไรก็ดี จิตที่กล้าแข็งอย่างยิ่งย่อมสามารถก้าวข้ามอุปสรรคทางกายและเข้าถึงพระเป็นเจ้าได้ มีโยคีมากมายที่ไม่ใส่ใจกับโรคภัยที่ตนเองกำลังเป็นอยู่ และประสบความสำเร็จในการแสวงธรรมด้วย เซนต์ฟรานซิสแห่งอัสซีซีเองนั้นแม้จะถูกโรคภัยรุมเร้า แต่ท่านก็ยังรักษาโรคให้กับผู้อื่น กระทั่งช่วยคนตายให้ฟื้นคืนได้ด้วยซ้ำ

ครั้งหนึ่ง ข้าพเจ้าได้พบกับโยคีชาวอินเดียท่านหนึ่ง สมัยอายุยังน้อย ท่านมีแผลอักเสบตามเนื้อตามตัวอยู่กว่าครึ่งร่าง โรคเบาหวานที่ท่านเป็นอยู่รุนแรงเสียจนกระทั่งท่านไม่สามารถนั่งอยู่ในท่าเดิมได้นานเกินกว่าสิบห้านาที แต่จิตอันมุ่งมั่นต่อการแสวงธรรมของท่านก็กล้าแข็งเกินกว่าที่จะยอมให้สิ่งใดมาเป็นอุปสรรคขัดขวางได้ "ข้าแต่พระเป็นเจ้า" ท่านสวดภาวนา "ขอทรงพระกรุณาเสด็จมาประทับยังกายสังขารอันผุพังของข้าพระบาทด้วยเถิดพระเจ้าข้า" ด้วยความมุ่งมั่น ไม่คิดย่อท้อแม้สักขณะจิต โยคีท่านนี้จึงค่อย ๆ นั่งสมาธิในท่าขัดสมาธิเพชรได้นานขึ้นเรื่อย ๆ จนสุดท้ายก็นั่งได้นานถึงวันละสิบแปดชั่วโมงอาบอิ่มอยู่กับปีติอันเกิดจากการหยั่งจิตลงสู่ฌานอันล้ำลึก "และแล้ว" ท่านบอกกับข้าพเจ้า "หลังผ่านไปสามปี เราก็ได้พบเห็นรัศมีแห่งพระเป็นเจ้าส่องสว่างอยู่ภายในตัวเรา ความโชติช่วงแห่งรัศมีนั้นยังความปลาบปลื้มเป็นสุขให้มากล้นเสียจนเราลืมกายสังขารของตน ต่อมา ด้วยพระเมตตาแห่งพระเป็นเจ้า ร่างกายของเราจึงได้หายเป็นปกติดีทุกประการ"

มีเรื่องราวในประวัติศาสตร์เรื่องหนึ่งเล่าถึงกรณีความเจ็บไข้อันเกี่ยวเนื่องกับพระเจ้าอักบาร์ (ปี 1483–1530) ผู้สถาปนาอาณาจักรมุฆัลขึ้นในอินเดีย ครั้งนั้น หุมายุน[1] โอรสของพระองค์ประชวรด้วยโรคร้าย พระบิดาทรงสวด

1 หุมายุนเป็นบิดาพระเจ้าอักบาร์มหาราช ด้วยเหตุที่ทรงนับถือศาสนาอิสลาม ในช่วงแรก ๆ

อ้อนวอนอย่างร้อนรุ่มด้วยพระทัยอันมุ่งมั่น ขอชีวิตของพระโอรสโดยพระองค์จะทรงยอมรับโรคภัยนั้นแทน หุมายุนหายประชวร แล้วพระองค์ก็ประชวรอย่างฉับพลันทันใด ไม่นานก็สิ้นพระชนม์ด้วยพระโรคเดียวกันกับที่เกิดแก่พระโอรส

หลายคนเชื่อว่าครูบาอาจารย์เก่ง ๆ จะต้องมีสุขภาพและกำลังวังชาสมบูรณ์เหมือนหนึ่งซันเดา[1] ซึ่งเป็นสมมติฐานที่หาเหตุผลมารองรับไม่ได้เอาเสียเลย สังขารที่ป่วยไข้ไม่ใช่ตัวบ่งชี้ว่าครูบาอาจารย์ท่านนั้น ๆ ไม่มีทิพยอำนาจ สุขภาพที่สมบูรณ์แข็งแรงมาชั่วชีวิตก็มิใช่เครื่องวัดความประภัสสรแห่งจิต คุณวุฒิของครูบาอาจารย์ต้องจำแนกแยกแยะด้วยความเจริญทางจิตวิญญาณ หาใช่ความสมบูรณ์ทางกายไม่

มีผู้แสวงหาที่จับต้นชนปลายไม่ถูกมากมายในโลกตะวันตกที่หลงผิดคิดไปว่า นักพูดหรือนักเขียนที่นำเสนอข้อคิดและงานเขียนทางด้านอภิปรัชญาด้วยคารมอันคมคายคือผู้เชี่ยวชาญตัวจริง ทว่า มีเพียงสิ่งเดียวเท่านั้นที่จะพิสูจน์ได้ว่าใครเป็นผู้เชี่ยวชาญหรือครูบาอาจารย์ที่แท้จริง นั่นคือ ความสามารถในการเข้าสมาธิให้ถึงสภาวะลมหายใจดับ (*สาพิกัลปสมาธิ*) และการบรรลุถึงปีติสุขอันเที่ยงแท้ไม่มีวันแปรเปลี่ยน (*นิรพิกัลปสมาธิ*)[2]ได้ตามใจปรารถนา ฤษีหลายท่านเคยบอกเอาไว้ว่ามีแต่ต้องบรรลุให้ถึงฌานสมาธิเหล่านี้เท่านั้น มนุษย์จึงจะแสดงให้เห็นได้ว่าเขามีอำนาจเหนือ*มายา*แห่งทวิภาวะได้ และมีแต่เขาเท่านั้นที่จะสามารถพูดได้จากความตระหนักรู้ในธรรมอย่างลึกซึ้งว่า *"เอกัม สัต"* ("มีแต่พระเป็นเจ้าเพียงหนึ่งเดียว")

พระเจ้าอักบาร์จึงทรงปฏิบัติต่อพวกฮินดูอย่างโหดร้ายไร้ความปรานี "ยิ่งได้เรียนได้รู้มากขึ้น เราก็ยิ่งละอายใจ" พระองค์ตรัสไว้ในภายหลัง "ปาฏิหาริย์อุบัติขึ้นได้ในศาสนสถานของทุกศรัทธาความเชื่อ" ทรงมีบัญชาให้นักปราชญ์ราชบัณฑิตแปลคัมภีร์ภควัทคีตาเป็นภาษาเปอร์เซีย ทรงส่งคนไปเชิญบาทหลวงในนิกายเยซูอิตที่กรุงโรมให้เดินทางมาเยือนราชสำนักของพระองค์หลายคณะ และทรงสดุดีพระคริสต์...ถึงแม้จะเป็นความเข้าใจที่ผิดพลาด แต่ก็เป็นการกระทำจากใจรักโดยแท้...(จารึกเอาไว้บนประตูชัยในเมืองฟาเตหปุระสิกรีซึ่งทรงก่อตั้งขึ้นใหม่) ความว่า "พระเยซู บุตรของแมรี่ (ศานติจงบังเกิดแก่นาง) ตรัสว่า *โลกเปรียบได้กับสะพาน จงข้ามผ่านมันไปอย่าได้สร้างบ้านเรือนขึ้นบนนั้น*"

1 นักกรีฑาชาวเยอรมัน (ปี 1925) ได้ชื่อว่าเป็น "มนุษย์ผู้แข็งแรงที่สุดในโลก"

2 ดูหน้า 310 และ 537.1

"เมื่อทวิภาวะบังเกิดอันเนื่องจากอวิชชาเป็นเหตุ บุคคลจะมองสรรพสิ่งว่าเป็นเอกเทศจากวิญญาณ" ศักราจารย์ผู้เชื่อมั่นว่ามีสัจธรรมเพียงหนึ่งเดียวเคยรจนาไว้ "เมื่อรู้ว่าสรรพสิ่งคือวิญญาณ กระทั่งอณูเล็ก ๆ ก็มิได้มองเห็นเป็นอื่นใดไปนอกเหนือจากวิญญาณ... ทันทีที่ความรู้แจ้งในธรรมบังเกิด กรรมในอดีตย่อมไม่อาจส่งผลได้อีกด้วยรู้แจ้งแล้วว่าสังขารมิใช่ความจริงแท้ เฉกเดียวกับที่หลังตื่นจากนอนหลับ บุคคลย่อมไม่อาจฝันได้"

มีเพียงครูบาอาจารย์ผู้ยิ่งใหญ่เท่านั้นที่จะรับผลแห่งกรรมแทนศิษย์ของตนได้ อาจารย์ไม่จำเป็นต้องล้มป่วยที่ศรีนคร[1] เว้นแต่พระเป็นเจ้าในตัวจะบอกให้ท่านช่วยเหลือสานุศิษย์ด้วยวิถีทางอันแปลกประหลาด มีโยคีน้อยรายนักที่จะมีปัญญาญาณอันละเอียดและเฉียบไวพอที่จะรับเอาทิพยบัญชามาปฏิบัติตามได้ยิ่งไปกว่าท่านคุรุศรียุกเตศวรผู้เข้าถึงเป็นหนึ่งเดียวกับพระเป็นเจ้าแล้ว

ครั้นข้าพเจ้าทำใจกล้าแสดงความเป็นห่วงที่ท่านผ่ายผอมลงจนน่าใจหาย อาจารย์ก็ตอบกลับมาอย่างไม่อนาทรร้อนใจว่า

"มันก็มีข้อดีของมันอยู่ อย่างน้อย ครูก็กลับไปใส่เสื้อ*กานจี* (เสื้อกล้าม) ตัวเล็ก ๆ ที่ใส่ไม่ได้มาหลายปีได้อีกครั้ง!"

เห็นอาจารย์หัวเราะได้อย่างเบิกบาน ข้าพเจ้าก็ให้นึกถึงถ้อยคำของเซนต์ฟรานซิส เดอ ซาลส์ขึ้นมาว่า "นักบุญอมโศกคือนักบุญที่น่าเศร้า"

---

1 ศรีนคร (ศรีนาการ์) เป็นเมืองเอกของแคว้นแคชเมียร์ พระเจ้าอโศกทรงก่อตั้งขึ้นในศตวรรษที่ 3 ก่อนคริสตกาล และทรงสร้างอารามขึ้นที่นี่ 500 แห่ง หนึ่งพันปีให้หลังสมัยที่พระภิกษุเสวียนจ้างเดินทางจากเมืองจีนมาถึงแคว้นแคชเมียร์ ก็ยังมีอารามหลงเหลือให้เห็นกว่า 100 แห่ง ในขณะที่พระภิกษุฟาเหียน (ศตวรรษที่ 5) เองก็เคยได้มาเห็นซากพระราชวังอันใหญ่โตโอ่อ่าของพระเจ้าอโศกที่เมืองปาตลีบุตร (เมืองปัฏนะยุคใหม่) บันทึกของท่านบอกให้เราได้รู้ว่าพระราชวังแห่งนี้มีโครงสร้างทางสถาปัตยกรรมและงานประติมากรรมเครื่องตกแต่งที่งามเลิศภพจบแดนชนิดที่ "มีแต่เทวดาเท่านั้นที่จะสรรค์สร้างผลงานเช่นนี้ขึ้นมาได้"

บทที่ 22

หัวใจแห่งเทวรูปหิน

"ในฐานะภรรยาฮินดูผู้ซื่อสัตย์และภักดี พี่ไม่อยากจะเอาสามีของตัวมาบ่นให้เธอฟังเลย แต่พี่อยากเห็นเขาเปลี่ยนทัศนคติ เลิกเรื่องวัตถุนิยมเสียที เขาชอบหยิบยกเอาภาพครูบาอาจารย์ที่พี่มีไว้บูชาในห้องทำสมาธิมาล้อพี่อยู่เรื่อย ๆ น้องรัก พี่เชื่อเหลือเกินว่าเธอจะช่วยเปลี่ยนเขาได้ ช่วยพี่หน่อยได้ไหม?"

พี่โรมา พี่สาวคนโตของเราส่งสายตาวิงวอนมายังข้าพเจ้า ขณะแวะมาเยี่ยมพี่ที่บ้านตรงตรอกคีริศวิทยรัตนะในเมืองกัลกัตตาสองสามวัน คำขอร้องของพี่ทำให้ข้าพเจ้าเห็นใจนัก เพราะสมัยยังเด็กข้าพเจ้าก็ได้พี่สาวคนนี้คอยสอนสั่งเรื่องราวในทางธรรมให้จนฝังใจเรื่อยมา กับทั้งพี่ยังทุ่มเททำหน้าที่แทนแม่ผู้ตายจากไปด้วยความรักและเอื้ออาทรต่อทุกคนในครอบครัวด้วย

"พี่ครับ ผมจะทำทุกอย่างที่ทำได้" ข้าพเจ้ายิ้มให้ ใจอยากจะลบรอยหมองออกจากใบหน้าของพี่เสียโดยเร็ว ให้พี่กลับมามีความเยือกเย็นและแจ่มใสเป็นปกติวิสัยอีกครั้ง

เราสองพี่น้องสงบปากคำนั่งสวดภาวนากันอยู่พักใหญ่ ขอให้พระเป็นเจ้าทรงชี้นำหนทางให้ เมื่อปีกลาย พี่ได้ขอให้ข้าพเจ้าสอน*กริยาโยคะ*ให้เธอมาถึงตอนนี้ การปฏิบัติธรรมของพี่ดูจะก้าวหน้าขึ้นเป็นอันมาก

จู่ ๆ ความคิดอย่างหนึ่งก็แวบเข้ามาในหัวของข้าพเจ้า "พรุ่งนี้" ข้าพเจ้าว่า "ผมจะไปเทวาลัยพระแม่กาลีที่ทักษิเณศวร พี่ไปกับผมนะครับ แล้วพยายามชวนสามีของพี่ไปกับพวกเราด้วย ผมรู้สึกว่าในท่ามกลางกระแสเทวานุภาพของเทวสถานอันศักดิ์สิทธิ์แห่งนั้น พระแม่เจ้าจะทรงเปลี่ยนทรรศนะของเขาได้ แต่อย่าเพิ่งพูดอะไรให้เขาไหวตัวเกี่ยวกับวัตถุประสงค์ของเรา"

พี่โรมาตกปากรับคำอย่างมีความหวัง วันรุ่งขึ้น ข้าพเจ้าพอใจที่เห็นพี่กับสามีตระเตรียมตัวพร้อมออกเดินทางตั้งแต่ฟ้ายังไม่ทันจะสางดี รถม้าของเราวิ่งกุบกับไปตามถนนวงแหวนสายบน ตรงไปยังตำบลทักษิเณศวร พี่สาทิศจันทร โบส พี่เขยของข้าพเจ้าหาความเพลิดเพลินด้วยการหยิบยกเอาบรรดา

ครูบาอาจารย์มาพูดจาเหน็บแนมอย่างคะนองปาก ข้างพี่สาวของข้าพเจ้าก็ได้แต่แอบร้องไห้อยู่เงียบ ๆ

"พี่ครับ ยิ้มเข้าไว้!" ข้าพเจ้ากระซิบ "อย่าเปิดโอกาสให้พี่เขยได้สะใจว่าเขายั่วเราขึ้น"

"มุกุณฑะ เธอไปหลงใหลได้ปลื้มกับพวกลวงโลกเหลวไหลไร้ค่าได้อย่างไรนะ?" พี่สาทิศว่า "สารรูปของพวกสาธุรึก็แสนจะน่าสะอิดสะเอียน ถ้าไม่ผอมเป็นโครงกระดูกเดินได้ ก็อ้วนน่าชังอย่างกับช้างก็ไม่ปาน!"

ข้าพเจ้าหัวเราะเสียหัวสั่นหัวคลอน . . . พี่สาทิศออกจะขุ่นใจกับปฏิกิริยาดังกล่าว ถึงขนาดถอยทัพกลับไปนั่งหน้ามุ่ยไม่ปริปากว่ากระไรอีก แต่พอรถม้าของพวกเราเคลื่อนเข้าไปในเขตเทวาลัยที่ทักษิเณศวรพี่เขยของข้าพเจ้าก็แสยะยิ้มอย่างเย้ยหยัน

"ให้เดาไหม? ที่เรายกขบวนมาที่นี่คงเป็นแผนที่คิดจะล้างสมองพี่ล่ะสิท่า?"

ข้าพเจ้าเดินเลี่ยงไปโดยไม่โต้ตอบ แต่พี่สาทิศก็คว้าแขนข้าพเจ้าไว้ "พ่อสันนยาสีหนุ่ม" พี่เขาว่า "อย่าลืมแจ้งกับทางเทวาลัยให้เขาเตรียมอาหารเที่ยงให้พวกเราด้วยล่ะ" ดูท่าพี่เขยข้าพเจ้าคงคิดเลี่ยง ไม่ยอมไปโอภาปราศรัยกับนักบวชหน้าไหนทั้งนั้น

"ตอนนี้ผมจะไปนั่งสมาธิ พี่อย่าห่วงเรื่องมื้อกลางวันของพี่ไปเลย" ข้าพเจ้าสวนกลับ "พระโลกมาตาจะทรงดูแลพวกเราเอง"

"พี่ไม่หวังพึ่งพระโลกมาตาให้มาทำอะไรต่อมิอะไรให้หรอก เธอต่างหากที่ต้องรับผิดชอบดูแลเรื่องอาหารการกินให้พี่" พี่สาทิศพูดเหมือนจะข่มขู่อยู่ในที

ข้าพเจ้าเดินผละไปยังระเบียงคดทางด้านหน้าปรางค์ประธานของเทวาลัยพระแม่กาลี (พระเป็นเจ้าในภาคมารดาของโลก) ตามลำพัง เลือกได้ทำเลร่ม ๆ ใกล้กับเสาระเบียงต้นหนึ่ง ก็ทรุดตัวลงนั่งขัดสมาธิเพชร ถึงจะเพิ่งเจ็ดโมงเช้าแต่แดดยามเช้าก็มีทีท่าว่าจะแผดแสงแรงกล้าขึ้นในไม่ช้านี้

โลกรอบกายค่อย ๆ ถอยห่างออกไปในขณะที่จิตของข้าพเจ้าดิ่งลึกลงสู่ภวังค์แห่งศรัทธา จดจ่อแน่วแน่อยู่กับองค์พระแม่กาลี เทวรูปพระแม่ในเทวาลัยที่ทักษิเณศวรเป็นที่เทิดทูนบูชาของท่านอาจารย์ศรีรามกฤษณะ ปรมหังสาเป็นพิเศษ เพราะเทวรูปหินองค์นี้มักตอบรับคำสวดอ้อนวอนอันรวดร้าวของท่าน

ด้วยการแปรสภาพมาเป็นร่างอันมีชีวิตเพื่อสนทนาวิสาสะกับท่านอยู่บ่อยครั้ง

"ข้าแต่พระแม่ในแท่งศิลาผู้คงไว้ซึ่งความเงียบงัน" ข้าพเจ้าสวดอ้อนวอน "พระองค์ทรงสำแดงร่างอันสมบูรณ์ด้วยชีวิตให้ปรากฏแก่สาวกที่พระองค์โปรดปรานอย่างท่านศรีรามกฤษณะมาแล้ว ไยมิทรงสดับตรับฟังเสียงคร่ำครวญของลูกผู้เฝ้าถวิลหาพระองค์ผู้นี้บ้างเล่า?"

ศรัทธาอันมุ่งมั่นและแรงกล้าของข้าพเจ้าทวีขึ้นอย่างไม่มีที่สิ้นสุด ทั้งยังกอปรไปด้วยศานติแห่งแดนสรวง ทว่า จนเวลาผ่านไปห้าชั่วโมงแล้ว องค์พระแม่กาลีที่ปรากฏภาพแจ่มชัดอยู่ภายในใจของข้าพเจ้าก็มิได้ทรงตอบรับคำสวดอ้อนวอนแต่อย่างใด จนข้าพเจ้าอดที่จะรู้สึกท้อใจนิดๆ ไม่ได้ บางครั้งพระเป็นเจ้าก็ทรงทดสอบสาวกของพระองค์ด้วยการชะลอพระกรุณาให้เนิ่นช้าออกไปบ้าง แต่สุดท้าย จะทรงปรากฏพระองค์ให้สาวกผู้แน่วแน่ในศรัทธาได้เห็นในภาคที่สาวกผู้นั้นนับถือบูชาเสมอ ชาวคริสต์เห็นเป็นพระเยซู ชาวฮินดูได้พบพระกฤษณะ หรือพระแม่กาลี ในขณะที่ผู้ไม่ยึดติดกับนาม–รูปใดๆ จะเห็นแสงอันแผ่ไพศาล

ข้าพเจ้าลืมตาขึ้นอย่างไม่เต็มใจนัก เห็นนักบวชรูปหนึ่งกำลังปิดประตูเทวาลัยตอนเที่ยงวันตามระเบียบปฏิบัติ จึงลุกจากที่นั่งอันวิเวกตรงระเบียงคด ก้าวออกไปยังลานเทวาลัย พื้นหินบริเวณลานถูกแดดยามเที่ยงวันเผาจนร้อนฉ่า ทำเอาฝ่าเท้าอันเปล่าเปลือยของข้าพเจ้าปวดแสบปวดร้อนไปหมด

"ข้าแต่พระแม่ผู้ศักดิ์สิทธิ์" ข้าพเจ้าตัดพ้อเงียบๆ "พระองค์มิยอมเสด็จมาสำแดงองค์ให้ลูกเห็นในนิมิต ทรงเอาแต่ซ่อนองค์อยู่ในเทวาลัยเบื้องหลังบานประตูที่หับสนิทนั้น ถึงกระนั้น วันนี้ลูกก็อยากจะสวดมนต์ถวายพระองค์แทนพี่เขยของลูกเป็นกรณีพิเศษ"

ทรงสดับรับรู้คำอ้อนวอนของข้าพเจ้าในทันใด โดยในตอนแรก ข้าพเจ้ารู้สึกถึงกระแสอันเยือกเย็นแผ่ซ่านลงมาทั่วแผ่นหลังและใต้ฝ่าเท้า ทำให้ความร้อนระอุคลี่คลายสลายไป จากนั้น ข้าพเจ้าก็ได้แต่ตื่นตะลึงที่เห็นตัวเทวาลัยดูมหึมาขึ้นกว่าเก่า ประตูบานใหญ่เปิดอ้าออกช้าๆ เผยให้เห็นเทวรูปศิลาขององค์พระแม่กาลี เทวรูปนั้นค่อยๆ แปรสภาพมาเป็นร่างอันสมบูรณ์ไปด้วยเลือดเนื้อ ทรงแย้มสรวลและให้พระพักตร์ทักทาย ทำให้ข้าพเจ้าปลาบปลื้มใจจนเหลือจะกล่าว ร่างข้าพเจ้านิ่งสนิททั้งๆ ที่ยังคงมีแรงขยับได้ ราวกับมีกระบอกสูบอันแสน

มหัศจรรย์ดูดลมหายใจออกไปจากปอดจนหมดกระนั้น

การขยายวงกว้างของจิตรับรู้อันเปี่ยมล้นด้วยความปีติเกิดขึ้นตามมาจนข้าพเจ้าสามารถมองเห็นแม่น้ำคงคาที่อยู่ไกลออกไปหลายไมล์ทางซ้ายมือได้อย่างชัดเจน กระทั่งยังเห็นเขตตำบลทักษิเณศวรที่อยู่นอกกำแพงเทวาลัยออกไปได้ทั้งหมด ผนังกำแพงของตึกรามทุกหลังล้วนโปร่งแสงเป็นประกายสลัว ข้าพเจ้าสามารถมองทะลุออกไปเห็นผู้คนซึ่งกำลังเดินไปเดินมาอยู่ในที่ไกล ๆ

แม้ลมหายใจจะดับ ร่างกายสงบนิ่งอย่างแปลกประหลาด ข้าพเจ้าก็ยังขยับแขนขยับขาได้ดังใจประสงค์ ข้าพเจ้าใช้เวลาหลายนาทีทดลองหลับตาลืมตาซ้ำไปซ้ำมาอยู่หลายหน แต่ไม่ว่าจะหลับหรือลืมตา ข้าพเจ้าก็ยังเห็นภาพมุมกว้างของตำบลทักษิเณศวรได้อย่างชัดเจนอยู่ดี

ตาในนั้นเหมือนลำแสงเอ็กซเรย์ สามารถมองทะลุผ่านสสารทั้งปวง และจับจ้องมองเห็นได้ในทุกที่โดยไร้ซึ่งขอบเขตจำกัด ข้าพเจ้าตระหนักรู้ขึ้นมาอีกครั้งในขณะที่ยืนอยู่บนลานเทวาลัยในท่ามกลางแสงแดดอันแผดกล้า ว่าเมื่อใดที่มนุษย์หยุดทำตัวเป็นบุตรผู้หลงระเริงของพระเป็นเจ้า เลิกหมกมุ่นอยู่ในโลกียวิสัยที่เป็นเพียงความฝันดุจฟองอากาศที่ลอยคว้าง เมื่อนั้นเขาย่อมได้รับสืบทอดอาณาจักรอันเป็นนิรันดร์ของพระองค์อีกครั้ง ภายใต้กรอบของบุคลิกภาพอันคับแคบ มาตรแม้นว่ามนุษย์จำเป็นจะต้องหลบหนีออกไปให้ได้จริง ๆ แล้วไซร้ ยังจะมีการหลบหนีใดวิเศษยิ่งไปกว่าการหลบหนีที่นำออกไปสู่ทุกหนทุกแห่งได้อีกเล่า?

ในเหตุอัศจรรย์ที่ข้าพเจ้ามีวาสนาได้ประสบกับตนเองที่ทักษิเณศวรนี้ มีเพียงเทวาลัยกับพระแม่กาลีเท่านั้นที่มีขนาดมหึมาอย่างผิดประหลาด สิ่งอื่นที่เหลือนอกจากนี้ล้วนมีขนาดปกติ แต่ก็เรื่อเรืองไปด้วยแสงอันนวลตา... เป็นแสงสีขาว สีน้ำเงิน และสีรุ้งอันอ่อนบาง ร่างของข้าพเจ้าเหมือนจะเบาราวอากาศธาตุ พร้อมที่จะลอยขึ้นไปได้ทุกเมื่อ ข้าพเจ้ารับรู้ถึงการดำรงอยู่ของสรรพสิ่งรอบกายได้อย่างเต็มที่ หลังเหลียวมองไปรอบ ๆ ข้าพเจ้าก็ขยับเท้าก้าวเดินไปสองสามก้าวโดยมิได้รบกวนให้ภาพนิมิตนี้สะดุดหยุดลงแต่ประการใด

มองทะลุกำแพงเทวาลัยไปยังอีกฟาก ข้าพเจ้าเห็นพี่เขยของตนนั่งอยู่กลางพงหญ้าภายใต้ร่มเงาของมะตูมศักดิ์สิทธิ์ต้นหนึ่ง ข้าพเจ้าจับกระแสความคิด

ของเขาได้โดยไม่ต้องใช้ความพยายามแต่อย่างใด ความศักดิ์สิทธิ์ของเทวาลัยทักษิเณศวรช่วยขัดเกลาจิตใจของพี่สาทิศได้ในระดับหนึ่ง แต่ก็ยังคงคิดเห็นเกี่ยวกับตัวข้าพเจ้าในแง่ไม่ดีอยู่นั่นเอง ข้าพเจ้าหันไปหาพระแม่ผู้ทรงไว้ซึ่งความเมตตา

"ข้าแต่พระโลกมาตา" ข้าพเจ้าสวดภาวนา "พระองค์จะไม่ทรงช่วยเปลี่ยนใจพี่เขยของลูกให้หันมาฝักใฝ่ในทางธรรมบ้างเลยเชียวหรือพระเจ้าข้า?"

พระแม่ผู้ทรงโฉมผู้เอาแต่นิ่งเงียบมาจนถึงบัดนี้ ทรงตรัสตอบมาในที่สุดว่า "ความปรารถนาของเจ้าจะได้รับการตอบสนอง!"

ข้าพเจ้ามองไปที่พี่สาทิศอย่างยินดี เหมือนรู้ได้โดยสัญชาตญาณว่ามีทิพยอำนาจบางประการกำลังชักนำความเปลี่ยนแปลงให้เกิดขึ้น พี่สาทิศลุกขึ้นยืนอย่างมีน้ำโห ข้าพเจ้าเห็นเขาวิ่งรี่มาจากท้ายเทวาลัย ชูกำปั้นหราตรงเข้ามาหา

ภาพนิมิตที่มองเห็นได้รอบทิศอันตรธานหายไป ข้าพเจ้าไม่อาจมองเห็นพระแม่ผู้งดงามได้อีกต่อไปเทวาลัยที่โปร่งแสงจนมองทะลุได้ก็กลับมาทึบแสงขนาดอันมหึมาก็หดเล็กลงเท่าเดิม ร่างกายของข้าพเจ้ากลับมารับรู้ถึงความร้อนแรงของแสงแดดอันแผดเผาจนต้องรีบกระโดดเข้าไปหลบอยู่ในร่มเงาของระเบียงคด โดยมีพี่สาทิศวิ่งไล่กวดมาอย่างมีโทโส ข้าพเจ้าก้มหน้าลงมองนาฬิกาข้อมือ เห็นเข็มชี้บอกเวลาบ่ายโมง แสดงว่าการเห็นนิมิตในครั้งนี้กินเวลานานถึงหนึ่งชั่วโมงเต็ม

"เจ้าเด็กงี่เง่าเอ๊ย" พี่เขยข้าพเจ้าโพล่งออกมาโดยไม่ยั้ง "ดีแต่มานั่งขัดขาตาเขอยู่ตรงนี้เป็นชั่วโมง ๆ ฉันเดินมาดูนายกลับไปกลับมาไม่รู้กี่ครั้งต่อกี่ครั้งแล้ว ไหนล่ะข้าวเที่ยงของพวกเรา? เทวาลัยปิดแล้ว นายไม่ได้ไปบอกทางเทวาลัยให้เตรียมอาหารให้ ถึงตอนนี้จะไปหาใครหน้าไหนมาหาข้าวหาปลาให้กิน หา!"

ปีติอันเกิดจากการได้เฝ้าพระแม่ยังติดตรึงอยู่ในใจ ข้าพเจ้าจึงร้องตอบพี่สาทิศไปว่า "พระโลกมาตาจะประทานอาหารให้เรา!"

"นี่เป็นครั้งเดียวและครั้งสุดท้ายด้วย" พี่สาทิศตะคอกกลับ "ที่ฉันอยากจะเห็นพระโลกมาตาของนายประทานอาหารให้กับเราที่นี่โดยที่ไม่ต้องแจ้งกับทางเทวาลัยก่อน!"

พูดยังไม่ทันขาดคำ นักบวชของทางเทวาลัยรูปหนึ่งก็เดินตัดลานเทวาลัยตรงมาหาเรา

ศรีศังกราจารย์ ณ สำนักงานใหญ่ของเอสอาร์เอฟ/วายเอสเอส ท่านชคัทคุรุศรีศังกราจารย์ ภารตี กฤษณะตีรถะ แห่งเมืองปุรี ประเทศอินเดีย ขณะเยี่ยมสำนักงานใหญ่ เซลฟ์ รีอะไลเซชั่น เฟลโลว์ชิพ (SRF) นครลอสแองเจลิส (ก่อตั้งโดยท่านปรมหังสา โยคานันทะ เมื่อปี 1925) ในปี 1958 ท่านชคัทคุรุผู้นำอาวุโสของสำนักสวามีได้มาเยือนอเมริกาเป็น เวลา 3 เดือน ตามคำเชิญของเอสอาร์เอฟ ซึ่งนับเป็นครั้งแรกในประวัติศาสตร์ของสำนัก สวามีอันเก่าแก่ที่ท่านชคัทคุรุได้เดินทางมาเยือนโลกตะวันตก (ดูหน้า 289.2)

"พ่อหนุ่ม" ท่านพูดกับข้าพเจ้า "ฉันเฝ้าดูเธอตลอดหลายชั่วโมงที่เธอนั่งสมาธิอยู่ เห็นใบหน้าเธอผ่องใสและสงบนัก ฉันเห็นคณะของเธอมาถึงกันตั้งแต่เช้า จึงอยากจะกันอาหารเอาไว้ให้พอเลี้ยงดูพวกเธอให้อิ่มหนำได้ในมื้อเที่ยง ที่จริงเทวาลัยของเรามีกฎห้ามไม่ให้เลี้ยงอาหารคนที่ไม่ได้แจ้งความประสงค์ล่วงหน้า แต่ฉันจะยกเว้นให้เธอเป็นกรณีพิเศษ"

ข้าพเจ้ากล่าวขอบคุณท่าน และหันไปสบตากับพี่สาทิศตรง ๆ พี่หน้าแดงด้วยความละอาย หลบตาลงต่ำอย่างสำนึกผิด ไม่ปริปากว่ากระไรอีก ทางเทวาลัยนำอาหารมาเลี้ยงดูพวกเราอย่างล้นเหลือ มีแม้กระทั่งมะม่วงนอกฤดู

ข้าพเจ้าสังเกตเห็นว่าพี่เขยของข้าพเจ้ากินข้าวไม่ค่อยลง ท่าทางพี่ดูว้าวุ่น เอาแต่จ่อมจมอยู่กับห้วงมหาสมุทรของความคิดภายในใจ

ระหว่างทางกลับกัลกัตตา พี่สาทิศเหลือบมองข้าพเจ้าเป็นพัก ๆ สายตาพี่วิงวอนสีหน้ารีก็อ่อนลงมาก แต่พี่ไม่ยอมพูดอะไรแม้แต่คำเดียวนับตั้งแต่วินาทีที่นักบวชท่านนั้นปรากฏตัวขึ้นเชื้อเชิญเราเข้าไปรับอาหารมื้อเที่ยงเหมือนจะตอบรับคำท้าทายของพี่อยู่กราย ๆ

บ่ายวันถัดมา ข้าพเจ้าแวะไปหาพี่โรมาที่บ้าน พี่ออกมาต้อนรับข้าพเจ้าอย่างดีอกดีใจ

"น้องรัก" พี่สาวข้าพเจ้าออกอุทาน "ปาฏิหาริย์แท้ ๆ! เมื่อค่ำวานนี้ สามีของพี่มาร้องไห้กับพี่

"'เทวี[1] ที่รัก' เขาว่า 'ฉันดีใจจนบอกไม่ถูกที่แผนของน้องชายเธอช่วยเปลี่ยนทรรศนะของฉันได้เป็นผลสำเร็จ ฉันจะแก้ไขความผิดทั้งหมดที่เคยทำไว้กับเธอ นับจากคืนนี้ไป เราจะใช้ห้องนอนใหญ่ของเราเป็นห้องปฏิบัติธรรม แล้วให้ห้องเล็กที่เธอชอบไปนั่งสมาธิเป็นห้องนอนแทน ฉันเสียใจจริง ๆ ที่เคยพูดจาถากถางน้องชายของเธอเอาไว้มาก ฉันจะลงโทษตัวเองสำหรับพฤติกรรมอันน่าละอายเหล่านั้นด้วยการไม่พูดกับมุกุณฑะจนกว่าจะก้าวหน้าขึ้นในทางธรรม นับจากนี้เป็นต้นไป ฉันจะมุ่งมั่นค้นหาพระโลกมาตา และจะต้องได้พบกับพระองค์ในสักวันหนึ่งอย่างแน่นอน!"

หลายปีต่อมา (ปี 1936) ข้าพเจ้าแวะมาเยี่ยมพี่สาทิศในเดลี และยินดีนักที่เห็นพี่เขาเจริญในธรรมพัฒนาจิตถึงขั้นหลุดพ้น และมีวาสนาได้นิมิตเห็นองค์พระโลกมาตาด้วย ระหว่างที่พักอยู่กับพี่สาทิศ ข้าพเจ้าสังเกตเห็นพี่เขาใช้เวลาส่วนใหญ่ในยามกลางคืนทำสมาธิโดยไม่บอกกล่าวให้ใครรู้ ทั้ง ๆ ที่ตัวพี่เองกำลังเจ็บป่วยด้วยโรคร้ายแท้ ๆ และกลางวันก็ยังไปทำงานที่ออฟฟิศเป็นกิจวัตร

ข้าพเจ้าได้แต่นึกอยู่ในใจว่าชีวิตของพี่เขยข้าพเจ้าคงไม่ยืนยาวนัก พี่โรมาคงอ่านความคิดของข้าพเจ้าออก

"น้องรัก" พี่โรมาว่า "พี่แข็งแรงดี แต่สามีป่วย ถึงกระนั้น พี่ก็อยากให้เธอรับ

---

1 เทพธิดา แปลตรงตัวว่า "ผู้ส่องแสง" มาจากรากศัพท์สันสกฤต *ทิว* แปลว่า ส่องแสง

รู้เอาไว้ว่า ในฐานะภรรยาชาวฮินดูผู้ซื่อสัตย์และภักดี พี่จะต้องตายก่อนเขา[1] อีก ไม่นานพี่คงต้องลาโลกนี้ไปแล้ว"

ข้าพเจ้าสะดุ้งใจกับคำพูดที่เหมือนจะเป็นลางของพี่ แต่ก็รู้แน่แก่ใจว่ามีความจริงอันน่าเจ็บปวดแฝงอยู่ในคำพูดเหล่านั้น ข้าพเจ้าอยู่ที่อเมริกาตอนที่พี่โรมาลาโลกไปหลังจากที่ได้กล่าวคำทำนายนี้เอาไว้ราวสิบแปดเดือน ภายหลังพิษณุน้องชายคนสุดท้องจึงได้เล่ารายละเอียดให้ข้าพเจ้าฟัง

"พี่โรมากับพี่สาทิศอยู่ที่กัลกัตตาตอนที่พี่โรมาจะเสียชีวิต"พิษณุเล่า "เช้าวันนั้น พี่ค้นเอาชุดเจ้าสาวออกมาใส่

"'นึกยังไงถึงเอาชุดเจ้าสาวมาสวมแบบนี้?' พี่สาทิศถาม

"'วันนี้เป็นวันสุดท้ายที่ฉันจะได้ปรนนิบัติรับใช้คุณในโลกนี้' พี่โรมาตอบ สักพักพี่ก็หัวใจวาย ลูกชายพี่ตั้งท่าจะวิ่งออกไปเรียกคนมาช่วย แต่พี่ห้ามไว้ว่า

"'ลูกจ๋า อยู่กับแม่เถอะ อย่าไปตามหมอเลย มันไม่มีประโยชน์หรอก กว่าหมอจะมาถึง แม่ก็คงจะจากเจ้าไปแล้ว' สิบนาทีให้หลัง ขณะที่กอดเท้าสามีเอาไว้ด้วยความเคารพพี่ก็สิ้นลมอย่างมีสติด้วยความสุข โดยไม่เจ็บปวดแต่อย่างใด

"หลังเสียภรรยาไป พี่สาทิศก็เอาแต่เก็บตัว" พิษณุเล่าต่อ "วันหนึ่ง ผมกับพี่สาทิศนั่งดูภาพถ่ายของพี่โรมาที่ยิ้มแย้มแจ่มใสให้กล้อง

"'เธอยิ้มทำไม?' จู่ๆ พี่สาทิศก็พูดโพล่งออกมา ราวกับมีภรรยายืนอยู่ตรงหน้าจริงๆ กระนั้น 'เธอคิดว่าตัวเองฉลาดนักสินะที่ชิงตัดหน้าตายไปก่อนฉันได้ ฉันจะพิสูจน์ให้เห็นว่าเธอหนีฉันไม่พ้นหรอก อีกไม่นาน ฉันก็จะไปอยู่กับเธอแล้ว'

"ถึงตอนนี้ พี่สาทิศจะหายป่วยและแข็งแรงเป็นปกติดีแล้ว แต่หลังจากที่เขาพูดอะไรแปลกๆ กับภาพถ่ายของพี่โรมาได้ไม่นาน พี่เขาก็ตายไปโดยหาสาเหตุไม่ได้"

และในลักษณาการแห่งการพยากรณ์เช่นนี้เอง ที่บุคคลอันเป็นที่รักของข้าพเจ้าได้ลาลับจากโลกนี้ไป ทั้งพี่โรมาและพี่สาทิศผู้สามี ... พี่สาทิศที่พระแม่กาลีแห่งทักษิเณศวรทรงดลบันดาลให้เขากลับใจ เปลี่ยนจากปุถุชนผู้ฝักใฝ่ในทางโลกมาเป็นผู้เจริญในทางธรรมอย่างเงียบๆ โดยไม่มีใครรู้

---

1 ภรรยาชาวฮินดูเชื่อกันว่า การเสียชีวิตก่อนสามีคือสัญลักษณ์ที่บ่งถึงความเจริญแห่งจิตวิญญาณของเธอ เพราะมันเป็นข้อพิสูจน์ว่าเธอได้ปรนนิบัติรับใช้เขาด้วยความจงรักภักดี กล่าวอีกนัยหนึ่งคือ เป็น "การตายขณะที่ยังผูกพันกันอยู่"

บทที่ 23
ข้าพเจ้าเรียนจบได้รับปริญญาบัตร

"เธอไม่ยอมอ่านตำราที่ครูสั่งให้ไปอ่านในวิชาปรัชญา ดีแต่งอมืองอเท้าหวัง พึ่ง 'ญาณทิพย์' ให้ตัวเองสอบผ่าน ถ้าเธอไม่ปรับปรุงตัวเอง ไม่ยอมท่องตำรา อ่านหนังสืออย่างที่นักศึกษาทั่วไปเขาทำกัน ครูจะไม่มีวันยอมปล่อยให้เธอสอบ ผ่านวิชานี้ไปได้แน่"

ศาสตราจารย์ดี.ซี. โฆษาลแห่งวิทยาลัยเซรัมปอร์บอกกับข้าพเจ้าอย่าง เอาจริง ถ้าสอบข้อเขียนปลายภาคในวิชาของท่านไม่ผ่าน ข้าพเจ้าก็จะไม่มีสิทธิ์ เข้าสอบไล่ใหญ่เพื่อจบหลักสูตรได้ เหล่านี้คือระเบียบที่ทางมหาวิทยาลัยกัลกัตตา กำหนดขึ้น วิทยาเขตต่างๆ อย่างวิทยาลัยเซรัมปอร์ก็ต้องปฏิบัติตามการศึกษา ระดับมหาวิทยาลัยในอินเดียนั้น หากนักศึกษาสอบตกวิชาใดวิชาหนึ่งในการสอบ ปลายภาคของหลักสูตรปริญญาตรีเขาก็จะต้องเข้าสอบใหม่หมดทุกวิชาในปีถัดไป

ปกติแล้ว บรรดาคณาจารย์ที่วิทยาลัยต่างก็ให้ความเมตตากรุณาต่อข้าพเจ้า เป็นอันดี แม้จะเห็นขันกันว่า "มุกุณฑะออกจะบ้าศาสนาไปสักหน่อย" และ เพราะคิดเห็นว่าข้าพเจ้าเป็นเช่นนั้น พวกท่านจึงใช้ไหวพริบหลีกเลี่ยง ไม่ถาม คำถามในชั้นเรียนให้ข้าพเจ้าต้องได้อาย และฝากความหวังไว้กับการสอบข้อ เขียนปลายภาคว่าจะลบชื่อข้าพเจ้าออกจากบัญชีว่าที่บัณฑิตได้ ส่วนทรรศนะ ที่เพื่อนนักศึกษามีต่อข้าพเจ้าก็แสดงออกมาอย่างเด่นชัดจากชื่อเล่นที่พวกเขา ตั้งให้กับข้าพเจ้า "นักบวชบ๊อง"

ข้าพเจ้าคิดแผนอันแยบยลขึ้นแก้ลำคำขู่จะให้สอบตกวิชาปรัชญาของ ศาสตราจารย์โฆษาล ก่อนการประกาศผลสอบปลายภาคเพียงไม่กี่วัน ข้าพเจ้า ได้ขอให้เพื่อนร่วมชั้นเรียนคนหนึ่งไปหาท่านศาสตราจารย์ที่ห้องทำงานของ ท่านด้วยกัน

"มาด้วยกันหน่อยเถอะ ฉันอยากได้พยานสักคน" ข้าพเจ้าบอก "ถ้าเฉือนคม อาจารย์ไม่สำเร็จ ฉันคงผิดหวังเป็นบ้า"

ศาสตราจารย์โฆษาลส่ายหน้าหลังข้าพเจ้าเข้าไปถามถึงคะแนนสอบ

"ชื่อเธอไม่ได้อยู่ในกลุ่มของคนที่สอบผ่าน" ท่านว่าด้วยน้ำเสียงของผู้ชนะ แล้วค้นดูกระดาษคำตอบตั้งใหญ่บนโต๊ะ "กระดาษคำตอบของเธอไม่อยู่ที่นี่ด้วยซ้ำ ถึงอย่างไรเธอก็สอบตกเพราะไม่ได้เข้าสอบอยู่ดี"

ข้าพเจ้าหัวเราะหึ ๆ "อาจารย์ครับ ผมมาสอบจริง ๆ ขอผมค้นดูเองได้ไหมครับ?"

ศาสตราจารย์มีทีท่าสับสน แต่ก็อนุญาตให้ตามขอ ข้าพเจ้าค้นเจอกระดาษคำตอบของตนอย่างรวดเร็ว ข้าพเจ้าจงใจไม่เขียนชื่อตนเองลงบนกระดาษ เขียนไว้แต่หมายเลขรหัสนักศึกษาเท่านั้น เมื่อไม่มีชื่อบอกให้รู้ว่านี่คือคนที่ "หมายหัว" เอาไว้ อาจารย์ก็ให้คะแนนคำตอบของข้าพเจ้าสูงมาก ทั้ง ๆ ที่ข้าพเจ้าไม่ได้หยิบยกเอาข้อความในตำรามาอ้างอิงไว้ให้คำตอบดูวิลิศมาหราขึ้นมาแต่อย่างใด[1]

พอรู้ตัวว่าถูกหลอก ศาสตราจารย์โฆษาลก็ร้องออกมาดังลั่นว่า "มันก็แค่โชคช่วยเท่านั้นแหละ!" แล้วเสริมตามมาอย่างมีหวังว่า "คอยให้ถึงตอนสอบจบหลักสูตรก่อนเถอะ ยังไง ๆ เธอก็ตกแน่"

ส่วนการสอบวิชาอื่นนั้น ข้าพเจ้าได้ผู้ที่เป็นทั้งเพื่อนรักและเป็นทั้งญาติอย่างประภาส จันทร โฆษ ลูกชายของลุงสารทะคอยติวข้อสอบให้ ถึงจะลำบากลำบนเอาเรื่อง แต่ข้าพเจ้าก็สอบผ่านทุกวิชามาได้ด้วยเกณฑ์ต่ำสุด

ในที่สุด หลังร่ำเรียนมาสี่ปีเต็ม ข้าพเจ้าก็มีสิทธิ์เข้าสอบเพื่อขอจบหลักสูตรปริญญาตรีจนได้ กระนั้น ข้าพเจ้าก็ไม่เคยคาดคิดเลยว่าตนเองจะมีวาสนาได้เข้าสอบเหมือนคนอื่นเขา การสอบไล่ของวิทยาลัยเซรัมปอร์ถือเป็นแค่เรื่องเด็กเล่นเมื่อเทียบกับการสอบมหาโหดที่มหาวิทยาลัยกัลกัตตาจัดขึ้นสำหรับนักศึกษาที่ต้องการขอจบหลักสูตรปริญญาตรี ตัวข้าพเจ้านั้นแวะเวียนไปหาท่านอาจารย์ศรียุกเตศวรแทบไม่เว้นแต่ละวัน จึงมีเวลาเหลือให้เข้าห้องเรียนน้อยเต็มที วันไหนนึกครึ้มโผล่หน้าไปเข้าเรียน ก็ทำเอาเพื่อนฝูงแตกตื่นกันเป็นแถว

กิจวัตรในแทบจะทุกวันของข้าพเจ้าเริ่มต้นด้วยการปั่นจักรยานออกไปใน

---

1 ข้าพเจ้าต้องให้ความยุติธรรมกับศาสตราจารย์โฆษาลด้วยการยอมรับว่า ความสัมพันธ์ที่ไม่ค่อยดีระหว่างเราไม่ใช่ความผิดของท่านเลยสักนิด เรื่องของเรื่องเป็นเพราะข้าพเจ้าชอบขาดเรียนอยู่เป็นนิจนั่นเอง

ศาสตราจารย์โฆษาลเป็นนักพูดผู้มีวาทศิลป์และมีความรอบรู้ในวิชาปรัชญา จนผ่านไปอีกหลายปี เราทั้งคู่ต่างเข้าใจและเข้ากันได้เป็นอย่างดี

ตอนเช้าเวลาเก้าโมงครึ่ง มือหนึ่งถือของไปบูชาอาจารย์...ก็ดอกไม้สองสามดอกที่เก็บมาจากสวนของหอพักนั่นล่ะ อาจารย์จะต้อนรับข้าพเจ้าด้วยความกรุณา และชวนให้อยู่กินมื้อเที่ยงด้วยกันกับท่าน ซึ่งข้าพเจ้าก็ตอบรับด้วยความเต็มใจทุกครั้งไป นึกดีใจด้วยซ้ำที่ได้ขับไล่ไสส่งเรื่องการเล่าเรียนที่วิทยาลัยในวันนั้นออกไปจากหัว หลังใช้เวลาหลายชั่วโมงอยู่กับอาจารย์ ฟังคำสอนสั่งอันปราดเปรื่องของท่านบ้าง ช่วยการงานต่าง ๆ ในอาศรมบ้าง ข้าพเจ้าจึงจำยอมลาท่านกลับหอพักไปในราวเที่ยงคืน บางครั้ง ข้าพเจ้าจะอยู่ค้างคืนกับท่าน และแสนจะเป็นสุขนักที่ได้สนทนากับท่านจนกระทั่งฟ้าสางตอนไหนก็ไม่ทันได้สังเกต

คืนวันหนึ่ง ราวห้าทุ่ม ขณะที่ข้าพเจ้ากำลังสวมรองเท้า[1] เตรียมจะปั่นจักรยานกลับหอพัก อาจารย์ก็ถามข้าพเจ้าเสียงเคร่ง

“เมื่อไหร่จะเริ่มสอบขอจบหลักสูตร?”

“อีกห้าวันขอรับ”

“ครูหวังว่าเธอคงจะเตรียมตัวพร้อมแล้วนะ”

ข้าพเจ้าตกใจจนชะงักนิ่งมือถือรองเท้าค้างอยู่กลางอากาศ “อาจารย์ขอรับ” ข้าพเจ้าท้วง “อาจารย์ก็ทราบว่ากระผมใช้เวลาอยู่กับท่านมากกว่ากับพวกอาจารย์ในมหาวิทยาลัยเสียอีก เช่นนี้แล้ว กระผมยังจะกล้าเสนอหน้าไปเข้าสอบให้ผู้คนเขาหัวเราะขบขันกันอย่างไรได้?”

สายตาอาจารย์มองจ้องมานั้นแหลมคมเหมือนจะแทงให้ทะลุ “เธอต้องไปเข้าสอบ” น้ำเสียงท่านเด็ดขาดชนิดที่ทำให้ข้าพเจ้าตัวเย็นวาบ “อย่าให้พ่อกับวงศาคณาญาติหาเหตุมาตำหนิเธอได้ว่าที่เป็นอย่างนี้เพราะเธอเอาแต่มาหมกตัวอยู่ที่อาศรม สัญญากับครูสิว่าเธอจะไปสอบ และจะทำข้อสอบให้ดีที่สุดเท่าที่จะทำได้”

ข้าพเจ้าน้ำตาตก อดรู้สึกไม่ได้ว่าคำสั่งของอาจารย์ออกจะเกินไปจริง ๆ แล้วที่ท่านนึกจะมากวดขันข้าพเจ้าเรื่องการเล่าเรียนในเวลานี้ก็ดูเหมือนจะไม่ทันการเสียแล้ว

“ถ้าอาจารย์อยากให้กระผมไปสอบ กระผมก็จะไป” ข้าพเจ้าพูดปนสะอื้น “แต่ตอนนี้ให้เตรียมตัวอย่างไรก็ไม่ทันแล้ว” แล้วข้าพเจ้าก็พึมพำกับตัวเองว่า

---

1 ในอินเดีย สานุศิษย์ต้องถอดรองเท้าก่อนเข้าอาศรมเสมอ

ข้าพเจ้าเรียนจบได้รับปริญญาบัตร 281

ประภาส จันทร โฆษ กับท่านปรมหังสา โยคานันทะ ที่กัลกัตตา เมื่อเดือนธันวาคม 1919 ศรีโฆษเป็นทั้งลูกพี่ลูกน้อง เป็นเพื่อนชั่วชีวิต และเป็นศิษย์ของท่านโยคานันทะ ท่านยังเป็นรองประธานสมาคมโยโคทะสัตสังคะในอินเดียเป็นเวลาเกือบสี่สิบปีจวบจนเสียชีวิตลงในปี 1975

"กระผมจะเอาคำสอนของอาจารย์ไปตอบคำถามในข้อสอบก็แล้วกัน!"

เช้าวันรุ่งขึ้น หลังมาถึงอาศรมในเวลาเดิมเหมือนทุก ๆ วัน ข้าพเจ้าเอาช่อดอกไม้ถวายอาจารย์อย่างเงื่องหงอย อาจารย์หัวเราะขันกับทีท่าหมดอาลัยตายอยากของข้าพเจ้า

"มุกุณฑะ พระเป็นเจ้าเคยทอดทิ้งเธอในยามสอบหรือยามอื่น ๆ กระนั้นหรือ?"

"ไม่เคยขอรับ" ข้าพเจ้าตอบท่านอย่างใจชื้นขึ้นมาทันควัน ความทรงจำอันน่าชื่นใจหวนย้อนคืนกลับมาดังหนึ่งสายน้ำไหล

"ที่เธอเล่าเรียนไม่ได้เรื่องไม่ใช่เพราะเธอขี้เกียจ แต่เป็นเพราะเธอมุ่งมั่นที่จะแสวงหาพระเป็นเจ้าให้พบให้จงได้" อาจารย์บอกอย่างเมตตา หลังเงียบไปครู่หนึ่ง ท่านก็ยกข้อความในพระคัมภีร์มากล่าวอ้าง "'แต่ท่านทั้งหลายจงแสวงหาแผ่นดินของพระเจ้าและความชอบธรรมของพระองค์ก่อน แล้วพระองค์จะทรงเพิ่มเติมสิ่งทั้งปวงเหล่านี้ให้'"[1]

---

1 มัทธิว 6:33

นี่นับเป็นครั้งที่หนึ่งพันแล้วกระมังที่อาจารย์ท่านช่วยปลดเปลื้องความทุกข์อันหนักอึ้งในใจของข้าพเจ้า เรากินมื้อเที่ยงกันเร็วกว่าปกติ หลังอิ่มหนำดีแล้วอาจารย์ก็ไล่ข้าพเจ้ากลับหอพัก

"เพื่อนของเธอที่ชื่อโรเมศ จันทร ดัตต์ ยังอยู่ที่หอพักเดียวกับเธอรึเปล่า?"

"อยู่ขอรับ"

"ไปหาเขา พระเป็นเจ้าจะทรงดลใจเขาให้ช่วยเธอเรื่องการสอบ"

"ขอรับ แต่โรเมศเขายุ่งมากเลย เขาเป็นนักศึกษาเกียรตินิยมของชั้นเรา แล้วเขาก็ลงเรียนหลายวิชาหนักกว่าคนอื่นด้วย"

อาจารย์สยบคำค้านของข้าพเจ้า "โรเมศมีเวลาพอที่จะช่วยเธอแน่ ไปได้แล้ว"

หลังปั่นจักรยานกลับมาถึงหอพัก บุคคลแรกที่ข้าพเจ้าพบในเขตหอพักก็คือโรเมศผู้คงแก่เรียนนั่นเอง ข้าพเจ้าเอ่ยปากขออย่างเคอะเขินให้เขาช่วยติววิชาให้ แต่เขาก็ตกปากรับคำอย่างมีน้ำใจ ราวกับมีเวลาว่างมากมายในช่วงหลายวันนี้กระนั้น

"ได้เลย! ฉันพร้อมช่วยนายเสมอ" แล้วเขาก็ใช้เวลาหลายชั่วโมงในวันนั้นและอีกสามสี่วันต่อมาช่วยทบทวนวิชาต่าง ๆ ให้กับข้าพเจ้า

"ฉันว่าข้อสอบวิชาวรรณคดีอังกฤษจะต้องออกเรื่องเส้นทางการเดินทางของ Childe Harold แน่เลย" โรเมศว่า "เราต้องหาแผนที่มาดูกันเดี๋ยวนี้"

ข้าพเจ้ารีบรุดไปบ้านลุงสารทะ ขอยืมสมุดแผนที่มา โรเมศทำเครื่องหมายเอาไว้ตามสถานที่ต่าง ๆ ในยุโรปที่นักเดินทางผู้แสนจะโรแมนติกของลอร์ดไบรอนเคยแวะเวียนไปเยือน

เพื่อนร่วมชั้นสองสามคนเข้ามาล้อมวงฟังการเก็งข้อสอบด้วย "โรเมศเก็งผิด" เพื่อนคนหนึ่งว่าหลังการติววิชาสิ้นสุดลง "ปกติแล้ว ข้อสอบจะถามเรื่องผลงานแค่ห้าสิบเปอร์เซ็นต์ อีกห้าสิบเปอร์เซ็นต์ที่เหลือจะถามเรื่องชีวิตของนักประพันธ์"

ตอนเข้าสอบวิชาวรรณคดีอังกฤษ ข้าพเจ้ากวาดสายตาดูคำถามแวบแรก น้ำตาแห่งความซาบซึ้งใจก็ไหลพรู ทำให้กระดาษคำตอบเปียกเป็นด่างดวง อาจารย์ผู้คุมสอบเดินมาที่โต๊ะข้าพเจ้า ถามไถ่อย่างเป็นห่วงเป็นใย

"ท่านคุรุผู้ยิ่งใหญ่เคยบอกผมเอาไว้ก่อนหน้านี้ว่าโรเมศจะช่วยผมได้"

ข้าพเจ้าชี้แจง "แล้วดูสิครับ คำถามที่โรเมศเก็งเอาไว้ก็ตรงกับที่มีออกอยู่ในข้อสอบนี้ทั้งนั้นเลย!" จากนั้นจึงกล่าวเสริมว่า "เป็นโชคดีของผมจริง ๆ ที่ข้อสอบปีนี้มีคำถามเรื่องนักประพันธ์ชาวอังกฤษอยู่แค่ไม่กี่ข้อ เพราะผมแทบจะไม่รู้เรื่องราวชีวิตของพวกเขาเอาเสียเลย"

พอกลับมาถึงหอพัก ในหอพักก็ฮือฮาโกลาหลกันยกใหญ่ เพื่อนฝูงที่เคยเย้ยหยันข้าพเจ้าว่าเชื่อมั่นในการติววิชาของโรเมศแบบไม่ลืมหูลืมตา ถึงตอนนี้กลับมาแสดงความยินดีกับข้าพเจ้าเสียหูแทบดับ ตลอดสัปดาห์แห่งการสอบข้าพเจ้ายังคงใช้เวลาติววิชากับโรเมศเสียเป็นส่วนใหญ่ เขาคอยเก็งข้อสอบที่คิดว่าอาจารย์จะเอามาตั้งเป็นคำถามให้ข้าพเจ้ามิได้ขาด แล้วคำถามเหล่านี้ก็มีปรากฏอยู่ในข้อสอบแทบจะคำต่อคำไม่เว้นแม้สักวันเดียว

ทั้งวิทยาลัยโจษกันไปทั่วว่ามีบางอย่างคล้าย ๆ กับปาฏิหาริย์อุบัติขึ้น ความสำเร็จมีทีท่าว่าจะกรายมาเยือนเจ้า "นักบวชบ๊อง" ผู้เอาแต่ใจลอยอยู่เป็นนิจ และข้าพเจ้าเองก็ไม่คิดจะปิดบังข้อเท็จจริงของเรื่องราวในครั้งนี้ แถมคณาจารย์ในวิทยาลัยก็ไม่มีอำนาจจะไปเปลี่ยนข้อสอบของทางมหาวิทยาลัยกัลกัตตาเสียด้วย

แต่มีอยู่เช้าวันหนึ่งข้าพเจ้าหวนคิดถึงการสอบวิชาวรรณคดีอังกฤษ แล้วนึกขึ้นมาได้ว่าตนเองทำพลาดไปอย่างฉกาจฉกรรจ์เสียแล้ว กล่าวคือ ข้อสอบบางข้อจะให้เลือกตอบเป็นสองช่วง คือ A หรือ B และ C หรือ D แทนที่จะเลือกตอบข้อใดข้อหนึ่งในแต่ละช่วง ข้าพเจ้ากลับตอบมันเสียทั้งสองข้อในช่วงแรกแล้วข้ามช่วงที่สองไปอย่างไม่ใส่ใจคำนวณดูแล้ว อย่างดีที่สุดข้าพเจ้าก็ทำได้แค่ 33 คะแนน... น้อยกว่าเกณฑ์ต่ำสุดคือ 36 อยู่ถึงสามคะแนน

ข้าพเจ้ารีบแจ้นไปหาอาจารย์ แล้วเล่าปัญหาให้ท่านฟัง

"อาจารย์ขอรับ กระผมทำพลาดอย่างไม่น่าให้อภัยเลย กระผมไม่คู่ควรจะได้รับพระกรุณาแห่งพระเป็นเจ้าผ่านทางโรเมศเลย ไม่คู่ควรจริง ๆ"

"ทำใจดี ๆ ไว้ มุกุณฑะ" อาจารย์ว่าด้วยน้ำเสียงสบาย ๆ ไม่วิตกกังวลใด ๆ ท่านชี้ขึ้นไปยังเวิ้งฟ้าหลังคาสวรรค์สีน้ำเงิน "จับพระอาทิตย์กับพระจันทร์มาสลับที่กันยังง่ายกว่าที่จะทำให้เธอเรียนไม่จบเสียอีก!"

ข้าพเจ้าออกจากอาศรมมาอย่างสบายใจขึ้น ทั้ง ๆ ที่บวกลบคูณหารดูแล้วก็ยังนึกภาพไม่ออกว่าตัวเองจะสอบผ่านไปได้อย่างไร มีอยู่ครั้งหรือสองครั้งที่

ข้าพเจ้าแหงนมองท้องฟ้าอย่างหวั่นวิตก แต่พระสูรยเทพก็ดูจะประทับอยู่บนวิถีโคจรตามปกติของพระองค์อย่างมั่นคงดีอยู่

พอกลับมาถึงหอพัก ก็ได้ยินเสียงเพื่อนร่วมชั้นคนหนึ่งลอยมาเข้าหู "ฉันเพิ่งรู้มาว่าปีนี้เป็นปีแรกที่ทางวิทยาลัยจะปรับลดเกณฑ์คะแนนสอบผ่านวิชาวรรณคดีอังกฤษลง"

ข้าพเจ้าถลันเข้าไปในห้องของเพื่อนคนนั้นอย่างพรวดพราด ทำเอาเจ้าของห้องหันขวับมาด้วยความตกใจ ข้าพเจ้าละล่ำละลักถามความเอากับเขาทันที

"สันนยาสีผมยาว" เขาพูดปนหัวเราะ "นึกยังไงถึงเกิดจะสนใจเรื่องคะแนนขึ้นมา? แล้วจะมาร้องโวยวายเอาอะไรจนป่านนี้ หา? แต่ก็ใช่ เกณฑ์สอบผ่านจะปรับลดลงมาอยู่ที่ 33 คะแนนจริง ๆ"

ข้าพเจ้าเดินตัวลอยกลับไปที่ห้องของตัวอย่างเบิกบานใจ เข้าห้องได้ก็คุกเข่าลงสวดสรรเสริญความแม่นยำในการคำนวณแห่งองค์พระเป็นเจ้าในทันที

ในแต่ละวัน ข้าพเจ้าแสนจะเป็นสุขจากการตระหนักรู้อยู่ทุกขณะจิตว่าพระองค์ประทับอยู่กับข้าพเจ้า ทั้งยังรู้สึกได้ว่าทรงชี้แนะข้าพเจ้าผ่านทางโรเมศ แล้วเหตุการณ์อันเปี่ยมไปด้วยความสำคัญก็อุบัติขึ้นโดยเกี่ยวเนื่องกับการสอบวิชาภาษาเบงกาลีของข้าพเจ้า เรื่องมีอยู่ว่าโรเมศไม่ได้ติววิชานี้ให้กับข้าพเจ้า แต่เช้าวันหนึ่ง เขาก็มาร้องเรียกข้าพเจ้าเอาตอนข้าพเจ้าออกจากหอพัก กำลังจะมุ่งหน้าไปห้องสอบพอดี

"โรเมศตะโกนเรียกนายอยู่แน่ะ" เพื่อนร่วมชั้นคนหนึ่งบอกอย่างรำคาญเต็มแก่ "อย่าย้อนกลับไปนะ ไม่งั้นล่ะเป็นได้เข้าห้องสอบสายแน่"

แต่ข้าพเจ้าไม่ฟัง วิ่งกลับเข้าไปในหอพักทันที

"ปกติแล้ว เด็กเบงกอลอย่างพวกเรามักสอบผ่านวิชาภาษาเบงกาลีกันได้สบาย ๆ" โรเมศว่า "แต่ฉันมีลางสังหรณ์ว่าปีนี้ พวกอาจารย์อาจวางแผน 'ฆาตกรรมหมู่' พวกนักศึกษาโดยหยิบเอาหนังสืออ่านนอกเวลามาออกเป็นข้อสอบ" ว่าแล้ว เขาก็เล่าตำนานสองเรื่องจากชีวประวัติของวิทยสาครให้ฟังคร่าว ๆ วิทยสาครเป็นคหบดีชาวเบงกอลยุคศตวรรษที่ 19 ผู้มีชื่อเลื่องลือในด้านความใจบุญสุนทาน

ข้าพเจ้าขอบคุณโรเมศแล้วรีบปั่นจักรยานไปเข้าสอบ พอเข้าห้องสอบก็พบ

ว่าข้อสอบวิชาภาษาเบงกาลีมีคำถามอยู่สองส่วน ส่วนแรกสั่งว่า "จงยกตัวอย่างความใจบุญของวิทยสาครมาสองเรื่อง"[1] ขณะก้มหน้าเขียนตำนานที่เพิ่งได้รู้มาลงบนกระดาษคำตอบ ข้าพเจ้าก็พึมพำขอบคุณพระเป็นเจ้าที่ทรงดลใจให้ข้าพเจ้าใส่ใจกับเสียงเรียกในนาทีสุดท้ายของโรเมศ หากข้าพเจ้าหันหลังให้กับการทำกุศลของวิทยสาคร (ซึ่งตอนนี้ข้าพเจ้าก็นับเป็นหนึ่งในผู้ที่ได้รับผลจากกุศลนั้นด้วย) ข้าพเจ้าก็คงสอบวิชาภาษาเบงกาลีไม่ผ่านเป็นแน่

ข้อสอบส่วนที่สองสั่งว่า "จงเขียนบทความเป็นภาษาเบงกาลี ว่าด้วยชีวิตของบุคคลผู้เป็นแรงบันดาลใจอันสำคัญยิ่งของท่าน" ท่านผู้อ่านที่รักทั้งหลาย ข้าพเจ้าคงไม่ต้องบอกท่านกระมังว่าข้าพเจ้ายกเอาท่านผู้ใดมาเป็นหัวข้อของความเรียงเรื่องนี้ ขณะที่เขียนเรื่องราวสรรเสริญท่านผู้เป็นคุรุหน้าแล้วหน้าเล่า ข้าพเจ้าก็อดที่จะยิ้มออกมาไม่ได้เมื่อนึกขึ้นมาว่า ถ้อยคำที่เคยพูดงึมงำกับตัวเองว่า "กระผมจะเอาคำสอนของอาจารย์ไปตอบคำถามในข้อสอบก็แล้วกัน!" สุดท้ายก็กลายมาเป็นจริงจนได้

ส่วนวิชาปรัชญานั้น ข้าพเจ้าไม่คิดจะถามอะไรโรเมศ เพราะมั่นใจในการอบรมบ่มสอนอันยาวนานของท่านคุรุศรียุกเตศวร จึงหันหลังให้กับคำอรรถาธิบายในตำราได้อย่างสบายใจ วิชาปรัชญาเป็นวิชาที่ข้าพเจ้าทำคะแนนสอบได้สูงสุด ในขณะที่วิชาอื่นที่เหลือทำได้แค่ผ่านเกณฑ์ต่ำสุดอย่างเฉียดฉิวเท่านั้น

และข้าพเจ้าก็ยินดีนักที่จะแจ้งไว้ ณ ที่นี้ว่า โรเมศ เพื่อนผู้งามน้ำใจของข้าพเจ้าสำเร็จการศึกษาด้วยเกียรตินิยมอันดับหนึ่ง

พ่อยิ้มร่าที่รู้ว่าข้าพเจ้าเรียนสำเร็จ "พ่อไม่คิดว่าลูกจะสอบผ่านด้วยซ้ำมุกุณฑะ" ท่านสารภาพ "ลูกใช้เวลาอยู่กับคุรุของลูกมากจนพ่อใจฝ่อ" อาจารย์จับข้อวิตกวิจารณ์ในใจของพ่อได้ไม่ผิดเลยจริง ๆ

หลายปีมานี้ข้าพเจ้าเฝ้าแต่กังขาว่า จะมีวันได้เห็นชื่อตนเองมีคำว่า ศบ. ห้อยท้ายหรือไม่หนอ และทุกครั้งที่เขียนคำว่า ศบ. ต่อท้ายชื่อ ข้าพเจ้าจะคิดอยู่

---

1 ข้าพเจ้าจำคำสั่งแบบคำต่อคำไม่ได้ จำได้แต่ว่าเป็นคำสั่งเกี่ยวกับเรื่องราวของท่านวิทยสาครที่โรเมศเพิ่งเล่าให้ข้าพเจ้าฟังมาหมาด ๆ

เนื่องจากความรอบรู้และคงแก่เรียนของท่าน ผู้คนในเบงกอลจึงเรียกท่านบัณฑิตอิศวร จันทรว่า*วิทยสาคร* ("มหาสมุทรแห่งความรู้")

เสมอว่ามันเป็นของขวัญที่พระเป็นเจ้าประทานให้ด้วยเหตุผลบางประการที่ตัวข้าพเจ้าเองก็ไม่รู้ชัด บางครั้งเมื่อได้ยินพวกบัณฑิตพูดกันว่าพอเรียนจบ ความรู้ที่ตะบี้ตะบันเรียนกันมาก็หนีกลับเข้าหม้อจนแทบไม่เหลือ คำสารภาพดังกล่าวทำให้ข้าพเจ้ารู้สึกดีกับความอ่อนเรียนของตนขึ้นมาเล็กน้อย

ในวันที่ข้าพเจ้ารับปริญญาจากมหาวิทยาลัยกัลกัตตาในเดือนมิถุนายน ค.ศ. 1915 นั้น ข้าพเจ้าคุกเข่าลงแทบเท้าท่านคุรุศรียุกเตศวร กราบขอบพระคุณท่านสำหรับพรอันประเสริฐที่ถ่ายเทจากชีวิตของท่าน[1] มายังชีวิตของข้าพเจ้า

"ลุกขึ้นเถิด มุกุณฑะ" อาจารย์พูดแบบเอาอกเอาใจ "พระเป็นเจ้าทรงเล็งเห็นว่าการช่วยให้เธอเรียนจบยังง่ายกว่าการจับพระอาทิตย์กับพระจันทร์มาสลับที่กันเสียอีก!"

---

1 อำนาจที่มีเหนือจิตใจของผู้อื่น ตลอดจนความเป็นไปของเหตุการณ์ต่าง ๆ เรียกว่า *วิภูติ* (อำนาจอันเกิดจากการปฏิบัติโยคะ) มีอรรถาธิบายอยู่ในคัมภีร์*โยคสูตร* อัธยายะที่ 3 บทที่ 24 ของปตัญชลี ว่าเป็นผลมาจาก "ความสอดคล้องแห่งจักรวาล" (หนังสือด้านวิชาการว่าด้วยเรื่องโยคสูตรอีกสองเล่มคือ *Yoga-System of Patanjali* [Vol.17, Oriental Series, Harvard Univ.] และ *Dasgupta's Yoga Philosophy* (Trubner's, London)]

คัมภีร์ทั้งหลายล้วนอ้างว่าพระเป็นเจ้าทรงสร้างมนุษย์ขึ้นตามพระฉายาของพระองค์ อำนาจที่ควบคุมจักรวาลดูเหมือนจะเป็นอำนาจเหนือธรรมชาติ แต่ในความเป็นจริง อำนาจดังกล่าวเป็นของที่มีอยู่อย่างถาวรและเป็นธรรมชาติวิสัยของบุคคลผู้รำลึกถึงทิพยกำเนิดแห่งตนได้โดยถูกต้องอยู่แล้ว บุคคลผู้ตระหนักรู้ในองค์พระเป็นเจ้าอย่างท่านคุรุศรียุกเตศวรเป็นผู้ปราศจากความยึดมั่นในอัตตา (*อหังการ*) และไม่คิดปรารถนาสิ่งใดเพื่อตนเอง การกระทำของครูบาอาจารย์ที่แท้จริงย่อมสอดคล้องกับ*ฤต* (กฎหรือครรลองแห่งธรรมชาติ) โดยไม่ต้องใช้ความพยายามใด ๆ ดังเช่นที่อีเมอร์สันเคยกล่าวเอาไว้ว่า "บุคคลผู้ประเสริฐหาใช่เป็นแค่บุคคลผู้มีคุณธรรมไม่ แต่ย่อมกลายเป็นตัวคุณธรรมเสียเอง เมื่อนั้น ย่อมถือเป็นที่สุดแห่งการสร้างสรรค์ และพระเป็นเจ้าย่อมทรงพอพระทัยยิ่ง"

บุคคลผู้เข้าถึงพระเป็นเจ้าย่อมสามารถแสดงปาฏิหาริย์ได้ เพราะเขาย่อมเข้าใจกฎอันละเอียดอ่อนในการสร้างสรรค์ดุจเดียวกับพระคริสต์ แต่ใช่ว่าครูบาอาจารย์จะเลือกแสดงอำนาจอันมหัศจรรย์นี้ให้เป็นที่ประจักษ์เสียทุกท่านไป (ดูหน้า 296.1) ผู้บรรลุธรรมย่อมมีวิธีสำแดงออกซึ่งองค์พระเป็นเจ้าในแบบฉบับของตน การแสดงออกซึ่งความเป็นปัจเจกนี้เป็นเรื่องธรรมดาของโลกที่แม้แต่ทรายเม็ดเล็ก ๆ ก็ยังหาที่เหมือนกันจริง ๆ ไม่ได้แม้เพียงคู่เดียว

เราไม่สามารถนำกฎเกณฑ์อันแน่นอนตายตัวมากำหนดพฤติกรรมของโยคีผู้รู้แจ้งในพระเป็นเจ้าได้ บางท่านเลือกที่จะแสดงปาฏิหาริย์ให้คนประจักษ์ อีกหลายท่านไม่ทำ หลายท่านอยู่เฉย ๆ แต่ก็มีอีกไม่น้อย (เช่นท้าวชนกแห่งอินเดียยุคโบราณและเซนต์เทเรซ่าแห่งอาบีลา) ที่มีกิจการงานในความรับผิดชอบอยู่มากมาย โยคีบางท่านก็เผยแผ่คำสอน จาริกไปตามที่ต่าง ๆ และรับศิษย์เข้าสำนัก ในขณะที่อีกหลายท่านเลือกที่จะใช้ชีวิตอันสงบ ไม่ข้องเกี่ยวกับผู้คนเหมือนหนึ่งเป็นเพียงเงาเท่านั้น ไม่มีนักวิจารณ์ที่เป็นแค่ปุถุชนคนใดจะเข้าใจม้วนบันทึกบัญชีกรรมในอดีตชาติอันลี้ลับได้ กระทั่งโยคีผู้บรรลุธรรมแต่ละท่านก็มีวิถีชีวิตที่ต่าง ๆ กัน

บทที่ 24

ข้าพเจ้าบวชเข้าสำนักสวามี

"พ่อรบเร้าจะให้กระผมเข้าทำงานในตำแหน่งผู้บริหารของบริษัทเดินรถไฟเบงกอล-นาคปุระให้ได้ แต่กระผมปฏิเสธพ่อไปเป็นคำขาดแล้ว" แล้วข้าพเจ้าก็ถามต่ออย่างวาดหวังว่า "อาจารย์ขอรับ อาจารย์จะไม่บวชกระผมเข้าสำนักสวามีจริง ๆ หรือขอรับ?" ข้าพเจ้ามองท่านด้วยสายตาวิงวอน ตลอดหลายปีที่ผ่านมาอาจารย์เอาแต่ปฏิเสธคำขอทำนองนี้เพราะต้องการทดสอบความมุ่งมั่นของข้าพเจ้า แต่วันนี้ ท่านกลับยิ้มให้ด้วยความเมตตา

"ตกลง พรุ่งนี้ครูจะบวชเธอเข้าสำนักสวามี" แล้วท่านก็พูดต่อด้วยน้ำเสียงอันราบเรียบว่า "ครูดีใจที่เธอยังมั่นคงในความประสงค์ที่จะบวชเป็นสวามี ท่านคุรุลาหิริ มหัสยะมักพูดเสมอว่า 'หากไม่ทูลเชิญพระเป็นเจ้าให้เสด็จมาเยือนเจ้าในยามคิมหันต์ พระองค์ย่อมไม่เสด็จมาหายามเมื่อชีวิตเจ้าล่วงเข้าสู่ฤดูเหมันต์'"

"อาจารย์ขอรับ กระผมไม่มีวันสละละทิ้งความคิดที่จะบวชเป็นสวามีเหมือนดังเช่นอาจารย์ผู้ทรงไว้ซึ่งศีลาจารวัตรอันน่าเลื่อมใสไปได้หรอกขอรับ" ข้าพเจ้ายิ้มให้ท่านด้วยความเคารพรักและเทิดทูน

"ฝ่ายคนที่ไม่มีภรรยาก็สาละวนในการงานขององค์พระผู้เป็นเจ้า เพื่อจะทำสิ่งซึ่งเป็นที่พอพระทัยขององค์พระผู้เป็นเจ้า แต่คนที่มีภรรยาแล้วก็สาละวนในการงานของโลกนี้เพื่อจะทำสิ่งที่ภรรยาพอใจ"[1] ข้าพเจ้าพิเคราะห์ดูชีวิตของเพื่อนฝูงหลายคนที่เคยได้อบรมบ่มจิตในทางธรรมมาก่อนที่จะไปแต่งงานมีครอบครัว เมื่อต้องลงไปแหวกว่ายอยู่ในกระแสธารแห่งความรับผิดชอบในทางโลก ความแน่วแน่ในการเจริญสมาธิให้ยิ่ง ๆ ขึ้นไปก็เลือนหาย

การจัดลำดับพระเป็นเจ้าเป็นที่สอง[2]รองจากสิ่งอื่นในชีวิต เป็นเรื่องที่ข้าพเจ้านึกภาพไม่ออกเลยจริง ๆ พระองค์ทรงเป็นเจ้าแห่งจักรวาลเพียงหนึ่งเดียว

---

1 1 โครินธ์ 7:32–33

2 "บุคคลผู้วางพระเป็นเจ้าไว้เป็นอันดับสองรองจากสิ่งอื่น บุคคลนั้นหาได้เคารพเทิดทูนพระองค์ไม่"—รัสกิน

ทรงประทานของขวัญให้กับมนุษย์โดยมิได้ทรงป่าวประกาศมาไม่รู้กี่ชาติกี่ภพ สิ่งเดียวที่มนุษย์จะตอบแทนพระองค์ได้... คือความรัก ซึ่งเขามีอำนาจที่จะถวายหรือไม่ถวายให้กับพระองค์ก็ได้

ทรงแบกรับความทุกข์ทรมานอันไม่มีที่สิ้นสุดจากการซ่อนองค์อยู่ในอณูของสรรพสิ่งที่ทรงสรรค์สร้างก็ด้วยเหตุเดียว ด้วยพระประสงค์เดียวเท่านั้น นั่นคือ ทรงประสงค์ให้มนุษย์แสวงหาพระองค์ด้วยเจตจำนงของตนจริง ๆ ภายใต้ความถ่อมตนในทุก ๆ ประการ สิ่งที่แฝงเร้นอยู่ในเบื้องลึกคือมหิทธานุภาพอันยิ่งใหญ่ไพศาล

วันรุ่งขึ้นเป็นอีกวันหนึ่งที่ข้าพเจ้าจดจำได้ไม่มีวันลืม เป็นวันพฤหัสบดีที่ท้องฟ้าสดใส ตะวันฉายแสงจ้าในเดือนกรกฎาคม ค.ศ.1915 หลังข้าพเจ้าเรียนจบได้ไม่กี่สัปดาห์ บนระเบียงด้านในของอาศรมที่เซรัมปอร์ อาจารย์ได้นำผ้าไหมสีขาวผืนใหม่มาย้อมให้เป็นสีฝาด อันเป็นสีประจำตัวของนักบวชในสำนักสวามี หลังตากจนแห้งแล้วท่านก็นำผ้าผืนนี้มาห่มให้กับข้าพเจ้าเยี่ยงอาภรณ์ของผู้สละแล้วซึ่งทางโลกทั้งหลาย

"วันหนึ่งเธอจะได้เดินทางไปยังโลกตะวันตก คนที่นั่นนิยมผ้าไหมกันมากกว่า" อาจารย์ว่า "แทนที่จะใช้ผ้าฝ้ายตามธรรมเนียมเดิม ครูจึงเลือกผ้าไหมมาทำเป็นผ้ากาสายะให้เธอเพื่อเป็นสัญลักษณ์"

ในอินเดียที่ซึ่งนักบวชทั้งหลายยึดถือหลักในการดำรงชีวิตอย่างสมถะไม่ฝักใฝ่ในทรัพย์สินศฤงคาร ภาพสวามีครองผ้ากาสายะไหมจึงไม่ใช่ภาพที่ผู้คนคุ้นตากัน กระนั้นก็ยังมีโยคีอีกหลายท่านที่นุ่งห่มผ้าไหม เพราะผ้าไหมช่วยรักษากระแสอันละเอียดอ่อนบางอย่างในร่างกายเอาไว้ได้ดีกว่าผ้าฝ้าย

"ครูไม่ชอบงานพิธีรีตอง" อาจารย์บอก "ครูจะบวชให้เธอแบบ*พิทวัต* (ไม่ต้องทำพิธีใด ๆ)"

*พิพิทิสะ*หรือพิธีบวชเข้าสำนักสวามีนั้น เป็นพิธีที่มีขั้นตอนมากมาย เริ่มจากพิธีประชุมเพลิง ซึ่งนำเอาพิธีฌาปนกิจศพแบบหลอก ๆ มากระทำกันเป็นสัญลักษณ์ โดยสมมติร่างของศิษย์เป็นซากศพ ถูกนำขึ้นเผาด้วยไฟแห่งปัญญา สวามีบวชใหม่จะสาธยายมนต์ในทำนอง "*อาตมัน*นี้คือพรหม"[1] หรือ "พระองค์

---

1 แปลว่า "วิญญาณนี้คือพระเป็นเจ้า" พระผู้เป็นดวงวิญญาณสูงสุดซึ่งไม่มีใครสร้างขึ้น มิได้ตก

คือสิ่งนั้น” หรือ “ข้าพเจ้าคือพระองค์” แต่อาจารย์ท่านนิยมความเรียบง่าย จึงละเสียซึ่งแบบแผนและพิธีการทั้งปวง ที่ท่านทำก็แค่บอกข้าพเจ้าให้เลือกชื่อใหม่ให้กับตัวเอง

“ครูจะให้สิทธิพิเศษแก่เธอ โดยให้เธอเลือกชื่อที่จะใช้ด้วยตัวเอง” ท่านว่ายิ้ม ๆ

“โยคานันทะขอรับ”[1] ข้าพเจ้าตอบหลังหยุดคิดนิดหนึ่ง ชื่อนี้มีความหมายว่า “ปีติ (*อานันทะ*) จากการร่วมเป็นหนึ่งเดียวกับพระเป็นเจ้า (*โยคะ*)”

“ได้ เลิกใช้ชื่อมุกุณฑะ ลาล โฆษ ที่ได้จากครอบครัวเสีย นับจากนี้ไป เธอคือโยคานันทะแห่งสำนักสวามีสายคีรี”

ขณะคุกเข่าลงเบื้องหน้าท่านคุรุศรียุกเตศวร ได้ยินท่านเอ่ยนามใหม่ของข้าพเจ้าเป็นครั้งแรก ใจข้าพเจ้าก็ให้สำนึกในพระคุณของท่านยิ่งนักที่ท่านยอมทุ่มเทแรงกายแรงใจอย่างไม่รู้จักเหน็ดเหนื่อย เฝ้าอบรมสอนสั่งด้วยความรักอันเปี่ยมล้น เพื่อที่สักวันหนึ่งข้างหน้า เด็กชายมุกุณฑะจะได้กลายมาเป็นสวามีโยคานันทะ! ข้าพเจ้าสาธยายบทสวดภาษาสันสกฤตของท่านศังกราจารย์[2] ด้วยใจที่เปี่ยมสุข

อยู่ภายใต้เงื่อนไขใด ๆ ทั้งสิ้น (*เนติ เนติ* หมายถึง มิใช่สิ่งนี้มิใช่สิ่งนั้น) แต่ในคัมภีร์เวทานตะ มักเอ่ยถึงในชื่อ *สัต – จิต – อานันทะ* หมายถึง *สัต* คือความจริงที่ปรากฏว่าพระเป็นเจ้าทรงมีอยู่ตลอดกาล *จิต* คือจิตสำนึกแห่งปัญญาอันสถาพร *อานันทะ* คือความปีติไม่ซ้ำกันและไม่หมดสิ้น

1 โยคานันทะเป็นชื่อที่นิยมใช้กันมากในหมู่สวามี

2 ผู้คนนิยมเรียกท่านศังกรว่า ศังกราจารย์ คำว่า *อาจารย์* หมายถึง “ครูทางธรรม” ยุคสมัยที่ท่านมีชีวิตอยู่ยังคงเป็นประเด็นถกเถียงกันมากในหมู่ผู้รู้ทั้งหลาย พงศาวดารบางฉบับระบุว่ายอดปราชญ์ผู้เชื่อในสัจธรรมเพียงหนึ่งเดียวท่านนี้มีชีวิตอยู่ในศตวรรษที่ 6 ก่อนคริสตกาล ท่านอานันทคีรียืนกรานว่าน่าจะเป็นช่วง 44–12 ปีก่อนคริสตกาล ในขณะที่นักประวัติศาสตร์ชาวตะวันตกกำหนดว่าท่านน่าจะมีชีวิตอยู่ในช่วงศตวรรษที่ 8 หรือต้นศตวรรษที่ 9 มากกว่า นับเป็นการคาดเดากันไปหลากยุคหลายสมัยอย่างยิ่ง!

ท่านชคัทคุรุศรีศังกราจารย์แห่งโควรรธันมัฐในเมืองปุรีผู้ล่วงลับไปแล้ว คือท่านอาจารย์ภารตี กฤษณะ ตีรถะ ได้มาเยือนอเมริกาในปี 1958 นานสามเดือนเต็ม นับเป็นครั้งแรกที่ท่านผู้ดำรงตำแหน่งศังกราจารย์ได้เดินทางมาเยือนโลกตะวันตก โดยมีเซลฟ์ รีอะไลเซชั่น เฟลโลว์ชิพ (SRF) เป็นผู้รับผิดชอบดูแลการมาเยือนครั้งประวัติศาสตร์นี้ ท่านชคัทคุรุได้ไปปาฐกถาที่มหาวิทยาลัยชั้นนำของอเมริกาหลายแห่ง และเข้าร่วมการเสวนาในหัวข้อเรื่องสันติสุขของโลกกับนักประวัติศาสตร์ชื่อดังอย่าง ดร.อาร์โนลด์ ทอยน์บี ด้วย

ในปี 1959 ท่านศรีศังกราจารย์แห่งปุรีได้ตอบรับคำเชิญของท่านศรีทยมาตา ผู้ดำรงตำแหน่ง

จิตที่รู้สึก มิใช่สติปัญญา มิใช่อัตตา
ข้าคือฟ้า หาใช่ดิน หาใช่โลหะ
ข้าคือพระองค์ ข้าคือพระองค์ พระวิญญาณอันศักดิ์สิทธิ์ ข้าคือพระองค์!
ข้าไร้เกิด ไร้ดับ ไร้ชั้นวรรณะ
ไร้ทั้งบิดร ไร้ทั้งมารดา
ข้าคือพระองค์ ข้าคือพระองค์ พระวิญญาณอันศักดิ์สิทธิ์ ข้าคือพระองค์!
ข้าพ้นแล้วซึ่งความเพ้อฝัน ไร้รูปแลร่าง
ซึมซ่านอยู่ทั่วทุกองคาพยพของสรรพชีวิต
มิคิดหวาดหวั่นต่อพันธนาการ ด้วยข้าเป็นอิสระ อิสระชั่วกาล
ข้าคือพระองค์ ข้าคือพระองค์ พระวิญญาณอันศักดิ์สิทธิ์ ข้าคือพระองค์!

สวามีทั้งหมดสังกัดอยู่ในสำนักสวามีซึ่งผู้คนในอินเดียยกย่องนับถือกันมาแต่โบราณกาล และเมื่อหลายร้อยปีก่อนก็ได้ท่านศังกราจารย์ช่วยปรับปรุงฟื้นฟูจนมีสภาพเช่นในปัจจุบัน โดยอยู่ภายใต้การนำของครูบาอาจารย์ผู้น่าเคารพเลื่อมใสสืบต่อกันนับจากนั้นเป็นต้นมา (ครูบาอาจารย์เหล่านี้จะสืบทอดตำแหน่งชคัทคุรุศรีศังกราจารย์สืบต่อกันจากรุ่นสู่รุ่น) นักบวชของสำนักสวามีมีอยู่มากมาย อาจนับได้ถึงหนึ่งล้านรูป ในการบวชเข้าสำนักสวามีนั้น ผู้ต้องการบวชจะต้องปฏิบัติตามข้อกำหนดให้ได้เสียก่อน สวามีในสำนักจึงจะยอมบวชให้ สวามีทั้งหมดในสำนักสวามีจึงสืบสายทางธรรมย้อนกลับไปถึงคุรุท่านเดียวกันนั่นคือ ท่านอาทิ ("แรก/หนึ่ง") ศังกราจารย์ เหล่าสวามีล้วนปวารณาตนจะดำรงชีวิตอยู่อย่างสมณะ (ไม่ยึดติดในทรัพย์ศฤงคาร) ยึดถือพรหมจรรย์และเคารพเชื่อฟังผู้นำทางจิตวิญญาณของตน สำนักสงฆ์คาทอลิกของชาวคริสต์เองก็มีความคล้ายคลึงกับสำนักสวามีอันเก่าแก่ของทางอินเดียเราอยู่หลายประการ

ชื่อของสวามีจะมีการเติมสร้อยคำเข้าไปทางข้างท้ายเพื่อบ่งบอกว่าท่านสังกัดอยู่ในสำนักสวามีสายใดในสิบสายย่อย *ทศนามี* หรือนิกายย่อยทั้ง

ประธานในขณะนั้น ให้มาเป็นตัวแทนของเหล่าคุรุแห่งเซลฟ์ รีอะไลเซชั่น เฟลโลว์ชิพ (SRF)/สมาคมโยโคทะสัตสังคะแห่งอินเดียในการบวชสวามีของสมาคมโยโคทะสัตสังคะสองรูป โดยท่านได้ประกอบพิธีในเทวาลัยศรียุกเตศวรที่อาศรมโยโคทะสัตสังคะในเมืองปุรี (*หมายเหตุจากผู้จัดพิมพ์*)

สิบสายนี้ประกอบด้วยสาย*คีรี* (ภูเขา) ซึ่งเป็นสายของท่านสวามีศรียุกเตศวรคีรีกับข้าพเจ้าเอง สาย*สาคร* (ทะเล) *ภารตี* (แผ่นดิน) *ปุรี* (เมือง) *สรัสวตี* (ปัญญาแห่งธรรมชาติ) *ตีรถะ* (ปุญญสถาน) และ*อารัณยะ* (ป่า)

ชื่อทางธรรมของสวามีที่มักลงท้ายด้วยคำว่า *อานันทะ* (ปีติสูงสุด) เป็นเครื่องบ่งถึงความมุ่งมาดปรารถนาที่จะปลดปล่อยตนเองให้เป็นอิสระโดยอาศัยมรรค สภาวะ หรือทิพยอำนาจ ... ไม่ว่าจะเป็นความรัก ปัญญา การแยกแยะสิ่งควรไม่ควร การอุทิศตน การช่วยเหลือเพื่อนมนุษย์ หรือการปฏิบัติโยคะ ชื่อของสวามีจึงแสดงถึงความสอดคล้องเป็นหนึ่งเดียวกับพระผู้สร้างธรรมชาติ

คติในการทำงานเพื่อเพื่อนมนุษย์โดยไม่คำนึงถึงตนเอง การละทิ้งความผูกพันส่วนตัว และการละเสียซึ่งความทะยานอยากทั้งปวง ทำให้สวามีส่วนใหญ่หันมาจับงานด้านการสงเคราะห์เพื่อนมนุษย์และการศึกษาในอินเดียกันอย่างแข็งขัน และบางครั้งก็อาจข้ามไปทำในต่างประเทศด้วย สวามีต้องละซึ่งอคติในเรื่องวรรณะ ศรัทธา ชนชั้น สีผิว เพศ และเผ่าพันธุ์ ยึดมั่นในหลักภราดรภาพแห่งมนุษยชาติ และถือเอาการรวมเข้ากับพระเป็นเจ้าคือเป้าหมายสูงสุด ความคิดที่ติดตรึงอยู่ในจิตสำนึกทั้งยามหลับและยามตื่นคือ “ข้าพระบาทคือพระองค์” สวามีย่อมท่องไปในโลกด้วยใจที่เป็นสุข มิใช่ด้วยใจที่ยินดีในทางโลก ด้วยเหตุนี้ จึงควรแก่คำเรียกหาว่า *สวามี* ซึ่งแปลว่าผู้แสวงหาความเป็นหนึ่งเดียวกับ *สว* (วิญญาณ)

ท่านคุรุศรียุกเตศวรเป็นทั้งสวามีและโยคี ถ้าจะว่ากันตามแบบแผนแล้ว สวามีก็คือนักบวชในสังกัดของสำนักที่มีระเบียบกฎเกณฑ์อันน่าเคารพเลื่อมใส แต่สวามีใช่จะเป็นโยคีเสมอไป ผู้ใดฝึกฝนปฏิบัติตามโยควิธีที่ต้องอาศัยทักษะความชำนาญเพื่อให้เข้าถึงพระเป็นเจ้า ผู้นั้นย่อมได้ชื่อว่าเป็นโยคี ผู้เป็นโยคีอาจมีภรรยาหรือไม่มีก็ได้ เป็นฆราวาสที่ติดข้องอยู่กับความรับผิดชอบในทางโลกหรือเป็นนักบวชเต็มตัวก็ได้เช่นกัน

ผู้เป็นสวามีอาจเลือกได้แต่เฉพาะทางเดินของกระบวนการใช้ความคิดและเหตุผลที่ดูแห้งแล้ง กับการดำเนินชีวิตที่อ้างว้างเยียบเย็นจากการสละแล้วซึ่งทางโลก แต่โยคีนั้นจะมีวิธีฝึกฝนอบรมกายและจิตที่เด่นชัด เป็นขั้นเป็นตอนจนวิญญาณสามารถปลดเปลื้องพันธนาการออกได้ทีละเล็กทีละน้อย โยคีมิได้

หวังพึ่งอารมณ์ความรู้สึกหรือศรัทธาปสาทะ แต่จะฝึกฝนจิตตามแนวทางที่เหล่าฤษีในสมัยโบราณได้คิดค้นวางหลักเกณฑ์เอาไว้อย่างละเอียด และได้ผ่านการทดสอบมาเป็นที่เรียบร้อยแล้ว ไม่ว่าจะเป็นยุคใดสมัยใดในอินเดีย โยคะก็ได้ผลิตโยคีผู้หลุดพ้นเข้าถึงพระเป็นเจ้าได้อย่างแท้จริงมานักต่อนักแล้ว

เช่นเดียวกับศาสตร์แขนงอื่น โยคะเองก็ใช้ได้ผลกับผู้คนในทั่วทุกหนแห่งและทุกกาลเวลา มีนักเขียนไม่รู้จริงบางรายนำเสนอทฤษฎีที่ว่าโยคะเป็นศาสตร์ "อันตราย" และ "ไม่เหมาะ" กับชาวตะวันตก แต่นั่นเป็นความคิดที่ผิดมหันต์ ทั้งยังชักจูงผู้สนใจศึกษาศาสตร์แขนงนี้ให้ผละจากการแสวงหาคุณประโยชน์อันมากมายของโยคะไปอย่างน่าเสียดาย

โยคะคือวิธีสะกดความคิดอันแส่ส่ายตามธรรมชาติของมนุษย์ให้หยุดนิ่ง ความคิดเหล่านี้เป็นอุปสรรคขัดขวางหมู่มวลมนุษย์ในทั่วทุกแดนดินมิให้สามารถมองเห็นธรรมชาติอันแท้จริงของพระเป็นเจ้าได้ โยคะก็เป็นเฉกเช่นเดียวกับแสงอันทรงคุณของดวงอาทิตย์ในแง่ที่ให้คุณประโยชน์ต่อมนุษย์ทั้งในโลกตะวันออกและตะวันตกอย่างเท่าเทียมกัน ความคิดของคนส่วนใหญ่วุ่นวายและแปรเปลี่ยนไปตามอารมณ์ จึงมีความจำเป็นต้องพึ่งโยคะที่เป็นศาสตร์แห่งการควบคุมจิตอย่างชัดแจ้ง

ฤษีในยุคโบราณนามว่าปตัญชลี[1]ได้ให้นิยามโยคะว่าเป็น "การปรับกระแสอันผันผวนในจิตสำนึกให้สงบลง"[2] งานเขียนสั้น ๆ แต่ยอดเยี่ยมของท่านคือ

---

1 ปตัญชลีมีชีวิตอยู่ในสมัยใดไม่เป็นที่ทราบชัด แต่ผู้รู้หลายท่านลงความเห็นว่าน่าจะเป็นช่วงศตวรรษที่ 2 ก่อนคริสตกาล บรรดาพระฤษีมุนีทั้งหลายได้รจนาตำราด้านต่าง ๆ ขึ้นมากมาย ด้วยความรอบรู้ที่แม้แต่กาลเวลาก็ทำให้ล้าสมัยไม่ได้ กระนั้น ท่านเหล่านี้ก็สร้างความสับสนให้กับนักประวัติศาสตร์ในสมัยหลังได้เพราะพวกท่านมิได้นำชื่อเสียงเรียงนามและยุคสมัยที่ตนเองมีชีวิตอยู่มาลงตราประทับไว้กับงานเขียนของพวกท่านเลย ด้วยรู้ดีว่าอายุขัยของตนมีความสำคัญเพียงชั่วครู่ชั่วยาม ไม่ต่างจากแสงสว่างเพียงวาบเดียวในความเป็นนิรันดร์อนันตกาลของพระเป็นเจ้า และสัจธรรมก็อยู่เหนือกาลเวลา ไม่อาจตีตราทิ้งไว้ ทั้งยังมิใช่สมบัติส่วนตัวของผู้หนึ่งผู้ใด

2 *"จิตฺตวฤตฺตินิโรธฺ"* (*โยคสูตร* 1:2) ซึ่งอาจแปลได้ว่า "การดับพฤติกรรมแห่งจิต" *จิตตะ* เป็นคำที่มีความหมายครอบคลุมถึงหลักในการคิดทั้งหมด ประกอบด้วยพลังปราณ *มนัส* (จิตหรือการรับรู้ผ่านผัสสะ) *อหังการ* (ความยึดติดในตน) และ *พุทธิ* (ปัญญาญาณ) *วฤตฺติ* (แปลว่า "น้ำวน") หมายถึงกระแสคลื่นความคิดและอารมณ์ที่เกิด-ดับอยู่ในจิตสำนึกของมนุษย์อย่างไม่รู้จบรู้สิ้น *นิโรธฺ* หมายถึง ความสงบ การดับ การควบคุม

*คัมภีร์โยคสูตร*ได้ชื่อว่าเป็นหนึ่งในปรัชญาหกระบบของทางฮินดู ซึ่งต่างจากปรัชญาของทางตะวันตกในแง่ที่ปรัชญาหกระบบของฮินดู[1]ไม่เพียงแต่จะมีคำสอนทางทฤษฎี แต่ยังมีภาคปฏิบัติรวมอยู่ด้วย หลังติดตามถามคำถามซึ่งว่าด้วยเรื่องธรรมชาติของการดำรงอยู่ในทุกวิถีทางเท่าที่จะเป็นไปได้แล้ว ปรัชญาฮินดูจึงได้วางหลักเกณฑ์วิธีการฝึกอบรมจิตขึ้นเป็นแบบแผนที่แน่นอนหกประการด้วยกัน โดยมีเป้าประสงค์อยู่ที่การถ่ายถอนความทุกข์ให้บรรลุถึงความสุขอันเป็นนิรันดร์

*คัมภีร์อุปนิษัท*ในสมัยหลังได้ยกย่อง*คัมภีร์โยคสูตร*ที่เป็นหนึ่งในปรัชญาหกระบบว่า มีวิธีที่ทรงประสิทธิภาพที่สุดที่มนุษย์จะนำไปใช้เพื่อให้บรรลุถึงการรู้แจ้งในสัจธรรมได้โดยตรง ด้วยโยควิธีที่มีอยู่หลากหลายและนำไปใช้ให้เกิดผลได้จริง มนุษย์จึงสามารถละทิ้งโลกแห่งการคาดเดาอันน่าเบื่อหน่ายเอาไว้เบื้องหลังได้ตลอดกาล และยังรับรู้ถึงการดำรงอยู่ของพระผู้ทรงเป็นแก่นแท้ได้จากประสบการณ์ด้วย

ปรัชญาโยคะของท่านปตัญชลีเป็นที่รู้จักกันในนามองค์ 8 ประการ[2] โดยในขั้นแรกนั้นประกอบไปด้วย 1) *ยมะ* (ข้องดเว้น) และ 2) *นิยมะ* (ข้อปฏิบัติธรรม) *ยมะ* ที่ว่าคือ การงดเว้นจากการเบียดเบียนและฆ่าสัตว์ตัดชีวิต การงดเว้นจากการพูดเท็จ การงดเว้นจากการลักทรัพย์ การงดเว้นจากการประพฤติผิดพรหมจรรย์ และการงดเว้นจากการโลภ อยากได้ในทรัพย์สมบัติของผู้อื่น ส่วน*นิยมะ*นั้นหมายรวมถึง การทำกาย-ใจให้สะอาดบริสุทธิ์ ความพอใจในความมีความเป็นของตน การบำเพ็ญตบะ การพิจารณาตน และการอุทิศตนต่อพระเจ้าและคุรุของตน

---

1 ระบบปรัชญาดั้งเดิมทั้งหกทรรศนะ (มีรากฐานมาจากพระเวท) ประกอบด้วย *สางขยะ โยคะ เวทานตะ มีมางสา นยายะ* และ *ไวเศษิกะ* ผู้อ่านที่มีความสนใจใฝ่รู้ย่อมได้รับความเพลิดเพลินจากเนื้อหาอันซับซ้อนและขอบเขตอันกว้างขวางของปรัชญาโบราณเหล่านี้ตามที่มีรวบรวมสรุปเอาไว้ในตำราภาษาอังกฤษ ชื่อ *A History of Indian Philosophy, Vol. I*, โดยศาสตราจารย์ สุเรนทรนาถ ทาสคุปตะ (Cambridge Univ. Press).

2 พึงอย่าสับสนเพราะเป็นคนละอย่างกับ "มรรคแปด" ของทางพุทธศาสนา ซึ่งกำหนดไว้เป็นแนวทางในการประพฤติดีประพฤติชอบ โดยประกอบไปด้วย 1) เห็นชอบ 2) ดำริชอบ 3) เจรจาชอบ 4) กระทำชอบ 5) เลี้ยงชีพชอบ 6) พยายามชอบ 7) ระลึกชอบ (ว่าคือวิญญาณ) และ 8) หยั่งรู้ชอบ (*สมาธิญาณ*)

ขั้นตอนต่อมาคือ 3) *อาสนะ* (ท่านั่งที่ถูกต้อง) กระดูกสันหลังจะต้องเหยียดตรง กายตั้งอยู่อย่างมั่นคงในท่าที่สบาย เหมาะแก่การทำสมาธิ 4) *ปราณายามะ* (การกำหนดปราณหรือพลังชีวิตอันละเอียดอ่อน) และ 5) *ปรัตยาหาระ* (การดึงอายตนะหรืออินทรีย์ต่าง ๆ ออกจากอารมณ์)

ขั้นตอนสุดท้ายคือตัวโยคะแท้ ๆ ได้แก่ 6) *ธารณา* (การสำรวมจิต) การผูกจิตไว้กับความคิดใดความคิดหนึ่งเพียงอย่างเดียว 7) *ธยานะ* (การทำสมาธิ) และ 8) *สมาธิญาณ* (การบรรลุถึงสภาวะอภิจิตสำนึก) เป้าหมายสุดท้ายขององค์ 8 ประการคือ *ไกวัลยา* (ความสัมบูรณ์) ซึ่งโยคีจะหยั่งรู้ถึงสัจธรรมอันเหลือวิสัยที่สติปัญญาทั้งมวลของมนุษย์จะพึงเข้าใจได้

"อย่างไหนยิ่งใหญ่กว่ากัน?" ใครบางคนอาจอยากรู้ "สวามีหรือโยคี?" หากแม้นและเมื่อใดที่มนุษย์เราบรรลุถึงความเป็นหนึ่งเดียวกับพระเป็นเจ้า ความแตกต่างของมรรคาอันหลากหลายย่อมสลายหายไป อย่างไรก็ดี คัมภีร์ภควัทคีตาได้เอ่ยอ้างไว้ว่า โยคะเป็นศาสตร์ที่รวมเอาทุกประการเข้ามาไว้อย่างครบถ้วน โยควิธีทั้งหลายมิได้วางหลักเกณฑ์เอาไว้สำหรับคนประเภทใดประเภทหนึ่งหรือจริตแบบใดแบบหนึ่ง อย่างคนไม่กี่คนที่มีใจฝักใฝ่ใคร่ออกบวช ด้วยใช่ว่ามีแต่คนออกบวชเท่านั้นที่จะฝึกปฏิบัติโยคะได้ เนื่องจากศาสตร์แห่งโยคะสามารถสนองตอบความจำเป็นของสากลโลกได้ ธรรมชาติของโยคะจึงดึงดูดความสนใจของผู้คนได้ทั่วพื้นพิภพ

โยคีแท้อาจยังรั้งอยู่ในโลกียวิสัยด้วยภาระหน้าที่ความรับผิดชอบ เขาจะเป็นเสมือนหนึ่งเนยที่ลอยอยู่บนผิวน้ำ ต่างจากมนุษยชาติทั่วไปที่ยังมิได้ผ่านการฝึกฝนอบรมจิตเปรียบได้กับน้ำนมที่ยังไม่ถูกนำมาปั่น ย่อมละลายปนไปกับน้ำได้โดยง่าย การมีหน้าที่ความรับผิดชอบในทางโลกที่ต้องกระทำมิได้เป็นเหตุให้มนุษย์ต้องตีตัวออกห่างจากพระเป็นเจ้า ตราบเท่าที่เขายังรักษาจิตมิให้ข้องติดกับกิเลสตัณหา และดำรงชีวิตเพื่อรับใช้พระเป็นเจ้าด้วยความยินยอมพร้อมใจ

ปัจจุบันมีบุคคลผู้ยิ่งใหญ่มากมายที่ถือกำเนิดและอาศัยอยู่ในร่างของชาวอเมริกา ยุโรป หรือชนชาติอื่นที่มิใช่ชาวฮินดู ซึ่งอาจไม่เคยได้ยินคำว่า*โยคี* หรือ*สวามี*มาก่อน แต่กลับเป็นตัวอย่างอันเป็นเลิศและแท้จริงของคำเรียกขานสองคำนี้ ด้วยการสงเคราะห์เพื่อนมนุษย์ด้วยกันอย่างไร้ซึ่งความเห็นแก่ตัว ด้วย

การควบคุมอารมณ์และความคิดได้ดั่งใจประสงค์ ด้วยการถวายความรักและภักดีแด่พระเป็นเจ้าด้วยน้ำใสใจจริง และด้วยอำนาจแห่งการตั้งจิตมั่น บุคคลเหล่านี้จึงได้ชื่อว่าคือโยคี เหตุเพราะพวกเขามุ่งมั่นจะไปให้ถึงเป้าหมายเดียวกันกับศาสตร์แห่งโยคะ นั่นคือ การควบคุมตนเองให้ได้ พวกเขากระทั่งยังสามารถพัฒนาจิตขึ้นสู่ระดับสูงยิ่งขึ้นไปอีกถ้าได้เรียนรู้โยควิธีอันถูกต้อง ซึ่งจะช่วยให้พวกเขากำหนดจิตและการดำรงชีวิตของตนอย่างมีสติได้มากขึ้น

เพราะรู้เรื่องโยคะแต่เพียงผิวเผิน นักเขียนชาวตะวันตกบางท่านจึงมองโยคะแบบผิด ๆ แต่คนที่จรดปลายปากกาวิพากษ์วิจารณ์ศาสตร์แขนงนี้ก็ไม่เคยลงมือฝึกปฏิบัติเลยแม้สักรายเดียว หากจะหาคนวิจารณ์ที่พอจะมีน้ำใจให้การยกย่องโยคะอยู่บ้างก็เห็นจะได้แก่นักจิตวิทยาชาวสวิสผู้มีชื่อเสียงโด่งดังอย่าง ดร.ซี. จี. ยุง นี่เอง

"เมื่อใดที่หลักปฏิบัติทางศาสนาอ้างตัวว่าเป็น 'วิทยาศาสตร์' ก็มั่นใจได้เลยว่าจะต้องได้รับการต้อนรับในโลกตะวันตกแน่ โยคะเองก็เป็นเช่นที่ว่านี้" ดร.ยุงเขียน[1] "หากไม่นับเรื่องเสน่ห์ของความสดใหม่และความน่าตื่นใจของสิ่งซึ่งยังเข้าใจกันเพียงครึ่ง ๆ กลาง ๆ ในตัวของโยคะเองก็มีมูลเหตุดี ๆ เพียงพอที่จะทำให้มีผู้สนใจติดตามมากมาย โยคะเสนอความเป็นไปได้ในรูปแบบของประสบการณ์ซึ่งควบคุมได้ ที่สนองตอบความต้องการทางวิทยาศาสตร์ซึ่งมักให้ความสนใจในเรื่องของ 'ข้อเท็จจริง' นอกจากนี้ หากจะว่ากันด้วยเหตุผล มิติของความกว้างไกล ลุ่มลึก ความน่าเคารพยำเยงที่มีมาช้านาน ตลอดจนคำสอนและวิธีการของโยคะซึ่งครอบคลุมทุกแง่มุมของชีวิต ก็คงพอจะบ่งบอกได้แล้วถึงความเป็นไปได้อย่างที่ไม่เคยมีใครคิดฝัน

"การปฏิบัติตามคำสอนทางศาสนาหรือหลักปรัชญาใด ๆ หมายถึงการฝึกฝนอบรมทางด้านจิตใจ กล่าวอีกนัยหนึ่งคือวิธีสร้างเสริมสุขภาพทางจิต วิธีอันหลากหลายในการตระเตรียมร่างกายของโยคะ[2] ยังหมายรวมถึงการเสริม

---

[1] ดร.ยุงเข้าร่วมการประชุมวิทยาศาสตร์อินเดียเมื่อปี 1937 และได้รับปริญญาดุษฎีบัณฑิตกิตติมศักดิ์จากมหาวิทยาลัยกัลกัตตาด้วย

[2] โยคะที่ ดร.ยุงอ้างถึงในที่นี้คือ*หัฐโยคะ*อันเป็นโยคะเฉพาะทางอย่างหนึ่งซึ่งเน้นการฝึกท่วงท่าร่างกายและวิธีปฏิบัติเพื่อให้เกิดพละกำลังและมีอายุยืนยาว *หัฐโยคะ* มีคุณประโยชน์และก่อให้

สร้างสุขภาพกายที่ให้ผลเหนือกว่าการบริหารกายและฝึกหายใจแบบพื้น ๆ มากนัก เหตุเพราะโยคะไม่เพียงเกี่ยวข้องสัมพันธ์กับกลไกทางร่างกายและวิทยาศาสตร์ แต่ยังครอบคลุมไปถึงหลักปรัชญาด้วย การฝึกบริหารอวัยวะแต่ละส่วนคือการหลอมรวมร่างกายให้เป็นหนึ่งเดียวกับจิตวิญญาณทั้งหมด ดังจะเห็นได้ชัดในการฝึกขั้น*ปราณายามะ*ที่ถือว่า*ปราณ*เป็นทั้งลมหายใจและพลังขับเคลื่อนของจักรวาล . . .

"การฝึกโยคะ . . . ย่อมไม่บังเกิดผลถ้าปราศจากซึ่งกระบวนทัศน์อันเป็นพื้นฐานของโยคะ ศาสตร์แขนงนี้สามารถผสานกาย-จิตเข้าด้วยกันได้อย่างสมบูรณ์และโดดเด่นยิ่ง

"ในโลกตะวันออก ที่ซึ่งแนวคิดและวิธีปฏิบัติเหล่านี้ก่อเกิด ที่ซึ่งขนบประเพณีอันสืบทอดต่อกันมานับพัน ๆ ปีได้สรรค์สร้างรากฐานทางจิตวิญญาณอันจำเป็นขึ้น โยคะนับเป็นวิธีที่สมบูรณ์แบบและเหมาะสมที่สุดในการหลอมรวมกายและจิตเข้าด้วยกันเพื่อนำมาซึ่งเอกภาพอันไร้ซึ่งข้อกังขาใด ๆ ดังเช่นที่ข้าพเจ้าเชื่อมั่นอยู่ทุกขณะจิต เอกภาพดังกล่าวจะก่อให้เกิดอุปนิสัยหรือความโน้มเอียงทางจิตอันนำไปสู่ฌานซึ่งอยู่เหนือขอบเขตของจิตสำนึกทั่วไป"

คืนวันที่ชาวตะวันตกจะตระหนักได้ว่าศาสตร์ในการควบคุมตนเองก็มีความจำเป็นไม่แพ้การเอาชนะธรรมชาติภายนอกได้ใกล้เข้ามาแล้ว ในยุคปรมาณูจิตของมนุษย์จะสงบและเปิดกว้างมากขึ้นด้วยความจริงที่โต้แย้งไม่ได้ทางวิทยาศาสตร์ ว่าสสารในความเป็นจริงก็คือการรวมตัวกันของพลังงาน จิตของมนุษย์นั้นสามารถและจำต้องปลดปล่อยพลังงานในตัวที่มีพลังรุนแรงเหนือกว่าในหินและโลหะใด ๆ ออกมา เพื่อให้มั่นใจว่าจะสามารถสกัดกั้นมิให้ยักษ์ร้ายปรมาณูซึ่งเพิ่งได้รับการปลดปล่อย กลับหันหน้ามาทำลายโลกนี้ได้แบบสิ้นคิด ความวิตกกังวลที่มนุษยชาติมีต่ออำนาจทำลายล้างของระเบิดปรมาณูอาจมีคุณูปการทางอ้อมในแง่ที่กระตุ้นให้ผู้คนหันมาสนใจฝึกฝนศาสตร์แห่งโยคะ[1] ซึ่งเป็น "ที่หลบภัยที่สามารถต้านแรงระเบิดได้" อย่างแท้จริงกันมากขึ้น

เกิดผลทางกายได้อย่างน่าทึ่ง แต่โยคะประเภทนี้ยังประโยชน์แก่หมู่โยคีที่มุ่งประสงค์ความหลุดพ้นทางจิตวิญญาณได้ไม่มากนัก

1 มีคนที่ไม่ค่อยรู้เรื่องจำนวนไม่น้อยที่เหมาเอาว่าโยคะคือ *หัฐโยคะ* หรือไม่ก็มองโยคะว่าเป็น

พิธีกรรมด้านมืด ลี้ลับและมี "มนต์วิเศษ" ทำให้ผู้ปฏิบัติเกิดพลังอำนาจอันน่าอัศจรรย์ได้ แต่โยคะที่นักวิชาการพูดถึงคือปรัชญาที่มีอรรถาธิบายอยู่ในคัมภีร์*โยคสูตร* (*Patanjali's Aphorisms*): *ราชโยคะ* ซึ่งนำเสนอแนวคิดทางด้านปรัชญาที่สูงส่งขนาดกระตุ้นให้เกิดงานเขียนเชิงอรรถกถาตามมาจากปลายปากกาของนักคิดผู้ยิ่งใหญ่ของอินเดียหลายท่าน รวมทั้งท่านอาจารย์สัทสีเวนทระผู้มีชื่อเสียงด้วย (ดูหน้า 508.1)

เฉกเช่นเดียวกับปรัชญาอีกห้าระบบที่เหลือ (มีต้นกำเนิดมาจากพระเวท) *โยคสูตร*เองก็ถือว่า "คุณวิเศษ" ของการทำตนให้บริสุทธิ์ ("ข้อละเว้นและข้อปฏิบัติสิบประการ" ใน*ยมะ*และ*นิยามะ*) เป็นปฐมบทอันจำเป็นยิ่งต่อการศึกษาหลักปรัชญาให้ตลอดรอดฝั่ง โลกตะวันตกไม่ยืนกรานให้แต่ละบุคคลกระทำตนให้บริสุทธิ์ แต่บทบัญญัติเหล่านี้นี่เองที่ทำให้หลักปรัชญาทั้งหกระบบของอินเดียอยู่ยั้งยั่งยืนมาได้ กฎแห่งจักรวาล (*ฤต*) ที่ค้ำจุนจักรวาลไว้ไม่ได้แตกต่างไปจากหลักจริยธรรมที่เป็นตัวกำหนดชะตาของมนุษย์เลย ผู้ใดไม่คิดจะปฏิบัติตามหลักจริยธรรมอันเป็นสากล บุคคลผู้นั้นมิได้มุ่งมั่นจะแสวงหาสัจธรรมอย่างจริงจัง

เนื้อความในอัธยายะที่ 3 ของ*คัมภีร์โยคสูตร* กล่าวถึงอำนาจวิเศษอันเกิดจากการปฏิบัติโยคะ (*วิภูติ* และ *สิทธิ*) ความรู้จริงคืออำนาจ มรรคาแห่งโยคะแบ่งออกเป็นสี่ภาค แต่ละภาคจะให้ผลเป็น*วิภูติ*อย่างหนึ่งอย่างใดเสมอ การได้มาซึ่งอำนาจนั้น ๆ เป็นเครื่องบ่งบอกให้โยคีรู้ว่าตนเองผ่านบททดสอบของภาคหนึ่งภาคใดในสี่ภาคมาแล้ว การอุบัติขึ้นของอำนาจพิเศษนี้เป็นหลักฐานยืนยันถึงโครงสร้างทางวิทยาศาสตร์ของหลักปรัชญาโยคะ ในขณะที่การจินตนาการอวดอ้างเอาเองอย่างผิด ๆ ของบุคคลใดบุคคลหนึ่งที่เกี่ยวเนื่องกับความก้าวหน้าทางจิตวิญญาณของตน ถือเป็นสิ่งซึ่งต้องกำจัดออกไป เพราะถ้าจะให้เชื่อก็ต้องมีข้อพิสูจน์!

ท่านปตัญชลีเตือนสานุศิษย์ทั้งหลายเอาไว้ว่าควรถือเอาการรวมเป็นหนึ่งเดียวกับพระเป็นเจ้าเท่านั้นเป็นเป้าหมาย ไม่ใช่การได้มาซึ่ง*วิภูติ*...ที่เป็นแค่ดอกไม้ที่บังเอิญมาขึ้นอยู่ตามริมทางอันศักดิ์สิทธิ์สายนี้ พึงแสวงหาพระผู้ให้ผู้ทรงเป็นนิรันดร์ มิใช่ของขวัญพิเศษพิสดารที่ทรงประทานให้! พระเป็นเจ้าจะไม่ทรงเผยพระองค์กับผู้แสวงหาที่พอใจกับการบรรลุถึงแค่เพียงสิ่งเล็กสิ่งน้อยเท่านั้น โยคีผู้มุ่งมั่นจึงพึงระวัง ไม่นำอำนาจพิเศษของตนออกมาใช้ มิฉะนั้น ความทะนงตนในทางที่ผิดจะบังเกิด และหันเหเขาออกจากการบรรลุ*ไกวัลยา*อันเป็นสภาวะสูงสุด

เมื่อบรรลุถึงเป้าหมายในการรวมเป็นหนึ่งเดียวกับพระเป็นเจ้า โยคีย่อมสามารถใช้หรือไม่ใช้*วิภูติ*ก็ได้ แล้วแต่เจ้าตัวจะประสงค์เช่นไร การกระทำทั้งหมดของโยคี ไม่ว่าจะเป็นอิทธิปาฏิหาริย์หรือไม่ จึงเป็นการประกอบกิจโดยไม่มีเรื่องกรรมเข้ามาเกี่ยวข้อง บ่วงกรรมจะบังเกิดก็ต่อเมื่อบุคคลยังข้องติดอยู่ในอัตตาเท่านั้น

บทที่ 25

พี่อนันตะกับน้องนลินี

"อนันตะหมดอายุขัย เวลาใช้กรรมในชาตินี้ของเขาได้หมดลงแล้ว"

ข้อความเหล่านี้ดังขึ้นซ้ำแล้วซ้ำเล่าภายในจิตสำนึกของข้าพเจ้าขณะดำรงอยู่ในภวังค์แห่งสมาธิอันลุ่มลึกในเช้าวันหนึ่ง หลังบวชเข้าสำนักสวามีได้ไม่นาน ข้าพเจ้าได้หวนกลับไปเยือนเมืองโครักขปุระที่เป็นบ้านเกิด โดยไปพักอยู่ที่บ้านของพี่อนันตะ แต่จู่ ๆ พี่ก็ล้มหมอนนอนเสื่อขนาดลุกจากเตียงไปไหนไม่ได้ ข้าพเจ้าเฝ้าพยาบาลพี่ด้วยความห่วงใย

ข่าวสารที่รับรู้อยู่ภายในใจและไม่มีทางที่จะเปลี่ยนแปลงได้ทำให้ข้าพเจ้าโศกเศร้านัก เมื่อนึกขึ้นมาว่าตนเองทำได้แค่เฝ้าดูพี่ชายตายจากไปต่อหน้าต่อตาโดยช่วยเหลืออะไรไม่ได้ ข้าพเจ้าก็สุดจะทนฝืนอยู่ที่โครักขปุระได้อีก จึงลงเรือลำแรกที่หาได้จากอินเดียมาท่ามกลางเสียงตำหนิติติงของเครือญาติผู้ไม่เข้าใจเหตุผลที่ผลักดันให้ข้าพเจ้าต้องกระทำเช่นนี้ เรือของข้าพเจ้าแล่นผ่านพม่าตัดข้ามทะเลจีนมุ่งสู่ประเทศญี่ปุ่น ข้าพเจ้าไปขึ้นฝั่งที่โกเบและพักอยู่ที่นั่นสองสามวัน แต่ใจข้าพเจ้าก็หนักอึ้งเกินกว่าจะนึกอยากออกไปเที่ยวดูบ้านดูเมืองกับใครเขา

การเดินทางเที่ยวขากลับ เรือไปแวะจอดเทียบท่าที่เซี่ยงไฮ้ หมอมิสราแพทย์ประจำเรือพาข้าพเจ้าขึ้นบกไปเดินดูร้านขายของสะสมแปลก ๆ หลายร้าน ข้าพเจ้าเลือกซื้อของหลายชิ้น ตั้งใจจะนำไปฝากท่านอาจารย์ศรียุกเตศวร ญาติพี่น้องและผองเพื่อน ของฝากสำหรับพี่อนันตะเป็นงานไม้ไผ่แกะสลักชิ้นใหญ่ แต่ทันทีที่รับของมาจากมือพ่อค้าชาวจีน ข้าพเจ้าก็ทำมันหลุดมือตกลงกระแทกกับพื้น ปากก็ร้องโพล่งออกมาว่า "ผมซื้อของชิ้นนี้ไปฝากพี่ชายผู้ลาโลกไปเสียแล้ว!"

ข้าพเจ้านึกรู้ขึ้นมาอย่างแจ่มแจ้งในชั่วขณะจิตนั้นว่าวิญญาณของพี่กำลังหลุดลอยออกจากร่างไปเฝ้าพระเป็นเจ้า ของฝากชิ้นนั้นแตกเป็นรอยร้าวเหมือนจะบอกเป็นนัยอยู่กราย ๆ ข้าพเจ้าเขียนข้อความลงบนเนื้อไม้ไผ่ทั้งน้ำตานอง

หน้า "สำหรับพี่อนันตะผู้เป็นที่รักและได้จากไปแล้ว"

คุณหมอผู้เดินมาด้วยกันมองอาการข้าพเจ้าพร้อมกับรอยยิ้มหยัน

"เก็บน้ำตาเอาไว้ก่อนดีกว่าน่า" เขาว่า "จะรีบร้องอะไรกันตอนนี้? ยังไม่ทันรู้แน่เลยว่าตายจริงหรือเปล่า?"

เมื่อเรือของเรามาเทียบท่าที่กัลกัตตา หมอมิสราก็เดินมาเป็นเพื่อนข้าพเจ้าอีกเช่นเคย พิษณุ น้องชายคนสุดท้องของข้าพเจ้ามายืนรอรับอยู่ที่ท่าเรือ

"พี่รู้ว่าพี่อนันตะลาโลกไปแล้ว" ข้าพเจ้าชิงบอกขึ้นก่อนที่พิษณุจะทันได้เอ่ยปาก "ช่วยบอกพี่กับคุณหมอท่านนี้ทีว่าพี่อนันตะสิ้นลมไปตอนไหน?"

พิษณุระบุวัน ซึ่งเป็นวันเดียวกับที่ข้าพเจ้าขึ้นบกไปซื้อของฝากในเซี่ยงไฮ้

"โอ๊ยโหย!" หมอมิสราออกอุทาน "อย่าอึงไปเชียวนะ! ไม่งั้นพวกอาจารย์หมอจะต้องเพิ่มวิชาการสื่อสารทางโทรจิตเข้ามาไว้ในหลักสูตรแพทยศาสตร์ให้เรียนกันอีกเป็นปีแน่ เท่าที่เรียนกันอยู่นี่ก็หลายปีโขอยู่แล้วนา!"

พอก้าวเท้าเข้าบ้าน พ่อก็กอดข้าพเจ้าไว้แน่น "ลูกกลับมาแล้ว" น้ำเสียงท่านอ่อนโยน น้ำตาเม็ดโต ๆ หยาดหยดลงจากดวงตาทั้งคู่ พ่อเป็นคนเก็บงำความรู้สึก และไม่เคยโอบกอดแสดงความรักต่อข้าพเจ้าให้เห็นเป็นที่ประจักษ์เช่นนี้มาก่อน เปลือกนอกท่านเป็นพ่อผู้เคร่งครัด แต่แท้จริงแล้ว ท่านก็ใจอ่อนกับลูก ๆ ไม่ต่างไปจากแม่เลย กับเรื่องราวทั้งหลายในครอบครัว ท่านจะสวมบทเป็นทั้งพ่อและแม่มาโดยตลอด

หลังพี่อนันตะตายจากไปไม่นาน นลินี น้องสาวของข้าพเจ้าก็รอดพ้นจากบ่วงมฤตยูกลับมาได้ด้วยการเยียวยาจากทิพยอำนาจโดยแท้ ก่อนจะเล่าเรื่องนี้ข้าพเจ้าใคร่ขอหยิบยกชีวิตในวัยเยาว์ของเรามากล่าวถึงสักช่วงสองช่วง

สมัยยังเด็ก ข้าพเจ้ากับน้องสาวคนนี้ไม่ค่อยจะกลมเกลียวกันนัก ตัวข้าพเจ้าว่าผอมแล้ว แต่น้องยังผอมยิ่งกว่า ด้วยปมด้อยที่ฝังอยู่ในใจแบบไม่รู้ตัว ซึ่งนักจิตวิทยาคงหาสาเหตุพบได้โดยง่าย ข้าพเจ้าจึงชอบล้อน้องว่าผอมเป็นไม้เสียบผีอยู่บ่อย ๆ ข้างนลินีก็ซัดข้าพเจ้ากลับแบบไม่มียั้งตามประสาวัยรุ่นใจร้อน บางครั้งแม่ต้องเข้ามาห้ามทัพและยุติการทะเลาะกันแบบเด็ก ๆ ของเราลงชั่วคราวด้วยการตบบ้องหูข้าพเจ้าเบา ๆ (ในฐานะที่เป็นพี่)

หลังเรียนจบ นลินีก็หมั้นกับ นายแพทย์ปัญจานน โบส คุณหมอหนุ่ม

นิสัยดีจากกัลกัตตา ครั้นถึงเวลาอันสมควรก็มีการจัดพิธีสมรสอันงดงามขึ้น ในคืนวันแต่งงาน ข้าพเจ้าไปร่วมวงสนุกสนานอยู่กับหมู่ญาติในห้องรับแขกของบ้านที่กัลกัตตา เจ้าบ่าวของเรานั่งพิงหมอนปักดิ้นทองใบมหึมา มีนลินีนั่งเคียงอยู่ข้างกาย ถึงจะห่ม *ส่าหรี*[1]ไหมสีม่วงที่สวยมาก แต่อนิจจา มันช่วยปกปิดกระดูกโปน ๆ ของน้องไม่ได้เลย ข้าพเจ้าหลบเข้าไปข้างหลังหมอนอิงของน้องเขยคนใหม่ ยิงฟันยิ้มให้อย่างหมายจะผูกมิตร หมอไม่เคยเห็นนลินีมาก่อน จนวันแต่งนี่แหละที่หมอได้รู้ในที่สุดว่าตนเองได้รางวัลแบบไหนจากการเสี่ยงทายคู่วิวาห์ในครั้งนี้

ดูท่า หมอโบสคงสำเหนียกได้ว่าข้าพเจ้าออกจะเห็นใจเขาอยู่มาก จึงแอบชี้ไปที่นลินี แล้วกระซิบถามข้าพเจ้าว่า "ไหนบอกทีซิ นี่อะไรน่ะ?"

"จะอาไร้ . . . หมอล่ะก็!" ข้าพเจ้าตอบ "ก็โครงกระดูกเอาไว้ให้หมอใช้ศึกษายังไงเล่า!"

วันเวลาผ่านไปปีแล้วปีเล่า หมอโบสกลายมาเป็นญาติที่ครอบครัวเรารักใคร่ได้อย่างสนิทใจ เวลามีใครเจ็บไข้ขึ้นมา ก็ได้พึ่งพาอาศัยหมอทุกครั้งไป หมอกับข้าพเจ้ากลายมาเป็นเพื่อนสนิทกัน มักพูดจาเล่นหัวกันอยู่บ่อย ๆ และคนที่ตกเป็นเป้านินทาของเราก็คือนลินีนั่นเอง

"นี่เป็นกรณีทางการแพทย์ที่แปลกและน่าศึกษามาก" น้องเขยของข้าพเจ้าเอ่ยขึ้นในวันหนึ่ง "ผมลองทุกอย่างกับน้องสาวผู้ผอมแห้งของพี่ ทั้งน้ำมันตับปลา เนย ข้าวมอลต์ น้ำผึ้ง ปลา เนื้อ ไข่ หรือกระทั่งยาบำรุง ขนาดนั้นก็ยังทำให้เธอมีเนื้อมีหนังเพิ่มขึ้นสักหนึ่งส่วนร้อยนิ้วไม่ได้เลย"

หลังจากนั้นไม่กี่วัน ข้าพเจ้าแวะไปบ้านหมอโบส ทำธุระอยู่ไม่กี่นาทีก็เสร็จเรื่อง และตั้งท่าจะกลับเลย ในใจก็คิดว่านลินีคงไม่ทันเห็นหรอกว่าข้าพเจ้าแวะมา แต่พอมาถึงประตูหน้าบ้าน ก็ได้ยินน้องเรียกมาอย่างอ่อนหวาน แต่น้ำเสียงเหมือนจะบังคับอยู่กราย ๆ

"พี่มุกุณฑะ มานี่หน่อย คราวนี้อย่าคิดเลยว่าจะหลบหน้าฉันได้อีก ฉันมีเรื่องอยากจะคุยกับพี่"

---

1 เครื่องแต่งกายของสตรีชาวอินเดีย ใช้ห่มพันรอบกายได้อย่างสวยงาม

ข้าพเจ้าเดินขึ้นบันไดไปยังห้องของน้อง แล้วก็ต้องประหลาดใจที่ได้เห็นน้องร้องไห้

"พี่มุกุณฑะ" นลินีว่า "พวกเรามาลืมเรื่องทะเลาะเบาะแว้งสมัยเด็กๆ เอาไว้ก่อนเถอะนะ ฉันเห็นว่าตอนนี้พี่ก้าวเดินไปบนเส้นทางธรรมได้อย่างมั่นคงแล้ว ฉันอยากจะเป็นอย่างพี่บ้าง ทุกอย่างเลย" แล้วน้องก็พูดต่ออย่างมีความหวัง "ตอนนี้พี่อ้วนท้วนสมบูรณ์ดีจัง ช่วยฉันหน่อยจะได้ไหม? สามีฉันไม่ยอมเข้าใกล้ฉันเลย แล้วฉันก็รักเขามากเหลือเกิน! แต่สิ่งที่ฉันต้องการที่สุดคือความก้าวหน้าในการแสวงหาพระเป็นเจ้า ถึงจะต้องผอมแห้ง[1] จนสามีไม่ชายตาแลเช่นนี้ต่อไป ฉันก็ยอม"

ได้ยินคำอ้อนวอนของน้อง ข้าพเจ้าก็ให้นึกเวทนานัก เราเข้ากันได้ดีขึ้นเรื่อยๆ วันหนึ่ง น้องก็ร้องขอจะฝากตัวเป็นศิษย์ข้าพเจ้าให้ได้

"ขอให้พี่สั่งสอนอบรมฉันตามที่พี่เห็นสมควรเถิด ฉันศรัทธาในพระเป็นเจ้ายิ่งกว่ายาบำรุง" ว่าแล้ว นลินีก็หอบขวดยาเต็มสองแขนไปเททิ้งลงท่อระบายน้ำนอกหน้าต่าง

เพื่อทดสอบศรัทธาของน้อง ข้าพเจ้าจึงบอกให้น้องเลิกกินปลา เนื้อสัตว์ และไข่อย่างเด็ดขาด

นลินีปฏิบัติตามกฎข้อบังคับต่างๆ ที่ข้าพเจ้ากำหนดให้อย่างเคร่งครัด และกินแต่อาหารมังสวิรัติโดยไม่ยอมละเลิกแม้จะต้องประสบกับความยากลำบากนานัปการ หลังผ่านไปหลายเดือน ข้าพเจ้าได้กลับไปเยี่ยมน้องอีกครั้ง

"นลินี หลายเดือนมานี้น้องเคร่งครัดปฏิบัติตามหลักธรรมได้เป็นอย่างดี พระเป็นเจ้าจะประทานรางวัลให้น้องในไม่ช้านี้" ข้าพเจ้ายิ้มอย่างซุกซน "อยากจะอ้วนจ้ำม่ำสักแค่ไหนล่ะ? เอาเท่าป้าของเราที่มองปลายเท้าไม่เห็นมาเป็นปีๆ แล้วดีไหม?"

"ไม่เอา! ฉันอยากมีเนื้อมีหนังแข็งแรงเหมือนอย่างพี่มากกว่า"

ข้าพเจ้าตอบรับอย่างเคร่งขรึม "ด้วยพระกรุณาแห่งพระเป็นเจ้า ในฐานะที่

---

[1] คนส่วนใหญ่ในอินเดียจะผอมกันแทบทั้งนั้น ดังนั้น คนจึงอยากให้ตัวเองอ้วนท้วนสมบูรณ์กันเป็นธรรมดา

ศรีทยมาตาขณะดื่มด่ำเป็นหนึ่งเดียวกับพระเป็นเจ้า

ศรีทยมาตา ประธานคนที่สามของเซลฟ์ รีอะไลเซชั่น เฟลโลว์ชิพ (SRF)/สมาคมโยโคทะ-สัตสังคะแห่งอินเดีย กำลังดื่มด่ำล้ำลึกอยู่ในห้วงสมาธิ ในระหว่างเยือนอินเดีย เมื่อปี 1968 "ท่านปรมหังสา โยคานันทะได้สอนและชี้ทางให้เรา" ท่านเขียน "ไม่ใช่แต่เฉพาะด้วยคำพูดหรือด้วยการทำตนเป็นตัวอย่างอันศักดิ์สิทธิ์ แต่ด้วยการสอนวิธีการทำสมาธิแบบเอสอาร์เอฟที่เป็นวิทยาศาสตร์ มันคงเป็นไปไม่ได้ที่จะดับกระหายให้จิตวิญญาณด้วยการอ่านเรื่องที่ว่าด้วยสัจธรรมแต่เพียงอย่างเดียว คนเราควรต้องได้ดื่มกินจากน้ำพุแห่งสัจธรรมอันเป็นนิรันดร์ ซึ่งก็คือ พระเป็นเจ้า...การตระหนักรู้แห่งตน หมายความว่า...เป็นประสบการณ์ตรงขององค์พระผู้เป็นเจ้า"

ท่านคือ "มารดาแห่งความเมตตากรุณา" ที่แท้จริงตามนัยของชื่อทยมาตา แกนหลักของชีวิตท่านคือรักพระเป็นเจ้า และแบ่งปันความรักของพระองค์ให้แก่ทุกผู้ทุกนาม

พี่กล่าวแต่สัจวาจามาโดยตลอด บัดนี้ พี่ขอกล่าวเป็นความสัจว่า[1] ด้วยพระเมตตาจากเบื้องบนรูปร่างของน้องจะต้องเปลี่ยนไปอย่างไม่ต้องสงสัยนับแต่วันนี้เป็นต้นไป ภายในหนึ่งเดือนน้องจะหนักเท่ากับพี่"

วาจาจากใจของข้าพเจ้าบังเกิดผลเป็นจริงทุกประการ ภายในสามสิบวัน น้ำหนักตัวของนลินีได้เพิ่มขึ้นจนเท่ากับข้าพเจ้า ความอวบอิ่มมีน้ำมีนวลทำให้น้องสวยขึ้น สามีหันมารักใคร่ใยดี ชีวิตสมรสที่มีท่าว่าจะไปไม่รอดในตอนแรกของทั้งคู่กลับมาหวานชื่นเต็มเปี่ยมไปด้วยความสุข

หลังกลับมาจากญี่ปุ่น ข้าพเจ้าจึงรู้ข่าวว่าระหว่างที่ตัวเองไม่อยู่ นลินีล้มป่วยเป็นไข้ไทฟอยด์ ข้าพเจ้ารีบรุดไปเยี่ยมน้องที่บ้าน แล้วต้องตกตะลึงที่น้องซูบผอมจนเหลือแต่กระดูก อาการของน้องอยู่ในขั้นโคม่า

น้องเขยบอกกับข้าพเจ้าว่า "ตอนที่ยังมีสติรู้สึกตัวอยู่ นลินีพร่ำพูดว่า 'นี่ถ้าพี่มุกุณฑะอยู่ด้วย ฉันคงไม่ทรุดหนักขนาดนี้'" แล้วเขาก็พูดต่อทั้งน้ำตาว่า "แต่หมอกี่คน ๆ ก็เห็นตรงกันกับผมว่าไม่มีหวังแล้ว นลินีป่วยเป็นไข้ไทฟอยด์อยู่นาน ตอนนี้ถึงขั้นถ่ายเป็นเลือดแล้วด้วย"

ข้าพเจ้าเฝ้าสวดอ้อนวอนทั้งฟ้าและดิน ว่าจ้างพยาบาลลูกครึ่งอินเดีย-อังกฤษมาดูแล ซึ่งเธอก็ให้ความร่วมมือทำตามที่ข้าพเจ้าบอกทุกอย่าง ข้าพเจ้านำโยควิธีหลายอย่างมารักษาน้อง สุดท้าย อาการถ่ายเป็นเลือดก็หายสนิท

แต่หมอโบสกลับส่ายหัว เอาแต่คร่ำครวญว่า "เธอก็แค่เลือดออกจนหมดตัวแล้วเท่านั้น"

---

1 คัมภีร์ของทางฮินดูสอนว่าบุคคลผู้พูดแต่ความสัจอยู่เป็นนิจ ย่อมบังเกิดมีอำนาจทำให้คำพูดของตนกลายเป็นความจริงได้ คำประกาศิตที่พวกเขากล่าวออกมาจากใจย่อมกลายเป็นจริงตามนั้น (*โยคสูตร* 2: 36)

ด้วยเหตุที่โลกทั้งปวงล้วนสร้างขึ้นบนความสัจ คัมภีร์ทั้งหลายจึงสรรเสริญความสัจว่าเป็นคุณความดีที่มนุษย์จะใช้นำพาชีวิตของตนให้เข้าสู่กระแสแห่งพระเป็นเจ้าได้ มหาตมา คานธีมักกล่าวอยู่บ่อยครั้งว่า "ความสัจคือพระเป็นเจ้า" ความมุ่งมั่นพยายามตลอดชั่วชีวิตของท่านก็กระทำเพื่อให้เกิดความสัจอันสมบูรณ์พร้อมทั้งในแง่ของความคิด คำพูด และการกระทำ นับแต่โบราณกาลมา อินเดียมีแนวคิดเรื่อง*สัตย* (ความจริง) แทรกซึมอยู่โดยตลอด มาร์โคโปโลเล่าว่า *พราหมณ์* "จะไม่กล่าวเท็จไม่ว่าด้วยเหตุผลใด" ผู้พิพากษาท่านหนึ่งในอินเดีย นามว่า วิลเลียม สลีแมน กล่าวไว้ในหนังสือ *Journey Through Oudh in 1849–50* ความว่า "ข้าพเจ้าเคยพิจารณาคดีหลายร้อยคดีที่ถ้าเพียงจำเลยจะยอมกล่าวคำเท็จ ก็จะได้ทรัพย์สิน เสรีภาพ หรือกระทั่งชีวิตกลับคืนมาเป็นของตนอย่างแน่นอน แต่เขากลับปฏิเสธ ไม่ยอมกล่าวเท็จแม้สักครั้ง"

"อาการเธอจะดีขึ้นแน่" ข้าพเจ้าบอกเขาด้วยน้ำเสียงอันหนักแน่น "นลินีจะหายไข้ภายในเจ็ดวัน"

หนึ่งสัปดาห์ผ่านไป นลินีลืมตาขึ้นมองข้าพเจ้าด้วยความรักและจดจำรำลึกได้ ทำให้ข้าพเจ้าแสนจะยินดีนัก นับจากวันนั้น น้องก็ฟื้นตัวขึ้นอย่างรวดเร็ว แต่แม้จะกลับมามีน้ำหนักเท่าเดิมได้ การป่วยหนักเจียนตายในครั้งนี้ก็ทิ้งบาดแผลอันน่าเศร้าเอาไว้ในรูปของอัมพาตที่ขาทั้งสองข้าง แพทย์ผู้เชี่ยวชาญทั้งแพทย์ชาวอินเดียและอังกฤษต่างเห็นพ้องต้องกันว่าเธอจะต้องพิการไปจนชั่วชีวิต

ตัวข้าพเจ้านั้นทุ่มเทความพยายามสวดอ้อนวอนขอชีวิตน้องโดยไม่ยอมหยุดยั้งจนสิ้นแรงจะทำอะไรได้อีก จึงมุ่งหน้าไปเซรัมปอร์เพื่อขอให้อาจารย์ช่วย ครั้นข้าพเจ้าเล่าถึงชะตากรรมอันเลวร้ายของนลินีให้ฟัง ดวงตาของท่านก็ฉายแววแห่งความเห็นใจอย่างสุดซึ้ง

"ขาน้องสาวของเธอจะหายเป็นปกติภายในหนึ่งเดือน" อาจารย์บอก "ไปบอกน้องของเธอให้เอามุกเม็ดเกลี้ยง ๆ ไม่ได้เจาะรู หนักสองกะรัตมาติดขอเกี่ยวร้อยเชือกแล้วสวมไว้ให้ติดผิวกาย"

ข้าพเจ้าก้มลงกราบ ณ แทบเท้าท่านด้วยความโล่งใจและยินดีเป็นที่สุด

"อาจารย์ขอรับ ท่านเป็นถึงครูบาอาจารย์ แค่อาจารย์ออกปากว่านลินีจะหายดี กระผมก็รู้ว่าน้องจะต้องหายดีแน่ แต่ถ้าอาจารย์ยืนกราน กระผมก็จะรีบหามุกไปให้น้องสวมไว้ขอรับ"

อาจารย์พยักหน้า "ไปจัดการตามนั้นได้เลย" แล้วท่านก็หันมาพูดเรื่องนลินีต่อ อาจารย์บอกลักษณะรูปร่างหน้าตาและอุปนิสัยใจคอของน้องสาวข้าพเจ้าได้อย่างถูกต้องทั้ง ๆ ที่ตัวท่านเองไม่เคยพบนลินีมาก่อนเลย

"อาจารย์ขอรับ" ข้าพเจ้านึกกังขา "อาจารย์ดูลักษณะนลินีจากดวงหรือขอรับ? แต่อาจารย์ไม่รู้วันเดือนปีเกิดหรือเวลาตกฟากของน้องสาวกระผมเลยนี่ขอรับ"

อาจารย์ยิ้ม "โหราศาสตร์ที่ลึกซึ้งกว่าการดูดวงทั่วไป ไม่อิงอาศัยวันเดือนปีเกิดและเวลาตกฟากก็มีอยู่ มนุษย์แต่ละคนล้วนเป็นส่วนหนึ่งของพระผู้สร้างหรือพระผู้ทรงไว้ซึ่งจักรวาล มนุษย์จึงมีร่างอยู่เบื้องบนเช่นเดียวกับบนพื้นพิภพ

ตานอกของมนุษย์มองเห็นแต่สิ่งที่มีรูปร่าง แต่ตาในมองทะลุเข้าไปได้ลึกกว่า เห็นได้แม้กระทั่งแบบแผนแห่งจักรวาลซึ่งมนุษย์แต่ละรูปแต่ละนามประกอบกันขึ้นเป็นองค์รวมและส่วนที่แยกย่อยออกเป็นเอกเทศ"

ข้าพเจ้ากลับมากัลกัตตา ซื้อมุก[1] มาให้นลินีเม็ดหนึ่ง หลังผ่านไปหนึ่งเดือน ขาที่เป็นอัมพาตของน้องก็หายเป็นปกติดีทุกประการ

นลินีฝากข้าพเจ้าไปกราบขอบพระคุณท่านคุรุศรียุเตศวรด้วยความสำนึกในบุญคุณอย่างล้นพ้น อาจารย์นิ่งฟังความโดยไม่ปริปากว่ากระไร แต่พอข้าพเจ้าลากลับท่านก็เอ่ยถึงปัญหาเรื่องการมีบุตรของนลินีขึ้นมา

"มีหมอหลายคนบอกน้องของเธอว่าจะมีลูกไม่ได้ ไปบอกน้องเธอเถอะว่าภายในสองสามปีนี้น้องเธอจะให้กำเนิดลูกสาวสองคน"

ผ่านไปไม่กี่ปี นลินีก็คลอดลูกสาวออกมา ทำให้เธอยินดีเป็นนักหนา และอีกสองสามปีให้หลัง เธอก็ได้ลูกสาวมาชื่นชมอีกคนหนึ่ง

---

1 ไข่มุก อัญมณี โลหะ และพันธุ์ไม้ต่าง ๆ เมื่อนำมาใช้โดยให้สัมผัสกับผิวหนังของมนุษย์เราโดยตรง จะทำให้เกิดคลื่นแม่เหล็กไฟฟ้ากระจายออกสู่เซลล์ต่าง ๆ ทั่วร่างกาย ร่างกายของมนุษย์เรามีคาร์บอนและธาตุโลหะต่าง ๆ เป็นส่วนประกอบ เช่นเดียวกับที่มีในต้นไม้ โลหะ และอัญมณี การค้นพบศาสตร์แขนงนี้ของเหล่าฤษีและพระมุนีต่าง ๆ จะต้องได้รับข้อพิสูจน์ยืนยันจากนักสรีรวิทยาในวันหนึ่งข้างหน้าอย่างแน่นอน ร่างกายที่ไวต่อการรับรู้ของมนุษย์ด้วยกระแสชีวิตที่มีประจุไฟฟ้าไหลเวียนอยู่โดยถ้วนทั่วนี้ เป็นศูนย์รวมของความลี้ลับที่ยังไขไม่ออกอยู่อีกนานัปการ

ถึงอัญมณีและกำไลที่ทำจากโลหะชนิดต่าง ๆ จะช่วยเยียวยารักษาร่างกายได้ แต่ท่านอาจารย์ศรียุกเตศวรก็มีเหตุผลอย่างอื่นในการแนะนำให้ใช้ กล่าวคือ ครูบาอาจารย์ทั้งหลายไม่เคยคิดอยากเป็นแพทย์ผู้ยิ่งใหญ่ เพราะมีแต่พระเป็นเจ้าเท่านั้นที่ทรงเป็นจอมแพทย์ ด้วยเหตุนี้ เหล่าโยคีผู้บรรลุธรรมจึงมักจะซ่อนเร้นอำนาจที่ตนได้รับพระกรุณาประทานมาจากพระเป็นเจ้าเอาไว้ในหลากหลายรูปแบบ ข้างมนุษย์นั้นก็มักจะเชื่อถือไว้ใจแต่สิ่งที่ตนจับต้องมองเห็นได้ เมื่อคนเหล่านี้มาขอให้อาจารย์รักษาให้ ท่านจึงแนะนำพวกเขาให้สวมกำไลหรืออัญมณีเพื่อกระตุ้นศรัทธาของพวกเขา และเพื่อเบนความสนใจของพวกเขาให้หันเหออกจากตัวท่าน กำไลและอัญมณีนอกจากจะมีอำนาจในการรักษาด้วยคลื่นแม่เหล็กไฟฟ้าอยู่ในตัวโดยธรรมชาติอยู่แล้ว ก็ยังมีกระแสแห่งความเมตตาจากจิตของอาจารย์บรรจุอยู่ด้วย

บทที่ 26

ศาสตร์แห่ง*กริยาโยคะ*

ศาสตร์แห่ง*กริยาโยคะ*ที่กล่าวถึงอยู่บ่อยครั้งในหนังสือเล่มนี้ เริ่มเป็นที่รู้จักกันในอินเดียยุคปัจจุบันโดยการเผยแพร่ของท่านลาหิริ มหัสยะ ผู้เป็นคุรุของท่านคุรุศรียุกเตศวร รากศัพท์ภาษาสันสกฤตของคำว่า *กริยา* คือ *กริ* แปลว่ากระทำ ปฏิบัติและปฏิบัติตอบโต้ เป็นรากศัพท์เดียวกับคำว่า *กรรม* อันเป็นหลักของกฎว่าด้วยเหตุและผลโดยธรรมชาติ ด้วยเหตุนี้*กริยาโยคะ*จึงหมายถึง "การรวมเป็นหนึ่งเดียว (*โยคะ*) กับพระเป็นเจ้าผ่านการกระทำหรือพิธีกรรม (*กริยา*) บางอย่าง" โยคีผู้มุ่งมั่นปฏิบัติ*กริยาโยคะ*โดยไม่ย่อท้อ จะค่อย ๆ ปลดพันธนาการแห่งกรรมหรือดุลยภาพของกฎแห่งกรรมลงได้ทีละน้อย

เนื่องจากพระฤๅษีมุนีในสมัยโบราณเคยให้คำเตือนบางประการเอาไว้ ข้าพเจ้าจึงไม่อาจนำศาสตร์แห่ง*กริยาโยคะ* มาอรรถาธิบายไว้โดยละเอียดในหนังสือที่เขียนขึ้นเพื่อผู้อ่านในวงกว้างได้ การศึกษา*กริยาโยคะ*ที่ถูกต้องและจริงแท้ต้องได้รับการชี้แนะจาก*กริยาพัน* (*กริยาโยคี*) ที่ได้รับฉันทานุมัติจากเซลฟ์ รีอะไลเซชั่น เฟลโลว์ชิพ (SRF) (สมาคมโยโคทะสัตสังคะแห่งอินเดีย)[1] แล้วเท่านั้น ในที่นี้ จึงขอนำ*กริยาโยคะ* มาอธิบายไว้แต่พอสังเขป

กริยาโยคะ คือวิธีการทางกายและจิตอันเรียบง่าย ซึ่งจะฟอกเอาคาร์บอน-ไดออกไซด์ออกจากโลหิตภายในร่างกาย แล้วเติมออกซิเจนเข้าไปแทนที่ อะตอมของออกซิเจนที่เพิ่มเข้ามานี้จะแปรสภาพไปเป็นพลังปราณเข้าไปฟื้นฟูสมองและจักรต่าง ๆ ตามแนวกระดูกสันหลังให้กลับคืนสู่สภาพสมบูรณ์และ

---

1 ท่านปรมหังสา โยคานันทะได้มอบอำนาจให้ผู้รับช่วงสืบทอดตำแหน่งประธานและผู้นำทางจิตวิญญาณของสมาคมของท่าน (เซลฟ์ รีอะไลเซชั่น เฟลโลว์ชิพ "SRF" และสมาคมโยโคทะสัตสังคะแห่งอินเดีย "YSS") เป็นผู้รับผิดชอบดูแลการรับบุคคลที่มีความเหมาะสมเข้ามาเป็นศิษย์และถ่ายทอด*กริยาโยคะ*ให้ หรือมอบหมายให้สวามีในสังกัดสมาคมเอสอาร์เอฟ/วายเอสเอส กระทำการดังกล่าวนั้น นอกจากนี้ ท่านยังดำเนินการเผยแพร่ศาสตร์แห่ง*กริยาโยคะ* อย่างต่อเนื่องผ่านทาง*บทเรียนเซลฟ์ รีอะไลเซชั่น เฟลโลว์ชิพ (SRF)* (*โยโคทะ*) ของสำนักงานใหญ่เอสอาร์เอฟในนครลอส-แองเจลิส (ดูหน้า 652) (*หมายเหตุจากผู้จัดพิมพ์*)

อ่อนเยาว์ดังเดิม ด้วยการหยุดยั้งมิให้โลหิตดำเพิ่มพูนขึ้น โยคีจึงสามารถลด หรือยับยั้งการเสื่อมสลายของเนื้อเยื่อได้ โยคีผู้บรรลุภูมิธรรมขั้นสูงสามารถเปลี่ยนเซลล์ในร่างกายให้กลายเป็นพลังงานได้ อีไลยาห์ พระเยซู ท่านกบีร์ และศาสดาพยากรณ์ท่านอื่นๆ คือประดาครูบาอาจารย์ในอดีตที่ใช้*กริยาโยคะ* หรือวิธีการที่คล้ายคลึงกัน บังคับร่างกายให้สลายหายไปหรือให้กลับมาเป็นรูปเป็นร่างได้ดังใจประสงค์

กริยาโยคะ เป็นศาสตร์โบราณ ท่านลาหิริ มหัสยะได้รับสืบทอดมาจากมหาคุรุผู้ยิ่งใหญ่ของท่าน คือท่านบาบาจี ผู้ค้นพบโยควิธีนี้อีกครั้งหลังจากที่สูญหายไปในยุคมืด ท่านได้ปรับปรุงหลักการและขั้นตอนต่างๆ ให้เข้าใจได้ง่ายขึ้น และตั้งชื่อให้ใหม่ว่า *กริยาโยคะ*

"*กริยาโยคะ*ที่ครูมอบให้แก่โลกยุคศตวรรษที่ 19 ผ่านทางตัวเจ้านั้น" ท่านบาบาจีกล่าวแก่ท่านลาหิริ มหัสยะ "แท้จริงคือศาสตร์ที่พระกฤษณะเคยประทานให้กับท้าวอรชุนเมื่อหลายพันปีก่อน ต่อมายังมีท่านปตัญชลี พระคริสต์ เซนต์จอห์น เซนต์ปอล และสานุศิษย์อีกหลายท่านที่ได้เรียนรู้ ถึงยุคสมัยนี้ครูจึงได้นำกลับมาฟื้นฟูขึ้นอีกครั้ง"

พระกฤษณะ ศาสดาพยากรณ์ผู้ยิ่งใหญ่ที่สุดของอินเดีย ได้เอ่ยถึง*กริยาโยคะ*เอาไว้ในคัมภีร์ภควัทคีตาถึงสองครั้ง ครั้งแรกอยู่ในโศลกบทที่ว่า "ด้วยการถวายลมหายใจเข้าในลมหายใจออก แลถวายลมหายใจออกด้วยลมหายใจเข้า โยคีจึงผ่อนลมหายใจทั้งสองทางให้สงบลงได้ เมื่อเป็นเช่นนั้น โยคีย่อมสามารถปล่อยลม*ปราณ*จากหัวใจและควบคุมพลังชีวิตได้ดังใจคิด"[1] ความหมายของโศลกบทนี้คือ "โยคีระงับความเสื่อมสลายแห่งกายได้ด้วยการใส่*ปราณ* (พลังชีวิต) เพิ่มเข้าไป โดยหยุดการทำงานของปอดและหัวใจเสีย นอกจากนี้ ยังยับยั้งการเปลี่ยนแปลงอันเนื่องมาจากการเจริญเติบโตของร่างกายได้ด้วยการควบคุม*อปานะ* (กระแสการกำจัดทิ้ง) โยคีจึงเรียนรู้ที่จะควบคุมพลังชีวิตได้ก็ด้วยการทำให้กระบวนการเสื่อมสลายและการเจริญเติบโตหยุดนิ่งอยู่กับที่เช่นนี้เอง"

โศลกอีกบทหนึ่งมีใจความว่า "ความหลุดพ้นอันเป็นนิรันดรย่อมเป็นที่หวัง

---

1   ภควัทคีตา 4:29

ได้แก่พระมุนี (ผู้ชำนาญในการทำสมาธิ) ผู้ถือเอาการแสวงหาพระเป็นเจ้าเป็นเป้าหมายสูงสุด ท่านสามารถถ่ายถอนตนเองจากสิ่งที่จะมากระทบจากภายนอกได้ด้วยการเพ่งจุดที่กึ่งกลางระหว่างคิ้วทั้งสองข้าง ด้วยการผ่อนกระแส*ปราณ*แล*อปานะ* (ซึ่งไหลเวียนอยู่) ภายในโพรงจมูกแลปอดลง ด้วยการควบคุมจิตรับความรู้สึกแลพุทธิปัญญา แลด้วยการขจัดเสียซึ่งกิเลส ความกลัว แลความโกรธ"[1]

พระกฤษณะยังทรงเล่าด้วยว่า[2] ในอดีตชาติ พระองค์นั่นเองที่เป็นผู้ถ่ายทอดศาสตร์แห่งโยคะอันยืนยงนี้ให้กับฤษีวิวัสวัตในครั้งโบราณกาล แล้วฤษีวิวัสวัตได้นำไปสอนให้กับพระมนู นักบัญญัติกฎหมายผู้ยิ่งใหญ่อีกต่อหนึ่ง[3] ตัวพระมนูเองก็นำไปสอนแก่ท้าวอิกษวากุ ผู้ก่อตั้งราชวงศ์สุริยคุปต์แห่งวรรณะนักรบขึ้นเช่นกัน ราชโยคะจึงได้รับการสืบสานอยู่ในหมู่ฤษีด้วยการถ่ายทอดจากรุ่นสู่รุ่นสืบมาจนถึงยุคสมัยแห่งวัตถุนิยม[4] หลังจากนั้น ศาสตร์อันศักดิ์สิทธิ์นี้ก็ค่อย ๆ กลายเป็นสิ่งที่ไกลเกินเอื้อม ส่วนหนึ่งเป็นเพราะพวกนักบวชเก็บรักษาไว้เป็นความลับ อีกส่วนเป็นเพราะผู้คนละเลย ไม่ให้ความสนใจอีกต่อไป

ปราชญ์ยุคโบราณที่ให้อรรถาธิบายศาสตร์แห่งโยคะได้ดีเยี่ยมอย่างท่านปตัญชลีก็เคยเอ่ยถึง*กริยาโยคะ*เอาไว้สองครั้ง ความว่า "*กริยาโยคะ* ประกอบด้วยการฝึกกายควบคุมจิต และเจริญสมาธิให้ตั้งมั่นอยู่กับ*โอม*"[5] ท่านกล่าวถึง

---

1 *ภควัทคีตา* 5:27–28 หน้า 537, 539–40 อธิบายศาสตร์แห่งการหายใจ

2 *ภควัทคีตา* 4:1–2

3 บุคคลในยุคก่อนประวัติศาสตร์ เป็นผู้รจนาคัมภีร์*มานวธรรมศาสตร์* หรือ*กฎพระมนู* ซึ่งนับถือกันเป็นขนบประเพณีและยังมีผลบังคับใช้อยู่ในอินเดียจนถึงกระทั่งทุกวันนี้

4 คัมภีร์ทางฮินดูคำนวณเอาไว้ว่า ยุควัตถุนิยมเริ่มต้นขึ้นเมื่อ 3,102 ปีก่อนคริสตกาล ปีดังกล่าวถือเป็นจุดเริ่มต้นของ*ทวาปรยุค*ฝ่ายเสื่อมในมหายุค และเป็นจุดเริ่มต้นของกลียุคในมหากัปป์ด้วย (ดูหน้า 219) นักมานุษยวิทยาส่วนใหญ่เชื่อกันว่า เมื่อ 10,000 ปีก่อน มนุษยชาติยังไร้อารยธรรมและดำรงชีวิตอยู่ในยุคหิน พวกเขาสรุปเอาอย่างขอไปทีว่าขนบประเพณีที่แพร่หลายของอารยธรรมโบราณในเลมิวเรีย แอตแลนติส อินเดีย จีน ญี่ปุ่น อียิปต์ เม็กซิโก และดินแดนอื่นๆ อีกหลายแห่งเป็นเพียง "ตำนาน" เท่านั้น

5 *โยคสูตร* 2:1 เมื่อเอ่ยถึง*กริยาโยคะ* ท่านปตัญชลีหมายถึง โยควิธีที่ท่านบาบาจีนำมาเผยแพร่ในสมัยหลัง หรือหมายถึงโยควิธีที่คล้ายคลึงกันอย่างยิ่ง ข้อพิสูจน์ที่ว่าท่านปตัญชลีได้เอ่ยถึงเทคนิควิธีในการควบคุมพลังปราณนั้นมีปรากฏอยู่ในภาคคติพจน์ของท่านใน*คัมภีร์โยคสูตร* อัธยายะที่ 2:49 (กล่าวไว้ในหน้านี้)

พระเป็นเจ้าในฐานะที่ทรงเป็นเสียง*โอม*อันดังสะท้อนสะท้านอยู่ในจักรวาลและรับรู้ได้ในขณะเจริญสมาธิ[1] *โอม*คือคำที่เป็นปฐมบทแห่งการสร้างสรรค์ คือเสียงสั่นสะเทือนของพระผู้ทรงขับเคลื่อนสรรพสิ่ง คือข้อพิสูจน์[2]ถึงความมีอยู่จริงแห่งพระเป็นเจ้า กระทั่งผู้ที่เพิ่งเริ่มต้นปฏิบัติโยคะได้ไม่นานก็ยังอาจได้ยินเสียง*โอม*อันน่าอัศจรรย์นี้ได้ เมื่อจิตวิญญาณได้รับปีติเป็นเครื่องยืนยัน ผู้ปฏิบัติจะเริ่มเชื่อมั่นว่าตนเองเข้าไปสัมผัสและเป็นส่วนหนึ่งของมิติเหนือโลกได้

ท่านปตัญชลีกล่าวถึงโยควิธีแบบ*กริยาโยคะ* หรือการควบคุมพลังปราณซ้ำเป็นคำรบสอง ความว่า "ความหลุดพ้นย่อมเป็นที่หวังได้โดยอาศัย*ปราณายามะ* ซึ่งกระทำให้สำเร็จได้ด้วยการแยกช่วงการหายใจเข้าแลหายใจออก"[3]

เซนต์ปอลเองก็รู้วิชา*กริยาโยคะ*หรือศาสตร์ที่คล้ายคลึงกัน ทำให้สามารถต่อกระแสปราณให้เข้ากับประสาทสัมผัส หรือตัดให้ขาดจากกันเสียก็ได้ ด้วยเหตุนี้ ท่านจึงสามารถกล่าวได้ว่า "ข้าพเจ้าขอยืนยันโดยอ้างความปลาบปลื้มของเรา ซึ่งข้าพเจ้ามีอยู่ในท่านทั้งหลายโดยพระเยซูคริสต์ว่า *ข้าพเจ้าตายทุกวัน*"[4] ด้วยการรวมพลังปราณทั่วร่าง (ซึ่งปกติจะปล่อยออกภายนอกสู่โลกแห่งผัสสะแต่เพียงถ่ายเดียว อันทำให้มันฟังดูสมเหตุสมผล) มาไว้ ณ จุดหนึ่งจุดใดภายในกาย เซนต์ปอลได้รับประสบการณ์ของ "ความปลาบปลื้ม" (ปีติ) ในการเข้าถึงพระเจ้าได้ทุกวันตามหลักโยคะอันแท้จริง ในสภาวะที่จิตดิ่งลงสู่ปีติสุขเช่นนี้ ท่านจึงสำเหนียกได้ว่าตนเองกำลัง "ตาย" หรือเป็นอิสระจากมายาแห่งผัสสะทั้งปวง

---

1 *โยคสูตร* 1:27

2 "พระองค์ผู้ทรงเป็นพระเอเมน ทรงเป็น *พยาน* ที่สัตย์ซื่อและสัตย์จริง และทรงเป็นปฐมเหตุแห่งสิ่งสารพัดซึ่งพระเจ้าทรงสร้าง"—วิวรณ์ 3:14 "ในปฐมกาลพระวาทะดำรงอยู่ และพระวาทะทรงสถิตอยู่กับพระเจ้า และพระวาทะทรงเป็นพระเจ้า ... พระเจ้าทรงสร้างสิ่งทั้งปวงขึ้นมาโดยพระวาทะ ในบรรดาสิ่งที่เป็นมานั้น ไม่มีสักสิ่งเดียวที่ได้เป็นมานอกเหนือพระวาทะ"—ยอห์น 1:1–3 เสียง*โอม*ในคัมภีร์พระเวทนั้น ภายหลังได้กลายมาเป็นคำศักดิ์สิทธิ์ของศาสนาต่าง ๆ โดยออกเสียงผิดแผกกันไปบ้าง เช่น กลายเป็นคำว่า *หุม* ในพุทธศาสนาแบบทิเบต *อามิน* ในศาสนาอิสลาม และ *อาเมน* ในศาสนาของชาวอียิปต์ กรีก โรมัน ยิว และคริสต์ ในภาษาฮิบรู แปลว่า *มั่นใจ ยึดมั่น*

3 *โยคสูตร* 2:49

4 โครินธ์ 1 15:31 "ความปลาบปลื้มของเรา" เป็นการแปลที่ถูกต้อง ไม่ใช่ "ความปลาบปลื้มของท่าน" เช่นที่นิยมแปลกัน สิ่งที่เซนต์ปอลกล่าวถึงคือความเป็นสากลของการเข้าถึงพระเป็นเจ้า

การเข้าถึงพระเป็นเจ้า (*สาพิกัลปสมาธิ*) ในขั้นแรกนั้น จิตสำนึกของผู้ปฏิบัติโยคะจะรวมเข้ากับพระเป็นเจ้าแห่งจักรวาล พลังปราณหรือพลังชีวิตของเขาจะถูกดึงออกจากร่าง ซึ่งมีสภาพเหมือนซากที่ "ตาย" ไปแล้ว กล่าวคือ แน่นิ่งไม่ไหวติงและแข็งทื่อ ผู้เป็นโยคีจะมีสติรำลึกรู้อย่างเต็มเปี่ยมว่าร่างกายของตนได้หยุดทำงานไปชั่วขณะ อย่างไรก็ดี ในขณะที่จิตก้าวล่วงเข้าสู่ สภาวธรรมขั้นสูงขึ้นไป (*นิรพิกัลปสมาธิ*) โยคีจะสื่อสารกับพระเป็นเจ้าได้โดยไม่ติดข้องอยู่กับร่างกาย ในขณะที่มีจิตสำนึกรู้อยู่เป็นปกติ หรือกระทั่งในระหว่างที่ต้องประกอบกิจการงานต่าง ๆ ในทางโลกอยู่ก็ตาม[1]

"*กริยาโยคะ* เป็นเครื่องมือช่วยเร่งการวิวัฒน์พัฒนาตนของมนุษย์ให้เร็วขึ้น" ท่านคุรุศรียุกเตศวรอธิบายให้เหล่าสานุศิษย์ฟัง "โยคีในสมัยโบราณค้นพบว่าความลับในจิตสำนึกแห่งจักรวาล มีความเชื่อมโยงกับทักษะในการควบคุมลมหายใจอย่างแนบแน่น นี่คือเอกลักษณ์และคุณูปการที่อินเดียมีต่อขุมคลังความรู้ของโลกอย่างชนิดที่ไม่มีวันสิ้นสูญ พลังปราณซึ่งโดยปกติแล้วจะถูกดูดซับมาค้ำจุนการทำงานของหัวใจ จะต้องได้รับการปลดปล่อยให้เป็นอิสระ เพื่อช่วยให้จิตก้าวขึ้นสู่สภาวธรรมขั้นสูงขึ้นไปได้ ทั้งนี้ ก็ด้วยการระงับความต้องการลมหายใจอันไม่มีที่สิ้นสุดนี้ไว้ ด้วยการผ่อนลมให้เบาลงจนหยุดนิ่งอยู่กับที่"

กริยาโยคะ จะอาศัยจิตเป็นตัวควบคุมพลังปราณให้โคจรขึ้นลงไปตามจักรทั้งหกบนแนวกระดูกสันหลัง (ท้ายสมอง คอ ลำตัว บั้นเอว กระเบนเหน็บ และกระดูกก้นกบ) ซึ่งตรงกับสัญลักษณ์ดวงดาวทั้งสิบสองกลุ่มในจักรราศีที่เป็นสิ่งแทนองค์พระเป็นเจ้า การโคจรพลังให้หมุนเวียนไปตามลำไขสันหลังที่ไวต่อการรับรู้เพียงครึ่งนาทีจะส่งผลต่อความก้าวหน้าในวิวัฒนาการของตัวมนุษย์ ครึ่งนาทีแห่งการปฏิบัติ*กริยาโยคะ* จึงมีค่าเท่ากับหนึ่งปีในการปล่อยให้จิตวิญญาณของมนุษย์พัฒนาไปเองตามธรรมชาตินั่นเลยทีเดียว

---

1 คำว่า *พิกัลปะ* แปลว่า "แตกต่าง ไร้เอกลักษณ์" *สาพิกัลปะ* คือภาวะ*สมาธิ* นั่นคือดำรงอยู่ในความปีติเป็นหนึ่งเดียวกับพระเป็นเจ้าโดย "ยังมีความแตกต่างอยู่" *นิรพิกัลปะ* คือภาวะที่ดำรงอยู่โดย "ไม่มีความแตกต่าง" กล่าวคือ ใน*สาพิกัลปสมาธิ* ผู้ปฏิบัติจะยังรู้สึกอยู่นิด ๆ ว่าตนเองไม่ได้รวมเป็นหนึ่งเดียวกับพระเป็นเจ้าโดยสมบูรณ์ แต่ใน*นิรพิกัลปสมาธิ* ผู้ปฏิบัติจะตระหนักรู้ได้อย่างสมบูรณ์ว่าแท้จริงตนเองนั้นก็มาจากพระเป็นเจ้านั่นเอง

ระบบดวงดาวของมนุษย์ประกอบด้วยกลุ่มดาวภายในกายหกกลุ่ม (ถ้านับขั้วตรงข้ามด้วยจะมี 12 กลุ่ม) ที่โคจรอยู่รอบดวงอาทิตย์แห่งตาทิพย์ ระบบดังกล่าวมีความเชื่อมโยงในเชิงปฏิสัมพันธ์กับดวงอาทิตย์และกลุ่มดาวทั้งสิบสองราศีในโลกแห่งวัตถุธาตุ มนุษย์ทุกรูปทุกนามจึงได้รับผลกระทบจากจักรวาลทั้งภายในและภายนอก บรรดาฤษีในยุคโบราณค้นพบว่าสภาพแวดล้อมที่ผลัดเปลี่ยนหมุนเวียนกันไปในรอบสิบสองปีของจักรราศี ทั้งบนเวิ้งฟ้าและพื้นพิภพจะผลักดันมนุษย์ให้ก้าวเดินไปบนวิถีธรรมชาติของตน พระคัมภีร์ต่าง ๆ ของทางฮินดูล้วนยืนยันเป็นมั่นเหมาะว่ามนุษย์ต้องใช้เวลานับล้านปีในสภาวะธรรมดาและต้องไม่เจ็บไข้ได้ป่วยเลย สมองของเขาจึงจะวิวัฒนาการไปสู่ความสมบูรณ์แบบจนสามารถบรรลุถึงจิตสำนึกแห่งจักรวาลได้

การใช้เวลา 8 ชั่วโมงครึ่งปฏิบัติ*กริยาโยคะ* พันครั้งในหนึ่งวัน จะเท่ากับหนึ่งพันปีของวิวัฒนาการตามธรรมชาติ และถ้าปฏิบัติอย่างต่อเนื่องเป็นเวลาหนึ่งปีเต็ม ก็จะเท่ากับวิวัฒนาการตามธรรมชาติถึง 365,000 ปี ด้วยเหตุนี้ภายในสามปี โยคีผู้ปฏิบัติ*กริยาโยคะ* ด้วยปัญญาและความเพียรจึงสามารถบรรลุถึงผลสำเร็จเดียวกันกับที่ธรรมชาติจะพึงหยิบยื่นให้กับเขาได้ในเวลาหนึ่งล้านปี แน่นอนว่าการร่นเวลาให้เร็วขึ้นนี้จะกระทำได้ก็แต่เฉพาะโยคีผู้ทรงภูมิธรรมขั้นสูงยิ่ง ด้วยการแนะนำสอนสั่งจากผู้เป็นคุรุ โยคีเหล่านี้จึงได้ตระเตรียมร่างกายและสมองด้วยความพิถีพิถันให้สามารถรับมือกับพลังอำนาจที่จะบังเกิดขึ้นจากการคร่ำเคร่งปฏิบัติโยคะของตนได้

ผู้ปฏิบัติ*กริยาโยคะ* มือใหม่จะฝึกฝนโยควิธีนี้เพียงสิบสี่ถึงยี่สิบสี่ครั้งวันละสองรอบ และมีโยคีไม่น้อยที่หลุดพ้นได้ในหกปี สิบสองปี ยี่สิบสี่ปี หรือสี่สิบแปดปี หากโยคีเสียชีวิตไปก่อนที่จะตระหนักได้อย่างแท้จริงว่าตนนั้นคือวิญญาณซึ่งมาจากพระเป็นเจ้า กุศลกรรมจากการพากเพียรปฏิบัติโยคะในอดีตชาติจะตามติดตัวไป ทำให้ตัวเขาในชาติภพใหม่มีใจโน้มเอียงไปสู่การมุ่งแสวงหาพระเป็นเจ้าเป็นธรรมชาติวิสัย

ร่างกายของมนุษย์อย่างเรา ๆ ท่าน ๆ เปรียบได้กับหลอดไฟห้าสิบวัตต์ที่ไม่อาจรองรับกระแสไฟหนึ่งพันล้านวัตต์อันเกิดจากการคร่ำเคร่งปฏิบัติ*กริยาโยคะ* อย่างเอาเป็นเอาตายได้ มีแต่การฝึกฝน*กริยาโยคะ* ที่เรียบง่ายและ

หวังได้ซึ่งความสำเร็จอย่างค่อยเป็นค่อยไป ค่อย ๆ เพิ่มจำนวนครั้งขึ้นให้เป็นประจำสม่ำเสมอเท่านั้น ร่างกายของมนุษย์จึงจะเปลี่ยนแปลงให้เข้าสู่กระแสทิพย์วันละเล็กวันละน้อย จนท้ายที่สุดก็พร้อมที่จะแสดงออกให้เห็นถึงศักยภาพอันไม่มีที่สิ้นสุดของพลังแห่งจักรวาล ประกอบขึ้นเป็นภาพแรกของดวงพระวิญญาณศักดิ์สิทธิ์ที่สำแดงให้ประจักษ์

กริยาโยคะไม่มีความคล้ายคลึงแต่ประการใดกับการฝึกหายใจที่ไม่ถูกต้องตามหลักวิทยาศาสตร์อย่างที่หมู่ผู้คลั่งไคล้และมีความเข้าใจแบบผิด ๆ สอนกัน ความพยายามที่จะกลั้นลมหายใจเอาไว้ในปอดเป็นการกระทำที่ผิดธรรมชาติ มีแต่จะทำให้อึดอัดหาความสบายไม่ได้อยู่เพียงถ่ายเดียว ในทางกลับกัน การปฏิบัติกริยาโยคะจะให้ความรู้สึกสงบและสบายอันเป็นผลมาจากการสร้างเสริมกระแสปราณขึ้นมาใหม่ในแนวกระดูกสันหลัง

โยควิธีที่มีมาแต่โบราณนี้จะมุ่งทำลมหายใจให้กลายเป็นแก่นแท้ของจิต เมื่อฝึกจิตให้เจริญดีแล้ว ผู้ฝึกจะสามารถกำหนดรู้ได้ว่าลมหายใจคือมโนคติทางจิต คือพฤติกรรมแห่งจิต เป็นลมหายใจที่มนุษย์เราถวิลหา

มีตัวอย่างมากมายที่สามารถหยิบยกขึ้นมาแสดงให้เห็นถึงความสัมพันธ์ที่แน่นอนระหว่างอัตราการหายใจกับความผันแปรแห่งสภาวะจิตสำนึกของมนุษย์ บุคคลผู้เอาใจทั้งหมดไปจดจ่ออยู่กับสิ่งหนึ่งสิ่งใด เช่น การโต้แย้งกันในเชิงปัญญาเชิงความรู้ การตั้งใจทำงานอันละเอียดประณีต หรือการพยายามทำสิ่งซึ่งยากลำบากกายมาก ๆ บุคคลผู้นั้นจะหายใจช้าลงโดยอัตโนมัติ การตั้งจิตมั่นเช่นนี้จะทำได้ก็ต่อเมื่อบุคคลหายใจช้าลง การหายใจกระชั้นหรือหายใจไม่เป็นจังหวะสม่ำเสมอย่อมนำมาซึ่งสภาวะแห่งอารมณ์อันเป็นโทษอย่างเลี่ยงไม่ได้ ทั้งความกลัว ตัณหาราคะ และความโกรธ ลิงที่อยู่นิ่งไม่เป็นจะหายใจนาทีละ 32 ครั้ง ในขณะที่อัตราการหายใจโดยเฉลี่ยของมนุษย์จะอยู่ที่นาทีละ 18 ครั้ง ช้าง เต่า งู และสัตว์อื่นที่ได้ชื่อว่ามีอายุยืนนั้นจะมีอัตราการหายใจต่อนาทีต่ำกว่าของมนุษย์ ยกตัวอย่างเช่น เต่ายักษ์ซึ่งบางตัวมีอายุยืนถึงสามร้อยปี จะหายใจเพียง 4 ครั้งต่อนาทีเท่านั้น

การนอนหลับช่วยฟื้นฟูร่างกายและพละกำลังของมนุษย์เราได้ก็เพราะชั่วขณะที่หลับอยู่ มนุษย์เราจะไม่มีสติระลึกรู้ถึงกายและลมหายใจของตน คนที่

กำลังนอนหลับจึงกลายเป็นโยคีไป กล่าวคือ ในแต่ละคืน เราจะปฏิบัติโยคะไปโดยไม่รู้ตัวด้วยการปลดปล่อยตนเองออกจากความผูกพันทางกาย ผสานพลังปราณเข้ากับกระแสพลังแห่งการเยียวยารักษาในสมองส่วนหลักและในจักรทั้งหกตามแนวกระดูกสันหลัง ด้วยเหตุนี้ คนนอนหลับจึงได้รับพลังจักรวาลที่ค้ำจุนสรรพชีวิตเข้ามาเสริมส่วนที่พร่องไปโดยไม่รู้ตัว

โยคีจะปฏิบัติโยคะตามขั้นตอนง่าย ๆ และเป็นธรรมชาติด้วยความตั้งใจและมีสติระลึกรู้ มิใช่ไร้สติอย่างคนนอนหลับที่ก้าวหน้าได้ช้าเต็มที โยคีผู้ปฏิบัติ*กริยาโยคะ*จะใช้โยควิธีของท่านหล่อเลี้ยงและชโลมเซลล์ทั้งหลายในร่างกายด้วยแสงทิพย์อันไม่มีวันเสื่อมสลาย ทำให้เซลล์เหล่านี้คงสภาพอันสมบูรณ์เสมือนอยู่ในทิพยสภาวะเอาไว้ได้ โยคีผู้ปฏิบัติสามารถใช้ทักษะอันเป็นศาสตร์ที่พิสูจน์ได้ ทำให้การหายใจไม่ใช่สิ่งจำเป็น และในช่วงหลายชั่วโมงของการปฏิบัตินั้น ก็จะไม่ก่อให้เกิดสภาวะเชิงลบของการหลับ หรือไร้สติสัมปชัญญะ หรือความตาย

พลังปราณในหมู่มวลมนุษย์ผู้ยังตกอยู่ภายใต้การครอบงำของมายาหรือกฎธรรมชาติจะไหลออกไปสู่โลกภายนอกเป็นหลัก กระแสพลังต่าง ๆ จะถูกนำไปใช้ในทางที่ผิดและสูญเปล่าไปกับรูป รส กลิ่น เสียง และสัมผัส การปฏิบัติ*กริยาโยคะ*จะทำให้ทิศทางการไหลของกระแสพลังพลิกกลับ พลังปราณจะถูกจิตชักนำเข้าสู่จักรวาลภายในกายและหลอมรวมเข้ากับพลังอันละเอียดอ่อนที่ไหลเวียนอยู่ตามแนวกระดูกสันหลัง เมื่อมีพลังปราณเพิ่มมากขึ้นเช่นนี้ เซลล์ร่างกายและเซลล์สมองของโยคีจึงได้รับการปลุกให้ฟื้นคืนพลังขึ้นมาใหม่ด้วยน้ำอมฤตทางจิตวิญญาณ

ด้วยการกินอาหารที่เหมาะสม ได้อยู่กับแสงแดด และคิดแต่สิ่งดี ๆ มนุษย์ผู้ก้าวเดินไปตามครรลองและแผนการของธรรมชาติย่อมสามารถตระหนักรู้ว่าตนนั้นคือวิญญาณได้ภายในเวลาหนึ่งล้านปี การจะปรับปรุงโครงสร้างสมองให้บริสุทธิ์ขึ้นสักเศษเสี้ยวขององคุลี มนุษย์เราต้องดำรงชีวิตอยู่อย่างปกติสุข ไร้ซึ่งโรคภัยเบียดเบียนนานถึงสิบสองปีเต็ม ยิ่งถ้าคิดจะทำให้สมองบริสุทธิ์พอที่จะสำแดงออกซึ่งจิตสำนึกแห่งจักรวาลได้ก็ต้องใช้เวลานานถึงล้านปีเลยทีเดียว แต่โยคีผู้ปฏิบัติ*กริยาโยคะ*สามารถที่จะใช้ศาสตร์ทางจิตวิญญาณถ่ายถอนตนเองออกจากกาลเวลาอันยาวนานที่ต้องก้าวย่างผ่านไปในกรณีที่ปล่อยให้

ทุกอย่างดำเนินไปตามครรลองของธรรมชาติ

ด้วยการคลายเงื่อนปมแห่งลมหายใจที่ผูกวิญญาณติดไว้กับกาย*กริยาโยคะ*จึงช่วยยืดอายุขัยให้ยืนยาว ขยายการรับรู้ของจิตสำนึกให้กว้างไกลพ้นไปจากขอบเขตอันจำกัดช่วยให้ก้าวข้ามความขัดแย้งระหว่างจิตกับผัสสะที่ติดข้องพัวพันอยู่กับวัตถุธาตุ และช่วยปลดปล่อยผู้ปฏิบัติให้หวนกลับคืนสู่อาณาจักรอันเป็นนิรันดร์ของตนได้อีกครั้ง เมื่อนั้นผู้ปฏิบัติจะรู้ว่าตัวตนที่แท้จริงของตนมิได้ถูกกักขังไว้ในร่างกาย ไม่ได้ถูกผูกติดไว้ด้วยลมหายใจ...สัญลักษณ์แห่งการตกเป็นทาสใต้อาณัติของอากาศและปัจจัยพื้นฐานทางธรรมชาติที่จำเป็นต่อการดำรงอยู่ของมรรตัยชนหรือมนุษย์ผู้ต้องมีการตาย

เมื่อควบคุมกายและจิตของตนได้ โยคีผู้ปฏิบัติ*กริยาโยคะ*ย่อมเอาชนะความตายซึ่งเป็น "ศัตรูรายสุดท้าย"[1] ของตนได้ในท้ายที่สุด

ท่านไซร้จุ่งบริโภคเจ้า	มัจจุราช
ผู้เสพชีพมนุษยชาติ	มอดม้วย
ยมราชครั้นถูกพิฆาต	ดิ้นดับ
การตายย่อมยุติด้วย	แต่นี้ตราบนาน[2]

การย้อนคิดพิจารณาตนเองหรือ "การนั่งในความเงียบ" เป็นวิธีแยกจิตกับการรับรู้ทางผัสสะออกจากกันอย่างผิดหลักวิทยาศาสตร์ จิตกับผัสสะถูกพลังปราณผูกติดเอาไว้ด้วยกัน จิตหาทางกลับคืนสู่ทิพยสภาวะด้วยการพิจารณา

---

[1] "ศัตรูตัวสุดท้ายที่พระองค์จะทรงทำลายนั้นก็คือความตาย" (โครินธ์ 1 15:26) ร่างที่ไม่เน่าเปื่อยผุพังหลังการละสังขารของท่านปรมหังสา โยคานันทะ (ดูหน้า 648) เป็นสิ่งพิสูจน์ให้เห็นว่าท่านคือโยคีแห่ง*กริยาโยคะ*ที่สมบูรณ์แบบ แต่ใช่ว่าซากสังขารครูบาอาจารย์ผู้ยิ่งใหญ่ทั้งหลายจะไม่เน่าเปื่อยไปเสียทุกท่าน (ดูหน้า 398.1) คัมภีร์ของทางฮินดูระบุว่า ปาฏิหาริย์ในลักษณะนี้อุบัติขึ้นก็ด้วยเหตุพิเศษบางประการ ไม่ต้องสงสัยเลยว่าในกรณีของท่านปรมหังสา โยคานันทะ "เหตุผลพิเศษ" นั้นคือการโน้มน้าวให้โลกตะวันตกเห็นคุณค่าของโยคะ ท่านโยคานันทะได้รับคำสั่งจากท่านบาบาจีและท่านศรียุกเตศวรให้มาช่วยเหลือโลกตะวันตก ซึ่งท่านก็กระทำได้เป็นผลสำเร็จตามที่ได้รับมอบหมายมา ทั้งในยามมีชีวิตอยู่และหลังจากที่ละสังขารไปแล้ว (*หมายเหตุผู้จัดพิมพ์*)

[2] เชกสเปียร์ Sonnet 146

แต่กระแสปราณจะฉุดรั้งจิตกลับคืนมาหาผัสสะอยู่ตลอดเวลา*กริยาโยคะ*เป็นศาสตร์ที่ควบคุมจิตผ่านพลังปราณโดยตรง จึงนับเป็นหนทางที่ง่ายที่สุด ทรงประสิทธิภาพที่สุด และถูกหลักวิทยาศาสตร์ที่สุดในการเข้าหาพระเป็นเจ้า การเข้าหาพระเป็นเจ้าด้วยวิธีอื่นต้องใช้เวลานานและหวังผลเป็นที่แน่นอนไม่ได้ เปรียบไปก็เหมือน "นั่งเกวียน" ผิดกับ*กริยาโยคะ*ที่เอ่ยอ้างได้อย่างเต็มปากว่าเหมือน "โดยสารเครื่องบิน"

ศาสตร์แห่งโยคะมีรากฐานมาจากการนำเอาวิธีภาวนาและเจริญสมาธิทุกรูปแบบมาศึกษาค้นคว้าและทดลองจนได้ผลเป็นที่ประจักษ์ โยคะทำให้ผู้ปฏิบัติสามารถเชื่อมต่อหรือตัดกระแสปราณออกจากการรับรู้ผัสสะทั้งห้าอันได้แก่ รูป รส กลิ่น เสียง สัมผัส ได้ดังใจประสงค์ เมื่อได้มาซึ่งอำนาจในการตัดการรับรู้ผ่านผัสสะทั้งห้าออกไปได้เช่นนี้ โยคีย่อมผสานจิตของตนเข้ากับอาณาจักรแห่งพระเป็นเจ้าและโลกแห่งวัตถุธาตุได้ตามใจปรารถนา จึงไม่ถูกพลังปราณฉุดรั้งให้กลับมาสู่โลกียวิสัยที่โกลาหลอลหม่านไปด้วยกระแสแห่งอารมณ์และความคิดอันแส่ส่ายไม่เคยหยุดนิ่งได้อีกต่อไป

ชีวิตของโยคีผู้ปฏิบัติ*กริยาโยคะ*จนเข้าสู่ภูมิธรรมขั้นสูงแล้ว จะไม่ตกอยู่ภายใต้อิทธิพลของผลกรรมจากอดีตชาติ แต่จะอยู่ภายใต้การชี้นำจากวิญญาณเพียงอย่างเดียว ด้วยเหตุนี้ ผู้ปฏิบัติจึงมักเลี่ยงการติดตามตรวจสอบที่ล่าช้า ค่อยเป็นค่อยไปของการกระทำซึ่งข้องติดอยู่กับอัตตา ทั้งดีและชั่วที่มีอยู่ในชีวิตสามัญ... จากความอืดอาดเชื่องช้าประดุจทากไปสู่ความเป็นอิสระฉับไวตามวิสัยอินทรี

วิธีการอันเหนือชั้นกว่าในการดำรงอยู่ด้วยวิญญาณนี้ช่วยปลดปล่อยโยคีให้เป็นอิสระ หลุดพ้นจากการติดข้องอยู่กับอัตตา ทำให้โยคีได้ลิ้มรสอิสรภาพในการดำรงอยู่ในทุกสถานและทุกกาล ในทางกลับกัน การใช้ชีวิตตามครรลองของธรรมชาติเยี่ยงทาสจัดเป็นวิถีทางอันน่าอัปยศ การจำกัดตนเองให้อยู่แต่เฉพาะในกรอบของวิวัฒนาการตามขั้นตอนธรรมชาติทำให้มนุษย์ไม่สามารถเร่งรัดเวลาให้เร็วขึ้นได้ ต่อให้ใช้ชีวิตตามครรลองของธรรมชาติที่มีอิทธิพลเหนือกายและจิตของตนโดยไม่ผิดพลาดเลยแม้สักน้อย มนุษย์ก็ยังต้องเวียนว่ายตายเกิดอยู่ในสังสารวัฏนับล้านปีกว่าที่จะบรรลุถึงความหลุดพ้นได้

วิธีร่นระยะเวลาของโยคีโดยอาศัยการปลดปล่อยตนเองจากการยึดติดกับ

ชาวตะวันตกผู้ดื่มด่ำในสมาธิ ราชารสีชนกานันทะ (เจมส์ เจ. ลินน์)

หลังจากการฝึกปฏิบัติ*กริยาโยคะ*เป็นประจำทุกวันตลอดระยะเวลาห้าปี ภาพนี้ถ่ายในเดือนมกราคม 1937 บนชายหาดส่วนตัว ณ เมืองเอนซินิตัส แคลิฟอร์เนีย เจมส์ ลินน์ในการทำสมาธิ (ระดับอภิจิตสำนึก)ได้รับพระพรเป็นนิมิตจากองค์พระปิตามหะผู้ทรงสถิตอยู่ในความรุ่งโรจน์

"ชีวิตอันสมดุลของคุณลินน์อาจเป็นแรงบันดาลใจให้แก่ทุกคน" ท่านโยคานันทะกล่าว หลังจากปฏิบัติหน้าที่การงานในทางโลกไปตามทำนองคลองธรรมแล้ว มิสเตอร์ลินน์ยังหาเวลาทำสมาธิเพื่อให้เข้าถึงพระเป็นเจ้าเป็นประจำทุกวัน นักธุรกิจผู้ประสบความสำเร็จผู้นี้ได้กลายมาเป็นกริยาโยคีผู้รู้แจ้งเช่นกัน (ดูหน้า 470, 617)

ท่านปรมหังสามักเรียกขานบุคคลผู้นี้อย่างรักใคร่ชื่นชมว่า "นักบุญลินน์" และในปี 1951 ท่านยังมอบนามใหม่ตามแบบนักบวชว่า ราชารสีชนกานันทะ (ตามชื่อของพระเจ้าชนกาแห่งยุคอินเดียโบราณ) คำนำหน้าชื่อ *ราชารสี* นั้นแปลตรงตัวคือ ราชาฤษี ซึ่งมาจากคำว่า *ราชะ* ("กษัตริย์") + รสี (หรือ ฤษี "นักบวชผู้ยิ่งใหญ่")

อัตตา ทั้งทางกายและทางใจ หันไปพึ่งความเป็นปัจเจกแห่งวิญญาณของตนแทน จึงเหมาะสำหรับผู้ที่ไม่ต้องการเสียเวลาไปเป็นล้านปี แต่ขอบเขตของตัวเลขดังกล่าวอาจเพิ่มขึ้นเป็นทวีคูณในกรณีของปุถุชนผู้ดำเนินชีวิตขัดกับครรลองของธรรมชาติ ไม่ใส่ใจกับจิตวิญญาณของตน ดีแต่เพริดไปกับสิ่งสมมติที่เสกสรรปั้นแต่งขึ้นมาให้ชีวิตยุ่งยากโดยใช่เหตุ ทำลายจิตสำนึกอันดีงามตามธรรมชาติทั้งทางความคิดและการกระทำ สำหรับมนุษย์เช่นที่ว่านี้ ต่อให้ใช้เวลาถึงสองล้านปีก็ยังไม่พอที่จะช่วยตนเองให้บรรลุถึงความหลุดพ้นได้

บุคคลผู้มีใจหยาบกระด้างย่อมตระหนักรู้ได้ยาก หรืออาจไม่มีวันตระหนักรู้ได้เลยว่าร่างกายของตนคืออาณาจักรหนึ่ง ซึ่งมีวิญญาณเป็นจักรพรรดิคอยปกครอง มีกะโหลกศีรษะเป็นบัลลังก์ที่ประทับ และมีผู้สำเร็จราชการแทนพระองค์ประจำอยู่ตามจักรทั้งหกบนแนวกระดูกสันหลังหรือมิติแห่งจิตสำนึก ระบบดังกล่าวมีประชาชนผู้อยู่ภายใต้อำนาจการปกครองเป็นจำนวนมาก นั่นคือ เซลล์จำนวนสองหมื่นเจ็ดพันล้านเซลล์ (ซึ่งดูเหมือนจะมีสติปัญญาติดตัวมาโดยอัตโนมัติและสติปัญญานี้ก็ถูกนำไปใช้ในการทำหน้าที่อันเกี่ยวเนื่องกับร่างกาย ทั้งการเสริมสร้างความเจริญเติบโต ความเปลี่ยนแปลง และการเสื่อมสลาย) รวมถึงความคิด อารมณ์ และสภาวะของจิตสำนึกที่ผันแปรไปได้ต่าง ๆ นานาอีกห้าสิบล้านรูปแบบในช่วงหกสิบปีของอายุขัยโดยเฉลี่ยของมนุษย์แต่ละรูปแต่ละนาม

ความกระด้างกระเดื่องใด ๆ ที่อุบัติขึ้นในกายและจิตของมนุษย์เพื่อต่อต้านวิญญาณที่เป็นเจ้าผู้ทรงอำนาจอยู่เหนือร่างนั้น จะสำแดงออกมาให้เห็นในรูปของโรคภัยไข้เจ็บหรือการกระทำที่ไม่สมเหตุสมผล ปรากฏการณ์เหล่านี้มิได้เกิดขึ้นจากความไม่จงรักภักดีของอาณาประชาราษฎร์ แต่เป็นผลมาจากการที่มนุษย์ได้นำเอาอัตลักษณ์หรือเจตจำนงที่ได้รับติดมากับวิญญาณเป็นการถาวรไปใช้ในทางที่ผิด ทั้งในอดีตและปัจจุบัน

มนุษย์ที่หลงผิดติดอยู่กับอัตตาอันตื้นเขินจะคิดเหมาเอาเองว่า ตนนั้นแลเป็นผู้คิดเป็นผู้ต้องการ เป็นผู้รู้สึก เป็นผู้ย่อยอาหารที่กินเข้าไป และเป็นผู้ค้ำจุนชีวิตของตนเอาไว้ โดยไม่เคยตรึกตรอง (สักนิดหนึ่งก็พอ) และยอมรับเลยว่าชีวิตที่ดำเนินไปซ้ำ ๆ ซาก ๆ ในแต่ละวันนั้น ตนเองก็เป็นแค่หุ่นกระบอกที่ถูกผล

กรรมจากอดีตชาติ ธรรมชาติและสภาพแวดล้อมชักเชิดอยู่ทุกขณะจิต สติปัญญา ความรู้สึก อารมณ์ และนิสัยใจคอของคนเราเป็นเพียงผลอันเกิดแต่เหตุในกาลก่อนของชาติภพนี้หรือชาติภพที่แล้ว ๆ มา กระนั้นวิญญาณอันสูงส่งของเขากลับอยู่เหนืออิทธิพลดังกล่าวโดยสิ้นเชิง ด้วยการปฏิเสธความจริงและอิสรภาพชั่วครั้งคราว โยคีผู้ปฏิบัติ*กริยาโยคะ* จึงข้ามพ้นสิ่งลวงตาทั้งหลายเข้ามาถึงความเป็นตัวตนที่แท้จริงเป็นอิสระจากเครื่องร้อยรัดทั้งปวงได้ คัมภีร์ทั้งหลายในโลกล้วนกล่าวไว้ตรงกันว่า แก่นแท้ของมนุษย์มิใช่กายสังขารอันหาความจีรังยั่งยืนมิได้แต่เป็นวิญญาณที่มีชีวิต การปฏิบัติ*กริยาโยคะ* จะช่วยให้มนุษย์ค้นพบวิธีที่จะพิสูจน์ยืนยันว่าข้อความที่บัญญัติไว้ในพระคัมภีร์เป็นคำกล่าวที่ถูกต้องโดยแท้

"พิธีกรรมใด ๆ ล้วนไม่อาจทำลายอวิชชาหรือความไม่รู้ลงได้ เพราะทั้งสองประการนี้มิได้แตกต่างกันแต่อย่างใด" ท่านศังกราจารย์เขียนไว้ในคัมภีร์ *Century of Verses* อันโด่งดัง "มีเพียงความรู้แจ้งเท่านั้นจึงจะทำลายความไม่รู้ลงได้...แต่ถ้าไม่มีการติดตามถามไถ่เสียแล้ว ความรู้แจ้งก็อุบัติขึ้นไม่ได้ การตั้งคำถามที่กล่าวถึงในที่นี้หมายถึงคำถามในทำนอง ตัวเรานี้คือใคร? จักรวาลนี้อุบัติขึ้นได้อย่างไร? ใครเป็นผู้สร้าง? และสร้างขึ้นจากสิ่งใด?" สติปัญญาแต่เพียงอย่างเดียวไม่สามารถตอบคำถามเหล่านี้ได้ ดังนั้น ฤษีทั้งหลายจึงได้พัฒนาศาสตร์แห่งโยคะขึ้นมาใช้เป็นวิธีการในการหาคำตอบให้กับคำถามทางจิตวิญญาณ

ผู้เป็นโยคีแท้จะเหนี่ยวรั้งความคิด ความประสงค์ และความรู้สึกออกจากการยึดติดกับอัตตาอันหลอกลวงเพราะกิเลสทางกายเป็นเหตุ รวมจิตของตนเข้ากับกระแสพลัง อภิจิตสำนึกตามแนวจักรในกระดูกสันหลัง และดำรงชีวิตอยู่ในโลกตามแนวทางที่พระเป็นเจ้าทรงลิขิตไว้ให้ แรงกระตุ้นจากอดีตหรือความโง่เขลาในปัจจุบันไม่อาจผลักดันโยคีได้ไม่ว่าจะในทางใด เมื่อได้บรรลุถึงพระผู้ทรงเป็นเป้าหมายอันสูงสุดแล้ว โยคีย่อมปลอดภัยอยู่ในพระเป็นเจ้าอันมีปีติเป็นเครื่องหล่อเลี้ยงไว้ไม่มีวันหมดสิ้น

ส่วนคุณประโยชน์อันเป็นระบบและหวังผลได้เป็นที่แน่นอนของโยคะนั้น พระกฤษณะทรงยกย่องโยคีผู้ปฏิบัติ*กริยาโยคะ*เอาไว้ดังนี้ "โยคีนั้นยิ่งใหญ่กว่านักพรตผู้ฝึกกาย ประเสริฐกว่าผู้ก้าวย่างไปบนญาณมรรค (*ญาณโยคะ*) เลิศกว่า

ผู้ยึดมั่นในหลักปฏิบัติ (*กรรมโยคะ*) ดูกร อรชุน! ท่านจงเป็นโยคีเถิด![1]

คัมภีร์ภควัทคีตามักสรรเสริญอยู่บ่อยครั้ง ว่า*กริยาโยคะ* คือ "พิธีโหมกูณฑ์" อันแท้จริง ผู้เป็นโยคีจะสลัดกิเลสตัณหาเยี่ยงมนุษย์ปุถุชนทิ้งลงในกองกูณฑ์ทิพย์ที่ก่อขึ้นบูชาพระเป็นเจ้าผู้เป็นที่สักการะบูชาอย่างหาที่เปรียบมิได้ นับเป็นพิธีโหมกูณฑ์ของทางโยคะแท้ ๆ ทั้งนี้ กิเลสตัณหาทั้งหลายนับจากอดีตจนถึงปัจจุบันจะถูกความรักแห่งพระเป็นเจ้าเผาผลาญกลืนกินจนสิ้น เปลวเพลิงแห่งองค์พระเป็นเจ้าจะรับเอาความบ้าคลั่งของหมู่มวลมนุษย์ไว้เป็นเครื่องบูชา ทำให้มนุษย์บริสุทธิ์ปราศจากมลทินทั้งปวง อุปมาดังหนึ่งเนื้อหนังที่ชุ่มโชกไปด้วยกิเลสตัณหาของมนุษย์ถูกเลาะออกจากกระดูกทุกท่อนจนหมด กะโหลกที่มีเชื้อกรรมรุมเร้าก็ถูกปัญญาอันแผดกล้าดุจแสงอาทิตย์ฆ่าเชื้อไปจนสิ้นในที่สุด เขาก็บริสุทธิ์สะอาด ไม่เป็นที่น่ารังเกียจทั้งต่อพระผู้สร้างและเพื่อนมนุษย์ด้วยกันเอง

---

1 ภควัทคีตา 6:46

วิทยาศาสตร์สมัยใหม่เริ่มค้นพบว่า การหยุดการหายใจสามารถบำบัดรักษาและฟื้นฟูสภาพร่างกายและจิตใจได้อย่างน่าประหลาด ดร.อัลแวน แอล. บารัค แห่งมหาวิทยาลัยแพทย์และศัลยแพทย์ในนครนิวยอร์กได้ริเริ่มใช้วิธีการรักษาแบบพักปอด ซึ่งช่วยผู้ป่วยวัณโรคให้กลับมามีสุขภาพดีขึ้นได้เป็นจำนวนมาก ทั้งนี้ โดยใช้ห้องควบคุมแรงดันเข้ามาช่วยให้ผู้ป่วยสามารถหยุดหายใจได้ *The New York Times* ฉบับวันที่ 1 กุมภาพันธ์ ค.ศ.1947 ได้ยกคำพูดของ ดร.บารัค มาตีพิมพ์ไว้ ความว่า "การหยุดหายใจส่งผลต่อระบบประสาทส่วนกลางในลักษณะที่น่าสนใจมาก แรงกระตุ้นสำหรับการเคลื่อนไหวของกล้ามเนื้อส่วนปลายสุดที่อยู่ภายใต้การควบคุมของจิตใจลดลงอย่างเห็นได้ชัด ผู้ป่วยสามารถนอนอยู่ในห้องควบคุมแรงดันโดยไม่ขยับมือไม้หรือเปลี่ยนท่านอนได้เป็นชั่วโมง ๆ เมื่อการหายใจหยุดลงโดยการควบคุมของจิต ความอยากบุหรี่ก็จะพลอยหายไปแม้กระทั่งกับผู้ป่วยรายที่ติดบุหรี่ชนิดที่ต้องสูบกันวันละสองซอง และมีอีกหลายกรณีที่ผู้ป่วยผ่อนคลายได้เองโดยไม่ต้องอาศัยเครื่องหย่อนใจใด ๆ" ปี 1951 ดร.บารัคได้ยืนยันคุณประโยชน์ของการรักษาด้วยวิธีนี้ต่อสาธารณชนว่า "ไม่เพียงแต่ปอดจะได้พักเท่านั้น ร่างกายทั้งหมด และดูเหมือนจะรวมไปถึงจิต ก็ยังได้พักด้วย ยกตัวอย่างเช่น หัวใจทำงานน้อยลงถึงหนึ่งในสาม ผู้เข้ารับการทดลองเลิกวิตกกังวล และไม่มีใครรู้สึกเบื่อหน่ายเลย"

จากข้อเท็จจริงเหล่านี้ เราจึงพอจะเริ่มเข้าใจได้บ้างว่า โยคีสามารถนั่งนิ่งไม่ติงกายอยู่เป็นเวลานานโดยกายใจไม่วอกแวกคิดอยากจะลุกไปทำกิจสารพัดสารพันได้อย่างไร มีแต่ด้วยความสงบรำงับเยี่ยงนี้เท่านั้นที่วิญญาณจะหาทางกลับไปสู่พระเป็นเจ้าได้ ปุถุชนต้องอยู่ในห้องควบคุมแรงดันจึงจะได้รับคุณประโยชน์บางประการจากสภาวะลมหายใจดับ แต่โยคีไม่ต้องอาศัยสิ่งใดนอกเหนือไปจากการปฏิบัติ*กริยาโยคะ* เพื่อให้ได้มาซึ่งประโยชน์แห่งกายและจิต รวมไปถึงการตื่นรู้ในวิญญาณแห่งตน

บทที่ 27
ก่อตั้งโรงเรียนสอนโยคะในรานจี

"ทำไมถึงรังเกียจงานบริหารองค์กรนัก?"

คำถามของอาจารย์ทำเอาข้าพเจ้านึกตระหนกขึ้นมาเล็กน้อย ตัวข้าพเจ้าในตอนนั้นเชื่อเอาจริง ๆ ว่าองค์กรทั้งหลายนั้นล้วนมีแต่เรื่องเดือดร้อนวุ่นวาย

"มันเป็นงานที่เสียทั้งขึ้นทั้งล่องขอรับ" ข้าพเจ้าตอบ "ไม่ว่าตัวหัวหน้าจะทำหรือไม่ทำอะไร เขาก็ยังต้องตกเป็นขี้ปากคนอยู่ดี"

"เธอคิดจะเก็บชานนะ (เนยแข็ง) ทิพย์เอาไว้กินคนเดียวกระนั้นหรือ?" อาจารย์ย้อนถาม มองตรงมาด้วยสายตาเข้มงวด "ถ้าบรรดาครูบาอาจารย์มิได้มีน้ำใจกว้างขวางยินดีถ่ายทอดความรู้ให้ศิษย์สืบทอดต่อกันมาจากรุ่นสู่รุ่นแล้ว มีหรือที่เธอกับคนอื่น ๆ จะมีวิชาโยคะให้ฝึกฝนจนสามารถเข้าถึงพระเป็นเจ้าได้เช่นนี้?" แล้วท่านก็กล่าวต่อว่า "พระเป็นเจ้าคือน้ำผึ้ง องค์กรต่าง ๆ คือรังผึ้ง ทั้งสองสิ่งล้วนจำเป็น จะขาดสิ่งหนึ่งสิ่งใดไปไม่ได้ ถ้าไร้ซึ่งจิตวิญญาณ กายหยาบจะเป็นสิ่งใดก็ไร้ประโยชน์ แล้วทำไมเธอถึงจะไม่สร้างรวงรังอันอุ่นหนาฝาคั่งและเต็มเปี่ยมไปด้วยน้ำทิพย์แห่งจิตวิญญาณเล่า?"

ข้อคิดของท่านเป็นที่จับใจข้าพเจ้านัก ถึงจะไม่ตกปากรับคำท่านเป็นคำพูดใด ๆ แต่ข้าพเจ้าก็ตัดสินใจแน่วแน่มั่นคงแล้วว่า ข้าพเจ้าจะเอื้อเฟื้อแบ่งปันสัจธรรมแห่งความหลุดพ้นที่ได้เรียนรู้ยามอยู่แทบเท้าอาจารย์ให้กับเพื่อนมนุษย์เท่าที่กำลังความสามารถของตนจะพึงกระทำได้ "ข้าแต่พระเป็นเจ้า" ข้าพเจ้าสวดอ้อนวอน "ขอความรักของพระองค์ฉายส่องลงสู่จิตภักดีของข้าพระองค์ไปชั่วกาล และขอให้ข้าพระบาทสามารถปลุกความรักของพระองค์ในดวงใจของผู้คนทั้งผองด้วยเถิดพระเจ้าข้า"

เคยมีอยู่ครั้งหนึ่งก่อนหน้าที่ข้าพเจ้าจะบวชเข้าสำนักสวามี อาจารย์ศรียุกเตศวรเคยพูดกับข้าพเจ้าในแบบที่ข้าพเจ้าไม่เคยคาดคิดมาก่อนว่าท่านจะพูดเช่นนั้น

"รอจนแก่ตัวลงก่อนเถอะ เธอจะต้องคิดเสียดายว่าน่าจะมีคู่ชีวิตสักคน!" อาจารย์ว่า "เธอไม่เห็นด้วยดอกหรือว่า การเป็นผู้ครองเรือนที่ประกอบสัมมาอาชีวะ

เลี้ยงดูบุตรภรรยาก็ถือเป็นวิถีทางที่ทรงคุณค่าในสายพระเนตรแห่งพระเป็นเจ้าเช่นกัน?”

“อาจารย์ขอรับ” ข้าพเจ้าท้วงอย่างตกใจ “อาจารย์ก็รู้ว่าในชาตินี้ กระผมปรารถนาเพียงถวายความจงรักภักดีต่อพระเป็นเจ้าเท่านั้น”

อาจารย์หัวเราะชอบใจเสียเต็มเสียง ข้าพเจ้าจึงถึงบางอ้อว่าที่แท้ท่านก็แค่อยากลองใจข้าพเจ้าเล่นเท่านั้น

“จำไว้เถิดว่า” ท่านกล่าวเสียงเนิบนาบ “บุคคลผู้ปฏิเสธไม่ยอมกระทำหน้าที่ในทางโลกตามปกติวิสัย จะทำให้ผู้อื่นเห็นดีเห็นงามในการกระทำดังกล่าวของเขาได้ก็ด้วยการเข้าไปแบกรับหน้าที่ความรับผิดชอบต่อครอบครัวที่ใหญ่ยิ่งกว่าเท่านั้น”

แนวคิดเรื่องการให้การศึกษาที่ถูกต้องกับเยาวชนเป็นสิ่งที่ติดตรึงอยู่ในใจข้าพเจ้าเสมอมา ด้วยประจักษ์ชัดว่าดอกผลจากการศึกษาอันดาษดื่น มุ่งพัฒนาเฉพาะร่างกายและสติปัญญานั้น แห้งแล้งและไร้ประโยชน์ปานใด ถ้าแม้นว่ามนุษย์เรามองไม่เห็นค่าของจิตวิญญาณศีลธรรมจรรยา ความสุขก็จะกลายเป็นสิ่งไกลเกินเอื้อม กระนั้นหลักสูตรการศึกษาของทางการกลับปราศจากสิ่งเหล่านี้โดยสิ้นเชิง ข้าพเจ้าจึงตัดสินใจจะก่อตั้งโรงเรียนชายขึ้นแห่งหนึ่งให้เด็ก ๆ สามารถพัฒนาเติบโตขึ้นเป็นผู้ใหญ่ได้อย่างสมบูรณ์ที่สุด ในก้าวย่างแรกนั้น ข้าพเจ้าได้รับเอาเด็กเจ็ดคนมาอบรมสั่งสอนที่หมู่บ้านเล็ก ๆ ในเบงกอลชื่อหมู่บ้านทีหิกะ

ผ่านไปหนึ่งปี ในปี 1918 ด้วยพระเมตตาของท่านเซอร์มณินทราจันทรนันทีมหาราชาแห่งกาซิมบาซาร์ ข้าพเจ้าจึงย้ายนักเรียนที่เพิ่มจำนวนขึ้นอย่างรวดเร็วมาอยู่ที่รานจีได้เป็นผลสำเร็จ รานจีตั้งอยู่ในรัฐพิหาร อยู่ห่างจากกัลกัตตาราวสองร้อยไมล์ จัดเป็นเมืองที่มีสภาพอากาศดีต่อร่างกายของคนเรามากที่สุดในอินเดีย วังกาซิมบาซาร์ในตัวเมืองรานจีได้กลายมาเป็นอาคารหลักของโรงเรียนแห่งใหม่ที่ข้าพเจ้าให้ชื่อว่า “โยโคทะสัตสังคะพราหมาจารย์วิทยาลัย”[1]

---

1 *วิทยาลัย* หมายถึงโรงเรียน *พรหมาจารย์* ในที่นี้หมายถึงขั้นตอนหนึ่งในอาศรมสี่ตามที่มีบัญญัติไว้ในพระเวท ประกอบด้วย 1) ขั้นตอนการศึกษาหาความรู้ในวัยเยาว์ (*พรหมจารี*) 2) ขั้นตอนการมีเหย้ามีเรือน มีภาระหน้าที่ทางโลกที่ต้องรับผิดชอบ (*คฤหัสถ์*) 3) ขั้นตอนการสละบ้านเรือน

ข้าพเจ้าเปิดหลักสูตรชั้นประถมและมัธยม สอนวิชาเกษตรกรรม อุตสาหกรรม การพาณิชย์ และวิชาสามัญทั่วไป โดยยึดถือแนวคิดทางด้านการศึกษาของบรรดาฤษี (อาศรมกลางป่าของท่านเหล่านี้เป็นแหล่งศึกษาหาความรู้ทั้งในทางโลกและทางธรรมให้กับบรรดากุลบุตรในอินเดียมาแต่โบราณแล้ว) ในครั้งเก่าก่อนเป็นแบบอย่าง จึงกำหนดให้การเรียนการสอนส่วนใหญ่กระทำกันในกลางแจ้ง

นักเรียนที่รานจีจะได้เรียนรู้การทำสมาธิตามหลักโยคะ ตลอดจนวิธีการเสริมสร้างสุขภาพและร่างกายตามหลัก*โยโคทะ*ที่ข้าพเจ้าคิดค้นขึ้นได้ในปี 1916

ด้วยตระหนักดีว่าร่างกายคนเราก็เป็นเฉกเช่นเดียวกับแบ็ตเตอรีไฟฟ้า ข้าพเจ้าจึงอนุมานเอาตามหลักเหตุผลว่าเราย่อมอัดพลังงานเพิ่มเข้าไปได้โดยอาศัยความมุ่งมั่นตั้งใจของตัวเราเอง การกระทำใด ๆ จะประสบผลไม่ได้ถ้าปราศจากซึ่ง*เจตนาอันมุ่งมั่น* มนุษย์เราจึงอาจนำเอาความมุ่งมั่นอันเป็นสิ่งกระตุ้นที่สำคัญที่สุดมาใช้ในการฟื้นฟูพละกำลังขึ้นใหม่โดยไม่ต้องอาศัยอุปกรณ์หรือเครื่องจักรกลให้ยุ่งยากแต่ประการใด โยโคทะเป็นวิธีง่าย ๆ ที่ช่วยให้เราบรรจุพลังชีพ (มีศูนย์กลางอยู่ที่ท้ายสมอง) จากขุมพลังจักรวาลที่มีอยู่นับอเนกอนันต์ขึ้นมาใหม่โดยมีสติระลึกรู้อยู่ตลอดเวลาได้ในทันที

เด็ก ๆ ที่รานจีได้รับประโยชน์จากการฝึกโยโคทะเป็นอันมาก โดยสามารถพัฒนาความสามารถพิเศษในการโยกย้ายพลังปราณจากอวัยวะส่วนหนึ่งของร่างกายไปยังอีกส่วนหนึ่ง ทั้งยังทรงตัวอยู่ใน*อาสนะ* (ท่านั่ง) ยาก ๆ ได้อย่างไม่มีที่ติ[1] แสดงให้เห็นถึงพละกำลังและความอดทนชนิดที่พวกผู้ใหญ่ตัวโต ๆ ก็ยังทำได้ไม่เสมอเหมือน

พิษณุ จรัญ โฆษ น้องชายคนสุดท้องของข้าพเจ้าก็มาเข้าโรงเรียนที่รานจีนี้เช่นกัน ภายหลังเขาได้กลายเป็นนักเพาะกายผู้มีชื่อเสียง และได้พาลูกศิษย์

ออกไปบำเพ็ญพรตในป่า (*วนปรัสถ์*) 4) ขั้นตอนผู้อยู่ป่าหรือนักบวชร่อนเร่ สิ้นความผูกพันในทางโลก (*สันนยาสี*) ขั้นตอนชีวิตในอุดมคตินี้แม้มิได้ยึดถือปฏิบัติกันอย่างแพร่หลาย แต่ในอินเดียยุคปัจจุบันนี้ ก็ยังมีศาสนิกชนผู้เคร่งศาสนาอีกไม่น้อยที่ยังยึดถือปฏิบัติกันอยู่ การดำเนินชีวิตตามหลักอาศรมสี่นี้จะต้องกระทำภายใต้การชี้นำของคุรุไปจนตลอดชั่วชีวิต

อ่านข้อมูลเกี่ยวกับโรงเรียนโยโคทะสัตสังคะในรานจีเพิ่มเติมได้ในบทที่ 40

1 สะท้อนให้เห็นว่าชาวตะวันตกมีความสนใจต่อ*อาสนะ* (ท่าโยคะ) มากขึ้น ทำให้มีการตีพิมพ์หนังสือโยคะพร้อมภาพประกอบออกมาให้เห็นหลายเล่ม

คนหนึ่งเดินทางไปยังโลกตะวันตกในปี 1938-9 เพื่อเปิดการแสดงพละกำลังและการควบคุมกล้ามเนื้อให้ผู้สนใจได้เข้าชม บรรดาคณาจารย์ของมหาวิทยาลัยโคลัมเบียที่นิวยอร์ก ตลอดจนมหาวิทยาลัยอื่นๆ อีกหลายแห่ง ทั้งในอเมริกาและยุโรปต่างอัศจรรย์ใจกับการสาธิตอำนาจควบคุมที่จิตมีเหนือร่างกายทั้งนั้น[1]

พอสิ้นปีแรก โรงเรียนที่รานจีก็มีนักเรียนมาสมัครเข้าเรียนมากถึงสองพันคน แต่โรงเรียนในตอนนั้นเปิดรับแต่นักเรียนประจำ และรองรับได้เพียงหนึ่งร้อยคน หลังจากนั้นไม่นาน เราจึงได้เปิดรับนักเรียนไป-กลับด้วย

ในวิทยาลัย ข้าพเจ้าต้องรับบทเป็นทั้งพ่อและแม่ให้กับพวกเด็กๆ กับทั้งยังต้องรับมือกับสารพันปัญหาในการบริหารจัดการอีกหลายอย่าง จึงมีอยู่บ่อยครั้งที่อดที่จะนึกถึงถ้อยดำรัสของพระคริสต์ไม่ได้ "ถ้าผู้ใดได้สละบ้านหรือพี่น้องชายหญิง หรือบิดามารดา หรือภรรยา หรือลูก หรือไร่นาเพราะเห็นแก่เราและข่าวประเสริฐของเรา ในยุคนี้ ผู้นั้นจะได้รับตอบแทนร้อยเท่าคือ บ้าน พี่น้องชายหญิง มารดา ลูก และไร่นา ทั้งจะถูกการข่มเหงด้วยและในยุคหน้าจะได้ชีวิตนิรันดร์"[2]

ท่านคุรุศรียุกเตศวรได้ตีความถ้อยดำรัสนี้ว่า "สาวกผู้ยอมสละซึ่งการแต่งงานและการเลี้ยงดูครอบครัวตามวิสัยโลก เพื่อมาแบกรับภาระหน้าที่อันยิ่งใหญ่กว่า... กล่าวคือ การเข้าไปรับผิดชอบดูแลสังคมโดยรวม ("ในยุคนี้ผู้นั้นจะได้รับตอบแทนร้อยเท่าคือ บ้านและพี่น้องชายหญิง")...เป็นงานที่มักถูกผู้คนรอบข้างกลั่นแกล้งข่มเหงเพราะความเข้าใจผิด การเข้าไปรับภาระอันยิ่งใหญ่เช่นนี้จะช่วยให้สาวกผู้นั้นเอาชนะความเห็นแก่ตัว จนได้มาซึ่งรางวัลจากองค์พระเป็นเจ้าในที่สุด"

วันหนึ่ง พ่ออุตส่าห์มาถึงรานจีเพื่ออวยชัยให้พรกับข้าพเจ้าหลังจากที่รั้งรออยู่พักใหญ่ เพราะเคืองที่ข้าพเจ้าไม่ยอมรับปากเข้าทำงานกับบริษัทเดินรถไฟเบงกอล-นาคปุระตามคำของท่าน

"ลูกรัก" พ่อว่า "หนทางชีวิตที่ลูกเลือก ตอนนี้พ่อเข้าใจและยอมรับมันได้แล้ว

---

1 พิษณุ จรัญ โฆษเสียชีวิตลงที่กัลกัตตาเมื่อวันที่ 9 กรกฎาคม ค.ศ.1970 (หมายเหตุผู้จัดพิมพ์)
2 มาระโก 10:29–30

เห็นลูกอยู่ท่ามกลางเด็กเล็กเด็กน้อยที่ร่าเริงและกระตือรือร้นเช่นนี้ พ่อก็เป็นสุขเหลือเกินแล้ว เจ้าเหมาะจะอยู่ที่นี่มากกว่าที่จะไปจ่อมจมอยู่กับตัวเลขตารางเวลาเดินรถที่ไร้ชีวิตชีวาพวกนั้น" ว่าแล้วท่านก็โบกมือให้พวกเด็ก ๆ ที่เดินเกาะกลุ่มตามหลังข้าพเจ้ามาราวสิบกว่าคน "พ่อมีลูกแค่แปดคน" พ่อมองไปรอบ ๆ ด้วยดวงตาเป็นประกาย "แต่ก็พอจะนึกออกว่าเจ้ารู้สึกอย่างไร!"

เรามีที่ดินอันอุดมสมบูรณ์ให้นำมาใช้ประโยชน์ยี่สิบห้าเอเคอร์ ไม่ว่านักเรียน ครู หรือตัวข้าพเจ้าเอง ต่างก็ชอบชั่วโมงทำสวนและกิจกรรมกลางแจ้งในแต่ละวันกันมาก เรามีสัตว์เลี้ยงมากมาย หนึ่งในนั้นเป็นลูกกวางน้อยที่พวกเด็ก ๆ รักใคร่ได้ปลื้มกันมาก ข้าพเจ้าเองก็รักเจ้ากวางน้อยมากจนยอมให้มันเข้ามานอนในห้องด้วย พอแสงเงินแสงทองจับขอบฟ้า มันจะเดินเตาะแตะมาที่เตียงให้ข้าพเจ้าลูบหลังลูบไหล่ให้ทุกเช้า

วันหนึ่ง ข้าพเจ้ามีธุระต้องเข้าไปในตัวเมืองรานจี จึงป้อนนมให้เจ้าตัวน้อยเร็วกว่าปกติ และสั่งพวกเด็ก ๆ ไว้ไม่ให้ป้อนนมมันอีกจนกว่าข้าพเจ้าจะกลับมา แต่มีนักเรียนคนหนึ่งขัดคำสั่ง เอานมให้เจ้าลูกกวางกินจนล้นกระเพาะ พอข้าพเจ้ากลับมาถึงในตอนค่ำได้รับข่าวร้ายว่า "ลูกกวางกินนมมากเกินไป ตอนนี้ไม่สบายจนใกล้ตายเต็มทีแล้ว"

ข้าพเจ้าอุ้มเจ้าลูกกวางน้อยที่แน่นิ่งไปแล้วขึ้นมาวางไว้บนตักทั้งน้ำตา ในใจก็สวดอ้อนวอนต่อพระเป็นเจ้าขอทรงอย่าพรากชีวิตไปจากมัน หลายชั่วโมงต่อมา เจ้าตัวน้อยก็ลืมตา ลุกขึ้นยืน และก้าวเดินได้อย่างกะปลกกะเปลี้ย คนทั้งโรงเรียนต่างตะโกนโห่ร้องกันอย่างดีอกดีใจ

ทว่า ค่ำคืนนั้น ข้าพเจ้ากลับได้เรียนรู้บทเรียนอันลึกซึ้งบทหนึ่ง เป็นบทเรียนที่ข้าพเจ้าไม่อาจลืมได้จนชั่วชีวิต คืนนั้นข้าพเจ้านั่งเฝ้าเจ้าลูกกวางอยู่จนตีสองจึงได้ผล็อยหลับ ฝันไปว่าเจ้ากวางน้อยเข้ามาหาและบอกว่า

"ท่านรั้งข้าเอาไว้ โปรดปล่อยข้าไป อย่าได้รั้งข้าไว้เลย!"

"ก็ได้" ข้าพเจ้าตอบมันไปในความฝัน

จากนั้น ก็สะดุ้งตื่นและร้องออกมาเสียงดัง "เด็ก ๆ เจ้ากวางน้อยกำลังจะตาย!" พวกเด็กนักเรียนวิ่งกรูกันเข้ามาหาข้าพเจ้า

ข้าพเจ้าวิ่งถลาไปยังมุมห้องที่ตัวเองอุ้มเจ้าตัวน้อยไปวางเอาไว้ มันพยายาม

ลุกขึ้นเป็นครั้งสุดท้าย เดินโซเซตรงมาหา แล้วฟุบลงสิ้นลมอยู่ตรงแทบเท้าของข้าพเจ้านั่นเอง

หากจะอ้างกันถึงเรื่องหลักกรรมที่เป็นเครื่องชี้นำและกำหนดชะตาของสรรพสัตว์ ก็ต้องถือว่าเจ้ากวางน้อยถึงคราวสิ้นอายุขัย และพร้อมจะไปเกิดใหม่ในภพชาติที่สูงกว่าแล้ว แต่ใจของข้าพเจ้าที่ยึดมั่นผูกพันอยู่กับมันอย่างลึกซึ้ง ซึ่งข้าพเจ้ามาสำนึกเอาในภายหลังว่าเป็นความเห็นแก่ตัวอย่างยิ่ง รวมถึงคำสวดอ้อนวอนด้วยศรัทธาอันแน่วแน่ทำให้ข้าพเจ้าสามารถเหนี่ยวรั้งมันเอาไว้ให้อยู่ในร่างของกวางต่อไป ทั้ง ๆ ที่วิญญาณของมันดิ้นรนจะออกจากร่างนั้นไปให้ได้ วิญญาณของเจ้าลูกกวางจึงได้มาขอร้องข้าพเจ้าในฝัน เพราะหากข้าพเจ้าไม่ยินยอมเสีย มันย่อมไม่อาจละจากร่างกวางได้ ครั้นข้าพเจ้าให้ความเห็นชอบ มันก็จากไปในทันที

ความโศกเศร้าทั้งหลายสลายหายไปจากใจ ข้าพเจ้ารับรู้ได้อีกครั้งว่าพระเป็นเจ้าทรงมีพระประสงค์จะให้บุตรของพระองค์รักสรรพสิ่งในฐานะที่เป็นส่วนหนึ่งของพระองค์ และไม่หลงเชื่อว่าความตายคืออวสานของทุกสิ่ง ปุถุชนผู้หลงอยู่ในอวิชชาจะมองเห็นก็แต่กำแพงแห่งความตายที่เขาไม่อาจปีนข้ามไปได้ และดูเหมือนมันจะพรากผองเพื่อนผู้เป็นที่รักของเขาไปซุกซ่อนไว้ชั่วกาล ต่างจากบุคคลผู้ไม่ยึดติดกับสิ่งใด บุคคลผู้รักผู้อื่นในฐานะที่คนเหล่านั้นเป็นดั่งอณูหนึ่งแห่งพระเป็นเจ้า และเข้าใจดีว่าความตายเป็นเพียงชั่วเวลาที่ผู้เป็นที่รักของเขาจะได้กลับคืนไปสู่พระผู้สร้างและดื่มด่ำอยู่กับปีติสุข

โรงเรียนที่รานจีเติบโตขึ้นจากโรงเรียนเล็ก ๆ ธรรมดา ๆ มาเป็นสถาบันที่มีชื่อเสียงในแคว้นพิหารและเบงกอล ภาควิชาต่าง ๆ ได้รับการสนับสนุนเป็นอย่างดีในรูปของเงินบริจาคจากบรรดาผู้ใจบุญที่นิยมยินดีในการฟื้นฟูวิถีทางด้านการศึกษาของพระฤษียุคโบราณขึ้นมาใหม่ ทางโรงเรียนจึงได้เปิดโรงเรียนสาขาในสังกัดขึ้นทั้งที่มิทนาปอร์และลักษมัณปุระ

โรงเรียนแม่ที่รานจีมีแผนกแพทย์เอาไว้คอยให้บริการด้านการรักษาและหยูกยากับคนยากคนจนในละแวกใกล้เคียงโดยไม่คิดค่าใช้จ่าย ในแต่ละปีจะมีคนเข้ามารับบริการเฉลี่ยแล้วมากกว่า 18,000 คน นอกจากนี้ วิทยาลัยยังมีชื่อเสียงทางด้านการกีฬาและวิชาการ มีนักเรียนจบจากที่นี่หลายคนที่เข้าศึกษา

โยโคทะสัตสังคะมัฐ สมาคมโยโคทะสัตสังคะมัฐและอารามแห่งอินเดียที่รานจีนั้นก่อตั้งโดยท่านปรมหังสา โยคานันทะ เมื่อครั้งที่ท่านย้ายโรงเรียนสำหรับเด็กชายของท่านมายังสถานที่ตั้งแห่งนี้เมื่อปี 1918 ปัจจุบันสาขาแห่งนี้ได้ทำหน้าที่ให้บริการแก่เหล่าสมาชิกวายเอสเอส และแจกจ่ายเผยแพร่คำสอน*กริยาโยคะ*ของท่านโยคานันทะไปทั่วอินเดีย นอกเหนือจากกิจกรรมทางด้านจิตวิญญาณ ศูนย์แห่งนี้ยังดูแลถาบันการศึกษามากมาย และเป็นโอสถศาลาที่ให้บริการโดยไม่คิดมูลค่า

ต่อและทำชื่อเสียงในมหาวิทยาลัย

ช่วงสามสิบปีที่ผ่านมา โรงเรียนของเราที่รานจีเคยได้ต้อนรับบุคคลผู้มีชื่อเสียงทั้งชายและหญิงจากทั้งประเทศตะวันออกและตะวันตก ท่านสวามีปราณพานันทะ "โยคีสองร่าง" แห่งพาราณสีก็เคยสละเวลาสองสามวันแวะมาเยือนรานจีในปี 1918 ขณะที่ท่านเฝ้ามองการเรียนการสอนภายใต้ร่มเงาไม้ และได้เห็นนักเรียนตัวน้อย ๆ นั่งนิ่งฝึกสมาธิตามแนวทางโยคะกันนานนับชั่วโมงในยามเย็น ท่านก็รู้สึกประทับใจเป็นที่สุด

"ฉันปลื้มใจเสียจริง ๆ" ท่านว่า "ที่ได้เห็นโรงเรียนของเธอนำแนวทางในการสั่งสอนอบรมเยาวชนของท่านลาหิริ มหัสยะ มาใช้เช่นนี้ ขอท่านคุรุของฉันจงประสาทพรให้กับโรงเรียนของเธอด้วยเถิด"

เจ้าตัวเล็กที่นั่งอยู่ข้างตัวข้าพเจ้าทำใจกล้า ถามท่านโยคีผู้ยิ่งใหญ่ว่า

"ท่านโยคีครับ" แกเริ่มเรื่อง "ผมจะได้บวชไหมครับ? ชีวิตผมมีไว้เพื่อพระเป็นเจ้าเท่านั้นหรือเปล่าครับ?"

ท่านสวามีปราณพานันทะยิ้มอย่างอ่อนโยน แต่ดวงตาของท่านเล็งไกลไปถึงอนาคต

"พ่อหนูน้อย" ท่านตอบ "เมื่อเธอโตขึ้น จะมีเจ้าสาวแสนสวยรอคอยเธออยู่นะ" (หลังวางแผนจะบวชเข้าสำนักสวามีอยู่หลายปี สุดท้าย เด็กชายผู้นี้ก็แต่งงานมีครอบครัวจนได้)

หลังท่านสวามีปราณพานันทะมาเยือนโรงเรียนที่รานจีได้พักใหญ่ ข้าพเจ้าก็ติดตามพ่อไปเยี่ยมท่านสวามีผู้พำนักอยู่ในบ้านที่กัลกัตตาเป็นการชั่วคราว วินาทีนั้นข้าพเจ้าก็นึกถึงคำทำนายที่ท่านเคยกล่าวไว้เมื่อหลายปีก่อนว่า "ฉันยังจะได้พบเธออีกครั้ง พร้อมทั้งพ่อของเธอด้วย"

ขณะที่พ่อก้าวเข้าไปในห้อง ท่านสวามีก็ลุกจากที่นั่ง ตรงเข้ามากอดพ่อด้วยความเคารพรัก

"ภคพาตี" ท่านว่า "คุณมัวแต่ไปทำอะไรอยู่? ไม่เห็นรึว่าลูกชายตัวเองรุดหน้าใกล้พระเป็นเจ้าเข้าไปทุกทีแล้ว?" ท่านเล่นชมข้าพเจ้าเอากับพ่อซึ่ง ๆ หน้า ทำเอาข้าพเจ้าหน้าแดงด้วยความกระดาก แล้วท่านก็กล่าวต่อว่า "จำไม่ได้หรือว่าท่านอาจารย์ลาหิริ มหัสยะมักพูดอยู่บ่อย ๆ ว่า 'พนัต พนัต พัน ชัย'[1] เพราะฉะนั้น จงปฏิบัติกริยาโยคะอย่าได้หยุด แล้วไปให้ถึงองค์พระเป็นเจ้าเสียโดยเร็ว"

สมัยที่ข้าพเจ้าไปเยือนท่านเป็นครั้งแรกที่พาราณสีนั้น ท่านปราณพานันทะดูมีสุขภาพแข็งแรง ร่างกายก็กำยำล่ำสันนัก แต่เวลานี้ สังขารของท่านแสดงสัญญาณแห่งความชราภาพให้เห็นอย่างเด่นชัด แม้ว่าท่านจะยังนั่งเหยียดหลังตรงเป็นสง่าน่าชื่นชมอยู่เช่นเดิมก็ตาม

"ท่านสวามีครับ" ข้าพเจ้าถาม มองตาท่านตรง ๆ "ขอความกรุณาท่านไขข้อข้องใจให้ผมทีเถิด ท่านไม่รู้สึกว่าตัวเองแก่ตัวลงเลยหรือครับ? แล้วในขณะที่กายสังขารทรุดโทรมลง การเข้าถึงองค์พระเป็นเจ้าของท่านได้ลดน้อยถอยลงบ้างหรือเปล่าครับ?"

รอยยิ้มของท่านเหมือนรอยแย้มสรวลของเทพเจ้า "พระองค์ทรงสถิตอยู่กับฉันยิ่งกว่าเมื่อก่อนหน้านี้เสียอีก" ความเชื่อมั่นอย่างเต็มเปี่ยมของท่านทำให้จิตและวิญญาณของข้าพเจ้าเต็มตื้นยิ่งนัก ท่านกล่าวต่อว่า "ฉันยังเป็นสุขกับ

---

[1] เป็นหนึ่งในคำพูดติดปากที่ท่านลาหิริ มหัสยะใช้ปลอบปลุกลูกศิษย์ให้มุ่งมั่นปฏิบัติสมาธิโดยไม่ย่อท้อ แปลตรงตัวว่า "ทำไป ทำไป สักวันจะเกิดผล" หรือเราอาจแปลเอาตามใจชอบว่า "พากเพียรเข้า พากเพียรเข้า แล้ววันหนึ่งจะได้พบพระเป็นเจ้าผู้เป็นเป้าหมายสูงสุด!"

เบี้ยบำนาญสองแห่งอยู่เช่นเดิม . . . ที่หนึ่งได้มาจากท่านภคพาตีพ่อของเธอ อีกหนึ่งได้มาจากเบื้องบน” ท่านชี้นิ้วขึ้นหาท้องฟ้า ในชั่วขณะจิตนั้น ท่านเหมือนจะติดตรึงอยู่กับปีติอันเปี่ยมล้น ใบหน้าของท่านผ่องใสด้วยบุญบารมี เป็นคำตอบที่สมบูรณ์พร้อมยิ่งกว่าสิ่งใดทั้งสิ้น!

ข้าพเจ้ามองไปรอบ ๆ ห้องของท่าน เห็นมีพันธุ์ไม้กับเมล็ดพันธุ์พืชเก็บไว้ไม่น้อย จึงเรียนถามท่านว่าท่านเก็บรวบรวมพืชพันธุ์ไม้เหล่านี้มาด้วยเหตุใด

“ฉันจะไม่กลับไปที่พาราณสีอีกแล้ว” ท่านบอก “ตอนนี้อยู่ในระหว่างการเดินทางไปหิมาลัย เมื่อไปถึงที่หมาย ฉันจะตั้งอาศรมรับศิษย์ เมล็ดพันธุ์พืชเหล่านี้จะนำไปปลูกจะได้มีผักโขมและผักอย่างอื่นกินเป็นอาหาร ศิษย์ของฉันจะใช้ชีวิตเรียบง่าย และจะมุ่งปฏิบัติธรรมเพื่อให้บรรลุถึงความเป็นหนึ่งเดียวกับพระเป็นเจ้าเป็นหลัก สิ่งอื่นนอกเหนือจากนี้ล้วนไม่จำเป็น”

พ่อถามศิษย์ร่วมสำนักว่าเมื่อใดท่านจะกลับมาที่กัลกัตตาอีก

“ผมจะไม่กลับมาอีกแล้ว” ท่านโยคีตอบ “ปีนี้เป็นปีที่ท่านลาหิริ มหัสยะเคยบอกผมเอาไว้ว่าผมจะจากเมืองพาราณสีอันเป็นที่รักไปตลอดกาล ท่านว่าผมจะไปหิมาลัยและจะละสังขารอยู่ที่นั่น”

ข้าพเจ้าน้ำตาเอ่อเมื่อได้ฟังคำพูดของท่าน แต่ตัวท่านกลับยิ้มอย่างเยือกเย็น เห็นแล้วชวนให้นึกถึงพระกุมารองค์น้อยผู้ประทับอยู่อย่างมั่นคงบนพระเพลาแห่งองค์พระแม่ขึ้นมาไร ๆ วันเวลาที่ผ่านไปหลายปีดีดักมิอาจบั่นทอนความแข็งแกร่งมั่นคงในจิตวิญญาณอันสูงส่งของท่านให้ลดน้อยถอยลงได้แต่อย่างใด ความจริงท่านสามารถฟื้นฟูร่างกายให้กลับมาแข็งแรงอ่อนเยาว์ได้แค่ใจคิด กระนั้นก็มีอยู่บ้างบางครั้งที่ท่านไม่สนใจจะยืดวันเวลาแห่งความชราภาพออกไป แต่กลับยินยอมให้กฎแห่งกรรมแทรกซึมเข้าสู่ร่างกาย ใช้กายสังขารในปัจจุบันชาติเข้าไปชดใช้ให้กับกรรมในอดีตชาติ เพื่อที่ในชาติภพหน้าท่านจะได้ไม่ต้องสิ้นเปลืองเวลาไปกับการรับผลจากกรรมเก่าอีกต่อไป

หลายเดือนต่อมา ข้าพเจ้าได้พบเพื่อนเก่า ชื่อสานันทัน เขาเป็นหนึ่งในศิษย์ผู้รับใช้ใกล้ชิดท่านปราณพานันทะ

“อาจารย์ผู้ที่ฉันเทิดทูนบูชาได้ลาโลกไปแล้ว” เขาร้องไห้บอกกับข้าพเจ้า “ท่านไปตั้งอาศรมอยู่ละแวกเมืองฤๅษีเกศ เฝ้าอบรมสั่งสอนพวกเราด้วยความรัก

ครั้นพวกเราปรับตัวเข้ากับที่ทางจนลงตัว และปฏิบัติธรรมกับท่านจนก้าวหน้าได้อย่างรวดเร็วแล้ว วันหนึ่งท่านก็ออกปากจะจัดเลี้ยงคนจำนวนมากจากเมืองฤษีเกศ ฉันเรียนถามท่านว่าทำไมถึงนึกอยากจะเลี้ยงคนตั้งมากมายถึงขนาดนั้น

"'นี่จะเป็นงานเฉลิมฉลองครั้งสุดท้ายของครู' ท่านว่า แต่ฉันไม่ได้เข้าใจนัยที่แฝงอยู่ในถ้อยคำของท่านสักนิด

"ท่านช่วยพวกเราตระเตรียมอาหารจำนวนมาก มีแขกเหรื่อมาร่วมงานรวม 2,000 คนทีเดียว หลังทุกคนอิ่มหนำสำราญดีแล้ว ท่านก็ขึ้นไปนั่งบนยกพื้นสูงแสดงธรรมอันเกี่ยวเนื่องด้วยพระเป็นเจ้าได้จับใจนัก ท้ายที่สุด ในท่ามกลางสายตาของผู้คนนับเป็นพันๆ ท่านก็หันมามองฉันผู้นั่งอยู่ข้างท่านบนยกพื้นและบอกฉันด้วยเสียงอันทรงอำนาจผิดไปจากปกติ

"'สานันทัน จงเตรียมตัวเตรียมใจไว้ ครูจะละจากกายสังขารนี้แล้ว'[1]

"หลังนิ่งอึ้งตะลึงงันไปครู่หนึ่ง ฉันก็ร้องออกมาสุดเสียง 'อาจารย์! อย่านะขอรับ! ได้โปรด ... โปรดอย่าทำเช่นนั้นเลยขอรับ!' ฝูงคนยังนิ่งเงียบ ไม่ได้เข้าใจความหมายในคำพูดของฉันแม้แต่น้อย ท่านปราณพานันทะยิ้มให้กับฉัน แต่ดวงตาของท่านจับจ้องไปที่พระผู้ทรงเป็นนิรันดร์อนันตกาลเสียแล้ว

"'จงอย่าเห็นแก่ตัว' ท่านว่า 'และอย่าได้โศกเศร้าอาลัยถึงครู ครูได้ทำประโยชน์ให้กับพวกเธอทั้งหลายมาอย่างเป็นสุขเนิ่นนานพอแล้ว ถึงตอนนี้จงยินดีและอวยพรให้ครูเดินทางไปโดยสวัสดิภาพ ครูจะไปเฝ้าพระเป็นเจ้าผู้ทรงเป็นที่รักของครูเสียที' แล้วอาจารย์ก็กระซิบบอกมาอีกว่า 'หลังกลับไปสู่ปีติสุขในองค์พระเป็นเจ้าเป็นการชั่วคราวแล้ว ครูจะกลับมาเกิดอีกครั้งในเร็ววันนี้ การหวนคืนสู่โลกครั้งนี้ ครูจะไปอยู่ร่วมกับท่านบาบาจี[2] เธอจะรู้ในไม่ช้าว่าครูได้กลับคืนมาในร่างใหม่ที่ไหนและเมื่อใด'

"แล้วท่านก็ร้องขึ้นอีกว่า 'สานันทัน ครูจะละสังขารด้วย*กริยาโยคะ*ขั้นสองที่นี่'[3] ท่านมองดูดวงหน้าของผู้คนนับพันที่ตรงหน้า ประสาทพรให้พวกเขา

---

1 หมายถึงตาย

2 คุรุของท่านลาหิริ มหัสยะ ถึงตอนนี้ก็ยังมีชีวิตอยู่ (ดูบทที่ 33)

3 โยควิธีที่ท่านปราณพานันทะใช้นี้ ผู้ศึกษา*กริยาโยคะ*ขั้นสูงของทางเอสอาร์เอฟจะรู้จักกันในนาม*กริยาโยคะ*ขั้นสาม แต่เมื่อครั้งที่ท่านลาหิริ มหัสยะถ่ายทอดให้กับท่านปราณพานันทะ

แล้วเพ่งจิตไปยังตำแหน่งของตาที่สามก่อนแน่นิ่งไป ในขณะที่ฝูงชนผู้ไม่รู้เรื่องรู้ราวคิดกันว่าท่านกำลังเข้าสมาธิหยั่งจิตลงสู่ฌาน อาจารย์ก็ได้ละกายเนื้ออันเป็นที่พำนักพักพิงของวิญญาณมาช้านานจากไปสู่ความกว้างใหญ่ไพศาลแห่งจักรวาล พวกลูกศิษย์ลูกหาพากันเข้าไปจับต้องเนื้อตัวของท่านที่นั่งอยู่ในท่าขัดสมาธิเพชร แต่ร่างนั้นไม่มีความอบอุ่นของเลือดเนื้อหลงเหลืออยู่อีกต่อไป เป็นแต่เพียงร่างอันแข็งทื่อ ด้วยผู้ที่เคยพักพิงอิงอาศัยได้จากไปสู่ฟากฝั่งแห่งความเป็นนิรันดร์เสียแล้ว"

ฟังสานันทันเล่าเรื่องจบลง ข้าพเจ้าก็อดคิดไม่ได้ว่า "จะยามเป็นหรือยามตายท่านโยคีสองร่างผู้เปี่ยมบุญก็ช่างน่าเลื่อมใสแท้!"

ข้าพเจ้าถามว่าท่านปราณพานันทะจะไปเกิดใหม่ที่ไหน

"ข้อนี้ฉันเห็นจะบอกนายไม่ได้" สานันทันตอบ "และจะไม่บอกใครหน้าไหนทั้งนั้น แต่นายอาจจะหาคำตอบได้จากทางอื่น"

หลายปีต่อมา ข้าพเจ้าจึงได้รู้จากท่านสวามีเกศพานันทะ[1] ว่าหลังกลับมาเกิดในร่างใหม่ได้ไม่กี่ปี ท่านปราณพานันทะก็ได้เดินทางไปยังเมืองพัทรีนารายัณในเทือกเขาหิมาลัย และกลายเป็นหนึ่งในประดาโยคีผู้รายล้อมอยู่รอบกายท่านบาบาจีผู้ยิ่งใหญ่

ท่านถือว่าเป็น*กริยาโยคะ* "ขั้นสอง" ที่ท่านได้รับมาจากองค์โยคาวตาร *กริยาโยคะ* นี้ยังผลให้ผู้พากเพียรปฏิบัติจนเชี่ยวชาญแล้วสามารถถอดจิตออกจากร่างกายและกลับเข้ามาใหม่ได้โดยมีสติระลึกรู้อยู่ทุกเมื่อ โยคีผู้ทรงภูมิธรรมขั้นสูงจะใช้โยควิธีนี้ในการละสังขาร... ซึ่งตนเองกำหนดรู้เวลาได้ล่วงหน้า

โยคีผู้ยิ่งใหญ่สามารถ "เข้า-ออก" ผ่านตาในซึ่งเป็น "ประตู" สู่ความหลุดพ้นของพลังปราณแห่งจักรวาลได้ พระคริสต์เคยตรัสว่า "เราเป็นประตู ถ้าผู้ใดเข้าไปทางเรา ผู้นั้นจะรอดและเขาจะเข้าออก แล้วจะพบอาหาร ขโมย (มายาหรือสิ่งลวงตา) นั้นย่อมมาเพื่อจะลัก และฆ่า และทำลายเสีย เรา (*กุตัสถะ ไจตนิยะ*)ได้มาเพื่อเขาทั้งหลายจะได้ชีวิต และจะได้อย่างครบบริบูรณ์" (ยอห์น 10:9–10)

1 การพบกับท่านเกศพานันทะมีเล่าไว้ในหน้า 523–7

บทที่ 28

กาศิกับการกลับชาติมาเกิด และตามตัวจนพบ

"อย่าลงน้ำกันนะ แค่เอาถังตักน้ำขึ้นมาอาบก็พอ"

ข้าพเจ้าบอกพวกเด็กนักเรียนที่ยกโขยงตามข้าพเจ้ามาเดินทางไกลรวมระยะทางแปดไมล์ เที่ยวไปบนเนินเขาในละแวกใกล้เคียง แอ่งน้ำตรงหน้าเราดูน่าลงไปแหวกว่ายมาก แต่ในใจข้าพเจ้ากลับนึกรังเกียจมันขึ้นมาอย่างปุบปับ พวกเด็กๆ เริ่มเอาถังของตัวจ้วงตักน้ำ แต่มีบางคนอดใจไว้ไม่ไหว ทนความเย้ายวนของสายน้ำอันใสเย็นไม่ได้ ทว่ายังไม่ทันจะดำผุดดำว่าย ก็มีงูน้ำตัวโตๆ หลายตัวว่ายแหวกฝ่าผิวน้ำปรี่ออกมาอยู่รอบตัวพวกแก ยังผลให้มีเสียงกรีดร้องและเสียงตีน้ำแตกเป็นทางดังสนั่น! แต่ละคนตะลีตะลานวิ่งลุยน้ำขึ้นฝั่งกันด้วยทีท่าน่าขัน!

พวกเรานั่งปิกนิกกินมื้อกลางวันกันหลังมาถึงจุดหมายปลายทางแล้ว ข้าพเจ้านั่งอยู่ใต้ต้นไม้ใหญ่ มีเจ้าตัวเล็กทั้งหลายคอยมะรุมมะตุ้มอยู่รอบตัวตั้งหน้าป้อนคำถามมาไม่ขาดระยะเพราะเห็นแล้วว่าข้าพเจ้ากำลังอารมณ์ดี

"อาจารย์ขอรับ บอกหน่อยสิครับ" พ่อหนูคนหนึ่งถาม "ผมจะได้ก้าวเดินไปบนเส้นทางธรรมและอยู่กับท่านตลอดไปหรือเปล่า?"

"อา...ไม่หรอก" ข้าพเจ้าตอบ "ทางบ้านจะมาบังคับเอาตัวเธอกลับไป หลังจากนั้นเธอจะได้แต่งงานมีครอบครัว"

เจ้าตัวไม่เชื่อ ค้านกลับอย่างดุเดือด "ถ้าจะเอาผมกลับบ้าน ก็หามศพผมกลับไปก็แล้วกัน" (แต่ผ่านไปไม่กี่เดือน พ่อแม่ก็มาพาตัวแกกลับไปทั้งๆ ที่แกขัดขืนยืนกรานทั้งน้ำตา หลังจากนั้นไม่กี่ปี แกก็ได้แต่งงานจริงๆ)

ข้าพเจ้าตอบคำถามที่ระดมกันมาอีกหลายคำถาม จนมาถึงคราวของเด็กชายคนหนึ่ง ชื่อกาศิ แกอายุราวสิบสองขวบ เฉลียวฉลาด และเป็นที่รักของทุกคน

"อาจารย์ครับ" แกถาม "แล้วชะตาของผมล่ะครับ?"

กาศิ
นักเรียนที่โรงเรียนรานจี

"เธอจะตายในเร็ววันนี้" ข้าพเจ้าหลุดปากออกไปเหมือนมีอำนาจที่ไม่อาจขัดขืนได้มาคอยควบคุมบงการ

คำทำนายนั้นยังความตระหนกและเศร้าเสียใจให้แก่ข้าพเจ้ากับเด็กๆ ทุกคน ในใจข้าพเจ้านึกตำหนิตัวเองที่พูดให้คนตกใจแบบไม่ยั้งคิด จึงปฏิเสธไม่ยอมตอบคำถามอีกต่อไป

พอกลับมาถึงโรงเรียน กาศิก็เข้ามาหาข้าพเจ้าถึงในห้อง

"ถ้าผมตาย เมื่อกลับมาเกิดใหม่แล้ว อาจารย์จะช่วยตามหาตัวผมให้พบ แล้วนำผมกลับคืนมาสู่เส้นทางธรรมอีกครั้งได้ไหมครับ?" แกถามพลางสะอื้นไห้ไปพลาง

แม้จะรู้สึกฝืนใจอย่างยิ่ง ข้าพเจ้าก็จำต้องบอกปัดงานอันยากลำบากและเหลือวิสัยปุถุชนคนธรรมดาจะกระทำได้นี้ไปเสีย แต่กาศิก็เพียรเฝ้ารบเร้า

ข้าพเจ้ามิได้หยุดอยู่หลายสัปดาห์ เห็นเด็กชายขวัญเสียจนแทบจะสติแตกอยู่รอมร่อ สุดท้าย ข้าพเจ้าก็ต้องปลอบใจเขาว่า

"ตกลง" ข้าพเจ้าสัญญา "ถ้าองค์พระปิตามหะทรงยอมประทานความช่วยเหลือครูจะพยายามตามหาเธอให้พบ"

ช่วงปิดภาคฤดูร้อน ข้าพเจ้าต้องเดินทางไปที่อื่น และเสียใจนักที่ไม่อาจพากาศิไปด้วยได้ ก่อนออกเดินทาง ข้าพเจ้าเรียกตัวพ่อหนูมาพบที่ห้อง สั่งแล้วสั่งอีกว่าให้แกอยู่แต่ในบริเวณโรงเรียนที่มีกระแสธรรมห่อหุ้มอยู่เท่านั้น ไม่ว่าใครจะมาชวนไปไหนก็อย่าได้ออกไปอย่างเด็ดขาด ไม่รู้เพราะเหตุใด ข้าพเจ้าจึงมีความรู้สึกว่าถ้าแกไม่กลับบ้าน ก็อาจมีทางหลีกเลี่ยงเภทภัยที่ใกล้เข้ามาได้

ทันทีที่ข้าพเจ้าจากไป พ่อของกาศิก็เดินทางมาถึงรานจี เขาใช้เวลาสิบห้าวันเกลี้ยกล่อมลูกชายให้ยอมเปลี่ยนใจ บอกให้กลับบ้านไปอยู่กับแม่สักสี่วัน แล้วค่อยกลับมาที่โรงเรียนใหม่ แต่เด็กชายยืนกรานไม่ยอมกลับอยู่ท่าเดียว สุดท้ายผู้เป็นพ่อจึงงัดไม้ตายขึ้นมาใช้ บอกจะเอาตำรวจเข้ามาจัดการ คำขู่นั้นทำให้กาศิละล้าละลัง พ่อหนูน้อยไม่อยากให้ตัวเองเป็นต้นเหตุทำให้โรงเรียนตกเป็นข่าวในทางเสื่อมเสีย จึงจำใจกลับบ้านไปกับพ่ออย่างไม่มีทางเลือก

หลังจากนั้นไม่กี่วัน ข้าพเจ้าก็กลับมาถึงรานจี พอรู้เรื่องว่าทางบ้านมาเอาตัวกาศิไป ข้าพเจ้าก็จับรถไฟไปกัลกัตตาทันที เมื่อไปถึงก็ว่าจ้างรถม้าไปต่อที่น่าประหลาดก็คือขณะที่รถม้าวิ่งเลยสะพานฮาวราห์ที่ทอดข้ามแม่น้ำคงคามาคนกลุ่มแรกที่ข้าพเจ้าพบก็คือพ่อของกาศิกับหมู่ญาติ ทุกคนแต่งกายในชุดไว้ทุกข์ ข้าพเจ้าร้องบอกคนขับรถม้าให้หยุดรถ ตัวเองกระโดดลงจากรถมาจ้องพ่อผู้โชคร้ายด้วยสายตาเกรี้ยวโกรธ

"คุณมันฆาตกร!" ข้าพเจ้าตะเบ็งเสียงใส่อย่างไร้เหตุผล "กาศิตายเพราะคุณแท้ ๆ!"

ตัวผู้เป็นพ่อเองก็เหมือนจะได้สำนึกแล้วว่าตัวเองทำผิดฉกาจฉกรรจ์เพียงไรที่ไปบังคับเอาตัวลูกชายกลับมาที่กัลกัตตา หลังมาถึงบ้านได้ไม่กี่วัน เด็กชายไปกินอาหารสกปรกเข้า จึงติดเชื้ออหิวาต์ ล้มป่วยและตายจากไป

ความรักใคร่เอ็นดูและคำมั่นสัญญาที่ให้ไว้กับกาศิว่าจะตามหาตัวแกให้พบหลังจากที่แกตายจากไปแล้วได้ติดตามหลอกหลอนข้าพเจ้าทั้งกลางวันและ

กลางคืน ไม่ว่าไปไหน ใบหน้าของแกก็เป็นต้องปรากฏขึ้นราง ๆ ต่อหน้าทุกครั้งไป ข้าพเจ้าจึงเริ่มออกติดตามหาแกดุจเดียวกับที่เคยตามหาแม่เมื่อนานมาแล้ว

ข้าพเจ้ารู้สึกว่า เมื่อพระเป็นเจ้าประทานสติปัญญาและการใช้เหตุผลมาให้เช่นนี้แล้ว ข้าพเจ้าก็ต้องนำเอาอำนาจทั้งหมดที่มีอยู่มาใช้อย่างเต็มที่ เพื่อค้นให้พบกฎอันลี้ลับซับซ้อนที่จะช่วยเผยให้รู้ว่ากาศิวนเวียนอยู่ ณ ซอกมุมใดของมิติหลังความตายเวลานี้ เด็กชายเป็นดวงวิญญาณซึ่งติดข้องอยู่กับกระแสแห่งความปรารถนาที่ยังค้างคาอยู่ ข้าพเจ้ารู้ว่าแกอยู่ที่นั่น...ที่ไหนสักแห่งในท่ามกลางดวงวิญญาณระยิบระยับนับล้าน ๆ ดวงที่ลอยละล่องอยู่ในมิติหลังความตาย แต่ข้าพเจ้าจะปรับกระแสของตนให้เข้ากับกระแสของแกที่ปะปนอยู่ในคลื่นแสงอันไหวกระเพื่อมของดวงวิญญาณนับอเนกอนันต์เช่นนั้นได้ด้วยวิธีใดเล่า?

ข้าพเจ้าใช้โยควิธีอันลี้ลับอย่างหนึ่งส่งกระแสความรักใคร่อาทรออกไปหาดวงวิญญาณของกาศิโดยผ่านทาง "ไมโครโฟน" ของตาใน ตรงกึ่งกลางระหว่างคิ้วทั้งสองข้าง[1] ข้าพเจ้ารู้สึกได้โดยญาณว่ากาศิจะต้องกลับมาเกิดในเร็ววันนี้ ถ้าข้าพเจ้ายังส่งสัญญาณเรียกหาแกต่อไปไม่ยอมหยุด วิญญาณของแกจะต้องตอบรับเข้าสักวันแน่ ข้าพเจ้ารู้ว่าเส้นประสาทตามนิ้วมือ แขน และกระดูกสันหลังของข้าพเจ้าจะรับรู้ได้ถึงสัญญาณที่กาศิส่งกลับมายังข้าพเจ้า ไม่ว่าสัญญาณนั้นจะแผ่วเบาสักเพียงใดก็ตาม

ข้าพเจ้าจะยกมือขึ้น ใช้มันเป็นเสาอากาศ พลางหมุนตัวไปรอบทิศ พยายามค้นหาสถานที่ซึ่งข้าพเจ้าเชื่อว่ากาศิได้ลงมาเกิดเป็นทารกในครรภ์แล้วว่าอยู่ในทิศทางใด ในใจก็หวังเหลือเกินว่า "เครื่องรับคลื่นวิทยุ" ที่ใช้จิตเพ่งหาคลื่นของข้าพเจ้าจะได้รับสัญญาณจากเด็กชายตอบกลับมา

หลังกาศิจากไป ข้าพเจ้าก็เฝ้าฝึกฝนโยควิธีดังกล่าวต่อเนื่องกันราวหกเดือน

---

1 ความประสงค์หรือความมุ่งมั่นที่ส่งออกมาจากจุดกึ่งกลางระหว่างคิ้วทั้งสองข้างเป็นเครื่องช่วยในการกระจายคลื่นความคิด ความรู้สึกหรือพลังในกระแสอารมณ์ของมนุษย์ที่เจ้าตัวอาศัยจิตอันสงบเพ่งมารวมไว้ที่หัวใจ จึงทำให้มันทำงานเป็นเครื่องรับสัญญาณคลื่นกระแสจิตที่ส่งมาจากอีกบุคคลหนึ่งได้ ไม่ว่าบุคคลนั้นจะอยู่ใกล้หรือไกลก็ตาม ในการสื่อสารทางโทรจิตนี้ กระแสความคิดอันละเอียดอ่อนในจิตมนุษย์ผู้หนึ่งจะถูกส่งผ่านไปทางอากาศธาตุของมิติทิพย์ในรูปของคลื่นความสั่นสะเทือนอันบางเบาอย่างยิ่ง จากนั้น จึงแทรกเข้าสู่อากาศธาตุในโลกแห่งวัตถุที่มีมวลหนาแน่นกว่า ก่อเกิดเป็นคลื่นไฟฟ้า ก่อนแปรสภาพมาเป็นคลื่นความคิดในจิตของอีกบุคคลหนึ่ง

ด้วยความมุ่งมั่นไม่ย่อท้อ เช้าวันหนึ่ง ขณะออกไปเดินเล่นกับเพื่อนสองสามคนที่ย่านบาวบาซาร์อันพลุกพล่านของกัลกัตตา ข้าพเจ้ายกมือชูขึ้นเช่นที่มักทำอยู่เสมอ ๆ และเป็นครั้งแรกที่ได้รับสัญญาณตอบกลับมา ข้าพเจ้าตื่นเต้นยินดีเหลือจะกล่าวเมื่อสัมผัสได้ถึงคลื่นไฟฟ้าที่แผ่ซ่านลงมาตามนิ้วและฝ่ามือทั้งสองข้าง กระแสเหล่านี้แปรสภาพไปเป็นกระแสคลื่นความคิดที่รุนแรงจากส่วนลึกในจิตสำนึกของข้าพเจ้าว่า "ผมคือกาศิ ผมคือกาศิ มาหาผมที!"

ขณะที่เพ่งจิตไปที่เครื่องรับคลื่นสัญญาณในใจ ความคิดดังกล่าวก็แทบจะกลายเป็นเสียงดังให้ได้ยินได้ เสียงนั้นร้องเรียกข้าพเจ้าซ้ำแล้วซ้ำเล่า เป็นเสียงกระซิบที่แหบนิด ๆ ในแบบฉบับของกาศิ[1] ข้าพเจ้าหันไปคว้าแขนของเพื่อนคนหนึ่ง ชื่อโปรกาศ ทาส พร้อมฉีกยิ้มให้อย่างกว้างขวาง

"ดูเหมือนผมจะหากาศิเจอแล้ว"

ข้าพเจ้าเริ่มหันซ้ายหันขวา หมุนตัวไปรอบทิศ ทำให้เพื่อน ๆ และผู้คนที่เดินผ่านไปมาต้องหัวร่อด้วยความขบขันอย่างปิดไม่มิด คลื่นไฟฟ้านั้นเต้นริก ๆ ผ่านนิ้วข้าพเจ้าลงมาเมื่อข้าพเจ้าหันหน้าไปทางตรอกเล็ก ๆ ในละแวกใกล้เคียงที่มีชื่ออันเหมาะเหม็งว่า "ตรอกงู" แต่พอหันไปทางอื่น กระแสดังกล่าวก็อันตรธานหายไปในทันที

"อา…" ข้าพเจ้าออกอุทาน "วิญญาณของกาศิจะต้องอยู่ในท้องของว่าที่คุณแม่คนหนึ่งซึ่งมีบ้านอยู่ในตรอกนี้แน่"

เพื่อน ๆ กับข้าพเจ้าพากันสาวเท้าเข้าไปใกล้ตรอกงู กระแสความสั่นสะเทือนในมือที่ชูสูงของข้าพเจ้าทวีความรุนแรงขึ้น เด่นชัดขึ้น ข้าพเจ้าถูกดึงไปยังฟากถนนฝั่งขวาเหมือนมีแม่เหล็กมาคอยดูด ครั้นมาถึงประตูหน้าบ้านหลังหนึ่ง เท้าก็ติดตรึงอยู่กับที่จนข้าพเจ้าอดที่จะนึกอัศจรรย์ใจไม่ได้ ข้าพเจ้าเอื้อมมือไปเคาะประตูด้วยใจอันระทึก ตื่นเต้นจนต้องกลั้นหายใจเอาไว้ รู้สึกเหมือนกับว่าการค้นหาอันยาวนานและแปลกประหลาดของข้าพเจ้าคงจะสำเร็จเสร็จสิ้นลงเสียที

---

[1] วิญญาณในสภาวะบริสุทธิ์จะรอบรู้ในทุกสิ่ง วิญญาณของกาศิจดจำลักษณะเฉพาะตัวของตนเองเมื่อครั้งที่ยังเป็นเด็กชายกาศิได้ทุกอย่าง จึงเลียนเสียงแหบนิด ๆ ของแกเพื่อกระตุ้นความทรงจำของข้าพเจ้า

ผู้เปิดประตูบ้านรับเราคือสาวใช้คนหนึ่ง เธอบอกว่าเจ้านายของเธออยู่บ้านพอดี เขาเดินลงบันไดมาจากชั้นสองและยิ้มให้ข้าพเจ้าอย่างกึ่งสงสัยอยู่ในที ข้าพเจ้าไม่รู้ว่าควรจะตั้งคำถามอย่างไร จะเข้าประเด็นเลยหรือจะชักแม่น้ำทั้งห้ามาก่อนดี?

"คุณครับ กรุณาบอกผมทีว่าภรรยาของคุณตั้งครรภ์มาได้ประมาณหกเดือนแล้วใช่ไหมครับ?"[1]

"ใช่ครับ เป็นเช่นนั้นจริงๆ" เห็นข้าพเจ้าห่มผ้าย้อมฝาด แสดงว่าเป็นสวามีผู้สละแล้วซึ่งทางโลก เขาจึงเลียบเคียงมาอย่างอ่อนน้อมว่า "ท่านพอจะกรุณาบอกผมได้ไหมครับว่าท่านทราบเรื่องของผมได้อย่างไร?"

ครั้นข้าพเจ้าเล่าเรื่องของกาศิกับคำมั่นสัญญาที่ข้าพเจ้าให้ไว้กับเด็กชายให้ฟัง เขาก็มีทีท่าพิศวง แต่ก็เชื่อเรื่องราวที่ข้าพเจ้าเล่าทุกประการ

"ลูกของคุณจะเป็นลูกชาย ผิวพรรณดี" ข้าพเจ้าบอก "ใบหน้ากว้าง มีปอยผม

---

1 หลังสิ้นชีวิตลง แม้จะมีผู้คนไม่น้อยที่วิญญาณรั้งอยู่ในโลกทิพย์ได้นานถึง 500 หรือ 1,000 ปี แต่ก็ไม่มีกฎเกณฑ์กำหนดช่วงเวลาในการกลับไปเกิดแต่ละครั้งเอาไว้อย่างตายตัว (ดูบทที่ 43) อายุขัยของแต่ละบุคคลจะยืนยาวสักเท่าใดในมนุษยโลกหรือทิพยโลกล้วนมีกรรมเป็นตัวกำหนดเอาไว้ล่วงหน้าแล้วทั้งสิ้น

ความตายและการนอนหลับที่เปรียบได้กับ "การตายไปชั่วขณะหนึ่ง" ถือเป็นวิสัยอันไม่อาจหลีกเลี่ยงได้ของมรรตัยชน เป็นสภาวะที่จะช่วยปลดปล่อยปุถุชนผู้ยังมืดบอดอยู่ให้เป็นอิสระจากเครื่องร้อยรัดจากผัสสะทั้งหลายได้เป็นการชั่วคราว ด้วยเหตุที่ธรรมชาติที่แท้จริงของมนุษย์คือเป็นส่วนหนึ่งของพระเป็นเจ้า การนอนหลับและความตายจึงเป็นเครื่องเตือนให้สำเหนียกถึงความไม่มีตัวตนของมนุษย์เอง

กฎแห่งกรรมที่สมดุลตามที่มีอรรถาธิบายไว้ในคัมภีร์ของทางฮินดู คือกฎของการกระทำและการโต้กลับ มีเหตุจึงเกิดผล หว่านพืชชนิดใดย่อมได้ผลเช่นนั้น ในความเที่ยงธรรมตามครรลองของธรรมชาติ (ฤต) นั้น มนุษย์แต่ละรูปแต่ละนามคือผู้หล่อหลอมชะตาของตนผ่านทางความคิดและการกระทำ พลังแห่งจักรวาลใดๆ ที่เขาได้เริ่มลงมือใช้ไป ไม่ว่าจะโดยไตร่ตรองไว้ก่อนหรือไม่ก็ตาม ย่อมหวนกลับมาสู่จุดตั้งต้นของมันเหมือนกับวงกลมซึ่งอย่างไรก็ต้องเวียนมาบรรจบครบรอบ "โลกนี้เหมือนสมการคณิตศาสตร์ ไม่ว่าท่านจะหมุนสลับไปทางใด มันก็ยังคงรักษาดุลยภาพไว้ ความลับทุกอย่างต้องเปิดเผยออกมาสักวัน อาชญากรรมต้องได้รับการลงโทษ ความดีต้องได้รับผลตอบแทนที่ดี ความผิดต้องได้รับการแก้ไขอย่างเงียบๆ และอย่างมิพักต้องสงสัย"—อีเมอร์สัน "Compensation" การมองกฎแห่งกรรมว่าเป็นหลักยุติธรรมที่รองรับความไม่เท่าเทียมกันหรือความผันแปรในชีวิตจึงเป็นเครื่องฉุดรั้งจิตของมนุษย์ไม่ให้แค้นเคืองพระเป็นเจ้าและมนุษย์ด้วยกันเอง (ดูหน้า 225.2)

เหนือหน้าผาก และจะมีอุปนิสัยใจคอน้อมนำไปในทางธรรม" ข้าพเจ้ามั่นใจเหลือเกินว่าเด็กชายที่จะถือกำเนิดในเร็ววันนี้จะต้องมีรูปร่างหน้าตาคล้ายกาศิ

ภายหลัง ข้าพเจ้ายังได้มาเยี่ยมเด็กชายที่พ่อแม่ตั้งชื่อให้ว่ากาศิตามชื่อเดิม แม้จะยังเป็นเด็กอ่อนอยู่ แต่แกมีหน้าตาคล้ายเด็กนักเรียนผู้ที่ข้าพเจ้าเอ็นดูเหลือเกิน แกแสดงออกชัดว่าชอบข้าพเจ้า ความรักใคร่ผูกพันในอดีตถูกปลุกให้ฟื้นตื่นและเพิ่มพูนขึ้นเป็นเท่าทวีคูณ

หลายปีต่อมา เด็กหนุ่มได้เขียนจดหมายมาหาในขณะที่ข้าพเจ้าพำนักอยู่ในอเมริกา เล่าถึงความปรารถนาที่ฝังลึกอยู่ภายในใจในการก้าวเดินไปบนเส้นทางแห่งผู้สละแล้วซึ่งทางโลก ข้าพเจ้าจึงแนะนำให้เขาเดินทางไปหาอาจารย์ท่านหนึ่งที่หิมาลัย และอาจารย์ท่านนั้นก็ได้รับเอากาศิผู้กลับชาติมาเกิดไว้เป็นศิษย์

บทที่ 29

รพินทรนาถ ฐากุรกับข้าพเจ้า ถกกันเรื่องโรงเรียน

"อาจารย์รพินทรนาถ ฐากุรสอนพวกเราให้ร้องเพลงให้เป็นธรรมชาติ เป็นตัวของตัวเอง ร้องโดยไม่ต้องใช้ความพยายามใด ๆ ให้เหมือนกับนกน่ะครับ"

โภลนาถ หนุ่มน้อยหัวดีวัยสิบสี่ปีผู้ศึกษาอยู่ในโรงเรียนของข้าพเจ้าที่รานจีเล่าแจ้งแถลงไขให้ฟังในเช้าวันหนึ่ง หลังจากที่ข้าพเจ้าชมเขาว่าร้องเพลงได้ไพเราะ ไม่ว่าจะมีแรงยุหรือไม่ เด็กหนุ่มก็มักร้องเพลงอันเสนาะหูอยู่ไม่ขาดปาก เขาเคยเข้าเรียนในสถาบันชื่อดังของท่านรพินทรนาถ ฐากุรในเมืองพลปุระ ชื่อวิทยาลัยศานตินิเกตัน (แดนสันติ)

"ครูก็ร้องเพลงของท่านรพินทรนาถได้ตั้งแต่ยังเด็ก" ข้าพเจ้าบอกกับคู่สนทนา "ชาวเบงกอลทุกคนต่างก็ชื่นชอบกาพย์กลอนอันไพเราะของท่านทั้งนั้น ไม่เว้นกระทั่งชาวไร่ชาวนาผู้ไม่รู้หนังสือ"

แล้วเราก็หยิบยกเอาสร้อยเพลงของรพินทรนาถมาร้องเล่นกันสองสามท่อน รพินทรนาถ ฐากุรเป็นผู้ริเริ่มนำเอาบทร้อยกรองของอินเดียนับร้อยนับพันมาใส่ทำนองดนตรีทำเป็นเพลงให้ผู้คนได้ขับขานกัน มีทั้งบทกวีที่ท่านแต่งขึ้นเอง และบทร้อยกรองที่สืบทอดกันมาตั้งแต่ครั้งโบราณ

"ครูได้พบกับท่านรพินทรนาถหลังท่านได้รับรางวัลโนเบลสาขาวรรณคดีได้ไม่นาน" ข้าพเจ้าเล่าหลังเราหยุดร้องเพลงกัน "ที่ครูอยากไปเยี่ยมคารวะท่านเพราะชื่นชมท่านที่หาญกล้าจัดการกับพวกนักวิจารณ์อย่างโผงผาง ไม่มีเก็บไว้เลี้ยงแม้สักคน" ข้าพเจ้าหัวเราะหึ ๆ

โภลนาถชักอยากรู้ จึงขอให้ข้าพเจ้าเล่าเรื่องให้ฟัง

"ตอนนั้นพวกนักวิชาการพากันตำหนิท่านรพินทรนาถอย่างรุนแรง โทษฐานที่ริเริ่มร้อยกรองรูปแบบใหม่ขึ้นในแวดวงกวีนิพนธ์ของเบงกอล" ข้าพเจ้าเริ่มเรื่อง "ท่านนำเอาภาษาพูดเข้ามาใช้ปนกันกับภาษาแบบแผน โดยไม่ใส่ใจกับหลักฉันทลักษณ์ที่ใช้กันมาแต่เดิมอย่างที่พวกบัณฑิตชอบ บทเพลงของท่าน

โดดเด่นด้วยสัจธรรมอันว่าด้วยหลักปรัชญาที่ลึกซึ้ง ใช้ภาษาที่กระทบอารมณ์ความรู้สึก และไม่พะวงกับแบบแผนกฎเกณฑ์ทางฉันทลักษณ์สักเท่าใดนัก

"มีนักวิจารณ์ชื่อดังคนหนึ่งว่าร้ายท่านรพินทรนาถว่าเป็น 'กวีนกพิราบผู้เร่ขายเสียงขันคูบนหน้ากระดาษแลกกับเศษเงินไม่กี่รูปี' แต่การแก้มือของท่านรพินทรนาถก็อยู่ใกล้เพียงแค่เอื้อม หลังท่านแปล *คีตาญชลี* ("การบูชาด้วยบทเพลง") ซึ่งเป็นผลงานของท่านเองเป็นภาษาอังกฤษ แวดวงวรรณกรรมของโลกตะวันตกต่างก็คารวะยกย่องท่าน พวกบัณฑิต...ไม่เว้นกระทั่งพวกที่เคยวิจารณ์ท่านอย่างเสีย ๆ หาย ๆ ในอดีต...จึงขึ้นรถไฟกันมาเต็มขบวน มุ่งหน้ามายังวิทยาลัยศานตินิเกตันเพื่อแสดงความยินดี

"ท่านรพินทรนาถจงใจทิ้งให้แขกเหรื่อเหล่านี้รออยู่เป็นนานสองนานกว่าจะออกมาต้อนรับและรับฟังคำยกย่องของพวกเขาอย่างเฉยชา สุดท้าย ท่านก็ใช้การวิพากษ์วิจารณ์แบบเดียวกันกับที่คนพวกนี้ชอบทำ ตอกพวกเขากลับไปเสียหน้าหงาย

"'สุภาพบุรุษทั้งหลาย' ท่านว่า 'เกียรติยศอันหอมฟุ้งจรุงใจที่พวกคุณมอบให้กับผมในขณะนี้ มันมีกลิ่นเหม็นเน่าของการดูถูกดูหมิ่นในกาลก่อนเจือปนอยู่ด้วยอย่างน่าประหลาด ใช่เป็นเพราะรางวัลโนเบลที่ผมได้รับ ประกอบกับความเป็นนกรู้ของพวกคุณรึเปล่า? เพราะผมก็ยังคงเป็นกวีคนเดียวกับที่พวกคุณเดียดฉันท์นักสมัยที่ผมนำเสนอผลงานเพื่อเป็นดอกไม้บูชาบนหิ้งบูชาแห่งแคว้นเบงกอลในครั้งแรก'

"หนังสือพิมพ์พากันตีพิมพ์ข่าวการแก้ลำของท่านรพินทรนาถกันอย่างครึกโครม ครูชื่นชมคำพูดที่เปิดเผยของบุรุษผู้ไม่เคลิบเคลิ้มไปกับคำยกยอปอปั้นท่านนี้มาก" แล้วข้าพเจ้าก็เล่าต่อว่า "ครูได้รู้จักกับท่านรพินทรนาถที่กัลกัตตาผ่านการแนะนำของเลขานุการของท่านที่ชื่อมิสเตอร์ซี.เอฟ. แอนดรูส์[1] ผู้แต่งกายง่าย ๆ ด้วยผ้าโธตีของชาวเบงกอลเรา เขาเรียกท่านรพินทรนาถด้วยความรักใคร่เทิดทูนว่า 'คุรุเทวะ'

---

1 นักเขียน–นักประชาสัมพันธ์ชาวอังกฤษผู้เป็นสหายสนิทของมหาตมา คานธี มิสเตอร์แอนดรูส์มีคุณูปการต่ออินเดียมากมาย จึงได้รับการยกย่องในดินแดนที่เขามาตั้งรกรากนี้เป็นอย่างสูง

"ท่านรพินทรนาถต้อนรับครูเป็นอย่างดี ตัวท่านเหมือนมีรัศมีแห่งความสง่างาม ความเป็นผู้เจริญด้วยวัฒนธรรม และความสุภาพอ่อนโยนฉายส่องออกมา ครูถามเรื่องภูมิหลังทางด้านวรรณกรรมของท่าน ท่านบอกว่าท่านได้รับอิทธิพลอย่างมากจากมหากาพย์ของทางฮินดูเรากับผลงานของท่านวิทยปตี กวีชื่อดังจากยุคศตวรรษที่ 14"

นึกถึงเรื่องราวในครั้งนั้นแล้ว ข้าพเจ้าก็ครึ้มใจถึงขนาดร้องเพลง "จุดประทีปความรักแห่งพระเป็นเจ้า" ที่เป็นเพลงเบงกาลีเก่าในแบบฉบับของท่านรพินทรนาถขึ้นมา โภลนาถก็ร้องตาม เราสองคนร้องเพลงขณะที่เดินข้ามสนามของวิทยาลัยกันอย่างสนุกสนาน

ราวสองปีหลังก่อตั้งโรงเรียนขึ้นที่รานจี ท่านรพินทรนาถได้เชิญข้าพเจ้าไปเยี่ยมท่านที่ศานตินิเกตันเพื่อถกกันเรื่องแนวคิดทางด้านการศึกษาของเรา ข้าพเจ้าไปด้วยความยินดี ท่านนั่งอยู่ในห้องทำงานตอนข้าพเจ้าเข้าไปพบ ทำให้อดคิดขึ้นมาเหมือนครั้งแรกที่เราได้พบกันไม่ได้ว่า ท่านช่างเป็นบุรุษเพศผู้งามพร้อมอย่างที่จิตรกรทั้งหลายใฝ่ฝันอยากจะได้มาเป็นแบบเสียจริง ๆ ใบหน้าท่านงดงามราวภาพสลักแบบใบหน้าของผู้ดีมีตระกูล ล้อมกรอบด้วยผมและหนวดเคราที่ยาวระลงมา ดวงตาโตเป็นประกายอ่อนเชื่อม ท่านมีรอยยิ้มที่บริสุทธิ์ดุจเทพยดา มีเสียงไพเราะดุจเสียงขลุ่ยอันเสนาะหู เหมาะแก่การขับขานบทกวี และมีเรือนกายที่แข็งแรง สูง ดูภูมิฐาน โดยรวมแล้วท่านมีทั้งความอ่อนโยนแทบจะไม่ต่างจากสตรีเพศ มีทั้งธรรมชาติอันสดใสเบิกบานของเด็กเล็กปะปนกัน จะหาภาพกวีในอุดมคติท่านใดเหมาะสมยิ่งไปกว่าคีตกวีผู้สุภาพอ่อนโยนท่านนี้เห็นจะไม่มีอีกแล้ว

ไม่ทันไร ท่านรพินทรนาถกับข้าพเจ้าก็หยิบยกเอาเรื่องโรงเรียนที่เราก่อตั้งขึ้นแบบนอกระบบมาถกและเปรียบเทียบกันด้วยความสนใจด้วยกันทั้งสองฝ่าย เราพบว่า โรงเรียนของเรามีลักษณะเหมือนกันหลายอย่าง... ทั้งการเรียนการสอนกลางแจ้ง ความเรียบง่าย และการให้โอกาสเด็ก ๆ ได้แสดงความคิดสร้างสรรค์ของพวกแกออกมาอย่างเหลือเฟือ แต่ท่านรพินทรนาถจะให้ความสำคัญกับวิชาวรรณคดีและกวีนิพนธ์เป็นพิเศษ รวมถึงการแสดงความเป็นตัวตนของแต่ละบุคคลผ่านทางดนตรีและบทเพลง ดังที่ข้าพเจ้าได้พบเห็นแล้ว

ในกรณีของโภลนาถ นักเรียนของทางศานตินิเกตันเองก็มีชั่วโมงการฝึกสมาธิ แต่ไม่มีการสอนโยคะเฉพาะทางแต่อย่างใด

ท่านรพินทรนาถฟังข้าพเจ้าเล่าถึงการฝึกโยโคทะเพื่อฟื้นฟูพละกำลังและการฝึกสมาธิตามโยควิธีต่าง ๆ ที่เราสอนให้กับนักเรียนของเราที่รานจีด้วยความสนใจอย่างเห็นได้ชัด

ท่านเล่าถึงปัญหาด้านการเรียนในสมัยเด็กให้ข้าพเจ้าฟัง "ผมหนีออกจากโรงเรียนหลังจบเกรดห้า" ท่านว่าพลางหัวเราะพลาง ข้าพเจ้าเข้าใจได้เลยว่าธรรมชาติอันอ่อนไหวของกวีในตัวท่านจะถูกบรรยากาศที่มุ่งส่งเสริมระเบียบวินัยอันน่าเบื่อในห้องเรียนกระทำย่ำยีบีฑาสักขนาดไหน

"นั่นคือเหตุผลที่ผมมาเปิดศานตินิเกตันขึ้นภายใต้ร่มเงาไม้และเวิ้งฟ้าอันกว้างใหญ่" ว่าแล้วท่านก็ผายมือไปยังนักเรียนกลุ่มเล็ก ๆ ที่กำลังเล่าเรียนกันอยู่ภายในสวนอันสวยงาม "ถ้าได้อยู่ในสภาพแวดล้อมที่เป็นธรรมชาติ ท่ามกลางหมู่มวลดอกไม้และเสียงนกร้องเช่นนี้ เด็ก ๆ ก็จะแสดงความสามารถที่ซ่อนเร้นอยู่ภายในตัวแกออกมาได้ง่ายกว่า การศึกษาที่แท้จริงไม่ใช่การตะกรุมตะกรามหรือยัดทะนานความรู้จากภายนอกเข้าไป แต่เป็นการเข้าไปช่วยกระตุ้นให้เด็กดึงเอาสติปัญญาอันมากมายภายในตัวของแกออกมาแสดงให้เห็นเป็นที่ประจักษ์ต่างหาก"[1]

ข้าพเจ้าเห็นพ้องและกล่าวเสริมขึ้นว่า "ในโรงเรียนทั่ว ๆ ไป สัญชาตญาณการเทิดทูนอุดมการณ์และวีรบุรุษในตัวเยาวชนถูกตัวเลขในวิชาสถิติและประวัติศาสตร์รมจนแห้งเหี่ยวเฉาตายไปเสียแล้ว"

ท่านรพินทรนาถเอ่ยถึงท่านเทเวนทรนาถผู้เป็นบิดาด้วยความรัก บิดาของท่านเป็นผู้จุดประกายให้ท่านคิดก่อตั้งวิทยาลัยศานตินิเกตันขึ้นมา

"พ่อมอบผืนดินอันอุดมแห่งนี้ให้กับผม สมัยนั้นท่านได้สร้างเรือนพักรับรอง

---

1 "วิญญาณต้องเกิดใหม่อยู่บ่อยครั้ง หรือถ้าจะพูดแบบชาวฮินดูก็คือต้อง 'ก้าวเดินไปบนเส้นทางแห่งชาติภพผ่านการเวียนว่ายตายเกิดนับครั้งไม่ถ้วน'... ไม่มีสิ่งใดที่วิญญาณจะมิได้เรียนรู้ จึงไม่น่าประหลาดใจที่วิญญาณจะสามารถสั่งสม... สิ่งที่ตนเองเคยได้รู้ได้เห็นมาในชาติภพก่อน ๆ... การค้นคว้าและเรียนรู้ก็คือการรื้อฟื้นประสบการณ์ในอดีตขึ้นมาใหม่นั่นเอง"—*อีเมอร์สัน "Representative Men"*

กับเทวาลัยเอาไว้ก่อนแล้ว" ท่านเล่า "ผมเริ่มนำเอาการเรียนการสอนตามแนวทางของตัวเองมาทดลองอยู่ที่นี่เมื่อปี 1901 โดยมีนักเรียนแค่สิบคนเท่านั้น เงินแปดพันปอนด์ที่ได้มากับรางวัลโนเบลก็เอามาใช้ทำนุบำรุงโรงเรียนแห่งนี้ทั้งหมด"

ท่านเทเวนทรนาถที่เป็นฐากุรรุ่นพ่อและมีชื่อเลื่องลือไปทั้งใกล้และไกลว่าเป็น "มหาฤษี" ("ฤษีผู้ยิ่งใหญ่") นั้น เป็นบุคคลที่น่าสนใจเป็นอย่างยิ่ง ไม่ผิดไปจากเรื่องราวที่อ่านได้จากหนังสือ *อัตชีวประวัติของท่าน*เลย ท่านใช้เวลาสองปีในวัยหนุ่มไปปลีกวิเวกบำเพ็ญสมาธิภาวนาอยู่ที่หิมาลัย ในทางกลับกัน บิดาของท่าน ชื่อทวารกนาถ ฐากุรเองก็มีชื่อระบือไปทั่วทั้งแคว้นเบงกอลว่าเป็นนักบุญผู้เปี่ยมไปด้วยความเมตตากรุณา ตระกูลของท่านมีอัจฉริยบุคคลถือกำเนิดขึ้นมากมาย ไม่เพียงแต่ท่านรพินทรนาถเท่านั้น เครือญาติของท่านก็มีชื่อเสียงในเชิงการสร้างสรรค์เหมือนกันทั้งสิ้น หลานชายของท่าน ทั้งโคโคเณนทรและอพนินทร ต่างก็เป็นศิลปินชั้นแนวหน้า[1]ของอินเดีย น้องชายของท่าน ชื่อทวิเชนทรก็เป็นนักปรัชญาผู้มองซึ้งลงถึงทุกสรรพสิ่ง แม้กระทั่งวิหคนกกาและสัตว์ป่าต่าง ๆ ต่างก็รักใคร่ท่าน

ท่านรพินทรนาถเชื้อเชิญข้าพเจ้าให้พักค้างคืนที่เรือนพักรับรอง ค่ำวันนั้นข้าพเจ้าได้เห็นภาพท่านอยู่กับหมู่คณะที่นอกชาน ยังความประทับใจให้ไม่รู้หายกาลเวลาเหมือนจะย้อนคืนสู่คืนวันครั้งเก่าก่อน ภาพที่ปรากฏอยู่ต่อหน้าข้าพเจ้าเหมือนภาพอาศรมในยุคโบราณ...ภาพของคีตกวีผู้เบิกบานนั่งอยู่ในท่ามกลางวงล้อมของเหล่าสานุศิษย์ ภายในอ้อมโอบของความรักแห่งพระเป็นเจ้า ท่านรพินทรนาถถักทอความผูกพันแห่งมิตรภาพขึ้นด้วยสายใยแห่งความปรองดอง ท่านไม่ใช่คนดึงดันยืนกรานในความคิดของตน จึงสามารถดึงดูดและผูกใจคนเอาไว้ได้เสมือนหนึ่งแม่เหล็กที่มีแรงดึงดูดอันมิอาจต้านทานได้ กวีนิพนธ์อันเปรียบได้กับดอกไม้พันธุ์หายากจึงเบ่งบานอยู่ในอุทยานแห่งพระเป็นเจ้า ดึงดูดผู้คนได้ด้วยกลิ่นหอมที่มีอยู่ในตัวแล้วโดยธรรมชาติ!

---

1 รพินทรนาถหันมาสนใจศึกษาการเขียนภาพอย่างจริงจังในวัยหกสิบปี และเคยมีการนำผลงานการเขียนภาพของท่านไปจัดแสดงตามเมืองหลวงต่าง ๆ ของยุโรปและนครนิวยอร์กเมื่อหลายปีก่อน

รพินทรนาถ ฐากุรกับข้าพเจ้าถกกันเรื่องโรงเรียน   343

รพินทรนาถ ฐากุร กวีผู้เป็นแรงบันดาลใจแห่งเบงกอล
และเป็นผู้ได้รับรางวัลโนเบลสาขาวรรณคดี

  ท่านรพินทรนาถอ่านบทกวีอันลึกซึ้งที่ท่านเพิ่งแต่งขึ้นใหม่ให้พวกเราฟังกันสองสามบท น้ำเสียงของท่านไพเราะน่าฟัง บทเพลงและบทละครของท่านจะเขียนขึ้นเพื่อยังความเพลิดเพลินเจริญใจให้กับนักเรียน และส่วนใหญ่ก็ประพันธ์ขึ้นที่ศานตินิเกตันนี่เอง สำหรับข้าพเจ้าแล้ว ความงามแห่งงานกวีนิพนธ์ของท่านอยู่ที่ศิลปะในการอ้างอิงถึงพระเป็นเจ้าแทบจะทุกบาททุกบท แต่น้อยครั้งนักที่จะเอ่ยอ้างพระนามอันศักดิ์สิทธิ์ออกมาแบบเฉพาะเจาะจง "เมื่อร่ำดื่มความสุขจากการขับขานจนเมามาย" ท่านเขียน "ข้าก็ลืมตัว เรียกขานองค์พระเป็นเจ้าของข้าเป็นสหายเสียได้"

  วันรุ่งขึ้น หลังอาหารมื้อกลางวัน ข้าพเจ้าจำใจกล่าวคำอำลากับท่านกวีเอก และยินดีนักที่บัดนี้ โรงเรียนเล็กๆ ของท่านได้เติบโตขึ้นเป็นมหาวิทยาลัยระดับ

นานาชาติภายใต้ชื่อวิสวา-ภารตี[1] ที่นักวิชาการจากต่างบ้านต่างเมืองชื่นชมกันนักหนาว่ามีสภาพแวดล้อมที่สมบูรณ์แบบเป็นที่สุด

"ที่ซึ่งจิตมิเกรงกลัว กล้าเชิดหัวอย่างผึ่งผาย
ความรู้มีมากมาย เลือกหลากหลายแลเสรี
ที่ซึ่งโลกไม่ย่อยแตก ฤ แบ่งแยกกำแพงมี
ที่ซึ่งถ้อยร้อยวาที ล้วนเรียงรัดด้วยสัจจา
ที่ซึ่งแขนแห่งความเพียร มิหันเหียนฤๅเหนื่อยล้า
เหยียดหยัดพัฒนา ความเป็นเลิศในสากล
ที่ซึ่งธารใสสนิท ของความคิดแลเหตุผล
มิเคยเหหลงวกวน สู่สันดอนแห่งสันดาน
ที่ซึ่งพระบิดาทรงนำจิต ให้กอบกิจคิดไกลฝัน
ปลุกประเทศให้ตื่นพลัน พาสู่สวรรค์แห่งเสรี!"[2]

รพินทรนาถ ฐากุร

1 ถึงท่านรพินทรนาถจะเสียชีวิตลงในปี 1941 แต่สถาบันวิสวา–ภารตีของท่านยังรุ่งเรืองสืบต่อมาจนถึงทุกวันนี้ เดือนมกราคม ค.ศ.1950 มีคณะอาจารย์และนักเรียนหกสิบห้าคนจากศานตินิเกตันมาเยือนโรงเรียนโยโคทะสัตสังคะของพวกเราที่รานจีเป็นเวลาสิบวัน ภายใต้การนำของท่านศรีเอส. เอ็น. โฆสาน อธิการบดีของวิทยาลัยวิสวา–ภารตี คณะผู้มาเยือนได้มอบความสุขให้กับนักเรียนที่รานจีด้วยการแสดงอันพิเศษสุดประกอบบทกวีนิพนธ์ *"ปูชารินี"* ของท่านรพินทรนาถ ฐากุร

2 *คีตาญชลี* (Macmillan Co.) การค้นคว้าศึกษาผลงานของท่านหาอ่านได้ในหนังสือ *The Philosophy of Rabindranath Tagore* ของนักวิชาการผู้โด่งดังอย่างท่านเซอร์เอส. ราธากฤษณัน (Macmillan, 1918)

บทที่ 30

ครรลองแห่งปาฏิหาริย์

นักเขียนนวนิยายผู้ยิ่งใหญ่อย่างลีโอ ตอลสตอย[1]ได้เขียนตำนานพื้นบ้านที่แสนวิเศษ เรื่อง *ฤษีสามตน* เอาไว้ และนิโคลัส รอเออริชเพื่อนของท่าน ก็ได้สรุปเป็นเรื่องย่อเอาไว้โดยสังเขปดังนี้

"บนเกาะแห่งหนึ่ง มีฤษีเฒ่าอาศัยอยู่สามตน พวกท่านเรียบง่ายเสียจนกระทั่งเวลาสวดก็สวดเป็นแต่ 'เราสามคน พระองค์คือสาม...ขอทรงเมตตาเรา!' และปาฏิหาริย์อันยิ่งใหญ่ก็อุบัติขึ้นในขณะที่พวกท่านสวดภาวนาแบบซื่อ ๆ เช่นนี้นี่เอง

"ตอนนั้นบิชอปผู้ปกครองสังฆมณฑลแถบนั้น[2] เกิดไปได้ข่าวเรื่องฤษีสามตนกับบทสวดนอกแบบแผนนี้เข้า จึงตัดสินใจไปเยือนฤษีทั้งสามเพื่อสอนวิธีสวดมนต์ที่ถูกต้องตามหลักปฏิบัติทางศาสนาให้ เมื่อมาถึงเกาะ ท่านบิชอปก็บอกแก่ฤษีทั้งสามว่าบทสวดของพวกท่านนั้นดูไม่สมเกียรติ และสอนบทสวดตามแบบแผนอันถูกต้องให้หลายบทเสร็จแล้วจึงลงเรือกลับไป แต่เรือออกมาได้ไม่ทันไร ท่านบิชอปก็มองเห็นแสงอันส่องสว่างไล่ตามหลังมา เมื่อแสงนั้นใกล้เข้ามา ก็เห็นเป็นฤษีทั้งสามจับมือกันวิ่งมาเหนือเกลียวคลื่น พยายามจะไล่ตามเรือให้ทัน

"'เราลืมบทสวดที่ท่านสอนให้' พวกฤษีร้องบอกเมื่อไล่ทันท่านบิชอป 'จึงรีบรุดมาขอให้ท่านสวดให้ฟังอีกสักครั้ง' บิชอปผู้ยำเยงได้แต่ส่ายศีรษะ

"'ท่านผู้ประเสริฐ' ท่านบิชอปตอบอย่างนอบน้อม 'จงใช้บทสวดแบบเดิมของท่านต่อไปเถิด!'"

---

1 ตอลสตอยมีแนวคิดคล้ายคลึงกับมหาตมา คานธีหลายอย่าง ทั้งสองท่านเคยเขียนจดหมายแลกเปลี่ยนทรรศนะอันเกี่ยวเนื่องกับหลักอหิงสากัน ตอลสตอยมองว่าหลักใหญ่ใจความในคำสอนของพระคริสต์คือ "อย่าต่อสู้ความชั่ว (ด้วยความชั่ว)" (มัทธิว 5:39) แต่ควร "ต่อสู้" ด้วยคุณธรรมด้านตรงข้ามที่สมบูรณ์พร้อมด้วยเหตุผลและประสิทธิภาพ นั่นคือความดีหรือความรัก

2 นิทานเรื่องนี้ดูเหมือนจะมีพื้นความจริงทางด้านประวัติศาสตร์ หมายเหตุบรรณาธิการระบุว่าท่านบิชอปได้พบกับฤษีทั้งสามขณะล่องเรือจากอาร์คเองเจิลไปยังอารามสโลเว็ตสกี้ที่ปากแม่น้ำดวีนา

ฤษีทั้งสามเดินบนผิวน้ำได้อย่างไร?

พระคริสต์ทรงฟื้นคืนชีวิตหลังถูกตรึงกางเขนได้อย่างไร?

ท่านลาหิริ มหัสยะกับท่านอาจารย์ศรียุกเตศวรสำแดงปาฏิหาริย์ต่าง ๆ ได้อย่างไร?

วิทยาศาสตร์สมัยใหม่ยังหาคำตอบไม่ได้ ถึงแม้การมาถึงของยุคปรมาณูจะทำให้ขอบเขตของโลกทรรศน์ขยายวงกว้างออกไปอย่างรวดเร็ว และคำว่า "เป็นไปไม่ได้" เริ่มมีคนพูดกันน้อยลงก็ตาม

คัมภีร์พระเวทอ้างว่าโลกแห่งวัตถุธรรมดำรงอยู่ภายใต้กฎแห่งมายา กฎแห่งสัมพัทธภาพ และความเป็นทวิภาวะ พระเป็นเจ้าหรือองค์เอกชีวินทรงเป็นเอกภาพอันสูงสุด ทรงปกปิดตัวตนไว้ภายใต้ม่านมายาอันลวงตา สำแดงพระองค์ให้เห็นเป็นความแตกต่างและไร้ซึ่งเอกภาพผ่านทางสรรพสิ่งที่ทรงรังสรรค์ขึ้น เปลือกนอกอันลวงตาแห่งทวิภาวะนั้นคือ *มายา*[1] การค้นพบทางวิทยาศาสตร์ครั้งสำคัญ ๆ ในยุคปัจจุบันล้วนพิสูจน์ยืนยันความจริงแท้แน่นอนในถ้อยแถลงของประดาฤษีในครั้งโบราณทั้งสิ้น

กฎการเคลื่อนที่ของนิวตันก็คือกฎแห่ง*มายา* "การกระทำทุกอย่างย่อมนำมาซึ่งปฏิกิริยาโต้กลับในทางตรงกันข้ามด้วยแรงกำลังที่เท่าเทียมกัน การปะทะกันของวัตถุสองสิ่งย่อมก่อให้เกิดปฏิกิริยาโต้กลับในทางตรงกันข้ามด้วยแรงที่เท่ากันเสมอ" ด้วยเหตุนี้ การกระทำและการตอบโต้จึงมีแรงกำลังเท่ากัน "เรื่องที่จะมีแรงพลังเพียงด้านเดียวนั้นเป็นไปไม่ได้ จะต้องมีเป็นคู่ที่เท่าเทียมกันและอยู่ตรงข้ามกันเสมอ"

ปรากฏการณ์ทางธรรมชาติขั้นพื้นฐานล้วนเผยให้เห็นว่ามีมายาเป็นต้นกำเนิดทั้งสิ้น ยกตัวอย่างเช่น กระแสไฟฟ้าคือปรากฏการณ์ในการผลักและดึงดูดซึ่งกันและกัน มีอิเล็กตรอนกับโปรตอนเป็นขั้วไฟฟ้าที่ตรงข้ามกัน อีกตัวอย่างหนึ่งคืออะตอมหรืออนุภาคที่เล็กที่สุดของสสารก็มีคลื่นแม่เหล็กขั้วบวกและลบเฉกเช่นเดียวกับโลก โลกที่รับรู้ได้ด้วยประสาทสัมผัสทั้งหมดจึงตกอยู่ภายใต้ความผันแปรของสองขั้วที่แตกต่างอย่างไม่มีทางหยุดยั้ง ไม่มีกฎ

1 ดูหน้า 50.3, 52.2

ทางฟิสิกส์ เคมี หรือวิทยาศาสตร์แขนงใดจะเป็นอิสระจากกฎของขั้วที่แตกต่างหรือตรงกันข้ามไปได้

เมื่อเป็นเช่นนี้ วิทยาศาสตร์กายภาพจึงไม่อาจสร้างกฎที่อยู่นอกเหนือขอบข่ายแห่งมายาขึ้นมาได้ เหตุเพราะมายาเป็นทั้งองค์ประกอบและโครงสร้างของสรรพสิ่งที่พระเป็นเจ้าทรงสร้างขึ้น กระทั่งธรรมชาติเองก็เป็นมายา ศาสตร์ที่ว่าด้วยเรื่องธรรมชาติจึงต้องเผชิญหน้ากับแก่นแท้อันไม่อาจต่อต้านนี้อย่างเลี่ยงไม่ได้ ในอาณาจักรของนาง มายาย่อมทรงไว้ซึ่งความเป็นนิรันดร์ไม่มีวันหมดสิ้น นักวิทยาศาสตร์ในกาลอนาคตก็ทำอะไรได้ไม่มากไปกว่าการทุ่มเทศึกษาโฉมหน้าที่มีอยู่นับอเนกอนันต์ของนางไปทีละแง่ทีละมุมเท่านั้น ด้วยเหตุนี้ วิทยาศาสตร์จึงแปรเปลี่ยนไปเรื่อย ไม่อาจบรรลุถึงข้อสรุปอันเป็นที่สุดได้ เป็นได้แต่เพียงศาสตร์ที่เหมาะจะนำมาใช้ค้นหากฎของจักรวาลที่ดำรงอยู่และดำเนินไปตามครรลองอยู่แล้ว แต่ไม่สามารถที่จะค้นลึกลงไปจนพบพระผู้ทรงกำหนดกฎเกณฑ์และทรงขับเคลื่อนจักรวาลแต่โดยลำพังพระองค์ได้ มนุษย์ผู้มีความตายรออยู่ที่ปลายทางรู้จักปรากฏการณ์อันน่าเกรงขามของแรงโน้มถ่วงและกระแสไฟฟ้า แต่ไม่เคยรู้เลยว่าแรงโน้มถ่วงหรือกระแสไฟฟ้านั้นแท้จริงคือสิ่งใดกันแน่[1]

การเอาชนะมายาคือภาระหน้าที่ที่ปวงศาสดาพยากรณ์ตลอดหลายพันปีที่ผ่านมามอบหมายให้กับมนุษยชาติ การหลุดพ้นจากมายาแห่งทวิภาวะของสรรพสิ่งและการเข้าถึงความเป็นเอกภาพกับพระผู้สร้างได้ชื่อว่าเป็นเป้าหมายสูงสุดของมนุษย์มาช้านาน บุคคลผู้เกาะเกี่ยวอยู่กับมายาแห่งจักรวาลต้องยอมรับกฎแห่งขั้วที่แตกต่าง กล่าวคือ มีน้ำขึ้นก็ต้องมีน้ำลง มีรุ่งเรืองก็ต้องมีตกต่ำ มีกลางวันก็ต้องมีกลางคืน มีสุข-ทุกข์ ดี-เลว มีเกิดและมีตาย วัฏจักรดังกล่าวนำมาซึ่งความเบื่อหน่ายในบ่วงทุกข์หลังมนุษย์เวียนเกิดเวียนตายมานับพันๆ ครั้ง เขาจึงเริ่มมองออกไปไกลเกินกว่ากรอบอันบีบคั้นของมายา

---

[1] มาร์โกนี นักประดิษฐ์ผู้ยิ่งใหญ่ยอมรับว่าวิทยาศาสตร์มีศักยภาพไม่เพียงพอที่จะก้าวไปให้ถึงบทสรุปอันเป็นที่สุด "เรื่องที่วิทยาศาสตร์ไม่อาจไขปริศนาแห่งชีวิตได้คือความจริงแท้แน่นอน และถ้าปราศจากซึ่งศรัทธาเสียแล้ว ข้อเท็จจริงดังกล่าวย่อมน่าสะพรึงกลัวอย่างยิ่ง ปริศนาแห่งชีวิตนั้นแท้จริงคือปัญหาที่ซ้ำซากที่สุดเท่าที่เคยบังเกิดขึ้นในความคิดนึกของมนุษย์"

การทำลายม่านแห่งมายาคือการเปิดเผยความลับแห่งการสร้างสรรค์ บุคคลผู้รู้แจ้งเห็นจริงในจักรวาลได้ดังนั้น คือผู้ที่เชื่อมั่นว่ามีองค์พระเป็นเจ้าเพียงหนึ่งเดียวอย่างแท้จริง บุคคลอื่นที่เหลือทั้งหมดเป็นเพียงผู้บูชารูปเคารพต่าง ๆ โดยไม่ยอมเชื่อในพระเจ้า ตราบใดที่มนุษย์ยังหลงวนเวียนอยู่กับภาพลวงตาแห่งความเป็นทวิภาวะในธรรมชาติ ตราบนั้น มายาผู้มีสองหน้าเฉกเช่นเทพเจนัสก็จะยังคงเป็นเทพธิดาของพวกเขา ในขณะที่พระเป็นเจ้าที่แท้จริงเพียงหนึ่งเดียวกลับไม่เป็นที่รู้จักเลย

มายาในตัวมนุษย์นั้นจะสำแดงออกมาให้เห็นในรูปของ*อวิทยา* หมายถึง "ความไม่รู้" ความเขลา และอุปาทาน มายาหรืออวิทยาไม่อาจทำลายลงได้ด้วยความเชื่อมั่นในสติปัญญาหรือการคิดวิเคราะห์ มีแต่ต้องอาศัยการพัฒนาจิตให้เข้าสู่สภาวะแห่ง*นิรพิกัลปสมาธิ*ให้ได้เท่านั้น ปวงศาสดาพยากรณ์ในพระคัมภีร์ภาคพันธสัญญาเก่าและโหราจารย์ทุกแดนดินและทุกกาลสมัยต่างให้คำทำนายผ่านสภาวจิตในขั้นนี้ทั้งสิ้น

เอเสเคียลกล่าวว่า[1] "*ภายหลังท่านนำข้าพเจ้ามายังประตู คือประตูที่หันหน้าไปทิศตะวันออก และดูเถิด พระสิริของพระเจ้าแห่งอิสราเอลมาจากทิศตะวันออก และพระสุรเสียงของพระองค์ก็เหมือนเสียงน้ำมากหลาย และพิภพก็รุ่งโรจน์ด้วยพระสิริของพระองค์*" โดยอาศัยตาธรรมในหน้าผาก (ทิศตะวันออก) โยคีจึงสามารถส่งจิตสำนึกของตนเข้าสู่กระแสแห่งพระเป็นเจ้าที่ดำรงอยู่ในทั่วทุกหนแห่ง ได้ยินเสียง*โอม*...เสียงทิพย์ของ "น้ำมากหลาย" นั่นคือ คลื่นแรงสั่นสะเทือนของแสงที่ประกอบกันขึ้นเป็นตัวตนที่แท้จริงเพียงหนึ่งเดียวของสรรพสิ่ง

ในท่ามกลางความลี้ลับอันเหลือคณานับของจักรวาล แสงจัดเป็นความลี้ลับอันน่าอัศจรรย์ที่สุด คลื่นเสียงต้องอาศัยอากาศหรือสื่อกลางอื่นในการส่งผ่าน ต่างจากคลื่นแสงที่สามารถเดินผ่านสุญญากาศท่ามกลางดวงดาวทั้งหลายในอวกาศได้ กระทั่งอากาศธาตุที่สมมติกันขึ้นมาและตั้งเป็นข้อสมมติฐาน ว่าเป็นสื่อกลางให้แสงใช้เดินทางผ่านช่องว่างระหว่างดวงดาวมาในรูปของคลื่นแสงก็ยัง

---

1 เอเสเคียล 43:1–2

โยคินีศังการี มาอี ชีว เป็นศิษย์เพียงคนเดียวที่ยังมีชีวิตอยู่ของสวามีไตรลังคะ (ที่ปรากฏในภาพล้อมกายท่านอยู่คือ ตัวแทนสามคนจากโรงเรียนของสมาคมโยโคทะสัตสังคะในรานจี) ภาพนี้ถ่ายในงาน*กุมภเมลา*ที่เมืองหรทวาร ในปี 1938 ขณะนั้นท่านโยคินีมีอายุ 112 ปี

อาจตัดทิ้งไปได้ หากอ้างอิงทฤษฎีของไอน์สไตน์เรื่องคุณสมบัติทางเรขาคณิตของอวกาศ ทฤษฎีเรื่องอากาศธาตุก็จะตกไปในทันที แต่ไม่ว่าจะอิงสมมติฐานใด แสงก็ยังนับเป็นปรากฏการณ์ทางธรรมชาติที่ซับซ้อนที่สุด และเป็นอิสระจากการพึ่งพิงวัตถุธาตุต่าง ๆ มากที่สุดด้วย

ในบรรดาแนวคิดสำคัญ ๆ ของไอน์สไตน์ ทฤษฎีความเร็วของแสง...186,300 ไมล์/วินาที...ถือเป็นแนวคิดที่มีอิทธิพลต่อทฤษฎีสัมพัทธภาพโดยรวมมากที่สุด เขาใช้การคำนวณทางคณิตศาสตร์พิสูจน์ให้เห็นว่าความเร็วของแสง ในขอบเขตความสนใจอันจำกัดของจิตมนุษย์ เป็นเพียงสิ่งเดียวที่คงที่ในท่ามกลางความผันแปรทั้งหลายในจักรวาล มาตรฐานด้านเวลาและมิติ (อวกาศ) ทั้งหมด

ทั้งสิ้นของมนุษย์ล้วนขึ้นอยู่กับความเร็วแสงที่ "แท้จริง" แต่เพียงประการเดียว เวลาและมิติมิได้เป็นเพียงนามธรรมที่คงอยู่ตลอดกาลตามที่เชื่อกันมาจนถึงปัจจุบันนี้ หากแต่เป็นปัจจัยที่สัมพันธ์กันและมีขอบเขตอันจำกัด ความถูกต้องในการวัดหน่วยของเวลาและมิติจะได้มาก็ด้วยการอ้างอิงหน่วยวัดความเร็วแสงเป็นมาตรฐานเท่านั้น

ในการเชื่อมช่องว่างหรืออวกาศในแง่ของสัมพัทธภาพทางมิติ เวลาจะเผยให้เห็นธรรมชาติอันแท้จริงของมัน ซึ่งก็เป็นแค่ความกำกวมธรรมดา ๆ เท่านั้น แค่ลากปลายปากกาเขียนสมการขึ้นสักสองสามสมการ ไอน์สไตน์ก็กำจัดความจริงที่ถือกันว่าแน่นอนตายตัวทุกอย่างออกไปจากจักรวาลได้ จะมียกเว้นก็เฉพาะแต่เรื่องแสงเท่านั้น

ทฤษฎีสนามรวมซึ่งเขาพัฒนาขึ้นในภายหลังนั้น นักฟิสิกส์ผู้ยิ่งใหญ่ท่านนี้ได้นำเอากฎแรงโน้มถ่วงกับกฎแม่เหล็กไฟฟ้าเข้ามารวมกันไว้ในสูตรทางคณิตศาสตร์สูตรหนึ่งและด้วยการทอนโครงสร้างของจักรวาลลงมาเป็นความผกผันของกฎเพียงกฎเดียว ไอน์สไตน์จึงฝ่าด่านกาลเวลากลับไปสู่ยุคสมัยของประดาฤษีผู้เคยประกาศเอาไว้ก่อนแล้วว่า หนึ่งเดียวที่ประกอบกันขึ้นมาเป็นสรรพสิ่งก็คือมายาที่แปรเปลี่ยนอยู่ตลอดเวลานั่นเอง[1]

ทฤษฎีสัมพัทธภาพอันเป็นปรากฏการณ์สำคัญยิ่งแห่งยุค ได้นำมาซึ่งความเป็นไปได้ต่าง ๆ ทางคณิตศาสตร์ในการศึกษาอะตอมที่เป็นพื้นฐานของสรรพสิ่ง ปัจจุบันมีนักวิทยาศาสตร์เก่ง ๆ ออกมายืนยันขันแข็งว่า อะตอมเป็นพลังงานมากกว่าจะเป็นสสาร และพลังงานของอะตอมโดยเนื้อแท้แล้วก็คือเรื่องของจิตนั่นเอง

"การตระหนักชัดว่าวิทยาศาสตร์กายภาพคือการศึกษาโลกของเงา จัดเป็นหนึ่งในความก้าวหน้าที่มีความหมายที่สุด" เซอร์อาร์เธอร์ สแตนลีย์ เอ็ดดิงตัน

---

[1] ไอน์สไตน์เชื่อว่าเขาสามารถใช้สูตรทางคณิตศาสตร์ (ทฤษฎีสนามรวม) แสดงความเชื่อมโยงระหว่างกฎแม่เหล็กไฟฟ้ากับกฎแรงโน้มถ่วงได้ ขณะที่ท่านโยคานันทะเขียนหนังสือเล่มนี้ ก็เป็นเวลาเดียวกับที่ไอน์สไตน์กำลังค้นคว้าทฤษฎีสนามรวมอยู่ ถึงแม้เขาจะเสียชีวิตลงก่อนที่จะทำงานนี้ได้สำเร็จ แต่ปัจจุบันยังคงมีนักฟิสิกส์มากมายที่มีความเชื่อเช่นเดียวกับเขา ว่าจะต้องค้นพบความเชื่อมโยงนั้นได้อย่างแน่นอน (หมายเหตุผู้จัดพิมพ์)

เขียนไว้ใน *The Nature of the Physical World*[1] "ในโลกแห่งฟิสิกส์ เราได้เห็นภาพเงาปรากฏอยู่ในละครชีวิตที่พวกเราต่างคุ้นเคยกันดี เงาข้อศอกของผมทาบลงบนเงาของโต๊ะ ในขณะที่เงาของหมึกไหลลงสู่เงาของกระดาษ ทั้งหมดนี้เป็นสัญลักษณ์ และเพราะมันเป็นสัญลักษณ์ นักฟิสิกส์จึงมองข้ามมันไป แล้วจิตแห่งพระเป็นเจ้าก็ผ่านเข้ามาในฐานะนักเล่นแร่แปรธาตุผู้ช่วยเปลี่ยนสัญลักษณ์ไปอีกต่อหนึ่ง... สรุปอย่างคร่าวๆ ก็คือแก่นแกนของโลกคือเรื่องของจิต"

การคิดประดิษฐ์กล้องจุลทรรศน์อิเล็กตรอนได้เมื่อเร็วๆ นี้ ทำให้พิสูจน์ได้ชัดว่าเนื้อแท้ของอะตอมคือแสงและมีธรรมชาติแห่งความเป็นทวิภาวะอยู่ในตัวอย่างเลี่ยงไม่ได้ *The New York Times* ได้ตีพิมพ์ข่าวการสาธิตศักยภาพของกล้องจุลทรรศน์อิเล็กตรอนต่อที่ประชุมของสมาคมอเมริกันเพื่อความก้าวหน้าทางวิทยาศาสตร์เมื่อปี 1937 ความว่า

โครงสร้างแบบผลึกของแร่ทังสเตนซึ่งก่อนหน้านี้ต้องอาศัยดูจากการเอ็กซเรย์เท่านั้นจึงจะมองเห็นได้ ถึงตอนนี้กลับปรากฏเค้าโครงให้เห็นอย่างเด่นชัดบนจอเรืองแสง แสดงภาพอะตอมเก้าอะตอมประจำอยู่ในตำแหน่งแห่งที่อันถูกต้องของมันบนโครงตาข่ายทรงลูกบาศก์ หนึ่งมุมมีหนึ่งอะตอม และมีอีกอะตอมหนึ่งที่ตรงกึ่งกลาง อะตอมในโครงตาข่ายของผลึกแร่ทังสเตนเหล่านี้ปรากฏอยู่บนจอเรืองแสงในรูปของจุดแสงที่ถูกจัดเรียงให้เป็นทรงเรขาคณิต โมเลกุลของอากาศที่จู่โจมเข้าใส่ผลึกลูกบาศก์แห่งแสงนี้ ดูเหมือนจุดต่างๆ ของแสงที่โลดเต้น ดุจเดียวกับแสงอาทิตย์ที่ทอประกายระยิบระยับเป็นจุดๆ อยู่บนผิวน้ำที่ไหวกระเพื่อม...

ผู้ค้นพบหลักการทำงานของกล้องจุลทรรศน์อิเล็กตรอนเป็นครั้งแรกในปี 1927 คือ ดร.คลินตัน เจ. เดวิสสัน และดร.เลสเตอร์ เอช. เกอร์เมอร์แห่งเบลเทเลโฟนแล็บบอราทอรีส์ในนครนิวยอร์ก โดยค้นพบว่าอิเล็กตรอนมีลักษณะสองอย่างที่แตกต่างกัน กล่าวคือ เป็นทั้งอนุภาคและคลื่น[2] ในเวลาเดียวกันด้วยความที่เป็นคลื่น อิเล็กตรอนจึงมีลักษณะเป็นแสง ทั้งคู่จึงเริ่มทำการศึกษาหา

---

1 Macmillan Company
2 กล่าวอีกนัยหนึ่งคือ เป็นทั้งสสารและพลังงาน

> หนทางที่จะ "รวม" อิเล็กตรอนไว้ในจุดเดียว ทำนองเดียวกับที่ใช้เลนส์รวมแสงไว้ในจุดหนึ่งนั่นเอง
>
> ดร.เดวิสสันได้รับรางวัลโนเบลสาขาฟิสิกส์จากผลงานการค้นพบคุณสมบัติแบบสองภาคของอิเล็กตรอน...ซึ่งแสดงให้เห็นว่าอาณาจักรแห่งวัตถุธาตุทั้งหมดล้วนมีธรรมชาติแห่งความเป็นทวิภาวะอยู่ภายในตัวของมันเองทั้งสิ้น

"สายธารแห่งความรู้" เซอร์เจมส์ จีนส์เขียนไว้ในหนังสือ *The Mysterious Universe*[1] "กำลังมุ่งหน้าไปหาความจริงที่ไม่มีเครื่องจักรกลเข้ามาเกี่ยวข้อง จักรวาลเริ่มถูกมองว่าเป็นมโนคติอันยิ่งใหญ่มากกว่าที่จะเป็นเครื่องจักรกลเครื่องใหญ่"

วิทยาศาสตร์ในยุคศตวรรษที่ 20 จึงมีท่วงทำนองไม่ต่างจากข้อความในพระเวทอันเก่าแก่เลย

ถ้าเช่นนั้น...และหากต้องเป็นเช่นนั้น...ก็จงปล่อยให้วิทยาศาสตร์เป็นหนทางให้มนุษย์ได้เรียนรู้สัจธรรมทางปรัชญาที่ว่าจักรวาลอันเป็นวัตถุธาตุนี้หามีไม่ มีเพียงความแปรเปลี่ยนกลับกลายที่เรียกว่า*มายา* หรือสิ่งลวงตา เมื่อนำมาพิจารณาใคร่ครวญจนถ่องแท้แล้ว มายาภาพที่เชื่อกันว่าเป็นจริงก็จะสลายหายไป ในขณะที่อุปกรณ์ประกอบฉากในโลกแห่งวัตถุธาตุค่อย ๆ พังครืนลงเบื้องล่างตัวเราฉากแล้วฉากเล่า มนุษย์จะเริ่มตาสว่างพอจะนึกรู้ขึ้นมาได้บ้างเล็กน้อยว่าตนเองเอาแต่หลงมัวเมาเฝ้าบูชารูปเคารพ ทั้ง ๆ ที่เป็นการฝ่าฝืนพระบัญญัติในข้อที่ว่า "อย่ามีพระเจ้าอื่นใดนอกเหนือจากเรา"[2]

ในสมการอันโด่งดังที่แสดงให้เห็นว่ามวลสารและพลังงานมีค่าเท่ากันนั้น ไอน์สไตน์พิสูจน์ให้เห็นว่า พลังงานในอนุภาคของสสารมีค่าเท่ากับมวลหรือน้ำหนักคูณด้วยความเร็วแสงยกกำลังสอง พลังงานของอะตอมหรือพลังงานปรมาณูจะถูกปล่อยออกมาเมื่ออนุภาคของสสารถูกทำลายลง "การตาย" ของสสารจึงนำไปสู่กำเนิดของยุคปรมาณูด้วยประการฉะนี้

---

1 Cambridge University Press

2 อพยพ 20:3

ความเร็วแสงเป็นค่ามาตรฐานหรือค่าคงตัวทางคณิตศาสตร์ ไม่ใช่เพราะมีค่าสัมบูรณ์อยู่ที่ 186,300 ไมล์/วินาที แต่เป็นเพราะไม่มีวัตถุใดที่มีมวลเพิ่มขึ้นพร้อมกับความเร็วจะสามารถบรรลุถึงความเร็วแสงได้ กล่าวอีกนัยหนึ่งคือ มีเพียงวัตถุที่มีมวลมหาศาลประมาณมิได้เท่านั้นที่จะมีความเร็วเท่ากับความเร็วแสงได้

แนวคิดดังกล่าวนำเราไปสู่กฎแห่งปาฏิหาริย์

ครูบาอาจารย์ท่านใดสามารถรวมร่าง–สลายร่าง ตลอดจนวัตถุอื่นๆ ได้ สามารถเคลื่อนไหวไปได้รวดเร็วดุจเดียวกับความเร็วแสง และสามารถใช้ลำแสงต้นกำเนิดมาเนรมิตเป็นวัตถุธาตุให้ประจักษ์แก่สายตาได้ในฉับพลันทันใด ครูบาอาจารย์ท่านนั้นถือว่าได้บรรลุถึงสภาวะธรรมอันชอบแล้ว กล่าวคือ มวลสารของท่านมีมหาศาลประมาณมิได้ อีกทั้งยังไร้ซึ่งขีดจำกัด

สิ่งที่จิตสำนึกของโยคีผู้บริบูรณ์ในธรรมเกาะเกี่ยวยึดโยงมิใช่ร่างกายอันคับแคบ แต่เป็นโครงสร้างของจักรวาลอันไพศาล และการยึดโยงนั้นก็ไม่จำเป็นต้องอาศัยความพยายามแต่อย่างใด แรงโน้มถ่วง ไม่ว่าจะเป็น "แรงปะทะ" ของนิวตันหรือ "แรงเฉื่อย" ของไอน์สไตน์ ล้วนไม่มีอำนาจบังคับโยคีให้แสดงความมีน้ำหนักแห่งกาย อันเป็นสภาวะที่ทำให้วัตถุธาตุทั้งปวงตกอยู่ภายใต้อิทธิพลของกฎแรงโน้มถ่วงออกมาได้ บุคคลผู้รู้จักตนว่าเป็นส่วนหนึ่งของดวงวิญญาณศักดิ์สิทธิ์อันสถิตอยู่ทั่วทุกหนแห่งย่อมไม่ตกอยู่ภายใต้อำนาจของกายสังขารอีกต่อไป ไม่ว่าจะเป็นในแง่ของเวลาหรือสถานที่ วงล้อมซึ่งกักกุมคุมขังเขาอยู่ย่อมมลายพ่ายต่อสภาวะที่ว่า *ข้าคือพระองค์*

"จงเกิดความสว่าง ความสว่างก็เกิดขึ้น"[1] ในการสร้างโลก พระบัญชาแรกแห่งพระเจ้าได้ยังผลให้เกิดองค์ประกอบพื้นฐานทางโครงสร้างของจักรวาลขึ้น นั่นคือแสง และลำแสงที่ไร้กายธาตุนี้เองที่พระเป็นเจ้าทรงใช้เป็นสื่อกลางในการสำแดงทิพยอำนาจให้ปรากฏ ไม่ว่าจะในยุคใดสมัยใด ผู้ศรัทธาในพระองค์ต่างยืนยันเป็นเสียงเดียวกันว่าทรงสำแดงพระองค์ให้เห็นในรูปของเปลวเพลิงและแสง "พระเนตรของพระองค์ดุจเปลวเพลิง" เซนต์จอห์นบอกพวกเราไว้

---

1 ปฐมกาล 1:3

"...และพระพักตร์ของพระองค์ดุจดังดวงอาทิตย์ที่ฉายแสงกล้า"[1]

โยคีผู้เจริญในสมาธิดีแล้ว ย่อมใช้สมาธินั้นเป็นหนทางรวมจิตสำนึกของตนเข้ากับพระผู้สร้าง เหตุนั้น ท่านจึงมองเห็นเนื้อแท้ของจักรวาลว่าเป็นแสง (แรงสั่นสะเทือนของพลังปราณ) ในสายตาของท่าน แสงที่ประกอบกันขึ้นเป็นน้ำและแสงที่ประกอบกันขึ้นเป็นแผ่นดินหาได้แตกต่างกันแต่อย่างใดไม่ เมื่อเป็นอิสระจากจิตสำนึกอันยึดโยงอยู่กับวัตถุธาตุ เป็นอิสระจากมิติทั้งสามที่ปรากฏในพื้นที่อวกาศ และมิติที่สี่ของกาลเวลา โยคีจึงสามารถเคลื่อนย้ายกายสังขารอันประกอบขึ้นจากแสงไปเหนือแสงที่ประกอบกันขึ้นเป็นแผ่นดิน น้ำ ไฟ และอากาศ หรือกระทั่งทะลุผ่านไปก็กระทำได้อย่างง่ายดาย

"ตาเป็นประทีปของร่างกาย เหตุฉะนั้นถ้าตาของท่านปกติ (มองเห็นสัจธรรม) ทั้งตัวก็พลอยสว่างไปด้วย"[2] การเพ่งจิตไว้ที่ตาธรรมอันเป็นประตูเปิดสู่อิสรภาพทำให้โยคีสามารถทำลายอุปาทานที่มีต่อสสารและน้ำหนักที่อยู่ภายใต้กฎแรงโน้มถ่วงลงได้ทั้งหมด โยคีจึงมองเห็นจักรวาลเป็นเช่นที่พระเป็นเจ้าทรงสร้างขึ้นจริงๆ กล่าวคือ เป็นมวลแสงที่โดยเนื้อแท้แล้วมิได้มีข้อผิดแผกแตกต่างกันแต่อย่างใดเลย

"ภาพที่มองเห็นผ่านทางสายตา" ดร.แอล. ที. โทรแลนด์แห่งมหาวิทยาลัยฮาร์วาร์ดชี้แจง "สร้างขึ้นด้วยหลักการเดียวกันกับการจัดเรียงเม็ดสีเล็กๆ ลงบนเพลทพิมพ์ แบบ 'ฮาล์ฟโทน' ทั่วไป กล่าวคือ เป็นภาพที่ประกอบขึ้นจากจุดเล็กๆ หรือเป็นการใช้จุดวาดภาพแทนลายเส้น แล้วจุดเหล่านั้นก็เล็กเสียจนไม่อาจมองเห็นได้ด้วยตาเปล่า...เรตินาของมนุษย์เรามีความไวมากขนาดสร้างภาพขึ้นมาได้โดยใช้แสงที่เหมาะสมในปริมาณอันน้อยนิดเท่านั้น"

ผู้ใดตระหนักรู้ว่าเนื้อแท้ของสรรพสิ่งคือแสง ผู้นั้นย่อมขับเคลื่อนกฎแห่งปาฏิหาริย์ได้ ครูบาอาจารย์สามารถใช้ญาณทิพย์ของตนนำอะตอมของแสงที่มีอยู่ทั่วทุกหนแห่งมาฉายให้เห็นเป็นภาพได้ในทันที รูปร่างของภาพที่ฉายออกมา (ไม่ว่าจะเป็นต้นไม้ ยา หรือร่างกายของมนุษย์) จะเป็นเช่นใดย่อมขึ้น

---

1 วิวรณ์ 1:14–16
2 มัทธิว 6:22

อยู่กับความประสงค์ อำนาจจิต และจินตนาการของครูบาอาจารย์แต่ละท่านเป็นสำคัญ

ในยามค่ำคืน จิตสำนึกของมนุษย์เราจะเข้าสู่สภาวะแห่งความฝัน พ้นไปจากการหลงผิดข้องติดอยู่กับอัตตาที่ห่อหุ้มตัวไว้ไม่เว้นแต่ละวัน ในยามหลับจิตของเราจะสำแดงอำนาจอันยิ่งใหญ่ของมันออกมาซ้ำแล้วซ้ำเล่า จงดูเถิด! ในความฝัน เพื่อนพ้องที่ตายจากไปนานปีได้กลับมาให้เราเห็นหน้าอีกครั้ง ทวีปอันแสนห่างไกลมาปรากฏแก่สายตา กระทั่งภาพคืนวันเก่า ๆในวัยเด็กก็ยังหวนกลับคืนมา

จิตสำนึกที่เป็นอิสระและไม่ตกอยู่ภายใต้เงื่อนไขใด เช่นที่มนุษย์ทั้งหลายประสบได้ในชั่วขณะจิตแห่งความฝัน เป็นสภาวจิตอันถาวรของครูบาอาจารย์ผู้ฝึกจิตจนเข้าสู่กระแสแห่งพระเป็นเจ้าได้แล้ว ด้วยจิตที่ไร้ซึ่งความทะยานอยากเพื่อตนและอำนาจในการสร้างสรรค์ที่พระเป็นเจ้าประทานมาให้ โยคีจึงปรับเปลี่ยนอะตอมของแสงแห่งจักรวาลเพื่อสนองตอบคำวิงวอนจากใจจริงของสานุศิษย์ได้

"แล้วพระเจ้าตรัสว่า ให้เราสร้างมนุษย์ตามฉายาตามอย่างของเรา ให้ครอบครองฝูงปลาในทะเล ฝูงนกในอากาศ และฝูงสัตว์ ให้ปกครองแผ่นดินทั่วไป และสัตว์ต่าง ๆที่เลื้อยคลานบนแผ่นดิน"[1]

ด้วยเหตุนี้ มนุษย์และสรรพสิ่งจึงถูกสร้างขึ้น เพื่อให้มนุษย์ทะยานขึ้นมาเป็นนายเหนือ*มายา* และให้มนุษย์ได้รู้ว่าตนเองมีอำนาจอยู่เหนือจักรวาล

ในปี 1915 หลังบวชเข้าสำนักสวามีได้ไม่นาน ข้าพเจ้าได้ประสบกับนิมิตอันแปลกประหลาด และด้วยนิมิตนี้ ข้าพเจ้าจึงเข้าใจซึ้งถึงความเกี่ยวโยงแห่งจิตสำนึกของมนุษย์และมองเห็นเอกภาพแห่งแสงอันเป็นนิรันดร์เบื้องหลังกองทุกข์จากมายาแห่งทวิภาวะได้อย่างถ่องแท้ นิมิตนี้ปรากฏขึ้นแก่ข้าพเจ้าในขณะนั่งสมาธิอยู่ในห้องใต้หลังคาที่บ้านพ่อบนถนนคุรปาร์ในเช้าวันหนึ่ง ช่วงนั้นสงครามโลกครั้งที่ 1 ได้ลุกลามไปทั่วยุโรปนับได้หลายเดือนแล้ว ข้าพเจ้าครุ่นคิดถึงชีวิตของผู้คนมากมายที่ล้มตายไปในสงครามครั้งนี้อย่างเศร้าสลดใจ

---

1 ปฐมกาล 1:26

ขณะหลับตาลงเจริญสมาธิ จู่ๆ จิตสำนึกของข้าพเจ้าก็ถูกถ่ายโอนไปอยู่ในร่างของกัปตันผู้บังคับบัญชาเรือรบลำหนึ่ง ได้ยินเสียงกระสุนปืนพุ่งฝ่าอากาศไปมาในขณะที่มีการระดมยิงตอบโต้กันดังกึกก้องระหว่างกองทหารปืนใหญ่กับหน่วยปืนรบบนเรือ กระสุนปืนใหญ่ลูกหนึ่งตกใส่หีบดินปืน ระเบิดเรือรบของข้าพเจ้าให้แตกเป็นเสี่ยง ๆ ข้าพเจ้ากระโจนลงน้ำพร้อมกับลูกเรือที่รอดตายจากแรงระเบิดอีกไม่กี่คน

ข้าพเจ้าว่ายไปถึงฝั่งอย่างปลอดภัยด้วยใจระทึก แต่อนิจจา! กระสุนที่ยิงส่งเดชมาลูกหนึ่งกลับพุ่งทะลุอก ข้าพเจ้าทรุดฮวบลงร้องครวญครางอยู่กับพื้น ตัวชาไปหมดเหมือนเป็นอัมพาต กระนั้น ข้าพเจ้าก็ยังรู้สึกได้ว่าตนเองครอบครองร่างนั้นอยู่ ไม่ต่างจากคนที่รับรู้ว่าขาตัวเองเป็นเหน็บ

“ในที่สุด ฝีเท้าอันลี้ลับของมัจจุราชก็ไล่ตามเราทันจนได้” ข้าพเจ้าคิด ขณะระบายลมหายใจเฮือกสุดท้ายและสติกำลังจะลับลอยไป แล้วดูเอาเถิด! ข้าพเจ้ากลับพบว่าตนเองกำลังนั่งขัดสมาธิเพชรอยู่ในห้องที่บ้านบนถนนคุรปาร์เสียได้

น้ำตาข้าพเจ้าร่วงพรูด้วยความปั่นป่วนในอารมณ์ ข้าพเจ้าตีและหยิกร่างเดิม... ร่างที่ไม่มีรูกระสุนอยู่กลางอก... ด้วยความยินดี พลางโยกตัวไป–มาและหายใจเข้า–ออกแรง ๆ เพื่อให้แน่ใจว่าตัวเองยังไม่ตายจริง ๆ แต่ขณะที่หลงยินดีอยู่นั้น จิตสำนึกก็หวนคืนไปอยู่ในร่างไร้ลมหายใจของกัปตันบนฝั่งแนวรบอันนองเลือดอีกครั้ง ทำให้จิตข้าพเจ้าสับสนจนจับต้นชนปลายไม่ถูก

“ข้าแต่พระเป็นเจ้า” ข้าพเจ้าสวดวิงวอน “ที่แท้ข้าพระบาทอยู่หรือตายกันแน่?”

พลันก็บังเกิดแสงอันโชตนาการสว่างเจิดจ้าขึ้นที่ปลายฟ้า คลื่นความสั่นสะเทือนที่กระหึ่มอยู่บางเบารวมตัวกันขึ้นเป็นถ้อยคำ ความว่า

“จะอยู่หรือตายแล้วเกี่ยวอันใดกับแสงเล่า? เราใช้แสงทิพย์สร้างเจ้าขึ้นมาความสัมพันธ์ของชีวิตและความตายเป็นองค์ประกอบของความฝันในจักรวาลนี้ จงดูตัวตนที่อยู่เหนือความฝันของเจ้า! ตื่นเถิด ลูกเอ๋ย ตื่นเถิด!”

เฉกเช่นเดียวกับขั้นตอนการปลุกให้มนุษย์ตื่นรู้ พระเป็นเจ้าทรงดลบันดาลให้นักวิทยาศาสตร์ได้ค้นพบความลับในการสร้างสรรค์สรรพสิ่งของพระองค์อย่างถูกที่และถูกเวลา การค้นพบในยุคสมัยใหม่มีอยู่หลายอย่างที่ช่วยให้มนุษย์เข้าใจได้ว่า จักรวาลคือการแสดงออกอันหลากหลายของพลังอำนาจเพียง

ประการเดียวนั่นคือ...แสงที่อยู่ภายใต้การชี้นำของทิพยปัญญา ความมหัศจรรย์ของภาพยนตร์เคลื่อนไหว วิทยุ โทรทัศน์ เรดาร์ อุปกรณ์เปลี่ยนความต้านทานของวงจรไฟฟ้าตามความเข้มแสงที่กระทบ...หรือ "ตาไฟฟ้า" อันน่าทึ่ง รวมไปถึงพลังงานปรมาณูทั้งหมดทั้งปวงนี้ล้วนมีรากฐานมาจากปรากฏการณ์แม่เหล็กไฟฟ้าของแสงทั้งสิ้น

ภาพยนตร์เคลื่อนไหวเป็นศิลปะที่นำปาฏิหาริย์ทุกอย่างมาแสดงให้เห็นได้ด้วยทรรศนะอันน่าประทับใจที่ว่า ไม่มีปาฏิหาริย์ใดที่ภาพซึ่งถ่ายทำโดยการใช้เทคนิคพิเศษจะนำมาถ่ายทอดไม่ได้ ตัวคนเป็นๆ ก็อาจทำให้เห็นเป็นร่างโปร่งแสงของวิญญาณที่เพิ่งหลุดออกมาจากกายหยาบได้ จะทำให้เดินอยู่บนผิวน้ำ ฟื้นตื่นจากความตาย ย้อนขั้นตอนพัฒนาการตามธรรมชาติ หรือจะให้ข้ามผ่านกาลเวลาทะลุมิติอย่างไรก็ได้ทั้งนั้น ผู้เชี่ยวชาญอาจรวบรวมภาพถ่ายมาประกอบเข้าด้วยกันได้ตามอย่างที่ตนต้องการ ทำให้เกิดปาฏิหาริย์ทางสายตาในทำนองเดียวกันกับปาฏิหาริย์ที่ครูบาอาจารย์ผู้ทรงภูมิธรรมใช้แสงรังสรรค์ขึ้น

ภาพยนตร์เคลื่อนไหวกับภาพที่เหมือนมีชีวิตเหล่านั้นแสดงให้เห็นถึงสัจธรรมอันเกี่ยวเนื่องกับการสร้างสรรพสิ่งของพระเป็นเจ้าหลายอย่าง พระผู้ทรงเป็นผู้อำนวยการสร้างจักรวาลทรงรจนาบทละครของพระองค์ขึ้นมาเอง และทรงคัดเลือกผู้แสดงจำนวนนับไม่ถ้วนมาร่วมในการแสดงอันเอิกเกริกนานนับร้อยๆ ปีแล้ว จากห้องฉายแห่งนิรันดร์กาลอันมืดมิด ทรงฉายลำแสงทิพย์ผ่านแผ่นฟิล์มแห่งยุคสมัยไล่เรียงกันลงมาเป็นลำดับ ปรากฏเป็นภาพเหตุการณ์ต่างๆ ขึ้นบนจอแห่งอวกาศ

ถึงภาพในภาพยนตร์จะดูเหมือนจริง แต่ก็เป็นเพียงแสงกับเงาที่ประกอบกันขึ้นมา สิ่งทั้งหลายทั้งปวงในจักรวาลก็เป็นเฉกเช่นเดียวกัน คือเป็นแค่ภาพลวงตาที่เห็นก็สักแต่ว่าเห็นเท่านั้น โลกและสิ่งมีชีวิตนานาชนิดจึงมิได้เป็นอะไรนอกเหนือไปจากภาพในภาพยนตร์เคลื่อนไหวของจักรวาลเท่านั้น ฉากเหตุการณ์อันหาความจีรังยั่งยืนมิได้จะเป็นจริงในการรับรู้ผ่านประสาทสัมผัสทั้งห้าของมนุษย์เพียงชั่วครู่ชั่วยาม เมื่อถูกฉายลงบนจิตสำนึกที่ทำหน้าที่เป็นเสมือนจอรับภาพซึ่งฉายมาจากลำแสงต้นกำเนิดที่มีอยู่ชั่วกัปป์ชั่วกัลป์

ผู้ชมภาพยนตร์อาจแหงนหน้าขึ้นมอง และเห็นว่าภาพทั้งหมดไปปรากฏอยู่

บนจอโดยใช้ลำแสงที่ไม่มีภาพใด ๆ เลยเป็นเครื่องช่วย ละครแห่งจักรวาลอัน
เต็มไปด้วยสีสันก็มาจากแสงสีขาวอันมีต้นกำเนิดจากจักรวาลเพียงแหล่งเดียว
ด้วยความเจ้าความคิดอย่างที่ใคร ๆ ก็คาดไม่ถึง พระเป็นเจ้าทรงจัดการแสดงที่
เป็น "อภิมหา" ความบันเทิงให้มนุษย์ผู้เป็นบุตรแห่งพระองค์ได้เพลิดเพลิน โดย
ให้พวกเขาเป็นทั้งผู้แสดงและผู้ชมในโรงละครดาวเคราะห์ส่วนพระองค์แห่งนี้

วันหนึ่ง ข้าพเจ้าเข้าไปในโรงภาพยนตร์แห่งหนึ่งเพื่อชมภาพยนตร์ข่าว
สถานการณ์การสู้รบในยุโรป เวลานั้น สงครามโลกครั้งที่ 1 ยังดำเนินอยู่ต่อ
ไปในโลกตะวันตก ภาพยนตร์ข่าวที่จัดฉายเป็นภาพการสังหารหมู่ซึ่งนำเสนอ
ได้เหมือนจริงมากขนาดทำให้ข้าพเจ้าเดินออกจากโรงมาด้วยใจที่เศร้าหมอง
ไม่ยอมหาย

"ข้าแต่พระเป็นเจ้า" ข้าพเจ้าตั้งคำถาม "ทรงยอมให้ความทุกข์ร้อนแสนสาหัส
เยี่ยงนี้อุบัติขึ้นได้อย่างไรกัน?"

แล้วข้าพเจ้าก็ต้องประหลาดใจที่ได้รับคำตอบกลับมาอย่างฉับพลันในรูป
ของนิมิตภาพเหตุการณ์การสู้รบจริงในยุโรป หันไปทางไหนก็เห็นแต่ซากศพ
และคนใกล้ตายนอนกองอยู่เกลื่อนกลาด ดูโหดร้ายทารุณยิ่งกว่าภาพที่เห็นใน
ภาพยนตร์ข่าวหลายเท่าตัวนัก

"ดูให้ดี!" พระสุรเสียงอันนุ่มนวลนั้นตรัสแก่จิตสำนึกในส่วนลึกของข้าพเจ้า
"เจ้าจะเห็นว่าภาพเหตุการณ์ซึ่งกำลังเกิดขึ้นที่ฝรั่งเศสในเวลานี้เป็นเพียงภาพ
ที่เกิดจากการเล่นแสง–เงา ทั้งหมดนี้คือภาพยนตร์แห่งจักรวาล เป็นจริงและ
ไม่จริงไม่มากไม่น้อยไปกว่าภาพยนตร์ข่าวที่เจ้าได้ไปดูมา...ก็แค่ละครที่ซ้อน
อยู่ในละครอีกเรื่องหนึ่งเท่านั้น"

แต่ใจข้าพเจ้ายังไม่รู้สึกดีขึ้น พระสุรเสียงนั้นจึงตรัสต่อไปว่า "สรรพสิ่งทั้ง
หลายคือแสงและเงาประกอบกัน ขาดสิ่งหนึ่งสิ่งใดไปก็จะมีภาพบังเกิดขึ้น
ไม่ได้ ความดีกับความชั่วก็เป็นมายาที่ต้องผลัดเปลี่ยนหมุนเวียนกันขึ้นมา
มีอำนาจ มาตรแม้นว่าความสุขดำรงอยู่ในโลกเป็นนิรันดร์กาล มนุษย์ยังจะ
กระสันอยากในสิ่งอื่นใดอีก? ถ้าปราศจากซึ่งความทุกข์ มีหรือที่มนุษย์จะคิด
อยากจดจำรำลึกถึงทิพยสถานที่ตนเองเดินจากมา ความทุกข์เป็นสิ่งกระตุ้น
ความทรงจำ ปัญญาเป็นหนทางสู่ความหลุดพ้น โศกนาฏกรรมแห่งความตาย

มิใช่ความจริง บุคคลผู้สะท้านหวั่นไหวไปกับความตายก็เปรียบได้กับนักแสดงผู้จ่อมจมอยู่กับอวิชชา เขาจะตกตายอยู่บนเวทีด้วยความหวาดกลัวทั้ง ๆ ที่สิ่งที่ยิงใส่เขาเป็นแค่ปืนไม่มีลูกเท่านั้น ลูก ๆ ของเราคือบุตรแห่งแสง พวกเขาจะไม่หลับใหลอยู่ในอุปาทานไปตลอดกาลแน่"

ถึงข้าพเจ้าจะเคยอ่านเรื่องราวของ*มายา*ในพระคัมภีร์มาบ้าง แต่ก็ไม่เคยเข้าใจได้อย่างถ่องแท้เหมือนขณะได้นิมิตและได้ยินเสียงที่คอยปลอบประโลมอยู่เช่นในตอนนี้มาก่อนเลย การมองเห็นคุณค่าในสิ่งต่าง ๆ ของบุคคลย่อมเปลี่ยนแปลงไปโดยสิ้นเชิง เมื่อเขายอมรับได้ในที่สุดว่าสรรพสิ่งต่าง ๆ เป็นเพียงภาพยนตร์โรงใหญ่ และความจริงของเขาก็อยู่ไกลโพ้นออกไป หาได้อยู่ในโรงภาพยนตร์ดังกล่าวไม่

หลังเขียนหนังสือบทนี้เสร็จ ข้าพเจ้าก็ขึ้นไปนั่งขัดสมาธิเพชรอยู่บนเตียงในห้อง[1] มีแสงสลัวจากตะเกียงสองดวง เมื่อเงยหน้าขึ้น ข้าพเจ้าจึงสังเกตเห็นเพดานห้องมีแสงเป็นจุดเล็ก ๆ สีเหลือง ๆ ทอทาบสั่นไหวเป็นประกายวิบวับคล้ายแร่เรเดียม ลำแสงที่สาดเป็นสายยาวเหมือนสายฝนที่พรั่งพรูรวมตัวกันเป็นดอกศรอันโปร่งแสง ไหลหลั่งลงมายังตัวข้าพเจ้าอย่างเงียบเชียบ

จู่ ๆ กายสังขารของข้าพเจ้าก็สูญมวลไปหมดสิ้น แปรสภาพไปเป็นกายทิพย์อันบางเบา รู้สึกว่าตัวเองลอยหวิดจะพ้นเตียงขึ้นมาอยู่รอมร่อ ร่างอันเบาบางไร้น้ำหนักเอียงส่ายไปทางซ้ายทีกลับมาทางขวาที ข้าพเจ้ามองไปรอบห้องเครื่องเรือนกับผนังห้องยังคงเดิม แต่แสงอันน้อยนิดนั้นกลับทวีความสว่างจ้าขึ้นจนมองเพดานไม่เห็นอีกต่อไป ข้าพเจ้าได้แต่ตกตะลึง

"นี่คือกลไกของภาพยนตร์แห่งจักรวาล" เสียงทิพย์นั้นดูราวกับดังออกมาจากใจกลางแสงอันโชตนาการนั้น "ด้วยการฉายลำแสงลงบนจอขาว ซึ่งก็คือผ้าปูเตียงของเจ้า มันก่อเกิดเป็นภาพร่างของเจ้า จงดูไว้ ร่างของเจ้ามิใช่อื่นใดนอกจากแสง!"

ข้าพเจ้ามองไปที่แขนทั้งคู่ แล้วลองเหวี่ยงมันไปมา แต่กลับไม่รู้สึกถึงน้ำหนักใด ๆ ความปลื้มปีติหลากล้นขึ้นมาในใจ ลำแสงต้นกำเนิดแห่งจักรวาลแผ่

---

1 ในอาศรม SRF ที่เมืองเอนซินิตัส มลรัฐแคลิฟอร์เนีย (*หมายเหตุผู้จัดพิมพ์*)

รัศมีออกไปราวกับเป็นกายสังขารของข้าพเจ้า ดูราวกับพระเป็นเจ้าทรงรังสรรค์ลำแสงขึ้นอีกครั้ง เพื่อฉายออกจากห้องฉายในโรงภาพยนตร์ และทำให้เกิดเป็นภาพขึ้นบนจอ

ข้าพเจ้าเฝ้าดูการแสดงภาพร่างของตนในโรงภาพยนตร์อันสลัวแสงในห้องนอนแห่งนี้อยู่เป็นนาน ถึงจะเคยได้นิมิตมามากมาย แต่ไม่เคยมีครั้งใดเลยที่จะพิเศษเช่นครั้งนี้ เมื่อภาพลวงตาของกายหยาบถูกทำลายลง และตนเองก็รับรู้อย่างถ่องแท้แล้วว่าเนื้อแท้ของสรรพสิ่งทั้งปวงคือแสง ข้าพเจ้าจึงแหงนหน้าขึ้นหากระแสธารแห่งพลังปราณและอ้อนวอนว่า

"ข้าแต่พระผู้ทรงไว้ซึ่งแสงอันโอภาส ขอทรงเมตตารับเอาร่างอันต่ำต้อยด้อยค่าของข้าพระบาทเข้าไว้ในพระองค์ ดุจเดียวกับที่ทรงรับเอลียาห์ขึ้นรถม้าเพลิงเหินสู่สวรรค์[1] ด้วยเถิดพระเจ้าข้า"

---

1 พงศ์กษัตริย์ 2 2:11

"'ปาฏิหาริย์" ในความเข้าใจทั่วๆ ไป หมายถึงผลหรือเหตุการณ์ที่ไม่มีกฎเกณฑ์หรืออยู่พ้นกฎเกณฑ์ทั้งปวง แต่เหตุการณ์ทั้งหลายในจักรวาลของเราอันจัดระบบระเบียบจนลงตัวแล้ว ล้วนดำเนินไปตามครรลองของกฎระเบียบและสามารถอธิบายได้ด้วยกฎระเบียบนั้นเช่นกัน สิ่งที่เรียกว่าอิทธิปาฏิหาริย์ของครูบาอาจารย์ผู้ยิ่งใหญ่คืออำนาจที่ได้มาตามธรรมชาติหลังจากที่ท่านเข้าถึงกฎอันลี้ลับซับซ้อนที่ขับเคลื่อนอยู่ในเบื้องลึกของจักรวาลแห่งจิตสำนึกของท่านเอง

ไม่มีสิ่งใดเลยที่จะกล่าวอ้างได้อย่างเต็มปากว่าเป็น "ปาฏิหาริย์" เว้นแต่เราจะยอมรับกันในแง่มุมที่ลึกซึ้งว่าทุกสิ่งคือปาฏิหาริย์ เมื่อคิดขึ้นมาว่าเราทุกคนถูกจองจำอยู่ในร่างที่ประกอบกันขึ้นมาอย่างซับซ้อน และถูกกำหนดให้อยู่บนโลกที่โคจรอยู่ในอวกาศท่ามกลางดวงดาวทั้งหลายเช่นนี้แล้ว ยังจะมีสิ่งใดที่เป็นปกติธรรมดาหรือเป็นปาฏิหาริย์ไปยิ่งกว่านี้อีกเล่า?

ศาสดาพยากรณ์ผู้ยิ่งใหญ่อย่างพระคริสต์และท่านลาหิริ มหัสยะมักสำแดงปาฏิหาริย์ให้เห็นอยู่บ่อยครั้ง ครูบาอาจารย์ผู้ประเสริฐดุจดังพวกท่านมีภาระหน้าที่อันยากเข็ญและใหญ่หลวงต่อปวงมนุษยชาติ การสำแดงปาฏิหาริย์ช่วยเหลือผู้ตกทุกข์ได้ยากก็นับเป็นส่วนหนึ่งของภาระหน้าที่ดังกล่าว (ดูหน้า 286.1) การรักษาโรคร้ายและปัดเป่าปัญหาอันแก้ได้ยากให้กับมนุษย์จำเป็นต้องได้รับความเห็นชอบจากเบื้องบน เมื่อข้าราชการผู้หนึ่งมาทูลขอให้ทรงรักษาบุตรชายผู้ใกล้ตายของเขาที่เมืองคาแปร์นาอุม พระคริสต์จึงทรงตอบเขากลับไปอย่างมีอารมณ์ขันว่า "ถ้าพวกท่านไม่เห็นหมายสำคัญและการมหัศจรรย์ ท่านก็จะไม่เชื่อ" แต่พระองค์ก็ทรงตอบรับด้วยว่า "กลับไปเถิด บุตรชายของท่านจะไม่ตาย" (ยอห์น 4:46–54)

ในบทนี้ ข้าพเจ้าได้ให้คำอรรถาธิบายในเรื่องของ*มายา*ตามทรรศนะในคัมภีร์พระเวท นั่นคืออำนาจวิเศษในการสร้างสรรค์สิ่งลวงตาเข้ารองรับโลกที่รับรู้ได้ด้วยประสาทสัมผัสทั้งห้าของมนุษย์ วิทยาศาสตร์ของโลกตะวันตกได้ค้นพบแล้วว่า "อาถรรพ์" แห่งมายาการนี้ครอบงำอยู่เหนือ "สสาร" ที่ประกอบขึ้นจากอะตอมทั้งหลาย อย่างไรก็ดีไม่เพียงแต่ธรรมชาติเท่านั้น กระทั่งมนุษย์ (ในแง่

คำสวดอ้อนวอนนี้ฟังดูน่าตระหนกนัก ลำแสงอันเจิดจ้าพลันมืดดับลง ร่างของข้าพเจ้าก็กลับมามีน้ำหนัก ทิ้งตัวกลับลงสู่เตียงเยี่ยงปกติวิสัย ประกายแสงระยิบระยับบนเพดานกระพริบริบหรี่แล้วจางหายไป เห็นได้ชัดว่ายังไม่ถึงเวลาที่ข้าพเจ้าจะจากโลกนี้ไป

"อีกอย่าง" ข้าพเจ้าคิดอย่างคนแก่ปรัชญานิด ๆ "เอลียาห์อาจไม่พอใจที่เราหาญไปตีตัวเสมอท่านก็เป็นได้!"

ของมรรตัยชน) ก็ยังต้องตกอยู่ภายใต้อิทธิพลของมายา ซึ่งในที่นี้คือ กฎสัมพัทธภาพ ความแตกต่าง ความเป็นทวิภาวะ ความผกผัน และสภาวะของขั้วตรงข้าม

เราไม่ควรทึกทักเอาว่ามีเพียงฤษีเท่านั้นที่เข้าใจสัจธรรมอันว่าด้วยมายา ศาสดาพยากรณ์ในพระคัมภีร์ภาคพันธสัญญาเก่าเรียกมายาว่า*ซาตาน* (ภาษาฮิบรู แปลตรงตัวว่า "ฝ่ายตรงข้าม") พระคัมภีร์กรีกเรียกว่า*ดีอาโบลอส* (พญามาร) โดยมีความหมายเช่นเดียวกับซาตานทุกอย่าง ซาตานหรือมายาคือพ่อมดแห่งจักรวาลที่สามารถสร้างความแปรเปลี่ยนกลับกลายนานาขึ้นมาปิดบังความจริงที่ไร้รูปไร้ร่างเพียงหนึ่งเดียว ในแผนการและการแสดง (*ลีลา*) แห่งพระเป็นเจ้า ซาตานหรือมายามีหน้าที่เพียงอย่างเดียว คือต้องหาทางหันเหความสนใจของมนุษย์ให้ผละจากพระเป็นเจ้าไปหาวัตถุธาตุ กล่าวอีกนัยหนึ่งคือ ให้ผละจากความจริงไปหาสิ่งไม่จริงนั่นเอง

พระคริสต์ทรงพรรณนาให้เห็นภาพได้อย่างชัดเจนว่า*มายา*คือมาร คือฆาตกร คือผู้กล่าวคำมุสา "มาร...เป็นผู้ฆ่าคนตั้งแต่ปฐมกาล และมิได้ตั้งอยู่ในสัจจะ เพราะมันไม่มีสัจจะเมื่อมันพูดเท็จมันก็พูดตามสันดานของมันเอง เพราะมันเป็นผู้มุสาและเป็นพ่อของการมุสา" (ยอห์น 8:44)

"มารได้กระทำบาปตั้งแต่เริ่มแรก พระบุตรของพระเจ้าได้เสด็จมาปรากฏก็เพราะเหตุนี้ คือเพื่อทรงทำลายกิจการของมาร" (ยอห์น 1 3:8) กล่าวคือ เมื่อการแสดงออกของพระเป็นเจ้าในธรรมชาติของพระองค์ปรากฏในความเป็นตัวตนของมนุษย์ได้แล้วนั้น ก็ย่อมจะทำลายมายาหรือ "กิจการของมาร" ลงได้โดยไม่ต้องใช้ความพยายามแต่อย่างใด

มายา มีมา "ตั้งแต่เริ่มแรก" เพราะมันเป็นโครงสร้างส่วนหนึ่งของโลกแห่งผัสสะ นี่คือความผันแปรเปลี่ยนแปลงที่มีอยู่ตลอดกาลในฐานะที่เป็นขั้วตรงข้ามกับความไม่เปลี่ยนแปลงแห่งพระเป็นเจ้า

บทที่ 31

การสนทนากับแม่ครู

"แม่ครูขอรับ สมัยยังเป็นทารก กระผมเคยได้รับการประสาทพรจากสามีผู้มีญาณหยั่งรู้ของคุณแม่ ท่านเป็นคุรุของพ่อแม่กระผมและของท่านอาจารย์ศรียุกเตศวรผู้เป็นคุรุของตัวกระผมเอง แม่ครูพอจะกรุณาเล่าเรื่องราวชีวิตอันศักดิ์สิทธิ์ของคุณแม่ให้กระผมฟังเป็นบุญหูสักสองสามเรื่องได้ไหมขอรับ?"

ข้าพเจ้ากำลังสนทนากับท่านศรีมาตีกาศี โมนี คู่ชีวิตของท่านลาหิริ มหัสยะ ถือโอกาสที่ได้แวะมาพาราณสีไม่กี่วัน ข้าพเจ้าจึงมากราบคารวะท่านอย่างที่คิดอยากจะทำมานานนักหนา

ท่านเมตตาต้อนรับขับสู้ข้าพเจ้าในบ้านของตระกูลลาหิริที่ย่านครุเฑศวร-โมหุลลาของเมืองพาราณสี แม้จะสูงวัยแล้ว แต่แม่ครูก็ยังงดงามดุจดอกบัวบานที่ส่งกลิ่นหอมแห่งธรรมกำจาย แม่ครูเป็นสตรีรูปร่างปานกลาง ผิวผ่อง ลำคอระหง ดวงตาโตเป็นประกายสุกใส

"ลูกเอ๋ย ที่นี่ยินดีต้อนรับเจ้า มา! ขึ้นมาข้างบนกัน"

แม่ครูกาศี โมนีนำข้าพเจ้าไปยังห้องที่เล็กเอามาก ๆ และครั้งหนึ่งก็เคยเป็นห้องที่ท่านใช้อยู่ร่วมกับสามี ข้าพเจ้ารู้สึกเป็นเกียรติที่ได้เห็นสถานที่ศักดิ์สิทธิ์ซึ่งครูบาอาจารย์ผู้ประเสริฐเลิศล้ำสู้อุตส่าห์ลดตัวลงมาเล่นบทชีวิตคู่เยี่ยงมนุษย์สามัญทั่ว ๆ ไป แม่ครูผายมือเป็นเชิงเชื้อเชิญข้าพเจ้าให้นั่งลงบนเบาะข้าง ๆ ท่าน

"แม่ต้องใช้เวลาหลายปีทีเดียวกว่าที่จะสำเหนียกได้ถึงภูมิธรรมอันสูงส่งของผู้เป็นสามีของตัวเอง" ท่านเริ่มเรื่อง "คืนหนึ่ง ภายในห้องห้องนี้ แม่นอนหลับฝันไป ในฝันนั้นแม่เห็นเหล่าเทพยดาผู้มีรัศมีอันรุ่งโรจน์เหาะเหินอยู่เหนือตัวแม่งามจนเหลือจะคาดคิด ภาพฝันนั้นเหมือนจริงจนแม่สะดุ้งตื่นขึ้นทันที ห้องทั้งห้องสว่างไสวไปด้วยแสงอันเจิดจ้า ดูน่าแปลกนัก

"แม่เห็นสามีของแม่นั่งขัดสมาธิเพชร ลอยอยู่กลางอากาศที่กลางห้องท่ามกลางวงล้อมของเหล่าเทพยดา ผู้ประนมกรสักการะท่านดุจมีศักดิ์ต่ำกว่ากระนั้น

"แม่ประหลาดใจจนเหลือจะกล่าว คิดได้ว่าตนเองคงจะยังไม่ตื่นจากความฝัน

"'ภคินี' ท่านลาหิริ มหัสยะกล่าว 'เจ้ามิได้ฝันไปดอก จงตื่นเสียจากการหลับใหลให้ได้ตลอดกาลและชั่วนิรันดร์กาล' ว่าแล้วตัวท่านก็ค่อย ๆ ลอยต่ำลงมาจนถึงพื้น แม่หมอบกราบลงที่แทบเท้าท่าน

"'ท่านอาจารย์เจ้าขา' แม่ร้อง 'อิฉันกราบท่านเป็นร้อยครั้งพันครั้ง! ขอท่านได้โปรดยกโทษให้อิฉันที่เหิมเกริมคิดเอาว่าท่านเป็นสามีของตัวเองสักครั้งจะได้ไหมเจ้าคะ? อิฉันอยากจะตายเสียให้รู้แล้วรู้รอดไป รู้สึกละอายใจเหลือเกินที่ตัวเองเอาแต่หลับใหลอยู่ในอวิชชา ทั้ง ๆ ที่ผู้ที่อยู่ข้างกายเป็นผู้ตื่นรู้แล้วแท้ ๆ นับจากคืนนี้เป็นต้นไป ท่านไม่ใช่สามีของอิฉันแล้ว แต่เป็นคุรุของอิฉันแทน ท่านจะกรุณารับคนต่ำต้อยด้อยค่าอย่างอิฉันเป็นศิษย์ได้ไหมเจ้าคะ?'[1]

"ท่านพยุงแม่ขึ้นอย่างอ่อนโยน 'ดวงวิญญาณอันศักดิ์สิทธิ์ จงลุกขึ้นเถิด เรารับเจ้าไว้แล้ว' ท่านผายมือไปทางเหล่าเทพยดา 'จงคารวะตอบต่อเทพทั้งหลายเถิด'

"ครั้นแม่คารวะท่านทั้งหลายด้วยความเคารพนบน้อมเป็นที่เรียบร้อยแล้ว เทพยดาเจ้าก็พากันเปล่งเสียงขึ้นอย่างพร้อมเพรียง ดุจเสียงประสานในพระคัมภีร์โบราณกระนั้น

"'ศักติของท่านผู้เป็นอณูแห่งพระเป็นเจ้า ขอพรอันประเสริฐจงบังเกิดแก่ท่าน พวกเราขอคารวะ' ท่านเหล่านั้นก้มลงคารวะแม่ที่แทบเท้า แล้วร่างอันเรืองรองก็พลันหายวับไป ห้องทั้งห้องจึงเหลือแต่ความมืดมิด

"ท่านคุรุถามแม่ว่าพร้อมจะรับการถ่ายทอด*กริยาโยคะ*จากท่านเลยหรือไม่

"'พร้อมเจ้าค่ะ' แม่ตอบ 'อิฉันมีแต่เสียใจที่ตัวเองไม่มีบุญวาสนาได้รับการถ่ายทอด*กริยาโยคะ*เร็วกว่านี้'

"'ตอนนั้นยังไม่ถึงเวลา' ท่านลาหิริ มหัสยะยิ้มอย่างปลอบประโลม 'กรรมเก่าของเจ้ามีอยู่มิใช่น้อยที่เราช่วยลบล้างให้โดยที่มิเคยบอกให้เจ้าได้รู้ เวลานี้เจ้าเต็มใจและพร้อมสำหรับการนี้แล้ว'

"ท่านแตะหน้าผากแม่ พลันก็บังเกิดพรายแสงระยิบระยับหมุนคว้างเป็นวงขึ้นมา แล้วค่อย ๆ รวมกันเข้าเป็นรูปตาธรรมสีฟ้าเหลือบ มีสีทองล้อมเป็นกรอบอยู่รอบนอก ตรงกึ่งกลางเป็นดาวห้าแฉกสีขาวพร่างพราย

---

1 "บุรุษนั้นเพื่อพระเป็นเจ้า สตรีนั้นเพื่อพระเป็นเจ้าในตัวบุรุษ"—มิลตัน

"'จงเพ่งจิตสำนึกของเจ้าผ่านดวงดาวเข้าสู่อาณาจักรแห่งพระเป็นเจ้า' น้ำเสียงของท่านคุรุเปลี่ยนไป กลายเป็นแผ่วเบาเหมือนเสียงดนตรีที่ดังแว่วมาแต่ไกล ๆ

"แม่เห็นนิมิตภาพแล้วภาพเล่าสาดซัดเข้ามาสู่วิญญาณของแม่เสมือนระลอกคลื่นในมหาสมุทร สุดท้าย ภาพที่รายล้อมอยู่รอบกายก็หลอมละลายกลายเป็นทะเลแห่งปีติสุข แม่ดื่มด่ำอยู่กับปีติจากพระพรแห่งพระเป็นเจ้าจนหลายชั่วโมงผ่านไป จิตของแม่จึงถอยกลับมาสู่โลกนี้ ถึงตอนนั้น ท่านคุรุจึงได้ถ่ายทอดวิชา *กริยาโยคะ*ให้กับแม่

"นับจากคืนนั้น ท่านลาหิริ มหัสยะก็ไม่เคยนอนร่วมห้องกับแม่อีก และไม่เคยนอนหลับพักผ่อนอีกเลย ท่านรั้งอยู่ในห้องชั้นล่างทางด้านหน้าในท่ามกลางเหล่าสานุศิษย์ของท่านทั้งกลางวันและกลางคืน"

เล่ามาถึงตอนนี้ท่านก็เงียบไป เพราะตระหนักถึงความสัมพันธ์ที่ไม่ธรรมดาของท่านกับท่านโยคีผู้สูงส่ง สุดท้าย ข้าพเจ้าจึงทำใจกล้าขอให้ท่านเล่าเรื่องราวในอดีตให้ฟังอีก

"ลูกเอ๋ย เจ้าช่างอยากรู้อยากเห็นเสียจริง แต่เอาเถอะ แม่จะเล่าให้เจ้าฟังอีกสักเรื่องก็ได้" ท่านยิ้มอาย ๆ "แม่จะสารภาพบาปที่ตนเองเคยกระทำเรื่องไม่สมควรต่อท่านสามีผู้เป็นคุรุของแม่ด้วย หลังท่านรับแม่เป็นศิษย์ได้ไม่กี่เดือนแม่ก็เริ่มว้าเหว่ รู้สึกเหมือนตัวเองถูกทอดทิ้ง เช้าวันหนึ่ง ท่านลาหิริ มหัสยะเข้ามาเอาของในห้องเล็ก ๆ ห้องนี้ แม่จึงรีบตามท่านเข้ามา เพราะถูกความหลงผิดเข้าครอบงำแม่จึงตัดพ้อต่อว่าท่านอย่างรุนแรง

"'มีเวลาเท่าไหร่ก็เอาไปทุ่มให้ลูกศิษย์ลูกหาหมด แล้วความรับผิดชอบที่มีต่อลูกเมียเล่า? อิฉันล่ะเสียใจจริง ๆ ที่ท่านไม่ได้เป็นเดือดเป็นร้อนคิดจะหาเงินมาจุนเจือครอบครัวให้มากกว่านี้'

"ท่านคุรุมองแม่นิ่ง ๆ อยู่ครู่หนึ่ง แล้วร่างท่านก็หายวับไปจากสายตาทันที แม่ตกใจกลัวจนตัวสั่น ได้ยินแต่เสียงของท่านก้องกังวานออกมาจากรอบด้าน

"'ทั้งหมดนี้คือความว่างเปล่า เจ้าไม่เห็นหรืออย่างไร? แล้วตัวเราที่เป็นเพียงความว่างเปล่า จะไปหาทรัพย์สินเงินทองจากที่ไหนมาให้เจ้าได้?'

"'ข้าแต่ท่านผู้เป็นคุรุ' แม่ร้อง 'อิฉันกราบขออภัยท่านสักล้านครั้ง ตาอิฉัน

มันบาปหนา มืดบอดจนไม่สามารถมองเห็นท่านได้อีก ขอให้โปรดปรากฏร่าง ศักดิ์สิทธิ์ให้อิฉันเห็นด้วยเถิดเจ้าค่ะ'

"'เราอยู่ที่นี่' คำตอบนั้นดังมาจากเหนือหัว แม่แหงนหน้ามองขึ้นไปก็เห็น ร่างท่านปรากฏขึ้นกลางอากาศ ศีรษะแตะกับเพดานห้อง ดวงตาท่านเป็น ประกายจ้าประดุจเปลวไฟที่ลุกโชน แม่กลัวจนไม่รู้จะกลัวอย่างไร ได้แต่หมอบคู้ สะอึกสะอื้นอยู่ที่แทบเท้าท่านหลังจากที่ร่างท่านลอยลงมาถึงพื้น

"'ภคินี' ท่านกล่าว 'สิ่งที่เจ้าพึงแสวงหาคือทิพยสมบัติ หาใช่เงินทองอันมีค่า เพียงเศษเสี้ยวธุลีดินไม่ เมื่อได้มาซึ่งทรัพย์ภายในแล้ว ทรัพย์ภายนอกก็ย่อมจะ ตามติดมาเอง' แล้วท่านก็บอกต่อมาอีกว่า 'ศิษย์คนหนึ่งของเราจะมาช่วยเหลือ ดูแลเรื่องการอยู่การกินให้กับเจ้าเอง'

"คำพูดของท่านคุรุย่อมต้องเป็นไปตามนั้นอยู่แล้ว มีศิษย์ผู้หนึ่งมอบเงินให้ กับครอบครัวของเราเป็นจำนวนไม่น้อยเลยทีเดียว"

ข้าพเจ้าขอบพระคุณแม่ครูกาศี โมนีที่ท่านยอมเล่าประสบการณ์อันน่า อัศจรรย์ให้ฟัง[1] วันรุ่งขึ้น ข้าพเจ้าย้อนกลับไปที่บ้านท่านอีกครั้ง และได้สนทนา ธรรมกับท่านตินคอรีและท่านดูคอรีอย่างออกรสอยู่หลายชั่วโมง ทั้งสองท่าน เป็นบุตรชายของโยคีผู้ยิ่งใหญ่ที่สุดของอินเดีย และได้เจริญรอยตามแบบอย่าง อันดีงามของท่านบิดาแทบจะไม่มีที่ผิดเพี้ยน พวกท่านมีผิวขาว ร่างสูงใหญ่ แข็งแรง มีหนวดเคราดกหนา น้ำเสียงทุ้มนุ่มนวล กิริยามารยาทเพียบพร้อม อย่างที่คนในยุคสมัยก่อนเป็นกัน

ศิษย์สตรีของท่านลาหิริ มหัสยะมิได้มีแต่เพียงภรรยาของท่านเองเท่านั้น แต่ยังมีคนอื่น ๆ อีกนับร้อยนับพัน รวมถึงแม่ของข้าพเจ้าด้วย ครั้งหนึ่งมีศิษย์ สตรีนางหนึ่งเข้าไปกราบขอภาพถ่ายจากท่านคุรุ ท่านก็ยื่นให้ใบหนึ่งและบอก ว่า "หากเจ้าถือว่าภาพถ่ายของเราเป็นเครื่องคุ้มครองป้องกันภัย มันก็จะคอย ปกปักรักษาเจ้า หาไม่แล้ว มันก็เป็นได้แค่ภาพถ่ายภาพหนึ่งเท่านั้น"

หลังจากนั้นไม่กี่วัน ขณะที่สตรีผู้นั้นกับลูกสะใภ้ของท่านคุรุกำลังนั่งอ่าน คัมภีร์ภควัทคีตาอยู่ที่โต๊ะ โดยมีภาพถ่ายของท่านแขวนอยู่บนผนังทางด้านหลัง

---

[1] แม่ครูผู้ควรค่าแก่การเคารพเสียชีวิตลงที่พาราณสีเมื่อวันที่ 25 มีนาคม ค.ศ.1930

ก็บังเอิญเกิดมีพายุฟ้าคะนองอย่างรุนแรง

"ท่านลาหิริ มหัสยะ ได้โปรดคุ้มครองพวกเราด้วยเถิดเจ้าค่ะ!" สตรีผู้นั้นก้มตัวลงกราบภาพถ่ายของท่าน ทันใดนั้น ฟ้าก็ผ่าลงมาที่หนังสือบนโต๊ะเปรี้ยงใหญ่ แต่สตรีทั้งสองกลับมิได้รับอันตรายแต่อย่างใด

"ฉันรู้สึกเหมือนมีแผ่นน้ำแข็งมาหุ้มอยู่รอบตัว คอยป้องกันความร้อนขนาดเผาทุกอย่างให้ไหม้เกรียมได้ไม่ให้กล้ำกรายเข้ามาต้องตัวฉันแม้แต่น้อย" ศิษย์สตรีผู้นั้นเล่าให้ฟัง

ท่านลาหิริ มหัสยะยังแสดงปาฏิหาริย์โปรดศิษย์สตรีชื่ออโภยาอีกสองครั้ง เรื่องมีอยู่ว่า วันหนึ่ง อโภยากับสามีที่เป็นทนายอยู่ที่กัลกัตตาตั้งใจจะเดินทางมากราบคารวะท่านคุรุที่พาราณสี แต่การจราจรบนท้องถนนก็ติดขัดมาก กว่ารถม้าจะพาพวกเขามาส่งถึงสถานีรถไฟฮาวราห์ ขบวนรถไฟไปพาราณสีก็เปิดหวูดสัญญาณพร้อมเคลื่อนขบวนออกจากสถานี

อโภยาที่จวนจะมาถึงห้องขายตั๋วอยู่แล้วหยุดยืนนิ่งอยู่กับที่

"ท่านอาจารย์ลาหิริ มหัสยะเจ้าคะ ลูกกราบไหว้วิงวอน ขอได้โปรดหยุดขบวนรถไปพาราณสีไว้ด้วยเถิดเจ้าค่ะ!" เธอสวดอ้อนวอนอยู่ในใจ "ถ้าต้องรออีกวันถึงจะได้พบท่าน ลูกคงเจ็บปวดใจจนสุดจะทนได้"

ล้อของขบวนรถที่พ่นควันโขมงยังคงหมุนอยู่ต่อไป แต่ตัวรถไฟกลับหยุดนิ่งอยู่กับที่ นายช่างวิศวกรกับประดาผู้โดยสารต่างลงมายืนมุงดูปรากฏการณ์ประหลาดกันเต็มชานชาลา เจ้าหน้าที่ยามประจำรางรถไฟชาวอังกฤษเดินมาหาอโภยากับสามี และกุลีกุจอเสนอบริการให้อย่างผิดปกติวิสัย "คุณครับ" เขาว่า "เอาเงินมาสิครับ เดี๋ยวผมจะวิ่งไปซื้อตั๋วให้ ส่วนพวกคุณก็ขึ้นไปนั่งรอบนรถได้เลย จะได้ไม่เสียเวลา"

หลังจากทั้งคู่ขึ้นไปหาที่นั่งและได้ตั๋วรถไฟมาถือไว้ในมือเรียบร้อยแล้ว ขบวนรถก็ค่อย ๆ เคลื่อนออกไปอย่างช้า ๆ ทำเอาวิศวกรกับผู้โดยสารคนอื่น ๆ ที่เหลือตกใจ พากันตะลีตะลานปีนกลับขึ้นไปบนรถอีกครั้ง ทั้ง ๆ ที่ไม่รู้เลยว่ารถเคลื่อนออกไปได้อย่างไร หรือทำไมมันถึงหยุดอยู่กับที่ในตอนแรก

พอมาถึงอาศรมท่านลาหิริ มหัสยะที่พาราณสี อโภยาก็ล้มลงหมอบกราบท่านเงียบ ๆ พร้อมกับยื่นมือออกไปหมายจะจับเท้าท่าน

"มีสติหน่อย อโภยา" ท่านคุรุว่า "เจ้าล่ะมันชอบหาเรื่องกวนเราอยู่เรื่อย! ทำราวกับว่าถ้ารอรถขบวนถัดไปแล้วจะมาไม่ถึงที่นี่ยังงั้นแหละ!"

อโภยามากราบเยี่ยมท่านลาหิริ มหัสยะอีกครั้ง ครั้งนี้สิ่งที่เธอปรารถนาจะให้ท่านยื่นมือเข้ามาช่วยเหลือไม่ใช่เรื่องรถไฟ แต่เป็นเรื่องลูก

"ท่านอาจารย์เจ้าขา ขอได้โปรดประทานพรให้กับอิฉัน ขอให้ลูกคนที่เก้าที่จะเกิดมารอดด้วยเถิดเจ้าค่ะ" เธอว่า "ลูกแปดคนก่อนหน้านี้ของอิฉัน คลอดออกมาได้ยังไม่ทันไร ก็พากันตายจากไปจนหมด"

ท่านคุรุยิ้มให้ด้วยความเห็นใจ "ลูกของเจ้าคนนี้จะอยู่รอดปลอดภัยดี จงทำตามคำสั่งของเราอย่างเคร่งครัด ลูกของเจ้าคนนี้เป็นลูกสาว แกจะเกิดมาตอนกลางคืน เจ้าต้องคอยดูอย่าให้ไฟในตะเกียงดับจนกว่าพระอาทิตย์จะขึ้น อย่าเผลอหลับจนเป็นเหตุให้ไฟในตะเกียงดับลงเป็นอันขาด"

ลูกของอโภยาเป็นลูกสาวและเกิดตอนกลางคืนตรงตามที่ท่านคุรุผู้หยั่งรู้ทำนายเอาไว้จริง ๆ อโภยาสั่งพยาบาลให้คอยเติมน้ำมันในตะเกียงเอาไว้ให้ไฟลุกอยู่ตลอดเวลา สตรีทั้งสองนางต่างไม่ยอมหลับยอมนอน เฝ้าอยู่จนใกล้รุ่ง ทนไม่ไหวจึงผล็อยหลับไปในที่สุด ตอนนั้นน้ำมันในตะเกียงใกล้หมด เปลวไฟก็กระพริบริบหรี่เต็มที จู่ ๆ กลอนประตูห้องนอนก็หลุดออกเอง บานประตูกระแทกเปิดออกเสียงดังปังใหญ่ ทำให้สตรีทั้งสองสะดุ้งตื่น แล้วก็ต้องประหลาดใจที่ได้เห็นท่านลาหิริ มหัสยะยืนอยู่ตรงหน้า

"อโภยา ระวัง! แสงไฟในตะเกียงจะดับอยู่แล้ว!" ท่านชี้ไปที่ตะเกียง นางพยาบาลจึงรีบกระวีกระวาดไปเอาน้ำมันมาเติม ทันทีที่แสงไฟลุกจ้าอีกครั้ง ท่านคุรุก็หายตัวไป ประตูปิดสนิทเหมือนเดิม กลอนประตูก็เลื่อนกลับเข้าที่โดยไม่เห็นคนทำ

ลูกคนที่เก้าของอโภยาจึงมีชีวิตรอดปลอดภัย ในปี 1935 เมื่อข้าพเจ้าเอ่ยปากถามถึง ก็ได้ความมาว่าแกยังมีชีวิตอยู่เป็นปกติสุขดี

คุณกาลี กุมาร รอย ศิษย์คนหนึ่งของท่านลาหิริ มหัสยะก็เคยเล่าเรื่องราวชีวิตที่เกี่ยวข้องกับท่านคุรุให้ข้าพเจ้าฟังหลายเรื่อง

"ฉันมักไปกราบคารวะท่านที่พาราณสีและพักอยู่ที่อาศรมของท่านครั้งละหลายสัปดาห์" คุณกาลี กุมารเล่า "แล้วฉันก็เห็นโยคีหลายท่าน พวก*ทัณฑี*

สวามีน่ะ[1] พวกท่านจะมาที่อาศรมกันในตอนกลางคืน นั่งอยู่ที่แทบเท้าท่านคุรุ บางครั้งก็จะถกกันเรื่องปรัชญาและการทำสมาธิ พอฟ้าสางพวกท่านก็จะจากไป ตลอดเวลาที่ฉันพักอยู่ที่นั่น ฉันไม่เคยเห็นท่านลาหิริ มหัสยะเอนกายลงนอนเลยแม้สักครั้ง"

"ช่วงแรก ๆ ที่แวะเวียนไปหาท่านลาหิริ มหัสยะ ฉันมีปัญหากับเจ้านายขนาดหนัก" คุณกาลี กุมารเล่าต่อ "เขามันพวกวัตถุนิยมขนานแท้และดั้งเดิม"

"'ฉันไม่ต้องการลูกน้องที่คลั่งไคล้งมงายในศาสนา' เขายิ้มหยัน 'ถ้าฉันได้เจอเจ้าคุรุกำมะลอของคุณล่ะก็ ฉันจะฉีกหน้าเขาเอาให้ลืมไม่ลงเลยทีเดียว'

"แต่คำขู่ของเขาก็ยับยั้งฉันไม่ได้ ฉันยังคงไปกราบท่านคุรุในตอนค่ำแทบจะทุกวันเหมือนเคย คืนวันหนึ่งเจ้านายตามฉันมา แล้วพรวดพราดเข้าไปในห้องรับแขกอย่างไร้มารยาท ไม่ต้องสงสัยเลยว่าเขาตั้งใจจะพูดจาฉีกหน้าท่านคุรุให้ได้เหมือนกับที่เคยลั่นปากไว้ แต่ยังไม่ทันที่เขาจะนั่งลง ท่านคุรุก็ถามสานุศิษย์ที่นั่งอยู่ด้วยกันราวสิบสองคนว่า

"'พวกเจ้าอยากดูหนังไหม?'

"ครั้นพวกเราพยักหน้ารับ ท่านก็สั่งให้ดับไฟในห้อง 'นั่งซ้อนหลังกันให้เป็นวงกลม' ท่านว่า 'แล้วเอามือของเจ้าปิดตาคนที่นั่งอยู่ข้างหน้าเอาไว้'

"ฉันไม่แปลกใจเลยที่เห็นเจ้านายทำตามคำสั่งของท่านคุรุ ถึงจะเป็นการทำอย่างไม่เต็มใจก็เถอะ ผ่านไปไม่กี่นาที ท่านคุรุก็ถามขึ้นว่าพวกเรามองเห็นอะไรกันบ้าง

"'อาจารย์ขอรับ' ฉันตอบ 'กระผมเห็นผู้หญิงหน้าตาสะสวยคนหนึ่ง เธอห่มส่าหรีขลิบชายสีแดง และยืนอยู่ใกล้ ๆ กับต้นหูช้างขอรับ' ศิษย์คนอื่น ๆ ที่เหลือก็ตอบเหมือนกันทั้งหมด ท่านคุรุจึงหันไปหาเจ้านายฉัน 'เจ้าจำผู้หญิงคนนั้นได้ไหมล่ะ?'

"'จำได้ขอรับ' เจ้านายฉันตอบรับ ท่าทางกระอักกระอ่วนอย่างเห็นได้ชัด

---

1 นักบวชบางสำนักมีธรรมเนียมว่าจะต้องถือไม้เท้าที่เรียกว่าไม้*ทัณฑะ* (ทำจากไม้ไผ่) ติดมืออยู่เสมอ โดยถือกันว่าเป็นสัญลักษณ์แทนไม้เท้า*พรหมทัณฑ์* ("ไม้เท้าแห่งพระพรหม") อันหมายถึงกระดูกสันหลังในกายสังขารของมนุษย์ การปลุกจักรทั้งเจ็ดจึงเป็นเส้นทางที่แท้จริงที่จะนำพามนุษย์เราให้เข้าถึงพระเป็นเจ้าได้ในที่สุด

'กระผมทุ่มเงินให้กับเจ้าหล่อนอย่างขาดสติทั้ง ๆ ที่มีภรรยาผู้แสนดีอยู่แล้ว กระผมละอายใจเหลือเกินที่มาที่นี่ด้วยเจตนาอันเลวร้าย ท่านจะอภัยให้กระผม และกรุณารับกระผมเป็นศิษย์ได้ไหมขอรับ?'

"'ถ้าเจ้าดำรงตนให้อยู่ในศีลในธรรมได้ตลอดหกเดือนนี้ เราก็จะรับเจ้าเป็นศิษย์' แล้วท่านก็กล่าวเสริมมาว่า 'ถ้าทำไม่ได้ เราก็คงจะไม่ต้องรับเจ้าไว้เป็นศิษย์หรอก'

"เจ้านายฉันข่มใจเอาไว้ได้แค่สามเดือนก็พ่ายต่อตัณหาราคะ หวนกลับไปมีสัมพันธ์กับผู้หญิงคนนั้นอีกครั้ง สองเดือนต่อมาเขาก็เสียชีวิตลง ฉันจึงได้เข้าใจว่าคำพูดของท่านคุรุมีนัยของคำทำนายแฝงอยู่ ว่าเจ้านายของฉันคงไม่มีหวังที่จะได้เป็นศิษย์ของท่านแน่"

ท่านลาหิริ มหัสยะมีสหายนามอุโฆษท่านหนึ่ง คือท่านสวามีไตรลังคะ ลือกันว่าท่านมีอายุมากกว่าสามร้อยปี โยคีทั้งสองท่านมักจะนั่งสมาธิด้วยกัน ชื่อเสียงกิตติศัพท์ของท่านไตรลังคะระบือลือไกลเสียจนมีชาวฮินดูน้อยรายนักที่จะปฏิเสธไม่ยอมเชื่อว่าเรื่องเล่าเกี่ยวกับปาฏิหาริย์ของท่านไม่ใช่เรื่องจริง หากพระคริสต์เสด็จกลับลงมาบนโลกและทรงดำเนินไปตามท้องถนนของนครนิวยอร์ก สำแดงทิพยอำนาจของพระองค์ให้เห็นเป็นที่ประจักษ์ ผู้คนคงพิศวงยำเยงไม่ต่างไปจากที่ได้เห็นท่านไตรลังคะแสดงปาฏิหาริย์สมัยที่ท่านยังเดินอยู่ตามตรอกซอยอันพลุกพล่านของเมืองพาราณสีเมื่อหลายสิบปีก่อน ท่านไตรลังคะเป็นหนึ่งใน *สิทธา* (ผู้สมบูรณ์พร้อม) ผู้ยึดโยงอินเดียไว้มิให้แตกสลายไปตามการกัดเซาะของกาลเวลา

เคยมีอยู่หลายครั้งที่ชาวบ้านเห็นท่านดื่มยาพิษร้ายแรง แต่กลับไม่เป็นอันตรายอย่างใดเลย และมีคนอีกนับพัน ๆ คน... บางคนยังมีชีวิตอยู่จนปัจจุบันนี้... เห็นท่านลอยอยู่เหนือท้องน้ำของแม่พระคงคา ท่านจะนั่งอยู่บนผิวน้ำหรือไม่ก็ลงไปซ่อนตัวอยู่ใต้น้ำ โดยไม่โผล่ขึ้นมาให้เห็นเลยเป็นเวลานานหลายวัน ที่ท่ามณีกรรณิกาฆาฏมีภาพที่คนคุ้นตากันภาพหนึ่ง คือภาพที่ท่านสวามีนอนนิ่งอยู่บนแผ่นหินร้อนฉ่าภายใต้แสงอาทิตย์อันเริงแรงไร้ซึ่งความปรานีของอินเดีย

ท่านไตรลังคะทรมานกายในลักษณาการเช่นนี้ ก็ด้วยหวังจะให้ผู้คนได้คิดว่าชีวิตมนุษย์ไม่จำเป็นต้องพึ่งพาออกซิเจนและไม่จำเป็นต้องขึ้นอยู่กับเงื่อนไข

หรือมาตรการใด ๆ ไม่ว่าท่านสวามีผู้ยิ่งใหญ่จะอยู่เหนือน้ำหรือใต้น้ำ ไม่ว่ากายสังขารของท่านจะท้าทายแสงแดดอันแผดกล้าอยู่หรือไม่ ท่านก็ได้พิสูจน์ให้เห็นแล้วว่าท่านอยู่ได้ด้วยจิตสำนึกอันเป็นทิพย์ ความตายมิอาจแตะต้องท่านได้

โยคีท่านนี้มิเพียงจะมีจิตวิญญาณอันยิ่งใหญ่เท่านั้น กระทั่งกายสังขารของท่านก็ใหญ่โตมโหฬารด้วย ท่านหนักมากกว่าสามร้อยปอนด์ อายุมากขึ้นหนึ่งปี น้ำหนักก็เพิ่มขึ้นหนึ่งปอนด์! เมื่อพิจารณาความจริงในข้อที่ว่าท่านแทบจะไม่ฉันอาหารเลย เรื่องนี้ก็เลยยิ่งดูลี้ลับเข้าไปใหญ่ อย่างไรก็ดี ครูบาอาจารย์เยี่ยงท่านสามารถละเลยหลักปฏิบัติเพื่อสุขภาพทั่ว ๆ ไปได้ทุกเมื่อที่ท่านประสงค์จะกระทำเช่นนั้นด้วยเหตุผลพิเศษบางประการ โดยมากเป็นเหตุผลที่ลี้ลับซับซ้อนและมีเพียงตัวท่านเองเท่านั้นที่รู้

โยคีผู้ยิ่งใหญ่ ผู้ตื่นจากความฝันแห่งมายาการในจักรวาลนี้แล้ว ผู้ตระหนักรู้แล้วว่าโลกนี้เป็นเพียงมโนคติหนึ่งในจิตแห่งพระเป็นเจ้า ย่อมสามารถกระทำสิ่งใดก็ได้กับกายสังขาร ด้วยรู้ว่ามันเป็นเพียงรูปแบบหนึ่งที่สามารถปรับเปลี่ยนได้ของพลังงานที่ควบแน่นหรือแข็งตัว แม้ว่าเวลานี้นักวิทยาศาสตร์กายภาพจะเข้าใจแล้วว่าสสารคือพลังงานที่เกาะรวมกันเป็นกลุ่ม แต่ครูบาอาจารย์ผู้รู้แจ้งได้ก้าวผ่านภาคทฤษฎีไปสู่ภาคปฏิบัติในการควบคุมสสารด้วยความสำเร็จอันเป็นที่แน่นอนแล้ว

ไม่ว่าจะในเวลาใด ท่านไตรลังคะก็ไม่เคยสวมใส่เสื้อผ้าปกปิดร่างกายแม้แต่ชิ้นเดียว ทำให้พวกตำรวจในพาราณสีขัดหูขัดตาจนมองว่าท่านเป็นเด็กเจ้าปัญหาที่ไม่รู้จะจัดการอย่างไรดี ท่านสวามีผู้รักความเป็นธรรมชาติมิได้ตระหนักถึงความเปลือยเปล่าแห่งกายตนไม่ต่างไปจากอาดัมเมื่อแรกเข้าไปอยู่ในสวนอีเดน แต่พวกตำรวจนั้นรู้สึกรู้สมกันมาก ขนาดแจ้นมาจับท่านไปขังคุกอย่างไม่กลัวบาปกลัวกรรม ทำให้ต้องขายหน้าในภายหลัง เมื่อร่างอันใหญ่โตของท่านไตรลังคะไปปรากฏให้เห็นบนหลังคาเรือนจำครบทั้งสามสิบสองประการ ห้องที่ใช้คุมขังท่านยังใส่กุญแจอยู่อย่างแน่นหนา ทำอย่างไรก็คิดไม่ออกว่าท่านใช้วิธีใดหนีออกมา

เจ้าหน้าที่ตำรวจพากันใจฝ่อ แต่ก็ยังเร่งรุดมาปฏิบัติหน้าที่อีกครั้ง ครั้งนี้มีการจัดยามมาเฝ้าอยู่หน้าห้องขังของท่านสวามีอีกชั้นหนึ่ง แต่อำนาจก็ต้อง

ล่าถอยให้กับความถูกต้องซ้ำเป็นคำรบสอง ไม่ทันไรท่านสวามีผู้ยิ่งใหญ่ก็ขึ้นไปเดินเล่นอยู่บนหลังคาเรือนจำให้คนเห็นกันอีกครั้ง

ดูเหมือนว่าองค์เทพีแห่งความยุติธรรมจะทรงผูกผ้าปิดตาเอาไว้เสียแล้ว พวกตำรวจที่จนปัญญาจึงพากันเอาอย่างพระองค์ในกรณีของท่านไตรลังคะ

โยคีผู้ยิ่งใหญ่ท่านนี้มักนิ่งเงียบเป็นปกติวิสัย[1] และถึงจะมีใบหน้ากลมแป้นมีพุงอ้วนกลมเหมือนถังใบมหึมา แต่ท่านไตรลังคะกลับฉันอาหารเพียงนานๆ ครั้งเท่านั้น หลังจากอดอาหารติดต่อกันนานหลายสัปดาห์ ท่านก็จะฉันนมเปรี้ยวที่ศิษย์นำมาถวายสักหม้อหนึ่ง ครั้งหนึ่งมีคนชอบลองดีหมายใจจะมาเปิดโปงว่าท่านเป็นแค่นักต้มตุ๋นคนหนึ่งเท่านั้น ตะแกผสมปูนขาวที่ใช้ทาผนังห้องมาถังใหญ่ นำเอาไปวางไว้ตรงหน้าท่านสวามี

"ท่านอาจารย์ขอรับ" เจ้าคนหลงติดอยู่กับวัตถุแสร้งทำทีเป็นเคารพนบนอบ "กระผมนำนมเปรี้ยวมาถวายท่าน กรุณาฉันนมที่กระผมนำมาถวายด้วยเถิดขอรับ"

ท่านไตรลังคะยกถังปูนขาวที่มีฤทธิ์กัดกร่อนอันรุนแรงนั้นมาดื่มลงไปจนหมดอย่างไม่ลังเล ไม่กี่นาทีให้หลัง เจ้าคนไม่กลัวบาปกลัวกรรมก็ล้มลงร้องครวญครางอยู่กับพื้นด้วยความเจ็บปวดทรมานเจียนตาย

"ช่วยด้วยขอรับ ท่านสวามี ช่วยกระผมด้วย!" ตะแกร้อง "ปวดแสบปวดร้อนเหลือเกินแล้ว! กระผมมันชั่ว คิดอยากจะมาลองดีกับท่าน โปรดอภัยให้กระผมด้วย!"

เมื่อนั้นท่านโยคีผู้ยิ่งใหญ่จึงยอมปริปากพูดขึ้น "เจ้าคนที่ชอบกลั่นแกล้งผู้อื่น" ท่านว่า "เจ้าไม่รู้หรอกว่าทันทีที่เจ้าเอายาพิษมาให้เรา ชีวิตเราก็กลายเป็นหนึ่งเดียวกับชีวิตของเจ้า หากมิใช่เพราะเรารู้ดีว่าพระเป็นเจ้าทรงสถิตอยู่ในท้องของเราเฉกเช่นเดียวกับที่ทรงสถิตอยู่ในทุกอณูของสรรพสิ่ง ปูนขาวของเจ้าก็คงเอาชีวิตของเราไปได้แล้ว ตอนนี้เจ้ารู้ความหมายของคำว่ากรรมตามสนองแล้วสินะ อย่าได้ไปคิดกลั่นแกล้งใครเขาเข้าอีกล่ะ"

---

1 ท่านเป็น *มุนี* หรือนักบวชผู้ถือเอาการไม่พูดเป็นการปฏิบัติธรรม คำว่า *มุนี/muni* ในภาษาสันสกฤตเป็นคำเดียวกับคำว่า *โมนอส/monos* ในภาษากรีก แปลว่า "โดยลำพังหรือผู้เดียว" และเป็นรากศัพท์ของคำว่า *monk* และ *monism* ในภาษาอังกฤษ

เจ้าคนบาปหนาได้วาจาของท่านช่วยให้หายเป็นปกติ จึงได้หลบออกไปอย่างเงียบ ๆ ด้วยความละอาย

ความเจ็บปวดที่ย้อนกลับไปหาเจ้าคนคิดชั่วนั้นมิได้เกิดจากเจตนาของท่านไตรลังคะ แต่เป็นการทำงานของกฎแห่งกรรมเพื่อยังให้เกิดความยุติธรรม[1] ที่คอยดูแลให้ลูกตุ้มของสรรพสิ่งที่แกว่งไปไกลสุดแล้วต้องแกว่งกลับมา กฎแห่งเบื้องบนนี้จะทำงานอย่างฉับพลันทันทีกับบุคคลผู้ตระหนักรู้ในพระเป็นเจ้าแล้วอย่างท่านไตรลังคะ เพราะพวกท่านได้กำจัดกระแสแห่งอัตตาที่เป็นอุปสรรคขัดขวางออกไปจนหมดสิ้นแล้ว

ศรัทธาในการจัดการสิ่งต่าง ๆ ให้ถูกต้องเที่ยงธรรมโดยอัตโนมัติ (มักปรากฏให้เห็นในรูปแบบที่ไม่คาดฝัน เช่นในกรณีของท่านไตรลังคะกับเจ้าคนที่เกือบจะกลายเป็นฆาตกร) จะช่วยทอนความขุ่นเคืองในความอยุติธรรมของมนุษย์ให้บรรเทาเบาบางลง "องค์พระผู้เป็นเจ้าตรัสว่า 'การแก้แค้นเป็นของเรา เราเองจะตอบสนอง'"[2] จะต้องพึ่งพาความช่วยเหลือจากมนุษย์ที่มีแต่ข้อจำกัดไปไยเล่า ในเมื่อจักรวาลได้เตรียมแผนสำหรับการลงโทษขั้นรุนแรงไว้ให้แล้ว

จิตอันมืดบอดย่อมไม่เชื่อถือว่าความยุติธรรม ความรัก ความรอบรู้ทุกอย่างและความเป็นนิรันดร์แห่งพระเป็นเจ้าจะมีอยู่จริง "ก็แค่การคาดเดาตามความในคัมภีร์แบบลม ๆ แล้ง ๆ!" บุคคลผู้มีทรรศนะอันเฉยชา ไม่พิศวงยำเยงต่อปรากฏการณ์อันน่าอัศจรรย์ในจักรวาลย่อมทำให้ความเป็นไปในชีวิตของตนเต็มไปด้วยความไม่สอดคล้องลงรอย จนท้ายที่สุด ตัวเขานั่นเองที่จะถูกบีบให้ต้องไขว่คว้าหาความรู้แจ้ง

ความยิ่งใหญ่ของกฎแห่งจิตวิญญาณนั้น พระคริสต์ทรงเอ่ยอ้างเอาไว้เมื่อครั้งที่เสด็จเข้าสู่กรุงเยรูซาเล็มอย่างผู้มีชัย เหล่าสาวกทุกคนมีความเปรมปรีดิ์จึงเริ่มสรรเสริญด้วยเสียงอันดังว่า "จงมีสันติสุขในสวรรค์ และทรงสง่าราศีในที่สูงสุด" ฝ่ายฟาริสีบางคนในหมู่ประชาชนนั้นทูลพระองค์ว่า "อาจารย์เจ้าข้า

---

1 พงศ์กษัตริย์ 2 2:19–24 หลังเอลีชาแสดงปาฏิหาริย์ "รักษาน้ำพุให้หาย" ที่เมืองเยรีโคมีเด็กเล็ก ๆ กลุ่มหนึ่งออกมาล้อเลียนท่าน "และมีหมีตัวเมียสองตัวออกมาจากป่า ฉีกเด็กชายพวกนั้นเสียสี่สิบสองคน"

2 โรม 12:19

จงห้ามเหล่าสาวกของพระองค์”

พระองค์ตรัสตอบเขาว่า“ถึงคนเหล่านี้จะนิ่งเสีย ศิลาทั้งหลายก็ยังจะส่งเสียงร้องทันที”[1]

ในการตำหนิฟาริสีเหล่านี้ พระคริสต์ทรงชี้ให้เห็นว่าความเที่ยงธรรมจากเบื้องบนมิได้เป็นเพียงนามธรรมในเชิงสัญลักษณ์ และมนุษย์ผู้รักสันตินั้น แม้ลิ้นจะถูกกระชากขาดจนถึงโคน แต่เขาก็ยังสามารถสรรหาคำพูดมาปกป้องศรัทธาความเชื่อพื้นฐานของเขาอันเกี่ยวเนื่องกับสรรพสิ่งซึ่งถูกสร้างสรรค์ที่เป็นไปตามระเบียบแบบแผนของจักรวาลได้

“เจ้าคิด” พระคริสต์ตรัส “จะปิดปากมนุษย์ผู้รักสันติกระนั้น? ดุจเดียวกับที่หวังจะอุดพระสุรเสียงแห่งพระเป็นเจ้าเอาไว้ทั้ง ๆ ที่ศิลาทุกก้อนของพระองค์พร้อมใจกันเปล่งเสียงสดุดีพระสิริอันรุ่งโรจน์และพระพลานุภาพอันปรากฏทุกหนแห่ง เจ้าจักบงการมนุษย์ไม่ให้มาชุมนุมเฉลิมฉลองสันติสุขในสวรรค์กระนั้นหรือ? หรือเจ้าจักบอกพวกเขาให้มารวมตัวสำแดงความเป็นน้ำหนึ่งใจเดียวกันต่อเมื่อเกิดศึกสงครามบนพื้นพิภพนี้เท่านั้น? เช่นนั้นแล้ว ฟาริสีเอ๋ย เจ้าก็จงเตรียมการล้มล้างทำลายรากฐานของโลกนี้เสียด้วย ด้วยมนุษย์ผู้มีจิตดีงามแลหิน แลดิน แลน้ำ แลไฟ แลอากาศจักลุกขึ้นมาต่อต้านเจ้า เพื่อเป็นประจักษ์พยานถึงความกลมเกลียวแห่งองค์พระผู้เป็นเจ้าในทุกสรรพสิ่ง”

ท่านไตรลังคะเป็นโยคีผู้บรรลุธรรมและเข้าถึงพระเป็นเจ้าแล้ว ท่านเคยเมตตาช่วยเหลือลุงผู้เป็นพี่ชายของแม่ของข้าพเจ้าเอาไว้ครั้งหนึ่ง เช้าวันนั้นลุงเห็นท่านสวามีอยู่ท่ามกลางหมู่สานุศิษย์ที่ท่าพาราณสีฆาฏ ท่านจึงค่อย ๆ เบียดแทรกฝูงชนเข้าไปจนถึงตัวท่านได้ในที่สุด ลุงยื่นมือไปสัมผัสเท้าของท่านแล้วก็ต้องประหลาดใจที่ตัวเองหายจากโรคเรื้อรังอันสร้างความเจ็บปวดทรมานให้เป็นเวลานานในฉับพลันทันใด[2]

---

1 ลูกา 19:37–40

2 ชีวิตของท่านไตรลังคะและครูบาอาจารย์ผู้ยิ่งใหญ่ท่านอื่น ๆ ทำให้ต้องนึกถึงถ้อยดำรัสของพระเยซูที่ว่า “มีคนเชื่อที่ไหนหมายสำคัญเหล่านี้จะบังเกิดขึ้นที่นั้น คือเขาจะขับผีออกโดยนามของเรา (*กุตัสถะ ไจตนิยะ*) เขาจะพูดภาษาแปลก ๆ เขาจะจับงูได้ ถ้าเขากินยาพิษอย่างใด จะไม่เป็นอันตรายแก่เขา และเขาจะวางมือบนคนไข้คนป่วย แล้วคนเหล่านั้นจะหายโรค”—มาระโก 16:17–18

ศิษย์ที่ยังมีชีวิตอยู่และเป็นที่รู้จักกันเพียงคนเดียวของท่านไตรลังคะเป็นศิษย์สตรีนามศังการีมาอี ชีว[1] นางเป็นบุตรสาวของศิษย์คนหนึ่งของท่าน และได้รับการสอนสั่งจากท่านมาตั้งแต่ยังเยาว์วัย ศังการีมาอีอาศัยอยู่ตามหมู่ถ้ำในเทือกเขาหิมาลัยอันห่างไกลผู้คน ละแวกพัทรีนาถ เกทารนาถ อมรนาถ และปศุปตีนาถร่วมสี่สิบปี *พรหมจาริณี* (นักบวชหญิง) ท่านนี้เกิดเมื่อปี 1826 ปัจจุบันมีอายุกว่าร้อยปี แต่กลับไม่มีวี่แววของความชราปรากฏให้เห็น ผมท่านยังดกดำ ฟันขาวสะอาด เรี่ยวแรงรี่ก็น่าอัศจรรย์ ท่านจะออกมาจากสถานที่ปลีกวิเวกทุก ๆ สามถึงสี่ปีเพื่อเข้าร่วมงาน*เมลา* (งานประเพณีทางศาสนา)

โยคินีท่านนี้มักมากราบคารวะท่านลาหิริ มหัสยะอยู่บ่อยครั้ง ท่านเล่าว่าวันหนึ่งในขณะที่ท่านนั่งอยู่กับท่านลาหิริ มหัสยะที่บาแร็กปอร์ ไม่ไกลจากกัลกัตตานัก ท่านมหาคุรุบาบาจีได้เดินเข้ามาในห้องอย่างไม่ให้สุ่มให้เสียงมาก่อน และได้ลงนั่งสนทนากับท่านทั้งสอง "อาภรณ์ของท่านคุรุผู้อยู่เหนือความตายเปียกน้ำชุ่ม" ท่านโยคินีเล่า "ราวกับเพิ่งขึ้นมาจากแม่น้ำกระนั้น ท่านเมตตาให้คำชี้แนะเรื่องการปฏิบัติธรรมบางข้อกับฉัน"

มีอยู่วาระหนึ่ง ท่านไตรลังคะได้ละจากความเงียบที่ท่านถือปฏิบัติอยู่เป็นปกติวิสัยเพื่อเป็นการให้เกียรติแก่ท่านลาหิริ มหัสยะต่อหน้าฝูงชน แต่ศิษย์คนหนึ่งของท่านกลับทัดทานเอาไว้

"ท่านอาจารย์ขอรับ" เขาว่า "ท่านเป็นสวามีและผู้สละแล้วซึ่งทางโลก แล้วเหตุใดไยต้องไปให้เกียรติกับผู้ที่เป็นแค่คฤหัสถ์คนหนึ่งถึงขนาดนั้นด้วย?"

"ลูกเอ๋ย" ท่านไตรลังคะตอบ "ท่านลาหิริ มหัสยะนั้นเปรียบได้กับลูกแมวแห่งองค์พระเป็นเจ้า พระโลกมาตาทรงจับวางไว้ที่ใดก็ยอมนิ่งอยู่ที่นั่น แม้ในระหว่างทำหน้าที่ของผู้ครองเรือน ท่านก็ตระหนักรู้อย่างถ่องแท้ในพระเป็นเจ้าที่เราเฝ้าติดตามถามหาโดยยอมสละละทิ้งทุกสิ่งอย่าง . . . ไม่เว้นกระทั่งผ้าพันกาย!"

---

1 เป็นคำปัจจัยในภาษาเบงกาลี จิ บ่งนัยถึงความเคารพ

บทที่ 32

รามฟื้นจากความตาย

" 'มีชายคนหนึ่งชื่อลาซารัส กำลังป่วยอยู่...เมื่อพระเยซูได้ทรงได้ยินแล้วก็ตรัสว่า โรคนั้นจะไม่ถึงตาย แต่เกิดขึ้นเพื่อเชิดชูพระเกียรติของพระเจ้า เพื่อให้พระบุตรของพระเจ้าทรงได้รับเกียรติเพราะโรคนั้น' "[1]

ท่านคุรุศรียุกเตศวรกำลังอธิบายความพระคัมภีร์ของชาวคริสต์ในยามเช้าที่มีแสงแดดสดใสวันหนึ่งบนระเบียงอาศรมที่เมืองเซรัมปอร์ นอกจากศิษย์ของท่านไม่กี่คนแล้ว ข้าพเจ้ายังพานักเรียนกลุ่มเล็ก ๆ จากรานจีมานั่งฟังอยู่ด้วย

"ในเนื้อความท่อนนี้ พระเยซูตรัสเรียกพระองค์เองว่าเป็นบุตรของพระเจ้า ทั้ง ๆ ที่ทรงเป็นหนึ่งเดียวกับพระเจ้าโดยสมบูรณ์แล้ว พระดำรัสตรงนี้จึงมีความหมายอันไม่เจาะจงถึงตัวบุคคลที่ลึกซึ้งอย่างยิ่ง" อาจารย์อธิบาย *"พระบุตรของพระเจ้า* คือ *กุตัสถะ ไจตนิยะ* ในมนุษย์ หมายถึง จิตสำนึกของพระเจ้าที่ส่งออกมาและดำรงอยู่ภายในสรรพสิ่ง ไม่มีมรรตัยชนคนใดจะเชิดชูพระเจ้าได้ พระเกียรติเพียงประการเดียวที่มนุษย์เราพอจะถวายแด่พระผู้สร้างได้ก็คือการค้นหาพระองค์ให้พบ เพราะหากไม่รู้จักพระองค์แล้วไซร้ มนุษย์จะเชิดชูพระผู้ทรงเป็นนามธรรมฉันใดได้ 'ความรุ่งโรจน์' หรือวงรัศมีรอบศีรษะนักบุญทั้งหลายเป็นสัญลักษณ์ยืนยันว่าพวกท่านสามารถถวายพระเกียรติพระองค์ได้สูงส่งปานใด"

อาจารย์อ่านเรื่องราวการฟื้นคืนชีวิตอันน่าอัศจรรย์ของลาซารัสต่อ เมื่ออ่านจบก็นิ่งเงียบไปโดยมีพระคัมภีร์ศักดิ์สิทธิ์เปิดวางอยู่บนเข่าของท่าน

"ครูเองก็มีวาสนาได้เห็นปาฏิหาริย์ทำนองเดียวกันนี้" สุดท้าย ท่านก็พูดขึ้นด้วยน้ำเสียงที่บ่งบอกถึงศรัทธาแรงกล้า "ท่านคุรุลาหิริ มหัสยะเคยชุบชีวิตเพื่อนคนหนึ่งของครูให้ฟื้นคืนจากความตาย"

พวกเด็ก ๆ ที่นั่งอยู่ข้างกายข้าพเจ้าต่างยิ้มอย่างสนใจใคร่รู้ นอกจากจะซาบซึ้งกับหลักธรรมแล้ว ตัวข้าพเจ้าเองก็มีความเป็นเด็กอยู่ในตัวมากพอที่

---

1 ยอห์น 11:1–4

จะสนุกสนานไปกับเรื่องเล่าต่าง ๆ เกี่ยวกับท่านลาหิริ มหัสยะที่ท่านอาจารย์ศรียุกเตศวรได้ประสบพบมากับตัวเอง

"รามกับครูเป็นเพื่อนที่สนิทกันมาก ไปไหนมาไหนด้วยกันตลอด" อาจารย์เริ่มเรื่อง "เขาเป็นคนขี้อายและไม่ชอบสุงสิงกับใคร จึงเลือกไปกราบคารวะท่านคุรุลาหิริ มหัสยะอาจารย์ของพวกเราเฉพาะในช่วงหลังเที่ยงคืนถึงรุ่งสาง เพราะช่วงนั้นคนจะไม่พลุกพล่านมากเหมือนตอนกลางวัน ครูเป็นเพื่อนที่รามสนิทด้วยมากที่สุด เขาจึงเล่าประสบการณ์ในการปฏิบัติธรรมที่ลึกซึ้งมาก ๆ ให้ครูฟังหลายเรื่อง ครูได้รับแรงใจจากมิตรภาพอันแน่นแฟ้นจริงใจของเขามากมาย" ใบหน้าของท่านอ่อนโยนลงเมื่อหวนคิดถึงความหลัง

"แต่แล้วรามก็ต้องเผชิญหน้ากับบททดสอบอันหนักหน่วงโดยไม่ทันได้ตั้งตัว" อาจารย์เล่าต่อ "เขาติดเชื้ออหิวาต์ ท่านคุรุไม่เคยต่อต้านห้ามปรามไม่ให้ไปหาหมอในยามป่วยหนักเช่นนั้น หมอผู้เชี่ยวชาญสองท่านจึงถูกตามตัวมา ขณะที่พวกเขาเร่งมือช่วยชีวิตรามอย่างร้อนรนอยู่นั้น ครูก็เฝ้าแต่สวดวิงวอนต่อท่านคุรุขอให้ท่านเมตตายื่นมือเข้ามาช่วยเหลือ ครูถึงกระทั่งรุดไปที่อาศรม เล่าเรื่องทั้งหมดให้ท่านฟังทั้งน้ำตา

" 'หมอกำลังรักษารามอยู่ เขาจะหายดี' รอยยิ้มของท่านแช่มชื่น

"ครูแสนจะเบาใจ รีบกลับมาหาเพื่อน แต่กลับพบว่าเขาอยู่ในสภาพของคนใกล้ตายเต็มที

" 'คงอยู่ไม่พ้นชั่วโมงสองชั่วโมงนี้นี่แหละ' หมอคนหนึ่งบอกครูด้วยทีท่าสิ้นหวัง ครูจึงรีบร้อนกลับไปหาท่านคุรุลาหิริ มหัสยะซ้ำเป็นคำรบสอง

" 'คนเป็นหมอต้องมีสำนึกในหน้าที่อยู่แล้ว เราแน่ใจว่ารามจะหายดีแน่นอน' ว่าแล้ว ท่านคุรุก็ไล่ครูกลับไปอย่างไม่อนาทรร้อนใจ

"พอมาถึงบ้านของราม ครูก็พบว่าหมอได้กลับไปแล้วทั้งคู่ หมอคนหนึ่งเขียนข้อความทิ้งเอาไว้ว่า 'หมอช่วยจนสุดความสามารถแล้ว แต่คนไข้รายนี้หมดหวังแล้วจริง ๆ'

"ดูจากสภาพแล้ว เพื่อนของครูก็เฉียดเข้าใกล้ความตายแล้วจริง ๆ ครูไม่เข้าใจเลยว่าคำพูดของท่านคุรุจะผิดพลาดไปได้อย่างไร แต่ร่องรอยแห่งชีวิตที่ลดลงอย่างฮวบฮาบของรามก็เหมือนจะคอยตอกย้ำซ้ำแล้วซ้ำอีกว่า 'จบสิ้นกันที'

แม้จะหวั่นไหวไปมาระหว่างศรัทธากับความกังขา ครูก็เฝ้าพยาบาลเพื่อนอย่างเต็มกำลังความสามารถ จู่ ๆ รามก็รู้สึกตัวตื่นขึ้นมาร้องว่า

" 'ยุกเตศวร ไปหาท่านคุรุที และกราบเรียนท่านด้วยว่าฉันขอกราบลาท่านไปก่อน ขอความกรุณาท่านได้โปรดมาประสาทพรให้กับกายสังขารของฉันก่อนที่จะถูกนำไปเผาด้วย' พูดจบรามก็ระบายลมหายใจเฮือกสุดท้ายออกมา แล้วสิ้นใจไปต่อหน้าครู[1]

"ครูนั่งร้องไห้อยู่ข้างศพเขาอยู่เป็นชั่วโมง ตอนมีชีวิตอยู่เขาก็เป็นคนนิ่ง ๆ เงียบ ๆ อยู่แล้ว ยิ่งก้าวล่วงประตูแห่งความตายเข้าไปแล้วอย่างตอนนี้ เขาก็ยิ่งนิ่งสนิทไม่ไหวติงใด ๆ ทั้งสิ้น พอดีมีเพื่อนร่วมสำนักคนหนึ่งเข้ามา ครูเลยวานเขาให้อยู่ที่นี่จนกว่าครูจะกลับมา หลังจากนั้น ครูก็เดินย่ำเท้าอันหน่วงหนักกลับไปหาท่านคุรุอย่างไม่ค่อยมีสติสะตังนัก

" 'รามเป็นยังไงบ้างแล้ว?' ใบหน้าท่านคุรุประดับด้วยรอยยิ้ม

" 'อาจารย์ขอรับ อาจารย์จะได้เห็นในไม่ช้านี้ล่ะขอรับว่าเขาเป็นยังไง' ครูหลุดปากโพล่งออกไปด้วยแรงอารมณ์ 'ในอีกไม่กี่ชั่วโมงข้างหน้า ท่านจะได้เห็นศพของเขาก่อนที่มันจะถูกหามไปยังเชิงตะกอน' ครูร้องไห้คร่ำครวญอย่างสุดจะกลั้น

" 'ยุกเตศวร มีสติหน่อย สงบจิตสงบใจนั่งลงทำสมาธิเสียเดี๋ยวนี้' ว่าแล้ว ตัวท่านคุรุเองก็เงียบเสียงเข้าสู่ฌาณสมาธิ บ่ายนั้นทั้งบ่ายและคืนนั้นทั้งคืนผ่านไปท่ามกลางความเงียบ ครูพยายามจะคุมจิตให้กลับคืนสู่ความสงบเยือกเย็นแต่ก็ไม่เป็นผล

"พอฟ้าสาง ท่านคุรุลาหิริ มหัสยะก็มองมาที่ครูอย่างปลอบประโลม 'เราเห็นแล้วว่าใจเจ้ายังไม่สงบ ทำไมเมื่อวานนี้เจ้าจึงไม่บอกว่าอยากให้เราช่วยรามด้วยอะไรสักอย่างที่จับต้องได้อย่างเช่นยา?' ท่านคุรุชี้ไปที่ตะเกียงรูปถ้วยที่ใส่น้ำมันละหุ่งเอาไว้ 'เอาน้ำมันในตะเกียงใส่ขวดเล็ก ๆ ไป แล้วหยดใส่ปากรามเจ็ดหยด'

" 'อาจารย์ขอรับ' ครูท้วง 'รามสิ้นใจไปตั้งแต่เที่ยงวันวาน ถึงตอนนี้แล้วน้ำมันนี่ยังจะช่วยอะไรได้อีก?'

---

1 ผู้ป่วยเป็นอหิวาตกโรคมักมีสติรู้ตัวอยู่จนกระทั่งสิ้นลม

" 'เรื่องนั้นช่างมันเถิด แค่ทำอย่างที่เราบอกก็พอ' ครูไม่เข้าใจเลยว่าทำไมท่านถึงอารมณ์ดีนัก ตัวครูเองยังปวดร้าวเศร้าโศกกับการตายของรามไม่หาย หลังกรอกน้ำมันใส่ขวดเสร็จ ครูก็กลับมาที่บ้านของราม

"ร่างของเขาแข็งทื่ออยู่ในเงื้อมมือของพญามัจจุราช ครูไม่สนใจกับสภาพศพอันน่าสะพรึงกลัวนั้น ตรงรี่เข้าไปใช้นิ้วชี้ข้างขวาเผยอริมฝีปากเขาให้เปิดออก แล้วใช้มือซ้ายเปิดฝาจุกหยดน้ำมันลงไปยังฟันที่ขบแน่นของเขาทีละหยด พอน้ำมันหยดที่เจ็ดตกต้องริมฝีปากอันเย็นเยียบ ร่างของรามก็สั่นกระตุกอย่างรุนแรง กล้ามเนื้อจากศีรษะจรดปลายเท้าเต้นระริกในขณะที่เจ้าตัวลุกขึ้นมานั่งอย่างงง ๆ

" 'ฉันเห็นท่านอาจารย์ลาหิริ มหัสยะในแสงสว่างจ้า!' รามร้องออกมา 'ท่านเปล่งรัศมีโชติช่วงราวกับพระสูรยาทิตย์ "ลุกขึ้นเถิด จงตื่นจากการหลับใหลของเจ้า" ท่านสั่งฉัน "แล้วตามยุกเตศวรมาพบเรา" '

"ครูแทบจะไม่เชื่อสายตาตัวเองเมื่อเห็นรามลุกขึ้นแต่งตัว ทั้งยังมีเรี่ยวแรงพอจะเดินตามครูกลับไปที่อาศรมของท่านคุรุได้หลังจากที่ป่วยตายไปแล้วด้วยซ้ำ พอมาถึง เขาก็ก้มลงกราบท่านลาหิริ มหัสยะ น้ำตาไหลเป็นทางด้วยความซาบซึ้งในพระคุณของท่าน

"ท่านคุรุอยู่ในอารมณ์ชื่นบาน ดวงตาท่านเป็นประกายจับจ้องมองข้าพเจ้าอย่างมีเลศนัย

" 'ไง ยุกเตศวร' ท่านว่า 'นับแต่นี้ไป เจ้าเห็นทีจะพกน้ำมันละหุ่งติดตัวไว้ไม่ยอมให้ห่างเลยสิท่า เจอใครตายเข้า ก็แค่หยดน้ำมันใส่ปากศพ อะโฮ้! น้ำมันตะเกียงเจ็ดหยดต้องทำให้พระยม[1] หมดฤทธิ์เดชได้แน่แท้เทียว!'

" 'อาจารย์ขอรับ อาจารย์ล้อกระผมนี่ขอรับ กระผมไม่เข้าใจเลย ขอความกรุณาอาจารย์ช่วยชี้ข้อผิดพลาดของกระผมให้กระผมได้ทราบด้วยเถิดขอรับ'

" 'เราบอกเจ้าซ้ำตั้งสองครั้งว่ารามจะหายดี แต่เจ้าก็ทำใจให้เชื่อเราเต็มร้อยไม่ได้' ท่านคุรุชี้แจง 'เราบอกแค่ว่าหมอจะมาดูอาการมารักษาให้ ไม่ได้บอกว่าจะรักษาได้ เราไม่คิดจะเข้าไปแทรกแซงการทำงานของหมอ เพราะพวกเขาก็

---

1 เทพเจ้าแห่งความตาย

ต้องทำมาหาเลี้ยงชีวิตอย่างคนอื่นเขาเหมือนกัน' น้ำเสียงท่านมีกังวานรื่นรมย์ เมื่อกล่าวต่อว่า 'จงรู้ไว้ให้ขึ้นใจเถิดว่า ปรมาตมัน[1]นั้นทรงไว้ซึ่งพลานุภาพอันใหญ่หลวง สามารถรักษาทุกผู้คนให้หายจากโรคภัยไข้เจ็บได้...ไม่ว่าจะเป็นหมอหรือไม่'

"'กระผมเห็นข้อผิดพลาดของตัวเองแล้วขอรับ' ครูยอมรับด้วยความสำนึกผิด 'ตอนนี้กระผมรู้แล้วว่าถึงจะเป็นแค่คำพูดธรรมดา ๆ แต่ถ้าออกจากปากของท่าน ก็ยังมีผลผูกพันไปถึงทั่วทั้งจักรวาล'"

เมื่อท่านอาจารย์ศรียุกเตศวรเล่าเรื่องอันน่าพิศวงยำเยงนี้จบลง เด็กชายจากรานจีคนหนึ่งก็ทำใจกล้าถามคำถามขึ้นมาตามประสาเด็ก

"ท่านอาจารย์ขอรับ" พ่อหนูว่า "ทำไมคุรุของท่านจึงให้เอาน้ำมันละหุ่งไปล่ะขอรับ?"

"เด็กเอ๋ย น้ำมันที่ท่านให้ไปมิได้มีความหมายพิเศษอันใดเลย แต่เป็นเพราะครูคาดหวังว่าจะต้องได้อะไรสักอย่างที่จับต้องมองเห็นได้ ท่านลาหิริ มหัสยะจึงเลือกเอาน้ำมันที่อยู่ใกล้ตัวมาเป็นสัญลักษณ์เชิงวัตถุวิสัยเพื่อปลุกเร้าให้ครูมีศรัทธาแก่กล้ายิ่งขึ้น ที่ท่านยอมให้รามตายจากเมื่อต้นมือนั้น เป็นเพราะใจครูยังมีความกังขาติดข้องอยู่ส่วนหนึ่ง แต่ท่านคุรุก็รู้ดีว่า เมื่อท่านบอกว่ารามจะหายป่วย รามก็ต้องหายป่วย ต่อให้ท่านต้องชุบชีวิตรามขึ้นมาจากความตายซึ่งโดยปกติแล้วจะไม่มีใครรอดกลับมาได้ก็ตาม"

อาจารย์บอกเด็ก ๆ ให้เลิกเรียนได้ แล้วหันมากวักมือเรียกข้าพเจ้าให้เข้ามานั่งที่พรมตรงแทบเท้าท่าน

"โยคานันทะ" น้ำเสียงของท่านเคร่งขรึมผิดปกติ "ชีวิตของเธอนับแต่เกิดมาล้วนเกี่ยวข้องพัวพันกับศิษย์โดยตรงของท่านคุรุลาหิริ มหัสยะทั้งสิ้น ท่านมหาคุรุดำเนินชีวิตของท่านตามแนวทางอันประเสริฐ รักษาความวิเวกไว้ในระดับหนึ่ง และยืนกรานไม่ยอมให้สานุศิษย์ก่อตั้งองค์กรใด ๆ ขึ้นเผยแผ่คำสอนของท่าน แต่ท่านก็เคยพยากรณ์เอาไว้เป็นมั่นเหมาะ

"'หลังเราละสังขารไปได้ราวห้าสิบปี' ท่านว่า 'จะมีผู้เรียงร้อยเรื่องราวชีวิต

---

1 แปลตรงตัวว่า "วิญญาณอันสูงสุด"

ของเราขึ้นเป็นตัวอักษร เมื่อโลกตะวันตกเริ่มหันมาสนใจศึกษาศาสตร์แห่งโยคะกันอย่างจริงจัง สาระสำคัญของวิชาโยคะจะแพร่หลายไปทั่วโลก และจะช่วยสถาปนาภราดรภาพขึ้นในหมู่มวลมนุษย์ เป็นเอกภาพอันเกิดจากการที่มนุษย์สามารถหยั่งรู้ได้ด้วยตนเองว่าเรามีพระบิดาเจ้าเป็นองค์เดียวกัน'

"โยคานันทะศิษย์รัก" อาจารย์กล่าวต่อ "เธอจะต้องทำหน้าที่ในส่วนของเธอจงเผยแผ่คำสอนของท่านออกไป และจงเขียนชีวประวัติอันศักดิ์สิทธิ์ของท่านขึ้นเถิด"

ห้าสิบปีหลังจากที่ท่านคุรุลาหิริ มหัสยะละสังขารไปในปี 1895 ได้มาบรรจบครบวาระในปี 1945 อันเป็นปีที่ข้าพเจ้าเขียนหนังสือเล่มนี้จนแล้วเสร็จ ข้าพเจ้าอดนึกอัศจรรย์ใจไม่ได้ที่ปี 1945 ให้บังเอิญเป็นปีที่เปิดทางไปสู่ยุคใหม่... ยุคแห่งพลังงานปรมาณูอันนำมาซึ่งความเปลี่ยนแปลงครั้งใหญ่ ผู้คนที่มีน้ำใจเอื้ออาทรต่อผู้อื่นต่างหันมาให้ความสนใจกับปัญหาเร่งด่วนเรื่องสันติภาพและภราดรภาพมากมายอย่างที่ไม่เคยเป็นมาก่อน ด้วยเกรงว่าหากทุกฝ่ายมุ่งใช้กำลังเข้าหักล้างกันต่อไป มนุษยชาตินั่นเองที่จะถูกทำลายล้างให้หมดไปจากโลกนี้พร้อม ๆ กับปัญหาประดามี

ถึงผลงานต่าง ๆของมนุษย์จะมลายหายสูญไปด้วยกาลเวลาหรือระเบิด แต่ดวงอาทิตย์จะยังโคจรไปตามวิถีเดิม ดวงดาวก็ยังส่องแสงสุกสกาวในยามค่ำคืนอยู่เช่นเดิม ไม่มีใครจะยับยั้งหรือเปลี่ยนแปลงครรลองแห่งจักรวาลได้ จะให้เกิดผลดี มนุษย์มีแต่ต้องปรับตัวให้สอดคล้องกับครรลองนั้น หากจักรวาลขัดแย้งกับอำนาจที่เหนือกว่า ถ้าพระอาทิตย์มิได้ยาตราไปบนเวิ้งฟ้า แต่ถอยร่นออกมาให้ดวงดาวฉายแสงอันน้อยนิดแทนเช่นนี้แล้ว การใช้กำลังจะมีประโยชน์อันใดเล่า? จะนำสันติสุขให้ได้กระนั้นหรือ? สิ่งที่ค้ำจุนจักรวาลเอาไว้มิใช่ความทารุณโหดร้าย แต่เป็นความปรารถนาดีที่มนุษย์จะพึงมีให้กับสรรพสิ่ง มนุษยชาติที่มีศานติในใจย่อมได้ลิ้มรสผลไม้แห่งชัยชนะอันไม่มีที่สิ้นสุด ซึ่งย่อมหอมหวานกว่าไม้ผลใด ๆ ที่เติบใหญ่มากับผืนดินนองเลือด

สันนิบาตชาติที่ทรงประสิทธิภาพจะรวมกันเป็นสันนิบาตแห่งหัวใจของผู้คนโดยธรรมชาติ เป็นสันนิบาตที่ไม่มีชื่อให้เรียกหา ความปรารถนาดีที่มีให้แก่กันโดยไม่มีพรมแดนเข้ามาขวางกั้นและความเข้าใจอันมีวิจารณญาณที่ดีเป็น

พื้นฐาน เป็นสิ่งจำเป็นต่อการเยียวยาความทุกข์ยากนานาบนโลก ทั้งสองประการนี้ไม่อาจได้มาจากการใช้สติปัญญาคิดหาเหตุผลไปทำความเข้าใจกับความขัดแย้งแตกต่างของมนุษย์ แต่ต้องได้มาจากปัญญาหยั่งรู้ที่หยั่งลงไปถึงเอกภาพที่อยู่ลึกที่สุดของมนุษย์ กล่าวอีกนัยหนึ่งก็คือ ความเป็นหนึ่งเดียวกับพระเป็นเจ้านั่นเอง และบนเส้นทางสู่ความตระหนักรู้ในอุดมการณ์สูงสุดของโลก อันหมายถึงสันติภาพผ่านทางภราดรภาพนี้ ขอโยคะหรือศาสตร์แห่งการรวมบุคคลเข้าเป็นหนึ่งเดียวกับพระเป็นเจ้าจงแพร่หลายไปสู่หมู่มวลมนุษย์ในทั่วทุกแดนดินถิ่นใกล้ไกลได้ทันท่วงทีด้วยเทอญ

ถึงแม้อินเดียจะมีอารยธรรมเก่าแก่กว่าประเทศอื่น ๆ หากมีนักประวัติศาสตร์น้อยรายนักที่จะตระหนักว่าการดำรงคงอยู่ของอินเดียมิใช่เรื่องที่อุบัติขึ้นโดยบังเอิญ แต่เป็นกรณีอันเกิดแต่เหตุซึ่งนำไปสู่ผลในแง่ของการอุทิศตนเพื่อค้นหาความจริงอันอยู่เหนือกาลเวลา ซึ่งอินเดียได้มอบให้แก่โลกโดยผ่านทางบุคคลผู้ประเสริฐสุดในแต่ละรุ่น ด้วยการยืนหยัดดำรงคงอยู่ต่อไป ด้วยการไม่ก่อกรรมทำเข็ญในทุกยุคทุกสมัย (ไม่รู้ว่าพวกนักปราชญ์คร่ำครึเหล่านั้นจะบอกพวกเราได้จริงหรือไม่ว่ามันกี่ยุคกี่สมัยกันแน่?) อินเดียได้มอบคำตอบที่ทรงคุณค่าพอจะท้าทายกาลเวลาได้ดียิ่งกว่าชนชาติอื่นใด

พระคัมภีร์ไบเบิลมีเรื่องเล่าว่าอับราฮัมเคยร้องขอต่อพระเจ้า[1]ให้ทรงละเว้นเมืองโซดอม หากสามารถหาตัวชาวเมืองที่เป็นคนดีมีคุณธรรมได้ครบสิบคน พระดำรัสที่ตรัสตอบว่า “เพราะเห็นแก่สิบคนเราจะไม่ทำลายเมืองนั้น” ของพระเป็นเจ้าจึงเกิดมีความหมายใหม่เมื่อพิจารณาจากความจริงที่ว่าอินเดียสามารถรอดพ้นจากการดับสูญได้ในขณะที่อาณาจักรอันรุ่งเรือง ทรงอำนาจ และเชี่ยวชาญการทำศึกสงครามที่เคยอยู่ร่วมยุคสมัยเดียวกันมาต่างล่มสลายไปจนหมดสิ้น ไม่ว่าจะเป็นอียิปต์โบราณ บาบิโลน กรีซ หรือกรุงโรมก็ตาม

พระดำรัสตอบของพระเจ้าชี้ชัดว่า แผ่นดินจะดำรงคงอยู่ได้ก็ด้วยความเจริญงอกงามในตัวของมนุษย์เอง มิใช่ด้วยความสำเร็จในการสรรค์สร้างความเจริญทางวัตถุ

---

1 ปฐมกาล 18:23–32

ลาหิริ มหัสยะ

"เราคือดวงวิญญาณ กล้องของเจ้าจักจับภาพอณูแห่งพระเป็นเจ้าอันบุคคลไม่อาจมองเห็นด้วยตาเนื้อได้กระนั้นหรือ?" หลังจากการถ่ายภาพที่ไม่ประสบความสำเร็จหลายครั้งเพราะไม่มีรูปของท่านลาหิริ มหัสยะปรากฏ ในที่สุดท่านโยคาวตารก็อนุญาตให้ถ่ายภาพ "ร่างศักดิ์สิทธิ์" ของท่านได้ "ท่านก็ไม่เคยให้ใครถ่ายภาพอีกเลย อย่างน้อย ข้าพเจ้าก็ไม่เคยเห็นภาพไหนอีก" ท่านปรมหังสาเขียนไว้ (ดูหน้า 11-2)

ขอผองชนจงหันมาสดับตรับฟังพระดำรัสแห่งพระเจ้าอีกครั้งในศตวรรษที่ 20 นี้...ศตวรรษที่เลือดนองเป็นท้องธารถึงสองครั้งก่อนเวลาจะทันผ่านไปถึงกึ่งหนึ่งเสียด้วยซ้ำ แต่ถึงกระนั้นแล้ว ชาติใดที่ยังสามารถเสริมสร้างบุคคลผู้ประเสริฐในสายพระเนตรของพระผู้ทรงเป็นตุลาการที่ใคร ๆ ก็ไม่อาจติดสินบนขึ้นมาได้แม้เพียงสิบคน ชาตินั้นย่อมไม่ดับสูญ

ด้วยเชื่อในพระดำรัสนั้น อินเดียจึงได้สำแดงให้เห็นแล้วว่าเธอมิได้รับมือกับความเจ้าเล่ห์เพทุบายแห่งกาลเวลาอย่างไร้ปัญญา ครูบาอาจารย์ผู้หลุดพ้นแล้วได้ทำให้แผ่นดินแห่งนี้ทรงความศักดิ์สิทธิ์สืบต่อกันมานับร้อย ๆ ปี โยคีผู้บรรลุเป็นหนึ่งเดียวกับพระเป็นเจ้าแล้วในยุคสมัยปัจจุบันอย่างท่านคุรุลาหิริ มหัสยะและท่านคุรุศรียุกเตศวรต่างลุกขึ้นมาประกาศว่าวิชาโยคะหรือศาสตร์แห่งการบรรลุถึงพระเป็นเจ้านี้ เป็นปัจจัยสำคัญอันจะนำความผาสุกมาสู่มนุษย์ เฉกเช่นเดียวกับที่นำความยั่งยืนสถาพรมาสู่ประเทศชาติ

เรื่องราวชีวิตและคำสอนอันเป็นสากลของท่านนั้น มีพิมพ์ออกเผยแพร่น้อยกว่าน้อย[1] ตลอดสามสิบปีมานี้ ข้าพเจ้าได้พบว่าผู้คนทั้งในอินเดีย อเมริกาและยุโรปต่างก็สนใจใคร่ศึกษาศาสตร์แห่งโยคะอันจะนำบุคคลไปสู่ความหลุดพ้นกันอย่างจริงจังและจริงใจ และเช่นดังที่ท่านได้เคยทำนายเอาไว้ เวลานี้งานเขียนเรื่องชีวประวัติของท่านได้กลายมาเป็นสิ่งจำเป็นต่อโลกตะวันตก ที่ซึ่งเรื่องราวชีวิตของโยคีผู้ยิ่งใหญ่ในยุคสมัยใหม่ไม่เป็นที่รับรู้รับทราบกันมากนัก

ท่านลาหิริ มหัสยะเกิดเมื่อวันที่ 30 กันยายน ค.ศ.1828 ในครอบครัวพราหมณ์ซึ่งมีศรัทธาแก่กล้าในพระศาสนาและเป็นสายตระกูลที่เก่าแก่มาแต่ครั้งโบราณ สถานที่เกิดของท่านคือหมู่บ้านฆูรนีในตำบลนาเดีย ละแวกเมืองกฤษณะนครแห่งแคว้นเบงกอล ท่านเป็นบุตรชายคนเดียวของนางมุกตกาศีภรรยาคนที่สองของท่านเคารโมหัน ลาหิริที่ชาวบ้านให้ความเคารพนับถือกันมา (ภรรยาคนแรกของท่านให้กำเนิดบุตรชายสามคน นางเสียชีวิตลงในระหว่างการเดินทางไปแสวงบุญ) มารดาของท่านลาโลกไปตั้งแต่ท่านยังเล็ก เราจึงรู้

---

1 *Sri Sri Shyama Charan Lahiri Mahasaya* หนังสือชีวประวัติสั้น ๆ เขียนเป็นภาษาเบงกาลี โดยท่านสวามีสัตยานันทะ ตีพิมพ์ในปี 1941 ข้าพเจ้าได้นำส่วนที่เอ่ยถึงท่านลาหิริ มหัสยะมาแปลไว้สองสามย่อหน้า

เรื่องเกี่ยวกับมารดาของท่านน้อยมาก ที่รู้แน่ก็แต่เพียงว่านางเป็นสาวกผู้ภักดีต่อพระศิวะ[1] ซึ่งในพระคัมภีร์ขานพระนามว่า "พระโยเคศวร" หมายความว่า "เจ้าแห่งหมู่โยคี"

สมัยยังเด็ก ท่านมีชื่อเต็ม ๆ ว่า ศยาม จรัญ ลาหิริ ช่วงปีแรก ๆ ท่านได้รับการเลี้ยงดูอยู่ที่บ้านของบรรพบุรุษในหมู่บ้านฆูรนี พออายุได้สามหรือสี่ขวบ ท่านก็มักจะปฏิบัติโยคะในท่าอาสนะต่าง ๆ โดยที่ตัวจมมิดลงไปอยู่ใต้ผืนทราย มีโผล่ขึ้นมาให้คนเห็นก็เฉพาะศีรษะเท่านั้น

ที่ดินของตระกูลลาหิริประสบภัยหายสูญไปในฤดูหนาวของปี 1833 เมื่อแม่น้ำชะลังคีที่อยู่ในละแวกใกล้เคียงเปลี่ยนทางน้ำ ไหลมารวมกับแม่น้ำคงคา เทวาลัยที่ตระกูลลาหิริสร้างถวายแด่พระศิวะเจ้าก็พลอยล่มจมหายไปในสายน้ำ

---

1 หนึ่งในองค์ตรีมูรติ ซึ่งประกอบด้วยพระพรหม พระวิษณุ และพระศิวะ มีหน้าที่ต่อจักรวาลดังนี้ คือ พระพรหมผู้สร้าง พระวิษณุคือผู้รักษา พระศิวะคือผู้ทำลายและกอบกู้ให้คืนกลับมา ในตำนานกล่าวถึงพระศิวะในฐานะที่ทรงเป็น *พระมหาโยคี* หรือโยคีผู้เป็นใหญ่เหนือโยคีผู้สละซึ่งทางโลก ทรงสำแดงพระองค์ให้สาวกผู้ภักดีเห็นในภาคต่าง ๆ กันไป เช่น ภาคพระมหาเทวะ (มีพระเกศายาว พันเป็นเกลียวยุ่งรุงรัง) และภาคพระนาฏราช (เจ้าแห่งการฟ้อนรำ) เป็นต้น

พระเป็นเจ้าในภาคพระศิวะหรือเทพเจ้าแห่งการทำลายล้างนี้เป็นมโนคติที่เข้าใจได้ยากสำหรับหลาย ๆ คน ในงานกวีนิพนธ์*มหิงนาสตวะ*ของปุษปทันตะ สาวกผู้หนึ่งของพระศิวะนั้นเขาได้ตั้งคำถามอย่างรวดร้าวว่า "จักทรงสร้างโลกขึ้นมาไย หากทรงสร้างมาเพื่อทำลายเท่านั้น?" บทกวีท่อนหนึ่งใน*มหิงนาสตวะ* (แปลโดยอาร์เธอร์ อาวาลอน) มีใจความว่า

"กระทืบบาทพาพสุธเพี้ยง ภินท์พัง
พาหาแกว่งแข็งดัง เหล็กกล้า
ดาวมิอาจสู้พลัง กระเชิงซ่าน นภาเฮย
เกศาหนึ่งเส้นท้า เทียบแส้โบยสวรรค์
โอ้พระนาฏราชผู้ ปรีชา
ไยทลายล้างโลกา ดั่งแกล้ง
แล้วกู้กอบพสุธา คืนกลับ
ปริศนาใดไป่แจ้ง ใคร่ค้นคำไข"

แต่กวีโบราณท่านนี้สรุปว่า

"ข้าบาทผู้เขลาด้อย ความคิด
สุข–ทุกข์เวียนข้องติด ไป่พ้น
ศิวะเจ้าสิเลิศฤทธิ์ เหลือเปรียบ เทียบนา
บารมีพระประเสริฐล้น ตราบแม้นนิรันดร์กาล"

เช่นเดียวกับบ้านอันเก่าแก่ของตระกูล แต่มีสาวกคนหนึ่งช่วยกู้เอาเทวรูปหินพระศิวะขึ้นมาจากกระแสน้ำวนได้ และอัญเชิญเทวรูปนั้นไปประดิษฐานไว้ในเทวาลัยหลังใหม่ ซึ่งปัจจุบันมีชื่อเรียกว่าเทวาลัยศิวะฆูรนี

ท่านเคาร โมหัน ลาหิริพาครอบครัวจากฆูรนีมาตั้งรกรากอยู่ที่พาราณสีและสร้างเทวาลัยพระศิวะขึ้นหลังหนึ่งในทันที ท่านรับผิดชอบดูแลครอบครัวครบถ้วนตามหลักพระเวท ประกอบพิธีเซ่นสรวงบูชาเป็นนิจทำบุญให้ทาน และศึกษาพระเวทเป็นประจำมิได้ขาด ท่านเป็นคนเที่ยงธรรม เปิดกว้าง และมิได้หันหลังให้กับแนวคิดสมัยใหม่ที่เป็นประโยชน์แต่ประการใด

ในวัยเยาว์ ท่านลาหิริ มหัสยะได้ศึกษาภาษาฮินดีและอูรดูกับผองเพื่อนในเมืองพาราณสี ท่านเข้าเรียนในโรงเรียนของอาจารย์โชอี นารายัณ โฆสาล โดยได้ศึกษาทั้งวิชาภาษาสันสกฤต เบงกาลี ฝรั่งเศส และอังกฤษ นอกจากนี้ยังตั้งใจศึกษาพระเวท โดยสนใจฟังการสนทนาธรรมของเหล่าพราหมณาจารย์อย่างกระตือรือร้น หนึ่งในพราหมณ์เหล่านั้นคือบัณฑิตชาวมราฐา นามว่านาคภัฏฏะ

ศยาม จรัญเป็นเด็กจิตใจดี สุภาพอ่อนโยน กล้าหาญ และเป็นที่รักของเพื่อน ๆ มีร่างกายสมส่วน แข็งแรง และเต็มเปี่ยมไปด้วยพละกำลัง จึงเป็นเลิศด้านการว่ายน้ำและเชี่ยวชาญงานที่ต้องใช้ทักษะด้านพละกำลัง

ปี 1846 ศยาม จรัญ ลาหิริได้สมรสกับธิดาของท่านศรีเทพนารายัณ สันยาล นามว่า ศรีมาตีกาศี โมนี นางเป็นภรรยาชาวอินเดียผู้เพียบพร้อม ดูแลงานบ้าน ต้อนรับแขกเหรื่อ และสงเคราะห์คนยากไร้ด้วยใจยินดี ทั้งคู่มีบุตรสุดประเสริฐสองคนคือ ตินคอรีกับดูคอรี และธิดาอีกสองคน เมื่ออายุได้ยี่สิบสามปีในปี 1851 ท่านลาหิริ มหัสยะได้เข้าทำงานเป็นสมุห์บัญชีให้กับกรมโยธาธิการทหารของรัฐบาลอังกฤษ และได้เลื่อนตำแหน่งในระหว่างรับราชการหลายครั้ง ดังนั้น ท่านจึงมิเพียงเป็นครูบาอาจารย์ในสายพระเนตรแห่งพระเป็นเจ้า แต่ยังประสบความสำเร็จในละครชีวิตของมนุษย์ซึ่งท่านสวมบทบาทเป็นข้าราชการในโลกนี้อีกด้วย

ช่วงที่รับราชการ ทางกรมได้ย้ายท่านไปประจำสำนักงานหลายแห่ง ทั้งที่กาซีปุระ มีรชาปุระ ไนนิตัล ธนปุระ และพาราณสี หลังบิดาของท่านถึงแก่กรรม ท่านจึงเข้ามารับผิดชอบดูแลสมาชิกทั้งหมดในฐานะหัวหน้าครอบครัว

และได้ซื้อบ้านในย่านครุเฑศวรโมหุลลาอันเงียบสงบของเมืองพาราณสีให้ทุกคนย้ายเข้ามาอยู่ด้วยกัน

จนอายุได้สามสิบสามปี ท่านลาหิริ มหัสยะ[1] จึงมองเห็นหนทางที่ทำให้ท่านได้บรรลุวัตถุประสงค์ในการกลับมาเกิดในชาตินี้ ท่านได้พบกับท่านมหาคุรุบาบาจี ณ ละแวกเมืองฤษีเกศในเขตหิมาลัย ท่านบาบาจีได้ถ่ายทอด*กริยาโยคะ*ให้

วาระอันเป็นมงคลนี้มิได้อุบัติขึ้นเพื่อท่านลาหิริ มหัสยะเท่านั้น แต่เป็นวาสนาของหมู่มวลมนุษย์ทั้งผองด้วย เมื่อศาสตร์แห่งโยคะขั้นสูงสุดที่สูญหายไปนานได้กลับมาปรากฏขึ้นอีกครั้ง

ดุจเดียวกับที่แม่พระคงคา[2] เสด็จจากสรวงสวรรค์ลงสู่พื้นพิภพเพื่อดับความแห้งโหยให้กับท้าวภารีรถตามความในปุราณะ เมื่อปี 1861 สายธารสวรรค์แห่ง*กริยาโยคะ*ก็รินไหลจากฐานที่มั่นอันเร้นลับในหิมาลัยลงมาสู่หมู่ชนผู้ร้อนแล้งเฉกเช่นนั้น

---

1 *มหัสยะ* คือศาสนศักดิ์ในภาษาสันสกฤต หมายถึง "จิตอันไพศาล"

2 สายน้ำพระคงคาเป็นแม่น้ำศักดิ์สิทธิ์ของชาวฮินดู มีต้นน้ำอยู่ที่ถ้ำน้ำแข็งท่ามกลางปุยหิมะและความสงบสงัดอันเป็นนิรันดร์กาลแห่งหิมาลัย ตลอดหลายร้อยปีที่ผ่านมามีโยคีนับพันๆ ท่านพอใจที่จะพำนักอยู่ใกล้ๆ กับแม่น้ำคงคา และได้ทิ้งกระแสทิพย์เอาไว้ตลอดแนวริมฝั่ง (ดูหน้า 254.1)

คุณลักษณะที่พิเศษไม่เหมือนใครของแม่น้ำคงคาคือการที่น้ำไม่เน่าเสีย เป็นแม่น้ำที่คงสภาวะปลอดเชื้อเอาไว้ได้โดยตลอด ทำให้แบคทีเรียไม่อาจดำรงชีวิตอยู่ได้ ชาวฮินดูนับล้านๆ คนต่างดื่มกินและลงอาบน้ำในแม่น้ำสายนี้ได้โดยไม่เกิดอันตรายใดๆ ทำให้นักวิทยาศาสตร์สมัยใหม่ต้องงุนงงสงสัยไปตามๆ กัน หนึ่งในนั้นคือ ดร.จอห์น โฮเวิร์ด นอร์ธรอป ผู้ได้รับรางวัลโนเบลร่วมในสาขาเคมีเมื่อปี 1946 ท่านเคยกล่าวไว้เมื่อไม่นานมานี้ว่า "เรารู้ว่าแม่น้ำคงคามีสิ่งปนเปื้อนอยู่ในปริมาณที่สูงมาก แต่ชาวอินเดียก็ยังดื่มน้ำและลงอาบน้ำในแม่น้ำสายนี้ได้โดยไม่ได้รับผลร้ายแต่อย่างใด" แล้วท่านก็กล่าวเสริมมาอย่างคาดหวังว่า "บางทีอาจเป็นเพราะในแม่น้ำมีไวรัสที่ทำลายเชื้อแบคทีเรียอยู่ก็เป็นได้ น้ำถึงได้ปลอดเชื้อเช่นนี้"

คัมภีร์พระเวทปลูกฝังให้มนุษย์เคารพปรากฏการณ์ของธรรมชาติทั้งปวง ชาวฮินดูผู้มีศรัทธาปสาทะเข้าใจคำสดุดีของเซนต์ฟรานซิสแห่งอัสซีซีได้ดี "ข้าพระบาทขอสดุดีองค์พระผู้เป็นเจ้าผู้ทรงประทานสายน้ำ ภคินีแห่งเรา…เธอผู้ดำรงความบริสุทธิ์ ประเสริฐ อ่อนน้อมถ่อมตน และยังประโยชน์มหาศาล"

บทที่ 33

ท่านบาบาจี โยคีผู้เป็นทูตสวรรค์แห่งอินเดียยุคใหม่

ภูผาอันสูงชันและมีเหลี่ยมยอดสลับซับซ้อนในเขตหิมาลัยตอนบนละแวกเมืองพัทรีนารายัณยังคงความศักดิ์สิทธิ์ ด้วยเหตุที่ท่านบาบาจี คุรุของท่านลาหิริ มหัสยะ พำนักพักพิงอยู่ ณ ที่นี้ ท่านคุรุผู้ยินดีในความวิเวกยังดำรงกายเนื้อของท่านเอาไว้ได้แม้เวลาจะผ่านพ้นไปนับร้อย ๆ หรือกระทั่งเป็นพัน ๆ ปีแล้วก็ตาม ท่านเป็นผู้ที่อยู่เหนือความตาย และเป็นอวตารองค์หนึ่ง *อวตาร* เป็นศัพท์ภาษาสันสกฤต แปลว่า "การข้ามลง" มาจากราก *อว* แปลว่า "ลง" และ *ตฤ* แปลว่า "ข้าม" ในคัมภีร์ของทางฮินดู *อวตาร* หมายถึงพระเป็นเจ้าแบ่งภาคลงมาเกิดในกายหยาบ

"ภูมิธรรมของท่านบาบาจีนั้น สูงส่งเกินกว่าที่มนุษย์ปุถุชนจะพึงเข้าใจได้" ท่านอาจารย์ศรียุกเตศวรเคยสอนข้าพเจ้าเอาไว้ "สายตาที่มองเห็นสิ่งต่าง ๆ ได้เพียงน้อยนิดของมนุษย์ มีหรือที่จะมองทะลุเข้าไปเห็นถึงดวงดาวอันอยู่เหนือโลกของท่านได้ บางคนคิดไปเป็นตุเป็นตะว่าท่านจะต้องบรรลุภูมิธรรมขั้นนั้นขั้นนี้ แต่ก็เหลวไหลทั้งเพ เรื่องพรรค์นี้ใครจะไปหยั่งรู้หยั่งเห็นได้เล่า"

คัมภีร์*อุปนิษัท*ได้จัดแบ่งภูมิธรรมหรือความเจริญแห่งจิตวิญญาณเอาไว้เป็นลำดับขั้นอย่างละเอียด *สิทธา* ("ผู้เป็นหนึ่งเดียวกับพระเป็นเจ้า") คือผู้ที่พัฒนาจิตจากขั้น*ชีวันมุกตะ* ("ผู้หลุดพ้นโดยที่ยังมิได้ละกายสังขาร") ขึ้นสู่ขั้น *ปรมุกตะ* ("ผู้หลุดพ้นขั้นสูงสุด" หมายถึง มีอำนาจเหนือความตายในทุกด้าน) หากบรรลุธรรมถึงขั้นปรมุกตะ บุคคลย่อมเป็นอิสระจากอำนาจแห่งมายาและวัฏสงสารโดยสิ้นเชิง การกลับมาเกิดใหม่ในกายเนื้อจึงไม่มีอีก หรือถ้าจะมี ก็ถือเป็นองค์อวตารซึ่งถูกเบื้องบนลิขิตมาให้เป็นตัวแทนของพระเป็นเจ้า เป็นพรอันประเสริฐที่ทรงประทานให้กับมนุษยโลก องค์อวตารจะไม่ตกอยู่ภายใต้กระแสแปรปรวนแห่งจักรวาล กายสังขารอันบริสุทธิ์ของท่านคือรูปอันประกอบขึ้นจากแสงเพื่อให้ผู้คนได้มองเห็น โดยไม่ติดค้างเป็นหนี้ใด ๆ ที่ต้องชดใช้ให้กับธรรมชาติอีก

ถ้ามองอย่างผิวเผิน องค์อวตารอาจจะไม่มีสิ่งใดผิดแผกไปจากปุถุชนโดยทั่วไป แต่ในบางครั้ง ร่างของท่านจะไม่มีเงาหรือรอยเท้าปรากฏให้เห็นบนพื้นดิน ถือเป็นสัญลักษณ์ภายนอกที่พิสูจน์ให้เห็นว่าภายในของท่านเป็นอิสระจากความมืดบอดและจากพันธนาการแห่งวัตถุธรรมทั้งปวง มีเพียงบุคคลผู้ประเสริฐดุจพระเป็นเจ้านี้เท่านั้นที่จะเข้าถึงสัจธรรมที่อยู่เบื้องหลังความสัมพันธ์ระหว่างชีวิตและความตายได้ โอมาร์ คัยยัม ถูกผู้คนเข้าใจผิดอย่างใหญ่หลวง ได้พรรณนาถึงมนุษย์ผู้หลุดพ้นเอาไว้ในบทประพันธ์อมตะ *รุไบยาต* ความว่า

อ้าเดือนอร่ามแอร่ม มิรู้แรมฤๅร้างนภา
เดือนสวรรค์ครรไลมา ประดับฟ้าอีกคราครัน
แต่นี้จวบภายหน้า เมื่อมองมายังสวนขวัญ
เดือนจะได้เห็นใครกัน ไม่มีฉัน...โอ้เปล่าดาย!

"เดือน" ซึ่ง "มิรู้แรม" นี้หมายถึง พระเป็นเจ้า ดาวแห่งนิรันดร์กาล ผู้ไม่เคยตกยุคตกสมัย "เดือนสวรรค์" ที่ "มาประดับฟ้าอีกครา" คือจักรวาลภายนอกซึ่งตกอยู่ภายใต้กฎของการอุบัติขึ้นตามช่วงระยะเวลาที่กำหนด ด้วยการตระหนักรู้ว่าตนนั้นคือวิญญาณ ผู้หยั่งรู้ชาวเปอร์เซียท่านนี้จึงสามารถปลดปล่อยตนให้เป็นอิสระจากการต้องกลับมาเกิดในโลก ซึ่งในที่นี้ก็คือ "สวน" ของธรรมชาติหรือมายา "แต่นี้จวบภายหน้า...เดือนจะได้เห็นใครกัน ไม่มีฉัน...โอ้เปล่าดาย"[1] บ่งบอกถึงความท้อแท้สิ้นหวังของจักรวาลผู้เร่ร่อนที่ไม่อาจค้นหาในสิ่งซึ่งหลุดพ้นจากหายไปแล้วโดยสิ้นเชิงได้!

พระคริสต์ทรงสะท้อนความเป็นอิสระของพระองค์ในทิศทางที่ต่างกันไป "ขณะนั้นมีธรรมาจารย์คนหนึ่งมาหาพระองค์ ทูลว่าอาจารย์เจ้าข้า ท่านไปทางไหน ข้าพเจ้าจะตามท่านไปทางนั้น พระเยซูจึงตรัสกับเขาว่า หมาจิ้งจอกยังมีโพรง และนกในอากาศก็ยังมีรัง แต่บุตรมนุษย์ไม่มีที่จะวางศีรษะ"[2]

---

1 บทแปลของเอ็ดเวิร์ด ฟิตซ์เจอรัลด์
2 มัทธิว 8:19–20

หากมิใช่พระเป็นเจ้าผู้ทรงความไพศาลแห่งการดำรงอยู่ในทุกสถานและทุกกาลสถิตปกคลุมอยู่เหนือเศียรเกล้าแล้วนั้น มนุษย์เราจะสามารถติดตามพระคริสต์ไปไหนต่อไหนได้จริงหรือไร?

พระกฤษณะ พระราม พระพุทธเจ้า และท่านปตัญชลีล้วนแล้วแต่เป็นองค์อวตารในอินเดียยุคโบราณทั้งสิ้น องค์อวตารอีกท่านหนึ่งในภาคใต้ของอินเดียคือท่านอคัสตยะ ผู้มีนามปรากฏอยู่ในวรรณคดีร้อยกรองภาษาทมิฬหลายเรื่อง ท่านได้สำแดงปาฏิหาริย์ให้เห็นเป็นที่ประจักษ์ทั้งก่อนและหลังคริสตกาล เชื่อกันว่าท่านยังดำรงกายเนื้อให้คงอยู่ได้จนตราบเท่าทุกวันนี้

ภาระหน้าที่ของท่านบาบาจีในอินเดีย คือการช่วยเหลือสนับสนุนประดาผู้บรรลุธรรมให้ได้ประสิทธิ์ประสาทพรอันศักดิ์สิทธิ์ให้กับผู้คนตามหน้าที่ที่ได้รับมอบหมายมา ด้วยเหตุนี้ ท่านจึงมีคุณสมบัติแห่ง*มหาวตาร* (อวตารอันยิ่งใหญ่) ตรงตามที่คัมภีร์ระบุไว้ทุกประการ ท่านเล่าว่าเคยถ่ายทอดวิชาโยคะให้กับท่านศักราจารย์[1] ผู้ปรับปรุงฟื้นฟูสำนักสวามีขึ้นมาใหม่และท่านกบีร์ผู้เป็นคุรุชื่อดังในยุคกลาง ส่วนศิษย์คนสำคัญในยุคศตวรรษที่ 19 ก็คือท่านลาหิริ มหัสยะผู้ฟื้นฟูศาสตร์แห่ง*กริยาโยคะ*ดังที่รู้กันดีอยู่แล้ว

ท่านบาบาจีผูกพันเป็นหนึ่งเดียวกับพระคริสต์ ทั้งสองท่านต่างแผ่กระแสจิตออกไปไถ่บาปและต่างก็ออกแบบเทคนิควิธีเพื่อการหลุดพ้นแห่งจิตวิญญาณเอาไว้ให้กับโลกยุคนี้ ผลงานของบรมครูผู้มีปัญญารู้แจ้งทั้งสองท่าน... ท่านหนึ่งมีกายธาตุ อีกท่านไม่มี... มีขึ้นเพื่อกระตุ้นชาติต่าง ๆ ให้ละทิ้งสงคราม อคติทางเชื้อชาติ ความแตกแยกในศาสนา และผลสะท้อนในเชิงลบของลัทธิวัตถุนิยม ท่านบาบาจีตระหนักดีถึงแนวโน้มแห่งยุคสมัย โดยเฉพาะอิทธิพลและความซับซ้อนของอารยธรรมตะวันตก กับทั้งรู้ดีว่าการเผยแพร่วิชาโยคะเพื่อความหลุดพ้นเป็นสิ่งจำเป็นต่อโลกตะวันตกและตะวันออกพอ ๆ กัน

ท่านบาบาจีไม่มีชื่อปรากฏอยู่ในเอกสารทางประวัติศาสตร์ แต่นั่นไม่ใช่เรื่องแปลกประหลาดแต่อย่างใด ท่านมหาคุรุไม่เคยสำแดงตนอย่างเปิดเผย

---

1 ประวัติศาสตร์บันทึกว่าศักราจารย์เป็นคุรุของท่านโควิทชาตี ท่านได้รับการถ่ายทอดวิชา*กริยาโยคะ*จากท่านบาบาจีที่เมืองพาราณสี ท่านบาบาจีเองก็เคยเล่าเรื่องราวรายละเอียดอันน่าทึ่งในการพบปะกับท่านศักราจารย์ให้ท่านลาหิริ มหัสยะและสวามีเกพลานันทะฟังหลายเรื่องด้วยกัน

บาบาจี มหาวตาร

"องค์อวตารผู้ศักดิ์สิทธิ์" คุรุของท่านลาหิริ มหัสยะ ท่านโยคานันทะช่วยกำกับให้จิตรกรท่านหนึ่งเขียนภาพเหมือนของโยคีทูตสวรรค์แห่งอินเดียยุคใหม่ท่านนี้

มหาวตารบาบาจีปฏิเสธที่จะให้ข้อมูลแก่เหล่าศิษย์ถึงรายละเอียดในเรื่องสถานที่เกิดและวันเกิดของท่าน ท่านดำรงชีวิตอยู่มานานหลายศตวรรษ ณ ท่ามกลางหิมะเยียบเย็นของเทือกเขาหิมาลัย

"เมื่อใดก็ตามที่มีผู้เอ่ยขานนามบาบาจีด้วยความเคารพสักการะ" ท่านลาหิริ มหัสยะ ว่า "จิตของเขาย่อมได้รับพรจากท่านในทันที"

ไม่ว่าจะในยุคสมัยใด ในแผนพันปีของท่านไม่มีที่ให้กับสายตาจับจ้องแบบผิด ๆ พลาด ๆ ของสาธารณชน และดุจเดียวกับพระผู้สร้างผู้ทรงเป็นพลังเงียบและพลังเพียงหนึ่งเดียว ท่านบาบาจีเองก็พากเพียรทำงานของท่านไปโดยที่คนทั้งโลกมิได้รับรู้ด้วยซ้ำ

ศาสดาพยากรณ์ผู้ยิ่งใหญ่อย่างพระคริสต์และพระกฤษณะ เสด็จลงมาสู่โลกด้วยวัตถุประสงค์อันจำเพาะเจาะจงและพิเศษพิสดาร เมื่อภาระหน้าที่ลุล่วง

พวกท่านก็เสด็จจากไปในทันที แต่องค์อวตารอื่น ๆ อย่างท่านบาบาจีจะแบกรับภาระหน้าที่ที่เกี่ยวข้องกับวิวัฒนาการอันเชื่องช้าของมนุษย์และต้องใช้เวลาเป็นร้อย ๆ ปี มากกว่าที่จะลงมาเพื่อเป็นปรากฏการณ์อันพิเศษสุดเหตุการณ์หนึ่งบนหน้าประวัติศาสตร์ ครูบาอาจารย์เช่นดังท่านนี้ย่อมเร้นกายจากสายตาของคนหมู่มากอยู่เป็นนิจ และมีอำนาจที่จะหายตัวได้ดังใจประสงค์ ด้วยเหตุผลดังกล่าวมานี้ กับทั้งพวกท่านเองก็มักมีคำสั่งให้สานุศิษย์ปกปิดเรื่องของพวกท่านไว้เป็นความลับ โลกจึงมิได้รู้จักครูบาอาจารย์ผู้มีภูมิธรรมอันสูงส่งเหล่านี้ เรื่องราวของท่านบาบาจีที่ข้าพเจ้าจะนำมาบันทึกไว้ดังต่อไปนี้ เป็นเพียงชีวประวัติโดยย่อ…ประกอบด้วยข้อเท็จจริงเพียงไม่กี่ประการที่ท่านเห็นสมควรให้นำมาเปิดเผยเพื่อเป็นประโยชน์ต่อสาธารณชน

ข้อมูลอันจำกัดจำเขี่ยเกี่ยวกับครอบครัวหรือบ้านเกิดอย่างที่นักเขียนประวัติศาสตร์ชอบบันทึกไว้นักหนานั้น ไม่มีปรากฏให้เห็น ท่านพูดภาษาฮินดีเป็นหลัก แต่ภาษาอื่น ๆ ก็พูดได้ลื่นไหล ชื่อที่ท่านใช้ก็เป็นชื่อทั่ว ๆ ไป คือ บาบาจี (คุณพ่อที่เคารพ) แต่สานุศิษย์ของท่านลาหิริ มหัสยะจะยกย่องเรียกขานท่านว่ามหามุนีบาบาจีมหาราชบ้าง (อาจารย์ผู้ตั้งอยู่ในปีติอันสูงสุด) มหาโยคีบ้าง (โยคีผู้ยิ่งใหญ่) ตรัมพักบาบาหรือศิวะบาบาบ้าง (พระนามอวตารปางต่าง ๆ ของพระศิวะ) แค่ไม่รู้จักชื่อตามชาติตระกูลของท่านคุรุผู้หลุดพ้นแล้วโดยสมบูรณ์ มันจะสำคัญอะไรนัก?

"เมื่อใดก็ตามที่มีผู้เอ่ยขานนามท่านบาบาจีด้วยความเคารพสักการะ" ท่านคุรุลาหิริ มหัสยะว่า "จิตของเขาย่อมได้รับพรจากท่านในทันที"

กายสังขารของท่านคุรุผู้อยู่เหนือความตายไม่มีวี่แววแห่งความชราปรากฏให้เห็น ท่านยังดูหนุ่มแน่น เหมือนอายุไม่เกินยี่สิบห้าปี ผิวพรรณผ่องใส ร่างสันทัด สูงพอปานกลาง เรือนกายอันแข็งแรงและงดงามของท่านฉายรังสีเรืองรองอย่างเห็นได้ชัด ท่านมีดวงตาสีเข้ม ฉายแววสงบและอ่อนโยน ผมเป็นสีทองแดง ยาวเป็นประกาย บางครั้งใบหน้าของท่านก็ดูคล้ายท่านลาหิริ มหัสยะ และในบางโอกาส ความคล้ายคลึงนั้นก็เด่นชัดเสียจนเมื่อท่านลาหิริ มหัสยะสูงวัยขึ้น คนอาจเข้าใจผิดคิดไปว่าท่านเป็นบิดาของท่านบาบาจีผู้มีรูปลักษณ์อ่อนเยาว์ก็เป็นได้

ท่านสวามีเกพลานันทะ อาจารย์ผู้สอนพิเศษวิชาภาษาสันสกฤตให้กับข้าพเจ้า เคยใช้เวลาอยู่ร่วมกับท่านบาบาจี[1]ในเทือกเขาหิมาลัยมาช่วงหนึ่ง

"ท่านมหาคุรุจะนำหมู่คณะเดินทางจากที่หนึ่งไปยังอีกที่หนึ่งในเขตหิมาลัย" ท่านเกพลานันทะเล่าให้ข้าพเจ้าฟัง "คณะเล็ก ๆ ของท่านมีศิษย์ชาวอเมริกันที่บรรลุภูมิธรรมขั้นสูงอยู่สองท่าน หลังจากที่ท่านพำนักอยู่ ณ ที่นั้น ๆ ได้ระยะหนึ่งแล้ว ท่านก็จะบอกว่า '*เทระ ทัณฑะ อุทถาโอ*' ('มาพวกเรา ยกไม้เท้าย้ายที่พักแรมกันเถิด') ท่านมีไม้ *ทัณฑะ* (ไม้เท้าทำจากไม้ไผ่) ถือติดมืออยู่ลำหนึ่ง คำพูดของท่านเป็นสัญญาณบอกกับหมู่คณะว่าจะต้องย้ายที่พำนักโดยพลัน และใช่ว่าท่านจะใช้อิทธิวิธีในการเดินทางเสียทุกครั้งไป มีบ้างบางครั้งที่ท่านเดินย่ำเท้าจากยอดเขาหนึ่งไปยังอีกยอดเขาหนึ่ง

"ผู้คนจะมองเห็นหรือจดจำท่านได้ก็ต่อเมื่อท่านประสงค์ให้เป็นเช่นนั้น เล่ากันว่าท่านเคยไปปรากฏกายให้ผู้ศรัทธาในตัวท่านเห็นหลายครั้ง แต่ละครั้งจะมีรูปลักษณ์ต่างกันไปเล็กน้อย... บางครั้งมีหนวดเครา บางครั้งไม่มี กายสังขารซึ่งไม่รู้จักการเสื่อมสลายของท่านไม่จำเป็นต้องพึ่งพาอาหาร ท่านคุรุจึงแทบจะไม่ฉันเลย มีบางคาบคราเท่านั้นที่ท่านจะรับผลไม้หรือข้าวหุงด้วยนมและเนยใสจากสานุศิษย์ที่มากราบคารวะเพื่อรักษามารยาททางสังคม

"ฉันได้รับรู้เรื่องราวอันน่าอัศจรรย์ในชีวิตของท่านบาบาจีสองเรื่องด้วยกัน" ท่านเกพลานันทะเล่าต่อ "คืนวันหนึ่ง สานุศิษย์ของท่านพากันนั่งล้อมกองไฟที่ลุกโชนในการประกอบพิธีกรรมตามคัมภีร์พระเวท จู่ ๆ ท่านคุรุก็คว้าท่อนฟืนที่ติดไฟแดงวาบฟาดลงไปบนบ่าอันเปล่าเปลือยของศิษย์คนหนึ่งซึ่งนั่งอยู่ใกล้ ๆ กองไฟ

" 'อาจารย์ขอรับ ช่างโหดร้ายอะไรเช่นนี้!' ท่านลาหิริ มหัสยะที่นั่งอยู่ ณ ที่นั้นด้วยเอ่ยประท้วง

" 'รึเจ้าอยากเห็นเขาถูกไฟเผาตายกลายเป็นขี้เถ้าไปต่อหน้าต่อตาเจ้าเพราะกรรมเก่าตามมาทัน งั้นสิ?'

---

1 บาบาจี (คุณพ่อที่เคารพ) เป็นคำเรียกหาอันดาษดื่นในอินเดีย ผู้คนมักเรียกอาจารย์ผู้มีชื่อเสียงหลายท่านว่า "บาบาจี" แต่ไม่มีคนไหนใช่ท่านบาบาจีที่เป็นคุรุของท่านลาหิริ มหัสยะแม้แต่คนเดียว สาธารณชนเพิ่งจะได้รับทราบถึงการดำรงอยู่ของท่านมหาวตารเป็นครั้งแรกจากหนังสือ *Autobiography of a Yogi* ในปี 1946

"พูดจบ ท่านบาบาจีก็วางมือลงบนบ่าอันไหม้พองของศิษย์ผู้นั้นเพื่อเยียวยารักษาให้ 'คืนนี้ เราได้ช่วยให้เจ้ารอดพ้นจากความตายอันทุกข์ทรมาน เจ้าได้ชดใช้กรรมเก่าด้วยความปวดแสบปวดร้อนเล็ก ๆ น้อย ๆ จากท่อนฟืนนี้แล้ว'

"มีอีกครั้งหนึ่ง คณะของท่านบาบาจีถูกรบกวนจากการมาของคนแปลกหน้าคนหนึ่ง เขาปีนภูเขาได้คล่องว่องไวอย่างน่าทึ่ง ไม่ทันไรก็ขึ้นมาถึงชะเงื้อมผาไม่ไกลจากที่ปักหลักพักค้างของคณะท่านบาบาจีนัก...ทั้งที่คนทั่วไปแทบจะไม่มีทางปีนขึ้นมาถึงได้เลย " 'อาจารย์ขอรับ ท่านจะต้องเป็นท่านบาบาจีผู้ยิ่งใหญ่เป็นแน่' ใบหน้าของเขาบ่งบอกถึงความเคารพเทิดทูนอย่างยากจะหาคำพูดใดมาเทียบเปรียบได้ 'กระผมมานะบากบั่น ค้นหาท่านไปตามภูผาอันสูงชันและเต็มไปด้วยอันตรายโดยไม่หยุดหย่อนมาหลายเดือนแล้ว กระผมกราบวิงวอนท่าน ขอได้โปรดรับกระผมไว้เป็นศิษย์ด้วยเถิดขอรับ'

"เมื่อท่านมหาคุรุยังนิ่งเฉยอยู่ ชายผู้นั้นก็ชี้นิ้วลงไปยังหุบเหวที่มีหน่อหินกองระเกะระกะอยู่ ณ เบื้องล่างชะเงื้อมผานั้น 'หากท่านไม่ยอมรับกระผมไว้ กระผมจะกระโดดเขาตายเสียให้รู้แล้วรู้รอด หากไม่อาจได้รับการสอนสั่งจากท่านเพื่อให้บรรลุถึงพระเป็นเจ้าได้ ชีวิตของกระผมยังจะมีคุณค่าใดหลงเหลืออยู่อีก?'

" 'งั้นก็โดดเลยซิ' ท่านบาบาจีบอกอย่างเฉยเมย 'พิจารณาจากสภาวะจิตที่เจ้ามี และที่เจ้าเป็นอยู่ในขณะนี้ เราเห็นจะรับเจ้าไว้ไม่ได้ดอก'

"ชายผู้นั้นพุ่งตัวดิ่งลงจากชะเงื้อมผาตามวาจาท่านทันที ท่านบาบาจีสั่งศิษย์ที่นั่งอึ้งตะลึงลานให้ตามลงไปเก็บศพของชายแปลกหน้ากลับขึ้นมา หลังจากที่บรรดาศิษย์นำศพอันมีสภาพแหลกเหลวยับเยินกลับขึ้นมาได้ ท่านคุรุก็วางมือของท่านลงบนร่างอันไร้ชีวิต อะโฮ! เขาลืมตาแล้วรีบลุกขึ้นมากราบกรานท่านคุรุผู้ทรงฤทธานุภาพอย่างนอบน้อม

" 'ตอนนี้เจ้าพร้อมจะเป็นศิษย์ของเราแล้ว' ท่านบาบาจียิ้มให้กับศิษย์ที่ท่านชุบชีวิตขึ้นมาอย่างมากด้วยเมตตา 'เจ้าได้ใช้ความกล้าหาญฝ่าข้ามบททดสอบอันยากเย็นแสนเข็ญนี้มาได้เป็นที่เรียบร้อยแล้ว[1] พระยมจะแตะต้องเจ้าไม่ได้

1 บททดสอบครั้งนี้มีขึ้นเพื่อทดสอบความพร้อมยอมเชื่อฟังครูบาอาจารย์ เมื่อท่านคุรุผู้รู้แจ้งสั่งให้ "กระโดด" ชายผู้นั้นก็ทำตามทันที หากแม้นเขาลังเล นั่นย่อมเป็นข้อพิสูจน์ว่าเขากล่าวเท็จที่คิดเห็นว่าชีวิตของตนไร้ค่าหากไม่ได้รับการสอนสั่งจากท่านบาบาจี หากแม้นเขาลังเล นั่นย่อม

อีกต่อไป เวลานี้เจ้านับเป็นหนึ่งในคณะผู้อยู่เหนือความตายของเราแล้ว' จากนั้น ท่านก็ชักชวนหมู่คณะให้ย้ายสถานที่ด้วยคำพูดติดปากที่ว่า '*เทระ ทัณฑะ อุฑถาโอ*' แล้วทั้งคณะก็หายวับไปจากชะเงื้อมผาแห่งนั้น"

องค์อวตารมีชีวิตอยู่ในพระเป็นเจ้าอันดำรงอยู่ในทุกสถานและทุกกาล สำหรับท่านแล้วคงไม่จำเป็นต้องใช้กฎทางฟิสิกส์ที่ว่าด้วยสัดส่วนผกผันกับกำลังสองของระยะทางจากจุดใด ๆ มาอธิบาย ดังนั้น การที่ท่านบาบาจีรักษากายธาตุของท่านเอาไว้เนิ่นนานนับร้อย ๆ ปีเช่นนี้ ก็ด้วยเหตุผลเพียงประการเดียว คือท่านประสงค์จะทำตนให้เป็นตัวอย่างแก่มนุษยชาติอย่างเห็นเป็นรูปธรรมได้ เพื่อที่มนุษยชาติจะตระหนักรู้ถึงโอกาสความเป็นไปได้ของตนเอง หากมนุษย์ไม่ได้รับพระกรุณาให้ได้เห็นพระเป็นเจ้าในร่างอันมีเลือดเนื้อแล้วไซร้ มนุษย์ย่อมจ่อมจมอยู่ภายใต้อำนาจบีฑาของมายาจนไม่อาจทะยานขึ้นมาอยู่เหนือความตายได้

พระเยซูทรงรู้ตั้งแต่แรกว่าชีวิตของพระองค์จะเป็นเช่นไร ฉากชีวิตที่ทรงก้าวผ่านไปในแต่ละบทแต่ละตอน มิใช่เป็นไปเพื่อพระองค์เอง และมิได้มีกรรมเป็นเครื่องชี้นำ แต่เพื่อยกระดับมนุษย์ผู้มีปัญญาในการพิจารณาใคร่ครวญให้เจริญขึ้น ให้สูงขึ้น ผู้เขียนประวัติพระเยซูทั้งสี่ท่าน คือแมทธิว มาร์ก ลุค และจอห์น...ได้บันทึกเรื่องราวอันน่าอัศจรรย์เหลือจะพรรณนาขึ้นเพื่อประโยชน์ของชนรุ่นหลัง ๆ

กับตัวท่านบาบาจีเอง ความยึดโยงกับอดีต ปัจจุบัน และอนาคตก็ไม่มีอยู่เช่นกัน ท่านรู้ความเป็นไปของชีวิตในทุกบททุกตอนมาตั้งแต่ต้นมือ เมื่อความเข้าใจของมนุษย์มีขอบเขตอันจำกัด ท่านก็ยอมปรับตัวเองให้สอดคล้องแสดงบทบาทชีวิตอันอยู่เหนือวิสัยโลกในหลากหลายรูปแบบโดยมีบุคคลรู้เห็นเป็นประจักษ์พยานอย่างน้อยหนึ่งคน ด้วยเหตุนี้ จึงต้องมีศิษย์ของท่านลาหิริมหัสยะคนหนึ่งอยู่ร่วมรู้เห็นเหตุการณ์เสมอในยามที่ท่านบาบาจีเห็นควรจะประกาศว่าท่านสามารถรั้งอยู่ในร่างมนุษย์ได้ตลอดไปโดยไม่ละสังขารไปไหน

แสดงให้เห็นว่าตัวเขามิได้เชื่อมั่นศรัทธาในตัวท่านคุรุอย่างเต็มเปี่ยม ด้วยเหตุนี้ ถึงแม้จะเป็นบททดสอบที่ร้ายแรงและผิดวิสัยอย่างยิ่งยวด แต่ก็ถือว่าเหมาะสมกับสถานการณ์อย่างที่สุดแล้ว

ท่านกล่าวคำมั่นนี้ต่อหน้าท่านรามโคปาล มุซุมดาร์เพื่อที่ว่าเรื่องราวในครั้งนี้จะได้แพร่หลายออกไปเป็นแรงบันดาลใจให้กับผู้มุ่งแสวงธรรมทั้งหลายในท้ายที่สุด ครูบาอาจารย์ผู้ยิ่งใหญ่ย่อมกล่าววาจาและเข้าร่วมในเหตุการณ์ที่ดูเหมือนจะดำเนินไปตามครรลองของมันเองเพียงเพื่อจะยังประโยชน์ให้เกิดแก่มนุษย์ ดุจเดียวกับที่พระคริสต์เคยตรัสเอาไว้ว่า "ข้าแต่พระบิดา... ข้าพระองค์ทราบว่าพระองค์ทรงฟังข้าพระองค์อยู่เสมอ *แต่ที่ข้าพระองค์กล่าวอย่างนี้ก็เพราะเห็นแก่ประชาชนที่ยืนอยู่ที่นี่* เพื่อเขาจะได้เชื่อว่าพระองค์ทรงใช้ข้าพระองค์มา"[1]

ระหว่างการไปเยือนเมืองรานพัชปุระกับท่านรามโคปาล "โยคีผู้ไม่เคยหลับ"[2] ท่านนี้ได้เล่าเรื่องราวอันน่าอัศจรรย์สมัยที่ได้พบกับท่านบาบาจีเป็นครั้งแรกให้ฟัง

"บางครั้งฉันจะออกจากถ้ำที่ปลีกวิเวกไปกราบคารวะท่านลาหิริ มหัสยะในเมืองพาราณสี" ท่านรามโคปาลเล่าให้ข้าพเจ้าฟัง "มีอยู่กลางดึกของคืนวันหนึ่ง ขณะที่ฉันนั่งสมาธิร่วมกับศิษย์คนอื่น ๆ อยู่เงียบ ๆ ท่านก็มีคำสั่งอันแปลกประหลาดลงมา

" 'รามโคปาล' ท่านว่า 'ไปที่ท่าทศาศวเมธฆาฏเดี๋ยวนี้เลย'

"ใช้เวลาไม่นาน ฉันก็ไปถึงท่าน้ำอันเปลี่ยวร้างนั้น คืนนั้นแสงจันทร์กระจ่างแสงดาวก็พราวพร่างฟ้า หลังจากที่นั่งอยู่เงียบ ๆ ได้สักพัก ความสนใจของฉันก็ไปสะดุดอยู่ที่แผ่นหินแผ่นมหึมาตรงปลายเท้า มันค่อย ๆ ลอยขึ้นจนเผยให้เห็นถ้ำใต้ดินแห่งหนึ่ง ขณะที่แผ่นหินหยุดนิ่งลอยค้างอยู่กลางอากาศด้วยอำนาจใดก็สุดที่จะรู้ได้ ร่างในอาภรณ์ทิ้งชายระลงมาของสตรีนางหนึ่งผุดขึ้นมาจากถ้ำลอยสูงขึ้นไปในอากาศ นางเป็นหญิงสาวที่งามหยาดฟ้ามาดิน ร่างที่มีแสงอันนวลตาห่อหุ้มของนางค่อย ๆ ลอยลงมาอยู่ตรงหน้าฉัน และยืนนิ่งอยู่ในฌานอันลึกล้ำ ท้ายที่สุด นางก็เริ่มขยับกายและเอ่ยขึ้นด้วยเสียงอันนุ่มนวล

" 'เราคือมาตาจี[3] น้องสาวของท่านบาบาจี เราขอให้พี่ชายพร้อมลาหิริ มหัสยะ แวะมาที่ถ้ำของเราในคืนนี้เพื่อหารือธุระอันสำคัญยิ่งเรื่องหนึ่ง'

---

1 ยอห์น 11:41–42

2 ท่านโยคีผู้ล่วงรู้ว่าข้าพเจ้ามิได้กราบไหว้บูชาแท่นศิลาศักดิ์สิทธิ์ในเทวาลัยตารเกศวร (บทที่ 13)

3 "คุณแม่ผู้ศักดิ์สิทธิ์" ท่านมาตาจีเองก็มีชีวิตอยู่มาหลายศตวรรษแล้ว ภูมิธรรมของท่านสูงส่งเกือบจะเทียบเท่ากับท่านบาบาจีผู้พี่ โดยดำรงอยู่ในฌานในถ้ำลับใต้ดินใกล้กับท่าทศาศวเมธฆาฏ

"เวลานั้นมีแสงสลัวดุจเมฆหมอกลอยละล่องข้ามแม่น้ำคงคามาอย่างรวดเร็ว บนผิวน้ำอันมืดมิดปรากฏเงาสะท้อนของแสงเรืองอันดูแปลกตานั้น มันละลิ่วใกล้เข้ามา ๆ จนเปลี่ยนเป็นแสงสว่างจ้าพร่าตาขึ้นข้างกายท่านมาตาจี แล้วควบรวมกันขึ้นเป็นกายเนื้อของท่านลาหิริ มหัสยะในชั่วอึดใจนั้น จากนั้น ท่านลาหิริ มหัสยะก็ก้มตัวลงคารวะที่แทบเท้าท่านโยคินีอย่างนอบน้อม

"ยังไม่ทันที่ฉันจะหายงง ฉันก็ต้องเจอเรื่องที่ทำให้นิ่งจังงังอีกครั้งเมื่อได้เห็นมวลแสงอันลี้ลับหมุนคว้างเป็นวงพวยพุ่งมากลางเวิ้งฟ้า ตรงลงมาใกล้ ๆ คณะของเราด้วยความเร็วและความสว่างพร่างพราย ก่อนรวมกันขึ้นเป็นร่างอันงามสง่าของชายหนุ่มผู้หนึ่ง ฉันนึกรู้ขึ้นมาได้ในทันทีว่านั่นจะต้องเป็นท่านบาบาจีแน่ ท่านมีรูปร่างหน้าตาคล้ายท่านลาหิริ มหัสยะมาก ต่างกันก็แต่ท่านดูหนุ่มกว่าผู้เป็นศิษย์ กับผมที่ยาวเป็นประกายเท่านั้น

"ท่านลาหิริ มหัสยะ ท่านมาตาจี และข้าพเจ้าพากันคุกเข่าลงที่แทบเท้าท่านมหาคุรุขณะที่เอื้อมมือไปแตะเท้าของท่าน ความปลื้มปีติเหมือนล่องลอยอยู่ในสรวงสวรรค์ก็แผ่ซ่านไปทั่วทุกอณูในร่างกายฉัน

" 'ภคินีผู้ประเสริฐ' ท่านบาบาจีกล่าว 'เราตั้งใจจะละสังขารเข้าไปรวมอยู่กับกระแสแห่งพระเป็นเจ้าเสียที'

" 'อิฉันรู้เรื่องที่ท่านคิดจะทำแล้วเจ้าค่ะท่านอาจารย์ อิฉันจึงอยากจะหารือเรื่องนี้กับท่านในคืนนี้ ทำไมท่านจึงต้องละสังขารด้วยล่ะเจ้าคะ?' สตรีผู้สูงส่งมองท่านอย่างอ้อนวอน

" 'เราจะอยู่ในกายเนื้อ หรือเป็นกระแสคลื่นอันมองไม่เห็นในมหาสมุทรแห่งพระเป็นเจ้าของตัวเรา มันจักต่างกันตรงไหน?'

"ท่านมาตาจีตอบกลับไปด้วยไหวพริบปฏิภาณอันเฉียบไว 'ท่านคุรุผู้ชำนะซึ่งความตาย หากความแตกต่างไม่มีจริงแล้วไซร้ ก็ขอท่านได้โปรดดำรงอยู่ในกายสังขารนี้ตลอดไปเถิด'[1]

---

1 เหตุการณ์ครั้งนี้ทำให้อดนึกถึงเรื่องราวของทาลิสไม่ได้ นักปรัชญาชาวกรีกผู้ยิ่งใหญ่ท่านนี้สอนว่า ไม่มีความแตกต่างระหว่างความเป็นกับความตาย

"ถ้าเช่นนั้น" นักวิจารณ์คนหนึ่งถาม "ทำไมท่านไม่ตาย ๆ ไปเสียเลยล่ะ?"

"เพราะว่า" ทาลิสตอบ "มันไม่เห็นจะต่างกันตรงไหนเลยน่ะสิ"

"'เรารับปาก' ท่านบาบาจีรับคำอย่างเคร่งขรึม 'เราจะไม่ละกายสังขารนี้ไปอย่างน้อยที่สุด กายธาตุของเราก็จะปรากฏให้ผู้คนบนโลกจำนวนหนึ่งเห็นอยู่เสมอ พระเป็นเจ้าทรงใช้ปากของเธอเผยพระประสงค์ให้เราได้รู้'

"ขณะที่ฉันนิ่งฟังการสนทนาของท่านผู้สูงส่งทั้งสามอย่างยำเยงอยู่นั้น ท่านมหาคุรุก็หันมาทางฉันด้วยทีท่าที่มากด้วยเมตตา

"'อย่ากลัวไปเลย รามโคปาล' ท่านว่า 'เบื้องบนกำหนดให้เจ้ามีวาสนา ได้มาอยู่รู้เห็นเป็นพยานในการให้คำมั่นอันจะดำรงอยู่ชั่วกาลในครั้งนี้'

"ขณะที่กังวานเสียงอันนุ่มนวลของท่านบาบาจีค่อย ๆ แผ่วหายไป ร่างของท่านกับท่านลาหิริ มหัสยะก็ค่อย ๆ ลอยขึ้น แล้วเคลื่อนถอยหลังออกไปเหนือสายพระแม่คงคา ทั้งสองท่านมีแสงอันโชตนาการโอบล้อมอยู่รอบกายในขณะที่หายลับไปในเวิ้งฟ้าแห่งราตรีกาล ร่างของท่านมาตาจีเองก็ลอยกลับและหายลับลงไปในถ้ำ แผ่นหินที่ลอยค้างอยู่กลางอากาศก็เลื่อนลงมาปิดปากถ้ำเอาไว้เหมือนกับมีมือที่มองไม่เห็นชะลอมันลงมากระนั้น

"ด้วยแรงบันดาลใจอันยิ่งใหญ่ที่ได้รับมา ฉันจึงบ่ายหน้ากลับไปยังอาศรมของท่านลาหิริ มหัสยะ ขณะก้มตัวลงกราบคารวะท่านในยามฟ้าสาง ท่านคุรุก็ยิ้มให้กับฉันอย่างเข้าใจ

"'เราดีใจกับเจ้า รามโคปาล' ท่านบอก 'เจ้าอยากพบท่านบาบาจีกับท่านมาตาจีมานาน อย่างที่เคยบอกกับเราอยู่บ่อย ๆ ในที่สุดความปรารถนาของเจ้าก็เป็นจริงจนได้และอย่างน่าอัศจรรย์เสียด้วย'

"ศิษย์ร่วมสำนักคนอื่น ๆ บอกฉันว่าท่านลาหิริ มหัสยะไม่ได้ลุกจากบริเวณยกพื้นที่ท่านนั่งอยู่ตั้งแต่ฉันออกไปจากอาศรมเมื่อตอนเที่ยงคืน

"'หลังจากที่คุณออกไปที่ท่าทศาศวเมธฆาฏ ท่านก็แสดงธรรมอันลึกซึ้งว่าด้วยความเป็นอมตะให้พวกเราฟัง' ศิษย์คนหนึ่งบอก เป็นครั้งแรกที่ฉันตระหนักซึ้งถึงสัจธรรมอันปรากฏอยู่ในโศลกของพระคัมภีร์ที่ว่า บุคคลผู้หลุดพ้นแล้ว ย่อมสามารถไปปรากฏกายในเวลาเดียวกันแต่ต่างสถานที่ได้ โดยแยกร่างออกได้เป็นสองร่างหรือมากกว่านั้น

"ภายหลัง ท่านลาหิริ มหัสยะจึงได้อธิบายหลักอภิปรัชญาว่าด้วยแผนการต่าง ๆ ที่พระเป็นเจ้าทรงกำหนดไว้สำหรับโลกนี้ให้ฉันได้รู้" ท่านรามโคปาลสรุป

"พระเป็นเจ้าทรงเลือกท่านบาบาจีให้รับหน้าที่ดำรงไว้ซึ่งกายธาตุตลอดการดำรงอยู่ของกัปป์นี้ ยุคสมัยต่าง ๆ จะผ่านมาและผ่านไป ... แต่ท่านอาจารย์ผู้อยู่เหนือความตาย[1] ย่อมรั้งอยู่บนโลกนี้เพื่อเฝ้าดูความเป็นไปของโลก ไม่ว่าเวลาจะผันผ่านไปสักกี่ร้อยกี่พันปีก็ตาม"

---

1 "ถ้าผู้ใดประพฤติตามคำของเรา (มั่นใน *กุตัสถะ ไจตนิยะ* ไม่แปรเปลี่ยน) ผู้นั้นจะไม่ประสบความตายเลย" (ยอห์น 8:51)

ถ้อยดำรัสนี้ พระเยซูมิได้หมายถึงชีวิตที่เป็นอมตะในกายเนื้อ ... ที่คุมขังอันน่าเบื่อหน่ายที่ใคร ๆ ก็ไม่อยากแจกจ่ายให้กับคนบาปหนา อย่าว่าแต่นักบุญเลย! บุคคลผู้รู้แจ้งในธรรมที่พระคริสต์ทรงกล่าวถึงคือผู้ซึ่งตื่นจากภวังค์แห่งอวิชชาอันเลวร้ายมาสู่ชีวิตอันเป็นนิรันดร์ (ดูบทที่ 43)

ธรรมชาติที่แท้จริงของมนุษย์คือวิญญาณอันไร้รูปไร้ร่างแต่ดำรงอยู่ในทุกสถานและทุกกาล รูปกายที่ก่อกำเนิดขึ้นภายใต้อำนาจของกฎหรือกฎแห่งกรรมเป็นผลของ*อวิชชา* หรือความไม่รู้ คัมภีร์ของทางฮินดูสอนว่าการเกิดและตายเป็นปรากฏการณ์ของ*มายา*หรือภาพลวงตาแห่งจักรวาล เกิดและตายจะมีความหมายก็ต่อเมื่ออยู่ในโลกแห่งสัมพัทธภาพเท่านั้น

ท่านบาบาจีมิได้ถูกจำกัดให้ติดข้องอยู่แต่ในกายเนื้อหรือในดาวเคราะห์ดวงนี้ แต่พระเป็นเจ้าทรงมีภารกิจจำเพาะบางอย่างเพื่อโลกนี้ให้ท่านปฏิบัติให้สำเร็จลุล่วงไปดังพระประสงค์

ครูบาอาจารย์ผู้ยิ่งใหญ่อย่างท่านสวามีปราณพานันทะ (ดูหน้า 330) กลับมาเกิดบนโลกนี้ในร่างใหม่ด้วยเหตุผลที่ตัวท่านเองรู้ดีที่สุด ตัวตนใหม่ของพวกท่านจะไม่ตกอยู่ภายใต้อำนาจของกฎแห่งกรรมอันเคร่งครัด การสมัครใจกลับมาเกิดใหม่นี้เรียกว่า *อวุตตนะ* หรือการกลับคืนมาสู่ชีวิตบนโลกหลังเป็นอิสระจากมายาแล้ว

ไม่ว่าท่านจะจากไปในลักษณาการใด จากไปอย่างธรรมดาหรืออย่างพิเศษพิสดาร ครูบาอาจารย์ผู้เข้าถึงพระเป็นเจ้าแล้วย่อมสามารถจะชุบร่างของตนให้ฟื้นคืนชีวิตและมาสำแดงกายต่อสายตาชาวโลกได้ การปรับเปลี่ยนอณูในร่างกายมิใช่เรื่องเหลือบ่ากว่าแรงของผู้ที่เป็นหนึ่งเดียวกับพระเป็นเจ้า...พระองค์ผู้เป็นเจ้าของระบบสุริยะที่ซับซ้อนลึกล้ำเหลือที่จะคำนวณ!

"เราสละชีวิตของเราเพื่อจะรับชีวิตนั้นคืนมาอีก" พระคริสต์ทรงประกาศ "ไม่มีผู้ใดชิงชีวิตไปจากเราได้ แต่เราสละชีวิตด้วยใจสมัครของเราเอง เรามีสิทธิที่จะสละชีวิตนั้นและมีสิทธิที่จะรับคืนอีก" (ยอห์น 10:17–18)

บทที่ 34

เนรมิตเวียงวังกลางหิมาลัย

"การพบกันครั้งแรกระหว่างท่านบาบาจีกับท่านลาหิริ มหัสยะเป็นเรื่องราวที่น่าติดตามและเป็นหนึ่งในไม่กี่เรื่องที่ทำให้เรารู้จักท่านมหาคุรุผู้อยู่เหนือความตายได้ดีขึ้น"

ถ้อยคำเหล่านี้เป็นอารัมภบทของท่านสวามีเกพลานันทะก่อนเข้าสู่เรื่องราวอันแสนวิเศษ ครั้งแรกที่ท่านเล่าให้ฟัง ข้าพเจ้าเคลิบเคลิ้มราวกับถูกมนต์สะกด และมีอีกหลายวาระที่ข้าพเจ้าเฝ้ารบเร้าให้ครูสอนพิเศษภาษาสันสกฤตผู้ใจดีเล่าเรื่องนี้ให้ฟังอีก ภายหลัง ข้าพเจ้ายังได้ฟังซ้ำในถ้อยคำที่เหมือนกันไม่ผิดเพี้ยนจากท่านศรียุกเตศวรด้วย ศิษย์ทั้งคู่ของท่านลาหิริ มหัสยะต่างเคยได้ฟังเรื่องราวอันน่าอัศจรรย์นี้มาจากปากคุรุของพวกท่านโดยตรง

"เราได้พบกับท่านบาบาจีครั้งแรกตอนอายุสามสิบสามปี" ท่านลาหิริ มหัสยะเล่า "ตอนนั้นอยู่ในช่วงฤดูใบไม้ร่วงของปี 1861 เราทำงานเป็นสมุห์บัญชีในกรมโยธาธิการของทางกองทัพ โดยประจำอยู่ที่เมืองทานปุระ เช้าวันหนึ่ง หัวหน้ากองงานเรียกตัวเราเข้าไปพบ

" 'คุณลาหิริ' เขาว่า 'ผมเพิ่งได้รับโทรเลขจากกรมฯให้ย้ายคุณไปประจำที่รานีเขตตอนนี้กองทัพตั้งกองรักษาการ[1]ขึ้นที่นั่นแล้ว'

"เรามีคนรับใช้ติดตามไปด้วยหนึ่งคน พวกเราดั้นด้นเดินทางไปไกลถึง 500 ไมล์ ทั้งขี่ม้าและนั่งรถม้าสามสิบวันเต็ม ๆ จึงได้มาถึงเมืองรานีเขตที่เทือกเขาหิมาลัย[2]

"งานที่สำนักงานไม่ได้มีมากมายนัก เราจึงมีเวลาให้ออกตระเวนไพรไปตามทิวเขาอันมลังเมลืองได้คราวละหลาย ๆ ชั่วโมง มีข่าวลือมาเข้าหูเราว่าละแวกนี้

---

1 ภายหลังเปลี่ยนมาเป็นโรงพยาบาลทหาร ครั้นถึงปี 1861 รัฐบาลอังกฤษก็จัดตั้งระบบโทรเลขขึ้นในอินเดีย

2 รานีเขตตั้งอยู่ในเขตอัลโมราที่เชิงเขานันทาเทวี หนึ่งในยอดเขาที่สูงที่สุดของหิมาลัย (สูง 25,661 ฟุต)

มีโยคีผู้ยิ่งใหญ่หลายท่านมาพักพิงเป็นร่มใบบุญให้ผู้คน เราจึงคิดใคร่อยากเห็นพวกท่านนัก บ่ายอ่อน ๆ วันหนึ่ง ขณะที่เดินชมเขาลำเนาไพรไปเรื่อยเปื่อย เราก็ได้ยินเสียงคนเรียกชื่อเราดังแว่วมาแต่ไกล ทำให้อดที่จะรู้สึกพิศวงไม่ได้ จึงเร่งฝีเท้าขึ้นไปบนเขาโทรณคีรี ในใจเป็นกังวลนิด ๆ เมื่อคิดขึ้นมาว่าตัวเองอาจกลับลงมาไม่ทันก่อนที่ความมืดจะโรยตัวลงปกคลุมป่าทั้งป่าเอาไว้

"ในที่สุด เราก็ขึ้นมาถึงทุ่งโล่งเล็ก ๆ ที่มีเถื่อนถ้ำรายล้อมอยู่รอบด้าน บนหน่อหินกองหนึ่งมีชายหนุ่มยืนยิ้ม มือยื่นออกมาคล้ายจะต้อนรับอยู่ในที เราพินิจพิศดูเขาอย่างอัศจรรย์ใจ เพราะนอกจากผมสีทองแดงนั่นแล้ว รูปร่างหน้าตาของเขาช่างเหมือนเราเหลือเกิน

" 'ลาหิริ[1] เจ้ามาถึงที่นี่จนได้!' ท่านโยคีกล่าวกับเราเป็นภาษาฮินดี ทีท่าของท่านเมตตาเรานัก 'เข้ามานั่งพักในถ้ำนี่ คนที่เรียกหาเจ้าคือเราเอง'

"เราเข้าไปในถ้ำน้อยอันเป็นระเบียบเรียบงาม ในนั้นมีผ้าห่มขนสัตว์อยู่หลายผืนกับ *กมัณฑลุ* (หม้อน้ำ) อีกสองสามใบ

" 'ลาหิริ เจ้าจำที่นั่งนั่นได้ไหม?' ท่านโยคีชี้ไปที่ผ้าห่มซึ่งพับวางไว้ที่มุมหนึ่งของถ้ำ

" 'จำไม่ได้ขอรับ' เราได้แต่มึนงง การผจญภัยครั้งนี้ช่างแปลกประหลาดนัก เราเรียนท่านโยคีต่อไปว่า 'กระผมต้องกลับลงไปเดี๋ยวนี้แล้วขอรับ ไม่งั้นฟ้าจะมืดเสียก่อน พรุ่งนี้เช้ากระผมยังมีงานที่สำนักงานต้องทำอีกมาก'

"ท่านโยคีผู้ลึกลับตอบกลับมาเป็นภาษาอังกฤษว่า 'สำนักงานนั้นอุบัติขึ้นเพื่อเจ้า มิใช่เจ้าอุบัติขึ้นเพื่อสำนักงาน'

"เราได้แต่นิ่งอึ้งตะลึงลาน นักบวชกลางป่าเขาท่านนี้ไม่เพียงพูดภาษา

---

1 จริง ๆ แล้ว ท่านบาบาจีเรียกชื่อ 'คงคาธร' ซึ่งเป็นชื่อในชาติก่อนของท่านลาหิริ มหัสยะ คงคาธร (แปลว่า 'ผู้ทรงไว้ซึ่งแม่น้ำคงคา') เป็นพระนามหนึ่งของพระศิวะ ตามความในคัมภีร์ปุราณะเล่าว่า เมื่อครั้งที่พระคงคาจะเสด็จจากสรวงสวรรค์ลงมายังโลกมนุษย์ พระศิวะเจ้าทรงเกรงว่าโลกจะทานรับสายน้ำที่โถมลงมาด้วยกำลังอันรุนแรงไม่ไหว จึงยื่นพระเศียรออกรองรับสายน้ำอันแรงจัด แล้วบังคับพระคงคาให้ไหลวนเวียนอยู่บนมุ่นพระเกศาจนสิ้นกำลัง ก่อนปล่อยลงมาให้เป็นกระแสธารอันไหลเอื่อย ความหมายในเชิงอภิปรัชญาของ 'คงคาธร' คือ "ผู้สามารถควบคุม 'แม่น้ำ' แห่งกระแสปราณในแนวกระดูกสันหลังได้"

อังกฤษได้ แต่ยังยกเอาถ้อยดำรัสของพระคริสต์[1] มาใช้ได้อีกด้วย

" 'โทรเลขของเราได้ผลจริง ๆ' คำบอกเล่าของท่านโยคีไม่ได้ให้ความกระจ่างแก่เราแต่อย่างใดเลย เราจึงเรียนถามว่าคำพูดของท่านหมายความว่าอย่างไร

" 'เราหมายถึงโทรเลขที่เรียกตัวเจ้ามายังดินแดนอันเปลี่ยวร้างแห่งนี้อย่างไรเล่า ตัวเราเองนี่แหละที่ดลใจเจ้านายของเจ้าให้ย้ายเจ้ามาประจำอยู่ที่รานีเขต เมื่อบุคคลรู้สึกได้ว่าตนเองเป็นหนึ่งเดียวกับมนุษยชาติ จิตของผู้คนทั้งหลายก็จะกลายเป็นสถานีถ่ายทอดสัญญาณให้เขาเลือกใช้ได้ตามใจชอบ' แล้วท่านก็ถามซ้ำย้ำต่ออีกว่า 'ลาหิริ เจ้าไม่รู้สึกคุ้นตากับถ้ำนี้บ้างหรืออย่างไร?'

"ขณะที่เรายังนิ่งเงียบอยู่ในความกังขา ท่านก็เดินมาหาและใช้มือแตะที่หน้าผากเราเบา ๆ สัมผัสนั้นมีอำนาจสะกดเราให้นิ่งงัน กระแสอันน่าอัศจรรย์บางอย่างแล่นวาบผ่านสมอง ปลดปล่อยความทรงจำในอดีตชาติที่ฝังอยู่ในส่วนลึกให้ผุดพรายขึ้นมา

" 'กระผมจำได้แล้ว!' เราระล่ำระลักปนสะอื้นด้วยความยินดี 'ท่านคือท่านบาบาจีผู้เป็นคุรุของกระผม...ของกระผมเสมอมา! ภาพในอดีตที่ปรากฏขึ้นในใจของกระผมนั้นแจ่มชัดนัก เมื่อชาติที่แล้ว กระผมเคยได้พิงพักอาศัยอยู่ที่นี่! ในถ้ำแห่งนี้นานหลายปีดีดัก! 'ความทรงจำอันยากจะบรรยายไหลหลั่งพรั่งพรูเข้าหา เราได้แต่น้ำตาไหลพราก ตรงเข้าสวมกอดเท้าของท่านผู้เป็นคุรุ

" 'กว่าสามสิบปีแล้วที่เราเฝ้ารอให้เจ้ากลับมาหา' เสียงของท่านบาบาจีเปี่ยมไปด้วยความรักใคร่อาทรอันบริสุทธิ์

" 'เจ้าจากไปอย่างเงียบ ๆ หายลับไปในท่ามกลางกระแสอันอึงอลของดวงวิญญาณอันเหลือคณานับ กรรมอันเปรียบประดุจคทาวิเศษแตะถูกตัวเจ้าแล้ว เจ้าจึงได้จากไป! ถึงเจ้าจะไม่เห็นเราอีก แต่เรากลับเฝ้ามองดูเจ้าอยู่โดยตลอด! ตามเจ้าไปเหนือทะเลทิพย์อันเรืองรองในท่ามกลางหมู่นาวาของเทพยดาผู้มีรัศมีอันรุ่งโรจน์ เราติดตามเจ้าไปในท่ามกลางความมืด พายุลมฝน ความชุลมุนวุ่นวาย และแสงอันส่องสว่าง เหมือนแม่นกที่เฝ้าคุ้มครองป้องกันภัยให้กับลูกน้อยของมัน ขณะที่เจ้าอยู่ในครรภ์มารดาและคลอดออกมาเป็นทารก

---

1 "วันสะบาโตนั้นทรงตั้งไว้เพื่อมนุษย์ มิใช่ทรงสร้างมนุษย์ไว้สำหรับวันสะบาโต" (มาระโก 2:27)

สายตาของเราไม่เคยห่างหายไปจากเจ้า ตอนเจ้านั่งขัดสมาธิเพชรจมอยู่ใต้ผืนทรายของตำบลฆูรนีสมัยยังเด็ก เราก็อยู่ตรงนั้นด้วยแม้จะไม่ได้สำแดงตัวให้เจ้าเห็นก็ตาม เดือนแล้วเดือนเล่า ปีแล้วปีเล่าที่เราเฝ้าดูแลเจ้าด้วยใจอดทน รอคอยให้ถึงวันอันประเสริฐเช่นวันนี้ เวลานี้เจ้ามาอยู่กับเราแล้ว! ที่นี่คือถ้ำของเจ้า ของรักของเจ้าแต่เก่าก่อน เราคอยปัดกวาดมันให้สะอาด พร้อมต้อนรับเจ้ากลับมา นี่คือผ้าห่มที่เจ้าใช้ปูรองเป็นอาสนะเพื่อเจริญสมาธิให้เข้าถึงองค์พระเป็นเจ้าอยู่ทุกเมื่อเชื่อวัน นี่คือบาตรของเจ้า เจ้ามักดื่มน้ำอมฤตที่เราเตรียมไว้ให้จากบาตรใบนี้อยู่บ่อยครั้ง แล้วดูถ้วยทองเหลืองใบนี้สิ เราขัดถูมันจนขึ้นเงาเพื่อว่าสักวันหนึ่ง เจ้าจะได้กลับมาใช้มันตักน้ำดื่มอีกครั้ง ลูกเอ๋ย คราวนี้เจ้าเข้าใจแล้วหรือยัง?'

" 'อาจารย์ขอรับ กระผมจะพูดกระไรได้?' เราพึมพำเสียงขาดเป็นห้วง ๆ 'ความรักใคร่เมตตาอันเป็นนิรันดร์เช่นนี้ยังจะมีให้ได้ยินได้ฟังจากที่ใดได้อีก?' เราจับจ้องมองท่านอยู่เนิ่นนานด้วยความปลื้มปีติเป็นล้นพ้น ท่านผู้เป็นสมบัติของเราชั่วกาลนาน ท่านผู้เป็นคุรุแห่งเราทั้งในยามเป็นและยามตาย

" 'ลาหิริ เจ้าต้องชำระกายให้สะอาดปราศจากมลทินเสียก่อน ดื่มน้ำมันในบาตรนี้เสีย แล้วลงไปนอนที่ริมน้ำ' เรายิ้มพลางหวนคิดถึงความหลังครั้งเก่าก่อน ปัญญาอันยังประโยชน์ให้เกิดผลได้จริงของท่านบาบาจีต้องมาก่อนสิ่งอื่นใดเสมอ

"เราเชื่อฟังคำสั่งของท่าน และถึงแม้ว่าค่ำคืนอันเย็นยะเยียบของหิมาลัยจะคลี่คลุมลงมาแล้ว ในตัวของเรากลับมีกระแสอันอบอุ่นสบายแผ่ซ่านไปทั่ว ทำให้นึกอัศจรรย์ใจนัก หรือน้ำมันอะไรนั่นจะเจือความร้อนแห่งจักรวาลเอาไว้กระมัง?

"กระแสลมอันหนาวเหน็บพัดกระโชกอยู่รอบตัวเราในท่ามกลางความมืด เสียงลมกรีดหวีดหวิวเหมือนทายท้าอย่างบ้าคลั่ง ระลอกคลื่นอันเย็นเฉียบของแม่น้ำโคคาสสาดซัดเข้าหาชายฝั่งเป็นพัก ๆ กระทบถูกตัวเราที่นอนเหยียดยาวอยู่บนลานหินริมฝั่ง เสียงหมู่พยัคฆาคำรามอยู่ไม่ใกล้ไม่ไกล แต่ใจเรากลับไร้ซึ่งความกลัว กระแสพลังที่เพิ่งก่อเกิดขึ้นภายในกาย ทำให้เกิดความเชื่อมั่นว่าตนเองจะได้รับการปกปักรักษาอย่างชนิดที่ไม่มีสิ่งใดจะมากล้ำกรายทำร้ายเอาได้ เวลาหลายชั่วโมงผ่านไปอย่างรวดเร็ว ความทรงจำของอดีตชาติที่ลบเลือน

ไปกลับถักทอตัวเองขึ้นมาใหม่ เป็นลวดลายอันสดใสแห่งการได้กลับคืนมาอยู่ร่วมกับท่านผู้เป็นคุรุอีกครั้งในชั่วขณะจิตนี้

"การรำพึงรำพันกับตัวเองถูกขัดจังหวะด้วยเสียงฝีเท้าที่ใกล้เข้ามา ในความมืดนั้นชายผู้หนึ่งได้ช่วยพยุงเราให้ลุกขึ้น แล้วหยิบยื่นเสื้อผ้าแห้ง ๆ ให้เราเปลี่ยน

"'มาเถิด ภารดา' ชายผู้นั้นกล่าวกับเรา 'อาจารย์รอท่านอยู่' เขาพาเราเดินตัดป่าเข้าไป พอมาถึงทางเลี้ยว ค่ำคืนอันมืดสลัวก็พลันปรากฏแสงสว่างเรืองรองให้เห็นอยู่ลิบ ๆ ที่เบื้องหน้า

"'นั่นใช่พระอาทิตย์ขึ้นรึเปล่า?' เราถาม 'แต่ตอนนี้ยังกลางคืนอยู่ไม่ใช่หรือ?'

"'ตอนนี้เพิ่งจะเที่ยงคืนเอง' ผู้นำทางให้กับเราหัวเราะเบา ๆ 'แสงที่ท่านเห็นอยู่ทางโน้นคือแสงเรืองรองของวังทองที่ท่านคุรุบาบาจีนิรมิตขึ้นที่นี่ ในอดีตอันไกลโพ้นท่านเคยแสดงความปรารถนา คิดใคร่ได้ชื่นชมความงามของปราสาทราชวังสักครั้ง ตอนนี้ท่านคุรุจึงสนองความต้องการของท่าน เพื่อที่ท่านจะได้เป็นอิสระจากบ่วงกรรมบ่วงสุดท้ายนี้เสียที'[1] แล้วเขาก็กล่าวต่อไปว่า 'วังอันโอ่อ่าอัครฐานแห่งนี้จะเป็นสถานที่ประกอบพิธีกริยาโยคะทีกษาให้กับท่านในคืนนี้ พี่น้องทั้งหมดของท่านในที่นี้จะมาร่วมกันต้อนรับยินดีที่การพลัดพรากจากไปของท่านถึงกาลยุติลงเสียที!'

"ตรงหน้าเราคือวังอันโอ่อ่าโอฬาร สีทองสุกปลั่ง ประดับประดาด้วยเพชรนิลจินดานับไม่ถ้วน ตั้งอยู่ท่ามกลางอุทยานที่จัดแต่งภูมิทัศน์อย่างสวยงาม ปรากฏเงาสะท้อนอยู่บนผิวน้ำอันนิ่งสนิทของสระน้อยใหญ่...เป็นภาพแห่งความอัครฐานอันตระการตาเป็นที่ยิ่ง! ซุ้มประตูโค้งอันสูงใหญ่มีการฝังเพชร ไพลิน และมรกตประดับไว้ด้วยฝีมืออันวิจิตร มีบุรุษหน้าตางามดั่งเทพยืนประจำอยู่ตามประตูที่ดูพร่างพรายด้วยทับทิมสีแดงสด

"เราเดินตามเพื่อนร่วมทางเข้าไปสู่ห้องโถงรับรองอาคันตุกะอันกว้างใหญ่ มีกลิ่นกำยานและกลิ่นกุหลาบหอมกรุ่นกำจายอยู่ในอากาศ ตะเกียงอันริบหรี่ส่องแสงเรืองหลายหลากสี สานุศิษย์กลุ่มเล็ก ๆ บ้างผิวคล้ำบ้างผิวผ่อง หากไม่

---

[1] กฎแห่งกรรมกำหนดให้มนุษย์ทุกรูปทุกนามมีหนทางที่จะยังความปรารถนาของตนให้เป็นจริงได้ ความปรารถนาที่ไม่เป็นไปเพื่อความเจริญในทางธรรมจึงเป็นเสมือนโซ่ตรวนที่ร้อยรัดมนุษย์เอาไว้ให้ติดข้องอยู่ในวังวนแห่งการเวียนว่ายตายเกิด

สาธยายมนต์อยู่ในลำคอ ก็นั่งเข้าสมาธิอยู่เงียบ ๆ ดื่มด่ำอยู่กับศานติในจิตแห่งตน บรรยากาศภายในห้องมีแต่กระแสแห่งความยินดีแผ่ซ่านอยู่ทั่วไป

" 'ดูเสียให้เต็มตาเถิดท่าน ชื่นชมกับความงามวิจิตรของเวียงวังแห่งนี้ให้เต็มที่ เพราะมันอุบัติขึ้นก็เพื่อเป็นเกียรติแก่ท่านโดยตรง' ท่านผู้นำทางบอกแก่เราพลางยิ้มอย่างเข้าใจในขณะที่เราร้องอุทานออกมาด้วยความอัศจรรย์ใจ

" 'ภารดา' เราว่า 'วังแห่งนี้งามเกินจินตนาการความคิดฝันของมนุษย์ ท่านจะกรุณาเล่าถึงที่มาของมันให้ฟังได้หรือไม่?'

" 'เรายินดียังความกระจ่างให้แก่ท่าน' ดวงตาสีเข้มของท่านแจ่มใสด้วยประกายแห่งปัญญา 'การนิรมิตวังให้ท่านเห็นเป็นวัตถุธรรมนี้ ไม่มีประเด็นใดที่ไม่สามารถชี้แจงได้ จักรวาลทั้งมวลคือมโนคติแห่งพระผู้สร้างที่ฉายออกมาให้เห็นเป็นภาพ โลกอันเปรียบได้กับดินก้อนใหญ่ ลอยล่องอยู่ในอวกาศ ก็คือสุบินแห่งพระเป็นเจ้า ทรงสร้างสรรพสิ่งจากมโนคติของพระองค์ ดุจเดียวกับที่จิตสำนึกของมนุษย์จำลองและทำให้สรรพสิ่งที่ตนสร้างขึ้นมา ณ ขณะฝันมีชีวิตชีวาด้วยสรรพสัตว์

" 'ในเบื้องแรกนั้น โลกที่พระเป็นเจ้าทรงสร้างเป็นเพียงความคิด แล้วทรงเร่งกระแสความคิดนั้น เริ่มจากพลังงานของอณูเป็นสสารและจากนั้นเป็นสรรพสัตว์ ทรงประสานอณูของโลกให้รวมกันเข้าสู่รูปภาวะ โมเลกุลทั้งหลายยึดโยงเข้าด้วยกันด้วยพระประสงค์ เมื่อใดที่ทรงถ่ายถอนพระประสงค์ อณูทั้งหมดที่ประกอบกันขึ้นเป็นโลกจะสลายกลายเป็นพลังงาน หวนคืนสู่แหล่งอันเป็นต้นกำเนิด ซึ่งก็คือจิตสำนึก มโนคติอันว่าด้วยโลกจึงดับสูญไปจากรูปภาวะหรือวัตถุวิสัยดังนี้

" 'สาระสำคัญของความฝันถูกยึดโยงให้อยู่ในรูปภาวะด้วยความคิดในจิตใต้สำนึกของผู้ฝัน เมื่อใดที่ความคิดซึ่งยึดเกาะกันอยู่ถูกถ่ายถอนออกเพราะบุคคลตื่นจากการหลับใหล ความฝันและองค์ประกอบของมันก็จะสลายไป มนุษย์เราข่มตาหลับและฝันไปต่าง ๆ นานา แต่เมื่อตื่นขึ้นก็ทำให้ฝันนั้นสลายหายไปได้โดยไม่ต้องใช้ความพยายามแต่อย่างใด นั่นคือ เราทำตามอย่างองค์พระผู้สร้างนั่นเอง ในทำนองเดียวกัน เมื่อเราตื่นรู้อยู่ในจิตสำนึกอันเป็นหนึ่งเดียวกับกระแสแห่งจักรวาล เราก็ย่อมสลายมายาภาพเอกภพของสุบินแห่งจักรวาลไปได้อย่างง่ายดาย

" 'ด้วยการปรับกระแสจิตให้เข้ากับความมุ่งมั่นของพระเป็นเจ้าอันบันดาลให้ทุกสิ่งเป็นไปดังพระประสงค์ได้ไม่มีที่สิ้นสุด ท่านบาบาจีจึงสามารถบังคับให้อณูทั้งหลายรวมกันขึ้นเป็นสิ่งใดก็ได้ วังทองที่ท่านบันดาลให้มีขึ้นเป็นขึ้นอย่างฉับพลันนี้ เป็นจริงในแง่เดียวกับที่เราถือว่าโลกเป็นจริง ท่านบาบาจีสร้างคฤหาสน์อันงดงามนี้จากจิตของท่าน และใช้อำนาจแห่งเจตจำนงตรึงอณูของมันเอาไว้ด้วยกัน ดุจเดียวกับที่มโนแห่งพระเป็นเจ้าสรรค์สร้างโลกและพระประสงค์ของพระองค์ก็ช่วยดำรงโลกเอาไว้' ท่านกล่าวต่อไปว่า 'เมื่อวังทองนี้ทำหน้าที่ของมันจนเสร็จสิ้นสมบูรณ์ตามเป้าประสงค์แล้ว ท่านบาบาจีย่อมจะบันดาลให้มันอันตรธานหายไป'

"ขณะที่เรานิ่งเงียบด้วยความพิศวง ผู้นำทางของเราก็วาดมือออก 'วังอันระยิบระยับประดับด้วยอัญมณีจนงามจับตาถึงเพียงนี้ มิได้สร้างขึ้นด้วยแรงงานมนุษย์ ทองคำและเพชรนิลจินดาทั้งหลายก็มิได้ขุดหามาอย่างเหนื่อยยาก แต่มันก็ตั้งตระหง่านอยู่อย่างมั่นคง เป็นความท้าทายอันยิ่งใหญ่ต่อมนุษย์[1] บุคคลใดตระหนักว่าตนเองเป็นบุตรแห่งพระเป็นเจ้าดุจเดียวกับท่านบาบาจี บุคคลนั้นย่อมบรรลุเป้าหมายได้ด้วยพลังมหาศาลที่แฝงเร้นอยู่ในตัวเขาเอง กองหินธรรมดา ๆ มีพลังงานอันมหาศาลของอณูแฝงอยู่ฉันใด[2] สิ่งมีชีวิตที่มีวิวัฒนาการอยู่ในขั้นต่ำสุดก็เป็นแหล่งกำเนิดพลังงานอันเป็นทิพย์ได้ฉันนั้น'

"ท่านโยคียื่นมือไปหยิบแจกันใบงามบนโต๊ะใกล้ตัวมาถือไว้ ก้านจับนั้นฝังเพชรงามน้ำพราว 'ท่านมหาคุรุของพวกเราสร้างวังนี้ขึ้นมาด้วยการผนึกแสงที่มีอยู่มากมายมหาศาลในจักรวาลเข้าด้วยกัน' แล้วท่านก็บอกมาว่า 'ลองจับแจกันและเพชรบนแจกันดูก็ได้ มันให้สัมผัสที่ไม่ได้ต่างไปจากวัตถุธาตุทั่ว ๆ ไปเลย'

"เราพินิจพิศดูแจกันนั่น เพชรนิลจินดาที่ประดับอยู่ล้วนมีค่าควรเมืองทั้งสิ้น

---

1 "ปาฏิหาริย์คืออะไร? คือการตำหนิติเตียน คือการถากถางโดยนัยที่มีต่อหมู่มวลมนุษยชาติ"—เอ็ดเวิร์ด ยัง 'Night Thoughts'

2 ทฤษฎีโครงสร้างอะตอมของสสารมีอรรถาธิบายไว้ในหลักคำสอนของปรัชญาไวเศษิกะและนยายะของอินเดียในสมัยโบราณ "จักรวาลอันไพศาลดำรงอยู่ในช่องว่างภายในอณูแต่ละอณูมากมายหลายหลากดุจผงธุลีภายใต้แสงอาทิตย์ฉะนั้น"—โยคะวศิษฐะ

เรายื่นมือไปจับต้องผนังห้องที่หุ้มด้วยทองคำหนาเป็นชั้น ส่องประกายวาววับ ในจิตอาบอิ่มไปด้วยความพึงพอใจอย่างลึกซึ้ง ความปรารถนาที่ซุกซ่อนอยู่ภายในจิตใต้สำนึกมาหลายชาติภพ ถึงตอนนี้ได้คลี่คลายสลายไป คล้ายกับความยินดีในสิ่งที่ต้องประสงค์บังเกิดขึ้นและดับไปพร้อม ๆ กันกระนั้น

"เพื่อนร่วมทางผู้สง่าผ่าเผยนำเราเดินลอดซุ้มประตู ผ่านหมู่ระเบียงเข้าไปในหมู่ห้องหับอันตกแต่งด้วยเครื่องเรือนพรั่งพร้อมบริบูรณ์ดุจวังของพระจักรพรรดิ แล้วเราทั้งคู่ก็มาถึงห้องโถงอันใหญ่โตห้องหนึ่ง กึ่งกลางห้องมีบัลลังก์ทองฝังอัญมณีหลากสีสันแข่งกันสาดแสง และผู้ที่นั่งขัดสมาธิเพชรอยู่เหนือบัลลังก์นั้นก็คือท่านมหาคุรุบาบาจีผู้เป็นใหญ่ เราคุกเข่าลงบนพื้นที่เป็นเงามันวับตรงแทบเท้าท่าน

"'ลาหิริเจ้ายังพึงพอใจในวังทองที่กิเลสชักนำใจให้ใฝ่ฝันหาอยู่กระนั้นหรือ?' ดวงตาของท่านคุรุเป็นประกายเหมือนนิลสองเม็ด 'จงตื่นขึ้นมาเถิด! กิเลสในทางโลกของเจ้าถึงคราวจะรำงับดับไปตลอดกาลแล้ว' ว่าแล้ว ท่านก็พึมพำสาธยายมนต์อันลี้ลับประสาทพรให้กับเรา 'ลูกเอ๋ย ลุกขึ้นเถิด! ลุกขึ้นมารับ *กริยาโยคะทีกษา*อันจะนำพาเจ้าไปสู่อาณาจักรแห่งพระเป็นเจ้า'

"ท่านบาบาจียื่นมือออกมา กองไฟศักดิ์สิทธิ์ก็ปรากฏขึ้น มีผลไม้และดอกไม้รายล้อมอยู่รอบนอก เราจึงได้รับถ่ายทอดวิชาโยคะเพื่อความหลุดพ้น ณ เบื้องหน้าแท่นโหมกูณฑ์นี้เอง

"พิธีดังกล่าวเสร็จสิ้นลงในยามฟ้าสาง จิตเรามีปีติหล่อเลี้ยงจนไม่รู้สึกง่วงนอนเลยแม้แต่น้อย จึงถือโอกาสเดินชมห้องหับต่าง ๆ ที่เต็มไปด้วยงานศิลปะชิ้นงาม ๆ และสมบัติประดามี เสร็จแล้วยังออกไปชมอุทยานน้อยใหญ่ หมู่ถ้ำกับเชิงผาอันแห้งแล้งของเมื่อวันวานปรากฏให้เห็นอยู่ใกล้ ๆ เพียงแต่เมื่อวานนี้มันไม่ได้เชื่อมต่อกับตัววังและลานบุปผาเหมือนอย่างวันนี้เท่านั้น

"แสงอาทิตย์แห่งหิมาลัยอันเย็นยะเยือกทอทาบลงบนตัววัง บังเกิดแสงสะท้อนเป็นประกายพราวระยับ เมื่อย้อนกลับเข้าไปข้างในอีกครั้ง เราก็ตรงไปหาท่านคุรุในทันที ท่านยังนั่งอยู่บนบัลลังก์ มีสานุศิษย์นั่งรายล้อมกันอยู่เงียบ ๆ หลายคน

"'ลาหิริ เจ้าคงหิวแล้ว' แล้วท่านก็สั่งว่า 'หลับตาลงเสียสิ'

"เมื่อเราลืมตาขึ้น วังกับอุทยานอันงดงามก็อันตรธานหายไป ตัวเรา ตัวท่านบาบาจีและสานุศิษย์ของท่านในยามนี้ ล้วนนั่งอยู่บนพื้นอันว่างเปล่า ณ ตำแหน่งเดิมของวังที่หายไป ไม่ไกลจากปากถ้ำหินที่มีแสงแดดฉายส่องลงมา เราจำได้ว่าท่านผู้นำทางให้เคยบอกเอาไว้ว่าวังจะสลายไป อณูที่ถูกยึดโยงไว้ด้วยกันจะถูกปลดปล่อยให้กลับคืนสู่แก่นแท้ของความคิดต้นกำเนิด ถึงจะตกตะลึงไปชั่วขณะ แต่เราก็มองท่านผู้เป็นคุรุของเราด้วยความเชื่อมั่น แม้จะไม่รู้เลยว่าตนเองจะได้ประสบพบกับสิ่งใดอีกในวันแห่งปาฏิหาริย์นี้

"'เวลานี้ วังที่เรานิรมิตขึ้นมาได้ทำหน้าที่ของมันครบถ้วนสมบูรณ์แล้ว' ท่านบาบาจีอธิบาย แล้วหยิบภาชนะดินเผาขึ้นจากพื้น 'วางมือของเจ้าลงในชามนี้แล้วจะได้รับอาหารตามที่เจ้าต้องการ'

"เราเอามือแตะชามใบใหญ่อันว่างเปล่า แล้วลูชีทอดด้วยเนยร้อนๆ แกงกะหรี่ กับขนมหวานก็ปรากฏขึ้น ขณะที่นั่งกินอาหาร เราสังเกตเห็นว่าอาหารในชามมิได้พร่องลงเลยแม้แต่น้อย พออิ่มแล้ว เราก็มองหาน้ำดื่ม ท่านคุรุชี้มายังชามข้าวตรงหน้าเรา จู่ๆ อาหารก็อันตรธานหายไปหมด เห็นมีแต่น้ำอยู่เต็มชาม

"'มีมรรตัยชนน้อยรายนักที่จะรู้ว่า อาณาจักรของพระเป็นเจ้ามีการตอบสนองความต้องการในทางโลกรวมอยู่ด้วย' ท่านบาบาจีบอก 'อาณาจักรทิพย์ย่อมขยายขอบเขตออกครอบคลุมมนุษยโลก แต่มนุษยโลกที่มีมายาเป็นธรรมชาติวิสัยไม่มีแก่นแท้ของความจริงอยู่แม้สักกระผีก'

"'อาจารย์ขอรับ เมื่อคืนท่านทำให้กระผมได้รู้เห็นว่าความงามแห่งสรวงสวรรค์และโลกมนุษย์นั้นยึดโยงกันอยู่!' เรายิ้มเมื่อหวนนึกถึงวังที่สลายหายไป มั่นใจได้เลยว่าโยคีทั่วๆ ไปคงไม่มีคนไหนเคยได้รับการถ่ายทอดศาสตร์ในการเข้าถึงความลี้ลับแห่งองค์พระเป็นเจ้าอันสูงส่งในท่ามกลางสภาพแวดล้อมที่โอ่อ่าอัครฐานยิ่งไปกว่านี้แน่! เรามองดูสภาพรอบกายในปัจจุบันขณะที่ต่างไปอย่างสิ้นเชิงด้วยใจอันสงบ...พื้นที่เป็นหินอันแห้งผาก หลังคาที่เป็นเวิ้งฟ้าที่พักพิงก็คือถ้ำอันแสนจะธรรมดา...ทั้งหมดนี้กลายมาเป็นสภาพแวดล้อมตามธรรมชาติอันวิเศษสุดสำหรับประดาโยคีผู้ประเสริฐซึ่งอยู่แวดล้อมตัวเรา

"บ่ายวันนั้น เรานั่งอยู่บนอาสนะผืนเก่าของตนที่ดูศักดิ์สิทธิ์ขึ้นเพราะเรารำลึกถึงความเชื่อมโยงในอดีตชาติได้ ท่านคุรุเทวะเดินเข้ามาหาและวางมือลง

บนศีรษะของเรา จิตเราดิ่งลงสู่ *นิรพิกัลปสมาธิ* และดำรงอยู่ในปีติติดต่อกันเป็นเวลาเจ็ดวัน เราเข้าสู่อาณาจักรแห่งความจริงอันอยู่เหนือความตายโดยผ่านการตระหนักรู้ในพระผู้ทรงปัญญาไปทีละขั้นตามลำดับ กรอบแห่งมายาอันลวงตาทั้งหลายจางหายไป วิญญาณของเราดำรงอยู่บนแท่นบูชาในองค์พระเป็นเจ้าแห่งจักรวาลได้โดยครบถ้วนบริบูรณ์

"วันที่แปด เราคุกเข่าลงแทบเท้าท่านอาจารย์ อ้อนวอนขอให้ท่านรับเราไว้ข้างกายในป่าเขาพงไพรอันศักดิ์สิทธิ์นี้ตลอดไป

"'ลูกเอ๋ย' ท่านบาบาจีว่าพลางโอบกอดเราไว้ 'บทบาทในชาตินี้ เจ้าต้องแสดงต่อหน้าผองชนคนทั้งหลาย ก่อนหน้านี้เจ้ามีวาสนาได้ปลีกวิเวกบำเพ็ญสมาธิมาหลายชาติหลายภพแล้ว ตอนนี้ถึงเวลาที่เจ้าจะต้องออกไปปะปนกับผู้คนบนโลกแล้ว

"'ภาระหน้าที่ซึ่งแฝงอยู่ลึก ๆ นี้เป็นเหตุให้ชาตินี้เจ้าไม่ได้พบกับเราจนกระทั่งหลังจากที่เจ้าแต่งงาน มีครอบครัวเล็ก ๆ และมีหน้าที่การงานเป็นหลักเป็นฐานแล้ว เจ้าต้องละวางความคิดที่จะมาอยู่ร่วมกับคณะของพวกเราในหิมาลัยนี้ ชีวิตของเจ้าอยู่ท่ามกลางผู้คนในเมืองใหญ่ เป็นโยคีผู้เพียบพร้อมในร่างของคฤหัสถ์ให้พวกเขาได้เห็นเป็นแบบอย่าง

"'เสียงร้องของปุถุชนผู้ตกอยู่ในความสับสนทั้งหญิงและชาย ล้วนได้ยินไปถึงพระกรรณแห่งพระเป็นเจ้าทั้งสิ้น' ท่านกล่าวต่อว่า 'เจ้าได้รับเลือกให้นำเอากริยาโยคะมาปลอบประโลมจิตวิญญาณของผู้คนมากมายที่มุ่งแสวงหาพระเป็นเจ้าจากใจจริง ผู้คนนับล้าน ๆ ที่ต้องแบกรับภาระหน้าที่ต่อครอบครัวและการงานในทางโลกอันหน่วงหนักจะได้กำลังใจจากเจ้า ผู้เป็นคฤหัสถ์ดุจเดียวกับพวกเขา จงชี้แนะให้พวกเขาได้เข้าใจว่าแม้เป็นผู้ครองเรือนก็สามารถปฏิบัติโยคะให้บรรลุถึงเป้าหมายอันสูงสุดได้ แม้จะรั้งอยู่ในทางโลก โยคีผู้ชำระสะสางหน้าที่รับผิดชอบด้วยศรัทธาอันแน่วแน่โดยไม่มีความเห็นแก่ตัวและไม่ติดข้องกับสิ่งใด ย่อมรุดหน้าไปบนเส้นทางแห่งความรู้แจ้งในธรรมได้อย่างแน่นอน

"'เจ้าไม่มีความจำเป็นใด ๆ บีบบังคับให้ต้องสละซึ่งทางโลก เพราะจิตวิญญาณของเจ้าได้ตัดขาดจากผลผูกพันของกรรมในอดีตชาติจนหมดสิ้นแล้ว ถึงยังอยู่ในโลกนี้ เจ้าไม่ต้องยึดกับมัน เจ้ายังมีเวลาอีกหลายปีที่ต้อง

ปฏิบัติหน้าที่ในความรับผิดชอบให้ลุล่วงไปด้วยความสุขุมรอบคอบ ทั้งหน้าที่ต่อครอบครัว อาชีพการงาน สังคม และหน้าที่ทางจิตวิญญาณ ลมหายใจแห่งความหวังอันแสนหวานของพระเป็นเจ้าจะซึมซ่านเข้าไปสู่ดวงใจอันแห้งผากของชนชาวโลก จากชีวิตของเจ้าที่ดำเนินไปได้อย่างสมดุล พวกเขาจะเข้าใจได้ว่าความหลุดพ้นเป็นเรื่องของภายใน มิใช่การสละซึ่งทางโลกที่เป็นเพียงเปลือกนอกเท่านั้น'

"ครอบครัว สำนักงาน และโลกภายนอกช่างดูห่างไกลนักในขณะที่เราฟังคำท่านคุรุอยู่ในท่ามกลางความวิเวกของภูผาหิมาลัย! กระนั้น คำพูดของท่านล้วนเป็นความจริงแท้แน่นอน เราจึงยอมคล้อยตาม รับปากว่าจะจากสถานที่แห่งศานติสุขนี้ไป ท่านบาบาจีสอนกฎเหล็กที่ตราไว้แต่โบราณ ว่าด้วยการถ่ายทอดวิชาโยคะจากคุรุสู่ผู้เป็นศิษย์ให้กับเรา

" 'จงถ่ายทอด*กริยาโยคะ*ให้แก่ศิษย์ที่มีคุณสมบัติเพียบพร้อมเท่านั้น' ท่านว่า 'มีแต่ผู้ที่ปฏิญาณว่าจะสละสิ้นทุกสิ่งอย่างในการแสวงหาพระเป็นเจ้าเท่านั้นจึงจะควรค่าแก่การได้รับรู้ความลี้ลับประการสุดท้ายของชีวิตผ่านศาสตร์แห่งการเจริญสมาธิ'

" 'อาจารย์ขอรับ ในเมื่อท่านเมตตาฟื้นฟูศาสตร์แห่ง*กริยาโยคะ*ที่สูญหายไปกลับคืนมาให้แก่มนุษยชาติอีกครั้ง ท่านจะไม่ยอมผ่อนปรนเงื่อนไขในการรับศิษย์เพื่อช่วยเหลือพวกเขาเพิ่มขึ้นอีกสักนิดเลยหรือขอรับ?' เรามองท่านอย่างวิงวอน 'กระผมกราบวิงวอน ขอท่านได้โปรดอนุญาตให้กระผมสอน*กริยาโยคะ*ให้แก่ทุกผู้ที่แสวงหาพระเป็นเจ้าด้วยใจจริง ถึงแม้ว่าเมื่อแรกพวกเขาอาจจะไม่สามารถปฏิญาณได้ว่าจะให้ใจละทิ้งเรื่องทางโลกให้หมดสิ้นก็ตาม ปุถุชนผู้ทนทุกข์ในโลกหล้าทั้งชาย–หญิงล้วนต้องประสบกับความทุกข์ถึงสามด้าน[1] จึงต้องการการสนับสนุนส่งเสริมเป็นพิเศษ พวกเขาอาจไม่คิดจะก้าวเดินไปบนเส้นทางสู่ความหลุดพ้นเลยหากถูกปิดกั้นไม่ให้เข้าถึง*กริยาโยคะ*ด้วยเหตุนี้'

" 'ตามใจเจ้าเถิด พระเป็นเจ้าทรงแสดงพระประสงค์ผ่านทางตัวเจ้า จงมอบ

1 หมายถึงความทุกข์ทางกาย ทางใจ และทางจิตวิญญาณ ซึ่งแสดงออกในรูปของโรคภัยไข้เจ็บ สภาพจิตที่บกพร่องไม่สมบูรณ์หรือสับสน และความมืดบอดแห่งจิตวิญญาณ

*กริยาโยคะ*ให้แก่ทุกผู้ที่มาขอความช่วยเหลือจากเจ้าด้วยจิตอันอ่อนน้อม[1]

"หลังนิ่งเงียบไปครู่หนึ่ง ท่านบาบาจีก็กล่าวเสริมมาว่า 'เจ้าจงนำคำมั่นอันยิ่งใหญ่จากภควัทคีตา[2]ไปย้ำเตือนศิษย์ของเจ้าแต่ละคนว่า '*สวัลปะมัปยาสยะ ธัมมัสยะ ไตรยะเต มะหะโต ภะยัต*' ("แม้การปฏิบัติธรรมนี้ [พิธีทางศาสนาหรือการประกอบกุศลธรรม] เพียงน้อยนิดก็ช่วยรักษาผู้ปฏิบัติให้พ้นจากความ

1 ตอนแรก ท่านบาบาจีอนุญาตให้ท่านลาหิริมหัสยะเป็นผู้ถ่ายทอด*กริยาโยคะ*ได้เพียงผู้เดียวเท่านั้น ภายหลัง องค์โยคาวตารจึงได้ขอต่อท่านมหาคุรุให้ท่านสามารถมอบหมายให้ศิษย์บางคนช่วยสอนวิชาโยคะนี้แก่ผู้อื่นได้ ท่านบาบาจีอนุญาตและมีคำสั่งลงมาว่าการสอน*กริยาโยคะ*ในอนาคตข้างหน้าให้จำกัดอยู่ในหมู่ของผู้ที่ฝึกฝนปฏิบัติ*กริยาโยคะ*จนก้าวหน้าในขั้นสูง และจะต้องเป็นผู้ที่ได้รับอนุมัติจากท่านลาหิริ มหัสยะ หรือจากช่องทางที่ศิษย์ผู้ได้รับการอนุมัติจากท่านจัดตั้งขึ้นเท่านั้น นอกจากนี้ ท่านบาบาจียังเมตตาให้คำมั่นว่าจะรับผิดชอบดูแลจิตวิญญาณของผู้มีศรัทธาปสาทะและผู้ปฏิบัติ*กริยาโยคะ*ด้วยความมุ่งมั่นตลอดไปทุกชาติภพ โดยมีข้อแม้ว่าบุคคลเหล่านั้นจะต้องได้รับถ่ายทอดวิชามาจากครูบาอาจารย์ผู้ได้รับมอบหมายภาระหน้าที่ดังกล่าวมาอย่างถูกต้องชอบธรรมเท่านั้น

การถ่ายทอด*กริยาโยคะ*ของทางสมาคมเซลฟ์ รีอะไลเซชั่น เฟลโลว์ชิพ (SRF) และสมาคมโยโคทะสัตสังคะแห่งอินเดียมีข้อกำหนดอันเข้มงวดว่า ผู้รับถ่ายทอดจะต้องลงนามในข้อสัญญาว่าจะไม่เปิดเผยโยควิธีนี้ให้ผู้อื่นได้รู้ ด้วยข้อปฏิบัติดังกล่าว *กริยาโยคะ*ที่เรียบง่ายแต่ถูกต้องจึงได้รับการปกป้องคุ้มครองไว้ไม่ให้ใครมาเปลี่ยนแปลงหรือบิดเบือนให้ผิดเพี้ยนไปด้วยการสอนส่งเดชและยังคงคำสอนและรูปแบบดั้งเดิมไว้โดยไม่ถูกดัดแปลงแก้ไขแต่ประการใด

ถึงท่านบาบาจีจะยอมละเว้นเงื่อนไขข้อกำหนดที่มีมาแต่โบราณในการบำเพ็ญพรตและการสละซึ่งทางโลกให้ เพื่อชนชาวโลกจะได้รับคุณประโยชน์จาก*กริยาโยคะ* แต่ท่านก็กำหนดให้ท่านลาหิริ มหัสยะและสานุศิษย์ในสายของท่านทั้งหมด (บรรดาคุรุของทางสมาคมเอสอาร์เอฟ-วายเอสเอส) ตั้งกฎเอาไว้ว่า ผู้ต้องการเรียนรู้*กริยาโยคะ*จะต้องผ่านการฝึกอบรมธรรมขั้นต้นเพื่อเตรียมตนให้พร้อมสำหรับการฝึกปฏิบัติโยคะเสียก่อน *กริยาโยคะ*เป็นโยควิธีขั้นสูง หากผู้ปฏิบัติไม่สามารถครองชีวิตให้อยู่ในศีลธรรมได้โดยตลอดรอดฝั่ง ก็จะหาความก้าวหน้าอันใดมิได้ *กริยาโยคะ*ไม่เพียงเป็นเทคนิคในการทำสมาธิแต่ยังเป็นวิถีชีวิต และผู้ปฏิบัติจำเป็นต้องยอมรับวินัยและข้อปฏิบัติทางธรรมบางประการ ทางสมาคมเซลฟ์ รีอะไลเซชั่น เฟลโลว์ชิพ (SRF) และสมาคมโยโคทะสัตสังคะแห่งอินเดีย จึงปฏิบัติตามข้อกำหนดที่ส่งผ่านมา ทางท่านบาบาจี ท่านลาหิริมหัสยะ ท่านศรียุกเตศวร และท่านปรมหังสา โยคานันทะ อย่างเคร่งครัด เทคนิค*ฮองซอ*กับ*โอม*ที่สอนอยู่ในบทเรียนของทางสมาคมเอสอาร์เอฟ-วายเอสเอส และโดยตัวแทนที่ถูกต้องของทางสมาคมเอสอาร์เอฟ-วายเอสเอส ในฐานะที่เป็นการเตรียมตัวขั้นต้นก่อนการฝึก*กริยาโยคะ*ถือเป็นองค์ประกอบส่วนหนึ่งของ*กริยาโยคะ*ด้วย เทคนิคเหล่านี้มีประสิทธิภาพสูงในการยกระดับสภาวะจิตขึ้นสู่การตระหนักรู้ในพระเป็นเจ้า และในการปลดปล่อยวิญญาณให้เป็นอิสระจากเครื่องร้อยรัดทั้งปวง (*หมายเหตุผู้จัดพิมพ์*)

2 บทที่ 2:40

กลัวอย่างยิ่งได้ [มะหะโต ภะยัต]"...นั่นคือ ความทุกข์อันเหลือประมาณจากการเวียนว่ายตายเกิดซ้ำแล้วซ้ำเล่า)

"เช้าวันรุ่งขึ้น ขณะที่เราเข้าไปคุกเข่าขอพรก่อนกราบลาจากท่าน ท่านจับความรู้สึกได้ว่าเราลังเล ไม่เต็มใจจะจากท่านไปเลย

" 'ระหว่างเราไม่มีการแยกจากกันดอกนะ ลูกเอ๋ย' ท่านตบบ่าเราอย่างรักใคร่อาทร 'ไม่ว่าเจ้าจะอยู่ที่ไหน เมื่อใดก็ตามที่เจ้าเรียกหา เราจะไปหาเจ้าทันที'

"คำสัญญาอันแสนวิเศษของท่านทำให้เราสบายใจขึ้น กับทั้งตัวเราเองก็เพิ่งค้นพบขุมทองแห่งปัญญาของพระเป็นเจ้ามาหมาด ๆ เราจึงบ่ายหน้ากลับลงมาจากบนเขา ที่สำนักงาน เพื่อนร่วมงานของเราต่างต้อนรับเราด้วยความยินดีสิบวันที่ผ่านมาพวกเขาต่างคิดว่าเราหลงทางอยู่กลางป่าอันรกชัฏของเทือกเขาหิมาลัยกันทั้งนั้น ไม่นานหลังจากนั้น ทางสำนักงานใหญ่ก็มีจดหมายมา

" 'ย้ายลาหิริกลับไปประจำที่ทานปุระ' นั่นคือข้อความในจดหมาย 'การโยกย้ายเขามาที่รานีเขตเกิดจากข้อผิดพลาดบางประการ เจ้าหน้าที่ที่ควรจะต้องมาประจำที่รานีเขตเป็นอีกคนหนึ่ง'

"เราอดยิ้มไม่ได้เมื่อนึกถึงกระแสซ่อนเร้นที่เข้ามาแทรกแซงเหตุการณ์ซึ่งพาเรามาลงเอยยังดินแดนอันห่างไกลที่สุดของอินเดีย

"ก่อนกลับไปยังทานปุระ[1] เราใช้เวลาสองสามวันแวะไปพักอยู่กับครอบครัวชาวเบงกอลครอบครัวหนึ่งในเมืองโมราดาบาด มีเพื่อนหกคนแวะมาทักทายและเมื่อเราหันเหการสนทนาไปสู่เรื่องทางจิตวิญญาณ เจ้าบ้านของเราก็กล่าวขึ้นอย่างเศร้าใจว่า

" 'เฮ้อ! อินเดียสมัยนี้หาโยคีแท้ ๆ ไม่มีเอาเลยจริง ๆ!!'

" 'คุณครับ' เราท้วงอย่างกระตือรือร้น 'แผ่นดินของเรายังมีครูบาอาจารย์ผู้ยิ่งใหญ่อยู่นะ!'

"อารมณ์ของเราในตอนนั้นเร่าร้อนด้วยศรัทธาปสาทะ รู้สึกว่าตัวเองจำเป็นต้องนำประสบการณ์อันน่าอัศจรรย์ในหิมาลัยมาเปิดเผยให้เพื่อน ๆ ได้รับรู้ แต่คนทั้งหกก็ไม่ยอมเชื่อ แม้จะยังรักษามารยาทอันดีเอาไว้ก็ตาม

---

1 เมืองแห่งหนึ่ง อยู่ใกล้พาราณสี

“ ‘ลาหิริ’ ชายคนหนึ่งปะเหลาะ ‘ตอนนั้นจิตใจคุณตึงเครียด อากาศบนภูเขาก็เบาบาง สิ่งที่คุณเล่ามาคงเป็นแค่ฝันกลางวันเท่านั้นล่ะ’

“ด้วยความร้อนใจอยากแสดงให้ทุกคนเห็นว่าเรื่องที่เล่าเป็นเรื่องจริง เราจึงหลุดปากโพล่งออกไปแบบไม่ยั้งคิดว่า ‘ถ้าผมร้องขอ ท่านก็จะมาปรากฏตัวในบ้านหลังนี้ทันที’

“สายตาทุกคู่ฉายแววสนใจ ไม่ต้องสงสัยเลยว่าพวกเขาอยากจะเห็นปาฏิหาริย์ที่ว่ากันมาก ถึงจะลังเลอยู่บ้าง แต่เราก็บอกกับเจ้าของบ้านไปว่าให้หาห้องเงียบ ๆ กับผ้าห่มขนสัตว์ใหม่เอี่ยมมาให้เราสองผืน

“ ‘ท่านอาจารย์จะสำแดงร่างขึ้นมาจากอากาศธาตุ’ เราว่า ‘พวกคุณนั่งรออยู่นอกห้องกันเงียบ ๆ ก็แล้วกัน เดี๋ยวอาจารย์มาแล้วผมจะออกมาเรียกพวกคุณเข้าไปอีกที’

“เรานั่งเข้าสมาธิ เรียนเชิญท่านผู้เป็นคุรุให้มาหาอย่างนอบน้อม ห้องอันมืดมิดเริ่มมีแสงสลัว ๆ ปรากฏให้เห็น แล้วร่างอันเรืองรองของท่านบาบาจีก็ก้าวออกมา

“ ‘ลาหิริ นี่เจ้าเรียกเรามาเพราะเรื่องไม่เป็นเรื่องอย่างนั้นรึ?’ ท่านมองเราอย่างเอาเรื่อง ‘สัจธรรมมีไว้เพื่อคนที่ออกแสวงหาอย่างจริงจังและจริงใจ ไม่ได้มีไว้สำหรับพวกอยากรู้อยากเห็นแก่ชั่วประเดี๋ยวประด๋าว มันเป็นการง่ายที่จะเชื่อเมื่อได้เห็นแล้ว ถึงตอนนั้น ใครจะมาให้ความสำคัญกับการแสวงหาทางจิตวิญญาณอีก มีแต่ผู้สามารถก้าวข้ามความแคลงใจของพวกวัตถุนิยมมาได้เท่านั้นจึงจะควรค่ากับการค้นพบสัจธรรมอันอยู่เหนือโลกแห่งผัสสะได้’ แล้วท่านก็สั่งเสียงเข้มว่า ‘ทีนี้ ปล่อยเราไปเสียที!’

“เราคุกเข่าลงที่แทบเท้าท่านพลางอ้อนวอนว่า ‘ท่านอาจารย์ขอรับ กระผมรู้ตัวว่าทำผิดใหญ่หลวง กระผมกราบขออภัย ที่กระผมยอมเสี่ยงเรียนเชิญท่านมา ก็เพราะต้องการสร้างศรัทธาขึ้นในจิตอันมืดบอดต่อธรรมะของคนเหล่านี้ในเมื่อท่านยอมเมตตามาปรากฏตัวตามคำกราบเรียนเชิญของกระผม ก็ขอความกรุณาอย่าจากไปโดยมิได้ประสาทพรให้กับเพื่อน ๆ ของกระผมเลยขอรับ ถึงจะไม่เชื่อถือศรัทธา แต่อย่างน้อยพวกเขาก็ยังมีใจคิดใคร่ตรวจสอบว่าคำบอกเล่าอันแปลกประหลาดของกระผมเป็นจริงหรือไม่’

"'เอาเถิด เราจะอยู่สักพัก ถึงอย่างไรเราก็ไม่อยากให้เพื่อนๆ เห็นเจ้าเป็นเด็กเลี้ยงแกะ' สีหน้าของท่านบาบาจีคลายความเคร่งขรึมลง แต่ท่านก็กล่าวเสริมมาด้วยน้ำเสียงอันอ่อนโยนว่า 'นับแต่นี้ ลูกเอ๋ย เราจะมาหาเจ้าก็ต่อเมื่อเจ้ามีความจำเป็นต้องพบกับเราเท่านั้น ไม่ใช่มาหาทุกครั้งที่เจ้าเรียกให้มา'[1]

"เมื่อเราเปิดประตูออกมาก็พบคนกลุ่มเล็กๆ นั้นพากันนิ่งเกร็งเงียบกริบ พวกเขาจ้องมองร่างอันมีรัศมีเรื่อเรืองบนผ้าห่มที่พับปูไว้นั้นเหมือนไม่เชื่อสายตาตนเอง

"'นี่ต้องเป็นการสะกดจิตหมู่แน่!' ชายคนหนึ่งปล่อยก๊ากออกมา 'ใครมันจะเข้ามาในห้องนี้โดยที่พวกเราไม่รู้ไม่เห็นได้!'

"ท่านบาบาจียิ้มพลางก้าวเข้าไปหา แสดงทีท่าให้แต่ละคนใช้มือสัมผัสจับต้องร่างกายอันอบอุ่นไปด้วยเลือดเนื้อของท่าน ความข้องใจมลายหายไป เพื่อนๆ ของเราทรุดตัวลงกับพื้น กราบไหว้ท่านด้วยความยำเกรงและสำนึกผิด

"'พวกเรามาทำฮาลูอา[2] กินกันเถอะ' ท่านเสนอแนะขึ้นมา เรารู้ดีว่านั่นเป็นเพราะท่านต้องการให้คนกลุ่มนั้นมั่นใจยิ่งขึ้นว่ากายสังขารของท่านเป็นของจริงแท้แน่นอน ในขณะที่ขนมในหม้อกำลังเดือดปุดๆ ท่านคุรุเทวะก็สนทนากับพวกเขาอย่างเป็นกันเอง ช่างเป็นเหตุอัศจรรย์นักที่เจ้าโทมัสขี้สงสัยเหล่านี้เปลี่ยนมาเป็นเซนต์ปอลผู้มีศรัทธาแก่กล้าได้ หลังกินเสร็จ ท่านบาบาจีก็ประสาทพรให้กับพวกเราทีละคน พลันก็ปรากฏแสงสว่างวาบขึ้น พวกเราได้เห็นธาตุอิเล็กตรอนในร่างของท่านสลายกลายเป็นแสงอันเลือนสลัวคล้ายกับหมอกควัน ท่านใช้อำนาจจิตที่ปรับให้เข้ากับกระแสแห่งพระเป็นเจ้าแล้วสลายอณูที่ยึดเกาะกันไว้เป็นกายสังขารของท่านให้คลายตัวออกจากกัน แล้วกระแสปราณอันเล็กจิ๋วนับอเนกอนันต์ก็จางหายกลับคืนไปสู่แหล่งกักเก็บอันไพศาลของมันในทันที

---

1 บนเส้นทางสู่พระเป็นเจ้า แม้แต่ครูบาอาจารย์ผู้มีปัญญารู้แจ้งอย่างท่านลาหิริ มหัสยะก็ยังอาจมีศรัทธาที่เร่าร้อนจนเกินพอดี และต้องได้รับการควบคุมให้เข้ารูปเข้ารอย ในภควัทคีตามีข้อความหลายตอนที่ระบุว่าพระกฤษณะทรงตำหนิอรชุนอย่างรุนแรง

2 ขนมพุดดิ้งเนื้อหนัก ทำจากแป้งสาลี ทอดด้วยเนย แล้วนำไปต้มกับนมและน้ำตาล

" 'นี่ผมได้เห็นผู้ชำนะซึ่งความตายกับตาตัวเองเชียวนะนี่' มัยตระ[1] สมาชิกคนหนึ่งของกลุ่มกล่าวขึ้นด้วยความนับถือ ใบหน้าของเขาดูผ่องใสขึ้นด้วยความยินดีจากการตื่นรู้เมื่อไม่กี่อึดใจที่ผ่านมานี้ 'ท่านคุรุผู้สูงส่งเล่นกับเวลาและมิติเหมือนเด็กเล่นฟองอากาศยังไงยังงั้น ผมได้เห็นบุคคลผู้มีกุญแจเปิดสู่สวรรค์และพื้นพิภพแล้ว' "

"ไม่นานเราก็กลับไปทานปุระ" ท่านลาหิริ มหัสยะกล่าวสรุป "ด้วยจิตที่ดำรงคงมั่นอยู่ในพระผู้เป็นเจ้า เราได้กลับมาทำหน้าที่รับผิดชอบดูแลครอบครัวและกิจการงานต่าง ๆ เยี่ยงคฤหัสถ์ทั้งหลาย"

นอกจากนี้ ท่านลาหิริ มหัสยะยังเคยเล่าเรื่องการพบกับท่านบาบาจีในอีกวาระหนึ่งให้ท่านสวามีเกพลานันทะและท่านศรียุกเตศวรฟังด้วย วาระดังกล่าวเป็นหนึ่งในหลาย ๆ วาระที่ท่านมหาคุรุได้รักษาคำมั่นสัญญาที่ว่า "เราจะมาหาเจ้าก็ต่อเมื่อเจ้ามีความจำเป็นต้องพบกับเรา"

"เรื่องเกิดขึ้นในงาน*กุมภเมลา*ที่เมืองอัลลาหะบาด" ท่านลาหิริ มหัสยะเล่าให้สานุศิษย์ฟัง "ตอนที่เราไปร่วมงานเป็นช่วงพักร้อนไม่กี่วัน ขณะที่เราเดินปะปนไปในท่ามกลางเหล่านักบวชและสาธุที่มุ่งหน้ามาร่วมงานจากทั่วทุกสารทิศอยู่นั้น เราก็สังเกตเห็นโยคีฎเนื้อตัวมอมแมมไปด้วยขี้เถ้าผู้หนึ่ง ในมือถือกะลาเดินขอทานอยู่ ในใจเราก็คิดขึ้นมาทันทีว่าชายผู้นี้เป็นพวกหน้าไหว้หลังหลอก เปลือกนอกเป็นผู้สละแล้วซึ่งทางโลก แต่จิตใจกลับมิได้เป็นเช่นรูปลักษณ์ที่เห็นภายนอกเลย

"เดินผ่านสาธุนั่นมายังไม่ทันพ้นดี เราก็ต้องตกตะลึงเมื่อมองไปเห็นท่านบาบาจีท่านกำลังคุกเข่าอยู่ตรงหน้าโยคีผมยุ่งรุงรังผู้หนึ่ง

" 'อาจารย์ขอรับ!' เราปราดเข้าไปอยู่ที่ข้างกายท่าน 'ท่านมาทำอะไรอยู่ที่นี่?'

---

1 ชายผู้นี้มีความก้าวหน้าในการปฏิบัติธรรมเพื่อการตระหนักรู้ในพระเป็นเจ้าสูงมาก ภายหลังเป็นที่รู้จักกันในนามมัยตระ มหัสยะ ข้าพเจ้าพบกับท่านหลังเรียนจบชั้นมัธยมได้ไม่นานนัก กล่าวคือ ท่านมาเยือนอาศรมมหามณฑลในเมืองพาราณสีตอนที่ข้าพเจ้าพำนักอยู่ที่นั่นพอดี ท่านเล่าเรื่องที่ท่านบาบาจีมาสำแดงกายให้คนกลุ่มนี้เห็นที่เมืองโมราดาบาดให้ข้าพเจ้าฟัง "ผลพวงจากปาฏิหาริย์ในครั้งนั้น" ท่านมัยตระ มหัสยะบอกกับข้าพเจ้า "คือฉันได้ฝากตัวเป็นศิษย์ของท่านลาหิริ มหัสยะไปจนจวบชั่วชีวิต"

"'เรากำลังล้างเท้าให้นักบวชท่านนี้ เสร็จแล้วยังจะล้างหม้อชามรามไหให้ท่านด้วย' ท่านบาบาจียิ้มให้เราอย่างแจ่มใสเหมือนเด็กเล็ก ๆ เรารู้ว่าท่านกำลังบอกเราเป็นนัยว่า ท่านไม่ต้องการให้เราวิพากษ์วิจารณ์ใคร แต่ให้มองพระเป็นเจ้าว่าทรงสถิตอยู่ในร่างของมนุษย์ทุกรูปทุกนามอย่างเท่าเทียมกัน ไม่ว่าคนผู้นั้นจะเหนือหรือด้อยกว่าผู้อื่นก็ตาม

"ท่านมหาคุรุกล่าวต่อมาว่า 'การรับใช้ทั้งสาธุผู้มีปัญญารู้แจ้งและผู้ที่มืดบอด ทำให้เราได้เรียนรู้คุณธรรมอันประเสริฐสุด ซึ่งยังความพอพระทัยให้กับพระเป็นเจ้ายิ่งกว่าคุณธรรมอื่นใด คุณธรรมข้อนั้นคือความนอบน้อมถ่อมตน'"[1]

---

1 "(พระองค์) ผู้ถ่อมพระทัยลงทอดพระเนตรสิ่งทั้งปวงในฟ้าสวรรค์และแผ่นดินโลก" (เพลงสดุดี 113:6) "ผู้ใดจะยกตัวขึ้น ผู้นั้นจะต้องถูกเหยียดลง ผู้ใดถ่อมตัวลง ผู้นั้นจะได้รับการยกขึ้น" (มัทธิว 23:12)

การละเสียซึ่งอัตตาหรือความยึดมั่นถือมั่นในตนก็คือการค้นพบตัวตนอันเป็นนิรันดร์ของเรานั่นเอง

บทที่ 35

ชีวิตดุจทูตสวรรค์ของท่านลาหิริ มหัสยะ

"บัดนี้จงยอมเถิด เพราะสมควรที่เราทั้งหลายจะกระทำตามสิ่งชอบธรรมทุกประการ"[1] ถ้อยคำเหล่านี้ที่พระคริสต์ตรัสแก่จอห์น เดอะแบ๊ปติสต์ และการที่ทรงขอให้จอห์นทำพิธีล้างบาปให้แก่พระองค์ แสดงให้เห็นว่าพระคริสต์ทรงยอมรับสิทธิอันชอบธรรมที่เบื้องบนประทานให้กับอาจารย์ของท่าน

ข้าพเจ้าศึกษาคัมภีร์ไบเบิลตามทรรศนะของคนตะวันออกด้วยความเคารพ[2] ประกอบกับญาณหยั่งรู้ที่มี จึงเชื่อมั่นว่าจอห์นคือคุรุของพระคริสต์ในชาติที่ผ่าน ๆ มา ข้อความในพระคัมภีร์มีอยู่หลายบทหลายตอนที่บอกเป็นนัยว่า เมื่อชาติที่แล้ว จอห์นกับพระเยซู คือเอลียาห์กับเอลีชาผู้เป็นศิษย์ (สะกดตามภาคพันธสัญญาเก่าเป็น Elijah กับ Elisha แต่พวกกรีกจะสะกดเป็น Elias กับ Eliseus ซึ่งพระคัมภีร์ภาคพันธสัญญาใหม่จะใช้ชื่อที่สะกดตามแบบหลัง)

เนื้อความตอนท้ายของพระคัมภีร์ภาคพันธสัญญาเก่าเป็นการทำนายว่าเอลียาห์กับเอลีชาจะกลับมาเกิดอีกครั้ง "ดูเถิด เราจะส่งเอลียาห์ผู้พยากรณ์มายังเจ้าก่อนวันแห่งพระยะโฮวาห์มาถึง คือวันที่ใหญ่ยิ่งและน่าสะพรึงกลัว"[3] ด้วยเหตุนี้ จอห์น (เอลียาห์) ผู้ถูกส่งมา "ก่อนวันแห่งพระยะโฮวาห์มาถึง" จึงลงมาเกิดเร็วกว่าเล็กน้อยเพื่อทำหน้าที่เป็นผู้นำสาส์นประกาศการมาของพระคริสต์ ทูตสวรรค์องค์หนึ่งได้ไปสำแดงตนต่อเศคาริยาห์ผู้เป็นบิดาเพื่อแจ้งให้ทราบว่าจอห์น บุตรชายผู้จะกำเนิดมาของเขามิใช่ใครอื่น แต่คือเอลียาห์นั่นเอง

---

1 มัทธิว 3:15

2 ข้อความในไบเบิลหลายตอนแสดงถึงการยอมรับและเข้าใจกฎแห่งการเวียนว่ายตายเกิด เพราะวังวนแห่งวัฏสงสารสามารถอธิบายวิวัฒนาการที่มีขั้นตอนอันแตกต่างกันของมนุษยชาติได้สมเหตุสมผลกว่าทฤษฎีทั่ว ๆ ไปของทางตะวันตกที่ถือเอาว่าบางสิ่ง (จิตสำนึกในความเป็นตัวตน) อุบัติขึ้นด้วยตนเอง ดำรงคงอยู่สามสิบถึงเก้าสิบปีด้วยความสมบูรณ์แข็งแรงมากน้อยต่างกันไป ก่อนกลับคืนสู่ความว่างเปล่า แต่ธรรมชาติอันแปลกประหลาดไม่ชวนให้เชื่อของความว่างเปล่านั้น จัดเป็นปัญหาที่ยังความเพลิดเพลินให้กับหัวใจของปัญญาชนในยุคกลางยิ่งนัก

3 มาลาคี 4:5

"แต่ทูตสวรรค์องค์นั้นกล่าวแก่ท่านว่า เศคาริยาห์เอ๋ย อย่ากลัวเลย ด้วยได้ทรงฟังคำอธิษฐานของท่านแล้ว นางเอลีซาเบธภรรยาของท่านจะมีบุตรเป็นชาย และท่านจงตั้งชื่อบุตรนั้นว่ายอห์น...เขาจะนำพงศ์พันธุ์อิสราเอลหลายคนให้หันกลับมาหาพระเจ้าของเขาทั้งหลาย เขาจะนำหน้าพระองค์[1] และฤทธิ์เดชของเอลียาห์ ให้พ่อกลับคืนดีกับลูก และคนดื้อด้านให้กลับได้ปัญญาของคนชอบธรรม เพื่อจัดเตรียมชนชาติหนึ่งไว้ให้สมแก่พระเจ้า"[2]

พระเยซูทรงรับสั่งตรง ๆ ถึงสองครั้ง ว่าเอลียาห์คือจอห์น ครั้งแรกคือ "เอลียาห์นั้นได้มาแล้ว และเขาหารู้จักท่านไม่...แล้วเหล่าสาวกจึงเข้าใจว่า พระองค์ได้ตรัสแก่เขาเล็งถึงยอห์นผู้ให้รับบัพติศมา"[3] และอีกครั้งหนึ่งคือ "เพราะว่าคำของผู้เผยพระวจนะทั้งหลาย และธรรมบัญญัติได้พยากรณ์มาจนถึงยอห์นนี้ ถ้าท่านทั้งหลายจะยอมรับให้เป็น ก็ยอห์นนี่แหละ เป็นเอลียาห์ซึ่งจะมานั้น"[4]

เมื่อจอห์นปฏิเสธว่าท่านมิใช่เอลียาห์นั้น[5] ท่านหมายความว่าท่านลงมาเกิดในร่างอันต่ำต้อยของจอห์น มิใช่ในร่างอันสูงส่งของคุรุผู้ยิ่งใหญ่เยี่ยงเอลียาห์อีกต่อไป ในชาติก่อนท่านได้มอบ "เสื้อคลุม" แห่งเกียรติยศอันรุ่งโรจน์และความเจริญแห่งจิตวิญญาณให้กับเอลีชาผู้เป็นศิษย์แล้ว "และเอลีชาตอบว่า ขอให้ฤทธิ์เดชของท่านอยู่กับข้าพเจ้าตามสิทธิบุตรหัวปี และท่านตอบว่า ท่านขอสิ่งที่ยากนัก แต่ถ้าท่านเห็นข้าพเจ้าถูกรับขึ้นไปจากท่าน ท่านก็ได้อย่างนั้น...แล้วท่านก็หยิบเสื้อคลุมของเอลียาห์ที่ตกลงมาจากเอลียาห์นั้น"[6]

บทบาทของทั้งคู่จึงพลิกกลับสลับกัน เพราะจอห์นหรือเอลียาห์ไม่จำเป็นต้องเป็นคุรุผู้ซ่อนเร้นของพระเยซูหรือเอลีชา ผู้ซึ่งบัดนี้สมบูรณ์พร้อมด้วยทิพยสภาวะอีกต่อไปแล้ว

เมื่อพระกายของพระคริสต์เปลี่ยนไปบนภูเขานั้น[7] เอลียาห์ผู้เป็นคุรุกับ

---

1 "นำหน้าพระองค์" หมายถึง "นำหน้าพระคริสต์"
2 ลูกา 1:13–17
3 มัทธิว 17:12–13
4 มัทธิว 11:13–14
5 ยอห์น 1:21
6 พงศ์กษัตริย์ 22:9–14
7 มัทธิว 17:3

โมเสสก็มาเฝ้าอยู่ด้วย ในช่วงเวลาอันเลวร้ายที่สุดบนไม้กางเขน ทรงร้องออกมาดัง ๆ ว่า "*เอลี เอลี ลามาสะบักธานี*? แปลว่า พระเจ้าของข้าพระองค์ พระเจ้าของข้าพระองค์ ไฉนทรงทอดทิ้งข้าพระองค์เสีย? บางคนที่ยืนอยู่ที่นั่นเมื่อได้ยินก็พูดว่า คนนี้เรียกเอลียาห์...ให้เราคอยดูซิว่า เอลียาห์จะมาช่วยเขาให้รอดหรือไม่"[1]

ความผูกพันอันอยู่เหนือกาลเวลาของครุกับผู้เป็นศิษย์ ดุจจอห์นกับพระเยซูก็มีอยู่ระหว่างท่านมหาคุรุบาบาจีกับท่านลาหิริ มหัสยะเช่นกัน ด้วยความรักใคร่อาทรที่มีให้ ท่านคุรุผู้ชำนะซึ่งความตายจึงแหวกว่ายลงไปในห้วงน้ำลึกที่หมุนวนอยู่ระหว่างชาติภพทั้งสองของผู้เป็นศิษย์ คอยนำทางให้ศิษย์ค่อย ๆ ก้าวย่างไปสู่ความสำเร็จ จนเด็กชายตัวน้อยเติบใหญ่ขึ้นมาเป็นชายหนุ่มฉกรรจ์ กระทั่งท่านลาหิริ มหัสยะมีอายุครบสามสิบสามปี ท่านบาบาจีจึงเห็นสมควรว่าถึงเวลาที่จะสานสายใยความผูกพันที่ไม่เคยขาดสะบั้นอย่างเปิดเผยอีกครั้งหนึ่ง

หลังพบปะกันแค่ไม่กี่วันที่ละแวกรานีเขต ท่านมหาคุรุผู้ปราศจากความเห็นแก่ตัวก็มิได้คิดจะรั้งศิษย์รักเอาไว้ข้างกายตน แต่กลับปล่อยท่านลาหิริ มหัสยะให้กลับมาทำหน้าที่ที่มีต่อโลกภายนอกต่อไป "ลูกเอ๋ย เมื่อใดที่เจ้าต้องการเรา เราจักไปหาเจ้าทันที" ก็คนรักผู้มีความตายรอคอยอยู่หน้าไหนเล่า จะปฏิบัติตามนัยอันมีผลผูกพันไม่มีที่สิ้นสุดของคำมั่นสัญญาเช่นที่ว่านี้ได้?

การฟื้นฟูทางจิตวิญญาณที่ยิ่งใหญ่อุบัติขึ้นเมื่อปี 1861 ณ มุมอันห่างไกลมุมหนึ่งของเมืองพาราณสี โดยที่สังคมทั่วไปมิได้รับรู้เลยแม้แต่น้อย แต่กลิ่นหอมของดอกไม้ไม่อาจปกปิดไว้ได้ฉันใด ท่านลาหิริ มหัสยะผู้ใช้ชีวิตเงียบ ๆ เยี่ยงผู้ครองเรือนที่ดีทั้งหลายก็มิอาจซ่อนเร้นรัศมีอันรุ่งโรจน์ที่มีติดตัวมาแต่กำเนิดเอาไว้ได้ฉันนั้น ประดาผู้เลื่อมใสศรัทธาจากทั่วทุกสารทิศของอินเดียเริ่มมุ่งหน้ามาแสวงหาน้ำอมฤตะจากท่านคุรุผู้ถึงแล้วซึ่งความหลุดพ้นกันไม่ขาดสาย

หัวหน้ากองชาวอังกฤษเป็นคนกลุ่มแรก ๆ ที่สำเหนียกถึงความเปลี่ยนแปลงอันอยู่เหนือธรรมชาติในตัวลูกน้อง ซึ่งเขามักเรียกด้วยความนิยมชมชอบว่า "บาบูผู้เปี่ยมสุข"

---

1 มัทธิว 27:46–49

"หัวหน้า ทำไมหมู่นี้หน้าหมองๆ? มีปัญหาอะไรรึเปล่าครับ?" ท่านลาหิริ มหัสยะสอบถามผู้เป็นหัวหน้าอย่างห่วงใยในเช้าวันหนึ่ง

"ภรรยาฉันอยู่ที่ประเทศอังกฤษ ตอนนี้กำลังป่วยหนักมาก ฉันเป็นห่วงจนไม่รู้จะห่วงยังไงแล้ว"

"เดี๋ยวผมจะไปดูให้ ได้เรื่องอย่างไรแล้วจะมาบอก" พูดจบ ท่านลาหิริ มหัสยะก็ออกจากห้องไปนั่งยังมุมอันเงียบสงบ สักครู่ก็เดินกลับมาพร้อมรอยยิ้มปลอบปลุก

"ภรรยาของหัวหน้าอาการดีขึ้นแล้วครับ ตอนนี้กำลังนั่งเขียนจดหมายถึงหัวหน้าอยู่" แล้วท่านโยคีผู้รอบรู้ในทุกเรื่องก็ยกข้อความบางตอนของจดหมายนั้นมาบอก

"บาบูผู้เปี่ยมสุข ฉันรู้แล้วว่าคุณไม่ใช่คนธรรมดาอย่างเราๆ แต่ฉันก็ไม่อาจทำใจให้เชื่อได้ว่าคุณสามารถกำจัดกฎว่าด้วยเวลาและระยะทางออกไปได้ตามใจชอบ!"

แต่สุดท้าย จดหมายที่ท่านบอกไว้เป็นมั่นเหมาะก็มาถึงจนได้ หัวหน้ากองผู้แสนจะอัศจรรย์ใจพบว่า จดหมายนั้นไม่เพียงแต่จะบอกข่าวดีเรื่องที่ภรรยาหายป่วย แต่ข้อความบางตอนยังตรงกับที่ท่านคุรุผู้ยิ่งใหญ่เคยกล่าวไว้เมื่อหลายอาทิตย์ก่อนชนิดคำต่อคำเลยทีเดียว

หลายเดือนต่อมา ภรรยาของหัวหน้ากองได้เดินทางมายังอินเดีย เมื่อได้พบกับท่านลาหิริ มหัสยะ เธอก็มองมาที่ท่านอย่างเคารพนับถือ

"ท่านคะ" เธอว่า "ตัวท่านนี่เองที่ดิฉันมองเห็นอยู่ในรัศมีอันสว่างจ้าเมื่อหลายเดือนก่อน ตอนที่นอนป่วยอยู่ที่ลอนดอน ชั่วขณะจิตนั้น ดิฉันก็หายป่วยเป็นปลิดทิ้ง! หลังจากนั้นไม่นาน ดิฉันก็สามารถเดินทางไกลข้ามมหาสมุทรมาจนถึงอินเดียนี่"

วันแล้ววันเล่า ท่านคุรุผู้สูงส่งได้ถ่ายทอดกริยาโยคะให้กับสานุศิษย์ทีละคนสองคน นอกจากหน้าที่ในทางธรรม ตลอดจนหน้าที่รับผิดชอบต่ออาชีพการงานและครอบครัวแล้ว ท่านคุรุยังให้ความสนใจกับเรื่องการศึกษาเป็นพิเศษ โดยได้จัดตั้งกลุ่มการศึกษาขึ้นหลายกลุ่ม เข้าไปช่วยพัฒนาโรงเรียนมัธยมขนาดใหญ่ในย่านเบกาลีโตลาของเมืองพาราณสีอย่างแข็งขัน และเมื่อถึงกำหนดการประชุม

ประจำสัปดาห์ที่เรียกกันว่า "สมัชชาคีตา" ท่านคุรุก็จะอธิบายความในคัมภีร์ต่าง ๆ ให้ผู้มุ่งมั่นแสวงหาสัจธรรมได้ฟังกัน

ด้วยหน้าที่การงานในหลายด้านนี้ ท่านลาหิริ มหัสยะจึงได้ค้นหาคำตอบให้กับคำท้าทายพื้น ๆ ที่ว่า "หลังทำงานในอาชีพและทำหน้าที่ต่อสังคมแล้ว ยังจะมีเวลาที่ไหนเหลือให้ทุ่มเทปฏิบัติสมาธิได้อีกเล่า?" ชีวิตอันสอดคล้องและสมดุลของท่านผู้เป็นทั้งคฤหัสถ์และคุรุผู้ยิ่งใหญ่ได้กลายมาเป็นแรงบันดาลใจให้กับชายหญิงเรือนพันเรือนหมื่น ท่านมีรายได้ไม่มาก แต่รู้จักมัธยัสถ์ ไม่ทำหน้าใหญ่ใจโต และไม่ว่าใครก็เข้ามาหาท่านได้ ดังนั้น แม้จะใช้ชีวิตเยี่ยงผู้ครองเรือน แต่ท่านคุรุก็ยังรักษาวินัยในทางธรรมเอาไว้ได้อย่างเป็นสุขและเป็นปกติวิสัย

แม้จะนั่งอยู่บนแท่นแห่งพระเป็นเจ้าได้อย่างสง่าผ่าเผย แต่ท่านลาหิริ มหัสยะก็ให้ความเคารพต่อทุกผู้คนโดยไม่ใส่ใจว่าจะมีคุณธรรมสูงต่ำต่างกันแต่ประการใด เมื่อศิษย์กราบคารวะ ท่านก็จะน้อมคำนับตอบ ตัวท่านเองมีนิสัยอ่อนน้อมถ่อมตนเหมือนเด็ก จึงมักก้มตัวลงสัมผัสเท้าผู้อื่นเพื่อแสดงคารวะ แต่ไม่ค่อยยอมให้ผู้อื่นคารวะท่านด้วยวิธีการเดียวกันนี้ ทั้ง ๆ ที่การแสดงความเคารพต่อครูบาอาจารย์เยี่ยงนี้เป็นธรรมเนียมเก่าแก่แต่โบราณของทางตะวันออกแท้ ๆ

ชีวิตท่านลาหิริ มหัสยะมีข้อโดดเด่นอยู่ประการหนึ่ง คือ ท่านจะสอน*กริยาโยคะ*ให้กับคนทุกศาสนา ไม่เฉพาะแต่กับชาวฮินดูเท่านั้น ศิษย์เอกของท่านมีที่เป็นชาวมุสลิมและคริสต์อยู่หลายคน จะเป็นพวกศรัทธาในพระเจ้าองค์เดียวหรือหลายองค์ นับถือหลายศาสนาหรือไม่นับถือศาสนาใดเลย ท่านคุรุก็สั่งสอนและถ่ายทอดวิชาให้โดยเสมอหน้ากันทั้งหมด หนึ่งในศิษย์ผู้มีความก้าวหน้าในทางธรรมอย่างสูงของท่านเป็นชาวมุสลิมชื่ออับดุล กูฟูร์ข่าน ตัวท่านลาหิริ มหัสยะเองนั้นอยู่ในวรรณะพราหมณ์ซึ่งเป็นวรรณะสูงสุด แต่ท่านก็ยังทุ่มเทความพยายามเข้าไปสลายการยึดถือชั้นวรรณะอันเข้มงวดในยุคสมัยนั้นอย่างกล้าหาญ ผู้คนไม่ว่าจะชนชั้นใดล้วนเข้ามาพึ่งร่มใบบุญอันแผ่ไพศาลของท่านได้เหมือนกันทั้งนั้น และเฉกเช่นเดียวกับศาสดาผู้ได้แรงบันดาลใจจากพระเป็นเจ้าทั้งหลาย ท่านลาหิริ มหัสยะเองก็ให้ความหวังใหม่แก่พวกนอกวรรณะและผู้คนที่ถูกสังคมกดขี่

ลาหิริ มหัสยะ (1828–1895) โยคาวตาร "องค์อวตารแห่ง
โยคะ" ศิษย์ของท่านบาบาจี คุรุของท่านศรียุกเตศวร
ผู้ฟื้นฟูศาสตร์กริยาโยคะโบราณให้แก่อินเดียยุคใหม่

ปัญจานน ภัฏฏาจารย์
ศิษย์ของท่านลาหิริ มหัสยะ

ถ้ำของท่านบาบาจี ณ เทือกเขาหิมาลัย ถ้ำที่
อยู่ใกล้รานีเขตนี้ เป็นที่พำนักชั่วครั้งคราวของ
มหาวตารบาบาจี อนันตะ โมฮาน ลาหิริ (ในชุด
ขาว) หลานชายของท่านลาหิริ มหัสยะ และสาวก
อีกสามคนได้มาเยือนสถานที่อันศักดิ์สิทธิ์นี้

"จงจำไว้ว่ามนุษย์เรามิได้เป็นสมบัติของใคร และไม่มีใครเป็นเจ้าของเรา พึงระลึกอยู่เสมอว่าสักวันหนึ่ง มนุษย์เราก็จะต้องพรากจากทุกสิ่งในโลกนี้ไปอย่างกะทันหัน...เพราะฉะนั้น จงทำความคุ้นเคยกับพระเป็นเจ้าเสียแต่เดี๋ยวนี้" ท่านคุรุผู้ยิ่งใหญ่สอนสั่งสานุศิษย์ "จงเตรียมตัวเราให้พร้อมสำหรับการเดินทางสู่โลกทิพย์หลังความตายที่ใกล้เข้ามาด้วยการล่องไปในบอลลูนแห่งทิพยญาณทุก ๆ วัน มายาเป็นเหตุทำให้เราหลงผิดคิดว่าตนเองมีตัวตนเลือดเนื้อ ทั้ง ๆ ที่มันเป็นเพียงรวงรังรองรับความทุกข์ที่สุมเข้าใส่[1] จงปฏิบัติสมาธิให้เจริญอยู่เป็นนิจ เพื่อให้ตระหนักรู้ได้ในเร็ววันว่าแท้จริงตัวเราก็คือแก่นแท้ของพระผู้เป็นนิรันดร์ เป็นอิสระจากความทุกข์ทั้งปวง เลิกเป็นนักโทษที่ถูกจองจำอยู่ในกายสังขารเสียที ใช้*กริยาโยคะ*เป็นกุญแจลับในการเรียนรู้หนทางหลบหนีไปสู่พระเป็นเจ้าให้จงได้"

ท่านคุรุจะสนับสนุนให้ศิษย์ทั้งหลายยึดมั่นในศีลและข้อบัญญัติอันดีงามตามที่มีกำหนดไว้ในศาสนาของแต่ละคน ท่านเน้นย้ำอยู่เสมอว่าธรรมชาติที่มีทุกอย่างพร้อมสรรพของ*กริยาโยคะ*คือเทคนิควิธีที่สามารถนำไปสู่ความหลุดพ้นได้จริงในทางปฏิบัติ ท่านจึงให้อิสระแก่ศิษย์ในการดำเนินชีวิตให้สอดคล้องกับสภาพแวดล้อมและการเลี้ยงดูที่แต่ละคนได้รับมา

"ชาวมุสลิมควรทำพิธี*นมัซ*[2] วันละห้าครั้ง" ท่านคุรุว่า "ชาวฮินดูควรนั่งสมาธิวันละหลาย ๆ ครั้ง ชาวคริสต์ควรไปคุกเข่าสวดภาวนาต่อพระเป็นเจ้าและอ่านคัมภีร์ไบเบิลวันละหลายรอบ"

ด้วยวิจารณญาณอันเฉียบคม ท่านคุรุจึงชี้แนะสานุศิษย์ให้ก้าวย่างไปบนเส้นทางแห่ง*ภักติโยคะ* (ความภักดี) *กรรมโยคะ* (การปฏิบัติ) *ญาณโยคะ* (ปัญญา) หรือ*ราชโยคะ* (โยคะหลวงหรือโยคะที่ครบถ้วนสมบูรณ์) ให้ถูกต้องสอดคล้องกับจริตของแต่ละบุคคล หากศิษย์ประสงค์จะบวชเป็น*สันนยาสี*อย่างเป็นทางการ ท่านมักไม่ตกปากรับคำโดยง่าย แต่จะเตือนพวกเขาให้คิดใคร่ครวญให้ดีเสียก่อนว่าจะใช้ชีวิตสมถะเรียบง่ายและเคร่งครัดในระเบียบวินัยเยี่ยงนักบวชทั้งหลายได้แน่หรือ

---

1 "ร่างกายของเราช่างมีแต่ความตายมากมายอะไรเช่นนี้! ไม่มีสิ่งใดเลยนอกจากความตายเท่านั้น"— มาร์ติน ลูเธอร์ จาก *"Table-Talk"*

2 การละหมาดตามหลักศาสนาอิสลาม ต้องทำวันละห้าครั้ง

ท่านมักบอกลูกศิษย์ลูกหาว่าอย่านำคัมภีร์มาถกเถียงอภิปรายกันในแง่ทฤษฎี "คนฉลาดคือคนที่อุทิศตนเพื่อการรู้แจ้งเห็นจริงในสัจธรรมที่มีมาแต่โบราณ ไม่ใช่คนที่เอาแต่อ่านตำราอยู่เพียงถ่ายเดียว" ท่านว่า "จงแก้ปัญหาทุกอย่างด้วยการเจริญสมาธิ[1] ละทิ้งการคาดเดาอันไร้ประโยชน์ แล้วหันมาหาความเป็นหนึ่งเดียวกับพระเจ้าอย่างแท้จริงแทน"

"จงล้างแผลฝีหนองของทฤษฎีตามหลักศาสนวิทยาออกไปให้หมดจากใจเจ้า แล้วปล่อยให้สายน้ำทิพย์แห่งปัญญาญาณอันเที่ยงตรงและสดสะอาดไหลเข้ามาเยียวยา ปรับจิตของเจ้าให้เชื่อมเข้ากับกระแสแห่งพระผู้ทรงชี้นำทางจากภายใน พระสุรเสียงนั้นมีคำตอบให้กับทุกปัญหาในยามที่ชีวิตถูกมรสุมรุมเร้า ถึงมนุษย์จะหาทุกข์มาสุมใส่ตนเองได้ไม่หยุดหย่อน แต่พระผู้ประทานความช่วยเหลือก็ทรงมีปัญญามิได้ยิ่งหย่อนไปกว่า"

การดำรงอยู่ได้ในทุกสถานและทุกกาลของท่านคุรุสำแดงให้เห็นเป็นที่ประจักษ์ต่อหน้ากลุ่มสานุศิษย์ซึ่งกำลังนั่งฟังท่านอรรถาธิบายเนื้อความในคัมภีร์ภควัทคีตาในวันหนึ่ง ตอนนั้น ท่านกำลังอธิบายความหมายของ*กุตัสถะ ไจตนิยะ* หรือจิตสำนึกของพระเป็นเจ้าในกระแสของสรรพสิ่งที่ทรงรังสรรค์ จู่ๆ ท่านก็สูดลมหายใจเข้าทางปากเฮือกใหญ่และร้องออกมาว่า

"เรากำลังจมน้ำผ่านทางร่างของดวงวิญญาณมากมายที่นอกเขตชายฝั่งของญี่ปุ่น!"

เช้าวันรุ่งขึ้น สานุศิษย์เหล่านั้นก็ได้อ่านหนังสือพิมพ์ที่ส่งข่าวมาทางโทรเลขในข่าวรายงานว่า เมื่อวานมีเรืออับปางลงละแวกหมู่เกาะญี่ปุ่น ยังผลให้มีผู้เสียชีวิตจำนวนหนึ่ง

ท่านลาหิริ มหัสยะมีศิษย์อยู่ต่างเมืองมากมาย หลายคนรับรู้ได้ว่าท่านคอยปกปักรักษาพวกเขาอยู่ใกล้ ๆ ไม่ห่างหาย "เราจะอยู่กับผู้ปฏิบัติ*กริยาโยคะ*เสมอ" ท่านจะปลอบปลุกศิษย์ที่ไม่อาจรั้งอยู่ข้างกายท่านได้ "เราจักคอยนำทางให้เจ้ากลับคืนสู่บ้านแห่งจักรวาลผ่านญาณทิพย์ที่เจริญขึ้นโดยไม่หยุดยั้งของเจ้าเอง"

---

1 "จงแสวงหาสัจธรรมจากการทำสมาธิ อย่าหาจากตำราเก่าคร่ำคร่า จะหาดวงจันทรา ต้องแหงนมองฟ้า มิใช่ก้มหน้ามองสระน้ำ"—*สุภาษิตเปอร์เซีย*

ท่านศรีภูเปนทรนาถ สันยาล[1] ศิษย์ผู้มีชื่อเสียงปรากฏเป็นที่ยกย่องของท่านคุรุผู้ยิ่งใหญ่เคยเล่าไว้ว่า เมื่อปี 1892 สมัยยังเป็นเด็กอยู่นั้น ท่านไม่สามารถเดินทางไปพาราณสีได้ จึงสวดอ้อนวอนต่อท่านคุรุ ขอให้ท่านสอนธรรมให้ ท่านลาหิริ มหัสยะไปปรากฏตัวให้ท่านภูเปนทรเห็นในความฝัน และทำพิธี*ทีกษา*รับท่านไว้เป็นศิษย์ ภายหลัง เมื่อเด็กชายมีโอกาสมาพาราณสี ก็มาขอให้ท่านคุรุทำพิธีรับตนเป็นศิษย์ "เรารับเจ้าไว้เป็นศิษย์เรียบร้อยแล้ว ในฝันนั่นไงเล่า" ท่านลาหิริ มหัสยะตอบ

หากมีศิษย์คนใดละเลยหน้าที่ในทางโลกของตน ท่านคุรุจะสั่งสอนตักเตือนเขาอย่างนุ่มนวล

"ท่านอาจารย์ลาหิริ มหัสยะเป็นคนพูดจาสุภาพนุ่มนวล และรู้จักรักษาน้ำใจคนแม้แต่ในเวลาที่ท่านจำเป็นต้องตำหนิข้อผิดพลาดของศิษย์ตรง ๆ" ท่านอาจารย์ศรียุกเตศวรเคยเล่าให้ข้าพเจ้าฟังครั้งหนึ่ง แล้วท่านก็กล่าวเสริมมาเหมือนจะสำนึกเสียใจอยู่หน่อย ๆ ว่า "แต่ก็นั่นล่ะนะ คงไม่มีศิษย์คนใดรอดพ้นคำตำหนิแบบหยิกแกมหยอกแรง ๆ ของอาจารย์เราไปได้หรอก" ข้าพเจ้าอดหัวเราะไม่ได้ แต่ก็ยืนยันกับอาจารย์จากใจจริงว่า คำพูดของท่านสำหรับข้าพเจ้าแล้ว ถึงจะเป็นคำดุด่าว่ากล่าว ก็ยังถือเป็นเสียงดนตรีอันเสนาะโสตอยู่ดี

ท่านลาหิริ มหัสยะแบ่งศาสตร์แห่ง*กริยาโยคะ*อย่างถ้วนถี่ออกเป็นสี่ระดับ[2] โดยจะถ่ายทอดโยควิธีสามระดับหลังให้กับศิษย์ที่มีความก้าวหน้าทางจิตวิญญาณอย่างแน่ชัดแล้วเท่านั้น วันหนึ่ง มีศิษย์คนหนึ่งมั่นใจหนักหนาว่าท่านคุรุประเมินความสามารถของตนต่ำไป จึงไปต่อว่าท่านด้วยความขุ่นใจเป็นกำลัง

"อาจารย์ขอรับ" เขาว่า "ผมมั่นใจว่าตัวเองพร้อมจะเรียน*กริยาโยคะ*ขั้นที่สองแล้ว" ตอนนั้น ก็มีศิษย์ผู้อ่อนน้อมคนหนึ่ง ชื่อพรินทะ ภคัตเดินเข้าประตูมาพอดี เขาเป็นบุรุษไปรษณีย์ของเมืองพาราณสี

"พรินทะ มานั่งใกล้ ๆ เราตรงนี้" ท่านคุรุยิ้มให้อย่างรักใคร่เอ็นดู "ไหนบอกเราที เจ้าพร้อมจะเรียน*กริยาโยคะ*ขั้นสองแล้วหรือยัง"

---

[1] ท่านศรีสันยาลถึงแก่กรรมในปี 1962 (*หมายเหตุผู้จัดพิมพ์*)

[2] *กริยาโยคะ*มีการแตกแยกย่อยออกเป็นหลายสาขา แต่ท่านลาหิริ มหัสยะเล็งเห็นว่ามีอยู่สี่ขั้นตอนที่สำคัญที่สุดจะขาดเสียไม่ได้ ทั้งสี่ขั้นนี้ถือว่ามีคุณค่าสูงสุดในทางปฏิบัติ

บุรุษไปรษณีย์ร่างเล็กประนมมือขึ้นร้องอุทธรณ์ "ท่านคุรุเทวะขอรับ" น้ำเสียงเขาตื่นตระหนก "อย่าให้กระผมฝึกขั้นสูงไปกว่านี้เลย กระผมขอล่ะขอรับ! กระผมจะรับถ่ายทอดวิชาขั้นสูงกว่านี้อย่างไรได้? ที่กระผมมาวันนี้ก็อยากจะขอให้ท่านช่วยสงเคราะห์ เพราะ*กริยาโยคะ*ขั้นแรกทำเอาผมติดงอมแงมอยู่กับปีติสุขจนไม่มีปัญญาออกไปส่งจดหมายได้แล้ว!"

"พรินทะเข้าถึงกระแสแห่งพระเป็นเจ้าแล้ว" คำพูดนี้ของท่านลาหิริ มหัสยะทำให้ศิษย์อีกคนคอตก

"อาจารย์ขอรับ" เขาว่า "กระผมรู้ตัวแล้วว่ากระผมมันไม่ได้เรื่องเอง รำไม่ดีแล้วโทษปี่โทษกลอง"

บุรุษไปรษณีย์ผู้ต่ำศักดิ์และไร้การศึกษาผู้นี้อาศัย*กริยาโยคะ*ทำให้ปัญญาญาณเจริญได้จนกระทั่งบางครั้ง พวกนักวิชาการก็ยังต้องมาขอให้ตีความพระคัมภีร์ในบางประเด็นให้ แม้จะบริสุทธิ์ไร้เดียงสา ไม่ข้องเกี่ยวทั้งในเรื่องบาปกรรมและวรรณกรรม แต่พรินทะตัวเล็ก ๆ คนนี้ก็โด่งดังไปทั่วในฐานะของบัณฑิตผู้คงแก่เรียน

ศิษย์ของท่านลาหิริ มหัสยะนั้น นอกจากชาวพาราณสีที่มีอยู่เป็นจำนวนมากแล้ว ยังมีผู้คนอีกนับร้อยนับพันจากทั่วทุกสารทิศของอินเดียมุ่งหน้ามากราบท่าน ส่วนตัวท่านเองก็เคยเดินทางมาเยี่ยมพ่อตาของบุตรชายทั้งสองที่เบงกอลอยู่หลายครั้งด้วยกัน ด้วยบารมีของท่าน เบงกอลจึงกลายเป็นรวงรังของผู้ศึกษา*กริยาโยคะ*กลุ่มเล็ก ๆ มากมายหลายกลุ่ม โดยเฉพาะย่านกฤษณนครและพิษณุปุระนั้น มีศิษย์ที่เก็บตัวอยู่เงียบ ๆ คอยสืบสานกระแสอันเกิดจากการฝึกสมาธิพัฒนาจิตวิญญาณไหลเวียนอยู่โดยไม่ขาดสายตราบจนกระทั่งทุกวันนี้

ในบรรดาโยคีผู้ได้รับถ่ายทอด*กริยาโยคะ*จากท่านลาหิริ มหัสยะ มีท่านสวามีภาส กรานันทะ สรัสวตีแห่งพาราณสีผู้มีชื่อเสียง และท่านพลานันทะ พราหมจารี ฤษีผู้สูงส่งแห่งเทวฆาร มีอยู่ช่วงหนึ่งที่ท่านลาหิริ มหัสยะรับเป็นพระอาจารย์สอนพิเศษให้กับโอรสของมหาราชาอิศวรีนารายัณสิงหะพหฑูรแห่งพาราณสี องค์มหาราชากับโอรสทรงตระหนักดีว่าท่านคุรุเป็นผู้รู้แจ้งในธรรมแล้ว จึงทรงฝากตัวเป็นศิษย์ศึกษา*กริยาโยคะ*จากท่าน เช่นเดียวกับมหาราชาโชติณทรโมหันฐากุร

ศิษย์ของท่านลาหิริ มหัสยะมีอยู่ไม่น้อยที่มีตำแหน่งใหญ่โตในทางโลก พวกเขาต้องการเผยแพร่*กริยาโยคะ*ออกไปสู่คนหมู่มากโดยอาศัยการโฆษณาประชาสัมพันธ์แต่ท่านคุรุไม่อนุญาต ศิษย์อีกผู้หนึ่งรับราชการเป็นแพทย์หลวงของมหาราชาแห่งพาราณสี เขาพยายามรวบรวมสมัครพรรคพวกเพื่อหวังจะเผยแพร่ชื่อเสียงเกียรติคุณของท่านคุรุ โดยยกย่องท่านเป็น "กาสีบาบา" (ผู้สูงส่งแห่งพาราณสี)[1] แต่ท่านก็ห้ามเอาไว้อีก

"จงปล่อยให้กลิ่นหอมของ*กริยาโยคะ*รำเพยไปตามวิถีอันเป็นธรรมชาติเถิด" ท่านว่า "เมล็ดพันธุ์แห่ง*กริยาโยคะ*ย่อมหยั่งรากลงสู่ผืนดิน ซึ่งก็คือหัวใจอันมีจิตวิญญาณที่บริบูรณ์อย่างแน่นอน"

แม้ท่านคุรุผู้ยิ่งใหญ่จะมิได้นำระบบการสอนผ่านสื่อกลางอันทันสมัยอย่างองค์กรหรือสื่อสิ่งพิมพ์มาใช้ แต่ท่านก็รู้ดีว่าพลานุภาพแห่งคำสอนของท่านจะเอ่อล้นดุจกระแสน้ำอันมีกำลังแรง ไหลบ่าเข้าท่วมท้นจิตมนุษย์อันเปรียบได้กับฟากฝั่ง ชีวิตที่เปลี่ยนไปในทางที่บริสุทธิ์สะอาดขึ้นของสานุศิษย์ก็เป็นเหมือนหนึ่งคำรับประกันอันเรียบง่าย ว่าพลังแห่ง*กริยาโยคะ*จะดำรงอยู่ตลอดไปไม่มีวันดับสูญ

ปี 1886 ยี่สิบห้าปีหลังจากได้รับถ่ายทอดศาสตร์แห่ง*กริยาโยคะ*ที่รานีเขต ท่านลาหิริ มหัสยะได้เกษียณออกจากงานมารับบำนาญอยู่ที่บ้าน[2] ช่วงกลางวันท่านจึงมีเวลาว่างมากขึ้น ผู้คนที่มุ่งหน้ามาฝากตัวเป็นศิษย์ก็เพิ่มจำนวนขึ้นมิได้หยุด ถึงตอนนี้ท่านคุรุจะนั่งสงบนิ่งอยู่ในท่าขัดสมาธิเพชรเป็นส่วนใหญ่ และแทบจะไม่เคยออกจากห้องรับรองเล็กๆ ห้องนี้เลย กระทั่งออกไปเดินเล่นหรือเดินตรวจตราอาณาบริเวณอื่นภายในบ้าน ท่านก็ไม่ไป ลูกศิษย์ลูกหาทยอยมาคารวะท่านกันเงียบๆ อย่างแทบจะไม่ขาดสาย ส่วนใหญ่หวังจะได้เห็นท่านเป็นบุญตากันทั้งนั้น

ผู้ได้มาเห็นท่านล้วนอดนึกอัศจรรย์ใจไม่ได้ ด้วยสภาวะร่างกายที่ท่านฝึกไว้

---

1 ศิษย์ของท่านลาหิริ มหัสยะยังเรียกขานท่านอย่างยกย่องด้วยสมญานามอื่นๆ อีกอาทิ *โยคีพร* (ผู้ยิ่งใหญ่ในหมู่โยคี) *โยคีราช* (ราชาแห่งโยคี) และ *มุนีพร* (ผู้ยิ่งใหญ่ในหมู่พระมุนี) ส่วนตัวข้าพเจ้าเองนั้นเรียกท่านว่า*โยคาวตาร* (องค์อวตารแห่งโยคะ)

2 ท่านรับราชการในกรมเดียวรวมเป็นเวลาทั้งสิ้นสามสิบห้าปี

จนกลายเป็นวิสัยความเคยชินนั้น แสดงให้เห็นถึงลักษณะอันอยู่เหนือธรรมชาติวิสัยของปุถุชนโดยทั่วไป กล่าวคือ ไม่หายใจ ไม่หลับ ชีพจรไม่เต้น หัวใจไม่เต้น ตาสงบนิ่งไม่กระพริบได้นานหลายชั่วโมง กับทั้งยังมีรัศมีแห่งความสงบอย่างยิ่งแผ่ซ่านออกมาโดยรอบ ทุกคนล้วนจากมาด้วยจิตใจที่อิ่มบุญ เพราะต่างรู้ดีว่าท่านผู้เป็นดั่งตัวแทนขององค์พระเป็นเจ้าได้ประสาทพรให้กับตนอยู่เงียบ ๆ

เวลานี้ ท่านคุรุได้อนุญาตให้ศิษย์นามว่าปัญจานน ภัฏฏาจารย์ เปิดศูนย์โยคะขึ้นที่กัลกัตตา เรียกว่า "สถาบันอารยะมิชชั่น" ศูนย์แห่งนี้แจกจ่ายยาสมุนไพรของทางโยคะ[1]บางตัวให้กับชาวบ้าน และตีพิมพ์คัมภีร์ภควัทคีตาออกจำหน่ายในราคาประหยัดเป็นครั้งแรกในเบงกอล โดยมีทั้งฉบับภาษาฮินดีและภาษาเบงกาลี ทำให้คัมภีร์แพร่หลายไปสู่บ้านเรือนของผู้คนนับพันครัวเรือน

ท่านคุรุปฏิบัติตามธรรมเนียมโบราณ แจกจ่ายน้ำมันสะเดา[2]ให้ผู้คนนำไปใช้รักษาโรคภัยไข้เจ็บนานา เมื่อต้องการใช้น้ำมัน ท่านจะสั่งให้ศิษย์ไปกลั่นมาให้ ศิษย์ก็จะจัดการกลั่นน้ำมันให้ท่านได้อย่างง่ายดาย แต่ถ้าคนอื่นลองไปทำบ้าง ก็จะพบกับอุปสรรคแปลก ๆ มากมาย พอกลั่นได้น้ำมันมาเรียบร้อยแล้ว น้ำมันเจ้ากรรมก็ให้ระเหยแห้งไปเกือบหมดเสียอย่างนั้น เห็นได้ชัดว่ากระษัยยาสำคัญที่จะขาดเสียมิได้ก็คือพรจากท่านคุรุนั่นเอง

ลายมือกับลายเซ็นอักษรเบงกาลีบนหน้าตรงข้ามเป็นของท่านลาหิริ มหัสยะ ข้อความเหล่านี้ตัดตอนมาจากจดหมายที่ท่านเขียนถึงศิษย์คนหนึ่ง โดยท่านมหาคุรุได้ตีความโศลกภาษาสันสกฤตเอาไว้ดังนี้ "บุคคลผู้บรรลุถึงความสงบที่แม้กระทั่งเปลือกตาก็ยังไม่กระพริบ บุคคลผู้นั้นบรรลุถึง*สัมภพิมุทรา*"[3]

---

1 วิชาการแพทย์ของอินเดียเรียกว่า*อายุรเวท* แพทย์ผู้ศึกษาวิชาในคัมภีร์พระเวทรู้จักใช้เครื่องมือผ่าตัดอันประณีต รู้จักทำศัลยกรรมตกแต่ง รู้ดีว่าจะรักษาอาการคนที่สูดดมก๊าซพิษเข้าไปอย่างไร ผ่าท้องทำคลอดและผ่าตัดสมองได้ ทั้งยังมีทักษะในการเพิ่มพลังและประสิทธิภาพให้แก่ตัวยาด้วย ฮิปโปเครตีส (ศตวรรษที่ 4 ก่อนคริสตกาล) ก็หยิบยืมศาสตร์แห่งการใช้ยาและตัวยาหลายอย่างมาจากตำราของทางฮินดู

2 ต้นสะเดาที่ขึ้นอยู่ทางภาคตะวันออกของอินเดีย ทุกวันนี้ โลกตะวันตกได้ให้การยอมรับสรรพคุณทางยาของมันแล้ว โดยนำเอาเปลือกขม ๆ ไปใช้ทำยาบำรุง นำน้ำมันที่สกัดได้จากเมล็ดและผลไปใช้รักษาโรคเรื้อนและโรคอื่น ๆ อีกหลายโรค

3 *สัมภพิมุทรา* หมายถึงการเพ่งที่จุดกึ่งกลางระหว่างคิ้วทั้งสองข้าง เมื่อจิตของโยคีดิ่งลงสู่

[*ลงนามด้านซ้ายล่าง*] "ศรีสยาม จรัญ เทวศรรมัน"

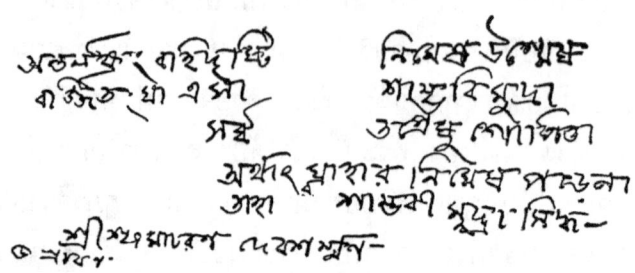

ดุจเดียวกับศาสดาพยากรณ์ผู้ยิ่งใหญ่ทั้งหลาย ท่านลาหิริ มหัสยะเองก็ไม่ได้เขียนหนังสือขึ้นแม้สักเล่ม แต่ท่านตีความพระคัมภีร์ต่าง ๆ แล้วนำมาสอนสั่งศิษย์ทั้งหลายแทน เพื่อนรักคนหนึ่งของข้าพเจ้า ชื่อศรีอานันทะ โมหัน ลาหิริ ผู้เป็นหลานชายผู้ล่วงลับไปแล้วของท่านคุรุเคยบันทึกเอาไว้ว่า

"คัมภีร์ภควัทคีตากับ*มหากาพย์มหาภารตะ*มีอยู่หลายตอนที่มีเงื่อนปม (*วยาสกุตะ*) หลายประการแฝงอยู่ หากปล่อยทิ้งไว้ สิ่งที่เราอ่านก็เป็นได้แค่เพียงนิทานหรือตำนานพิลึกพิลั่นอันทำให้ผู้คนเข้าใจไขว้เขวไปได้โดยง่าย หากไม่สางปมค้นหาความหมายมาให้ได้ เราก็จะสูญเสียศาสตร์ที่อินเดียใช้เวลาหลายพันปีในการค้นคว้าและทดลองเพื่อให้ได้มา ทั้งยังใช้ความวิริยะอุตสาหะอันพ้นวิสัยมนุษย์ปุถุชนเฝ้าถนอมรักษาเอาไว้[1]

ความสงบในระดับหนึ่ง เปลือกตาของท่านจะไม่ขยับหรือกระพริบ เหตุเพราะจิตของท่านหยั่งลึกเข้าสู่ภายในแล้ว

มุทรา ("สัญลักษณ์") โดยปกติแล้วหมายถึงการใช้มือและนิ้วแสดงท่วงท่าที่ใช้ในพิธีกรรมต่าง ๆ หลายท่ามีผลต่อระบบประสาทบางส่วน ทำให้จิตสงบลงได้ คัมภีร์โบราณของทางฮินดูมีการแบ่งแยกเส้น*นที* (เส้นประสาท 72,000 เส้นในร่างกายมนุษย์) และความสัมพันธ์ที่มีต่อจิตเอาไว้อย่างละเอียด ท่า*มุทรา*ที่ใช้ในการบวงสรวงบูชาและในวิชาโยคะจึงมีรากฐานทางวิทยาศาสตร์รองรับ ความหมายอันละเอียดซับซ้อนของท่ามุทราแต่ละท่ามีรวบรวมอยู่ในศาสตร์ด้านรูปบูชาและนาฏศิลป์อันเกี่ยวเนื่องกับพิธีทางศาสนาของอินเดีย

1 "เมื่อไม่นานมานี้มีการขุดพบตราประทับจำนวนหนึ่งจากแหล่งโบราณคดีในหุบเขาที่ราบลุ่มแม่น้ำสินธุ กำหนดอายุได้ว่าอยู่ในช่วงสามพันปีก่อนคริสตกาล ทำเป็นรูปบุคคลนั่งทำสมาธิอยู่ในท่าที่ใช้ปฏิบัติโยคะกันในปัจจุบัน จึงยืนยันได้ว่าในยุคสมัยนั้นน่าจะมีการศึกษาโยคะขั้นพื้นฐานกันแล้วไม่ในรูปแบบใดก็แบบหนึ่ง เราจึงอาจสรุปได้ด้วยเหตุและผลว่า ในอินเดียมีการ

"ท่านลาหิริ มหัสยะได้นำเอาศาสตร์แห่งศาสนาที่ถูกซุกซ่อนทำเป็นปริศนาอันแยบคายเอาไว้ในถ้อยคำสำนวนที่มีกล่าวอ้างถึงในคัมภีร์มาเปิดเผยแก่ชาวโลก โดยมิได้ใช้การเปรียบเทียบอุปมาอุปไมยแต่อย่างใดเลย ท่านคุรุได้พิสูจน์ให้เห็นแล้วว่าบทสวดสรรเสริญในคัมภีร์พระเวทมิใช่ถ้อยคำซึ่งวางสลับที่ทางอย่างแยบยลจนอ่านไม่รู้เรื่องอีกต่อไป แต่เป็นถ้อยคำที่เปี่ยมไปด้วยความหมายนัยสำคัญในฐานะศาสตร์ที่พิสูจน์ได้แขนงหนึ่ง

"เรารู้กันดีว่าวิสัยของมนุษย์มักตกเป็นทาสของกิเลสตัณหา แต่กิเลสตัณหาจะสิ้นไร้พลังและมนุษย์จะไม่มีเหตุให้หลงเพริดไปกับมันอีกเมื่อจิตสำนึกได้ยกระดับสูงขึ้นและความปีติอันถาวรเริ่มเกิดขึ้นในจิตของเขาเป็นครั้งแรกผ่านทาง*กริยาโยคะ* ณ ที่นี้ การละทิ้งธรรมชาติฝ่ายต่ำจะบังเกิดขึ้นพร้อม ๆ กับการได้รับรู้ถึงศานติอันเป็นบรมสุข หากไร้ซึ่งหนทางดังกล่าว คำสอนเรื่องศีลธรรมจรรยาที่เอาแต่ห้ามโน่นห้ามนี่จะไร้ประโยชน์ต่อเราโดยสิ้นเชิง

"พระเป็นเจ้าผู้ทรงไว้ซึ่งพลานุภาพอันไพศาลดุจห้วงมหรรณพทรงอยู่เบื้องหลังปรากฏการณ์ทุกอย่าง ความนิยมยินดีต่อกิจกรรมในทางโลกเป็นสิ่งที่ทำลายความพิศวงยำเยงต่อจิตวิญญาณในตัวของเราลง เมื่อวิทยาศาสตร์สมัยใหม่บอกให้รู้ว่าจะนำอำนาจของธรรมชาติมาใช้ได้อย่างไร เราจึงไม่อาจเข้าใจพระผู้เป็นเอกองค์มหาชีวินผู้อยู่เบื้องหลังนามและรูปทั้งปวงได้ ความคุ้นเคยกับธรรมชาติทำให้เราดูถูกและมองข้ามความลับอันสูงสุดของเธอไป ความสัมพันธ์ที่มีกับเธอก็เป็นไปในเชิงธุรกิจที่เน้นผลในทางปฏิบัติ และกระทั่งยั่วแหย่เธอเพื่อหาหนทางบีบให้เธอทำตามความประสงค์ของเรา เราฉกฉวยเอาพลังงานของเธอมาใช้ แหล่งพลังงานของเธออยู่ที่ไหนก็ยังไม่เคยมีใครรู้ ในแง่วิทยาศาสตร์ ความสัมพันธ์ของมนุษย์กับธรรมชาติเปรียบได้กับความสัมพันธ์ระหว่างชายผู้หยิ่งยโสกับคนรับใช้ของเขา หรือถ้าจะดูในแง่ปรัชญา ธรรมชาติ

พิจารณาตนอย่างเป็นระบบโดยอาศัยกรรมวิธีที่ผ่านการศึกษาค้นคว้ามาแล้วนี้นานกว่าห้าพันปีทีเดียว"—*ศาสตราจารย์ดับเบิลยู. นอร์แมน บราวน์* ใน *"Bulletin of the American Council of Learned Societies," วอชิงตัน ดี. ซี.*

อย่างไรก็ดี คัมภีร์ของทางฮินดูได้กล่าวอ้างว่าศาสตร์แห่งโยคะนี้เป็นที่รู้จักกันในอินเดียเนิ่นนานนับพัน ๆ ปี นานจนไม่อาจระบุเวลาที่แน่นอนลงไปได้

ก็เป็นประหนึ่งจำเลยในคอกพยาน เราซักฟอกเธอ ท้าทายเธอ และชั่งน้ำหนักหลักฐานของเธออย่างถี่ถ้วน แต่ก็ด้วยตราชูของมนุษย์ที่ไม่มีวันหยั่งถึงคุณค่าที่แฝงเร้นของธรรมชาติได้

"ในทางกลับกัน หากตัวตนอันแท้จริงของมนุษย์ประสานเข้ากับอำนาจที่เหนือกว่าได้อย่างลงตัว ธรรมชาติย่อมจะคล้อยตามความประสงค์ของมนุษย์ผู้นั้นโดยอัตโนมัติชนิดที่ไม่ต้องอาศัยการคุกคามบังคับหรือฝืนใจใด ๆ ทั้งสิ้น พวกวัตถุนิยมผู้ไร้ปัญญาเรียกการสั่งธรรมชาติได้อย่างง่ายดายนี้ว่า 'ปาฏิหาริย์'

"ชีวิตของท่านลาหิริ มหัสยะเป็นตัวอย่างที่ช่วยเปลี่ยนทรรศนะผิด ๆ ที่ว่าโยคะคือศาสตร์ลี้ลับ แม้ว่าศาสตร์ที่เกี่ยวกับธรรมชาติอาจจะดูจริงจัง เข้าใจยาก แต่มนุษย์ทุกรูปทุกนามย่อมอาศัย*กริยาโยคะ*เป็นเครื่องมือช่วยให้เข้าใจถึงความสัมพันธ์ของตนกับธรรมชาติได้อย่างเหมาะสม ทำให้รู้สึกเคารพในปรากฏการณ์ทั้งปวงอย่างเข้าถึงจิตวิญญาณ[1] ไม่ว่าจะเป็นเรื่องลี้ลับหรือเรื่องที่เกิดขึ้นทุกเมื่อเชื่อวันก็ตาม พึงระลึกอยู่เสมอว่าหลายสิ่งที่หาเหตุผลมาอธิบายไม่ได้เมื่อพันปีก่อน ปัจจุบันมิใช่เช่นนั้นอีกต่อไปฉันใด สิ่งที่เป็นความลี้ลับในทุกวันนี้ก็อาจหาเหตุผลมาอธิบายเป็นหลักเกณฑ์ได้ในอีกไม่กี่ปีข้างหน้าฉันนั้น

"ศาสตร์แห่ง*กริยาโยคะ*เป็นสิ่งที่อยู่เหนือกาลเวลา เป็นจริงดุจเดียวกับวิชาคณิตศาสตร์ เหมือนกฎธรรมดาในการบวกลบเลข กฎแห่ง*กริยาโยคะ*จะไม่มีวันถูกทำลายลงไปได้ ต่อให้มนุษย์เราเอาตำราคณิตศาสตร์มาเผาทิ้งจนหมดโลก ความคิดอ่านที่มีเหตุมีผลก็จะยังค้นพบหลักความจริงทางคณิตศาสตร์เดิม ๆ ได้อยู่ร่ำไป ฉันใดก็ฉันนั้น แม้เราจะทำลายตำราโยคะให้หมดไปจากโลกนี้ หลักพื้นฐานของโยคะก็จะยังเผยตัวออกมาทุกครั้งที่มีนักบวชผู้ถึงพร้อมในความภักดีและปัญญาญาณอันเป็นผลตามมาอุบัติขึ้นในโลก"

ดุจเดียวกับที่ท่านบาบาจีเป็นหนึ่งในองค์*มหาวตาร* (อวตารผู้ยิ่งใหญ่) และท่านศรียุกเตศวรได้รับการยกย่องให้เป็นองค์*ญาณาวตาร* (อวตารแห่งปัญญา)

---

1 "มนุษย์ผู้ประหลาดใจไม่เป็น ผู้ไม่คิดพิศวง (และไม่บูชา) เป็นปกติวิสัย ต่อให้เป็นนายกสภาของบรรดาราชสมาคมทางวิชาการทั้งหลาย ที่มีหัวข้อวิจัยพร้อมผลการทดลองซึ่งได้จากห้องแล็บฯ หรือหอดูดาวใด ๆ อยู่ในมือ ในหัวของเขานั้น ก็คงไม่ต่างไปจากแว่นตาที่ปราศจากลูกตารองรับ"—*คาร์ไลล์* จาก *"Sarto Resartus"*

ท่านลาหิริ มหัสยะเองก็คือองค์*โยคาวตาร*หรืออวตารแห่งโยคะ[1] เช่นกัน

ท่านคุรุผู้ยิ่งใหญ่ได้ยกระดับจิตวิญญาณของสังคมให้ได้มาตรฐานทั้งในแง่คุณภาพและปริมาณ ด้วยอำนาจในการอบรมศิษย์ผู้ใกล้ชิดให้ดำเนินรอยตามพระคริสต์ได้สำเร็จ และด้วยการเผยแผ่สัจธรรมไปสู่ผู้คนในวงกว้าง ท่านลาหิริ มหัสยะจึงนับเป็นหนึ่งในบรรดาผู้ยังความรอดให้แก่มนุษยชาติด้วยประการฉะนี้

ในฐานะศาสดาผู้สั่งสอนธรรม ท่านลาหิริ มหัสยะมีลักษณะพิเศษไม่เหมือนใครในแง่ที่ท่านเน้นย้ำความสำคัญของวิธีการ ซึ่งก็คือ*กริยาโยคะ*ทั้งยังเปิดประตูให้ทุกคนเข้ามาศึกษาและปฏิบัติโยคะได้โดยไม่มีการปิดกั้นเป็นครั้งแรก นอกจากปาฏิหาริย์ต่าง ๆ ในชีวิตของท่านแล้ว องค์*โยคาวตาร*ยังสำแดงสุดยอดปาฏิหาริย์ด้วยการลดทอนความยุ่งยากซับซ้อนของวิชาโยคะลงให้กลายเป็นเรื่องง่ายพอที่คนทั่วไปจะเข้าใจได้ แต่ประสิทธิภาพนั้นยังคงเดิม

เมื่อเอ่ยถึงปาฏิหาริย์ ท่านลาหิริ มหัสยะมักบอกว่า "ครรลองของกฎอันลี้ลับซับซ้อนที่คนโดยทั่วไปไม่รู้ไม่เห็น ไม่ควรนำมาถกกันให้สาธารณชนได้รู้เห็น และไม่ควรนำมาตีพิมพ์โดยไม่แยกแยะว่าสิ่งใดควรไม่ควร" หากในหน้านี้ข้าพเจ้าได้กระทำการอันดูราวกับจะไม่เคารพเชื่อฟังคำตักเตือนของท่าน นั่นเป็นเพราะจิตข้าพเจ้าได้รับการเห็นชอบจากท่านแล้ว อย่างไรก็ดี การบันทึกชีวประวัติของท่านบาบาจี ท่านลาหิริ มหัสยะ และท่านศรียุกเตศวรในครั้งนี้ ข้าพเจ้าคิดและเห็นควรที่จะละเว้นปาฏิหาริย์บางเรื่องเอาไว้ไม่นำมากล่าวถึงในที่นี้ เพราะถ้าไม่เช่นนั้น ก็คงจะต้องเขียนอธิบายความปรัชญาอันยากยิ่งขึ้นมาอีกเล่มหนึ่งต่างหากเป็นแน่แท้

ในฐานะโยคีผู้ครองเรือนเยี่ยงคฤหัสถ์ ท่านลาหิริ มหัสยะได้นำเอาสาระสำคัญของคำสอนที่สามารถนำมาปฏิบัติให้เห็นผลได้จริงออกมาสนองตอบต่อความจำเป็นของโลกในยุคปัจจุบัน ซึ่งมีสภาวการณ์ทางเศรษฐกิจและศรัทธา

---

1 ท่านศรียุกเตศวรเอ่ยถึงท่านปรมหังสา โยคานันทะผู้เป็นศิษย์ในฐานะองค์อวตารแห่งความรักของพระเป็นเจ้า หลังท่านปรมหังสาละสังขาร ศิษย์เอกผู้เป็นธรรมทายาทของท่าน นามว่าราชารสีชนกานันทะ (เจมส์ เจ. ลินน์) ได้ยกย่องท่านอย่างเป็นทางการให้เป็น*เปรมาวตาร* หมายถึงองค์อวตารแห่งความรัก (*หมายเหตุผู้จัดพิมพ์*)

ความเชื่อแตกต่างไปจากอินเดียในยุคโบราณ ด้วยเหตุนี้ ท่านคุรุจึงไม่สนับสนุนให้โยคีสละโลก ถือบาตรออกเร่ร่อนรับทานตามวัตรที่ยึดถือปฏิบัติกันมาเช่นในอดีต แต่จะเน้นย้ำอยู่เสมอให้ผู้เป็นโยคีเห็นถึงคุณประโยชน์ของการหาเลี้ยงชีพด้วยตนเอง ไม่พึ่งพาอาศัยสังคมที่ถูกบีบคั้นอย่างหนักอยู่แล้วให้ต้องมารับภาระให้ และให้ปฏิบัติโยคะในบ้านที่พักอาศัยส่วนตัวของตนเป็นสำคัญ นอกจากให้คำแนะนำนี้แล้ว ท่านลาหิริ มหัสยะยังให้กำลังใจด้วยการปฏิบัติตนให้เป็นตัวอย่าง เป็นแบบอย่างของโยคีที่ปฏิบัติตนให้ง่ายและ "กลมกลืน" กับยุคสมัยใหม่ วิถีชีวิตของท่านตามที่ท่านบาบาจีได้กำหนดเอาไว้ เป็นไปเพื่อนำทางให้กับโยคีผู้มุ่งหวังจะบรรลุธรรมในทั่วทุกหัวระแหงบนโลกนี้

ความหวังใหม่สำหรับผู้คนใหม่ ๆ "การบรรลุถึงความเป็นหนึ่งเดียวกับพระเป็นเจ้า" องค์*โยคาวตาร*ประกาศ "เป็นไปได้หากบุคคลพากเพียรด้วยตนเอง ไม่พึ่งพิงความเชื่อทางศาสนา และไม่เอาแต่รอคอยให้พระผู้ทรงบงการโลกเสด็จมาโปรดตามแต่จะมีพระประสงค์"

โดยอาศัย*กริยาโยคะ*เข้าช่วย บุคคลผู้ทำใจให้เชื่อในทิพยสภาวะของมนุษย์ไม่ได้ย่อมสามารถมองเห็นทิพยสภาวะในตัวของตนได้ในท้ายที่สุด

บทที่ 36

ความสนใจที่ท่านบาบาจีมีต่อโลกตะวันตก

"อาจารย์ขอรับ อาจารย์เคยพบท่านบาบาจีบ้างไหมขอรับ?"

มันเป็นค่ำคืนอันสงบกลางฤดูร้อนที่เซรัมปอร์ ดาวดวงโตของแถบเขตร้อนทอแสงอยู่เหนือศีรษะขณะนั่งอยู่ข้างกายท่านอาจารย์ศรียุกเตศวรบนระเบียงชั้นบนของอาศรม

"เคยสิ" อาจารย์ยิ้มกับคำถามแบบไม่อ้อมค้อมของข้าพเจ้า ดวงตาท่านฉายแววเคารพ "ครูมีวาสนาได้พบท่านคุรุผู้อยู่เหนือความตายสามครั้ง เราพบกันครั้งแรกที่งาน*กุมภเมลา*ในเมืองอัลลาหะบาด"

*กุมภเมลา*เป็นงานเทศกาลทางศาสนาที่จัดขึ้นในอินเดียมาแต่ครั้งโบราณ เป้าประสงค์ทางจิตวิญญาณของงานยังคงอยู่ในท่ามกลางฝูงชนที่มุ่งหน้ามาร่วมงานกันไม่ขาดสาย ชาวฮินดูผู้มีศรัทธาแก่กล้าหลายล้านคนจะมาร่วมชุมนุมกันทุก ๆ รอบสิบสองปีเพื่อมาพบกับเหล่าสาธุ โยคี สวามี และนักบวชในลัทธินิกายต่าง ๆ นับพัน ๆ ท่าน หลายท่านเป็นฤษีผู้ไม่เคยย่างกรายออกจากสถานที่ปลีกวิเวก จะมียกเว้นก็เฉพาะตอนมาร่วมงาน*เมลา*[1] ซึ่งท่านจะประสาทพรให้กับปุถุชนหญิงชายทั้งหลาย

"ตอนพบกับท่านบาบาจี ครูยังไม่ได้บวชเป็นสวามี" อาจารย์เล่าต่อ "แต่ได้รับถ่ายทอด*กริยาโยคะ*จากท่านลาหิริ มหัสยะแล้ว ท่านสนับสนุนครูให้ไปร่วมงาน*เมลา*ที่เมืองอัลลาหะบาดในเดือนมกราคมของปี 1894 นั่นเป็นครั้งแรกที่ครูได้ไปร่วมงาน*กุมภเมลา*จึงอดไม่ได้ที่จะรู้สึกสับสนมึนงงกับเสียงอึกทึกและคลื่นมนุษย์จำนวนมหาศาล ครูมองหาไปรอบ ๆ แต่ก็ไม่เห็นวี่แววของท่านอาจารย์ผู้รู้แจ้งเลย ตอนเดินข้ามสะพานที่ริมฝั่งแม่น้ำคงคา ครูก็เห็นนักบวชที่คุ้นตารูปหนึ่งยืนถือบาตรรอรับทานอยู่ไม่ไกล

"'โธ่เอ๋ย งานเทศกาลนี้ไม่เห็นจะมีอะไรนอกจากเสียงอึกทึกครึกโครมกับ

---

1 ดูหน้า 515.2

ขอทานเท่านั้น' ครูคิดอย่างผิดหวัง 'สงสัยจริงว่าอย่างนี้แล้วนักวิทยาศาสตร์ของโลกตะวันตกผู้พากเพียรขยายขอบเขตของความรู้เพื่อประโยชน์ของมนุษยชาติจะไม่เป็นที่โปรดปรานของพระเป็นเจ้ายิ่งไปกว่าคนเกียจคร้านที่เอาศาสนาบังหน้ามาถือกะลาขอทานเหล่านี้ได้อย่างไร'

"ในใจครูระอุคุกรุ่นไปด้วยความคิดเรื่องการปฏิรูปสังคม แต่จู่ ๆ ก็ถูกขัดจังหวะด้วยเสียงของท่านสันนยาสีร่างสูงผู้มาหยุดยืนอยู่ตรงหน้า

" 'นี่ท่าน' ท่านว่า 'มีโยคีท่านหนึ่งเรียกให้ท่านไปพบ'

" 'โยคีท่านนั้นคือใครกันขอรับ?'

" 'มาดูเอาเองเถิด'

"ครูทำตามคำแนะนำที่ห้วนสั้นนั้นอย่าลังเล ไม่ช้า ก็มาหยุดยืนอยู่ใกล้ ๆ ต้นไม้ที่แผ่กิ่งก้านเป็นร่มเงาให้กับคุรุกับสานุศิษย์กลุ่มใหญ่ที่ดูน่าสนใจกลุ่มหนึ่ง คุรุท่านนี้มีรูปร่างหน้าตาผ่องใสผิดจากคนทั่วไปดวงตาสีเข้มเป็นประกาย ท่านลุกขึ้นเมื่อเห็นครูเดินเข้าไปใกล้ และตรงเข้ามาโอบกอดครูไว้

" 'ท่านสวามี ยินดีต้อนรับ' ท่านกล่าวต้อนรับอย่างยินดี

" 'ท่านขอรับ' ครูตอบกลับหนักแน่น 'กระผมไม่ได้บวช ไม่ใช่สวามี'

" 'บุคคลใดก็ตามที่เบื้องบนกำหนดให้เราเรียกหาเป็น*สวามี* ย่อมไม่มีวันแปรเปลี่ยนเป็นอื่นไปได้' ท่านโยคีบอกกับครูง่าย ๆ แต่มีความจริงอันหนักแน่นแฝงอยู่ในถ้อยคำเหล่านั้น ครูรับรู้ได้ในทันทีว่าท่านประสาทพรอันประเสริฐให้แก่จิตวิญญาณของครูพร้อมกันนั้นก็อดยิ้มไม่ได้ที่จู่ ๆ ตัวเองก็ได้รับยกย่องให้เป็นหนึ่งในสมาชิกของสำนักบวชอันเก่าแก่[1] ครูก้มตัวลงกราบที่แทบเท้าของท่านผู้เห็นได้ชัดว่า เป็นตัวตนของเทพเจ้าผู้ยิ่งใหญ่ในร่างมนุษย์ แต่กลับให้เกียรติแก่ครูนักหนา

"ท่านบาบาจี...เป็นท่านจริง ๆ...ท่านผายมือบอกเป็นนัยให้ครูเข้าไปนั่งใกล้ ๆ ท่านที่ใต้ร่มไม้ ท่านยังหนุ่มแน่นและแข็งแรง หน้าตาดูคล้ายท่านลาหิริมหัสยะ แต่ครูมิได้สะดุดใจในความละม้ายคล้ายคลึงนั้นแม้แต่น้อย ทั้ง ๆ ที่เคยได้ยินคนพูดถึงอยู่บ่อย ๆ ว่าท่านคุรุทั้งสองมีหน้าตาคล้ายกันอย่างน่าอัศจรรย์

1 ภายหลัง ท่าน*มหันต์* (หัวหน้าผู้ดูแลสำนักนักบวช) แห่งสำนักพุทธคยาในแคว้นพิหารได้ทำพิธีรับท่านศรียุกเตศวรเข้าสู่สำนักสวามีอย่างเป็นทางการ

ท่านบาบาจีมีอำนาจที่จะดลใจคนไม่ให้เกิดความคิดอย่างหนึ่งอย่างใดขึ้นในใจ และเห็นได้ชัดว่าท่านมหาคุรุประสงค์จะให้ครูเป็นตัวของตัวเองในยามที่อยู่ต่อหน้าท่าน ไม่ใช่เกร็งไปหมดเพราะรู้ว่าท่านเป็นใคร

" 'เจ้าคิดอย่างไรกับงาน*กุมภเมลา?*'

" 'กระผมผิดหวังเหลือเกิน' ครูตอบ แล้วรีบเสริมขึ้นอย่างรวดเร็วว่า 'จนกระทั่งได้มาพบกับท่านนี่ล่ะขอรับ ผู้ออกบวชกับความสับสนอลหม่านแบบนี้ดูไม่เข้ากันเอาเสียเลย'

" 'ลูกเอ๋ย' ท่านมหาคุรุเรียก ทั้ง ๆ ที่ดูแล้วครูน่าจะสูงวัยกว่าท่านเกือบเท่าตัว 'ถึงคนที่ทำไม่ถูกไม่ควรจะมีอยู่ดาษดื่น แต่ก็ไม่ควรจะว่าเหมารวมกันไปหมด ทุกสิ่งบนโลกนี้ล้วนผสมปนเป เหมือนเอาทรายมาผสมกับน้ำตาล จงเป็นดุจมดที่มีปัญญา เลือกเอาแต่น้ำตาล และทิ้งทรายไว้โดยไม่ไปแตะต้อง ถึงที่นี่จะมีสาธุจำนวนมากที่ยังหลงวนเวียนอยู่ในมายาคติ แต่ก็ใช่จะขาดผู้มาร่วมงานที่บรรลุถึงพระเป็นเจ้าแล้วเสียเลยทีเดียว'

"เพราะได้มาพบกับท่านมหาคุรุผู้สูงส่งด้วยตัวเองแล้ว ครูจึงเห็นพ้องกับท่านโดยไม่ลังเล

" 'ท่านขอรับ' ครูตั้งข้อสังเกต 'กระผมกำลังคิดถึงนักวิทยาศาสตร์ชั้นนำของโลกตะวันตก พวกเขามีสติปัญญามากกว่าผู้คนส่วนใหญ่ที่มาชุมนุมกัน ณ ที่นี้ อาศัยอยู่ในยุโรปและอเมริกาอันห่างไกล มีศรัทธาความเชื่อที่ต่างไป และไม่รู้ถึงคุณค่าที่แท้จริงของงาน*เมลา*เหมือนที่กำลังดำเนินอยู่ในตอนนี้เลย พวกเขาเป็นกลุ่มคนที่น่าจะได้รับประโยชน์สูงจากการพบปะกับครูบาอาจารย์ของทางอินเดียเรา กระนั้น ชาวตะวันตกจำนวนมากก็ยังหลงติดอยู่กับวัตถุนิยม ทั้ง ๆ ที่มีสติปัญญามีความรู้ความสามารถสูง คนอื่น ๆ ที่มีชื่อเสียงในแวดวงวิทยาศาสตร์และปรัชญาก็ไม่ได้เล็งเห็นถึงความสำคัญของเอกภาพทางศาสนาเลย ศรัทธาของพวกเขากลับกลายเป็นอุปสรรคที่พวกเขาไม่อาจข้ามพ้น ยังผลให้ไม่อาจรวมเข้ากับพวกเราได้ตลอดกาล'

" 'เราเห็นแล้วว่าเจ้าสนใจโลกทั้งฟากตะวันออกและตะวันตก' ดวงหน้าท่านบาบาจีฉายประกายนิยมยินดี 'เรารู้สึกได้ถึงความเจ็บแปลบในใจเจ้า... ใจที่กว้างพอสำหรับมนุษย์ทุกรูปทุกนาม ด้วยเหตุนี้ เราจึงได้เรียกเจ้ามาหา'

" 'โลกตะวันออกกับตะวันตกจะต้องสถาปนาทางสายกลางอันเรืองรองขึ้นประสานทางโลกและทางธรรมเข้าด้วยกัน' แล้วท่านก็กล่าวต่อไปว่า 'อินเดียยังต้องเรียนรู้เรื่องการพัฒนาทางวัตถุจากโลกตะวันตกอีกมาก แต่เราก็สามารถสอนโยควิธีอันเป็นสากลให้กับโลกตะวันตกเป็นการตอบแทน เพื่อที่พวกเขาจะได้นำมันไปใช้เป็นรากฐานอันแข็งแกร่งมั่นคงให้กับศรัทธาทางศาสนาของพวกเขาเอง

" 'ส่วนตัวเจ้าเองนั้น สวามี เจ้าจะมีบทบาทในการแลกเปลี่ยนที่กำลังจะมาถึงระหว่างโลกตะวันออกกับตะวันตก ในอีกหลายปีข้างหน้า เราจะส่งศิษย์ผู้หนึ่งไปให้เจ้าสอนสั่งเพื่อที่วันข้างหน้าเขาจะได้นำศาสตร์แห่งโยคะไปเผยแพร่ยังโลกตะวันตก ที่นั่นมีผู้ต้องการแสวงธรรมเป็นจำนวนมาก กระแสจิตของพวกเขาไหลบ่าเข้ามาหาเราดั่งกระแสน้ำอันเชี่ยวกราก เราเล็งเห็นว่าในอเมริกาและยุโรปมีผู้คนมากมายที่อาจพัฒนาจิตของตนจนประภัสสรขึ้นมาได้ พวกเขากำลังรอให้มีใครสักคนไปปลุกพวกเขาให้ตื่นขึ้น' "

เล่ามาถึงตอนนี้ อาจารย์ก็หันมามองข้าพเจ้าอย่างเต็มตา

"ลูกเอ๋ย" ท่านกล่าวด้วยรอยยิ้มในท่ามกลางแสงจันทร์กระจ่าง "เธอก็คือศิษย์คนที่ท่านบาบาจีสัญญาว่าจะส่งมาให้ครูเมื่อหลายปีก่อนนั้น"

ข้าพเจ้าเป็นสุขนักที่รู้ว่าท่านบาบาจีเป็นผู้นำทางข้าพเจ้าให้ได้มาพบกับอาจารย์ แต่ให้อย่างไร ข้าพเจ้าก็นึกภาพตัวเองไปอยู่ในประเทศตะวันตกอันห่างไกล ไกลจากอาจารย์ผู้เป็นที่เคารพรักและไกลจากความสงบในอาศรมอันเรียบง่ายแห่งนี้ไม่ออก

"จากนั้น ท่านบาบาจีก็เอ่ยถึงคัมภีร์ภควัทคีตา" อาจารย์เล่าต่อ "ครูประหลาดใจมาก เพราะคำชมไม่กี่คำของท่านแสดงให้เห็นว่า ท่านรู้ว่าครูได้เขียนอรรถาธิบายความในคัมภีร์ภควัทคีตาเอาไว้หลายบท

" 'และนี่คือคำขอร้องจากเรา สวามี ขอเจ้าจงทำงานอีกชิ้นหนึ่งด้วยเถิด' ท่านมหาคุรุว่า 'เจ้าจะเขียนตำราสั้น ๆ ว่าด้วยความสอดคล้องที่เป็นส่วนสำคัญพื้นฐานระหว่างคัมภีร์ของทางศาสนาคริสต์กับฮินดูเราได้หรือไม่? เวลานี้ลัทธินิกายที่แตกแยกย่อยออกไปทำให้คนไม่เข้าใจหลักพื้นฐานที่ยังความเป็นเอกภาพให้เกิดขึ้นระหว่างศาสนาทั้งสอง จงนำความเหมือนที่มีมาอ้างอิงให้ผู้คน

ได้เข้าใจว่า ประดาบุตรผู้ได้รับแรงบันดาลใจจากพระเป็นเจ้าล้วนนำสัจธรรมเดียวกันมาสอนสั่งผู้คนทั้งสิ้น'

" 'มหาราช'[1] ครูตอบคำท่านอย่างประหม่าเต็มที 'บัญชาของท่านช่างหนักหนานัก! กระผมไม่รู้ว่าตัวเองจะมีปัญญากระทำให้สำเร็จได้หรือไม่?'

"ท่านบาบาจีหัวเราะเบา ๆ 'ลูกเอ๋ย เจ้าจักกังขาไปไยเล่า?' ท่านบอกเหมือนจะปลอบปลุก 'แท้จริงแล้ว ทั้งหมดนี้เป็นผลงานของผู้ใด แล้วใครคือผู้กระทำในทุกสิ่ง? สิ่งใดที่พระเป็นเจ้าทรงชี้นำเราให้กล่าวออกมา สิ่งนั้นย่อมบังเกิดผลเป็นจริงจนได้'

"ครูจึงถือว่าตนเองมีความสามารถที่จะกระทำได้ตามพรที่ท่านมหาคุรุประสาทให้ เลยตอบรับที่จะเขียนหนังสือตามคำของท่าน จากนั้น จึงลุกขึ้นจากผืนหญ้าหย่อมที่นั่งอยู่อย่างจำยอม เพราะในใจก็นึกรู้อยู่ว่าสมควรแก่เวลาที่จะต้องกราบลาท่านแล้ว

" 'เจ้ารู้จักลาหิริ มหัสยะหรือไม่?' ท่านมหาคุรุถาม 'เขาเป็นดวงวิญญาณที่ยิ่งใหญ่นักจริงไหม? อย่าลืมเล่าเรื่องที่เราได้พบกันให้เขาฟังด้วย' แล้วท่านก็ฝากความบางประการมาถึงท่านลาหิริ มหัสยะ

"เมื่อครูก้มตัวลงกราบลาท่าน ท่านโยคีก็ยิ้มให้อย่างมากด้วยเมตตา 'เจ้าเขียนหนังสือเสร็จเมื่อใด เราจะไปหาเจ้าเมื่อนั้น' ท่านให้สัญญา 'แต่ตอนนี้คงต้องลากันแล้ว'

"ครูขึ้นรถไฟจากอัลลาหะบาดกลับมาที่พาราณสีในวันรุ่งขึ้น พอมาถึงอาศรมของท่านลาหิริ มหัสยะ ครูก็เล่าเรื่องที่ได้พบกับโยคีผู้น่าอัศจรรย์ในงาน*กุมภเมลา*ให้ท่านฟัง

" 'อ้าว เจ้านึกไม่ออกดอกรึว่าท่านเป็นใคร?' ดวงตาท่านลาหิริ มหัสยะเป็นประกายด้วยความขบขัน 'เรารู้แล้ว เจ้านึกไม่ออกเพราะท่านประสงค์ให้เป็นเช่นนั้น ท่านคือ ท่านบาบาจี คุรุผู้ประเสริฐเลิศล้ำหาใครเทียบมิได้ของเราเอง!'

" 'ท่านบาบาจี!' ครูร้องเสียงหลงด้วยความตกใจ 'ท่านบาบาจีผู้เป็นตัวแทนจากพระเป็นเจ้ารึขอรับ? ท่านบาบาจีผู้มาโปรดสัตว์! ผู้สำแดงกายให้ใครเห็นหรือ

---

1 "กษัตริย์ผู้ยิ่งใหญ่"—เป็นคำเรียกขานด้วยความเคารพ

ไม่เห็นก็ได้! โอย...อยากย้อนเวลากลับไปตอนที่พบกับท่านได้จริง ๆ กระผมจะได้กราบคารวะลงที่แทบเท้าของท่าน!'

"'เอาเถิด' ท่านลาหิริ มหัสยะกล่าวปลอบ 'ท่านสัญญาแล้วว่าจะมาหาเจ้าอีกครั้ง'

"'อาจารย์ขอรับ ท่านมหาคุรุได้ฝากความกระผมมาบอกท่านด้วยขอรับ "บอกกับลาหิริ" ท่านกล่าว "ว่าพลังที่สะสมไว้สำหรับชีวิตนี้เหลือน้อยเต็มที งวดลงจนเกือบหมดแล้ว"'

"พอครูเอ่ยคำพูดอันเป็นปริศนาจบลง ร่างของท่านลาหิริ มหัสยะก็สั่นสะท้านราวกับถูกสายฟ้าฟาดเข้าใส่ ทุกประการของท่านดิ่งลงสู่ความเงียบสงัดในฉับพลัน ใบหน้าที่เคยแย้มยิ้มแปรเปลี่ยนเป็นเคร่งขรึมอย่างน่าอัศจรรย์เหมือนท่านกลายเป็นรูปสลักไม้ ดูโศกสลดและตั้งนิ่งไม่ไหวติงอยู่บนแท่น ร่างของท่านค่อย ๆ ซีดลงจนปราศจากสีเลือด ครูทั้งตกใจทั้งสับสน ชั่วชีวิตของครูไม่เคยเห็นท่านอาจารย์ผู้ยิ้มแย้มแจ่มใสอยู่เป็นนิจเคร่งขรึมจนน่าพรั่นใจเช่นนี้มาก่อน ศิษย์คนอื่น ๆ ต่างก็จ้องมองท่านด้วยความหวั่นวิตก

"สามชั่วโมงผ่านไปท่ามกลางความเงียบ สุดท้าย ท่านลาหิริ มหัสยะก็หวนกลับคืนสู่ความร่าเริงตามวิสัยของท่านเช่นเดิม ทั้งยังสนทนากับศิษย์แต่ละคนอย่างมากด้วยเมตตา ทุกคนจึงพากันถอนใจอย่างโล่งอก

"ครูรู้ได้จากปฏิกิริยาของท่านว่าข่าวที่ท่านบาบาจีฝากมาบอก เป็นสัญญาณซึ่งท่านลาหิริ มหัสยะเข้าใจได้อย่างไม่มีทางผิดพลาดว่า ไม่ช้าท่านจะต้องละจากกายสังขารนี้ไป การนิ่งเงียบอย่างน่าหวั่นใจเป็นเครื่องพิสูจน์ให้รู้ว่าท่านคุรุของครูเข้าคุมจิตวิญญาณของท่านโดยไม่รั้งรอ เพื่อตัดสายใยเส้นสุดท้ายแห่งความผูกพันกับโลกแห่งวัตถุธาตุให้ขาดสนิท แล้วหยั่งจิตลงสู่ความเป็นตัวตนที่ดำรงอยู่ชั่วนิรันดร์ในพระเป็นเจ้า ถ้อยร้อยวาจาของท่านบาบาจีจึงมีความหมายว่า 'เราจะอยู่กับเจ้าตลอดไป' นั่นเอง

"ถึงท่านบาบาจีกับท่านลาหิริ มหัสยะจะรอบรู้ในสรรพสิ่งทั้งปวง และไม่จำเป็นต้องอาศัยครูหรือใครหน้าไหนมาเป็นคนกลางในการสื่อสารกัน แต่ครูบาอาจารย์ผู้ยิ่งใหญ่ทั้งสองท่านก็สู้อุตส่าห์ลดตัวลงมาแสดงบทบาทมิให้ต่างจากมนุษย์โดยทั่วไป บางครั้งพวกท่านก็จะถ่ายทอดคำทำนายผ่านมาทาง

ผู้นำข่าวสารตามวิถีทางของโลก และเมื่อเรื่องปรากฏเป็นจริงตามคำทำนายของพวกท่าน ศรัทธาอันแก่กล้าก็บังเกิดขึ้นในหมู่ผู้คนจำนวนมากที่ได้รับรู้เรื่องราวเหล่านั้น

"ไม่ช้า ครูก็จากพาราณสีมาตั้งต้นเขียนหนังสือศาสนาเปรียบเทียบตามความประสงค์ของท่านบาบาจีที่เซรัมปอร์" อาจารย์เล่า "ทันทีที่เริ่มจับงาน ครูก็เกิดแรงบันดาลใจ คิดอยากจะเขียนบทกวีเทิดทูนท่านมหาคุรุผู้มีอำนาจเหนือความตาย บทร้อยกรองอันไพเราะลื่นไหลออกจากปลายปากกาของครูโดยไม่ต้องใช้ความพยายามแต่อย่างใดทั้งๆ ตัวครูเองไม่เคยลองแต่งบทกวีภาษาสันสกฤตมาก่อนเลยแม้สักครั้ง

"ในค่ำคืนอันเงียบสงบ ครูตั้งอกตั้งใจเขียนบทเปรียบเทียบไบเบิลกับคัมภีร์แห่ง*สนาตนธรรม*[1] โดยหยิบยกเอาถ้อยดำรัสของพระเยซูมาชี้ให้เห็นว่า คำสอนของท่านโดยเนื้อแท้แล้วก็เป็นเฉกเช่นเดียวกับคำสอนในพระเวท ด้วยความกรุณาของท่านบรมคุรุ[2] หนังสือ *The Holy Science*[3] ของครูจึงเขียนเสร็จได้ในเวลาอันสั้น

---

1 แปลว่า "ธรรมอันอยู่เหนือกาลเวลา" เป็นชื่อที่ใช้เรียกคำสอนในพระเวท ภายหลังผู้คนจึงได้เรียก*สนาตนธรรม*ว่าศาสนาฮินดู เหตุเพราะสมัยที่อเล็กซานเดอร์มหาราชนำทัพเข้ารุกรานภาคตะวันตกเฉียงเหนือของอินเดียนั้น ชาวกรีกเรียกผู้คนที่อาศัยอยู่ตามริมฝั่งแม่น้ำสินธุว่าชาวฮินดู คำว่าชาวฮินดูนั้น ถ้าจะพูดกันจริงๆ แล้ว หมายถึงผู้เลื่อมใสศรัทธาใน *สนาตนธรรม* หรือศาสนาฮินดูเท่านั้น ในขณะที่ชาวอินเดียจะหมายรวมถึงชาวฮินดู ชาวมุสลิม และคนกลุ่มอื่นๆ ในอินเดียอีกหลายกลุ่ม (ความผิดพลาดทางภูมิศาสตร์ของโคลัมบัสยังทำให้พวกมองโกลอยด์ที่เป็นชนพื้นเมืองของทวีปอเมริกาพลอยถูกเรียกเป็นชาวอินเดียนไปเสียได้)

อินเดียในสมัยโบราณมีชื่อเรียกว่า*อารยวรรษ* แปลว่า "ที่อยู่ของชาวอารยะ" คำว่า*อารยะ*มีรากศัพท์มาจากภาษาสันสกฤต แปลว่า "มีเกียรติ ศักดิ์สิทธิ์ สูงส่ง" มีการนำมาใช้แบบผิดๆ โดยยกเลิกนัยทางศาสนา เปลี่ยนมาหมายถึงลักษณะทางกายภาพและเอกลักษณ์ทางชาติพันธุ์ของผู้คน ทำให้แม็กซ์ มึลเลอร์ ผู้เชี่ยวชาญด้านบูรพาวิทยาผู้ยิ่งใหญ่ต้องออกมาปรารภว่า "ในทรรศนะของข้าพเจ้า นักชาติพันธุ์วิทยาที่เอ่ยถึงเผ่าพันธุ์อารยะ สายเลือดอารยะ ดวงตาและผมแบบอารยะ ก็บาปหนาสาหัสไม่ต่างจากนักภาษาศาสตร์ที่ชอบพูดถึงพจนานุกรมฉบับชนเผ่าหัวยาวหรือตำราไวยากรณ์ของเผ่าหัวสั้น"

2 คำว่าบรมคุรุหมายถึงคุรุของคุรุ ท่านบาบาจีเป็นคุรุของท่านลาหิริ มหัสยะ จึงมีศักดิ์เป็นบรมคุรุของท่านศรียุกเตศวร

องค์มหาวตารบาบาจีเป็นคุรุสูงสุดของครูบาอาจารย์สายอินเดียผู้มีหน้าที่รับผิดชอบดูแลความเจริญทางจิตวิญญาณของสมาชิกสมาคมเอสอาร์เอฟ-วายเอสเอส ผู้มุ่งมั่นปฏิบัติ*กริยาโยคะ*ด้วยศรัทธาปสาทะทั้งหมด

3 ปัจจุบัน จัดพิมพ์โดยสมาคมเซลฟ์ รีอะไลเซชั่น เฟลโลว์ชิพ (SRF) ลอสแองเจลิส แคลิฟอร์เนีย

"หลังเขียนหนังสือเสร็จ เช้าวันรุ่งขึ้น" อาจารย์เล่าต่อ "ครูก็ออกไปอาบน้ำในแม่น้ำคงคาที่ท่าราอีฆาฏ ท่าน้ำในยามนั้นร้างคน ครูจึงหยุดยืนซึมซับรับเอาศานติสุขในท่ามกลางแสงตะวันฉายอยู่ครู่หนึ่ง หลังลงไปชำระกายในท้องน้ำที่สะท้อนแสงเป็นประกายระยิบระยับแล้ว ครูก็ออกเดินกลับบ้าน ในท่ามกลางความเงียบนั้นได้ยินแต่เสียงผ้านุ่งที่ชุ่มน้ำกวัดแกว่งไปตามจังหวะการก้าวเดินของครู หลังเดินผ่านต้นไทรใหญ่ริมฝั่งน้ำมา ก็เหมือนมีอะไรมาดลใจให้ครูหันกลับไปมอง จึงได้เห็นท่านมหาคุรุบาบาจีนั่งอยู่ท่ามกลางวงล้อมของสานุศิษย์สองสามคน ภายใต้ร่มเงาของต้นไทรใหญ่นั้น!

" 'สวามี ขอความสวัสดีจงมีแก่เจ้า!' น้ำเสียงอันไพเราะของท่านดังขึ้นเพื่อยืนยันว่าครูไม่ได้ฝันไป 'เรารู้ว่าเจ้าเขียนหนังสือสำเร็จเสร็จเรียบร้อยแล้ว เรามาที่นี่เพื่อขอบใจเจ้าตามที่ได้สัญญาไว้'

"ครูก้มลงกราบที่แทบเท้าท่านด้วยใจอันเต้นรัว 'ท่านบรมคุรุขอรับ' ครูวอนขอ 'บ้านกระผมอยู่ใกล้แค่นี้ ท่านจะไม่เมตตาพาคณะศิษย์แวะไปพักให้เป็นบุญแก่ตัวกระผมบ้างเชียวหรือขอรับ?'

"ท่านบรมคุรุปฏิเสธอย่างยิ้มแย้ม 'ไม่ล่ะ ลูกเอ๋ย' ท่านว่า 'เราเป็นพวกอยู่ตามโคนไม้ ที่ตรงนี้ก็สบายดีอยู่แล้ว'

" 'ถ้าเช่นนั้น โปรดรอสักครู่เถิดขอรับ' ครูวิงวอนท่านด้วยสายตา 'กระผมจะรีบไปเอาขนมข้าวต้มมาถวาย'[1]

"แต่พอครูย้อนกลับมาในอีกไม่กี่นาทีให้หลังพร้อมจานขนมนมเนย ใต้ไทรใหญ่ต้นนั้นก็ไม่ปรากฏคณะของท่านบรมคุรุให้เห็นแม้แต่เงา ครูเดินหาไปทั่วละแวกท่าน้ำ แต่ในใจก็รู้ดีว่าคณะเล็ก ๆ ของท่านได้จากไปเหมือนติดปีกเสียแล้ว

"ครูน้อยใจไม่มีที่เปรียบ 'ต่อให้ครั้งหน้าได้พบกับท่านอีก เราก็จะไม่เข้าไปพูดคุยกับท่านอีกแล้ว' ครูบอกกับตัวเอง 'ท่านแล้งน้ำใจนัก จะไปก็ไม่ร่ำลากันแม้สักคำ' แน่ล่ะ นี่เป็นความโกรธอันเนื่องมาจากความเคารพรักเป็นเหตุ หาใช่เพราะเหตุอื่นนอกเหนือจากนี้ไม่ ผ่านไปไม่กี่เดือน ครูก็แวะไปเยี่ยมท่านอาจารย์ลาหิริ มหัสยะที่พาราณสี เห็นครูเยี่ยมหน้าเข้าไปในห้องรับรอง ท่านก็ยิ้มรับ

---

1 ในอินเดีย ศิษย์ต้องยกน้ำและอาหารมาต้อนรับอาจารย์ มิฉะนั้น จะถือว่าไม่เคารพ

"'สวัสดี ยุกเตศวร' ท่านกล่าวต้อนรับ 'เมื่อกี้ได้พบท่านบาบาจีตรงธรณีประตูห้องรึเปล่า?'

"'ไม่พบนี่ขอรับ' ครูเรียนท่านอย่างประหลาดใจ

"'เข้ามาใกล้ๆ นี่' ท่านยื่นมือมาแตะที่หน้าผากครูเบาๆ ทันใดนั้น ครูก็มองเห็นท่านบาบาจีอยู่ใกล้ๆ ประตู ผ่องใสดุจดอกบัวที่แย้มบาน

"ครูนึกถึงความหลังเมื่อครั้งที่ท่านทำร้ายน้ำใจ จึงไม่ยอมเข้าไปกราบคารวะ ท่านลาหิริ มหัสยะมองครูอย่างประหลาดใจ

"ข้างท่านบรมคุรุก็มองตรงมาที่ครูด้วยแววตาอันลึกซึ้งจนสุดจะหยั่ง 'เจ้าโกรธเรา'

"'ก็ทำไมจะไม่โกรธล่ะขอรับ?' ครูตอบ 'จู่ๆ ท่านกับคณะลูกศิษย์ก็ปรากฏตัวขึ้น แล้วจู่ๆ ก็หายตัวไปเสียอย่างนั้น'

"'เราบอกว่าจะมาหาเจ้า แต่ไม่ได้บอกว่าจะอยู่นานแค่ไหน' ท่านบาบาจีหัวเราะเบาๆ 'เจ้าตื่นเต้นเหลือเกินนี่ เรายืนยันกับเจ้าได้เลยว่าที่คณะของเราหายไปกับอากาศธาตุก็เพราะกระแสความตื่นเต้นจากตัวเจ้าเป็นเหตุ'

"คำชี้แจงแบบไม่รักษาน้ำใจนี้ยังความพอใจให้กับครูทันที ครูจึงคุกเข่าลงที่แทบเท้าท่าน ท่านบรมคุรุตบบ่าครูอย่างเมตตา

"'ลูกเอ๋ย เจ้าต้องพากเพียรเจริญสมาธิให้มากกว่านี้' ท่านบอก 'ดวงตาของเจ้ายังไม่ใสกระจ่างอย่างเต็มที่...เจ้ามองไม่เห็นเราที่เร้นกายอยู่เบื้องหลังแสงอาทิตย์' สิ้นถ้อยอันไพเราะดุจเสียงขลุ่ยทิพย์ ร่างท่านก็เลือนหายไปในท่ามกลางแสงอันส่องสว่าง

"นั่นเป็นการไปกราบคารวะท่านอาจารย์ลาหิริ มหัสยะที่พาราณสีครั้งหลังๆ ของครู" อาจารย์กล่าวสรุป "ก็เป็นดังคำที่ท่านบาบาจีบอกไว้ที่งาน*กุมภเมลา*นั่นล่ะ เวลาในการกลับมาเกิดเป็นคฤหัสถ์ในชาตินี้ของท่านลาหิริ มหัสยะ ใกล้จะสิ้นสุดลงแล้ว พอถึงฤดูร้อนของปี 1895 ร่างกายอันแข็งแรงของท่านก็เกิดเป็นฝีขึ้นที่กลางหลัง ท่านไม่ยอมไปให้หมอผ่าเอาหัวฝีออกเพราะต้องการอาศัยความเจ็บไข้ในครั้งนี้ลบล้างบาปกรรมให้กับศิษย์บางคน สุดท้าย เมื่อศิษย์ทั้งหลายยืนกราน ท่านจึงตอบเป็นปริศนาว่า

"'สังขารต้องหาเหตุเพื่อให้ดับสูญไป เอาเถิด เราจะทำตามที่พวกเจ้าต้องการ'

"ผ่านไปไม่นานนัก ท่านคุรุผู้ประเสริฐก็ละสังขารที่พาราณสี ครูไม่ต้องไปหาท่านที่ห้องรับรองเล็ก ๆ อีกต่อไป เพราะท่านเมตตาชี้นำทางให้กับชีวิตในทุก ๆ วันของครูอยู่แล้ว"

หลายปีต่อมา ศิษย์ผู้บรรลุภูมิธรรมขั้นสูงนามว่าสวามีเกศพานันทะ[1]ได้เล่าเรื่องราวอันน่าอัศจรรย์เกี่ยวกับการจากไปของท่านลาหิริ มหัสยะให้ข้าพเจ้าฟังด้วยตนเอง

"ไม่กี่วันก่อนที่ท่านอาจารย์จะละสังขาร" ท่านเกศพานันทะว่า "ท่านได้มาสำแดงกายให้เห็นตอนที่ฉันนั่งอยู่ในอาศรมของตัวเองที่หรทวาร

" 'มาพาราณสีเดี๋ยวนี้' สิ้นคำสั่ง ท่านก็หายวับไป

"ฉันขึ้นรถไฟไปพาราณสีทันที ไปถึงอาศรมก็เห็นสานุศิษย์มารวมตัวกันอยู่เป็นจำนวนมาก วันนั้น[2] ท่านลาหิริ มหัสยะอธิบายความในคัมภีร์ภควัทคีตาให้พวกเราฟังนานหลายชั่วโมง จากนั้น ก็บอกกับพวกเราแต่เพียงว่า

" 'เราจะกลับบ้านแล้ว'

"พวกเราร่ำไห้ด้วยความเศร้าเสียใจที่พรูพรั่งดุจดังกระแสน้ำอันเชี่ยวกราก

" 'อย่าเป็นทุกข์ไปเลย เราจะกลับฟื้นคืนมาแน่' พูดจบ ท่านก็ลุกขึ้นจากที่นั่ง หมุนตัวสามครั้ง แล้วลงนั่งขัดสมาธิเพชร หันหน้าไปทางทิศเหนือ หยั่งจิตลงสู่*มหาสมาธิ*[3] ด้วยราศีอันสูงส่ง

"กายสังขารอันงามสง่าของท่าน อันเป็นที่รักยิ่งของสานุศิษย์ ถูกเชิญไปประกอบพิธีฌาปนกิจตามธรรมเนียมของคฤหัสถ์ที่ท่ามณีกรรนิกาฆาฏ ณ ริมฝั่งแม่น้ำคงคา" ท่านเกศพานันทะเล่าต่อว่า "วันรุ่งขึ้น เวลาสิบโมงเช้า ขณะที่ฉันยังอยู่ที่พาราณสี ห้องพักของฉันก็ปรากฏแสงสว่างเรื่อเรืองขึ้น แล้วดูเอาเถิด! ตรงหน้าฉันคือร่างที่มีเลือดเนื้อและชีวิตของท่านลาหิริ มหัสยะ ดูเหมือนร่างเดิม

---

1 ข้าพเจ้าเล่าเรื่องการไปเยือนอาศรมของท่านเกศพานันทะไว้ที่หน้า 523–7

2 วันที่ 26 กันยายน ค.ศ.1895 คือวันที่ท่านลาหิริ มหัสยะละสังขาร ถัดไปอีกไม่กี่วันก็จะครบรอบวันเกิดปีที่หกสิบเจ็ดของท่าน

3 การหมุนตัวสามรอบ แล้วหันหน้าไปทางทิศเหนือ เป็นส่วนหนึ่งของพิธีกรรมตามหลักคัมภีร์พระเวทที่บรรดาครูบาอาจารย์ผู้ล่วงรู้เวลาละสังขารล่วงหน้าจะกระทำกัน ในการเข้าสมาธิครั้งสุดท้ายนี้ ท่านจะหยั่งจิตเข้าสู่กระแสเสียง*โอม*แห่งจักรวาล เรียกว่า *มหาสมาธิ* หรือ *สมาธิอันยิ่งใหญ่*

ของท่านไม่มีผิด จะมียกเว้นก็แค่ดูหนุ่มขึ้น มีราศีผ่องใสขึ้น ท่านกล่าวกับฉันว่า

" 'เกศพานันทะ' ท่านบอก 'เราเอง เมื่อร่างเราถูกเผา อณูก็แตกกระจายออกไป แต่เราได้รวมอณูเหล่านั้นเข้าด้วยกันใหม่ และฟื้นคืนชีวิตอีกครั้ง ภาระหน้าที่ในฐานะคฤหัสถ์ของเราในโลกนี้ได้เสร็จสมบูรณ์ลงแล้ว แต่ใช่ว่าเราจะจากโลกนี้ไปเสียเลยทีเดียวนับจากนี้ไป เราจะไปอยู่กับท่านบาบาจีที่หิมาลัยสักระยะหนึ่ง และจะอยู่กับท่านในจักรวาลต่อไป'

"ท่านพึมพำประสาทพรให้กับฉัน แล้วหายวับไป หัวใจฉันอาบอิ่มไปด้วยแรงบันดาลใจอันแสนวิเศษ จิตวิญญาณของฉันลอยละลิ่วขึ้นไปสู่พระเป็นเจ้าดุจเดียวกับสานุศิษย์ของพระคริสต์และท่านกบีร์[1] ในยามที่ได้เห็นคุรุของพวกเขาฟื้นคืนจากความตาย"

"เมื่อฉันกลับมายังอาศรมอันวิเวกที่หรทวาร" ท่านเกศพานันทะเล่าต่อ "ฉันได้นำอัฐิอันศักดิ์สิทธิ์ของท่านลาหิริ มหัสยะส่วนหนึ่งติดตัวมาด้วย แม้จะรู้ดีว่าท่านได้หลุดพ้นจากกายสังขารที่เปรียบได้กับกรงขังอันมีข้อจำกัดทางเวลาและมิติ เป็นอิสระที่จะดำรงอยู่ในทุกสถานและทุกกาลแล้ว แต่การได้กราบไหว้บูชาอัฐิของท่านก็ทำให้ฉันอุ่นใจนัก"

---

1 ท่านกบีร์เป็นนักบุญผู้ยิ่งใหญ่ในยุคศตวรรษที่ 16 ท่านมีสานุศิษย์มากมาย ทั้งชาวฮินดูและมุสลิม หลังจากที่ท่านลาโลกไป ศิษย์ทั้งหลายก็ทุ่มเถียงกันว่าควรจะจัดพิธีศพแบบใดดี ท่านกบีร์รำคาญเต็มแก่ จึงฟื้นตื่นจากความตายขึ้นมาตัดสินว่า "กายสังขารที่เหลืออยู่ของเรา ครึ่งหนึ่งให้ทำพิธีฝังแบบมุสลิม" ท่านว่า "อีกครึ่งให้นำไปเผาตามพิธีทางฮินดู" สั่งความเสร็จท่านก็หายวับไป เมื่อบรรดาสานุศิษย์คลี่ผ้าตราสังข์ที่มัดห่อศพท่านออก กลับพบเห็นแต่เพียงดอกไม้อันงดงามหลายหลากพันธุ์ จึงได้ปฏิบัติตามคำสั่ง แบ่งครึ่งหนึ่งให้พวกมุสลิมนำไปฝังไว้ที่มฆารให้ผู้คนได้มากราบไหว้กันจนถึงทุกวันนี้ ส่วนอีกครึ่งหนึ่งก็นำไปทำพิธีฌาปนกิจตามธรรมเนียมฮินดูที่เมืองพาราณสีพร้อมทั้งสร้างเทวาลัยขึ้นตรงเชิงตะกอน ให้ชื่อว่า*เทวาลัยกบีร์เจอุระ* ปัจจุบันนี้ก็ยังมีคนนิยมมากราบไหว้บูชากันไม่ขาดสาย

สมัยยังหนุ่ม เคยมีศิษย์สองคนมาหาท่านกบีร์เพื่อขอให้ท่านชี้แนะขั้นตอนการก้าวเดินไปบนเส้นทางของผู้ทรงฌานให้อย่างละเอียด ท่านกบีร์ตอบพวกเขาแต่เพียงว่า

มรรคาบอกบ่งชี้ ใกล้–ไกล
ผิวพระองค์สถิตใน จิตแผ้ว
บ่ห่อนต้องหาทางไป ให้ยั่ว ยิ้มนา
ปลาอยู่วารีแล้ว อยากน้ำฤๅไฉน

ศิษย์อีกผู้หนึ่งซึ่งได้เห็นท่านคุรุฟื้นคืนชีพคือท่านปัญจานน ภัฏฏาจารย์[1] ผู้เพรียบพร้อมด้วยคุณความดี ข้าพเจ้าไปเยี่ยมท่านที่บ้านในเมืองกัลกัตตา และได้ฟังเรื่องราวสมัยที่ท่านได้อยู่รับใช้ใกล้ชิดท่านลาหิริ มหัสยะเป็นเวลานานปีด้วยใจอันยินดีนัก พอถึงตอนท้าย ท่านก็กรุณาเล่าถึงเหตุการณ์อันวิเศษสุดในชีวิตให้ข้าพเจ้าได้รับรู้

"ที่กัลกัตตานี้" ท่านปัญจานนกล่าว "ตอนสิบโมงเช้าของวันรุ่งขึ้น หลังจากวันทำพิธีฌาปนกิจกายสังขารของท่าน ท่านลาหิริ มหัสยะก็ได้มาปรากฏตัวให้ฉันเห็นในร่างอันเรืองรอง"

ท่านสวามีปราณพานันทะ "โยคีสองร่าง" ก็เคยเอ่ยถึงเรื่องราวเหนือโลกที่ท่านเคยประสบมาอย่างละเอียด กล่าวคือ ระหว่างมาเยือนโรงเรียนที่รานจี ท่านปราณพานันทะเล่าให้ข้าพเจ้าฟังว่า

"ไม่กี่วันก่อนหน้าที่ท่านลาหิริ มหัสยะจะละสังขาร ฉันได้รับจดหมายจากท่าน สั่งให้ฉันไปหาท่านที่พาราณสีทันที แต่ก็มีเหตุอันเลี่ยงไม่ได้ ทำให้ฉันไม่อาจออกเดินทางได้ในทันที รอจนเสร็จธุระแล้ว ฉันก็เก็บข้าวของจะรีบไปพาราณสี ตอนนั้นเป็นเวลาราวสิบโมงเช้า จู่ ๆ ฉันก็เห็นร่างอันเรืองรองของท่านคุรุปรากฏขึ้นในห้อง ทำให้รู้สึกปลาบปลื้มยินดีนัก

" 'จะรีบไปพาราณสีทำไมกัน?' ท่านลาหิริ มหัสยะว่ายิ้ม ๆ 'เราไม่ได้อยู่ที่นั่นแล้ว'

"ทันทีที่เข้าใจนัยในคำพูดของท่าน ฉันก็ร้องไห้ออกมาเหมือนหัวใจจะแหลกสลาย ในใจเชื่อเอาจริง ๆ จัง ๆ ว่าร่างของท่านที่ปรากฏอยู่ตรงหน้าเป็นเพียงภาพนิมิตเท่านั้น

"ท่านคุรุเดินเข้ามาหาฉันเหมือนจะให้แน่ใจ 'เอ้า! จับเนื้อจับตัวเราดู' ท่านบอก 'เรายังมีชีวิตเหมือนเช่นที่เป็นมาตลอด อย่าเศร้าโศกเสียใจไปเลย เรามิได้อยู่กับเจ้าตลอดไปดอกหรือ?' "

จากปากของศิษย์เอกทั้งสามท่านนี้ เรื่องราวความจริงอันน่าอัศจรรย์ใจจึง

---

1 ดูหน้า 427 ท่านปัญจานนสร้างเทวาลัยพระศิวะขึ้นในสวนขนาด 17 เอเคอร์ที่เมืองเทวฆาร รัฐพิหาร ภายในเทวาลัยมีภาพเขียนสีน้ำมันรูปท่านลาหิริ มหัสยะประดับอยู่ด้วย (*หมายเหตุผู้จัดพิมพ์*)

ได้ถูกเปิดเผยออกมา เวลาสิบนาฬิกาของเช้าถัดจากวันที่กายสังขารของท่านลาหิริ มหัสยะถูกเชิญไปทำพิธีฌาปนกิจ ท่านคุรุผู้ฟื้นคืนชีวิตอีกครั้งในร่างจริงที่เปลี่ยนไปจากเดิม ได้มาปรากฏกายให้ศิษย์ทั้งสามได้เห็น ทั้งๆ ที่แต่ละคนอยู่กันคนละเมืองแท้ ๆ

"เมื่อสิ่งซึ่งเน่าเปื่อยนี้จะสวมซึ่งไม่เปื่อยเน่า และสภาพมตะนี้จะสวมสภาพอมตะ เมื่อนั้นตามซึ่งเขียนไว้ในพระคัมภีร์จะสำเร็จว่า ความตายก็ถูกกลืนถึงปราชัยแล้ว โอ มัจจุราชเอ๋ย ชัยชนะของเจ้าอยู่ที่ไหน โอ มัจจุราชเอ๋ย เหล็กในของเจ้าอยู่ที่ไหน?"[1]

1 โครินธ์ 1 15:54–55 "เหตุไฉนท่านทั้งหลายจึงพากันถือว่า การที่พระเจ้าทรงให้คนตายเป็นขึ้นมา เป็นการที่เชื่อไม่ได้?"—กิจการ 26:8

บทที่ 37

ข้าพเจ้าไปอเมริกา

"อเมริกา! คนพวกนี้ต้องเป็นคนอเมริกันแน่เลย!" ความคิดนี้ผุดขึ้นในใจข้าพเจ้าขณะแลเห็นภาพชาวตะวันตกมากหน้าหลายตา[1] เรียงรายผ่านเข้ามาในนิมิต

ชั่วขณะที่ดื่มด่ำอยู่ในสมาธินี้ ตัวข้าพเจ้ากำลังนั่งอยู่หลังแนวกล่องกระดาษที่มีฝุ่นจับเขรอะในห้องเก็บของของโรงเรียนที่รานจี[2] ช่วงหลายปีที่ต้องวุ่นวายอยู่กับเด็กๆ เช่นนี้ จะหาที่เงียบๆ ให้เป็นส่วนตัวสักหน่อย นับว่าไม่ใช่เรื่องง่ายเอาเลยจริงๆ!

ภาพนิมิตนั้นยังทยอยผ่านเข้ามา เป็นภาพผู้คนจำนวนมากจ้องมองมายังข้าพเจ้าอย่างตั้งใจ และเคลื่อนผ่านจิตสำนึกของข้าพเจ้าไปเหมือนนักแสดงเดินข้ามเวทีจากฝากหนึ่งไปยังอีกฝากหนึ่ง

ประตูห้องเก็บของเปิดออก เด็กคนหนึ่งค้นพบที่ซ่อนของข้าพเจ้าแล้วเหมือนเคย

"มานี่สิ พิมล" ข้าพเจ้าเรียกแกเข้ามาหาอย่างร่าเริง "ครูมีข่าวจะบอก พระเป็นเจ้าทรงเรียกครูให้ไปอเมริกา!"

"อเมริกาหรือขอรับ?" เด็กชายร้องเสียงหลง ราวกับได้ยินข้าพเจ้าบอกว่าจะ "ไปดวงจันทร์" กระนั้น

"ใช่! ครูจะมุ่งหน้าไปค้นหาอเมริกาเหมือนอย่างโคลัมบัสผู้หลงคิดไปว่าตัวเองได้ค้นพบอินเดียแล้ว แผ่นดินทั้งสองแห่งนี้ต้องมีกรรมบางอย่างผูกพันกันมาแน่!"

พิมลวิ่งตัวปลิวออกไป ไม่ช้า ทั้งโรงเรียนก็รู้ข่าวจากเจ้าตัวน้อยที่ทำหน้าที่เป็นหนังสือพิมพ์สองขา

---

1 ใบหน้าของผู้คนเหล่านี้ มีอยู่ไม่น้อยที่ข้าพเจ้าได้พบกับตัวจริงในโลกตะวันตกและจดจำพวกเขาได้ในทันที

2 ปี 1995 เป็นวาระครบรอบเจ็ดสิบห้าปีที่ท่านปรมหังสาโยคานันทะเดินทางมายังอเมริกา และมีการสร้างสมฤติมัณฑิรขึ้นไว้เป็นอนุสรณ์ตรงบริเวณที่เคยเป็นห้องเก็บของเดิมของโรงเรียนที่รานจี ที่ซึ่งท่านได้นิมิต (*หมายเหตุผู้จัดพิมพ์*)

ข้าพเจ้าเรียกเหล่าคณาจารย์ผู้สับสนงงงันเข้ามาพบ แล้วมอบหมายให้พวกเขารับผิดชอบดูแลโรงเรียนต่อไป

"ผมรู้ว่าพวกคุณจะรักษาแนวคิดด้านการศึกษาตามหลักโยคะของท่านลาหิริ มหัสยะเอาไว้เหนือหลักอื่นใดเสมอ" ข้าพเจ้าบอก "ผมจะเขียนจดหมายมาหาบ่อย ๆ และถ้าพระเป็นเจ้าทรงมีพระประสงค์ สักวันหนึ่งผมคงจะได้กลับมาที่นี่อีก"

ข้าพเจ้าน้ำตาคลอเบ้าขณะกวาดสายตามองนักเรียนตัวน้อยกับอาณาบริเวณอันกว้างใหญ่ภายใต้แสงตะวันของโรงเรียนที่รานจี ข้าพเจ้ารู้ดีว่าชีวิตช่วงหนึ่งของตนเองได้ปิดฉากลงแล้ว นับแต่นี้ ข้าพเจ้าจะต้องไปพำนักพักพิงในดินแดนอันห่างไกล ไม่กี่ชั่วโมงหลังได้นิมิต ข้าพเจ้าก็จับรถไฟไปกัลกัตตา วันถัดมาหนังสือเชิญข้าพเจ้าเป็นผู้แทนของอินเดียไปร่วมการประชุมนานาชาติว่าด้วยเสรีภาพทางศาสนาในอเมริกาก็มาถึงมือ การประชุมในปีนั้นจัดขึ้นที่บอสตัน ภายใต้การอุปถัมภ์ของสมาคมอเมริกันยูนิแทเรียน

ข้าพเจ้าหัวหมุนจนต้องรีบรุดไปพบท่านอาจารย์ศรียุกเตศวรที่เซรัมปอร์

"อาจารย์ขอรับ กระผมเพิ่งได้รับเชิญให้ไปกล่าวสุนทรพจน์ต่อที่ประชุมศาสนาในอเมริกา กระผมควรไปไหมขอรับ?"

"ประตูทุกบานเปิดให้กับเธอแล้ว" อาจารย์ตอบง่าย ๆ "จะไปก็ต้องไปเสียแต่ตอนนี้ ไม่เช่นนั้นก็จะไม่มีวันได้ไปอีกเลย"

"แต่อาจารย์ขอรับ" ข้าพเจ้าท้วงอย่างเป็นกังวล "กระผมรู้เรื่องการกล่าวสุนทรพจน์เสียที่ไหน? ไปบรรยายอะไรก็ไม่ค่อยได้ไปกับใครเขา ยิ่งเป็นภาษาอังกฤษด้วยแล้วยิ่งไม่เคยเลย"

"ภาษาอังกฤษหรือไม่ โลกตะวันตกก็จะได้ฟังคำสอนเรื่องโยคะของเธอแน่"

ข้าพเจ้าหัวเราะ "โธ่ อาจารย์ กระผมไม่คิดว่าคนอเมริกันจะหันมาเรียนภาษาเบงกาลีกันหรอกนะขอรับ ประสาทพรให้กระผมเอาชนะอุปสรรคเรื่องภาษาอังกฤษนี้ได้ด้วยเถิดขอรับ"[1]

ครั้นข้าพเจ้านำเรื่องนี้ไปบอกกับพ่อ ท่านถึงกับงันไปด้วยความตกใจ สำหรับ

---

1 ท่านอาจารย์ศรียุกเตศวรกับข้าพเจ้ามักสนทนากันด้วยภาษาเบงกาลี

ท่านแล้ว อเมริกาช่างดูไกลแสนไกล ท่านจึงหวั่นใจว่าจะไม่ได้เห็นหน้าข้าพเจ้าอีก

"ลูกจะไปได้อย่างไร?" พ่อถามเสียงเคร่ง "แล้วใครจะดูแลรับผิดชอบเรื่องค่าใช้จ่ายให้?" พ่อแบกรับภาระเรื่องค่าเล่าเรียนและความเป็นอยู่ให้ข้าพเจ้ามาชั่วชีวิตด้วยความรักใคร่อาทร ไม่ต้องสงสัยเลยว่า ท่านหวังว่าคำถามของท่านจะทำให้ข้าพเจ้ายอมยุติแผนการทั้งหมดลงด้วยความละอายแก่ใจ

"พระเป็นเจ้าจะประทานความช่วยเหลือให้ผมแน่ครับ" ขณะที่ตอบคำถามพ่อ ข้าพเจ้าก็หวนคิดถึงคำตอบในทำนองเดียวกันนี้ที่เคยให้กับพี่อนันตะที่อัคระ แล้วกล่าวต่อแบบเจ้าเล่ห์นิด ๆ ว่า "บางที พระเป็นเจ้าอาจดลใจให้พ่อยอมช่วยผมก็เป็นได้"

"ไม่มีทาง!" ว่าแล้ว พ่อก็มองข้าพเจ้าอย่างเวทนาเต็มแก่

ด้วยเหตุนี้ ข้าพเจ้าจึงประหลาดใจมากเมื่อพ่อยื่นเช็คสั่งจ่ายเงินก้อนโตให้ในวันรุ่งขึ้น

"พ่อให้เงินจำนวนนี้กับเจ้า" ท่านบอก "ไม่ใช่ในฐานะพ่อ แต่ให้ในฐานะศิษย์ผู้เลื่อมใสศรัทธาในตัวท่านลาหิริ มหัสยะ จงเดินทางไปยังโลกตะวันตกอันห่างไกลนั้นแล้วเผยแผ่คำสอนเรื่อง*กริยาโยคะ*ออกไปให้คนได้รู้กันทั่ว"

ข้าพเจ้าซึ้งใจนักกับจิตวิญญาณอันปราศจากความเห็นแก่ตัวของพ่อ ท่านละวางความปรารถนาส่วนตนลงได้อย่างรวดเร็ว ความเข้าใจอันถูกต้องบังเกิดขึ้นกับท่านเมื่อคืนนี้ ว่าแผนการของข้าพเจ้ามิได้เกิดขึ้นจากความกระสันอยากจะไปท่องเที่ยวเหมือนคนทั่ว ๆ ไป

"บางที ชาตินี้เราอาจจะไม่ได้พบหน้ากันอีกเลยก็เป็นได้" พ่อบอกเศร้า ๆ เวลานี้ท่านสูงวัยถึงหกสิบเจ็ดปีแล้ว

ญาณเชื่อมั่นผุดขึ้นมาทำให้ข้าพเจ้าหลุดปากโพล่งออกไปว่า "พระเป็นเจ้าจะทรงนำเรามาพบกันอีกครั้งอย่างแน่นอนครับ"

ขณะที่ตระเตรียมการเพื่อจากอาจารย์และบ้านเกิดเมืองนอนไปยังดินแดนที่ตัวเองไม่เคยรู้จักอย่างอเมริกา ข้าพเจ้ากลับไม่วิตกกังวลเลยแม้แต่น้อย ด้วยเคยได้ยินเรื่องราวเกี่ยวกับ "โลกตะวันตกที่หลงใหลในวัตถุนิยม" มามากแล้ว... โลกอันแตกต่างไปจากอินเดียซึ่งอาบอิ่มไปด้วยรัศมีบุญของเหล่าโยคีมานานนับหลายศตวรรษ

"ถ้าคิดจะไปเผชิญหน้ากับอากาศในโลกตะวันตก" ข้าพเจ้าคิด "ครูบาอาจารย์จากโลกตะวันออกต้องฝ่าด่านทดสอบความหนาวเหน็บในภูผาหิมาลัยไปให้ได้เสียก่อน!"

เช้าวันหนึ่ง ข้าพเจ้าตั้งต้นสวดภาวนาด้วยปณิธานอันแน่วแน่ ว่าจะสวดไปเรื่อย ๆ แม้ว่าจะต้องตายลง จนกว่าจะได้ยินพระสุรเสียงแห่งพระเป็นเจ้า ด้วยต้องการพระพรและถ้อยยืนยันว่าข้าพเจ้าจะไม่มีวันหลงเพริดไปในท่ามกลางเมฆหมอกแห่งการถือผลประโยชน์ในยุคสมัยใหม่เป็นใหญ่ ใจข้าพเจ้ามุ่งมั่นที่จะไปอเมริกา หากความปรารถนาที่จะได้ยินบัญชาแห่งพระเป็นเจ้าเพื่อสร้างเสริมกำลังใจให้กับตนเองยังรุนแรงยิ่งกว่า

ข้าพเจ้าเฝ้าสวดวิงวอนครั้งแล้วครั้งเล่า โดยพยายามระงับเสียงสะอื้นของตนเองเอาไว้ แต่ก็ไม่ได้รับคำตอบใดกลับมา จนเที่ยงวัน ข้าพเจ้าถึงจุดระเบิดหัวหมุนติ้วอยู่ภายใต้แรงกดดันจากความทุกข์ทรมานของตน รู้สึกว่าถ้าแม้นหลุดปากร้อง แสดงความปรารถนาอันรุนแรงภายในใจออกมาให้ยิ่ง ๆ ขึ้นไปอีกเพียงครั้งเดียว สมองคงจะแตกออกเป็นเสี่ยง ๆ เป็นแน่

ชั่วขณะจิตนั้น ก็มีเสียงเคาะประตูดังขึ้นที่บ้านบนถนนคุรปาร์ของข้าพเจ้า เมื่อเปิดประตู ก็ได้พบกับชายหนุ่มสวมอาภรณ์น้อยชิ้นเยี่ยงผู้สละแล้วซึ่งทางโลก เขาก้าวเท้าเข้ามาในบ้าน

"นี่จะต้องเป็นท่านบาบาจีแน่!" ข้าพเจ้าคิดอย่างติดจะมึนงง ด้วยชายผู้ยืนอยู่ตรงหน้ามีรูปร่างหน้าตาคล้ายท่านลาหิริ มหัสยะสมัยยังหนุ่มมาก ท่านตอบสิ่งที่ข้าพเจ้าคิดอยู่ในใจว่า "ถูกแล้ว เราคือบาบาจี" ท่านพูดภาษาฮินดีได้อย่างลื่นไหลไพเราะ "พระบิดาเจ้าทรงได้สดับเสียงสวดอ้อนวอนของเจ้า จึงมีรับสั่งให้เรามาบอกต่อเจ้าว่า จงทำตามคำบัญชาแห่งคุรุของเจ้า ไปอเมริกา และอย่าได้หวั่นกลัวไปเลย พระองค์จะทรงปกปักรักษาเจ้า"

หลังเว้นวรรคไปอย่างชวนให้ใจระทึก ท่านบาบาจีก็บอกมาอีกว่า "เจ้าคือผู้ที่เราเลือกให้ไปเผยแผ่ศาสตร์*กริยาโยคะ*ยังโลกตะวันตก เมื่อนานมาแล้ว เราได้พบกับศรียุกเตศวรผู้เป็นคุรุของเจ้าที่งาน*กุมภเมลา*และได้บอกกับเขาว่าเราจะส่งเจ้าไปให้เขาอบรมสั่งสอน"

ข้าพเจ้าพูดไม่ออก ได้แต่นึกศรัทธาและยำเยงในตัวของท่านผู้มาปรากฏ

กายให้เห็นอยู่เบื้องหน้า ทั้งยังซึ้งใจนักที่ได้ยินจากปากของท่าน ว่าท่านคือผู้ที่ชี้นำให้ข้าพเจ้าได้ไปพบกับท่านศรียุกเตศวร ข้าพเจ้าก้มกายลงกราบกรานท่านคุรุผู้อยู่เหนือความตาย ท่านพยุงข้าพเจ้าให้ลุกขึ้นอย่างนุ่มนวล หลังบอกหลายสิ่งหลายอย่างเกี่ยวกับชีวิตของข้าพเจ้าให้ได้รู้ ท่านก็ให้คำแนะนำเป็นการส่วนตัว และยังได้กล่าวทำนายเรื่องราวบางประการเอาไว้ด้วย

"*กริยาโยคะ*เป็นเทคนิควิธีในการเข้าถึงพระเป็นเจ้าที่พิสูจน์ได้ในทางวิทยาศาสตร์" ท่านบอกอย่างเคร่งขรึม "ท้ายที่สุด ศาสตร์ดังกล่าวจะแพร่หลายไปสู่ทั่วทุกแดนดิน และจะประสานชาติต่าง ๆ เข้าด้วยกันได้โดยอาศัยญาณอันอยู่เหนือมิติโลกของมนุษย์แต่ละรูปแต่ละนามที่จะช่วยให้เจ้าตัวหยั่งรู้ได้ถึงการดำรงอยู่แห่งองค์พระบิดาเจ้า"

ท่านมหาคุรุมองตรงมาด้วยสายตาอันทรงอำนาจ ตรึงข้าพเจ้าให้นิ่งงันด้วยสัมผัสได้ถึงอำนาจจิตอันไพศาลเทียบได้กับจักรวาลของท่าน

"หากในฉับพลัน เกิดแสงตะวัน พันดวงเฉิดฉาย
เหนือเวิ้งนภา โลกาพร่างราย รังสีประกาย ไม่เคยพบพาน
หากเป็นดังฝัน ฉัพพรรณรังสี คือแสงรูจี บารมีฉายฉาน
พระผู้ศักดิ์สิทธิ์ สำแดงฤทธิ์โอฬาร ให้ข้าบริพาร ประจักษ์ในวิญญาณ์"[1]

หลังจากนั้นไม่นาน ท่านบาบาจีก็ย่างเท้าก้าวไปยังประตูพลางเตือนว่า "อย่าคิดติดตามเรามาเลย เจ้าทำไม่สำเร็จดอก"

"ท่านบาบาจีขอรับ ขอได้โปรดอย่าจากไปเลย" ข้าพเจ้าเฝ้าแต่ห้ามท่านเอาไว้ "กรุณาพากระผมไปกับท่านด้วยเถิดขอรับ!" แต่ท่านตอบกลับมาว่า "ไม่ใช่ตอนนี้ เอาไว้โอกาสหลังเถิด"

ความรุ่มร้อนใจทำให้ข้าพเจ้าเพิกเฉยต่อคำเตือน ขยับเท้าจะก้าวตามท่านไปให้ได้ แต่เท้าของข้าพเจ้ากลับตรึงแน่นอยู่กับพื้นห้อง จากประตูห้อง ท่านบาบาจีหันกลับมามองข้าพเจ้าเป็นครั้งสุดท้ายด้วยความเมตตา ดวงตาข้าพเจ้า

---

1 ภควัทคีตา 11:12 (จากบทแปลของอาร์โนลด์)

ปรมหังสา โยคานันทะ
ภาพที่ใช้ในหนังสือเดินทาง ถ่ายที่กัลกัตตา อินเดีย ปี 1920

บางส่วนของผู้แทนที่เข้าร่วมประชุมสภาศาสนาเสรีนานาชาติ ที่เมืองบอสตัน รัฐแมสซาชูเซ็ทส์ เมื่อเดือนตุลาคม 1920 ที่ซึ่งท่านโยคานันทะกล่าวสุนทรพจน์เป็นครั้งแรกในอเมริกา (ซ้ายไปขวา) สาธุคุณที. อาร์. วิลเลียมส์ ศาสตราจารย์เอส. อุชิกาซากิ สาธุคุณยาเยซ ที. ซันเดอร์แลนด์ ท่านโยคานันทะ และสาธุคุณซี. ดับบลิว. เวนท์เท

จับนิ่งอยู่ที่ท่านอย่างละห้อยหาในขณะที่ท่านยกมือขึ้นประสาทพรก่อนเดินจากไป

ผ่านไปไม่กี่นาที เท้าข้าพเจ้าก็กลับมาขยับได้ ข้าพเจ้าลงนั่งหยั่งจิตลงสู่สมาธิอันลึกล้ำ เฝ้าขอบพระทัยพระเป็นเจ้าอยู่ไม่ได้หยุดที่พระองค์ไม่เพียงตอบรับคำสวดอ้อนวอน แต่ยังประทานพระกรุณาให้ข้าพเจ้าได้พบกับท่านบาบาจี ทั้งร่างของข้าพเจ้าเหมือนได้รับการชำระล้างมลทินความผิดบาปให้หมดสิ้นไปด้วยสัมผัสแห่งท่านมหาคุรุผู้ดำรงอยู่แต่โบราณนานมาในรูปลักษณ์มาณพหนุ่มผู้ไม่เคยแก่เฒ่า ข้าพเจ้านั้นเฝ้าปรารถนาที่จะได้พบกับท่านมานานเหลือเกิน

จนกระทั่งถึงบัดนี้ ข้าพเจ้าไม่เคยเล่าเรื่องที่เกิดขึ้นในครั้งนั้นให้ผู้ใดฟังมาก่อนเลยได้แต่เก็บงำเอาไว้ในใจ เป็นประสบการณ์อันศักดิ์สิทธิ์สูงสุดของชีวิต แต่เมื่อคิดขึ้นมาว่าหากเล่าเรื่องที่ตนเองได้เห็นท่านบาบาจีมากับตา ท่านผู้อ่านก็น่าจะทำใจให้เชื่อได้ง่ายกว่า ว่าท่านบาบาจีผู้ยินดีในความวิเวก แต่ยังให้ความสนใจแก่โลกอยู่นั้น เป็นบุคคลที่มีตัวตนอยู่จริงแท้แน่นอน ข้าพเจ้าให้จิตรกรวาดภาพท่านผู้เป็นตัวแทนของพระเจ้าในร่างโยคีแห่งอินเดียยุคปัจจุบันใส่ไว้ในหนังสือเล่มนี้ โดยคอยบอกลักษณะรูปร่างหน้าตาของท่านให้ตามความเป็นจริง

ในยามเย็นย่ำของวันสุดท้ายก่อนการออกเดินทางไปยังอเมริกา ข้าพเจ้าแวะไปกราบท่านอาจารย์ศรียุกเตศวร "จงลืมเสียว่าเจ้าเกิดขึ้นในท่ามกลางชาวฮินดู และจงอย่ารับเอาทุกสิ่งของคนอเมริกันมาทั้งหมด ให้เลือกรับเอาแต่สิ่งที่ดีที่สุดของทั้งสองฝ่าย" อาจารย์สอนสั่งด้วยปัญญาอันสุขุมเยือกเย็น "จงเป็นตัวของตัวเอง นั่นคือเป็นบุตรแห่งพระเป็นเจ้า จงแสวงหาและรวบรวมคุณสมบัติที่ดีที่สุดของพี่น้องผองเพื่อนต่างเผ่าพันธุ์ที่กระจัดกระจายกันอยู่ทั่วโลกนี้เข้าไว้ในตัวเจ้า"

จากนั้น ท่านก็ประสาทพรให้กับข้าพเจ้า "ผู้คนทั้งหลายที่เข้ามาหาเธอด้วยศรัทธามุ่งแสวงหาพระเป็นเจ้า ย่อมได้รับความช่วยเหลือทุกคน เมื่อเธอมองไปที่พวกเขา กระแสธรรมจะพวยพุ่งจากดวงตาของเธอเข้าไปสู่สมองของพวกเขา มันจะเปลี่ยนนิสัยที่เอาแต่หลงใหลในวัตถุให้กลับมาสำเหนียกถึงพระเป็นเจ้ามากขึ้น" แล้วท่านก็กล่าวเสริมด้วยรอยยิ้มว่า "เธอจะโชคดี สามารถดึงดูดดวงวิญญาณอันสัตย์ซื่อจริงใจให้เข้ามาหาได้มากมาย ทุกแห่งที่เธอท่องไป แม้ในป่าเขา เธอก็จะหามิตรได้เสมอ"

พรอันประเสริฐทั้งสองประการของท่านอาจารย์ศรียุกเตศวรตามติดไปบันดาลผลให้เห็นเป็นที่ประจักษ์ในทุกที่ ข้าพเจ้ามาอเมริกาแต่ลำพังตัว ไม่ได้มีเพื่อนอยู่ในอเมริกามาก่อนแม้สักคนเดียว แต่กลับพบว่ามีผู้คนพร้อมเปิดรับคำสอนทางจิตวิญญาณอันอยู่เหนือกาลเวลานับร้อยนับพันคน

ข้าพเจ้าจากอินเดียมาในเดือนสิงหาคม ค.ศ.1920 ด้วยเรือ *เดอะซิตี้ออฟ-สปาร์ตา* ซึ่งเป็นเรือขนส่งผู้โดยสารลำแรกที่ออกเดินทางไปยังอเมริกาหลังสงครามโลกสิ้นสุดลง หลังจัดการกับอุปสรรคนานาประการอันเกิดจากระเบียบราชการที่สลับซับซ้อนในการออกพาสปอร์ตให้กับข้าพเจ้าจนผ่านพ้นไปได้ราวปาฏิหาริย์ ข้าพเจ้าจึงสามารถจองตั๋วมากับเรือเที่ยวนี้ได้

การเดินทางครั้งนี้กินเวลาสองเดือน ระหว่างนั้นมีเพื่อนร่วมทางผู้หนึ่งบังเอิญไปรู้มาว่าข้าพเจ้าเป็นผู้แทนอินเดียในการไปร่วมประชุมที่บอสตัน "สวามีโยคานันทะ" เขาเริ่มเรื่อง เป็นครั้งแรกที่ข้าพเจ้าได้ยินคนเรียกชื่อตัวเองด้วยสำเนียงพิลึก ๆ แบบเดียวกับที่ชาวอเมริกันอีกมากมายจะเรียกให้ได้ยินอีกในภายหลัง "ขอความกรุณาท่านบรรยายธรรมโปรดผู้โดยสารบนเรือในคืนวันพฤหัสบดีหน้าด้วยเถิดครับ ผมคิดว่าพวกเราจะได้ประโยชน์จากหัวข้อ 'สงครามชีวิตกับวิธีต่อกร' กันมากทีเดียว"

อนิจจา! ข้าพเจ้ามาค้นพบเอาในวันพุธว่าตนเองก็มีสงครามชีวิตให้ต้องต่อสู้เช่นกัน หลังพยายามรวบรวมความคิดในการบรรยายเป็นภาษาอังกฤษอย่างสิ้นท่า สุดท้ายข้าพเจ้าก็ล้มเลิกการตระเตรียมตัวทั้งหมด ความคิดของข้าพเจ้าเหมือนลูกม้าป่าที่จับตามองอานอย่างระแวดระวัง มันไม่ยอมให้ความร่วมมือกับไวยากรณ์ภาษาอังกฤษเลยสักนิด แต่ข้าพเจ้าเชื่อมั่นในคำรับรองของอาจารย์ จึงมาปรากฏตัวต่อหน้าประดาผู้ฟังที่ห้องโถงของเรือในคืนวันพฤหัสบดี แล้วข้าพเจ้าก็ได้แต่ยืนเป็นเบื้อใบ้ต่อหน้าผู้คนทั้งหลายโดยไม่มีคำพูดใดหลุดรอดออกมาจากริมฝีปาก หลังการประลองความอดทนของทั้งสองฝ่ายผ่านไปสิบนาที ผู้ฟังในห้องโถงแห่งนั้นก็เข้าใจสภาพกลืนไม่เข้าคายไม่ออกของข้าพเจ้า จึงเริ่มหัวเราะกันอย่างครึกครื้น

แต่ข้าพเจ้าขันไม่ออกกับสถานการณ์ของตนเองในขณะนั้น ติดจะเคือง ๆ เสียด้วยซ้ำ ในใจก็ได้แต่สวดภาวนาถึงอาจารย์

"เธอพูดได้แน่!" เสียงของท่านดังขึ้นในจิตสำนึกของข้าพเจ้าทันที

ความคิดของข้าพเจ้าหันมาเป็นมิตรกับภาษาอังกฤษอย่างฉับพลันทันใด หลังผ่านไปสี่สิบห้านาที ผู้คนในห้องก็ยังสนใจฟังข้าพเจ้าอย่างตั้งใจ การบรรยายครั้งนี้ทำให้ข้าพเจ้าได้รับเชิญไปบรรยายตามที่ต่าง ๆ ในอเมริกาในโอกาสต่อมาอีกหลายครั้ง

หลังบรรยายจบ ข้าพเจ้าจำไม่ได้เลยว่าตัวเองพูดอะไรไปบ้าง ต้องเลียบ ๆ เคียง ๆ ถามเอาจากผู้ฟังบางส่วน จึงได้รู้ "ท่านบรรยายได้จับใจนัก ใช้ภาษาอังกฤษถูกต้องและกระตุ้นความสนใจได้ดีเหลือเกิน" ได้คำตอบอันน่าปลาบปลื้มเช่นนี้ ข้าพเจ้าได้แต่กราบขอบพระคุณอาจารย์ที่ท่านช่วยข้าพเจ้าเอาไว้ได้ทันเวลา และรู้แน่แก่ใจอีกครั้งว่าท่านอยู่กับข้าพเจ้าเสมอ โดยที่เวลาและระยะทางหาได้เป็นอุปสรรคขวางกั้นอันใดไม่

ในช่วงเวลาที่เหลือระหว่างการเดินทาง มีบ้างบางครั้งที่ข้าพเจ้าคิดวิตกไปถึงการกล่าวสุนทรพจน์เป็นภาษาอังกฤษกลางที่ประชุมในบอสตัน

"ข้าแต่พระเป็นเจ้า" ข้าพเจ้าตั้งจิตสวดวิงวอน "ขอทรงเป็นแรงบันดาลใจเพียงหนึ่งเดียวให้แก่ข้าพระบาทด้วยเถิดพระเจ้าข้า"

เรือของเราเข้าจอดเทียบท่าละแวกเมืองบอสตันในปลายเดือนกันยายน วันที่ 6 ตุลาคม ค.ศ.1920 ข้าพเจ้าได้กล่าวสุนทรพจน์เป็นครั้งแรกกลางที่ประชุมในอเมริกา ผู้ฟังต่างให้การตอบรับเป็นอันดี ทำให้ข้าพเจ้าต้องถอนใจออกมาอย่างโล่งอก เลขาธิการผู้มีใจเอื้ออารีของทางสมาคมอเมริกันยูนิแทเรียนได้เขียนข้อคิดเห็นลงในเอกสาร[1] รายงานการประชุมที่ตีพิมพ์ขึ้นในภายหลัง ความว่า

"สวามีโยคานันทะ ผู้แทนจากอาศรมพราหมาจารย์ในรานจี ได้นำความปรารถนาดีจากสมาคมของท่านมามอบให้กับที่ประชุม ด้วยภาษาอังกฤษที่ลื่นไหลไพเราะและการสื่อความหมายอันทรงพลัง ท่านได้กล่าวสุนทรพจน์ว่าด้วยคุณลักษณะพิเศษทางด้านปรัชญาในหัวข้อ 'ศาสตร์แห่งศาสนา' ซึ่งมีการนำมาตีพิมพ์เป็นแผ่นพับเพื่อแจกจ่ายเผยแพร่ออกไปในวงกว้าง ท่านสวามียืนยันว่าศาสนาเป็นสากลและเป็นหนึ่งเดียว เราไม่สามารถทำให้ขนบประเพณีและ

---

1 *New Pilgrimages of the Spirit* (Boston: Beacon Press, 1921)

ข้าพเจ้าไปอเมริกา 455

ช่วงเวลา 32 ปี ในซีกโลกตะวันตก คุรุผู้ยิ่งใหญ่ท่านนี้ได้รับศิษย์โยคะไว้กว่าแสนคน ท่านโยคานันทะขณะอยู่บนเวที สอนชั้นเรียนที่เมืองเดนเวอร์ รัฐโคโลราโดในปี 1924 ท่านเปิดสอนชั้นเรียนโยคะที่ใหญ่ที่สุดในโลกตามเมืองใหญ่ ๆ หลายร้อยแห่ง อาศัยหนังสือที่ท่านเขียนและบทเรียนที่ท่านจัดไว้ให้ศึกษาที่บ้าน รวมทั้งการตั้งวัด–อารามของสำนักเพื่อฝึกพระ-ชีให้เป็นครู เหล่านี้ ล้วนเป็นเครื่องประกันว่าพันธกิจซึ่งท่านได้รับมอบหมายมาจากมหาวตารบาบาจีจะต้องได้รับการสืบสาน

ท่านปรมหังสา โยคานันทะ หอสังคีตฟิลฮาร์โมนิค ออดิทอเรียม ลอสแองเจลิส

หนังสือพิมพ์ลอสแองเจลิส ไทม์ 28 มกราคม 1925 รายงาน "หอสังคีตฟิลฮาร์โมนิค ออดิทอเรียม เสนอภาพความพิเศษผิดธรรมดาของผู้พยายามเข้าชมจำนวนหลายพันคน ซึ่งต้องผิดหวังกลับไปตั้งแต่หนึ่งชั่วโมงก่อนเวลาเปิดให้เข้าชมและฟังการบรรยาย ที่นั่งทั้ง 3,000 ที่ ถูกจับจองจนล้น สวามีโยคานันทะ ผู้เป็นแรงดึงดูดสำคัญนี้ เป็นชาวฮินดู ผู้นำพระเจ้าเข้าสู่สหรัฐฯ ท่ามกลางชุมชนชาวคริสต์ เพื่อเผยแพร่หลักคำสอนของคริสเตียน"

ด้วยความช่วยเหลือของสานุศิษย์ใจเอื้อเฟื้อ ท่านโยคานันทะจึงสามารถซื้อที่ดินพร้อมสิ่งปลูกสร้างที่เมาต์วอชิงตันนี้ได้ เมื่อปี 1925 และก่อนที่กระบวนการซื้อขายจะเสร็จสิ้นลงเสียด้วยซ้ำ ท่านก็ได้จัดการพบปะครั้งแรกคือพิธีสวดในเช้าตรู่ของวันอีสเตอร์ ณ พื้นที่ซึ่งได้กลายเป็นสำนักงานใหญ่นานาชาติของสมาคมแห่งนี้ในเวลาต่อมา

ท่านปรมหังสา โยคานันทะ วางหรีดดอกไม้ ณ สถานที่
ฝังศพ จอร์จ วอชิงตัน เมืองเมาต์เวอร์นอน รัฐเวอร์จิเนีย
เมื่อวันที่ 22 กุมภาพันธ์ 1927

ท่านปรมหังสา โยคานันทะ (ที่ทำเนียบขาว) และนายจอห์น บัลฟอร์ ขณะออกจากทำเนียบขาว หลังจากเข้าเยี่ยมพบประธานาธิบดีคาลวิน คูลลิดจ์ ผู้ซึ่งกำลังมองออกมาจากหน้าต่าง

หนังสือพิมพ์*วอชิงตันเฮรัลด์* ประจำวันที่ 25 มกราคม 1927 รายงานว่า "สวามีโยคานันทะ...ได้รับการต้อนรับด้วยความยินดีอย่างเห็นได้ชัดจากประธานาธิบดีคูลลิดจ์ ผู้ซึ่งกล่าวว่าได้อ่านเรื่องเกี่ยวกับท่านสวามีมามากมาย นับเป็นครั้งแรกในประวัติศาสตร์อินเดียที่สวามีได้รับการต้อนรับอย่างเป็นทางการจากประธานาธิบดี"

ฯพณฯ เอมิลิโอ ปอร์เตส กิล ประธานาธิบดีเม็กซิโก เป็นเจ้าภาพต้อนรับการมาเยือนของท่านโยคานันทะที่เม็กซิโกซิตี้ ในปี 1929

ท่านปรมหังสา ขณะทำสมาธิอยู่ในเรือที่ล่องอยู่เหนือทะเลสาบโซชีมิลโก ประเทศเม็กซิโก ปี 1929

ท่านโยคานันทะในเคบินเรือเดินสมุทรขณะเดินทางข้ามทวีปไปอลาสกาเพื่อตระเวนบรรยาย ในปี 1924

ธรรมเนียมปฏิบัติกลายเป็นสากลได้ แต่องค์ประกอบพื้นฐานในศาสนานั้นสามารถนำมารวมเป็นหนึ่งเดียวกัน และเราอาจเรียกร้องให้ทุกคนเชื่อฟังและปฏิบัติตามได้"

เงินที่พ่อให้มามีมากพอที่ข้าพเจ้าจะอยู่ที่อเมริกาต่อหลังการประชุมสิ้นสุดลงได้ ด้วยการใช้จ่ายอย่างมัธยัสถ์ ข้าพเจ้าจึงใช้ชีวิตในอีกสามปีต่อมาอยู่ในบอสตันได้อย่างเป็นสุข ออกไปบรรยายธรรม เปิดชั้นสอน และเขียนหนังสือกวีนิพนธ์ *Songs of the Soul* โดย ดร.เฟรเดอริก บี. โรบินสัน ประธานวิทยาลัยนครนิวยอร์ก[1]ได้กรุณาเขียนคำนำให้

ปี 1924 ข้าพเจ้าเริ่มเดินสายข้ามทวีป ได้แสดงปาฐกถาต่อหน้าผู้คนหลายพันตามเมืองใหญ่หลายแห่ง และยังได้ลงเรือจากซีแอตเทิลไปพักร้อนที่มลรัฐอลาสก้าอันงดงามด้วย

ด้วยความช่วยเหลือจากลูกศิษย์ลูกหาผู้มีน้ำใจอันล้นเหลือ ข้าพเจ้าจึงสามารถก่อตั้งสำนักงานใหญ่ในอเมริกาขึ้นที่เมาต์วอชิงตันเอสเตทในนครลอสแองเจลิสเมื่อปลายปี 1925 อาคารสำนักงานใหญ่ก็คือตึกหลังเดียวกับที่ข้าพเจ้าเคยเห็นในนิมิตตอนอยู่ที่แคชเมียร์ ข้าพเจ้ารีบส่งภาพถ่ายกิจกรรมต่าง ๆ ในอเมริกาไปให้ท่านอาจารย์ศรียุกเตศวร ท่านส่งโปสการ์ดตอบกลับมาเป็นภาษาเบงกาลี ซึ่งข้าพเจ้าแปลความไว้ดังนี้

11 สิงหาคม ค.ศ.1926

โยคานันทะศิษย์รัก!

ได้ดูภาพถ่ายโรงเรียนและลูกศิษย์ลูกหาของเธอแล้ว ครูก็ปลาบปลื้มเป็นสุขจนไม่รู้จะพูดอย่างไรถูก เห็นเธอมีลูกศิษย์ตามเมืองต่าง ๆ อยู่มากมาย ครูก็สุขใจนัก

ได้ยินเธอเล่าเรื่องวิธีการกล่าวคำปฏิญญา การใช้พลังแรงสั่นสะเทือนในการบำบัดรักษา และการสวดเยียวยาด้วยพลังอันศักดิ์สิทธิ์จากพระผู้เป็นเจ้าแล้ว ครูก็อดไม่ได้ที่จะต้องขอบใจเธอจากใจจริง

---

1 จัดพิมพ์โดยเซลฟ์ รีอะไลเซชั่น เฟลโลว์ชิพ (SRF) ดร.โรบินสันและภรรยามาเยือนอินเดียในปี 1939 และเป็นแขกผู้มีเกียรติในการประชุมของสมาคมโยโคทะสัตสังคะ

เห็นภาพประตู ทางขึ้นเขาอันคดเคี้ยว และทิวทัศน์สวย ๆ ที่แผ่ตัวอยู่เบื้องล่างเมาต์วอชิงตันเอสเตทแล้ว ครูอยากจะไปดูให้เห็นกับตาตัวเองจริง ๆ

ทุกอย่างที่นี่เรียบร้อยดี ด้วยพระกรุณาแห่งพระเป็นเจ้า ขอให้เธอประสบแต่ความปีติเป็นนิจ

ศรียุกเตศวรคีรี

ชั่วพริบตาก็ผ่านไปหลายปี ข้าพเจ้าท่องไปทั่วแผ่นดินแห่งใหม่เพื่อบรรยายและแสดงปาฐกถาแก่สโมสร วิทยาลัย โบสถ์ และกลุ่มลัทธินิกายต่าง ๆ นับร้อยนับพัน ช่วงทศวรรษ 1920–1930 ชั้นเรียนโยคะของข้าพเจ้ามีชาวอเมริกันเข้ามาเล่าเรียนกันหลายหมื่นคน ข้าพเจ้าอุทิศงานเขียนเล่มใหม่ที่เป็นหนังสือสวดมนต์และมโนคติทางจิตวิญญาณ ชื่อ *Whispers from Eternity*[1] ให้กับพวกเขาทุกคน โดยมีมาดามอาเมลิตา กัลลิ-กูรชีกรุณาเขียนคำนำให้

บางครั้ง (ปกติจะเป็นวันแรกของเดือน เมื่อใบเสร็จค่าใช้จ่ายของศูนย์ที่เมาต์วอชิงตันซึ่งเป็นสำนักงานใหญ่ของเซลฟ์ รีอะไลเซชั่น เฟลโลว์ชิพ (SRF) หลั่งไหลเข้ามา) ข้าพเจ้าก็โหยหาความสงบอันเรียบง่ายของอินเดียเหลือเกิน แต่เมื่อได้เห็นโลกตะวันตกและตะวันออกทวีความเข้าใจกันมากขึ้นในแต่ละวัน วิญญาณข้าพเจ้าก็เต็มตื้นไปด้วยความยินดี

จอร์จ วอชิงตัน "บิดาแห่งสหรัฐอเมริกา" คงเคยรู้สึกได้หลายครั้งว่าตนเองได้รับการชี้นำจากพระเป็นเจ้า และได้เอ่ย (ใน "การปราศรัยอำลา") ถ้อยคำอันเป็นแรงบันดาลใจทางจิตวิญญาณให้กับอเมริกาเอาไว้ดังนี้

"เป็นเรื่องควรแก่การยกย่อง หากประเทศที่มีอิสระเสรี รู้แจ้ง และน่าจะกลายเป็นประเทศที่ยิ่งใหญ่ได้ในเวลาไม่นานนัก จักเป็นตัวอย่างที่แปลกใหม่ ใจกว้าง ไม่เห็นแก่ตัวให้แก่มวลมนุษยชาติด้วยการทำตนเป็นผู้ยึดมั่นในความยุติธรรมอันสูงส่ง และดำรงเมตตาธรรมไว้เป็นนิจ ไม่ต้องสงสัยเลยว่าเมื่อเวลาและสิ่งต่าง ๆ เกิดขึ้นและผ่านไปตามครรลองของมันแล้ว ผลประโยชน์เล็กน้อยชั่วครั้งคราวที่เสียไปจะไม่ได้รับการชดเชยอย่างคุ้มค่าจากผลพวงของ

---

1 จัดพิมพ์โดยทางเซลฟ์ รีอะไลเซชั่น เฟลโลว์ชิพ (SRF)

การกระทำดีดังกล่าว มีหรือที่พระพรแห่งพระเป็นเจ้าจะไม่ยึดโยงความสุขอันสถาพรแห่งประเทศชาติเอาไว้กับคุณธรรมความดีงามของชาตินั้น?"

"*Hymn to America*" ของ วอลต์ วิตแมน
(จาก "*Thou Mother With Thy Equal Brood*")
เจ้าในกาลข้างหน้า
เจ้าจักบริบูรณ์ด้วยบุตรหลาน หญิง–ชาย ผู้เพียบพร้อมด้วยสติปัญญา
    รู้เหตุรู้ผล...รุ่งเรืองในการกีฬา
ศีลธรรมจรรยา แกร่งกล้าด้วยจิตวิญญาณ ทั้งใต้–เหนือ–ตก–ออก
เจ้าจักเจริญในจริยธรรมแลอารยธรรม (หากอารยธรรมวัตถุนิยม
    ที่เจ้าภูมิใจก็มิได้ยังผลอันน่าชื่นใจให้นักหนา)
เจ้าจักมีทั้งความเชื่อที่รวมศาสนาเอาไว้มากมาย มีทั้งศรัทธาที่จำกัดวง
เจ้าจักมิได้มีไบเบิลเพียงเล่มเดียว มิได้มีผู้ไถ่บาปเพียงหนึ่งเดียว
พระผู้ไถ่ของเจ้าจักมีเหลือคณานับ ซ่อนเร้นแฝงกายอยู่ภายในตัวเจ้า
    แลคงไว้ซึ่งความศักดิ์สิทธิ์อันทัดเทียมกัน...
ทั้งสิ้นทั้งปวงนี้จักเกิดขึ้นกับเจ้า (เป็นแน่แท้) วันนี้ ข้าขอพยากรณ์

บทที่ 38

ลูเธอร์ เบอร์แบงก์
นักบุญกลางดงกุหลาบ

"เคล็ดลับในการพัฒนาพันธุ์ไม้ นอกเหนือจากความรู้ทางวิทยาศาสตร์แล้วก็คือความรัก" ลูเธอร์ เบอร์แบงก์กล่าววาทะอันเปี่ยมไปด้วยปัญญานี้ในขณะที่ข้าพเจ้าเดินเคียงเขาไปในสวนที่ซานตาโรซา มลรัฐแคลิฟอร์เนีย พวกเราหยุดยืนอยู่ใกล้ ๆ แปลงตะบองเพชรพันธุ์ที่นำมากินได้แปลงหนึ่ง

"ขณะที่ผมทดลองเพาะพันธุ์ตะบองเพชร 'ไร้หนาม'" เขาพูดต่อ "ผมมักจะคุยกับพวกมันเพื่อสร้างคลื่นสั่นสะเทือนแห่งความรัก 'ไม่มีอะไรที่เจ้าต้องกลัว' ผมจะบอกพวกมันอย่างนี้ 'เจ้าไม่จำเป็นต้องมีหนามเอาไว้ป้องกันตัวก็ได้ ฉันจะปกป้องเจ้าเอง แล้วเจ้าพืชทะเลทรายอันแสนจะมีคุณประโยชน์นี้ก็ค่อย ๆ ให้กำเนิดตะบองเพชรพันธุ์ไร้หนามอีกหลากหลายพันธุ์"

ข้าพเจ้าพึงใจในเรื่องปาฏิหาริย์ที่ได้ยินยิ่งนัก "ลูเธอร์ ขอใบตะบองเพชรให้ผมไปปลูกในสวนที่เมาต์วอชิงตันสักสองสามใบสิครับ"

คนงานที่ยืนอยู่ใกล้ ๆ ยื่นมือไปหมายจะปลิดใบมาให้ แต่เบอร์แบงก์ห้ามไว้

"ฉันจะเป็นคนเด็ดมันให้ท่านสวามีเอง" เขาส่งใบตะบองเพชรให้ข้าพเจ้าสามใบ ภายหลังเมื่อนำไปปลูก พวกมันก็เติบโตมีขนาดใหญ่ ยังความสุขใจให้ข้าพเจ้านัก

นักพัฒนาพันธุ์พืชผู้ยิ่งใหญ่ท่านนี้บอกกับข้าพเจ้าว่า ชัยชนะอันโดดเด่นครั้งแรกของเขาคือการเพาะพันธุ์มันฝรั่งหัวใหญ่ที่ปัจจุบันเรียกชื่อตามชื่อเขา ด้วยอัจฉริยภาพที่มีไม่รู้หมดรู้สิ้น เขาจึงนำเสนอผลงานการปรับปรุงพันธุ์พืชด้วยวิธีผสมข้ามสายพันธุ์อีกนับร้อย ๆ ชนิด ไม่ว่าจะเป็นมะเขือเทศ ข้าวโพด น้ำเต้า เชอร์รี่ พลัม เน็กทารีน เบอร์รี่ ดอกป๊อปปี้ ลิลลี่ และกุหลาบพันธุ์ใหม่ของเบอร์แบงก์

ข้าพเจ้าปรับโฟกัสกล้องในขณะที่ลูเธอร์พาเดินไปที่ต้นวอลนัตอันเลื่องชื่อ เขาใช้วอลนัตต้นนี้พิสูจน์ให้เห็นว่าเราสามารถเร่งวิวัฒนาการตามธรรมชาติให้เร็วขึ้นและใช้เวลาน้อยลงได้

“ใช้เวลาแค่สิบหกปี” เขาว่า “วอลนัตต้นนี้ก็เติบโตจนถึงขั้นให้ผลได้อย่างเต็มที่แล้ว ถ้าปล่อยให้เป็นไปตามธรรมชาติโดยไม่เข้าไปช่วยอะไรเลย ก็ต้องใช้เวลาอีกเท่าตัว”

ลูกสาวบุญธรรมตัวน้อยของลูเธอร์วิ่งเข้ามาในสวนพร้อมกับสุนัข

“แกเป็นพืชพันธุ์มนุษย์ของผม” ลูเธอร์โบกมือให้เธอด้วยความรักใคร่ “ตอนนี้ผมมองมนุษยชาติว่าเป็นพืชพันธุ์หนึ่งที่ขึ้นอยู่ดกดื่นในโลก จะประสบความสำเร็จสูงสุดได้ก็ต้องอาศัยความรัก พรจากธรรมชาติกลางแจ้งอันกว้างใหญ่ไพศาล การผสมข้ามสายพันธุ์และการคัดเลือกสายพันธุ์อย่างชาญฉลาด ในชั่วชีวิตของผม ผมเห็นความก้าวหน้าในวิวัฒนาการของพืชที่น่าทึ่งเสียจนอดไม่ได้ที่จะตั้งตารอด้วยความหวังอันเต็มเปี่ยมว่าสักวัน โลกเราจะเป็นโลกที่สมบูรณ์แข็งแรงและเป็นสุขหากลูกหลานของเราได้รับการสอนสั่งให้เข้าถึงหลักการมีชีวิตอย่างเรียบง่ายและมีเหตุมีผล เราจะต้องหันกลับไปหาธรรมชาติและพระเจ้าของธรรมชาติ”

“ลูเธอร์ คุณจะต้องชอบโรงเรียนของผมที่รานจีแน่ เรามีการเรียนการสอนกลางแจ้ง บรรยากาศอบอวลไปด้วยความสุขและความเรียบง่าย”

คำพูดของข้าพเจ้ากระทบจุดอ่อนไหวในใจลูเธอร์ นั่นคือ การให้การศึกษากับเยาวชน เขาหันมาป้อนคำถามใส่ข้าพเจ้าเป็นกุรุส ดวงตาสงบและลึกซึ้งของเขาเป็นประกายด้วยความสนใจ

“ท่านสวามี” เขากล่าวในท้ายที่สุด “โรงเรียนแบบโรงเรียนของท่านเป็นความหวังเดียวของสหัสวรรษหน้า ผมต่อต้านระบบการศึกษาในยุคสมัยของพวกเรา มันห่างเหินจากธรรมชาติและกลบฝังเอกลักษณ์ความเป็นตัวของตัวเองจนแทบไม่เหลือ ผมเห็นด้วยกับแนวคิดเรื่องการศึกษาที่สามารถนำมาปฏิบัติได้จริงของท่านหมดทั้งใจและวิญญาณเลยทีเดียว”

ครั้นถึงคราวที่ต้องกล่าวคำอำลากับปราชญ์ผู้อ่อนโยน เขาก็เซ็นชื่อลงบนหนังสือเล่มเล็ก ๆ ก่อนยื่นส่งให้ข้าพเจ้า[1]

---

1 เบอร์แบงก์ยังมอบภาพถ่ายตัวเขาเองพร้อมลายเซ็นให้กับข้าพเจ้าด้วย ข้าพเจ้าเก็บรักษามันไว้อย่างเห็นค่าดุจเดียวกับที่ครั้งหนึ่ง เคยมีพ่อค้าชาวฮินดูเก็บรักษาภาพเขียนรูปลินคอล์นเอาไว้เป็นของรัก ชาวฮินดูผู้นี้พำนักอยู่ในอเมริกาช่วงสงครามกลางเมืองและชื่นชมลินคอล์นมาก

"นี่คือหนังสือของผม เรื่อง *The Training of The Human Plant*"[1] เขาบอก "การฝึกสอนอบรมรูปแบบใหม่เป็นสิ่งจำเป็น...อย่ากลัวการทดลอง บางครั้งการทดลองที่เสี่ยงที่สุดก็สรรค์สร้างดอกผลที่ดีที่สุดออกมาได้เป็นผลสำเร็จ นวัตกรรมด้านการศึกษาสำหรับเด็ก ๆ ก็ควรจะมีมากขึ้นและอาศัยความกล้ามากขึ้นเช่นเดียวกัน"

คืนนั้น ข้าพเจ้าอ่านหนังสือเล่มเล็กของเขาด้วยความสนใจอย่างยิ่งยวด ด้วยดวงตาที่แลเห็นอนาคตอันรุ่งโรจน์ของเผ่าพันธุ์มนุษย์ เขาเขียนเอาไว้ว่า "สิ่งมีชีวิตที่ดื้อรั้นและเปลี่ยนแปลงได้ยากที่สุดในโลกนี้ คือพืชที่ติดนิสัยอย่างหนึ่งอย่างใดมาก่อน...อย่าลืมว่าพืชพวกนี้ได้รักษาอัตลักษณ์ของมันสืบต่อมายาวนานไม่รู้กี่ยุคกี่สมัย บางทีอาจเป็นอัตลักษณ์ที่ก่อกำเนิดขึ้นตั้งแต่ดึกดำบรรพ์นานนักหนาก็เป็นได้ อัตลักษณ์ที่ว่าไม่เคยแปรเปลี่ยนไม่ว่าเวลาจะผ่านไปนานสักเท่าใด แล้วคิดหรือว่าหลังเกิดซ้ำเกิดซากมาหลายยุคหลายสมัย พืชพวกนี้จะไม่มีเจตจำนง...ถ้าคุณเลือกที่จะเรียกเช่นนั้น...ที่แข็งขืนยืนกรานอย่างหาที่เปรียบมิได้? ความจริงมีพืชบางชนิด อย่างเช่นต้นปาล์ม ที่ดื้อด้านเสียจนมนุษย์จนปัญญาที่จะเปลี่ยนมันได้ เมื่อเทียบกันแล้ว เจตจำนงของมนุษย์หาได้มั่นคงเช่นดังเจตจำนงของพืชไม่ แต่ดูสิว่าความดื้อรั้นที่บ่มเพาะมายาวนานชั่วชีวิตของพืชกลับคลอนคลายไปได้โดยง่ายเมื่อเราผสมชีวิตใหม่เข้ากับมัน การผสมข้ามสายพันธุ์จึงยังความเปลี่ยนแปลงที่สมบูรณ์และทรงพลังให้เกิดขึ้นในชีวิตของมันได้ และเมื่อความเปลี่ยนแปลงเกิดขึ้นแล้ว เราต้องคอยดูแลและเลือกเฟ้นด้วยความอดทนเพื่อให้ได้สายพันธุ์ใหม่ที่ดี แล้วเจ้าพืชชนิดใหม่นี้ก็จะเริ่มก้าวเดินไปบนเส้นทางสายใหม่ ไม่หวนกลับคืนไปสู่เส้นทางสายเก่าอีก เจตจำนงอันมั่นคงของมันถูกทำลาย และยอมเปลี่ยนแปลงตัวเองในท้ายที่สุด

ขนาดไม่ยอมกลับอินเดียจนกว่าจะได้ภาพเขียนรูปนักปลดปล่อยผู้ยิ่งใหญ่ท่านนี้ติดตัวกลับไปด้วย เขาไปเฝ้าอยู่ที่บันไดหน้าประตูบ้านของลินคอล์นไม่ยอมไปไหน จนกระทั่งท่านประธานาธิบดีผู้ประหลาดใจเต็มทีต้องยอมอนุญาตให้เขาว่าจ้างจิตรกรชื่อดังของนิวยอร์ก นามว่าแดเนียล ฮันทิงตันมาวาดรูปท่านให้ เมื่อภาพเขียนเสร็จสมบูรณ์ ชาวฮินดูผู้นั้นก็นำมันกลับไปยังกัลกัตตาราวกับผู้ชนะก็ไม่ปาน

1 *New York: Century Co.,* 1922

ลูเธอร์ เบอร์แบงก์
ซานตาโรซา แคลิฟอร์เนีย
สหรัฐอเมริกา

วันที่ 22 ธันวาคม ค.ศ.1924

ผมได้ศึกษาตรวจสอบระบบโยโคทะของท่านสวามีโยคานันทะ และใน ทรรศนะของผม มันเป็นวิธีที่ดีเลิศในการฝึกอบรมและปรับธรรมชาติทางกายใจ และจิตวิญญาณของมนุษย์ให้สอดประสานเข้ากันได้อย่างลงตัว เป้าหมายของ ท่านสวามีคือการก่อตั้งโรงเรียน "สอนการใช้ชีวิต" ขึ้นทั่วโลก เป็นโรงเรียนที่การ ศึกษามิได้จำกัดวงอยู่เพียงแค่การพัฒนาสติปัญญาเท่านั้น แต่รวมไปถึงการฝึกฝน อบรมร่างกาย จิตที่มุ่งมั่น และความรู้สึกไปพร้อมกันด้วย

ระบบโยโคทะเป็นระบบที่ช่วยคลี่คลายร่างกาย จิตใจ และจิตวิญญาณ ด้วยวิธี ที่เรียบง่ายและเป็นศาสตร์ซึ่งพิสูจน์ได้ นั่นคือ การสำรวมความคิดและการเจริญ สมาธิ วิธีดังกล่าวจะช่วยให้เราแก้ปัญหาอันยุ่งยากซับซ้อนส่วนใหญ่ในชีวิตได้ สันติภาพและไมตรีจิตจะบังเกิดขึ้นในโลก แนวคิดของท่านสวามีในเรื่องการศึกษา ที่ถูกต้องเป็นเรื่องสามัญสำนึกธรรมดา ๆ ปราศจากซึ่งความลี้ลับ และไม่ใช่สิ่งที่นำ มาปฏิบัติให้เห็นผลจริงไม่ได้ มิเช่นนั้น ผมคงจะไม่เห็นดีเห็นงามด้วยเช่นนี้เป็นแน่

ผมขอถือโอกาสนี้ร่วมเรียกร้องกับท่านสวามีจากใจจริง ให้ทั่วโลกจัดตั้ง โรงเรียนสอนศิลปะแห่งการดำรงชีวิตขึ้น ซึ่งถ้าหากก่อตั้งได้จริงแล้ว ก็เท่ากับ การนำเอาสิ่งที่ผมคุ้นเคยมาสู่สหัสวรรษใหม่นี้ได้อย่างใกล้เคียงที่สุด

Luther Burbank

"เมื่อหันมาจับสิ่งที่ละเอียดอ่อนและปรับเปลี่ยนได้ง่ายอย่างธรรมชาติของเด็ก ปัญหาก็จะแก้ไขได้ง่ายกว่าในทุกแง่มุม"

ข้าพเจ้าชื่นชมชาวอเมริกันผู้ยิ่งใหญ่ท่านนี้มาก จึงหวนกลับมาเยี่ยมเขาซ้ำแล้วซ้ำเล่า เช้าวันหนึ่ง ข้าพเจ้ามาถึงพร้อมกับบุรุษไปรษณีย์ผู้นำจดหมายนับพันฉบับมาส่งให้ที่ห้องทำงานของเบอร์แบงก์พอดี นักพัฒนาพันธุ์พืชทั่วโลกต่างเขียนจดหมายถึงเขากันทั้งนั้น

"ท่านสวามี ท่านมาได้จังหวะเหมาะพอดีเลยครับ ผมจะได้ถือเป็นข้ออ้างลงสวนเสียหน่อย" ลูเธอร์ว่าอย่างร่าเริง เขาเปิดลิ้นชักโต๊ะที่เก็บแฟ้มโปรแกรมการเดินทางเอาไว้หลายร้อยแฟ้ม

"ดูสิครับ" เขาบอก "นี่คือวิธีที่ผมใช้เดินทางท่องเที่ยว เมื่อต้องขลุกอยู่กับต้นไม้และการตอบจดหมายเหล่านี้ ผมเลยต้องอาศัยหยิบภาพพวกนี้ขึ้นมาดูเป็นพัก ๆ แก้กิเลสความอยากไปเที่ยวต่างบ้านต่างเมืองไปพลาง ๆ ก่อน"

รถยนต์ของข้าพเจ้าจอดอยู่หน้าประตูบ้านเขา เราขับรถไปตามถนนหนทางของเมืองเล็ก ๆ แห่งนี้ แลเห็นสวนต่าง ๆ ดารดาษไปด้วยกุหลาบนานาพันธุ์ของเขา ทั้งพันธุ์ซานตาโรซา พืชโบลว์ และกุหลาบเบอร์แบงก์

ข้าพเจ้าได้ถ่ายทอด*กริยาโยคะ*ให้กับนักวิทยาศาสตร์ผู้ยิ่งใหญ่ท่านนี้ตั้งแต่ครั้งแรก ๆ ที่ได้มาเยี่ยมเยือนท่าน "ท่านสวามีครับ ผมปฏิบัติ*กริยาโยคะ*อย่างจริงจัง" เขาบอกหลังซักไซร้ข้าพเจ้าด้วยนานาคำถามที่ผ่านการขบคิดไตร่ตรองมาเป็นอย่างดีเกี่ยวกับแง่มุม ต่าง ๆ ของโยคะแล้ว ลูเธอร์ก็กล่าวขึ้นอย่างช้า ๆ ว่า

"โลกตะวันออกได้สั่งสมความรู้เอาไว้นับอเนกอนันต์จริง ๆ เป็นความรู้ที่โลกตะวันตกยังไม่ได้แม้กระทั่งเริ่มศึกษาค้นคว้ากันเลยด้วยซ้ำ"[1]

---

1 ดร.จูเลียน ฮักซลีย์ นักชีววิทยาชาวอังกฤษผู้มีชื่อเสียง ผู้เคยเป็นผู้อำนวยการยูเนสโกมาก่อน ได้กล่าวเอาไว้เมื่อไม่นานมานี้ว่า นักวิทยาศาสตร์ชาวตะวันตกควร "เรียนรู้เทคนิคของทางตะวันออก" ในการเข้าฌานและการควบคุมลมหายใจ "เกิดอะไรขึ้น? มันเป็นไปได้อย่างไรกัน?" เขาว่า สำนักข่าว *Associated Press* ประจำวันที่ 21 สิงหาคม ค.ศ.1948 ที่ส่งมาจากลอนดอน รายงานว่า "ดร.ฮักซลีย์บอกกับทางสมาพันธ์สุขภาพจิตโลกที่เพิ่งตั้งขึ้นใหม่ว่าควรที่จะต้องหันไปมองภูมิปัญญาอันลี้ลับของทางตะวันออกด้วย ท่านยังแนะนำผู้เชี่ยวชาญทางด้านจิตวิทยาว่า หากสามารถสืบค้นและตรวจสอบภูมิปัญญาเหล่านี้ด้วยวิธีการทางวิทยาศาสตร์ได้ 'ผมคิดว่าวงการของท่านจะพัฒนาไปไกลถึงขั้นก้าวกระโดดเลยทีเดียว'"

ลูเธอร์ เบอร์แบงก์ กับ ท่านปรมหังสา โยคานันทะ
ซานตาโรซา รัฐแคลิฟอร์เนีย ปี 1924

การสื่อถึงธรรมชาติได้อย่างใกล้ชิด จนเธอยอมเผยความลับที่เฝ้าหวงแหนเก็บงำเอาไว้ให้ได้รู้นี้มีส่วนทำให้เบอร์แบงก์มีจิตวิญญาณอันไพศาล ควรค่าแก่การเคารพนับถือยิ่ง

"บางครั้ง ผมรู้สึกว่าตัวเองใกล้ชิดกับพระผู้ทรงไว้ซึ่งอำนาจอันไพศาลเสียเหลือเกิน" เขาเล่าให้ฟังอย่างอาย ๆ ใบหน้าอันละเอียดอ่อนคมคายของเขาเป็นประกายเมื่อตกอยู่ในห้วงของความคิดคำนึง "เมื่อนั้น ผมจะสามารถรักษาคนเจ็บป่วยที่อยู่รอบตัวผมได้ แม้แต่ต้นไม้ที่เป็นโรคก็ไม่เว้น"

ลูเธอร์เล่าถึงแม่ที่เป็นชาวคริสต์ผู้มีศรัทธาแก่กล้า "หลังท่านลาโลกไป มีอยู่หลายครั้ง" เขาว่า "ที่ผมมีวาสนาได้พบกับท่านในนิมิต ท่านพูดกับผมด้วย"

เราขับรถกลับไปยังบ้านของเขาที่มีจดหมายรอท่าอยู่นับพันฉบับอย่างจำใจ

"ลูเธอร์" ข้าพเจ้าเริ่มเรื่อง "เดือนหน้าผมจะเริ่มทำวารสารนำเสนอสัจธรรมแห่งโลกตะวันออกและตะวันตก คุณพอจะช่วยคิดหาชื่อดี ๆ ให้กับวารสารเล่มนี้ของผมหน่อยได้ไหม?"

เราถกเรื่องชื่อวารสารกันพักใหญ่ สุดท้ายก็มาเห็นพ้องต้องกันที่ชื่อ *East-West*[1] หลังกลับเข้าไปในห้องทำงานของเขา ลูเธอร์ก็ยื่นบทความที่เขาเขียนขึ้นในหัวข้อ "วิทยาศาสตร์กับอารยธรรม" มาให้ข้าพเจ้า

"ผมจะเอาบทความนี้ไปลงในวารสาร *East-West* ฉบับแรกนี้เลย" ข้าพเจ้าบอกด้วยความซาบซึ้งใจ

มิตรภาพของเรางอกงามแน่นแฟ้นยิ่งขึ้น ข้าพเจ้าเรียกเขาว่า "นักบุญอเมริกัน" "ดูเถิด บุรุษชนแท้" ข้าพเจ้ายกความในไบเบิลมาว่า "ในตัวเขาไม่มีอุบาย"[2] หัวใจเขาลึกล้ำดั่งห้วงมหรรณพ เต็มเปี่ยมไปความอ่อนน้อม อดทน และเสียสละที่สั่งสมบ่มเพาะมานาน บ้านหลังเล็กของเขาตั้งอยู่กลางดงกุหลาบ มีแต่ความสมถะเรียบง่าย เขามองความฟุ้งเฟ้อว่าเป็นสิ่งไร้ค่า ยินดีในสมบัติน้อยชิ้น ความเป็นผู้อ่อนน้อมถ่อมตนทั้ง ๆ ที่มีชื่อเสียงโด่งดังในฐานะนักวิทยาศาสตร์ของเขาทำให้ข้าพเจ้าอดที่จะนึกถึงต้นไม้ที่โน้มกิ่งลงต่ำเพราะแบกรับน้ำหนักของลูกผลอันดกและสุกงอมหอมหวาน มีแต่ต้นไม้ที่ไร้ดอกผลเท่านั้น จึงจะเหยียดกิ่งก้านชูเชิดอยู่กับความทะนงตนอันว่างเปล่า

ข้าพเจ้าอยู่นิวยอร์กตอนที่เพื่อนรักลาโลกไปในปี 1926 ข้าพเจ้านึกทั้งน้ำตาว่า "โธ่เอ๋ย หากเดินเท้าจากที่นี่ไปยังซานตาโรซา แล้วจะทำให้ได้พบกับเขาอีกสักครั้ง ฉันก็ยินดีจะเดิน!" ข้าพเจ้าขังตัวเองจากเลขานุการและผู้มาเยือนทั้งหลาย ใช้เวลายี่สิบสี่ชั่วโมงหลังจากนั้นไปกับการปลีกวิเวก

วันรุ่งขึ้น ข้าพเจ้าประกอบพิธีรำลึกถึงผู้ตายตามหลักพระเวทขึ้นเบื้องหน้ารูปถ่ายขนาดใหญ่ของลูเธอร์ มีลูกศิษย์ชาวอเมริกันของข้าพเจ้ากลุ่มหนึ่งแต่งกายด้วยอาภรณ์สำหรับเข้าร่วมพิธีของทางฮินดู ร่วมกันสวดโศลกโบราณในระหว่างเซ่นสรวงผู้ตายด้วยดอกไม้ น้ำ และไฟ...สัญลักษณ์แทนกายธาตุและการหวนคืนสู่พระผู้สร้างอันเป็นนิรันดร์

ร่างของเบอร์แบงก์ฝังอยู่ที่ซานตาโรซา ภายใต้สนซีดาร์เลบานอนต้นที่เขาปลูกเอาไว้ในสวนของตนเองเมื่อหลายปีก่อน แต่ข้าพเจ้าคิดอยู่เสมอว่า

---

1 เปลี่ยนชื่อมาเป็น *Self-Realization* ในปี 1948
2 ยอห์น 1:47

วิญญาณของเขาสถิตอยู่ในหมู่มวลดอกไม้ที่ผลิบานอยู่ตามสองข้างทาง เขาแค่ถ่ายถอนตัวหวนกลับคืนสู่จิตวิญญาณอันไพศาลของธรรมชาติเท่านั้น เสียงกระซิบกระซาบในสายลมโชย เท้าที่ก้าวย่างไปพร้อมกับรุ่งอรุณนั้น มิใช่ของลูเธอร์หรืออย่างไร?

ปัจจุบัน ชื่อของเขาได้กลายมาเป็นมรดกตกทอดในรูปของคำศัพท์ที่คนทั่วไปใช้พูดกัน พจนานุกรมศัพท์สากลฉบับใหม่ของเว็บสเตอร์ระบุว่า *"Burbank"* เป็นสกรรมกริยา หมายความว่า "การผสมข้ามสายพันธุ์หรือการทาบกิ่ง (ต้นไม้) ดังนั้น โดยอุปมา ก็คือการพัฒนา (สิ่งใดก็ตาม เช่น กระบวนการหรือสถาบัน) ด้วยการคัดสรรมาแต่คุณลักษณะที่ดี แล้วตัดสิ่งที่ไม่ดีออก หรือด้วยการเสริมเพิ่มลักษณะที่ดีเข้ามา"

"เบอร์แบงก์ที่รัก" ข้าพเจ้าร้องออกมาหลังอ่านนิยามศัพท์คำนี้จบ "ตอนนี้ชื่อของคุณได้กลายมาเป็นคำศัพท์ที่มีนัยบ่งถึงคุณงามความดีแล้ว!"

บทที่ 39

เทเรเซ นอยมันน์ ชาวคาทอลิก ผู้มีสัญลักษณ์รอยแผลศักดิ์สิทธิ์ แห่งพระคริสต์

"กลับอินเดียเสียที ครูเฝ้ารอเธอด้วยความอดทนมานานถึงสิบห้าปีแล้ว ไม่ช้า ครูจะละจากกายสังขารขึ้นไปสู่ทิพยสถานเบื้องบน โยคานันทะ กลับมา!"

ขณะเจริญสมาธิอยู่ในสำนักงานใหญ่ที่เมาต์วอชิงตัน เสียงท่านคุรุศรียุกเตศวร ก็ดังก้องขึ้นในจิตโสตของข้าพเจ้าอย่างน่าตระหนก คำสั่งของท่านเดินทางผ่าน ระยะทางนับหมื่นไมล์ ทะลุทะลวงสู่ตัวข้าพเจ้าดุจสายฟ้าแลบได้ในพริบตา

สิบห้าปี! จริงสินะ นี่ก็ปี 1935 แล้ว ข้าพเจ้าเพิ่งรู้ตัวว่าตนเองใช้เวลาเผยแผ่ คำสอนของอาจารย์อยู่ในอเมริกานานถึงสิบห้าปี และตอนนี้ ท่านกำลังเรียก ตัวข้าพเจ้ากลับไป

หลังจากนั้นไม่นาน ข้าพเจ้าได้เล่าประสบการณ์ที่เกิดขึ้นให้เพื่อนรักที่ชื่อ มร.เจมส์ เจ. ลินน์ฟัง เขาปฏิบัติกริยาโยคะเป็นประจำทุกวัน ยังผลให้จิตวิญญาณ เจริญขึ้นอย่างน่าทึ่ง ตัวข้าพเจ้ายังตกปากเรียกเขาว่า "นักบุญลินน์" อยู่บ่อย ครั้ง ท่านบาบาจีเคยทำนายว่าโลกตะวันตกเองก็มีบุคคลผู้ประเสริฐพอที่จะ ใช้ศาสตร์แห่งโยคะอันเก่าแก่ก้าวเดินไปสู่ความหลุดพ้นได้เช่นกัน มร.ลินน์กับ ชาวตะวันตกอีกจำนวนหนึ่งได้แสดงให้เห็นว่าคำทำนายนั้นเป็นจริง ยังความ สุขใจให้กับข้าพเจ้ายิ่งนัก

มร.ลินน์มีน้ำใจ ยืนกรานจะรับผิดชอบค่าใช้จ่ายในการเดินทางให้กับข้าพเจ้า เมื่อปัญหาเรื่องเงินหมดไป ข้าพเจ้าจึงไปจองตั๋วเรือกลับอินเดีย โดยเรือเที่ยวนี้จะ เดินทางผ่านไปทางทวีปยุโรปก่อน เดือนมีนาคม ค.ศ.1935 ข้าพเจ้านำสมาคมเซลฟ์ รีอะไลเซชั่น เฟลโลว์ชิพ (SRF) ไปจดทะเบียนเป็นองค์กรไม่แสวงหาผลประโยชน์ ไม่ขึ้นกับศาสนาหรือนิกายใด และตั้งขึ้นเพื่อให้คงอยู่ตลอดไปตามกฎหมายของ มลรัฐแคลิฟอร์เนีย ตลอดจนบริจาคสมบัติทุกประการของตนให้กับทางสมาคม ไม่เว้นกระทั่งลิขสิทธิ์ของงานเขียนทั้งหมด เซลฟ์ รีอะไลเซชั่น เฟลโลว์ชิพ (SRF)

ก็ไม่ต่างจากองค์กรศาสนาและสถาบันการศึกษาส่วนใหญ่ที่อาศัยการสนับสนุนช่วยเหลือจากกองทุนและเงินบริจาคจากสมาชิกและสังคม

"ผมจะกลับมาอีก" ข้าพเจ้าบอกลูกศิษย์ลูกหา "ผมจะไม่มีวันลืมอเมริกา"

ในงานเลี้ยงส่งซึ่งมิตรสหายมีน้ำใจจัดให้กับข้าพเจ้าที่ลอสแองเจลิส ข้าพเจ้ามองดูใบหน้าของพวกเขาอยู่เป็นนาน พลางคิดอย่างซึ้งใจว่า "ข้าแต่พระเป็นเจ้า บุคคลผู้รำลึกถึงพระองค์ในฐานะที่ทรงเป็นพระผู้ให้เพียงหนึ่งเดียวจะไม่มีวันขาดแคลนมิตรภาพอันหอมหวานในท่ามกลางหมู่มรรตัยชนด้วยกันเลย"

ข้าพเจ้าลงเรือ*ยูโรปา*ออกเดินทางในวันที่ 9 มิถุนายน ค.ศ.1935 โดยมีลูกศิษย์ร่วมเดินทางไปด้วยสองคน คือ มร.ซี. ริชาร์ด ไรต์ผู้เป็นเลขานุการของข้าพเจ้าเองกับสุภาพสตรีสูงวัยจากซินซินนาติอีกท่านหนึ่ง ชื่อมิสเอ็ตตี้ เบลทซ์ เราเป็นสุขกับคืนวันอันสุขสงบกลางท้องมหาสมุทร ซึ่งต่างจากความสับสนรีบเร่งในช่วงหลายสัปดาห์ที่ผ่านมาอย่างสิ้นเชิง แต่ช่วงเวลาแห่งความสุขของเราก็ช่างแสนสั้นนัก เรือโดยสารสมัยใหม่ที่แล่นด้วยความเร็วสูงก็มีข้อเสียอยู่บ้างเหมือนกัน!

เราเดินเที่ยวเขตตัวเมืองอันเก่าแก่และใหญ่โตของกรุงลอนดอนด้วยความอยากรู้อยากเห็นไม่ต่างจากนักท่องเที่ยวกลุ่มอื่น ๆ หนึ่งวันหลังมาถึงลอนดอน ข้าพเจ้าได้รับเชิญให้ไปบรรยายให้ที่ประชุมขนาดใหญ่ในแค็กซ์ตันฮอลฟัง โดยมีเซอร์ฟรานซิส ยังฮัสแบนด์เป็นผู้กล่าวแนะนำตัวข้าพเจ้าต่อประดาผู้ฟังชาวลอนดอน

จากนั้น เซอร์แฮรี่ ลอร์เดอร์ก็เชิญคณะของเราไปเป็นแขกที่คฤหาสน์ของท่านในสก๊อตแลนด์หนึ่งวัน นับเป็นวันอันรื่นรมย์นัก ถัดมาอีกสองสามวัน คณะเล็ก ๆ ของเราก็ข้ามช่องแคบอังกฤษไปยังแผ่นดินใหญ่ ข้าพเจ้าอยากไปแสวงบุญที่บาวาเรีย ด้วยรู้สึกว่านี่เป็นโอกาสเดียวที่จะได้ไปเยี่ยมชาวคาทอลิกผู้ยิ่งใหญ่และมหัศจรรย์อย่างเทเรเซ นอยมันน์แห่งคอนเนอร์สรอยท์

เมื่อปลายปีก่อน ข้าพเจ้าได้อ่านเรื่องราวอันน่าอัศจรรย์ของเทเรเซ ข้อมูลในบทความนั้นมีดังต่อไปนี้

1. เทเรเซเกิดในวันกู๊ดฟรายเดย์ ปี 1898 ตอนอายุยี่สิบปี เธอประสบอุบัติเหตุ ทำให้ตาบอดและเป็นอัมพาต

2. เธอหายจากตาบอดเมื่อปี 1923 ด้วยการสวดอ้อนวอนแซงต์เตแรสแห่งเมืองลีซีเยอ ผู้มีสมญานามว่า "ดอกไม้น้อย" ต่อมา แขนขาของเธอก็หายจากเป็นอัมพาตในฉับพลันทันที

3. นับจากปี 1923 เทเรเซเลิกกินอาหารและดื่มน้ำโดยสิ้นเชิง เว้นแต่ขนมปังเสกชิ้นเล็ก ๆ ที่เธอจะต้องกินทุกวัน วันละหนึ่งชิ้น

4. มีสัญลักษณ์รอยแผลศักดิ์สิทธิ์แห่งพระคริสต์ปรากฏขึ้นที่ศีรษะ หน้าอก มือ และเท้าทั้งสองข้างของเทเรเซเมื่อปี 1926 ทุก ๆ วันศุกร์[1] ร่างกายของเธอจะได้สัมผัสกับความทุกข์ทรมานของพระคริสต์ขณะถูกตรึงกางเขนในกาลก่อน

5. ปกติแล้วเธอจะพูดได้แต่ภาษาเยอรมันพื้น ๆ แบบที่ใช้พูดกันในหมู่บ้านของเธอ แต่เมื่ออยู่ในภวังค์แห่งนิมิตในวันศุกร์ เทเรเซจะพูดภาษาแปลก ๆ ซึ่งผู้รู้ระบุว่าเป็นภาษาอารามาอิกโบราณ และบางช่วงบางตอนขณะอยู่ในนิมิต เธอก็พูดภาษาฮิบรูหรือกรีกได้ด้วย

6. ทางศาสนจักรอนุญาตให้ทำการตรวจสอบเทเรเซตามหลักวิทยาศาสตร์อย่างใกล้ชิดหลายครั้งด้วยกัน ดร.ฟริทซ์ เกอร์ลิค บรรณาธิการหนังสือพิมพ์เยอรมันของฝ่ายโปรเตสแตนต์ฉบับหนึ่ง เคยเดินทางมาคอนเนอร์สรอยท์เพื่อหวังจะ "เปิดโปงการต้มตุ๋นหลอกลวงของฝ่ายคาทอลิก" แต่สุดท้าย กลับเปลี่ยนความคิดมานั่งเขียนชีวประวัติของเธอออกเผยแพร่ด้วยความเคารพ

และเหมือนเช่นทุกครั้งที่ผ่านมา ไม่ว่าจะอยู่ในโลกตะวันออกหรือตะวันตก ข้าพเจ้าสนใจใคร่จะได้พบกับนักบุญเสมอ จึงยินดีนักที่คณะเล็ก ๆ ของเราเดินทางมาถึงหมู่บ้านคอนเนอร์สรอยท์ที่น่ารักในแบบดั้งเดิมเมื่อวันที่ 16 กรกฎาคม ชาวไร่ชาวสวนบาวาเรียแสดงทีท่าตื่นเต้นสนใจรถยนต์ฟอร์ดของเรา (ที่เรานำติดมาด้วยจากอเมริกา) อย่างเปิดเผย ไล่เลยมาถึงคณะของเราที่ดูไม่เข้ากันเลย

---

1 นับแต่เกิดสงคราม นิมิตของเทเรเซก็ไม่ได้เกิดขึ้นทุก ๆ วันศุกร์อีก แต่เปลี่ยนมาเกิดขึ้นในวันสำคัญทางศาสนาบางวันเท่านั้น หนังสือชีวประวัติของเธอ เรื่อง *Therese Neumann: A Stigmatist of Our Day* และ *Further Chronicles of Therese Neumann* ประพันธ์โดยฟรีดริช ริทเทอร์ ฟอน ลามา และเรื่อง *The Story of Therese Neuman* ของเอ.พี. ชิมแบร์ก (ค.ศ. 1947) จัดพิมพ์โดยสำนักพิมพ์ Bruce Pub. Co., Milwaukee, Wisconsin ส่วนเรื่อง *Therese Neumann* ของโยฮันเนส ชไตเนอร์นั้นตีพิมพ์โดยสำนักพิมพ์ Alba House, Staten Island, N.Y.

ตั้งแต่ชายหนุ่มชาวอเมริกัน สุภาพสตรีสูงวัย และชาวตะวันออกผิวสีมะกอก ผมยาว เหน็บไว้ใต้ปกเสื้อโค้ทตัวนอก

กระท่อมหลังเล็กของเทเรเซสะอาดและเป็นระเบียบเรียบร้อย มีพุ่มเจอราเนียมผลิดอกบานอยู่ข้าง ๆ บ่อน้ำแบบโบราณ แต่อนิจจา! กระท่อมกลับปิดเงียบ เพื่อนบ้านหรือแม้กระทั่งบุรุษไปรษณีย์ประจำหมู่บ้านที่ผ่านมาก็บอกอะไรเราไม่ได้ ครั้นฝนเริ่มโปรยปรายลงมา เพื่อนร่วมคณะทั้งสองจึงชวนข้าพเจ้ากลับ

"ไม่ครับ" ข้าพเจ้าดึงดัน "ผมจะอยู่ที่นี่จนกว่าจะพบใครสักคนที่พอจะบอกได้ว่าจะไปพบเทเรเซได้ที่ไหน"

สองชั่วโมงผ่านไป เรายังคงนั่งอยู่ในรถท่ามกลางสายฝนอันชวนให้หดหู่ใจนัก "ข้าแต่พระเป็นเจ้า" ข้าพเจ้าอุทธรณ์ทอดถอนใจ "เหตุใดพระองค์จึงทรงนำข้าพระบาทมาที่นี่หากเธอไม่อยู่เสียเช่นนี้แล้ว?"

ชายผู้พูดภาษาอังกฤษได้คนหนึ่งมาหยุดยืนอยู่ข้างรถเรา เสนอความช่วยเหลือให้อย่างสุภาพ

"ผมก็ไม่รู้แน่หรอกว่าเทเรเซอยู่ไหน" เขาบอก "แต่เธอมักจะไปเยี่ยมศาสตราจารย์ฟรานซ์ วุทซ์ที่บ้านเขาบ่อย ๆ เขาเป็นอาจารย์สอนภาษาต่างประเทศอยู่ที่มหาวิทยาลัยไอค์ชเต็ทท์ ห่างจากที่นี่ไปอีกแปดสิบไมล์โน่นล่ะครับ"

เช้าวันรุ่งขึ้น คณะของเราก็ขับรถไปยังเมืองไอค์ชเต็ทท์อันเงียบสงบ ดร.วุทซ์ต้อนรับเราที่บ้านของเขาอย่างอบอุ่น "ใช่ครับ เทเรเซอยู่ที่นี่" บอกจบ เขาก็ให้คนไปบอกเธอว่ามีแขกมาหา ไม่นาน คณะของเราก็ได้รับคำตอบที่เธอฝากบอกมาว่า

"ถึงท่านบิชอปจะห้ามไม่ให้ดิฉันพบใครโดยไม่ได้รับอนุญาตจากท่านก่อน ดิฉันก็จะต้องออกมาต้อนรับสาวกแห่งพระเจ้าจากอินเดียท่านนี้ให้ได้"

ข้าพเจ้าฟังแล้วซึ้งใจนัก จึงตาม ดร.วุทซ์ขึ้นบันไดไปยังห้องรับแขก เทเรเซเดินเข้ามาทันที แผ่กระแสแห่งศานติสุขออกรอบตัว เธอสวมชุดกระโปรงสีดำและผ้าคลุมศีรษะสีขาวสะอาด ตอนนั้นเธออายุสามสิบเจ็ดปีแล้ว แต่ยังดูเยาว์วัยกว่านั้นมาก ดูสดใสและมีเสน่ห์เหมือนเด็ก ๆ ไม่มีผิด ทั้งแข็งแรง รูปร่างได้สัดส่วน แก้มเป็นสีกุหลาบ ท่าทางร่าเริงแจ่มใส นี่น่ะหรือ นักบุญผู้ละเว้นจากการกินอาหาร!

เทเรเซจับมือทักทายข้าพเจ้าอย่างนุ่มนวล เราต่างยิ้มอย่างมีความสุขด้วยใจที่สื่อถึงกันได้อย่างเงียบ ๆ ต่างฝ่ายต่างรู้ดีว่าอีกฝ่ายคือสาวกผู้จงรักภักดีต่อ

เทเรเซ นอยมันน์ ซี. ริชาร์ด ไรต์ และท่านโยคานันทะ ที่เมืองไอค์ชเต็ทท์ บาวาเรีย
17 กรกฎาคม 1935

พระเป็นเจ้าอย่างแท้จริง

ดร.วุทซ์เสนอตัวเป็นล่ามให้เราด้วยความกรุณา ขณะที่ทรุดตัวลงนั่ง ข้าพเจ้าสังเกตเห็นเทเรซาชำเลืองมองมาที่ข้าพเจ้าด้วยความอยากรู้อยากเห็นอย่างซื่อ ๆ เห็นได้ชัดว่าในแคว้นบาวาเรียคงหาชาวฮินดูได้ยากเต็มที

“คุณไม่กินอะไรเลยหรือครับ?” ข้าพเจ้าอยากได้ยินคำตอบจากปากของเธอเอง

“ไม่กินเลยค่ะ ยกเว้นขนมปังเสก[1] ตอนหกโมงเช้าของทุกวัน”

“ขนมปังเสกนี่มันชิ้นใหญ่แค่ไหนกันครับ?”

“แค่ชิ้นเล็ก ๆ เท่าเหรียญเงิน บางเหมือนแผ่นกระดาษค่ะ” แล้วเธอก็ชี้แจงต่อว่า “ดิฉันกินเพื่อล้างบาป ถ้าไม่ผ่านการเสก ดิฉันจะกลืนมันไม่ลง”

“แค่ขนมปังชิ้นเท่านั้นคงไม่ทำให้คุณมีชีวิตอยู่รอดมาตั้งสิบสองปีหรอกจริงไหมครับ?”

---

1 ขนมปังทำจากแป้ง ใช้ในพิธีรับศีลมหาสนิท

"ดิฉันอยู่ได้ด้วยแสงแห่งพระเจ้า"

คำตอบของเธอช่างเรียบง่ายราวกับไอน์สไตน์ก็ไม่ปาน!

"เข้าใจล่ะ คุณรู้ว่ามีพลังงานจากอากาศธาตุ แสงอาทิตย์ และอากาศไหลผ่านเข้าสู่ร่างกายคุณ"

เธอยิ้มร่า "ดิฉันดีใจจริง ๆ ที่รู้ว่าคุณเข้าใจว่าดิฉันดำรงชีวิตอยู่ได้อย่างไร"

"ชีวิตอันศักดิ์สิทธิ์ของคุณคือการสำแดงให้เห็นถึงสัจธรรมในถ้อยดำรัสของพระคริสต์ที่ว่า 'มนุษย์จะบำรุงชีวิตด้วยอาหารสิ่งเดียวหามิได้ แต่บำรุงด้วยพระวจนะทุกคำซึ่งออกมาจากพระโอษฐ์ของพระเจ้า'"[1]

คำอธิบายของข้าพเจ้ายังความยินดีให้แก่เธออีกครั้ง "เป็นเช่นนั้นจริง ๆ ค่ะ หนึ่งในเหตุผลที่ดิฉันอยู่ที่นี่ บนโลกในวันนี้ ก็เพื่อพิสูจน์ให้เห็นว่ามนุษย์สามารถมีชีวิตอยู่ได้ด้วยแสงแห่งพระเจ้า ที่ตาของมนุษย์อย่างเรา ๆ มองไม่เห็น ไม่ใช่ด้วยอาหารแต่เพียงอย่างเดียว"

"แล้วคุณพอจะสอนวิธีมีชีวิตอยู่โดยไม่ต้องพึ่งอาหารให้กับคนอื่นได้ไหมครับ?"

เธอออกอาการตกใจเล็กน้อย "ทำไม่ได้หรอกค่ะ พระเจ้ามิได้ทรงประสงค์เช่นนั้น"

ครั้นข้าพเจ้ามองปราดไปที่สองมืออันแข็งแรงและงดงามของเธอ เทเรเซก็ยกมือขึ้นให้ข้าพเจ้าดูรอยแผลสี่เหลี่ยมที่เพิ่งจะหายดีบนหลังมือทั้งสองข้าง

---

1 มัทธิว 4:4 แบตเตอรี่สำหรับร่างกายมนุษย์มิได้อาศัยแต่อาหารหยาบ ๆ (ขนมปัง) ช่วยค้ำจุนเอาไว้ แต่ยังต้องพึ่งพลังแรงสั่นสะเทือนในจักรวาล (หรือ *โอม*) ด้วยพลังที่มองไม่เห็นนี้จะไหลเข้าสู่ร่างมนุษย์ผ่านทางท้ายสมองส่วนล่างสุดที่ต่อกับเส้นประสาทสันหลังบริเวณท้ายทอย ถือเป็นจักรลำดับที่หก อยู่เหนืออีกห้าจักรตามแนวกระดูกสันหลังทั้งหมด (จักรเป็นภาษาสันสกฤต แปลว่า "วงล้อ" หรือจุดที่พลังชีวิตถูกปล่อยออกมา)

ท้ายสมอง–จักรลำดับที่หกนี้ถือเป็นทางเข้าหลักให้พลังปราณแห่งจักรวาล (*โอม*) ผ่านเข้ามาสะสมไว้ในร่างกาย มีขั้วเชื่อมต่อโดยตรงกับจักร*กุตัสถะ* (จิตสำนึกของพระเจ้า) ตรงตาธรรมที่กึ่งกลางระหว่างคิ้วทั้งสองข้าง ซึ่งถือเป็นฐานแห่งอำนาจจิตของมนุษย์ จากนั้น พลังแห่งจักรวาลจะถูกนำไปเก็บสะสมไว้ยังจักรที่เจ็ดในสมอง ซึ่งเป็นแหล่งกักเก็บศักยภาพอันไร้ขีดจำกัดเอาไว้ (ในพระเวทเรียกว่า "จักรสหัสราระ" หมายถึงบัวแสงพันกลีบ) คัมภีร์ไบเบิลเอ่ยถึงเสียงโอมในนามพระจิตหรือพลังชีวิตที่มองไม่เห็น เป็นพลังทิพย์ที่ค้ำจุนสรรพสิ่งทั้งปวงเอาไว้ "ท่านไม่รู้หรือว่าร่างกายของท่านเป็นวิหารของพระวิญญาณบริสุทธิ์ ซึ่งสถิตอยู่ในท่าน ซึ่งท่านได้รับจากพระเจ้า ท่านไม่ใช่เจ้าของตัวท่านเอง?"—โครินธ์ 1 6:19

ก่อนพลิกมือชี้ให้ดูรอยแผลเล็ก ๆ รูปพระจันทร์เสี้ยวบนฝ่ามือที่เพิ่งจะหายดีอีกเหมือนกัน แผลแต่ละแผลต่างทะลุฝ่ามือไปออกยังอีกด้านหนึ่ง ภาพที่เห็นทำให้ข้าพเจ้านึกถึงตะปูเหล็กขาสี่เหลี่ยม ปลายเป็นรูปวงเดือนซึ่งยังมีใช้กันอยู่ในโลกตะวันออก แต่จำไม่ได้ว่าเคยเห็นที่ไหนในโลกตะวันตก

เทเรเซเล่าเรื่องการได้นิมิตเป็นประจำทุกสัปดาห์ของเธอให้ข้าพเจ้าฟัง "รับรู้ความเจ็บปวดทรมานทั้งหมดของพระคริสต์เหมือนคนดูที่ช่วยอะไรไม่ได้" ในแต่ละสัปดาห์ตั้งแต่เที่ยงคืนของวันพฤหัสบดีถึงบ่ายโมงตรงของวันศุกร์ แผลของเธอจะเปิดและมีเลือดไหลออกมา น้ำหนักตัวของเธอจะลดลงถึงสิบปอนด์จากน้ำหนักปกติ 121 ปอนด์ ความจงรักและอาทรในองค์พระคริสต์ทำให้เธอต้องทนทุกข์ทรมานแสนสาหัส แต่เธอก็ยังเฝ้ารอที่จะได้เห็นพระองค์ในนิมิตในแต่ละสัปดาห์ด้วยใจยินดี

ข้าพเจ้าตระหนักขึ้นมาในชั่วขณะจิตนั้นว่า พระเจ้าทรงกำหนดชีวิตอันผิดธรรมดาให้กับเธอ เพราะประสงค์จะยืนยันกับชาวคริสต์ทั้งปวงว่าพระเยซูทรงเป็นบุคคลที่มีชีวิตอยู่จริงในประวัติศาสตร์ และทรงถูกตรึงกางเขนจริงตามที่มีบันทึกไว้ในพระคัมภีร์ใหม่ นอกจากนี้ ยังทรงมุ่งหวังจะแสดงให้เห็นถึงความผูกพันอันเป็นนิรันดร์ระหว่างพระคริสต์กับบรรดาสานุศิษย์

ศาสตราจารย์วุทซ์เล่าเรื่องราวของเทเรเซที่ท่านได้ประสบมากับตัวเองให้ฟังว่า

"คณะของเรา... รวมทั้งเทเรเซ... มักไปท่องเที่ยวตามที่ต่าง ๆ ในเยอรมนีกันครั้งละหลาย ๆ วัน" ท่านศาสตราจารย์บอกกับข้าพเจ้า "แล้วพวกเราก็ช่างต่างกันเหลือเกิน...เทเรเซไม่กินอะไรเลย แต่พวกเราทุกคน กินกันวันละสามมื้อ กระนั้น เธอก็ยังดูสดชื่นเหมือนดอกกุหลาบ ไม่มีทีท่าเหน็ดเหนื่อยเมื่อยล้าให้เห็น ทุกครั้งที่พวกเรากวาดสายตามองหาที่พักข้างทางเพราะเริ่มหิวเทเรเซเป็นต้องหัวเราะขันทุกครั้งไป"

แล้วท่านก็ให้ข้อมูลด้านสรีระที่น่าสนใจเพิ่มมาอีกว่า "เหตุเพราะเทเรเซไม่กินอาหารเลย กระเพาะของเธอจึงหดตัว การขับถ่ายก็ไม่มี แต่ต่อมเหงื่อยังทำงานอยู่ ผิวของเธอเนียนนุ่มและไม่เคยเหี่ยวย่น"

ตอนลากลับ ข้าพเจ้าบอกเทเรเซว่าอยากจะไปดูเธอตอนได้นิมิต

"มาสิคะ มาที่คอนเนอร์สรอยท์วันศุกร์หน้า" เธอบอกอย่างมีน้ำใจ "ท่าน

บิชอปจะออกหนังสืออนุญาตให้ ดิฉันดีใจเหลือเกินที่คุณอุตส่าห์ตามมาถึงไอค์ชเต็ทท์นี่"

เทเรเซจับมืออำลาพวกเราอย่างนุ่มนวลหลายต่อหลายครั้ง และเดินมาส่งเราถึงที่ประตู มร.ไรต์เปิดวิทยุในรถ เธอก็เมียงมองดูมันพลางหัวเราะอย่างชอบใจ จนมีเด็ก ๆ แห่กันเข้ามามะรุมมะตุ้มเป็นกลุ่มใหญ่ เทเรเซจึงถอยกลับเข้าไปในบ้าน เราเห็นเธอยืนอยู่ที่หน้าต่าง เยี่ยมหน้าออกมาดูเรา แล้วโบกมือให้หย็อย ๆ เหมือนเด็ก ๆ

วันรุ่งขึ้น เราได้คุยกับพี่น้องผู้ชายสองคนของเทเรเซ ซึ่งเป็นคนมีอัธยาศัยและมีน้ำใจดีมาก พวกเขาเล่าให้ฟังว่าเทเรเซนอนหลับพักผ่อนแค่คืนละหนึ่งหรือสองชั่วโมงเท่านั้น ถึงร่างจะเต็มไปด้วยบาดแผล แต่เธอก็กระฉับกระเฉงและเต็มไปด้วยพลัง เธอรักนก คอยดูแลตู้ปลา และออกมาทำสวนบ่อย ๆ เธอมีจดหมายที่ต้องตอบเป็นจำนวนมาก ชาวคาทอลิกเขียนมาขอให้เธอสวดอธิษฐานและรักษาโรคภัยไข้เจ็บให้ หลายคนหายจากโรคร้ายได้ก็เพราะเธอ

น้องชายของเธอคนที่ชื่อเฟอร์ดินันด์ อายุราวยี่สิบสามปี อธิบายให้ฟังว่าเทเรเซมีอำนาจ สามารถสวดอธิษฐานรับเอาโรคภัยของผู้อื่นเข้ามาไว้ในร่างของเธอเอง มีอยู่ครั้งหนึ่งเธอสวดอธิษฐานให้กับชายหนุ่มผู้หนึ่งซึ่งกำลังจะบวชเข้าเป็นบาทหลวงในเขตสังฆมณฑลเดียวกับเธอ ขอให้โรคที่เกิดกับลำคอของเขาย้ายมาอยู่ที่ลำคอของเธอแทน แล้วเธอก็เลิกกินอาหารนับจากนั้นเป็นต้นมา

บ่ายวันพฤหัสบดี คณะของเราขับรถไปยังที่พำนักของท่านบิชอป ท่านมองดูลอนผมยาวของข้าพเจ้าอย่างประหลาดใจอยู่บ้าง แต่ท่านก็ออกหนังสืออนุญาตที่พวกเราจำเป็นต้องใช้ให้แต่โดยดี การนี้ไม่ต้องเสียค่าธรรมเนียมแต่อย่างใด ทางคริสตจักรออกกฎนี้มาเพียงเพื่อป้องกันไม่ให้นักท่องเที่ยวทั่วไปแห่กันมารบกวนเทเรเซ เช่นที่เคยหลั่งไหลกันมาที่คอนเนอร์สรอยท์นับพัน ๆ คนในทุก ๆ วันศุกร์อย่างเมื่อปีก่อน ๆ

เรามาถึงหมู่บ้านในเช้าวันศุกร์ราวเก้าโมงครึ่ง ข้าพเจ้าสังเกตเห็นว่ากระท่อมหลังเล็กของเทเรเซมีบางส่วนที่กรุหลังคาด้วยกระจกเพื่อให้แสงส่องลงมาหาเธอได้อย่างเต็มที่ เห็นประตูกระท่อมเปิดกว้างออกต้อนรับผู้คน มิได้ปิดอยู่อีกต่อไป พวกเราก็ยินดีนัก ตรงไปเข้าแถวร่วมกับผู้มาเยือนอื่น ๆ อีกราวยี่สิบคน ทุก

คนล้วนถือหนังสืออนุญาตเอาไว้ หลายคนเดินทางมาจากแดนไกลเพื่อชมการรับนิมิตอันลี้ลับนี้

เทเรเซสอบผ่านบททดสอบแรกของข้าพเจ้าที่บ้านของท่านศาสตราจารย์ เพราะเธอหยั่งรู้ได้ว่า ข้าพเจ้าต้องการมาพบเธอด้วยเหตุผลทางจิตวิญญาณ หาใช่มาเพื่อสนองความอยากรู้อยากเห็นเพียงชั่วแล่นไม่

การทดสอบขั้นที่สองของข้าพเจ้าเชื่อมโยงกับข้อเท็จจริงที่ว่า ก่อนหน้าที่จะขึ้นบันไดไปยังห้องของเธอ ข้าพเจ้าได้เข้าฌานเพื่อติดต่อกับเธอทั้งทางโทรจิตและโทรภาพ เมื่อเข้าไปในห้องก็เห็นผู้มาเยือนยืนอยู่เต็มไปหมด ตัวเทเรเซนอนอยู่บนเตียงในชุดเสื้อคลุมสีขาว มร.ไรต์เดินตามหลังข้าพเจ้ามาติด ๆ เราหยุดชะงักหลังก้าวข้ามธรณีประตูเข้ามา ตกตะลึงกับภาพอันแปลกประหลาดและน่าสะพรึงกลัวเป็นที่สุดนั้น

จากเปลือกตาล่างของเทเรเซมีเลือดไหลอาบลงมาเป็นสายธารเล็ก ๆ กว้างราวหนึ่งนิ้ว ดวงตาของเธอเหลือกขึ้นไปหาตาที่สามตรงกึ่งกลางหน้าผาก ผ้าที่พันอยู่รอบศีรษะชุ่มไปด้วยเลือดจากรอยแผลศักดิ์สิทธิ์จากมงกุฎหนาม ชุดสีขาวบนร่างของเธอมีรอยเปื้อนสีแดงฉานเป็นดวง ๆ อยู่ตรงบริเวณทรวงอกซึ่งทะลุจากบาดแผลตรงสีข้างของพระคริสต์ในอดีตกาลอันเนิ่นนาน สมัยที่พระองค์ถูกหมิ่นพระเกียรติเป็นครั้งสุดท้ายจากทหารผู้เอาหอกแทงใส่

มือทั้งสองของเทเรเซยื่นออกมาด้วยทีท่าของมารดาที่กำลังขอร้องวิงวอน ใบหน้าของเธอแสดงออกถึงความเจ็บปวดทรมานและความสูงส่งในคราวเดียวกัน ร่างเธอดูผอมบางลงกว่าเดิม และมีความเปลี่ยนแปลงอันยากจะอธิบายเกิดขึ้นทั้งภายในและภายนอก ริมฝีปากเธอสั่นเล็กน้อยขณะพูดพึมพำเป็นภาษาต่างประเทศกับผู้คนที่เธอมองเห็นในนิมิตด้วยตาในอันอยู่เหนือจิตสำนึก

ครั้นข้าพเจ้าปรับกระแสจิตของตนให้เข้ากับของเธอ ก็เริ่มมองเห็นภาพนิมิตเดียวกันกับที่เธอเห็น เทเรเซกำลังเฝ้ามองพระเยซูแบกไม้กางเขนไปท่ามกลางเสียงโห่ร้องเย้ยหยันของฝูงชน[1] ทันใดนั้น เธอก็ผงกศีรษะขึ้นด้วยความอกสั่น

1 ช่วงหลายชั่วโมงก่อนหน้าที่ข้าพเจ้าจะมาถึง เทเรเซได้นิมิตในช่วงไม่กี่วันสุดท้ายในพระชนม์ชีพของพระคริสต์มาหลายช่วงหลายตอนแล้ว ปกติ นิมิตของเธอจะเริ่มจากฉากเหตุการณ์ที่เกิดขึ้นจากพระกระยาหารมื้อสุดท้าย จนมาจบลงที่พระเยซูทรงสิ้นพระชนม์บนไม้กางเขน แต่ก็มีบ้าง

ขวัญหาย เหตุเพราะพระคริสต์ทรงล้มลงด้วยทานน้ำหนักไม้กางเขนที่ทรงแบกไว้ไม่ไหว ภาพนิมิตเลือนหายไป เทเรเซทิ้งศีรษะกลับลงบนหมอนอย่างสิ้นแรงด้วยความสงสารอันท่วมท้นจนเกินจะรับไหว

ในตอนนั้น ข้าพเจ้าได้ยินเสียงล้มตึงดังขึ้นที่ด้านหลังตัวเอง จึงหันไปมองดูแวบหนึ่ง เห็นชายสองคนหามร่างของคนที่เป็นลมล้มคว่ำคนหนึ่งออกไป แต่ชั่วขณะนั้นข้าพเจ้ากำลังถอนจิตออกจากฌานขั้นอภิจิตสำนึก จึงยังนึกไม่ออกว่าคนคนนั้นคือใคร ข้าพเจ้าหันกลับมาดูเทเรเซอีกครั้ง ใบหน้าของเธอยังซีดเผือดเหมือนคนตาย และยังมีเลือดไหลออกมาเป็นสายอยู่เช่นเดิม เพียงแต่ตอนนี้ดูสงบและฉายประกายแห่งความบริสุทธิ์สูงส่ง ครั้นข้าพเจ้าชำเลืองมองไปข้างหลังตัวเอง ก็เห็น มร.ไรต์ยืนเอามือกุมแก้มที่มีเลือดซึมออกมาอยู่

"ดิก" ข้าพเจ้าถามอย่างร้อนใจ "คนที่เป็นลมไปน่ะ คุณเหรอ?"

"ครับ ภาพที่เห็นมันน่ากลัวเหลือเกิน เล่นเอาผมหน้ามืดไปเลย"

"เอาเถิด" ข้าพเจ้าพูดปลอบ "คุณก็นับว่าใจกล้าเอาเรื่อง ดูทีรึ ยังอุตส่าห์ย้อนกลับมาดูอีกครั้งจนได้"

เมื่อนึกถึงผู้แสวงบุญที่มาเข้าแถวรอกันอย่างมีน้ำอดน้ำทน มร.ไรต์กับข้าพเจ้าจึงกล่าวอำลาเทเรเซอยู่แต่เพียงในใจ แล้วพากันออกจากห้องมา[1]

วันรุ่งขึ้น คณะเล็ก ๆ ของเราก็ขับรถลงใต้ ดีที่พวกเราขับรถฟอร์ดมากันเอง ไม่ได้โดยสารรถไฟมา จึงแวะจอดในชนบทได้ทุกที่ที่ต้องการ พวกเราเพลิดเพลินกับการทัวร์ประเทศเยอรมนี ฮอลแลนด์ ฝรั่งเศส และเทือกเขาแอลป์ในเขตประเทศสวิตเซอร์แลนด์กันมาก พอมาถึงอิตาลี เราก็ตรงไปเยือนเมืองอัสซีซีของเซนต์ฟรานซิส สาวกผู้อ่อนน้อมแห่งพระเจ้า การทัวร์ยุโรปของเราไปสิ้นสุดลง

บางครั้งที่เห็นนิมิตยืดเยื้อไปถึงตอนฝังพระศพ

1 หนังสือพิมพ์ INS ที่ส่งมาจากเยอรมนี ฉบับวันที่ 26 มีนาคม ค.ศ.1948 รายงานข่าวว่า "หญิงสาวชาวบ้านในเยอรมนีนอนทอดร่างอยู่บนเตียงเปลในวันกู๊ดฟรายเดย์ ศีรษะ มือทั้งคู่ บ่าทั้งสองข้างล้วนมีโลหิตไหลออกมาจากตำแหน่งที่พระคริสต์ทรงถูกตอกตะปูตรึงกับไม้กางเขนและถูกหนามจากมงกุฎหนามทิ่มแทง ชาวเยอรมันและชาวอเมริกันหลายพันคนที่เต็มไปด้วยความพิศวงยำเยงต่างเดินแถวผ่านเตียงในกระท่อมอันเป็นที่พักของเทเรเซ นอยมันน์กันอย่างเงียบสงบ"

สตรีผู้มีรอยแผลศักดิ์สิทธิ์ท่านนี้สิ้นชีวิตลงที่เมืองคอนเนอร์สรอยท์เมื่อวันที่ 18 กันยายน ค.ศ. 1962 (*หมายเหตุผู้จัดพิมพ์*)

ที่ประเทศกรีซ ที่ซึ่งพวกเราไปเที่ยวชมวิหารเทพีอะธีนาและห้องขังที่โซเครตีสผู้สุภาพอ่อนโยน[1] ดื่มยาพิษตาย ไม่ว่าใครก็อดที่จะชื่นชมงานศิลปะที่ชาวกรีกโบราณสรรค์สร้างขึ้นด้วยหินอลาบาสเตอร์ไม่ได้

พวกเราลงเรือข้ามทะเลเมดิเตอร์เรเนียนท่ามกลางแสงแดดอันแจ่มจ้าไปขึ้นฝั่งที่ปาเลสไตน์ ใช้เวลาวันแล้ววันเล่าท่องไปทั่วดินแดนศักดิ์สิทธิ์ ทำให้ข้าพเจ้าตระหนักถึงคุณค่าของการเดินทางไปแสวงบุญมากยิ่งขึ้น ผู้มีใจอันละเอียดอ่อนย่อมสำเหนียกได้ว่ามีจิตวิญญาณแห่งพระคริสต์แผ่ซ่านอยู่ทั่วดินแดนปาเลสไตน์ ข้าพเจ้าติดตามไปข้าง ๆ พระองค์ด้วยความเคารพ ทั้งที่เบ็ธเลเฮม เก็ธเซมาเนคัลวารี เขามะกอกอันศักดิ์สิทธิ์ริมฝั่งแม่น้ำจอร์แดน และทะเลกาลิลี

คณะเล็ก ๆ ของเราได้ไปชมรางหญ้าอันเป็นที่ประสูติ ร้านช่างไม้ของโยเซฟ หลุมศพของลาซารัส บ้านมาร์ธาและมารี รวมถึงห้องเสวยพระกระยาหารมื้อสุดท้าย เรื่องราวแต่ครั้งโบราณค่อย ๆ เปิดเผยออกมาฉากแล้วฉากเล่าให้ข้าพเจ้าได้เห็นละครแห่งพระเจ้าที่พระคริสต์เคยเสด็จลงมาสวมบทบาทบนเวทีโลกเพื่อมนุษย์ทุกยุคทุกสมัย

เรามุ่งหน้าต่อไปยังอียิปต์ที่มีพร้อมทั้งกรุงไคโรอันทันสมัยและหมู่ปิระมิดอันเก่าแก่ จากนั้น ก็ลงเรือล่องทะเลแดง ข้ามทะเลอาระเบียอันกว้างใหญ่ และเบื้องหน้าของเราก็คือประเทศอินเดีย!

---

1 ข้อความตอนหนึ่งในยูเซบีอุสกล่าวถึงการพบปะอันน่าสนใจระหว่างโซเครตีสกับปราชญ์ชาวฮินดูผู้หนึ่ง ความว่า "นักดนตรีชื่ออริสต็อกเซนุสได้เล่าเรื่องเกี่ยวกับชาวอินเดียเอาไว้ว่า มีชาวอินเดียผู้หนึ่งเดินทางมาพบโซเครตีสที่กรุงเอเธนส์ และถามว่าปรัชญาของโซเครตีสมีขอบเขตกว้างไกลแค่ไหน 'หาคำตอบในเรื่องปรากฏการณ์ของมนุษย์' โซเครตีสตอบ ได้ยินดังนั้น ชาวอินเดียผู้นั้นก็หัวเราะออกมาอย่างกลั้นไม่อยู่ 'คนเราจะหาคำตอบเรื่องปรากฏการณ์ของมนุษย์ได้อย่างไร' เขาพูด 'ในเมื่อแม้แต่ปรากฏการณ์อันศักดิ์สิทธิ์ของพระเป็นเจ้า เขาก็ยังไม่รู้เรื่องอะไรเลย?'"

แนวคิดของชาวกรีกที่สะท้อนอยู่ในปรัชญาตะวันตก คือ "มนุษย์ จงรู้จักตน" แต่ชาวฮินดูจะบอกว่า "มนุษย์ จงรู้จักวิญญาณตน" ภาษิตของเดสการ์ตีสที่ว่า "ฉันคิด ฉันจึงเป็น" จึงไม่ถูกต้องสมเหตุสมผลตามหลักปรัชญา สติปัญญาความสามารถในการใช้เหตุผลไม่อาจแสดงให้เห็นถึงตัวตนที่แท้จริงของมนุษย์ได้ จิตของมนุษย์นั้นเหมือนกับโลกแห่งวัตถุธาตุที่ตัวมันเองสัมผัสและรับรู้อยู่ทุกเมื่อเชื่อวัน คือ มีการแปรเปลี่ยนอยู่เรื่อยไปไม่มีที่สิ้นสุด การแสวงหาความรู้มาประดับสติปัญญามิใช่เป้าหมายสูงสุด ผู้แสวงหาพระเป็นเจ้าจึงเป็นผู้รักใน*วิทยา* (สัจธรรมอันเที่ยงแท้) ที่แท้จริง นอกเหนือจากนี้ล้วนเป็น*อวิทยา* (ความรู้ที่ยึดโยงอยู่กับสิ่งอื่น) ทั้งสิ้น

บทที่ 40

ข้าพเจ้ากลับอินเดีย

ข้าพเจ้าสูดอากาศอันศักดิ์สิทธิ์ของอินเดียเข้าลึก ๆ ด้วยความรู้คุณของแผ่นดินแม่ เรือ*ราชปุตนะ*ของเราเข้าจอดเทียบท่าเรือใหญ่ของบอมเบย์ในวันที่ 22 สิงหาคม ค.ศ.1935 แม้จะเป็นการขึ้นบกวันแรก แต่ก็ถือเป็นการชิมลางความวุ่นวายต่าง ๆ ที่จะตามติดมาตลอดทั้งปีไม่มีหยุด เพื่อน ๆ มารวมตัวกันที่ท่าเรือเพื่อต้อนรับเราด้วยพวงมาลัย หลังเข้าพักในห้องสวีทที่โรงแรมทัชมาฮาลได้ไม่ทันไร ก็มีนักข่าวกับช่างภาพบุกมาสัมภาษณ์พวกเราอีกโขยงใหญ่

บอมเบย์เป็นเมืองใหม่สำหรับข้าพเจ้า ดูทันสมัย เปี่ยมไปด้วยพลัง และเต็มไปด้วยนวัตกรรมใหม่ ๆ ที่รับมาจากตะวันตก ถนนหนทางกว้างขวาง มีการปลูกต้นปาล์มเรียงรายไปตลอดแนว มีอาคารที่ทำการอันสูงใหญ่ของทางการผุดขึ้นมาเทียบเคียงกับหมู่เทวาลัยโบราณ แต่เราออกเที่ยวกันน้อยมาก เพราะข้าพเจ้าร้อนใจ อยากจะไปกราบท่านอาจารย์และอยากพบญาติมิตรอันเป็นที่รักเต็มแก่ หลังส่งรถฟอร์ดไปกับตู้ขนส่งสัมภาระแล้ว คณะของเราก็ขึ้นรถไฟมุ่งตะวันออกไปกัลกัตตากันอย่างไม่รอช้า[1]

พอมาถึงสถานีฮาวราห์ ก็เจอเข้ากับผู้คนอีกโขยงใหญ่ที่พร้อมใจกันมารับเรา มากันแน่นขนัดเสียจนพวกเราลงจากรถไฟไม่ได้อยู่ครู่ใหญ่ มหาราชาแห่งกาซิมบาซาร์ผู้ยังหนุ่มแน่นกับพิษณุน้องชายข้าพเจ้า เป็นผู้นำคณะผู้มาต้อนรับในครั้งนี้ ข้าพเจ้าไม่นึกไม่ฝันมาก่อนว่าจะได้รับการต้อนรับอย่างอบอุ่นและยิ่งใหญ่ถึงเพียงนี้

ที่นำหน้าเราเป็นขบวนรถยนต์และรถมอเตอร์ไซด์ ในท่ามกลางเสียงกลองและเสียงสังข์อันครื้นเครง มิสเบลทซ์ มร.ไรต์ และข้าพเจ้าพร้อมพวงมาลัยที่คล้องตั้งแต่ศีรษะจรดปลายเท้าจึงขับรถตรงไปยังบ้านพ่ออย่างช้า ๆ

---

1 เราเดินทางข้ามแคว้นต่าง ๆ ทางตอนกลางของประเทศไปกว่าครึ่งทวีปเพื่อพบกับท่านมหาตมา คานธีในวารธา วันเวลาช่วงนั้นมีกล่าวถึงในบทที่ 44

พ่อผู้แก่ตัวลงโอบกอดข้าพเจ้าเอาไว้แน่นราวกับข้าพเจ้าตายแล้วฟื้นตื่นขึ้นมาใหม่กระนั้น เราได้แต่มองดูกันและกันด้วยความยินดีจนพูดอะไรไม่ออก พี่น้องชายหญิง ลุงป้าน้าอา ลูกศิษย์ลูกหา และผองเพื่อนสมัยเมื่อหลายปีก่อนต่างเข้ามารุมล้อมข้าพเจ้า เป็นน้ำหูน้ำตากันไม่มีเว้นแม้สักคน เมื่อหวนนึกถึงความทรงจำเก่า ๆ ภาพความรักใคร่กลมเกลียวในยามที่ได้กลับมาพบหน้ากันอีกครั้งก็ยังแจ่มชัด ไม่มีวันลบเลือนไปจากใจข้าพเจ้าได้ ส่วนการได้กลับไปกราบพบท่านอาจารย์ศรียุกเตศวรอีกครั้งนั้น ข้าพเจ้าจนด้วยคำพูด ได้แต่อาศัยบันทึกของผู้เป็นเลขานุการมาบอกกล่าวไว้ดังนี้

"วันนี้ ผมขับรถพาท่านโยคานันทะออกจากกัลกัตตาไปเซรัมปอร์ด้วยความคาดหวังอย่างที่สุด" มร.ไรต์เขียนไว้ในบันทึกการเดินทางของตน

"เราผ่านร้านรวงที่ดูแปลกตา... หนึ่งในนั้นเป็นร้านอาหารร้านโปรดของท่านโยคานันทะสมัยที่ท่านยังเรียนหนังสืออยู่ในวิทยาลัย... สุดท้าย พวกเราก็เข้าสู่ตรอกแคบ ๆ มีกำแพงขนาบอยู่สองข้างทาง พอเลี้ยวซ้ายก็พบอาศรมของท่านอาจารย์ตั้งตระหง่านอยู่ตรงหน้า เป็นอาศรมก่ออิฐ สูงสองชั้น มีระเบียงราวลูกกรงยื่นออกมาจากชั้นบนให้ความรู้สึกถึงศานติและความวิเวก

"ผมสำรวมกายใจเดินตามหลังท่านโยคานันทะเข้าไปในลานกว้างกลางวงล้อมกำแพงของอาศรม ใจผมเต้นแรงเมื่อเราก้าวขึ้นบันไดปูนซีเมนต์เก่า ๆ ซึ่งคงจะเคยมีผู้มาแสวงหาสัจธรรมก้าวย่ำขึ้นไปนับไม่ถ้วนแล้วเป็นแน่ ยิ่งรุดหน้าไปก็ยิ่งรู้สึกเกร็งมากขึ้น แล้วตรงหน้าเราใกล้ ๆ กับหัวบันไดก็ปรากฏร่างของท่านสวามีศรียุกเตศวรผู้ยิ่งใหญ่ขึ้นเงียบ ๆ ท่านยืนอยู่ในลักษณาการอันสูงส่งของผู้ทรงไว้ซึ่งศีลาจารวัตร

"หัวใจผมเต้นโลดและพองโตด้วยความปีติที่ตัวเองมีวาสนาได้พบเห็นท่านกับตา ได้เห็นท่านโยคานันทะคุกเข่าลงค้อมศีรษะคารวะท่านด้วยกตัญญุตา น้ำตาก็รื้นขึ้นมาในดวงตาผมจนภาพตรงหน้าดูพร่าไปหมด ท่านโยคานันทะยื่นมือไปแตะเท้าอาจารย์ของท่าน แล้วดึงมือกลับมาแตะหน้าผากของตนเองเป็นการแสดงความเคารพอย่างสูงสุด ครั้นท่านลุกขึ้นยืน ท่านศรียุกเตศวรก็สวมกอดท่านเอาไว้ด้วยแขนทั้งสองข้าง

"ช่วงแรกไม่มีคำพูดใดให้ได้ยิน มีแต่การรับรู้ความรู้สึกอันล้นหลากใน

จิตวิญญาณของกันและกันอย่างเงียบงันเท่านั้น ดวงตาของทั้งสองท่านเป็นประกายเจิดจ้าด้วยความสุขใจที่ได้กลับมาพบกันอีกครั้ง! กระแสความรักใคร่อาทรแผ่ซ่านไปทั่วบริเวณนอกชานอันเงียบสงบ ดวงอาทิตย์ที่โผล่พ้นหมู่เมฆออกมาในเวลานั้นพอดีก็ดูเหมือนจะยิ่งยังชั่วขณะจิตอันรุ่งโรจน์นั้นโชตนาการยิ่งขึ้นไปอีก

"ผมคุกเข่าลงตรงหน้าท่านอาจารย์ด้วยความรักและสำนึกในพระคุณของท่านอยู่ในใจ ยื่นมือไปสัมผัสเท้าอันสากและหยาบกร้านไปตามกาลเวลาและการใช้งาน พลางรับพรจากท่าน จากนั้น ก็ลุกขึ้นยืนและมองตรงเข้าไปในดวงตาอันสุกใสของท่าน...มันดูลุ่มลึกจากการรู้คิดพิจารณาตนอยู่เป็นนิจ แต่ก็ฉายแววแจ่มใสเป็นสุขด้วย

"เราเข้าไปในห้องรับรอง ซึ่งด้านหนึ่งเปิดโล่งออกหาระเบียงที่เรามองเห็นจากถนนกันตั้งแต่แรก ท่านอาจารย์นั่งลงบนเบาะที่วางอยู่บนพื้นซีเมนต์อิงหลังพิงเก้าอี้นวมที่เก่าคร่ำคร่า ท่านโยคานันทะกับผมนั่งลงที่แทบเท้าท่าน มีหมอนอิงสีส้มให้อิงหลังช่วยให้นั่งบนเสื่อฟางได้สบายขึ้น

"ผมตั้งใจฟังท่านสวามีทั้งสองพูดคุยกันเป็นภาษาเบงกาลี หวังว่าจะจับใจความใดได้บ้าง แต่ก็เปล่าประโยชน์ (ผมพบว่าเวลาอยู่ด้วยกัน พวกท่านจะไม่พูดคุยกันด้วยภาษาอังกฤษ ถึงแม้ว่าท่านอาจารย์ผู้ซึ่งคนอื่นๆ เรียกขานกันติดปากว่าท่านสวามีมหาราชจะพูดภาษาอังกฤษได้ และมักจะพูดอยู่บ่อยๆ ด้วย) กระนั้น ผมก็รับรู้ถึงความประเสริฐและบริสุทธิ์แห่งท่านอาจารย์ใหญ่ได้โดยผ่านทางดวงตาอันเป็นประกายแจ่มใสและรอยยิ้มซึ่งสร้างความอบอุ่นใจให้กับผู้ได้พบเห็น ไม่ว่าเรื่องที่สนทนาอยู่นั้นจะเป็นเรื่องสนุกหรือจริงจัง ผมก็มองออกได้อย่างรวดเร็วว่าท่านมั่นใจในสิ่งที่ตนพูด...ดุจคนที่รู้ว่าตนรู้ เพราะเขารู้จักพระเป็นเจ้า ปัญญาอันยิ่งใหญ่ เจตจำนงอันแน่วแน่ และความตั้งใจมั่นของท่านล้วนปรากฏชัดในทุกประการ

"ท่านแต่งกายเรียบร้อย ผ้าโธตี กับเสื้อของท่านครั้งหนึ่งเคยเป็นสีย้อมฝาด แต่เวลานี้ซีดลงเป็นสีส้มจาง ผมพินิจดูท่านเป็นระยะๆ ด้วยความสำรวม เห็นท่านมีรูปร่างสูงใหญ่เหมือนนักกีฬา บึกบึนเพราะผ่านร้อนผ่านหนาวผ่านความลำบากในการใช้ชีวิตเยี่ยงผู้สละแล้วซึ่งทางโลกมานาน ท่วงท่าท่านเปี่ยมไปด้วยราศี อากัปกิริยายามเคลื่อนไหวมีสง่า ลำตัวตั้งตรงในทุกอิริยาบถ เสียง

หัวเราะอย่างเบิกบานเต็มที่ดังก้องออกมาจากโพรงอก ทำให้ตัวท่านพลอยสั่นกระเพื่อมไปด้วย

"ใบหน้าท่านเคร่งขรึม ทรงไว้ซึ่งทิพยอำนาจอย่างเด่นชัด ผมแสกกลางและหงอกเป็นสีขาวตรงกรอบหน้าผาก ส่วนอื่นเป็นริ้วสีทองเหลือบเงินบ้างสีดำเหลือบเงินบ้าง ปลายผมที่ตกลงประบ่าขดงอเป็นปอย ๆ ท่านมีหนวดเคราแต่เพียงบาง ๆ แต่นั่นดูเหมือนจะเสริมบุคลิกให้โดดเด่นยิ่งขึ้น หน้าผากท่านลาดนูนเหมือนหาทางขึ้นสู่สรวงสวรรค์อยู่โดยตลอด นัยน์ตาท่านเป็นสีเข้ม มีสีน้ำเงินของเวิ้งฟ้าล้อมเป็นวงอยู่ทางรอบนอก ท่านมีจมูกค่อนข้างใหญ่ เนื้อหนา เวลาอยู่ในอารมณ์ผ่อนคลาย ท่านจะใช้นิ้วจับจมูกบิดเล่นไปมาเหมือนเด็กไม่มีผิด เวลาอยู่ในอารมณ์เฉย ๆ ริมฝีปากท่านจะเม้มแน่น แต่ก็ยังมีความอ่อนโยนให้สัมผัสได้อยู่ดี

"ผมสอดส่ายสายตาไปทางนั้นทีทางนี้ที จึงเห็นว่าห้องนี้ค่อนข้างทรุดโทรม แสดงให้เห็นว่าผู้เป็นเจ้าของมิได้ข้องติดกับการหาความสุขสบายทางกายใส่ตัว ผนังสีขาวกระดำกระด่างของห้องอันยาวเหยียดหลังนี้มีรอยปูนฉาบสีฟ้าที่ซีดจางพาดเป็นริ้วเป็นแถบ ปลายห้องด้านหนึ่งมีรูปท่านลาหิริ มหัสยะแขวนไว้ และคล้องมาลัยธรรมดา ๆ เป็นเครื่องบูชา นอกจากนี้ ยังมีภาพถ่ายท่านโยคานันทะสมัยเพิ่งไปถึงบอสตัน ยืนอยู่กับผู้แทนจากชาติ อื่น ๆ ที่มาร่วมประชุมนานาชาติว่าด้วยเสรีภาพทางศาสนา

"ที่นี่ ผมสังเกตเห็นว่าของเก่ากับของใหม่อยู่ร่วมรวมกันได้ลงตัวอย่างน่าประหลาด โคมระย้าแก้วเชิงเทียนอันมหึมามีหยากไย่เกาะเพราะเจ้าของไม่ได้ใช้มาเป็นเวลานาน บนผนังห้องมีปฏิทินสีสดใสทันสมัยแขวนอยู่ ทั่วทั้งห้องอบอวลไปด้วยกลิ่นอายแห่งศานติและความสุข

"พ้นระเบียงออกไปเห็นทิวมะพร้าวเหยียดต้นขึ้นปกคลุมอาศรม เหมือนหนึ่งคอยเฝ้าพิทักษ์รักษาอยู่เงียบ ๆ

"เพียงท่านอาจารย์ปรบมือยังไม่ทันสิ้นเสียง ศิษย์รุ่นเล็กคนหนึ่งก็ปราดเข้ามาคอยรับใช้ท่าน หนึ่งในนั้นเป็นเด็กรุ่นตัวผอมบาง ชื่อประฟุลลา[1] เขามีผมยาว

---

1 ประฟุลลาคือศิษย์รุ่นเยาว์ที่อยู่กับอาจารย์ตอนงูเห่าเลื้อยเข้ามาหาท่าน (ดูหน้า 146)

สีดำ ตาดำขลับเป็นประกาย และมีรอยยิ้มที่สว่างไสว แค่ยกมุมปากขึ้น นัยน์ตาก็พราวราวกับมีหมู่ดาวและเดือนแรมปรากฏขึ้นกลางเวิ้งฟ้าในยามค่ำอย่างฉับพลันกระนั้น

"เห็นได้ชัดว่าท่านสวามีศรียุกเตศวรเป็นสุขอย่างยิ่งที่ 'ผลิตผล' ของท่านกลับมา (แล้วท่านก็ดูคล้ายจะอยากรู้เรื่องเกี่ยวกับผม ผู้เป็น 'ผลิตผลของผลิตผล' ของท่านอยู่บ้างเหมือนกัน) กระนั้น ธรรมชาติวิสัยที่มีปัญญาเป็นเครื่องกำกับก็เหนี่ยวรั้งท่านอาจารย์ใหญ่เอาไว้ ไม่ให้แสดงความรู้สึกแบบออกนอกหน้า

"ท่านโยคานันทะนำของฝากออกมาถวายท่านตามธรรมเนียมของศิษย์ที่ได้กลับมากราบคารวะผู้เป็นอาจารย์อีกครั้ง หลังจากนั้น เราก็นั่งลงกินอาหารพื้น ๆ ที่ปรุงมาเป็นอย่างดีทั้งผักและข้าว ท่านศรียุกเตศวรดูจะพอใจที่ผมปฏิบัติตามธรรมเนียมบางอย่างของทางอินเดียได้ ยกตัวอย่างเช่น 'การใช้มือเปิบข้าว' เป็นต้น

"หลายชั่วโมงผ่านไปในท่ามกลางเสียงสนทนาภาษาเบงกาลีที่ดังขึ้นไม่ขาดระยะสลับกับการแย้มยิ้ม ชำเลืองมองกันและกันเป็นพัก ๆ จากนั้น พวกเราก็*ประนม*[1] ก้มกราบลาท่านที่แทบเท้า แล้วมุ่งหน้ากลับมายังกัลกัตตาพร้อมความทรงจำที่จะตราตรึงไปชั่วกัลปาวสานถึงการได้กราบพบท่านผู้ทรงไว้ซึ่งความศักดิ์สิทธิ์ในครั้งนี้ ถึงจะพรรณนาถึงรูปลักษณ์ภายนอกของท่านอาจารย์เสียเป็นส่วนใหญ่ แต่ผมก็สำเหนียกถึงความสูงส่งแห่งจิตวิญญาณของท่านได้โดยตลอด ผมรับรู้ได้ถึงอำนาจของท่าน และจะรักษาความรู้สึกประหนึ่งได้รับพรจากพระเป็นเจ้าเอาไว้กับตัวตลอดไป"

จากอเมริกา ยุโรป และปาเลสไตน์ ข้าพเจ้าได้สรรหาข้าวของหลายอย่างมาฝากอาจารย์ ท่านก็รับไปอย่างยิ้มแย้ม แต่มิได้ปริปากแสดงความเห็นใด ๆ นอกจากนี้ข้าพเจ้ายังได้ซื้อไม้เท้าที่ใช้เป็นร่มได้มาจากเยอรมนี โดยคิดว่าจะเก็บเอาไว้ใช้เอง แต่พอมาถึงอินเดีย ข้าพเจ้าก็เปลี่ยนใจ เอาไปฝากอาจารย์แทน

"ของฝากชิ้นนี้ถูกใจครูนัก!" อาจารย์ออกปากอย่างผิดปกติวิสัย พลางหันมามองข้าพเจ้าอย่างรักใคร่และเข้าใจดี ในประดาของฝากทั้งหมด มีแต่ไม้เท้า

---

1 แปลว่า "การแสดงความเคารพอย่างสูงสุด" มาจากรากศัพท์สันสกฤต *นัม* หมายถึง แสดงความเคารพ ก้มกราบ และอุปสรรค *ประ* หมายถึง สมบูรณ์ สูงสุด การแสดงความเคารพแบบ*ประนม*จะกระทำต่อนักบวชและบุคคลผู้ได้รับการเคารพยกย่องเป็นหลัก

อันนี้เท่านั้นที่ท่านเลือกหยิบออกมาอวดกับผู้มาเยือน

"อาจารย์ขอรับ กระผมอยากจะขออนุญาต เปลี่ยนพรมในห้องรับรองนี้เสียใหม่" ข้าพเจ้าสังเกตเห็นพรมที่ปูรองอยู่ใต้แผ่นหนังเสือของท่านขาดรุ่ย

"ถ้าเธออยากทำ ก็ตามใจเธอเถอะ" น้ำเสียงท่านไม่กระตือรือร้นเลยสักนิด "แต่ดูนี่แน่ะ หนังเสือของครูดูดีและสะอาดอยู่แล้ว ครูเป็นราชันในอาณาจักรน้อย ๆ ของตัวเอง พ้นจากที่นี่ไปคือโลกกว้างที่ผู้คนสนใจกันแต่เปลือกนอกเท่านั้น"

ได้ยินท่านพูดเช่นนี้ ข้าพเจ้ารู้สึกเหมือนเดือนปีหมุนกลับ เหมือนตัวเองกลับไปเป็นศิษย์รุ่นกระทงที่ถูกท่านดุด่าว่ากล่าวขัดเกลาให้งามพร้อมไม่เว้นแต่ละวัน!

ทันทีที่ปลีกตัวจากเซรัมปอร์และกัลกัตตาได้ ข้าพเจ้าก็ออกเดินทางไปรานจีพร้อมกับ มร.ไรต์ทันที เราได้รับการต้อนรับอย่างน่าประทับใจเป็นที่สุด! ข้าพเจ้าน้ำตาคลอเบ้าเมื่อโอบกอดเหล่าคณาจารย์ผู้เปี่ยมไปด้วยความเสียสละ พวกเขาเป็นผู้ดูแลรักษาโรงเรียนแห่งนี้เอาไว้ตลอดสิบห้าปีที่ข้าพเจ้าจากไป ใบหน้าอันสดใสและรอยยิ้มเปี่ยมสุขของนักเรียน ทั้งพวกที่อยู่ประจำและไป–กลับเป็นเครื่องยืนยันได้เป็นอย่างดีว่าการเรียนการสอนและการศึกษาโยคะที่โรงเรียนแห่งนี้เป็นสิ่งที่ทรงคุณค่าเพียงใด

แต่อนิจจา โรงเรียนที่รานจีกำลังประสบปัญหาด้านการเงินอย่างหนักหนาสาหัส ท่านเซอร์มนินทราจันทรนันที มหาราชาองค์ก่อนผู้ประทานวังกาซิมบาซาร์ให้พวกเราใช้เป็นตึกใหญ่ของโรงเรียน ทั้งยังบริจาคเงินสนับสนุนอย่างแข็งขัน บัดนี้ได้ลาโลกไปเสียแล้ว งานในส่วนที่ทำเป็นการกุศลในหลาย ๆ แผนกของโรงเรียนขาดเงินสนับสนุนจากสังคมถึงขั้นอาจต้องปิดตัวลงในเร็ววัน

แต่หลายปีที่พำนักอยู่ในอเมริกา ข้าพเจ้าได้เรียนรู้หลายสิ่งหลายอย่างที่เป็นประโยชน์ รวมถึงจิตวิญญาณอันไม่พรั่นพรึงต่ออุปสรรคทั้งปวง จึงรั้งอยู่ที่รานจีตลอดทั้งสัปดาห์ ดิ้นรนหาหนทางแก้ไขวิกฤตการณ์ในครั้งนี้ จากนั้น ก็ไปพบปะพูดคุยกับบุคคลสำคัญและนักการศึกษาที่มีชื่อเสียงของกัลกัตตาหลายท่าน ได้เข้าเฝ้ามหาราชาแห่งกาซิมบาร์ซาร์พระองค์ใหม่ที่ยังหนุ่มอยู่มาก ตลอดจนขอความช่วยเหลือทางการเงินจากพ่อ และแล้ว! รากฐานอันสั่นคลอนของโรงเรียนที่รานจีก็เริ่มมั่นคงขึ้น กับทั้งเงินบริจาคจากลูกศิษย์ชาวอเมริกันก็หลั่งไหลมาถึงอย่างทันท่วงทีพอดี

ภายในระยะเวลาเพียงไม่กี่เดือนหลังกลับมาถึงอินเดีย โรงเรียนที่รานจีก็ได้จดทะเบียนเป็นองค์กรโดยถูกต้องตามกฎหมาย ยังความชื่นใจให้กับข้าพเจ้านัก การตั้งศูนย์การศึกษาโยคะขึ้นเป็นการถาวรเป็นสิ่งที่ข้าพเจ้าฝันมาชั่วชีวิต ตอนนี้ฝันนั้นเป็นจริงขึ้นมาแล้ว หลังจากที่มันเป็นแรงบันดาลใจให้ข้าพเจ้าเริ่มต้นตั้งโรงเรียนเล็ก ๆ ขึ้นมาในปี 1917 โดยมีเด็กนักเรียนเพียงเจ็ดคนเท่านั้น

โรงเรียนโยโคทะสัตสังคะพรหมาจารยวิทยาลัยเปิดสอนวิชาไวยากรณ์และวิชาต่าง ๆ ในระดับมัธยม โดยทำการเรียนการสอนกันกลางแจ้ง นอกจากนี้ เด็กนักเรียน...ทั้งพวกที่อยู่ประจำและไปกลับ...ยังได้รับการฝึกอบรมวิชาชีพด้วย

ตัวนักเรียนจะเป็นผู้กำหนดกฎระเบียบในการทำกิจกรรมต่าง ๆ ของตนผ่านทางคณะกรรมการนักเรียนที่พวกแกคัดเลือกกันขึ้นมาเอง เมื่อแรกหันมาจับงานด้านการศึกษานั้น ข้าพเจ้าพบว่าพวกเด็กซน ๆ ที่ชอบแกล้งชอบลองภูมิครูจะเต็มใจยอมรับระเบียบวินัยที่นักเรียนด้วยกันเป็นผู้กำหนดขึ้นมากกว่า ตัวข้าพเจ้านั้นไม่ใช่นักเรียนตัวอย่างอยู่แล้ว จึงพร้อมจะเห็นใจในความเกเรเกตุงและปัญหาต่าง ๆ ของพวกแกเสมอ

กีฬาและการละเล่นต่าง ๆ ได้รับการส่งเสริม ในสนามจะมีเสียงฝึกซ้อมฮอกกี้และฟุตบอล[1]ให้ได้ยินอยู่เสมอ แล้วนักเรียนของเราก็มักจะชนะการแข่งขันได้ถ้วยรางวัลมาครองอยู่บ่อยครั้ง พวกแกได้เรียนรู้วิธีฟื้นฟูพลังให้กับกล้ามเนื้อโดยใช้อำนาจจิตตามหลัก*โยโคทะ* ซึ่งอาศัยจิตชักนำพลังปราณให้หมุนเวียนไปตามส่วนต่าง ๆ ของร่างกาย นอกจากนี้ พวกแกยังได้เรียนท่า*อาสนะ* (ท่านั่ง) เรียนฟันดาบ ฝึกใช้ไม้กระบอง ได้รับการฝึกหลักการปฐมพยาบาลขั้นต้นจนออกช่วยเหลือผู้คนได้ในยามเกิดอุทกภัยหรือทุพภิกขภัยได้อย่างน่ายกย่อง ทั้งยังรู้จักทำสวนและปลูกผักกินเองด้วย

วิชาภาษาฮินดีเป็นวิชาระดับชั้นประถม เปิดสอนให้กับนักเรียนเผ่าคล สันตาล และมุนทะที่เป็นเผ่าพื้นเมืองของแคว้นเบงกอล ส่วนชั้นเรียนสำหรับเด็กหญิงนั้นเปิดสอนตามหมู่บ้านต่าง ๆ ในละแวกใกล้เคียงเท่านั้น

จุดเด่นของโรงเรียนที่รานจีคือการสอน*กริยาโยคะ*ในแต่ละวัน เด็ก ๆ จะ

---

1 ฟุตบอลแบบอังกฤษ ในอเมริกาเรียกซ็อกเกอร์

นักเรียนของโรงเรียนสมาคมโยโคทะสัตสังคะสำหรับเด็กชายที่รานจี ในปี 1970 เพื่อสนองตอบต่ออุดมการณ์ตั้งแต่ครั้งก่อตั้งโรงเรียน การเรียนการสอนในหลายชั้นเรียนจึงดำเนินการอยู่กลางแจ้ง นักเรียนจะได้รับการฝึกฝนด้านโยคะไปพร้อม ๆ กับด้านวิชาการและวิชาชีพ

ขบวนแห่ของครูและนักเรียนโรงเรียนรานจีในเดือนมีนาคม 1938 เนื่องในงานที่ระลึกถึงวันก่อตั้งโรงเรียน ซึ่งจัดเป็นประจำทุกปี

ท่านโยคานันทะ (กลาง เสื้อคลุมสีเข้ม) ถ่ายภาพร่วมกับศิษย์*กริยาโยคะ* ซึ่งเข้าชั้นเรียนที่ โยโคทะ (เซลฟ์ รีอะไลเซชั่น) ที่บ้านบิดาของท่านโยคานันทะในเมืองกัลกัตตา เมื่อปี 1935 เพราะมีผู้เข้าเรียนจำนวนมาก จึงต้องใช้สนามกีฬากลางแจ้งของพิษณุ โฆษ นักเพาะกาย ชื่อดังผู้เป็นน้องชายของท่านโยคานันทะ เป็นที่สอน

ท่านโยคานันทะถ่ายภาพร่วมกับครูและศิษย์จากโรงเรียนของสมาคมโยโคทะสัตสังคะ สำหรับเด็กชายที่รานจี เมื่อปี 1936 โรงเรียนซึ่งก่อตั้งขึ้นโดยท่านโยคานันทะนี้ได้ย้าย จากทีหิกะ เบงกอล มายังสถานที่นี้ในปี 1918 ภายใต้พระบรมราชูปถัมภ์ในมหาราชา แห่งกาซิมบาซาร์

ได้ฝึกฝนจิต ได้ขับโศลกในภควัทคีตา ได้เรียนรู้เรื่องศีลธรรมและตัวอย่างของคุณธรรมว่าด้วยความเรียบง่าย การอุทิศตนเพื่อผู้อื่น เกียรติยศ และสัจจะ พวกแกจะได้รับการชี้แนะให้เห็นว่าความชั่วร้ายก็คือสิ่งที่นำมาซึ่งความทุกข์ ความดีคือการกระทำที่ยังผลให้เกิดความสุขที่แท้จริง ความชั่วอาจเปรียบได้กับน้ำผึ้งพิษ น่าลิ้มลอง แต่ถ้ากินเข้าไปก็มีแต่ตายกับตาย

การนำการฝึกสมาธิมาระงับความว้าวุ่นทางกายและใจให้ผลดีเป็นที่น่าอัศจรรย์มาก ภาพเด็กตัวเล็ก ๆ อายุเก้าหรือสิบปี นั่งหลังตรง มองลึกเข้าไปในตาธรรมนานนับชั่วโมง ไม่ใช่ของใหม่แต่อย่างใดเลย

กลางสวนมีเทวาลัยพระศิวะอยู่หลังหนึ่ง ข้างในมีรูปสลักของท่านอาจารย์ลาหิริ มหัสยะผู้เปี่ยมไปด้วยบารมี และจะมีการประชุมสวดมนต์สอนหลักธรรมในคัมภีร์ที่ใต้ซุ้มมะม่วงกลางสวนเป็นประจำทุกวัน

โรงพยาบาลโยโคทะสัตสังคะเสวาศรม ("เรือนบริการ") ในเขตโรงเรียนรานจีให้บริการทางการแพทย์และการผ่าตัดแก่คนยากคนจนหลายพันคนในอินเดียโดยไม่คิดค่าใช้จ่าย

รานจีตั้งอยู่ที่ความสูง 2,000 ฟุตเหนือระดับน้ำทะเล อากาศอบอุ่นสบายไม่ค่อยแปรปรวน ภายในเนื้อที่ยี่สิบห้าเอเคอร์ริมบึงน้ำใหญ่สำหรับให้ลงไปอาบน้ำชำระกาย มีสวนซึ่งเป็นทรัพย์สินของทางโรงเรียนและจัดเป็นสวนที่งามที่สุดแห่งหนึ่งในอินเดีย โดยปลูกผลไม้เอาไว้มากถึงห้าร้อยต้น ทั้งมะม่วง อินทผาลัม ฝรั่ง ลิ้นจี่ และขนุน

ห้องสมุดรานจีมีนิตยสารจำนวนมากกับหนังสือรวมเล่มอีกนับพัน ทั้งหนังสือภาษาอังกฤษและภาษาเบงกาลี ซึ่งผู้ใจบุญในประเทศตะวันตกและตะวันออกบริจาคมาให้ มีคัมภีร์ในศาสนาสำคัญของโลกอยู่ครบถ้วน มีพิพิธภัณฑ์ซึ่งจัดแบ่งหมวดหมู่ไว้เป็นอย่างดี มีนิทรรศการให้ชม ทั้งอัญมณี โบราณคดี ธรณีวิทยา และมานุษยวิทยา ซึ่งล้วนแล้วแต่เป็นของที่ระลึกที่ข้าพเจ้าได้มาในระหว่างเดินทางท่องไปยังดินแดนต่าง ๆ ขององค์พระเป็นเจ้าทั้งสิ้น[1]

---

1 พิพิธภัณฑ์ในประเทศตะวันตกซึ่งจัดแสดงข้าวของที่คล้ายคลึงกัน และเป็นของที่ท่านปรมหังสา โยคานันทะเก็บสะสมไว้ ตั้งอยู่ที่เซลฟ์ รีอะไลเซชั่น เฟลโลว์ชิพ (SRF) เลคชไรน์ในเมืองแปซิฟิก พาลิเซดส์ มลรัฐแคลิฟอร์เนีย (*หมายเหตุผู้จัดพิมพ์*)

โรงเรียนมัธยมที่เป็นสาขา เป็นโรงเรียนประจำ และมีการสอนโยคะแบบเดียวกับที่รานจีได้รับการจัดตั้งขึ้นหลายแห่ง และเจริญก้าวหน้าดีในปัจจุบัน ได้แก่ โรงเรียนโยโคทะสัตสังคะวิทยปีฐสำหรับเด็กชายที่เมืองลักขันปุระในแคว้นเบงกอลตะวันตก และโรงเรียน–อาศรมที่อิชมาลิจักในเมืองมิทนาปอร์ แคว้นแบงกอล[1]

อาศรมโยโคทะมัฐในทักษิเณศวรสร้างเสร็จในปี 1939 อาศรมอันโอ่อ่าแห่งนี้หันหน้าออกหาแม่น้ำคงคา อยู่ถัดจากกัลกัตตาขึ้นมาแค่ไม่กี่ไมล์ เหมาะจะให้ชาวเมืองหลบออกมาหาความสงบ

ทักษิเณศวรมัฐเป็นสำนักงานใหญ่ในอินเดียของสมาคมโยโคทะสัตสังคะ ตลอดจนโรงเรียน ศูนย์ และอาศรมในสังกัดตามภูมิภาคต่าง ๆ ของประเทศ สมาคมโยโคทะสัตสังคะแห่งอินเดียเองก็สังกัดอยู่กับสำนักงานใหญ่ในต่างประเทศ ซึ่งก็คือสำนักงานใหญ่เซลฟ์ รีอะไลเซชั่น เฟลโลว์ชิพ (SRF) ในนครลอส-แองเจลิส ประเทศสหรัฐอเมริกาอย่างถูกต้องตามกฎหมาย กิจกรรมของโยโคทะสัตสังคะ[2] ประกอบด้วยการจัดพิมพ์วารสารโยโคทะขึ้นทุก ๆ สามเดือน และการจัดส่งบทเรียนไปให้นักเรียนทั่วอินเดียสองสัปดาห์ต่อครั้ง บทเรียน

---

1 จากโรงเรียนต้นแบบนี้ จึงมีสถาบันการศึกษาของวายเอสเอสสำหรับเด็กชายและเด็กหญิงเปิดดำเนินการขึ้นหลายแห่งในหลายภูมิภาคของอินเดียในปัจจุบัน หลักสูตรการเรียนการสอนมีตั้งแต่ระดับประถมถึงอุดมศึกษา

2 "โยโคทะ" มีรากศัพท์มาจาก *โยคะ* หมายถึง เอกภาพ ความกลมกลืน ความสมดุล และ *ทะ* หมายถึง สิ่งที่บอกหรือแจ้งให้ทราบ ส่วน "สัตสังคะ" นั้นประกอบขึ้นจาก *สัต* หมายถึงสัจธรรมหรือความจริง และ *สังคะ* หมายถึงภราดรภาพหรือสมาคม

"โยโคทะ" เป็นรากศัพท์ที่ท่านปรมหังสา โยคานันทะคิดขึ้นในปี 1916 ตอนค้นพบหลักการดึงพลังงานจากจักรวาลมาบรรจุไว้ในร่างกายมนุษย์ (ดูหน้า 322)

ท่านศรียุกเตศวรเรียกองค์กรอาศรมของท่านว่าสัตสังคะ (การเป็นภราดรภาพกับสัจธรรม) ท่านปรมหังสาผู้เป็นศิษย์ก็ย่อมต้องการคงชื่อนี้ไว้เป็นธรรมดา

สมาคมโยโคทะสัตสังคะแห่งอินเดียเป็นองค์กรที่ไม่แสวงหาผลกำไร และจัดตั้งขึ้นเพื่อให้ดำรงอยู่เป็นการถาวร ท่านโยคานันทะได้รวบรวมเอาการงานและมูลนิธิของท่านในอินเดียเข้ามาไว้ภายใต้ชื่อสมาคมดังกล่าว ซึ่งปัจจุบันอยู่ภายใต้การบริหารงานของคณะกรรมการผู้อำนวยการที่อาศรมโยโคทะมัฐแห่งเมืองทักษิเณศวรในแคว้นเบงกอลตะวันตก ทุกวันนี้ มีศูนย์ฝึกสมาธิของทางวายเอสเอสเฟื่องฟูขึ้นในหลายภูมิภาคของอินเดีย

ในโลกตะวันตก ท่านโยคานันทะใช้ชื่อสมาคมของท่านเป็นภาษาอังกฤษ โดยรวบรวมกิจการงานทั้งหมดในโลกตะวันตกเข้ามาอยู่ภายใต้ชื่อ Self-Realization Fellowship โดยมี ท่านศรีมฤนลินีมาตา เป็นประธานคนปัจจุบันของสมาคมโยโคทะสัตสังคะแห่งอินเดีย และเซลฟ์รีอะไลเซชั่น เฟลโลว์ชิพ (SRF) (*หมายเหตุผู้จัดพิมพ์*)

เหล่านี้จะชี้แนะเทคนิคในการฟื้นฟูพลังปราณ การตั้งจิตมั่นอยู่กับการงานที่ทำ และการเจริญสมาธิเอาไว้อย่างละเอียด หากฝึกฝนปฏิบัติอย่างจริงจังก็จะเป็นรากฐานอันมั่นคงให้กับการศึกษา*กริยาโยคะ*ในระดับสูงขึ้นไป ซึ่งมีสอนอยู่ในบทเรียนสำหรับนักเรียนที่มีคุณสมบัติครบถ้วน

กิจกรรมด้านการศึกษา ศาสนา และการสงเคราะห์ผู้อื่นของสมาคมโยโคทะ จำเป็นต้องอาศัยแรงกายแรงใจและการอุทิศตนของครูบาอาจารย์และผู้ร่วมงานจำนวนมาก ข้าพเจ้าไม่ได้นำชื่อของพวกเขามาประกาศไว้ ณ ที่นี้ เพราะมีกันมากจนเหลือจะนับได้ แต่ในใจข้าพเจ้า บุคคลเหล่านั้นล้วนแล้วแต่มีคุณงามความดีอันโดดเด่นทั้งสิ้น

มร.ไรต์ผูกมิตรกับเด็กนักเรียนที่รานจีไว้หลายคน เขานุ่งผ้าโธตีและอาศัยอยู่กับพวกแกระยะหนึ่ง จะบอมเบย์ รานจี กัลกัตตา หรือเซรัมปอร์ ทุกหนทุกแห่งที่เขาไปเยือน เลขาฯผู้มีพรสวรรค์ในการพรรณนาภาพได้อย่างแจ่มชัด จะบันทึกเรื่องราวการเดินทางและการผจญภัยของตนเองเอาไว้ ค่ำวันหนึ่งข้าพเจ้าถามเขาว่า

"ดิก คุณคิดเห็นอย่างไรกับอินเดียบ้าง?"

"ศานติครับ" เขาตอบกลับมาอย่างไตร่ตรอง "รัศมีอันเรืองรองของชนชาตินี้คือศานติ"

โยโคทะมัฐ ที่ทักษิเณศวร อินเดีย สำนักงานใหญ่ของโยโคทะสัตสังคะแห่งอินเดีย ตั้งอยู่ริมแม่น้ำคงคาใกล้เมืองกัลกัตตา ก่อตั้งขึ้นโดยท่านปรมหังสา โยคานันทะ ในปี 1939

บทที่ 41

ท่องไปในแดนใต้

"คุณเป็นชาวตะวันตกคนแรกที่ได้เข้าไปในเทวาลัยนั่น ดิก หลายคนเคยหาทางแล้วแต่ก็ไม่เป็นผล"

ได้ฟังข้าพเจ้าพูดดังนั้น มร.ไรต์ออกอาการตกใจในตอนแรก ก่อนเปลี่ยนเป็นปลาบปลื้มในภายหลัง เราเพิ่งออกมาจากเทวาลัยจมุณฑีอันงดงามบนทิวเขาที่ตระหง่านอยู่เหนือเมืองไมซอร์ในภาคใต้ของอินเดีย ณ ที่นั้น พวกเราได้ก้มกายลงสักการะแท่นบูชาพระแม่จมุณฑีซึ่งทำขึ้นจากเงินและทอง พระนางทรงเป็นเทพผู้ปกปักรักษาพระราชวงศ์ซึ่งปกครองไมซอร์มาช้านาน

"เพื่อเป็นที่ระลึกถึงเกียรติอันพิเศษสุดนี้" มร.ไรต์ว่าพลางบรรจงห่อกลีบกุหลาบสองสามกลีบ "ผมจะเก็บรักษากลีบกุหลาบที่ได้รับการประพรมน้ำมนต์จากท่านนักบวชประจำเทวาลัยเหล่านี้เอาไว้ตลอดไป"

ช่วงเดือนพฤศจิกายน ค.ศ.1935 มร.ไรต์กับข้าพเจ้า[1]ได้รับเชิญให้ไปเป็นอาคันตุกะของรัฐไมซอร์ องค์ยุวราชศรีกันธีรวนรสิงหราชวาทิยาร์ รัชทายาทในองค์มหาราชา[2]แห่งไมซอร์ทรงเชิญข้าพเจ้ากับเลขานุการให้มาเยือนอาณาจักรอันก้าวหน้าและเปี่ยมไปด้วยภูมิปัญญาของพระองค์

ช่วงสองสัปดาห์ที่ผ่านมา ข้าพเจ้าได้ไปแสดงปาฐกถาต่อประชาชนและนักศึกษาหลายพันคน ทั้งที่ศาลาว่าการเมืองไมซอร์ มหาราชาวิทยาลัย และคณะแพทยศาสตร์ในมหาวิทยาลัย รวมถึงที่ประชุมใหญ่ในบังกะลอร์อีกสามแห่ง ได้แก่ โรงเรียนเนชั่นนัลไฮสคูล อินเทอร์มีเดียตคอลเลจ และศาลาว่าการเมืองเชตตีที่มีคนมาฟังมากถึงสามพันคน

จะเป็นเพราะประดาผู้ฟังสนอกสนใจ เชื่อว่าอเมริกาเป็นประเทศรุ่งเรืองจริงดังคำบรรยายของข้าพเจ้าหรือไม่ก็สุดรู้ แต่เสียงปรบมือมักดังกึกก้องที่สุด

---

1 มิสเบลทช์รั้งอยู่กับญาติของข้าพเจ้าที่กัลกัตตา

2 มหาราชาศรีกฤษณะราเชนทรวาทิยาร์ที่ 4

สวามีศรียุกเตศวรและท่านปรมหังสา โยคานันทะ ในขบวนแห่พิธีทางศาสนาที่เมืองกัลกัตตา เมื่อปี 1935 โศลกภาษาสันสกฤตที่เห็นในภาพ (บน) อ่านว่า "พึงเดินตามทางของท่านผู้ยิ่งใหญ่ทั้งหลาย" (ล่าง เป็นคำพูดของสวามีศังกร) "การได้เข้าร่วมสมาคมกับบุคคลสำคัญผู้ศักดิ์สิทธิ์ แม้เพียงขณะจิตเดียว ก็สามารถช่วยไถ่บาปให้เรารอดปลอดภัยได้"

เสมอในตอนที่ข้าพเจ้าพูดถึงประโยชน์ซึ่งทั้งสองฝ่ายจะพึงมีพึงได้จากการแลกเปลี่ยนสิ่งที่ดีที่สุดระหว่างโลกตะวันตกกับโลกตะวันออก

เวลานี้ มร.ไรต์กับข้าพเจ้ากำลังพักผ่อนอยู่ท่ามกลางบรรยากาศอันสงบเงียบในแถบเขตร้อน สมุดบันทึกการเดินทางของเขามีเรื่องราวความประทับใจที่เจ้าตัวมีต่อไมซอร์ดังต่อไปนี้

“ชั่วขณะจิตอันน่าปลาบปลื้มหลายต่อหลายครั้งหมดไปกับการเหม่อมองดูภาพบนผืนผ้าใบแห่งพระเป็นเจ้าที่ขึงตรึงไว้กับท้องฟ้านภากาศ เป็นภาพที่แปรเปลี่ยนเรื่อยไปเพราะเพียงแตะพระหัตถ์ลง ก็ทรงเนรมิตสีสันอันสั่นไหวไปด้วยความสดใหม่แห่งชีวิตขึ้นมาได้นับอเนกอนันต์ ความสดใสแห่งสีสันเหล่านี้จะมลายหายไปเมื่อมนุษย์พยายามลอกเลียนแบบด้วยรงควัตถุแต่เพียงประการเดียว ในขณะที่พระเป็นเจ้าทรงใช้สื่อกลางที่เรียบง่ายแต่ทรงประสิทธิภาพกว่า ซึ่งมิใช่ทั้งสีน้ำมันหรือเม็ดสี แต่เป็นแสงธรรมดา ๆ เท่านั้น พระองค์ทรงสะบัดแสงแต้มลงตรงนี้ แล้วสีแดงก็ระเรื่อขึ้นมา ทรงวาดปลายพู่กันอีกครั้งสีก็ค่อย ๆ ผสมกลมกลืนเข้าเป็นสีส้มและสีทอง จากนั้นทรงกรีดเมฆด้วยริ้วสีม่วง โดยทิ้งปอยหรือพู่สีแดงให้ซึมเยิ้มออกมาทางรอบนอกของรอยกรีดนั้น ทรงหาความสำราญพระทัยจากการนี้ทั้งกลางวันกลางคืน ซ้ำแล้วซ้ำเล่าแปรเปลี่ยนเรื่อยไป สดใหม่เสมอ ไม่มีการทำซ้ำ ไม่มีลวดลายหรือสีสันที่เหมือนกัน จากวันสู่คืน จากคืนสู่วัน อินเดียผันเปลี่ยนไปด้วยรูปลักษณ์อันงามจับตายากจะหาใดเปรียบ แผ่นฟ้านั้นดูราวกับพระเป็นเจ้าทรงนำสีทั้งหมดในกล่องอุปกรณ์ออกมาแล้วทรงสะบัดใส่เวิ้งฟ้าหลังคาสวรรค์ ทำให้สีนั้นมีการแปรเปลี่ยนที่เต็มไปด้วยชีวิตชีวาอยู่ตลอดเวลา

“ผมต้องเล่าถึงพลบค่ำอันสุดวิเศษเมื่อได้ไปเยือนเขื่อนกฤษณราชสาคร[1] อันมหิมาเอาไว้ด้วย เขื่อนนี้อยู่นอกเมืองไมซอร์ออกมาสิบสองไมล์ ท่านโยคานันทะกับผมขึ้นรถประจำทางคันเล็กที่มีเด็กชายตัวน้อยคอยหมุนข้อเหวี่ยงติดเครื่องยนต์ราวกับเป็นแบตเตอรี่สำรอง รถออกวิ่งมาตามถนนดินอันราบเรียบ

1 เขื่อนชลประทาน สร้างขึ้นในปี 1930 เพื่อส่งน้ำไปหล่อเลี้ยงท้องที่แถบไมซอร์ซิตี้ ซึ่งเป็นแหล่งผลิตผ้าไหม สบู่ และน้ำมันไม้จันทน์หอมที่มีชื่อเสียงมาก

ในขณะที่ดวงตะวันคล้อยต่ำลงเบียดเส้นขอบฟ้า ดูเหมือนมะเขือเทศสุกฉ่ำผลโต

"เราผ่านท้องทุ่งนาแปลงสี่เหลี่ยมที่แผ่ไกลไปสุดลูกหูลูกตา ผ่านป่าละเมาะที่มีต้นไทรใหญ่ขึ้นอยู่เป็นดง แผ่กิ่งก้านสาขาอยู่ท่ามกลางทิวมะพร้าวอันสูงชะลูด มองไปทางไหนก็เห็นแต่พืชพันธุ์ไม้ขึ้นอยู่หนาทึบราวกับเป็นป่าดิบกระนั้น ครั้นเข้าใกล้ยอดเขา ก็เห็นทะเลสาบขุดขนาดมหึมา สะท้อนเงาหมู่ดาวพราวแสง ทิวมะพร้าว และไม้ยืนต้นอื่นๆ แวดล้อมด้วยสวนสวยที่ลาดลงมาเป็นลานกับเสาโคมไฟที่เรียงต่อกันไปเป็นแถวยาว

"เบื้องล่างขอบเขื่อนคือทัศนียภาพอันงดงามละลานตาด้วยแสงหลากสีที่โลดแล่นอยู่บนน้ำพุหลายแห่งที่สร้างขึ้นเหมือนน้ำพุร้อน ดูราวกับพวกมันกำลังพ่นหมึกสีสันสดใสออกมาไม่ขาดสาย...เป็นน้ำตกสีน้ำเงินสด แดง เขียว และเหลือง ทั้งยังมีรูปสลักช้างหินที่พ่นน้ำออกมาด้วย ตัวเขื่อนนั้น (น้ำพุประกอบการเล่นแสงไฟทำให้ผมอดนึกถึงน้ำพุในงานเวิลด์แฟร์ที่ชิคาโกเมื่อปี 1933 ไม่ได้) ดูทันสมัยและโดดเด่นอยู่ท่ามกลางท้องทุ่งนาและชาวบ้านที่อยู่ในแถบนี้กันมาตั้งแต่ครั้งปู่ย่าตาทวด ชาวอินเดียต้อนรับเราด้วยอัธยาศัยไมตรีอันดีเลิศ ดีเสียจนผมนึกหวั่นว่า ลำพังตัวผมเองคงไม่มีปัญญาฉุดลากเอาตัวท่านโยคานันทะกลับไปอเมริกาด้วยกันได้

"สิทธิพิเศษอันหาได้ยากยิ่งอีกประการหนึ่ง คือ ผมได้ขึ้นขี่ช้างเป็นครั้งแรกเมื่อวานนี้ องค์ยุวราชทรงเชิญเราไปที่วังฤดูร้อนเพื่อขี่ช้างเชือกหนึ่ง ตัวมันใหญ่โตเหมือนภูเขาเลากา ผมปีนกะไดขึ้นไปนั่งอยู่บนเสลี่ยงทรงกล่องสี่เหลี่ยมบุด้วยผ้าไหม แล้วก็นั่งตัวโยกไปเยกมาเหวี่ยงหน้าเหวี่ยงหลังไปตลอดทางลงสู่หุบและลำห้วยเบื้องล่าง...ตื่นเต้นหวาดเสียวเสียจนไม่รู้จะกลัวอย่างไร จะร้องก็ร้องไม่ออก ได้แต่เกาะเสลี่ยงเอาไว้แน่นด้วยความหวงแหนในชีวิต!"

ภาคใต้ของอินเดียรุ่มรวยไปด้วยภูมิหลังทางประวัติศาสตร์และแหล่งโบราณคดี เป็นดินแดนที่มีเสน่ห์ล้นเหลือ แต่กลับบอกไม่ถูกว่าเสน่ห์นั้นคือสิ่งใด ทางตอนเหนือของไมซอร์มีเมืองไฮเดอราบาดตั้งอยู่บนที่ราบสูงอันตระการตา และมีแม่น้ำสายใหญ่อย่างโคทาวรีไหลผ่าน นอกจากที่ราบนิลคีรีอันกว้างใหญ่และอุดมสมบูรณ์แล้ว ท้องที่อื่นล้วนเป็นทิวเขาหินปูนและหินแกรนิตที่ต้นไม้ขึ้นไม่ได้ทั้งสิ้น ไฮเดอราบาดมีประวัติศาสตร์อันยาวนาน เปี่ยมไปด้วยสีสัน เริ่มต้น

ขึ้นเมื่อสามพันปีก่อนภายใต้การปกครองของกษัตริย์ราชวงศ์อานธระ ตามติดมาด้วยราชวงศ์ฮินดูอีกหลายราชวงศ์ ตราบจนถึงปี 1294 ภูมิภาคนี้จึงตกไปอยู่ภายใต้อำนาจของผู้ปกครองชาวมุสลิม

งานสถาปัตยกรรม ประติมากรรม และจิตรกรรมที่งามที่สุดในอินเดียพบได้ที่ไฮเดอราบาด ในเทวาลัยถ้ำเอลโลราและวัดถ้ำอชันตะ ซึ่งขุดเจาะเข้าไปในภูเขาหินตั้งแต่ครั้งโบราณ เทวาลัยหินไกลาสที่เอลโลรามีรูปสลักเทพเจ้า มนุษย์ และสัตว์ที่ได้สัดส่วนสวยงามระดับเดียวกับของไมเคิลแองเจโล ส่วนอชันตะนั้นประกอบด้วยอารามยี่สิบห้าแห่งกับวิหารห้าแห่ง ทั้งหมดเป็นการขุดเจาะภูเขาและสลักเสลาขึ้นโดยมีเสาหินขนาดมหึมารองรับ บนเสามีภาพเขียนสีซึ่งจิตรกรและประติมากรจารึกอัจฉริยภาพของตนเอาไว้ให้เป็นอมตะไปชั่วกาล

เมืองไฮเดอราบาดมีมหาวิทยาลัยออสมาเนียเป็นสิ่งเชิดหน้าชูตา ร่วมกับมัสยิดมักกะห์อันโอ่อ่าอัครฐาน สามารถจุชาวมุสลิมที่มาประชุมทำละหมาดกันครั้งละนับหมื่นคนทีเดียว

รัฐไมซอร์ตั้งอยู่ที่ความสูงสามพันฟุตเหนือระดับน้ำทะเล อุดมไปด้วยป่าเขตร้อนอันรกชัฏ ชุกชุมไปด้วยช้างป่า ไบซัน หมี เสือดำ และเสือโคร่ง เมืองเอกทั้งสองแห่ง คือบังกะลอร์และไมซอร์ ล้วนสะอาดและน่าอยู่ด้วยสวนสาธารณะอันร่มรื่นงดงามมากมาย

งานสถาปัตยกรรมและประติมากรรมของทางฮินดูได้รับการพัฒนาจนบรรลุถึงความงามพร้อมที่ไมซอร์ภายใต้การอุปถัมภ์ของกษัตริย์ฮินดูช่วงศตวรรษที่ 11–15 เทวาลัยที่เบลูร์ถือเป็นเพชรน้ำเอกแห่งศตวรรษที่ 11 สร้างเสร็จสมบูรณ์ในรัชสมัยของพระเจ้าวิษณุวรรธนะ มีภาพสลักที่มีชีวิตชีวาและมีรายละเอียดวิจิตรประณีตเป็นเลิศในโลก

ศิลาจารึกโองการพระเจ้าอโศกที่พบอยู่ทางตอนเหนือของรัฐไมซอร์มีอายุอยู่ราวสามร้อยปีก่อนคริสตกาล เป็นเอกสารที่ให้ความกระจ่างในเรื่องราวของพระเจ้าอโศก[1] ผู้ปกครองอาณาจักรอันไพศาล ครอบคลุมเขตอินเดีย

---

1 พระเจ้าอโศกทรงสร้างสถูปขึ้น 84,000 องค์ในทั่วทุกภูมิภาคของอินเดีย ทั้งนี้ มีจารึกโองการหลงเหลือตกทอดมาสิบสี่หลักพร้อมเสาหินอีกสิบต้น เสาหินแต่ละต้นถือเป็นชัยชนะอันยิ่งใหญ่ทางด้านวิศวกรรม สถาปัตยกรรม และประติมากรรม นอกจากนี้ ยังโปรดฯ ให้สร้างอ่างเก็บน้ำ

อัฟกานิสถาน และเบลูจิสถานทั้งหมด โองการดังกล่าวจารึกไว้เป็นภาษาถิ่นหลายภาษา "คำสั่งสอนในแผ่นหิน" ของพระองค์เป็นหลักฐานยืนยันได้ว่าอินเดียในสมัยนั้นมีผู้รู้หนังสืออย่างกว้างขวาง จารึกโองการหลักที่ 13 มีการประณามการศึกสงคราม ความว่า "ไม่มีชัยชนะด้วยวิธีการใดจะยิ่งใหญ่ไปกว่าชัยชนะด้วยธรรม" จารึกโองการหลักที่ 10 มีถ้อยแถลงว่า เกียรติยศชื่อเสียงอันแท้จริงของกษัตริย์ย่อมขึ้นอยู่กับว่า พระองค์ทรงช่วยเหลือพสกนิกรให้เจริญในศีลธรรมจรรยาได้มากน้อยเพียงใด จารึกโองการหลักที่ 11 นิยามความหมายของ "ของขวัญที่แท้จริง" ไว้ว่าคือคุณความดี... ในการเผยแพร่สัจธรรม หาใช่สังหาริมทรัพย์อันใดไม่ ส่วนจารึกโองการหลักที่ 6 นั้น พระจักรพรรดิผู้ทรงเป็นที่รักใคร่ของปวงประชาได้ชักชวนราษฎรให้มาเข้าเฝ้า ทูลปรึกษาหารือในการอันเกี่ยวข้องกับสาธารณะได้ "ทั้งกลางวันแลกลางคืน" และทรงประกาศต่อไปอีกว่า มีแต่การประกอบพระราชกรณียกิจแห่งกษัตริย์อย่างแน่วแน่จริงจังจึงเป็นหนทางให้พระองค์ทรง "ปลดเปลื้องหนี้ที่ทรงติดค้างต่ออาณาประชาราษฎร์ได้"

พระเจ้าอโศกทรงเป็นพระนัดดาในพระเจ้าจันทรคุปต์เมารยะผู้น่าเกรงขาม ผู้ตีเมืองค่ายทหารที่พระเจ้าเล็กซานเดอร์ทรงก่อตั้งไว้ในอินเดียแตก และทรงพิชิตกองทัพมาซีโดเนียของเซลิวคุสที่เข้ามารุกรานลงได้เมื่อ 305 ปีก่อนคริสตกาล หลังจากนั้นไม่นาน ราชสำนักที่เมืองปาตลีบุตร[1] ก็ได้ต้อนรับเมกัสเธนีส ทูตชาวกรีกผู้ทิ้งบันทึกเอาไว้ให้กับคนรุ่นหลัง โดยพรรณนาถึงความสุขสมบูรณ์และศักยภาพอันเพียบพร้อมของอินเดียในยุคสมัยนั้นเอาไว้อย่างละเอียด

เขื่อน ประตูน้ำเพื่อการชลประทาน ทางหลวง และถนนหนทาง โดยปลูกต้นไม้ไว้ให้ร่มเงาและสร้างที่พักแรมเอาไว้ให้กับคนเดินทางเป็นระยะ ๆ ไปตลอดทั้งสาย ทรงมีบัญชาให้ทำสวนพฤกษศาสตร์เพื่อประโยชน์ในทางการแพทย์ ตลอดจนสร้างโรงพยาบาลเอาไว้รักษาทั้งมนุษย์และสัตว์ที่เจ็บไข้ได้ป่วย

1 เมืองปาฏลีบุตร (ปัจจุบันคือเมืองปัฏนะ) มีประวัติศาสตร์ที่น่าสนใจมาก พระพุทธองค์เคยเสด็จมาเยือนเมืองนี้เมื่อ 600 ปีก่อนคริสตกาลสมัยที่ยังเป็นเพียงป้อมซึ่งหาความสำคัญอันใดมิได้ "ตราบใดที่ชาวอารยะยังไปมา ตราบเท่าที่พ่อค้ายังเดินทาง ปาฏลีบุตรจะกลายเป็นเมืองสำคัญสำหรับพวกเขา เป็นศูนย์กลางในการแลกเปลี่ยนสินค้านานาชนิด" (*มหาปรินิพพานสูตร*) สองร้อยปีให้หลัง ปาฏลีบุตรก็ก้าวขึ้นมาเป็นราชธานีของอาณาจักรอันไพศาลของพระเจ้าจันทรคุปต์เมารยะ พระนัดดาของพระองค์ คือพระเจ้าอโศก ทรงนำพาพระนครแห่งนี้ไปสู่ความมั่งคั่งรุ่งเรืองยิ่งขึ้น [ดูหน้า (28–9)]

ในปีที่ 298 ก่อนคริสตกาล พระเจ้าจันทรคุปต์ผู้ยิ่งยงทรงสละราชสมบัติให้พระโอรสขึ้นปกครองบ้านเมืองแทน ตัวพระองค์เสด็จลงมายังภาคใต้ของอินเดีย และทรงใช้เวลาสิบสองปีสุดท้ายแห่งพระชนม์ชีพเยี่ยงนักบวชผู้ยากไร้แสวงหาหนทางบรรลุธรรมเพื่อการหลุดพ้นอยู่ในถ้ำหินที่สรวนาเพลาโคละ ซึ่งในปัจจุบันเป็นที่ตั้งของเทวาลัยไมซอร์ ดินแดนแห่งนี้ยังมีรูปสลักหินที่ใหญ่ที่สุดในโลกอยู่รูปหนึ่ง ซึ่งพวกที่นับถือศาสนาเชนได้แกะขึ้นจากหินขนาดมหึมาทั้งก้อนใน ค.ศ.983 เพื่อสดุดีท่านโคมาเตสวร

นักประวัติศาสตร์ชาวกรีกและคนกลุ่มอื่นที่ตามเสด็จอเล็กซานเดอร์มายังอินเดียหรือแม้แต่พวกที่ตามรอยพระองค์เข้ามาในภายหลัง ได้บันทึกเรื่องราวที่น่าสนใจเอาไว้อย่างละเอียด ดร.เจ. ดับเบิลยู. แม็กกรินเดิล[1]ได้นำเรื่องเล่าของอาร์เรียน ดีโอโดรอส ปลูตาร์ค และนักภูมิศาสตร์สตราโบ มาแปลเพื่อให้เรื่องราวของอินเดียในยุคโบราณกระจ่างขึ้น แม้จะทรงล้มเหลวในการยกทัพมารุกราน แต่อเล็กซานเดอร์ก็น่าชื่นชมในแง่ที่ทรงสนพระทัยปรัชญาของทางฮินดูอย่างลึกซึ้ง รวมไปถึงเหล่าโยคีและนักบุญทั้งหลายที่ทรงได้พบปะในบางครั้ง ทรงปรารถนาจะสมาคมกับคนเหล่านี้เป็นอย่างยิ่ง ไม่นานหลังจากที่จอมทัพจากตะวันตกพระองค์นี้เสด็จมาถึงเมืองตักสิลาในภาคเหนือของอินเดีย พระองค์ทรงส่งโอเนสซีกรีตอส (ศิษย์ในสำนักดีโอเจนีส ยุคเฮเลนิก) ให้ไปรับตัวสันนยาสีแห่งตักสิลา นามว่าทัณฑามิสมาเข้าเฝ้า

"ขอคารวะแด่ท่านพราหมณาจารย์!" โอเนสซีกรีตอสกล่าว หลังหาตัวท่านทัณฑามิสพบในป่าอันเป็นที่ปลีกวิเวกของท่าน "โอรสแห่งเทพเจ้าซีอุส คือพระเจ้าอเล็กซานเดอร์ ผู้เป็นเจ้าปกครองผู้คนทั้งปวง ทรงมีพระประสงค์จะให้ท่านไปเข้าเฝ้า หากยอมตาม ย่อมประทานของกำนัลอันสูงค่าให้แก่ท่าน แต่หากปฏิเสธ พระองค์ย่อมทรงตัดศีรษะท่านทิ้งแน่!"

ท่านโยคีรับฟังคำเชื้อเชิญที่ค่อนไปในทางบังคับข่มขู่อย่างสงบ และ "แค่ยกศีรษะขึ้นจากเตียงใบไม้" เท่านั้น

---

1 ชุดหกเล่มภายใต้ชื่อ *Ancient India* (Calcutta: Chuckervertty, Chatterjee & Co., 15 College Square; 1879, พิมพ์ซ้ำปี 1927)

"ถ้าอเล็กซานเดอร์เป็นโอรสแห่งซีอุส เราก็เป็นโอรสแห่งซีอุสด้วย" ท่านว่า "เราหาได้ต้องการสมบัติใดของอเล็กซานเดอร์ไม่ เพราะเราพอใจในสิ่งที่ตนมีอยู่ พร้อมกันนั้นเราก็เห็นด้วยว่าพระองค์ทรงนำทัพร่อนเร่ข้ามท้องน้ำข้ามแผ่นดินไปโดยหาประโยชน์อันใดมิได้ และต้องทรงร่อนเร่เรื่อยไปไม่มีที่สิ้นสุด

"จงกลับไปทูลอเล็กซานเดอร์เถิดว่า พระเป็นเจ้าผู้เป็นจอมกษัตริย์อันสูงสุดนั้น มิเคยทรงวางแผนหยาบช้าหรือกระทำในสิ่งผิด แต่ทรงเป็นผู้สรรค์สร้างแสงสว่าง สร้างศานติสุข สร้างชีวิต สร้างน้ำ สร้างกายสังขาร และวิญญาณของมนุษย์ ทรงรับมนุษย์ทั้งหลายเอาไว้หลังมรณะปลดปล่อยพวกเขาให้เป็นอิสระไม่ต้องตกอยู่ภายใต้อำนาจของโรคภัยอันชั่วร้ายอีกต่อไป ทรงเป็นพระเป็นเจ้าเพียงพระองค์เดียวที่เรากราบไหว้บูชา... พระเป็นเจ้าผู้ทรงชิงชังรังเกียจการเข่นฆ่าและการก่อสงคราม

"อเล็กซานเดอร์ไม่ใช่พระเจ้า เพราะพระองค์ต้องทรงลิ้มรสความตายด้วยเช่นกัน" ท่านโยคีกล่าวต่ออย่างหยามหยันอยู่ในที "คนอย่างพระองค์จะเป็นเจ้าโลกอย่างไรได้ในเมื่อปัญญาจะขึ้นไปประทับอยู่เหนือบัลลังก์อาณาจักรแห่งจิตก็ยังไม่ทรงมี? กระทั่งนรกก็ยังไม่เคยไปอยู่ จะทรงรู้ถึงวิถีที่ดวงอาทิตย์โคจรไปเหนือดินแดนอันกว้างใหญ่ไพศาลของโลกเรารึก็เปล่า อาณาจักรส่วนใหญ่จะเคยได้ยินพระนามรึก็หาไม่!"

หลังกล่าวคำตำหนิติเตียนเหล่านี้จบ... แน่ล่ะว่าเป็นถ้อยคำที่เจ็บแสบที่สุดเท่าที่พระกรรณของ "เจ้าผู้ครองโลก" เคยได้สดับตรับฟังมา... ท่านโยคีก็เหน็บแนมต่อว่า "ถ้าอาณาจักรที่ทรงครอบครองอยู่ในตอนนี้ยังไม่ใหญ่โตพอที่จะสนองกิเลสตัณหาของพระองค์ได้ ก็ให้เสด็จข้ามแม่น้ำคงคามา ที่นั่น พระองค์จะพบดินแดนที่สามารถต่อกรกับกองทัพทั้งหมดของพระองค์ได้[1]

"ของกำนัลที่พระองค์สัญญาจะประทานให้หาได้มีประโยชน์อันใดกับตัวเราไม่" ท่านทัณฑามิสกล่าวต่อ "สิ่งที่เราพึงใจและเห็นว่ามีคุณค่าอย่างแท้จริงก็คือต้นไม้ซึ่งให้ร่มเงาแก่เรา พืชพันธุ์ที่ผลิดอกออกผลเป็นอาหารให้แก่เราทุกวัน

---

1 อเล็กซานเดอร์และขุนพลของพระองค์ไม่เคยข้ามแม่น้ำคงคามาเลย หลังเผชิญกับการต่อต้านอย่างยอมตายถวายชีวิตในภาคตะวันตกเฉียงเหนือ กองทัพมาซีโดเนียก็ขัดขืนคำสั่ง ไม่ยอมรุกคืบต่อไป อเล็กซานเดอร์ถูกบีบให้ต้องถอยทัพกลับจากอินเดียและทรงหันมาพิชิตเปอร์เซียแทน

รวมไปถึงน้ำที่ดับความกระหายให้แก่เราได้ ทรัพย์สมบัติที่สะสมมาด้วยความคิดอยากได้ใคร่มีเป็นนิสัยสันดานอันจะนำหายนะมาสู่ผู้สะสมมันในที่สุด มีแต่จะนำความทุกข์ร้อนมาสุมใส่ผู้คนทั้งหลายที่ปัญญายังมืดบอดอยู่เท่านั้น

"สำหรับตัวเรานั้น เรานอนอยู่บนกองใบไม้ในป่า ไม่มีสมบัตินอกกายให้คอยเฝ้าระวัง ปิดตาลงครั้งใดก็หลับได้อย่างเป็นสุข มาตรว่ามีของมีค่าติดตัว มีรึที่เราจะข่มตาหลับลงได้ แผ่นดินนี้ให้ทุกสิ่งที่จำเป็นแก่เราดุจเดียวกับมารดาให้นมแก่บุตร เราสามารถท่องไปได้ในทุกหนแห่งด้วยไม่มีสมบัติใดให้ห่วงกังวล

"ต่อให้อเล็กซานเดอร์ตัดศีรษะเรา พระองค์ก็ไม่อาจพิฆาตวิญญาณเราลงได้ ศีรษะที่ถูกตัดแม้มิอาจกล่าววาจาได้ กับทั้งกายสังขารของเราที่เปรียบเสมือนเสื้อผ้าเก่าขาดย่อมแน่นิ่งอยู่บนแผ่นดิน กลับคืนสู่ธาตุต่าง ๆ ที่ประกอบกันขึ้นมาเป็นกายนี้ ถึงตอนนั้น วิญญาณของเราจะออกจากร่างกลับขึ้นไปเฝ้าพระเป็นเจ้ายังเบื้องบน พระองค์ทรงกักเราไว้ในเนื้อกาย ส่งเราลงมาอยู่บนโลกเพื่อพิสูจน์ว่าเราจะยังคงเชื่อฟังพระองค์แม้ในยามที่ต้องใช้ชีวิตอยู่ในโลก และเมื่อเราจากโลกนี้ไป พระองค์ก็ประสงค์จะรู้เรื่องราวชีวิตของเรา ทรงเป็นผู้ตัดสินความผิดบาปทั้งปวง เสียงคร่ำครวญของผู้ถูกข่มเหงย่อมบันดาลให้ผู้ข่มเหงได้รับการลงโทษ

"ให้อเล็กซานเดอร์ข่มขู่คุกคามผู้ปรารถนาทรัพย์สินเงินทองและผู้กลัวตายต่อไปเถิด แต่อาวุธของพระองค์จะมีอำนาจสยบพราหมณ์อย่างพวกเราก็หาไม่ เราไม่ไยดีต่อทองคำและมิพรั่นพรึงต่อความตาย จงกลับไปทูลอเล็กซานเดอร์เถิดว่า ทัณฑามิสไม่จำเป็นจะต้องไปอยากได้ใคร่มีในทรัพย์สมบัติของพระองค์ จึงไม่คิดจะไปเฝ้าพระองค์ หากพระองค์ประสงค์สิ่งใดจากเรา ก็ต้องเสด็จมาหาเราเอง"

โอเนสซีกรีตอสนำความไปกราบทูลพระเจ้าอเล็กซานเดอร์ตรงตามนี้ทุกคำ อเล็กซานเดอร์ทรงรับฟังอย่างสนพระทัย และ "ยิ่งปรารถนาจะพบทัณฑามิส ผู้ซึ่งแม้จะทั้งสูงวัยและไม่นุ่งผ้า แต่ก็ถือว่าเป็นคู่ต่อสู้เพียงคนเดียวที่ดูจะเหนือกว่าผู้ชนะสิบทิศอย่างพระองค์"

แต่อเล็กซานเดอร์ก็ทรงเชิญพราหมณ์ผู้มีชื่อเสียงว่าตอบปุจฉา–วิสัจนาในเชิงปรัชญาได้ด้วยปัญญาอันหลักแหลม ให้มาเฝ้าที่ตักสิลาได้บ้างเป็นบางท่าน เรื่องราวต่อไปนี้ ปลูตาร์คเป็นผู้เล่าไว้ โดยที่อเล็กซานเดอร์ทรงคิดคำถาม

ทั้งหมดขึ้นด้วยพระองค์เอง

"คนเป็นกับคนตาย อย่างไหนมีมากกว่ากัน?"

"คนเป็น เพราะคนตายไม่มี"

"ทะเลกับแผ่นดิน สิ่งใดให้กำเนิดสัตว์มากกว่ากัน?"

"แผ่นดิน เพราะทะเลเป็นส่วนหนึ่งของแผ่นดิน"

"สัตว์ใดฉลาดที่สุด?"

"สัตว์ที่มนุษย์ยังไม่รู้จัก" (มนุษย์กลัวสิ่งที่ตนเองไม่รู้จัก)

"กลางวันกับกลางคืน อย่างไหนมีขึ้นก่อนกัน?"

"กลางวันมีขึ้นก่อนหนึ่งวัน" คำตอบนี้ทำให้อเล็กซานเดอร์ออกพระอาการฉงนสนเท่ห์ ท่านพราหมณ์จึงชี้แจงต่อว่า "กับคำถามที่เป็นไปไม่ได้ คำตอบก็ต้องเป็นไปไม่ได้ด้วย"

"มนุษย์จะทำตัวให้เป็นที่รักได้สักแค่ไหนกัน?"

"แม้เมื่อมีอำนาจล้นฟ้า หากไม่ทำตนให้คนอื่นหวาดกลัว มนุษย์นั้นย่อมเป็นที่รักของผู้อื่น"

"มนุษย์เราจะกลายเป็นพระเจ้าได้อย่างไร?"[1]

"ด้วยการกระทำสิ่งซึ่งพ้นวิสัยของมนุษย์ปุถุชนจะกระทำได้"

"ชีวิตกับความตาย สิ่งใดมีกำลังมากกว่ากัน?"

"ชีวิต เพราะชีวิตเต็มไปด้วยความชั่วร้าย"

อเล็กซานเดอร์สามารถเชิญโยคีแท้ท่านหนึ่งให้ติดตามพระองค์ออกจากอินเดียไปในฐานะพระอาจารย์ได้เป็นผลสำเร็จ โยคีท่านนี้มีนามว่ากัลยาณะ (สวามีสไฟนส์) แต่ชาวกรีกเรียกท่านเป็น 'กาลานอส' ท่านตามเสด็จพระเจ้าอเล็กซานเดอร์ไปเปอร์เซียในวันที่ท่านได้บอกเอาไว้ก่อนแล้วที่เมืองซูซาในเปอร์เซีย ท่านกาลานอสได้ละกายสังขารด้วยการเข้าสู่กองเพลิงต่อหน้ากองทัพทั้งหมดของมาซีโดเนีย นักประวัติศาสตร์บันทึกว่าบรรดาทหารต่างพิศวงยำเยงเพราะท่านโยคีมิได้แสดงความเกรงกลัวต่อความเจ็บปวดหรือความตายเลย

---

1 จากคำถามนี้ เราพอจะเดาได้ว่า "บุตรแห่งซีอุส" เองก็นึกกังขาเป็นครั้งคราวว่า ตนเองใช่บรรลุถึงความสมบูรณ์แบบแล้วแน่หรือ

ระหว่างที่เปลวเพลิงกลืนกินร่าง ท่านจะขยับตัวจากท่าที่นั่งอยู่สักนิดก็หาไม่ ก่อนเข้าสู่พิธีเผาตัวตายนี้ ท่านกาลานอสได้โอบกอดมิตรสหายหลายคนเพื่อเป็นการร่ำลา แต่กลับไม่ไปอำลาอเล็กซานเดอร์แม้สักคำ ท่านบอกแต่เพียงว่า

"เกล้าฯจะมาเฝ้าพระองค์อีกครั้งที่บาบิโลน"

อเล็กซานเดอร์เสด็จจากเปอร์เซียไปสิ้นพระชนม์ลงที่บาบาโลนในอีกหนึ่งปีต่อมา คำทำนายนั้นเป็นวิธีที่คุรุชาวอินเดียใช้บอกกล่าวว่า ท่านจะอยู่กับอเล็กซานเดอร์ทั้งในยามเป็นและยามตาย

นักประวัติศาสตร์ชาวกรีกได้ทิ้งภาพสังคมอินเดียอันน่าจับใจเอาไว้ให้กับชนรุ่นหลังอย่างแจ่มชัดหลายภาพ อาร์เรียนกล่าวว่า หลักปฏิบัติของศาสนาฮินดูมีไว้เพื่อปกป้องผู้คน และ "บัญญัติว่า บุคคล...ไม่ว่าจะอยู่ภายใต้สภาวการณ์ใด...จะต้องไม่ตกเป็นทาส แต่จะต้องมีอิสรภาพ และทุกคนจะต้องเคารพสิทธิอันเท่าเทียมที่มนุษย์ทุกรูปทุกนามล้วนมีอยู่ด้วย"[1]

"ชาวอินเดีย" เอกสารอีกฉบับหนึ่งระบุไว้ "ไม่ปล่อยเงินกู้ และไม่รู้จักการกู้ยืมเงิน การกระทำความผิดบาปหรือทนทุกข์กับความผิดนั้นเป็นสิ่งที่ขัดกับหลักปฏิบัติของชาวอินเดีย ด้วยเหตุนี้ พวกเขาจึงไม่ทำสัญญา และไม่มีการค้ำประกัน" ตามที่เราได้รู้มา การเยียวยารักษาโรคจะกระทำกันด้วยวิธีง่าย ๆ และยึดธรรมชาติเป็นหลัก "การรักษาด้วยการปรับอาหารการกินให้ถูกต้องจะให้ผลดีกว่าการใช้ยา ยาที่คนนิยมใช้กันมากคือยาขี้ผึ้งและยาพอก ยาอื่นนอกเหนือจากนี้ถือเป็นยาอันตรายอย่างยิ่ง"การทำสงครามจำกัดวงอยู่ในหมู่วรรณะกษัตริย์หรือวรรณะนักรบ "มาตรว่ามาพบพวกไวศยะกำลังทำไร่ไถนา ก็ไม่มีศัตรูหน้าไหนจะตรงเข้าไปทำร้าย เพราะชนวรรณะนี้ได้ชื่อว่าเป็นผู้ยังประโยชน์ให้กับ

1 การไม่มีทาสในอินเดียเป็นสิ่งที่นักสังเกตการณ์ชาวกรีกล้วนเอ่ยถึง เพราะเป็นคุณลักษณะที่ต่างไปจากโครงสร้างทางสังคมของชาวกรีกในยุคเฮเลนิกโดยสิ้นเชิง

หนังสือ *Creative India* ของศาสตราจารย์เบนอย กุมาร สารกร ให้ภาพความสำเร็จของอินเดียทั้งในยุคโบราณและปัจจุบันเอาไว้อย่างครบถ้วนสมบูรณ์ ไม่เว้นแม้กระทั่งค่านิยมอันโดดเด่น ไม่ว่าจะเป็นทางด้านเศรษฐกิจ การเมือง วรรณคดี ศิลปะ และปรัชญาสังคม (Lahore: Motilal Banarsi Dass, Publishers, 1937, 714 pp)

หนังสือแนะนำอีกเล่มหนึ่งคือ *Indian Culture Through the Ages* ของเอส. วี. เวนกาเตสวร (New York: Longmans, Green & Co.)

สังคมโดยรวม จึงได้รับการคุ้มครองจากอันตรายทั้งปวง' ด้วยเหตุนี้ไร่นาสาโท จึงไม่ถูกทำลาย สามารถผลิตพืชพันธุ์ธัญญาหารมากมายออกมาเลี้ยงดูผู้คน พร้อมสิ่งจำเป็นที่จะเอื้อให้ชีวิตสุขสบายขึ้น"

ศาสนสถานที่มีอยู่ทั่วไปในไมซอร์เป็นเครื่องเตือนใจให้ระลึกถึงโยคีผู้ยิ่งใหญ่แห่งอินเดียใต้หลายท่าน หนึ่งในนั้นคือท่านธยุมนวารผู้ประพันธ์โคลงอันท้าทายเอาไว้ดังนี้

บังคับข่มช้างบ้า ดังใจ
ปิดปากหมีพยัคฆ์ใน ป่ากว้าง
ควบสิงห์เริงเล่นภัย งูเห่า
เล่นแร่แปรธาตุสร้าง ชีพเลี้ยงตนเอง
ไป่ชรา, เดินน่านน้ำ, ลุยไฟ
แฝงร่างเร่ร่อนไป ทั่วหล้า
จับเทพเป็นทาสไท มิยั่น
คุมจิตตนสิกล้า เลิศล้ำยากเหลือ

ทางตอนใต้สุดของอินเดียคือรัฐตระวันกอร์อันอุดมสมบูรณ์และสวยงาม การคมนาคมขนส่งของกระทำกันทางแม่น้ำลำคลอง และมีประเพณีสืบทอดกันมาว่าในแต่ละปีองค์มหาราชาจะต้องเสด็จมาทำพิธีล้างบาปอันเนื่องมาจากการก่อสงครามและการผนวกอาณาจักรเล็ก ๆ อันห่างไกลเข้ามาอยู่ใต้อำนาจของตระวันกอร์เป็นเหตุ โดยพระองค์จะต้องเสด็จมาฟังการสวดโศลกในพระเวทที่เทวาลัยวันละสามครั้ง ติดต่อกันห้าสิบหกวัน พิธีล้างบาปนี้จะสิ้นสุดลงด้วยงาน*ลักษทีปัม* หมายถึงการจุดประทีปประดับเทวาลัยเป็นจำนวนหนึ่งแสนดวง

แคว้นมัทราสบนชายฝั่งทะเลด้านตะวันออกเฉียงใต้ของอินเดียมีภูมิประเทศเป็นที่ราบอันกว้างใหญ่ และมีทะเลโอบล้อมเมืองสำคัญอย่างมัทราสและกาญจีเวรัม หรือเมืองทองอันเป็นที่ตั้งราชธานีของราชวงศ์ปัลลวะซึ่งปกครองดินแดนแถบนี้อยู่ในช่วงคริสต์ศตวรรษแรก ๆ แนวคิดเรื่องหลักอหิงสาของมหาตมาคานธีในแคว้นมัทราสยุคปัจจุบันได้ก้าวหน้าไปมาก "หมวกแก๊ปคานธี"

สีขาวสะดุดตานั้นมีให้เห็นได้ทั่วไป ท่านมหาตมามีอิทธิพลต่อภาคใต้โดยรวม สามารถผลักดันให้เทวาลัยต่าง ๆ ยอมปฏิรูปปรับเปลี่ยนกฎหลายอย่างสำหรับพวกวรรณะ "จัณฑาล" รวมไปถึงการปฏิรูประบบวรรณะเองด้วย

ระบบวรรณะซึ่งบัญญัติขึ้นโดยพระมนู นักตรากฎหมายผู้ยิ่งใหญ่นั้น มีต้นกำเนิดที่น่าชื่นชมมาก เหตุเพราะท่านเล็งเห็นว่ามนุษย์เรามีวิวัฒนาการตามธรรมชาติแตกต่างกันไป โดยแบ่งออกได้เป็นสี่ระดับ ได้แก่ ชนชั้นผู้สามารถรับใช้สังคมได้ด้วยแรงกาย (*วรรณะศูทร*) ชนชั้นผู้รับใช้สังคมด้วยสติปัญญา ทักษะความชำนาญ การกสิกรรม การค้าพาณิชย์ หรือชีวิตด้านธุรกิจโดยทั่ว ๆ ไป (*วรรณะไวศยะ*) ชนชั้นผู้มีพรสวรรค์ในด้านการปกครอง การบริหาร และการปกป้องคุ้มครอง อันหมายถึงพวกประมุขและนักรบทั้งหลาย (*วรรณะกษัตริย์*) และชนชั้นซึ่งมีธรรมชาติวิสัยค่อนไปในทางชอบขบคิดใคร่ครวญ สามารถได้รับการดลใจและเป็นแรงบันดาลใจในทางจิตวิญญาณให้กับผู้อื่น (*วรรณะพราหมณ์*) "ชาติกำเนิด พิธีศักดิ์สิทธิ์ การศึกษา หรือบรรพบุรุษล้วนมิใช่เครื่องตัดสินว่าบุคคลเป็นทวิชาติ (พวกเกิดสองครั้ง หมายถึงวรรณะพราหมณ์ เป็นต้น) หรือไม่" *มหาภารตะ* ได้พรรณนาความไว้ "มีเพียงอุปนิสัยและความประพฤติเท่านั้นที่เป็นตัวกำหนด"[1] พระมนูสั่งสอนสังคมให้เคารพนับถือสมาชิกตาม

---

1 "เมื่อแรกนั้น ชาติกำเนิดมิใช่ตัวกำเนิดวรรณะของบุคคล แต่เป็นความสามารถส่วนตนซึ่งสะท้อนผ่านทางเป้าหมายในชีวิตที่เจ้าตัวเลือก" ท่านตารมาตาอธิบายไว้ในวารสาร *East–West* ฉบับเดือนมกราคม ค.ศ.1935 "เป้าหมายนี้ประกอบด้วย 1) *กามะ* คือ ความปรารถนา ความสุขเยี่ยงโลกียวิสัย (*ขั้นวรรณะศูทร*) 2) *อรรถะ* คือ ทรัพย์สินสิ่งมีค่าที่ได้มาสมความปรารถนาอันควร (*ขั้นวรรณะไวศยะ*) 3) *ธรรมะ* คือ การฝึกตนให้มีความรับผิดชอบ มีความประพฤติชอบ (*ขั้นวรรณะกษัตริย์*) 4) *โมกษะ* คือ ความหลุดพ้น การใช้ชีวิตแสวงหาความรู้แจ้งเห็นจริงและสั่งสอนผู้อื่น (*ขั้นวรรณะพราหมณ์*) วรรณะสี่นี้จึงรับใช้มนุษยชาติด้วย 1) กาย 2) ใจ 3) ความมุ่งมั่น 4) วิญญาณตามลำดับ

"วรรณะสี่มีความสอดคล้องกับ *คุณะ* หรือลักษณะตามธรรมชาติที่มีอยู่ตลอดกาล ได้แก่ *ตมัส รชัส* และ *สัตตวะ* หมายถึง การหยุดนิ่ง การเคลื่อนไหว และการแพร่ขยาย กล่าวอีกนัยหนึ่งคือ มวล พลังงาน และปัญญา วรรณะสี่มีคุณะกำกับอยู่ดังนี้ 1) *ตมัส* (ความไม่รู้ ความเขลา) 2) *ตมัส–รชัส* (มีความไม่รู้และการกระทำปนกัน) 3) *รชัส–สัตตวะ* (มีการกระทำที่ถูกต้องและปัญญาปนกัน) 4) *สัตตวะ* (ปัญญา) ดังนั้นธรรมชาติจึงกำหนดวรรณะของมนุษย์แต่ละรูปแต่ละนามเอาไว้แล้ว ด้วยการให้เขามี*คุณะ*ที่เด่นออกมาประการหนึ่งหรือสองประการรวมกัน แต่แน่นอนว่ามนุษย์ทุกคนมี*คุณะ*อยู่ในตัวครบทั้งสามประการในสัดส่วนมากน้อยต่างกันไป ผู้เป็นคุรุย่อมสามารถกำหนดวรรณะหรือระดับชั้นในวิวัฒนาการของศิษย์ได้อย่างถูกต้อง

ปัญญา คุณธรรม วัยวุฒิ การนับญาติ และความมั่งมีทรัพย์สินเป็นลำดับสุดท้าย อินเดียในยุคพระเวทเหยียดหยามทรัพย์ หากทรัพย์นั้นได้มาด้วยการสะสมเก็บตุน และมิได้มีไว้เพื่อสงเคราะห์ผู้อื่น บุคคลผู้บริบูรณ์ด้วยทรัพย์ แต่ตระหนี่ถี่เหนียว จึงถูกกำหนดให้เป็นชนชั้นต่ำในสังคม

ความเลวร้ายนานาอุบัติขึ้นเมื่อการถือวรรณะทวีความเข้มงวดขึ้นตลอดระยะเวลาหลายร้อยปี จนกลายเป็นบ่วงผูกคอที่สืบทอดกันตามชาติกำเนิด ประเทศอินเดียได้อำนาจอธิปไตยกลับคืนมาในปี 1947 และกำลังดำเนินการฟื้นฟูค่านิยมในเรื่องวรรณะของเมื่อครั้งโบราณขึ้นมาอย่างช้า ๆ แต่มั่นคง โดยยึดถือพรสวรรค์ความชำนาญเฉพาะตัวเป็นเกณฑ์ในการแบ่ง มิใช่ชาติกำเนิดเช่นที่ผ่านมา ทุกชาติในโลกนี้มีกรรมอันนำมาซึ่งความทุกข์ร้อนในรูปแบบที่แตกต่างกัน เป็นกรรมที่ต้องรับมือและถ่ายถอนด้วยตนเอง อินเดียเป็นชาติที่มากความสามารถ มีจิตวิญญาณอันมุ่งมั่นซึ่งมิอาจทำลายได้ และกำลังพิสูจน์ตนเองว่ามีศักยภาพในการปฏิรูประบบวรรณะให้สำเร็จลุล่วงไปได้อย่างแน่นอน

มร.ไรต์กับข้าพเจ้าชื่นชอบภาคใต้ของอินเดียเสียจนนึกอยากจะอยู่เที่ยวต่อ แต่เวลาที่ไม่เป็นใจมาตั้งแต่ไหนแต่ไรก็ทำให้เราไม่อาจโอ้เอ้อยู่ต่อไปได้อีก เพราะข้าพเจ้ามีกำหนดจะต้องไปบรรยายให้ที่ประชุมสภาปรัชญาอินเดียฟังที่มหาวิทยาลัยกัลกัตตา ช่วงท้ายของการมาเยือนไมซอร์ ข้าพเจ้าได้พบปะสนทนากับท่านเซอร์ซี. วี. รามัน ประธานสถาบันวิทยาศาสตร์อินเดียอย่างถูกคอ นักฟิสิกส์ชาวฮินดูผู้ปราดเปรื่องท่านนี้ได้รับรางวัลโนเบลในปี 1930 จากผลงานการค้นพบการแพร่กระจายของแสงที่เรียกว่า "รามันเอฟเฟกต์"

"เผ่าพันธุ์และชาติทั้งหลายในโลกล้วนมีการแบ่งชั้นวรรณะอยู่ในระดับหนึ่งทั้งสิ้น แม้จะไม่เป็นที่ยอมรับกันในทางทฤษฎีก็ตาม ที่ใดที่มีการให้อิสระ…ที่เรียกว่าเสรีภาพ…โดยเฉพาะเสรีภาพในการแต่งงานระหว่างชนชั้นที่มีธรรมชาติต่างกันจนสุดขั้ว เผ่าพันธุ์นั้นย่อมลดจำนวนลงจนสูญพันธุ์ไปในที่สุด คัมภีร์ *ปุราณะสัมหิตา* เปรียบบุตรอันเกิดจากการแต่งงานดังกล่าวว่าเป็นลูกผสมที่ไร้เชื้อดุจเดียวกับล่อที่ไม่สามารถแพร่พันธุ์สืบลูกสืบหลานได้ สุดท้าย เผ่าพันธุ์อันแปลกปลอมนี้ก็จะถูกกำจัดออกไป ประวัติศาสตร์ได้พิสูจน์ให้เห็นมานักต่อนักแล้วว่ามีเผ่าพันธุ์อันยิ่งใหญ่มากมายได้ดับสูญไปโดยไม่มีเชื้อสายเหลืออยู่แม้แต่คนเดียว ระบบวรรณะในอินเดียได้รับการคิดค้นขึ้นโดยเหล่านักคิดผู้มีทรรศนะอันลึกซึ้ง เพื่อใช้ยับยั้งและป้องกันไม่ให้เกิดอิสระในการแต่งงานข้ามเผ่าพันธุ์ เพื่อรักษาไว้ซึ่งความบริสุทธิ์แห่งเผ่าพันธุ์และนำพาเผ่าพันธุ์ให้ผ่านพ้นความพลิกผันของชะตากรรมตลอดหลายพันปีที่ผ่านมา ในขณะที่เผ่าพันธุ์โบราณอื่น ๆ ได้สิ้นสูญไปแล้วเป็นส่วนใหญ่"

ท่านโยคานันทะ (กลาง) และเลขานุการของท่าน มิสเตอร์ซี. ริชาร์ด ไรต์ (นั่งด้านขวา) ที่เมืองรานจี เมื่อ 17 กรกฎาคม 1936 ล้อมรอบด้วยบรรดาครูและศิษย์จากโรงเรียนสำหรับเด็กหญิงพื้นเมืองที่ท่านก่อตั้ง

ท่านโยคานันทะล่องเรือไปตามแม่น้ำยมุนา ในปี 1935 ภาพนี้ถ่ายที่เมืองมถุรา เมืองศักดิ์สิทธิ์ เพราะเกี่ยวเนื่องกับการสมภพและความเป็นไปเมื่อครั้งยังทรงพระเยาว์ของพระภควานกฤษณะ (นั่งจากกลางไปขวา) ลูกสาวของอนันตะ ลาล โฆษ (พี่ชายคนโตของท่านโยคานันทะ), สานันทะ ลาล โฆษ (น้องชายของท่านโยคานันทะ) และ ซี. ริชาร์ด ไรต์

หลังโบกมืออำลานักศึกษาและมิตรสหายในมัทราสอย่างจำใจแล้ว มร.ไรต์กับข้าพเจ้าก็ออกเดินทาง ระหว่างทาง เราแวะเข้าไปสักการะเทวาลัยเล็ก ๆ ที่สร้างอุทิศให้กับท่านสัทสีวะพราหมณ์[1] ผู้มีชีวิตอยู่ในยุคศตวรรษที่ 18 เรื่องราวที่เล่าถึงท่านล้วนเต็มไปด้วยอิทธิปาฏิหาริย์ ที่เมืองเนรูฬมีเทวาลัยสัทสีวะอีกหลังหนึ่งซึ่งมีขนาดใหญ่กว่าที่นี่ สร้างขึ้นตามรับสั่งของราชาแห่งปุทุกโกตตัย เป็นสถานที่แสวงบุญที่มีปาฏิหาริย์ในการรักษาโรคภัยไข้เจ็บมากมาย ประมุขรุ่นต่อ ๆ มาของปุทุกโกตตัยทรงถือเอาคำสอนทางศาสนาที่ท่านสัทสีวะได้เขียนขึ้นเมื่อปี 1750 เป็นสิ่งศักดิ์สิทธิ์และใช้เป็นแนวทางในการปกครองขององค์ราชาเสมอมา

ท่านสัทสีวะเป็นคุรุผู้มีปัญญารู้แจ้งและเป็นที่เคารพรักของผู้คนทั่วไป เรื่องราวอันพิสดารของท่านยังมีเล่ากันอยู่ตามหมู่บ้านในภาคใต้ของอินเดียจนถึงทุกวันนี้ วันหนึ่งขณะที่ท่านดื่มด่ำในสมาธิอยู่ที่ริมฝั่งแม่น้ำกาเวรี มีคนเห็นท่านถูกน้ำป่าพัดพาไป หลายสัปดาห์ต่อมามีคนไปพบร่างท่านถูกฝังลึกลงไปภายใต้มูนดิน ละแวกตำบลโกทุมุฑีของเมืองโกอิมบาตอร์ ครั้นชาวบ้านเอาจอบเอาเสียมมาขุดลงไปกระทบร่างท่าน ท่านก็ลุกขึ้นและเดินจากไปอย่างกระฉับกระเฉง

สัทสีวะถือบวชเป็น*มุนี* (นักบวชผู้ไม่พูด) หลังถูกคุรุของท่านตำหนิฐานที่ไปประคารมกับปราชญ์ของทาง*เวทานตะ* ที่มากอาวุโสกว่า "เมื่อไหร่เด็กปากไม่สิ้นกลิ่นน้ำนมอย่างเจ้าจะรู้จักสงวนปากคำบ้างนะ?"

"ด้วยบารมีของท่านอาจารย์ เดี๋ยวนี้เลยก็ได้ขอรับ"

คุรุของท่านสัทสีวะคือท่านสวามีปรมสีเวนทรสรัสวตี ผู้ประพันธ์ *ทหรวิทยประกาสิกะ* และบทภาษยะอรรถาธิบายความในคัมภีร์*อุตตรคีตา*เอาไว้อย่างลึกซึ้ง ปุถุชนบางคนก็ขุ่นเคืองที่ท่านสัทสีวะผู้ดื่มด่ำในพระเป็นเจ้ามักออกมาเต้นระบำรำฟ้อน "อย่างไม่รู้จักความควร–ไม่ควร" ให้เห็นบนท้องถนนอยู่บ่อย ๆ

---

1 ฉายาอย่างเป็นทางการของท่าน คือ สวามีศรีสัทสีวันทรสรัสวตี และใช้ฉายานี้เขียนหนังสือขึ้นหลายเล่ม (บทภาสยะอรรถาธิบายคัมภีร์*พรหมสูตร*และ*โยคสูตร*ของท่านปตัญชลี) ท่านได้รับความเคารพนับถือจากนักปรัชญายุคปัจจุบันของอินเดียอย่างสูง

ท่านศังกราจารย์แห่งสฤงเครีมัฐ ท่านศรีสัจจีทานันทสีวภินวะ นรสิงหะภารตีก็ได้ประพันธ์บทกวีนิพนธ์อันสร้างแรงบันดาลใจในชื่อ *Ode* อุทิศให้กับท่านสัทสีวะเช่นกัน

ครั้นทนไม่ไหวเข้า ก็แล่นไปบ่นว่าเอากับท่านคุรุผู้ปราดเปรื่อง "อาจารย์ขอรับ" พวกเขาฟ้อง "สัทสีวะก็แค่คนบ้าคนหนึ่ง"

แต่ปรมสีเวนทรกลับยิ้มร่า "โอ" ท่านออกอุทาน "ถ้าคนอื่น ๆ บ้าได้อย่างเขาบ้าง จะดีสักแค่ไหนกันนะ!"

ชีวิตของท่านสัทสีวะมีเรื่องพิสดารและความงามอันเกิดจากการที่พระเป็นเจ้าทรงยื่นพระหัตถ์เข้ามาแทรกแซงหลายต่อหลายครั้ง โลกใบนี้ดูเหมือนจะมีแต่ความอยุติธรรมอยู่เต็มไปหมด แต่สาวกแห่งพระเป็นเจ้าก็ยืนยันได้ในหลายกรณีว่ายังประทานความเที่ยงธรรมให้กับเราอยู่ คืนวันหนึ่ง ท่านสัทสีวะขณะอยู่ในภวังค์ปีติได้ไปหยุดอยู่ใกล้ ๆ ยุ้งข้าวของคฤหัสถ์ผู้มีอันจะกินคนหนึ่ง คนรับใช้สามคนที่เฝ้าระวังพวกหัวขโมยจึงเงื้อง่าไม้ในมือตรงเข้ามาจะทุบตีท่าน แล้วดูเอาเถิด! แขนของพวกเขายกค้าง ขยับไม่ได้ ภาพทั้งสามคนยืนชูแขนสูงเหมือนเป็นรูปสลักอยู่จนกระทั่งท่านสัทสีวะเดินจากไปในยามเช้าตรู่ช่างเป็นภาพที่แปลกประหลาดเสียนี่กระไร

ครั้งหนึ่ง มีนายช่างกับคนงานเดินแบกเชื้อเพลิงผ่านมาพบกับท่านสัทสีวะเข้า นายช่างจึงบังคับท่านให้มาช่วยแบกอีกคน ท่านนักบุญผู้ไม่พูดปฏิบัติตามอย่างอ่อนน้อมแบกไปส่งให้จนถึงที่หมาย พอเอาเชื้อเพลิงที่ท่านแบกมาวางลงบนกองอื่น ๆ ที่สุมกันอยู่ เชื้อเพลิงกองนั้นก็ระเบิดลุกเป็นไฟในพริบตา

ท่านสัทสีวะไม่สวมใส่เสื้อผ้าดุจเดียวกับท่านสวามีไตรลังคะ เช้าวันหนึ่ง ท่านโยคีผู้นุ่งลมห่มฟ้าเดินใจลอยเข้าไปในกระโจมของหัวหน้าเผ่าชาวมุสลิมผู้หนึ่ง สตรีสองนางในกระโจมต่างกรีดร้องเสียงดังด้วยความตกใจ หัวหน้าเผ่าจึงใช้ดาบฟันใส่ท่านสัทสีวะจนแขนขาด แต่ท่านกลับเดินจากไปอย่างไม่อนาทรร้อนใจ ชาวมุสลิมผู้นั้นทั้งอัศจรรย์ใจทั้งสำนึกผิด จึงรีบเก็บแขนท่านที่ตกอยู่ที่พื้นวิ่งตามไปคืนให้ ท่านโยคีก็เอาแขนที่ขาดดันใส่เข้ากับต้นแขนที่ชุ่มไปด้วยเลือดอย่างเงียบ ๆ เมื่อหัวหน้าเผ่าขอให้ท่านสอนหลักธรรมให้ด้วยความนอบน้อม ท่านสัทสีวะก็ใช้นิ้วเขียนลงบนผืนทรายว่า

"อย่าทำในสิ่งที่ต้องการ แล้วจึงทำในสิ่งที่ชอบ"

เห็นดังนั้น จิตของชาวมุสลิมก็กระจ่าง เข้าใจความหมายในคำสอนที่เหมือนจะขัดแย้งกันเองนี้ว่าเป็นหนทางที่จะปลดปล่อยวิญญาณให้เป็นอิสระด้วยการ

เอาชนะอัตตาแห่งตน ถ้อยคำไม่กี่คำนี้มีผลกระทบต่อจิตวิญญาณมากเสียจนนักรบผู้นี้กลายมาเป็นศิษย์ผู้ทรงคุณค่า แวดวงที่เขาเคยคุ้นแต่ก่อนเก่าแทบไม่มีใครจำเขาได้อีกเลย

ครั้งหนึ่ง เด็ก ๆ ในหมู่บ้านมาพร่ำรำพันกับท่านว่าอยากจะไปเที่ยวงานเทศกาลทางศาสนาที่เมืองมถุราซึ่งอยู่ห่างไปไกลถึง 150 ไมล์สักครั้ง ท่านโยคีแสดงท่าทางบอกเป็นนัยให้เจ้าตัวเล็กทั้งหลายเอามือมาแตะตัวท่านไว้ และแล้วทั้งหมดก็มาปรากฏตัวขึ้นที่มถุราทันที! พวกเด็ก ๆ เดินเที่ยวงานปะปนไปกับผู้แสวงบุญหลายพันคนอย่างมีความสุข หลังผ่านไปสองสามชั่วโมง ท่านโยคีก็พาทุกคนกลับมาส่งที่บ้านด้วยวิธีการง่าย ๆ ของท่านเหมือนเมื่อขาไป ประดาพ่อแม่ต่างนิ่งฟังลูกตนเล่าถึงขบวนแห่เทวรูปในเมืองมถุรากันหูผึ่ง และยังเห็นอีกว่าพวกแกพากันถือถุงขนมมถุราติดมือมาไม่เว้นตะละคน

แต่มีเด็กวัยรุ่นคนหนึ่งไม่เชื่อ ซ้ำยังเย้ยหยันท่านกับเรื่องราวที่เล่ามาในข้างต้น และเมื่อมีการจัดงานเทศกาลทางศาสนาที่ศรีรังคัมในโอกาสต่อมา เขาก็ตรงไปหาท่าน

"อาจารย์" เขากล่าวด้วยทีท่าปรามาส "ทำไมท่านจึงไม่พากระผมไปเที่ยวงานเทศกาลที่ศรีรังคัมแบบเดียวกับที่พาเด็กคนอื่น ๆ ไปเที่ยวมถุราบ้างล่ะ?"

ท่านสัทสีวะทำตาม เด็กชายพบว่าตนเองยืนปะปนอยู่กับฝูงชนในเมืองอันห่างไกลทันที แต่อนิจจา! เมื่อเขานึกอยากกลับบ้านขึ้นมา เขาจะไปหาท่านโยคีได้จากที่ไหนเล่า? เด็กชายผู้เหนื่อยล้าจึงต้องกลับบ้านโดยอาศัยพาหนะโบราณซึ่งก็คือเท้าทั้งสองของเจ้าตัวนั่นเอง

ก่อนกลับขึ้นมาจากภาคใต้ มร.ไรต์กับข้าพเจ้าได้ไปแสวงบุญยังทิวเขาอรุณาจัลอันศักดิ์สิทธิ์ละแวกเมืองติรุวันนมาลัย เพื่อกราบคารวะท่านศรีรามณะมหาฤษี ท่านให้การต้อนรับพวกเราที่อาศรมด้วยความเมตตา และชี้ให้ดูวารสาร *East–West* ที่กองเป็นตั้งอยู่ใกล้ ๆ หลายชั่วโมงที่อยู่กับท่านและเหล่าสานุศิษย์ ท่านจะนั่งเงียบเป็นส่วนใหญ่ ใบหน้าท่านอ่อนโยน เปล่งประกายแห่งทิพยปัญญาและความเมตตากรุณาต่อสัตว์โลก

เพื่อช่วยมนุษยชาติผู้ทนทุกข์ให้กลับคืนสู่สภาวะแห่งความสมบูรณ์พร้อมที่พวกเขาหลงลืมไป ท่านศรีรามณะจึงสอนให้เราถามตนเองอยู่ตลอดว่า "เราคือ

ใคร?”…นับเป็นคำถามอันยิ่งใหญ่นัก ด้วยการปฏิเสธความคิดอื่นอย่างเข้มงวดจริงจัง ในไม่ช้าผู้ปฏิบัติจะพบว่าตนเองดิ่งลงสู่วิญญาณอันเที่ยงแท้ได้ลึกซึ้งยิ่งขึ้นทุกขณะ ความสับสนงุนงงซึ่งเกิดจากความคิดอันแส่ส่ายจะปลาสนาการไป ท่านฤษีผู้มีปัญญารู้แจ้งแห่งอินเดียใต้ได้ประพันธ์บทกวีเอาไว้ดังต่อไปนี้

ตติย, ทวิภาวะต้อง พึ่งพิง
ปลอดจากเครื่องแอบอิง ห่อนได้
พรากจากแหล่งสู่สิง ย่อมหล่น ร่วงนา
สัจธรรมสิยึดไว้ ไป่รู้เอนเอียง

บทที่ 42

วันเวลาช่วงสุดท้ายกับอาจารย์

"อาจารย์ขอรับ เช้าวันนี้เห็นท่านอยู่คนเดียว กระผมดีใจจริง ๆ" ข้าพเจ้าเพิ่งมาถึงอาศรมที่เซรัมปอร์ หอบผลไม้และกุหลาบมาเต็มสองมือ อาจารย์มองข้าพเจ้าอย่างหวั่น ๆ

"มีอะไรจะถามครูรึ?" ท่านมองไปรอบห้องเหมือนจะหาทางเลี่ยง

"อาจารย์ขอรับ กระผมมาอยู่กับท่านตั้งแต่ยังเรียนชั้นมัธยม ตอนนี้กระผมก็โตเป็นผู้ใหญ่ ผมสองสีเส้นสองเส้นแล้วด้วยซ้ำ นับแต่แรกเริ่มจนถึงบัดนี้อาจารย์รักใคร่เมตตากระผมอยู่ในใจมาโดยตลอด แต่อาจารย์รู้บ้างไหมขอรับว่ามีวันแรกที่เราได้พบกันเพียงครั้งเดียวเท่านั้นที่อาจารย์เคยบอกว่า 'ครูรักเธอ'?" ข้าพเจ้ามองท่านด้วยสายตาวิงวอน

อาจารย์หลุบตาลงต่ำ "โยคานันทะ เธอต้องคาดคั้นให้ครูบอกความรู้สึกอบอุ่นที่ควรจะเก็บรักษาไว้ในหัวใจอันไร้คำปั้นแต่งออกมาให้โลกอันเย็นเยือกประจักษ์ให้ได้หรืออย่างไร?"

"อาจารย์ขอรับ กระผมรู้ว่าท่านรักกระผม แต่หูของมนุษย์ปุถุชนอย่างกระผมก็ร่ำร้องอยากจะได้ยินท่านบอกออกจากปากบ้างนะขอรับ"

"เอาเถิด ครูจะไม่ขัดใจเธอ ตอนที่ครูแต่งงานมีครอบครัว ครูหวังอยากจะได้ลูกชายอยู่เสมอ ลูกชายที่ครูจะอบรมสั่งสอนให้ก้าวเดินไปบนเส้นทางแห่งโยคาวจร และเมื่อเธอก้าวเข้ามาในชีวิตครู ครูก็เป็นสุขนัก รู้สึกเหมือนเธอเป็นลูกในไส้ของครูจริง ๆ" น้ำใส ๆ ขังคลออยู่ในดวงตาทั้งคู่ของท่าน "โยคานันทะ ครูรักเธอเสมอมา"

"คำตอบของอาจารย์เหมือนหนังสือเบิกทางสู่สวรรค์สำหรับกระผม" ข้าพเจ้ารู้สึกเหมือนของหนัก ๆ ที่กดทับหัวใจถูกยกออกและมลายหายไปตลอดกาลด้วยคำพูดนี้ของท่าน ข้าพเจ้ารู้ว่าอาจารย์เป็นคนไม่ชอบแสดงความรู้สึก สงวนปากคำ กระนั้น ข้าพเจ้าก็ยังนึกสงสัยในความนิ่งเงียบของท่านอยู่บ่อย ๆ บางครั้งข้าพเจ้าก็กลัวว่าตัวเองอาจทำได้ไม่ดีพออย่างที่ท่านต้องการ ธรรมชาติวิสัยของ

ท่านออกจะแปลก ไม่อาจรู้หรือเข้าใจได้ทั้งหมด ลึกซึ้งและสงบ ยากจะหยั่งถึงโดยโลกภายนอก ที่ซึ่งหลักการและแนวคิดผิดถูกทั้งปวง ท่านได้ก้าวล่วงพ้นผ่านไปนานแล้ว

ถัดมาไม่กี่วัน ข้าพเจ้าได้ไปบรรยายให้คนจำนวนมากฟังที่อัลเบิร์ตฮอลในกัลกัตตา อาจารย์เมตตายอมขึ้นไปนั่งอยู่บนเวทีร่วมกับมหาราชาแห่งสันทศและนายกเทศมนตรีแห่งกัลกัตตา อาจารย์ไม่พูดอะไรกับข้าพเจ้าสักคำ แต่ระหว่างบรรยาย ข้าพเจ้าเหลือบไปมองท่านเป็นพัก ๆ เห็นท่านมีทีท่าพออกพอใจ

หลังจากนั้น ข้าพเจ้ายังต้องไปพูดให้บรรดาศิษย์เก่าของวิทยาลัยเซรัมปอร์ฟัง ขณะกวาดสายตามองเพื่อนร่วมชั้นเมื่อครั้งเก่าก่อน และขณะที่พวกเขามองกลับมายังเจ้า “นักบวชบ๊อง” ของพวกเขา น้ำตาแห่งความปีติตื้นตันก็ไหลออกมาอย่างไม่มีใครนึกอาย ดร.โฆษาล อาจารย์สอนวิชาปรัชญาฝีปากกล้าของข้าพเจ้าก้าวออกมาทักทาย ความเข้าใจผิดที่เคยมีต่อกันจางหายไปตามความผันแปรแห่งกาลเวลา

ปลายเดือนธันวาคม อาศรมที่เซรัมปอร์มีงานเทศกาลเฉลิมฉลองวันเหมายัน และเช่นเดียวกับที่เคยเป็นมา ลูกศิษย์ลูกหาของอาจารย์จากใกล้และไกลต่างมารวมตัวกันร่วมขับเพลง*สันกีรตาน*บรรเลงเดี่ยวด้วยเครื่องดนตรีที่แว่วหวานปานน้ำทิพย์ ร่วมกินอาหารที่ศิษย์รุ่นเยาว์นำมาบริการ อาจารย์แสดงธรรมอันลึกซึ้งและจับใจภายใต้หมู่ดาวพราวฟ้าที่กลางลานอาศรมอันแน่นขนัดไปด้วยผู้คน... ความทรงจำเอ๋ย ความทรงจำ! เทศกาลอันแสนสุขในคืนวันที่ผ่านไปเนิ่นนานปี! แต่คืนนี้ยังมีอะไรใหม่ ๆ ให้เห็นกันอีก

“โยคานันทะ ช่วยกล่าวอะไรกับคนที่มาชุมนุมกัน ณ ที่นี้หน่อยสิ... ภาษาอังกฤษนะ” ดวงตาอาจารย์เป็นประกายวิบ ๆ ขณะมีคำสั่งอันน่าพิศวงลงมา รึท่านกำลังนึกถึงตอนที่ข้าพเจ้าเข้าตาจนอยู่บนเรือเมื่อต้องแสดงปาฐกถาด้วยภาษาอังกฤษเป็นครั้งแรกกระมัง? ข้าพเจ้าเล่าเรื่องในครั้งนั้นให้กับพี่น้องร่วมสำนักฟัง แล้วจบลงด้วยการสดุดีอาจารย์ของพวกเราด้วยศรัทธาอันเต็มเปี่ยม

“อาจารย์ไม่ได้ชี้นำทางสว่างให้กับกระผมแต่เพียงตอนอยู่บนเรือเดินสมุทรเท่านั้น” ข้าพเจ้าสรุป “ทุกวันตลอดสิบห้าปีที่อยู่ในประเทศอันกว้างใหญ่และเต็มเปี่ยมไปด้วยไมตรีจิตอย่างอเมริกา ท่านไม่เคยทอดทิ้งกระผมเลย”

หลังแขกเหรื่อกลับกันไปหมดแล้ว อาจารย์ก็เรียกข้าพเจ้าเข้าไปในห้องนอน ซึ่งข้าพเจ้าเคยได้รับอนุญาตให้นอนร่วมเตียงกับท่านได้ (เพียงครั้งเดียวเท่านั้น และหลังเทศกาลเหมายันของปีนั้นสิ้นสุดลงเช่นกัน) คืนนี้ อาจารย์นั่งอยู่บนเตียงเงียบ ๆ ในท่ามกลางเหล่าสานุศิษย์ที่นั่งล้อมอยู่แทบเท้าท่านเป็นครึ่งวงกลม

"โยคานันทะ จะกลับกัลกัตตาเดี๋ยวนี้เลยใช่ไหม? พรุ่งนี้ช่วยกลับมาที่นี่อีกทีเถอะนะ ครูมีธุระสำคัญจะคุยกับเธอ"

บ่ายวันถัดมา อาจารย์ประสาทพรให้กับข้าพเจ้าอย่างเรียบง่าย และเลื่อนสมณศักดิ์ของข้าพเจ้าขึ้นเป็น*ปรมหังสา*[1]

"นับจากนี้ เธอจะต้องใช้สมณศักดิ์นี้แทน*สวามี*ที่ใช้มาแต่เดิม" ท่านบอกขณะที่ข้าพเจ้าคุกเข่าลงตรงหน้า นึกขันอยู่ในใจเมื่อคิดขึ้นมาว่าลูกศิษย์ชาวตะวันตกของข้าพเจ้าจะต้องพยายามขนาดไหนในการออกเสียงเรียกข้าพเจ้าว่า *ท่านปรมหังสา*[2]

"ตอนนี้ ภาระหน้าที่ของครูบนโลกนี้ได้สิ้นสุดลงแล้ว เธอต้องสานงานต่อ" อาจารย์บอกด้วยน้ำเสียงราบเรียบ ดวงตาท่านสงบและอ่อนโยน ใจข้าพเจ้าเต้นระรัวด้วยความหวาดกลัว

"ช่วยส่งใครสักคนไปดูแลอาศรมของเราที่ปุรีที" อาจารย์สั่งความต่อ "ครูทิ้งทุกอย่างเอาไว้ในความรับผิดชอบของเธอ เธอจะสามารถนำพานาวาชีวิตของตนเองและขององค์กรไปถึงฟากฝั่งแห่งพระเป็นเจ้าได้อย่างแน่นอน"

ข้าพเจ้ากอดเท้าท่านไว้ทั้งน้ำตา ท่านลุกขึ้นและประสาทพรให้ข้าพเจ้าด้วยความรัก

วันรุ่งขึ้น ข้าพเจ้าเรียกตัวสวามีเสพานันทะซึ่งเป็นศิษย์ผู้หนึ่งมาจากรานจีและส่งท่านไปดูแลอาศรมที่ปุรี ภายหลัง อาจารย์ได้หารือกับข้าพเจ้าใน

---

1 *ปรม* แปลว่า สูงสุด *หังสา* แปลว่า หงส์ เทวตำนานของทางอินเดียถือว่าหงส์ขาวคือพาหนะของพระพรหม (พระผู้สร้างโลก) กล่าวกันว่าหงส์ศักดิ์สิทธิ์ตัวนี้มีอำนาจที่จะแยกนมออกมาจากส่วนผสมของนมและน้ำได้ จึงถือเป็นสัญลักษณ์แทนการแยกแยะทางจิตวิญญาณ

อหัง–สา หรือ *หังสา* (ทางอินเดียออกเสียงว่า *ฮอง–ซอ*) แปลว่า "ข้าคือพระองค์" พยางค์อันทรงอำนาจในภาษาสันสกฤตเหล่านี้มีคลื่นความสั่นสะเทือนตรงกับลมหายใจเข้า–ออก ด้วยเหตุนี้มนุษย์จึงรับรองตัวตนที่แท้จริงของตนอยู่ทุกลมหายใจเข้า–ออก โดยที่ไม่ได้รู้ตัวเลยว่า *ข้าคือพระองค์!*

2 พวกเขาเลี่ยงความยุ่งยากนี้ด้วยการเรียกข้าพเจ้าว่า *ท่าน*

รายละเอียดข้อกฎหมายอันเกี่ยวเนื่องกับการจัดการทรัพย์สินของท่าน เพราะอยากจะหาทางป้องกันไม่ให้เครือญาติหาเหตุมาฟ้องร้องเอาสมบัติหลังจากที่ท่านลาโลกไป ไม่ว่าจะเป็นอาศรมสองแห่ง รวมถึงอสังหาริมทรัพย์อื่นๆ ซึ่งท่านประสงค์จะให้นำไปใช้เพื่อการบุญการกุศลเท่านั้น

"เมื่อเร็วๆ นี้ อาจารย์เตรียมการจะไปเมืองคิดเดอร์ปอร์ แต่ก็ไม่ได้ไป" อมูลยะบาบูผู้เป็นศิษย์ร่วมสำนักเล่าให้ข้าพเจ้าฟังในบ่ายวันหนึ่ง ข้าพเจ้าตัวเย็นวาบ ครั้นไปรบเร้าถามเอากับท่าน อาจารย์ก็ตอบแต่เพียงว่า "ครูจะไม่ไปคิดเดอร์ปอร์อีกแล้ว" แล้วท่านก็ตัวสั่นเทาเหมือนเด็กที่ตกใจกลัวอยู่ชั่วครู่หนึ่ง ("ความยึดติดกับกายสังขารอันเป็นที่อาศัย จะสำแดงตัวออกมาเองตามธรรมชาติวิสัยของมัน[1] แม้ในตัวของโยคีผู้รู้แจ้งในธรรมแล้วก็ยังพอมีให้เห็นอยู่บ้าง" ท่านปตัญชลีรจนาเอาไว้ ในบางครั้งที่อาจารย์แสดงธรรมว่าด้วยเรื่องความตาย ท่านมักจะกล่าวเสริมแทบทุกครั้งไปว่า "ดุจเดียวกับนกที่ถูกขังกรงมานาน ครั้นประตูกรงเปิด นกนั้นย่อมลังเล ไม่อยากจากที่พำนักอาศัยอันเคยคุ้นไป")

"อาจารย์ขอรับ" ข้าพเจ้าอ้อนวอนท่านทั้งสะอื้นไห้ "อย่าพูดอย่างนั้น! อย่าพูดอย่างนั้นกับกระผมอีกนะขอรับ!"

ดวงหน้าอาจารย์อ่อนโยนลงพร้อมรอยยิ้มที่บอกถึงศานติภายในใจ แม้วันครบรอบวันคล้ายวันเกิดปีที่แปดสิบเอ็ดของท่านจะใกล้เข้ามาแล้ว แต่ท่านยังดูมีสุขภาพสมบูรณ์แข็งแรงดีอยู่มาก

ข้าพเจ้าเป็นสุขอยู่ภายใต้ความเมตตารักใคร่ของอาจารย์วันแล้ววันเล่า แม้ท่านจะไม่ปริปากว่ากระไร แต่ข้าพเจ้าก็รับรู้ได้ด้วยใจ ด้วยเหตุนี้ ข้าพเจ้าจึงสลัดถ้อยคำที่ท่านบอกเป็นนัยว่าวาระสุดท้ายของท่านใกล้เข้ามาแล้วออกไปเสียจากจิตสำนึก

"อาจารย์ขอรับ เดือนนี้จะมีงาน*กุมภเมลา*ที่เมืองอัลลาหะบาด" ข้าพเจ้าชี้วันงานเมลาบนปฏิทินเบงกาลีให้อาจารย์ดู[2]

---

[1] นั่นคือประสบการณ์ในการตายครั้งแล้วครั้งเล่า ซึ่งผุดขึ้นมาจากอดีตชาติอันเนิ่นนานจนเหลือจะจดจำได้ ข้อความตอนนี้มีปรากฏอยู่ในคัมภีร์*โยคสูตร* 2:9 ของท่านปตัญชลี

[2] งาน *เมลา* เป็นเทศกาลทางศาสนาที่มีกล่าวถึงใน*มหากาพย์มหาภารตะ* อันเก่าแก่ พระภิกษุเสวียนจ้างที่จาริกมาจากเมืองจีนได้เขียนบันทึกเล่าถึงงาน*กุมภเมลา*ซึ่งจัดขึ้นที่เมืองอัลลาหะบาด

"เธออยากไปจริง ๆ รึ?"

ข้าพเจ้าไม่เฉลียวใจเลยว่าอาจารย์ไม่อยากให้ข้าพเจ้าจากท่านไป จึงพร่ำรำพันต่อไปว่า "ครั้งหนึ่งอาจารย์เคยได้พบกับท่านบาบาจีในงาน*กุมภเมลา* ที่เมืองอัลลาหะบาด ไม่แน่นะขอรับ ครั้งนี้กระผมอาจมีวาสนาได้พบท่านบ้างก็เป็นได้"

"ครูไม่คิดว่าเธอจะได้พบกับท่านที่นั่นหรอก" อาจารย์บอก แล้วไม่ปริปากว่ากระไรอีกเพราะไม่อยากขัดขวางแผนการเดินทางของข้าพเจ้า

วันรุ่งขึ้น เมื่อข้าพเจ้าจะนำคณะเล็ก ๆ ออกเดินทางไปยังอัลลาหะบาด อาจารย์ก็ให้พรข้าพเจ้าเงียบ ๆ ตามปกติวิสัยของท่าน เห็นได้ชัดว่าที่ข้าพเจ้ามิได้สำเหนียกถึงนัยแฝงในทีท่าของอาจารย์ เป็นเพราะพระเป็นเจ้าทรงมีพระประสงค์จะช่วยให้ข้าพเจ้าไม่ต้องเฝ้าดูอาจารย์จากไปโดยขัดขืนอันใดมิได้ ตลอดชีวิตของข้าพเจ้า ข้าพเจ้าไม่เคยได้ดูใจบุคคลอันเป็นที่รักในยามที่พวกเขาตายจากเลย พระเป็นเจ้าทรงมีพระเมตตาดลบันดาลให้ข้าพเจ้าอยู่ไกลจากเหตุการณ์นั้น ๆ เสมอมา[1]

คณะของพวกเรามาถึงงาน*กุมภเมลา*ในวันที่ 23 มกราคม ค.ศ.1936 คลื่นมหาชนเกือบสองล้านคนนับเป็นภาพอันน่าประทับอย่างเต็มตื้นล้นเหลือ ชาวอินเดียมีลักษณะพิเศษเฉพาะอยู่ประการหนึ่ง นั่นคือ ความเคารพต่อพระคุณของพระเป็นเจ้า รวมไปถึงนักบวชและสาธุผู้ละทิ้งความผูกพันในทางโลกออก

ใน ค.ศ.644 เอาไว้อย่างละเอียด งาน*กุมภเมลา* มีกำหนดจัดขึ้นทุก ๆ สามปี โดยหมุนเวียนกันไปจัดที่เมืองหรทวาร อัลลาหะบาด นาสิก และอุชไชน ตามลำดับ เมื่อเวียนกลับมาจัดที่หรทวารอีกครั้งก็ครบรอบสิบสองปีตามจักรราศีพอดี นอกจากนี้ แต่ละเมืองยังมีงาน*อรรธ* (ครึ่ง/กึ่ง) *กุมภะ* ซึ่งจะจัดขึ้นในปีที่หกหลังจัดงาน*กุมภเมลา* ตามวาระไปแล้ว ดังนั้น งาน*กุมภเมลา*และ*อรรธ-กุมภเมลา* จึงมีจัดขึ้นตามเมืองต่าง ๆ ข้างต้นในทุก ๆ สามปี

พระภิกษุเสวียนจ้างเล่าว่า พระเจ้าหรรษา กษัตริย์ผู้ปกครองภาคเหนือของอินเดียทรงประกอบพระราชกุศล เปิดท้องพระคลังถวายทรัพย์ (ที่สะสมมาห้าปี) ให้กับสมณชีพราหมณ์และแจกทานให้ผู้มาแสวงบุญในงานกุมภเมลาทั้งหมด ครั้นพระภิกษุเสวียนจ้างทูลลากลับเมืองจีนพระองค์ก็ถวายอัญมณีและทองคำให้กับท่านเป็นจำนวนมาก แต่ท่านปฏิเสธ และทูลขอสิ่งที่ทรงคุณค่าสูงยิ่งกว่า คือคัมภีร์ทางพุทธศาสนา 657 เล่ม เพื่อนำกลับไปเมืองจีนแทน

1 ข้าพเจ้าไม่ได้อยู่ดูแม่ พี่อนันตะ พี่โรมา อาจารย์ พ่อ และบุคคลอันเป็นที่รักอีกหลายท่านในยามที่พวกท่านจากโลกนี้ไป (พ่อเสียชีวิตที่กัลกัตตาในปี 1942 เมื่อ อายุได้แปดสิบเก้าปี)

วันเวลาช่วงสุดท้ายกับอาจารย์ 517

งานเทศกาลเฉลิมฉลองเหมายันที่ท่านสวามีศรียุกเตศวรจัดเป็นครั้งสุดท้ายเมื่อเดือน
ธันวาคม 1935 ผู้เขียนนั่งอยู่ติดกับคุรุผู้ยิ่งใหญ่ (กลาง) ที่โต๊ะในลานหน้าอารามที่เซรัมปอร์
ในอารามแห่งนี้ ท่านปรมหังสา โยคานันทะได้รับการฝึกอบรมสั่งสอนทางด้านจิตวิญญาณ
จากท่านศรียุกเตศวรเป็นเวลาร่วม 10 ปี

ปรมหังสา โยคานันทะ ภาพนี้ถ่ายเมื่อวันที่ 13
ธันวาคม 1935 ที่ เมืองทาโมธร อินเดีย ระหว่าง
การไปเยี่ยมโรงเรียนสำหรับเด็กชายแห่งแรก
ของท่านซึ่งก่อตั้งอยู่ใกล้กับทีหิกะเมื่อปี 1917
ท่านกำลังทำสมาธิอยู่ ณ บริเวณที่เคยเป็น
ประตูทางเข้าของซากหอปรักหักพัง ซึ่งครั้งหนึ่ง
เคยเป็นที่ซึ่งท่านชอบมาปลีกวิเวก

ท่านศรีรามณะมหาฤษี และท่านโยคานันทะ
ที่รามณะอรุณาจัลอาศรม (ดูหน้า 510)

บริเวณรับประทานอาหารที่ระเบียงชั้นสอง ณ อารามเมือง
เซรัมปอร์ ของท่านศรียุกเตศวร เมื่อปี 1935 ท่านโยคานันทะ
(กลาง) นั่งอยู่ใกล้คุรุของท่าน (ยืนทางขวา)

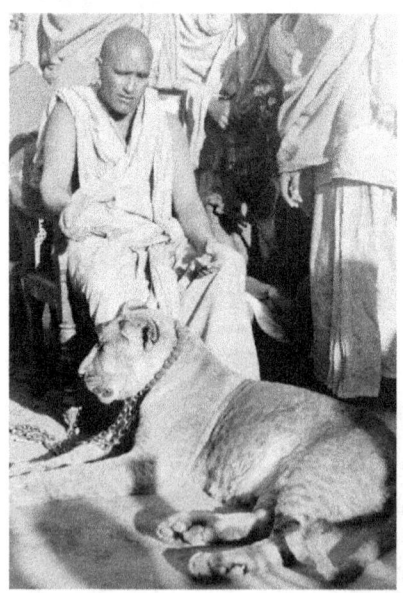

สวามีกฤษณานันทะ ที่งานกุมภเมลา ปี 1936 ณ เมืองอัลลา-
หะบาด ใกล้ตัวท่านนั้นคือนางสิงห์เชื่องผู้ปฏิเสธเนื้อสัตว์ ซ้ำยัง
คำรามอยู่ในคอลึกๆ เป็นคำว่า "โอม" (ดูหน้า 520)

แสวงหาหลักยึดเหนี่ยวทางจิตวิญญาณ ธรรมชาติวิสัยดังกล่าวมีอยู่ในตัวชาวอินเดียทุกคน ไม่เว้นแม้แต่ชาวไร่ชาวนาผู้มีฐานะต่ำต้อยที่สุด พวกนักบวชกำมะลอกับพวกนักต้มตุ๋นมีอยู่จริง ๆ แต่อินเดียก็ให้ความเคารพทั้งหมดเพื่อเห็นแก่โยคีแท้เพียงไม่กี่คนที่ยังความสว่างไสวให้กับดินแดนแห่งนี้ด้วยบุญบารมีอันสูงส่งเหนือโลกหล้า ชาวตะวันตกผู้ได้มาเห็นภาพผู้คนอันล้นหลามนี้นับว่ามีโอกาสอันพิเศษสุดที่จะได้สัมผัสกับชีพจรของชาติเรา ได้รับรู้ถึงความแรงกล้าทางจิตวิญญาณ ซึ่งมอบพลังอันแข็งแกร่งให้กับอินเดียเรื่อยมา และไม่มีวันอ่อนล้าลงไม่ว่าเวลาจะผันผ่านไปนานสักเท่าใดก็ตาม

วันแรก คณะของเราได้แต่เดินจ้องดูนั่นดูนี่อยู่เพียงถ่ายเดียว ทั้งผู้แสวงบุญหลายพันคนที่พากันลงอาบน้ำในแม่พระคงคาอันศักดิ์สิทธิ์เพื่อล้างบาป เหล่าพราหมณาจารย์ที่ตั้งมั่นอยู่กับการประกอบพิธีพลีกรรม เครื่องบูชาที่ผู้คนโปรยลงตรงแทบเท้าของสันนยาสีผู้นิ่งเงียบ ขบวนช้าง ขบวนม้าในเครื่องอาน และขบวนอูฐจากแคว้นราชปุตค่อย ๆ เหยาะย่างผ่านไปเป็นทิวแถว ตามมาด้วยขบวนของสาธุผู้เปลือยกาย โบกคทาเงินคทาทองหรือสายแพรกำมะหยี่ไหมในมือไปมา นับเป็นขบวนแห่ทางศาสนาที่ดูแปลกตายิ่ง

พวกฤษีที่นุ่งแต่ผ้าเตี่ยวผืนเดียวจะนั่งกันอยู่เงียบ ๆ เป็นกลุ่มเล็ก ๆ ร่างกายฤาทาด้วยขี้เถ้าที่ช่วยป้องกันความร้อน–หนาวให้ บนหน้าผากป้ายกระแจะจันทน์ไว้เด่นชัดตรงตำแหน่งตาธรรม พวกสวามีที่โกนผมบนศีรษะทิ้งก็มีอยู่เป็นเรือนพัน ห่มผ้ากาสายะสีน้ำตาลอมแดง ในมือถือไม้เท้าไม้ไผ่กับบาตร ขณะเดินไปมาหรือตั้งข้อปุจฉา–วิสัชนากับประดาสานุศิษย์ ดวงหน้าของพวกท่านก็ฉายประกายแห่งความสงบเยี่ยงผู้สละแล้วซึ่งทางโลก

ใต้ต้นไม้ใหญ่ทั่วบริเวณงาน จะเห็นภาพอันงดงามของพวกสาธุ[1] นั่งล้อมกองไฟใหญ่ ผมขมวดรวมเป็นเปียเส้นใหญ่แล้วมุ่นมวยเอาไว้กลางกระหม่อม

1 สาธุจำนวนหลายแสนคนในอินเดียอยู่ภายใต้การควบคุมดูแลของคณะผู้บริหารอันประกอบขึ้นจากผู้นำเจ็ดท่าน ซึ่งเป็นตัวแทนจากภูมิภาคหลักทั้งเจ็ดของอินเดีย ประธานคณะผู้บริหาร (เรียกว่า*มหามณฑเลสวร*) ในขณะนั้นคือท่านโชเยนทรปุรี ท่านเป็นผู้เพียบพร้อมด้วยคุณความดีและพูดน้อยอย่างยิ่ง ปกติจะพูดอยู่แค่สามคำ คือ สัจธรรม ความรัก และการงาน นับเป็นบทสนทนาที่ยิ่งเสียกว่าเพียงพอ!

บางท่านมีหนวดเคราขาวหลายฟุตจนต้องม้วนมัดรวมกันไว้เป็นปม พวกท่านเข้าสมาธิอยู่กันเงียบ ๆ หรือไม่ก็ยกมือขึ้นประสาทพรให้กับผู้คนที่ผ่านไปมา... ทั้งขอทาน มหาราชาบนช้างทรง สตรีในส่าหรีหลากสีสัน เวลาเดินได้ยินเสียงกำไลมือและกำไลข้อเท้ากระทบกันดังกรุ๊งกริ๊ง พวก*ฟาคีร์*ผู้เหยียดแขนอันผอมลีบชูขึ้นสูง เหล่า*พรหมจารี*ถือไม้สำหรับค้ำยันข้อศอกเวลาทำสมาธิ และพระมุนีผู้อ่อนน้อม ซ่อนปีติภายในเอาไว้เบื้องหลังเปลือกนอกอันเคร่งขรึม ในท่ามกลางเสียงอึกทึกเหล่านี้ยังมีเสียงย่ำระฆังจากเทวาลัยดังลอยมาให้ได้ยินไม่ขาดสาย

วันที่สองของงาน*เมลา* ข้าพเจ้ากับคณะได้แวะไปตามอาศรมและกระท่อมที่ปลูกสร้างขึ้นชั่วคราวหลายแห่ง เพื่อกราบไหว้ท่านผู้ทรงไว้ซึ่งศีลาจารวัตรอันประเสริฐเหล่านั้น พวกเราได้รับการประสาทพรจากท่านผู้นำสำนักสวามีสาย*คีรี*...ท่านเป็นนักบวชร่างผอมบาง เคร่งในวัตรปฏิบัติ ดวงตาท่านเป็นประกายกล้าแต่แฝงไว้ด้วยรอยยิ้ม จากนั้นคณะของเราก็เลยไปเยือนอาศรมของท่านคุรุผู้ไม่พูดกับใครและฉันแต่ผลไม้เป็นอาหารมานานถึงเก้าปี ท่านมีนามว่าประจันจักษุ[1] ตาท่านบอด ตัวท่านนั่งอยู่บนยกพื้นในอาศรม ท่านมีความรอบรู้ในคัมภีร์ต่าง ๆ อย่างลึกซึ้ง และได้รับความเคารพนับถือจากทุกสำนักนิกายเป็นอย่างสูง

หลังข้าพเจ้ากล่าวอรรถกถาธรรมว่าด้วยปรัชญา*เวทานตะ*เป็นภาษาฮินดีสั้น ๆ คณะของเราก็ออกจากอาศรมอันสงบแห่งนั้นไปเยือนสวามีกฤษณานันทะที่อยู่ในละแวกใกล้เคียง ท่านเป็นนักบวชหนุ่มรูปงาม แก้มมีเลือดฝาด บ่ากว้างผึ่งผาย ที่นอนเหยียดตัวอยู่ใกล้ ๆ ท่านคือนางสิงโตที่เชื่องเชื่อ สยบยอมต่อความงดงามแห่งจิตวิญญาณของท่าน มิใช่ต่อร่างกายอันแข็งแกร่งบึกบึน!...ข้าพเจ้าแน่ใจเช่นนั้น...นางสิงห์ป่าปฏิเสธเนื้อสัตว์ทุกชนิด หันมากินข้าวกับนมแทน ท่านสวามีกระทั่งยังสอนให้นางสัตว์ขนเหลืองอมน้ำตาลคำรามอยู่ในคอลึก ๆ เป็นคำว่า *"โอม"* ได้ด้วยซ้ำ...แมวสาวกตัวจริงแท้แน่เชียว!

จากนั้น คณะของเราได้ไปพบปะสนทนากับสาธุหนุ่มผู้รอบรู้ ดังความที่มร.ไรต์บรรยายไว้ในบันทึกการเดินทางอันมีสีสัน ความว่า

---

1 ฉายาของท่านมีความหมายว่า "บุคคลผู้มองเห็นด้วยปัญญา" (เพราะไม่มีดวงตา)

"เราขับรถฟอร์ดลงเรือแพขนานยนต์ข้ามแม่น้ำคงคาช่วงที่ระดับน้ำไม่ลึกนัก ได้ยินเสียงเอี๊ยดอ๊าดดังไปตลอดทาง จากนั้น เราก็ค่อย ๆ ขับรถซอกซอนผ่านฝูงชนและตรอกซอยอันคดเคี้ยวและคับแคบ ผ่านริมฝั่งแม่น้ำตรงจุดที่ท่านโยคานันทะชี้บอกว่าเป็นที่ซึ่งท่านศรียุกเตศวรได้พบกับท่านบาบาจี ภายหลัง พวกเราจึงลงจากรถชั่วคราวเดินฝ่ากลุ่มควันหนาทึบที่พวยพุ่งขึ้นมาจากกองไฟของเหล่าสาธุ ตัดผืนทรายลื่น ๆ ไปยังกระท่อมเล็ก ๆ ที่ตั้งอยู่เป็นหย่อม สร้างขึ้นง่าย ๆ จากดินโคลนและเศษฟาง เรามาหยุดลงตรงหน้ากระท่อมธรรมดา ๆ ที่ปลูกขึ้นเป็นที่พักพิงชั่วคราวหลังหนึ่ง ทางเข้าเป็นแค่ช่องโล่งต่ำเตี้ย ไม่มีบานประตูเสียด้วยซ้ำ กระท่อมหลังนี้เป็นที่พักของท่านการปาตริสาธุหนุ่มผู้ร่อนเร่ไร้หลักแหล่งแต่ฉลาดปราดเปรื่องจนเป็นที่เลื่องลือ ท่านนั่งขัดสมาธิอยู่บนกองฟาง ผ้าคลุมกายเพียงหนึ่งเดียว...และดูเหมือนจะเป็นสมบัติเพียงชิ้นเดียวของท่านด้วย...คือผ้าย้อมฝาดที่คลี่คลุมอยู่บนบ่าทั้งสอง

"ดวงหน้าเยี่ยงผู้รู้แจ้งอย่างแท้จริงแย้มยิ้มรับหลังจากที่พวกเรามุดเข้าไปในกระท่อมได้ครบทั้งสี่คน และคลานเข้าไปกราบเท้าท่านผู้ทรงไว้ซึ่งวิญญาณอันสว่างในธรรม ตะเกียงน้ำมันก๊าดตรงทางเข้าสั่นไหวในลีลาประหลาด ยังผลให้เกิดเป็นเงาวูบวาบขึ้นบนผนังที่มุงด้วยฟางแห้ง ใบหน้าของท่าน...โดยเฉพาะดวงตาและฟันอันเรียงเป็นระเบียบเรียบงาม...เปล่งประกายสะท้อนกับแสงไฟ ถึงผมจะไม่เข้าใจภาษาฮินดี แต่อากัปกิริยาของท่านก็เผยให้เห็นได้อย่างชัดเจนว่าท่านเป็นผู้ที่เต็มไปด้วยความกระตือรือร้น เปี่ยมไปด้วยความรัก และมีจิตวิญญาณอันสูงส่ง ความยิ่งใหญ่ของท่านเป็นที่ประจักษ์ชัดแก่ผู้ที่ได้มาพบ

"ลองนึกถึงชีวิตอันเป็นสุขของท่านผู้ไม่ติดข้องอยู่ในโลกแห่งวัตถุดูเถิด... ชีวิตที่ไม่ต้องมาคอยเป็นกังวลเรื่องเสื้อผ้า ไม่วุ่นวายกับเรื่องอาหารการกิน ไม่ขออาหารจากใคร ไม่แตะต้องอาหารที่ผ่านการปรุงแต่งวันเว้นวัน ไม่หอบบาตรให้พะรุงพะรัง ไม่เข้าไปเกี่ยวข้องพัวพันกับเรื่องเงิน ๆ ทอง ๆ ไม่จับต้องเงินทอง ไม่สะสมข้าวของ มีแต่ความเชื่อมั่นในพระเป็นเจ้า ไม่ต้องห่วงเรื่องการเดินทาง ไม่เคยขึ้นรถลงเรือ มีแต่อาศัยสองเท้าย่ำไปตามริมฝั่งแม่น้ำศักดิ์สิทธิ์สายแล้วสายเล่า และไม่เคยรั้งอยู่ที่ใดนานเกินกว่าหนึ่งสัปดาห์เพื่อไม่ให้ความยึดติดหรือผูกพันใด ๆ งอกเงยขึ้นมาได้

“ช่างเป็นวิญญาณอันสมถะนัก! รอบรู้พระเวทในวิถีที่ต่างจากคนทั่วไป ท่านได้รับปริญญามหาบัณฑิตและตำแหน่ง*ศาสตรี* (ผู้เชี่ยวชาญคัมภีร์ทางศาสนา) จากมหาวิทยาลัยพาราณสี ความปลาบปลื้มปีติแผ่ซ่านไปทั่วร่างในขณะที่ผมนั่งลงที่แทบเท้าท่าน ทั้งหมดนี้ดูเหมือนจะเป็นคำตอบต่อความปรารถนาของผมที่อยากจะเห็นอินเดียอันเก่าแก่แท้จริง เพราะท่านคือตัวแทนที่แท้จริงของดินแดนแห่งความยิ่งใหญ่ทางจิตวิญญาณนี้”

ข้าพเจ้าถามท่านการปาตริเรื่องการใช้ชีวิตเร่ร่อนไร้หลักแหล่งของท่านว่า “ท่านไม่มีเสื้อผ้าชุดอื่นเอาไว้เปลี่ยนตอนหน้าหนาวเลยหรือขอรับ?”

“ไม่มีหรอก เท่าที่มีอยู่นี้ก็นับว่าพอแล้ว”

“ท่านพกตำราเล่มใดติดตัวบ้างหรือไม่ขอรับ?”

“ไม่พกเลยสักเล่ม กระผมสอนคนที่ต้องการฟังธรรมจากกระผมด้วยสิ่งที่อยู่ในหัวนี่แหละ”

“ท่านทำอะไรอย่างอื่นอีกบ้างขอรับ?”

“ก็ตระเวนไปตามริมฝั่งแม่น้ำคงคา เลาะไปเรื่อยล่ะขอรับ”

ได้ยินคำพูดอันราบเรียบเหล่านี้แล้ว ความโหยหาต่อชีวิตอันเรียบง่ายก็เข้าครอบงำข้าพเจ้า แต่พอนึกถึงอเมริกาและภาระหน้าที่ทั้งหลายที่ตนเองแบกรับเอาไว้บนสองบ่า

“ไม่ได้นะ โยคานันทะ” ข้าพเจ้าปรามตัวเองอย่างเศร้าใจในชั่วขณะจิตหนึ่ง “ชาตินี้เจ้าไม่มีวาสนาได้ใช้ชีวิตท่องไปตามริมฝั่งแม่น้ำคงคาเยี่ยงนี้ดอก”

หลังท่านสาธุเล่าถึงการตระหนักรู้ทางจิตวิญญาณของท่านให้ฟังได้สองสามเรื่อง ข้าพเจ้าก็ถามโพล่งออกไปว่า

“ธรรมที่ท่านกำลังอธิบายอยู่นี้ได้มาจากความรู้ในคัมภีร์หรือจากประสบการณ์ทางจิตของท่านขอรับ?”

“ได้มาจากที่เรียนในคัมภีร์ครึ่งหนึ่ง” ท่านยิ้มให้อย่างเปิดเผย “อีกครึ่งหนึ่งได้มาจากประสบการณ์จริงขอรับ”

พวกเรานั่งเข้าสมาธิกันอย่างสงบและเป็นสุขอยู่พักใหญ่ หลังกราบลาท่านมาข้าพเจ้าก็บอกกับ มร.ไรต์ว่า “ท่านเป็นราชาผู้ประทับอยู่เหนือบัลลังก์ที่ปูลาดด้วยฟางทอง”

คืนนั้นพวกเรานั่งลงกับพื้นในงาน*เมลา*ภายใต้แสงดาว กินมื้อค่ำจากกระทง ใบไม้ที่ใช้ไม้กลัดกลัดเข้าเป็นจานชาม การล้างถ้วยจานชามในอินเดียจึงไม่ใช่ เรื่องจำเป็น!

เราเที่ยวชมงาน*เมลา*ต่ออีกสองวัน จากนั้นจึงเลาะริมฝั่งแม่น้ำยมุนาไป ยังเมืองอัคระทางตะวันตกเฉียงเหนือ นับเป็นอีกครั้งที่ข้าพเจ้าได้กลับมาเห็น ทัชมาฮาล ในใจก็หวนคิดถึงเมื่อครั้งที่มีจิเตนทรยืนอยู่ข้าง ๆ ตะลึงลานไปกับ ความฝันที่รังสรรค์ขึ้นจากหินอ่อน จากนั้น พวกเราจึงมุ่งหน้าไปยังอาศรมที่ พฤนทาพันของท่านสวามีเกศพานันทะ

วัตถุประสงค์ในการไปเยือนท่านเกศพานันทะมีความเกี่ยวข้องกับหนังสือ เล่มนี้โดยตรง ข้าพเจ้าไม่เคยลืมที่อาจารย์สั่งให้เขียนชีวประวัติของท่านลาหิริ มหัสยะเลย ระหว่างอยู่อินเดีย ข้าพเจ้าจะคว้าโอกาสที่จะได้พบปะกับญาติ และศิษย์โดยตรงขององค์โยคาวตารเอาไว้ทุกครั้ง หลังจดบันทึกการสนทนากับ ผู้คนเหล่านี้ได้ตั้งใหญ่ ข้าพเจ้าก็ทำการตรวจสอบวันเวลากับข้อเท็จจริง ตลอด จนเก็บรวบรวมภาพถ่าย จดหมายเก่า ๆ และเอกสารต่าง ๆ เอาไว้จนแฟ้ม ข้อมูลเกี่ยวกับท่านลาหิริ มหัสยะหนาขึ้นทุกที เมื่อนั้นข้าพเจ้าจึงเริ่มวิตกและ ตระหนักว่าบนเส้นทางแห่งการเขียนหนังสือของข้าพเจ้ามีงานอันยากลำบาก รออยู่เบื้องหน้า ข้าพเจ้าได้แต่สวดภาวนาขอให้ตัวเองมีความสามารถพอที่ จะแบกรับบทบาทในฐานะผู้เขียนชีวประวัติของท่านคุรุผู้ยิ่งใหญ่ในโลกหล้านี้ ได้ มีสานุศิษย์ของท่านอยู่ไม่น้อยที่เกรงว่าการเขียนเรื่องราวคุรุของพวกเขาจะ เป็นการหลู่เกียรติหรือตีความท่านผิด ๆ

"การนำเอาถ้อยคำอันเย็นเยียบไร้ชีวิตมาบรรยายชีวิตขององค์อวตารแห่ง พระเป็นเจ้า ใครจะมีปัญญาทำให้ถูกต้องเที่ยงตรงได้เล่า?" ท่านปัญจานน ภัฏฏาจารย์เคยกล่าวกับข้าพเจ้าเช่นนี้

สานุศิษย์ที่เคยอยู่รับใช้ใกล้ชิดคนอื่น ๆ ก็พอใจที่จะเก็บซ่อนองค์โยคาวตาร ท่านนี้ไว้ในหัวใจในฐานะครูบาอาจารย์ผู้เป็นอมตะมากกว่า อย่างไรก็ดี เมื่อ คำนึงถึงคำทำนายที่ท่านลาหิริ มหัสยะเคยกล่าวไว้เกี่ยวกับหนังสือชีวประวัติ ของท่าน ข้าพเจ้าจึงทุ่มเทความพยายามอย่างเต็มที่ในการค้นหาและตรวจสอบ ข้อเท็จจริงเกี่ยวกับชีวิตของท่านซึ่งคนภายนอกได้ประสบพบมา

ท่านสวามีเกศพานันทะต้อนรับเรายังอาศรมกัตยยานีปีฐที่เมืองพฤนทาพันอย่างอบอุ่น อาศรมอันใหญ่โตหลังนี้ก่อด้วยอิฐ รองรับด้วยหมู่เสาสีดำต้นมหึมาตั้งอยู่กลางสวนอันสวยงาม ท่านเกศพานันทะเดินนำเราตรงเข้าไปในห้องรับรองที่มีภาพถ่ายขยายขนาดใหญ่ของท่านลาหิริ มหัสยะประดับอยู่ข้างฝา ตัวท่านอายุย่างเข้าเก้าสิบแล้วแต่ร่างอันกำยำก็เผยให้เห็นว่าท่านยังคงมีสุขภาพสมบูรณ์แข็งแรงดีอยู่ ผมและหนวดเคราของท่านขาวราวหิมะ ดวงตาเป็นประกายด้วยความสุข ท่านช่างเหมาะจะเป็นแม่แบบของผู้อาวุโสเสียนี่กระไร ข้าพเจ้าเรียนท่านว่าอยากเอ่ยชื่อของท่านเอาไว้ในหนังสือที่จะเขียนเกี่ยวกับครูบาอาจารย์ของทางอินเดียเรา

“ท่านจะกรุณาเล่าเรื่องชีวิตในวัยเยาว์ให้กระผมฟังหน่อยได้ไหมขอรับ?” ข้าพเจ้ายิ้มอย่างวิงวอน ด้วยรู้ดีว่าโยคีผู้ยิ่งใหญ่มักเงียบขรึมและพูดน้อย

ท่านเกศพานันทะแสดงทีท่าถ่อมตน “ฉันข้องเกี่ยวกับโลกภายนอกน้อยกว่าน้อย อันที่จริงชีวิตฉันทั้งชีวิตก็อยู่แต่กับความวิเวกในหิมาลัย ย่ำเท้าจากถ้ำอันเงียบสงบแห่งหนึ่งไปยังอีกแห่งหนึ่ง มีอยู่ช่วงหนึ่ง ฉันตั้งอาศรมหลังเล็ก ๆ ขึ้นที่นอกเมืองหรทวารท่ามกลางป่าที่รายล้อมอยู่รอบด้าน มีแต่ไม้ใหญ่สูงชะลูดขึ้นอยู่เต็มไปหมด เป็นทำเลที่สงบเงียบ ไม่ค่อยมีคนย่างกรายมาเพราะงูเห่าชุมมาก” ท่านเกศพานันทะหัวเราะหึ ๆ “ต่อมา แม่น้ำคงคาก็เอ่อท่วม พัดเอาทั้งอาศรมและงูเห่าเหล่านั้นหายไปด้วยกันหมด ลูกศิษย์ลูกหาของฉันก็เลยช่วยฉันสร้างอาศรมหลังนี้ขึ้นที่พฤนทาพัน”

ใครคนหนึ่งในคณะของเราถามท่านสวามีว่าท่านใช้วิธีใดในการป้องกันตัวให้พ้นภัยจากประดาเสือโคร่งหิมาลัย

ท่านเกศพานันทะส่ายหน้า “ในที่ซึ่งจิตวิญญาณเจริญขึ้นสู่ระดับสูงเช่นนั้น” ท่านว่า “สัตว์ป่ามักไม่มาทำร้ายหรือรบกวนเหล่าโยคี มีอยู่ครั้งหนึ่ง ฉันเคยเจอเสือแบบจังๆ หน้าในป่า เห็นฉันพรวดพราดออกมา เจ้าเสือตัวนั้นก็ชะงักนิ่งอยู่กับที่เหมือนถูกสาปให้เป็นหินกระนั้น” แล้วท่านสวามีก็หัวเราะขันเรื่องราวในอดีตอีกครั้ง[1]

---

1 ดูเหมือนว่าการเอาชนะเสือจะมีอยู่หลายวิธีมาก นักสำรวจชาวออสเตรเลียชื่อฟรานซิส

"บางครั้ง ฉันจะออกจากที่ปลีกวิเวกลงไปเยี่ยมคารวะอาจารย์ของฉันที่พาราณสี ท่านเคยล้อเรื่องที่ฉันเอาแต่ตระเวนไพรไปมาอยู่ในหิมาลัยไม่ยอมหยุดด้วยนะ

" 'เจ้าล่ะมันชีพจรลงเท้าเสียจริง ๆ' ครั้งหนึ่งท่านเคยบอกฉันอย่างนี้ 'เราดีใจนักที่เทือกเขาหิมาลัยอันศักดิ์สิทธิ์กว้างใหญ่ไพศาลพอที่จะรองรับเจ้าไว้ได้' "

"มีอยู่หลายครั้ง" ท่านเกศพานันทะเล่าต่อ "ทั้งก่อนและหลังลาโลกไปแล้ว ท่านลาหิริ มหัสยะได้มาสำแดงตัวให้ฉันเห็น สำหรับท่านแล้ว ไม่มียอดเหลี่ยมเขาใดในหิมาลัยที่ท่านจะเข้าไปไม่ถึง ไม่ว่าที่นั่นจะสูงสักปานใดก็ตาม!"

สองชั่วโมงให้หลัง ท่านพาเราไปยังระเบียงที่กินข้าว ข้าพเจ้าได้แต่ทอดถอนใจใหญ่กับข้าวกับปลาตั้งสิบห้าอย่างอีกแล้ว! อยู่รับน้ำใจไมตรีแบบอินเดียเราแค่ไม่ถึงปี น้ำหนักข้าพเจ้าก็เพิ่มขึ้นถึงห้าสิบปอนด์! แต่อาหารเหล่านี้ล้วนตระเตรียมอย่างพิถีพิถันสำหรับใช้ในงานเลี้ยงเพื่อเป็นเกียรติแก่ข้าพเจ้าทั้งสิ้น หากไม่กินให้ครบทุกจานก็จะถือเป็นการเสียมารยาทอย่างยิ่ง ในอินเดียเราถือว่าการที่สวามีมีร่างอ้วนท้วนสมบูรณ์เป็นเรื่องดี (อนิจจา ที่อื่น ๆ หาได้คิดเช่นนั้นไม่!)

หลังกินมื้อค่ำเสร็จ ท่านเกศพานันทะก็เดินนำข้าพเจ้าไปยังมุมสงบ

"การมาของเธอเป็นเรื่องที่ฉันรู้อยู่ก่อนแล้ว" ท่านบอก "มีคนฝากความมาถึงเธอแน่ะ"

ข้าพเจ้าประหลาดใจ ไม่มีใครรู้มาก่อนว่าข้าพเจ้ามีแผนจะแวะมาเยี่ยมท่านเกศพานันทะ

"ปีกลายนี้ ขณะที่ตระเวนไพรอยู่ในเขตหิมาลัยตอนเหนือ ละแวกเมืองพัทรีนารายัณ"

เบอร์เทิลส์เล่าว่า เขาเห็นว่าป่าของอินเดียนั้น "หลากหลาย สวยงาม และปลอดภัย" เครื่องป้องกันของเขาคือกระดาษกาวดักแมลง "ทุก ๆ คืนผมจะติดกระดาษเหล่านี้เอาไว้รอบแคมป์ ทำให้ไม่เคยถูกรบกวนเลย" เขาอธิบาย "เหตุผลนั้นเป็นเรื่องของจิตวิทยา เสือเป็นสัตว์ที่หยิ่งในศักดิ์ศรีมาก มันจะมาเที่ยวด้อม ๆ มอง ๆ และหาหนทางท้าทายมนุษย์จนกระทั่งมาเจอเข้ากับกระดาษกาวดักแมลง เมื่อนั้นมันจะจากไปอย่างเงียบ ๆ ด้วยความละอาย ไม่มีเสือที่หยิ่งในศักดิ์ศรีตัวไหนจะทนสู้หน้ามนุษย์หลังจากต้องนั่งแหมะบนกระดาษกาวดักแมลงที่เหนียวหนึบได้หรอก!"

สวามีเกศพานันทะ (ยืนซ้าย) ศิษย์วัย 90 ปี ของท่านลาหิริ มหัสยะ ท่านโยคานันทะ และ ซี. ริชาร์ด ไรต์ เลขานุการของท่านโยคานันทะ ที่อาศรมของท่านเกศพานันทะ เมืองพฤนทาพัน ปี 1936

ท่านสวามีเล่าต่อ "ฉันหลงทางไปเจอเอาถ้ำอันกว้างขวางแห่งหนึ่ง ในถ้ำว่างเปล่าเห็นแต่ฟืนใกล้จะมอดเรืองแสงวาบ ๆ อยู่บนพื้นหินที่เว้าลงไปเป็นแอ่งเล็ก ๆ ฉันเข้าไปนั่งใกล้ ๆ กองไฟ ตาก็เหม่อมองไปยังปากถ้ำที่มีแสงส่องสว่าง ในใจก็นึกสงสัยว่าผู้เป็นเจ้าของถ้ำอันเปลี่ยวร้างจะเป็นใครกันหนอ

"'เกศพานันทะ เราดีใจที่เห็นเจ้าอยู่ที่นี่' คำพูดเหล่านี้ดังมาจากข้างหลัง ฉันหันกลับไปมองก็ให้ตกใจและงุนงงนักที่ได้เห็นท่านบาบาจี! ท่านมหาคุรุปรากฏตัวขึ้นตรงเวิ้งถ้ำ ฉันปลาบปลื้มนักหนาที่ได้มาพบกับท่านอีกหลังจากผ่านไปหลายปี ฉันทรุดกายกราบลงที่แทบเท้าท่าน

"'เราเรียกเจ้ามาที่นี่' ท่านบาบาจีกล่าวต่อ 'ด้วยเหตุนี้ เจ้าจึงได้หลงทางและถูกนำมายังถ้ำอันเป็นที่พักชั่วคราวของเรา จำได้ว่าเราพบกันครั้งสุดท้ายเมื่อนานมาแล้ว เรายินดีนักที่ได้พบกับเจ้าอีกครั้ง'

"ท่านคุรุผู้อยู่เหนือความตายประสาทพรให้ฉันด้วยถ้อยคำอันเป็นคุณแก่จิตวิญญาณ จากนั้น จึงกล่าวเสริมมาว่า 'เรามีความฝากเจ้าไว้บอกแก่โยคานันทะหลังกลับมาอินเดีย เขาจะมาเยี่ยมเจ้า แต่โยคานันทะจะมีธุระยุ่งวุ่นวายอยู่กับเรื่องอาจารย์ของเขาและสานุศิษย์ที่ยังมีชีวิตอยู่ของลาหิริ เมื่อเขามาหาเจ้า จงบอกเขาว่าเราจะยังไม่มาพบกับเขาในครั้งนี้อย่างเช่นที่เขาหวังเอาไว้นักหนา แต่เราจะมาพบกับเขาในวาระอื่น'"

ข้าพเจ้าซึ้งใจนักที่ได้ยินคำสัญญาของท่านบาบาจีผ่านทางปากของท่านเกศพานันทะ ทำให้รู้สึกใจชื้นขึ้น ความเจ็บปวดในใจก็ปลาสนาการไป ไม่รู้สึกเสียใจที่ท่านบาบาจีไม่มาปรากฏตัวที่งาน*กุมภเมลา*อีก...ก็เหมือนอย่างที่ท่านอาจารย์ศรียุกเตศวรได้เคยบอกเป็นนัยไว้ก่อนหน้านั้น

พวกเราเป็นแขกพักอยู่ที่อาศรมของท่านเกศพานันทะหนึ่งคืน บ่ายวันถัดมาจึงออกเดินทางกลับกัลกัตตา ขณะนั่งรถไปบนสะพานข้ามแม่น้ำยมุนา เราก็เพลิดเพลินไปกับทิวทัศน์อันอลังการของเส้นขอบฟ้าแห่งเมืองพฤนทาพันในยามที่ดวงตะวันสาดแสงแดงฉานไปทั่วผืนฟ้า...ประหนึ่งสีแห่งพระเพลิงที่ลุกโชนอยู่ในเตาหลอมของอัคคีเทพวัลคัน กระทั่งยังสะท้อนเป็นเงาอยู่บนผิวน้ำอันนิ่งสนิทที่เบื้องล่างพวกเราด้วย

หาดยมุนานั้นนับเนื่องกันว่าศักดิ์สิทธิ์ด้วยตำนานที่เล่าถึงพระกฤษณะเมื่อ

ครั้งยังทรงพระเยาว์ ทรงละเล่นเบิกบานอยู่กับพวกนางโคปีด้วยความหวาน ชื่น นับเป็นตัวอย่างของความรักอันอยู่พ้นวิสัยโลกระหว่างองค์อวตารแห่ง พระเป็นเจ้ากับเหล่าสาวกโดยแท้ มีนักวิจารณ์ชาวตะวันตกไม่น้อยที่เข้าใจชีวิต ของพระกฤษณะไปในทางที่ผิดๆ สำหรับพวกที่เอาจิตไปผูกไว้กับตัวหนังสือ นิทานอุปมาอุปไมยในพระคัมภีร์ย่อมยังความสับสนงุนงงให้กับพวกเขา ตัวอย่างที่เห็นได้ชัดในประเด็นนี้ก็คือความผิดพลาดอันน่าหัวร่อของนักแปล ดังนิทานที่เล่าถึงผู้แจ้งในธรรมซึ่งได้รับแรงบันดาลใจจากพระเป็นเจ้าผู้หนึ่ง ท่านผู้นี้เป็นช่างซ่อมรองเท้าชื่อรวิทาส ท่านได้ใช้ถ้อยคำที่แสนจะธรรมดาใน งานอาชีพของท่านแต่งโศลกร้องสรรเสริญความประภัสสรแห่งจิตวิญญาณที่ แฝงอยู่ในตัวมนุษย์ทั้งหลายว่า

      พระผู้เป็นเจ้าเกรียงไกร   พัสตราหนังสัตว์สวมใส่
      ทรงสถิตพำนักเนาใน   ใต้เวิ้งฟ้าใหญ่สีคราม

แล้วใครๆ ก็ต้องเบือนหน้าไปแอบยิ้มเมื่อได้ยินคำแปลบทกวีของรวิทาสที่ นักเขียนชาวตะวันตกคนหนึ่งตีความไว้แบบพื้นๆ อย่างไร้จินตนาการ ความว่า

      หลังจากนั้น เขาก็ปลูกกระท่อม นำเอาเทวรูปซึ่งทำจากหนังสัตว์ที่ฟอกแล้ว เข้าไปประดิษฐาน และอุทิศตนกระทำการบวงสรวงบูชาเทวรูปนั้นมิได้ขาด

รวิทาสเป็นศิษย์ร่วมอาจารย์เดียวกันกับท่านกบีร์ผู้ยิ่งใหญ่ หนึ่งในศิษย์ที่ บรรลุสภาวจิตขั้นสูงของรวิทาสคือรานีแห่งจิตตอร์ นางได้เชิญพราหมณ์จำนวน มากมารับเลี้ยงอาหารเพื่อเชิดชูคุรุของตน แต่พราหมณ์เหล่านั้นไม่ยอมนั่งกิน อาหารร่วมกับช่างซ่อมรองเท้าผู้ต่ำต้อย จึงแยกวงไปนั่งกินกันไกลๆ ด้วยความ ถือตน ไม่ประสงค์จะให้อาหารของตนแปดเปื้อนมลทิน แล้วดูเอาเถิด! ข้างกาย พราหมณ์แต่ละคนกลับปรากฏร่างของรวิทาสมานั่งเคียงคู่ ภาพนิมิตที่พวก พราหมณ์เห็นพร้อมกันในครั้งนี้ยังผลให้มีการฟื้นฟูทางจิตวิญญาณครั้งใหญ่ ขึ้นในจิตตอร์

สวามีศรียุกเตศวรสมาธิเทวาลัย อุทิศให้แก่ท่านเมื่อปี 1977 บนเนื้อที่อารามในเซรัมปอร์ของท่าน สร้างโดยใช้อิฐจำนวนมากจากอารามเดิม รูปแบบสถาปัตยกรรมของเทวาลัยนี้ออกแบบโดยท่านปรมหังสา โยคานันทะ

เทวาลัยรำลึกศรียุกเตศวร ในสวนภายในอาศรมของท่าน
ที่เมืองปุรี (ดูหน้า 530-2)

ใช้เวลาไม่กี่วัน คณะเล็ก ๆ ของเราก็กลับมาถึงกัลกัตตา ข้าพเจ้าอยากพบอาจารย์เป็นที่สุด แต่ก็ต้องผิดหวังเมื่อได้รู้ข่าวว่าท่านออกจากเซรัมปอร์ไปพักอยู่ที่ปุรี ซึ่งอยู่ถัดลงไปทางใต้ราวสามร้อยไมล์เสียแล้ว

"รีบมาอาศรมที่ปุรีทันที" นี่คือโทรเลขที่ศิษย์ร่วมสำนักคนหนึ่งส่งมาถึงอตุลจันทร รอย เชาธรี ศิษย์อีกคนหนึ่งของอาจารย์ในกัลกัตตา เมื่อวันที่ 8 มีนาคม เมื่อข่าวนี้รู้มาถึงหูข้าพเจ้า ใจข้าพเจ้าก็ร้อนรุ่มทุรนทุรายด้วยนัยที่แฝงเร้นอยู่ในข้อความนั้นจนต้องคุกเข่าลงอ้อนวอนต่อพระเป็นเจ้า ขอให้ทรงละเว้นชีวิตของอาจารย์ แต่เมื่อข้าพเจ้าจะออกจากบ้านพ่อไปขึ้นรถไฟ ก็ได้ยินเสียงทิพย์ดังขึ้นในจิตของตนว่า

"จงอย่าไปปุรีในคืนนี้ คำสวดอ้อนวอนของเจ้าจะไม่มีวันได้สมหวัง"

"ข้าแต่พระเป็นเจ้า" ข้าพเจ้ารำพันด้วยความระทมทุกข์ "พระองค์ไม่ประสงค์จะกระทำการ 'ยื้อยุดฉุดชิง' ชีวิตของอาจารย์กับข้าพระบาทที่เมืองปุรี เพราะต้องทรงปฏิเสธคำสวดอ้อนวอนขอชีวิตอาจารย์ของข้าพระบาทอยู่ดี นี่อาจารย์ต้องจากไปเพื่อรับภาระหน้าที่อันสูงส่งยิ่งขึ้นตามพระบัญชาจริง ๆ หรือพระเจ้าข้า?"

ข้าพเจ้ายอมเชื่อฟัง จึงไม่ออกเดินทางไปปุรีในคืนนั้น รอจนค่ำวันถัดมาจึงได้จับรถไฟไป ระหว่างทางตอนหนึ่งทุ่ม จู่ ๆ เบื้องบนก็ส่งเมฆดำมาปกคลุมท้องฟ้า[1] จนมืดไปหมด ภายหลังเมื่อรถไฟออกวิ่งไปยังปุรี ข้าพเจ้าก็ได้นิมิตเห็นเป็นท่านอาจารย์ศรียุกเตศวรปรากฏขึ้นตรงหน้า ท่านกำลังนั่งอยู่ ใบหน้าเคร่งขรึมนัก ทั้งยังมีแสงสว่างวาบอยู่ทั้งสองข้าง

"ทุกอย่างจบสิ้นแล้วหรือขอรับ?" ข้าพเจ้ายกมือทั้งสองขึ้นอย่างวิงวอน

ท่านพยักหน้า แล้วเลือนหายไปช้า ๆ

ขณะยืนอยู่บนชานชาลาของสถานีรถไฟเมืองปุรีในเช้าวันรุ่งขึ้น ข้าพเจ้ายังหวังทั้งที่สิ้นหวังแล้ว แต่แล้วก็มีชายคนหนึ่งที่ข้าพเจ้าไม่รู้จักเดินตรงเข้ามาหา

"ท่านรู้หรือยังขอรับว่าอาจารย์ของท่านสิ้นแล้ว?" ถามเสร็จก็เดินจากไป ข้าพเจ้าไม่เคยได้รู้เลยว่าเขาเป็นใคร หรือรู้ได้อย่างไรว่าจะหาข้าพเจ้าพบได้ที่ไหน

ข้าพเจ้าหูอื้อไปชั่วขณะ ซวนเซไปพิงผนังชานชาลา รู้อยู่แก่ใจว่านี่เป็นหนึ่ง

---

1 ท่านคุรุศรียุกเตศวรละสังขารในเวลา 19.00 น. ของวันที่ 9 มีนาคม ค.ศ.1936

ในหลายวิธีที่อาจารย์ใช้ส่งข่าวอันยังให้ใจสลายมาถึงข้าพเจ้า วิญญาณข้าพเจ้ามีแต่ความรู้สึกต่อต้านขัดขืนที่เดือดพล่านราวภูเขาไฟ พอไปถึงอาศรมที่ปุรีได้ก็แทบจะสิ้นสติไม่สมประดี แต่เสียงในจิตก็เฝ้าย้ำเตือนอย่างอ่อนโยน "ตั้งสติให้ได้ เยือกเย็นเข้าไว้"

ข้าพเจ้าเข้าไปยังห้องภายในอาศรม เห็นร่างอาจารย์นั่งอยู่ในท่าขัดสมาธิเพชร ...ดูแข็งแรงและสง่างามราวกับยังมีชีวิตอยู่ไม่มีผิด ก่อนอาจารย์จะละสังขารไม่กี่วัน ท่านไม่สบาย มีไข้เล็กน้อย แต่ก็หายดีเป็นปกติทุกอย่างก่อนวันที่ท่านจะขึ้นไปเฝ้าพระเป็นเจ้า ไม่ว่าจะดูท่านสักกี่ครั้ง ข้าพเจ้าก็มองไม่ออกเลยว่าชีวิตได้หลุดลอยไปจากร่างของท่านแล้วจริง ๆ ผิวท่านยังลื่นและนุ่ม ใบหน้าฉายประกายแห่งศานติและความสุขในช่วงเวลาแห่งเสียงเพรียกหาอันลี้ลับ ท่านละจากสังขารนี้ไปโดยมีสติระลึกรู้อยู่อย่างครบถ้วนบริบูรณ์

"ราชสีห์แห่งเบงกอลได้จากไปเสียแล้ว!" ข้าพเจ้าร้องออกมาด้วยความมึนงงคิดอะไรไม่ออก

วันที่ 10 มีนาคม ข้าพเจ้าประกอบพิธีทางศาสนาให้กับอาจารย์ เราเชิญร่างของท่านไปฝัง[1] ตามพิธีกรรมโบราณเยี่ยงสวามีทั้งหลายในสวนของอาศรมที่เมืองปุรี สานุศิษย์จากทั่วทุกสารทิศทั้งใกล้และไกลต่างมุ่งหน้ามาร่วมพิธีทำบุญถึงท่านใน*วันวสันตวิษุวัต* หนังสือพิมพ์ *The Amrita Bazar Patrika* ของเมืองกัลกัตตานำภาพท่านไปลงและตีพิมพ์ข่าว ความว่า

> มีการจัดพิธี*ภัณฑาระ* ถวายแด่ท่านศรีมัทสวามีศรียุกเตศวรคีรีมหาราชผู้ล่วงลับ ศิริอายุรวม 81 ปี ที่เมืองปุรีเมื่อวันที่ 21 มีนาคม มีสานุศิษย์ของท่านมาร่วมพิธีที่เมืองปุรีเป็นจำนวนมาก
>
> ท่านสวามีมหาราชเป็นหนึ่งในผู้อธิบายความคัมภีร์ภควัทคีตาที่ยิ่งใหญ่ที่สุด ท่านเป็นศิษย์คนสำคัญยิ่งของท่านโยคีราชศรีศยาม จรัญ ลาหิริ มหัสยะแห่งเมือง

---

1 ธรรมเนียมการทำศพของชาวฮินดูนั้น ถ้าเป็นคฤหัสถ์จะเผา ถ้าเป็นสวามีหรือนักบวชในนิกายหรือศาสนาอื่นจะไม่เผา แต่จะทำพิธีฝังแทน (มียกเว้นบ้าง แต่ไม่มากนัก) เหตุเพราะเมื่อทำพิธีบวชเป็นสวามี จะถือกันในเชิงสัญลักษณ์ว่าร่างของสวามีผู้นั้นได้ถูกเปลวไฟแห่งปัญญาเผาไหม้ลงเป็นจุณแล้ว

พาราณสี เป็นผู้ก่อตั้งศูนย์โยโคทะสัตสังคะ (เซลฟ์ รีอะไลเซชั่น เฟลโลว์ชิพ (SRF)) ขึ้นในอินเดียหลายแห่ง และเป็นแรงบันดาลใจอันยิ่งใหญ่ที่ขับเคลื่อนอยู่เบื้องหลังการนำศาสตร์แห่งโยคะไปเผยแพร่ยังโลกตะวันตกของท่านสวามีโยคานันทะผู้เป็นศิษย์เอก อำนาจในการหยั่งรู้อนาคตและการตระหนักรู้อย่างลึกซึ้งของท่านคุรุ-ศรียุกเตศวรเป็นแรงใจที่ผลักดันให้ท่านสวามีโยคานันทะเดินทางข้ามน้ำข้ามทะเลนำคำสอนครูบาอาจารย์ของทางอินเดียเราไปเผยแผ่ที่ประเทศสหรัฐอเมริกา

การตีความคัมภีร์ภควัทคีตาและคัมภีร์อื่นๆ อีกหลายเล่มเป็นข้อพิสูจน์ชัดว่าท่านศรียุกเตศวรมีความรู้ความเข้าใจในหลักปรัชญาของโลกตะวันตกและตะวันออกอย่างลึกซึ้ง และยังคงเป็นจุดเปลี่ยนแห่งการเรียนรู้ เปิดโลกทรรศน์ในการสร้างเสริมเอกภาพขึ้นระหว่างโลกตะวันออกและตะวันตก ด้วยเหตุที่เชื่อว่าศาสนาต่างๆ มีเอกภาพเป็นหนึ่งเดียวกัน ท่านศรียุกเตศวรมหาราชจึงก่อตั้งสาธุสภา (สมาคมสาธุ) ขึ้นโดยได้รับความร่วมมือจากท่านผู้นำของสำนักนิกายศาสนาต่างๆ โดยมีวัตถุประสงค์ในการปลูกฝังจิตวิญญาณอันเป็นวิทยาศาสตร์ขึ้นในแวดวงศาสนา ก่อนสิ้นบุญ ท่านได้ตั้งท่านสวามีโยคานันทะผู้เป็นทายาทขึ้นดำรงตำแหน่งประธานของสาธุสภา

การจากไปของบุคคลผู้ยิ่งใหญ่เช่นดังท่านทำให้อินเดียแร้นแค้นลง ขอให้เราท่านทั้งหลายผู้มีวาสนาดีพอที่ได้เข้าใกล้ท่านจงได้รับการปลูกฝังจิตวิญญาณที่แท้จริงของวัฒนธรรมและ*สาธนา*ของอินเดียให้งอกงามขึ้นในใจตน ดุจเดียวกับที่ท่านได้ประพฤติปฏิบัติให้เป็นเยี่ยงอย่างกับเรามาโดยตลอดด้วยเทอญ

ข้าพเจ้าย้อนกลับมากัลกัตตา ด้วยยังไม่ไว้ใจตนเอง ไม่กล้ากลับไปยังอาศรมที่เซรัมปอร์ซึ่งหลากล้นไปด้วยความทรงจำเกี่ยวกับตัวอาจารย์ผู้เป็นที่เทิดทูนบูชาของตัวข้าพเจ้าเอง ข้าพเจ้าจึงเรียกประฟุลลา ศิษย์รุ่นเล็กของท่านที่เซรัมปอร์ให้มาหา และจัดแจงให้เขาเข้าเรียนยังโรงเรียนที่รานจี

"เช้าวันที่ท่านออกเดินทางไปร่วมงาน*กุมภเมลา*ที่เมืองอัลลาหะบาด" ประฟุลลาเล่า "อาจารย์ทิ้งตัวลงบนเก้าอี้นวมอย่างไม่อินังขังขอบ

"โยคานันทะไปแล้ว!' ท่านรำพัน 'โยคานันทะไปเสียแล้ว!' แล้วท่านก็พูดเป็นปริศนาต่อไปว่า 'ฉันจะต้องหาทางบอกเขาด้วยวิธีอื่น' แล้วอาจารย์ท่านก็

นั่งเงียบอยู่อย่างนั้นเป็นชั่วโมง ๆ เลยขอรับ"

วันเวลาที่เหลือของข้าพเจ้าหมดไปกับการแสดงปาฐกถา บรรยายตามชั้นเรียน ให้สัมภาษณ์ และพบปะกับเพื่อนฝูงเก่า ๆ ภายใต้รอยยิ้มอันว่างเปล่าและชีวิตที่วุ่นวายอยู่กับการงานไม่จบไม่สิ้น กระแสความคิดคำนึงอันดำมืดเริ่มก่อตัวขึ้นในสายธารแห่งปีติซึ่งไหลซอกซอนอยู่ภายใต้ผืนทรายแห่งปัญญาญาณของข้าพเจ้ามานานปี

"ท่านผู้ทรงไว้ซึ่งศีลาจารวัตรอันพิสุทธิ์จากไปอยู่แห่งหนใดแล้วหนอ?" ข้าพเจ้าร่ำร้องอยู่ในใจจากเบื้องลึกของจิตวิญญาณอันทุกข์ทน

แต่ไม่มีเสียงตอบกลับมา

"ไม่มีสิ่งใดจะประเสริฐเลิศดีไปกว่าการที่อาจารย์ได้กลับไปรวมกับพระเป็นเจ้าอีกแล้ว" ข้าพเจ้าพร่ำบอกตัวเองอยู่ในใจ "ท่านจะเปล่งรัศมีอันเรืองรองอยู่ในอาณาจักรอันอยู่พ้นอำนาจแห่งความตายไปชั่วกาล"

"เราจะไม่มีวันได้เห็นท่านในตึกเก่าที่เซรัมปอร์อีกแล้ว" ข้าพเจ้าคร่ำครวญอยู่ในใจ "เราจะไม่ได้พาเพื่อน ๆ มากราบคารวะท่านอีก จะบอกพวกเขาอย่างภาคภูมิใจว่า 'ดูสิที่นั่งอยู่นั่นคือองค์*ญาณาวตาร*แห่งอินเดีย!' ก็ไม่ได้อีกเหมือนกัน"

มร.ไรต์ตระเตรียมการให้คณะของเราลงเรือจากบอมเบย์กลับตะวันตกในช่วงต้นเดือนมิถุนายน หลังใช้เวลาสองสัปดาห์สุดท้ายของเดือนพฤษภาคมไปกับงานเลี้ยงอำลาและการกล่าวปาฐกถาในกัลกัตตา มิสเบลทช์ มร.ไรต์ และข้าพเจ้าก็นั่งรถฟอร์ดไปกัลกัตตา แต่พอมาถึงที่หมาย ทางเรือกลับขอให้เรายกเลิกการเดินทางเพราะไม่มีที่ว่างพอให้เอาเจ้าฟอร์ดคันนี้ลงเรือไปด้วยได้ แล้วพวกเราก็ยังจำเป็นต้องใช้มันที่ยุโรปอีก

"ช่างเถิด" ข้าพเจ้าบอกกับ มร.ไรต์อย่างหดหู่ "ผมเองก็อยากกลับไปที่ปุรีอีกสักครั้ง" แล้วก็นึกต่ออยู่ในใจว่า "ให้น้ำตาของกระผมได้หลั่งรดสุสานของอาจารย์อีกสักครั้งเถิดขอรับ"

บทที่ 43
ท่านคุรุศรียุกเตศวรฟื้นคืนชีพ

"พระกฤษณะ!" องค์อวตารอันรุ่งโรจน์ด้วยรัศมีปรากฏองค์ขึ้นในท่ามกลางแสงจ้าเป็นเลื่อมลายขณะข้าพเจ้านั่งอยู่ภายในห้องพักที่โรงแรมรีเจนต์ในเมืองบอมเบย์ ภาพนิมิตอันงดงามจนยากจะสรรหาคำมาบรรยายสว่างวาบขึ้นเหนือหลังคาตึกสูงที่ถนนฝั่งตรงข้าม ปะทะเข้ากับสายตาในทันทีที่ข้าพเจ้ามองออกนอกหน้าต่างทรงสูงของห้องพักบนชั้นสาม

พระผู้ดำรงอยู่ในทิพยสภาวะทรงโบกพระหัตถ์ แย้มพระสรวล และให้พระพักตร์ทักทายข้าพเจ้า ครั้นข้าพเจ้าไม่เข้าใจว่าทรงมีพระประสงค์จะบอกสิ่งใดกันแน่ พระองค์ก็ยกพระหัตถ์ประทานพรให้ก่อนเสด็จจากไป ข้าพเจ้าปลาบปลื้มกับเหตุอัศจรรย์นี้ ที่เหมือนลางบอกเหตุว่าจะมีเรื่องอันเกี่ยวเนื่องกับจิตวิญญาณบางอย่างเกิดขึ้น

การเดินทางกลับสู่โลกตะวันตกของข้าพเจ้าถูกระงับไว้เป็นการชั่วคราว ก่อนกลับเบงกอล ข้าพเจ้ามีกำหนดการต้องไปแสดงปาฐกถาในบอมเบย์หลายแห่ง

หนึ่งสัปดาห์หลังนิมิตเห็นพระกฤษณะ ข้าพเจ้านั่งอยู่บนเตียงที่ห้องพักของโรงแรมในบอมเบย์ตอนบ่ายสามของวันที่ 19 มิถุนายน ค.ศ.1936 จู่ๆ ก็ถูกกระตุ้นให้ถอนจิตออกจากสมาธิด้วยแสงอันพร่างพราย เมื่อลืมตาขึ้นมองด้วยความพิศวง ก็เห็นห้องทั้งห้องเปลี่ยนไปเป็นโลกอันน่าอัศจรรย์เหลือ แสงตะวันที่ส่องลอดเข้ามาแปรเปลี่ยนไปเป็นรัศมีอันโอภาสจากสรวงสวรรค์

กระแสแห่งความปราโมทย์โลดขึ้นมาในทันทีที่ข้าพเจ้ามองเห็นร่างอันสมบูรณ์ไปด้วยเลือดเนื้อของท่านคุรุศรียุกเตศวร!

"ลูกเอ๋ย!" น้ำเสียงอาจารย์อ่อนโยน รอยยิ้มของท่านดุจรอยแย้มเยื้อนชวนหลงใหลของทูตสวรรค์

เป็นครั้งแรกในชีวิตที่ข้าพเจ้ามิได้คุกเข่าลงคารวะท่านที่แทบเท้า แต่จู่โจมเข้าใช้สองแขนสวมกอดท่านเอาไว้โดยไม่รั้งรอ ชั่วขณะจิตนี้คือที่สุดแล้วของช่วงเวลาแห่งชีวิต! ความปวดร้าวที่สุมอยู่ในใจตลอดหลายเดือนที่ผ่านมาแทบ

จะไม่มีความหมายเมื่อเทียบกับความปีติที่โถมถั่งเข้ามา

"อาจารย์ขอรับ อาจารย์ผู้เป็นที่เคารพรักและเทิดทูนของกระผม เหตุใดท่านจึงทิ้งกระผมไป?" ข้าพเจ้าละล่ำละลักถามท่านด้วยความยินดีที่เหมือนจะล้นออกมานอกอก "ทำไมอาจารย์ถึงปล่อยให้กระผมไปงาน*กุมภเมลา*เล่าขอรับ? กระผมรู้สึกผิดเหลือเกินได้แต่ก่นด่าตัวเองที่ทิ้งอาจารย์ไปอย่างนั้น!"

"ครูไม่อยากขัดใจเธอ เห็นเธอเป็นสุขนักกับการวาดหวังจะได้เห็นที่แสวงบุญตรงที่ครูได้พบกับท่านบาบาจีเป็นครั้งแรก ครูจากเธอไปเพียงชั่วระยะหนึ่งเท่านั้น ตอนนี้ก็กลับมาหาเธอแล้วไม่ใช่รึ?"

"แต่ว่า...นี่อาจารย์จริง ๆ หรือขอรับ? อาจารย์ผู้เป็นราชสีห์แห่งพระเป็นเจ้าคนเดิมแน่นะขอรับ? ร่างของท่านตอนนี้เป็นเหมือนร่างที่กระผมฝังไว้ภายใต้ผืนทรายอันโหดร้ายของเมืองปุรีรึเปล่าขอรับ?"

"ถูกแล้ว เด็กเอ๋ย ครูยังเหมือนเดิมทุกอย่าง ร่างนี้ยังมีเลือดมีเนื้อ ถึงครูจะมองว่ามันเป็นเพียงอากาศธาตุ แต่ในสายตาของเธอ มันก็คือกายเนื้อเราดี ๆ นี่เอง ครูดึงเอาอณูในจักรวาลมาสร้างกายนี้ขึ้นใหม่ทั้งหมด ให้เหมือนกันทุกประการกับกายหยาบในโลกที่รังสรรค์ขึ้นด้วยทิพยสุบินแห่งพระเป็นเจ้า กายเดียวกับที่เธอฝังไว้ใต้ผืนทรายที่เป็นเพียงความฝัน ณ เมืองปุรีซึ่งก็อยู่ในโลกแห่งความฝันของเธออีกเช่นกัน ครูฟื้นคืนชีวิตขึ้นมาจริง ๆ...ไม่ใช่ในโลกนี้ แต่เป็นโลกทิพย์แห่งหนึ่ง ประชากรที่นั่นสามารถพัฒนาตนให้บรรลุถึงมาตรฐานอันสูงลิ่วของครูได้เหนือกว่าผู้คนบนมนุษยโลก วันหนึ่งข้างหน้า ตัวเธอและประดาผู้ที่เธอรัก...ผู้ที่ยังจิตของตนให้เจริญงอกงามดีแล้ว...ย่อมจะได้ขึ้นไปอยู่กับครูบนนั้น"

"อาจารย์ผู้ไม่มีวันตาย เล่าต่ออีกสิขอรับ!"

อาจารย์หลุดเสียงหัวเราะออกมาอย่างเบิกบาน "ขอทีเถิด ลูกเอ๋ย" ท่านว่า "ช่วยคลายแขนที่กอดครูไว้ออกสักนิดจะได้ไหม?"

"นิดเดียวเท่านั้นนะขอรับ!" ข้าพเจ้ากอดท่านไว้แน่นราวกับหนวดปลาหมึกยักษ์ จมูกได้กลิ่นหอมอ่อน ๆ กำจายออกมาจากร่างของท่านเหมือนเช่นที่เคยเป็นมา ทุกครั้งที่หวนนึกถึงช่วงเวลาอันแสนวิเศษในครั้งนั้น สองแขนและสองมือของข้าพเจ้าก็ยังรู้สึกได้ถึงความตื่นเต้นยินดีที่ได้สัมผัสกายทิพย์อันสมบูรณ์ด้วยเลือดเนื้อของท่าน

ท่านอาจารย์ศรียุกเตศวรและท่านโยคานันทะ ที่กัลกัตตา ปี 1935 "ด้วยเหตุที่อาจารย์วางตัวเหมือนคนธรรมดาทั่ว ๆ ไป จึงมีผู้คนที่อยู่ร่วมยุคสมัยเดียวกับท่านเพียงไม่กี่คนซึ่งรู้ว่าท่านเป็นคนเหนือคน" ท่านโยคานันทะกล่าว "แม้จะเกิดมาเยี่ยงมรรตัยชนทั้งหลาย แต่ท่านอาจารย์ศรียุกเตศวรก็บรรลุถึงความเป็นหนึ่งเดียวกับพระผู้เป็นใหญ่เหนือกาลเวลาและจักรวาล สำหรับท่านแล้ว ไม่มีอุปสรรคใดจะขัดขวางมิให้มนุษย์เข้าถึงพระเป็นเจ้าได้ ต่อมาข้าพเจ้าจึงได้เข้าใจว่าอุปสรรคเช่นที่ว่านี้ไม่มีอยู่ จะมีก็แต่กับผู้ที่ไม่ยอมเสี่ยงก้าวย่างเข้ามาบนเส้นทางแห่งจิตวิญญาณเท่านั้น"

"ก็เหมือนกับศาสดาพยากรณ์ทั้งหลายที่ถูกส่งลงมาบนโลกเพื่อช่วยมนุษย์สะสางกรรมหยาบ ตัวครูเองก็ได้รับบัญชาจากพระเป็นเจ้าให้ไปช่วยดวงวิญญาณบนปราณโลกแห่งหนึ่งให้บรรลุถึงความหลุดพ้น" อาจารย์ชี้แจง "ปราณโลกแห่งนั้นเรียกว่าหิรัณยโลก หมายถึง 'ปราณโลกระดับสูง' ที่นั่น ครูจะคอยช่วยเหลือปราณชีพระดับสูง ... ผู้ซึ่งยังจิตให้เจริญได้แล้ว ... ถ่ายถอนกรรมอันละเอียดให้หมดไปจนบรรลุถึงความหลุดพ้นไม่ต้องเวียนว่ายตายเกิดอยู่ในปราณโลกอีกต่อไป ชาวหิรัณยโลกนั้นมีจิตวิญญาณที่พัฒนาขึ้นสู่ระดับสูงแล้วในชาติภพสุดท้ายบนมนุษยโลก พวกเขาทั้งหลายได้บรรลุฌานอันยังให้มีสติระลึกรู้อยู่พร้อมสรรพเมื่อวิญญาณต้องละออกจากร่างในยามที่มรณกาลมาถึง ผู้ที่จะขึ้นไปเกิดบนหิรัณยโลกได้ต้องเจริญสมาธิจนผ่านจากขั้น*สาพิกัลปสมาธิ* ขึ้นไปสู่ขั้น*นิรพิกัลปสมาธิ*[1] แล้วเท่านั้น

"ชาวหิรัณยโลกได้เคยผ่านการไปเกิดในโลกทิพย์ระดับทั่วไปเช่นปราณโลกมาแล้ว เมื่อสรรพสัตว์บนมนุษยโลกล้มตายลง วิญญาณเกือบทั้งหมดจะต้องไปบังเกิดในปราณโลกแทบทั้งสิ้น ณ ที่แห่งนี้ พวกเขาได้ทำลายเมล็ดพันธุ์แห่งกรรมที่ยึดโยงอยู่กับการกระทำที่ผ่านมาในปราณโลกนั้น ๆ จำนวนมากลง แต่ผู้ที่จะสามารถถ่ายถอนกรรมในปราณโลก[2]ได้ก็มีแต่ผู้ที่มีความเจริญของจิตในระดับสูงยิ่งเท่านั้น เพื่อปลดเปลื้องวิญญาณของพวกเขาให้หลุดพ้นจากกรรมที่ฝังอยู่ในปราณกายทั้งหมดออกได้นั้น ครรลองแห่งจักรวาลจะดึงดูดวิญญาณเหล่านี้ให้ขึ้นไปเกิดใหม่ในปราณกายร่างใหม่บนหิรัณยโลก หรือก็คือสรวงสวรรค์

---

1 ดูหน้า 310 ใน*สาพิกัลปสมาธิ* ผู้ปฏิบัติจะตระหนักว่าตนเป็นหนึ่งเดียวกับพระเป็นเจ้า แต่เมื่อถอนจิตออกจากสมาธิ ก็จะไม่สามารถรักษาฌานหรือการตระหนักรู้นั้นเอาไว้กับตนได้ หากพากเพียรปฏิบัติสมาธิต่อไปโดยไม่ย่อท้อ เขาก็จะบรรลุสมาธิขั้นสูงที่เรียกว่า *นิรพิกัลปสมาธิ* ถึงตอนนั้น ไม่ว่าเขาจะเคลื่อนไหวทำการอันใดอยู่ในโลก เขาก็จะยังดำรงการตระหนักรู้ในองค์พระเป็นเจ้าเอาไว้กับตนได้เสมอ

เมื่อบรรลุถึง*นิรพิกัลปสมาธิ* โยคีจะสลายเศษเสี้ยวสุดท้ายของกรรมหยาบหรือกรรมบนมนุษยโลกของตนลงจนหมดสิ้น กระนั้น ก็ยังเหลือกรรมบางอย่างของปราณกายและเหตุกายที่ยังห่อหุ้มวิญญาณเอาไว้ให้ต้องถ่ายถอน ดังนั้นพวกท่านจึงต้องขึ้นไปเกิดยังปราณโลกและจากนั้นก็ไปยังเหตุโลกที่เป็นคลื่นพลังงานอันละเอียดอย่างยิ่งตามลำดับ

2 ชาวปราณโลกส่วนใหญ่จะหลงเพลิดเพลินไปกับความงามแห่งโลกของตนจนไม่คิดพากเพียรปฏิบัติสมาธิเพื่อยังจิตของตนให้เจริญยิ่ง ๆ ขึ้นไปด้วยเห็นว่าไม่จำเป็น

ของปราณโลกที่ซึ่งครูได้ขึ้นไปอยู่เพื่อคอยช่วยเหลือพวกเขา นอกจากนี้ ยังมีเหตุชีพผู้มีวิญญาณอันเกือบจะสมบูรณ์พร้อมจากเหตุโลกที่อยู่เหนือขึ้นไปลงมาอยู่ยังหิรัณยโลกอีกจำนวนหนึ่งด้วย"

ตอนนี้ กระแสจิตของข้าพเจ้าสามารถปรับเข้ากับกระแสจิตของอาจารย์ได้โดยสมบูรณ์ ภาพที่ท่านบรรยายให้ฟังจึงถ่ายทอดมาสู่ข้าพเจ้าทางคำพูดส่วนหนึ่ง และทางจิตที่สื่อถึงกันอีกส่วนหนึ่ง ด้วยเหตุนี้ ข้าพเจ้าจึงรับสารที่เป็นความนึกคิดของท่านได้อย่างรวดเร็ว

"ก็เหมือนกับที่เธอเคยได้อ่านในคัมภีร์ต่าง ๆ นั่นล่ะ" อาจารย์กล่าวต่อ "พระเป็นเจ้าทรงห่อหุ้มวิญญาณของมนุษย์เอาไว้เป็นชั้น ๆ ในกายสาม... กายแรกคือกายแห่งเหตุที่เกิดจากมโนคติหรือเรียกว่า เหตุกาย กายที่สองคือปราณกาย อันละเอียดบางเบา ซึ่งเป็นที่ตั้งของสภาวจิตและอารมณ์ของมนุษย์ กายที่สามคือกายเนื้อหรือกายหยาบ มนุษย์ในมนุษยโลกจะอาศัยประสาทสัมผัสทางกายเนื้อในการรับรู้ แต่ปราณชีพคือผู้ที่รับรู้ด้วยจิตสำนึกและอารมณ์ความรู้สึกและมีร่างซึ่งประกอบขึ้นจากพลังชีพ[1] ส่วนวิญญาณที่คงเหลืออยู่แต่เหตุกายนั้นจะดำรงอยู่ในปีติของอาณาจักรของมโนคติเป็นหลัก งานของครูก็คือการช่วยเหลือพวกปราณชีพที่อยู่ในหิรัณยโลกตระเตรียมตนให้พร้อมก่อนก้าวขึ้นไปสู่เหตุโลก"

"อาจารย์ขอรับ อาจารย์จะกรุณาเล่าเรื่องปราณจักรวาลให้ฟังมากกว่านี้ได้ไหมขอรับ?" ถึงข้าพเจ้าจะคลายวงแขนออกบ้างตามคำขอของท่าน แต่ข้าพเจ้าก็ยังสวมกอดท่านไว้อยู่ดี ท่านเป็นสิ่งที่ประเสริฐเลิศล้ำกว่าทรัพย์ใด ๆ ... คุรุอาจารย์ของข้าพเจ้า ผู้หัวเราะเยาะความตายและกลับมาหาข้าพเจ้า!

"โลกทิพย์นั้นมีปราณโลกอยู่มากหลายและมีปราณชีพพักพิงอยู่มากมาย"

---

1 ท่านคุรุศรียุกเตศวรใช้คำว่า*ปราณ*ซึ่งข้าพเจ้าแปลว่าพลังชีพ คัมภีร์ของทางฮินดูไม่เพียงเอ่ยถึง *อณู* ("อะตอม") และ *ปรมาณู* ("เล็กกว่าอะตอม") ซึ่งเป็นพลังงานของอิเล็กตรอนที่มีขนาดเล็กมาก ๆ แต่ยังเอ่ยถึง*ปราณ*อันหมายถึง "พลังชีพที่มีความสามารถในการสร้างสรรค์" ด้วย อะตอมกับอิเล็กตรอนเป็นพลังที่ทำอะไรไม่ได้ ผิดกับ*ปราณ*ที่มีปัญญาอยู่โดยธรรมชาติ ยกตัวอย่างเช่น พลังปราณหรือพลังชีพในน้ำเชื้ออสุจิและไข่จะเป็นตัวชี้นำพัฒนาการของตัวอ่อนตามแบบแผนแห่งกรรมของแต่ละบุคคล

อาจารย์เริ่มเรื่อง "ชาวปราณโลกใช้มวลแสง...หรือจะเรียกว่าเครื่องบินทิพย์ก็คงจะได้...ในการเดินทางจากโลกหนึ่งไปยังอีกโลกหนึ่งได้เร็วยิ่งกว่าพลังงานไฟฟ้าและไวยิ่งกว่าพลังงานปรมาณูเสียอีก

"จักรวาลของปราณโลกประกอบขึ้นจากคลื่นความสั่นสะเทือนของแสงและสีที่หลากหลายและละเอียดซับซ้อนอย่างยิ่ง มีขนาดใหญ่กว่าจักรวาลแห่งวัตถุธาตุหลายร้อยเท่า เปรียบไปแล้ว จักรวาลแห่งวัตถุธาตุทั้งสิ้นทั้งปวงก็เหมือนกับตะกร้าใบจิ๋วที่แขวนอยู่เบื้องล่างปราณโลกที่เป็นเสมือนบอลลูนเรืองแสงขนาดมหึมา จักรวาลแห่งวัตถุธาตุมีดวงอาทิตย์และดวงดาวมากหลายโคจรอยู่ในวิถีฉันใด ปราณจักรวาลก็มีระบบสุริยะและดาวเคราะห์โคจรอยู่นับอนันต์ฉันนั้น ดาวเคราะห์เหล่านี้มีดวงอาทิตย์และดวงจันทร์ทิพย์ที่งามยิ่งกว่าดวงอาทิตย์และดวงจันทร์ในโลกของวัตถุธาตุมากนัก แสงสว่างในโลกทิพย์มีลักษณะคล้ายกับแสงเหนือ แสงอาทิตย์ยามกลางวันจะสว่างพร่างพรายกว่าแสงจันทร์อันนวลตาในยามค่ำคืน คืนวันในปราณโลกก็ยาวนานกว่าในมนุษยโลก

"ปราณโลกนั้นงดงาม สะอาด บริสุทธิ์ และเป็นระเบียบเรียบร้อยยิ่ง ไม่มีดาวเคราะห์ที่ดับแล้ว ไม่มีผืนดินที่รกร้างแห้งแล้ง สิ่งไม่ดีที่มีในมนุษยโลก ไม่ว่าจะเป็น วัชพืช เชื้อโรค แมลง หรืองู ล้วนไม่มีในโลกนี้ ดินฟ้าอากาศในมนุษยโลกปรวนแปรและมีฤดูกาลกำกับ แต่สภาพอากาศในปราณโลกจะคงที่ เหมือนอยู่ในฤดูใบไม้ผลิชั่วนาตาปี บางครั้งจะมีปุยหิมะเรืองแสงสีขาวโปรยปรายลงมา และหากฝนตก ฝนนั้นก็จะมีลักษณะเป็นแสงหลากสีแพรวพราย ดาวเคราะห์ในปราณโลกจะดารดาษไปด้วยทะเลสาบเหลือบสีประดุจพลอยมุกดา ท้องทะเลสีสด และแม่น้ำสีรุ้ง

"ปราณโลกระดับล่างของปราณจักรวาล...ไม่ใช่ปราณโลกระดับสูงอย่างหิรัณยโลก...มีปราณชีพผู้ที่เพิ่งขึ้นมาเกิดจากมนุษยโลกอาศัยอยู่เป็นจำนวนนับล้านๆ นอกจากนี้ ยังมีนางฟ้า นางเงือก ปลา สัตว์ ภูต คนรู พวกกึ่งเทวดา และวิญญาณระดับต่างๆ อีกมากมายเหลือคณานับ ทั้งหมดจะแยกย้ายไปอยู่ตามปราณโลกระดับต่างกันไป โดยมีกรรมที่ได้กระทำมาเป็นตัวกำหนด โลกทิพย์แต่ละแห่งจะมีคฤหาสน์หรือขอบเขตของคลื่นความสั่นสะเทือนเตรียมไว้ให้วิญญาณดีและวิญญาณชั่ว วิญญาณดีสามารถไปไหนมาไหนได้อย่างเสรี

แต่วิญญาณชั่วจะถูกกักขังไว้ในบริเวณอันจำกัด บนโลกมนุษย์มีมนุษย์อาศัยอยู่บนพื้นผิวโลก หนอนอยู่ในพื้นดิน ปลาอยู่ในน้ำ และนกอยู่ในอากาศฉันใด สรรพชีวิตในปราณโลกก็มีลำดับชั้น และมีการจัดสรรให้แต่ละกลุ่มแต่ละพวกไปอยู่ในอาณาบริเวณที่มีคลื่นความสั่นสะเทือนที่เหมาะสมฉันนั้น

"พวกเทพเทวดาที่หลงผิดจนถูกขับไล่ออกจากโลกอื่น ๆ มักขัดแย้งและทำสงครามกันด้วยระเบิดพลังปราณหรือลำแสงพลังคลื่นที่อาศัยอำนาจจิตร่ายมนตร์[1] นิรมิตขึ้นมา พวกเหล่านี้จะอาศัยอยู่ในโลกทิพย์ระดับล่างอันปกคลุมไปด้วยความมืดมิดและหม่นหมองเพื่อชดใช้กรรมอันเป็นอกุศลของตน

"พ้นจากดินแดนคุมขังในปราณโลกอันมืดมิดนี้ขึ้นมา คืออาณาเขตอันกว้างใหญ่ไพศาลที่เปล่งรัศมีเรืองรองและงดงาม ปราณจักรวาลมีธรรมชาติวิสัยที่สอดคล้องกับพระประสงค์และดำริแห่งพระเป็นเจ้าในการพัฒนาไปสู่ความสมบูรณ์พร้อมมากกว่าจักรวาลของมนุษย์ ทิพยวัตถุส่วนใหญ่อุบัติขึ้นด้วยพระประสงค์แห่งพระเป็นเจ้า และบางส่วนจากเจตจำนงของปราณชีพ วิญญาณเหล่านี้มีอำนาจในการที่จะเปลี่ยนแปลงแต่งเสริมสรรพสิ่งที่พระเป็นเจ้าทรงสร้างขึ้นไว้ก่อนแล้วให้งามพร้อมยิ่งขึ้น พระองค์ทรงประทานอภิสิทธิ์ให้ลูก ๆ ของพระองค์ในปราณโลกสามารถเปลี่ยนแปลงหรือปรับปรุงปราณจักรวาลได้โดยอิสระ ในมนุษยโลก วัตถุธาตุที่เป็นของแข็งจะต้องผ่านกระบวนการทางธรรมชาติหรือเคมีเสียก่อน จึงจะเปลี่ยนไปอยู่ในรูปของของเหลวหรือสภาวะอย่างอื่นได้ แต่ทิพยวัตถุที่เป็นของแข็งสามารถเปลี่ยนไปเป็นของเหลว ก๊าซ หรือพลังงานได้ในทันทีโดยอาศัยแต่เพียงพลังจิตของชาวโลกทิพย์เท่านั้น

"โลกมนุษย์นั้นมืดมนหม่นหมองด้วยสงครามและการเข่นฆ่าทั้งในน้ำ บนดิน และในอากาศ" อาจารย์เล่าต่อ "แต่ปราณโลกทั้งหลายกลับมีแต่ความกลมเกลียวและความเท่าเทียมกันอันยังให้เกิดแต่ความสุข ชาวปราณโลก

---

1 มาจาก *มนฺตร* เป็นเสียงอันทรงพลังยังให้เกิดผลตามมา โดยใช้จิตอันเป็นสมาธิทำหน้าที่เป็นเสมือนปืนยิงออกมา *คัมภีร์ปุราณะ* (คัมภีร์หรือคำสอนโบราณ) พรรณนาถึงการทำสงครามมนตราระหว่างฝ่ายเทวดากับอสูร โดยที่ครั้งหนึ่งมีอสูรตนหนึ่งร่ายมนตร์อันทรงอานุภาพไปสังหารเทวดาองค์หนึ่ง แต่เพราะออกเสียงผิดเพี้ยนไป ระเบิดพลังจิตของอสูรตนนั้นจึงวกกลับมาฆ่าเจ้าตัวเสียเอง

สามารถสลายหรือสำแดงร่างได้เพียงแค่ใจคิด ดอกไม้ ปลา และสัตว์ต่าง ๆ ล้วนสามารถแปลงร่างเป็นปราณกายได้ชั่วระยะเวลาสั้น ๆ ชาวปราณโลกทั้งหลายมีอิสระที่จะสำแดงร่างเป็นสิ่งใดก็ได้ จะสื่อสารความคิดและความรู้สึกก็ทำกันได้อย่างง่ายดาย พวกเขาไม่ต้องตกอยู่ภายใต้กรอบของกฎธรรมชาติอันแน่นอนตายตัว ยกตัวอย่างเช่น ต้นไม้ทิพย์นั้นจะขอให้ออกลูกมาเป็นมะม่วงทิพย์หรือผลไม้ชนิดใดก็ได้ตามแต่จะต้องการ หรือจะขอเป็นดอกไม้หรือข้าวของใด ๆ ก็ได้ทั้งนั้น ในปราณโลกมีข้อห้ามอันว่าด้วยเรื่องของกรรมบางประการ แต่ในเรื่องของความต้องการเปลี่ยนรูปแปลงร่างไปเป็นนั่นเป็นนี่ถือเป็นเรื่องธรรมดา ด้วยทุกสิ่งมีชีวิตชีวาขึ้นจากแสงแห่งการรังสรรค์ของพระเป็นเจ้าทั้งสิ้น

"ชาวปราณโลกมิได้คลอดจากครรภ์มารดา พวกเขาจะอาศัยกระแสจิตแห่งจักรวาลบันดาลให้ลูกอุบัติขึ้นเป็นตัวเป็นตน เป็นร่างทิพย์เยี่ยงชาวปราณโลกทั้งหลาย วิญญาณที่เพิ่งละจากกายเนื้อในมนุษยโลกจะขึ้นมาเกิดในครอบครัวของชาวปราณโลกตามคำเชื้อเชิญ ทั้งนี้ โดยมีจริตและสภาวะทางจิตวิญญาณที่คล้ายคลึงกันเป็นตัวดึงดูด

"ปราณกายจะไม่ตกอยู่ภายใต้อิทธิพลของความร้อน–หนาวหรือสภาวะทางธรรมชาติใด ๆ ลักษณะทางกายวิภาคจะประกอบไปด้วยสมองแห่งปราณหรือบัวแสงสหัสราระ และจักรซึ่งถูกปลุกให้ตื่นขึ้นแล้วทั้งหกบนเส้น*สุษุมนะ* ตามแนวกระดูกสันหลังที่เชื่อมต่อกับแกนสมอง หัวใจจะดึงพลังจักรวาลและแสงจากสมองแห่งปราณ สูบฉีดไปเลี้ยงเซลล์ประสาทและเซลล์กายหรือปราณ พวกปราณชีพสามารถเปลี่ยนแปลงรูปร่างหน้าตาของตนได้โดยอาศัยพลังปราณและคลื่นความสั่นสะเทือนจากการโอมอ่านมนตร์อันศักดิ์สิทธิ์

"โดยทั่วไปแล้ว ปราณกายก็คือคู่แฝดของร่างมนุษย์ในชาติภพสุดท้าย รูปร่างหน้าตาเป็นพิมพ์เดียวกันกับเมื่อครั้งที่ยังเป็นมนุษย์ในวัยหนุ่มสาว แต่ก็มีบ้างบางครั้งที่มีบางคน... อย่างตัวครูเป็นต้น... เลือกที่จะคงรูปลักษณ์ในยามสูงวัยเอาไว้" ว่าแล้ว อาจารย์ผู้มีความสดใสแห่งวัยเยาว์แผ่ซ่านออกมาจากตัวท่านก็หัวเราะขัน ๆ

"โลกมนุษย์เป็นโลกสามมิติ ผูกโยงอยู่กับช่องว่างเวลาและระยะทาง การรับรู้กระทำได้โดยผ่านประสาทสัมผัสทั้งห้าเท่านั้น ผิดกับในปราณโลกซึ่งสามารถ

มองเห็นได้ทุกซอกทุกมุมโดยผ่านทางประสาทสัมผัสที่หก หรือก็คือสหัชญาณ นั่นเอง" อาจารย์เล่าต่ออีกว่า "ชาวปราณโลกสามารถมองเห็น ได้ยิน ได้กลิ่น รู้รส และรับสัมผัสต่าง ๆ ได้โดยอาศัยสหัชญาณนี้เพียงอย่างเดียวเท่านั้น พวกเขามีตาสามดวง สองดวงจะปิดบ้างเปิดบ้าง ในขณะที่ตาที่สามซึ่งเป็นตาทิพย์ตั้งขวางอยู่ตรงกึ่งกลางหน้าผาก จะเปิดอยู่ตลอดเวลา รูปลักษณ์ภายนอกของชาวปราณโลกมีอวัยวะรับรู้อยู่ครบครัน ทั้งหู ตา จมูก ลิ้น และผิวหนัง...แต่พวกเขาจะใช้สหัชญาณในการรับรู้ผัสสะทั้งหลายผ่านอวัยวะใดของร่างกายก็ได้ พวกเขาสามารถมองเห็นได้ด้วยหู จมูก หรือผิวหนัง ใช้ตาหรือลิ้นฟังเสียง ใช้หูหรือผิวหนังรับรส จะอย่างไรก็ได้ทั้งนั้น[1]

"กายเนื้อของมนุษย์นั้นสามารถเกิดเหตุเภทภัยได้นานัปการ ถูกทำร้ายให้บาดเจ็บหรือพิการได้ง่าย ปราณกายที่เป็นเหมือนอากาศธาตุก็อาจได้รับบาดแผลหรือฟกช้ำบ้างในบางครั้ง แต่เจ้าของร่างก็ใช้อำนาจจิตเยียวยาให้หายได้ในทันที"

"ท่านคุรุเทพขอรับ ชาวปราณโลกมีรูปโฉมงดงามกันทั้งหมดใช่ไหมขอรับ?"

"ความงามในปราณโลกนั้นจะดูกันที่ความประภัสสรแห่งจิตวิญญาณ มิใช่ที่รูปลักษณ์ภายนอก" อาจารย์ตอบ "ด้วยเหตุนี้ ชาวปราณโลกจึงให้ความสำคัญกับรูปร่างหน้าตาน้อยมาก กระนั้น พวกเขาก็มีสิทธิพิเศษที่จะนิรมิตร่างทิพย์ของตนขึ้นใหม่ให้สดใสสวยงามตามใจประสงค์ มนุษย์บนโลกสวมใส่เสื้อผ้าชุดใหม่เพื่อไปร่วมงานเลี้ยงรื่นเริงในโอกาสพิเศษฉันใด ชาวปราณโลกก็มีโอกาสที่จะตกแต่งประดับประดาตนเองในรูปลักษณ์ที่สรรค์สร้างขึ้นเป็นพิเศษฉันนั้น

"งานรื่นเริงเฉลิมฉลองบนโลกทิพย์ระดับสูงอย่างหิรัณยโลกจะจัดขึ้นเมื่อมีผู้หนึ่งผู้ใดยังจิตให้เจริญจนหลุดพ้นจากปราณโลก พร้อมจะล่วงเข้าสู่สรวงสวรรค์ในเหตุโลกได้ ในวาระเช่นนั้น พระบิดาผู้นิรกายและประดานักบุญอันรวมเป็นหนึ่งเดียวกับพระองค์แล้วย่อมจะนิรมิตร่างตามแต่พวกท่านจะเลือกมาร่วมงานเฉลิมฉลอง ณ สรวงสวรรค์นี้ด้วย และเพื่อยังความยินดีให้บังเกิดแก่

---

[1] ตัวอย่างของอำนาจดังกล่าวเป็นสิ่งไม่พึงประสงค์แม้กระทั่งบนโลกมนุษย์ ดังเช่นในกรณีของ เฮเลน เคลเลอร์หรือในรายที่พบได้ยากรายอื่น ๆ

เหล่าสาวกผู้เป็นที่รัก พระเป็นเจ้าจึงทรงสำแดงร่างให้สาวกเหล่านั้นเห็นในภาคที่พวกเขาต้องประสงค์ พวกที่บูชาพระองค์ด้วยความภักดีจะเห็นพระองค์ในภาคพระโลกมาตา แต่สำหรับกับพระเยซูแล้ว คงไม่มีภาคใดจะต้องพระทัยไปยิ่งกว่าภาคพระบิดาเจ้า ดูเอาเถิด ความเป็นปัจเจกซึ่งพระผู้สร้างทรงประทานให้กับสรรพสัตว์ที่พระองค์ทรงสร้างขึ้นกลับย้อนมาเรียกร้องให้พระองค์ต้องทรงใช้ความสามารถรอบตัวมารังสรรค์สิ่งซึ่งทั้งเป็นและแทบจะเป็นไปไม่ได้!" อาจารย์กับข้าพเจ้าประสานเสียงหัวเราะกันอย่างมีความสุข

"มิตรสหายในชาติก่อน ๆ เมื่อได้มาพบกันในปราณโลกก็จะจดจำกันได้อย่างง่ายดาย" อาจารย์เล่าต่อด้วยน้ำเสียงอันไพเราะประดุจเสียงผิวขลุ่ย "และต่างก็เบิกบานกับมิตรภาพอันยืนยงนั้น พวกเขาจะตระหนักได้ถึงอมตะแห่งความรักที่มนุษย์มักนึกกังขาในเวลาของการพรากจากอันน่าเศร้าและเป็นเพียงภาพลวงตาของชีวิตในโลกมนุษย์

"สหัชญาณของชาวปราณโลกนั้นสามารถทะลุผ่านสิ่งกีดขวางลงไปเฝ้าดูกิจกรรมต่าง ๆ ของผู้คนบนมนุษยโลกได้ แต่มนุษย์จะสามารถมองเห็นทิพยโลกได้ก็หาไม่ เว้นเสียแต่เขาจะพัฒนาสัมผัสที่หกขึ้นมาได้ไม่ทางใดก็ทางหนึ่ง กระนั้นก็ยังมีมนุษย์หลายพันคนที่เคยได้เห็นพวกปราณชีพหรือปราณโลก[1] มาบ้าง แม้เพียงชั่วขณะหนึ่งก็ตาม

"ชาวหิรัณยโลกมีจิตเจริญอยู่ในระดับสูงแล้ว ส่วนใหญ่ พวกเขาจะตื่นรู้อยู่ในฌานตลอดคืนวันอันยาวนานแห่งทิพยโลก ช่วยสางปัญหาอันละเอียดซับซ้อนในการบริหารจัดการจักรวาล รวมไปถึงการช่วยไถ่ถอนกรรมให้พวกมนุษย์ที่ขยันสร้างบาปเวรอย่างไม่คิดออมมือ เป็นพวกที่ดวงวิญญาณจ่อมจมอยู่แต่กับโลกียะ เมื่อชาวหิรัณยโลกนอนหลับ บางครั้งพวกเขาจะเห็นนิมิตทิพย์ที่คล้ายกับความฝัน แต่โดยทั่ว ๆ ไปแล้ว จิตของพวกเขาจะตั้งมั่นอยู่ในปีติสูงสุดแห่ง*นิรพิกัลปสมาธิ* เป็นปกติวิสัย

---

1 บนโลกมนุษย์ บางครั้งเด็ก ๆ ผู้มีจิตใจบริสุทธิ์ก็สามารถมองเห็นร่างทิพย์อันงดงามของเหล่านางฟ้าได้ และด้วยการเสพยาเสพติดและเครื่องดื่มที่ทำให้มึนเมา ซึ่งคัมภีร์ของทุกศาสนาได้บัญญัติเป็นข้อห้ามไว้ จิตสำนึกของมนุษย์ก็จะปั่นป่วนรวนไปถึงขนาดมองเห็นภูตผีปีศาจอันน่าสยดสยองในนรกภูมิของปราณโลกนั้นเลยทีเดียว

"ชาวปราณโลกในทั่วทุกหนแห่งของปราณโลกยังคงมีทุกข์ทางใจกันอยู่ จิตอันรับรู้ได้ไวของชาวปราณโลกระดับสูงอย่างหิรัณยโลกจะรู้สึกเจ็บปวดอย่างลึกซึ้งหากตนเองเกิดผิดพลาดขึ้นมา ไม่ว่าจะในการกระทำหรือการเข้าถึงสัจธรรม พวกเขาพยายามปรับความคิดและการกระทำทุกประการของตนให้สอดคล้องกับครรลองของกฎแห่งธรรมอันสมบูรณ์พร้อม

"ชาวปราณโลกจะสื่อสารกันทางจิต ทั้งเสียงพูดและภาพ จึงไม่มีการสับสนหรือเข้าใจผิดในภาษาเขียนหรือภาษาพูดเช่นที่มนุษย์จำต้องยอมทนกันไป ดุจเดียวกับภาพจำนวนมากที่ใช้แสงฉายออกไป ทำให้ผู้คนบนจอภาพยนตร์ดูราวกับเคลื่อนไหวและกระทำกิจกรรมต่าง ๆ ได้โดยไม่ต้องหายใจได้จริง ฉันใดก็ฉันนั้น ชาวปราณโลกเองก็เดินเหินและทำงานเหมือนภาพจากแสงที่ได้รับการกำกับให้สอดประสานกันอย่างชาญฉลาด โดยไม่มีความจำเป็นต้องดึงพลังจากออกซิเจนแต่อย่างใด มนุษย์ต้องอาศัยทั้งของแข็ง ของเหลว ก๊าซ และพลังงานเพื่อการอยู่รอด แต่ชาวปราณโลกจะอาศัยแสงแห่งจักรวาลเป็นหลัก"

"อาจารย์ขอรับ แล้วชาวปราณโลกกินข้าวกินปลากันหรือไม่ขอรับ?" ข้าพเจ้าซึมซับรับเอาทุกถ้อยอธิบายอันกระจ่างชัดนั้นไว้ด้วยเครื่องรับทั้งหมดที่มี ไม่ว่าจะเป็นดวงจิต หัวใจ และวิญญาณ การรับรู้สัจธรรมด้วยอภิจิตสำนึกเป็นความจริงแท้ที่ไม่มีวันแปรเปลี่ยนตลอดกาล แต่การรับรู้จากประสบการณ์ทางผัสสะและความประทับใจที่ได้รับเป็นสิ่งที่คงอยู่เพียงชั่วขณะ เป็นความจริงอันไม่จีรัง และย่อมจะเลือนหายไปจากความทรงจำในไม่ช้าไม่นาน ถ้อยคำของอาจารย์แทรกลึกลงไปประทับแน่นอยู่กับตัวตนของข้าพเจ้า ถึงขนาดที่ว่าเมื่อหยั่งจิตลงสู่สภาวะอภิจิตสำนึก ข้าพเจ้าจะรื้อฟื้นประสบการณ์ทิพย์ในครั้งนั้นให้กลับคืนมาอย่างแจ่มชัดได้ทุกครั้งไป

"ผืนแผ่นดินของปราณโลกจะดกดื่นไปด้วยพืชผักที่มีแสงเรืองรอง" ท่านตอบ "ชาวปราณโลกบริโภคพืชผักและดื่มน้ำอมฤตจากน้ำพุแห่งแสงอันรุ่งโรจน์ รวมไปถึงสายน้ำและลำธารทิพย์นานา อันว่าในโลกมนุษย์นั้น เราสามารถดึงเอาภาพผู้คนในที่อันห่างไกลเกินกว่าจะมองเห็นกันได้ออกมาจากอากาศธาตุ และทำให้ปรากฏแก่สายตาโดยอาศัยอุปกรณ์โทรทัศน์ จากนั้นก็ทำให้สลายหายไปในอวกาศได้ ฉันใดก็ฉันนั้น ในอากาศธาตุของโลกทิพย์ก็มีพิมพ์เขียว

ของพืชผักที่พระเป็นเจ้าทรงสรรค์สร้างขึ้นล่องลอยอยู่ทั่วไปในทิพยสภาวะที่ไม่มีใครมองเห็น ต่อเมื่อประชากรที่นั่นคิดต้องการขึ้นมา จึงจะปรากฏขึ้นในฉับพลันทันใด ในทำนองเดียวกัน สวนดอกไม้อันหอมฟุ้งจรุงใจก็อุบัติขึ้นได้เพียงชาวปราณโลกมีใจคิดปรารถนา และภายหลังก็จะอันตรธานหายไปในอากาศธาตุเช่นเดิม ชาวปราณโลกระดับสูงอย่างชาวหิรัณยโลกแทบไม่จำเป็นต้องดื่มกินกันอยู่แล้ว แต่เหนือขึ้นไปก็ยังมีพวกเหตุชีพในเหตุโลกผู้ไม่ขึ้นอยู่กับเงื่อนไขปัจจัยใด ๆ อยู่อีก พวกท่านคือวิญญาณที่เกือบจะหลุดพ้นได้โดยสมบูรณ์แล้ว ไม่บริโภคอาหารใด และมีเพียงปีติเท่านั้นที่เป็นเครื่องหล่อเลี้ยง

"ชาวปราณโลกผู้พ้นจากมนุษยโลกหลังจากได้รับการพัฒนาสภาวจิตมาแล้ว จะได้พบกับญาติมากมายทั้งพ่อ แม่ ภรรยา สามี รวมไปถึงมิตรสหายทั้งหลายซึ่งได้เกี่ยวข้องผูกพันกันมาในชาติภพก่อน ๆ[1] ที่เวียนว่ายตายเกิดอยู่ในมนุษยโลก เมื่อพวกเขาได้ขึ้นมาเกิดยังปราณโลกชั้นต่าง ๆหลายกาลหลายวาระด้วยกัน ด้วยเหตุนี้ ชาวปราณโลกจึงไม่รู้ว่าตนควรจะรักใครเป็นพิเศษ และในลักษณาการเช่นนี้ เขาจึงได้เรียนรู้ที่จะมอบความรักอันพิสุทธิ์ให้กับผู้คนทั้งปวงอย่างเท่าเทียมกัน ในฐานะที่พวกเขาเหล่านั้นเป็นทั้งบุตรและการสำแดงออกซึ่งความเป็นปัจเจกแห่งพระเป็นเจ้าเหมือน ๆ กัน ถึงแม้รูปลักษณ์ภายนอกของบุคคลอันเป็นที่รักจะเปลี่ยนไป มากบ้างน้อยบ้าง สุดแท้แต่วิญญาณดวงนั้น ๆ จะพัฒนาคุณลักษณะใหม่ ๆ ขึ้นมาได้มากน้อยเพียงใดในชาติภพสุดท้ายบนมนุษยโลก แต่ชาวปราณโลกก็จดจำประดาผู้เป็นที่รักในชาติภพก่อน ๆ ของตนได้ด้วยสหัชญาณอันแม่นยำ และจะต้อนรับพวกเขาเข้าสู่บ้านแห่งใหม่ในปราณโลกนั้นด้วยความยินดี ด้วยเหตุที่ทุกอณูของสรรพสิ่งมีอัตลักษณ์เฉพาะตัว[2] ที่ไม่อาจลบล้างทำลายลงได้ติดมาด้วย มิตรสหายในปราณโลกจึงเป็นที่จดจำได้ไม่

---

1 ครั้งหนึ่ง มีผู้ไปทูลถามพระผู้มีพระภาคเจ้าว่าเหตุใดมนุษย์จึงควรรักเพื่อนมนุษย์ทั้งปวงอย่างเท่าเทียมกัน "เพราะว่า" สมเด็จพระบรมศาสดาตรัสตอบ "ในการเวียนว่ายตายเกิดนับชาติภพได้ไม่ถ้วน เขาเหล่านั้นล้วนเคยเป็นบุคคลอันเป็นที่รักดั่งดวงใจของเรามาแล้ว ไม่ในชาติใดก็ชาติหนึ่ง"

2 ธาตุทั้งแปดที่เข้ามาเป็นองค์ประกอบส่วนหนึ่งของสรรพชีวิตที่ได้รับการสร้างสรรค์ขึ้นมาตั้งแต่อณูไปจนถึงมนุษย์ ประกอบด้วย ดิน น้ำ ไฟ ลม อากาศธาตุ จิตรับสัมผัส (*มนัส*) ปัญญา (*พุทธิ*) และเอกลักษณ์หรืออัตตา (*อหังการ*) (อ้างอิงจากภควัทคีตา 7:4)

ว่าจะอยู่ในร่างใด ก็เหมือนกับที่นักแสดงบนมนุษยโลกสวมบทบาทเป็นตัวละคร ตัวนั้นบ้างตัวนี้บ้าง แต่ถ้าสังเกตดีๆ ก็ย่อมรู้ได้ว่าเป็นใคร ไม่ว่าเขาคนนั้นจะแปลงโฉมไปมากขนาดไหนก็ตาม

"อายุขัยของชาวปราณโลกยืนยาวกว่าอายุขัยของมนุษย์มากนัก ชาวปราณโลกที่มีจิตเจริญในระดับธรรมดามีอายุขัยโดยเฉลี่ยห้าร้อยถึงหนึ่งพันปีเมื่อเทียบกับเวลาในมนุษยโลก แต่ในหมู่ต้นไม้ยังมีสนเรดวู้ดบางต้นที่อายุยืนยาวกว่าต้นไม้ส่วนใหญ่นับได้พันๆ ปี โยคีบางท่านก็อยู่มาได้หลายร้อยปีในขณะที่ปุถุชนส่วนใหญ่ตายกันตั้งแต่อายุยังไม่ทันถึงหกสิบ ชาวปราณโลกก็เป็นเช่นเดียวกัน คือมีบ้างบางรายที่มีอายุยืนยาวกว่าอายุขัยในปราณโลกโดยปกติ ผู้มาเยือนแต่ละรายจะพำนักอยู่นานหรือเพียงช่วงสั้นๆ ก็ขึ้นอยู่กับน้ำหนักแห่งกรรมที่เคยได้กระทำไว้ ด้วยกรรมนั้นจะเป็นเครื่องฉุดรั้งพวกเขาให้กลับไปเกิดยังมนุษยโลกภายในกรอบเวลาที่กำหนดไว้

"ชาวปราณโลกไม่ต้องเผชิญกับความเจ็บปวดเมื่อถึงคราวสิ้นอายุขัยต้องละจากร่างทิพย์ไป กระนั้น ก็มีอยู่ไม่น้อยที่รู้สึกปริวิตกอยู่บ้างเมื่อคิดว่าต้องทิ้งปราณกายขึ้นไปเกิดในเหตุกายอันละเอียดยิ่งกว่า ปราณโลกนั้นปลอดจากความตายโดยไม่สมัครใจ ไร้ซึ่งโรคภัยและความชราภาพ ภัยอันน่าสะพรึงกลัวทั้งสามประการนี้เป็นคำสาปที่เจาะจงไว้ให้กับมนุษยโลก ที่ซึ่งมนุษย์ปล่อยให้จิตสำนึกแทบทั้งหมดของตนไปหลงยึดติดอยู่กับกายสังขารอันเปราะบาง ต้องพึ่งพาอากาศ อาหาร และการพักผ่อนนอนหลับค้ำจุนเอาไว้จึงจะดำรงอยู่ได้

"อันว่าความตายซึ่งเกิดกับกายเนื้อของมนุษย์นั้น จะสำแดงออกด้วยการหยุดหายใจและการเน่าเปื่อยของเซลล์ต่างๆ แต่ความตายในปราณโลกสำแดงออกด้วยการแตกกระจายสลายไปของปราณ ซึ่งเป็นหน่วยพลังงานอันประกอบกันขึ้นมาเป็นชีวิตของพวกปราณชีพ เมื่อกายเนื้อตกตาย มนุษย์จะไม่สำเหนียกถึงเลือดเนื้อของตนอีก และจะเปลี่ยนมารับรู้ถึงการมีอยู่ของกายละเอียดในปราณโลกแทน และเมื่อถึงเวลาที่ต้องตายจากปราณโลก เขาผู้นั้นก็จะก้าวล่วงจากสำนึกในการเกิด-ตายในปราณโลกกลับคืนไปสู่การเกิด-ตายในกายเนื้ออีกครั้ง การเวียนว่ายตายเกิดในกายเนื้อและปราณกายนี้เป็นชะตากรรมที่ผู้ยังไม่บรรลุธรรมทั้งปวงไม่อาจต้านทานขัดขืนได้ นิยามของสวรรค์และนรกตาม

ที่มีกล่าวไว้ในคัมภีร์ทางศาสนา บางครั้งก็ไปกระตุ้นความทรงจำซึ่งอยู่ลึกกว่าจิตใต้สำนึกของมนุษย์ให้หวนนึกถึงประสบการณ์ในชาติภพอันไกลโพ้น ทั้งเมื่อครั้งที่เคยอยู่ในปราณโลกอันน่ารื่นรมย์และในมนุษยโลกอันน่าผิดหวัง”

“อาจารย์ขอรับ” ข้าพเจ้าร้องขอ “อาจารย์จะกรุณาอธิบายให้ละเอียดกว่านี้ได้ไหมขอรับ ว่าการเวียนว่ายตายเกิดในมนุษยโลก ปราณโลก และเหตุโลกนั้นแตกต่างกันอย่างไรบ้าง?”

“มนุษย์ในฐานะวิญญาณอันเป็นปัจเจก โดยเนื้อแท้แล้วคือเหตุกาย” อาจารย์อธิบาย “เหตุกายนั้นประกอบด้วยมโนคติสามสิบห้าประการซึ่งเป็นพลังความคิดพื้นฐานหรือความคิดอันเป็นเหตุปัจจัย ซึ่งพระเป็นเจ้าทรงนำมาสร้างปราณกายอันละเอียดโดยมีองค์ประกอบสิบเก้าประการ และกายหยาบคือกายเนื้ออันมีองค์ประกอบสิบหกประการขึ้นภายหลัง

“ธาตุอันเป็นปัจจัยสำคัญสิบเก้าประการของปราณกาย คือ จิตใจ ความรู้สึก และพลังปราณ องค์ประกอบทั้งสิบเก้าประการนั้นประกอบด้วยปัญญา อัตตา ความรู้สึก จิต (การรับรู้ด้วยประสาทสัมผัส) *ชญาเนนทรีย์ห้า* (เครื่องมือในการรับรู้ทั้งห้า) คือประสาทรับรู้อันละเอียดคู่ของปราณกายในการมองเห็น ได้ยิน ดมกลิ่น ลิ้มรส และสัมผัส *กรรเมนทรีย์ห้า* (เครื่องมือในการปฏิบัติทั้งห้า) คือจิตคู่ของปราณกายในด้านการสั่งงานเพื่อการสืบลูกสืบหลาน การขับถ่าย การพูด การเดิน และการใช้ทักษะร่างกายในด้านต่าง ๆ และสุดท้ายคือเครื่องมือของ*พลังปราณห้า* หมายถึงพลังชีวิตที่ช่วยในการทำหน้าที่ด้านการตกผลึก การดูดซึม การกำจัด การเผาผลาญ และการไหลเวียนต่าง ๆ ของร่างกาย ปราณกายอันละเอียดที่หุ้มห่อวิญญาณไว้ซึ่งประกอบขึ้นจากธาตุสิบเก้าประการนี้จะยังดำรงอยู่แม้หลังความตายเกิดขึ้นกับกายหยาบ ซึ่งกายหยาบนั้นประกอบขึ้นจากธาตุสิบหกประการด้วยกัน

“พระเป็นเจ้าทรงดำริมโนคติต่าง ๆ ขึ้นภายในพระองค์ก่อน จากนั้นจึงทรงส่งมโนคติเหล่านั้นออกมาเป็นความฝัน ทิพยสุบินแห่งจักรวาลจึงอุบัติขึ้นในเครื่องทรงอันอลังการแห่งสัมพัทธภาพนับอเนกอนันต์

“ส่วนมโนคติสามสิบห้าประการของเหตุกายนั้น พระเป็นเจ้าทรงนำเอาความซับซ้อนของธาตุทั้งสิบเก้าแห่งปราณกาย ทั้งธาตุทั้งสิบหกแห่งกายเนื้อ

มาสรรค์สร้างขึ้นอย่างพิถีพิถัน ด้วยการนำคลื่นความสั่นสะเทือนมาควบแน่นจากละเอียดไปหาหยาบ พระองค์ทรงสร้างปราณกายและกายเนื้อขึ้น หากมองในแง่ของทฤษฎีสัมพัทธภาพแล้ว เมื่อความเรียบง่ายอันเป็นปัจจัยหลักชั้นแรกขององค์พระผู้สร้างต้องแยกย่อยมาเป็นความซับซ้อนหลายทบหลายต่อเช่นนี้ เหตุจักรวาลและเหตุกายย่อมต้องแตกต่างจากปราณจักรวาลและปราณกาย มนุษยจักรวาลและกายเนื้อก็ย่อมมีลักษณะที่แตกต่างเป็นอย่างมากจากสิ่งอื่น ๆ ที่พระเป็นเจ้าทรงสร้างขึ้นในทำนองเดียวกัน

"กายหยาบหรือกายเนื้อนั้นสร้างขึ้นจากทิพยสุบินของพระผู้สร้างที่ปรากฏให้เห็นเป็นรูปอันตายตัว ทวิภาวะมีปรากฏอยู่ในมนุษยโลกเสมอ มีแข็งแรงก็ต้องมีเจ็บไข้ มีทุกข์–สุข มีได้–มีเสีย มนุษย์มีข้อจำกัดและแรงเสียดทานในสภาวะสามมิติ เมื่อความปรารถนาจะมีชีวิตอยู่ของมนุษย์ถูกคุกคามด้วยโรคภัยหรือสาเหตุอื่น ๆ ความตายย่อมมาถึง เสื้อนอกในรูปของกายสังขารอันหนักอึ้งจึงถูกสลัดออกชั่วคราว แม้กระนั้น วิญญาณก็ยังถูกหุ้มห่อเอาไว้ด้วยปราณกายและเหตุกาย[1] พลังที่ยึดโยงกายทั้งสามเอาไว้ด้วยกันคือกิเลส ความปรารถนาและแรงปรารถนาที่ไม่สำเร็จผลก็คือรากเหง้าที่ทำให้มนุษย์ตกเป็นทาสนานาสารพัดสิ่ง

"กิเลสทางกายอุบัติขึ้นจากการยึดมั่นในอัตตาและความนิยมยินดีในผัสสะ แรงผลักดันหรือยั่วยุในทางโลกียะนั้นทรงพลังยิ่งกว่าแรงปรารถนาที่เชื่อมโยงต่อการติดยึดทางปราณหรือญาณหยั่งรู้ทางเหตุ

"กิเลสในระดับปราณโลกคือการติดสุขที่อยู่ในรูปแบบของคลื่นความสั่นสะเทือน ชาวปราณโลกชื่นชอบดนตรีแห่งสรวงสวรรค์ชั้นต่าง ๆ และชื่นชมภาพของสรรพสิ่งทั้งปวงในแง่ที่เป็นปรากฏการณ์อันไม่มีวันหมดสิ้นของแสงที่แปรเปลี่ยนเรื่อยไป นอกจากนี้พวกปราณชีพยังได้กลิ่น รู้รส และสัมผัสแสงนั้นได้ ด้วยเหตุนี้ กิเลสในระดับปราณโลกจึงเชื่อมโยงกับอำนาจของชาวปราณโลกในการเร่งกระบวนการให้วัตถุและประสบการณ์ทั้งปวงเกิดขึ้นมาในรูปของแสง

---

1 "กาย" หมายถึงกายที่หุ้มห่อวิญญาณเอาไว้ ไม่ว่าจะเป็นกายหยาบหรือกายละเอียดก็ตาม กายทั้งสามแบบล้วนเป็นกรงที่ขัง "วิหคแห่งสรวงสวรรค์" เอาไว้ทั้งสิ้น

หรือแม้กระทั่งย่นย่อให้ออกมาในรูปของความคิดหรือความฝัน

"กิเลสหรือความปรารถนาของเหตุชีพเติมเต็มได้ด้วยการรับรู้ด้วยจิตเท่านั้น ชาวเหตุโลกเป็นวิญญาณที่ใกล้จะหลุดพ้นอย่างแท้จริงแล้ว และถูกห่อหุ้มเอาไว้ด้วยเหตุกายเพียงกายเดียว พวกเหตุชีพมองจักรวาลทั้งมวลเป็นการตระหนักรู้ในมโนคติอันยังให้เกิดทิพยสุบินแห่งพระเป็นเจ้า พวกเหตุชีพสามารถนิรมิตสิ่งทั้งหลายทั้งปวงขึ้นมาได้เพียงแค่ใจคิดเท่านั้น ด้วยเหตุนี้ ชาวเหตุโลกจึงมองว่าความสุขจากผัสสะของมนุษย์หรือความสุขของปราณโลกเป็นของหยาบและยังความอึดอัดให้กับวิญญาณที่มีการรับรู้ด้วยจิตอันประณีตและละเอียดเป็นที่ยิ่ง ชาวเหตุโลกสนองกิเลสของตนด้วยการนิรมิตสิ่งที่ปรารถนาขึ้นมาในทันที[1] ผู้เหลือเพียงเหตุกายอันบางเบาเป็นเครื่องห่อหุ้มย่อมยังจักรวาลให้ปรากฏขึ้นมาได้ดุจเดียวกับพระผู้สร้าง เหตุเพราะสรรพสิ่งทั้งปวงล้วนอุบัติขึ้นจากเนื้อฝันแห่งจักรวาลทั้งสิ้น วิญญาณที่มีเหตุกายหุ้มห่อเอาไว้อย่างบางเบาจึงมีญาณหยั่งรู้อันไพศาลยิ่ง

"วิญญาณเป็นสิ่งที่ไม่อาจมองเห็นได้โดยธรรมชาติวิสัย จะแยกแยะได้ก็ด้วยการปรากฏอยู่เป็นร่างของมันในหนึ่งหรือหลายร่าง การที่ร่างซึ่งหุ้มห่อวิญญาณนั้นจะยังดำรงอยู่ได้ แสดงว่าวิญญาณยังมีกิเลสหรือความปรารถนาที่ยังไม่ได้รับการตอบสนอง[2]

"ตราบเท่าที่วิญญาณของมนุษย์ยังถูกกักอยู่ในร่างหนึ่ง สอง หรือสามร่าง ซึ่งเปรียบได้กับขวดบรรจุน้ำที่ปิดแน่นด้วยจุกไม้ก๊อกแห่งอวิชชาและกิเลสนานา เมื่อนั้น มนุษย์ย่อมไม่สามารถผสานเข้ากับท้องทะเลแห่งพระเป็นเจ้าได้ แม้เมื่อภาชนะดั่งกายหยาบที่รองรับอยู่นี้ถูกทุบทำลายลงด้วยค้อนแห่งความตาย ก็ยังเหลือภาชนะที่ห่อหุ้มภายนอกอยู่อีกสองชั้น...คือปราณกายและเหตุกาย...ไว้

---

1 ดุจเดียวกับที่ท่านบาบาจีช่วยท่านลาหิริ มหัสยะขจัดกิเลสหรือความปรารถนาในจิตใต้สำนึกที่อยากจะเห็นปราสาทราชวังตั้งแต่เมื่อครั้งอดีตชาติออกไป ดูบทที่ 34

2 "พระองค์ตรัสตอบเขาว่า ซากศพอยู่ที่ไหนฝูงนกแร้งจะตอมกันอยู่ที่นั่น"—ลูกา 17:37 ที่ใดก็ตามที่ดวงวิญญาณถูกขังเอาไว้ ไม่ว่าจะในกายเนื้อ ปราณกาย หรือเหตุกาย ที่นั่น กิเลสตัณหาอันเปรียบได้กับนกแร้งฝูงใหญ่...ซึ่งเสพความอ่อนแอลุ่มหลงในโลกียะของมนุษย์ หรือความติดในสุขอันประณีตของชาวปราณโลกและชาวเหตุโลกเป็นภักษาหาร...ก็ย่อมจะแห่กันมารุมล้อมเพื่อกักขังดวงวิญญาณนั้นเอาไว้

คอยขวางกั้นวิญญาณไม่ให้ผสานเข้าเป็นหนึ่งเดียวกับองค์เอกชีวินผู้สถิตอยู่ในทุกสถานและทุกกาลได้อย่างสำนึกรู้ จวบจนปัญญาพาตนให้พ้นจากกิเลส สิ้นสุดซึ่งความปรารถนาทั้งปวง อำนาจแห่งการรู้แจ้งนั้นจึงจะทำลายภาชนะอีกสองอย่างที่เหลือลงได้ ดวงวิญญาณอันกระจ้อยร่อยของมนุษย์ ในที่สุดก็ผุดพ้นขึ้นมาเป็นอิสระ เป็นหนึ่งเดียวกับพระผู้ทรงไว้ซึ่งความไพศาลอันประมาณมิได้"

ข้าพเจ้าขอให้ท่านคุรุเทพให้ความกระจ่างเกี่ยวกับเหตุโลกที่เป็นภูมิอันลี้ลับและอยู่ในระดับสูงยิ่ง

"เหตุโลกเป็นภูมิที่ละเอียดเหนือคำบรรยาย" อาจารย์ตอบ "ผู้ใดคิดจะเข้าใจเหตุโลกให้ได้ ผู้นั้นต้องมีสมาธิจิตที่ทรงอำนาจยิ่ง ถึงขั้นเพียงหลับตาลงก็มองจักรวาลทิพย์และจักรวาลแห่งวัตถุธาตุออก... ทั้งลูกบอลลูนที่เป็นแสงเรื่อเรืองและตะกร้าที่เป็นวัตถุ... ว่าเป็นสิ่งซึ่งดำรงอยู่ในมโนคติหรือความคิดเท่านั้น และด้วยสมาธิจิตอันอยู่เหนือวิสัยมนุษย์นี้ หากเราสามารถขจัดความซับซ้อนทั้งหลายและเปลี่ยนจักรวาลทั้งสองให้เป็นเพียงความคิดได้ เมื่อนั้น เราย่อมลุถึงเหตุโลกและยืนอยู่บนเส้นแบ่งสภาวะกึ่งกลางระหว่างจิตและสสาร ณ ที่นั่นเราจะเข้าใจได้ว่าสรรพสิ่งทั้งปวง ไม่ว่าจะเป็นของแข็ง ของเหลว ก๊าซ กระแสไฟฟ้า พลังงาน สรรพชีวิต เทพเทวา มนุษย์ สัตว์ พืชพันธุ์ หรือ แบคทีเรีย ล้วนเป็นนานารูปแบบของจิตสำนึก ดุจเดียวกับที่คนเราหลับตาและรู้ว่าตนเองยังมีตัวมีตนอยู่ ถึงแม้ตาที่หลับอยู่จะมองไม่เห็นร่างกาย และร่างกายนั้นก็มีอยู่ในฐานะที่เป็นความคิดหนึ่งเท่านั้นก็ตาม

"สิ่งที่มนุษย์กระทำได้เพียงในจินตนาการความเพ้อฝัน ชาวเหตุโลกสามารถกระทำได้ในความเป็นจริง มนุษย์มีสติปัญญาที่จะคิดเพ้อฝันไปได้ยิ่งใหญ่เหลือหลาย จินตนาการของพวกเขาสามารถ... แค่ในความคิดเท่านั้น... กระโดดจากความคิดสุดโต่งด้านหนึ่งไปยังอีกด้านหนึ่ง อาศัยจิตไปจากโลกหนึ่งสู่อีกโลกหนึ่ง หรือดิ่งวูบลงไปในห้วงแห่งสภาวะความเป็นนิรันดร์โดยหาที่สิ้นสุดมิได้ หรือทะยานขึ้นไปสู่เวิ้งเวหากาแล็กซี่ประดุจจรวด หรือส่งประกายความคิดให้แววววับดุจแสงไฟฉายที่ปรากฏอยู่เหนือทางช้างเผือกและห้วงอวกาศซึ่งดารดาษด้วยดวงดาว แต่ชาวเหตุโลกนั้นมีอิสระยิ่งกว่า และสามารถแปรความคิดของตนให้ปรากฏเป็นรูปเป็นร่างขึ้นมาได้ในทันใด โดยไม่ต้องพึ่งวัตถุธาตุ

ไม่มีอุปสรรคแบบชาวปราณโลก และไม่มีข้อจำกัดในเรื่องกรรม

"ชาวเหตุโลกตระหนักดีว่า จักรวาลแห่งวัตถุธาตุมิได้สร้างขึ้นจากอิเล็กตรอน และจักรวาลของทิพยโลกก็หาได้มีปราณเป็นองค์ประกอบพื้นฐานไม่... มนุษยโลกและทิพยโลกแท้จริงแล้วสร้างขึ้นจากอณูที่เล็กที่สุดของมโนคติแห่งพระเป็นเจ้า ซึ่งถูกสับและแบ่งแยกออกมาด้วย*มายา* หรือกฎแห่งสัมพัทธภาพที่เห็นได้ชัดว่าแทรกเข้ามาเพื่อแยกสรรพสิ่งออกจากพระผู้สร้าง

"วิญญาณทั้งหลายในเหตุโลกรู้จักกันและกันในฐานะที่ต่างก็เป็นหน่วยเอกเทศหน่วยหนึ่งของพระเจ้าอันเบิกบาน และมีเพียงสิ่งที่คิดแวดล้อมอยู่รอบตัว ชาวเหตุโลกมองว่าความต่างระหว่างร่างกายและความคิดของตนเป็นแต่เพียงมโนคติเท่านั้น มนุษย์เมื่อยามหลับตาสามารถมองเห็นภาพแสงสีขาวพราวพร่างหรือพยับหมอกสีน้ำเงินจาง ๆ ได้ฉันใด ชาวเหตุโลกเองก็สามารถมองเห็น ได้ยิน ได้กลิ่น รู้รส และรับสัมผัสได้เพียงใจคิดฉันนั้น พวกเขาจะสร้างสิ่งใดหรือทำให้มันสลายหายไปก็ย่อมได้ ทั้งนี้ด้วยอานุภาพของพลังจิตแห่งจักรวาลเท่านั้น

"ความตายและการกลับมาเกิดใหม่ในเหตุโลกบังเกิดขึ้นในความคิด ชาวเหตุโลกอาศัยแต่เพียงความรู้แจ้งที่อยู่เหนือกาลเวลาเป็นเครื่องหล่อเลี้ยง ใช้น้ำพุแห่งศานติเป็นเครื่องดับกระหาย ท่องไปด้วยญาณหยั่งรู้ที่เปรียบได้กับพื้นพสุธาที่ไร้รอยทาง แหวกว่ายอยู่ในมหาสมุทรแห่งปีติสุขอันไม่มีที่สิ้นสุด ดูนั่นสิ! ดูร่างอันสว่างไสวของประดาเหตุชีพเหินผ่านโลกทิพย์จำนวนนับแสนโกฏิที่อุบัติขึ้นจากพระเป็นเจ้า ผ่านพรายฟองสดใหม่ของเหล่าจักรวาล ดาราแห่งปัญญาญาณ ผ่านความฝันเหลือบเงาแสงของเนบิวลาสีทองที่ลอยล่องอยู่ในอ้อมเวหาแห่งนิรันดร์กาล!

"ผู้ที่หลงติดอยู่ในเหตุโลกเป็นเวลานานหลายพันปีนั้นมีอยู่ไม่น้อย ด้วยการหยั่งจิตลงสู่ฌานอันลึกล้ำยิ่งขึ้น วิญญาณที่ได้รับการปลดปล่อยจะค่อยถอนตัวออกจากเหตุกายกระจ้อยร่อย แล้วรับเอาขอบเขตอันไพศาลของเหตุจักรวาลมาเป็นอาภรณ์ วังวนแห่งมโนคติอันเป็นเอกเทศ กระแสอันเฉพาะเจาะจงของพลังความรัก เจตจำนง ความสุขศานติ ญาณหยั่งรู้ ความสงบ การควบคุมตน และการสำรวมจิต ล้วนหลอมรวมเข้ากับทะเลแห่งปีติสุขอันเป็นนิรันดร์ วิญญาณนั้นไม่จำเป็นต้องรับรู้ถึงความสุขในแง่ที่เป็นกระแสแห่งจิตสำนึกอันเป็นเอกเทศ

อีกต่อไป แต่จะผสานเข้ากับพระผู้ทรงเป็นมหาสมุทรแห่งจักรวาลที่พรั่งพร้อมไปด้วยเกลียวคลื่นแห่งเสียงหัวร่อ จังหวะหัวใจซึ่งเต้นแรง และความซาบซ่านหฤหรรษ์ที่ดำรงอยู่ชั่วกาลนาน

"เมื่อผุดพ้นออกมาจากกายทั้งสามอันเปรียบได้กับรังไหม วิญญาณจะไม่ตกอยู่ภายใต้อำนาจของกฎแห่งสัมพัทธภาพอีกต่อไป กลายเป็นสิ่งซึ่งอยู่เหนือคำบรรยายและดำรงอยู่ตลอดกาล[1] ดูผีเสื้อของพระผู้ทรงดำรงอยู่ในทุกสถานและทุกกาลสิ ปีกของมันสลักดวงดาว ดวงจันทร์ และดวงอาทิตย์ประดับเอาไว้! วิญญาณที่กลืนเข้ากับกระแสแห่งพระเจ้าจะดำรงอยู่ตามลำพังในดินแดนแห่งแสงที่ไร้แสง มืดมิดโดยไร้ความมืดมิด มีความคิดโดยไร้ซึ่งความคิด ดื่มด่ำอยู่กับปีติสุขในทิพยสุบินแห่งการสรรค์สร้างจักรวาลขององค์พระเป็นเจ้า"

"วิญญาณอิสระ!" ข้าพเจ้าออกอุทานด้วยความพิศวงยำเยง

"เมื่อหลุดพ้นจากมายาแห่งกายสามอันเปรียบได้กับภาชนะรองรับวิญญาณ" อาจารย์อธิบายต่อ "วิญญาณจะกลายเป็นหนึ่งเดียวกับพระเป็นเจ้าโดยไม่สูญเสียความเป็นปัจเจกของตน พระคริสต์ทรงบรรลุถึงอิสรภาพขั้นสุดท้ายนี้ก่อนที่จะจุติลงมาเป็นพระเยซูเสียด้วยซ้ำ ช่วงเวลาสามวันแห่งการสิ้นพระชนม์และฟื้นคืนชีพในพระประวัติเป็นสัญลักษณ์ที่บ่งบอกว่าระหว่างผ่านขั้นตอนทั้งสามในกาลก่อน พระคริสต์ทรงลุถึงแล้วซึ่งพระเป็นเจ้าอันสมบูรณ์พร้อม

"มนุษย์ที่จิตยังไม่พัฒนาจะต้องเวียนว่ายตายเกิดในมนุษยโลก ปราณโลก และเหตุโลกนับครั้งไม่ถ้วน เพื่อให้หลุดพ้นจากกายทั้งสามไปให้ได้ ครูบาอาจารย์ผู้บรรลุถึงอิสระขั้นสุดท้ายนี้แล้วอาจเลือกที่จะกลับลงมาเกิดยังมนุษยโลกในฐานะศาสดาพยากรณ์เพื่อนำพามนุษย์อื่น ๆ กลับคืนสู่พระเป็นเจ้า หรือจะเลือกไปอยู่ในปราณจักรวาลอย่างครูก็ได้เช่นกัน ที่นั่น ผู้ทำหน้าที่ช่วยเหลือจะต้องแบกรับกรรมบางส่วนของชาวปราณโลกเอาไว้[2] เพื่อช่วยพวกเขายุติวังวนแห่งการ

---

1 "ผู้ใดมีชัยชนะ เราจะตั้งให้ผู้นั้นเป็นหลักอยู่ในพระวิหารแห่งพระเจ้าของเรา และผู้นั้นจะไม่ออกไปนอกพระวิหารอีกเลย (กล่าวคือ จะไม่ไปเกิดซ้ำอีกต่อไป)...ผู้ใดมีชัยชนะ เราจะให้ผู้นั้นนั่งกับเราบนพระที่นั่งของเรา เหมือนกับที่เรามีชัยชนะแล้ว และได้นั่งกับพระบิดาของเราบนพระที่นั่งของพระองค์"—วิวรณ์ 3:12, 21

2 ท่านอาจารย์ศรียุกเตศวรหมายความว่า แม้กระทั่งสมัยที่ท่านเกิดเป็นมนุษย์ ท่านก็ยังช่วย

เวียนว่ายตายเกิดในปราณจักรวาล และขึ้นไปเกิดอยู่บนเหตุโลกเป็นการถาวร หรือถ้าไม่เช่นนั้น วิญญาณอิสระนี้ก็อาจจะเข้าไปในเหตุโลกเพื่อช่วยชาวเหตุโลกทอนระยะเวลาที่ต้องอยู่ในเหตุกายลงจนบรรลุถึงอิสระโดยสมบูรณ์ได้ในที่สุด”

“อาจารย์ผู้ฟื้นคืนจากมรณะขอรับ กระผมอยากรู้เรื่องกรรมที่ยังให้วิญญาณทั้งหลายต้องกลับมาเวียนว่ายตายเกิดในโลกทั้งสามให้ละเอียดกว่านี้อีกนะขอรับ” ข้าพเจ้าคิดอยู่ในใจว่าจะให้นั่งฟังท่านคุรุผู้ปรากฏได้ทุกหนแห่งตลอดไปก็ยังได้ สมัยที่ท่านยังมีชีวิตอยู่ ไม่มีเลยสักครั้งที่ข้าพเจ้าจะสามารถซึมซับรับเอาความรู้จากท่านได้มากมายถึงเพียงนี้ในคราวเดียว นี่เป็นครั้งแรกที่ข้าพเจ้าได้รับรู้และเข้าใจอย่างกระจ่างชัดในเรื่องปริศนาลึกลับของช่องว่างบนตาตารางเหนือกระดานหมากรุกแห่งความเป็นและความตาย

“กรรมหยาบหรือกิเลสของมนุษย์จะต้องขจัดให้หมดสิ้นไปเสียก่อน เจ้าตัวจึงจะอยู่ในปราณโลกต่อไปได้” อาจารย์ให้ความกระจ่างด้วยน้ำเสียงเสนาะโสต “ชาวปราณโลกนั้นมีอยู่ด้วยกันสองพวก พวกแรกคือพวกที่ยังมีกรรมหยาบให้ต้องกำจัดออกไป และต้องกลับไปเกิดในกายหยาบเพื่อชดใช้กรรมนั้นอีก จึงถือเป็นเพียงแขกผู้มาเยือนปราณโลกหลังความตายเพียงชั่วคราว ไม่ใช่ผู้อาศัยอยู่บนปราณโลกอย่างถาวร

“ชาวปราณโลกที่ถ่ายถอนกรรมหยาบสมัยที่เกิดเป็นมนุษย์ยังไม่หมดสิ้นจะไม่ได้รับอนุญาตให้ขึ้นไปเกิดยังเหตุโลกซึ่งเป็นภูมิของมโนคติแห่งจักรวาลที่อยู่สูงขึ้นไป ทำได้แค่ไป ๆ มา ๆ ระหว่างมนุษยโลกกับปราณโลก และสำเหนียกได้แต่เพียงการมีอยู่ของกายเนื้อที่ประกอบขึ้นจากธาตุหยาบสิบหกประการและปราณกายที่ประกอบขึ้นจากธาตุละเอียดสิบเก้าประการเท่านั้น อย่างไรก็ดี หลังการตายของกายเนื้อในแต่ละครั้ง วิญญาณจากมนุษยโลกที่ยังไม่ได้พัฒนาจิตตนขึ้นมา จะตกอยู่ในภาวะครึ่งหลับครึ่งตายเสียเป็นส่วนใหญ่ และแทบจะไม่รับรู้ถึงการมีอยู่ของปราณโลกอันวิจิตรตระการนี้เลย หลังแวะเข้ามาพักใน

รับเอาโรคภัยไข้เจ็บมาใส่ตัวเป็นบางครั้งเพื่อช่วยลดทอนกรรมของศิษย์ให้เบาบางลง ดังนั้น เมื่อไปอยู่ยังทิพยโลก ภาระหน้าที่ในฐานะผู้ช่วยไถ่บาปให้รอด จึงทำให้ท่านรับเอากรรมละเอียดบางอย่างของชาวหิรัณยโลกมาไว้กับตัว จึงเท่ากับเป็นการช่วยร่นเวลาในวิวัฒนาการ ทำให้พวกเขาขึ้นไปสู่เหตุโลกได้เร็วขึ้น

ปราณโลกระยะหนึ่ง วิญญาณเหล่านี้จะกลับคืนสู่มนุษยโลกเพื่อสั่งสมบทเรียนต่อไป หลังผ่านการเดินทางกลับไปกลับมาหลายครั้งเข้าพวกเขาก็จะค่อย ๆ คุ้นชินกับโครงสร้างและองค์ประกอบอันละเอียดของทิพยโลกขึ้นทีละน้อย

"ในทางกลับกัน พวกที่อาศัยอยู่ในปราณจักรวาลเป็นปกติวิสัยหรือเป็นระยะเวลานานคือพวกที่หลุดพ้นจากกิเลสอันหยาบหรือความปรารถนาในวัตถุธาตุทั้งปวงโดยสิ้นเชิงแล้ว จึงไม่จำเป็นต้องกลับลงมาเกิดยังมนุษยโลกอีก และมีเพียงกรรมอันละเอียดในระดับปราณโลกและเหตุโลกให้ปลดเปลื้อง ครั้นตายจากปราณโลกก็จะได้ผ่านขึ้นไปสู่เหตุโลกที่เป็นภูมิอันละเอียดและประณีตยิ่งกว่า และเมื่อเวลาผ่านไปได้ระยะหนึ่ง ครรลองแห่งจักรวาลจะกำหนดให้วิญญาณขั้นสูงเหล่านี้กลับลงมาเกิดยังหิรัณยโลกหรือปราณโลกระดับสูงทำนองเดียวกันนี้อีกครั้งเพื่อถ่ายถอนกรรมอันละเอียดที่ยังค้างคาอยู่

"เด็กเอ๋ย ตอนนี้ เธอพอจะกระจ่างใจได้มากขึ้นแล้วกระมังว่าครูฟื้นคืนชีวิตมาด้วยบัญชาแห่งพระเป็นเจ้า" ท่านคุรุศรียุกเตศวรกล่าวต่อ "ในฐานะผู้ช่วยเหลือดวงวิญญาณที่มาเกิดยังปราณโลก โดยเฉพาะพวกที่จุติลงมาจากเหตุโลกมากกว่าที่จะเป็นพวกที่ขึ้นมาเกิดจากมนุษยโลก ซึ่งพวกหลังนี้ ถ้าแม้นว่ายังมีกรรมหยาบติดตัวมาอยู่ ก็จะไม่สามารถขึ้นไปสู่โลกทิพย์ระดับสูงมาก ๆ อย่างหิรัณยโลกได้

"ดังเช่นมนุษย์ส่วนใหญ่ไม่เคยได้เรียนรู้จากการเจริญสมาธิปัญญาให้ได้เห็นนิมิตจนสามารถลิ้มรสความสุขอันสูงกว่า จึงไม่รู้ถึงข้อดีของชีวิตบนทิพยโลก ด้วยเหตุนี้ หลังจากการตายพวกเขาจึงปรารถนาที่จะหวนกลับคืนสู่ความสุขอันจำกัดและกระพร่องกระแพร่งแห่งมนุษยโลก ฉันใดก็ฉันนั้น เมื่อถึงคราวที่ปราณกายจะสลายไปตามธรรมชาติวิสัย ก็ยังมีชาวปราณโลกอีกไม่น้อยที่มองไม่เห็นคุณของปีติแห่งจิตวิญญาณที่พัฒนาขึ้นสู่ระดับสูงยิ่งในเหตุโลก จิตยังประหวัดถึงความสุขในปราณโลกที่หยาบและมีสีสันกว่า จึงปรารถนาที่กลับมายังปราณโลกอีกครั้ง ชาวปราณโลกต้องถ่ายถอนกรรมหนักในทิพยโลกของตนให้ได้ก่อน จึงจะตายจากปราณกายขึ้นไปเกิดและอยู่บนภูมิแห่งมโนคติอย่างเหตุโลกที่อยู่ใกล้องค์พระผู้สร้างเพียงแค่เอื้อมได้โดยไม่ต้องกลับลงมาอีก

"เมื่อใดที่วิญญาณไม่ปรารถนาในสุขแห่งปราณโลกอันวิจิตรตระการตา และ

ไม่มีสิ่งใดล่อลวงให้หวนกลับลงมาได้อีก เมื่อนั้นเขาจึงจะรั้งอยู่ในเหตุโลกได้ หลังถ่ายถอนกรรมในระดับเหตุโลกหรือเมล็ดพันธุ์แห่งกิเลสในอดีตได้ วิญญาณที่ถูกกังขังก็จะทลายจุกไม้ก๊อกแห่งอวิชชา ทะยานออกมาจากเหตุกายที่เป็นเสมือนภาชนะชั้นสุดท้ายที่รองรับวิญญาณเอาไว้ และผสานเข้ากับกระแสแห่งพระผู้เป็นนิรันดร์

"ทีนี้ เธอเข้าใจแล้วหรือยังล่ะ?" รอยยิ้มของอาจารย์ชวนมองนัก!

"ขอรับ ด้วยบารมีของอาจารย์ กระผมดีใจและรู้สึกเป็นพระคุณจนบอกไม่ถูกเลยขอรับ"

ไม่ว่าจะจากธรรมคีตาหรือตำนานใด ๆ ข้าพเจ้าก็ไม่เคยได้รับความรู้อันเป็นแรงบันดาลใจให้เช่นนี้มาก่อน ถึงคัมภีร์ของทางฮินดูเราจะเอ่ยถึงเหตุโลก ปราณโลก และกายทั้งสามของมนุษย์เอาไว้บ้าง แต่ก็ฟังดูไกลตัวและไร้ความหมายนักเมื่อเทียบกับเรื่องราวอันจริงแท้แน่นอนจากปากของท่านคุรุผู้ฟื้นคืนชีวิตมา! เพราะสำหรับท่านแล้ว คงไม่มีที่ใดเป็น "แดนดินซึ่งไม่ถูกค้นพบเปิดเผย ที่ซึ่งนักเดินทางไปแล้วไม่เคยหวนคืนกลับมา"![1]

"การแทรกซึมซึ่งกันและกันของกายทั้งสามในคนนั้นมีปรากฏให้เห็นได้ในหลายลักษณะโดยผ่านธรรมชาติสามอย่างของมนุษย์" อาจารย์กล่าวต่อ "ขณะลืมตาตื่นอยู่บนโลก มนุษย์จะสำเหนียกถึงกายทั้งสามของตนไม่มากก็น้อย เวลาที่เขาหมกมุ่นอยู่กับการรับผัสสะ ไม่ว่าจะเป็นรูป รส กลิ่น เสียง หรือสัมผัส นั่นหมายความว่า เขากำลังใช้กายเนื้อในการทำงาน แต่ถ้าเป็นการนึกคิดจินตนาการหรือความมุ่งมั่น นั่นแสดงว่าเขาทำงานโดยผ่านทางปราณกาย ในขณะที่การสำแดงออกซึ่งเหตุกายจะปรากฏให้เห็นเมื่อเขาคิดพิจารณาตนหรือเมื่อเจริญสมาธิ แนวคิดอันเกี่ยวเนื่องกับจักรวาลของอัจฉริยบุคคลจะบังเกิดขึ้นกับมนุษย์ผู้เข้าถึงเหตุกายของตนเป็นปกติวิสัย หากพิจารณาจากมุมมองนี้ก็อาจแบ่งหมวดหมู่มนุษย์ออกได้อย่างกว้าง ๆ เป็น "พวกวัตถุนิยม" "พวกขยันใช้พลังงาน" และ "พวกปัญญาชน"

"มนุษย์ติดอยู่กับกายหยาบวันละประมาณสิบหกชั่วโมง จากนั้น เมื่อ

---

1 แฮมเล็ต (องก์ 3 ฉาก 1)

นอนหลับ ถ้าเขาฝันเขาก็จะเข้าไปอยู่ในปราณกาย สร้างสิ่งใดขึ้นมาก็ได้โดยไม่ลำบากยากแรง ไม่ต่างจากที่ชาวโลกทิพย์เขาทำกัน แต่ถ้ามนุษย์หลับลึกโดยไม่ฝันเลย เขาจะสามารถย้ายจิตสำนึกหรือสำนึกในความเป็นวิญญาณไปอยู่ในเหตุกายได้หลายชั่วโมง การหลับเช่นนั้นย่อมยังให้เจ้าตัวสดชื่นขึ้นอย่างเต็มที่ แต่ถ้าฝัน จิตนั้นจะโยงเข้ากับปราณกายมิใช่เหตุกายของผู้ฝัน การหลับเช่นนั้นทำได้ก็เพียงช่วยให้พอจะรู้สึกสดชื่นขึ้นบ้างเท่านั้น”

ข้าพเจ้าเฝ้าพินิจพิศดูอาจารย์ด้วยความเคารพรักในขณะที่ท่านอธิบายเรื่องราวอันน่าอัศจรรย์ให้ฟัง

“อาจารย์ขอรับ” ข้าพเจ้าว่า “ร่างท่านตอนนี้ไม่ได้ผิดไปจากร่างที่กระผมหลั่งน้ำตาให้ในอาศรมที่เมืองปุรีเลยขอรับ”

“จริงทีเดียว ร่างใหม่ของครูเลียนแบบมาจากร่างเก่าทุกอย่าง ครูสำแดงหรือสลายร่างนี้เมื่อใดก็ได้ตามใจคิด อันที่จริงแล้วครูทำอย่างนั้นบ่อยกว่าเมื่อครั้งที่ยังอยู่บนมนุษยโลกเสียอีก ด้วยการสลายร่างอย่างรวดเร็ว ตอนนี้ครูจึงเดินทางด้วยความเร็วแสงจากโลกทิพย์หนึ่งไปยังอีกแห่งหนึ่งได้ในฉับพลันทันทีหรือกระทั่งจากปราณโลกไปยังเหตุโลกหรือมนุษยโลกก็ได้เช่นกัน” อาจารย์ยิ้ม “ถึงหลายวันนี้เธอจะวิ่งวุ่นไปนั่นมานี่รวดเร็วเหลือเกิน แต่ครูก็หาเธอพบได้ไม่ยากในเมืองบอมเบย์นี้!”

“โธ่ อาจารย์ขอรับ กระผมเศร้าโศกเสียใจกับการตายของท่านนัก!”

“อ้าว แล้วครูตายเสียที่ไหนล่ะ? พูดอย่างนี้มันไม่ขัดกันไปหน่อยรึ?” ดวงตาอาจารย์ฉายประกายแห่งความรักและความขบขันระคนกัน

“เธอก็แค่กำลังฝันอยู่บนโลกใบนี้ โลกซึ่งเธอมองเห็นกายสังขารของครูที่เป็นเพียงภาพฝันด้วย” ท่านกล่าวต่อ “และต่อมา เธอก็ได้ฝังภาพฝันนั้นไป ตอนนี้ร่างที่ดีกว่าของครู ร่างที่สมบูรณ์ด้วยเลือดเนื้อ... ซึ่งเธอได้เห็นและกระทั่งกำลังกอดเอาไว้เสียแน่นอย่างนี้!... ได้ฟื้นคืนชีวิตมาบนโลกอีกแห่งหนึ่งในทิพยสุบินของพระเป็นเจ้าที่วิจิตรประณีตยิ่งกว่า สักวันหนึ่ง ร่างและโลกในฝันอันวิจิตรนี้จะล่วงลับไปเพราะพวกมันเป็นสิ่งที่ไม่จีรังยั่งยืนเช่นกัน พรายฟองแห่งความฝันทั้งหลายสุดท้ายก็ต้องแตกไปเมื่อได้รับสัมผัสแห่งการตื่นรู้ โยคานันทะลูกรักจงแยกให้ออกว่าสิ่งใดคือความฝัน สิ่งใดคือความจริง!”

ทรรศนะในการฟื้นคืนชีวิตตามหลักของทางเวทานตะ[1] นี้ทำให้ข้าพเจ้ารู้สึกอัศจรรย์ใจนัก กับทั้งยังละอายที่ตัวเองไปนึกสงสารอาจารย์เมื่อครั้งที่ได้เห็นกายสังขารอันปราศจากชีวิตของท่านที่เมืองปุรี ในที่สุด ข้าพเจ้าก็เข้าใจว่าอาจารย์ท่านตระหนักรู้ในองค์พระเป็นเจ้าอย่างสมบูรณ์มาโดยตลอด ท่านมองชีวิต ความตาย และการฟื้นคืนชีพของตนในยามนี้ว่ามิใช่อื่นใดนอกเหนือไปจากสัมพัทธภาพแห่งมโนคติของพระเป็นเจ้าในความฝันแห่งจักรวาล

"ตอนนี้ โยคานันทะ ครูได้บอกความจริงเกี่ยวกับชีวิต ความตาย และการฟื้นคืนชีพของตนให้เธอได้รู้แล้ว อย่าโศกเศร้าอาลัยถึงครูอีก แต่จงเผยแพร่เรื่องราวที่ครูละจากโลกมนุษย์ในทิพยสุบินแห่งพระเป็นเจ้ามาฟื้นคืนชีวิตบนโลกในทิพยสุบินอีกแห่งหนึ่งซึ่งเต็มไปด้วยวิญญาณในร่างทิพย์! ความหวังใหม่จะซึมซ่านเข้าไปสู่หัวใจของผู้คนบนโลกที่กำลังตกอยู่ในห้วงฝัน พรั่นพรึงต่อความตาย และถูกความทุกข์รุมเร้าจนเหมือนจะคลุ้มคลั่ง"

"ขอรับ อาจารย์!" ได้เผื่อแผ่ความยินดีที่อาจารย์ฟื้นคืนชีพมาให้กับผู้คนอีกมากหลาย ข้าพเจ้ายิ่งกว่าเต็มใจเสียอีก!

"มาตรฐานของครูบนมนุษยโลกสูงจนทำให้คนส่วนใหญ่รู้สึกอึดอัดด้วยไม่สอดคล้องกับธรรมชาติวิสัยของพวกเขา ครูมักดุด่าว่ากล่าวเธอมากกว่าที่ควรจะเป็น แต่เธอก็ผ่านการทดสอบของครูมาได้ ความรักของเธอฉายส่องทะลุเมฆหมอกแห่งการดุด่าว่ากล่าวทั้งมวล" แล้วท่านก็บอกเสริมมาอย่างอ่อนโยนว่า "ครูมาหาเธอวันนี้ก็เพื่อจะบอกกับเธอด้วยว่าครูจะไม่จ้องจับผิดคอยตำหนิเธออีกต่อไป และจะไม่ดุด่าเธออีกแล้ว"

แต่ข้าพเจ้าแสนจะคิดถึงการว่ากล่าวตักเตือนของท่านนัก! ก็คำดุด่าแต่ละคำของท่านนั่นเองที่เป็นเสมือนเทพเทวาผู้คอยเฝ้าคุ้มครองป้องกันภัยให้กับข้าพเจ้า

"อาจารย์ขอรับ! กรุณาว่ากล่าวกระผมอีกสักล้านครั้ง... ดุกระผมตอนนี้เลยก็ได้ขอรับ!"

---

1 ชีวิตและความตายคือสัมพัทธภาพแห่งความคิดเท่านั้น คัมภีร์*เวทานตะ*ชี้ให้เห็นว่าพระเป็นเจ้าทรงเป็นความจริงเพียงหนึ่งเดียว สรรพสิ่งทั้งปวงหรือสิ่งหนึ่งสิ่งใดที่แยกออกเป็นเอกเทศล้วนเป็น*มายา* หรือภาพลวงตา ปรัชญาเอกนิยมที่ว่านี้มีอรรถาธิบายเอาไว้อย่างลึกซึ้งและครอบคลุมที่สุดใน*อุปนิษัท* ของศักราจารย์

"ครูจะไม่ดุว่าเธออีกแล้ว" อาจารย์บอกเสียงเครือ แต่เหมือนจะมีเสียงหัวเราะแฝงอยู่ไรๆ "เธอกับครูจะยิ้มหัวด้วยกันตราบเท่าที่ร่างของเราทั้งคู่ยังแบ่งแยกแตกต่างอยู่ในห้วงมายาแห่งทิพยสุบินของพระเป็นเจ้า แต่ท้ายที่สุดเราจะได้รวมเป็นหนึ่งเดียวกันในกระแสแห่งพระผู้ทรงเป็นที่รักและเทิดทูนของพวกเราแน่ เมื่อนั้นรอยยิ้มของเราก็คือรอยแย้มสรวลของพระองค์ เสียงคีตาแห่งความสุขที่รวมเป็นหนึ่งเดียวกันของเราจะก้องกังวาน สะท้อนสะท้านไปถึงดวงวิญญาณที่เข้าถึงพระเป็นเจ้าไปตราบชั่วกัลปาวสาน!"

อาจารย์ได้ให้ความกระจ่างในเรื่องบางประการซึ่งข้าพเจ้าไม่อาจนำมาเปิดเผยในที่นี้ได้ สองชั่วโมงที่ท่านมาเยือนข้าพเจ้ายังห้องพักในโรงแรมที่บอมเบย์ท่านได้ตอบคำถามของข้าพเจ้าในทุกเรื่อง คำทำนายต่าง ๆ เกี่ยวกับโลกนี้ที่ท่านให้ไว้ในวันนั้นของเดือนมิถุนายน ค.ศ.1936 หลายเรื่องได้กลายเป็นจริงขึ้นมาแล้ว

"ครูต้องไปเสียทีแล้ว ลูกเอ๋ย!" สิ้นคำท่าน ข้าพเจ้าก็รู้สึกขึ้นมาทันทีว่าร่างของท่านค่อย ๆ สลายหายไปในอ้อมแขนของข้าพเจ้า

"ลูกรัก" เสียงท่านกังวาน ก้องเข้าไปในทุกอณูแห่งวิญญาณของข้าพเจ้า "เมื่อใดก็ตามที่เธอเข้าสมาธิสู่ขั้น*นิรพิกัลปะ*และเรียกหาครู ครูจะมาหาเธอด้วยร่างกายที่สมบูรณ์ด้วยเลือดเนื้อดุจเดียวกับในวันนี้"

จบคำสัญญา ร่างอาจารย์ก็อันตรธานหายไป เหลือไว้แต่เสียงกระหึ่มก้องราวเสียงฟ้าคำรามสะท้อนสะท้านเป็นข้อความว่า "จงบอกผู้คนทั้งปวงให้ได้รู้! ผู้ใดตระหนักรู้ผ่าน*นิรพิกัลปสมาธิ*ว่าโลกของเขาคือทิพยสุบินแห่งพระเป็นเจ้า ผู้นั้นย่อมสามารถผ่านเข้ามาสู่หิรัณยโลกซึ่งอุบัติขึ้นจากทิพยสุบินอันประณีตยิ่งกว่า และที่นั่น พวกเขาจะได้พบกับครูผู้ฟื้นคืนชีวิตขึ้นมาในร่างที่ไม่ต่างจากกายสังขารในมนุษยโลกเลย โยคานันทะ จงบอกกล่าวให้คนทั้งปวงได้รู้กันถ้วนทั่วเถิด!"

ความเศร้าโศกจากการพรากจากมลายหายไป ความสงสารและเสียใจในมรณกรรมของท่านทำให้ข้าพเจ้าหาความสงบไม่พบมาเป็นเวลานาน แต่บัดนี้ทั้งสองประการข้างต้นกลับหลีกลี้หนีหน้าไปด้วยความละอายอย่างเห็นได้ชัด ปีติพรั่งพรูดุจน้ำพุทะลักล้นออกมาจากตาน้ำที่ปริแตกขึ้นมาในดวงวิญญาณอย่างไม่ขาดสาย หลังอุดตันเพราะขาดการใช้งานมาเนิ่นนาน ถึงตอนนี้ กระแสแห่ง

ปีติสุขได้ล้นหลากเข้ามาชะล้างจนช่องทางนั้นกลับมาสะอาดเอี่ยมและเปิดกว้างอีกครั้ง อดีตชาติของข้าพเจ้าปรากฏขึ้นให้เห็นทางตาในไล่เรียงไปเป็นลำดับเหมือนภาพยนตร์เคลื่อนไหว แล้วกรรมดีและกรรมชั่วในอดีตทั้งหลายก็เลือนหายไปในแสงแห่งจักรวาลที่ฉายส่องอยู่รอบตัวข้าพเจ้าจากการมาเยือนของท่านคุรุเทพ

อัตชีวประวัติบทนี้ ข้าพเจ้าได้เชื่อฟังคำบัญชาของอาจารย์ เผยแพร่ข่าวอันน่ายินดีนี้ออกไป แม้จะสร้างความงุนงงสับสนให้กับคนรุ่นที่ไม่มีความสนใจใคร่รู้เลยก็ตาม การแสร้งทำเป็นนบนอบเพราะยำเกรงหรือหวังผลประโยชน์นั้นเรารู้จักกันดีอยู่ ความท้อแท้สิ้นหวังก็ดูไม่ใช่เรื่องแปลก กระนั้น สิ่งเหล่านั้นล้วนวิปลาสปราศจากเหตุผล ไม่มีส่วนใดเป็นตัวตนแท้ของมนุษย์ วันใดที่เขาตั้งจิตมั่นเขาย่อมพร้อมจะเดินสู่หนทางแห่งอิสรภาพ นานเกินไปแล้วที่เขาหลงเชื่อฟังคำแนะนำอันมืดมนเยียบเย็น มุ่งมองโลกในแง่ร้าย ที่เชื่อว่าคนทั้งหลายล้วนเป็นเพียงเศษธุลี โดยไม่สนใจเลยว่าวิญญาณนี้แท้จริงแล้ว เอาชำนะมิได้

แต่ข้าพเจ้าไม่ใช่คนเดียวที่มีวาสนาได้เห็นอาจารย์ฟื้นคืนชีพ

ศิษย์คนหนึ่งของอาจารย์เป็นสตรีสูงวัยที่ใคร ๆ ต่างเรียกหาด้วยความรักใคร่ว่า *มา* (คุณแม่) บ้านของนางอยู่ใกล้อาศรมที่เมืองปุรี อาจารย์มักแวะมาสนทนากับนางในระหว่างออกมาเดินเล่นตอนเช้า ตอนเย็นของวันที่ 16 มีนาคม ค.ศ.1936 คุณแม่ได้ตรงมาที่อาศรมและขอเข้าพบอาจารย์

“โธ่เอ๋ย อาจารย์ท่านละสังขารไปตั้งแต่อาทิตย์ก่อนแล้ว” สวามีเสพานันทะผู้รับหน้าที่ดูแลอาศรมที่ปุรีมองคุณแม่อย่างโศกเศร้า

“เป็นไปไม่ได้!” นางค้านยิ้ม ๆ

“แต่ก็เป็นไปแล้ว” แล้วท่านก็เล่ารายละเอียดพิธีศพให้ฟัง “มานี่เถิด” ท่านว่า “ฉันจะพาคุณแม่ไปที่สวนหน้าหลุมศพของท่าน”

คุณแม่ส่ายหน้า “หลุมส่งหลุมศพอาไร้? เมื่อเช้านี้ตอนสิบโมง ท่านยังออกมาเดินเล่นผ่านหน้าประตูบ้านอิฉันเหมือนเคยอยู่เลย! อิฉันยังยืนคุยกับท่านตั้งหลายนาทีกลางแดดแจ๋อีกต่างหาก

“ ‘เย็นนี้แวะมาที่อาศรมหน่อยสิ’ ท่านบอก

“แล้วอิฉันก็มาที่นี่ตามคำท่าน! เป็นบุญของยายเฒ่าหัวหงอกอย่างอิฉันนัก!

ท่านคุรุผู้อยู่เหนือความตายคงประสงค์ให้ดิฉันได้รู้ว่าเมื่อเช้านี้ท่านแวะมาหาในร่างทิพย์แน่แท้เทียว!”

ท่านเสพานันทะผู้เต็มไปด้วยความพิศวงคุกเข่าลงต่อหน้านาง

“คุณแม่” ท่านว่า “คุณแม่ช่วยยกทุกข์หนักเท่าภูเขาหลวงออกจากอกฉันแท้เทียว! ที่สุด อาจารย์ท่านก็ฟื้นคืนมาแล้ว!”

บทที่ 44

เข้าพบท่านมหาตมา คานธีที่วารธา

"ยินดีต้อนรับสู่วารธาขอรับ!" คุณมหาเทพ เทสาอี เลขานุการของท่านมหาตมา คานธีกล่าวต้อนรับมิสเบลทช์ มร.ไรต์ และข้าพเจ้าอย่างมีอัธยาศัย และมีผ้าฝ้ายทอมือที่เรียกว่า *ขัททาร* คล้องให้เป็นของขวัญ คณะเล็ก ๆ ของเราเพิ่งมาถึงสถานีรถไฟวารธาในเช้าตรู่วันหนึ่งของเดือนสิงหาคม และยินดีเป็นนักหนาที่จะได้พ้นฝุ่นและความร้อนอบอ้าวในรถไฟไปกันเสียที หลังลำเลียงกระเป๋าสัมภาระขึ้นบนเกวียนเสร็จเรียบร้อยแล้วเราก็ขึ้นไปนั่งบนรถเปิดประทุนกับคุณเทสาอีและเพื่อนที่มากับเขาอีกสองคน คือคุณบาบาสาหิบ เทศมุขและดร.ปินคาล นั่งรถมาตามถนนดินโคลนในชนบทได้ไม่นาน เราก็มาถึงอาศรม "มาคันวาที" ของนักบุญทางการเมืองของอินเดีย

คุณเทสาอีพาเราตรงไปยังห้องทำงานของท่านมหาตมา คานธีในทันที เห็นท่านนั่งขัดสมาธิอยู่ในห้อง มือหนึ่งถือปากกา อีกมือถือเศษกระดาษ ใบหน้าประดับด้วยรอยยิ้มกว้าง ดูมีเสน่ห์และยังหัวใจให้อบอุ่นขึ้นในทันใด!

"ยินดีต้อนรับ!" ท่านเขียนบอกมาเป็นภาษาฮินดี วันนี้เป็นวันจันทร์...วันถือวัตรเงียบประจำสัปดาห์ของท่าน

แม้จะเป็นการพบกันครั้งแรก แต่เราต่างก็ยิ้มให้กันอย่างรักใคร่นิยมยินดี ปี 1925 ท่านมหาตมา คานธีได้ให้เกียรติไปเยือนโรงเรียนของเราที่รานจี และเขียนคำชมเชยเอาไว้ในสมุดเยี่ยมด้วยความกรุณายิ่ง

ท่านมหาตมาเป็นคนร่างเล็ก น้ำหนักเพียง 100 ปอนด์ แต่ดูมีสุขภาพสมบูรณ์ทั้งร่างกาย จิตใจ และจิตวิญญาณ ดวงตาสีน้ำตาลอ่อนของท่านฉายชัดถึงสติปัญญา ความสัตย์ซื่อจริงใจ และวิจารณญาณ รัฐบุรุษท่านนี้เคยประลองฝีปากและปัญญา และประสบชัยชนะในสงครามการเมือง สังคม และกฎหมายมาแล้วนับพันครั้ง ไม่มีผู้นำคนใดในโลกที่จะครองใจประชาชนของตนได้เหมือนเช่นที่ท่านได้ใจชาวอินเดียผู้ไร้การศึกษานับล้าน ๆ คน พวกเขายกย่อง

เรียกท่านว่า "มหาตมา" (หมายถึง "วิญญาณอันยิ่งใหญ่")[1] กันขึ้นมาเอง และเพียงเพื่อผู้คนเหล่านี้เท่านั้น ท่านจึงได้ใช้เพียงผ้าเตี่ยวหรือผ้าโธตีพันกายเพื่อเป็นสัญลักษณ์แสดงให้เห็นว่าท่านเป็นหนึ่งเดียวกับมวลชนผู้ยากไร้ ผู้มีได้แค่ผ้าพันกายเพียงผืนเดียวเช่นกัน

"ผู้คนในอาศรมแห่งนี้ล้วนยินดีรับใช้พวกท่าน หากต้องการสิ่งใด ก็ขอความกรุณาเรียกใช้พวกเขาได้นะขอรับ" ท่านมหาตมายื่นกระดาษที่ท่านรีบเขียนข้อความข้างต้นส่งมาให้อย่างสุภาพตามวิสัยเมื่อคุณเทสาอีจะพาคณะของเราออกจากห้องทำงานตรงไปยังบ้านพักรับรอง

คุณเทสาอีพาเราเดินตัดสวนและทุ่งดอกไม้ไปยังเรือนหลังคามุงกระเบื้อง หน้าต่างเป็นไม้ระแนงสานเป็นลายโปร่ง ลานด้านหน้ามีบ่อกว้างยี่สิบห้าฟุต คุณเทสาอีบอกว่าใช้สำหรับสัตว์เลี้ยง ใกล้ ๆ กันเป็นล้อหมุนทำจากซีเมนต์สำหรับนวดข้าว ห้องนอนของพวกเราแต่ละคนเป็นห้องเล็ก ๆ มีแต่เครื่องใช้จำเป็นที่ขาดไม่ได้เท่านั้น...นั่นคือ เตียงนอนที่เป็นของทำมือ สานถักขึ้นจากเชือก ห้องครัวทาด้วยปูนขาว มุมหน้ามีก๊อกน้ำ อีกมุมเป็นเตาหลุมสำหรับหุงหาอาหาร สรรพสำเนียงเสียงแห่งความเรียบง่ายและสุขสงบแบบชนบทดังแว่วมาเข้าหูเรา...ทั้งเสียงเรียกของอีกาและนกกระจอก เสียงร้องมอ ๆ ของวัวควาย ไปจนถึงเสียงตอกสิ่วกะเทาะหิน

คุณเทสาอีเหลือบไปเห็นสมุดบันทึกการเดินทางของ มร.ไรต์ จึงหยิบมาเปิดและเขียนหลัก*สัตยาเคราะห์*[2] ทั้งหลายที่พวก*สัตยาครหิ*สาวกผู้เอาจริงของท่านมหาตมาปฏิญาณว่าจะถือปฏิบัติกันโดยถ้วนทั่ว

"การไม่เบียดเบียนผู้อื่น การพูดความสัตย์ การไม่ลักขโมย การถือพรหมจรรย์ การไม่สะสมทรัพย์สมบัติ การอุทิศแรงกาย การรู้จักประมาณในการกิน ความกล้าหาญ การให้ความเคารพต่อศาสนาทั้งปวงโดยเสมอหน้ากัน การใช้ข้าวของเครื่องใช้ที่ผลิต

---

[1] ชื่อที่ทางครอบครัวท่านตั้งให้คือโมหันทาส กรัมจันท์ คานธี ท่านไม่เคยเรียกตัวเองว่า "มหาตมา" เลยสักครั้ง

[2] ถ้าแปลจากภาษาสันสกฤต มีความหมายว่า "ยึดถือสัจ" สัตยาเคราะห์เป็นขบวนการเคลื่อนไหวแบบอหิงสาอันโด่งดัง โดยมีท่านมหาตมา คานธีเป็นผู้นำ

เข้าพบท่านมหาตมา คานธีที่วารธา 563

มื้อกลางวันที่อารามของท่านมหาตมา คานธี ที่วารธา ท่านโยคานันทะกำลังอ่านข้อความ ซึ่งท่านคานธี (ขวา) เพิ่งเขียน (วันนั้นเป็นวันจันทร์ ซึ่งเป็นวันถือวัตรเงียบของท่าน มหาตมา) ในวันต่อมาคือวันที่ 27 สิงหาคม 1935 ท่านคานธีได้ขอให้ท่านโยคานันทะ ถ่ายทอด*กริยาโยคะ*ให้แก่ท่าน

ขึ้นเองในครัวเรือน (*สวาเทศี*) การเป็นอิสระจากวรรณะจัณฑาล หลักทั้งสิบเอ็ด ประการนี้ควรยึดปฏิบัติถือเป็นสัตย์สาบานเพื่อให้เกิดความอ่อนน้อมถ่อมตน"

(ท่านมหาตมา คานธีลงนามบนกระดาษแผ่นนี้ในวันรุ่งขึ้น และได้ลงวัน เดือนปีเอาไว้ด้วย คือ 27 สิงหาคม 1935)

หลังเรามาถึงได้สองชั่วโมง ก็มีคนมาตามข้าพเจ้ากับคณะไปกินมื้อกลางวัน ท่านมหาตมาออกมานั่งอยู่ใต้ชายคาระเบียงอาศรมที่อีกฟากหนึ่งของลาน กว้างตรงข้ามกับห้องทำงานของท่านเป็นที่เรียบร้อยแล้ว และมีพวกสัตยาครหิ เท้าเปล่าอีกราวยี่สิบห้าคนนั่งขัดสมาธิอยู่ตรงหน้าถ้วยชามทองเหลือง หลังสวด ภาวนาร่วมกันเสร็จเรียบร้อยแล้ว ก็มีคนยกหม้อทองเหลืองใบใหญ่มาตักอาหาร เสิร์ฟให้ มีทั้งจาปาตี (แป้งจี่แผ่นบางทำจากแป้งโฮลวีต) พรมด้วยเนยใส ตัลซารี

(ผักต้มหั่นเป็นลูกเต๋า) และแยมมะนาว

ท่านมหาตมากินจาปาตี หัวบีทต้ม ผักสดจำนวนหนึ่ง และส้ม จานอาหารของท่านด้านหนึ่งมีสะเดาบดรสขมปี๋กองโต ถือเป็นผักที่ช่วยฟอกเลือดได้ดีอย่างที่รู้ๆ กัน ท่านใช้ช้อนตักแบ่งสะเดาส่วนหนึ่งมาใส่จานข้าพเจ้า ข้าพเจ้ากลืนมันลงคอโดยไม่เคี้ยวแล้วดื่มน้ำตามโดยเร็ว ในใจก็คิดไปถึงครั้งยังเด็ก แม่ก็เคยบังคับให้ข้าพเจ้ากลืนเจ้าสะเดาที่ไม่น่าพิสมัยนี้คำโตเหมือนกัน แต่ท่านมหาตมานั้นตรงกันข้าม ท่านกินสะเดาบดทีละคำทีละคำโดยไม่มีท่ากล้ำกลืนฝืนทนให้เห็นสักนิด

จากเรื่องเล็กๆ น้อยๆ นี้ ข้าพเจ้าจึงมองออกว่าท่านมหาตมามีความสามารถในการที่จะแยกจิตออกจากประสาทสัมผัสได้ตามต้องการ จำได้ว่าเมื่อหลายปีก่อนมีการประโคมข่าวการผ่าตัดไส้ติ่งของท่านออกเผยแพร่ทางหน้าหนังสือพิมพ์ เหตุเพราะท่านปฏิเสธไม่ยอมใช้ยาสลบ และระหว่างผ่าตัดยังพูดคุยกับเหล่าสาวกอย่างร่าเริงจนผ่าตัดเสร็จเสียอีก รอยยิ้มอันสงบเยือกเย็นของท่านบอกให้รู้ว่าท่านมิได้รู้สึกเจ็บปวดเลย

พอตกบ่าย ข้าพเจ้าก็มีโอกาสได้พูดคุยกับสานุศิษย์คนสำคัญของท่านมหาตมา เธอเป็นบุตรสาวของนายพลเรือเอกชาวอังกฤษ ชื่อมิสเมดเดลีน สเลด แต่ปัจจุบันใช้ชื่อว่ามิรา เบห์น[1] ใบหน้าของเธอฉายแววสงบ เข้มแข็ง และกระตือรือร้นขณะเล่ากิจวัตรประจำวันของตนให้ข้าพเจ้าฟังเป็นภาษาฮินดีแบบไร้ที่ติ

“งานฟื้นฟูบูรณะชนบทกำลังเดินหน้าไปได้ด้วยดี! ทุกๆ เช้าจะมีพวกเรากลุ่มหนึ่งออกไปช่วยเหลือผู้คนในหมู่บ้านใกล้เคียงกันตั้งแต่ตีห้า สอนพวกเขาเรื่องสุขอนามัยขั้นพื้นฐาน ลงมือทำความสะอาดห้องสุขาและกระท่อมดิน

---

1 เธอได้ตีพิมพ์จดหมายที่ท่านมหาตมาเขียนหลายฉบับ ข้อความในจดหมายแสดงให้เห็นว่าเธอได้รับการอบรมให้มีวินัยในตนเองมาเป็นอย่างดียิ่งจากท่านผู้เป็นคุรุ (*Gandhi's Letters to a Disciple*; Harper & Bros., New York, 1950)

หนังสืออีกเล่มที่ตีพิมพ์ออกมาในภายหลัง (*The Spirits's Pilgrimage*; Coward McCann, N.Y., 1960) มิสสเลดได้เอ่ยถึงผู้คนมากมายที่ได้มาเยี่ยมคารวะท่านมหาตมาในวารธา ความว่า “เวลาผ่านมาเนิ่นนานจนป่านนี้ ดิฉันเองก็จำใครไม่ได้มากนัก แต่ที่จำได้ติดใจนั้นมีอยู่สองคน คือ คุณฮาลีเด เอดีบ ฮานุม นักเขียนสตรีชื่อดังของตุรกี และท่านสวามีโยคานันทะผู้ก่อตั้งสมาคมเซลฟ์รีอะไลเซชั่น เฟลโลว์ชิพ (SRF) แห่งอเมริกา” (*หมายเหตุผู้จัดพิมพ์*)

ที่มุงหลังคาด้วยหญ้าแฝกของพวกเขา ชาวบ้านเหล่านี้ไม่เคยเรียนหนังสือ ถ้าไม่ลงมือทำให้ดูเป็นตัวอย่าง เขาก็ทำกันไม่เป็น!" ว่าแล้วเธอก็หัวเราะอย่างร่าเริง

ข้าพเจ้ามองสตรีชาวอังกฤษผู้มีชาติตระกูลสูงด้วยความชื่นชม ความรู้จักถ่อมตนแบบชาวคริสต์ที่แท้จริงทำให้เธอยอมลดตัวลงมาทำงานเก็บกวาดขยะซึ่งโดยปกติแล้วเป็นงานสำหรับคนวรรณะ "จัณฑาล" เท่านั้น

"ดิฉันมาอินเดียเมื่อปี 1925" เธอบอกกับข้าพเจ้า "บนผืนแผ่นดินนี้ ดิฉันรู้สึกเหมือนตัวเองได้ 'กลับคืนสู่บ้าน' ตอนนี้ดิฉันจะไม่ยอมกลับไปสู่วิถีชีวิตและความสนใจแบบเก่าก่อนอีกแล้ว"

เราถกเรื่องอเมริกากันอยู่พักหนึ่ง "ดิฉันดีใจและรู้สึกทึ่งทุกครั้ง" เธอว่า "ที่ได้เห็นชาวอเมริกันจำนวนมากที่ได้มาเยือนอินเดียแสดงความสนใจต่อเรื่องทางจิตวิญญาณอย่างลึกซึ้ง"[1]

ไม่นาน มิรา เบห์นก็หันไปง่วนอยู่กับ *จักร* (เครื่องปั่นด้าย) มือเป็นระวิง ด้วยแรงกายแรงใจของท่านมหาตมา ตอนนี้ชนบทของอินเดียจึงมีเครื่องปั่นด้ายนี้ปรากฏให้เห็นอยู่ทั่วไป

ท่านมหาตมามีเหตุผลทางเศรษฐกิจและวัฒนธรรมที่ฟังขึ้นในการส่งเสริมให้ฟื้นฟูอุตสาหกรรมภายในครัวเรือนขึ้นมาใหม่ แต่ท่านไม่แนะนำให้ปฏิเสธความเจริญสมัยใหม่แบบหัวชนฝาไปเสียทั้งหมด เครื่องจักร รถไฟ รถยนต์ และโทรเลขล้วนมีบทบาทสำคัญในชีวิตอันยิ่งใหญ่ของท่าน! ห้าสิบปีแห่งการทำงานเพื่อส่วนรวม เข้าออกคุกมานับครั้งไม่ถ้วน ต้องต่อสู้จัดการกับเรื่องปลีกย่อยที่น่าจะนำไปปฏิบัติได้จริงและความเป็นจริงอันโหดร้ายในแวดวงการเมืองไม่เว้นแต่ละวัน หากทว่า สิ่งเหล่านี้มีแต่จะสร้างเสริมให้ท่านมีสมดุล มีใจเปิดกว้าง มีเหตุมีผล มีจิตสำนึกที่ดี และมีอารมณ์ขัน รู้จักชื่นชมกับแง่มุมพิลึก ๆ ของมนุษย์มากยิ่งขึ้น

---

1 มิสสเลดทำให้ข้าพเจ้านึกถึงสตรีชาวตะวันตกที่โดดเด่นอีกผู้หนึ่ง คือ มิสมาร์กาเร็ต วูดโรว์ วิลสัน ธิดาคนโตของประธานาธิบดีผู้ยิ่งใหญ่แห่งอเมริกา ข้าพเจ้าได้พบกับเธอที่นิวยอร์ก เธอช่างสนใจอินเดียเอาเสียจริง ๆ ภายหลังเธอได้เดินทางมาที่ปอนดิเชอร์รีและใช้ช่วงเวลาห้าปีสุดท้ายของชีวิตอยู่ที่นั่น เป็นสุขกับการก้าวย่างไปบนเส้นทางแห่งความมีวินัยตามรอยเท้าของครูบาอาจารย์ผู้รู้แจ้งอย่างท่านศรีอรพินโท โฆษ

ตอนหกโมงเย็น คณะสามทหารเสือของเราได้ไปเป็นแขกกินมื้อเย็นกันที่บ้านคุณบาบาสาหิบ เทศมุข ครั้นได้เวลาประชุมสวดมนต์กันตอนหนึ่งทุ่มพวกเราก็กลับมาถึงอาศรมมาคันวาที พอตามขึ้นไปบนหลังคาก็เห็นพวก*สัตยาครหิ*นั่งล้อมท่านมหาตมาเป็นรูปครึ่งวงกลมอยู่สามสิบคน ตัวท่านเองนั้นนั่งขัดสมาธิอยู่บนเสื่อฟาง มีนาฬิกาพกรุ่นโบราณเปิดอ้าอยู่ตรงหน้า ลำแสงสุดท้ายของดวงตะวันทอทาบเป็นรอยจาง ๆ อยู่เหนือทิวต้นปาล์มและต้นไทร สรรพสำเนียงเสียงแห่งราตรีกาลเริ่มดังแว่วมาให้ได้ยินพร้อม ๆ กับเสียงจิ้งหรีดร้องระงม บรรยากาศช่างสงบจนข้าพเจ้าอดจะรู้สึกเคลิบเคลิ้มตามไปไม่ได้

คุณเทสาอีสวดนำขึ้นมาด้วยน้ำเสียงอันเคร่งขรึมเนิบนาบ ก่อนที่ทั้งหมดที่เหลือจะสวดรับ ตามมาด้วยการอ่านคีตา ท่านมหาตมาส่งสัญญาณให้ข้าพเจ้าสวดปิดท้าย ช่างเป็นความสอดคล้องกันทั้งทางความคิดและความใฝ่ฝันเสียนี่กระไร! และความทรงจำที่จะตราตรึงตลอดไปก็คือการปฏิบัติสมาธิบนหลังคาอาศรมที่เมืองวารธาภายใต้หมู่ดาวที่ขึ้นมาตั้งแต่ยังหัวค่ำ

พอสองทุ่มตรง ท่านมหาตมาก็ออกจากการถือวัตรเงียบ การงานที่ต้องใช้ความมานะอุตสาหะเข้าแบกรับนับไม่ถ้วนในชีวิตของท่าน ทำให้ท่านต้องจัดสรรเวลาทุกนาทีที่มีอยู่

"ยินดีต้อนรับขอรับ ท่านสวามี!" ครั้งนี้ท่านไม่ได้ทักทายข้าพเจ้าผ่านทางกระดาษอีกต่อไป เราเพิ่งลงจากหลังคามายังห้องทำงานของท่าน ที่มีเพียงเสื่อผืนสี่เหลี่ยมจัตุรัส (ไม่มีเก้าอี้) โต๊ะตัวเตี้ยที่มีหนังสือ กระดาษ และปากกาธรรมดา (ไม่ใช่ปากกาหมึกซึม) พร้อมสรรพ และมีนาฬิกาไร้ยี่ห้อส่งเสียงดังติ๊กตอกมาจากตรงมุมห้อง บรรยากาศแห่งศานติและศรัทธาอันแรงกล้าแผ่ซ่านอบอวลไปทั่วห้อง ท่านมหาตมามอบยิ้มพิมพ์ใจให้กับข้าพเจ้า มองเห็นท่านเหลือฟันอยู่แค่ไม่กี่ซี่เท่านั้น

"เมื่อหลายปีก่อน" ท่านเล่าให้ฟัง "ผมเริ่มถือวัตรเงียบสัปดาห์ละหนึ่งวันเพื่อให้พอมีเวลาตอบจดหมายบ้าง แต่ถึงตอนนี้ ช่วงเวลายี่สิบสี่ชั่วโมงแห่งการหยุดพูดได้กลายมาเป็นสิ่งจำเป็นต่อจิตวิญญาณของผมอย่างที่สุด มันไม่ใช่ความทรมานแต่เป็นพรอันประเสริฐยิ่ง"

ข้าพเจ้าเห็นด้วยจนหมดใจ[1] ท่านมหาตมาสอบถามข้าพเจ้าในเรื่องของอเมริกาและยุโรป เราถกกันถึงสภาพการณ์ต่าง ๆ ของอินเดียและของโลก

"มหาเทพ" ท่านบอกขณะที่คุณเทสาอีเดินเข้ามาในห้อง "ช่วยเป็นธุระไปติดต่อกับทางศาลาว่าการให้ท่านสวามีไปบรรยายเรื่องโยคะที่นั่นในคืนวันพรุ่งนี้ทีนะ"

ขณะกล่าวราตรีสวัสดิ์กับท่าน ท่านก็ยื่นน้ำมันตะไคร้หอมส่งมาให้ขวดหนึ่งอย่างมีแก่ใจคิดถึง

"ยุงที่วารธาไม่รู้จักหลักอหิงสา[2] หรอกนะขอรับ ท่านสวามี!" ท่านพูดปนหัวเราะ

เช้าวันรุ่งขึ้น คณะเล็ก ๆ ของเรากินข้าวสาลีต้มใส่น้ำเชื่อมกับนมเป็นมื้อเช้ากันตั้งแต่หัวรุ่ง พอสิบโมงครึ่งก็มีคนมาตามเราไปกินมื้อเที่ยงกับท่านมหาตมาและประดา*สัตยาครหิ*ที่ระเบียงอาศรม รายการอาหารวันนี้มีข้าวกล้องหุง เมล็ดกระวาน และผักที่แปลกไปจากเมื่อวานอีกหลายชนิด

พอตกเที่ยง ข้าพเจ้าก็เดินเล่นไปรอบ ๆ อาศรม ออกไปถึงทุ่งที่มีวัวยืนเล็มหญ้ากินอยู่ไม่กี่ตัว พวกมันไม่ตื่นกลัวคน ท่านมหาตมาใส่ใจให้ความคุ้มครองแก่วัวเป็นพิเศษ

"สำหรับผมแล้ว วัวหมายถึงโลกทั้งหมดที่อยู่ในระดับต่ำกว่ามนุษย์ ทำให้มนุษย์รู้จักเผื่อแผ่ความเมตตากรุณาออกไปนอกขอบข่ายเผ่าพันธุ์ของตน" ท่านมหาตมาอธิบาย "โดยผ่านทางวัวนี้ที่มนุษย์ถูกบัญชาให้สำเหนียกถึงความเป็นตัวของตนในท่ามกลางสรรพสิ่งที่มีชีวิต ผมมองออกได้อย่างชัดเจนว่าเหตุใดประดาฤษีในสมัยโบราณจึงเลือกเอาวัวมายกย่องบูชาประดุจเทพเจ้า วัวในอินเดียถือเป็นตัวเปรียบเปรยที่ดีที่สุดเหตุเพราะวัวเป็นผู้ให้ในทุกสิ่ง ไม่ใช่เพียงแค่ให้นม แต่ยังช่วยงานในไร่นาด้วย วัวเป็นบทกวีแห่งความโศกเศร้า เราจะ

---

1 ตลอดหลายปีที่อยู่ในอเมริกา ข้าพเจ้าเคยถือวัตรเงียบ ไม่พูดจากับใครอยู่หลายครั้ง แต่ละครั้งทำเอาผู้มาเยือนและเลขานุการตกอกตกใจวุ่นวายไปตาม ๆ กัน

2 การไม่เบียดเบียนผู้อื่นหรือหลักอหิงสาเป็นรากฐานอันแข็งแกร่งของปรัชญาความเชื่อของคานธี ท่านได้รับอิทธิพลอย่างลึกซึ้งจากพวกศาสนาเชนที่ถือว่าหลักอหิงสาเป็นบ่อเกิดของคุณธรรม ศาสนาเชนเป็นศรัทธาที่แตกมาจากศาสนาฮินดู และเฟื่องฟูอยู่ในช่วงศตวรรษที่ 6 ก่อนคริสตกาลภายใต้การนำของพระมหาวีระ ซึ่งเป็นบุคคลที่เกิดร่วมสมัยเดียวกับพระพุทธเจ้า ขอพระมหาวีระ ("วีรบุรุษผู้ยิ่งใหญ่") จงมองข้ามยุคสมัยมาดูมหาบุรุษคานธี บุตรของท่านด้วยเถิด!

เห็นความน่าสงสารในตัวเจ้าสัตว์ที่แสนอ่อนโยนนี้ พวกมันเป็นแม่คนที่สองของมนุษยชาตินับล้านๆ คน การให้ความคุ้มครองแก่วัวจึงหมายถึงการให้ความคุ้มครองแก่สรรพสิ่งทั้งปวงที่พระเป็นเจ้าทรงรังสรรค์ขึ้นโดยมิได้ประทานความสามารถในการพูดให้ เสียงวิงวอนของสัตว์ที่จัดว่าอยู่ในระดับต่ำกว่ามนุษย์นั้นทรงพลังยิ่งกว่า เหตุเพราะพวกมันพูดไม่ได้นั่นเอง"[1]

วัตรปฏิบัติประจำวันบางประการยังเป็นสิ่งที่ชาวฮินดูหัวเก่ายึดถือปฏิบัติกันอยู่ หนึ่งในนั้นคือการประกอบพิธี*ภูตยัชญะ* หมายถึงการนำอาหารมากระทำพลีกรรมให้แก่เดรัจฉานภูมิ พิธีดังกล่าวเป็นสัญลักษณ์แสดงให้เห็นว่ามนุษย์ตระหนักถึงหน้าที่ที่มีต่อสรรพชีวิตที่มีวิวัฒนาการด้อยกว่า...ถูกผูกติดอยู่กับร่างด้วยสัญชาตญาณ (เป็นมายาที่ครอบงำมนุษย์เอาไว้เช่นกัน) แต่ไม่มีสติปัญญาในการคิดหาเหตุผลที่จะช่วยปลดปล่อยตนเองให้เป็นอิสระ ซึ่งเป็นคุณลักษณะพิเศษของมนุษย์โดยเฉพาะ

ด้วยเหตุนี้ *ภูตยัชญะ*จึงเข้าไปหนุนให้มนุษย์พร้อมจะให้ความช่วยเหลือแก่ผู้ที่อ่อนแอกว่า เพราะในทางกลับกัน ตัวมนุษย์เองก็ได้รับการดูแลอนุเคราะห์จากผู้ที่อยู่ในภพภูมิอันสูงกว่า แม้จะไม่สามารถมองเห็นพวกท่านได้ก็ตาม นอกจากนี้ มนุษยชาติยังมีพันธกิจผูกพันให้ต้องฟื้นฟูสารพันของขวัญที่ธรรมชาติประทานมาให้เหลือเฟือ...ทั้งบนดิน ในน้ำ และกลางฟ้า อุปสรรคอันเนื่องมาจากวิวัฒนาการที่ไม่ทัดเทียมกันทำให้ธรรมชาติ สรรพสัตว์ มนุษย์ และเทพยดาไม่อาจติดต่อสื่อสารกันได้ แต่การประกอบ*ยัชญะ* (พิธีพลีกรรม) ด้วยความรักโดยมิต้องเอ่ยอ้างคำพูดกลับทำลายอุปสรรคดังกล่าวลงได้

*ยัชญะ*อีกสองอย่างที่ชาวฮินดูจะต้องกระทำกันเป็นประจำทุกวัน คือ *ปิตฤยัชญะ* และ*นฤยัชญะ ปิตฤยัชญะ*คือการเซ่นไหว้บรรพบุรุษ เป็นสัญลักษณ์

---

1 คานธีมีงานเขียนนับพันในหัวข้อที่หลากหลายและในภาษาที่สวยงาม ท่านเขียนถึงบทสวดสรรเสริญพระเป็นเจ้าเอาไว้ว่า "มันเป็นเครื่องเตือนใจว่าถ้าพระเป็นเจ้าไม่ประทานความช่วยเหลือเราก็จนแต้ม ไม่มีความพยายามใดจะบรรลุผลได้หากเราไม่สวดอ้อนวอนพระองค์ และหากเราไม่ยอมรับอย่างหมดใจ ว่าต่อให้มนุษย์ทุ่มเทพยายามสักแค่ไหน หากพระเป็นเจ้าไม่คอยประทานพรให้อยู่เบื้องหลัง ความพยายามนั้นย่อมไร้ผล การสวดภาวนาจึงเป็นเสมือนเสียงเรียกร้องให้มนุษย์รู้จักนอบน้อมถ่อมตน รู้จักชะล้างกายใจให้บริสุทธิ์ รู้จักค้นลึกเข้าไปในจิตตน"

บอกให้รู้ว่ามนุษย์ยอมรับว่าตนเองเป็นหนี้คนรุ่นปู่ย่าตาทวด ด้วยขุมคลังแห่งปัญญาของพวกท่านเป็นประทีปส่องนำทางให้กับมนุษยชาติในปัจจุบัน ส่วน *นฤยัชญะ* นั้นเป็นการให้ทานอาหารแก่คนแปลกหน้าหรือคนยากจน เป็นสัญลักษณ์แทนความรับผิดชอบในปัจจุบันชาติของมนุษย์ และเป็นหน้าที่ที่มนุษย์มีต่อเพื่อนมนุษย์ด้วยกันเอง

ช่วงบ่ายอ่อน ๆ ข้าพเจ้าได้กระทำ*นฤยัชญะ*ในฐานะเพื่อนบ้านโดยการไปเยือนอาศรมสำหรับเด็กหญิงของท่านมหาตมาโดยมี มร.ไรต์นั่งรถมาเป็นเพื่อน ใช้เวลาราวสิบนาที ดวงหน้าน้อย ๆ เหล่านั้นเหมือนดอกไม้ที่ประดับอยู่บนก้านส่าหรีสีสันสดใส! หลังกล่าวอะไรสั้น ๆ เป็นภาษาฮินดี[1] ที่ด้านนอกได้ไม่กี่คำ ฝนก็ตกลงมาแบบไม่มีเค้า มร.ไรต์กับข้าพเจ้าได้แต่หัวเราะขันขณะปีนกลับขึ้นไปบนรถแล้วบึ่งกลับมาที่อาศรมมาคันวาทีท่ามกลางม่านฝนที่เทลงมาเป็นสายสีเงิน เป็นฝนที่สาดเทลงมาอย่างไม่ลืมหูลืมตาแบบฝนเมืองร้อนโดยแท้!

พอกลับเข้าไปในบ้านพัก ข้าพเจ้าก็อดไม่ได้ที่จะรู้สึกทึ่งกับความเรียบง่ายอันโดดเด่นและสารพันหลักฐานแห่งความเสียสละที่มีให้เห็นอยู่ทั่วไป ท่านมหาตมาปฏิญาณตนว่าจะไม่สะสมทรัพย์สมบัติไว้ในครอบครองหลังแต่งงานได้ไม่นาน ประกาศเลิกอาชีพทนายที่กำลังรุ่งและสร้างรายได้ให้มากกว่าปีละ $20,000 เหรียญ ซ้ำยังนำทรัพย์สินเงินทองที่มีแจกจ่ายให้กับคนยากคนจนจนหมด

ท่านอาจารย์ศรียุกเตศวรเคยยกเอาแนวคิดอันกระพร่องกระแพร่ง ว่าด้วยการสละซึ่งทางโลกมากล่าวติดตลกว่า

"ขอทานไม่มีทรัพย์สินเงินทองให้สละ" อาจารย์มักบอก "ถ้ามีใครมาคร่ำครวญว่า 'ธุรกิจผมเจ๊ง เมียก็มาทิ้งไปอีก ผมจะสละทางโลกทั้งหมด แล้วไปบวชให้รู้แล้วรู้รอด' แล้วไอ้ที่ว่าสละทางโลกนั้นมันอะไรกันเล่า? เขาไม่ได้ละทิ้งทรัพย์และความรัก ทรัพย์กับความรักต่างหากที่เป็นฝ่ายละทิ้งเขาไป!"

---

1 ฮินดีเป็นภาษาในตระกูลอินโด–อารยัน มีรากศัพท์มาจากภาษาสันสกฤตเป็นส่วนใหญ่ และใช้พูดกันในภาคเหนือของอินเดียเป็นหลัก

ภาษาถิ่นที่ชาวฮินดูในภาคตะวันตกใช้พูดกันเป็นหลักคือภาษาฮินดูสถาน ซึ่งใช้อักษร *เทวนาครี* (สันสกฤต) และอักษรอาหรับเขียนได้ทั้งคู่ ทั้งยังแตกแขนงออกไปเป็นภาษาอูรดูซึ่งใช้พูดกันในหมู่ชาวมุสลิม และมีชาวฮินดูในภาคเหนือของอินเดียที่พูดได้ด้วย

ในทางกลับกัน ประดานักบุญอย่างท่านมหาตมาไม่เพียงแต่สละทรัพย์อันเป็นวัตถุสิ่งของที่จับต้องได้เท่านั้น แต่ยังเลิกละความเห็นแก่ตัวและความใฝ่ฝันส่วนตัว แล้วประสานก้นบึ้งแห่งตัวตนให้กลืนหายเข้าไปในกระแสธารแห่งมนุษย์ชาติทั้งมวล

คุณกัสตุรไพ ภรรยาผู้น่าทึ่งของท่านมหาตมามิได้คัดค้านที่ท่านไม่ได้แบ่งทรัพย์สินเงินทองมาบำรุงลูกเมียบ้าง ท่านมหาตมากับภรรยาแต่งงานกันตั้งแต่อายุยังน้อย และหลังจากให้กำเนิดบุตรชายสี่คนแล้ว ทั้งคู่ก็ปฏิญาณจะถือพรหมจรรย์ไม่ยุ่งเกี่ยวกันอีก[1] คุณกัสตุรไพเป็นวีรสตรีผู้คงไว้ซึ่งความสงบในนิยายชีวิตอันเข้มข้นตลอดชีวิตที่ครองคู่กันมา เธอติดตามสามีไปเข้าคุก ร่วมอดอาหารด้วยกันนานสามสัปดาห์ และร่วมแบกรับหน้าที่ความรับผิดชอบอันไม่มีที่สิ้นสุดของผู้เป็นสามีอย่างเต็มกำลัง เธอได้กล่าวยกย่องท่านมหาตมาเอาไว้ดังต่อไปนี้

> ฉันขอบคุณที่คุณให้เกียรติ รับฉันไว้เป็นคู่ชีวิตและเพื่อนร่วมทุกข์ร่วมสุขมาชั่วชีวิต ฉันขอบคุณที่คุณมอบชีวิตแต่งงานอันสมบูรณ์แบบที่สุดในโลกให้กับฉัน ชีวิตแต่งงานที่มีรากฐานอยู่บนหลักพรหมจรรย์ (การควบคุมตนเอง) ไม่ใช่เพศสัมพันธ์ ฉันขอบคุณที่คุณถือว่าฉันเป็นเพื่อนเคียงบ่าเคียงไหล่ในการทำงานเพื่ออินเดียตลอดชั่วชีวิตของคุณ ฉันขอบคุณที่คุณไม่ได้เป็นหนึ่งในบรรดาสามีผู้ใช้เวลาให้หมดไปกับสุรา นารี พาชี กีฬาบัตร และดนตรีเพราะเบื่อเมียเบื่อลูก

---

1 คานธีเล่าถึงชีวิตของตนเอาไว้อย่างเปิดเผยและซื่อตรงในหนังสือเรื่อง *The Story of My Experiments with Truth* (Ahmedabad:Navajivan Press, 1927–28, 2 vols) อัตชีวประวัติเล่มนี้ได้ถูกนำมาสรุปรวบยอดไว้ในหนังสือเรื่อง *Mahatma Gandhi, His Own Story* ซึ่งมี ซี. เอฟ. แอนดรูว์เป็นบรรณาธิการ และได้จอห์น เฮย์เนสโฮมส์เป็นผู้เขียนคำนำให้ (New York: Macmillan Co., 1930)

หนังสืออัตชีวประวัติหลายเล่มที่เต็มไปด้วยรายชื่อบุคคลสำคัญและเหตุการณ์อันเปี่ยมไปด้วยสีสันมักขาดเนื้อความที่เป็นการวิเคราะห์หรือสะท้อนให้เห็นถึงพัฒนาการภายใน ผู้อ่านจะวางหนังสือประเภทนี้ลงด้วยความรู้สึกเหมือนขาดอะไรไปสักอย่างราวกับจะบอกว่า "นี่คือคนที่รู้จักคนดังมากมาย แต่ไม่เคยรู้จักตนเองเลย" แต่ปฏิกิริยาดังกล่าวไม่มีทางเกิดขึ้นกับหนังสืออัตชีวประวัติของท่านมหาตมา คานธี เพราะท่านเปิดเผยข้อเสียและจุดอ่อน ตลอดจนเรื่องลับลมคมในต่าง ๆ ของท่านอย่างซื่อตรงต่อความเป็นจริง ซึ่งหาได้ยากจากบันทึกประวัติศาสตร์ไม่ว่าจะในยุคสมัยใดก็ตาม

เหมือนเด็กเล็ก ๆ ที่เบื่อของเล่นของตนอย่างรวดเร็ว ฉันขอบคุณคุณเหลือเกินที่คุณไม่ใช่สามีประเภทที่ทุ่มเทเวลาหาเงินหาทองด้วยการเอารัดเอาเปรียบผู้อื่น

ฉันขอบคุณเหลือเกินที่คุณเลือกพระเป็นเจ้าและประเทศชาติแทนลาภสักการะ ขอบคุณที่คุณมีความเชื่อมั่นและหาญกล้า มีศรัทธามั่นคงและไม่เคยคิดกังขาในองค์พระเป็นเจ้า ฉันช่างมีบุญนักที่มีสามีที่เห็นพระเป็นเจ้าและประเทศชาติสำคัญกว่าภรรยาอย่างฉัน ขอบคุณที่คุณมีความอดทนกับฉันต่อข้อบกพร่องอันเนื่องมาจากความไม่ประสาสมัยยังสาว ตอนที่ฉันบ่นว่าและต่อต้านความเปลี่ยนแปลงที่คุณนำมาสู่ชีวิตของเรา จากที่เคยมีมากกว่ามากมาสู่การมีน้อยกว่าน้อย

สมัยยังเด็ก ฉันเข้ามาอาศัยอยู่ในบ้านพ่อแม่ของคุณ แม่คุณเป็นสตรีที่ยิ่งใหญ่และดีงาม ท่านอบรมฉัน สอนฉันให้เป็นภรรยาที่อดทน เข้มแข็ง และกล้าหาญ สอนให้รู้จักถนอมความรักและความเคารพที่มีต่อบุตรของท่าน หรือสามีในอนาคตของฉันเอาไว้เมื่อเวลาผันผ่านจนคุณได้กลายมาเป็นผู้นำที่ประชาชนนิยมรักใคร่ที่สุดในอินเดีย ฉันไม่เคยต้องนึกหวั่นเกรงเช่นภรรยาคนอื่น ๆ ว่าจะถูกสามีทอดทิ้งหลังจากที่ตัวเขาประสบความสำเร็จ อย่างเช่นที่มักเกิดขึ้นในประเทศอื่น ฉันรู้ว่าต่อให้ตายไป เราก็จะยังคงเป็นสามีภรรยากันอยู่

ในฐานะที่เป็นผู้ที่ประชาชนเคารพรักอย่างมาก ท่านมหาตมาจึงเรี่ยไรเงินบริจาคมาตั้งเป็นกองทุนรวมได้หลายล้าน และคุณกัสตุรไพก็รับหน้าที่เป็นเหรัญญิกให้กับกองทุนดังกล่าวอยู่หลายปี อินเดียในสมัยนั้นมีเรื่องเล่าติดตลกกันในบ้านว่าบรรดาสามีพากันกลัวนักกลัวหนา ไม่อยากให้ภรรยาสวมใส่เครื่องประดับมีค่าไปร่วมงานใด ๆ ก็ตามที่ท่านมหาตมาจัดขึ้น เพราะท่านมีวาทศิลป์เหลือหลายราวร่ายมนต์สะกด พูดวิงวอนแทนพวกคนยากคนจนจนกำไลทองและสร้อยเพชรตามแขนตามคอของเศรษฐีทั้งหลายต้องระเห็จลงไปอยู่ในตะกร้ารับบริจาคจนได้!

วันหนึ่ง เหรัญญิกอย่างคุณกัสตุรไพไม่สามารถหาที่มาที่ไปของเงินสี่รูปีได้ ท่านมหาตมาก็ยังตีพิมพ์ผลการตรวจสอบบัญชีตรงตามเวลา ทั้งยังจี้เรื่องที่ภรรยาของท่านทำเงินในบัญชีหายไปสี่รูปีอย่างไม่ยอมผ่อนปรนใด ๆ ให้เสียอีก

ข้าพเจ้ามักนำเรื่องดังกล่าวไปเล่าให้ลูกศิษย์ชาวอเมริกันฟังอยู่บ่อยครั้ง เย็นวันหนึ่ง มีสตรีผู้หนึ่งในห้องประชุมฟังเรื่องนี้แล้วให้ขุ่นเคืองใจเป็นที่ยิ่ง

"มหาตมาหรือไม่มหาตมาก็เถอะ" เธอโวย "ถ้าเป็นสามีฉันล่ะก็ แม่จะเล่นงานให้ตาเขียวเชียว ฐานที่บังอาจเอาฉันมาประจานต่อหน้าธารกำนัลโดยไม่จำเป็นเช่นนี้!"

หลังกระเซ้าเย้าแหย่กันเรื่องภรรยาชาวอเมริกันกับภรรยาชาวฮินดูพอหอมปากหอมคอแล้ว ข้าพเจ้าก็อธิบายให้พวกเขาฟังว่า

"คุณกัสตุรไพไม่ได้ถือว่าท่านมหาตมาเป็นสามี แต่ถือเป็นคุรุผู้มีสิทธิ์จะอบรมขัดเกลาแม้กระทั่งความผิดเล็กๆ น้อยๆ ของเธอ" ข้าพเจ้าชี้แจง "หลังเหตุการณ์ที่เธอถูกท่านมหาตมาตำหนิให้คนเขารู้กันไปทั่วผ่านไปพักใหญ่ ท่านมหาตมาก็ถูกตัดสินโทษให้ติดคุกในคดีการเมือง ขณะที่ท่านกล่าวลาภรรยาอย่างสงบ เธอก็คุกเข่าลงที่แทบเท้าท่าน 'อาจารย์คะ' เธอเอ่ยอย่างนอบน้อม 'หากฉันเคยได้ล่วงเกินท่านในประการใด ขอท่านได้โปรดยกโทษให้ฉันด้วย'"

ที่วารธาวันนั้น พอได้เวลาบ่ายสามตามที่ได้นัดหมายกันไว้ ข้าพเจ้าก็ตรงไปที่ห้องทำงานของท่านมหาตมาผู้ทำให้ภรรยาของตนกลายมาเป็นศิษย์ที่กล้าหาญไม่หวั่นเกรงต่อสิ่งใดได้...นับเป็นปาฏิหาริย์อันยากยิ่งโดยแท้! ท่านเงยหน้าขึ้นมายิ้มให้ด้วยรอยยิ้มที่ยากจะลืม

"ท่านมหาตมาขอรับ" ข้าพเจ้ากล่าวขึ้นหลังทรุดตัวลงนั่งบนเสื่อผืนบางข้างตัวท่าน "ท่านจะกรุณานิยามคำว่า อหิงสา ในทรรศนะของท่านให้กระผมฟังหน่อยได้ไหมขอรับ"

"คือการหลีกเลี่ยง ไม่ทำลายสรรพชีวิตใดทั้งในทางความคิดและการกระทำขอรับ"

"ช่างเป็นอุดมคติอันเลิศเลอนัก! แต่ชาวโลกจะตั้งคำถามอยู่เรื่อยไปว่า เราจะฆ่างูเห่าเพื่อรักษาชีวิตเด็กคนหนึ่งหรือชีวิตของเราเอาไว้ได้หรือไม่?"

"ถ้าฆ่างูทิ้ง ก็เท่ากับผมผิดคำปฏิญาณของตน ทั้งข้อที่ว่าจะไม่หวั่นกลัวต่อสิ่งใดและจะไม่ล้างผลาญชีวิต ผมเลือกที่จะแผ่ความรักความเมตตาไปให้งูในรูปของกระแสจิตดีกว่า จะให้ลดมาตรฐานตัวเองลงตามน้ำ ผมทำไม่ได้หรอกขอรับ" แล้วท่านก็รับมาตรงๆ อย่างชวนให้จับใจนักว่า "แต่ต้องสารภาพว่า

ถ้าเจอเข้ากับงูเห่าจริง ๆ ผมคงทำใจเย็นสนทนากับท่านแบบนี้ไม่ได้แน่ขอรับ!"

เห็นบนโต๊ะท่านมีหนังสือว่าด้วยเรื่องอาหารที่โลกตะวันตกตีพิมพ์ขึ้นเมื่อเร็ว ๆ นี้วางอยู่หลายเล่ม ข้าพเจ้าจึงถามไถ่ท่านไป

"ใช่ขอรับ อาหารเป็นเรื่องสำคัญในขบวนการ*สัตยาเคราะห์* ไม่ต่างจากที่อื่น ๆ" ท่านว่าพลางหัวเราะหึ ๆ "ผมสนับสนุนให้ชาว*สัตยาครหิ*เรารู้จักควบคุมบังคับใจตนเองให้บริบูรณ์ จึงพยายามเสาะแสวงหาอาหารที่จะช่วยส่งเสริมการถือพรหมจรรย์อยู่เสมอ คนเราต้องควบคุมความอยากของปากให้ได้เสียก่อน จึงจะบังคับสัญชาตญาณในการสืบลูกสืบหลานได้ แต่การกินอาหารแบบพอกันตายหรือขาดสมดุลก็ไม่ใช่คำตอบเช่นกัน หลังบังคับใจไม่ให้ตามใจปากได้แล้ว ชาว*สัตยาครหิ*เรายังต้องปฏิบัติตามหลักการขั้นตอนไป ได้แก่ การกินมังสวิรัติอย่างชอบด้วยเหตุผล คือต้องให้ร่างกายได้วิตามิน แร่ธาตุ และพลังงาน ฯลฯ อย่างเพียงพอ เมื่อใจและกายของเรามีปัญญาในการกินเช่นนี้แล้ว เราย่อมสามารถแปรน้ำเชื้อทางเพศให้เปลี่ยนมาเป็นพลังงานที่จำเป็นต่อร่างกายโดยรวมได้โดยไม่ยาก"

ท่านมหาตมาและข้าพเจ้าได้แลกเปลี่ยนความรู้เรื่องอาหารชนิดต่าง ๆ ที่นำมากินทดแทนเนื้อสัตว์ได้ "อาโวคาโดนั้นดีมากเลยขอรับ" ข้าพเจ้าว่า "ละแวกศูนย์ของกระผมที่แคลิฟอร์เนียก็มีสวนอาโวคาโดอยู่หลายแห่งเหมือนกัน"

สีหน้าของท่านมหาตมาส่อแววสนใจ "อยากรู้จริงว่าถ้าเอามาปลูกที่วารธามันจะขึ้นให้ไหม? ชาว*สัตยาครหิ*น่าจะอยากได้อาหารใหม่ ๆ บ้างนะขอรับ"

"งั้นกระผมจะส่งต้นอาโวคาโดจากลอสแองเจลิสมาให้ที่วารธานะขอรับ" ข้าพเจ้าบอก แล้วถามต่อวา "ไข่ก็โปรตีนสูง ไม่ทราบว่ามันเป็นอาหารต้องห้ามสำหรับชาว*สัตยาครหิ*ด้วยหรือไม่ขอรับ?"

"ถ้าไข่ไม่มีเชื้อก็กินได้ ไม่เป็นไร" ท่านมหาตมาหัวเราะเมื่อนึกถึงความหลังขึ้นมา "ผมไม่ยอมให้พวกเขากินไข่กันอยู่นานหลายปีเชียวขอรับ กระทั่งตอนนี้ตัวผมเองก็ยังไม่กินไข่อยู่นั่นเอง มีอยู่ครั้งหนึ่ง ลูกสะใภ้คนหนึ่งของผมป่วยหนักใกล้ตายเพราะขาดสารอาหาร หมอที่มาตรวจยืนกรานจะให้เธอกินไข่ แต่ผมไม่ยอม ยังไงก็จะให้หมอหาอาหารอย่างอื่นมาให้เธอกินแทนไข่ให้ได้

" 'ท่านคานธีขอรับ' หมอว่า 'ไข่ไม่มีเชื้อไม่มีสเปิร์มที่มีชีวิตอยู่ ถึงกินเข้าไปก็

ไม่ถือว่าเป็นการฆ่าสัตว์ตัดชีวิตหรอกนะขอรับ'

"นั่นล่ะขอรับ ผมถึงยอมอนุญาตให้ลูกสะใภ้กินไข่ได้อย่างเบาใจ ไม่ช้าเธอก็กลับมาแข็งแรงเหมือนเดิม"

เมื่อคืนก่อน ท่านมหาตมาแสดงความประสงค์ อยากศึกษาศาสตร์แห่ง*กริยาโยคะ*ของท่านลาหิริ มหัสยะ จิตใจอันเปิดกว้างและวิญญาณอันใฝ่รู้ของท่านยังความประทับใจให้กับข้าพเจ้ายิ่งนัก ในการค้นหาพระเป็นเจ้า ท่านดูเหมือนเด็กเล็ก ๆ ในแง่ที่มีความพร้อมยอมรับสิ่งต่าง ๆ ด้วยความบริสุทธิ์ดุจเดียวกับที่พระคริสต์สรรเสริญว่ามีอยู่ในตัวเด็ก "...ดังกล่าวนั้น คืออาณาจักรแห่งสวรรค์"

เมื่อถึงเวลาที่ข้าพเจ้าให้คำมั่นว่าจะถ่ายทอด*กริยาโยคะ*ให้ ชาวสัตยาครหิพากันเดินเข้ามาในห้อง...มีอาทิคุณเทสาอี ดร.ปิงคาล และคนอื่น ๆ ที่ต้องการเรียนรู้เทคนิควิธีของ*กริยาโยคะ*อีกสองสามคน

ข้าพเจ้าเริ่มสอนชั้นเรียนเล็ก ๆ นี้ด้วยการบริหารกายแบบโยโคทะ ซึ่งแบ่งร่างกายออกเป็นยี่สิบส่วน และใช้กระแสจิตโคจรพลังปราณไปหล่อเลี้ยงทีละส่วน ในไม่ช้า ทุกคนก็สำแดงพลังสั่นสะเทือนอยู่ต่อหน้าข้าพเจ้าราวกันเป็นเครื่องจักรมนุษย์ ยิ่งร่างกายทั้งยี่สิบส่วนที่เปลือยให้เห็นเป็นส่วนใหญ่ของท่านมหาตมาด้วยแล้ว ยิ่งสังเกตเห็นได้ชัดว่าสั่นกระเพื่อมเป็นระลอก! แม้ท่านจะผอมบางอย่างยิ่ง แต่กลับไม่ได้ดูน่าเกลียดแต่อย่างใด ผิวหนังของท่านยังลื่นเรียบ ไร้รอยเหี่ยวย่น[1]

จากนั้น ข้าพเจ้าจึงถ่ายทอด*กริยาโยคะ*อันเป็นหนทางสู่ความหลุดพ้นให้กับทั้งคณะ

ท่านมหาตมาได้ศึกษาศาสนาทั้งหลายในโลกด้วยความเคารพให้เกียรติ แนวคิดเรื่องหลักอหิงสาของท่านได้รับอิทธิพลจากคัมภีร์ของศาสนาเชน คัมภีร์ไบเบิลภาคพันธสัญญาใหม่ และงานเขียนด้านสังคมวิทยาของตอลสตอย[2]

---

[1] ท่านมหาตมา คานธีเคยอดอาหารหลายครั้ง ในระยะเวลาที่สั้นบ้างยาวบ้าง แต่ท่านก็ยังมีสุขภาพที่ดีเยี่ยม หนังสือเรื่อง *Diet and Diet Reform; Nature Cure* และ *Key to Health* ของท่านหาซื้อได้จากสำนักพิมพ์ Navajivan Publishing House, Ahmedabad, India.

[2] โธโร รัสกิน และมัซซีนีเป็นนักเขียนชาวตะวันตกอีกสามท่านที่ท่านมหาตมาให้ความสนใจ

เป็นหลัก ทั้งนี้ ท่านได้ประกาศแนวคิดความเชื่อของท่านเอาไว้ดังต่อไปนี้

ข้าพเจ้าเชื่อว่าพระคัมภีร์ไบเบิล พระคัมภีร์โกหร่าน และพระคัมภีร์เซนด์อเวสตา[1] อุบัติขึ้นจากการดลบันดาลของพระเป็นเจ้าเช่นเดียวกับพระเวท ข้าพเจ้าเชื่อในสถาบันของคุรุทั้งหลาย แม้ว่าทุกวันนี้ผู้คนนับล้านๆ จำต้องเดินหน้าไปโดยไม่มีคุรุคอยชี้นำทางให้ เพราะบุคคลที่มีพร้อมทั้งความบริสุทธิ์และความรู้อันบริบูรณ์นั้น หาได้ยากยิ่ง แต่เราต้องไม่สิ้นหวังต่อการค้นหาสัจธรรมในศาสนาของตน เพราะหลักการพื้นฐานของศาสนาฮินดูก็เป็นเช่นเดียวกับศาสนาอันยิ่งใหญ่อื่นๆ คือ คงที่ ไม่มีวันแปรเปลี่ยน และเข้าใจได้ง่าย

ข้าพเจ้าเชื่อในพระเป็นเจ้าและความเป็นหนึ่งเดียวของพระองค์เช่นเดียวกับชาวฮินดูทั้งหลาย เชื่อในการเวียนว่ายตายเกิดและความหลุดพ้น... ข้าพเจ้าไม่อาจบรรยายความรู้สึกที่ตนเองมีต่อศาสนาฮินดูได้มากไปกว่าความรู้สึกที่มีต่อภรรยาของตน เธอทำให้ข้าพเจ้าซึ้งใจอย่างไม่มีสตรีใดในโลกจะทำได้ ใช่ว่าเธอจะไม่มีข้อบกพร่องเลย ข้าพเจ้ากล้ากล่าวว่าเธอมีข้อบกพร่องมากกว่าที่ข้าพเจ้าเคยได้พบเห็นมาด้วยตัวเองเสียอีก ข้าพเจ้ารู้สึกได้ถึงความผูกพันระหว่างเราที่จะไม่มีวันสูญสลายหายไป ความรู้สึกที่ข้าพเจ้ามีต่อศาสนาฮินดูรวมไปถึงข้อผิดพลาดและข้อจำกัดทั้งหมดที่ศาสนาฮินดูมีก็เป็นเฉกเช่นเดียวกัน ไม่มีสิ่งใดจะยังความยินดีให้ข้าพเจ้ายิ่งไปกว่าบทเพลงแห่งภควัทคีตาหรือ*มหากาพย์รามายณะ*ของตุลสีทาส เมื่อนึกถึงยามที่ตนเองจะสิ้นลมปราณ ข้าพเจ้าก็ยังมีภควัทคีตาเป็นเครื่องปลอบประโลมใจ

ฮินดูไม่ใช่ศาสนาผูกขาดสำหรับคนกลุ่มหนึ่งกลุ่มใดโดยเฉพาะ แต่มีพื้นที่ให้บูชาศาสดาทั้งหลายในโลก[2]ได้เหลือเฟือ ทั้งมิใช่ศาสนาที่มุ่งเผยแผ่คำสอนให้

ศึกษาแนวคิดด้านสังคมวิทยาของพวกเขาอย่างละเอียด

1 คัมภีร์ศักดิ์สิทธิ์ของลัทธิโซโรแอสเตอร์ที่เปอร์เซียรับมาเมื่อราว 1,000 ปีก่อนคริสตกาล

2 ลักษณะเฉพาะที่ทำให้ศาสนาฮินดูแตกต่างจากศาสนาสำคัญอื่นๆ ของโลก คือศาสนาฮินดูไม่ได้มีศาสดาผู้ยิ่งใหญ่คนหนึ่งคนใดให้กำเนิด แต่อุบัติขึ้นจากคัมภีร์พระเวทที่ไม่ใช่บุคคลแต่อย่างใดเลย ด้วยเหตุนี้ ศาสนาฮินดูจึงได้รวมเอาศาสดาจากทุกยุคทุกสมัยและทุกดินแดนเข้ามาไว้ในขอบข่ายการสักการะบูชาของตน บัญญัติในคัมภีร์พระเวทมิได้กำหนดแต่เพียงวัตรปฏิบัติทางศาสนา แต่ยังครอบคลุมไปถึงขนบประเพณีทางสังคมที่สำคัญๆ ทั้งหมด ทั้งนี้

แพร่หลายออกไปโดยนัยทั่ว ๆ ไป ไม่ต้องสงสัยเลยว่าศาสนาฮินดูได้เคยซึมซับรับเอาอิทธิพลของชนกลุ่มต่าง ๆ เข้ามาหลายทบหลายเท่า การซึมซับนี้เกิดขึ้นแบบค่อยเป็นค่อยไป ค่อยวิวัฒน์พัฒนาแนบเนียนจนแทบสังเกตไม่ออก ศาสนาฮินดูสอนมนุษย์ทุกคนให้บูชาพระเป็นเจ้าตามศรัทธาหรือธรรมะ[1] ของตน และให้ดำรงขันติธรรมอยู่ร่วมกับศาสนาอื่นโดยศานติ

นอกจากนี้ ท่านยังเขียนถึงพระคริสต์ว่า "ข้าพเจ้าแน่ใจว่าถ้าปัจจุบันนี้ยังทรงพระชนม์ชีพอยู่ในท่ามกลางหมู่มวลมนุษย์พระองค์จะประทานพรให้กับหลายชีวิตที่อาจจะไม่เคยได้ยินพระนามของพระองค์มาก่อนเลย...ดังที่มีกล่าวไว้ในไบเบิลว่า "มิใช่ทุกคนที่เรียกเราว่า 'พระองค์เจ้าข้า พระองค์เจ้าข้า'... แต่ผู้ที่ปฏิบัติตามพระทัยพระบิดาของเรา..."[2] ทรงใช้พระชนม์ชีพของพระองค์เองเป็นบทเรียนให้กับมนุษย์ พร้อมประทานเป้าหมายอันยิ่งใหญ่อันหนึ่งอันเดียวที่มนุษย์เราพึงใฝ่หา ข้าพเจ้าเชื่อว่าพระองค์มิได้เป็นแต่ของชาวคริสต์เท่านั้น แต่ทรงเป็นของทั้งโลก ของทุกดินแดน และทุกเผ่าพงศ์พันธุ์"

เย็นวันสุดท้ายที่วารธา ข้าพเจ้าได้ไปปราศรัยในการประชุมซึ่งคุณเทสาอีรับเป็นธุระจัดขึ้นที่ศาลาว่าการ ห้องประชุมมีผู้คนเนืองแน่น ล้นไปจนถึงขอบหน้าต่าง รวมแล้วมีประมาณ 400 คนที่ตั้งใจมาฟังเรื่องโยคะ ตอนแรกข้าพเจ้าบรรยายเป็นภาษาฮินดี แล้วตามด้วยภาษาอังกฤษ คณะเล็ก ๆ ของพวกเรากลับมาถึงอาศรมทันได้เห็นท่านมหาตมาผู้กำลังมีสมาธิอยู่กับการตอบจดหมาย เพียงแวบหนึ่ง ชดเชยแทนการกล่าวราตรีสวัสดิ์

ข้าพเจ้าตื่นนอนตอนตีห้า ฟ้ายังมืดอยู่ แต่ผู้คนในหมู่บ้านก็ลุกขึ้นมาทำการ

ถือเป็นความพยายามในอันที่จะชักนำพฤติกรรมของมนุษย์ให้เป็นไปโดยสอดคล้องกับครรลองแห่งพระเป็นเจ้า

1   ศัพท์ภาษาสันสกฤตที่รวมความหมายทุกอย่างของคำว่า *กฎ* เอาไว้ หมายถึง การโอนอ่อนตามกฎหรือความถูกต้องเที่ยงธรรมของธรรมชาติ หน้าที่ที่ติดตัวมาโดยธรรมชาติ ซึ่งมนุษย์จะต้องปฏิบัติไปตามนั้นเมื่อสถานการณ์และเวลาดังกล่าวมาถึง พระคัมภีร์ต่าง ๆ นิยาม*ธรรมะ* ว่าหมายถึง "ครรลองแห่งจักรวาลอันดำเนินไปตามธรรมชาติ หากปฏิบัติได้ตามนั้น มนุษย์ย่อมรักษาตนให้พ้นจากความเสื่อมแลความทุกข์ได้"

2   มัทธิว 7:21

งานของตนกันแล้ว สิ่งแรกที่เห็นคือเกวียนเทียมวัวอยู่ตรงข้างประตูอาศรม ตามมาด้วยภาพชาวนาเทินของที่ทั้งใหญ่ทั้งหนักเอาไว้บนศีรษะ ดูน่าหวาดเสียวว่าจะเอียงกระเท่เร่ตกลงมานัก หลังอาหารเช้า คณะของเราสามคนก็เข้าไปกราบลาท่านมหาตมาผู้ตื่นขึ้นมาสวดมนต์เช้าตั้งแต่ตีสี่

"ท่านมหาตมา กระผมกราบลาขอรับ!" ข้าพเจ้าคุกเข่าลงแตะเท้าท่าน "มีท่านอยู่คุ้มครอง อินเดียของเราต้องปลอดภัยแน่ขอรับ"

คืนวันผันผ่านไปหลายปีนับจากที่ได้ไปเยือนวารธา แผ่นดิน ผืนน้ำ และท้องฟ้ามืดครึ้มมัวหม่นเมื่อโลกผจญกับภัยสงคราม ท่านมหาตมาเป็นเพียงผู้เดียวในบรรดาผู้นำผู้ยิ่งใหญ่ทั้งหลายที่เสนอให้ใช้แนวทางแห่งศานติแทนการใช้กำลังอาวุธเข้าห้ำหั่นกันในการสลายความขุ่นข้องหมองใจและถ่ายถอนความอยุติธรรม ท่านมหาตมาได้ใช้วิธีแบบอหิงสาซึ่งพิสูจน์ประสิทธิภาพให้เห็นเป็นที่ประจักษ์ครั้งแล้วครั้งเล่า ตัวท่านนั้นแถลงหลักการของท่านเอาไว้ดังต่อไปนี้

ข้าพเจ้าพบว่าชีวิตจะยังดำรงอยู่ต่อไปแม้ในท่ามกลางการทำลายล้าง ดังนั้นกฎที่อยู่เหนือกฎแห่งการทำลายล้างจะต้องมีอยู่อย่างแน่นอน และมีแต่อยู่ภายใต้กฎดังกล่าว สังคมที่เป็นระเบียบจึงจะมีปัญญา ชีวิตจึงจะมีค่าควรแก่การอยู่ต่อไป

ถ้านั่นคือกฎแห่งชีวิตที่เราจะต้องจัดการในแต่ละวัน ที่ใดก็ตามที่มีสงคราม ที่ใดก็ตามที่เราต้องผจญกับผู้เป็นปรปักษ์ จงเอาชนะด้วยความรัก ข้าพเจ้าค้นพบว่ากฎแห่งความรักบางประการเป็นคำตอบให้กับชีวิตของข้าพเจ้าได้อย่างที่กฎแห่งการทำลายล้างไม่เคยกระทำได้มาก่อน

ในอินเดียเรามีการสาธิตให้เห็นการทำงานของกฎดังกล่าวกันอย่างถนัดชัดตาในขอบข่ายที่กว้างที่สุดเท่าที่จะเป็นไปได้ ข้าพเจ้ามิได้เอ่ยอ้างว่าหลักอหิงสาได้แทรกซึมเข้าไปสู่คนทั้ง 360,000,000 คนในอินเดีย แต่ข้าพเจ้ากล่าวได้อย่างเต็มปากว่ามันแทรกซึมเข้าไปได้ลึกยิ่งกว่าหลักคำสอนใด ๆ ในระยะเวลาอันสั้นอย่างเหลือเชื่อ

ผู้ที่จะมีความนึกคิดจิตใจแบบอหิงสาได้ต้องอาศัยการฝึกฝนอบรมตนเองอย่างหนักหนาสาหัสเอาการ มันเป็นชีวิตที่อยู่ในกรอบในวินัยไม่ต่างจากชีวิตของทหาร ความมีอหิงสาอย่างเต็มเปี่ยมบริบูรณ์นั้นจะบรรลุถึงได้ก็ต่อเมื่อบุคคลมีการกระทำทางกาย วาจา ใจสอดคล้องต้องกันในทางที่เหมาะสม ปัญหาทุก

อย่างย่อมแก้ไขได้ถ้าเรามุ่งมั่นตั้งใจนำเอากฎแห่งสัจจะและอหิงสามาใช้ให้เป็นกฎของชีวิตให้ได้

เหตุการณ์ต่าง ๆ ทางการเมืองของโลกที่รุดหน้าไปในทางที่ใช้แต่ความรุนแรงได้ชี้ให้เห็นซ้ำแล้วซ้ำเล่าถึงความจริงที่ว่า หากไร้ซึ่งวิสัยทัศน์ทางจิตวิญญาณเสียแล้ว ผู้คนก็มีแต่จะเสื่อมถอย วิทยาศาสตร์...ถ้ามิใช่ศาสนา...ได้ปลุกสำนึกอันเลือนรางแห่งความไม่มั่นคง หรือกระทั่งความไม่คงทนถาวรของวัตถุธาตุขึ้นมาในตัวมนุษย์ แล้วทีนี้มนุษย์จะหันหน้าไปทางไหนได้? ถ้าไม่หันไปหาแหล่งที่มาและต้นกำเนิดของตน หรือก็คือพระเป็นเจ้าในตัวของเขานั่นเอง

หากศึกษาดูจากประวัติศาสตร์ ก็อาจกล่าวได้อย่างมีเหตุมีผลว่า ปัญหาของมนุษย์ไม่เคยแก้ได้ด้วยการใช้กำลังไปกระทำทารุณโหดเหี้ยมต่อกัน สงครามโลกครั้งที่ 1 ม้วนตัวสะสมให้เกิดลูกบอลหิมะแห่งกรรมอันน่าสะพรึงกลัวและเยือกเย็นสะท้านโลกที่ขยายใหญ่ขึ้นจนนำมาซึ่งสงครามโลกครั้งที่ 2 มีเพียงความอบอุ่นแห่งภราดรภาพเท่านั้นที่จะสามารถละลายลูกบอลหิมะแห่งกรรมอันยังให้เลือดนองเป็นท้องธารลงได้ หรือถ้ามิฉะนั้นบอลยักษ์ลูกนี้ก็อาจบานปลายกลายเป็นสงครามโลกครั้งที่ 3 ก็เป็นได้ นับเป็นมหันตภัยสามแห่งศตวรรษที่ 20 โดยแท้! การใช้สัญชาตญาณของสัตว์ป่าแทนการใช้เหตุผลของมนุษย์ในการแก้ไขปัญหาความขัดแย้ง มีแต่จะทำให้โลกหวนกลับคืนสู่ความดิบเถื่อนเท่านั้น ถ้ายามมีชีวิตกอดคอเป็นพี่น้องผองเพื่อนกันไม่ได้ เช่นนั้นแล้วก็กอดคอฆ่ากันตายเลยก็แล้วกัน พระเป็นเจ้ามิได้ทรงมีพระเมตตาประทานอนุญาตให้มนุษย์ค้นพบพลังงานปรมาณูเพื่อมาใช้ในการอันน่าอัปยศเช่นนี้!

สงครามและอาชญากรรมไม่เคยให้ผลดีกับใคร เงินหลายพันล้านเหรียญสหรัฐฯ ที่สูญไปกับฝุ่นควันอันพวยพุ่งขึ้นจากอำนาจทำลายล้างของระเบิดนั้นพอจะนำมาสร้างโลกใหม่ให้ดีขึ้นกว่าเดิมด้วยซ้ำ โลกใหม่ที่แทบจะปลอดจากโรคภัยไข้เจ็บ โลกที่ไร้ซึ่งความยากจนไม่ใช่โลกที่เต็มไปด้วยความหวาดกลัว ความวุ่นวาย ความอดอยาก โรคระบาด และระบำแห่งความตาย แต่เป็นโลกอันกว้างใหญ่ไพศาลที่อบอวลไปด้วยสันติภาพ ความรุ่งเรือง และความรอบรู้อย่างกว้างขวาง

เสียงเรียกร้องแบบศานติอหิงสาของท่านมหาตมาเป็นการอุทธรณ์ต่อจิตสำนึกสูงสุดของมนุษย์ ขอให้นานาประเทศรวมกำลังกันเพื่อสร้างชีวิต มิใช่เพื่อคร่าชีวิต เพื่อการสรรค์สร้าง มิใช่เพื่อการทำลายล้าง และเพื่อปาฏิหาริย์ในการสร้างสรรค์ด้วยความรัก มิใช่ด้วยความเกลียดชัง

"คนเราควรรู้จักให้อภัย ไม่ว่าจะถูกทำร้ายแค่ไหนหรืออย่างไร" มหาภารตะว่าไว้ "การที่เผ่าพันธุ์ทั้งหลายยังดำรงอยู่ต่อเนื่องมาได้ก็ด้วยการที่คนเรารู้จักให้อภัย การให้อภัยเป็นสิ่งประเสริฐ จักรวาลยังเป็นหนึ่งเดียวกันได้เช่นทุกวันนี้ก็ด้วยการรู้จักให้อภัย การให้อภัยเป็นอำนาจที่ยิ่งใหญ่กว่าอำนาจใด การให้อภัยคือการเสียสละ การให้อภัยคือเครื่องยังความสงบแห่งจิต การให้อภัยและความอ่อนโยนเป็นคุณลักษณะของผู้ที่ควบคุมอัตตาแห่งตนได้เป็นปกติวิสัย เหล่านี้แสดงให้เห็นถึงความดีงามอันเป็นนิรันดร์"

อหิงสาเป็นสิ่งที่งอกงามขึ้นมาตามธรรมชาติจากกฎของการรู้จักให้อภัยและความรัก "หากจำเป็นต้องสละชีวิตในสงครามเพื่อความถูกต้อง" ท่านมหาตมาประกาศ "เราก็ควรเตรียมตัวเตรียมใจ...ดุจเดียวกับพระเยซู...ที่จะเสียสละเลือดเนื้อและชีวิตของตนมิใช่ของผู้อื่น และในท้ายที่สุด โลกก็จะนองเลือดน้อยลง"

สักวันหนึ่ง เรื่องราวของชาว*สัตยาครหิ*ย่อมจะได้รับการบันทึกไว้ให้เป็นมหากาพย์แห่งการยืนหยัดต่อสู้ความเกลียดชังด้วยความรัก สู้ความรุนแรงด้วยหลักอหิงสา ยอมถูกเข่นฆ่าอย่างทารุณมากกว่าที่จะหยิบอาวุธขึ้นมาห้ำหั่นฝ่ายตรงข้าม ผลจากประวัติศาสตร์บางบทบางตอนนี้คือ ฝ่ายปรปักษ์ต่างทิ้งอาวุธในมือและหลีกลี้หนีไป...ด้วยความละอาย หวั่นไหวไปถึงก้นบึ้งของหัวใจเมื่อได้เห็นภาพของผู้คนที่ตีค่าชีวิตของผู้อื่นสูงกว่าชีวิตของตนเอง

"ถ้าจำเป็น ผมก็ยอมรอต่อไปอีกหลายชั่วชีวิต" ท่านมหาตมาว่า "ดีกว่าที่จะใช้ชีวิตนองเลือดไปเรียกร้องเอาเอกราชของชาติกลับคืนมา" ไบเบิลเตือนเราว่า "ด้วยว่าบรรดาผู้ถือดาบจะต้องพินาศเพราะดาบ"[1] ท่านมหาตมาเองก็เขียนเอาไว้ว่า

---

1 มัทธิว 26:52 นี่คือข้อความตอนหนึ่งในไบเบิลที่บ่งนัยถึงการกลับชาติมาเกิดของมนุษย์ (ดูหน้า 225.2) ความซับซ้อนหลายอย่างในชีวิตสามารถอธิบายให้เข้าใจได้โดยผ่านความรู้ความเข้าใจในเรื่องกฎแห่งกรรมเท่านั้น

ข้าพเจ้าเรียกตัวเองว่านักชาตินิยม แต่ลัทธิชาตินิยมของข้าพเจ้านั้นไพศาลเพียงจักรวาล เพราะรวมเอาทุกประเทศในโลกเข้ามาอยู่ในขอบข่ายนี้ทั้งหมด[1] ลัทธิชาตินิยมของข้าพเจ้าหมายรวมถึงความผาสุกของโลกทั้งโลก ข้าพเจ้าไม่ประสงค์ให้ประเทศอินเดียเราผงาดขึ้นมาบนซากปรักหักพังของชาติอื่น ไม่ต้องการให้อินเดียเราเอารัดเอาเปรียบมนุษย์แม้สักคนเดียว ข้าพเจ้าประสงค์ให้อินเดียเข้มแข็งเพื่อที่เธอจะสามารถส่งถ่ายความเข้มแข็งนี้ไปสู่ชาติอื่น ไม่ใช่แบบยุโรปในทุกวันนี้ที่ไม่มีแม้แต่ชาติเดียวที่จะสร้างความเข้มแข็งให้แก่กัน

ลายมือของท่านมหาตมา คานธีเขียนเป็นภาษาฮินดี

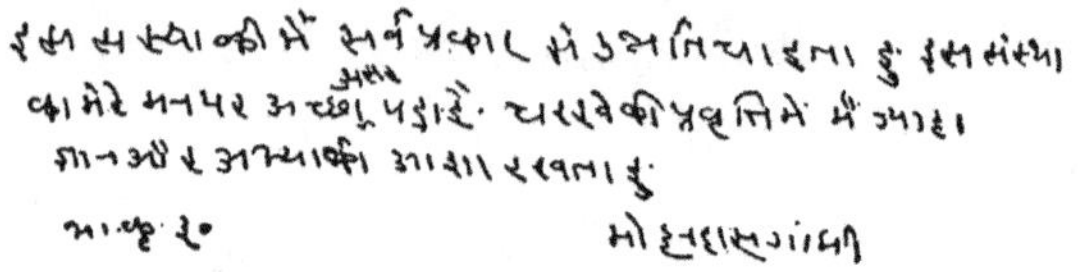

[ลายมือภาษาฮินดี]

ท่านมหาตมา คานธีได้มาเยือนโยโคทะสัตสังคะพรหมาจารยวิทยาลัย โรงเรียนมัธยมซึ่งสอนศาสตร์แห่งโยคะที่เมืองรานจี ประเทศอินเดีย และท่านได้กรุณาเขียนข้อความดังต่อไปนี้เอาไว้ในสมุดเยี่ยม

"สถาบันแห่งนี้สร้างความประทับใจให้กับผมอย่างลึกซึ้ง ผมหวังเป็นอย่างยิ่งว่า ทางโรงเรียนจะช่วยส่งเสริมการใช้เครื่องปั่นด้ายให้แพร่หลายเป็นลำดับถัดไป"

17 กันยายน 1925 (ลงนาม) โมหันทาส คานธี

ประธานาธิบดีวิลสันได้เอ่ยถึงหลักการอันสวยหรูทั้งสิบสี่ข้อของท่านเอาไว้ แต่ก็บอกด้วยว่า "ในท้ายที่สุด ถ้าความพยายามเพื่อให้บรรลุถึงสันติภาพของเราล้มเหลว เราก็จะหันกลับไปใช้อาวุธแทน" หากกลับกัน ข้าพเจ้าเป็นท่าน ข้าพเจ้าจะพูดว่า "อาวุธยุทโธปกรณ์ของเราใช้ไม่ได้ผลเสียแล้ว เวลานี้เราต้องหาวิธีใหม่ หันมาใช้พลังแห่งความรักและพระเป็นเจ้าซึ่งเป็นสัจแทน" เมื่อเรามีได้ดังนั้น เราก็จะไม่ต้องการสิ่งใดอีก

---

[1] "อย่ามัวลุ่มหลงนิยมยินดีว่าเขานี้รักชาติ
พึงสรรเสริญนิยมยินดีว่าเขานี้รักเพื่อนมนุษย์"
—สุภาษิตเปอร์เซีย

ด้วยการอบรมบ่มเพาะชาว*สัตยาครหิ* (หมายถึงผู้ที่ได้ปฏิญาณว่าจะถือปฏิบัติตามหลักการทั้งสิบเอ็ดประการที่ได้กล่าวไว้ในช่วงแรกของบทนี้) ที่แท้จริงขึ้นมานับพันๆ คน แล้วให้พวกเขาส่งต่อหลักการนี้ต่อไป ด้วยความอุตสาหะในการให้ความรู้กับมวลชนอินเดีย ทำให้พวกเขาเข้าใจผลดีที่หลักอหิงสามีต่อจิตวิญญาณ ไล่เลยไปถึงผลพวงในทางรูปธรรม ด้วยการติดแนวคิดแบบอหิงสาเป็นอาวุธให้กับประชาชนของท่าน ทั้งการไม่ยอมเห็นดีเห็นงามกับความอยุติธรรม พร้อมยอมรับความอัปยศ ยอมติดคุกติดตะราง และยอมตายมากกว่าที่จะใช้อาวุธเข้าเข่นฆ่าฝ่ายปรปักษ์ ด้วยการเรียกร้องความเห็นใจจากทั่วโลกโดยยกเอาการเสียสละชีวิตเยี่ยงวีรบุรุษของชาว*สัตยาครหิ*หลายต่อหลายครั้งมาให้เห็นเป็นตัวอย่าง ท่านมหาตมาได้แสดงธรรมชาติวิสัยของหลักอหิงสาที่สามารถนำมาปฏิบัติได้จริงให้เห็น รวมถึงพลังอำนาจที่ไม่อาจดูแคลนของมันในการยุติปัญหาความขัดแย้งโดยไม่ให้เกิดสงครามขึ้นอีกด้วย

ท่านมหาตมาเคยได้รับชัยชนะในการใช้หลักอหิงสาเข้าต่อสู้ทางการเมืองเพื่อประเทศชาติของท่านมากมายยิ่งกว่าผู้นำของประเทศใดจะเคยได้รับมาโดยที่ไม่ใช้อาวุธเข้าช่วย วิธีการแบบอหิงสาเพื่อขจัดสิ่งที่ไม่ถูกต้องและความชั่วร้ายทั้งหลายได้ถูกนำมาใช้ไม่เพียงแต่ในสนามการเมืองเท่านั้น แต่ยังรวมไปถึงแวดวงการปฏิรูปสังคมของอินเดียที่มีความละเอียดอ่อนและซับซ้อนอย่างยิ่ง ท่านมหาตมาและประดาผู้ที่เชื่อตามท่านได้ขจัดความเป็นปรปักษ์ที่มีมายาวนานระหว่างชาวฮินดูกับชาวมุสลิมลง ชาวมุสลิมนับแสนนับล้านคนมองท่านมหาตมาว่าเป็นผู้นำของตน ชนวรรณะจัณฑาลเองก็ยกย่องให้ท่านเป็นวีรบุรุษผู้กล้าหาญ ไม่เคยกลัวใครหรือสิ่งใด "ถ้าข้าพเจ้ายังต้องกลับมาเกิดใหม่อีก" ท่านเขียนไว้ "ข้าพเจ้าก็หวังจะมาเกิดในวรรณะจัณฑาล อยู่ท่ามกลางคนวรรณะจัณฑาลทั้งหลาย เพราะมีแต่เป็นเช่นนี้เท่านั้น ข้าพเจ้าจึงจะสามารถรับใช้พวกเขาได้อย่างมีประสิทธิภาพมากกว่าที่เป็นอยู่"

ท่านมหาตมานับเป็น "วิญญาณอันยิ่งใหญ่" โดยแท้ แต่ผู้ที่ตัดสินใจมอบสมญานามนี้ให้แก่ท่านคือชาวบ้านผู้ไม่รู้หนังสือนับล้านๆ คน ศาสดาพยากรณ์ผู้อ่อนโยนท่านนี้ได้รับเกียรติและการยกย่องอย่างสูงในบ้านเกิดเมืองนอนของท่านเอง ชาวไร่ชาวนาผู้ต่ำศักดิ์สามารถไต่ระดับขึ้นมาสู่ความท้าทายอันสูงลิ่ว

ของท่าน ตัวท่านเองนั้นเชื่อในธรรมชาติอันสูงส่งดีงามที่มีติดตัวมนุษย์มาตั้งแต่เกิด ความล้มเหลวอันเลี่ยงไม่ได้หลายต่อหลายครั้งมิได้ทำให้ท่านผิดหวังหรือย่อท้อ "ต่อให้ฝ่ายตรงข้ามเคยหลอกลวงเรานับถึงยี่สิบครั้ง" ท่านเขียน "ชาว*สัตยาครหิ*เราก็พร้อมจะไว้เนื้อเชื่อใจเขาเป็นครั้งที่ยี่สิบเอ็ด เพราะความเชื่อใจอย่างไม่มีข้อกังขาในธรรมชาติวิสัยของมนุษย์นับเป็นแก่นแท้ของหลักความเชื่อนี้"[1]

"ท่านมหาตมาขอรับ ท่านเป็นคนพิเศษผิดจากคนทั่วไป แต่ท่านจะหวังให้คนทั้งโลกทำตามอย่างท่านคงไม่ได้" ครั้งหนึ่งเคยมีนักวิจารณ์แย้งท่านเอาไว้

"น่าประหลาดเหลือเกินที่เรามักหลอกตัวเราเอง คิดเอาว่าสามารถทำร่างกายให้ดีขึ้นได้ แต่ไม่อาจปลุกอำนาจที่แฝงเร้นอยู่ในจิตวิญญาณให้ตื่นขึ้นได้" ท่านมหาตมาตอบ "ผมกำลังพยายามทำให้คนอื่น ๆ เห็นว่า ถ้าแม้นว่าผมมีอำนาจเหล่านั้นอยู่จริง ผมก็ยังอ่อนแอและตายเป็นเหมือนกับพวกเราคนอื่น ๆ อยู่ดี แล้วผมก็ไม่เคยมีความพิเศษพิสดารมาก่อน ถึงเดี๋ยวนี้ก็ยังไม่มีอยู่นั่นเอง ผมเป็นแค่คนธรรมดาที่ทำความผิดพลาดได้เหมือนมนุษย์เดินดินทั่วไป แต่ผมอ่อนน้อมถ่อมตนพอที่จะยอมรับความผิดของตนและย้อนกลับมาตั้งต้นใหม่ ทั้งนี้ เพราะผมมีศรัทธาอันแน่วแน่ในพระเป็นเจ้าและพระเมตตาของพระองค์ มีความนิยมยินดีในสัจจะและความรัก แต่นั่นไม่ใช่สิ่งที่มนุษย์ทุกคนมีอยู่ในตนเองอยู่แล้วหรอกหรือ?" แล้วท่านก็บอกเสริมมาว่า "ถ้าเราค้นพบสิ่งใหม่ ๆ ประดิษฐ์สิ่งใหม่ ๆ ขึ้นมาในโลกที่อยู่ภายใต้กฎแห่งธรรมชาติ เช่นนี้แล้ว เราจำเป็นจะต้องประกาศความล่มสลายในอาณาจักรแห่งจิตวิญญาณของเราด้วยหรืออย่างไร? มันจะเป็นไปไม่ได้เลยเชียวหรือที่จะเพิ่มจำนวนข้อยกเว้นทั้งหลายเข้ามา แล้วทำให้มันเป็นกฎเป็นเกณฑ์ไปเสียเลย? คนเราต้องทำตนเป็นสัตว์ป่า แล้วค่อย

---

1 ขณะนั้น เปโตรมาทูลพระองค์ว่า "พระองค์เจ้าข้า หากพี่น้องของข้าพระองค์จะกระทำผิดต่อข้าพระองค์เรื่อยไป ข้าพระองค์ควรจะยกความผิดของเขาสักกี่ครั้ง? ถึงเจ็ดครั้งหรือ? พระเยซูตรัสตอบเขาว่า เรามิได้ว่าเพียงเจ็ดครั้งเท่านั้น แต่เจ็ดสิบครั้งคูณด้วยเจ็ด"—มัทธิว 18:21–22 ข้าพเจ้าสวดภาวนาเพื่อให้ตนเองเข้าใจข้อชี้แนะที่มีการอ่อนข้อให้นี้ "ข้าแต่พระเป็นเจ้า" ข้าพเจ้าทักท้วง "มันจะเป็นไปได้อย่างไรกัน?" และเมื่อพระสุรเสียงทิพย์ประทานคำตอบกลับมาในท้ายที่สุด คำตอบนั้นก็ยังแสงสว่างแห่งความรู้จักนอบน้อมถ่อมตนให้กับข้าพเจ้า

"มนุษย์เอ๋ย แล้วเราได้อภัยให้กับพวกเจ้าแต่ละคนวันละกี่ครั้งกัน?"

เป็นมนุษย์ทีหลังทุกครั้งไปเช่นนั้นหรือ?”[1]

ชาวอเมริกันอาจยังจดจำและภาคภูมิใจในความสำเร็จของการทดลองไม่ใช้ความรุนแรงของวิลเลียมเพ็นน์ในการก่อตั้งอาณานิคมขึ้นที่มลรัฐเพนซิลวาเนียในศตวรรษที่ 17 กันได้ ที่นั่น “ไม่มีป้อม ไม่มีทหาร ไม่มีกองกำลังหนุน ไม่มีแม้กระทั่งอาวุธ” ในท่ามกลางการรบราฆ่าฟันกันตามแนวพรมแดนอย่างเหี้ยมโหดระหว่างผู้มาตั้งรกรากใหม่กับชาวอินเดียแดง มีแต่พวกนิกายเควกเกอร์แห่งเพนซิลวาเนียเท่านั้นที่พวกอินเดียนแดงไม่มาแตะต้องรบกวน “พวกอื่นๆ ที่เหลือถูกฆ่าตายบ้าง ถูกสังหารหมู่บ้าง มีแต่พวกเขาเท่านั้นที่ปลอดภัย สตรีนิกายเควกเกอร์ไม่เคยถูกทำร้ายเลยแม้สักคนเดียว เด็กชาวเควกเกอร์ก็ไม่เคยถูกฆ่า บุรุษชาวเควกเกอร์ไม่เคยถูกจับไปทรมาน” ในท้ายที่สุด เมื่อพวกเควกเกอร์ถูกบีบให้สละอำนาจในการปกครองรัฐเพนซิลวาเนีย “สงคราม ก็ปะทุขึ้น มีชาวเพนซิลวาเนียถูกฆ่าตายไปเป็นจำนวนไม่น้อย แต่ชาวเควกเกอร์ตายกันแค่สามคนเท่านั้น...เป็นสามคนที่สูญเสียความแน่วแน่ในศรัทธา แล้วหันไปจับอาวุธขึ้นมาเป็นเครื่องคุ้มครองป้องกันแทน”

“การใช้กำลังในสงครามใหญ่ (สงครามโลกครั้งที่ 1) ไม่อาจนำความสงบกลับคืนมาได้” แฟรงคลิน ดี. รูสเวลต์ระบุ “ชัยชนะและความปราชัยล้วนไร้ประโยชน์ บทเรียนในครั้งนั้นเป็นสิ่งที่โลกพึงเรียนรู้เอาไว้”

“ยิ่งใช้อาวุธเข้าห้ำหั่นกันมากเท่าใด มนุษยชาติก็ยิ่งเป็นทุกข์มากขึ้นเท่านั้น” เหลาจื่อสอนไว้ “ชัยชนะของการใช้ความรุนแรงย่อมจบลงที่เสียงครวญคร่ำร่ำไห้”

---

1 ครั้งหนึ่ง มร.โรเจอร์ ดับเบิลยู. บับสันเคยถามชาร์ลส์ พี. ชไตน์เม็ทซ์ วิศวกรไฟฟ้าผู้ยิ่งใหญ่ว่า “งานวิจัยสายไหนจะมีความก้าวหน้าให้เห็นมากที่สุดในช่วงห้าสิบปีนับจากนี้ไป?” “ผมคิดว่าการค้นพบที่ยิ่งใหญ่ที่สุดจะอยู่ในสายจิตวิญญาณ” ชไตน์เม็ทซ์ตอบ “เพราะจิตวิญญาณคือพลังที่ประวัติศาสตร์สอนเราเอาไว้อย่างชัดแจ้งว่าเป็นพลังที่ยิ่งใหญ่ที่สุดในพัฒนาการของมนุษย์ กระนั้นเราก็แค่ทำเล่นๆ หัวๆ กับมันและไม่เคยเลยที่จะศึกษาค้นคว้ามันอย่างจริงจังในแบบเดียวกับที่เราได้ศึกษาพลังทางกายภาพ สักวันหนึ่ง คนเราจะเรียนรู้ว่าวัตถุสิ่งของมิอาจนำมาซึ่งความสุข และแทบจะไม่มีส่วนช่วยให้มนุษย์ชาย–หญิงรู้จักคิดสร้างสรรค์หรือทรงพลังขึ้นมาเลย ถึงตอนนั้นนักวิทยาศาสตร์ของโลกจะพากันผละจากห้องทดลอง หันมาศึกษาเรียนรู้พระเจ้า เรียนรู้บทสวดและพลังแห่งจิตวิญญาณซึ่งแทบจะยังไม่มีใครเข้าไปแตะต้องแม้เพียงรอยเล็บ และเมื่อวันนั้นมาถึง โลกจะได้เห็นเวลาชั่วรุ่นหนึ่งของมนุษย์ที่มีความก้าวหน้ามากกว่าสี่ชั่วรุ่นที่ผ่านมา”

"ผมต่อสู้เพื่อสันติภาพของโลกเท่านั้น" ท่านมหาตมาประกาศ "ถ้ากระแสการเคลื่อนไหวของอินเดียเราประสบความสำเร็จจากการใช้หลัก*สัตยาเคราะห์*ที่มุ่งเน้นการไม่ใช้ความรุนแรง มันจะให้นิยามความหมายใหม่กับคำว่าชาตินิยม และหากเป็นไปได้ ผมก็อยากจะขออนุญาตกล่าวว่า เป็นการให้นิยามใหม่กับชีวิตด้วย"

ก่อนที่โลกตะวันตกจะสลัดโครงการของท่านมหาตมาทิ้งไปด้วยเห็นว่าท่านเป็นนักฝันในเรื่องที่เป็นไปไม่ได้ในทางปฏิบัติ ก็ขอให้หันกลับไปพิจารณานิยามของคำว่าสัตยาเคราะห์ที่ท่านอาจารย์ใหญ่แห่งกาลิเลเคยได้ตรัสเอาไว้ก่อนเถิดว่า

"ท่านทั้งหลายเคยได้ยินคำซึ่งกล่าวไว้ว่า 'ตาต่อตา และฟันต่อฟัน' แต่เราบอกท่านว่า อย่าต่อสู้คนชั่ว (ด้วยความชั่ว) ถ้าผู้ใดตบแก้มขวาของท่าน ก็จงหันแก้มอีกข้างให้เขาด้วย"[1]

ยุคสมัยของท่านมหาตมาได้ยืดขยายเข้าไปสู่ศตวรรษอันอ้างว้างและถูกทำลายล้างจากสงครามโลกทั้งสองครั้ง โดยสอดประสานเข้ากับจังหวะของจักรวาลอย่างถูกต้องแม่นยำ ลายพระหัตถ์แห่งพระเป็นเจ้าได้จารจดลงบนชีวิตของท่านซึ่งเปรียบได้กับกำแพงหินแกรนิต เป็นคำเตือนมิให้เข่นฆ่าล้างผลาญชีวิตพี่น้องผองเพื่อนกันอีกต่อไป

---

[1] มัทธิว 5:38—39

รำลึกถึงท่านมหาตมา คานธี

"ท่านเป็นบิดาแห่งประเทศชาติโดยแท้ คนที่สังหารท่านคือคนเสียสติ ผู้คนหลายต่อหลายล้านต่างโศกเศร้าอาลัยที่ประทีปดวงนี้ดับแสงไป...แสงที่เคยสาดส่องอยู่บนผืนแผ่นดินนี้ไม่ใช่แสงอันดาษดื่นทั่วไป ประเทศของเราจะยังคงมองเห็นแสงนี้อยู่อีกนานนับพันปี และโลกจะมองเห็นเช่นเดียวกับเราด้วย" นี่คือถ้อยแถลงของท่านยวาหรลาล เนห์รู นายกรัฐมนตรีของอินเดียที่มีขึ้นไม่นานหลังจากที่ท่านมหาตมา คานธีถูกลอบสังหารที่นิวเดลีเมื่อวันที่ 30 มกราคม ค.ศ.1948

ห้าเดือนก่อนหน้านั้น อินเดียทวงคืนเอกราชของชาติกลับคืนมาได้อย่างสันติ ท่านมหาตมาในวัย 78 ปีได้ทำงานของท่านจนสำเร็จลุล่วง และตัวท่านก็ตระหนักดีว่าวาระสุดท้ายของท่านกำลังคืบคลานเข้ามา "อาภา เอาเอกสารสำคัญทั้งหมดมาให้ปู่ที" ท่านสั่งหลานสาวในตอนเช้าของวันแห่งโศกนาฏกรรม "ปู่ต้องตอบให้เสร็จในวันนี้เพราะอาจไม่มีพรุ่งนี้สำหรับปู่อีก" ในงานเขียนของท่านก็มีอยู่หลายบทหลายตอนที่บอกเป็นนัยถึงวาระสุดท้ายของตัวท่านเอง

ขณะที่ร่างของท่านมหาตมาผู้ใกล้จะสิ้นลมปราณทรุดลงไปนอนกองอยู่กับพื้น มีกระสุนสามนัดฝังอยู่ในร่างอันผอมบางและทรุดโทรมนั้น ท่านได้ยกมือขึ้นในลักษณาการของการทักทายตามธรรมเนียมของทางฮินดูเรา เป็นการให้อภัยแก่ผู้ที่ทำร้ายท่านอย่างเงียบ ๆ ท่านมหาตมาเป็นศิลปินผู้บริสุทธิ์ไร้เดียงสามาตลอดชั่วชีวิตของท่าน แต่ในยามตาย ท่านได้กลายเป็นสุดยอดศิลปินผู้ยิ่งใหญ่ ชีวิตอันมีแต่ความเสียสละอย่างปราศจากความเห็นแก่ตัวของท่านเป็นสิ่งที่ยังให้อากัปกิริยาสุดท้ายของท่านที่แสดงถึงความรักความเมตตาบังเกิดขึ้นมาได้

"บางที คนรุ่นต่อ ๆ ไป" อัลเบิร์ต ไอน์สไตน์เขียนไว้ในคำสดุดีท่านมหาตมา "อาจรู้สึกยากที่จะเชื่อว่าเคยมีคนประเภทนี้มีชีวิตอยู่บนโลกจริง" สำนักวาติกันในกรุงโรมก็ออกมาแถลงว่า "ทางวาติกันรู้สึกเศร้าเสียใจอย่างลึกซึ้งกับเหตุลอบสังหารในครั้งนี้ และโศกเศร้าอาลัยถึงท่านคานธีในฐานะที่ท่านเป็นอัครสาวกแห่งคุณงามความดีตามหลักความเชื่อของศาสนาคริสต์"

ชีวิตของบุคคลผู้ยิ่งใหญ่ ผู้ลงมาเกิดบนโลกมนุษย์เพื่อกระทำคุณงามความดีบางประการให้ลุล่วง ล้วนเต็มไปด้วยความหมายในเชิงสัญลักษณ์ การตายอันสะเทือนขวัญเพื่อประสานอินเดียให้เป็นหนึ่งของท่านคานธีในครั้งนี้ได้ยกระดับความสำคัญของสารที่ท่านส่งถึงโลกทั้งโลก...ที่ซึ่งแต่ละทวีปล้วนฉีกแยกด้วยการแตกสามัคคี สารนั้นท่านได้กล่าวไว้เป็นคำทำนายว่า

"หลักอหิงสาได้บังเกิดขึ้นแล้วในหมู่ผู้คน และจักดำรงอยู่ต่อไป มันเป็นสัญญาณบ่งบอกว่าสันติภาพจะบังเกิดขึ้นในโลก"

บทที่ 45

“พระแม่เกษมสุข” แห่งเบงกอล

“คุณลุงขา กรุณาอย่าจากอินเดียไปโดยที่ยังไม่ได้ไปพบกับท่านนิรมลเทวีเลยนะคะ ท่านน่าเลื่อมใสศรัทธามากเลยค่ะ คนทั้งใกล้และไกลเรียกท่านว่า อานันทะโมยีมา (พระแม่เกษมสุข)” อามีโย โบส หลานสาวของข้าพเจ้ามองมาอย่างเอาจริงเอาจัง

“ได้เลย! ลุงเองก็อยากพบนักบวชหญิงท่านนี้มากเลย” ข้าพเจ้ายังบอกต่ออีกว่า “ลุงเคยอ่านเจอว่าท่านบรรลุธรรมเข้าถึงพระเป็นเจ้าในระดับสูงมาก เมื่อหลายปีก่อนเคยมีบทความสั้น ๆ เกี่ยวกับตัวท่านตีพิมพ์ลงในวารสาร *East–West* ด้วย”

“หนูเคยพบท่านด้วยค่ะ” อามีโยเล่า “เมื่อไม่นานมานี้ ท่านมาเยือนเมืองจัมเศทปุระของพวกเรา ท่านไปที่บ้านของชายป่วยหนักใกล้ตายตามคำอ้อนวอนของศิษย์คนหนึ่ง ไปยืนอยู่ข้างเตียงเขาแล้วเอามือแตะหน้าผาก อาการป่วยปางตายของเขาก็หายสนิทเป็นปลิดทิ้ง โรคภัยหายสิ้น เจ้าตัวแสนจะยินดีและพิศวงกับการหายดีของตัวเอง”

หลังจากนั้นไม่กี่วัน ข้าพเจ้าได้ข่าวมาว่าอานันทะโมยีมาได้มาพักอยู่ที่บ้านศิษย์ผู้หนึ่งในย่านโภวนีปุระของเมืองกัลกัตตา มร.ไรต์กับข้าพเจ้าจึงขับรถออกจากบ้านพ่อที่กัลกัตตาในทันที ขณะที่เจ้าฟอร์ดของพวกเราเคลื่อนเข้ามาใกล้บ้านที่ย่านโภวนีปุระ เราทั้งคู่เห็นภาพอันผิดธรรมดาบนท้องถนน

อานันทะโมยีมากำลังยืนอยู่ในรถยนต์เปิดประทุน ประสาทพรให้กับสานุศิษย์ราวร้อยคนได้ เห็นได้ชัดว่าเธอกำลังจะเดินทางกลับ มร.ไรต์จึงจอดรถฟอร์ดเอาไว้แต่ไกลแล้วเดินเป็นเพื่อนข้าพเจ้าตรงไปยังฝูงชนที่สงบเงียบกลุ่มนั้น ท่านโยคินีชำเลืองมองมาทางเรา แล้วลงจากรถ เดินตรงมาหาเราทันที

“คุณพ่อเจ้าขา ท่านอุตส่าห์มาถึงที่นี่!” เธอทักอย่างกระตือรือร้น (เป็นภาษาเบงกาลี) พลางวาดแขนขึ้นโอบรอบคอข้าพเจ้า แล้วแนบศีรษะซบลงบนบ่าเสียอีก ข้าพเจ้าเพิ่งบอก มร.ไรต์ไปหยก ๆ ว่าไม่รู้จักโยคินีท่านนี้ ท่าทีเขาจึงออกจะขัน ๆ ที่ได้เห็นการต้อนรับแบบพิเศษผิดธรรมดานี้อักโข สายตาของสานุศิษย์นับร้อย

จ้องเขม็งมาที่เราด้วยความพิศวงในภาพการแสดงความรักที่เห็นอยู่ตรงหน้า

ข้าพเจ้ามองออกได้ในทันทีว่าอานันทะโมยีมากำลังดำรงจิตอยู่ในฌานขั้นสูงอยู่ เธอไม่ได้นึกรู้เลยว่าตนเองอยู่ในร่างของสตรีเพศ รู้แต่ว่าตัวเองเป็นวิญญาณที่คงเดิม ไม่เปลี่ยนแปลง และเธอก็ทักทายสาวกผู้ภักดีในองค์พระเป็นเจ้าอีกผู้หนึ่งด้วยความยินดีจากภูมิจิตระดับดังกล่าวนี้ เธอจับมือข้าพเจ้าพาจูงไปขึ้นรถคันของเธอ

"อานันทะโมยีมา ผมมาทำให้ท่านเสียเวลาเดินทาง!" ข้าพเจ้าท้วง

"คุณพ่อเจ้าขา อิฉันเพิ่งจะมาได้พบกับท่านอีกเป็นครั้งแรกในชาติภพนี้[1] หลังจากผ่านมาไม่รู้กี่ชาติกี่ภพแล้ว!" เธอว่า "ขอความกรุณาท่านอย่าเพิ่งกลับเลยนะเจ้าคะ"

เรานั่งอยู่เบาะหลังของรถด้วยกัน สักครู่ อานันทะโมยีมาก็หยั่งจิตลงสู่ฌานนิ่งไม่ติงกาย ดวงตาอันงามของเธอมองขึ้นเบื้องบน เปลือกตาหรี่ปรือ จับนิ่ง และเพ่งลึกเข้าไปยังสรวงสวรรค์ภายใน ในขณะที่บรรดาสานุศิษย์สวดพึมพำกันว่า "ชยะจงมีแด่พระแม่ผู้ศักดิ์สิทธิ์!"

ในอินเดียนี้ ข้าพเจ้าเคยได้พบบุรุษผู้ตระหนักรู้ในองค์พระเป็นเจ้ามากมาย แต่ไม่เคยพบโยคินีที่บรรลุธรรมขั้นสูงเช่นนี้มาก่อน ดวงหน้าอันอ่อนโยนของเธอผ่องใสด้วยความสุขอันเหนือคำบรรยาย ช่างสมกับที่ได้รับสมญานามว่าพระแม่เกษมสุขนัก ปอยผมสีดำเป็นลอนยาวของเธอทิ้งระลุ่ยลงเบื้องหลังศีรษะที่ไม่ได้คลุมผ้าไว้ จุดสีแดงที่แต้มด้วยกระแจะจันทน์บนหน้าผากเป็นสัญลักษณ์แทนตาธรรมซึ่งตื่นรู้อยู่ในจิตเธอตลอดเวลา ดวงหน้าเล็ก มือเล็ก เท้าเล็ก... ต่างกับจิตวิญญาณที่แสนจะใหญ่ยิ่งของเธอ!

ขณะที่อานันทะโมยีมาตั้งมั่นอยู่ในฌาน ข้าพเจ้าก็ถือโอกาสถามไถ่ศิษย์สตรีที่อยู่ในละแวกนั้นคนหนึ่ง

"ท่านแม่อานันทะโมยีมาท่านเดินทางไปทั่วอินเดียเลยเจ้าค่ะ หลายท้องที่มีลูกศิษย์ลูกหาของท่านอยู่นับร้อย ๆ คน" ศิษย์ผู้นั้นเล่าให้ฟัง "ความกล้าหาญและความพยายามของท่านยังผลให้เกิดการปฏิรูปสังคมในทางที่ดีขึ้นมากมาย

---

[1] อานันทะโมยีมาเกิดเมื่อปี 1896 ที่หมู่บ้านเขวรา เมืองตรีปุระในภาคตะวันออกของแคว้นเบงกอล

ท่านปรมหังสา โยคานันทะ พบปะกับอนันทะโมยีมา และ
โภลนาถสามีของท่าน ที่กัลกัตตา

ถึงท่านจะเกิดในวรรณะพราหมณ์ แต่ท่านก็มิได้แบ่งแยกชั้นวรรณะแต่อย่างใด คณะของพวกเราจะเดินทางไปกับท่านเพื่อดูแลปรนนิบัติท่านเสมอ เราต้องดูแลท่านเหมือนแม่คอยดูแลลูก ท่านไม่ได้ใส่ใจกับกายสังขารตัวเองแม้แต่น้อย ถ้าไม่มีใครเอากับข้าวกับปลาให้ ท่านก็ไม่กิน และไม่แม้กระทั่งเอ่ยปากขอ หรือต่อให้มีข้าวปลาวางอยู่ตรงหน้า ท่านก็ไม่แตะต้อง เพื่อรักษาตัวท่านเอาไว้ให้อยู่ในโลกนี้ต่อไป พวกเราเหล่าสานุศิษย์จึงต้องป้อนข้าวท่านกับมือ ท่านมักจะเข้าฌานนานหลายวัน แทบจะไม่หายใจไม่กระพริบตาเลยด้วยซ้ำ หนึ่งในศิษย์เอกของท่านก็คือสามีท่านเอง ชื่อโภลนาถ เมื่อหลายปีก่อนหลังจากแต่งงานกันได้ไม่นาน สามีท่านก็ปฏิญาณว่าจะถือวัตรเงียบ ไม่พูดกับใคร"

พูดจบก็ชี้ไปที่ชายรูปร่างกำยำ อกผายไหล่ผึ่ง ผมยาว และมีหนวดเครา ดกหนา เขายืนนิ่งเงียบอยู่กลางกลุ่มคน มือประนมอยู่ในลักษณะที่ศิษย์พึง กระทำต่ออาจารย์ด้วยความเคารพนบนอบ

หลังแช่มชื่นขึ้นจากการหยั่งจิตเข้าหาพระเป็นเจ้า คราวนี้ อานันทะโมยีมา จึงหันมาให้ความสนใจกับโลกแห่งวัตถุธรรมบ้าง

"คุณพ่อเจ้าคะ กรุณาบอกดิฉันทีว่าท่านพักอยู่ที่ไหน?" เสียงเธอกังวานใส ไพเราะ

"ตอนนี้ผมอยู่ที่กัลกัตตา หรือไม่ก็รานจี แต่อีกไม่นานก็ต้องกลับอเมริกาแล้ว"

"อเมริกาหรือเจ้าคะ?"

"ใช่แล้ว ผู้คนที่แสวงหาความหลุดพ้นจากทางจิตวิญญาณที่นั่นคงจะยินดี มากหากได้พบโยคินีชาวอินเดียเราสักคน อานันทะโมยีมา ท่านอยากไปอเมริกา บ้างไหม?"

"ถ้าคุณพ่อพาอิฉันไปได้ อิฉันก็ไปเจ้าค่ะ"

คำตอบนี้ทำเอาศิษย์ที่อยู่ใกล้ๆ หันไปมองกันหน้าตาตื่น

"พวกเราไม่ต่ำกว่ายี่สิบคนจะต้องติดตามอานันทะโมยีมาไปทุกที่" หนึ่งใน นั้นบอกข้าพเจ้าอย่างเอาจริง "เราอยู่โดยไม่มีท่านไม่ได้ ไม่ว่าท่านไปที่ไหน เรา ก็จะไปด้วยขอรับ"

จำนวนคนที่เพิ่มขึ้นมาอย่างมากมายและกะทันหันเช่นนี้ทำให้ข้าพเจ้าต้อง ยกเลิกแผนการอย่างจำยอม!

"อย่างน้อย ก็ขอความกรุณาไปเยือนพวกเราที่รานจีพร้อมสานุศิษย์ของ ท่าน" ข้าพเจ้าบอกขณะร่ำลากัน "ในเมื่อตัวท่านเองก็เป็นทารกที่เยาว์วัยไร้ เดียงสาแห่งพระเป็นเจ้า ท่านจะต้องชอบประดาเจ้าตัวเล็กที่โรงเรียนของผมแน่"

"คุณพ่อพาไปเมื่อใด อิฉันก็พร้อมจะไปด้วยความยินดีเมื่อนั้นล่ะเจ้าค่ะ"

หลังจากนั้นไม่นาน โรงเรียนรานจีวิทยาลัยก็ได้จัดงานต้อนรับการมาเยือน ตามคำสัญญาของท่านโยคินีกันอย่างสนุกสนาน เจ้าตัวเล็กเหล่านี้ตั้งตารอ วันหยุดพิเศษๆ อย่างนี้ทุกครั้งที่มีโอกาส...วันหยุดที่ไม่มีการเรียนการสอน มี แต่การร้องรำทำเพลง และงานเลี้ยงอันแสนวิเศษ!

"ชยะ! อานันทะโมยีมา กี ชัย!" นี่คือเสียงสวดซ้ำๆ จากลำคอน้อยๆ ของ

เจ้าตัวจ้อยที่กระตือรือร้นสนใจต้อนรับคณะของท่านโยคินีที่ล่วงผ่านประตูโรงเรียนเข้ามา มีการโปรยดอกดาวเรือง รัวฉิ่งฉาบ เป่าสังข์ และตีกลองมฤทังคะรับ! อานันทะโมยีมาเดินชมอาณาบริเวณของโรงเรียนไปพร้อมรอยยิ้มท่ามกลางแสงแดดอันสดใส ในใจมีสรวงสวรรค์ที่เธอพกพาไปด้วยในทุกหนแห่ง

"ที่นี่งดงามเหลือเกินเจ้าค่ะ" เธอบอกอย่างนุ่มนวลระหว่างที่ข้าพเจ้าพาเดินเข้าไปในตึกใหญ่ เธอนั่งลงข้าง ๆ ข้าพเจ้าด้วยรอยยิ้มเหมือนเด็กเล็ก ๆ ให้ความรู้สึกเหมือนเป็นเพื่อนรักที่สนิทกันที่สุด แต่ก็ให้ความรู้สึกเหมือนเลือนรางห่างไกลกัน อันเป็นความขัดแย้งที่บ่งชี้ถึงความโดดเดี่ยวแห่งพระผู้สถิตอยู่ในทุกสถานและทุกกาล

"เล่าเรื่องชีวิตของท่านให้ผมฟังหน่อยได้ไหม?"

"คุณพ่อก็รู้เรื่องของอิฉันทั้งหมดแล้วนี่เจ้าคะ จะให้เล่าซ้ำไปอีกทำไม?" เห็นได้ชัดว่าอานันทะโมยีมารู้สึกว่าข้อเท็จจริงในชีวิตอันแสนสั้นของเราหาได้มีค่าควรแก่การกล่าวถึงไม่

ข้าพเจ้าหัวเราะ แล้วค่อย ๆ คะยั้นคะยอซ้ำ

"คุณพ่อเจ้าขา มันแทบไม่มีอะไรให้เล่าเลยด้วยซ้ำ" เธอแบมืออันนุ่มนวลออกมาในทีท่าที่ไม่เห็นด้วย "จิตสำนึกของอิฉันไม่เคยยึดโยงติดข้องอยู่กับร่างที่ใช้พักพิงเพียงชั่วครั้งคราวนี้เลย ก่อนหน้าที่อิฉัน[1] จะลงมาเกิดบนโลกนี้นะเจ้าคะคุณพ่อ 'อิฉันก็เป็นเหมือนที่เคยเป็นมา' ตอนเป็นเด็กหญิงตัวน้อย 'อิฉันก็เป็นเหมือนเดิม' ถึงโตเป็นสาว 'อิฉันก็ยังเป็นเหมือนเดิม' พอครอบครัวที่อิฉันมาเกิดด้วยจัดแจงให้ร่างในชาติภพนี้ของอิฉันแต่งงาน 'อิฉันก็ยังเหมือนเดิม' และตอนนี้ที่อิฉันอยู่ต่อหน้าคุณพ่อ 'อิฉันก็ยังเหมือนเดิม' กระทั่งหลังจากนี้ไป แม้สรรพสิ่งรอบตัวจะหมุนเวียนเปลี่ยนแปรไปในห้วงแห่งความเป็นนิรันดร์นี้ 'อิฉันก็ยังจะเหมือนเดิม' อยู่นั่นเอง"

อานันทะโมยีมาหยั่งจิตกลับคืนสู่ฌานอันลึกล้ำ ร่างของเธอนิ่งสนิทดุจ

---

1 อานันทะโมยีมาไม่ได้เรียกตัวเองว่า "อิฉัน" แต่เรียกตัวเองเลี่ยง ๆ แบบนอบน้อมถ่อมตนว่า "ร่างนี้" "เด็กหญิงเล็ก ๆ คนนี้" หรือ "ลูกสาวท่านคนนี้" และเธอก็ไม่เคยเรียกใครว่าเป็น "ศิษย์" ของเธอเลย ด้วยปัญญาที่ไม่ยึดติดกับตัวตนนี้ เธอจึงมอบความรักอันพิสุทธิ์สูงส่งแห่งพระโลกมาตาให้กับมนุษย์ทั้งปวงโดยเท่าเทียมกัน

รูปสลัก เธอได้หลีกเร้นเข้าไปในอาณาจักรที่เรียกหาเธอ ดวงตาดำสนิทของเธอดูคล้ายลูกแก้วไร้แววแห่งชีวิต ลักษณาการเช่นนี้มักสำแดงออกมาให้เห็นเมื่อโยคีถอดจิตออกจากกายหยาบ ซึ่งในชั่วขณะดังกล่าวจะตกอยู่ในสภาวะไม่ต่างจากเศษดินที่ปราศจากชีวิตเท่านั้น เรานั่งเข้าฌานอยู่ด้วยกันราวหนึ่งชั่วโมง จากนั้นเธอก็หวนกลับคืนมาสู่โลกใบนี้พลางหัวเราะอย่างร่าเริง

“อานันทะโมยีมา” ข้าพเจ้าว่า “ช่วยมาที่สวนกับผมสักหน่อยเถอะ มร.ไรต์จะขอถ่ายภาพเก็บเอาไว้สักหน่อย”

“ได้เจ้าค่ะ คุณพ่อ ความประสงค์ของท่านคือความประสงค์ของอิฉันด้วย” ดวงตาวาววามของเธอยังทอประกายแห่งปีติอันยั่งยืนจากเบื้องบนอยู่เหมือนเดิมในขณะที่ตั้งท่าให้ มร.ไรต์ถ่ายภาพเอาไว้หลายภาพ

แล้วก็ถึงเวลาแห่งงานเลี้ยง! อานันทะโมยีมานั่งลงบนพื้นที่ปูผ้าลาดรอไว้ มีศิษย์คนหนึ่งนั่งอยู่ข้างกายคอยป้อนอาหารให้ หลังอาหารส่งถึงปาก เธอก็กลืนมันลงอย่างเชื่องเชื่อเหมือนเด็กเล็ก ๆ ไม่มีผิด เห็นได้ชัดว่าสำหรับเธอแล้ว จะแกงหรือขนมหวานก็ไม่ได้ต่างกันเลย!

พอตกค่ำ อานันทะโมยีมาก็นำคณะเดินทางกลับท่ามกลางกลีบกุหลาบโปรยปรายสองมือของเธอยกขึ้นประสาทพรให้กับพวกเด็ก ๆ ดวงหน้าน้อย ๆ เหล่านั้นเปล่งประกายแห่งความรักที่เธอปลุกเร้าขึ้นมาได้อย่างง่ายดาย

“และพวกท่านจงรักพระเจ้าด้วยสุดจิตสุดใจของท่าน ด้วยสุดความคิด และด้วยสิ้นสุดกำลังของท่าน” พระคริสต์ทรงประกาศไว้ “นี่คือธรรมบัญญัติเอก”[1]

ด้วยการละเครื่องร้อยรัดผูกพันในระดับโลกียะทิ้งไปเสียทั้งหมด อานันทะ-โมยีมาจึงถวายความจงรักภักดีที่มีเพียงหนึ่งเดียวให้กับพระเป็นเจ้า โยคินีผู้บริสุทธิ์ดุจทารกผู้นี้ได้แก้ปัญหาประการเดียวในชีวิตมนุษย์... คือการหลอมรวมตนเองเข้าเป็นหนึ่งเดียวกับพระเป็นเจ้า... ด้วยศรัทธาที่มีเหตุผลอันแน่นอนรองรับ มิใช่ด้วยนานาทรรศนะที่แปลกแยกแตกต่างของบรรดานักปราชญ์

มนุษย์เราได้ลืมความเรียบง่ายอย่างยิ่งนี้ไป และปัจจุบันก็ได้แต่สับสนมึนงงกับเรื่องร้อยแปดพันประการ เมื่อปฏิเสธที่จะถวายความเชื่อและความ

1 มาระโก 12:30

จงรักภักดีให้กับพระผู้สร้างเสียเช่นนี้แล้ว ชาติต่างๆ จึงหาทางปกปิดความไร้ศรัทธาของตนด้วยการสร้างวัตรปฏิบัติสารพันขึ้นมาครอบงานด้านการบุญการกุศลต่างๆ การสงเคราะห์ช่วยเหลือเพื่อนมนุษย์นับเป็นเรื่องประเสริฐ เพราะมันช่วยให้มนุษย์เลิกคิดถึงแต่ตัวเองเป็นที่ตั้งได้อย่างน้อยก็ชั่วขณะหนึ่ง แต่ไม่อาจช่วยปลดเปลื้องหน้าที่ความรับผิดชอบหลักในชีวิตให้กับมนุษย์ได้ พระเยซูตรัสเรียกหน้าที่ความรับผิดชอบดังกล่าวว่าเป็น "บัญญัติข้อแรก" โดยมนุษย์มีพันธะที่จะต้องถวายความจงรักภักดีให้กับพระเป็นเจ้านับแต่เจ้าตัวหายใจเอาอากาศที่พระองค์ประทานไว้ให้ใช้ได้อย่างเหลือเฟือเข้าไปในเฮือกแรกแล้ว[1]

หลังอานันทะโมยีมามาเยือนโรงเรียนที่รานจี ข้าพเจ้ามีโอกาสได้พบกับเธออีกครั้งในอีกหลายเดือนให้หลัง ตอนนั้นเธอกำลังยืนรอรถไฟอยู่กับคณะผู้ติดตามที่ชานชาลาสถานีรถไฟเซรัมปอร์

"คุณพ่อเจ้าคะ อิฉันกำลังจะไปหิมาลัย" เธอบอก "มีคนใจบุญสร้างอาศรมเอาไว้ให้เราที่เดหราดูน"

ขณะที่เธอก้าวขึ้นรถไฟไป ข้าพเจ้าได้แต่นึกอัศจรรย์ใจที่ได้เห็นว่าไม่ว่าจะอยู่กลางฝูงชน บนรถไฟ ในงานเลี้ยง หรือนั่งอยู่เงียบๆ ดวงตาของเธอไม่เคยหันเหออกจากพระเป็นเจ้าเลย

จิตข้าพเจ้ายังได้ยินเสียงของเธอ...เสียงสะท้อนแห่งความอ่อนหวานอันเหลือประมาณ

"ดูสิเจ้าคะ อิฉันเป็นหนึ่งเดียวกับพระผู้ทรงไว้ซึ่งความเป็นนิรันดร์ทั้งบัดนี้และตลอดไป 'จะเมื่อใด อิฉันก็ยังเหมือนเดิม'"

---

1 "หลายคนรู้สึกถึงแรงกระตุ้นให้สร้างโลกใบใหม่ที่ดีกว่าเดิม แทนที่จะเอาแต่หมกมุ่นครุ่นคิดถึงเรื่องทำนองนี้ เราควรตั้งจิตมั่นอยู่กับพระองค์ ศานติอันแท้จริงจะเป็นที่หวังได้ก็ด้วยการครุ่นคิดพิจารณาในองค์พระเป็นเจ้าเท่านั้น การแสวงหาพระเป็นเจ้าหรือสัจธรรมจึงถือเป็นหน้าที่ของมนุษย์"–*อานันทะโมยีมา*

บทที่ 46

โยคินีผู้ไม่กินข้าวปลาอาหาร

"ท่านครับ เช้านี้เราจะไปทางไหนกันหรือครับ?"มร.ไรต์กำลังขับเจ้าฟอร์ดคันเก่งของเราอยู่ เขาละสายตาจากถนนตรงหน้าหันมามองข้าพเจ้าเป็นเชิงถามไถ่อยู่อึดใจหนึ่ง แต่ละวันที่ผ่านไป เขาแทบไม่รู้เลยว่าตัวเองจะได้ไปพบไปเห็นท้องที่ใดของเบงกอลเป็นลำดับต่อไป

"ด้วยพระประสงค์ของพระเป็นเจ้า" ข้าพเจ้าตอบกลับด้วยศรัทธาปสาทะ "พวกเรากำลังจะไปดูสิ่งมหัศจรรย์อันดับแปดของโลก... โยคินีผู้กินลมเป็นอาหาร"

"สิ่งมหัศจรรย์ที่อุบัติซ้ำ... ตามรอยเทเรเซ นอยมันน์" แต่ มร.ไรต์ก็หัวเราะอย่างกระตือรือร้นสนใจเหมือนเดิมไม่ผิด เขากระทั่งเร่งความเร็วรถขึ้นด้วยซ้ำ ก็สมุดบันทึกการเดินทางของเขาจะได้เรื่องพิเศษพิสดารเพิ่มขึ้นอีกเรื่องหนึ่งนี่นะ! ซ้ำยังไม่ใช่เรื่องที่นักท่องเที่ยวทั่วไปจะได้พบเห็นเสียด้วย!

เราตื่นตั้งแต่ฟ้ายังไม่ทันสาง ทิ้งโรงเรียนที่รานจีเอาไว้เบื้องหลัง นอกจากคุณเลขานุการกับข้าพเจ้าแล้ว ยังมีเพื่อนชาวเบงกอลติดตามมาด้วยอีกสามคน เราดื่มด่ำกับอากาศอันสดชื่นเหมือนหนึ่งเป็นไวน์เลิศรสของยามรุ่งอรุณ พลขับของเรานำรถเคลื่อนตัวไปอย่างระมัดระวัง เพราะต้องคอยหลบหลีกชาวไร่ชาวนาและเกวียนสองล้อเทียมวัวตัวใหญ่ไหล่หนาที่ก้าวย่างไปอย่างเชื่องช้า ออกจะขวางทางรถราที่บีบแตรกันเสียงขรม

"ท่านขอรับ ท่านจะกรุณาเล่าเรื่องโยคินีผู้ไม่กินข้าวปลาอาหารให้เราฟังเพิ่มเติมได้หรือไม่ขอรับ?"

"ท่านชื่อคีรีพละ" ข้าพเจ้าบอกกับเพื่อนร่วมทางทั้งหลาย "ผมได้ยินเรื่องของเธอเมื่อปลายปีที่แล้วจากสุภาพบุรุษผู้ทรงภูมิความรู้ท่านหนึ่ง ชื่อสถิติ ลาลนันที เขามักมาสอนพิเศษพิษณุ น้องชายของผมที่บ้านบนถนนคุรปาร์อยู่บ่อย ๆ"

" 'กระผมรู้จักท่านคีรีพละดีขอรับ' สถิติบาบูบอกกับข้าพเจ้า 'ท่านใช้โยควิธีบางอย่างช่วยให้ตัวท่านสามารถมีชีวิตอยู่ได้โดยไม่ต้องกินอาหาร กระผมเป็น

เพื่อนบ้านของท่าน บ้านอยู่ติดกันที่นาวาบคันช์ใกล้เมืองอิชาปุระ[1] กระผมเลยจับตามองท่านอย่างใกล้ชิด แต่ไม่เคยปรากฏหลักฐานให้เห็นว่าท่านดื่มกินสิ่งใด สุดท้าย ผมเลยยิ่งอยากรู้หนักข้อขึ้นไปอีก ถึงขนาดไปเฝ้าองค์มหาราชาแห่งเบิร์ดวาน[2] และทูลขอให้พระองค์ทรงไต่สวนหาความจริงในเรื่องนี้ องค์มหาราชาทรงนึกพิศวงกับเรื่องนี้มาก จึงเชิญท่านคีรีพละมาที่วัง ท่านโยคินียอมรับการทดสอบและมีชีวิตอยู่เป็นปกติสุขดีแม้จะถูกกักขังไว้ในเขตพระราชฐานส่วนหนึ่งนานถึงสองเดือนก็ตาม ภายหลัง ท่านได้ย้อนกลับไปที่วังแห่งนั้นเพื่อทำการทดสอบอีกยี่สิบวัน และยังทดสอบซ้ำเป็นคำรบสามอีกสิบห้าวันด้วย องค์มหาราชาทรงบอกกับกระผมด้วยพระองค์เองว่า การทดสอบอย่างเข้มงวดและละเอียดถี่ถ้วนทั้งสามครั้งนี้ทำให้ท่านเชื่อโดยไม่ทรงมีข้อกังขาว่าท่านโยคินีอยู่ได้โดยไม่ดื่มกินจริง'

"เรื่องที่สถิตบาบูเล่าให้ฟังฝังแน่นอยู่ในใจผมนานถึงยี่สิบห้าปี" ข้าพเจ้าสรุป "มีบ้างบางครั้งตอนอยู่ที่อเมริกา ผมอดคิดไม่ได้ว่ากระแสแห่งกาลเวลาจะเมตตาให้ผมได้พบกับท่านโยคินี[3] สักครั้งก่อนที่จะพัดพาท่านไปหรือไม่หนอ ตอนนี้ท่านน่าจะสูงวัยมากแล้ว ผมไม่รู้กระทั่งว่าท่านอยู่ที่ไหนหรือยังมีชีวิตอยู่หรือไม่ แต่ในอีกไม่กี่ชั่วโมงข้างหน้า เราก็จะถึงเมืองปุรุลิยาอยู่แล้ว น้องชายของท่านมีบ้านอยู่ที่นั่น"

พอถึงสิบโมงครึ่ง คณะเล็ก ๆ ของเราก็ได้สนทนากับคุณลัมโพทร เทอี น้องชายของท่านที่มีอาชีพเป็นทนายอยู่ที่เมืองปุรุลิยา

"ใช่ขอรับ พี่สาวของกระผมยังมีชีวิตอยู่ บางครั้งเธอก็มาพักกับกระผมที่นี่ แต่ตอนนี้ เธออยู่ที่บ้านพ่อแม่ที่เมืองพิอูร์" ลัมโพทรบาบูมองเจ้าฟอร์ดเพื่อนยากของเราอย่างไม่มั่นใจ "แต่ท่านสวามีขอรับ กระผมไม่คิดว่าจะมีรถยนต์คันไหนบุกฝ่าเข้าไปถึงพิอูร์ได้ ถ้ายังไงจอดรถทิ้งไว้ที่นี่ แล้วยอมนั่งโขยกไปบนเกวียนจะดีกว่านะขอรับ"

---

1 อยู่ทางตอนบนของแคว้นเบงกอล

2 มหาราชาเซอร์พิชัยจันทมาหตาบ ปัจจุบันสิ้นพระชนม์ไปแล้ว แต่คนในราชสกุลนี้จะต้องมีบันทึกถึงการทดสอบท่านคีรีพละที่องค์มหาราชาทรงกำหนดให้มีขึ้นสามครั้งอย่างแน่นอน

3 โยคีสตรี

แต่คณะของเรารับประกันเป็นเสียงเดียวกันด้วยความเชื่อมั่นในรถที่เป็นความภาคภูมิใจของเมืองดีทรอยต์

"รถฟอร์ดคันนี้มาจากอเมริกา" ข้าพเจ้าบอกกับคุณทนาย "ถ้ามันพลาดโอกาสที่จะได้ทำความคุ้นเคยกับเขตใจกลางแคว้นเบงกอลคงน่าเสียดายนัก!"

"ถ้าเช่นนั้น กระผมก็ภาวนาขอให้พระคเณศ[1] เสด็จไปกับพวกท่านด้วย" ลัมโพทรบาบูบอกปนหัวเราะ แล้วเสริมมาอย่างสุภาพว่า "ถ้าท่านไปถึงที่นั่นได้กระผมเชื่อแน่ว่าคีรีพละจะต้องยินดีที่ได้พบท่านแน่ ตอนนี้เธอใกล้เจ็ดสิบแล้วแต่สุขภาพยังแข็งแรงดีอยู่"

"คุณจะกรุณาบอกผมหน่อยได้ไหมว่ามันจริงรึเปล่าที่ท่านคีรีพละไม่กินอะไรเลย" ข้าพเจ้ามองตรงเข้าไปในดวงตาเขา ดวงตาที่ใคร ๆ ก็ว่าเป็นหน้าต่างของหัวใจ

"จริงขอรับ" เขามองกลับมาอย่างเปิดเผยและน่าเชื่อถือ "กระผมไม่เคยเห็นพี่สาวกินอะไรแม้สักคำเดียวมานานกว่าห้าสิบปีแล้ว ถ้าจู่ ๆ โลกจะถึงกาลแตกดับแล้วล่ะก็กระผมคงไม่แปลกใจยิ่งไปกว่าที่ได้เห็นพี่สาวตัวเองกินอาหารหรอกขอรับ!"

เราหัวเราะขันเหตุการณ์ทั้งสองอย่างที่ไม่น่าจะเกิดขึ้นได้ในจักรวาลนี้

"พี่สาวของกระผมไม่เคยแสวงหาสถานที่ปลีกวิเวกที่คนทั่วไปไม่อาจเข้าไปถึงได้ในการปฏิบัติโยคะ" ลัมโพทรบาบูเล่าต่อ "พี่อาศัยอยู่ท่ามกลางญาติมิตรมาชั่วชีวิต แล้วถึงตอนนี้ พวกเขาเหล่านั้นก็ชินกับความแปลกของพี่กันหมดแล้ว... ถ้าจู่ ๆ พี่ตัดสินใจไปกินอะไรเข้าสักอย่างล่ะก็ คนพวกนั้นเป็นต้องประหลาดใจไปตาม ๆ กันแน่! พี่ชอบเก็บเนื้อเก็บตัวตามธรรมเนียมของแม่หม้ายชาวฮินดูแต่แวดวงเล็ก ๆ ของเราในปูรุลียาและในพิอูร์ต่างรู้ดีกว่าพี่เป็นสตรีที่เรียกได้ว่า 'พิเศษ' ไม่เหมือนใครจริง ๆ"

ความจริงใจของผู้เป็นน้องชายนั้นแสดงออกมาให้เห็นอย่างชัดแจ้ง คณะเล็ก ๆ ของเรากล่าวขอบคุณเขาด้วยใจจริง จากนั้นจึงออกเดินทางมุ่งหน้าไปยังเมืองพิอูร์ ตอนแวะเข้าร้านข้างทางกินแกงกะหรี่กับแป้งจี่ลูชี เราเรียกความ

---

1 "ผู้ขจัดอุปสรรค" ท่านเป็นเทพเจ้าแห่งโชคลาภ

สนใจจากเด็ก ๆ ได้โขยงใหญ่ พวกแกเข้ามาล้อมวงดู มร.ไรต์เปิบอาหารด้วยมือตามธรรมเนียมอันเรียบง่ายแบบชาวฮินดูเรา[1] ความหิวทำให้พวกเราเจริญอาหาร เลยกินเผื่อไปถึงตอนบ่าย ซึ่งตอนนั้นไม่มีใครนึกรู้เลยว่าจะเป็นบ่ายที่สาหัสสากรรจ์เอาการอยู่

เส้นทางช่วงต่อมาพาเรามุ่งตะวันออก ผ่านท้องทุ่งนาภายใต้แสงตะวันอันร้อนแรงเข้าสู่เขตเบิร์ดวานของแคว้นเบงกอล ถนนหนทางทุกสายมีต้นไม้ขึ้นอยู่หนาทึบ แว่วเสียงจ้อกแจ้กของนกขุนทองกับนกกางเขนคอลายดังลอดออกมาจากต้นไม้ใหญ่ที่แผ่กิ่งก้านและสุมทุมพุ่มใบประหนึ่งร่มคันมหึมา บางคาบคราเมื่อขับผ่านเกวียนก็ได้ยินเสียงเพลากับล้อไม้หุ้มด้วยเหล็กบดถนนดังเอี๊ยดอ๊าดต่างจากเสียงหน้ายางรถยนต์เสียดสีกับถนนลาดยางที่เหนือชั้นกว่าตามเมืองใหญ่ ๆ ราวหน้ามือกับหลังมือ

"ดิก หยุดก่อน!" ข้าพเจ้าร้องโพล่งออกมา ทำให้เจ้าฟอร์ดคันเก่งถูกเบรกกะทันหันเสียหัวคะมำไปตาม ๆ กัน

"มะม่วงต้นนั้นลูกดกเหลือเกิน ดูเชิญชวนเสียจริง!"

เราทั้งห้าเฮโลไปยังใต้ต้นมะม่วงเหมือนเด็กเล็ก ๆ เจ้าต้นมะม่วงที่แสนจะใจดี ทิ้งลูกที่สุกงอมแล้วให้ลงมากองเกลื่อนพื้น

"มะม่วงมากหลายเกิดมาเพื่อร่วงหล่นไร้คนพบเห็น" ข้าพเจ้ารำพัน "สูญเสียความหอมหวานไปกับพื้นดินดานโดยไร้ประโยชน์"

"ในอเมริกาไม่มีอะไรแบบนี้แน่ จริงไหมขอรับท่านสวามี?" ไสเลศ มาซุมดาร์ลูกศิษย์ชาวเบงกอลของข้าพเจ้าถามปนหัวเราะ

"ไม่มีจริง ๆ นั่นแหละ" ข้าพเจ้ายอมรับด้วยความอิ่มอกอิ่มใจ ซ้ำยังอิ่มมะม่วง

"ตอนอยู่ในประเทศตะวันตก ผมคิดถึงเจ้าผลไม้นี่จริง ๆ นึกภาพไม่ออกเลยว่าสวรรค์ของชาวฮินดูเราจะไม่มีมะม่วงไปอย่างไรได้!"

ข้าพเจ้าปาก้อนหินขึ้นไป แล้วมะม่วงผลงามบนกิ่งที่สูงที่สุดก็หล่นลงมา

---

1 ท่านศรียุกเตศวรเคยกล่าวเอาไว้ว่า "พระเป็นเจ้าทรงประทานผลไม้จากผืนดินอันอุดมให้แก่เรา พวกเราชอบดูอาหารของเรา ดมกลิ่น และลิ้มรสอาหารนั้น...ชาวฮินดูยังชอบสัมผัสแตะต้องอาหารด้วย!" บางคนกระทั่งไม่รังเกียจที่จะได้ยินเสียงมันด้วย ถ้าอาหารมื้อนั้นไม่มีใครมานั่งร่วมวงด้วย!

"ดิก" ข้าพเจ้าถามขึ้นขณะลิ้มรสอันหอมหวานราวผลไม้ทิพย์ภายใต้แสงตะวันของเขตร้อน "กล้องทั้งหมดอยู่ในรถรึเปล่า?"

"อยู่ครับ อยู่ในกระโปรงรถตรงที่เก็บสัมภาระครับ"

"ถ้าท่านคีรีพละเป็นโยคินีที่แท้จริง ผมอยากเอาเรื่องของท่านไปเขียนเผยแพร่ในประเทศตะวันตก โยคินีฮินดูผู้เปี่ยมไปด้วยแรงพลังบันดาลใจเช่นนี้ไม่ควรจะมีชีวิตอยู่และตายจากโลกนี้ไปโดยไม่เป็นที่รู้จัก...เหมือนมะม่วงพวกนี้"

ผ่านไปครึ่งชั่วโมง ข้าพเจ้ายังเดินเล่นอยู่ในท่ามกลางความสงบเงียบของหมู่แมกไม้ป่า

"ท่านครับ" มร.ไรต์ติงมา "เราต้องไปพบท่านคีรีพละก่อนตะวันตกดินนะครับ ไม่อย่างนั้น แสงจะไม่พอให้ถ่ายภาพ" แล้วเขาก็เสริมมายิ้ม ๆ ว่า "คนตะวันตกเป็นพวกขี้สงสัย เราจะไปหวังให้พวกเขาเชื่อเรื่องสุภาพสตรีท่านนี้โดยไม่มีภาพถ่ายใด ๆ ไปยืนยันไม่ได้"

ข้อติงนี้เป็นสิ่งที่ไม่อาจโต้แย้งได้ ข้าพเจ้าหันหลังให้กับสิ่งที่ยังความพึงพอใจให้ แล้วกลับขึ้นไปนั่งบนรถ

"คุณพูดถูก ดิก" ข้าพเจ้าถอนใจขณะรถเคลื่อนตัวออกไป "ผมต้องยอมละสรวงสวรรค์แห่งมะม่วงไปเป็นเครื่องบูชาลัทธินิยมความจริงแบบตะวันตก ยังไงเราก็ต้องมีภาพไปยืนยัน!"

ถนนเริ่มมีสภาพเหมือนคนป่วยหนักลงเรื่อย ๆ ทั้งยับย่นด้วยริ้วร่องรอยเกวียน ตะปุ่มตะป่ำด้วยดินเหนียวแห้งกรัง ส่ออย่างน่าเศร้าถึงความไม่สมประกอบของวัยชรา คณะของเราต้องลงจากรถมาช่วยเข็นท้ายเป็นพัก ๆ เพื่อให้ มร.ไรต์ประคับประคองเจ้าฟอร์ดคันเก่งให้รุดหน้าต่อไปได้

"ลัมโพทรบาบูพูดถูกจริง ๆ" ไลเลศยอมรับ "เจ้ารถนี่ไม่ได้พาเราไป เราต่างหากที่ต้องพามันไป!"

การขึ้น-ลงรถอันซ้ำซากน่าเบื่อหน่ายนี้ได้ภาพของหมู่บ้านต่าง ๆ มายังความเพลิดเพลินให้เป็นครั้งคราว แต่ละแห่งล้วนเป็นทัศนียภาพแห่งความเรียบง่ายและงดงามทั้งสิ้น

"หนทางของเราคดเคี้ยว เลี้ยวตัดเข้าไปในดงปาล์มท่ามกลางหมู่บ้านโบราณที่อิงแอบอยู่กับชายป่าและยังไม่ถูกความเจริญรุกล้ำเข้ามา" มร.ไรต์จดไว้ในสมุด

บันทึกการเดินทางเมื่อวันที่ 5 พฤษภาคม ค.ศ.1936 “ที่น่าประทับใจอย่างยิ่งคือกระท่อมดินหลังคามุงจากที่กระจายกันอยู่เป็นหย่อม ๆ บนประตูประดับด้วยพระนามใดพระนามหนึ่งขององค์พระเป็นเจ้า มีเด็กเล็ก ๆ วิ่งเล่นกันตัวเปลือยเปล่าอย่างไร้เดียงสา บ้างหยุดจ้องมองมาตาเป๋ง บ้างวิ่งปรู๊ดหนีเจ้ารถสีดำคันใหญ่ไร้วัวเทียมที่แล่นผ่าเข้าไปยังใจกลางหมู่บ้านของพวกแก พวกผู้หญิงทำได้แค่แอบดูจากในร่ม ในขณะที่พวกผู้ชายนั่ง ๆ นอน ๆ เอกเขนกอยู่ใต้ริมไม้ริมทางอย่างเกียจคร้าน แม้ทีท่าจะเฉย ๆ แต่ความจริงก็สนใจอยู่ มีอยู่หมู่บ้านหนึ่ง เห็นคนทั้งหมู่บ้านออกมาอาบน้ำกันในบ่อน้ำใหญ่อย่างสนุกสนาน (อาบทั้งยังสวมเสื้อผ้าอยู่ และผลัดผ้าด้วยการพันผ้าแห้งรอบตัว แล้วถอดชุดที่เปียกออก) พวกผู้หญิงตักน้ำใส่หม้อทองเหลืองใบใหญ่เทินกลับบ้าน

“ถนนสายนี้พาพวกเราไต่ขึ้นไปตามแนวเนินและสันเขา รถเราถูกเหวี่ยงกระเด็นกระดอน วูบลงลุยลำธารสายเล็ก อ้อมทำนบคันดินที่ยังสร้างไม่เสร็จถลาข้ามก้นแม่น้ำที่เหือดแห้งเหลือให้เห็นแต่ดินทรายไปยังอีกฟากหนึ่ง จนสุดท้ายเราก็เข้าใกล้พิอูร์ที่เป็นจุดหมายปลายทางเอาเมื่อราวห้าโมงเย็น หมู่บ้านเล็ก ๆ แห่งนี้ตั้งอยู่ทางตอนในของเขตพังกุระ เร้นตัวอยู่ในแนวกำบังของป่าอันรกทึบ เราได้รู้มาว่าช่วงหน้าฝนจะเดินทางเข้ามาไม่ได้เลย เพราะกระแสน้ำในลำธารสายต่าง ๆ ล้วนเชี่ยวกราก ถนนหนทางอันคดเคี้ยวก็แปรสภาพไปเป็นทะเลโคลน

“ตอนแวะถามทางกับชาวบ้านที่เดินมุ่งหน้ากลับบ้านหลังเสร็จจากไปสวดมนต์ที่เทวาลัย (ตั้งอยู่กลางทุ่งอันเปลี่ยวร้าง) พวกเราถูกเด็กที่แทบจะไม่ได้นุ่งผ้าราวโหลหนึ่งเฮโลเข้ามาหาจากรอบด้าน เกาะอยู่ข้างตัวรถ ดูเต็มอกเต็มใจบอกทางไปบ้านท่านศีรีพละให้กับพวกเราเหลือเกิน

“เรามุ่งหน้าไปทางป่าอินทผาลัมซึ่งมีกระท่อมดินตั้งอยู่ภายใต้ร่มเงาหย่อมหนึ่ง แต่ไปยังไม่ทันถึง เจ้าฟอร์ดคันเก่งของเราก็เสียหลักตรงโค้งอันตรายกระดอนขึ้นสูงแล้วกระแทกลงกับพื้นอย่างแรง ทางดินแคบ ๆ ช่วงนี้พาพวกเราอ้อมผ่านต้นไม้กับบ่อน้ำข้ามสันเขา ลงหลุมลงบ่อและรอยเกวียนที่เป็นร่องลึก รถเราไปค้างอยู่บนกอไม้ที่ขึ้นกองกันอยู่เป็นกระจุกใหญ่ จากนั้นก็ไปค้างเติ่งอยู่บนกองดินลูกย่อม ๆ ต้องอาศัยแรงพวกเราไปช่วยกันยกจึงผ่านมาได้

หลังจากนั้น พวกเราก็มุ่งหน้าต่อไปอย่างเชื่องช้าและระมัดระวัง แต่จู่ๆ ก็ไปต่อไม่ได้เพราะมีกิ่งไม้กองมหึมามาปิดขวางอยู่กลางทางเกวียน ทำให้ต้องอ้อมชะเงื้อมผาอันน่าหวาดเสียวลงมาสู่บ่อน้ำที่แห้งขอด ถ้าคิดจะปรับให้กลับมาใช้งานได้อีก ก็ต้องถางกอไม้ ใช้ขวานถาก ใช้เสียมขุดปรับกันยกใหญ่ แล้วเจ้าถนนสายนี้ก็ทำให้รู้สึกเหมือนจะฝ่าไปไม่ได้ซ้ำแล้วซ้ำเล่า แต่ขบวนแสวงบุญของเรายังต้องรุดหน้าต่อไปให้ได้ พวกเด็กรุ่นที่มีน้ำใจงามพากันหาจอบเสียมมาถางทางให้ (พระคเณศประสาทพรให้แน่แท้เชียว!) ในขณะที่เด็กเล็กกับพ่อแม่อีกนับร้อยได้แต่ยืนจ้องดู

"ไม่นาน เราก็รุดหน้าต่อมาตามรอยทางเกวียนที่ใช้กันมาแต่ครั้งโบราณ เห็นพวกผู้หญิงยืนตาโตมองมาจากประตูกระท่อม ฝ่ายผู้ชายก็เดินเคียงมาตามสองข้างทางและข้างหลัง โดยมีเด็กๆ กระโดดโลดเต้นตามมาติดๆ ทำให้ขบวนใหญ่ยิ่งขึ้น รถของพวกเราอาจเป็นรถคันแรกที่ขับผ่านเข้ามาในแถบนี้ที่ซึ่ง 'สหภาพเกวียน' ต้องเป็นใหญ่สุด! ด้วยเหตุนี้ คณะของเราจึงสร้างความตื่นเต้นให้กับที่นี่เป็นอย่างมาก ด้วยผู้ขับขี่ชาวอเมริกันที่อาศัยรถยนต์เสียงกระหึ่มดังบุกมาจนถึงหมู่บ้านอันเป็นฐานที่มั่น รุกล้ำเข้ามาในความเป็นส่วนตัวและความขลังที่มีมาแต่โบร่ำโบราณของพวกเขา!

"เรามาหยุดรถลงตรงตรอกแคบๆ จึงได้รู้ว่าบ้านพ่อแม่ของท่านคีรีพละอยู่ห่างไปแค่ร้อยฟุต ทำให้รู้สึกตื่นเต้นยินดีกับความสำเร็จที่อยู่ตรงหน้าหลังฝ่าฟันเส้นทางอันยาวไกลมาจนถึงจุดหมายปลายทางได้อย่างทุลักทุเลเต็มที เราเดินตรงไปหาอาคารก่ออิฐโบกปูนหลังใหญ่ สูงสองชั้น โดดเด่นอยู่เหนือกระท่อมอิฐที่รายล้อม และดูเหมือนจะอยู่ในระหว่างการซ่อมแซม เพราะมีการก่อนั่งร้านไม้ไผ่แบบที่พบเห็นได้ในประเทศเขตร้อนเอาไว้เสียรอบบ้าน

"ด้วยใจที่ระอุไปด้วยความคาดหวังและความยินดีที่ระงับเอาไว้ในอก พวกเรามาหยุดยืนอยู่ตรงหน้าประตูที่เปิดอ้าทิ้งไว้ของโยคินีผู้ได้รับพรจากพระเป็นเจ้าให้ 'ไร้ซึ่งความหิวกระหาย' แต่สิ่งที่ไม่เปลี่ยนคือชาวบ้านซึ่งพากันปากอ้าตาค้างทั้งเด็กและผู้ใหญ่ ทั้งที่สวมและไม่สวมเสื้อผ้า พวกผู้หญิงแม้จะเลี่ยงไปอยู่ห่างๆ แต่ก็มีทีท่าอยากรู้อย่างเห็นได้ชัด พวกผู้ชายกับเด็กๆ ตามประกบเราอย่างไม่ลดละขณะเฝ้าดูเหตุการณ์ที่ไม่เคยเกิดขึ้นมาก่อนนี้ไปพร้อมกัน

"ไม่นาน ร่างเตี้ยเล็กก็ปรากฏขึ้นที่ประตู...ท่านคีรีพละ! ท่านห่มผ้าไหมสีทองหม่นก้าวออกมาอย่างสุภาพตามแบบฉบับของชาวอินเดีย ดวงตาภายใต้ผ้าคลุมศีรษะส่วนที่พับทบอยู่ทางด้านบนเมียงมองดูพวกเราอย่างลังเล ดูสุกใสเป็นประกายดุจแสงจากฟืนไฟที่ยังคุอยู่กระนั้น พวกเราต่างหลงรักในใบหน้าของท่านที่กอปรด้วยความเมตตากรุณาและตระหนักรู้ในวิญญาณแห่งตน ปลอดจากมลทินของการยึดติดกับทางโลกอย่างสิ้นเชิง

"ท่านเดินเข้ามาหาเราอย่างสงบเสงี่ยม ยินยอมให้พวกเราถ่ายภาพด้วยกล้องถ่าย 'ภาพนิ่ง' และ 'ภาพเคลื่อนไหว'[1] อย่างเงียบ ๆ ยอมให้เราจัดท่าจัดแสงตามเทคนิควิธีในการถ่ายภาพอย่างอดทนและประหม่านิด ๆ สุดท้ายเราก็ได้บันทึกภาพของสตรีผู้เดียวในโลกที่มีชีวิตอยู่ได้โดยไม่กินอาหารหรือดื่มน้ำมานานกว่าห้าสิบปี (เทเรเซ นอยมันน์เพิ่งมาเริ่มไม่กินอาหารเมื่อปี 1923) เอาไว้ให้อนุชนรุ่นหลังหลายภาพ ขณะที่ยืนอยู่ตรงหน้าเรา บุคลิกลักษณะของท่านช่างเปี่ยมไปด้วยความเป็นมารดา ร่างท่านมีผ้าหลวมพลิ้วห่มคลุมไว้อย่างมิดชิด จะมองเห็นก็แต่ดวงหน้าและดวงตาที่หลุบลงเป็นส่วนใหญ่ มือเท้าเล็กเป็นใบหน้าแห่งความสงบศานติและบุคลิกอันบริสุทธิ์อย่างหาได้ยากยิ่ง...ทั้งริมฝีปากกว้าง สั่นระริกเหมือนเด็กเล็ก จมูกนิดแบบจมูกผู้หญิง ดวงตายาวรีเป็นประกาย และรอยยิ้มที่แฝงความละห้อยโหยหา"

ข้าพเจ้าเห็นพ้องกับความรู้สึกที่ มร.ไรต์มีต่อท่านคีรีพละ ความเจริญในทางจิตวิญญาณได้หุ้มห่อท่านเอาไว้ดุจเดียวกับผ้าคลุมศีรษะอันเป็นประกายนุ่มนวลของท่าน ท่านโยคินีประนมมือให้กับข้าพเจ้าตามธรรมเนียมการทักทายที่คฤหัสถ์พึงกระทำต่อผู้ออกบวช เสน่ห์ความเรียบง่ายและรอยยิ้มอันสงบของท่านเป็นการต้อนรับที่ประเสริฐกว่าคำพูดอันหวานหูใด ๆ ทำเอาพวกเราลืมฝุ่นผงธุลีดินและความยากลำบากที่ผ่านมาไปจนหมดสิ้น

ท่านโยคินีร่างเล็กทรุดตัวลงนั่งขัดสมาธิที่เฉลียงบ้าน แม้จะมีร่องรอยแห่งวัยปรากฏแต่ท่านก็มิได้ผอมแห้ง ผิวสีมะกอกของท่านยังสดใสและดูมีสุขภาพดี

1 มร.ไรต์ถ่ายภาพเคลื่อนไหวของท่านอาจารย์ศรียุกเตศวรในงานเทศกาลเหมายันครั้งสุดท้ายของท่านที่เซรัมปอร์เอาไว้เช่นกัน

“คุณแม่” ข้าพเจ้ากล่าวเป็นภาษาเบงกาลี “เป็นเวลากว่ายี่สิบห้าปีทีเดียวที่กระผมคิดอยากจะมาแสวงบุญมากราบพบคุณแม่อย่างที่กำลังทำอยู่นี่! กระผมได้ยินเรื่องราวชีวิตอันศักดิ์สิทธิ์ของคุณแม่มาจากสถิติ ลาล นันทิบาบูขอรับ”

ท่านผงกศีรษะเป็นเชิงรับรู้ “ใช่แล้วเจ้าค่ะ เขาเป็นเพื่อนบ้านที่ดีของอิฉันที่นาวาบคันช์”

“หลายปีมานี้กระผมเดินทางข้ามน้ำข้ามทะเลนับครั้งไม่ถ้วน แต่ไม่เคยลืมเลยสักครั้งว่าจะต้องมากราบพบคุณแม่ให้ได้ บทบาทอันสูงส่งที่คุณแม่แสดงอยู่อย่างเงียบ ๆ นี้ควรที่จะได้รับการป่าวประกาศออกไปให้โลกซึ่งหลงลืมกระยาทิพย์จากภายในจิตตนได้รับรู้กันโดยถ้วนทั่วนะขอรับ”

ท่านโยคินีเหลือบตาขึ้นมองมาชั่วขณะหนึ่ง พลางยิ้มเรียบ ๆอย่างสนใจ

“ท่านบาบา (คุณพ่อที่เคารพ) ต้องรู้ดีที่สุดอยู่แล้วเจ้าค่ะ” ท่านตอบอย่างสงบเสงี่ยม

ข้าพเจ้าดีใจนักที่เห็นท่านไม่คัดค้าน เราไม่อาจคาดเดาได้เลยว่าโยคีและโยคินีแต่ละท่านจะมีปฏิกิริยาอย่างไรต่อความคิดที่จะนำเรื่องราวของท่านออกเผยแพร่ให้คนส่วนใหญ่ได้รับรู้ พวกท่านมักหลีกเลี่ยงการดังกล่าวด้วยเป็นกฎและตัวพวกท่านเองก็ปรารถนาความวิเวกเพื่อค้นลึกลงในวิญญาณแห่งตน เมื่อถึงเวลาอันเหมาะสมในการเปิดเผยชีวิตของตนเพื่อยังประโยชน์ให้แก่ผู้แสวงธรรมทั้งหลาย จิตของพวกท่านจะเห็นชอบกับการนี้เอง

“คุณแม่ขอรับ” ข้าพเจ้ากล่าวต่อ “กระผมต้องขออภัย แต่กระผมมีคำถามอยากถามคุณแม่มากมายเหลือเกิน คุณแม่พอใจจะตอบคำถามไหน ก็ขอความกรุณาตอบคำถามนั้น แต่ถ้าคุณแม่จะนิ่งเฉยเสีย กระผมก็เข้าใจขอรับ”

ท่านโยคินีผายมือออกด้วยทีท่านิ่มนวล

“อิฉันยินดีตอบเท่าที่คนซึ่งไร้ความสลักสำคัญอย่างอิฉันจะสามารถตอบให้คุณพ่อพอใจได้เจ้าค่ะ”

“โอ ไม่ขอรับ คุณแม่จะไม่สลักสำคัญอย่างไรได้!” ข้าพเจ้าท้วงจากใจจริง “ก็ท่านนั้นเป็นวิญญาณอันยิ่งใหญ่”

“อิฉันเป็นผู้รับใช้อันต่ำต้อยของคนทั้งหลายต่างหากเจ้าคะ” แล้วท่านก็กล่าวเสริมมาอย่างติดจะพิลึก ๆ หูอยู่สักหน่อย “อิฉันชอบทำกับข้าวเลี้ยงผู้คนเขาเจ้าค่ะ”

คีรีพละโยคินีผู้ไม่กินข้าวปลาอาหาร ท่านใช้เทคนิคโยควิธีบางอย่างที่ประจุร่างของท่านด้วยพลังแห่งจักรวาลซึ่งได้จากอากาศ แสงอาทิตย์ และลม "อิฉันไม่เคยเจ็บไข้ได้ป่วย" ท่านกล่าว "อิฉันนอนน้อยมาก เพราะจะหลับหรือตื่น สำหรับอิฉันแล้วไม่ได้ต่างกันแต่อย่างใด"

นั่นนับเป็นงานอดิเรกที่ออกจะแปลกเอาการ... ข้าพเจ้าคิด สำหรับโยคินีผู้ไม่กินข้าวปลาอาหารเลย!

"คุณแม่กรุณาบอกผมจากปากของท่านที... ท่านอยู่โดยไม่กินอาหารเลยจริงๆ หรือขอรับ?"

"จริงเจ้าค่ะ" ตอบแล้วท่านก็นิ่งเงียบไปครู่หนึ่ง คำพูดถัดมาแสดงให้เห็นว่าท่านวุ่นอยู่กับการคิดคำนวณตัวเลขอยู่ในใจ "ตั้งแต่อายุสิบสองปีสี่เดือนมาจนอายุหกสิบแปดในตอนนี้... คิดแล้วก็กว่าห้าสิบหกปี... อิฉันไม่เคยกินข้าวกินน้ำเลยเจ้าค่ะ"

"คุณแม่ไม่เคยนึกอยากกินบ้างเลยหรือขอรับ?"

"ถ้าอยาก อิฉันก็ต้องกินไปแล้วสิเจ้าคะ" ท่านตอบอย่างเรียบง่ายแต่สง่างามด้วยสัจธรรมอันเป็นที่ยอมรับกันทั่วไป ก็ใครเล่าจะไม่รู้ว่าโลกเรานี้วนเวียนอยู่กับอาหารวันละสามมื้อ!

"แต่ท่านคงต้องกินอะไรบ้างสิขอรับ!" น้ำเสียงข้าพเจ้าท้วงติงอยู่กราย ๆ

"แน่ล่ะสิเจ้าคะ" ท่านยิ้มอย่างเข้าใจในทันที

"อาหารของท่านได้มาจากพลังงานอันละเอียดของอากาศและแสงอาทิตย์[1] และจากพลังจักรวาลซึ่งเข้ามาเสริมเพิ่มเติมให้กับร่างกายของท่านผ่านทางท้ายสมองที่เชื่อมต่อกับกระดูกสันหลัง"

"คุณพ่อรู้ดีทีเดียวเจ้าค่ะ" เป็นอีกครั้งที่ท่านยอมรับอย่างสงบ ทีท่าผ่อนคลายไม่เน้นย้ำใด ๆ

"ขอความกรุณาคุณแม่เล่าเรื่องราวชีวิตในวัยเด็กให้กระผมฟังหน่อยได้ไหมขอรับ? คนทั้งอินเดีย และแม้แต่พี่น้องที่อีกฟากสมุทรโน้นจะต้องสนใจใคร่รู้กันมากแน่เทียวขอรับ"

ท่านคีรีพละละวางการสงวนปากคำตามปกติวิสัยลงชั่วขณะ ดูท่านผ่อนคลายและอยู่ในอารมณ์อยากพูดคุย

---

1 "สิ่งที่เราบริโภคคือคลื่นพลังงานหรือรังสีที่แผ่ออกมา อาหารของพวกเราก็คือพลังงานจำนวนหนึ่ง" ดร.จีโอ. ดับเบิลยู. คริลแห่งเมืองคลีฟแลนด์บอกต่อคณะแพทย์ซึ่งมาร่วมประชุมกันที่เมืองเมมฟิสเมื่อวันที่ 17 พฤษภาคม ค.ศ.1933 คำกล่าวสุนทรพจน์บางส่วนของเขามีปรากฏในรายงานดังต่อไปนี้

"รังสีที่สำคัญยิ่งด้วยประการทั้งปวงนี้ ซึ่งปล่อยกระแสไฟฟ้าออกมาให้กับวงจรไฟฟ้าของร่างกาย หรือที่เรียกอีกอย่างว่าระบบประสาทนั้น ถูกส่งมอบให้อาหารโดยแสงอาทิตย์" ดร.คริลกล่าวว่าอะตอมคือระบบสุริยะ อะตอมคือพาหะที่เต็มไปด้วยรังสีดวงอาทิตย์เช่นเดียวกับคอยล์สปริงในเครื่องจักร อะตอมจำนวนนับไม่ถ้วนของพลังงานจะถูกนำเข้าไปเป็นอาหาร ทันทีที่เข้าไปสู่ร่างกายมนุษย์ พาหะดังกล่าว ซึ่งก็คืออะตอมเหล่านี้ จะปลดปล่อยพลังงานไปที่น้ำเลี้ยงภายในเซลล์ของร่างกาย รังสีที่ว่าจะทำหน้าที่จัดหาพลังงานเคมีและกระแสไฟฟ้าชุดใหม่ให้แก่ร่างกาย 'ร่างกายของเราก็ประกอบขึ้นจากอะตอมดังกล่าวนี้' ดร.คริล ว่า "พวกมันคือกล้ามเนื้อสมอง อวัยวะในการรับรู้ต่าง ๆ อย่างตาและหูของเรานั่นเอง'"

สักวันหนึ่ง นักวิทยาศาสตร์ย่อมค้นพบวิธีที่จะทำให้มนุษย์ยังชีวิตอยู่ได้โดยอาศัยพลังงานจากแสงอาทิตย์โดยตรง "คลอโรฟิลเป็นสสารเพียงชนิดเดียวในธรรมชาติที่รู้กันว่ามีอำนาจในการ 'ดักจับแสงอาทิตย์'" วิลเลียม แอล. ลอเรนซ์เขียนไว้ในนิวยอร์กไทมส์ "มัน 'จับ' พลังงานของแสงอาทิตย์มาเก็บเอาไว้ในพืช หากไม่มีปรากฏการณ์นี้ จะไม่มีชีวิตใดสามารถดำรงอยู่ได้เลย เราได้รับพลังงานที่จำเป็นต่อการมีชีวิตอยู่จากพลังงานแสงอาทิตย์ที่ถูกเก็บเอาไว้ในพืชผักที่เรากินเป็นอาหาร หรือในเนื้อสัตว์ที่กินพืชเหล่านั้น พลังงานที่ได้จากถ่านหินหรือน้ำมันก็เป็นพลังงานแสงอาทิตย์ที่คลอโรฟิลในพืชดักจับเอาไว้เมื่อหลายล้านปีก่อน เรามีชีวิตอยู่ได้ก็ด้วยดวงอาทิตย์โดยมีคลอโรฟิลทำหน้าที่เป็นสื่อกลาง"

“ได้เจ้าค่ะ” เสียงท่านต่ำและหนักแน่น “อิฉันเกิดในป่าเขาแถบนี้ ชีวิตวัยเด็กก็ธรรมดา ไม่มีอะไรน่าสนใจ เว้นแต่ว่าอิฉันตะกละนัก กินเท่าใดก็ไม่เคยพอ

“พออายุได้ราวเก้าปี อิฉันก็ถูกจับให้หมั้นหมาย

“ ‘ลูกเอ๊ย’ แม่มักเตือนอิฉันอยู่ทุก ๆ บ่อย ‘อย่าตามใจปากให้มากนักเลย เมื่อถึงเวลา เจ้าจะต้องไปอยู่ท่ามกลางคนแปลกหน้าในครอบครัวสามี แล้วพวกเขาจะคิดกับเจ้ายังไงถ้าวัน ๆ เจ้าเอาแต่หาของกินใส่ปากอยู่อย่างนี้?’

“ปัญหาที่แม่คาดการณ์เอาไว้ได้เกิดขึ้นจริง ๆ อิฉันอายุสิบสองเท่านั้นตอนย้ายไปอยู่กับครอบครัวสามีที่นาวาบคันช์ แม่สามีดุด่าอิฉันให้ได้อายทั้งเช้ากลางวัน เย็น เรื่องความตะกลามของอิฉัน แต่คำด่าว่าของท่านแท้จริงเป็นพรอันประเสริฐ เพราะมันไปปลุกเร้าอุปนิสัยที่โน้มเอียงเข้าหาทางธรรมของอิฉันให้ตื่นขึ้นจากหลับใหล เช้าวันหนึ่ง แม่สามีกล่าววาจาเหน็บแนมอิฉันแบบไม่เลี้ยง

“ ‘หนูจะพิสูจน์ให้แม่เห็นในเร็ววันนี้ล่ะ’ อิฉันโต้กลับทันควันอย่างปวดใจ ‘ว่าหนูจะไม่แตะต้องอาหารอีกเลยตราบเท่าที่หนูยังมีชีวิตอยู่’

“แม่สามีหัวเราะเยาะหยัน‘พุทโธ่เอ๊ย!’ ท่านว่า ‘น้ำหน้าอย่างแกจะมีปัญญาอยู่โดยไม่กินอะไรได้ยังไง้? แค่ให้เลิกกินแบบยัดทะนานอย่างทุกวันนี้ยังทำไม่ได้เลย!’

“คำพูดของท่านเป็นจริงชนิดที่อิฉันเถียงไม่ขึ้น ทว่า ตอนนั้นเองที่อิฉันตัดสินใจได้เป็นมั่นเหมาะ อิฉันหาที่ลับตาสวดภาวนาต่อพระบิดาเจ้า

“ ‘ข้าแต่พระเป็นเจ้า’ อิฉันสวดวิงวอนไม่ยอมหยุด ‘ขอทรงประทานคุรุมาให้ลูกที คุรุผู้ที่จะสามารถสอนลูกให้มีชีวิตอยู่ได้ด้วยแสงแห่งพระองค์ มิใช่ด้วยข้าวปลาอาหารใด’

“ปีติบังเกิดขึ้นในจิตของอิฉัน ความสุขอันท่วมท้นสะกดให้อิฉันมุ่งหน้าไปยังท่าน้ำนาวาบคันช์ที่ริมฝั่งแม่น้ำคงคา ระหว่างทางอิฉันได้พบกับท่านพราหมณาจารย์ประจำครอบครัวของสามี

“ ‘ท่านที่เคารพเจ้าคะ’ อิฉันเรียนถามด้วยศรัทธาปสาทะ ‘กรุณาบอกวิธีมีชีวิตอยู่โดยไม่ต้องกินข้าวปลาอาหารให้แก่หนูด้วยเถิดเจ้าค่ะ’

“ท่านจ้องอิฉันโดยไม่ปริปากว่ากระไร แต่สุดท้าย ท่านก็บอกมาด้วยทีท่าปลอบโยน ‘แม่หนู’ ท่านว่า ‘เจ้าจงมาที่เทวาลัยในเย็นวันนี้ ฉันจะประกอบพิธีพิเศษตามหลักพระเวทให้กับเจ้า’

"คำตอบอันคลุมเครือนี้ไม่ใช่สิ่งที่อิฉันปรารถนา อิฉันจึงมุ่งหน้าไปที่ท่าน้ำต่อ แดดยามเช้าสาดแสงลงบนผิวน้ำ อิฉันอาบน้ำชำระกายในพระแม่คงคาราวกับจะเตรียมตัวให้พร้อมสำหรับการเข้าทำพิธีอันศักดิ์สิทธิ์ก็ไม่ปาน ขณะผละจากริมน้ำขึ้นมาโดยที่เสื้อผ้ายังเปียกชุ่มคุรุของอิฉันก็มาปรากฏตัวให้เห็นอยู่ตรงหน้าท่ามกลางแสงสว่างจ้าของยามกลางวัน!

" 'แม่หนูน้อย' ท่านกล่าวด้วยน้ำเสียงที่บอกถึงความรักใคร่เอ็นดู 'เราคือคุรุที่พระเป็นเจ้าทรงส่งมาตามคำสวดวิงวอนอันเร่งด่วนของเจ้า ความผิดปกติวิสัยอย่างยิ่งยวดนี้ทำให้พระองค์ทรงเห็นใจนัก นับจากวันนี้เป็นต้นไป เจ้าจะมีชีวิตอยู่ได้ด้วยแสงทิพย์ อณูในกายของเจ้าจะได้รับพลังจากกระแสที่มีอยู่นับอเนกอนันต์นี้' "

ท่านคีรีพละเงียบเสียงไป ข้าพเจ้าคว้าเอาดินสอกับสมุดโน้ตของ มร.ไรต์มาแล้วแปลข้อมูลบางอย่างจดลงไปเป็นภาษาอังกฤษให้กับเขา

ท่านโยคินีกลับมาเล่าเรื่องต่อ น้ำเสียงอันอ่อนโยนของท่านแผ่วเบาจนแทบจะไม่ได้ยิน "ท่าน้ำตอนนั้นร้างคน แต่คุรุของอิฉันก็ยังเสกแสงทิพย์ขึ้นห้อมล้อมเราไว้เพื่อกันไม่ให้คนอื่น ๆ ที่ลงมาอาบน้ำในภายหลังรบกวนเราได้ ท่านถ่ายทอด*กริยาโยคะ*ให้กับอิฉันเพื่อปลดปล่อยร่างกายให้เป็นอิสระจากการต้องพึ่งพาอาหารหยาบเยี่ยงมนุษย์ปุถุชนทั้งหลาย โยควิธีนี้ประกอบด้วยการร่ายมนตร์บางบท[1] และการฝึกหายใจ ซึ่งยากเกินกว่าที่ผู้คนทั่วไปจะพึงกระทำได้ ไม่มีการใช้ยาหรือไสยเวทเข้ามาเกี่ยวข้องแต่อย่างใด มีแต่*กริยาโยคะ*เพียงประการเดียวเท่านั้น"

นักข่าวชาวอเมริกันได้สอนขั้นตอนการทำข่าวให้กับข้าพเจ้าหลายอย่างโดยที่พวกเขาเองก็ไม่ได้รู้ตัวเลย และด้วยทีท่าดุจเดียวกับนักข่าวเหล่านั้น ข้าพเจ้าได้ซักไซ้ท่านคีรีพละในหลาย ๆ เรื่องที่คิดว่าชาวโลกจะต้องสนใจใคร่รู้

---

1 บทสวดที่สร้างคลื่นความสั่นสะเทือนอันทรงพลัง คำว่า *มนตร* ในภาษาสันสกฤตแปลความตรงตัวได้ว่า "เครื่องมือแห่งความคิด" หมายถึง "เสียงวิเศษซึ่งโสตไม่อาจได้ยินเป็นอีกแง่มุมหนึ่งของสรรพสิ่ง เมื่อเปล่งออกมาเป็นพยางค์ ๆ *มนตร* ประกอบด้วยถ้อยคำอันเป็นสากล" (Webster's New international Dictionary, 2nd ed.) อำนาจอันไร้ขอบเขตของเสียงมาจากคำว่า*โอม* หรือเสียงแห่งการสร้างสรรค์ของพระผู้เป็นฟันเฟืองแห่งจักรวาลนั่นเอง

และท่านก็ค่อย ๆ ให้ข้อมูลแก่ข้าพเจ้าดังต่อไปนี้

"อิฉันไม่เคยมีลูกเลยสักคน เมื่อหลายปีก่อน สามีตายอิฉันกลายเป็นม่าย อิฉันนอนน้อยมาก เพราะจะหลับหรือตื่น สำหรับอิฉันแล้วไม่ได้ต่างกันแต่อย่างใด อิฉันปฏิบัติสมาธิในยามค่ำคืน ทำงานบ้านในยามกลางวัน รู้สึกถึงความเปลี่ยนแปลงของอากาศจากฤดูหนึ่งไปสู่อีกฤดูหนึ่งเพียงน้อยนิด ไม่เคยเจ็บไข้ได้ป่วยหรือล้มหมอนนอนเสื่อ ถ้ามีเหตุให้ต้องเจ็บตัวโดยบังเอิญ อิฉันก็รู้สึกรู้สาแค่นิดๆ หน่อยๆ อิฉันไม่ต้องขับถ่ายไม่ว่าจะในทางใด ทั้งยังควบคุมการเต้นของหัวใจและลมหายใจของตัวเองได้ ในนิมิต อิฉันมักเห็นท่านผู้เป็นคุรุและผู้มีจิตวิญญาณอันยิ่งใหญ่อีกหลายท่าน"

"คุณแม่ขอรับ" ข้าพเจ้าถาม "ทำไมคุณแม่ไม่สอนวิธีอยู่โดยไม่อาศัยอาหารให้กับคนอื่นๆ บ้างเล่าขอรับ?"

ข้าพเจ้าหวังจะช่วยผู้คนนับล้าน ๆ คนที่อดอยากหิวโหยอยู่บนโลกใบนี้อย่างจริงใจ แต่ความหวังนั้นก็ต้องดับวูบไปอย่างรวดเร็ว

"ไม่ได้ดอกเจ้าค่ะ" ท่านสั่นศีรษะ "ท่านคุรุสั่งอิฉันเป็นคำขาดไม่ให้เปิดเผยความลับนี้ต่อผู้ใด ท่านไม่ปรารถนาจะเข้าไปก่อกวนแก้ไขบทละครแห่งสรรพสิ่งของพระเป็นเจ้า พวกชาวนาไม่มีวันขอบใจอิฉันแน่ถ้าอิฉันไปสอนผู้คนมากมายให้อยู่ได้โดยไม่ต้องกินข้าว! ผลไม้หอมหวานจะกองเกลื่อนอยู่บนพื้นโดยไร้ประโยชน์ ดูเหมือนว่าความทุกข์ยาก อดอยาก และโรคภัยคือแส้แห่งกรรมที่คอยโบยตีให้เราออกค้นหาความหมายที่แท้จริงของชีวิต"

"คุณแม่ขอรับ" ข้าพเจ้ากล่าวช้าๆ "ถ้าเช่นนั้น การที่ท่านได้รับเลือกให้มีชีวิตอยู่ได้โดยไม่ต้องพึ่งอาหารแต่เพียงผู้เดียวเช่นนี้ ยังจะมีประโยชน์อันใดได้อีกล่ะขอรับ?"

"ก็เพื่อพิสูจน์ให้เห็นสิเจ้าคะ ว่ามนุษย์คือวิญญาณ" ใบหน้าของท่านฉายประกายแห่งปัญญา "เพื่อแสดงให้เห็นว่าด้วยการพัฒนาจิตวิญญาณให้สูงขึ้น มนุษย์ย่อมเรียนรู้ได้ทีละเล็กทีละน้อยที่จะยังชีวิตอยู่ได้ด้วยแสงอันเป็นนิรันดร์ ไม่ใช่ด้วยอาหาร"[1]

---

[1] สภาวะมีชีวิตอยู่ได้โดยไม่ต้องกินอาหารของท่านคีรีพละนั้นเป็นอำนาจอันเกิดจากการปฏิบัติ

ท่านโยคินีหยั่งจิตลงสู่สมาธิอันลึกล้ำ เพ่งตรงเข้าภายใน ดวงตาอันอ่อนโยนและลึกล้ำเปลี่ยนเป็นไร้ความรู้สึก ท่านระบายลมหายใจยาวก่อนเข้าสู่สภาวะลมหายใจดับแห่งปีติสุข ช่วงเวลานั้นท่านได้หลีกเร้นเข้าสู่ดินแดนซึ่งอยู่เหนือความกังขาใด ๆ และเป็นสรวงสวรรค์แห่งปีติภายในจิต

เมื่อความมืดแบบเขตร้อนคลี่คลุมลงมา แสงจากตะเกียงน้ำมันก๊าดก็กระพริบวิบวับ อยู่เหนือศีรษะชาวบ้านทั้งหลายที่เข้ามานั่งอยู่เงียบ ๆ ในเงาตะคุ่ม แมลงหนอนกระสือกับตะเกียงน้ำมันในกระท่อมซึ่งอยู่ไกลออกไปส่องแสงวับ ๆ แวม ๆ ดูแล้วให้รู้สึกวังเวงใจอยู่ภายในค่ำคืนอันมืดมิด ชั่วโมงแห่งการจากลาช่างน่าปวดใจนัก การเดินทางอันเชื่องช้าและน่าเบื่อรอคอยคณะเล็ก ๆ ของเราอยู่เบื้องหน้า

"คุณแม่คีรีพละขอรับ" ข้าพเจ้าออกปากในทันทีที่ท่านโยคินีลืมตาขึ้น "ขอความกรุณามอบสิ่งเตือนใจให้กับกระผมสักชิ้น...เศษผ้าจากส่าหรีผืนใดผืนหนึ่งของท่านก็ได้ขอรับ"

ไม่นาน ท่านก็กลับมาพร้อมผ้าไหมพาราณสี ยื่นส่งให้ข้าพเจ้ากับมือ แล้วทรุดตัวลงกับพื้นโดยข้าพเจ้าไม่ทันจะได้ตั้งตัว

"คุณแม่ขอรับ" ข้าพเจ้าท้วงด้วยความเคารพ "กระผมควรเป็นฝ่ายก้มตัวลงสัมผัสเท้าอันศักดิ์สิทธิ์ของท่านมากกว่านะขอรับ!"

โยคะ ซึ่งมีกล่าวไว้ในคัมภีร์โยคสูตร (อัธยายะที่ 3:31) ของท่านปตัญชลี ท่านคีรีพละใช้วิธีการฝึกลมหายใจบางอย่าง ซึ่งส่งผลต่อ*จักรวิสุทธะ*อันเป็นจักรที่ห้าบนเส้นกระดูกสันหลังที่เป็นเส้นทางไหลเวียนของพลังปราณ *จักรวิสุทธะ*นี้อยู่ที่อีกฟากหนึ่งของลำคอ ทำหน้าที่ควบคุมธาตุที่ห้า คือ*อากาศธาตุ* ซึ่งแผ่ซ่านอยู่ทั่วไปในช่องว่างระหว่างอณูของเซลล์ต่าง ๆ ในร่างกาย การเจริญสมาธิเอาจิตตั้งมั่นอยู่ที่จักรนี้จะทำให้ผู้ปฏิบัติยังชีวิตอยู่ได้โดยอาศัยพลังปราณจากอากาศธาตุเป็นเครื่องหล่อเลี้ยง

เทเรเซ นอยมันน์ไม่ได้พึ่งอาหารที่เป็นมวลหยาบ ไม่ได้ปฏิบัติโยคะเพื่อให้ยังชีวิตอยู่ได้โดยไม่ต้องกินอะไร สาเหตุนั้นขึ้นอยู่กับความซับซ้อนในกรรมของแต่ละบุคคล นอกจากคนอย่างเทเรเซ นอยมันน์และท่านคีรีพละแล้ว ยังมีอีกหลายชีวิตที่อุทิศตนให้กับพระเป็นเจ้า มีแนวทางการแสดงออกที่แตกต่างกันไป นักบุญในคริสต์ศาสนาที่มีชีวิตอยู่ได้โดยไม่กินอาหาร (และมีรอยแผลศักดิ์สิทธิ์ปรากฏ) นั้นมีอยู่หลายท่าน ได้แก่ เซนต์ลิดวีนาแห่งชีดาม เอลิซาเบธแห่งเรนต์ เซนต์แคเธอรีนแห่งซีเอนา โดเมนิกา ลาซาร์รี อังเจลาแห่งโฟลีโญ และหลุยส์ ลาโตแห่งศตวรรษที่ 19 เซนต์นิโคลัส แห่งฟลือเออ (บรูเดอร์ เคลาส์ นักบวชยุคศตวรรษที่ 15 ผู้ซึ่งคำวิงวอนจากใจจริงของท่านที่ขอให้ทุกฝ่ายสามัคคีปรองดองกันได้ช่วยสหพันธ์สวิสให้รอดพ้นวิกฤตมาได้เองก็ไม่แตะต้องอาหารใด ๆ นานถึงยี่สิบปีเต็ม)

บทที่ 47

ข้าพเจ้ากลับสู่โลกตะวันตก

"ผมสอนโยคะในอินเดียและอเมริกามามากต่อมาก แต่ต้องขอสารภาพว่าในฐานะที่เป็นชาวฮินดู ผมออกจะยินดีเป็นพิเศษที่ได้มาสอนโยคะให้กับชาวอังกฤษเช่นนี้"

สมาชิกชั้นเรียนที่ลอนดอนต่างหัวเราะชอบใจ ความขัดแย้งทางการเมืองไม่เคยเป็นปัญหามาทำลายศานติในชั้นเรียนโยคะของเราได้เลย

เวลานี้ อินเดียได้กลายไปเป็นความทรงจำอันศักดิ์สิทธิ์ ช่วงเดือนกันยายน ค.ศ.1936 ข้าพเจ้ามาอยู่ที่อังกฤษเพื่อปฏิบัติตามคำสัญญาที่เคยให้ไว้เมื่อสิบหกเดือนก่อนว่าจะมาสอนโยคะที่ลอนดอนอีกครั้ง

ประเทศอังกฤษเองก็พร้อมรับศาสตร์แห่งโยคะที่อยู่เหนือกาลเวลา ผู้สื่อข่าวและช่างภาพต่างมุ่งหน้ามาทำข่าวข้าพเจ้าที่กรอสเนอร์เฮ้าส์กันอุ่นหนาฝาคั่ง The British National Council of the World Fellowship of Faiths ได้จัดงานประชุมขึ้นในวันที่ 29 กันยายนที่โบสถ์ไวต์ฟีลคองเกรเกชันนัลเชิร์ช ตัวข้าพเจ้าเองก็ได้ไปแสดงปาฐกถาในหัวข้อที่ค่อนข้างหนักเรื่อง "ศรัทธาในภราดรภาพจะช่วยรักษาอารยธรรมให้อยู่รอดได้อย่างไร" ณ ที่นี่เช่นกัน การแสดงปาฐกถาเวลาสองทุ่มที่หอประชุมแค็กซตันฮอลมีผู้สนใจมาเข้าฟังกันอย่างล้นหลามทั้งสองคืน ถึงขนาดต้องไปรอฟังข้าพเจ้าพูดอีกรอบในเวลาสามทุ่มครึ่งที่หอประชุมวินเซอร์เฮาส์ การเปิดสอนโยคะในช่วงหลายสัปดาห์ต่อมาก็มีคนมาเข้าเรียนกันมากเสียจน มร.ไรต์ต้องเป็นธุระจัดการย้ายสถานที่ไปยังหอประชุมอีกแห่งหนึ่งให้

ความมุ่งมั่นตั้งใจจริงแบบคนอังกฤษแสดงออกให้เห็นอย่างน่าชื่นชมในความสัมพันธ์ทางจิตวิญญาณ หลังข้าพเจ้าจากมาแล้ว นักเรียนโยคะที่ลอนดอนก็ได้รวมตัวกันจัดตั้งศูนย์ เซลฟ์ รีอะไลเซชั่น เฟลโลว์ชิพ (SRF) ขึ้นด้วยศรัทธาปสาทะและมีการมาประชุมเจริญสมาธิร่วมกันเป็นประจำทุกสัปดาห์ตลอดหลายปีแห่งสงครามอันขมขื่น

หลายสัปดาห์ในอังกฤษเป็นช่วงเวลาที่ยากจะลืม หลังเที่ยวชมกรุงลอนดอน

อยู่หลายวัน เราก็ออกไปชื่นชมความงามในชนบทกัน มร.ไรต์กับข้าพเจ้าได้อาศัยเจ้าฟอร์ดเพื่อนยากในการไปเยี่ยมชมบ้านเกิดกับสุสานของกวีและวีรบุรุษผู้ยิ่งใหญ่ในประวัติศาสตร์อังกฤษหลายท่าน

คณะเล็ก ๆ ของเราลงเรือ*เบรเมน*จากเซาท์แฮมป์ตันกลับอเมริกาในปลายเดือนตุลาคม พอได้เห็นรูปปั้นเทพีเสรีภาพที่ตั้งตระหง่านอยู่ตรงท่าเรือของมหานครนิวยอร์กพวกเราต่างก็เต็มตื้นด้วยความยินดี

เจ้าฟอร์ดคันเก่งแม้จะดูโทรมไปหน่อยเพราะต้องบุกเส้นทางวิบากในดินแดนอันเก่าแก่โบร่ำโบราณมาหลายแห่ง แต่พลังแรงยังดีไม่มีตก ถึงตอนนี้ มันก็รับหน้าที่พาเราข้ามทวีปมุ่งตรงไปยังแคลิฟอร์เนีย ในที่สุด เราก็มาถึงสำนักงานใหญ่ที่เมาต์วอชิงตันในปลายปี 1936!

วันหยุดเทศกาลในช่วงปลายปีจะมีการจัดงานฉลองกันที่ศูนย์ลอสแองเจลิสเป็นประจำทุกปี และจะมีการรวมกลุ่มเจริญสมาธิติดต่อกันแปดชั่วโมงในวันที่ 24 ธันวาคม (คริสต์มาสทางจิตวิญญาณ)[1] ตามด้วยงานเลี้ยงในวันถัดมา (คริสต์มาสทางสังคม) งานฉลองปีนี้มีเพื่อนฝูงและลูกศิษย์จากเมืองไกล ๆ มาร่วมงานกันมากหน้าหลายตาเพื่อต้อนรับพวกเราเหล่านักท่องโลกทั้งสามกลับบ้าน

งานเลี้ยงวันคริสต์มาสมีอาหารอร่อย ๆ หลายอย่างที่มาไกลถึงหมื่นห้าพันไมล์เพื่อวาระอันน่ายินดีนี้โดยเฉพาะ ทั้งเห็ด*คุจจี* จากรัฐแคชเมียร์ เนื้อลูก*รสคุลลา*กับมะม่วงกระป๋อง ขนมปังกรอบ*ปาปาร์* และน้ำมันดอก*เกโอรา* ของอินเดียที่ใช้เพิ่มรสชาติให้กับไอศกรีม ตกค่ำพวกเราพากันออกมารวมกลุ่มอยู่รอบ ๆ ต้น

---

1 นับแต่ปี 1950 การเจริญสมาธิตลอดทั้งวันนี้จะจัดขึ้นในวันที่ 23 ธันวาคมเป็นประจำทุกปี สมาชิกสมาคมเซลฟ์ รีอะไลเซชั่น เฟลโลว์ชิพ (SRF) ทั่วโลกจะฉลองวันคริสต์มาสทั้งที่บ้านและที่ศูนย์หรืออาศรมของสมาคมเอสอาร์เอฟ โดยจะกันเวลาวันหนึ่งในช่วงคริสต์มาสเอาไว้เจริญสมาธิและสวดภาวนา หลายคนได้รับพรและความช่วยเหลือทางจิตวิญญาณอย่างล้นเหลือจากการปฏิบัติธรรมประจำปีตามที่ท่านปรมหังสา โยคานันทะเป็นผู้ริเริ่มขึ้น

นอกจากนี้ ท่านปรมหังสายังก่อตั้งสภาสวดมนต์ภาวนา (Prayer Council) ขึ้นที่ศูนย์เมาต์วอชิงตัน [หน่วยย่อยของ เซลฟ์ รีอะไลเซชั่น เฟลโลว์ชิพ (SRF) วงสวดมนต์ภาวนาแห่งโลก (Worldwide Prayer Circle)] โดยมีการจัดสวดมนต์ประจำวันให้ผู้ต้องการความช่วยเหลือเข้าร่วม ไม่ว่าจะเป็นการหาทางออกให้กับปัญหาหรือขจัดปัญหาที่เจ้าตัวกำลังเผชิญอยู่ให้หมดไป (*หมายเหตุผู้จัดพิมพ์*)

ท่านปรมหังสา โยคานันทะ และ เจมส์ เจ. ลินน์ หรือ ราชารสีชนกานันทะ (ดูภาพซ้าย หน้า 260) ครูและศิษย์กำลังนั่งสมาธิอยู่ที่สำนักงานใหญ่นานาชาติ SRF/YSS ที่ลอสแองเจลิส ในปี 1933 "บางคนจะพูดว่า 'คนตะวันตกทำสมาธิไม่ได้' แต่นั่นไม่จริง" ท่านโยคานันทะ กล่าว "ตั้งแต่คุณลินน์รับ*กริยาโยคะ*ครั้งแรกไปแล้ว ข้าพเจ้าก็ยังไม่เคยเห็นว่ามีเวลา ไหนเลยที่เขาไม่ได้สื่อสารภายในอยู่กับพระเป็นเจ้า"

คริสต์มาสต้นใหญ่ที่ประดับไฟระยิบระยับ ใกล้ๆ กันมีกองไฟที่ก่อขึ้นจากไม้สนไซเปรสซึ่งแตกปะทุ ส่งกลิ่นหอมอบอวล

แล้วก็ถึงเวลาสำหรับของขวัญ! เป็นของขวัญที่ได้มาจากทั่วทุกมุมโลกอันไกลโพ้น...ไม่ว่าจะเป็นปาเลสไตน์ อียิปต์ อินเดีย อังกฤษ ฝรั่งเศส และอิตาลี มร.ไรต์ต้องลำบากดูแลตรวจนับหีบสัมภาระต่างๆ ที่จุดผ่านแดนแต่ละแห่งเสียทุกครั้งไปเพื่อไม่ให้ใครดอดมาฉกฉวยเอาสมบัติที่ตั้งใจสรรหามาฝากประดาบุคคลอันเป็นที่รักในอเมริกาไปได้! ของเหล่านี้มีตั้งแต่แผ่นโลหะจารภาพต้นมะกอกจากดินแดนศักดิ์สิทธิ์ ผ้าลูกไม้กับงานปักฝีมือละเอียดจากเบลเยี่ยมและฮอลแลนด์ พรมเปอร์เซีย ผ้าคลุมไหล่ที่ทอขึ้นอย่างประณีตจากแคชเมียร์ ถาดไม้จันทน์ที่รำเพยกลิ่นหอมไม่มีวันสิ้นจากไมซอร์ หิน "ตาวัวนนทิ" ของพระศิวะจากแคว้นทางตอนกลาง เงินเหรียญอินเดียจากยุคราชวงศ์โบราณที่ดับสูญไปนานแล้ว แจกันกับถ้วยประดับอัญมณี สิ่งของจำลองชิ้นเล็กๆ พรมกำยาน และเครื่องหอมที่ใช้บูชาในเทวาลัย ผ้าฝ้ายสวาเทศีพิมพ์ลาย เครื่องเขินงาช้างแกะสลักจากไมซอร์ รองเท้าแตะเปอร์เซียที่มีปลายยาวงอน คัมภีร์โบราณที่ยังความสว่างให้แก่จิตวิญญาณ ผ้ากำมะหยี่ ผ้าปักดิ้นเงินดิ้นทอง หมวกแก๊ปคานธี เครื่องปั้นดินเผา กระเบื้อง เครื่องทองเหลือง พรมสำหรับปูนั่งสวดมนต์...สารพันข้าวของที่ได้มาจากสามทวีป!

ของขวัญที่บรรจงห่อและนำมากองรวมกันเป็นกองใหญ่อยู่ใต้ต้นคริสต์มาสนั้น ข้าพเจ้าทำหน้าที่แจกจ่ายออกไปทีละกล่องๆ

"ภคินีคยานมาตา!" ข้าพเจ้ามอบของขวัญกล่องยาวให้กับสุภาพสตรีชาวอเมริกัน ผู้มีดวงหน้าอ่อนหวาน มีจิตใจบริสุทธิ์ประเสริฐดุจนักบุญ และมีความตระหนักรู้ในธรรมอย่างลึกซึ้ง เธอเป็นผู้รับผิดชอบดูแลศูนย์ที่เมาต์วอชิงตันในช่วงที่ข้าพเจ้าไม่อยู่ พอแกะห่อกระดาษออก เธอก็ยกส่าหรีที่ทำจากผ้าไหมสีทองของเมืองพาราณสีขึ้นมาชื่นชม

"ขอบพระคุณค่ะท่าน เห็นผ้านี้แล้วก็เหมือนกับได้เห็นความวิจิตรประณีตของอินเดียกับตาเลยเชียวค่ะ"

"คุณดิกคินสัน!" กล่องใบถัดมามีของขวัญที่ข้าพเจ้าเลือกซื้อมาจากตลาดในกัลกัตตา "มร.ดิกคินสันน่าจะชอบเจ้านี่" ข้าพเจ้านึกในตอนนั้น มร.อี. อี.

ดิกคินสันเป็นศิษย์รักของข้าพเจ้า เขามาร่วมงานฉลองคริสต์มาสเป็นประจำทุกปีนับแต่มีการก่อตั้งศูนย์ใหญ่ขึ้นมาที่เมาต์วอชิงตัน

ในงานฉลองประจำปีที่สิบเอ็ด เขายืนอยู่ตรงหน้าข้าพเจ้า แกะริบบิ้นผูกกล่องยาว ๆ ออก

"ถ้วยเงิน!" เขาจ้องมองของขวัญในกล่องที่เป็นถ้วยน้ำทรงสูงอย่างพยายามระงับอกระงับใจ แล้วเดินเลี่ยงไปนั่งยังที่ไกลออกไป ทีท่าฟ้องชัดว่าเจ้าตัวกำลังพิศวงงงงันกับบางสิ่ง ข้าพเจ้ายิ้มให้เขาอย่างปรารถนาดีก่อนหันกลับมาทำหน้าที่เป็นซานตาคลอสต่อ

ค่ำคืนแห่งความสุขสันต์หรรษาจบลงด้วยการร้องเพลงสวดสรรเสริญพระผู้ประทานของขวัญทั้งปวงให้กับพวกเรา ตามมาด้วยการร้องเพลงคริสต์มาสแครอล

เวลาภายหลังจากนั้น มร.ดิกคินสันกับข้าพเจ้าก็มีโอกาสได้สนทนากัน

"ท่านครับ" เขาว่า "ขอได้โปรดอนุญาตให้ผมได้ขอบพระคุณท่านสำหรับถ้วยเงินใบนี้ในตอนนี้เถอะนะครับ เมื่อคืนวันคริสต์มาสนั้นผมพูดอะไรไม่ออกเลย"

"ของขวัญชิ้นนี้ผมหามาให้คุณโดยเฉพาะ"

"ผมเฝ้ารอถ้วยเงินใบนี้มานานถึงสี่สิบสามปีทีเดียวครับ! เรื่องมันยาว เป็นเรื่องที่ผมเก็บงำเอาไว้กับตัวเอง ไม่เคยเล่าให้ใครฟัง" มร.ดิกคินสันมองข้าพเจ้าอย่างประหม่า "ตอนเริ่มเรื่องออกจะน่าตื่นเต้นอยู่สักหน่อย คือผมเกือบจมน้ำตาย พี่ชายผมนึกอยากจะล้อเล่น เลยผลักผมตกลงไปในบ่อน้ำลึกสิบห้าฟุตที่เมืองเล็ก ๆ ในรัฐเนบราสกา ตอนนั้นผมอายุแค่ห้าขวบ ขณะที่ผมกำลังจะจมลงใต้น้ำเป็นครั้งที่สอง ก็ปรากฏแสงหลากสีเจิดจ้าส่องสว่างอยู่รอบทิศ กลางแสงนั้นเห็นร่างชายผู้หนึ่งมองมาด้วยแววตาสงบนิ่งพร้อมรอยยิ้มปลอบปลุก ตอนที่ร่างของผมจมลงใต้น้ำเป็นครั้งที่สาม เพื่อนคนหนึ่งของพี่ก็ดึงกิ่งต้นหลิวอันสูงชะลูดให้โน้มต่ำลงมาจนผมสามารถกางนิ้วเกี่ยวจับมันไว้ได้ เด็กกลุ่มนั้นลากผมขึ้นฝั่งและช่วยกันปฐมพยาบาลจนผมรอดตายมาได้

"สิบสองปีต่อมา ตอนเป็นวัยรุ่นอายุสิบเจ็ด ผมไปชิคาโกกับแม่ ตอนนั้นเป็นช่วงเดือนกันยายนของปี 1893 ซึ่งสภาศาสนาโลกเปิดประชุมกัน ขณะเดินอยู่กับแม่ที่ถนนสายหลัก ผมก็มองเห็นแสงอันสว่างจ้านั้นอีกครั้ง ถัดไม่กี่ก้าว ผู้ชาย

คนเดียวกับที่ผมเคยเห็นในนิมิตกำลังเดินทอดน่องอยู่ เขาตรงไปยังอาคารที่ประชุมหลังใหญ่ แล้วเดินหายลับเข้าไปในประตู

"แม่ครับ!" ผมร้อง "นั่นไงครับ ผู้ชายคนที่ปรากฏตัวขึ้นตอนที่ผมกำลังจมน้ำ!"

"แม่กับผมรีบรุดเข้าไปภายในอาคาร เห็นผู้ชายคนนั้นนั่งอยู่บนอยู่เวทีบรรยาย ไม่นานเราก็ได้รู้ว่าเขาคือท่านสวามีวิเวกานันทะจากอินเดีย[1] หลังจากท่านได้แสดงปาฐกถาอันปลุกเร้าจิตวิญญาณจบลงแล้ว ผมก็เดินขึ้นไปหาด้วยหมายจะทักทายท่าน ท่านยิ้มให้ผมอย่างมากด้วยเมตตา ราวกับว่าเราเป็นเพื่อนเก่ากันมาก่อน ผมยังเด็กนัก จึงไม่รู้ว่าควรจะสื่อความรู้สึกของตนเองออกไปอย่างไร ในใจได้แต่หวังว่าท่านจะตกปากรับเป็นคุรุให้กับผม แล้วดูเหมือนท่านจะอ่านใจผมออก

"'ไม่ได้ดอก เด็กเอ๋ย ฉันไม่ใช่คุรุของเธอ' ดวงตาอันงดงามและแหลมคมของท่านวิเวกานันทะมองลึกเข้ามาในดวงตาผม 'คุรุของเธอจะปรากฏขึ้นในภายหลัง ท่านจะมอบถ้วยเงินให้กับเธอ' ท่านหยุดไปนิดหนึ่ง ก่อนบอกต่อยิ้ม ๆ ว่า 'ท่านจะประสาทพรให้กับเธอมากมายเกินกว่าที่เธอจะสามารถรับได้ในตอนนี้'

"หลังจากนั้นไม่กี่วัน ผมก็ออกจากชิคาโก" มร.ดิกคินสันเล่าต่อ "และไม่เคยได้พบกับท่านวิเวกานันทะผู้ยิ่งใหญ่อีกเลย แต่ทุกถ้อยคำที่ท่านบอกไว้ได้ฝังแน่นอยู่ในจิตสำนึกส่วนลึกของผม หลายปีผ่านไปแต่คุรุของผมก็ยังไม่ปรากฏตัวสักที คืนหนึ่งในปี 1925 ผมสวดภาวนาด้วยใจอันมุ่งมั่น ขอให้พระเป็นเจ้าประทานคุรุมาให้กับผม ไม่กี่ชั่วโมงหลังจากนั้น ผมก็ตื่นขึ้นมาเพราะได้ยินเสียงดนตรีอันแผ่วเบา ภาพชาวสวรรค์ถือขลุ่ยและเครื่องดนตรีอื่น ๆ บรรเลงเพลงกันเป็นวงปรากฏขึ้นต่อสายตาของผม เสียงดนตรีแว่วหวานกังวานอยู่กลางอากาศ แล้วชาวสวรรค์เหล่านั้นก็เลือนหายไปอย่างช้า ๆ

"เย็นวัดถัดมา ผมก็มาเข้าชั้นเรียนเรียนโยคะกับท่านที่ลอสแองเจลิสนี้เป็นครั้งแรก และตอนนั้นเองที่ผมได้รู้ว่าพระเป็นเจ้าทรงตอบรับคำสวดอ้อนวอนของผม"

เรายิ้มให้กันโดยไม่ปริปากว่ากระไร

---

1 ศิษย์เอกของท่านรามกฤษณะ ปรมหังสา ครูบาอาจารย์ผู้เปรียบเสมือนทูตสวรรค์

ท่านปรมหังสา และเฟย์ ไรต์ ต่อมาคือ ศรีทยมาตา (ดูภาพกลางหน้า 260) ที่อาราม SRF เอนซินิตัส ในปี 1939 ไม่นานหลังจากที่ท่านเข้าสู่อารามในปี 1931 ท่านคุรุได้กล่าวกับท่านว่า “เธอคือขุมคลังของครู เมื่อตอนที่เธอมา ครูรู้ว่าสาวกที่แท้จริงของพระเป็นเจ้าอีกเป็นจำนวนมากจะถูกดึงตามมาสู่เส้นทางนี้” ท่านเคยพูดอย่างรักใคร่เอ็นดูว่า “เฟย์ศิษย์ของครู เธอจะทำสิ่งดี ๆ อีกมาก!... ครูรู้ว่าสามารถทำงานผ่านเธอได้ เพราะเธอเปิดรับการสื่อกับครูได้เป็นอย่างดี”

"ตอนนี้ ผมก็เป็นศิษย์ศึกษา*กริยาโยคะ*จากท่านได้สิบเอ็ดปีแล้ว" มร.ดิกคินสันกล่าวต่อ "บางครั้ง ผมก็อดสงสัยเรื่องถ้วยเงินไม่ได้ และแทบจะกล่อมให้ตัวเองเชื่อได้เสียด้วยซ้ำว่าถ้อยคำของท่านวิเวกานันทะเป็นแค่คำอุปมาอุปไมยเท่านั้น

"แต่ในคืนวันคริสต์มาส ท่านมอบกล่องเล็ก ๆ ให้ผมที่ใต้ร่มไม้ นั่นเป็นครั้งที่สามในชีวิตผมที่ผมได้เห็นแสงอันเจิดจ้าพร่าตาแบบเดียวกันนั้น นาทีต่อมา ผมก็ได้เห็นของขวัญจากคุรุของผมตามที่ท่านวิเวกานันทะได้เคยทำนายเอาไว้เมื่อสี่สิบสามปีก่อน[1]...ถ้วยเงิน!"

---

1 มร.ดิกคินสันพบท่านสวามีวิเวกานันทะในเดือนกันยายน ค.ศ.1893...เป็นปีเดียวกับที่ท่านปรมหังสา โยคานันทะถือกำเนิด (วันที่ 5 มกราคม) เห็นได้ชัดว่าท่านวิเวกานันทะรู้ว่าท่านโยคานันทะได้กลับมาเกิดอีกครั้ง และจะเป็นผู้นำปรัชญาของทางอินเดียไปเผยแพร่ยังอเมริกา

ปี 1965 มร.ดิกคินสันผู้ยังแข็งแรงและกระฉับกระเฉงดีแม้วัยจะล่วงเข้า 89 ปีแล้ว ได้รับแต่งตั้งให้เป็นโยคาจารย์ (อาจารย์สอนโยคะ) ในงานพิธีที่สำนักงานใหญ่ของสมาคมเซลฟ์รีอะไลเซชั่น เฟลโลว์ชิพ (SRF) ณ นครลอสแองเจลิส

มร.ดิกคินสันมักนั่งสมาธิกับท่านปรมหังสาครั้งละนาน ๆ และฝึก*กริยาโยคะ*วันละสามครั้งเป็นประจำทุกวันไม่เคยขาด

สองปีก่อนหน้าที่จะเสียชีวิตลงเมื่อวันที่ 30 มิถุนายน ค.ศ.1967 ท่านโยคาจารย์ดิกคินสันได้บรรยายให้กับบรรดาสันนยาสีของทางเอสอาร์เอฟฟัง โดยได้เล่ารายละเอียดที่น่าสนใจซึ่งท่านลืมเอ่ยถึงเมื่อครั้งที่ได้สนทนากับท่านปรมหังสา ดิกคินสันกล่าวว่า "ตอนที่ผมเดินขึ้นไปบนเวทีบรรยายที่ชิคาโกเพื่อพูดกับท่านวิเวกานันทะนั้น ท่านได้บอกกับผมก่อนที่ผมจะทันได้กล่าวทักทายท่านเสียอีกว่า

"'พ่อหนุ่ม ฉันอยากให้เธออยู่ห่างน้ำเอาไว้นะ!'" (*หมายเหตุผู้จัดพิมพ์*)

บทที่ 48

ที่เอนซินิตัสในแคลิฟอร์เนีย

“เซอร์ไพรส์ครับท่าน! ช่วงที่ท่านไปต่างประเทศ พวกเราได้สร้างอาศรมเอนซินิตัสแห่งนี้ขึ้นมาถือเป็นของขวัญในการ ‘ต้อนรับกลับบ้าน’ นะครับ!” มร.ลินน์ ภคินีคยานมาตา ทุรคามา และศิษย์คนอื่นๆ อีกสองสามคนยิ้มกริ่มนำข้าพเจ้าเข้าประตูรั้วเดินเรื่อยไปตามทางเดินอันร่มรื่นด้วยเงาไม้

ข้าพเจ้ามองเห็นอาคารหลังหนึ่งโผล่ออกมาเหมือนเรือเดินสมุทรสีขาวโพลนลำใหญ่กำลังมุ่งหน้าออกสู่ท้องทะเลสีฟ้าคราม ตอนแรกข้าพเจ้าพูดอะไรไม่ออก จากนั้นก็ได้แต่อุทาน ‘โอ!’ และ ‘อา!’ ไม่ขาดปาก จนท้ายที่สุดด้วยความปลื้มปีติและซาบซึ้งใจเกินกว่าที่จะหาคำพูดใดมาบรรยายได้ ข้าพเจ้าได้แต่เดินสำรวจอาศรมซึ่งมีห้องใหญ่กว่าปกติถึงสิบหกห้อง แต่ละห้องตกแต่งเอาไว้อย่างสวยงาม

ห้องโถงกลางอันโอ่โถงและมีหน้าต่างใหญ่สูงจรดเพดานนั้น หันหน้าออกหาสนามหญ้า มหาสมุทร และผืนฟ้า เหมือนนำมรกต มุกดา และไพลินมาวางเรียงกันไว้กระนั้น ในห้องมีเตาผิงขนาดมหึมา หิ้งเหนือเตาผิงมีรูปพระคริสต์ รูปท่านบาบาจี ท่านลาหิริ มหัสยะ และท่านอาจารย์ศรียุกเตศวรวางไว้ ข้าพเจ้ารู้สึกว่าทุกท่านได้แผ่บารมีมาปกปักรักษาอาศรมอันสงบเงียบในโลกตะวันตกแห่งนี้อยู่

เบื้องล่างห้องโถง มีคูหาสำหรับเจริญสมาธิอยู่สองห้อง สร้างโดยการขุดเจาะหน้าผาอันสูงชัน ปากคูหาหันออกหาท้องทะเลและเวิ้งฟ้าอันไพศาล ในเขตอาศรมมีมุมสำหรับออกมานั่งรับแดดอุ่น มีทางเดินปูกระเบื้องหินทอดไปสู่ซุ้มไม้เลื้อย สวนกุหลาบ ป่ายูคาลิปตัส และสวนผลไม้

“ขอวิญญาณอันประเสริฐและหาญกล้าของนักบุญทั้งหลายจงมาสถิตอยู่ ณ ที่นี้ (เป็นข้อความตอนหนึ่งใน ‘บทสวดขอให้สิ่งศักดิ์สิทธิ์ปกปักรักษาที่พักอาศัย’ จากคัมภีร์เซนด์–อาเวสตาแขวนอยู่เหนือประตูบานหนึ่งของอาศรม) ขอทุกท่านจงอยู่กับเรา ประสาทพรประสิทธิ์คุณอันประเสริฐ ไพศาลดุจผืนพิภพซ้อนทบสูงจรดผืนฟ้า!”

ที่ดินผืนใหญ่พร้อมสิ่งปลูกสร้างที่เอนซินิตัสในมลรัฐแคลิฟอร์เนียเป็นของขวัญที่ มร.เจมส์ เจ. ลินน์ บริจาคให้กับทางสมาคมเซลฟ์ รีอะไลเซชั่น เฟลโลว์ชิพ (SRF) มร.ลินน์ได้รับถ่ายทอดศาสตร์แห่ง*กริยาโยคะ*ในเดือนมกราคม ค.ศ.1932 และพากเพียรปฏิบัติด้วยศรัทธาอันมั่นคงเรื่อยมา เขาเป็นนักธุรกิจชาวอเมริกันผู้มีหน้าที่ความรับผิดชอบมากมายไม่มีวันสิ้นสุด (ในฐานะผู้นำกลุ่มธุรกิจน้ำมันขนาดใหญ่และประธานบริษัทประกันอัคคีภัยที่ใหญ่ที่สุดในโลก) กระนั้น ก็ยังหาเวลามาปฏิบัติ*กริยาโยคะ*จนหยั่งจิตลงลึกได้ครั้งละนาน ๆ เป็นประจำทุกวัน ด้วยการใช้ชีวิตอย่างมีสมดุลเช่นนี้ เขาได้รับศานติอันมั่นคงแห่งจิตอันเป็นผลจากการเข้าสู่ญาณสมาธิ

ระหว่างพำนักอยู่ในอินเดียและยุโรป (มิถุนายน ค.ศ.1935 ถึงตุลาคม ค.ศ. 1936) มร.ลินน์[1]ได้วางแผนร่วมกับประดาผู้ที่มีการเขียนจดหมายติดต่อกับข้าพเจ้าในแคลิฟอร์เนียไม่ให้ข่าวเรื่องการสร้างอาศรมในเอนซินิตัสรั่วมาถึงหูของข้าพเจ้าได้ ช่างเป็นเรื่องประหลาดใจที่น่ายินดีอะไรเช่นนี้!

ช่วงปีแรก ๆ ในอเมริกา ข้าพเจ้าตระเวนไปทั่วแนวชายฝั่งแคลิฟอร์เนีย เที่ยวค้นหาที่ดินผืนเล็ก ๆ สำหรับสร้างอาศรมริมทะเลสักหลัง แต่ทุกครั้งที่พบทำเลที่เหมาะใจ ก็ให้มีอันต้องเกิดอุปสรรคบางอย่างขึ้นขัดขวางข้าพเจ้าเอาไว้จนได้ ถึงตอนนี้เมื่อกวาดสายตามองไปรอบ ๆ อาณาบริเวณอันอาบไล้ไปด้วยแสงตะวันในเอนซินิตัส ข้าพเจ้าก็ได้ประจักษ์แก่ตนเองว่าคำทำนายเรื่อง "สถานที่ปฏิบัติธรรมริมมหาสมุทร"[2] ที่ท่านอาจารย์ศรียุกเตศวรเคยกล่าวไว้ในสมัยก่อนได้กลายเป็นจริงขึ้นมาแล้ว

หลังจากนั้นไม่กี่เดือนก็ถึงเทศกาลอีสเตอร์ของปี 1937 ข้าพเจ้าได้ประกอบพิธีสวดมนต์ในยามอรุณรุ่งของวันอีสเตอร์ขึ้นที่สนามหญ้าหน้าอาศรมแห่งใหม่

---

1 หลังท่านปรมหังสาละสังขาร มร.ลินน์ (ราชารสีชนกานันทะ) ได้เข้ารับหน้าที่เป็นประธานสมาคมเซลฟ์ รีอะไลเซชั่น เฟลโลว์ชิพ (SRF) และสมาคมโยโคทะสัตสังคะแห่งอินเดียแทน มร.ลินน์เอ่ยถึงคุรุของเขาเอาไว้ว่า "การได้อยู่ร่วมกับผู้แจ้งในธรรมช่างประเสริฐอะไรเช่นนี้! ในบรรดาสิ่งทั้งหลายที่เข้ามาในชีวิตของผม สิ่งที่ผมตีค่าเอาไว้สูงสุดก็คือพรอันประเสริฐที่ท่านปรมหังสาได้กรุณาประสาทให้กับผม"

มร.ลินน์เข้ามหาสมาธิละสังขารไปในปี 1955 (*หมายเหตุผู้จัดพิมพ์*)

2 ดูหน้า 150

ท่านปรมหังสา โยคานันทะ ที่อาศรม SRF เอนซินิตัส ซึ่งตั้งอยู่บนเนินสูงมองเห็นมหาสมุทร แปซิฟิค ภาพนี้ถ่ายเมื่อปี 1940

ภาพถ่ายทางอากาศเผยให้เห็นทิวทัศน์ของอาศรมเซลฟ์ รีอะไลเซชั่น เฟลโลว์ชิพ (SRF) ที่เอนซินิตัส แคลิฟอร์เนีย ซึ่งมองเห็นมหาสมุทรแปซิฟิคอยู่เบื้องล่าง บริเวณหนึ่งในพื้นที่อันกว้างขวางนี้ มีอารามที่พักอาศัยและสถานที่ปลีกวิเวกของเอสอาร์เอฟตั้งอยู่ และมีโบสถ์ของเอสอาร์เอฟอยู่ไม่ไกลนัก

ท่านปรมหังสา โยคานันทะ ที่อาศรม SRF เอนซินิตัส แคลิฟอร์เนีย กรกฎาคม 1950

เป็นครั้งแรกจนเกิดเป็นธรรมเนียมปฏิบัติตามมาเป็นประจำทุกปี ดุจเดียวกับนักปราชญ์ทั้งสามที่เดินทางมานมัสการพระคริสต์เมื่อแรกประสูติ ลูกศิษย์หลายร้อยคนของข้าพเจ้าได้เฝ้ามองปาฏิหาริย์ที่เกิดขึ้นเป็นประจำทุกวันด้วยศรัทธาปสาทะและความพิศวงยำเยงเมื่อพระสูรยเทพเสด็จขึ้นจากเส้นขอบฟ้าฝั่งบูรพาทิศ หันไปทางฝั่งประจิมทิศคือมหาสมุทรแปซิฟิกซึ่งคำรามก้องร่วมซ้องสรรเสริญ ไกลออกไปเห็นเรือใบสีขาวลำเล็ก ๆ กับนกนางนวลที่บินโฉบไปมาอยู่เดียวดาย "พระคริสต์ พระองค์ทรงฟื้นคืนชีพ!" พระองค์มิได้เสด็จมาพร้อมกับดวงอาทิตย์แห่งฤดูใบไม้ผลิเท่านั้น แต่ยังเสด็จมาทุกอรุณรุ่งแห่งนิรันดร์กาลในรูปของพระวิญญาณศักดิ์สิทธิ์

คืนวันอันแสนสุขผ่านไปเดือนแล้วเดือนเล่า ในท่ามกลางสภาพแวดล้อมอันงดงามไร้ที่ติของอาศรมเอนซินิตัส ข้าพเจ้าได้ทำงานที่เป็นโครงการระยะยาวสำเร็จเสร็จสิ้นลงนั่นคืองานเขียนชื่อ *Cosmic Chants*[1] ซึ่งข้าพเจ้านำเอาคำภาษาอังกฤษและโน้ตดนตรีของทางตะวันตกมาประกอบเข้ากับธรรมคีตาของทางอินเดียหลายบท ได้แก่ บทสวด "No Birth, No Death" ของท่านศังกราจารย์ บทสวดสรรเสริญภาษาสันสกฤต "Hymn to Brahma" กวีนิพนธ์ "Who Is in My Temple?" ของรพินทรนาถ ฐากุร และบทคีตาที่ข้าพเจ้าประพันธ์ขึ้นเองอีกหลายบท คือ "I Will be Thine Always" "In the Land Beyond my dreams" "I Give You My Soul Call" "Come, Listen to My Soul Song" และ "In the Temple of Silence"

บทนำของหนังสือคีตาเล่มนี้ ข้าพเจ้าได้เล่าถึงประสบการณ์ครั้งแรกที่ยังติดอยู่ในใจเมื่อได้เห็นปฏิกิริยาที่ชาวตะวันตกมีต่อบทสวดของทางตะวันออก เหตุการณ์ครั้งนั้นเกิดขึ้นในการบรรยายเมื่อวันที่ 18 เมษายน ค.ศ.1926 ที่หอประชุมคาร์เนกีฮอลในนครนิวยอร์ก

วันที่ 17 เมษายน ข้าพเจ้าแอบบอกลูกศิษย์ชาวอเมริกัน ชื่อ มร.อัลวิน ฮันซิกเกอร์ เป็นการเฉพาะว่า "ผมวางแผนจะขอให้ผู้เข้าฟังการบรรยายร่วม

---

1 ตีพิมพ์โดยทางสมาคมเซลฟ์ รีอะไลเซชั่น เฟลโลว์ชิพ (SRF) และมีการบันทึกเสียงเพลงสวดจากหนังสือ *Cosmic Chants* ของท่านปรมหังสา โยคานันทะเอาไว้หลายบท ผู้สนใจสามารถหาได้จากทางสมาคมเซลฟ์ รีอะไลเซชั่น เฟลโลว์ชิพ (SRF) (*หมายเหตุผู้จัดพิมพ์*)

ร้องบทสวดสรรเสริญ 'โอ พระเป็นเจ้าผู้งามพิสุทธิ์' อันเก่าแก่ของทางฮินดูเรา"[1]

มร.ฮันซิกเกอร์ค้านว่าบทเพลงของตะวันออกไม่ใช่สิ่งที่ชาวอเมริกันจะเข้าใจได้โดยง่าย

"ดนตรีเป็นภาษาสากล" ข้าพเจ้าตอบ "ชาวอเมริกันจะต้องรับรู้แรงบันดาลใจทางจิตวิญญาณจากบทสวดอันสูงส่งนี้ได้อย่างแน่นอน"

คืนวันถัดมา เสียงร้องเพลงสวด "โอ พระเป็นเจ้าผู้งามพิสุทธิ์" จากผู้เข้าฟังการบรรยายกว่าสามพันคนดังกังวานอยู่นานกว่าหนึ่งชั่วโมง เลิกเบื่อหน่ายจำเจกันเสียทีชาวนิวยอร์กที่รัก! หัวใจของพวกท่านได้โบยบินออกมาขับขานร่วมยินดีไปกับบทเพลงสรรเสริญอันเรียบง่ายนี้แล้ว และในค่ำคืนนั้น การเยียวยาจากเบื้องบนก็ได้อุบัติขึ้นในหมู่ผู้ศรัทธาที่ต่างร้องคีตาสรรเสริญพระนามแห่งพระเป็นเจ้ากันด้วยความรัก

ปี 1941 ข้าพเจ้าได้ไปเยือนศูนย์เซลฟ์ รีอะไลเซชั่น เฟลโลว์ชิพ (SRF) ในบอสตัน หัวหน้าศูนย์ที่บอสตันชื่อ ดร.เอ็ม. ดับเบิลยู. ลูอิสได้จัดให้ข้าพเจ้าพักในห้องชุดที่ตกแต่งไว้อย่างมีศิลปะ "ท่านครับ" ดร.ลูอิสบอกยิ้ม ๆ "ช่วงปีแรก ๆ ในอเมริกา ท่านต้องพำนักอยู่ในห้องเดี่ยว ไม่มีห้องน้ำในตัว ผมอยากให้ท่านรู้ว่าในบอสตันเราก็มีอพาร์ตเมนต์หรู ๆ อยู่บ้างเหมือนกันน่ะครับ"

หลายปีแห่งความสุขในแคลิฟอร์เนียผ่านไปอย่างรวดเร็วด้วยกิจกรรมที่

---

[1] บทคีตาของท่านคุรุนานักมีถ้อยความดังต่อไปนี้

โอ พระเป็นเจ้าผู้งามพิสุทธิ์ โอ พระเป็นเจ้าผู้งามพิสุทธิ์!
ทรงเป็นความเขียวชอุ่มในไพรพฤกษ์
ทรงเป็นความตระหง่านแห่งสิงขร
ทรงเป็นกระแสอันรี่ไหลแห่งสายธาร
ทรงเป็นความไพศาลแห่งมหรรณพ
ทรงเป็นความช่วยเหลือสำหรับผู้เดือดร้อน
ทรงเป็นความเอื้ออาทรสำหรับผู้ตรอมตรม
ทรงเป็นความรักสำหรับคนรัก
ทรงเป็นปีติสำหรับโยคี
โอ พระเป็นเจ้าผู้งามพิสุทธิ์ โอ พระเป็นเจ้าผู้งามพิสุทธิ์
ข้าพระบาทขอน้อมสักการะแทบเบื้องบาทบงสุ์

มีเข้ามาให้ทำอย่างไม่ขาดสาย ศูนย์เซลฟ์ รีอะไลเซชั่น เฟลโลว์ชิพ(SRF)[1]ใน
เอนซินิตัสได้รับการก่อตั้งขึ้นในปี 1937 และได้จัดกิจกรรมขึ้นมากมายเพื่อฝึก
อบรมสานุศิษย์ตามหลักการของทางสมาคม ทั้งยังมีการปลูกผักผลไม้เอาไว้เป็น
อาหารให้กับผู้ที่พำนักอยู่ในศูนย์เอนซินิตัสและลอสแองเจลิสด้วย

"ทรงสร้างสรรค์มนุษย์ทุกชาติพันธุ์ให้มีสายเลือดเดียวกัน"[2] "ภราดรภาพ
ของโลก" เป็นศัพท์ที่กินความหมายกว้าง แต่มนุษย์ต้องขยายขอบข่ายความ
เอื้ออาทรของตนให้กว้างไกลออกไป ด้วยการถือว่าตนเองเป็นหนึ่งในพลเมือง
ของโลก บุคคลใดเข้าใจอย่างถ่องแท้ว่า "นี่คืออเมริกาของฉัน อินเดียของฉัน
ฟิลิปปินส์ของฉัน ยุโรปของฉัน แอฟริกาของฉัน" และอื่นๆ อีกนับไม่ถ้วน
บุคคลนั้นย่อมไม่มีวันแร้นแค้นโอกาสในอันที่จะมีชีวิตอยู่อย่างเป็นประโยชน์
และเป็นสุข

ถึงแม้กายสังขารของท่านอาจารย์ศรียุกเตศวรจะไม่เคยได้เหยียบย่างไป
ในแผ่นดินอื่นที่อยู่พ้นเขตแผ่นดินอินเดียออกไป แต่ท่านก็รู้ซึ้งถึงสัจธรรมแห่ง
ภราดรภาพนี้ดีว่า

"โลกนี้คือบ้านเกิดเมืองนอนของฉัน"

---

1 ปัจจุบันเป็นศูนย์อาศรมที่รุ่งเรือง มีอาคารใหญ่หลังตั้งแต่เมื่อแรกตั้ง อาคารที่พำนักของ
นักบวชทั้งหญิงและชาย โรงอาหาร และที่พักดีๆ สำหรับสมาชิกและมิตรสหาย อาศรมฝั่งที่ติด
กับทางหลวงมีเสาสีขาวเรียงเป็นทิวแถว หัวเสาประดับด้วยดอกบัวที่หล่อขึ้นจากโลหะ แล้วปิด
ทองอย่างสวยงาม ในศิลปะอินเดีย ดอกบัวถือเป็นสัญลักษณ์ของจักรสหัสราระ (จิตสำนึกแห่ง
จักรวาล) ในสมอง ซึ่งสำแดงให้เห็นในรูปของบัวแสงพันกลีบ

2 องก์ที่ 17:26

บทที่ 49

ปี 1940–1951

"เราได้เรียนรู้ถึงคุณค่าของสมาธิ และรู้ว่าไม่มีสิ่งใดจะมาทำลายความสงบภายในจิตของเราได้ ในช่วงไม่กี่สัปดาห์หลัง ระหว่างการมาร่วมประชุมกันแต่ละครั้ง พวกเราได้ยินเสียงสัญญาณเตือนภัยทางอากาศ รอฟังเสียงระเบิดกำหนดเวลาเริ่มทำงานหลังถูกทิ้งลงมา แต่บรรดาสานุศิษย์เรายังคงมารวมตัวกันในพิธีสวดมนต์อันงดงามด้วยใจอันเบิกบาน"

ข้อความอันหาญกล้านี้เขียนขึ้นโดยหัวหน้าศูนย์เซลฟ์ รีอะไลเซชั่น เฟลโลว์ชิพ (SRF) ประจำกรุงลอนดอน และเป็นหนึ่งในจดหมายหลายฉบับที่ข้าพเจ้าได้รับจากอังกฤษและทวีปยุโรปที่กำลังระอุไปด้วยไฟแห่งสงครามในช่วงไม่กี่ปีก่อนหน้าที่อเมริกาจะเข้าร่วมในสงครามโลกครั้งที่ 2

ดร.แอล. แครนเมอร์-บิงแห่งลอนดอน บรรณาธิการผู้มีชื่อเสียงของ *The Wisdom of the East Series* เขียนจดหมายมาถึงข้าพเจ้าเมื่อปี 1942 ความว่า

"หลังจากที่ได้อ่านนิตยสาร *East-West*[1] ผมจึงตระหนักว่าเรานั้นเหมือนห่างไกลกันเหลือเกิน ที่เห็นได้ชัดคือเราอาศัยอยู่ในโลกสองแห่งที่แตกต่างกันโดยสิ้นเชิง ความงาม ความเป็นระเบียบเรียบร้อย ความสงบ และศานติจากลอสแองเจลิสได้เดินทางข้ามน้ำมาหาตัวผม แล่นตรงเข้าสู่ท่าประดุจนาวาบรรทุกพระพรและพระเมตตาแห่งจอกศักดิ์สิทธิ์มุ่งสู่เมืองที่ถูกปิดล้อมอยู่กระนั้น

"ผมมองเห็นภาพสวนปาล์มของท่านราวกับอยู่ในห้วงแห่งความฝัน เห็นเทวาลัยที่เอนซินิตัสกับทิวเขาและท้องมหาสมุทรอันไพศาล และเหนือสิ่งอื่นใดคือความเป็นพี่น้องผองเพื่อนบุรุษและสตรีผู้ตื่นรู้ในทางจิตวิญญาณ…ชุมชนซึ่งเข้าใจในความเป็นน้ำหนึ่งใจเดียว เอาใจจดจ่ออยู่กับการทำงานอันสร้างสรรค์ และตั้งมั่นอยู่กับการพิจารณาตน…ขอคารวะแด่ทุกท่านในสมาคม จากทหารธรรมดา ๆ คนหนึ่งซึ่งเขียนจดหมายนี้มาจากหอสังเกตการณ์ขณะรอเวลารุ่งอรุณ"

---

1 ปัจจุบันใช้ชื่อว่านิตยสาร *Self-Realization*

ชาวสมาคมเซลฟ์ รีอะไลเซชั่น เฟลโลว์ชิพ (SRF) ได้สร้างโบสถ์ชื่อ เชิร์ช ออฟ ออล รีลีเจียนส์ (โบสถ์ของทุกศาสนา) ขึ้นที่ฮอลลีวูด มลรัฐแคลิฟอร์เนีย และทำพิธีเปิดไปเมื่อปี 1942 หลังจากนั้นอีกหนึ่งปีก็มีการก่อตั้งเทวาลัยขึ้นที่ซานดิเอโก มลรัฐแคลิฟอร์เนียอีกแห่งหนึ่ง และตามมาอีกหนึ่งแห่งในปี 1947 ที่ลองบีช มลรัฐแคลิฟอร์เนียเช่นกัน[1]

ปี 1949 มีผู้บริจาคที่ดินผืนงามที่สุดผืนหนึ่งในโลก ดารดาษไปด้วยบุปผชาตินานาพันธุ์ในย่านแปซิฟิก พาลิเซดส์ของนครลอสแองเจลิสให้กับทางสมาคมเซลฟ์ รีอะไลเซชั่น เฟลโลว์ชิพ (SRF) เป็นพื้นที่ทั้งสิ้นสิบเอเคอร์ ลักษณะเป็นวงโค้งเหมือนโรงละครรูปครึ่งวงกลม โอบล้อมด้วยทิวเขาเขียว และมีทะเลสาบใหญ่ที่เกิดขึ้นเองตามธรรมชาติ เหมือนอัญมณีสีฟ้าครามประดับอยู่บนมงกุฎแห่งขุนเขา ทำให้ที่นี่ได้ชื่อว่าเลคชไรน์ ภายในตัวอาคารกังหันลมแบบดัตช์อันสวยแปลกตาคือโบสถ์อันสงบเงียบ ใกล้ ๆ กับสวนที่อยู่ต่ำลงไปมีกังหันน้ำขนาดใหญ่หมุนปั่นน้ำแตกกระเซ็น ฟังเย็นใจคล้ายเสียงเพลง สองฟากข้างมีรูปสลักหินอ่อนจากเมืองจีนตั้งประดับ หนึ่งคือรูปสลักพระพุทธองค์ อีกหนึ่งคือเจ้าแม่กวนอิม (พระโลกมาตาในแบบฉบับของชาวจีน) และที่ตั้งตระหง่านอยู่บนเนินเขาเหนือน้ำตกก็คือรูปสลักพระคริสต์ขนาดเท่าคนจริง พระพักตร์สงบ ภูษาทรงทิ้งชายพลิ้ว ดูงามจับตาเป็นพิเศษเมื่อฉายไฟส่องในยามค่ำคืน

อนุสรณ์สถานสันติภาพโลกมหาตมา คานธีที่เลคชไรน์สร้างเสร็จและทำพิธีเปิดในปี 1950 ซึ่งเป็นวาระครบรอบสามสิบปีแห่งการก่อตั้งสมาคมเซลฟ์ รีอะไลเซชั่น เฟลโลว์ชิพ (SRF) ขึ้นในอเมริกา[2] ทางอินเดียได้ส่งเถ้าอัฐิส่วนหนึ่งของท่านมหาตมามาให้ โดยนำไปบรรจุไว้ในโลงหินอายุนับพันปี

ศูนย์ "อินเดียเซ็นเตอร์"[3] ของทางสมาคมเซลฟ์ รีอะไลเซชั่น เฟลโลว์ชิพ (SRF)

---

1 ปี 1967 โบสถ์ลองบีชเล็กเกินกว่าจะรองรับคนจำนวนมากได้ ชาวสมาคมจึงย้ายไปประกอบศาสนกิจกันที่เทวาลัยเซลฟ์ รีอะไลเซชั่น เฟลโลว์ชิพ (SRF) ในเมืองฟุลเลอร์ตัน มลรัฐแคลิฟอร์เนียแทน (*หมายเหตุผู้จัดพิมพ์*)

2 ในการเฉลิมฉลองวาระครบรอบนี้ ข้าพเจ้าได้ประกอบพิธีศักดิ์สิทธิ์ขึ้นที่ลอสแองเจลิสในวันที่ 27 สิงหาคม ค.ศ.1950 โดยได้ทำพิธี*กริยาโยคะทีกษา*ให้กับลูกศิษย์ 500 คน

3 ศูนย์ย่อยของอาศรมใหญ่ อยู่ติดกับเทวาลัย บริหารจัดการโดยสาวกผู้อุทิศตนกระทำประโยชน์

ได้รับการก่อตั้งขึ้นที่ฮอลลีวูดเมื่อปี 1951 มร.กูดวิน เจ. ไนต์ ผู้ว่าการรัฐแคลิฟอร์เนียกับ มร.เอ็ม. อาร์. อหุชา กงสุลใหญ่ของอินเดียได้ให้เกียรติมาร่วมประกอบพิธีเปิดศูนย์กับข้าพเจ้าด้วย ศูนย์แห่งนี้มีหอประชุมอินเดียฮอลซึ่งจุคนได้มากถึง 250 คน

ผู้คนหน้าใหม่ ๆ ที่เข้ามาในศูนย์เหล่านี้มักสนใจอยากได้ความรู้ในเรื่องโยคะตามติดมาด้วย บางครั้งข้าพเจ้าจะได้ยินคำถามว่า "จริงหรือไม่ตามที่มีองค์กรบางแห่งกล่าวว่าการเรียนโยคะจากตำราจะไม่ได้ผล ควรต้องเรียนกับครูผู้คอยให้คำชี้แนะอย่างใกล้ชิดเท่านั้น?"

ในยุคปรมาณูเช่นนี้ วิชาโยคะควรใช้วิธีการเรียนการสอนโดยอาศัยบทเรียนอย่างของ เซลฟ์ รีอะไลเซชั่น เฟลโลว์ชิพ (SRF)[1] หรือจะเป็นการจำกัดศาสตร์อันจะนำไปสู่ความหลุดพ้นนี้ไว้ในหมู่ผู้ที่คัดสรรมาเพียงไม่กี่คนเท่านั้น หากนักเรียนแต่ละคนสามารถมีคุรุผู้รู้แจ้งในปัญญาญาณคอยบอกคอยสอนอยู่ข้างกาย นั่นย่อมเป็นบุญอันประมาณค่ามิได้ แต่โลกเรานี้อุดมด้วย "คนบาป" และแร้นแค้นนักบุญนัก เช่นนี้แล้วศาสตร์แห่งโยคะจะช่วยเหลือคนหมู่มากได้อย่างไรถ้าไม่ใช้วิธีให้พวกเขาเหล่านั้นเล่าเรียนอยู่ที่บ้านจากตำราที่เขียนขึ้นโดยโยคีที่แท้จริง?

หรือไม่ก็เลือกทางเลือกที่เหลืออีกเพียงทางเดียว คือปล่อย "พวกคนธรรมดา ๆ" ไปตามเวรตามกรรม ไม่ต้องไปสนใจให้ความรู้เรื่องโยคะกับพวกเขา แต่ทางเลือกเช่นนั้นมิใช่แผนที่พระเป็นเจ้าทรงวางไว้ให้กับโลกยุคใหม่นี้ ท่านบาบาจีได้ให้คำมั่นสัญญาว่าจะปกปักรักษาผู้มุ่งมั่นปฏิบัติ*กริยาโยคะ*เรื่อยไปตราบกระทั่งพวกเขาทั้งหลายได้บรรลุถึงพระเป็นเจ้าผู้ทรงเป็นเป้าหมายสูงสุด[2]

เพื่อมนุษยชาติและเพื่อการเข้าถึงพระเป็นเจ้าตามแนวทางของท่านปรมหังสา โยคานันทะ (*หมายเหตุผู้จัดพิมพ์*)

1 ชุดแบบเรียนโยคะอยู่กับบ้านนี้สามารถติดต่อขอรับได้ที่สำนักงานใหญ่นานาชาติสมาคมเซลฟ์ รีอะไลเซชั่น เฟลโลว์ชิพ (SRF) ท่านปรมหังสา โยคานันทะก่อตั้งสมาคมนี้ขึ้นเพื่อเผยแพร่ศาสตร์แห่งการทำสมาธิและการใช้ชีวิตในทางธรรมตามหลัก*กริยาโยคะ*โดยเฉพาะ (ดูหน้า 651) (*หมายเหตุผู้จัดพิมพ์*)

2 ท่านปรมหังสา โยคานันทะเองได้บอกกับลูกศิษย์ทั้งในโลกตะวันตกและตะวันออกว่า แม้ละสังขารในชาติภพนี้ไปแล้ว ท่านก็จะยังติดตามดูแลความก้าวหน้าทางจิตวิญญาณของชาว*กริยาพัน* (ผู้รับบทเรียน เซลฟ์ รีอะไลเซชั่น เฟลโลว์ชิพ (SRF) มาศึกษาและได้รับถ่ายทอดศาสตร์แห่ง*กริยาโยคะ*

การจะทำให้โลกได้ประจักษ์ถึงศานติและความพรั่งพร้อมบริบูรณ์ซึ่งรอท่ามนุษย์อยู่ข้างหน้าหลังจากที่พวกเขาได้ทุ่มเทความพยายามที่จะกลับไปเป็นบุตรแห่งพระบิดาเจ้าให้จงได้นั้น จำเป็นต้องใช้กริยาโยคีเรือนหมื่นเรือนแสน มิใช่แค่หลักสิบหลักร้อยเท่านั้น

การก่อตั้งองค์กรเช่นเซลฟ์ รีอะไลเซชั่น เฟลโลว์ชิพ (SRF) อันเปรียบได้กับ "รวงรังสำหรับน้ำผึ้งแห่งจิตวิญญาณ" ขึ้นในโลกตะวันตกเป็นภาระหน้าที่ซึ่งท่านคุรุศรียุกเตศวรและองค์มหาวตารบาบาจีมอบหมายให้กับข้าพเจ้า แต่การปฏิบัติภารกิจอันศักดิ์สิทธิ์ดังกล่าวให้ลุล่วงไปก็ใช่จะไร้ซึ่งอุปสรรคเสียเลย

"ท่านปรมหังสาครับ ท่านช่วยบอกผมตามจริงหน่อยได้ไหมครับว่ามันคุ้มกันหรือไม่?" ผู้ตั้งคำถามแสนสั้นนี้กับข้าพเจ้าในค่ำคืนวันหนึ่ง คือ ดร.ลอยด์ เคนเนล ผู้นำอาศรมที่ซานดิเอโก ข้าพเจ้าเข้าใจนัยในคำถามนั้นว่า "อยู่ที่อเมริกาท่านมีความสุขหรือไม่? แล้วการปล่อยข่าวเท็จจากผู้คนซึ่งมีความคิดผิด ๆ ต้องการสกัดขัดขวางไม่ให้มีการเผยแพร่*กริยาโยคะ*ออกไปเล่า? ไหนจะเรื่องน่าผิดหวังน่าปวดใจอย่างผู้นำศูนย์ไม่สามารถนำศูนย์ แล้วยังนักเรียนที่เข็นอย่างไรก็ไม่ขึ้นอีกเล่า?"

"บุคคลผู้ได้รับการทดสอบจากพระเป็นเจ้านับว่ามีบุญวาสนานัก!" ข้าพเจ้าตอบ "เหตุเพราะพระองค์ทรงนึกถึงผม และทรงมอบหมายภาระหน้าที่ให้เป็นครั้งคราว" แวบนั้น ข้าพเจ้าก็ให้นึกไปถึงประดาผู้มีศรัทธาปสาทะขึ้นมา นึกถึงความรัก ความเสียสละ และความเข้าใจที่ฉายส่องหัวใจของอเมริกา จึงตอบย้ำต่อไปอย่างช้า ๆ ว่า "คำตอบของผมคือคุ้ม จะร้อยจะพันครั้งก็ยังจะตอบว่าคุ้ม! มันคุ้มค่าเกินกว่าที่ผมเคยคิดฝันไว้ ที่ได้เห็นโลกตะวันออกกับตะวันตกถูกดึงเข้ามาใกล้ชิดกันยิ่งขึ้นด้วยความผูกพันทางจิตวิญญาณที่จะไม่มีวันเสื่อมสลายไปได้"

ครูบาอาจารย์ผู้ยิ่งใหญ่หลายท่านของทางอินเดียเราผู้แสดงความสนในโลกตะวันตก เข้าใจสภาพความเป็นไปของโลกในยุคสมัยใหม่ดี และรู้ดีว่าตราบใดที่

ดูหน้า 410.1) อยู่ต่อไป หลังท่านเข้าสู่*มหาสมาธิ*ละสังขาร คำสัญญาอันงดงามของท่านได้รับการพิสูจน์ให้เห็นว่าเป็นจริงตามนั้นแล้วด้วยจดหมายจากผู้ปฏิบัติ*กริยาโยคะ*จำนวนมากที่รับรู้ได้ถึงการเฝ้าคอยชี้แนะจากท่าน ไม่ว่าจะเมื่อใดหรือในสถานที่ใดก็ตาม (*หมายเหตุผู้จัดพิมพ์*)

ชาติทั้งหลายยังไร้หนทางที่จะหล่อหลอมคุณธรรมความดีงามที่ต่างกันของโลกตะวันตกกับตะวันออกให้ประสานเข้ากันได้อย่างลงตัว ตราบนั้น ปัญหาความขัดแย้งทั้งหลายในโลกย่อมไม่มีวันจะคลี่คลายลงได้ แต่ละซีกโลกต่างต้องการสิ่งที่ดีที่สุดของอีกฝ่ายหนึ่งเฉกเช่นเดียวกัน

ระหว่างเดินทางท่องไปทั่วโลก ข้าพเจ้าสลดใจนักที่ได้พบเห็นความทุกข์ยากมากมาย[1] โลกตะวันออกลำบากยากแค้นเพราะขาดแคลนทางวัตถุ ในขณะที่โลกตะวันตกทุกข์เพราะความแร้นแค้นทางจิตวิญญาณหรือจิตใจ นานาชาติต่างรับรู้ถึงผลกระทบอันนำมาซึ่งความทุกข์จากอารยธรรมที่ไร้ซึ่งสมดุลดุจเดียวกัน อินเดียกับอีกหลายชาติในโลกตะวันออกสามารถหยิบยืมความเจริญทางด้านวัตถุจากชาติตะวันตกอย่างอเมริกามาสร้างคุณประโยชน์ให้แก่ชนในชาติได้อย่างมากมายมหาศาล ในทางกลับกัน แนวทางที่จะยังให้เกิดความเข้าใจในรากฐานทางจิตวิญญาณของชีวิตก็เป็นที่ต้องประสงค์ของชาวตะวันตก โดยเฉพาะเทคนิควิธีที่เป็นวิทยาศาสตร์ซึ่งอินเดียได้พัฒนาขึ้นตั้งแต่ครั้งโบราณเพื่อให้มนุษย์ผสานจิตสำนึกของตนเข้ากับกระแสแห่งพระเป็นเจ้าได้

แนวคิดเรื่องอารยธรรมอันได้สมดุลไม่ใช่เรื่องเพ้อฝัน ตลอดหลายพันปีที่ผ่านมาอินเดียเป็นทั้งดินแดนแห่งแสงสว่างทางจิตวิญญาณและความรุ่งเรืองทางด้านวัตถุ ความยากจนในช่วง 200 ปีหลังของประวัติศาสตร์อันยาวนานของอินเดีย ถือเป็นกงกรรมกงเกวียนที่เวียนผ่านเข้ามาเพียงบทตอนหนึ่ง

---

1 "เสียงนั้นสะท้อนอยู่รอบตัวข้าพเจ้าดุจเสียงสาดซัดของท้องทะเลกระนั้น

'โลกเจ้ามีตำหนิแล้ว ฤๅไฉน
แตกเป็นเสี่ยงลอยไกล สู่ข้า
สรรพสิ่งที่พรากไป จากโลก
ใช่ว่าเราหยาบช้า มุ่งร้ายแย่งชิง
หาในอ้อมแขนข้า เป็นไร
ของมิหายเจ้าเข้าใจ ผิดพลั้ง
เก็บงำรอเจ้าไป คืนถิ่น
จับมือเราอย่ารอรั้ง กลับบ้านเรือนเนา!'"

—ฟรานซิส ทอมป์สัน "The Hound of Heaven"

เท่านั้น สิ่งที่ผู้คนในโลกกล่าวขวัญถึงศตวรรษแล้วศตวรรษเล่า คือ "ความมั่งคั่งแห่งอินเดีย"[1] ความพรั่งพร้อมบริบูรณ์ ทั้งทางด้านวัตถุและจิตวิญญาณเป็นการแสดงออกทางโครงสร้างของ *ฤต* อันหมายถึงกฎแห่งจักรวาลหรือความเที่ยงธรรมแห่งธรรมชาติ ความตระหนี่ถี่เหนียวไม่เคยมีในองค์พระเป็นเจ้าหรือธรรมชาติอันอุดมสมบูรณ์...ธรรมชาติผู้เป็นเทพธิดาแห่งปรากฏการณ์ทั้งปวง

---

1 บันทึกประวัติศาสตร์ระบุว่าอินเดียเป็นชาติที่มั่งคั่งที่สุดในโลกเรื่อยมาจนถึงศตวรรษที่ 18 อนึ่ง ไม่มีวรรณคดีหรือตำนานใด ๆ ของทางฮินดูที่มีเนื้อความส่อไปในทางสนับสนุนทฤษฎีประวัติศาสตร์ของนักวิชาการตะวันตกในยุคปัจจุบัน ซึ่งกล่าวอ้างว่าชาวอารยะรุ่นแรก ๆ อพยพจากดินแดนส่วนอื่นของทวีปเอเชียหรือยุโรปเข้ามา "รุกราน" อินเดียแต่อย่างใดเลย เป็นที่เข้าใจได้ว่านักวิชาการไม่สามารถชี้ชัดลงไปได้ว่าการอพยพย้ายถิ่นที่จินตนาการกันขึ้นมาเองนี้เกิดขึ้นเมื่อใดกันแน่ เนื้อความในพระเวทระบุว่าอินเดียเป็นถิ่นฐานของชาวฮินดูมานานจนเหลือจะจดจำได้ หลักฐานดังกล่าวมีการนำแสดงไว้อย่างไม่ธรรมดาและน่าอ่านมากในหนังสือ *Rig–Vedic India* ของอพินาส จันทรทาส ซึ่งทางมหาวิทยาลัยกัลกัตตีพิมพ์ขึ้นเมื่อปี 1921 ศาสตราจารย์อพินาส จันทรทาสอ้างว่าชาวอินเดียต่างหากที่อพยพไปตั้งถิ่นฐานอยู่ตามภูมิภาคต่าง ๆ ของยุโรปและเอเชีย โดยเผยแพร่ภาษาและขนบประเพณีของชาวอารยะไปตลอดทาง ยกตัวอย่างเช่น ภาษาลิธัวเนียนั้นมีความคล้ายคลึงกับภาษาสันสกฤตอย่างน่าประหลาดอยู่หลายประการ นักปรัชญาอย่างคานต์ไม่รู้ภาษาสันสกฤตเลย แต่เขาก็ทึ่งกับโครงสร้างของภาษาลิธัวเนียมาก และกล่าวเอาไว้ว่า "มันมีกุญแจที่จะไขปริศนาทั้งสิ้นทั้งปวงได้ ไม่เฉพาะปริศนาทางด้านนิรุกติศาสตร์เท่านั้น แต่ยังรวมไปถึงปริศนาทางด้านประวัติศาสตร์ด้วย"

พระคัมภีร์ไบเบิลมีข้อความเอ่ยอ้างถึงความร่ำรวยของอินเดีย โดยระบุ (พงศาวดาร II 9:21) ถึง "เรือแห่งทารชิช" ได้นำ "ทองคำและเงิน งาช้าง ลิงและนกยูง" มาถวายกษัตริย์โซโลมอน รวมไปถึง "ต้นไม้จันทน์กับอัญมณีล้ำค่า" จากโอฟีร์ (เมืองโสปาระบนชายฝั่งบอมเบย์)ด้วย ทูตชาวกรีกชื่อเมกัสเธนีส (ศตวรรษที่ 4 ก่อนคริสตกาล) บรรยายภาพความมั่งคั่งของอินเดียเอาไว้อย่างละเอียด พลีนี (คริสต์ศตวรรษที่ 1 ก็บันทึกไว้ว่า ในแต่ละปี ชาวโรมันจะใช้เงินห้าสิบล้านเซสแตร์เชส (5,000,000 เหรียญสหรัฐฯ) นำเข้าสินค้าต่าง ๆ จากอินเดีย ซึ่งในยุคสมัยนั้นเรืองอำนาจทางทะเลเป็นที่ยิ่ง

นักเดินทางชาวจีนได้บันทึกถึงอารยธรรมอันมั่งคั่งของอินเดียเอาไว้อย่างแจ่มชัด ทั้งทางด้านการศึกษาที่แพร่หลายและการบริหารปกครองที่ดีเยี่ยม หลวงจีนฟาเหียน พระภิกษุชาวจีน (ยุคศตวรรษที่ 5) บอกเราว่าผู้คนในอินเดียมีความสุข สัตย์ซื่อ และมั่งคั่ง หรือจะไปหาอ่านดูหนังสือของซามูเอล บีอัล เรื่อง *Buddhist Records of the Western World* (อินเดียเป็น "แดนตะวันตก" ในทรรศนะของชาวจีน!), Trubner, London; และหนังสือของโทมัส วัตเตอส์ เรื่อง *On Yuan Chwang's Trabels in India*, A.D. 629–45, Royal Asiatic Society ด้วยก็ได้

สิ่งที่โคลัมบัสผู้ค้นพบโลกใหม่ในศตวรรษที่ 15 ค้นหา แท้จริงแล้วคือเส้นทางการค้าที่สั้นกว่าและเป็นทางลัดตัดมาสู่อินเดีย เป็นเวลานับร้อย ๆ ปีที่ยุโรปกระหายใคร่ได้ครอบครองสินค้าส่งออกของอินเดีย...ทั้งผ้าไหม ผ้าเนื้อดี (บางเบาถึงขนาดชาวยุโรปตกปากเรียกว่า "อากาศที่ถักทอเป็นผืน" และ "ละอองที่มองไม่เห็น") ผ้าฝ้ายพิมพ์ลาย แพรต่วนปักดอก งานปักผ้า พรม มีด–ช้อนส้อม ชุดเกราะ งาช้าง งานฝีมือที่ทำจากงาช้าง น้ำหอม กำยาน ไม้จันทน์ เครื่องปั้นดินเผา ยาสมุนไพร ขี้ผึ้งยา คราม ข้าว เครื่องเทศ ปะการัง ทอง เงิน ไข่มุก ทับทิม มรกต และเพชร

พ่อค้าชาวโปรตุเกสและอิตาเลียนบันทึกถึงความมั่งคั่งมลังเมลืองของอาณาจักรวิชัยนคร (ปี

คัมภีร์ของทางฮินดูสอนว่า มนุษย์เราถูกดึงดูดให้มาสู่โลกนี้เพื่อเรียนรู้ให้ถ่องแท้ขึ้นในแต่ละชาติภพ ถึงหนทางที่พระเป็นเจ้าจะสามารถสำแดงผ่านตนและมีอำนาจเหนือเงื่อนไขทางวัตถุได้ โลกตะวันออกกับโลกตะวันตกกำลัง

1336–1565) ที่ทำให้พวกเขาได้แต่ยืนตะลึงลาน ราชทูตชาวอาหรับนามรัซซักก็พรรณนาถึงความรุ่งโรจน์ของเมืองราชธานีเอาไว้ว่า "สองตานี้ยังไม่เคยเห็น และสองหูนี้ก็ยังไม่เคยได้ยินมาก่อนว่าจะมีที่ใดในโลกเทียบรัศมีของที่นี่ได้"

ในศตวรรษที่ 16 อินเดียตกไปอยู่ภายใต้อำนาจของประมุขที่ไม่ใช่ชาวฮินดูเป็นครั้งแรกในประวัติศาสตร์อันยาวนาน พระเจ้าบาบัรแห่งเผ่าเติร์กทรงบุกเข้ารุกรานอินเดียในปี 1524 และก่อตั้งราชวงศ์ของกษัตริย์มุสลิมขึ้น แม้จะเข้ามาปักหลักอยู่ในแผ่นดินอันเก่าแก่ แต่กษัตริย์ราชวงศ์ใหม่ก็มิได้ขูดรีดหรือสูบเอาความมั่งคั่งของที่นี่ให้สิ้นสูญไป อย่างไรก็ดี ความแตกแยกจากภายในทำให้ชาติอันมั่งคั่งอย่างอินเดียอ่อนแอลงจนตกเป็นเหยื่อของบรรดาชาติยุโรปในศตวรรษที่ 17 ก่อนที่อังกฤษจะได้อำนาจในการปกครองไปในท้ายที่สุด จนวันที่ 15 สิงหาคม ค.ศ.1947 อินเดียจึงได้เอกราชกลับคืนมาโดยสันติ

เช่นเดียวกับชาวอินเดียจำนวนมาก ข้าพเจ้าเองก็มีเรื่องที่ตอนนี้สามารถนำมาบอกเล่าได้แล้วอยู่เรื่องหนึ่ง คือ มีชายหนุ่มกลุ่มหนึ่งที่ข้าพเจ้ารู้จักที่วิทยาลัยมาพบข้าพเจ้าในช่วงสงครามโลกครั้งที่ 1 เรียกร้องข้าพเจ้าให้ออกไปเคลื่อนไหวนำการปฏิวัติแต่ข้าพเจ้าปฏิเสธไปว่า "การฆ่าพี่น้องชาวอังกฤษของพวกเราไม่อาจสร้างประโยชน์โภชผลใดให้แก่อินเดีย เอกราชของอินเดียไม่อาจได้มาด้วยกระสุนปืน แต่จะได้มาด้วยพลังทางจิตวิญญาณ" จากนั้น ข้าพเจ้ายังเตือนเพื่อนกลุ่มนี้ว่าเรือบรรทุกอาวุธของเยอรมนีที่พวกเขาหวังพึ่งจะถูกฝ่ายอังกฤษดักจับได้ที่ท่าไดมอนด์ฮาร์เบอร์ของแคว้นเบงกอล แต่พวกเขาไม่ฟัง ยังดำเนินการตามแผนต่อไป ซึ่งแผนนั้นก็ประสบกับความผิดพลาดเช่นที่ข้าพเจ้าได้บอกเอาไว้ล่วงหน้า เพื่อนๆ ของข้าพเจ้าได้รับการปล่อยตัวออกจากคุกในอีกไม่กี่ปีให้หลัง พวกเขาละทิ้งแนวคิดในการใช้ความรุนแรง หลายคนเข้าร่วมเคลื่อนไหวทางการเมืองตามหลักการของท่านมหาตมา ท้ายที่สุด พวกเขาก็ได้เห็นอินเดียเราประสบชัยชนะใน "สงคราม" ด้วยสันติวิธีจนได้

การแบ่งแยกประเทศออกเป็นอินเดียและปากีสถานอันน่าเศร้ากับวิกฤตในช่วงสั้นๆ แต่ทำให้เลือดนองเป็นท้องธารในบางภูมิภาคของประเทศนั้น มีสาเหตุมาจากปัจจัยทางด้านเศรษฐกิจ ไม่ใช่เพราะความคลั่งศาสนา (เหตุผลจิ๊บจ้อยที่มักถูกหยิบยกขึ้นมาขยายให้ใหญ่โตอย่างไม่ควรที่) ปัจจุบัน ชาวฮินดูกับมุสลิมก็ยังอยู่ร่วมกันได้ฉันมิตรไม่ต่างจากในครั้งอดีต ผู้คนของทั้งสองศาสนาซึ่งมีอยู่เป็นจำนวนมาก ได้กลายมาเป็นสานุศิษย์ของท่านกบีร์ (ปี 1450–1518) คุรุ "ผู้ไม่เจาะจงลัทธิ" และจนทุกวันนี้ท่านก็ยังมีสาวกให้ความเชื่อถือศรัทธาอยู่นับล้านๆ คน (เรียกว่าพวก*กบีร์ปันฐี*) ภายใต้การปกครองของกษัตริย์มุสลิมอย่างพระเจ้าอักบาร์มหาราช เสรีภาพในการนับถือศาสนาได้เบ่งบานไปทั่วอินเดีย และในปัจจุบันนี้ ประชากรอินเดียร้อยละ 95 ก็ไม่เคยมีปัญหาความขัดแย้งทางศาสนาที่ทำให้เป็นเรื่องเป็นราวขึ้นมาได้จริงๆ อินเดียที่แท้จริง...อินเดียส่วนที่สามารถเข้าใจและทำตามหลักการของท่านมหาตมาได้...ไม่ได้อยู่ตามเมืองใหญ่อันสับสนเร่งรีบ แต่อยู่ในหมู่บ้านอันสุขสงบกว่า 700,000 แห่งซึ่งปกครองกันเองแบบง่ายๆ แต่เที่ยงธรรมโดยสภา*ปัญจยาต* (สภาท้องถิ่น) มาแต่ครั้งโบราณเนิ่นนานจนไม่อาจจดจำได้ ปัญหาซึ่งเกิดขึ้นกับอินเดียที่เพิ่งได้รับเอกราชมาหมาดๆ จะต้องได้รับการไขได้อย่างทันท่วงทีจากประดาบุคคลผู้ยิ่งใหญ่ที่อินเดียสรรค์สร้างขึ้นมาได้ไม่เคยขาดสาย

เรียนรู้สัจธรรมอันยิ่งใหญ่นี้ในวิถีที่แตกต่างกัน และควรยินดีที่จะนำเอาความรู้ที่ได้ค้นพบมาแบ่งปันกัน ไม่ต้องสงสัยเลยว่าพระเป็นเจ้าจะทรงยินดีนักเมื่อประดาบุตรของพระองค์บนโลกมนุษย์ดิ้นรนขวนขวายให้ได้มาซึ่ง อารยธรรมโลกอันปลอดจากความยากจน โรคภัยไข้เจ็บ และอวิชชาทางจิตวิญญาณ การที่มนุษย์หลงลืมทรัพยากรทางจิตวิญญาณของตนเอง (ยังผลให้ใช้เจตจำนงหรืออำนาจจิต[1]ไปในทางที่ผิดพลาด) ที่เป็นรากเหง้านำมาซึ่งความทุกข์นานาสารพัน

ปัญหาที่เชื่อกันว่ามีสาเหตุมาจากแนวคิดทางนามธรรมของมนุษย์ในสิ่งซึ่งเรียกกันว่า "สังคม" นั้นอาจนำมาตีแผ่ให้เห็นเป็นจริงเป็นจังได้ต่อหน้าปุถุชนคนธรรมดาทั่วไป[2] สังคมยูโทเปียจะต้องงอกงามขึ้นในใจของแต่ละบุคคลเสียก่อน จึงจะเบ่งบานต่อในรูปของคุณธรรมความดีของสังคมโดยรวมได้ การปฏิรูปภายในยังผลให้ภายนอกดีขึ้นโดยธรรมชาติวิสัยได้ฉันใด มนุษย์ผู้ปรับปรุงตนแล้วย่อมนำพาผู้อื่นอีกนับร้อยนับพันให้ดีตามขึ้นได้ฉันนั้น

พระคัมภีร์ทั้งหลายในโลกที่ยืนหยัดท้าทายกาลเวลามาได้ล้วนมีแก่นแท้เป็นหนึ่งเดียวกัน นั่นคือ การเป็นแรงบันดาลใจให้มนุษย์พัฒนาตนไปสู่ภพภูมิที่สูงยิ่ง ๆ ขึ้นไป หนึ่งในช่วงเวลาที่ยังความสุขใจให้มากที่สุดในชีวิตคือชั่วขณะ

---

1 "เราทำ, เราให้ด้วย ใจอิส–ระนา
ปฏิบัติตามใจคิด บ่ยั้ง
รัก, ไม่รักตามแต่จิต กำหนด
ยืนหยัดฤๅพลาดพลั้ง จิตล้วน บงการ
ลางคนพังเพราะดื้อ ดึงดัน
ตกสวรรค์สู่นรกอัน ลึกร้าย
จากปีติสุขสันต์ สูงส่ง
สู่เศร้าโศกทุกข์คล้าย เทียบขั้น อเวจี!"
—มิลตัน *"Paradise Lost"*

2 แผนการแห่งเทวลีลา หรือ "ละครแนวหยอกล้อ" แห่งพระเป็นเจ้ายังผลให้โลกแห่งวัตถุธาตุอุบัติขึ้น และเป็นหนึ่งในการแลกเปลี่ยนที่สรรพสัตว์และพระผู้สร้างมีให้กันและกัน ของขวัญเพียงอย่างเดียวที่มนุษย์สามารถถวายแด่พระเป็นเจ้าได้คือความรัก และความรักเพียงอย่างเดียวก็เพียงพอที่จะทำให้พระองค์ประทานทุกสิ่งให้อย่างล้นเหลือ "เจ้าทั้งหลายต้องถูกสาปแช่งด้วยคำสาปแช่ง เพราะเจ้าทั้งหลายทั้งชาติฉ้อเรา พระเจ้าจอมโยธาตรัสว่า จงนำทศางค์ เต็มขนาดมาไว้ในคลัง เพื่อว่าจะมีอาหารในนิเวศของเรา จงลองดูเราในเรื่องนี้ดูทีหรือว่า เราจะเปิดหน้าต่างในฟ้าสวรรค์ให้เจ้า และเทพรอย่างล้นไหลมาให้เจ้าหรือไม่"—มาลาคี 3:9–10

ที่ข้าพเจ้านั่งบอกบทจากการตีความในพระคัมภีร์ใหม่[1] ส่วนหนึ่ง เพื่อนำไปตีพิมพ์ลงในนิตยสาร *Self–Realization* ข้าพเจ้าสวดวิงวอนพระคริสต์ขอให้ทรงชี้นำให้ข้าพเจ้าเข้าใจความหมายที่แท้จริงในคำสอนของพระองค์ ซึ่งมีอยู่หลายส่วนที่ผู้คนตีความกันไปแบบผิด ๆ มานานกว่าสองพันปี

คืนหนึ่ง ขณะนั่งสวดมนต์อยู่เงียบ ๆ ในห้องนั่งเล่นของอาศรมเอนซินิตัส จู่ ๆ ห้องทั้งห้องก็สว่างไสวไปด้วยแสงสีฟ้าเหลือบเหลือง แล้วข้าพเจ้าก็เห็นร่างอันเรืองรองของพระเยซูปรากฏขึ้น เป็นร่างของชายหนุ่มในวัยราวยี่สิบห้าปี มีพระมัสสุบาง ๆ พระเกศายาวเป็นสีดำ แสกกลาง มีรัศมีสีทองแผ่ออกรอบพระเศียรเป็นประกายระยิบระยับ

ดวงเนตรของพระองค์คือความอัศจรรย์อันเป็นนิรันดร์ที่แปรเปลี่ยนไปไม่มีที่สิ้นสุดในขณะที่ข้าพเจ้าจ้องตรงเข้าไป สายพระเนตรที่เปลี่ยนไปในแต่ละครั้งข้าพเจ้าเข้าใจได้โดยญาณว่าทรงผ่านปัญญามาให้ และด้วยสายพระเนตรนั้นข้าพเจ้ารู้สึกได้ถึงพลังอำนาจอันมากมายเหลือคณานับซึ่งค้ำจุนโลกเอาไว้ จอกศักดิ์สิทธิ์ปรากฏขึ้นที่พระโอษฐ์ แล้วลอยตรงมายังริมฝีปากของข้าพเจ้า ก่อนกลับไปที่พระองค์อีกครั้ง หลังจากนั้นอีกไม่กี่อึดใจ พระองค์ก็ตรัสกับข้าพเจ้าด้วยถ้อยคำอันงดงามและมีความเป็นส่วนตัวจนข้าพเจ้าต้องเก็บงำไว้ในหัวใจตนเอง

ช่วงปี 1950 และ 1951 ข้าพเจ้าใช้เวลาส่วนใหญ่อยู่ที่สถานปลีกวิเวกละแวกทะเลทรายโมฮาวีในมลรัฐแคลิฟอร์เนีย เพื่อแปลภควัทคีตาและเขียนบทภาษยะ[2] อรรถาธิบายลงในรายละเอียดว่าด้วยแนวทางอันหลากหลายของโยคะ

---

1 ทางสมาคมเซลฟ์ รีอะไลเซชั่น เฟลโลว์ชิพ (SRF) ได้นำข้อเขียนของท่านปรมหังสา โยคานันทะที่ตีความพระวรสารทั้งสี่เอาไว้อย่างครอบคลุมมาพิมพ์รวมเล่มเป็นหนังสือ เรื่อง *The Second Coming of Christ: The Resurrection of the Christ Within You* (*หมายเหตุผู้จัดพิมพ์*)

2 *God Talks With Arjuna: The Bhagavad Gita—Royal Science of God–Realization* ตีพิมพ์โดยทางสมาคมเซลฟ์ รีอะไลเซชั่น เฟลโลว์ชิพ (SRF) ภควัทคีตาเป็นคัมภีร์ที่ชาวอินเดียนิยมอ่านกันมากที่สุด เนื้อหาเป็นการสนทนากันระหว่างพระกฤษณะ (เป็นสัญลักษณ์แทนพระเป็นเจ้า) กับท้าวอรชุนผู้เป็นศิษย์ (เป็นสัญลักษณ์แทนวิญญาณของสาวกในอุดมคติ) คำชี้แนะทางจิตวิญญาณในพระคัมภีร์เป็นสิ่งที่อยู่เหนือกาลเวลา ผู้แสวงหาสัจธรรมทั้งหลายล้วนสามารถนำมาใช้ให้เกิดประโยชน์ได้เหมือน ๆ กัน สาระสำคัญของภควัทคีตาคือ มนุษย์อาจหลุดพ้นได้ด้วยความภักดีในพระเป็นเจ้า ด้วยปัญญา และด้วยการกระทำกิจด้วยความถูกต้องและไม่ยึดติดกับสิ่งใด

ปรมหังสา โยคานันทะ
ถ่ายภาพเมื่อ 20 สิงหาคม 1950 ในพิธีเปิด เซลฟ์ รีอะไลเซชั่น เฟลโลว์ชิพ (SRF)
เลคชไรน์ ที่แปซิฟิค พาลิเซดส์ แคลิฟอร์เนีย

คัมภีร์อันยิ่งใหญ่ของอินเดียเราเคยเอ่ยถึงโยควิธีซึ่งสามารถอธิบายด้วยเหตุด้วยผลได้ไว้ถึงสองครั้ง[1] (เป็นโยควิธีเพียงหนึ่งเดียวที่มีกล่าวถึงในภควัทคีตาและเป็นโยควิธีเดียวกับที่ท่านบาบาจีตั้งชื่อให้อย่างเรียบง่ายกว่า*กริยาโยคะ*) จึงนับได้ว่าเป็นการนำเสนอทั้งคำสอนที่นำไปปฏิบัติได้จริงและคำสอนในเชิงศีลธรรมจรรยา ในห้วงมหรรณพของโลกแห่งความฝันของเรานี้ ลมหายใจคือพายุแห่งมายาอันยังให้เกิดความสำนึกรู้ของบรรดาคลื่นซึ่งต่างล้วนเป็นปัจเจก นั่นก็คือกายสังขารของมนุษย์และวัตถุธาตุทั้งปวงนั่นเอง พระกฤษณะทรงรู้ดีว่าแค่เพียงความรู้ในหลักปรัชญาและจริยธรรมนั้นไม่เพียงพอที่จะปลุกมนุษย์ให้ตื่นขึ้นจากความฝันอันเจ็บปวดอันเนื่องมาจากการดำรงอยู่ที่แยกจากกันนี้ได้ พระองค์จึงทรงชี้ให้เห็นถึงศาสตร์ศักดิ์สิทธิ์ที่โยคีสามารถนำมาใช้ในการควบคุมและแปรสภาพของร่างกายให้กลายเป็นพลังงานบริสุทธิ์ได้ตามใจคิด คุณอันวิเศษของโยคะที่สามารถปฏิบัติจนเกิดผลได้จริงนี้ไม่ได้อยู่พ้นวิสัย ซึ่งสติปัญญาของนักวิทยาศาสตร์ผู้บุกเบิกยุคปรมาณูจะพึงทำความเข้าใจในหลักการได้ด้วยมีการพิสูจน์ยืนยันแล้วว่าสสารทั้งปวงสามารถแตกย่อยออกเป็นพลังงานได้

คัมภีร์ของทางฮินดูเรายกย่องศาสตร์แห่งโยคะเพราะเป็นความรู้ที่มนุษย์ทุกรูปทุกนามนำไปศึกษาและปฏิบัติได้จริง เป็นความจริงที่ว่ามีบ้างบางครั้งที่ปริศนาแห่งลมหายใจถูกไขออกได้โดยไม่ต้องพึ่งโยควิธีที่ถูกหลัก อาทิเช่น ในหลาย ๆ กรณีของผู้วิเศษที่ไม่ใช่ชาวฮินดู แต่มีอำนาจอันอยู่พ้นวิสัยโลกได้ด้วยความภักดีในพระเป็นเจ้า นักบุญในศาสนาคริสต์ มุสลิม และอื่น ๆ ดังกล่าวมานี้ล้วนได้สมาธิในขั้นลมหายใจดับและร่างกายไร้การเคลื่อนไหว (*สาพิกัลปสมาธิ*[2]) แล้วทั้งสิ้น เพราะถ้าไม่บรรลุถึงขั้นนี้ ก็ไม่มีมนุษย์ผู้ใดจะสามารถล่วงเข้าสู่ขั้นตอนแรกแห่งการหยั่งรู้ในองค์พระเป็นเจ้าได้ (หลังท่านเหล่านี้บรรลุสมาธิในขั้นสูงสุดหรือ*นิรพิกัลปสมาธิ*แล้ว ก็ย่อมจะตั้งมั่นอยู่ในองค์พระเป็นเจ้าอยู่เป็นนิจ ...ไม่ว่าจะในยามหายใจหรือไม่หายใจ เคลื่อนไหวหรือไม่เคลื่อนไหวก็ตาม)

---

1 ภควัทคีตา อัธยายะที่ 4:29 และ 5:27–28

2 ดูบทที่ 26 นักบุญในคริสต์ศาสนาผู้บรรลุถึง*สาพิกัลปสมาธิ* มีอาทิ เซนต์เทเรซ่าแห่งอาบีลา ร่างของท่านนิ่งสนิท ไม่มีไหวติงถึงขนาดประดาแม่ชีภายในคอนแวนต์ไม่อาจเปลี่ยนท่วงท่าของท่าน และไม่อาจปลุกท่านให้ตื่นจากสมาธิกลับคืนมาสู่การรับรู้โลกภายนอกได้เลย

บาทหลวงลอเรนซ์ นักบุญในคริสต์ศาสนายุคศตวรรษที่ 17 บอกเล่าว่า การเข้าถึงพระเป็นเจ้าในครั้งแรกของท่านเกิดขึ้นขณะมองดูต้นไม้ต้นหนึ่ง มนุษย์เราต่างเคยเห็นต้นไม้กันแทบทั้งนั้น น่าเสียดายที่คนที่เคยเห็นพระผู้ทรงสรรค์สร้างต้นไม้ขึ้นมากลับมีอยู่น้อยกว่าน้อย คนส่วนใหญ่ไม่สามารถเรียกพลังอำนาจแห่งความภักดีที่ไม่มีสิ่งใดต้านทานได้มาเป็นของตน มีเพียง*เอกันติน* (นักบวช "ผู้มีใจเดียว") ซึ่งพบอยู่ในทุกศาสนาทั้งในโลกตะวันตกและตะวันออกเท่านั้นที่ครอบครองพลังอำนาจนี้โดยไม่ต้องดิ้นรนไขว่คว้ามาแต่อย่างใด กระนั้นปุถุชนคนธรรมดา[1] ก็ใช่จะถูกกีดกั้นไม่ให้มีโอกาสเข้าถึงพระเป็นเจ้าเสียเลยทีเดียว เพื่อให้ได้ความทรงจำแห่งจิตวิญญาณกลับคืนมา สิ่งที่เขาต้องทำเป็นประจำทุกวันก็เพียงแค่ปฏิบัติ*กริยาโยคะ*ถือศีล และร้องขอด้วยความจริงใจว่า "ข้าแต่พระเป็นเจ้า ข้าพระบาทปรารถนาจะรู้จักพระองค์เหลือเกิน!"

จุดเด่นอันเป็นสากลของวิชาโยคะคือ การเข้าถึงพระเป็นเจ้าได้โดยอาศัยวิธีที่เป็นวิทยาศาสตร์ ไม่ใช่ด้วยการมุ่งมั่นภักดีในพระเป็นเจ้าอย่างเร่าร้อนพ้นวิสัยและเกินขอบเขตทางอารมณ์ที่ปุถุชนคนธรรมดาจะพึงกระทำได้

ครูบาอาจารย์ผู้ยิ่งใหญ่ของศาสนาเชนในอินเดีย มีอยู่หลายท่านที่ได้รับการยกย่องให้เป็น*ตีรถังกร* หมายถึง "ผู้ถมทางข้ามโอฆะสงสาร" ด้วยเหตุที่พวกท่านเป็นผู้เผยเส้นทางที่มนุษย์ผู้สับสนงุนงงจะสามารถใช้ข้ามพ้นห้วงสังสารวัฏ (วงล้อแห่งกรรมหมายถึงการเวียนว่ายตายเกิด) อันปั่นป่วนด้วยพายุคลื่นลมไปได้ *สังสาระ* (แปลว่า "ลอยอยู่ในกระแส" แห่งโลกียะ) จะชักนำมนุษย์ให้เลือกวิถีทางที่มีการต่อต้านน้อยที่สุด "ผู้ใดเป็นมิตรกับโลก ผู้นั้นเป็นศัตรูกับพระเป็นเจ้า"[2] การจะเป็นมิตรกับพระเป็นเจ้าได้นั้น มนุษย์จะต้องเอาชนะปีศาจหรือความชั่วร้ายแห่งกรรมหรือการกระทำของตนที่คอยแต่จะกระตุ้นให้

---

1 "ปุถุชนคนธรรมดา" จะต้องเริ่มต้นก้าวเดินไปบนเส้นทางแห่งจิตวิญญาณไม่ในที่ใดก็ที่หนึ่ง ไม่เวลาใดก็เวลาหนึ่ง "การเดินทางอันยาวไกลนับหมื่นลี้เริ่มต้นจากการย่างก้าวเพียงก้าวเดียว" เหลาจื่อว่า กระทั่งพระพุทธเจ้าเองก็เคยตรัสเอาไว้ว่า "อย่าดูแคลนความดีว่าน้อยนิดเพียงนั้นแล้วคิดว่าจะไม่ส่งผลอันใดให้ตน น้ำที่หยาดลงมาทีละหยดทำให้หม้อเต็มได้ฉันใด ผู้มีปัญญาย่อมทำความดีให้บริบูรณ์ได้ด้วยการสั่งสมทีละน้อยทีละนิดฉันนั้น"

2 ยาคอบ 4:4

ตนเองยอมศิโรราบต่อมายาแห่งโลกโดยสิ้นไร้แรงกำลังจะขัดขืน ปัญญารู้แจ้งว่ากฎเหล็กแห่งกรรมเป็นสิ่งที่ไม่อาจหลีกเลี่ยงได้จะกระตุ้นให้ผู้แสวงธรรมด้วยความตั้งใจจริงค้นพบเส้นทางที่จะหลุดพ้นจากพันธนาการแห่งกรรมนั้นได้ในท้ายที่สุด มนุษย์ตกอยู่ใต้อำนาจของกรรมก็ด้วยกิเลสแห่งจิตที่ถูกมายาครอบงำจนหาแสงสว่างไม่พบ ด้วยเหตุนี้ โยคีทั้งหลายจึงฝึกฝนการควบคุมจิต[1] ของตนเป็นหลัก อวิชชาอันเกิดจากกรรมหุ้มห่อเอาไว้จะถูกขจัดออกไป เมื่อนั้น มนุษย์ย่อมมองเห็นแก่นแท้ของตน

เป้าหมายเพียงประการเดียวในการมาเกิดของมนุษย์คือการไขปริศนาแห่งชีวิตและความตาย ซึ่งสองประการนี้เกาะเกี่ยวยึดโยงอยู่กับลมหายใจอย่างแนบแน่น การไร้ซึ่งลมหายใจคือไร้ซึ่งความตาย เมื่อตระหนักถึงความจริงข้อนี้ ประดาฤษีในอินเดียยุคโบราณจึงได้จับเอาเคล็ดเรื่องลมหายใจมาพัฒนาศาสตร์แห่งการไร้ซึ่งลมหายใจขึ้น โดยเป็นศาสตร์ที่มีเหตุมีผลและมีหลักเกณฑ์อันแน่ชัด

ถ้าแม้นว่าอินเดียไม่มีของขวัญอื่นใดจะมอบให้กับโลกอีก แค่*กริยาโยคะ*เพียงอย่างเดียวก็นับเป็นของขวัญอันล้ำค่าควรเมืองได้แล้ว

---

1 "โคมฉายโชติช่วงด้วย เครื่องกัน ลมนา
เสมือนจิตโยคีอัน เพริศแพร้ว
ปลอดผัสสะพายุกระสัน จิตสงบ นิ่งเฮย
ฌานศักดิ์สิทธิ์กิจวัตรแผ้ว ผ่องผ้ายสู่สวรรค์
สมาธิกล้าพาตระหนักรู้ อาตมัน
จิตบังเกิดปีติอัน ลับลี้
ขอบข่ายไกลเกินฝัน เกินจับ ต้องนา
เผยให้วิญญาณนี้ ล่วงรู้ความนัย
สำเหนียกความเที่ยงแท้ สัจธรรม
ศฤงคารใดฤๅอาจนำ เทียบได้
มั่นดำรงคงประจำ ประจักษ์จิต
แม้มีทุกข์กรายใกล้ ห่อนได้กลัวเกรง
สภาวะนี้ออกชื่อไว้ 'ศานติ'
ผู้บำเพ็ญพรตสมาธิ สุขแล้
สละแล้วซึ่งโลกิย์ ทางโลก
เยี่ยงนี้โยคีแท้ ท่านไซร้บูชนีย์
—ภควัทคีตา อัธยายะที่ 6:19–23 (*จากบทแปลของอาร์โนลด์*)

พระคัมภีร์ไบเบิลมีข้อความตอนหนึ่งซึ่งเผยให้เห็นว่าศาสดาพยากรณ์ชาวฮิบรูต่างรู้ดีว่าพระเจ้าทรงบันดาลลมหายขึ้นเพื่อให้เป็นสายใยอันละเอียดอ่อนที่คอยยึดโยงร่างกายและวิญญาณเอาไว้ด้วยกัน พระธรรมปฐมกาลระบุว่า "พระเจ้าทรงปั้นมนุษย์ด้วยผงคลีดิน ระบายลมปราณเข้าทางจมูก มนุษย์จึงเป็นผู้มีชีวิต"[1] ร่างกายของมนุษย์ประกอบด้วยธาตุเคมีและโลหะ ซึ่งพบอยู่ใน "ผงคลีดิน" ด้วยเช่นกัน กายเนื้อของมนุษย์จะทำงาน จะแสดงพลังหรือการเคลื่อนไหวใด ๆ ไม่ได้เลยหากมิใช่เพราะมีวิญญาณคอยส่งกระแสปราณมาให้กับร่างกายโดยผ่านทางพาหะ ... ในตัวปุถุชนผู้ยังไม่มีปัญญารู้แจ้ง...ซึ่งอยู่ในรูปของลมหายใจ (พลังงานอากาศธาตุ) กระแสปราณซึ่งทำงานอยู่ในร่างกายมนุษย์นั้นเรียกกันว่าปราณห้าหรือพลังชีวิตอันละเอียดอ่อนทั้งห้า และถือเป็นสำแดงออกซึ่งคลื่นสั่นสะเทือนแห่งเสียง*โอม* ของวิญญาณที่ดำรงอยู่ในทุกสถานที่ด้วย

ภาพสะท้อนของชีวิต การแสดงออกที่ดูเหมือนจริง ซึ่งส่องประกายอยู่ในเซลล์เนื้อจากวิญญาณที่เป็นแหล่งกำเนิด เป็นสาเหตุประการเดียวที่ทำให้มนุษย์ยึดติดอยู่กับกายสังขารของตน ซึ่งถ้าเป็นแค่ดินก้อนหนึ่ง มนุษย์คงไม่ใส่ใจห่วงใยแต่อย่างใดแน่ ที่มนุษย์ทึกทักเอาว่าร่างกายคือตัวตนที่แท้จริงของตนก็เพราะกระแสปราณซึ่งวิญญาณถ่ายเทเข้าสู่เลือดเนื้อโดยผ่านทางลมหายใจนั้น มีพลังมากเสียจนมนุษย์เข้าใจผิดคิดไปว่าผลนั้นคือเหตุ และจินตนาการไปว่าร่างกายมีชีวิตของมันเอง

ภาวะจิตสำนึกของมนุษย์คือการรับรู้ว่าตนมีร่างกายและลมหายใจอยู่ ในขณะที่ภาวะจิตใต้สำนึกซึ่งจะทำงานในระหว่างนอนหลับนั้นจะเชื่อมโยงกับจิตใจ โดยจะแยกออกจากร่างกายและลมหายใจเป็นการชั่วคราว ส่วนภาวะอภิจิตสำนึก คือจิตที่เป็นอิสระจากมายาที่ว่า "การดำรงอยู่" ของตนต้องพึ่งพากายสังขารและลมหายใจ[2] พระเป็นเจ้าทรงดำรงอยู่โดยไม่ต้องอาศัยลมหายใจ

---

1 ปฐมกาล 2:7

2 "ท่านจะไม่มีทางมีความสุขกับโลกนี้ได้อย่างถูกต้องจริงแท้ จนกว่ากระแสชลนั้นจะพรั่งพรูเข้าสู่เส้นโลหิต จนกว่าท่านจะได้ห่อหุ้มร่างกายด้วยสวรรค์ มีดารานับพันเป็นมงกุฎ และสำเหนียกว่าตนนั้นคือทายาทเพียงหนึ่งเดียวของทั้งโลก และที่สำคัญไปกว่านั้นคือ คนทุกคนที่อยู่ในโลกนี้ต่างล้วนเป็นทายาทเพียงหนึ่งเดียวดังเช่นท่าน จนกว่าท่านจะได้ขับเพลงไพเราะและร่วมยินดีใน

วิญญาณซึ่งสร้างขึ้นตามพระฉายาจะสำนึกรู้ถึงตัวตนของตนเป็นครั้งแรกก็ต่อเมื่ออยู่ในสภาวะลมหายใจดับเท่านั้น

เมื่อลมหายใจที่ยึดโยงวิญญาณไว้กับกายสังขารขาดสะบั้นลงเพราะกรรมที่วิวัฒน์ตามมาทัน การเปลี่ยนถ่ายกายอย่างฉับพลันกะทันหันอันเรียกกันว่า "ความตาย" จะตามติดมา เซลล์ของกายเนื้อจะกลับคืนสู่สภาพอันไร้ซึ่งพลังอำนาจตามธรรมชาติวิสัย แต่สำหรับโยคีผู้ปฏิบัติกริยาโยคะการเกาะเกี่ยวยึดโยงกับลมหายใจจะถูกตัดให้ขาดด้วยปัญญาความรู้ตามเจตจำนงของเจ้าตัว มิใช่ด้วยการแทรกแซงอย่างหยาบช้าของกรรมที่เลี่ยงไม่ได้ โยคีนั้นรู้จากประสบการณ์จริงอยู่แล้วว่าตนเองไม่มีตัวตน โดยไม่จำเป็นต้องให้ความตายมาคอยชี้บอกว่ามนุษย์ผิดพลาดเพียงใดที่เอาจิตไปผูกติดไว้กับกายสังขาร

แต่ละชาติแต่ละภพที่ผ่านไป มนุษย์แต่ละคนจะก้าวเข้าใกล้เป้าหมายแห่งพระเป็นเจ้าของตนมากขึ้นเรื่อย ๆ (ช้าเร็วขึ้นอยู่กับตัวบุคคล ซึ่งหาความคงเส้นคงวาได้ยากเต็มที) ความตายหาได้ขัดจังหวะการก้าวรุดไปข้างหน้านี้ แต่จะนำมาซึ่งทิพยโลกอันเป็นสภาพแวดล้อมที่เอื้อต่อการทำสิ่งสกปรกไร้ค่าในตัวให้บริสุทธิ์ผ่องใส "อย่าให้ใจท่านทั้งหลายวิตกเลย...ในพระนิเวศของพระบิดาเรามีที่อยู่เป็นอันมาก"[1] นับเป็นเรื่องเป็นไปไม่ได้เลยที่พระเป็นเจ้าจะทรงสิ้นไร้ดำริอันแยบยลในการจัดแจงโลกนี้หรือโลกหน้า หรือจะทรงเสนอสิ่งท้าทายความสนใจของเราที่น้อยไปกว่าแค่การให้ลองดีดพิณ

ความตายมิใช่สิ่งที่จะมาบดบังหรือทำลายการดำรงอยู่ มิใช่วิธีสุดท้ายในการหลบหนีจากชีวิต และไม่ใช่ประตูสู่ความเป็นอมตะ ผู้ใดไม่ยอมรับว่าตนนั้นคือวิญญาณไปหลงเพลินอยู่กับความสุขในทางโลก ย่อมไม่อาจเข้าถึงความเป็นวิญญาณนั้นได้ในยามก้าวล่วงเข้าสู่ทิพยโลกอันบางเบาและวิจิตรประณีตเป็นที่ยิ่ง สิ่งที่เขาจะสั่งสมให้เพิ่มพูนขึ้นเมื่ออยู่ในทิพยโลกก็คือการรับรู้ที่ประณีตยิ่งขึ้น

พระเป็นเจ้า เช่นเดียวกับที่คนตระหนี่ถี่เหนียวเบิกบานใจไปกับทอง หรือราชาที่หลงใหลในคทา... จนกว่าท่านจะคุ้นเคยกับวิถีทางแห่งพระเป็นเจ้าในทุกยุคทุกสมัย เช่นเดียวกับที่ท่านคุ้นชินกับการเดินเหินหรือเครื่องเรือน จนกว่าท่านได้ทำความคุ้นเคยอย่างลึกซึ้งกับทุกสิ่งที่ก่อให้เกิดเป็นโลกนี้"
—โทมัส ทราเฮิร์น "Centuries of Meditations"

[1] ยอห์น 14:1—2

เซลฟ์ รีอะไลเซชั่น เฟลโลว์ชิพ (SRF) เลคชไรน์ และอนุสรณ์สถานสันติโลกคานธี ตั้งอยู่ที่ แปซิฟิค พาลิเซดส์ ลอสแองเจลิส แคลิฟอร์เนีย เนื้อที่ 10 เอเคอร์ ได้ทำพิธีเปิดเมื่อวันที่ 20 สิงหาคม 1950 โดยท่านปรมหังสา โยคานันทะ ในปี 1949 ขณะที่สั่งงานก่อสร้างและปลูกต้นไม้ ท่านได้พำนักชั่วคราวบนเรือบ้านดังที่เห็นในภาพล่าง หากมองระหว่างช่องตรงกลางเสาคู่ใหญ่ของภาพบน จะเห็นโลงหินแกะสลักโบราณ ซึ่งบรรจุอัฐิส่วนหนึ่งของท่านมหาตมา คานธี บริเวณฝั่งตรงข้ามของทะเลสาบในภาพล่าง คือโบสถ์ทรงกังหันลม ใช้เป็นที่ปฏิบัติศาสนกิจของเอสอาร์เอฟ ในการทำสมาธิ และเปิดสอนชั้นเรียนต่าง ๆ ประจำสัปดาห์ โดยเปิดรับสาธารณชนด้วย

และการตอบรับต่อความงามและความดีซึ่งเป็นหนึ่งเดียวกันได้ไวขึ้นเท่านั้น บนทั่งตีเหล็กซึ่งเปรียบได้กับโลกแห่งวัตถุธาตุนี้ที่มนุษย์ผู้กำลังดิ้นรนจะต้องตีทองอันหมายถึงเอกลักษณ์แห่งวิญญาณซึ่งไม่ย่อยยับ เมื่อมีทองอันเป็นสมบัติที่ได้มาด้วยยากอยู่ในมือ อันถือเป็นของขวัญที่พอรับได้เพียงชิ้นเดียวที่มัจจุราชผู้กระหายความตายต้องการ มนุษย์ย่อมเป็นผู้ชนะได้อิสระภาพพ้นจากการกลับชาติมาเกิดเป็นรูปกายอีกต่อไป

เป็นเวลาหลายปีทีเดียวที่ข้าพเจ้าเปิดสอนคัมภีร์โยคสูตรของท่านปตัญชลีและหลักปรัชญาฮินดูอันลึกซึ้งอื่น ๆ อยู่ที่เอนซินิตัสและลอสแองเจลิส

"เหตุใดพระเจ้าจึงผูกวิญญาณกับร่างกายไว้ด้วยกันล่ะครับ?" ค่ำวันหนึ่ง มีนักเรียนในชั้นเรียนตั้งคำถาม "เป้าประสงค์ในการเริ่มเรื่องราวอันเป็นวิวัฒนาการที่น่าทึ่งของการสรรค์สร้างสรรพสิ่งของพระองค์นั้นคืออะไร?" คนที่ตั้งคำถามเช่นนี้มีอยู่มากมายนับไม่ถ้วน นักปรัชญาทั้งหลายทุ่มเทความพยายามหาคำตอบแต่ก็ไม่เป็นผล

"เก็บเรื่องลึกลับนิด ๆ หน่อย ๆ พวกนี้ไว้รอค้นหาในดินแดนอันเป็นนิรันดร์เถิด" ท่านคุรุศรียุกเตศวรเคยบอกยิ้ม ๆ "อำนาจในการใช้เหตุผลที่มีอยู่อย่างจำกัดของมนุษย์จะไปเข้าใจแรงจูงใจที่ไม่อาจหยั่งรู้ได้ของององค์สัมบูรณ์ผู้อุบัติขึ้นด้วยพระองค์เอง[1] อย่างไรได้? ความสามารถในการใช้ตรรกะของมนุษย์ซึ่งถูกจำกัดด้วยหลักเหตุและผลของโลกแห่งวัตถุธาตุจะเหลือเพียงความฉงนงงงวยเมื่อมาพบกับปริศนาแห่งพระเป็นเจ้าผู้ไม่มีเบื้องต้น ผู้ทรงอุบัติขึ้นเองโดยไม่มี

1 "เพราะความคิดของเราไม่เป็นความคิดของเจ้า ทั้งทางของเจ้าไม่เป็นวิถีของเรา พระเจ้าตรัสดังนี้ เพราะฟ้าสวรรค์สูงกว่าแผ่นดินโลกฉันใด วิถีของเราสูงกว่าทางของเจ้า และความคิดของเราก็สูงกว่าความคิดของเจ้าฉันนั้น"—อิสยาห์ 55:8–9 ดังเต้เองก็เคยยืนยันเอาไว้ใน *The Divine Comedy* ว่า

ข้าเคยเยือนสวรรค์ แดนอันสุดสว่าง	ด้วยแสงพราวพร่าง จากร่างแห่งพระองค์
เห็นสิ่งอัศจรรย์ ออกอุทานงุนงง	ความคิดลืมหลง แม้เมื่อกลับมา
ผู้ได้ไปสวรรค์ คราครั้นคืนกลับ	จักไม่ได้รับ ทักษะวิชา
เพราะยามเข้าใกล้ สิ่งที่ใจปรารถนา	สติแลปัญญา ราวถูกครอบงำ
ด้วยความปีติ ล้นเหลือลึกล้ำ	จนไม่อาจจำ หนทางกลับไป
อาณาจักรศักดิ์สิทธิ์ ตรึงติดฤดี	ความทรงจำนี้ จักสถิตในใจ
ข้าจักขับขาน ป่าวร้องก้องไกล	นับแต่นี้ไป ตราบจนวายวาง

มูลเหตุมาก่อน อย่างไรก็ดี ถึงแม้หลักตรรกะของมนุษย์จะไม่สามารถไขปริศนา แห่งการสร้างสรรค์สรรพสิ่งได้ แต่ในท้ายที่สุด พระเป็นเจ้าจะทรงไขความลี้ลับ ทุกประการให้สาวกผู้ภักดีได้รับรู้ด้วยพระองค์เอง"

บุคคลผู้ปรารถนาในปัญญาอย่างจริงใจย่อมยินดีกับการเริ่มต้นแสวงหา ด้วยความอ่อนน้อมถ่อมตน พอใจกับบทเรียน กขค อันง่ายดายเพียงไม่กี่บท ในแผนผังทั้งหมดของพระเป็นเจ้า มิใช่เรียกร้องจะเรียน "ทฤษฎีของไอน์สไตน์" ให้ได้ทั้งที่ตนเองยังไม่พร้อม

"ไม่มีใครเคยเห็นพระเจ้าในเวลาใดเลย (ไม่มีมรรตัยชนผู้อยู่ภายใต้อำนาจ ของ "กาลเวลา" หรือสัมพัทธภาพแห่ง *มายา*[1] คนใดจะตระหนักรู้ในพระเป็นเจ้า ได้) พระบุตรพระองค์เดียวผู้ทรงสถิตอยู่ในพระทรวงของพระบิดา (ภาพสะท้อน จิตสำนึกของพระเจ้าที่ส่งออกมาและดำรงอยู่ภายในสรรพสิ่ง หรือ ปัญญาอัน สมบูรณ์ที่แสดงออกมา ซึ่งชี้นำปรากฏการณ์ที่เป็นโครงสร้างทั้งหมดผ่านทาง คลื่นความสั่นสะเทือนโอมนั้น ถูกส่งมาจาก 'พระทรวง' หรือที่อันล้ำลึกของ พระเป็นเจ้าที่มิได้ถูกสร้างขึ้นมา เพื่อแสดงให้เห็นถึงความแตกต่างในความ เป็นหนึ่งเดียว) พระองค์ได้ทรงสำแดง (ขึ้นอยู่กับรูปร่างหรือการเปิดเผยให้เห็น) พระเจ้าแล้ว"[2]

"เราบอกความจริงแก่ท่านทั้งหลายว่า" พระคริสต์ตรัส "พระบุตรจะกระทำ สิ่งใดตามใจไม่ได้ นอกจากที่ได้เห็นพระบิดาทรงกระทำ เพราะสิ่งใดที่พระบิดา ทรงกระทำ สิ่งนั้นพระบุตรจึงจะทรงกระทำด้วย"[3]

ธรรมชาติทั้งสามด้านของพระเป็นเจ้าเช่นที่ทรงสำแดงให้เห็นในโลกแห่ง วัตถุธาตุนี้ คัมภีร์ของทางฮินดูสื่อออกมาในรูปของตรีมูรติ คือ พระพรหม– ผู้สร้าง พระวิษณุ–ผู้รักษา และพระศิวะ–ผู้ทำลายและผู้ฟื้นฟู โดยที่กิจทั้งสาม

---

[1] วัฏจักรแห่งวัน จากสว่างสู่มืด ในทำนองเดียวกัน เป็นเครื่องเตือนมนุษย์ให้ระลึกอยู่เสมอว่า สรรพสิ่งล้วนข้องเกี่ยวกับมายาหรือสภาวะที่ต่างกันคนละขั้ว (การเปลี่ยนแปลงหรือความสมดุล ของช่วงเวลาแห่งวัน เช่น รุ่งสางและพลบค่ำ จึงถือว่าเป็นฤกษ์ดีการเจริญสมาธิ โยคีผู้ทำลาย ม่านซึ่งมีสองด้านของมายาลงได้ ย่อมมองเห็นเอกภาพที่อยู่เหนือขึ้นไป

[2] ยอห์น 1:18

[3] ยอห์น 5:19

ประการขององค์ตรีมูรตินี้จะสำแดงผ่านสรรพสิ่งที่อุบัติขึ้นจากคลื่นแสงโดยไม่มีสะดุดหยุดยั้ง ด้วยเหตุที่พระผู้เป็นองค์สัมบูรณ์ทรงอยู่พ้นอำนาจในการนึกคิดจินตนาการของมนุษย์ ชาวฮินดูผู้มีศรัทธาแก่กล้าจึงบูชาองค์สัมบูรณ์นั้นในรูปขององค์ตรีมูรติผู้ควรค่าแก่การสักการะบูชาด้วยประการฉะนี้[1]

อย่างไรก็ดี ภาคพระผู้สร้าง ผู้รักษา และผู้ทำลายของพระเป็นเจ้าหาใช่ธรรมชาติสูงสุดหรือธรรมชาติอันเป็นแก่นแท้ของพระองค์ไม่ (การสรรค์สร้างจักรวาลก็เป็นเพียง ลีลา หรือการละเล่นในเชิงสร้างสรรค์ของพระองค์เท่านั้น)[2] เนื้อแท้ของพระองค์เป็นสิ่งที่ไม่อาจหยั่งถึงหรือพึงเข้าใจได้ ต่อให้เข้าใจความลี้ลับทั้งหมดขององค์ตรีมูรติแล้วก็ตาม เหตุเพราะธรรมชาติภายนอกของพระองค์...เช่นที่สำแดงให้เห็นผ่านความผันแปรของอณูต่าง ๆ ตามครรลองของจักรวาล...เป็นเพียงการสำแดงออก หาใช่การเผยพระองค์ไม่ เราจะรู้จักธรรมชาติอันเป็นที่สุดของพระองค์ก็เฉพาะเมื่อ "พระบุตรไปถึงพระบิดา"[3] แล้วเท่านั้น มนุษย์ผู้หลุดพ้นย่อมข้ามผ่านอาณาจักรแห่งคลื่นความสั่นสะเทือนเข้าไปสู่แหล่งต้นกำเนิดอันนิ่งสนิท ไร้แรงกระเพื่อมแม้สักกิ่งน้อย

ศาสดาพยากรณ์ผู้ยิ่งใหญ่ทั้งหลายต่างนิ่งเงียบเมื่อมีผู้ขอให้เปิดเผยความลับอันสูงสุด เมื่อปีลาตทูลถามว่า "สัจจะคืออะไร?"[4] พระคริสต์ก็มิได้ตรัสตอบคำถามอันฟังดูใหญ่โตโก้หรูของผู้ทรงภูมิปัญญาอย่างปีลาตนั้น มีน้อยครั้งนักที่จะเกิดจากจิตวิญญาณอันรุ่มร้อนใคร่รู้ คนเช่นนี้มักพูดด้วยความยโส คิดเอา

---

1 อีกแนวคิดหนึ่งซึ่งต่างจากแนวคิดเรื่องความจริงที่ประกอบด้วยองค์สาม ได้แก่ สัต ตัต โอม หรือพระบิดา พระบุตร พระจิต ทั้งนี้ พระพรหม พระวิษณุ และพระศิวะทรงเป็นภาคสำแดงทั้งสามของพระเป็นเจ้าในแง่ของ ตัต หมายถึง พระบุตร คือจิตสำนึกของพระเจ้าที่ส่งออกมาสถิตอยู่ในคลื่นความสั่นสะเทือนของสรรพสิ่ง ศักติ คือ พลังงานหรือ 'คู่' ขององค์ตรีมูรติ เป็นสัญลักษณ์ของเสียงโอมหรือพระจิต พลังอันเป็นเหตุเพียงหนึ่งเดียวซึ่งค้ำจุนจักรวาลเอาไว้โดยผ่านทางคลื่นความสั่นสะเทือน (ดูหน้า 190.1 และ 254.1)
2 "โอ ข้าแต่องค์พระผู้เป็นเจ้า...เพราะว่าพระองค์ได้ทรงสร้างสรรพสิ่งทั้งปวง และสรรพสิ่งทั้งปวงนั้นก็ทรงสร้างขึ้นแล้ว และดำรงอยู่ตามชอบพระทัยของพระองค์"—วิวรณ์ 4:11
3 ยอห์น 14:12
4 ยอห์น 18:38

เองว่าการปราศจากความเชื่อในเรื่องคุณค่าทางจิตวิญญาณ[1] คือสัญลักษณ์ของการ "เปิดใจกว้าง"

"เพราะเหตุนี้ เราจึงเกิดมาและเข้ามาในโลก เพื่อเป็นพยานให้แก่สัจจะ คนทั้งปวงซึ่งอยู่ฝ่ายสัจจะย่อมฟังเสียงของเรา"[2] ถ้อยดำรัสเพียงไม่กี่คำของพระคริสต์ดังก้อง ไปทั่วทั้งโลกหล้า พระบุตรแห่งพระเจ้าทรงใช้ชีวิตของพระองค์ "เป็นเครื่องพิสูจน์" ตัวตนของพระองค์ก็ประกอบมาจากสัจธรรมหรือความเป็นจริงทั้งปวงอยู่แล้ว ถ้ายังขืนจะให้พระองค์มานั่งอธิบายเรื่องนี้อีก ก็ดูจะเป็นการซ้ำซากมากเกินการอยู่สักหน่อย

สัจธรรมไม่ใช่ทฤษฎี ไม่ใช่วิธีการคาดเดาตามหลักปรัชญา และไม่ใช่ความรู้ความเข้าใจที่ได้มาด้วยการใช้มันสมอง สัจธรรมเป็นสิ่งซึ่งสอดคล้องตรงกันกับความจริง สำหรับมนุษย์แล้ว สัจธรรมคือความรู้อันไม่มีวันแปรเปลี่ยนเกี่ยวกับธรรมชาติอันแท้จริงของตน นั่นคือ รู้ว่าตนนั้นคือวิญญาณ พระเยซูทรงพิสูจน์ให้เห็นด้วยทุกการกระทำและคำพูดว่าพระองค์ทรงรู้ถึงตัวตนที่แท้จริงของพระองค์เอง...ทรงรู้ว่าที่มาของพระองค์อยู่ในองค์พระเป็นเจ้า ทรงเป็นหนึ่งเดียวกับจิตสำนึกของพระเจ้าที่ส่งออกมาและดำรงอยู่ภายในสรรพสิ่งอย่างสมบูรณ์ ด้วยเหตุนี้จึงตรัสได้อย่างเต็มปากว่า "คนทั้งปวงซึ่งอยู่ฝ่ายความจริงย่อมฟังเสียงของเรา"

แม้แต่พระพุทธเจ้าก็ทรงปฏิเสธที่จะให้ความกระจ่างเกี่ยวกับความจริงขั้นสูงสุดในเชิงอภิปรัญชา โดยตรัสแต่เพียงว่าชีวิตของมนุษย์ที่บนโลกนั้นสั้นนัก ควรใช้ไปในการสั่งสมคุณงามความดีให้บริบูรณ์จะดีกว่า ปราชญ์ชาวจีนอย่างเหลาจื่อก็สอนไว้เช่นกันว่า "ผู้รู้ย่อมไม่พูด ผู้พูดคือไม่รู้" ความลี้ลับประการสุดท้ายแห่งพระเป็นเจ้านั้น ไม่อาจ "เปิดให้อภิปราย" ได้ การตีความถอดรหัส

---

1 "คุณธรรมความดี นี่รักให้มั่น
ความดีจักสอน ให้ปีนก้าวไป
หรือว่าหากแม้ ความดีอ่อนแอ
สวรรค์ยังเป็นใจ โน้มกายลงมา
คุณธรรมเท่านั้น อิสระเหนือใคร
สูงขึ้นสูงไกล เกินกว่าโลกา
หมดแรงท้อแท้ เกินจักเยียวยา
สยบยอบกายา แด่คุณความดี"
—มิลตัน "Comus"

2 ยอห์น 18:37

มิสเตอร์กูดวิน เจ. ไนต์ รองผู้ว่าราชการรัฐแคลิฟอร์เนีย (กลาง) ถ่ายภาพร่วมกับท่านโยคานันทะ และมิสเตอร์เอ. บี. โรส ในพิธีเปิดศูนย์อินเดียของเซลฟ์ รีอะไลเซชั่น เฟลโลว์ชิพ (SRF) (อยู่ติดกับอารามเอสอาร์เอฟ ในภาพล่าง) ที่ฮอลลีวูด, แคลิฟอร์เนีย เมื่อ 8 เมษายน 1951

อารามเซลฟ์ รีอะไลเซชั่น เฟลโลว์ชิพ (SRF) (โบสถ์ของทุกศาสนา) ที่ฮอลลีวูด

เอกอัครราชทูตอินเดียประจำสหรัฐอเมริกา ฯพณฯ พินัย รันชัน เสนถ่ายภาพคู่กับท่านโยคานันทะ ที่สำนักงานใหญ่นานาชาติเซลฟ์ รีอะไลเซชั่น เฟลโลว์ชิพ (SRF) นครลอส-แองเจลิส เมื่อ 4 มีนาคม 1953...สามวันก่อนที่โยคีผู้ยิ่งใหญ่ท่านนี้จะละสังขาร ในการกล่าวคำเชิดชูในพิธีศพ วันที่ 11 มีนาคม ท่านทูตกล่าวว่า "ถ้าเรามีคนอย่างท่านปรมหังสาโยคานันทะ ในสหประชาชาติวันนี้ โลกนี้ก็คงจะน่าอยู่และดีกว่าที่เป็น เท่าที่ผมทราบ คงไม่มีใครที่จะทำงานหนักกว่านี้ เสียสละตัวเองมากกว่านี้ เพื่อที่จะผูกพันผู้คนของอินเดียและอเมริกาเข้าไว้ด้วยกัน"

ลับของพระองค์เป็นศิลปะซึ่งมนุษย์ไม่สามารถจะถ่ายทอดบอกกล่าวแก่กันได้ ด้วยศาสตร์นี้มีเพียงพระเป็นเจ้าเท่านั้นที่ทรงสอนสั่งแก่มนุษย์ได้

"จงนิ่งเสีย และรู้เถอะว่า เราคือพระเจ้า"[1] ด้วยมิเคยทรงโอ้อวดพระพลานุภาพอันยิ่งใหญ่ไพศาล มนุษย์เราจึงได้ยินพระสุรเสียงเฉพาะในความเงียบสงบอย่างยิ่งเท่านั้น พระสุรเสียงอันก้องกังวานอยู่ทั่วจักรวาลในรูปของคลื่นเสียงโอมแห่งการสร้างสรรค์นี้คือเสียงอันเป็นปฐมบทแห่งสรรพสิ่ง ซึ่งจะแปลตัวเองเป็นถ้อยแห่งปัญญาสำหรับสาวกผู้ปรับจิตให้เข้าสู่กระแสได้ในทันที

วัตถุประสงค์ในการสร้างสรรพสิ่งของพระเป็นเจ้า...ในขอบเขตที่มนุษย์จะพึงหาเหตุผลมาทำความเข้าใจได้...มีอรรถาธิบายไว้ในพระเวท ฤษีในสมัยนั้นสอนว่าพระเป็นเจ้าทรงสร้างมนุษย์แต่ละรูปแต่ละนามขึ้นเป็นวิญญาณ โดยวิญญาณนั้นสามารถสำแดงคุณลักษณะพิเศษบางประการของพระเป็นเจ้าให้ปรากฏให้เห็นเป็นที่ประจักษ์ก่อนที่จะหวนกลับไปรวมกับพระผู้เป็นองค์สัมบูรณ์ได้เสียอีก ด้วยเหตุนี้ หมู่มวลมนุษย์ผู้ได้รับการประทานทิพยอัตลักษณ์ในบางแง่มานี้จึงเป็นที่รักของพระเป็นเจ้าโดยเสมอหน้ากันหมด

ภูมิปัญญาที่อินเดียสั่งสมไว้ในฐานะพี่คนโตของชาติทั้งหมด ถือเป็นมรดกของมนุษยชาติ สัจธรรมในพระเวทก็เป็นดุจเดียวกับสัจธรรมทั้งหลายทั้งปวงคือ เป็นสมบัติของพระเป็นเจ้า มิใช่สมบัติของอินเดีย ประดาพระฤษีมุนีผู้มีจิตอันเปรียบได้กับภาชนะอันบริสุทธิ์สะอาด พร้อมรองรับความลึกซึ้งของสัจธรรมแห่งพระเวทนั้น เป็นหนึ่งในหมู่มวลมนุษยชาติ มาเกิดอยู่บนโลกนี้แทนที่จะเป็นโลกอื่นก็เพื่อรับใช้ช่วยเหลือมนุษย์ทั้งปวง ความแตกต่างทางด้านเผ่าพันธุ์หรือประเทศชาติหาได้มีความหมายใดในอาณาจักรแห่งสัจธรรมไม่ ด้วยคุณสมบัติที่อาณาจักรดังกล่าวเรียกร้องต้องการคือจิตวิญญาณอันพร้อมรองรับสัจธรรมนี้แต่เพียงประการเดียวเท่านั้น

พระเป็นเจ้าคือความรัก การสรรค์สร้างสรรพสิ่งของพระองค์ก็อุบัติขึ้นจากความรักเพียงประการเดียวเท่านั้น ก็สิ่งที่ปลอบปลุกใจมนุษย์ได้คือความ

---

1 เพลงสดุดี 46:10 เป้าหมายของศาสตร์แห่งโยคะคือการบรรลุถึงความสงบนิ่งแห่งจิต อันเป็นปัจจัยที่จะขาดเสียมิได้ในการ "รู้เถอะว่าเราคือพระเจ้า" อย่างถ่องแท้

คิดอันเรียบง่าย หาใช่การยกเหตุผลแบบผู้ทรงภูมิมาว่ากล่าวกันไม่ หรือมิใช่? โยคีผู้ปฏิบัติจนเข้าถึงแก่นแห่งความจริงได้พิสูจน์ให้เห็นแล้วว่า แผนการรังสรรค์จักรวาลของพระเป็นเจ้ามีอยู่จริง เป็นแผนที่งดงามและนำมาซึ่งความสุขอันบริบูรณ์

พระเจ้าทรงเผยดำริในพระทัยให้อิสยาห์ได้รับรู้ ดังนี้

> คำของเรา (*โอม*) ซึ่งออกไปจากปากของเราจะไม่กลับมาสู่เราเปล่า แต่จะสัมฤทธิ์ผลซึ่งเรามุ่งหมายไว้ และให้สิ่งซึ่งเราใช้ไปทำนั้นจำเริญขึ้นฉันนั้น เพราะเจ้าจะออกไปด้วยความชื่นบาน และถูกนำไปด้วยสันติภาพ ภูเขาและเนินเขาจะเปล่งเสียงร้องเพลงข้างหน้าเจ้าและต้นไม้ทั้งสิ้นในท้องทุ่งจะตบมือของมัน (อิสยาห์ 55:11–12)

"เจ้าทั้งหลายจักออกไปด้วยความเบิกบาน และมีศานติคอยนำทาง" หมู่มวลมนุษย์แห่งศตวรรษที่ 20 ที่ถูกกดดันบีบคั้นอย่างหนักต่างได้ยินและปรารถนาในคำมั่นสัญญาอันแสนวิเศษนี้ สาวกผู้ภักดีในพระเป็นเจ้า ผู้มานะพยายามจะไขว่คว้าเอาทิพยสมบัติของตนกลับคืนมาอย่างกล้าหาญย่อมสามารถรับรู้ถึงความจริงแท้ในถ้อยสัญญานี้ได้

บทบาทอันทรงคุณของ*กริยาโยคะ*ในโลกตะวันตกและตะวันออกเพิ่งจะเริ่มต้นขึ้นเท่านั้น ขอเพื่อนมนุษย์ทั้งหลายพึงได้รู้เถิดว่า วิธีการอันเป็นศาสตร์ที่เที่ยงแท้แน่นอนสามารถนำไปสู่การตระหนักรู้ว่าตนนั้นคือวิญญาณจนล่วงพ้นความทุกข์เยี่ยงปุถุชนทั้งปวงไปได้นั้น มีอยู่จริงแท้!

ขณะแผ่กระแสแห่งเมตตาจิตไปสู่ผู้พากเพียรอยู่บนเส้นทางแห่ง*กริยาโยคะ*นับพัน นับหมื่น ที่อยู่กันกระจัดกระจายดุจอัญมณีน้ำงามอันเกลื่อนกล่นอยู่บนผืนโลก ข้าพเจ้าคิดอยู่บ่อยครั้งด้วยความสำนึกในพระเมตตาว่า

"ข้าแต่พระเป็นเจ้า ทรงประทานครอบครัวอันใหญ่ยิ่งให้กับสวามีผู้นี้โดยแท้!"

ปรมหังสา โยคานันทะ — "ยิ้มครั้งสุดท้าย"

ภาพนี้ถ่ายหนึ่งชั่วโมงก่อนที่ท่านจะเข้าสู่ *มหาสมาธิ* (การละสังขารอย่างมีสติของโยคี) ในงานเลี้ยงรับรองเป็นเกียรติแก่ท่านเอกอัครราชทูตอินเดีย พินัย รันชัน เสน เมื่อวันที่ 7 มีนาคม 1952 ที่ลอสแองเจลิส แคลิฟอร์เนีย

ช่างภาพได้จับภาพยิ้มที่เปี่ยมไปด้วยความรัก ซึ่งดูราวกับเป็นการให้พรลาเป็นครั้งสุดท้ายแก่บรรดาเพื่อนฝูง นักเรียน และสานุศิษย์นับล้านของท่าน ดวงตาที่มุ่งมองไปที่แดนอันเป็นนิรันดร์แล้วนั้นยังเต็มปริ่มไปด้วยความอบอุ่นและความเข้าใจในมวลมนุษย์

ความตายมิอาจทำอะไรกับสาวกผู้ภักดีต่อพระเป็นเจ้าจนหาใครเทียบมิได้เช่นท่าน ร่างกายของท่านได้สำแดงให้เห็นแล้วถึงปรากฏการณ์ของความไม่แปรเปลี่ยน (ดูหน้าถัดไป)

ปรมหังสา โยคานันทะ โยคีแท้แม้เมื่อละสังขาร

ท่านปรมหังสา โยคานันทะ เข้าสู่ *มหาสมาธิ* (การละสังขารโดยคงจิตสำนึกไว้ของโยคี)จากโลกนี้ไปเมื่อวันที่ 7 มีนาคม ค.ศ.1952 ณ นครลอสแองเจลิส ขณะจบคำกล่าวปาฐกถาในงานเลี้ยงรับรองเป็นเกียรติแก่ท่านเอกอัครราชทูตอินเดีย พินัย อาร์. เสน

บรมครูผู้ยิ่งใหญ่ของโลกท่านนี้ได้แสดงให้เห็นถึงคุณค่าของโยคะ (เทคนิคทางวิทยาศาสตร์เพื่อการตระหนักรู้ในองค์พระเป็นเจ้า) ทั้งเมื่อยามที่ท่านมีชีวิตอยู่และเมื่อละสังขารไปแล้ว หลายสัปดาห์หลังการจากไปของท่าน ใบหน้าซึ่งไม่ได้มีความเปลี่ยนแปลงใด ๆ ฉายให้เห็นถึงความศักดิ์สิทธิ์ ผ่องใส ไม่เปื่อยเน่า

นายแฮรี่ ที. โรว์ ผู้อำนวยการด้านพิธีศพนครลอสแองเจลิสของฟอเรสต์ ลอว์น เม็มโมเรียลพาร์ค ซึ่งเป็นสถานที่บรรจุร่างของท่านโยคานันทะไว้เป็นการชั่วคราว ได้ทำหนังสือโดยมีเจ้าพนักงานผู้มีอำนาจรับรองตราสารลงนามรับรอง ส่งมาถึงทางสมาคมเซลฟ์ รีอะไลเซชั่น เฟลโลว์ชิพ (SRF) ซึ่งได้ตัดตอนมาบางส่วนดังนี้

"การไม่ปรากฏวี่แววหรือร่องรอยของการเน่าเปื่อยในศพของท่านปรมหังสา โยคานันทะถือเป็นกรณีที่แปลกประหลาดมหัศจรรย์ที่สุดในประสบการณ์ของเรา...ไม่มีการเน่าเปื่อยทางกายภาพใด ๆ ที่แลเห็นได้ในร่างของท่าน แม้เวลาหลังจากการละสังขารของท่านจะผ่านมาแล้วถึงยี่สิบวัน...ไม่มีเชื้อราหรือร่องรอยของการเหี่ยวแห้งปรากฏบนเนื้อหนัง และเท่าที่ทราบจากประวัติการทำงานด้านนี้ของเรา การที่ศพจะอยู่ในสภาพสมบูรณ์เช่นนี้ถือเป็นเรื่องซึ่งไม่เคยมีมาก่อน...เมื่อเวลาที่ไปรับร่างของท่านโยคานันทะนั้น เจ้าหน้าที่ด้านพิธีศพของเราคาดที่จะเห็นสัญญาณของการเน่าเปื่อยในศพ ซึ่งจะเป็นไปอย่างต่อเนื่องเมื่อดูผ่านฝาโลงแก้ว แต่ความประหลาดใจของเรากลับทวีขึ้นทุกขณะ เนื่องจากวันแล้ววันเล่าก็ยังไม่มีการเปลี่ยนแปลงทางร่างกายที่เห็นได้จากการสังเกตดู ร่างของท่านโยคานันทะยังคงอยู่ในสภาพไม่เปลี่ยนแปลง อันถือเป็นปรากฏการณ์ที่น่ามหัศจรรย์...

"ไม่มีกลิ่นเน่าเหม็นระเหยออกมาจากร่างของท่านโยคานันทะ ไม่ว่าจะเป็นในช่วงเวลาใด รูปลักษณ์ทางกายของท่านในวันที่ 27 มีนาคม ก่อนที่จะปิดฝาบรอนซ์ครอบโลงศพของท่านนั้น ยังคงเป็นเช่นเดียวกับที่เป็นเมื่อวันที่ 7 มีนาคม ในวันที่ 27 มีนาคม ท่านยังแลดูสดชื่นและไม่มีความเน่าเปื่อยมากรายกล้ำ เหมือนกับคืนของการละสังขารของท่านไม่มีผิด ในวันที่ 27 มีนาคมนั้น ไม่มีเหตุผลใดที่จะยกมากล่าวได้เลยแม้แต่น้อยว่า ร่างของท่านมีร่องรอยของการเน่าเปื่อย และด้วยเหตุผลดังกล่าว เราจึงขอยืนยันอีกครั้งหนึ่งว่า กรณีของท่านปรมหังสา โยคานันทะนี้ถือเป็นเรื่องพิเศษยิ่งในประสบการณ์ของเรา"

ในปี 1977 เนื่องในโอกาสวันครบรอบ 25 ปีแห่งการเข้าสู่*มหาสมาธิ*ของท่านปรมหังสา โยคานันทะ รัฐบาลอินเดียได้ออกแสตมป์ที่ระลึกเพื่อเป็นเกียรติแก่ท่าน ในการประกาศใช้แสตมป์ดังกล่าว รัฐบาลยังกล่าวยกย่องและแสดงความเคารพต่อท่านด้วยข้อความซึ่งปรากฏอยู่ในแผ่นพับที่แจกจ่ายไปพร้อมกับแสตมป์ในวันแรกใช้ ความบางตอนมีว่า

"ความรักสูงสุดที่มีต่อพระเป็นเจ้าและการอุทิศตนให้บริการแก่มวลมนุษยชาติปรากฏให้เห็นอย่างเด่นชัดในชีวิตของท่านปรมหังสา โยคานันทะ....แม้ท่านจะใช้ชีวิตส่วนใหญ่อยู่นอกประเทศอินเดีย แต่ท่านโยคานันทะยังคงมีที่เฉพาะของท่านสถิตร่วมอยู่กับเหล่านักบุญผู้ยิ่งใหญ่ของเรา งานของท่านยังคงเติบโตต่อเนื่อง ฉายแสงเรืองรองยิ่งกว่าเดิม ดึงผู้คนจากทุกหนแห่งสู่เส้นทางการแสวงบุญสู่พระเป็นเจ้า"

แหล่งศึกษาเพิ่มเติม คำสอนเรื่องกริยาโยคะ
ของท่านปรมหังสา โยคานันทะ

สมาคมเซลฟ์ รีอะไลเซชั่น เฟลโลว์ชิพ (SRF) มุ่งมั่นอุทิศตนในการช่วยเหลือผู้แสวงธรรมทั่วโลกโดยไม่หวังผลตอบแทน หากท่านสนใจข้อมูลเกี่ยวกับตารางกิจกรรมที่เปิดต่อสาธารณชนในรอบปี ชั้นเรียนต่าง ๆ การปฏิบัติสมาธิและการบรรยายด้านจิตวิญญาณ ณ อารามและศูนย์ของเราทั่วโลก ตารางการเข้าปฏิบัติธรรมในเทวาลัยและกิจกรรมอื่น ๆ ท่านสามารถเข้าไปค้นคว้าได้ที่เว็บไซท์ของเรา หรือที่สำนักงานใหญ่นานาชาติ

www.yogananda-srf.org

Self-Realization Fellowship
3880 San Rafael Ave.,
Los Angeles, California 90065-3219, U.S.A.
Tel: 1-323-225-2471

บทเรียน Self-Realization Fellowship (SRF)

คำสอนและคำแนะนำในการทำสมาธิ
และพื้นฐานของการดำรงชีวิตบนหนทางธรรม
โดยท่านปรมหังสา โยคานันทะ

หากท่านรู้สึกได้รับแรงบันดาลใจจากสัจธรรมตามที่บรรยายในหนังสือ *อัตชีวประวัติของโยคี* เราขอเชิญให้ท่านสมัครรับบทเรียนของเซลฟ์ รีอะไลเซชั่น เฟลโลว์ชิพ (SRF)

ท่านปรมหังสา โยคานันทะเป็นผู้ริเริ่มบทเรียนโดยศึกษาที่บ้านเป็นตอน ๆ เหล่านี้ เพื่อมอบโอกาสให้แก่ผู้ที่สนใจใฝ่เรียนรู้ ได้ศึกษาและฝึกฝนเทคนิคการทำโยคสมาธิแต่โบราณกาล ตามที่ได้แนะนำให้รู้จักในหนังสือเล่มนี้รวมทั้งศาสตร์ของ*กริยาโยคะ* บทเรียนเหล่านี้ยังรวมคำสอนของท่านที่นำไปใช้ประโยชน์ได้อย่างดีในการเข้าถึงการเป็นอยู่ที่ดีทั้งด้านกาย ใจ และจิตวิญญาณ

ท่านสามารถสมัครรับบทเรียนเซลฟ์ รีอะไลเซชั่น เฟลโลว์ชิพ (SRF) ได้โดยเสียค่าธรรมเนียมเล็กน้อย (เพื่อเป็นค่าพิมพ์และค่าส่ง) นักเรียนทุกคนสามารถขอรับคำปรึกษาในการฝึกปฏิบัติเป็นการส่วนตัวได้จากพระและชีของเซลฟ์ รีอะไลเซชั่น เฟลโลว์ชิพ (SRF) โดยไม่ต้องเสียค่าใช้จ่าย

ข้อมูลเพิ่มเติม . . .

ข้อมูลอย่างสมบูรณ์เกี่ยวกับบทเรียนเซลฟ์ รีอะไลเซชั่น เฟลโลว์ชิพ (SRF) มีอยู่ในหนังสือแจกโดยไม่คิดค่าใช้จ่ายชื่อ *Undreamed-of Possibilities* ท่านขอรับหนังสือเล่มนี้และใบสมัครขอรับบทเรียนได้ที่เว็บไซท์ของเรา หรือติดต่อสำนักงานใหญ่นานาชาติ

หนังสือโดย ปรมหังสา โยคานันทะ

อัตชีวประวัติของโยคี มีจำหน่ายที่ร้านหนังสือทุกแห่งหรือจาก Self-Realization Fellowship หนังสือภาคภาษาอังกฤษโดย ปรมหังสา โยคานันทะ มีจำหน่ายที่ร้านหนังสือหรือติดต่อโดยตรงจาก สำนักพิมพ์ Self-Realization Fellowship 3880 San Rafael Avenue, Los Angeles, California 90065-3219, U.S.A.Tel 1-323- 225-2471 • Fax 1-323- 225-5088 • www.yogananda-srf.org

Autobiography of a Yogi
The Second Coming of Christ: The Resurrection of the Christ Within You
   A revelatory commentary on the original teachings of Jesus.
God Talks with Arjuna: The Bhagavad Gita—A new translation and commentary.
Man's Eternal Quest, Volume I of Paramahansa Yogananda's lectures and informal talks.
The Divine Romance, Volume II of Paramahansa Yogananda's lectures, informal talks, and essays.
Journey to Self-Realization, Volume III of Paramahansa Yogananda's lectures and informal talks.
Wine of the Mystic: The Rubaiyat of Omar Khayyam—A Spiritual Interpretation
   An inspired commentary that brings to light the mystical science of God-communion hidden behind the Rubaiyat's enigmatic imagery.
Where There Is Light: Insight and Inspiration for Meeting Life's Challenges
Whispers from Eternity
   A collection of Paramahansa Yogananda's prayers and divine experiences in the elevated states of meditation.
The Science of Religion
The Yoga of the Bhagavad Gita: An Introduction to India's Universal Science of God-Realization
The Yoga of Jesus: Understanding the Hidden Teachings of the Gospels
In the Sanctuary of the Soul: A Guide to Effective Prayer
Inner Peace: How to Be Calmly Active and Actively Calm
To Be Victorious in Life
Why God Permits Evil and How to Rise Above It
Living Fearlessly: Bringing Out Your Inner Soul Strength
How You Can Talk With God
Metaphysical Meditations
   More than 300 spiritually uplifting meditations, prayers, and affirmations.
Scientific Healing Affirmations
   Paramahansa Yogananda presents here a profound explanation of the science of affirmation.
Sayings of Paramahansa Yogananda
   A collection of sayings and wise counsel that conveys Paramahansa Yogananda's candid and loving responses to those who came to him for guidance.

Songs of the Soul
Mystical poetry by Paramahansa Yogananda.
The Law of Success
Explains dynamic principles for achieving one's goals in life.
Cosmic Chants
Words and music to 60 songs of devotion, with an introduction explaining how spiritual chanting can lead to God-communion.

ซีดีบันทึกเสียงโดย ปรมหังสา โยคานันทะ

- Beholding the One in All
- Songs of My Heart
- Removing All Sorrow and Suffering
- Awake in the Cosmic Dream
- One Life Versus Reincarnation
- Self-Realization: The Inner and the Outer Path
- The Great Light of God
- To Make Heaven on Earth
- Follow the Path of Christ, Krishna, and the Masters
- Be a Smile Millionaire
- In the Glory of the Spirit

งานสิ่งพิมพ์อื่นๆ จาก Self-Realization Fellowship

เชิญขอรับรายชื่ออย่างสมบูรณ์ของหนังสือ สิ่งพิมพ์ ซีดีบันทึกเสียงและวิดีโอ ได้ที่สมาคมเซลฟ์ รีอะไลเซชั่น เฟลโลว์ชิพ (SRF)

The Holy Science โดย Swami Sri Yukteswar
Only Love: Living the Spiritual Life in a Changing World โดย Sri Daya Mata
Finding the Joy Within You: Personal Counsel for God-Centered Living โดย Sri Daya Mata
God Alone: The Life and Letters of a Saint โดย Sri Gyanamata
"Mejda": The Family and the Early Life of Paramahansa Yogananda โดย Sananda Lal Ghosh
Self-Realization (นิตยสารรายไตรมาสเริ่มโดย ปรมหังสา โยคานันทะ ปี 1925)

บทเรียนของเซลฟ์ รีอะไลเซชั่น เฟลโลว์ชิพ (SRF)

ศาสตร์การทำสมาธิด้วยเทคนิคต่างๆ สอนโดยท่านปรมหังสา โยคานันทะ รวมทั้งกริยาโยคะ ...ตลอดจนคำแนะนำในการดำรงชีวิตอย่างสมดุลทางจิตวิญญาณซึ่งครอบคลุมไปทุกด้าน...ได้นำเสนอใน *Self-Realization Fellowship Lessons* หากต้องการข้อมูลเพิ่มเติม กรุณาเขียนไปขอรับหนังสือแนะนำโดยไม่มีค่าใช้จ่าย ชื่อ *Undreamed-of Possibilities* มีในภาษาอังกฤษ สเปนและเยอรมัน

การสืบสายของบรรดาคุรุ

ท่านมหาวตารบาบาจีเป็นบรมคุรุของครูบาอาจารย์สายอินเดีย ผู้ทำหน้าที่รับผิดชอบดูแลความเจริญทางด้านจิตวิญญาณของสมาชิกสมาคมเซลฟ์รีอะไลเซชั่น เฟลโลว์ชิพ (SRF) และสมาคมโยโคทะสัตสังคะแห่งอินเดีย ผู้ฝึกฝนปฏิบัติกริยาโยคะอย่างจริงจัง "เราจะคงกายสังขารอยู่บนโลกนี้" ท่านให้สัญญา "จนกว่าจะสิ้นกัปป์ในปัจจุบันนี้" (ดูบทที่ 33 และ 37)

ปี 1920 ท่านมหาวตารบาบาจีได้บอกกับท่านปรมหังสา โยคานันทะว่า "เจ้าคือผู้ที่เราเลือกให้ไปเผยแผ่ศาสตร์กริยาโยคะยังโลกตะวันตก...ท้ายที่สุดเทคนิควิธีในการเข้าถึงพระเป็นเจ้าที่พิสูจน์ได้ในทางวิทยาศาสตร์จะแพร่หลายไปสู่ทั่วทุกแดนดิน และจะประสานชาติต่าง ๆ เข้าด้วยกันได้โดยอาศัยญาณอันอยู่เหนือมิติโลกของมนุษย์แต่ละรูปแต่ละนามที่จะช่วยให้เจ้าตัวหยั่งรู้ได้ถึงการดำรงอยู่แห่งองค์พระบิดาเจ้า"

มหาวตาร แปลว่า "องค์อวตารผู้ยิ่งใหญ่" หรือ "องค์อวตารแห่งพระเป็นเจ้า" *โยคาวตาร* แปลว่า "องค์อวตารแห่งโยคะ" และ *ญาณาวตาร* แปลว่า "องค์อวตารแห่งปัญญา"

ส่วน *เปรมาวตาร* นั้น แปลว่า "องค์อวตารแห่งความรัก" โดยศิษย์เอกของท่านปรมหังสา โยคานันทะ ท่านราชารสีชนกานันทะ (เจมส์ เจ. ลินน์) เป็นบุคคลแรกที่ยกย่องเรียกขานท่านโยคานันทะด้วยสมญานามนี้ (ดูหน้า 431.1)

ภควานกฤษณะ
มหาวตารบาบาจี
โยคาวตารลาหิริ มหัสยะ
ญาณาวตารสวามีศรียุกเตศวร
เปรมาวตารปรมหังสา โยคานันทะ

เป้าหมายและอุดมการณ์ของ Self-Realization Fellowship

ตามที่ได้กำหนดไว้โดยท่านปรมหังสา โยคานันทะผู้ก่อตั้ง
ท่านศรีมฤณลินีมาตา—ประธาน

เพื่อเผยแพร่ให้นานาประเทศได้รับความรู้ว่าด้วยเทคนิคทางวิทยาศาสตร์ เพื่อให้ได้รับประสบการณ์ตรงในการเข้าถึงพระเป็นเจ้า

เพื่อสอนว่าความมุ่งหมายของชีวิต คือวิวัฒนาการการรับรู้อันมีขีดจำกัดของมนุษย์ไปสู่การตระหนักรู้ในองค์พระเป็นเจ้า โดยวิวัฒนาการดังกล่าวจะเกิดได้จากความพยายามส่วนตน และเพื่อให้บรรลุเป้าหมายนี้ จะจัดให้มีการก่อตั้งอาศรมเซลฟ์ รีอะไลเซชั่น เฟลโลว์ชิพ (SRF) ขึ้นทั่วโลก ทั้งยังสนับสนุนให้จัดตั้งเทวาลัยของพระเป็นเจ้าในแต่ละบ้านและในใจของแต่ละคน

เพื่อเผยให้เห็นถึงความผสานสอดคล้องที่สมบูรณ์แบบ และความเป็นหนึ่งเดียวอันเป็นพื้นฐานของศาสนาคริสต์ดั้งเดิม ซึ่งมีพระเยซูเจ้าเป็นศาสดา และโยคะแบบดั้งเดิมซึ่งเป็นคำสอนของพระกฤษณะ เพื่อแสดงให้เห็นว่าหลักการของความจริงเหล่านี้เป็นพื้นฐานทางวิทยาศาสตร์ ซึ่งเหมือนกันไม่ว่าจะเป็นศาสนาใด

เพื่อชี้ให้เห็นว่าเส้นทางหลวงอันศักดิ์สิทธิ์สายเดียว ที่ทุกเส้นทางความเชื่อในแต่ละศาสนานำพาให้ไปถึงในที่สุดนั้น คือเส้นทางของการทำสมาธิ อุทิศตนเพื่อให้เข้าถึงพระเป็นเจ้า โดยทำเป็นประจำทุกวัน ทำตามหลักการวิทยาศาสตร์ และทำด้วยความศรัทธา

เพื่อปลดปล่อยมวลมนุษย์จากความทรมานสามต่อ อันได้แก่ โรคทางกาย ใจที่ไม่ประสาน และอวิชชา

เพื่อส่งเสริมการ "อยู่อย่างง่าย คิดให้สูง" และเผยแพร่จิตวิญญาณแห่งภราดรภาพในทุกหมู่เหล่า โดยสอนให้เข้าใจว่าหลักเกณฑ์สำคัญตลอดกาลของการเป็นน้ำหนึ่งใจเดียวกันนั้น คือความเกี่ยวดองกับพระเป็นเจ้า

เพื่อสาธิตให้เห็นว่าจิตนั้นเหนือกาย และวิญญาณอยู่เหนือจิต

เพื่อเอาชนะความชั่วด้วยความดี ความเศร้าด้วยความสุข ความโหดร้ายด้วยเมตตา อวิชชาด้วยปัญญา

เพื่อรวมวิทยาศาสตร์และศาสนาเข้าด้วยกัน โดยสำนึกรู้ถึงความมีเอกภาพในหลักการของทั้งสองฝ่าย

เพื่อสนับสนุนให้ซีกโลกตะวันตกและตะวันออกมีความเข้าใจกัน ทั้งด้านจิตวิญญาณและวัฒนธรรม ส่งเสริมให้มีการแลกเปลี่ยนพูดคุยถึงลักษณะที่เป็นจุดเด่นของแต่ละฝ่าย

เพื่อรับใช้มนุษยชาติ เสมือนเป็นส่วนหนึ่งที่ยิ่งใหญ่ของพระเป็นเจ้า

www.ingramcontent.com/pod-product-compliance
Lightning Source LLC
Chambersburg PA
CBHW071358230426
43669CB00010B/1379